வரலாற்றில் பிராமண நீக்கம்

சமநீதி என்பது இந்தியாவுக்கு அந்நியமானதும் அல்ல, மேற்கின் கொடையும் அல்ல. எங்குமுள்ள விளிம்புக்குத் தள்ளப்பட்ட மக்கள் தங்களுக்கென ஓர் உலகத்தைக் கட்ட எப்போதும் முனைந்திருக்கிறார்கள். சாதாரணமக்களின் நோக்கினைத் தழுவி "வரலாற்றில் பிராமணநீக்கத்"தின் இந்தத் திருத்தப்பட்ட பதிப்பு, கீழிருந்து எழுகின்ற எதிர்ப்பு மற்றும் படைப்புத்தன்மையின் முக்கியத் தளங்களுக்குள் புகுந்து ஒரு மாற்றுமரபின் அழகையும் நெகிழ்திறனையும் வெளிக்கொண்டு வருகிறது. சாதிக்கும் பார்ப்பனியத்திற்கும் எதிராக அணிவகுக்கும் இந்த விடுதலைக்கான மரபு, குறிப்பாக சமணம், பௌத்தம், கீழ்த்தட்டு ஞானக்கவிகள், சூஃபியியம், சீக்கியம் போன்ற பலவேறு நோக்கங்கள் கொண்ட சமநீதியாளர்களிடமிருந்து எழுகிறது.

இந்த மாற்று மரபு, நவீன இந்தியாவில் பிற எவரையும்விட, ஜோதிபாய் புலே, அயோத்தி தாசர், நாராயண குரு, பெரியார், அம்பேத்கர் ஆகியோரால் முன்னெடுக்கப்பட்டது. மாறுதலுக்கான அரசியலில் கலாச்சாரத்தின் சக்தியை உணர்ந்து, இவர்கள் இந்திய அனுபவத்தின் முழுமையையும் தழுவிய மீட்பு நோக்குகளைக் கொண்டிருக்கிறார்கள். திலகர்–சாவர்க்கர், காந்திய, நேருவிய நோக்குகளுக்கு எதிராக உறுதியாக ஒரு மாற்றாக நிற்கிறார்கள். அவர்களுடைய உறுதியான, பலதளப்பட்ட, மூலவளமற்ற போராட்டங்கள் சாதிசார்ந்த மேட்டுக்குடியினரின் எதிர்ப்புக்கிடையில் நிகழ்ந்தன. ஆனால் கீழையியத்திலிருந்து பெறப்பட்ட காலனிய உடந்தை, அறிவின் தொல்லியல் ஆகியவற்றின் கீழ் எழுந்த நவ–பார்ப்பனியம் தன்னை தேசியமயமாக்கிக் கொண்டு, இந்துமதம், இந்தியக் கலாச்சாரம் என்பவற்றின் உருவத்தில் மறுஅவதாரம்

எடுத்தபோது தடுக்க முடியவில்லை. அவற்றின் வியப்பூட்டும் தோல்வி தலித் வெகுஜனங்களுக்கு "உலகின் மிகப்பெரிய ஜனநாயகத்தில்" கேடுவிளைவிக்கின்ற வகையில் உருப்பெறும் சமத்துவமின்மையின் புதிய கட்டமைப்புகளுக்குள் படிநிலை மற்றும் ஆதிக்கத்தின் பழைய வடிவங்களாக நீடித்த கவர்ச்சியைத் தருவதாக அமைந்திருக்கிறது.

சில ஆய்வுகளில், இந்த மரபின் மீட்புச்சக்தி சிலசமயங்களில் அறிந்தேற்கப்பட்டிருக்கிறது. ஆனால் இந்தியக் கலாச்சாரத்தின், சமூகத்தின் நாகரிகம் பற்றிய கல்வியில் மிக அரிதாகவே சேர்க்கப்பட்டிருக்கிறது. அந்தத் திசையில் ஒரு முயற்சியாக, சாதி மற்றும் மேலாதிக்க வரலாற்றியல் பற்றிய இந்த விமரிசனம், மனித விடுதலையில் தொடர்ந்து செல்லும் போராட்டத்தின் பகுதியாக உள்ள, அல்லது இருக்க விழையும் யாவருக்கும் பயன்படக்கூடியது.

பிரஜ் ரஞ்சன் மணி, அண்மையில் வெளியாகியுள்ள "அறிவும் ஆதிக்கமும்: மாற்றத்துக்கான சொல்லாடல்" (2014) என்ற நூலின் ஆசிரியர். இந்தியாவின் மரபுசாரா அறிஞர்-செயல்பாட்டாளர்களில் ஒருவர். தி டைம்ஸ் ஆஃப் இந்தியா இதழின் முன்னாள் பத்திரிகையாளர். சிம்லாவிலுள்ள முன்னேறிய ஆய்வுக்கான இந்திய நிறுவனத்தின் அறிஞர். தனியாகப் பணிசெய்ய முற்படுவதற்கு முன்னால் சிலகாலம் புவனேஸ்வரிலுள்ள நிஸ்வாஸில் டாக்டர் அம்பேத்கர் இருக்கையில் பேராசிரியராக இருந்துள்ளார்.

வரலாற்றில் பிராமண நீக்கம்

இந்தியச் சமூகத்தில் ஆதிக்கமும் எதிர்ப்பும்

மிகவிரிவாகத் திருத்தப்பட்ட பதிப்பு

பிரஜ் ரஞ்சன் மணி

தமிழில்

க. பூரணச்சந்திரன்

எதிர் வெளியீடு

வரலாற்றில் பிராமண நீக்கம்
இந்தியச் சமூகத்தில் ஆதிக்கமும் எதிர்ப்பும்

பிரஜ் ரஞ்சன் மணி
தமிழில்: க. பூரணச்சந்திரன்

முதல் பதிப்பு: டிசம்பர் 2018

எதிர் வெளியீடு,
96, நியூ ஸ்கீம் ரோடு, பொள்ளாச்சி - 642 002.
தொலைபேசி: 04259 - 226012, 99425 11302.

மெய்ப்புத் திருத்தம்: மே.கா. கிட்டு

விலை: ரூ. 550

Debrahmanising History: Dominance and Resistance in Indian Society
Braj Ranjan Mani

© Braj Ranjan Mani

Tamil edition Copyright © with Ethirveliyeedu

Translated by G. Pooranachandran

First Edition: December 2018

Published by
Ethir Veliyeedu, 96, New Scheme Road. Pollachi - 642 002.
Email: ethirveliyedu@gmail.com
www. ethirveliyedu. in

Price: ₹ 550

Wrapper Design: Santhosh Narayanan

ISBN : 978-93-87333-38-3

Layout : Publishing Next
Printed at Jothy Enterprises, Chennai.

All rights reserved. No part of this book may be reprinted or reproduced or utilised in any form or by any electronic, mechanical or other means, now known or hereafter invented, including photocopying and recording, or in any information storage or retrieval system, without permission in writing from the Publisher.

காதால் கேட்டதால் மட்டுமே எதையும் நம்பிவிடாதே.

பல தலைமுறைகளாகப் போற்றப்பட்டு வருபவை என்ற
காரணத்தினாலேயே மரபுகளை நம்பாதே.

பலபேராலும் பேசிப் பரப்பப்படுகிறது என்ற
காரணத்தினாலேயே எதையும் நம்பாதே.

உன் மதநூல்களில் எழுதப்பட்டிருக்கிறது என்ற
காரணத்தினாலேயே எதையும் நம்பாதே.

உன் ஆசிரியர்களும் மூத்தோரும் சொல்கிறார்கள்
என்பதனாலேயே எதையும் நம்பாதே.

வெளித்தோற்றத்திற்கு உண்மையாகத் தெரிகின்ற
தர்க்கத்தையும், பழக்கத்தினால் உன்னிடம் சேர்ந்துவிட்ட
மனச்சாய்வையும் நம்பாதே.

யாவருக்குமான நன்மைக்கும் ஆதாயத்திற்கும் ஏற்ற
ஒன்றை ஏற்றுக் கொள்வதற்கு முறையான காரணத்தை நீ
கண்டறியும்போது, ஆழ்ந்து சிந்தனை செய், ஆய்வு செய்,
பிறகு ஏற்றுக்கொண்டு அதன்படி வாழ்.

கௌதம புத்தர்

(அங்குத்தர நிகாயத்தில் கலம சுத்தம்.
வுட்வேர்ட் அண் ஹோர், 1932–6, பாகம் I: 188–93;
ஹோல்டர் 2006: 19–25யும் பார்க்க.)

உள்ளடக்கம்

இரண்டாம் பதிப்பின் முன்னுரை ... 13

முதற்பதிப்பின் முன்னுரை ... 21

அறிமுகம் ... 23

ஆதிக்கமும் எதிர்ப்பும் ஒருங்கே இருத்தல் – பார்ப்பனிய, சாதி, இனவாத இசைந்திருப்பு – தலித், வெகுஜன எதிர்ப்பு – வரலாற்றில் மோதலை முன்னணிப்படுத்தல் – காலனியாதிக்கத்துள் ஒரு காலனியாதிக்கம் – பார்ப்பனியத்தின் இந்து, தேசிய வடிவமாற்றம் – ஒடுக்கும் மரபை காந்தி, நேரு உயர்த்திப்பிடித்தல் – புலே, அம்பேத்கர், பெரியாரின் சுதந்திரப் போராட்டங்கள்.

1. பிராமண ஆதிக்கத்தின் வரலாற்று வேர்களும் சமண எதிர்ப்பும் ... 71

வேதக் கருத்தியலுக்கு ஆதரவாக வன்முறையும் ஆதிக்கமும் – சாதி உட்புகுத்தல் – ஒடுக்குதலின் கருவியாகப் போலி மதம் – கீதையில் சாதி, கர்மயோகம், சுயதர்மம் – பார்ப்பன ஆளுகை, அரசு ஆகியவற்றின் மையமாக தண்டநீதி – உயர்சாதி வரலாற்றியலை வெகுமக்கள் எதிர்ப்பு தகர்த்தல் – சமணச் சமநீதி மாற்று மரபு – எதிர்ப்பு நிலவிய கடந்தகாலம்: யதார்த்தத்திற்கு எதிராகக் கற்பனை.

2. பௌத்த இந்தியா: சாதிக்கும் பார்ப்பனியத்திற்கும் எதிராக ... 117

புத்தரின் மனம், பொருள் ஒருங்கிணைப்பு – உபநிடத முழுமைவாதத்திற்கு எதிர்க்கோள் – சாதியைக் கூண்டிலேற்றுதல் – மானிட விடுதலைக்கான சட்டகம் – சமூக, அரசியல் நிறுவனங்களின் மாற்று நோக்கு – பௌத்த உயர்வும் இந்தியாவின் பழம்பெருமையும் – எதிர்ப்புரட்சியும் பார்ப்பன மறுஎழுச்சியும் – இந்தியக் கலாச்சாரத்தைப் பார்ப்பன வார்ப்பில் அடக்கும் மோசடிகள்.

3. இடைக்காலக் கீழ்நிலை ஞானக்கவிகளின் விடுதலை இயக்கங்கள் ... 165

மத வாய்பாடுகளில் சமூக எதிர்ப்பு – கபீரும் வடநாட்டு ஒற்றைக்கடவுள் தீவிரவாதமும் – தமிழ்நாட்டில் சித்தர் புரட்சி – கர்நாடகத்தில் வீரசைவச் சமதர்மம் – மகாராஷ்டிரத்தில் வார்கரிப் போராட்டம் – பக்தி இயக்கத்தின் மற்றும் பார்ப்பனிய எதிர்த்தாக்குதலின் சமூகப் பரிமாணம்.

4. காலனியமும் வேதப் பார்ப்பன தேசியத்தின் பிறப்பும் ... 221

கீழையியம், ஆரிய இனக் கொள்கை, நவஇந்துத்துவம் – ராய், சீர்திருத்தங்கள், மறுமலர்ச்சி: புனைவுக்கு எதிராக மெய்ம்மைகள் – தயானந்தரின் ஆரிய இனமும் வேதக் கலாச்சாரமும் – பார்ப்பன மரபின் நவீனமயமாக்கம் – சாதிக்கருத்தியலை நியாயமென நிறுவும் தேசியம் – விவேகானந்தரின் இந்து விவாதம் – கலாச்சார தேசியத்தின் பகட்டுத் தோற்றம்.

இணைப்பு: கிழக்கிலும் மேற்கிலும் இணைநிலை பாசிசச் சிந்தனை: நீட்சே, நாஜிக் கொள்கை, இந்து தேசியவாதம்.

5. பார்ப்பனக் காலனியாதிக்கத்திற்கு எதிராக புலேயின் போராட்டம் ... 297

அக்கால ஆதிக்கமும் ஒடுக்குதலும் – சாதியெதிர்ப்பு தீவிரவாத எழுச்சி – சத்யசோதக் சமாஜம்: புதிய சமூகம் பற்றிய நோக்கு – வரலாற்றையும் புராணங்களையும் மீட்டெடுதல் – மீட்சி, அதிகாரமளிப்பாகக் கல்வி – தந்தையாதிக்க, பெண்ணடிமைத்தன எதிர்ப்பு – விவசாயத்தில், உழவில், உழைப்பில் ஈடுபடுதல் – தேசம், தேசியம் – விமரிசனம்.

6. குரு, அயோத்தி, பெரியார், அச்சுதானந்தர்: ஒரே இலக்கு, பல மார்க்கங்கள் ... 343

சமநீதி எழுச்சியின் இயங்கியலும் பரிமாணமும் – நாராயண குருவும் கேரள விடுதலைப் போராட்டமும் – திராவிட எழுச்சி: அயோத்தி தாசரும் நீதிக்கட்சியும் – பெரியாரும் சுயமரியாதை இயக்கமும் – வடக்கில் போராட்டம்: அச்சுதானந்தரும் மங்கூராமும் – கீழ்த்தள இயக்கங்கள் காலனியாதிக்கத்தின் இறுதியை அறிவிக்கின்றன.

7. தேசிய அதிகார அரசியல், ஒடுக்கப்பட்ட மக்கள், காந்தி-அம்பேத்கர் விவாதம் ... 399

மகாத்மா என்னும் தொன்மம் – அம்பேத்கரின் எழுச்சி – பூனா ஒப்பந்தத்தின் உண்மைக்கதை – காந்திய அரவணைப்புத் தன்மையின் கூறாய்வு – வர்ண சுயராஜ்யமும் நவீனத்தன்மையை எதிர்க்கும் போலித்தனமும் – காந்தியம் பற்றி தாகூர், நேரு, ராய், அம்பேத்கர் – சமூக ஜனநாயகமாக தேசம் – சுதந்திரம் பற்றிய புகழுரைகளுக்கிடையில் தீவிர யதார்த்தநிலை: அரசியலமைப்பும் இந்துச்சட்ட மசோதாவும்.

8. பின்னுரை ... 473

கடந்தகாலத்திலிருந்து 'ஜனநாயகத்' தற்காலம் வரை நிறுவனமயப்பட்ட வேற்றுமை நோக்குநிலை

உதவிய நூல்கள் ... 485

இரண்டாம் பதிப்பின் முன்னுரை

இந்தப் புத்தகத்தில் விரிவாகச் சொல்லப்பட்டுள்ள வாதங்களை மீண்டும் கூறவோ சுருக்கிச் சொல்லவோ இது இடமில்லை. ஆனால் இப்படிப்பட்ட ஒரு புத்தகத்தை எழுதுவதன் அல்லது மீண்டும் எழுதுவதன் தேவை பற்றிச் சில தெளிவுபடுத்தல்களைச் சொல்வது முறையாக இருக்கும்.

அதிகாரமிக்கவர்களின் படைக்கலச் சாலையில் அறிவுசார்ந்த ஆயுதங்கள் உள்ளன என்பதில் இரகசியம் எதுவுமில்லை. இறையியலில், தத்துவத்தில், சமூக அறிவியல்களில். அவற்றின் பணி நிறுவப்பட்ட அதிகாரத்தையும் கலாச்சாரச் சமநிலையையும் காப்பாற்ற, சமூக அமைப்பு சார்ந்த வன்முறை அல்லது அநீதியை மறைப்பதாகும். சமூக முக்கோணத்தின் (இந்த முக்கோணத்தின் அடித்தளத்தில் பலரும் துன்பப்படுபவர்களாக உள்ளனர்) உச்சியிலிருந்து வருகின்ற நியாய மனமுடைய புத்திஜீவிகள்கூட கல்வியியல் தட்டிக்கழிப்பின் பாதுகாப்பை ஏற்கின்றனர். மரபுவழி வந்த செவ்வியம், கலாச்சாரப் பழமைவாதம், போலித்தனமான மதத் தன்மை ஆகியவை பாரம்பரியத்தினால் மோசமாக்கப்பட்ட ஒரு சமூக உளவியல் பண்டிதர்களை நன்கு கண்ணுக்குப் புலப்படுவதைக் காண விடுவதில்லை. உதாரணமாக, பழைய பிராமணப் பனுவல்களோடு ஒரு மேம்போக்கான பரிச்சயம் கூட, இதிகாச-புராண-தர்மசாத்திரங்கள் சூத்திரர்கள் என்றும் அதிசூத்திரர்கள் என்றும் கேவலப்படுத்தப்பட்ட தலித்-வெகுஜனங்களுடைய எதிரிகளால் இயற்றப்பட்டவை என்பதை நிரூபிக்கப் போதுமானது. சூத்திரர்கள் (வேலைக்காரர்களின் இழிந்த சாதி) என்ற அமைப்பு இப்படித்தான் பார்ப்பனியத்தின் வரலாற்று அதிகாரத்தினால் உருவாக்கப்பட்டது. ஆனால் பழங்கால எச்சங்களை வாழ்நாள் முழுவதும் தேடுகின்ற ஆய்வாளர்கள், இந்த யதார்த்தத்திற்கும் சமூகம், கருத்தியல் சார்ந்த மேல்சாதி வன்முறைக்கும் மட்டும் கண்ணை மூடிக் கொள்கிறார்கள். சாதியை நிறுவுவதிலும் பேணுவதிலும் மிக முக்கியமானவை பிராமண அறிவு வடிவங்கள் என்பதைப்

புரிந்துகொள்ள அவர்களுடைய புலமை ஏனோ உதவுவதே இல்லை. இந்தியாவின் நவீன வரலாற்றுக்கு நாம் முன்னோக்கி நகரும்போது இந்தப் பாணி மாறுவதும் இல்லை. இந்திய தேசியத்தின் பழமைவாத, எதிர்-தலித்-வெகுஜன இழைகளை ஒரு சாதகமான மறதிநோய் போர்த்திக் கொள்கிறது. அது முக்கியமாக காந்தி, நேரு, திலகர், சாவர்க்கர் போன்றவர்களை நடுநிலையான தலைவர்கள் என்று போற்ற கல்வித்துறைக்கும் பொதுமக்களுக்கும் அனுமதி தருகிறது.

கல்வித்துறை கோரும் நடுநிலைமை, புறவயத்தன்மை (எதையும் முடிவாகச் சொல்லாத கேவலமான நடுநிலைச் சமூக அறிவியல்) ஆகியவற்றைவிடப் போலியானது வேறு எதுவும் இருக்க இயலாது. இதைத்தான் 'ஒருதலைச் சார்பற்ற' சமூக அறிவியல் ஆதரவாகக் கொள்கிறது. ஒவ்வொரு எழுத்துக்கும் பின்னால் ஓர் எழுத்தாளர் இருக்கிறார். எங்கிருந்து எழுதுகிறார், யாருக்கு எழுதுகிறார், எந்த நோக்கத்துடன், எந்தக் கோணத்தில் என்பவை முக்கியமானவை. நான் வேறொரிடத்தில் வாதிட்டிருப்பது போல, நீதியற்ற சமூகத்தில் நடுநிலையாக இருப்பதுகூட ஊக்கத்துடன் அநீதிக்குத் துணை போவதாகும். நடுநிலையான எழுத்துகள், அவற்றின் பன்மைத்தன்மை, அறிவார்த்த ஒளி எல்லாம் இருப்பினும் அவைதான் மனத்தின் சௌகரியங்களை, இன்னும் கேட்டால் சாதி-வகுப்பு சமமின்மைகளை மறுவுற்பத்தி செய்வதன் இரத்த ஓட்டத்தையே அளிக்கின்றன (மணி 2014). இந்தியாவில் கீழிருந்து சில சவாலான முயற்சிகள் அண்மைக்காலத்தில் செய்யப்பட்டாலும், அறிவின்மீது பிராமணர்களின் நீடித்த கட்டுப்பாடு மிகக் குறிப்பாக பெரும்கேடு பயக்க வல்லதாக உள்ளது. கல்விநிறுவனங்களின் உயர் அணிகளும் அறிவுக் கட்டமைப்பும் சுயநலக் கும்பல்களால் ஏகபோக ஆதிக்கம் செய்யப்படுகின்றன என்பது உண்மை-இந்த உண்மைதான் பிரச்சினையாக இருக்கிறது. இந்தியாவின் வரலாறு-கலாச்சாரம் ஆகியவற்றை பிராமண வார்ப்பில் பலவித வடிவங்களில் மறுவுற்பத்தி செய்யும் ஒட்டுமொத்த அறிவுசார் குழு முழுவதற்கும் இது பொருந்துவதாகும். மரபுசார்ந்த கட்டமைப்புகள் எதையும் கேள்விகேளாமை; சாதியையும் பார்ப்பனத்தன்மையையும் இயல்பாக்குதல்; இந்தியக் கலாச்சாரத்துடன் தனியுரிமை பெற்ற சாதிக் கலாச்சாரத்தை அடையாளப் படுத்துதல்; மகாத்மாவையும் பண்டித நேருவையும் நிறுவனமயப்படுத்திப் போற்றுதல்; ஆதிக்கக் ("இந்தியக்") கருத்தியலை நியாயப் படுத்துகின்ற புதிய கதைகளை உருவாக்குதல் ஆகியவற்றை இது விளக்குகிறது. நீங்கள் சாதியையும் பார்ப்பனியத்தையும் விமரிசனம் செய்தால் நீங்கள் ஐரோப்பியமையவாதி, இந்தியாவின் நாகரிகப் பண்புநலத்தை

மாசுபடுத்தும் குற்றத்தைச் செய்தவர் ஆவீர்கள். சாதியும் இனமும், 'பார்ப்பனியமும் காலனியமும் மிகக் கொடுமையான உறவை உடையவை' என்று சொல்வது இன்னமும் எதிர்ப்புக் கருத்தாக உள்ளது. ஆழ்ந்த புலமையும் ஆவணப்படுத்தலும் கொண்ட மிக விசித்திரமான கொள்கைகள் நிலவுகின்றன. உதாரணமாக, சாதி என்பது ஒரு காலனிய உருவாக்கம்; மக்கள் தொகை மேலாய்வுகள், மக்கள் கணக்கெடுப்பு அறிக்கைகளிலிருந்து உருவாக்கப்பட்ட கட்டுக்கதை (இண்டென் 1990; டிர்க்ஸ் 2002); சாதிமதவாதம் என்பது ஒரு கீழையியச் சொல், காலனிய அறிவின் ஒரு வடிவமாக உருவாக்கப்பட்டது (பாண்டே 1990); மதச்சார்பின்மை என்பது ஒரு அந்நிய கலாச்சாரக் கருத்தியல், கிறித்துவத்தின் கொடை; மரபுசார்ந்த சமூகத்தில் அடிப்படைவாதிகளோ, மீட்புவாதிகளோ கிடையாது (மதன் 1987: 748-9). இம்மாதிரிக் கொள்கைகள், நவீன மேற்கத்தியக் காலனியத்தை எதிர்கொண்ட அப்பழுக்கற்ற நேர்மையை நியாயப்படுத்தவும் அதற்குக் காப்புச்செய்யவும் (நந்தி 1983), சொந்தநாட்டுத் தன்மை கொண்ட பிற்காலனியவாதத்தின் கொடிக் கீழ் கண்டுபிடிக்கப்பட்டு வருகின்றன. இங்குச் சொல்லப்படும் அப்பழுக்கற்ற தன்மை, (இந்தப் புத்தகம் காட்டப் போவதுபோல) சாதி, வகுப்பு, ஆண் ஆதிக்கங்கள் பல நூற்றாண்டுகளாகச் செய்துவந்த வன்முறையை மறைத்துவிடுகிறது. வேறு சொற்களில், "காலனிய துக்கம் இப்போது பிற்காலனியத்தின் வேடிக்கை நாடகமாக" (மார்க்ஸின் புகழ்பெற்ற தொடர் இது) பார்ப்பன மேட்டுக்குடியினரைத் தங்கள் சாதி-வகுப்புச் சுரண்டலை மாயைப்படுத்தி, ஒடுக்கியவர்களை ஒடுக்கப்பட்டவர்களாக ஊர்வலம் வரச் செய்கிறது.

இப்படிப்பட்ட ஆதிக்களங்கமின்மை, சமுதாயம் மற்றும் கலாச்சாரத்தின் பாதுகாவலர்களுக்கு எவ்வளவு ஆறுதலளிப்பதாக இருக்கும் என்பதை நாம் கற்பனை செய்துகொள்ள முடியும். ஏனெனில் ஏறத்தாழ 3000 ஆண்டுகளாக இந்திய மக்களில் 80 சதவீதத்துக்கும் அதிகமாக உள்ள தலித் வெகுஜனங்களை பலியாடாக்கி, அவமதித்து, தாழ்வானவர்கள் ஆக்கிய பார்ப்பனியத்தின் சாதிசார்ந்த குற்றங்களுடன் ஒப்பிடும்போது காலனியக் குற்றங்கள் மங்கிவிடுகின்றன. அதாவது, சமகால இந்தியாவின் எல்லாப் பிரச்சினைகளும் மேற்கத்தியக் காலனியத்தினால் மட்டுமே உருவானவை என்ற மிக ஆழமான பிறழ்ச்சிகொண்ட, நவ பார்ப்பனிய மனப்பதிவு (மூலவளங்களை மிகுதியாக உடைய கல்வியாளர்களால்) உருவாக்கப்பட்டு வருகிறது. (முரண்நிலையில், இவர்கள் ஐரோப்பிய-அமெரிக்கப் பல்கலைக்கழகங்களில் பாதுகாப்பாக உள்ளவர்கள்). ஐஜாஸ் அகமது (1992: 196-7) கூறுவதுபோல, "இப்போது காலனியாதிக்கம் தனது

சொந்தக் கொடுமைகளுக்கு மட்டுமல்லாமல், மிகவும் வசதியாக நமது கொடுமைகளுக்கும் பொறுப்பாளி ஆக்கப்படுகிறது."

ஆக்கிரமிக்கும் சுயநலங்கள் இன்னும் தகவல்தொடர்பின் எல்லாப் பாதைகளிலும் செலுத்தும் செல்வாக்கு-மேட்டுக்குடி கல்விப்புலமையினர் முதல் வெகுமக்கள் ஊடகங்கள் வரை-நிரந்தரமான ஒரு மூளைச் சலவைச் சூழலை உறுதிப்படுத்துகிறது. கருத்துரைக்கும் வணிகம், மூளைச்சலவைத் தொழில்துறை, மிக நவீனவேடத்தில்வரும் கல்விசார் ஆய்வுகள் முதல் தகவல்-பொழுதுபோக்குத் துறையின் ஒரேமாதிரியான செப்பமுறாத பிரச்சாரங்கள் வரை பலதரப்படுகிறது. புதிதாக அமைத்த வரலாறுகள், கட்டுக்கதைகளை உருவாக்குதல், ஒரேமாதிரி சொல்லாடல்களின் தளவாடங்கள் இவை மிக நன்றாக இணைந்து இந்தியாவின் வரலாறு என வலம்வரும் வாய்ப்பான கதையாடல்களையும் தொன்மங்களையும உருவாக்குகின்றன.

எந்த ஒரு வரலாற்றுச் சொல்லாடலையாவது கட்டாயம் தகர்க்க வேண்டுமென்றால் அதன் சமூக, கருத்தியல் வேர்களை விடுவிக்க வேண்டும் என்றால், அது சாதி மற்றும் பார்ப்பனியத்தின் நிறுவப்பட்ட வரலாறாகவே இருக்கமுடியும். ஆக்கிரமிக்கும் சுயநலங்களுக்கு அதன் வேர்களைக் கொண்டு செல்ல முடியும். அவர்கள்தான் பார்ப்பனியச் சமூக முறைமையினால் மிக அதிகமான ஆதாயம் அடைந்தவர்கள். ஆனால் அவர்கள் மற்றவர்கள் மீது தந்திரமாகவும் விடாமுயற்சியாலும் சுமத்திய கருத்தியல் வியப்பளிக்கும் விதத்தில் பலவித வகையான மக்களையும் உள்வாங்கிக் கொண்டது. அவர்களில் சாதி-வர்க்கப் பிணைப்பினால் பாதிக்கப்பட்ட பலியாடுகளான மக்கள் முதலாக, பிராமணக் கதையாடல்களில் முன்வைக்கப்படும் பார்வைகளை ஆய்வின்றி அப்படியே ஏற்றுக் கொள்ளும் பழைய, நவீன அயல்நாட்டுக் கல்வியாளர்கள் வரை அவ்வளவு பேரும் அடங்குவர். பார்ப்பனிய போதனையின் மயக்கிச் சிக்கவைக்கும் நயவஞ்சகமான இயற்கை உண்மையாகவே வியப்பளிக்கக் கூடியது. தன் சாதியைச் சேர்ந்த பலபேரையும் போல சூத்திர அடையாளத்திற்காக இழிவுபடுத்தப்பட்ட விவேகானந்தரும் (பார்க்க இயல் 4) பைத்தியம் பிடிக்குமளவுக்கு பிராமண மதம் மற்றும் பழைய சாதியமைப்பின் உயர்வு பற்றிய கவர்ச்சிக்கு ஆட்பட்டிருந்தார். மாக்ஸ்முல்லர் போல, நிச்சயமாகக் கீழையியப் பிரச்சாரகர் அல்லாத அர்னால்டு டாயின்பீ, கொடுமையான சமூக அமைப்புகளையும் கலாச்சார உண்மையைம் புறக்கணித்துவிட்டு, அவரது மிக மேதகைமையான நம்பிக்கையாக, இந்து மதமும் இந்து உலகப் பார்வையும் மற்ற மதங்களைவிட ஒரேசமயத்தில் மிக இயற்கையானதும், மனிதம் சார்ந்ததும், மிக அறிவியல்தன்மை

கொண்டதுமான ஒன்று என்று பதிவு செய்தார். இயற்கைவாதம், மனிதமையவாதம், அறிவியல்-பகுத்தறிவுவாதம் ஆகிய துறைகளில் இந்தியாவின் வேதப் பார்ப்பனச் சாதனைகள் மேற்கைவிட மீதூர்ந்து செல்வனவாக உள்ளன என்ற உச்சநிலைக் கூற்றுகளைப் புகழ்வாய்ந்த, அவ்வளவாகப் புகழ்பெறாத, நபர்களிடமிருந்து கேட்கிறோம்.

நவீன காலத்தில் இந்தியாவைப் பற்றிய தொன்மங்கள் அதன் எல்லைக்கு அப்பாலும் ஊடுருவிச் சென்ற நவீன காலத்தில், பார்ப்பனியத்தின் சோம்பேறித்தனமான வெற்றுப் பேச்சு பலவிதமான வடிவங்களில் நீடிக்கிறது. (இவ்வெட்டிப் பேச்சு இப்போது ஆயிரக்கணக்கான தலைகள் கொண்ட ஹைட்ரா போன்ற இநதுமதத்தின் அல்லது கலாச்சாரத்தின் பின் ஒளிந்து கொள்கிறது). இந்தியாவைப் பற்றிய அறியாமைக் கூற்றுகள்-அதாவது இந்து மதம் 5000 ஆண்டுப் பழமையானது; வேதாந்தம் இறுதியான உண்மையை உள்ளடக்கியது, மனித இனத்தின் மிகச் சிக்கலான சவால்களுக்கும் விடை கொண்டுள்ளது; இந்துக் கலாச்சாரம் தனக்குள்ளான சகிப்புத்தன்மை, அமைதி ஆசியவற்றைக் கொண்டது, அது சகமனிதர்கள் மீது உணர்ச்சிபூர்வமான கவனம் கொண்டது, பெண்கள்மீதும் குடும்பத்தின்மீதும் கவனம் செலுத்துவது; இந்து மதம் மட்டுமே காந்தியைப் போன்ற உண்மையின், அஹிம்சையின் திருத்தூதரை உருவாக்க முடியும் (அட்டன்பரோவின் காந்தி திரைப்படத்தையும், வழக்கமான உலகளாவிய காந்தித் தொழிற்சாலைகளில் பணிபுரியும் அவரது திருத்தொண்டர்களின் சித்திரிப்புகளையும் மனத்தில் கொள்க) ஆகவே கடைசியாக அதுவே மனிதஇனத்தின் கலாச்சாரப் பரிணாமத்தின் முடிவு; இம்மாதிரியானவை படிக்காதவர்களின் கூட்டங்கள் மட்டுமல்ல, உயர்ந்த கல்வியாளர்களின் மேன்மையான கூட்டங்களிலும் வெகு தீவிரமாக ஏற்கப்படும் கருத்துகளாகவே உள்ளன.

அரசியல் சார்ந்த இந்து மதத்திற்கும் (இந்தியாவின் கடந்தகாலம், நிகழ்காலம், எதிர்காலம் எல்லாமே இந்துத் தன்மை அல்லது இந்துத்துவத்தைச் சுற்றி அமைக்கப்பட வேண்டும் என்று கூறுகின்ற அரைகுறையாகப் படித்த, மோசமான பித்துப்பிடித்தவர்களின் இந்துமதம்) கல்விப்படிப்பு சார்ந்த பார்ப்பனத்தன்மை கொண்ட இந்துமதத்திற்கும் (இதைப்பற்றி மிக உயர் படிப்புடைய, தூய அறிவுசாத்திரத்தையும், செவ்வியல் சமஸ்கிருத மரபையும் கட்டுப்பாட்டிற்குள் வைத்திருக்கும் அறிஞர்கள் எழுத்துகளில் பார்க்கிறோம்) உள்ளார்ந்த தொடர்பு இருக்கிறது என்று தோன்றுகிறது. எங்கெல்லாம் சாதி, வகுப்பு சார்ந்த, தந்தைவழிச்

சார்புடைய ஒடுக்குமுறைகள் காட்சிப்படுகிறதோ அங்கெல்லாம் அவை திறன்மிக்கோரால் நுணுக்கமாக விளக்கப்பட்டு இல்லாமற் செய்யப்படுவதைக் காண்கிறோம். கடந்த காலத்தில் சாதி மற்றும் பார்ப்பனியத்தின் அநீதிகளை ஏற்றுக் கொள்பவர்கள்கூட, ஏதோ அவைகளும் அவற்றின் விளைவுகளும் பழங்கால வரலாறாக மாறிவிட்டன என்றும் அவற்றை இப்போது எழுப்பவேண்டியதன் தேவையின்மை பற்றியும் சேர்க்க முனைகின்றனர். தனியுரிமை பெற்ற சாதியினர் தொடர்ந்து ஆதாயத்தையும் இன்பத்தையும் அடைந்து வந்த, ஒடுக்குமுறை நிகழ்ந்த கடந்த காலத்தைப் புகழாவிட்டாலும் அதை இயல்பு எனக் கூறும் நிறுவனமயப்பட்ட ஏற்பாடு நிலவுவதையும் காண்கிறோம்.

சொல்லப்படாத ஒடுக்கப்படல்களின் கதை பொய்களின் தாயாகிப் போகிறது. அதனால்தான் ஏகலைவன், சம்புகன், சீதை போன்றோர் கதைகளை மறக்கலாகாது. (இவர்களைப் போன்ற குறியீட்டுக் கதாபாத்திரங்கள் இதிகாசங்களில் குறைவு, ஆனால் நிஜ வாழ்க்கையில் மில்லியன் கணக்கானோர் இருந்திருப்பார்கள். யாவற்றுக்கும் மேலாக, அவர்களின் வழிவந்தவர்கள் வாழ்க்கைப் போராட்டத்தை மீறி வெளிவர முடியவில்லை. அவர்கள் பில்லியனைத் தாண்டிய மக்கள்தொகை கொண்ட இந்தியாவில் குறிப்பிடத்தக்க எண்ணிக்கையில் இருக்கிறார்கள்.) ஆகவே எதிர்கொள்ளுமிடங்களில் எல்லாம் இந்த திரிக்கப்பட்ட வரலாற்றை எதிர்க்க வேண்டும். எதற்கும் மேலாக, வரலாறும் கலாச்சாரமும் உடைமையற்றவர்களால் மீளமைக்கப்பட வேண்டும். அவர்கள் எஜமானனின் கருவிகள் எஜமானன் வீட்டை இடித்துவிடாது என்று புரிந்துகொள்ள வேண்டும்.

தன் வரலாற்றுப் புத்தகத்தில் துரோணாசார்யன் ஒரு மிகச் சிறந்த ஆசிரியன் என்றும், கௌடில்யன் வியத்தகு அரசியல் நிபுணன் என்றும் படிக்கும் குழந்தைக்கு இவர்கள் எந்த வரையறைப்படியும் வஞ்சகர்கள் என்றும் சொல்லப்பட வேண்டும். இந்து மதத்தைத் தனித்த வகையான நன்னடத்தை, நீதி, யாவருக்கும் சமத்துவம் உடையது என்று கற்பித்தல், தலித் வெகுமக்களையும் பெண்களையும் அடிமைப்படுத்தும் சாதி பற்றிய அதன் ஒதுக்கல் விதிகளையும் தந்தைவழி ஆட்சியையும் மறைக்கலாகாது. காந்தியைப் புகழ்ந்து எழுதப்படும் வாழ்க்கை வரலாறுகள் அவர் சாதியையும் பார்ப்பனியத்தையும் ஆதரித்ததையும், அவர் கவர்ச்சிகரமாக "மதக்கடமையாக எண்ணி உயர்சாதிகளுக்கு ஏவல் செய்கின்ற ஒரு சூத்திரன், எந்தச் சொத்தையும் வைத்திருக்காதவன் உலகத்தின் வழிபாட்டுக்கு உரியவன்... கடவுளர்கள் தங்கள் மிகச் சிறந்த

ஆசீர்வாதத்தை அவனுக்கு அளிப்பார்கள்" (காந்தி [1934] 1993: 220) என்று கூறியதையும் விட்டுவிடக்கூடாது.

நாம் பின்வரும் பக்கங்களில் பார்க்கப்போகிற மாதிரியாக, நமது வரலாறு நல்லவர்களும் மகாபுருஷர்களுமானவர்கள் செய்த கண்கண்ட வஞ்சனைகளால் நிரம்பியுள்ளது. இந்தப் போலிக்கடவுளர்கள் சற்றே கேலிசெய்யப்பட்டால், நமது நாகரிகம் அமைந்திருக்கும் பொய்கள்-அறியாமைகளின் அடித்தளம் சற்றே அசைக்கப்பட்டால், வேத உபநிடதங்களின் புகழ் பாடுதல் எப்படிப் பார்ப்பனியம் நிறுவப் பட்டது, நிறுவனமயமாக்கப்பட்டது என்ற அறிவினால் சற்றே சமநிலை குலைக்கப்பட்டால், எப்படி புத்தர் காலத்திலிருந்து இன்றுவரை அதற்கு எதிரான நீண்ட போராட்டம் இருந்து வருகிறது என்பது சொல்லப்பட்டால் அவை ஒருவேளை நெகிழ்திறன் பெற்ற இந்திய மனத்திற்கு எந்த அழிவையும் செய்துவிடாது எனலாம். ஓர் ஆன்மிகக் கலாச்சாரத்தின் ஆதிக்கக் கதையாடல், பல நூற்றாண்டுகளாகப் பார்ப்பனச் சொல்லாடல் வாயிலாகத் தொடர்புறுத்தப்பட்டு வந்தது, பார்ப்பனியத்தின் நச்சுப் பல்லையும் கூர்நகக் கைகளையும் மறைக்கின்ற முயற்சியில் ஒருவேளை வெற்றி பெற்றிருக்கலாம். ஆனால் சாதி மற்றும் பார்ப்பனியத்தின் கொடூரத்தை மறைப்பது அந்தக் கொடிய நோக்கத்திற்கே உதவுகிறது: இந்த விஷயம் வெளிப்படையாகப் பேசப்பட வேண்டும், விவாதிக்கப்பட வேண்டும். தொடர்ந்து நீடித்துவரும் எண்ணற்ற சமமின்மைகள், பிளவுகள், விலங்குத்தனங்கள் ஆகியவற்றிற்கு அவர்கள் பொறுப்பானவர்கள் என்பதால் மட்டும் அல்ல, அந்தக் கடந்த காலம் இன்னும் கடந்துவிடவில்லை என்று ஒடுக்கப்பட்டவர்களுக்கு மனத்தில் பதிய வைப்பதற்கும், அவர்களை ஒன்று சேர்ப்பதற்கும், மீட்பதற்கும் கூடத்தான்.

வரலாற்றைப் பார்ப்பன நீக்கம் செய்தல் என்பதை 2005இல் எழுதி என்னை அதன் முதல் பதிப்பை வெளியிடத் தூண்டிய காரணங்கள் இப்போதும் தீவிரப்பட்டுள்ளனவே ஒழியக் குறையவில்லை. அதுதான் இந்தப் புத்தகத்தைத் திருத்தவும் மேம்படுத்தவும் தூண்டியது. எழுத்துப் படிகளைத் தெளிவற்ற அசல் மூலங்கள், தொழில்நுட்பத் தன்மைகள் ஆகியவற்றால் நிறைக்கும் கல்வியியல் நடவடிக்கை என்னும் மோஸ்தரை நான் தவிர்த்திருக்கிறேன். மேலும் சற்றே நோக்கத்தை நன்கு நிறைவேற்றுமாறு இருப்பதற்காகவும் புரிவதற்காகவும் நான் கல்வியியல் மரபுகள் பலவற்றைப் பின்பற்றவில்லை. விரிவாகத் திருத்தப்பட்ட இந்தப் புத்தகத்திற்கு ஒரு விரிவுபடுத்தப்பட்ட, இன்றைக்குச் சரியான நூற்பட்டியலும் இருக்கிறது. இந்தியாவைப் பற்றிய ஒரு மாற்று வரலாற்றினை முன்வைப்பதுடன், இந்தப் புத்தகம்

சுரண்டலற்ற மானிடத்திற்காகப் போராடும், கனவு காணும் மக்களுக்குச் சற்றே உதவியாகவும் இருக்கும் என்று நம்புகிறேன்.

- *ப்ரஜ் ரஞ்சன் மணி*

முதல் பதிப்பின் முன்னுரை

உலகம் முழுவதும், ஆதிக்க வகுப்பினர் வகுப்பு, சாதி, பாலின ஏற்றத் தாழ்வுகளுடனான தங்கள் பிணைப்பை விடாமலே ஒத்திசைவு மட்டும் வேண்டுமென நாடுகின்றனர். குறிப்பாக, நாம் வாழும் ஜனநாயகக் காலத்தில் உள்ளீடற்ற, போலியான நீதியையும் சமத்துவத்தையும் அளித்தல் அதிகார மேட்டுக்குடியினருக்குத் தேவையாகிப் போகிறது. எனவே மேலும் மனிதத்தன்மை கொண்ட, மேலும் யாவரையும் இணைக்கின்ற ஒரு சமூகத்தைக் கட்ட நினைப்பவர்கள் தவிர்க்க இயலாத வகையில் ஒட்டுகளற்ற கலாச்சார ஒருமைப்பாடு அல்லது தேசியம் என்ற பெயருக்காகத் தரித்த தங்கள் மேட்டுக்குடி பரந்த மனப்பான்மை, ஒற்றுமை முகமூடியைக் கழற்றிவிட நேரிடுகிறது. சமநீதியைக் கட்டுவதற்கான இப்படிப்பட்ட தகர்ப்பு, பாதுகாக்கப்பட்ட நலன்களை உடைய வகுப்பினர்களின் தவறான விளக்கத்திற்கும் திரித்தலுக்கும் ஆளாக நேர்கிறது. ஆகவே இந்தப் புத்தகம் எந்தக் குறிப்பிட்ட சாதியையும் அல்லது குழுவையும் இலக்குவைத்துத் தாக்க எழுந்ததல்ல என்பதையும், பரந்த நன்மைக்கு உதவுகின்ற வகையில் இதில் வரலாற்றுப் பிழைகளைக் குறிப்பிட்டதொரு கோணத்தில் முன்வைக்கக் கருதுகிறேன் என்பதையும் நான் தெளிவு படுத்த முனைகிறேன். தாமஸ் ஸாஸ் *(1974: 20)* சொல்கிற மாதிரி, “ஒரு விலங்கு சாம்ராஜ்யத்தில் விதி என்னவென்றால், உண் அல்லது உண்ணப்படு; மனித சாம்ராஜ்யத்தில், எடுத்துரை அல்லது எடுத்துரைக்கப்படு”. ஆகவே எனக்கு இந்தப் புத்தகத்தை எழுதுவதன்றி வேறு வழியில்லை.

இந்தப் புத்தகம் ஓர் ஆசிரியருடைய அல்ல, பல ஈடுபாடுள்ள சமூக அறிவியலாளர்களின் ஆக்கத்திறனை வெளிப்படுத்துகிறது. எனது சொந்த மொழியில் வெளிப்படுத்தப்பட்டுள்ள, மனங்கள் மற்றும் உடல்களை அடிமைப்படுத்துவதற்கு எதிராகப் போரிடும் தங்கள் பார்வைக் கோணங்களை அளித்த மக்களுக்கு முதலில் என் நன்றிகள் உரித்தாகின்றன. கையெழுத்துப் படியின் பகுதிகளைப் படித்துத் தங்கள் ஆலோசனைகளை அளித்த நண்பர்களுக்கும் நன்றிக்கடன் பட்டுள்ளேன். சிறப்பான நன்றிக்கடன் ஜி. அலாய்சியஸுக்கு உரியது.

என் நன்றித்துறையில் கெய்ல் ஓம்வெட், அருண் குமார், நம்ரதா, அனில் ஆகியோருக்கும் இடமுண்டு.

மரபான கல்வித்துறை விவேகத்துக்கு எதிராகச் செயல்பட்டு இந்தப் புத்தகத்தை வெளியிட முடிவுசெய்த திரு. ரமேஷ் ஜெயினுக்கு நன்றி.

என் பெற்றோர், சகோதரர்கள், சகோதரி ஆகியோருக்கு என் நன்றியுணர்வை வெளிப்படுத்த வார்த்தைகள் கிடையாது. அவர்கள் அன்பும் ஆதரவும் இன்றி இப்புத்தகப் படைப்பு நிகழ்ந்திருக்காது. வரலாற்றை பிராமண நீக்கம் செய்தல் என்னும் இப்புத்தகத்தை என் தாய்க்கு அர்ப்பணிக்கிறேன்.

ப்ரஜ் ரஞ்சன் மணி

புதுதில்லி, 2005 ஜனவரி.

அறிமுகம்

> கலாச்சார விதிமுறைகளை எதிர்க்கும் உந்துதல், சொல்லில் வெளிப்படாத எழுச்சியாக, சமூக விமரிசனமாக, தரிசனமாக, கருத்தியலாக, முழுமைபெற்ற புரட்சியாகத் தோன்றுகிறது; தர்க்கத்திலிருந்தோ, மாயைநீக்கத்திலிருந்தோ, ஒடுக்கப்படுவதன் அனுபவத்திலிருந்தோ அது எழலாம். சுருக்கமாக, வரலாற்றின் தொடர்ந்த இயங்கியலின் ஒரு பகுதி மட்டுமல்ல, தான் எதிர்க்கும் கலாச்சாரப் பாரம்பரியத்தின் ஒரு பகுதியும்தான். ஆகவே 'மாற்று மரபு' என்பதால் 'மரபை எதிர்ப்பதை' அல்ல, 'எதிர்க்கின்ற மரபை'த்தான் நான் அர்த்தப்படுத்துகிறேன்.
>
> லூயி கேம்ப், பார்க்க டிலானி 1971: 4

வகுப்புகளும் வெகுமக்களும், உலகத்தைப் பற்றிய அவர்களின் புரிந்துகொள்ளலும், தனித்த நிலையில் இருப்பவை அல்ல, போராட்டத்தில் இருப்பவை. எல்லாருடைய வாழ்வையும் பாதிக்கின்ற அறிவின் உற்பத்தியில் அதிகாரம் படைத்தவர்களின் பங்கினை இது மறுப்பதல்ல. மாறாக, சமமற்ற ஒரு சமூகத்தில் அதன் முறைமையும் அதிகார உறவுகளும் திரித்தலாலும் ஒடுக்குதலினாலும் உற்பத்தி செய்யப்படுவதால், முரண்பாடுகள் உள்ளார்ந்தவை, எங்கும் நிறைந்திருப்பவை என்ற உண்மையைத் தெளிவுபடுத்துவதுதான். கீழாக மதிக்கப்படுபவர்களுக்கும் வஞ்சிக்கப்பட்டவர்களுக்கும் பாரம்பரியமாகப் பெறும் உயர்வு தாழ்வு என்ற அந்தஸ்தும் பொருள்வளம், கலாச்சார மூலவளங்கள் ஆகியவற்றின் தன்னிச்சையான விநியோகமும் ஏற்றுக் கொள்ளத் தக்கவையாக இல்லை. முரண்பாடுகள் ஆழத்தில் உள்ளன, அவை பொருளாதாரம் சார்ந்தவை மட்டுமல்ல, அறிவும் ஒழுக்கமும் சார்ந்தவையுமாகும். அவை எப்போதுமே வெளிப்படையாக இல்லாவிட்டாலும், ஸ்பர சந்தேகமும் வெறுப்பும் ஒரு படிநிலைச் சமூகத்தில் வழக்கமாக ள்ளவையே.

ஆதிக்கமும் எதிர்ப்பும் ஒருங்கே இருத்தல்

அதிகாரமற்றோர், அதிகாரமுள்ளவர்கள் ஆகியோரின் ஒளிவுமறைவான எழுத்துகள் பற்றிய பிடிப்பில்லாமல் சமூகப் பிரிவினைகளை அறிந்துகொள்ளமுடியாது. 'பொதுவான' எழுத்து, ஏற்கப்பட்ட எழுத்து, வரலாற்றிலும் கலாச்சாரத்திலும் உள்ள முரண்பாட்டின் ஆழத்தையும் பரிமாணங்களையும் வெளிப்படுத்த வாய்ப்பில்லை. "கீழ்ப்பட்டவர்கள், மேட்டுக்குடியினரின் அதிகாரபூர்வ எழுத்துகளை ஊடுருவி நோக்காவிட்டால், சமூகச் சான்றினை வாசிப்பது ஆதிக்க நிலையில் ஏற்கெனவே இருப்பதை உறுதிப்படுத்தும் விதமாகத்தான் அமையும்". (ஸ்காட் 1990: 90). எனினும், பலமற்றவர்களுக்கு அவர்கள்தம் ஆயுதங்கள் இருக்கவே செய்கின்றன: ஸ்காட் (1985) காட்டுவதுபோல, அவர்களின் பிரக்ஞை, சிந்தனை ஆகியவற்றின் சுற்றெல்லைக்குள் ஆதிக்கங்கள் ஒருபோதும் முறையென ஆவதில்லை. சாதாரண மக்களின் தினசரி விதிமீறல்களில் வெளிப்படும் உபாயங்களை, ஆதிக்கச் சொல்லாடலை மெய்யாகவும் முழுமையாகவும் மறுப்பதற்குச் சமமானவை என்று கொள்ளலாம் (மேற்படி).

மேட்டுக்குடியினர் உவந்து ஈகின்ற வரலாற்று, சமூகப் புரிதலைக் கீழ்நிலைக் குழுக்கள் பகிர்ந்து கொள்வதில்லை. அவர்களுக்குத் தங்கள் சொந்த மரபுகளும் எதிர்ப்புக் கருத்தியல்களும் உள்ளன. இக்காரணத்தினால்தான், கலாச்சாரத்திலும் வரலாற்றிலும் உள்ள போட்டியைப் பெருங்கதையாடல் ஒளித்தோ சிதைத்தோ தவறான விதத்திலோ காட்டமுனைகிறது. சமூகப் பிளவுகளை மறைத்தோ, இயல்பானவை எனக்காட்டியோ இருக்கும் சமூக முறைமையை மேட்டுக்குடியினர் நியாயப்படுத்துகிறார்கள். சுரண்டுகின்ற ஒழுங்கீனத் தொழிலின் ஒரு பகுதியாகத் தங்களை அவர்கள் பார்க்காத காரணத்தால் வர்க்கமோதல் என்ற கருத்து அவர்களை நிலைகுலையச் செய்கிறது. உயரத்திலிருந்து உலகத்தைப் பார்த்து, எதிர்ப்பைக் குறைவாக நினைக்கின்ற அல்லது புறக்கணிக்கின்ற விதங்களில் மேட்டுக்குடியினர் சம்பவங்களையும் சான்றுகளையும் கட்டமைத்து விளக்குகிறார்கள். வரன்முறையான அதிகார நிறுவனங்களைத் தாக்கும்போதுதான் அவர்கள் விருப்பமற்றும், கசப்புணர்ச்சியோடும் எதிர்ப்பை ஏற்கிறார்கள். ஒட்டுமொத்தமாக, தினசரி வாழ்க்கையில் எழுகின்ற கலகங்களை வெளிப்படையான அறைகூவலின் எக்காளங்கள் இன்றி அவர்கள் கண்டுகொள்வதில்லை. மேலும் ஏற்கப்பட்ட எதிர்ப்புகள், பொதுமக்களின் கலகங்கள், எழுச்சிகள் போன்றவையும் எதிர்ப்பின் சில்லறை அடையாளங்கள் அல்லது தவறான வழிகாட்டப்பட்டவை என்பதுபோல அவற்றைப் பற்றிய ஆய்வுகளும் பலவித

"அறிவுப்பூர்வமான" வழிகளில் உருச்சிதைக்கப்படுகின்றன. (மெக்-கைர் மற்றும் பெய்ண்டர் 1991: 10-13).

சமூக வாழ்க்கையில் உள்ளதுபோலவே, அறிவுசான்ற, கலாச்சாரப் பரப்புகளிலும் ஆதிக்கமும்-எதிர்ப்பும்-ஒருங்கிருத்தல் என்ற நிகழ்வு மேலோங்கியுள்ளது. சாதி, வர்க்கம், தந்தைவழி ஆகிய அமைப்புகளுக்குள் உள்ளமைந்திருக்கின்ற நீதியின்மை, சமூகத்தில் கூட்டுறவின், ஒருமித்த கருத்தின் சாத்தியத்தை அழித்துவிடுகிறது. ஒடுக்குதலைப் போலவே ஒடுக்குதலை எதிர்க்கும் போராட்டமும் பழமையானது என்பதைக் காட்டும் சான்றுகள் வரலாற்றில் நிரம்பியுள்ளன. அப்படிப்பட்ட மோதல்கள் குறைந்தபட்சம் இரண்டு வெவ்வேறான உலகப் பார்வைகள் தோன்றுவதற்கு வழிவகுத்துள்ளன. மார்க்ஸைப் பின்பற்றி, பிரையன் எஸ். டர்னர் (1983: 78) "கீழ்ப்பட்ட, அதிமேற்பட்ட வர்க்கங்களின் நிலையை ஒட்டி அதற்கேற்ப ஒவ்வொரு உற்பத்தி முறையும் முக்கியமான இருவிதக் கருத்தியல்களுக்கு வழிவகுக்கும்" என்று வாதிடுகிறார்.

ஆதிக்கக் கருத்தியல் மேட்டுக்குடிக்குழுக்களை ஒருங்கிணைக்கிறது, மக்களின் அடிபணிதலை ஒரு மாற்றுச் சக்தியாக மாற்றச் சாத்தியமாக்குகின்ற எதிர்க்கருத்தியலைத் தலைகீழாக்குவதன் வாயிலாக கீழ்ப்பட்ட மக்களை பிளவுபடுத்துகிறது. ஒடுக்கப்படுபவர்களுக்கு இடையில் அறியாமை, ஒற்றுமையின்மை, மந்தத்தன்மை ஆகியவற்றை நிலைபெறச் செய்கின்ற பொருளாதார, அரசியல் ஆதிக்கத்தின் முழுச் சூழலையும் மறைப்பதுதான் மேட்டுக்குடியினரின் திட்டமாகும். ஒடுக்கப்பட்டவர்கள் ஒருங்கிணைந்து சுதந்திரத்திற்கான போராட்டத்தில் இறங்கிவிடக் கூடாதென்பதால் அவர்கள் ஆதிக்கக் கருத்தியலின், சாதுரியத்தின் ஊடாக நோக்கி விட இயலாமல் சமூகத்தின் ஆட்சிச் சிந்தனைகள் உறுதிப்படுத்துகின்றன. (ஃப்ரையர் [1970] 1996: 126-7).

வர்க்கச் சமூகத்தின் உருவாக்கத்தையும் அதன் அழிவுண்டாக்கக் கூடிய விளைவுகளையும் புரிந்துகொள்ள, வரலாற்றை வர்க்கப் போராட்டமாகக் கண்டு, மார்க்ஸ் இயங்கியல் பொருள்முதல்வாதத்தைக் கொள்கையாக வகுத்தார். பொருளாதாரம், அரசியல், கருத்தியல் ஆகியவற்றிற்கிடையிலான பிணைப்பினைத் தகர்த்தமைக்க அவருடையது ஒரு புரட்சிகரமான முயற்சியாக அமைந்தது. ஒரு திறந்த போட்டியின் நிபந்தனைகளில், ஒரு சமூகத்திலுள்ள ஆதிக்க வகுப்பு தனது ஆதிக்கத்தை எவ்விதம் பெறமுடிகிறது என்பதிலிருந்து விடுவிக்கும் புரிந்துகொள்ளலைப் பெற அவர் முயன்றார். ஆதிக்க வர்க்கத்தின் சிந்தனைகளே ஒவ்வொரு காலத்திலும் ஆதிக்கம் செய்யும் சிந்தனைகளாக உள்ளன. இதற்குக் காரணம் ஒரு சமூகத்தின் பொருளாதாரச் சக்தியை ஆதிக்கம் கொள்ளும்

வகுப்பே அதன் அறிவுசார் சக்தியையும் ஆதிக்கம் செய்வதாக அமைகிறது என்று அவர் விளக்குகிறார் (மார்க்ஸ் [1845] 1970:64). அதனால்தான் ஆதிக்கக் கருத்தியலை அவர் ஒரு போலிப் பிரக்ஞை என்று கூறி வர்க்கச் சுரண்டலை நியாயப்படுத்துவதில் பொருளாதாரக் காரணி(நிர்ணயிக்கும் காரணி)யின் பங்கினை அவர் விளக்கினார். புகழ்பெற்ற அடிக்கட்டுமானம்-மேற்கட்டுமானம் என்ற அமைப்பு சிந்தனைகள், கலாச்சாரத்தின் களத்தினைப் பொருளாதார, உற்பத்தி உறவுகளின் கீழ்க் கொண்டுவருகிறது என்றாலும் கிடைத்துள்ள கட்டமைப்புகளின் இயங்கியலையும் மனிதக் கர்த்தாக்களை மாற்றுவதையும் வெளிப்படுத்திக் காட்டுவதிலும், மனித இனத்தை விடுவிப்பதில் அறிவின் புரட்சிகரக் கடமையைக் காண்பதிலும் மார்க்சியத்தின் உண்மையான அழுத்தம் அமைந்தது. மார்க்ஸ் கூறியவாறு, தத்துவத்தின் பணி உலகத்தைப் புரிந்துகொள்வது மட்டுமல்ல, மிகச்சிலர் மிகப்பலரைச் சுரண்டாமல் இருக்கும் விதமாகச் சமூகத்தின் பொருளியல் நிலைமைகளை மாற்றியமைப்பதும் தான்.

பொருளாதார அடிப்படையைப் புறக்கணிப்பதாக இருந்த மேல்தட்டு வர்க்கக் கருத்தியலை எதிர்கொள்ளும் விதமாகவே அதனை மார்க்ஸ் வலியுறுத்திக் கூறினார் என்பது பலராலும் புரிந்துகொள்ளப்படுவதில்லை. வருந்தத்தக்க விதமாக, மார்க்சியர்கள் பலருக்கும் அடிக்கட்டுமானம்-மேற்கட்டுமானம் என்பது ஒரு மதக்கொள்கை போல ஆகி, ஆணாதிக்கம், சாதி, இனம் போன்ற கலாச்சார-மதச் சுரண்டல் அடிப்படைகளை மறைப்பதாகிவிட்டது. 1930களிலேயே சாதிஎதிர்ப்புப் புரட்சியாளரான அம்பேத்கர், பொதுவுடைமையாளர்களின் மாயை என்று இதைச் சுட்டிக்காட்டி, சமூக, கலாச்சார, மதக் காரணிகளை மேற்கட்டுமானக் கூறுகள் என்றதை மறுத்தார். சாதி-மதம்-கருத்தியல் ஆகியவற்றின் நெருக்கத்தை மிகச் சாதுரியத்துடன் எடுத்துக்காட்டி, கட்டுமான உருவகத்தை அவர் தலைகீழாக்கினார்.

அடித்தளமே கட்டடம் ஆவதில்லை. பொருளாதார உறவுகளின் அடிப்படையில் ஒரு சமூகம் தனது மத, சமூக, அரசியல் நிறுவனங்களை அமைக்கிறது. இந்தக் கட்டமைப்புக்கும் அடித்தளத்தின் அளவு நிஜத்தன்மை– உண்மை– இருக்கிறது. நாம் அடித்தளத்தை மாற்ற வேண்டுமானால், முதலில் அதன்மீது கட்டப்பட்டுள்ள அமைப்பை இடித்துத் தள்ளியாகவேண்டும். அது போலவே, சமூகத்தின் பொருளாதார உறவுகளை மாற்ற வேண்டுமானால், நாம் முதலில் இருக்கின்ற சமூக நிறுவனங்களை அழித்தாக வேண்டும்.

(அம்பேத்கர் [1938], பார்க்க ஓம்வெட் 1994: 228).

அதிகாரத்திற்குக் குறைந்தபட்சம் அரசியல், பொருளாதாரம், கருத்தியல் என்ற மூன்று முக்கிய பக்கங்கள் உள்ளன. அரசியல் அதிகாரம் என்பது உடல்சார்ந்த பலாத்காரம் மீதானதாகவும், பொருளாதார அதிகாரம் என்பது அளிப்புகள்-இழப்புகள் சார்ந்ததாகவும் இருக்கின்றன, கருத்தியல் என்பது சிந்தனைகள், கருத்து, நம்பிக்கைகள், கலாச்சாரம், மரபுகள் சார்ந்ததாக உள்ளது. இவற்றினால்தான் நமது பிரக்ஞை உருவாக்கப்படுகிறது. மார்க்சியத்தின் இழைகளிலிருந்து சில படைப்புத் திறனுள்ள சிந்தனையாளர்கள் அதிகாரத்தின் கருத்தியல் பரிமாணம் பற்றிய மேலும் சிறப்பான விமர்சனப்பூர்வ ஆய்வினை மேற்கொண்டனர். கிராம்சி "ஆதிக்கம் என்னும் நிகழ்வு" எனப் பெயரிட்ட ஒன்றிலிருந்து ஏறத்தாழக் கருத்தியலின் தன்னிச்சையான பங்கினை விளக்கினார். கிரேக்க ஹெகிமான் (தலைவன்), ஹெகிமோனிகோஸ் (ஆணையிட இயலுகின்ற) என்ற சொற்களிலிருந்து வருவிக்கப்படுகின்ற ஹெகிமனி (ஆதிக்கம்) என்பது ஒப்புதல் வாயிலாகச் செலுத்தப்படுவது. ஆதிக்க வகுப்பு வெகுஜனங்கள்மீது தனது கருத்தைச் செலுத்தி பெரும்பாலும் அமைதியான வழிகள் வாயிலாக குடிமக்கட் சமூகத்தில் ஒப்புதலைப் பெறுகின்ற செயல்முறையே ஆதிக்கம் எனப்படுகிறது. குறிப்பிட்ட சமூகக் கட்டுமானத்திலுள்ள சமூக உறவுகளின் ஒட்டுமொத்தத் தொகுதிமீது கருத்தியல் திணிப்பை வெளிப்படுத்துகின்ற கருவியாக கிராம்சியின் ஆதிக்கம் என்ற கருத்து உள்ளது. மேட்டுக்குடியினர் கட்டுப்படுத்தும் முகமைகள், கருவிகள்-மத நிறுவனங்கள், அரசியல் கட்சிகள், கல்வி நிறுவனங்கள், ஊடகங்கள், கலை, இலக்கியம் வாயிலாக, 'இருக்கும் நிலையே யாவருக்கும் இயல்பானது, நல்லது' என்ற கருத்தை விற்கின்றன (கிராம்சி[1971] 1996). ஃபேனான் (1963:38) கூறியதுபோல, "மேட்டுக்குடி நிறுவனங்கள், சுரண்டப்படும் மனிதனைச் சுற்றி ஒழுங்குமுறைமீது மரியாதையை உருவாக்குகின்ற வெளிப்பாடுகளை உற்பத்திசெய்து நிறுவி, கீழ்ப்படிதல் மற்றும் தடுத்தலின் சூழலை உருவாக்குவதன் வாயிலாகக் கட்டுப்பாட்டுப் பணியை எளிதாக்குகின்றன". கருத்தியல் புகட்டல் எதிர்ப்பற்ற குடிமக்களை உருவாக்குவது மட்டுமல்ல, ஆளும் மேட்டுக்குடியினரைத் தங்கள் ஒடுக்கும் எந்திரங்களான போலீஸ், சட்டமன்றங்கள், இராணுவம் போன்றவற்றை மறைக்கவோ நல்லதென மாயைப்படுத்தவோ உதவுகிறது. ஒரு புகழ்பெற்ற கட்டுரையில் அல்தூஸர் (1971:121-73) அரசு இயக்கத்தின் அச்சாணி கருத்தியல் என்றும், ஆதிக்க நிலைப்பாடுகள் ஏதோ தூயதொரு அறிவாய்வியலின் மீது கட்டப்படவில்லை என்றும், அவை தற்காலத்தைக் கடந்தகாலத்தின் வாயிலாகவும், கடந்தகாலத்தைத் தற்காலத்தின் வாயிலாகவும் காணுகின்ற பார்வையில் ஆழ அமைந்துள்ள மன வார்ப்புகள், (முன்னுரிமை பெற்ற மற்றும்

கீழ்ச்சாதிகளின்) மறைக்கப்பட்ட எழுத்துருக்கள், நடைமுறை அறிவு, வாழும் அனுபவம் ஆகியவற்றின்மீது அமைந்துள்ளன என்றும் காட்டியுள்ளார். இவற்றைத் தங்கள் சார்பாக மாற்றி, தலித்-வெகுஜனக் காப்பாளர்களான புலே, அம்பேத்கர், பெரியார் போன்றோர் தங்கள் இந்தியச் சமூகம், கலாச்சாரம் ஆகியவற்றின் ஆய்வுகளில் பயன்படுத்தினர். அம்பேத்கர், "மதம், சமூக அந்தஸ்து, சொத்து ஆகிய யாவுமே அதிகாரம் மற்றும் ஆதிக்கத்தின் மூலாதாரங்களாகும்... ஒரு காலத்தில் ஒன்று, மற்றொரு காலத்தில் மற்றொன்று அதிக ஆதிக்கம் செலுத்துவதாக உள்ளன" (BAWS, vol.I:45) என்று கூறுகிறார். எனினும் முதலில் சாதி, பார்ப்பனியம் ஆகியவற்றின் கருத்தியல், நிறுவனமயமாக்கம் பற்றிப் புரிந்துகொள்வது முறையாக இருக்கும்.

பார்ப்பனியம், சாதி, இனவாதத்தின் ஒருங்குப்பிறப்பு

ஆதிக்கத்தின் கருவியாகக் கருத்தியல் செயல்படுவது, சூழ்ச்சி செய்யும் சிலபேரின் விருப்பத்திற்கேற்பப் பொதுமக்கள் சிந்திக்கவும் நடக்கவும் செய்தல், என்பதற்கான ஆதிவெளியீடு பார்ப்பனியத்தில் காணக்கிடக்கிறது. சாதியில் தலைமையில் உள்ளவர்களின் பெயரால் ஏற்பட்ட பார்ப்பனியம்தான் சாதிக் கருத்துப் புகட்டலுக்கான முக்கிய முகமையாக உள்ளது. இந்தப் புத்தகம் காட்டுமாறு, பார்ப்பனர்களின் பிரம்மாஸ்திரம் (இறுதி ஆயுதம்) தர்மசாத்திரங்கள் போன்ற சட்டநூல்களே. *(சமஸ்கிருதத்தில் ஆயுதத்திற்கான சொல்லும் (சஸ்திரம்), சட்டவிதிமுறை நூல்களுக்கான சொல்லும் (சாஸ்திரம்) ஒரே வேர்ச்சொல்லை உடையவை என்பது ஆச்சரியமானது.)* பார்ப்பனர்களின் அறிவுக்கான பழைய இலட்சியம், மிக உயர்ந்த சுயத்தை (பிரம்மத்தை) அடைவதற்காகத் தன் சுயத்தை நெறிமுறைப்படுத்துவது ஆகும். இது சமூகப் பின்னணியில் பெயர்க்கப்படும்போது, அறியாமையிலிருந்து அல்லது மாயையிலிருந்து விடுபடுவதற்காக முன்நிச்சயிக்கப்பட்ட சாதிக் கடமைகளைச் செய்வதாகவே அர்த்தப்படுகிறது. "(பிராமணக்) கருத்தியலில் அறிவு என்பதிலேயே சாதியமைப்பு அனுமதிக்கப் படுகிறது" *(ஆசார்யா 1996: 105).*

அசலான-வேத-மானிடத்தோற்றச் செயல்முறையிலேயே மெய்யான உறுதிப் பொருளாக வர்ணம் (நேர்ப்பொருள்: நிறம், வகுப்பு அல்லது சமூகப் படிநிலைகள்) என்பது உள்ளதென்ற சிந்தனையைப் பழைய மத நூல்கள் போற்றிக் காக்கின்றன. வேதம் என்றால் அறிவு. காலங்கடந்த உண்மை, நேர்மை என்பதன் முன்மாதிரி என்ற முறையில் வேதப்பழமை, எல்லா அறிவுத் தோற்றத்துக்கும் காரணமானது எனச்

சொல்லப்படுகிறது. சமஸ்கிருதத்தில் கல்விக்கான சொல் "சிக்ஷா" (நேர்ப்பொருள் செயல்படுதல்). ஒலியியலையும் இன்னோசையையும் போதிக்கும் கல்வி. படித்தலுக்கான சொல் "அத்யயன்". அதன் நேர்ப்பொருள் உச்சரித்தலும், இசைத்தலும், அதனால் கேட்டலும் ஆகும். மீமாம்சையின் விளக்கப்படி, ஸ்ருதி (குருவிடமிருந்து கேட்கப்படுவது), ஸ்மிருதி (ஞாபகத்திலிருந்து கொண்டுவரப்படுவது) இரண்டுமே வேதத்தைக் குறிக்கும். "வேதத்தின் தர்மம் ஞாபகத்தில் வைக்கப்படுவதால் அது ஸ்மிருதி எனப்படுகிறது." பழைய நூல்களில் அறிவு அல்லது சாத்திரத்தை உருவாக்குதல் என்பதே பழைய, முன்னரே இருக்கின்ற உண்மையை நினைவுக்குக் கொண்டுவரும் செயல்முறையாகவே நோக்கப் படுகிறது. இந்த அறிவுற்பத்தி நிலைகொண்ட மெய்ம்மை என்னவெனில், "எந்தக் குறிப்பிட்ட நடைமுறையின் மேம்பாடும் எதிர்காலத்திலோ, முன்னறியப்படாத ஒன்றைக் கண்டறிவதிலோ இல்லை, மாறாக, கடந்த காலத்தில், கடந்தகாலத்தில் முழுமையாக அறியப்பட்டதை முற்றிலும் மீட்டெடுப்பதில் இருக்கிறது." (Pollock 1985: 512).

பழைய பனுவல்கள் தங்களை "மேலும் முழுமையான, தெய்விக ஆக்கத்தினாலான முன்னூல்களிலிருந்து, விசுவாசமான இடைமனிதர்களால் அல்லது திடீர் வெளிப்பாட்டினால், மிக மெதுவாக விளைந்த சுருக்கச் செயல்முறையின் நிறைவுப் புள்ளிகள்; அல்லது மூலத்திலிருந்து அசுத்தமடையாமல், மாற்றப்படாமல் கிடைத்த மூலப்படிவங்கள்" (Pollock 1985: 512) என்று கருதிக் கொள்கின்றன. ஆக, நடைமுறை என்பது பழமையின் ஆதிக்கத்தால் விளைகின்ற ஓர் அறிவினால் ஆதரிக்கப்படுகிறது; இது செய்யப்படும் முறை, படைப்பின், பொருளியல் உலகத்தின் சட்டகமான என்றுமுள்ள வேதத்தின் வெளிப்பாடாக அதன் உறவைப் பிரதிபலிப்பதாக உள்ளது. (மேலது, 518).

அறிவை உற்பத்தி செய்வதென்பது, சமூகப் படிநிலை ஓர் இயற்கையான நிகழ்வு என்று கூறுகின்ற அதன் தரிசனத்தோடு கடந்த காலத்தின் தூய அறிவை மீண்டும் கைப்பற்றுவதாகிறது. எனவே நிகழ்காலத்தில் தொடர்ந்து கடந்த காலம் கண்டுபிடிக்கப் பட்டு உயிரூட்டி வைக்கப்பட்டது. சமூகக் கட்டுமானத்தின் படிநிலைத் தன்மையையும் சமூகத்தில் பிராமணர்களின் ஆதிக்கத்தையும் உறுதிப்படுத்துவதற்காக, ஓர் அறிவார்த்தத் தலைமையின் நெகிழ்வான ஆதாரத்தை நிறுவுவதே இந்தச் செயல்முறையின் நடைமுறைப் பணி. இதனால், மாற்றத்திற்குரிய கருவியாக இருப்பதற்கு பதிலாக, கடந்த காலத்தின் இருப்பினை உறுதிப்படுத்துவதற்கான ஊக்கியாகவே அறிவுற்பத்தி செயல்பட்டது. பார்ப்பன நூல்கள்

தொடர்ந்து முன் நூல்களில் காணப்படும் விதிகளைச் சொல்கின்றனவே ஒழிய, ஒருபோதும் கடந்தகால விதிகளுக்கும் நிகழ்கால நடைமுறைகளுக்குமான தொடர்பினைப் பிரச்சினைப்படுத்துவது இல்லை. இவ்விதமாக பிராமண அறிவுலகு, தங்கள் உள்ளார்ந்த சாதி இயல்புகளைக் கொண்ட சாதிப்பகுப்புச் சமூக உலகினை மறுவுற்பத்தி செய்கிறது. (Aktor 1999)

முக்கிய விவாதத்தில் நாம் மீண்டும் ஈடுபடுவதற்கு முன்பு சாதி என்ற சொல்லைத் தெளிவுபடுத்திக் கொள்ள வேண்டும். (தூய்மை வாதிகளின் கருத்துக்கு எதிராக) caste (சாதி) என்ற சொல் சிக்கலுடையது அன்று. ஏனெனில் அது போர்ச்சுகீசிய casta (இனம், வழிமுறை) என்ற சொல்லிலிருந்து வருகிறது. உண்மையில் அச் சொல்லுக்கான இந்திய அர்த்தங்களை (வர்ணம்- நிறம், சாதி- வழிமுறை) அப்படியே அது உள்ளடக்கியிருக்கிறது. "சாதி உடலுக்குரியதே அன்றி ஆன்மாவுக்குரியதன்று" ஏனெனில் "அது சாதித் தூய்மை அல்லது அசுத்தத்திற்கான குறிப்பிட்ட அடையாளங்களை பிள்ளைபெறுதல் வாயிலாக நிரந்தரப்படுத்தும் அகமணக் குழுக்களின் உயிரியல் இனவுற்பத்திமுறை சார்ந்தது" (Chatterjee 1989: 203). ஆம், சாதி என்பது இனமோ, வகுப்போ அன்று; அவற்றைவிட மிகக் கொடியது. "பிறப்பினால் வருவதை இறப்பினால் ஒழிக்கமுடியாது-அதுதான் சாதி" என்று கூறுகின்ற சாதாரண மக்கள் அதை நன்றாகப் புரிந்து வைத்திருக்கிறார்கள்.

சுருங்கச் சொன்னால், பிராமணர்கள் என்று தங்களைக் கூறிக் கொண்டவர்கள், சமூக அமைப்பின் ஒரே வடிவமாக சாதிப் படிநிலை அமைப்பு இருக்கவேண்டும், இல்லாவிட்டால் சமூகமே இருக்கலாகாது என்று மொழிந்துவிட்டார்கள். இந்தப் படிநிலை அமைப்பு மத அடிப்படையிலான சுத்தம் அல்லது அசுத்தம் என்பதன் அடிப்படையில் கொண்டுவரப்பட்டது. சாதித் தரங்களின் வரிசைப்படுத்தப்பட்ட படிநிலை அமைப்பில் அது பிரதிபலிக்கிறது. அதில் எப்போதுமே உயர்ந்த நிலை பார்ப்பனர்களுக்குத்தான். ஏனெனில் அவர்கள்தான் தூய்மையானவர்கள், தர்மத்தையும் (மதத்தையும்) அதன் சடங்குகளையும் கட்டுப்பாட்டில் வைத்திருப்பவர்கள். "சாதியின் சாராம்சம்... சுத்தமற்ற சாதியினரின் உழைக்கும் உடல்கள், சுத்தமான சாதியினரின் உடல்களைத் தூய்மையாக வைத்திருக்க வேண்டிக் கீழ்ப்படுத்தப்பட வேண்டும் என்பதற்காக இனப்பெருக்கம் செய்யப்படுகின்றன. தர்மத்தின் எல்லா அறிவுறுத்தல்களும் இந்த இலக்கை நோக்கியே செயல்பட வேண்டும்."(சாட்டர்ஜி 1989: 203).

இந்த ஏமாற்றுவேலைக்கு ஒரு புனிதஒளிவட்டத்தைப் பார்ப்பனர்கள் கொடுத்தார்கள். அவர்கள் கண்ட தர்மம் யாகத்தைச் சரியாகச்

செய்வதனால் பேணப்படும் பிரபஞ்ச ஒழுங்கினை அடிப்படையாகக் கொண்டது. யாகத்தைச் சரியாகச் செய்வது, தேவையான சமூகப் படிநிலையைக் காப்பதை அடிப்படையாகக் கொண்டது. நேர்மை, நீதி என்ற இரண்டையும் குறிக்கும் பிராமணன் தலைமை ஏற்றால் ஒழிய, சாதிப் படிநிலையை தர்மம் தாங்கிப்பிடித்தால் ஒழிய, சாதியமைப்பு, நீதி நிர்வாகம் இவற்றோடு தர்மம் இருந்தால் ஒழிய, நீதி என்பது தண்டநீதி (தண்டித்தல் வாயிலான நீதி), மச்சநியாயம் (பெரிய மீன்கள் சிறியவற்றை விழுங்குவது இயற்கை என்னும் கருத்து) ஆகியவற்றால் ஆனதாக இருந்தால் ஒழிய, தர்மத்தைப் பார்ப்பனனால் நிறுவமுடியாது.

இவ்வாறாக, சாதிக் கொள்கையை தர்மத்துடன் இணைத்ததன் வாயிலாக, பார்ப்பனர்கள் பலவகையான தடைகளையும் எதிர்கொண்டு, மெதுவாகத் துணைக்கண்டத்திற்குள் சாதியமைப்பை முழுமையாக ஏற்கச் செய்துவிட்டார்கள். டியூமாண்ட் பிராமணர்களுக்குச் சார்பானவராக இருந்தாலும் இந்த உண்மையைத் தெளிவாகவே விளக்கிவிடுகிறார். “கடைசி நிலையில் நமது ஆய்வில், ஏறத்தாழ இலவசமாகப் பெறப்பட்ட, மதப் பணிகளையும்-மதம் சாராத (அதாவது பொருளாதார நோக்கிலான) பணிகளையும் அடுத்தடுத்து வைத்துப் பார்க்கும்போது, அது (சாதி அடிப்படையிலான) உழைப்புப் பிரிவினையைக் காட்டவில்லை, ஆனால் ஒருவரை ஒருவர் சார்ந்திருத்தலின் மத அடிப்படையையும் மத வெளிப்பாட்டையும் காட்டுகிறது” என்ற உண்மையைத்தான், தனது பிராமணச் சார்புகள் ஒருபுறம் இருந்தாலும், டியூமாண்ட் தெளிவாக வெளிக் கொணர்ந்துள்ளார் (டியூமாண்ட் [1970]1998 :108).

ஆயினும், ‘மேல்நிலையில் சுத்தமும் முன்னுரிமைகளும் செறிந்திருப்பதும், கீழ்நிலையில் அவமானமும் இயலாமைகளும் செறிந்திருப்பதும் சாதி அமைப்பில் உள்ளார்ந்த ஒன்று; அதுவெறுமனே ஒருவரை ஒருவர் சார்ந்திருப்பது அல்ல; அல்லது வெறும் உழைப்புப் பிரிவினையும் அல்ல; அது கட்டமைத்த வன்முறையின் ஒழுங்கமைவை உட்கொண்டுள்ளது; அது சாதியின் வலுவான பொருளியல் அடிப்படையைக் காட்டுகிறது’ என்பது டியூமாண்ட் புரிந்துகொள்ளாத உண்மை. தாழ்த்தப்பட்ட சாதியினர் உழைப்பினை மேற்கொண்டார்கள்; தங்கள் உணவு, தாவரங்கள், விலங்குகள், வீட்டு வளர்ப்புப் பிராணிகள், தட்பவெப்பம், மண், விவசாயக் கருவிகள், தோல் பதனிடுதல், நெசவு, தச்சுத்தொழில், கருங்கொல்லர் தொழில், பொற்கொல்லர் தொழில் போன்றவற்றின் அறிவைப் பாதுகாத்தார்கள். இருப்பினும் சடங்கு சார்ந்த, அறிவு சார்ந்த செயல்களுடன் ஒப்பிடுகையில் மேற்கண்ட உற்பத்தித் திறன்களும் அறிவும் தாழ்வானவை என்றும் அசுத்தப்படுத்துபவை என்றும் இழிவுபடுத்தப் பட்டன. மத, மற்றும்

மதம் சாராத அறிவின்மீது பிராமணர்களின் கட்டுப்பாடும் அதைப் பயன்படுத்தியதும், அறிவுக்களத்திலிருந்து தாழ்த்தப்பட்ட சாதிகளை விலக்கி வைத்ததும், நாம் பின்னர் காணப் போகின்றவாறு, சாதிப் படிநிலையை நிறுவனமாக்குவதில் முக்கியப் பங்கு வகித்தன. தங்கள் வாழ்வு அனுபவங்களிலிருந்தும் தங்களைச் சுற்றியிருந்த சமூக மெய்ம்மையிலிருந்தும் பிராமண நூல்-தொகுப்பிலிருந்தும் மிகச் சரியாகச் சாதியைப் புரிந்துகொண்ட புலேவும் (1873), அம்பேத்கரும் (1916, 1936) மதம், கலாச்சாரம், சாதி ஆகியவற்றின் ஒரே-நேரத்திலான தோற்றம் பற்றி எழுதினார்கள் (இயல்கள் 5 மற்றும் 7). மேலும் (டியூமாண்ட், ஸ்ரீநிவாஸ், பிற மறைபொருள்-சார் சமூகவியலாளர்கள் போலன்றி) சாதி அமைவின் தோற்றத்திலும் செயல்படுவதிலும் உள்ள வன்முறையின், ஒடுக்குதலின் பணியை வலியுறுத்தவும் செய்தார்கள். டியூமாண்ட், மற்றும் ஸ்ரீநிவாஸ் (இவர்கள், புலே-அம்பேத்கரின் சாதி பற்றிய விமரிசனத்தை ஒருபோதும் தொடாமல் கல்விசார் தீண்டாமையைக் கடைப்பிடித்தவர்கள்) இவர்களின் முழுமை-நோக்குச் சார்ந்த, சமஸ்கிருதப்படுத்தும் பாசாங்குகள் சாதி அமைப்பின் அடிப்படையிலுள்ள சுரண்டலை மறைப்பதாலும், அந்த அமைப்புக்குள் அவர்களுடைய சொந்த இடத்தை ஒளிப்பதாலும் தனியுரிமை பெற்ற சாதிகளுக்கு வசதியாக இருப்பதால் மிகவும் பிரபலமாயின.[1]

யாவற்றுக்கும் மேலாக, பார்ப்பனியம் ஒரு கலாச்சார-மத அதிகாரக் கட்டமைப்பை முன்நிறுத்துகிறது. புரோகித இலக்கிய அடிப்படையிலான படிநிலைசார்ந்த சமூக அமைப்பு, வெகுமக்களை அறியாமையிலும், அடிமைத்தனத்திலும், ஒற்றுமையின்றியும் வைத்திருந்த மத-அரசியல் நிறுவனங்கள் ஆகியவற்றின் ஒட்டுமொத்தத்தின் அடையாளமாகப் பார்ப்பனியம் நிற்கிறது. பாரம்பரியமாக, சாதி, புரோகிதத்தொழில், போலித் தத்துவம் அடிப்படையில் இரக்கமற்ற சுயசெல்வாக்கை மேம்படுத்திக் கொள்ளுதலினால் அது முன்செலுத்தப்பட்டது. சாதி என்றால் ஆதிக்கத்தின் திட்டம், புரோகிதத் தொழில் என்றால் சுரண்டல், போலித் தத்துவம், மற்றும் இரண்டையும் நியாயப்படுத்துதல் என்று அர்த்தம் (தர்மதீர்த்தர் [1941] 1992). பார்ப்பனியத்தைப் பற்றிச் சிறப்பாகக் குறிப்பிட வேண்டிய விஷயம் (பொதுவாகக் கண்டுகொள்ளப்படாமல் இருப்பது) என்னவெனில், அது என்றும் ஒரு குறித்த தத்துவத்திற்கோ கொள்கைக்கோ அறவியலுக்கோ சார்பாக நின்றதில்லை. அதிகாரத்தைக் காப்பாற்றிக் கொள்வதற்காக மாறுபடும் சூழல்களுக்கேற்பத் தன் சிந்தனைகளையும் தந்திரங்களையும் மாற்றிக்கொண்டே வந்துள்ளது. வரலாற்று நிலையில், அது சாதி என்னும் கருத்தியலையும் அமைப்பையும் உற்பத்தி செய்யும் பெரும்பான்மையினரை இழிவுசெய்யவும் பிளவுபடுத்தவும் பயன்படுத்தியது. சாதியையும்

அதன் விளைவுகளையும் பற்றி யோசித்த மிகப் பெரிய சிந்தனையாளர் அம்பேத்கர், சாதியை வர்க்கத்தைப் போன்ற உழைப்புப் பிரிவினையாக நோக்கவில்லை, மாறாக, படிநிலைப்பட்ட அசமநிலை கொண்ட ஒழுங்கமைப்பில் உள்ள உழைப்பாளர்களின் பிரிவினையாகக் கண்டார் (BAWS, vol. I:47). ஒரே வகுப்பில் பல சாதிகள் (உழைப்புப் பிரிவினைக்குள் ஒத்த நிலையில் உள்ளவை) இருப்பின், அந்த வகுப்பை அவை சிதைத்து, பிளவுபடுத்திவிடும். அதனால், "மனிதஇனத்தை ஒடுக்குவதற்கும் அடிமைப்படுத்துவதற்கும் வகுத்த பேய்த்தனமான புனைவுத்திட்டம் பார்ப்பனியம்" என்று அம்பேத்கர் கண்டதில் வியப்பில்லை (மேலது, vol. 7: 239).

இந்தப் பேய்த்தனமான புனைவுத்திட்டத்தில், பரஸ்பர வெறுப்புக் கொண்ட நூற்றுக்கணக்கான சாதிகள் மற்றும் உட்சாதிகளுக்கிடையே தரப்படுத்திய சமத்துவமின்மை உள்ளடங்கியுள்ளது. கீழ்மட்டச் சாதிகளின் எதிர்ப்பு இருப்பினும் சாதியின் கடும்பிடிப்பு இன்று வரை நிலைத்திருப்பதற்கான காரணம் இதில் இருக்கிறது. சமூகஒழுங்கை நிரந்தரப்படுத்துவதற்கான உட்கட்டுமானத்தையும், "சமத்துவமின்மைக்கு எதிராகப் பொதுவான அதிருப்தி எழுதலைத் தடுக்கின்ற" அமைப்பையும் இது கொண்டிருக்கிறது. (BAWS, vol.7: 307; vol.5: 102). உலக வரலாற்றில் காணப்படும் பலவேறு சமூக சமத்துவமின்மைகளை ஆய்வுசெய்து, அம்பேத்கர், சமத்துவமின்மை (வர்க்கம்), தரப்படுத்திய சமத்துவமின்மை (சாதி) இரண்டிற்குமிடையிலான முக்கிய வேற்றுமையைச் சுட்டிக்காட்டி முன்னதைவிட இரண்டாவது குறைந்தபட்சம் இரண்டு மடங்கேனும் ஆபத்தானது என்று முடிவு செய்கிறார் (BAWS, vol.3: 320).

சுருங்கச் சொன்னால், சாதியமைப்பு என்பது ஒருவித சமூகப் படிநிலை அமைப்பு. அதில் சாதிகள் வரிசைமுறைப் படுத்தப் படுகின்றன. சுத்தம்-அசுத்தம் என்னும் விதிகளால் (திருமண விஷயங்கள், உடல்சார் தொடர்பு, உணவு ஆகியவற்றில்) சிலசமயங்களில் சிறப்புடையவை ஆகின்றன, பிரிக்கப்படவும் ஆகின்றன. பிறப்பினால் வகுக்கப்பட்ட பிரிவினை, அகமண முறையாலும் பெண்களின் பாலியல்மீதான கொடிய கட்டுப்பாட்டினாலும் வலுப்படுத்தப்படுகிறது. வர்க்க முறைமை, வேறுபிற படிநிலை வடிவங்களிலிருந்து சாதி அடிப்படையில் வேறுபட்டது. முன்னவை உற்பத்திசார் வடிவங்கள் எனில் சாதி உற்பத்தி, இனப்பெருக்கம் ஆகிய இரண்டும் சார்ந்த வடிவம். ஒளிதரும் பகுதி ஒன்றில் உமா சக்ரவர்த்தி இதனை எடுத்துக் காட்டுகிறார்:

திருமணம், பாலியல், இனவுற்பத்தி ஆகியவையே சாதி அமைப்பின் அடிப்படைகளாகும். சமத்துவமின்மை பாதுகாக்கப் படுவதற்கும் அதுவே அடிப்படை:

திருமண அமைப்பு சாதி, வர்க்கம் இரண்டிலும் சமமின்மையை மறுவுற்பத்தி செய்கிறது. அதன் இறுக்கமான இனப்பெருக்க முறைமை வாயிலாக ஒட்டுமொத்த உற்பத்தி முறையையும் கட்டுப்படுத்துகிறது. பார்ப்பனத் தந்தைவழிமுறையில், மேல்சாதிப் பெண்கள் வாயில்களாக–சாதிமுறைக்குள் நுழைவதற்கான விதங்களாகக் கருதப்படுகிறார்கள். கீழ்ச்சாதி ஆணின் பாலியல், மேல்சாதியின் இரத்தத் தூய்மைக்கு அச்சுறுத்தலாக இருக்கும்போது அது உயர்சாதிப் பெண்களோடு கொள்ளும் தொடர்பினை நிறுவனரீதியாகத் தடுக்க வேண்டியதாகிறது. ஆகவே அப்படிப்பட்ட பெண்கள் மிக எச்சரிக்கையாகப் பாதுகாக்கப்பட வேண்டியவர்கள். (சக்ரவர்த்தி 2003: 27–35).

"நா ஸ்த்ரீ ஸ்வாதந்தர்யம் அர்ஹதி" (பெண்களுக்குச் சுதந்திரம் அளிக்கலாகாது), "ஸ்த்ரியோ ஹீ மூல தோஷானாம்" (பெண்தான் எல்லாத் தீமைகளுக்கும் அடிப்படைக் காரணம்) போன்ற கொடுமையான, பெண்களுக்கு எதிரான கூற்றுகள் சாதிவிதிகளில் காணப்படுவது மிகுதி. பெண்கள் இயல்பிலேயே சிற்றின்ப வெறி கொண்டவர்கள், தொட்டில் முதல் கல்லறைவரை ஆண்களின் கட்டுப்பாட்டுக்குள் இருக்க வேண்டியவர்கள் என்று தர்மசாத்திரங்களில் நோக்கப்படுகிறார்கள். (மனுஸ்மிருதி 5. 147-9, 9. 2-3).[2]

பிராமணப் பனுவல்களில் பெண்களையும் சூத்திரர்களையும் ஒன்றாக வைத்துப் பேசுமிடங்கள் அடிக்கடி உள்ளன. இருவருமே வாழ்க்கை முழுவதும் - பிறப்பு முதல் இறப்புவரை-அடிமைகளாக இருக்கவேண்டியவர்கள் (ஆர். எஸ். சர்மா 1983: 45-8). முதன்மையான தர்ம நூலாசிரியர்களான மனுவும் யாக்ஞவல்கியரும் அடிமைத்தனத்திலிருந்து விடுபட்டாலும் அவர்கள் மீட்புப் பெறுவதில்லை, ஏனெனில் அவர்களுக்கு அடிமைத்தனமே இயல்பானது என்கிறார்கள். முதல் இயலில் நாம் காணப்போவது போல, பிராமணப் புனித நூல்களில் பெண்களுக்கு எதிரான, சூத்திரர்களுக்கு எதிரான அறிவாய்வியல் புனிதமாகப் பேணப்படுகிறது.

தகுதி என்பது தனிமனிதர்களுக்கு அல்ல, சாதிகளுக்கு உரியதாகச் செய்யப்பட்டது. பிராமணனாகப் பிறப்பதே ஒரு மகத்துவம்தான். மனு சொல்கிறார், "பிராமணன் என்ற பெயரே மங்கலத்தையும் மகிழ்ச்சியையும் உள்ளடக்கியதாக வேண்டும்; க்ஷத்திரியன் என்பது வலிமையையும் பாதுகாப்பையும்; வைசியன் என்ற பெயர் செல்வத்தையும் வளத்தையும்; சூத்திரன் என்ற பெயர் இகழ்ச்சியையும் அடிமைத்தனத்தையும் குறிப்பனவாக இருக்க வேண்டும்" (மனுஸ்மிருதி 2.31-2). சுத்தத்தின், அதிகாரத்தின் உயர்ச்சி பிராமணனில் முடிவடைகிறது. "ஒரு பிராமணன் பிறக்கும்போது அவன் உலகத்தினுக்கு மேலுள்ள ஒளிக்குத் தாவுகிறான்: அவன்தான் உலகிலுள்ள படைப்புகள் யாவற்றுக்கும் தலையாயவன், பிறப்பின்

சிறப்பினால் உலகின் வளங்களுக்கெல்லாம் சொந்தமானவன்" (மனுஸ்மிருதி 1.99-100). பிராமணனுக்கு எதிர்நிலையில் இருப்பவன் சூத்திரன். சூத்திர வகுப்பில் விவசாயிகள், கைவினைஞர்கள், தொழிலாளர்கள் வருகிறார்கள். சூத்திரன்தான் மிகவும் அசுத்தமானவன், பாவத்தில் பிறந்தவன். வர்ணாசிரம தர்மத்தினால் ஆதாயமடைபவர்களால் சாதியும் முறைமையும் புனிதமாகவும், மீற இயலாததாகவும் ஆக்கப்பட்டது. இது ஒரு மூடுண்ட சமூக நிறுவன அமைப்பு-அதில் அறிவு, செல்வம், மரியாதை ஆகியவை அசுத்தமான சாதிகளுக்கு மறுக்கப்பட்டன.

இப்படியாக, சாதியமைப்பின் தனியியல்பு, மரபுவழி விதிக்கப்பட்ட வேலை மட்டுமல்ல, சமமற்ற முறையில் பிரிக்கப்பட்ட உரிமைகள் (போக்ளே [1908] 1991: 64). அம்பேத்கருடைய சொற்களில், "சாதியமைப்பு என்பது தரப்படுத்தப்பட்ட சமமின்மையைக் கொண்டது. இதில் சாதிகள் ஏறுவரிசையில் மரியாதை பெறுவதாகவும், இறங்குவரிசையில் அவமரியாதைக்கு ஆளாவதாகவும் அமைக்கப்பட்டுள்ளன" (BAWS, vol.7: 26). பிற நேர்மையான சமூகவியலாளர்களும் இவ்விதமே சாதியை நோக்குகின்றனர்: சாதி உயர உயர, அதன் அந்தஸ்து, அதிகாரம், முன்னுரிமைகள், செல்வ வளம், பாதுகாப்பு ஆகியவை உயர்கின்றன; சாதி தாழும்போது அவமதிப்பின் அளவும், இழிவுபடுத்தலும், இயலாமையும், வறுமையும், கவலையும் அதிகரிக்கின்றன (பெரிமேன் 1991: 84-92; மென்ச்சர் 1991: 93-109). சாதி என்பது "நிறுவனமயப்பட்ட சமமின்மை, அது வாழ்க்கையில் பெறுமதி அதிகமுள்ள பொருள்களைப் பெற வெவ்வேறுபட்ட வாய்ப்புகளை உறுதிசெய்கிறது".

சூத்திரன், "பாவத்தில் பிறந்தவன்", "பொய்யே வடிவானவன்" என்பதால் பலவேறு இயலாமைகளைச் சுமக்கவேண்டியவன் ஆனான். சூத்திரன் செல்வத்தை வைத்திருப்பதே பிராமணனைக் காயப்படுத்துகிறது என்று சொல்லும் மனு, அறிவைப் பெற சூத்திரன் முயற்சிசெய்வது குற்றம் என்கிறார். வேதத்தை ஓதுவதை அவன் கேட்டால் அவன் காதில் ஈயத்தைக் காய்ச்சி ஊற்றவேண்டும்; புனிதப் பனுவல்களை அவன் ஓதினால் அவன் நாக்கை அறுக்கவேண்டும்; அவற்றை அவன் நினைவில் வைத்திருப்பான் ஆகில் அவன் உடலையே துண்டுதுண்டாக்க வேண்டும். சூத்திரனை அவமதிக்கவும், அடிக்கவும், அடிமைப்படுத்தவும் தெய்விக அனுமதி பெற்றவன் பிராமணன். ஆனால் சூத்திரன் சற்றே முணுமுணுத்தாலும் அவன் நாக்கினைக் காய்ச்சிய இரும்பினால் சுடவேண்டும். பிராமணப் பனுவல்களில் சூத்திரர்களுக்கு எதிரான இப்படிப்பட்ட நூற்றுக்கணக்கான கூற்றுகள் ஆங்காங்கு உள்ளன. உதாரணங்களை சங்கரரின் பிரம்ம சூத்திரத்திலும்,

கௌதம தர்மசூத்திரத்திலும் (12:4) மனு ஸ்மிருதியிலும் (8:270) காண்க. தர்மசாத்திரக்காரர்களுக்கு ஒரு பிராமணன் சூத்திரனைக் கொல்வது, ஒரு பூனையை, தவளையை, பல்லியை, ஆந்தையை, அல்லது காக்கையைக் கொல்வதற்குச் சமம்தான். பகவத்கீதை போன்ற புனித நூல்கள் சூத்திரர்களையும் பெண்களையும் பாவயோனி (பாவத்தில் பிறந்தவர்கள்) என்கின்றன. கீதை கர்மத்தின் பெயரால் சாதியையும் தர்மத்தின் பெயரால் கொலையையும் நியாயப்படுத்துகிறது. (இயல் 1-ஐக் காண்க). இப்படிப்பட்ட நூல்களைப் படித்தபிறகு அம்பேத்கர் பின்வருமாறு எழுதுகின்ற கட்டாயத்திற்கு உள்ளானார்.

புனித நூல்கள் எனப்படுபவை, தங்கள் உள்நோக்கத்தில் அரசியல் சார்ந்த புனைவுகளைக் கொண்டும், தங்கள் அமைப்பில் ஒருபக்கம் சார்ந்தவையாகவும், தங்கள் வெளிப்படையான நோக்கத்தில் சூழ்ச்சி நிறைந்தவையாகவும் உள்ளன. (இப்படிப்பட்ட நூல்களைப் போற்றுபவர்கள் உலகிலுள்ள வேறெந்தப் பிராணிகளையும்விட சுயநலமிக்கவர்கள், தங்கள் வகுப்பினரின் ஒருதலைச்சார்பான நலன்களுக்கு முட்டுக்கொடுப்பதற்காக தங்கள் அறிவை விபசாரம் செய்கிறார்கள் (BAWS, vol. 7: 14-15).

இந்தியாவில் வெறுப்பு, வேறுபாடு பாராட்டல் இவற்றின் மரபுவழி முறைமை-இன்றும் சாதி அல்லது மத அடிப்படையிலான சுரண்டலிலும் வன்முறையிலும் வெளிப்படுவது-வரலாற்றின் ஊடாக, தங்கள் இரத்தம் தூயது என்று சொல்லிக் கொண்ட ஒரு வகுப்பினர் சாதியமைப்புக்கும் அதில் பிராமணர்களுக்கும் முதன்மையான இடம் தரவேண்டும் என்ற முயற்சியில் ஈடுபட்ட ஒருகாலத்திற்குச் செல்கிறது. அதேசமயத்தில் சாதியைக் கடைப்பிடிக்கவோ, அதன் விதிகளுக்கு உட்படவோ செய்யாதவர்கள், வர்ணாசிரமத்திற்கு உட்படாதவர்களை சூத்திரர் என்று இழித்துரைத்தனர். சூத்திரன் என்ற சொல்லுக்கு எவ்விதத் தகுதியோ மதிப்போ அற்றவன், வெறுக்கத் தக்கவன் என்று பொருள். ஆனால் தர்மசாத்திரங்களைக் கற்ற அறிஞரின் கருத்துப்படி, சூத்திரர் என்பது பிராமணர்களின் மேன்மையை ஒப்புக் கொள்ளாத எவரையும்-குறிப்பாக பௌத்தர்கள், ஜைனர்கள், அயல்நாட்டவர்கள் எவரையும் குறிக்கும் சங்கேதச் சொல்லாகி விட்டது. அச்சொல் எதிரியை அடையாளப்படுத்தியது, சமூகத்தில் பெரும்பகுதியை உள்ளடக்கியது. "கிரேக்கர்கள், சகர்கள், பார்சிகள், சீனர்கள் போன்ற அயல்நாட்டு ஆளும்வகுப்பினரும் சூத்திரர் நிலைக்குத் தாழ்ந்ததற்குக் காரணம், அவர்கள் பிராமணர்களை வழிபடாமைதான்." (ஒலிவெல்லி 2005: 39).

'மற்றவர்'களை இழிவுபடுத்த உருவாக்கப்பட்ட மற்றொருசொல், மிலேச்சர் என்பது. சுத்தமற்றவர்கள், குளிக்காதவர்கள் என்று பொருள்படுவது. ஏறத்தாழ கி.மு. 800அளவில் எழுதப்பட்ட ஒரு

வேதப்பனுவலில் இச்சொல் இடம் பெறுகிறது. புனித மொழியை (சமஸ்கிருதத்தை) அறியாதவன், வேதங்களை ஒப்புக் கொள்ளாதவன், பிராமணர்களின் முதன்மையை ஒப்புக் கொள்ளாதவன், மிலேச்சன் ஆனான். "எதிர்க்குழு ஒன்றை அசுத்தமானவர்கள், அதனால் மனித நிலைக்கு இழிந்தவர்கள், ஆனால் தங்கள் குழுவினரின் சுத்தம் மட்டும் புனிதமானது, தெய்வநிலைக்கு அடுத்தது என்று சொல்வது இனமோதலில் பொதுவாகக் காணக்கூடிய செயல்" (காகட் மற்றும் காகட், 2007:32). அயல்நாட்டிலிருந்து படையெடுப்பவர்களை, குறிப்பாக முஸ்லிம்களைக் குறிக்கும் சொல் அது என்று பார்ப்பனர்கள் கூறினாலும், அசலாகவும் அடிக்கடியும் அச்சொல் பகைவரெனக் கருதப்பட்ட சூத்திரர்களையும் அதி-சூத்திரர்களையும் குறிக்க பிராமணர்களால் பயன்படுத்தப்பட்டது. ரொமிலா தாப்பரின் கூற்றுப்படி, எதிரிகளை (எந்த எதிரியாக இருப்பினும்) அரக்கர்கள்/ராட்சசர்கள் ஆக்குவதெனப் பலகாலமாக பிராமண வழக்கில் இருப்பது, இஸ்லாமியருக்கு முந்தியகால எதிரிகளைக் குறிக்கப் பயன்படுத்தப்படுவது ஆகும்.

கி.பி. பதினான்காம் நூற்றாண்டைச் சேர்ந்த சாயனரின் உரை, ரிக்வேதத்தின் தாசர்களை ராட்சஸர்கள், அசுரர்கள் என்று குறிப்பிடுகிறது. இக்காலத்தின் கல்வெட்டுகள் இந்துக்களின் எதிரிகளாக ராட்சஸர்கள், ராவணன் ஆகியவர்களைக் குறிப்பிடுகின்றன. பின நூற்றாண்டுகளில் வர்ண அந்தஸ்து மறுக்கப்பட்ட பலபேருக்குள் முஸ்லிம்கள் சிலரையும் சேர்ப்பதற்காக அவர்கள் மிலேச்சர்கள் எனப்படுகின்றனர். சமஸ்கிருதப் பனுவல்கள் மற்றும் கல்வெட்டுகள் போன்ற மேல் சாதிக்காரர்களுடைய மூலங்களில் இடம் பெறும் இப்பயன்பாடு, முஸ்லிம் அல்லாத, விளிம்புநிலையிலிருந்த, சமூகத்தின் ஓரங்களுக்குத் தள்ளப்பட்ட, இழிவாக நடத்தப்பட்ட கீழ்ச்சாதியினருக்கும் மிக எளிதாகப் பயன்படுத்தப்பட்டது (தாப்பர் 1999b:17–18).

இப்படியாக, இந்துமதத்தை மையமாகக் கொண்ட ஒரு கருணைமிக்க இந்திய மதம், சாதியை இயல்பானதாக்குவதற்கு அப்பால், இந்தியாவின் பன்முகத்தன்மை, முரண்பாடுகள், பழமை பற்றிய பல்வித நோக்குகள் ஆகியவற்றை மறைக்கின்ற அல்லது அழிக்கின்ற ஒரு மேலாண்மைமிக்க புனைவாக இருந்தது. எல்லாவற்றிற்கும் மேலாக, எல்லாவற்றையும் உள்ளடக்கிய ஐந்தாயிரம் ஆண்டுக்காலப் பழமை வாய்ந்த இந்துமதம் என்பது பார்ப்பனியத்தின் ஏமாற்றையும் வன்முறையையும் மூடிமறைக்கிறது.

இந்துமதத்தின் கலாச்சார ஒருமை என்று புனையப்படுவது, அதை இந்தியத்தன்மையுடனும் கலாச்சார தேசியத்துடனும் ஒன்றுபடுத்தும் முயற்சி, சாதியையும் அதன் பின்விளைவுகளையும் இயல்பாக்குகின்ற, ஒடுக்கப்படுகின்ற பெரும்பான்மையினரை

அறியாமையில் கூறுபோட்டுத் துணிவிழக்கச் செய்கின்ற பார்ப்பனியத்தின் பிளவுபடுத்தும் தன்மையை மூடிமறைக்கும் மேட்டுக்குடியினரின் ஒரு ஏமாற்றே ஆகும். பார்ப்பன இந்துமதத்திற்கு பௌத்தம், இஸ்லாம், கிறித்துவம், சீக்கியம் போன்ற பிற மதங்களைத் தாக்கிஅழிக்கும் வரலாறு உள்ளது. ஆனால் அதன் மிக மோசமான தாக்குதல் என்பது தன் மதத்திற்குள்ளாகவே இருக்கின்ற ஒடுக்கப்பட்ட பெரும்பான்மையினரான சூத்திரர்-அதிசூத்திரர்கள் ஆதிவாசிகள் மீதாகவே உள்ளது. ஒடுக்கப்பட்ட சாதிகள் பிற மதங்களில் புகலிடம் தேடியபோது அவ்வாறு சென்றவர்களும், அந்த மதங்களும் பார்ப்பனர்களின் கோபத்திற்குள்ளாயினர். எதிரிகளாக உணரப்படுபவர்கள்மீது அமைப்புற்ற வன்முறை--1990களின் கோஷமான "ஆஜ் கசாயி, கல் இசாயி" ("இன்று முஸ்லிம்களைக் கொல், நாளை கிறித்துவர்களை")-என்பது மத இணைப்பின் அடிப்படையிலான ஓர் வன்முறைமோதல் நிகழாமல் இந்துக்களை ஒருங்கிணைக்க முடியாது என்ற பார்ப்பனியச் சக்திகளின் எண்ணத்தினால் உருவாகிறது. (இயல் 4இன் பிற்சேர்க்கையைக் காண்க).

பார்ப்பனர்கள் அரசியலைக் கட்டுப்படுத்துவதற்குப் பயன்படுத்திய வழிகளில் ஒன்று மதத்தின் பெயரால் தண்டிப்பதாகிய தர்மதண்டம். சீழ்பிடித்த, தீராத சாதிப் பிரச்சினைகளை அமுக்குவதற்காக, குறிப்பாக ஒடுக்கப்பட்ட சாதிகள் பார்ப்பனியம் என்னும் சிறையிலிருந்து தப்பிக்க முயலும்போது பயன்படுத்தப்படுவது. இந்த அர்த்தத்தில், ('அந்நிய' மதங்களான இஸ்லாம், கிறித்துவம் ஆகியவற்றிற்கு) இந்து எதிர்த்தாக்குதல் என்பது, மாற்றத்திற்கான தலித்-வெகுசனத்தினரின் ஜனநாயகக் கொந்தளிப்புக்கு எதிரான பார்ப்பனிய எதிர்த்தாக்குதலே ஆகும். நீதிக்கான தலித்-வெகுசனத்தினரின் நீதிப் போராட்டத்திற்கு எதிராக ஏற்பட்ட 'இந்து' வன்முறை எதிர்ப்பும், அதனுடன் இணைந்த அவர்களின் சுதந்திரப் போராட்டக் காரர்களாகிய ஃபுலே, அம்பேத்கர், பெரியார் போன்றவர்களைச் சிறுமைப்படுத்தலும் ஒதுக்குதலும் 'இந்துப் பெரும்பான்மையினர்' என்போரின் பாசாங்கு ஆகும். இந்து மதத்திற்குள்ளாக இருக்கும் தலித் வெகுமக்களின் ஒரு பிரிவினரைக் கிறித்துவர்கள், முஸ்லிம்கள், பிற அயல்சக்திகள் ஆகியவற்றிற்கு எதிரான கருவியாகப் பயன்படுத்தி, இந்து மதத்திற்குள் நிலவுகின்ற ஆழமான சமமின்மையையும் அதன் விளைவான வெகுமக்கள் மனமுறிவு, கோபம், வன்முறையையும் திசைதிருப்புவதற்காக, இந்து மக்கள் தொகையில் 15%க்குமேல் இல்லாத மேல்சாதிச் சிறுபான்மையினர் இந்துமதஅரசியலின் படுதாவிற்குப் பின் ஒளிந்துகொண்டு, அதை ஒரு சக்திவாய்ந்த அரசியல் கருவியாகப் பயன்படுத்துகிறார்கள். சிறுபான்மையினர் இணைந்தால் இவர்களுக்கு எதிரான பெரும்பான்மையினர் ஆகிவிடுவதால்

அவர்களுக்கிடையில்-தலித்துகள், ஆதிவாசிகள், பிற்பட்ட சாதியினர், கிறித்துவர்கள், முஸ்லிம்கள், சீக்கியர்கள் போன்றோர் இடையில்-பிளவுண்டாக்கி, ஒவ்வொருவரையும் தனித்தனியாக கற்பனையான இந்துப் பெரும்பான்மையினருக்கு எதிராக மோதவிட்டு (பிராபல்ய இழிவுஅரசியல் கருவிகளுக்கேற்ப) அவர்களைப் பிரித்தும், ஒதுக்கிவைத்தும, கேவலப்படுத்தியும் வைக்கிறார்கள்.

தலித், வெகுஜன எதிர்ப்பு

மற்றவர்களை மதத்தின் அல்லது தேசஇனத்தின் பெயராலோ ஒடுக்குதல் இந்தியாவுக்கு மட்டும் சொந்தமானதல்ல. ஆனால் தங்கள் சொந்த மதத்தவர்களாகக் கருதப்படுபவர்கள் மீதே செலுத்தப்பட்ட பிராமண மதவெறியை, ஒவ்வொரு கலாச்சார மூலத்தினாலும், சமூக வழக்கினாலும் பல நூற்றாண்டுகளாகப் பேணப்பட்டு வந்த ஒன்றை விஞ்சுவதற்கு வேறு சமூகங்களில் உதாரணம் கிடையாது. மத நூல்களின் அடிப்படையில் தனது சொந்த மதத்தினரின் பெரும்பான்மையினரை வேறு எந்த மதமும் இழிவுபடுத்துவதில்லை. மத அடிப்படைகளில் சாதாரணமக்களின் மனித உரிமைகளையும் கௌரவத்தையும் பறித்தல் என்பது இந்து மதத்திற்கே உரிய ஒன்று. வாழ்ந்து பெற்ற அனுபவத்தினால் ஒரு தலித் வெகுஜனச் சிந்தனையாளர் இந்து மதத்தைப் பற்றிக் கூறிய மதிப்பீட்டுநிலையில் எழுதுகின்றார்:

> இந்த மதம், தோற்றத்திலிருந்தே, பாசிச இயல்பைக் கொண்டுள்ளது. அதை தலித் வெகுமக்களால் மட்டுமே உணர முடியுமே அன்றி பிறரைக் கையாளுவதையும் சுரண்டுவதையும் ஒழுங்குமுறைப் பட்டதாகக் கருதும், ஆனால் தங்கள் சொந்தப் பிரக்ஞையின் பகுதியாகக் கருதாத பிராமணர்களால் உணரவே முடியாது. ஆனால் யதார்த்தம் என்னவெனில், ஒவ்வொரு மேல்சாதி நபரும் அந்தச் சுரண்டலிலும கையாளுதலிலும் பங்கேற்பதுடன் அதனால் இந்தியச் சூழலில் அப்படிப்பட்ட கலாச்சாரங்களை உருவாக்குவதிலும் நிலைநிறுத்துவதிலும் பங்கேற்கிறான் (அய்லய்யா 1996: 72).

சாதிப் பிராமணர்கள் அப்படிப்பட்ட விமரிசனங்களைத் தவறென்று கூறுவது மட்டுமின்றி, மிகத் தனித்துவம் வாய்ந்த பன்மைத்தன்மை மிக்க, அமைதிமிக்க கலாச்சாரத்தை இந்தியாவில் இந்துமதம் உருவாக்கியுள்ளது என்று பாராட்டுகிறார்கள். ஆனால் அவர்களில் சிலர், அபூர்வமாகச் சில சமயங்களில் கள்ளமின்றி, "இந்துமதம்... சமமின்மையின் ஆழமான, நீடித்த, உருச்சிதைக்கக்கூடிய, கருத்தியல் கட்டுமானத்தைக் கட்டமைத்துள்ளது. தனது இழிவுபடுத்துகின்ற, கருத்தியல், பொருளாதார, மதச் சக்திகளின் ஒருங்கிணைப்பினால் மனித இனம் இதுவரை அறியாத மிக நயவஞ்சகமான ஒடுக்குதல்களில்

இரக்கமின்றித் தள்ளியுள்ளது" என்பதை ஒப்புக் கொள்கிறார்கள் (மேத்தா 2012). இந்தக் கூற்று எடுக்கப்பட்டுள்ள கட்டுரையின் தலைப்பு, "மௌனத்தைக் கலைத்தல்: (மேட்டுக்குடியினரான) நாம் ஏன் சமமின்மையைப் பற்றிப் பேசுவதில்லை" என்பதே வெளிச்சத்தைத் தருவதாக உள்ளது. ஒருவேளை சுயநலம் பாராட்டுபவர்கள், வெகுமக்கள் அனுபவிக்கும் சமமின்மையைப் பற்றி நேர்மையாகப் பேச மேட்டுக்குடியினரை அனுமதிப்பதில்லை போலும். சமத்துவமின்மை, சாதி, இந்துமதம், மதவாதம் போன்றவற்றை விவாதிக்கும் தீவிரமான விவாதக்களங்களில் பார்ப்பனியம் தலைகாட்டுவதில்லை என்பது வியப்பூட்டக்கூடியது.

சுரண்டலின் கருத்தியலிலும், நடைமுறையிலும் ஈடுபடுவது என்ற முறையில் பார்ப்பனியம் நவீன இந்தியாவில் மிகக் குயுக்தியாகத் தயாரிக்கப்பட்ட, சாதி, அதன் விளைவுகள் என்ற வரலாற்று யதார்த்தத்தைப் பலவிதமான வழிகளில் இருட்டடிப்புச் செய்கின்ற கலாச்சார, அல்லது தேசியச் சொல்லாடலில் ஒளிந்துள்ளது. முன்னேறும் உற்பத்திமுறைகளின் தொடர்ச்சியின் ஆய்வு என்ற அணுகுமுறையில் பிரதிபலிக்கின்ற வெற்றுப் பொருளாதார வாதம், பல தலைப் பாம்பாகிய பார்ப்பனியத்தைப் புரிந்துகொள்ளப் பெரிதும் உதவுவதில்லை. கடந்த காலத்தில் இருந்ததைப் போலவே இன்றும், பல தளங்களில் பன்முக வடிவங்களில் அது வேலை செய்கிறது-அவ்வடிவங்கள் எல்லாமே பிராமணருக்கும், ஒத்த சாதியினருக்கும் அதிகாரமளித்தும், பிறரது அதிகாரத்தை நீக்கியும், வெகுமக்களை பாதிக்கும் சமமின்மைகள், மனித உரிமை மீறல்கள், பாலியல் வேற்றுமை, வெகுமக்கள் கல்வியின்மை போன்றவற்றை உற்பத்தி செய்கின்றன.

அதனால், பார்ப்பனியமும் அதன் விளைவுகளும இந்தியர்களை இரண்டு பெரிய வகைகளுக்குள் பிரித்துள்ளதில் ஆச்சரியமில்லை. அதை ஆதரிப்பவர்கள், அதை எதிர்ப்பவர்கள். இந்தப் பிரிப்புக்கு ஒரு நீண்ட வரலாறு உள்ளது. இதன் வேர்களைப் பழங்கால இருமை மரபில் காணமுடியும். பிராமணர்களுக்கும் பிராமணர் அல்லாதவர்களுக்குமான ஆதிக்கப் போட்டியாகவே இந்திய வரலாற்றைக் காணமுடியும். இந்திய மற்றும் மேற்கத்திய அறிஞர்கள் நம்பகத்தன்மை உடைய இந்திய வரலாறுகளை இதுவரை எழுதியிருக்கிறார்கள் என்னும் நீண்ட காலத் தொன்மத்தை உடைத்து, தொல்லியல், பார்ப்பனவியல் சான்றுகளை அடிப்படையாகக் கொண்டே எழுதப்பட்ட ஒரு கூர்மையான புதிய வரலாறு,

சமூக, பொருளாதார உறவுகளில் நேரெதிராக முரண்படும் இரண்டு மாதிரிகளை உருவாக்கிய பழைய உலகின் ஒரே நாகரிகம் இந்தியாதான். பொருத்தமின்மைகளை

மறைக்கின்ற அல்லது குறைக்கின்ற முயற்சிகள் செய்யப்பட்டாலும் அவை மோதல்நிலையிலேயே வெகுநீண்டகாலம் இருந்துள்ளன. குறைந்த நிலையிலான மோதலைக் கொண்ட வரலாறாக இல்லாமல், அது உயர்நிலை மோதல்களை உள்ளடக்கியதாக இருந்துள்ளது என்று நோக்குகிறது (வெரார்டி 2011:11).

பிராமண சாத்திரவிதிகள் மிகக் கடுமையான தடைவிதிகளோடும் தண்டனைகளோடும் மக்களைச் சாதிமுறையை ஏற்குமளவில் ஆக்கப்பட்டன. சாதி பிராமணர்கள் தங்கள் எதிரிகளின் பதிவுகளை, குறிப்பாக சமணர், லோகாயதர், பௌத்தர் பதிவுகளை அழித்தார்கள். ஆனால் சாதிக்கு எதிர்ப்பான சிந்தனைகளும் மனப்பாங்குகளும் பௌத்த, மற்றும் பலவேறு வைதிகமல்லாத மரபுகளிலும் காணப்படுகின்றன. மேலும் அவை பலவேறு பிரதேசக் கலாச்சாரங்கள், இன்று கிடைக்கின்ற பாலி, பிராகிருத இலக்கியங்களிலும் உள்ளன. இவற்றில் வெளிப்படுகின்ற பார்வைகள் கூர்மையாக பிராமண மதத்தையும் கலாச்சாரத்தையும் விமரிசனப் படுத்துவனவாக உள்ளன. பின்வரும் கூற்றாலும் சாதிக்கும் பார்ப்பனியத்துக்கும் இருந்த எதிர்ப்பு தெளிவாகும்.

சமஸ்கிருத இலக்கியம், தர்மசாத்திரங்களிலோ, இதிகாசங்களிலோ அல்லது பிறவற்றிலோ வர்ணத்தையும் சாதிகளையும் குறிப்பிடும்போது அந்த முயற்சி, யதார்த்தமாகச் சமூகத்தில் நிகழ்வனவற்றை விவரிப்பதாக இல்லாமல், விதிப்பனவாக உள்ளது. மேற்சுட்டுகள் அவர்களுடைய சிந்தனைகளைப் பிரதிபலிக்கின்றன; பிராமணப் பனுவல்கள் ஏதோ ஒரு இலட்சிய மாதிரியைக் கற்பித்து அதனைச் சமூகத்தின்மீது திணிக்கும் முயற்சியாக உள்ளன. ஒரு குறித்த வகையான சமூகச் சமமின்மைக்கான அறிக்கையாக அவை உள்ளன (ஓம்வெட் 2003: 133).

வழக்காறு சார்ந்த, பொய்கள் திணிக்கப்பட்ட, சாதி வரலாற்றை ஆராயும் ஓம்வெட், "இந்தியாவின் உண்மையான சாதிவரலாறு என்பது இனிமேல்தான் எழுதப்பட வேண்டும்" என்ற முடிவுக்கு வருகிறார். *(மேற்படி, 134)*.

இவை சாதியால் ஒடுக்கப்பட்ட போராட்டத்துக்கு அனுதாபம் காட்டுகின்ற ஒரு சமூகவியலாளரின் பார்வைகள் இவை. தங்கள் சாதி காரமாக இழிவுபடுத்தலுக்கும் புறந்தள்ளலுக்கும் ஆளான தலித் வெகுமக்கள் தங்கள் வாழ்க்கை அனுபவத்திலிருந்தே சாதியின் வரலாற்றை அறிவார்கள். தங்கள் மேல் சுமத்தப்பட்ட மௌனத்தின் கலாச்சாரத்தை உடைத்து, தங்கள் சொந்தச் சொற்களில் அவர்கள் தங்கள் கதைகளை அவர்கள் சொல்லத் தொடங்கியுள்ளனர். அவர்களின் எடுத்துரைப்புகள், வரலாற்றிலும் கலாச்சாரத்திலும் காணப்படும் மரபுசார்ந்த முன்வைப்புகளை மறுக்கின்றன. நவீன இந்தியாவின் சமூக நீதி இயக்கத்தின் நாயகர்களான புலே, அம்பேத்கர், பெரியார்

முன்னெடுத்த தலித் வெகுஜனக் கருத்தியல், சாதி, கலாச்சாரம் பற்றிய பிராமணச் சார்புக் கதையைப் புறக்கணிக்கிறது. (ரோடரிக்ஸ் 2008)

சமூக-மதக் கருத்தியலின் ஒரு போலியான வலை வாயிலாக பார்ப்பனியம் மக்களைச் சாதியின் பிடிக்குள் அடிமைப்படுத்தியிருக்கிறது என்பதைத் தமது சிறந்த நூலான குலாம்கிரியில் (அடிமைத்தனம்- நூலில்) புலே காட்டியுள்ளார்.

இந்தப் (புவிசார்ந்த மற்றும் ஆன்மிகப்) "பொய்ம்மைகளைப் புனைவதன் முக்கிய நோக்கம், அறியாத மக்களின் மனங்களில் அவற்றைப் புகுத்தி அவர்கள் மீது தங்கள் சுயநலமும் தந்திரமும் உருவாக்கியிருக்கும் நிரந்தரமான தளைகளையும் அடிமைத்தனத்தையும் ஆழமாகப் பதிய வைப்பதற்காகவே" ஆகும் (புலே [1873] 2002:30). புலேவைப் பின்பற்றி அயோத்திதாசர், பெரியார், அம்பேத்கர் மற்றும் பிற தலித்மக்கள் தலைவர்கள் (இயல்கள் 5-7) ஆதிக்கத்தை வடிவமைப்பதில் பிராமணக் கருத்தியலும் மதமும் வகித்துள்ள கொடுமையான பாத்திரத்தை வெளிப் படுத்தியுள்ளனர்.

இப்போது தலித் வெகுஜன அறிவுஜீவிகள் வரலாற்றைத் தகர்க்கவும் அமைக்கவும் ஆன தேவையை உண்மையாகவே உணர்கின்றனர். புலே, அம்பேத்கர், பெரியாரைப் பின்பற்றி அய்லய்யா, பிராமணர்களே தங்கள்மீதான குற்றவழக்கிற்குப் பிரதிவாதியாகவும் நீதிபதியாகவும் ஒரே சமயத்தில் இருக்க முடியாது என்பதால், பிராமணச் சிந்தனையாளர்கள் எழுதிய எல்லாவற்றையும் "முழுமையாக மறுஆய்வுக்கு உட்படுத்த வேண்டும்" என்று சொல்கிறார். இந்துமதத்தையும் பார்ப்பனியத்தையும் ஒன்றாக இணைத்து, அவர் வாதிடுகிறார்:

இந்துப் பார்ப்பனியத்தின் சமூக-கலாச்சார, அரசியல் சூழலுடன் இந்திய தலித் மக்களின் வாழ்க்கையுலகத்திற்குப் பொதுவான ஏதொன்றும் இல்லை. இந்திய கிராமங்களிலும் நகர மையங்களிலும் உள்ள குடிமக்கள் சமூகத்தில் தலித் மக்கள் இந்துக்களுடன் ஒன்றாக வாழ்கிறார்கள். ஆனால் இந்த இரு கலாச்சார உலகங்களும் வேறுபட்டவை என்பது மட்டுமல்ல, ஒன்றுக்கொன்று எதிராகவும் உள்ளன. தலித் மக்களின் சாதி நலன்களுக்கு எதிராக இந்துச் சிந்தனை அமைந்துள்ளது; தலித் மக்களின் கலாச்சார இனச் சூழலை அழித்துதான் இந்துத் தொன்மங்கள் உருவாக்கப்பட்டுள்ளன. தலித் மக்களின் சாதிகள் ஒருபோதும் நவீனத்தன்மைக்குள்ளும் சமத்துவத்திற்குள்ளும் வளர அனுமதிக்கப்படவே இல்லை. வன்முறை கொண்ட, ஆதிக்க, பிராமணக் கலாச்சாரம் தலித் மக்களின் உற்பத்திக் கட்டமைப்புகளையும், கலாச்சாரத்தையும், பொருளாதாரத்தையும் மற்றும் அதன் நேர்முக அரசியல் நிறுவனங்களையும் அழித்துவிட முனைந்தது. ஒவ்வொன்றும்

தாக்கி அழிக்கப் பட்டது. இந்தச் செயல்முறை சுதந்திரத்திற்குப் பின்னுள்ள இந்தியாவிலும் தொடர்கிறது. (அய்லய்யா 1996:114).

ஆம், துணிகர புதிய இந்தியா கடந்த காலத்தின் புறந்தள்ளும் அமைப்பினை அப்படியே வைத்துள்ளது. சுற்றுச் சூழல் நாடகத்தன்மையில் மாறிவருவதாகத் தோன்றிய போதிலும் கடந்த காலத்தின் அடிப்படைப் பொருள் பேணிக் கொள்ளப்பட்டுள்ளது.

ஓர் ஆதிக்கச் சமூகத்தில் எல்லா மனிதருக்கும் ஒரு பாரம்பரியமான மக்கள் தொகையினரின் உள்ளார்ந்த கீழ்ப்பட்ட தன்மை என்பது அபாயகரமான பொருளாதார, உளவியல் ஆதாயங்களைத் தரக் கூடியது: மலிவான, நியாயப்படுத்தப்பட்ட, இழிவுபட்ட உழைப்பு; நிலம், வெள்ளைக் காலர் பணிகள், அரசியல் தலைமை போன்ற நவீன கௌரவத்தையும் அதிகாரத்தையும் அளிக்கக்கூடிய சரக்குகளுக்கும் இருப்புநிலைகளுக்கும் ஆன போட்டியினை எல்லைக்குட்படுத்தல்; விளிம்புநிலையிலுள்ள விவசாயிகளுக்கு அரிதாகக் கிடைக்கும் கடன்கள், தொழில்துறை உழைப்பில் அரிதாகக் கிடைக்கும் வேலைகளுக்கும் போட்டியைக் கட்டுப்படுத்தல்; ஆதிக்கச் சமூகத்திலுள்ள எல்லாரின் சுயமரியாதைக்கும் ஒரு தன்னிச்சையான உந்துதல் கிடைத்தல். (பி. ஜோஷி 1986: 6).

இதே அல்லது இதுபோன்ற புரிதல் பெரும்பாலான தலித் மக்களால் பகிர்ந்துகொள்ளப் படுகிறது. ஆனால் இந்தியாவின் பெருங்கதையாடல் (இதன் பொதுஅறிவு எல்லாருக்கும் உண்டென்று தானாகக் கொள்ளப் படுகிறது)-இதனைப் பிரதிபலிக்கவில்லை. பிராமணத் தகவல்களாலும் சூத்திரப்படுத்தல்களாலும் வழிமாறிச் செல்லும் இந்திய மற்றும் மேற்கத்திய அறிஞர்கள் (இங்குமங்கும் சில விதிவிலக்குகள் இருக்கலாம்) தலித் மக்களின் பார்வைக் கோணத்தைப் புறக்கணிக்கின்ற அல்லது குறுக்குகின்ற விதங்களில் இந்தியாவை விளக்குகின்றனர். அடிமட்டச் சாதியினர் அல்லது சமுதாயங்களைப் பற்றிய ஆய்வுகள், அவர்களுடைய வரலாறு மற்றும் சாதியைப் பற்றிய புரிதல்கள், அவர்களின் ஆதங்கங்களும் போராட்டங்களும் என்பவை பலவித "அறிவுபூர்வமான வழிகளில்" தவறான விளக்கங்களுக்குள்ளாகின்றன. "மேல்"சாதி மார்க்சிய அறிஞர்கள்கூட வர்க்கங்களை மட்டும் வைத்துப் பார்க்கின்ற பிடிவாதத் தோரணையில் சாதிபற்றிய விஷயங்களில் குருடாகும் அளவுக்கு இந்தியா பற்றிய மையவழிச் சமூகவியல் ஆய்வு பிராமணமயப் பட்டுள்ளது. இந்தியாவின் இடதுசாரிக் கொள்கைவழி அரசியலில் சாதி என்பதே காணப்படவில்லை என்பது வியப்புக்குரியது. வேறு சொற்களில் கூறினால், பார்ப்பனியம் மிகத் தீவிரமான கருத்தியல்களில் சிலவற்றைக்கூட நமக்குத் தேவையற்றதாக்கியுள்ளது.

வரலாற்றில் மோதலை முன்னணிப்படுத்தல்

இந்தியாவின் வரலாற்றைச் சமணர்களின் மற்றும் பிராமணர்களின் போராட்ட வரலாறாக விளக்கலாம். சமணர்கள் உண்மையைத் தேடும் துறவுநெறி பூண்டவர்கள். இவர்களின் தொடக்கம் சிந்து சமவெளி நாகரிகத்தில் உள்ளது. பிராமணர்கள் துணைக்கண்டத்தின் உள்ளிருந்தோ வெளியிலிருந்தோ வந்தவர்கள். தங்கள் மத-கலாச்சார ஆதிக்கத்தை நிறுவ முனைந்தவர்கள். ஏறத்தாழ கி.மு. 1400 அளவில் தங்கள் வருகைக்குப் பின்னர், ஆரியர்கள் இந்தியாவின்பலவேறு சொந்தச் சமுதாயங்களுடனும், அவர்களின் கலாச்சாரத் தலைவர்களான சமணர்களுடனும் சண்டையிட்டனர். உள்ளூர் மக்களை, ஆரியர்கள் இழிவாக தாசர்கள், தஸ்யூக்கள் என்று குறிப்பிட்டனர். ஆரியர்கள் தஸ்யூக்களுடன் பலவித மோதல்களில் ஈடுபட்டனர். (வேதத் தொகுதிகளில் இவற்றைப் பற்றிய சித்திரவரைவுகள் கிடைக்கின்றன). இந்தச் சமண-பிராமண மோதல் பல நூற்றாண்டுகள் நீடித்தது. ஆனால் இறுதியாக, தங்கள் சாதிக் கொள்கை, பிளவுபடுத்தும் அரசியல் ஆகியவற்றினால் பிராமணர்கள் உள்நாட்டு அரசர்களையும் தலைவர்களையும் க்ஷத்திரியர்கள் எனப் பேரிட்டு வெற்றி கொள்ள முடிந்தது. அவர்கள் உதவியால் தங்கள் ஆதிக்கத்தையும் நிறுவிக் கொண்டனர்.

வேத-ஆரியத் தாக்குதல்களின்போது உறக்கநிலையில் இருந்த சமணர்கள் மீண்டும் கி.மு. ஆறாம் நூற்றாண்டு அளவில் முன்னணிக்கு வந்தனர். பழைய வேதத் திட்டங்களைக் கைவிட்டு உபநிடதங்களில் காணப்படும் புதிய தத்துவக் கேள்விகளை ஏற்கின்ற நிலையில் அதிக எண்ணிக்கையிலான தனித்தனி சமணர்கள் தன்னிச்சையாகத் தோன்றுவதைக் காண்கிறோம். மனித இருப்பின் எளிதில் இற்றுப் போகும் தன்மை, வாழ்க்கையின் அர்த்தமும் நோக்கமும் போன்ற பலவேறு மத-தத்துவக் கேள்விகள், சமணர் எழுப்பியவை, உபநிடதங்களில் எழுப்பப்பட்டவையிலிருந்து மிக வேறானவை அல்ல. ஆனால் ஓர் உயிரான, நீடித்த பிரச்சினை அவர்களைக் கூர்மையாகப் பிரித்தது. அது நிரந்தர பரஸ்பர வெறுப்பையும் தோற்றுவித்தது. சமணர்கள் உலகளாவிய சமநீதி ஒழுக்கத்தில் நம்பிக்கை கொண்டவர்கள். அது "பார்ப்பனியத்துக்கே உரிய சாதியினால் பிளவு படுத்தும் மத நடைமுறைகளின் போக்கிலிருந்து அடிப்படையில் வேறுபட்டது" (தாப்பர் 2001: 58).

இந்த அறிவுவளமிக்க சமுதாயத்திலிருந்துதான் பௌத்தமும் ஜைனமும் எழுந்தன. பிராமணர்களின் ஆதிக்கத்துக்கும் ஒழுக்கவிதிப்புகளுக்கும் ஆற்றல்மிக்க சவாலாக விளங்கின. கி.பி. இரண்டாம் நூற்றாண்டைச் சேர்ந்த இலக்கணக் காரரான

பதஞ்சலி, சமணர்களுக்கும் பார்ப்பனர்களுக்குமான மோதலைக் கீரிக்கும் பாம்புக்கும் இடையிலான ஒன்று என்று வருணிக்கும் அளவுக்கு அந்த மோதல் வெகு கூர்மையாக இருந்தது (இயல் 1). பௌத்த-ஜைனப் பனுவல்கள், அசோகனின் கல்வெட்டுகள், மெகஸ்தனீஸின் விவரிப்புகள், சீன யாத்திரிகன் யுவான் சாங்கின் குறிப்புகள் போன்றவை ஏறத்தாழ ஆயிரம் ஆண்டு வரலாற்றுப் பதிவுகள். இவை சமணர்களையும் பிராமணர்களையும் இரண்டு முக்கிய மதவகைகளாகக் காட்டுகின்றன. கி.பி. பதினோராம் நூற்றாண்டிலும், அல்பெரூனி இந்தியாவின் "இருவேறுபட்ட மதங்களின் சொந்த-இயற்கையான தன்மையைக் கண்டான்" (தாப்பர் 2001).

பல காரணங்களால், சிரமண மரபின் முக்கிய ஆதாரமாக பௌத்தம் எழுச்சிபெற்றது. பாலிநூல் தொகுப்பில் சமண கௌதமர் என்று அழைக்கப்படும் புத்தர், பிராமணர்களின் தற்பெருமை, பிறரைக் குறைத்து நோக்குதல், இழிவாகப் பிறந்தவர்கள், வெறுக்கத் தக்கவர்கள் என்று தாங்கள் கருதிய உழைக்கின்ற மக்களிடம் அக்கறையோ கருணையோ இன்மை ஆகியவற்றினை அவர் ஆட்சேபித்தார். "ஒரு தத்துவக் கருத்தை வெல்வதற்காக அல்ல, பிராமணர்களின் முற்றுமுழுதாம் தன்மை, மிக உயர்ந்த அதிகாரம் ஆகியவற்றிற்கான கோரிக்கை இவையெல்லாம் மக்களின் நலனுக்குக் குந்தகமாக இருப்பவை என்ற காரணத்தினாலேயே அவர்களை எதிர்த்தார்". (ஹாமில்டன் 2001: 55). மேலும் மரபையும் பாரம்பரியமாகப் பெற்ற வார்த்தைகளையும் சார்ந்திருக்கும் தன்மையையும் பிராமணர்களிடம் அவர் புறக்கணித்தார். அதற்குப் பதிலாக பகுத்தறிவு (தர்க்கம்), தனது சொந்த அனுபவங்கள், அடிப்படையிலேயே ஒரு சிந்தனையை அல்லது கூற்றை ஏற்க வேண்டும் அல்லது புறக்கணிக்க வேண்டும் என்று கூறினார்.

புத்தர் அரசியல் சிந்தனையில் ஒரு முன்னோடியும் ஆவார். பொதுப் பணிகள், பொருளாதார நலம், ஒழுக்க மேம்பாடு ஆகியவற்றிற்கு இடையிலான தொடர்பைக் கண்டு, அரசின் கொள்கை ஒன்றை உருவாக்கினார். அது சிறந்த தேர்வு (மஹாசம்மத்த) என்பதில் வெளிப்படுகிறது. அது அரசுரிமையின் தெய்விகக் கொள்கை, மனு கௌடில்யர் போன்ற பிராமணக் கருத்தியலாளர்களின் ஏகாதிபத்திய அரசு போன்றவற்றைக் கடந்த ஒன்றாகும். தொடக்கக் கால குடியரசுகளும் அரசியல் ஒழுங்கமைவுகளும் பௌத்தத்தின் மீது செல்வாக்குச் செலுத்தின. அவை குடியரசுத் தன்மையை வலுப்படுத்தின. அத்தன்மை பௌத்தத்தின் சங்கங்கள், நிறுவனங்கள் ஆகியவற்றில் உயிரோட்டத்துடன் காணப்படுகிறது. (இயல் 2).

யாவற்றுக்கும் மேலாக, கர்ம-காண்டம் (சடங்குகளின் தொகுதி) பயனற்றது என்ற பௌத்த நோக்கு, அவற்றின்மீது தங்கள் கலாச்சார மேன்மையைக் கட்ட முயன்ற ஆதிக்க நோக்கினருக்கு (பார்ப்பனர்களுக்கு) ஓர் அச்சுறுத்தலாக அமைந்தது. கர்ம காண்டத்தை எதிர்ப்பது வேதத்திற்கு அச்சுறுத்தலாக அமைந்தது. வேதத்திற்கு அச்சுறுத்தல் என்பது பார்ப்பனரின் மேன்மைக்கு அச்சுறுத்தல் ஆகும். அச்சுறுத்தப்பட்ட பிராமணர்கள், தங்கள் படிநிலைப்பட்ட உலகப் பார்வைக்கு ஆதரவான பலவித வாதங்களோடு முன்வந்தார்கள். இந்தக் கருத்தியல் மோதல்களில் பிராமணர்கள் முதலில் சமூகப் படிநிலை ஒழுங்கமைப்பினை வலுப்படுத்தும் விதமாகத் தற்காப்புகளைச் செய்தனர். இதற்கான சான்றுகளை தர்ம சூத்திரங்களிலும் தர்ம சாத்திரங்களிலும் சாதியை வலுப்படுத்தும் விதமான முயற்சிகளில் காணலாம். சமூக உறுப்பினர் ஒவ்வொருவரும் கண்டிப்பாகத் தங்கள் சாதி/பாலியல் கடமைகளைச் செய்யவேண்டும் என்று பார்ப்பனர் கூறினர். பிறகு அவர்கள் வேதாங்கங்கள் என்று அறியப்படும் வேத அறிவின் ஆறுவிதப் பிரிவுகளை வளர்த்து வேத உலகப் பார்வையின் மெய்யியல் அடிப்படைகளை நியாயப்படுத்தவும் பாதுகாக்கவும் முனைந்தனர் (ஹாமில்டன் 2001).

மற்றொரு தளத்தில், இந்த வேத-உலகப் பார்வை உபநிடத மெய்யியலிலும் கொண்டுசெல்லப்பட்டது. அது, உலகில் மாறும் நிகழ்வுகள் என்னும் மாயைக்குப் பின்னால் உள்ள மாறாத உண்மையைக் கண்டுபிடிக்க முனைந்தது. முழுமையை நோக்கிய தேடல் என்பது அழியாத ஆன்மா, அதை உற்பத்தி செய்த சர்வ வல்லமையுள்ள படைப்புக் கடவுள் என்ற கொள்கைக்கு இட்டுச் சென்றது. சர்வ வலிமை பொருந்திய பிரம்மத்தின் ஏற்பாடின்றி எதுவும் நடப்பதில்லை ஆதலின் உபநிடத முழுமைவாதம் சாதிப்படிநிலை ஒரு தெய்விக ஏற்பாடு என்று அதைப் பாதுகாக்க முடிந்தது. இவ்விதமாக பிராமண அறிவு ஒழுங்குமுறையின் பாதுகாப்புப் பல்லவியாகவும், பொதுவான இழைகளாகவும் சாதிப்படிநிலை என்பது அமைந்தது.

புத்தர் இந்துவாகவே பிறந்தார், வளர்ந்தார், இறந்தார் என்ற பிராமண நம்பிக்கை (ராதாகிருஷ்ணன் [1956] 1997: IX) என்பது குறும்புத்தனமானது என்று கொள்ளாவிட்டாலும் கேவலமானது. புத்தர் வேதப் பார்ப்பனியத்தைப் புறக்கணித்தவர். பாலிப்புனித நூல்களில் சாதியை எதிர்த்தும் பார்ப்பனப் பாசாங்குகளை எதிர்த்தும் அவரது நோக்குகள் ஆங்காங்கு விரவிக் கிடக்கின்றன. (Rhys Davids [1899; 1910; 1921] 2000a, and 2000b; சக்ரவர்த்தி 1996). இரண்டாம் இயலில் நாம் காணப்போவது போல அவரது இயங்கியல் சிந்தனை, நாத்திகம், ஆன்மா என்ற ஒன்று கிடையாது என்ற மறுப்பு ஆகியவை பிராமண

முழுமை வாதத்திற்கு ஒரு நிரந்தர எதிர்க்கொள்கையாக உள்ளன. அவரது போதனைகள் பார்ப்பனியத்தின் போதனைகளிலிருந்து தீவிரமாக வேறுபடுபவை மட்டுமல்ல, பின்னாட்களில் பௌத்தத்தின் முழுமைவாத வடிவங்களிலிருந்தும் வேறுபடுகின்றன (கலுபஹன *1976: 9*).

பௌத்தம் ஏறத்தாழ ஆயிரம் ஆண்டுகள் இந்தியாவில் ஒரு முக்கிய மதமாக இருந்தபோதும் அது காலப்போக்கில் பார்ப்பனியத்தின் வெறுப்பு-வன்முறை அரசியலின் ஆதிக்கத்திற்கு உட்படலாயிற்று (ஓம்வெட் *2003*; வெரார்டி *2011*). பௌத்த-பிராமண மோதல், பௌத்தரின் பாரம்பரியத்தில் ஏற்பட்ட மாற்றம், இடைக்காலத்தில் பௌத்தம் உயிருள்ள மதமாக இல்லாமல் இந்தியாவிலிருந்து மறைந்து போனமை ஆகியவை "இடைக்காலத்திலிருந்து இக்காலம் வரை பழங்கால இந்திய நாகரிகத்தினைப் பற்றி வளர்ந்து வந்த தவறான கருத்துகளுக்கும், பிராமண நிலைப்பாட்டின் பிரச்சாரத்திற்கும் பெருமளவு காரணமாக அமைந்துவிட்டன" (ஜோஷி [1969] 2007: 3).

ஆக்கிரமிப்புத் தன்மை கொண்ட பார்ப்பனியம் வளர்ந்ததைத் தொடர்ந்து வந்த காலத்தில், பார்ப்பனிய வார்ப்பில் இந்தியக் கலாச்சாரத்தை மாற்றியமைக்க வேண்டி ஒட்டுமொத்த ஏமாற்று, மோசடி, கட்டுக்கதை ஆகியவை பயன்படுத்தப்பட்டன (இயல் 2).

பௌத்தம் அழிக்கப்பட்டது. ஆனால் அது ஒரு புதிய வடிவில் அடியாழத்தில் இருப்புக்கு ஆட்பட்டுத் தொடர்ந்து வாழ்ந்து வந்தது. உள்ளடக்கும் அதன் கூறுகள் சில நாத-சித்தர்கள், இடைக்கால ஞானக் கவிகளின் முக்தி இயக்கங்கள், முற்காரணிகள் சாரா இயக்கங்களான சீக்கியம், சூஃபியியம் ஆகியவற்றில் பின் நூற்றாண்டுகளில் உயிருடன் மேற்கொண்டு செல்லப்பட்டன. இவை சிலசமயம் வெளிப்படையாகவும் சிலசமயம் சற்றே வெளிப்படைத்தன்மை இன்றியும் சாதிய அரசியல் மற்றும் கலாச்சாரத்திற்குச் சவாலாக இருந்தன.

ஆதிக்க வரலாறெழுதுமுறைமையில் இடைக்காலச் சமூக-மத இயக்கங்களின் சாதிக்கு எதிரான அழுத்தத்தை வேண்டுமென்றே மூடிமறைக்கும் தன்மை காணப்படுகிறது. இவை கீழிருந்து எழுகின்ற ஆக்கப்பூர்வத்தன்மை, எதிர்ப்பு ஆகியவற்றின் உயிர்த்துடிப்புள்ள களங்களாக இருந்தன. அவர்களின் சமகால எதிரிகள் சூத்திரர்களின் பக்தி இயக்கத்தை மதத் தன்னாதிக்கத்திற்கான அவாவாகவும் சமூக மதிப்புகளைத் தலைகீழாக்குவதாகவும் பார்ப்பனியத்திற்கு ஓர் அச்சுறுத்தலாகவும் கண்டனர். நவீனகால மேட்டுக்குடி ஆய்வுகளோ அவற்றை மறைஞான ஆன்மிக விஷயங்களாகக் காட்டி, அவற்றின் மத ஆர்வத்தை மட்டும் தனித்துக் காட்டுகின்றன. ஆனால்

(அவற்றில் பிழைத்திருக்கும் பனுவல்கள் காட்டுவதுபோல) அந்த இயக்கங்கள் பார்ப்பனர்களின் தலைமையை மறுத்தன என்பது மட்டுமின்றி, நிறுவன மதத்தின் கோவில்களையும் மடங்களையும் அவற்றின் சடங்காசாரத்தையும் புறக்கணித்தன. அவர்களது தீவிர ஒற்றைக் கடவுட் கோட்பாடு, தங்கள் உடம்புகளுக்குள்ளாகவே தனிமனித-சமூக மனச்சாட்சியின் வடிவத்தில் உறைகின்ற ஒரு கடவுளை எதிர்நோக்கியது. அவர்களுடைய கடவுள் பக்தர்கள் மனங்களில் அநீதிக்கு எதிரான கலகத்தை எழுப்பியது. வேறு சொற்களில் கூறினால், மதச்சார்பான சொல்லாடலுக்கு அப்பால், அவை தூண்டிய விவாதங்களின் அழுத்தம் சமூக, அரசியல் சார்ந்ததாக இருந்தது. இது, துளசிதாசர் போன்ற பிராமண ஆதரவாளர்களை அவ்வியக்கங்களில் ஊடுருவி உள்ளிருந்து அதை அழிக்கத் தூண்டியது. இன்னும் அதிகமான பழமைவாதிகள் நிலவுடைமை, அரசு ஆதரவோடு அதை நசுக்க முனைந்தனர் (இயல் 3).

காலனியாதிக்கத்துள் ஒரு காலனியாதிக்கம்

எதிர்ப்புகள் இருந்தாலும் பார்ப்பனியம் தனது கருத்தியல்-கலாச்சாரப் பிடிப்பினைத் தக்கவைத்துக் கொண்டிருந்தது. அதனுடைய விதிமுறைகள் கலாச்சாரப் பொதுப்புத்தியாக ஆயின. எல்லாவித ஆட்சிகளுக்கும் விட்டுக்கொடுத்து, தனது ஆச்சரியமான உயிர்ப்பினை அது உறுதிப் படுத்திக் கொண்டது. பார்ப்பனியச் சமூக முறைமையே இடைக்கால முஸ்லிம் ஆட்சியாளர்களின் முழுமையாதிக்கத்திலும் நீடித்தது. அவர்களுக்குச் சாதிமுறைமை வெகுஜன அடிமைப்படுத்தலுக்கு உதவியாக இருந்தது. பிறகு, காலனியாதிக்கம் ஏற்பட்டபோது, அதே காரணத்துக்காக பிரிட்டிஷ் ஆட்சியாளர்கள் சாதியையும் பார்ப்பனியத்தையும் தங்கள் முதுகில் சுமந்தனர் (இயல் 4). அயலகத்திலும் இந்தியாவிலும் இருந்த ஆட்சிவகுப்பினருக்கு, சமூகத்தில் ஆள்வோர்-ஆளப்படுவோர்க்கு இடையில் துல்லியமான பிளவுண்டாக்குவது இயல்பான ஒன்று; பிரிட்டிஷ்காரரும், பார்ப்பனர்களும் சாதி, வகுப்பு, இனம், தந்தையாதிக்க முறைமை ஆகிய வகைமைகளின் புனிதத்தைக் காப்பாற்றுவதில் ஒரேமாதிரியாக இருந்தனர். ஆக, முதலில் காலனியாதிக்கத் தலைமைகளுடன் அது செய்த கூட்டுச்சதியினால் தனக்கும் தனது பழைய கலாச்சார மூலங்களுக்கும் புத்துயிர் கொடுத்துக் கொண்டதாலும், சுதந்திரத்திற்குப் பிறகு தேசிய அரசியல்-கருத்தியலின் கருவியாக எழுச்சி பெற்று ஆதிக்கத்தைக் கைப்பற்ற முடிந்ததாலும், காலனியாதிக்கக் காலத்தில் பார்ப்பனியத்திற்கு ஒரு புத்துயிர் கிடைத்தது.

காலனியாதிக்கத்திற்கும் இந்திய மேட்டுக்குடியினருக்கும் உடையில் இருந்த நீடித்த பிணைப்பினை வரலாற்றுப் புத்தகங்கள் மறைக்கின்றன. காலனியாதிக்கத்தின் ஆதிக்கப்பாதை இந்தியாவிலும் மேற்கிலும் இரண்டு நாகரிக முழுமைகளைக் கட்டமைத்தது. இரண்டு சமூகங்களிலும் விளிம்பில் வாழ்ந்தவர்களின் குரல்களையும் காலனியாதிக்கம் கட்டப்பட்ட பிரிட்டிஷ் மற்றும் இந்திய மேற்குடியினரின் கூட்டுமோசடி யதார்த்தத்தையும் ஒரு பொதுக்குரலுக்குள் அடக்க அது பயன்பட்டது. காலனியாட்சியில் நிகழ்ந்த எல்லாவற்றையும் பிரிட்டிஷ்காரர்களே கட்டுப்படுத்தினர் என்பதுபோலக் காலனியாதிக்கத்தைப் பற்றிப் பேசுவது ஒரு கட்டுக்கதை. இருபதாம் நூற்றாண்டின் தொடக்கத்தில் பிரிட்டிஷ் ஆதிக்கம் உச்சத்தில் இருந்த காலத்திலும் துணைக்கண்டம் முழுமையிலும் 1300 பிரிட்டிஷ் பொதுப்பணி அதிகாரிகளுக்கு மேல் இல்லை. அவர்களுக்குக் கீழ் இந்தியக் கீழ்ப்பணியாளர்களின் ஒரு பெரிய சேனை இருந்தது. அவர்களில் மிகப்பெரும்பாலோர் பிராமணப் பின்னணியிலிருந்து வந்தவர்கள். இராணுவமும் பெரும்பான்மை இந்தியர்களைக் கொண்டுதான் இருந்தது. வேறுசொற்களில் கூறினால், காலனியாதிக்கத்துக்கு ஒத்துழைத்த இந்திய மேற்குடியினர்தான் காலனிய அதிகாரத்தின் மொழியை உருவாக்கவும் ஏற்கச் செய்யவும் ஆன முன்னுரிமை கொண்ட நிலையில் இருந்தனர்.

தாங்களாக சேவையை ஏற்றவர்களாகவோ, அல்லது அந்தப் பணிகளில் காலனிய ஆதிக்கக் காரர்களால் இந்து, முஸ்லிம் சமுதாயங்களுக்குப் பிரதிநிதிகளாகத் தேர்ந்தெடுத்துச் சுமத்தப்பட்டவர்களாகவோ இருந்தவர்களின் காலனிய எடுத்துரைப்புகளில் கொள்கைகளின் எதிரொலியை வேறு எந்த இடத்தையும்விடத் தெளிவாகக் காணலாம். இந்தப் பாரம்பரியம், பத்தொன்பதாம் நூற்றாண்டில் தொடங்குகிறது. பிறகு குறித்த சூழல்களின் காரணிகளுக்கேற்பத் தன்னைத் தக்கவைத்துக் கொண்டும், மாற்றங்களுக்கு உட்பட்டும் சமகால இந்தியாவிலும் ஏதோ ஒருவித வடிவத்தில் தொடர்கிறது (பேபர் 2006: 53).

அண்மையில், இந்திய அறிவுஜீவிகளின் பிற்காலனிய ஆய்வுகளால் தூண்டப்பட்ட குற்றவுணர்ச்சியினால் பீடிக்கப்பட்ட சில ஐரோப்பிய-அமெரிக்க ஆய்வாளர்கள், இந்தியச் சமூகத்திலுள்ள சாதியும் பிற முரண்பாடுகளும் காலனியாதிக்கக் காலத்தில் ஏறத்தாழ உருவாக்கப் பட்டவை என்பதுபோல் மேற்சாதி அனுதாபப் பெருநூல்களை வரைந்துள்ளார்கள் (இண்டென் 1990; டர்க்ஸ் 2002). அவர்களுடைய ஆய்வுகள், காலனியாதிக்கம் ஏதோ ஒருவிதத்தில் எல்லா இந்தியர்களையும்-முன்னுரிமை பெற்றவர்கள், கீழ்நிலைக்குத் தள்ளப்பட்டவர்கள் எல்லாரையும்-ஒரே விதமாகப் பாதித்தது என்ற யூகத்தின் அடிப்படையில் அமைந்துள்ளன. இப்படிப்பட்ட ஆய்வுகளில்

உள்ள சிக்கல், அவர்கள் ஏளனம் செய்கின்ற கீழையியலாளர்களின் அதே சிக்கல்தான்: அவர்களுடன் உரையாடல் நிகழ்த்துவோரும், அவர்களுக்குத் தகவலளிப்போரும் அவர்களின் இந்திய நண்பர்களும் மேற்சாதியினர்களாகவே உள்ளனர். முன்னுரிமை பெற்ற சாதியினரின் உதவியைச் சார்ந்தே எல்லாவிதக் காலனிய சாதி-இன நூல்களும், அரசிதழ்களும், மக்கள்தொகைக் கணக்கெடுப்புகளும் வெளியிடப்பட்டன என்பதை மறந்துவிடுகிறார்கள். காலனியாதிக்கத்தின் போது, சாதியை மறுவரையறை செய்வது, தகவல் மேம்பாடு செய்வது, வலுப்படுத்துவது போன்ற யாவும் மேற்கினரால் மட்டுமே செய்யப்பட்டவை அல்ல. இம்மாதிரி நடவடிக்கைகளால் பயனடைகின்ற முக்கியப் பயனாளிகளான மேற்சாதியினர் சாதியைக் கட்டமைக்கும் காலனியப் பணியில் உடந்தையாக இருந்தனர். காலனியம் பார்ப்பனியத்தை வலுப்படுத்துவதிலும், பார்ப்பனியம் காலனியத்தை வலுப்படுத்துவதிலும் குற்ற உடந்தையாக இருந்தமை பெருமளவு வெளிப்படாத ஒரு இழிந்த சுயநலக்கதை (இயல் 4).

காலனியாதிக்கக் காலத்தில் அதிகப்புகழ் பெற்ற ஆரிய இனக் கொள்கை, இந்தியாவில் ஆரியர் வருகை, வேதங்களை இயற்றியமை, சொந்த நாட்டினரான தாச-சூத்திரர்களை முதலில் தேவையான வன்முறையாலும், பிறகு சாதி போன்ற ஒழுக்கம் கெடுக்கும் கருவிகளாலும் அடிமைப் படுத்தியமை போன்றவற்றை ஒரேமாதிரியாகச் சொல்கிறது. இந்தக் கொள்கையின்படி, ஒருவன் எந்த அளவுக்கு மேற்சாதியினனாக இருக்கிறானோ அவ்வளவுக்கு அவன் ஆரியன் (ஐரோப்பாவிலிருந்து, மத்திய ஆசியாவிலிருந்து வந்தவன்). ஆரிய இன மற்றும் இந்தோ ஐரோப்பிய மொழிக் கொள்கை ஐரோப்பியர் பலருடைய கற்பனையைத் தூண்டிவிட்டு, அவர்களை இந்தியாவின் மேற்சாதியினரின் சகோதரர்களாகக் காணவைத்தது. ரிக் வேதத்தின் முதல் அச்சுப் பதிப்பைக் கொண்டுவந்தவரும், ஆரியன் என்ற சொல்லைப் பரப்பியவருமான மாக்ஸ் முல்லர், ஆங்கிலச் சிப்பாய்கள், கருப்பு வங்காளிச் சிப்பாய்கள் இருவர்தம் உடலிலும் ஒரே இரத்தம் ஓடுகிறது என்று கற்பனை செய்தார். இந்த இனவுணர்வினால்தான் ஐரோப்பியப் புனைவாளர்கள் சமஸ்கிருதப் பண்டிதர்களின் உதவியினால் இந்தியாவின் 'பழம்புகழை' மீட்டுத்தரும் காரியத்தினை மேற்கொண்டனர். தங்கள் 'இந்திய முன்னோர்'களின் ஆன்மிக-அறிவுசார்ந்த சாதனைகளைக் கண்டுபிடிப்பதில் அவர்களுக்கு மிகுந்த இன்பம் கிடைத்தது. இந்தியாவில் வந்து தங்கியிருந்து நிதரிசனத்தை நேரில் கண்ட பயன்வழியாளர்கள் மற்றும் நற்செய்தியாளர்களின் கடும் விமர்சனங்கள் சில இருப்பினும், இனஆதிக்கப் புனைவாளர்களின் காரியத்தால் உருவான இந்தியா பற்றிய ஆன்மிகக் கட்டுக்கதை ஐரோப்பாவில் எஞ்சியது. மேற்கின்

பகுத்தறிவு சார்ந்த, பொருளியல் சார்ந்த சிந்தனைக்கு மாறாக, ஓர் இரகசியமான, ஆன்மிகக் கிழக்கு என்பதாக இந்தக் கட்டுக்கதை உருவாக்கப்பட்டது.

பல வழிகளில், ஆரியக் கொள்கையும் கிழக்கு-மேற்கு எதிர்மையும் இரண்டு சமூகங்களிலும் உள்ள மேற்குடியினருக்குப் பயனுடையனவாக அமைந்தன. காலனியாதிக்கக் காரர்களுக்கு அந்த ஆதிக்கத்திற்கான நியாயப்பாட்டினை அவை அளித்தன. (ஆன்மிகத்தில் திளைத்த இந்தியர்கள், வாழ்க்கையின் பொருளியல் சார்புகளைக் கவனிப்பவர்களாக இருக்கமாட்டார்கள்.) மேற்சாதியினருக்கு ஐரோப்பியத் தலைமை சான்றளித்த இனஉயர்வு என்ற கருத்து, இந்தியச் சமூகத்தின் இயல்பான தலைவர்களாக அவர்களை நியாயப்படுத்தியது. இருவருமே, சாதியமைப்பு ஒருசீர்த்தன்மை கொண்ட சமூகத்தை உருவாக்கியது என்று பிரமாணம் செய்தனர். அதில் அவரவர்க்குரிய இயற்கையான மனப்போக்குகளுக்கும் திறன்களுக்கும் ஏற்ப ஒரு வேலைக்கு இடமிருந்தது. இந்தச் சீரழிவும்கூட, முஸ்லிம் ஆட்சி நிறுவப் பட்டபோது ஏற்பட்ட சாதிநீர்த்துப் போன தன்மையினால் தொடங்கியது என்று பரவலான ஒப்புதலும் தரப்பட்டது. இவ்வளவு தீர்மானமான ஒருமிப்புக் கருத்தினால், காலனிய வரலாறெழுதல், காலனியத் திமிரை விலக்குவதற்காக மிகச்சிறு அளவே திரிக்கப்பட்டது. இப்போது அது பார்ப்பன தேசிய மீட்டுருவாக்கத்தின் சேவைக்குப் பயன்படத் தயாராகி விட்டது.

பார்ப்பனியத்தின் இந்து மற்றும் தேசிய வடிவமாற்றம்

இந்திய அமைப்பில் முஸ்லிம் நுழைந்தபோது இந்து என்பவன் உருவானான்; பிரிட்டிஷ் காலனியாதிக்க எழுச்சியினால் (மேலும் இந்தியவியல் ஆய்வில் இந்தியப் பண்டிதர்கள் தங்கள் சிறு கொடையை அளித்தபோது) 'இந்து' என்ற கருத்து 'இந்துமதமாகத்' தோன்றிவிட்டது.

ராம்மோகன் ராய் 1816-17இல் முதன்முதலில் இந்துமதம் என்ற சொல்லைப் பயன்படுத்தினார். அதற்கு முன் அந்த மதம் வர்ணாசிரம தர்மம், சநாதன தர்மம் (அல்லது சுருக்கமாகப் பிராமண மதம்) என்று அழைக்கப்பட்டது என்று அவரே கூறுகிறார் (கில்லிங்லி தொகுப்பு 1993: 62-3). இந்து (சிந்து என்ற சொல்லிலிருந்து பிறந்தது) என்ற சொல் நவீன காலத்திற்கு முந்திய இந்தியாவில் இருந்தாலும் அது ஒரு கலாச்சார, நிலவியல் குறிப்பானாகத்தான் பயன்பட்டுவந்தது. இன்று நாம் அறிகின்ற இந்துமதம் என்பது மேற்சாதி எழுத்துகளால் உருவாக்கப்பட்ட ஒரு நவீன கட்டமைப்பு. அது காலனிய ஆட்சியாலும் கீழை ஆய்வுகளாலும் உதவிசெய்யப்பட்டு

தூண்டிவிடப்பட்டது. ரொமிலா தாப்பர் இந்த நிகழ்வைக் அமைப்புருவாக்க இந்துமதம் (சிண்டிகேடட் இந்துயிசம்) என்று அழைக்கிறார், அது மதம் சார்ந்தது என்பதைவிட அரசியல் சார்ந்த கட்டமைப்பு என்கிறார். இந்த இந்து மதம் நம் நாட்டிற்குள் இருக்கும் எல்லா மதப் பிரிவுகளையும் வகைமைகளையும் நடைமுறைகளையும் ஆதிக்க நடைமுறைப்படி ஒரே விஷயமாகச் சுருக்குப் பையில் போடும் அமைப்பு. சிந்தனையில் பார்ப்பனியத்தையும், மதநூல்களையும், சடங்குகளையும் பெருமளவு அடிப்படையாகக் கொண்டு, 'இந்து'க்களின் சாராம்சமான நம்பிக்கைகள், சடங்குகள், நடைமுறைகள் ஆகியவற்றை ஒன்றிணைத்து, அதன் வாயிலாக செமிட்டிக் மதங்களில் காணப்படும் ஒருசீர்த்தன்மை, மையப்படுத்தல், ஒற்றைக்கடவுளாக்கம் ஆகியவற்றை அடைவதற்கு முயல்கிறது. இந்தத் தரப்படுத்தப்பட்ட இந்துமதத்திற்குள் அது எல்லாக் கீழ்ச்சாதிகளையும் பழங்குடியினங்களையும் உறுதியாகக் கொண்டு வரவும் முஸ்லிம்களையும் கிறித்துவர்களையும் மறுமதமாற்றம் செய்யவும் முயற்சி செய்கிறது. பிராமண முறைமையின் சமமில்லாத் தன்மையை ஆதரிப்பதோடு, இந்து தேசியத்தை முன்வைக்கிறது. அதாவது இந்துக்கள் பெரும்பான்மையினராக இருப்பதால் அவர்கள்தான் நாட்டை ஆள வேண்டும், சிறுபான்மையினர்-அதாவது பிறமதங்களைப் பின்பற்றுபவர் மீது ஆதிக்கம் செலுத்தவேண்டும் என்று சொல்கிறது. இவ்வாறாக, அமைப்புருவாக்க இந்துமதம் என்பது வெகுமக்கள்மீது தங்கள் பிடிப்பினை நிலைநிறுத்துவதற்காக இந்துமதத்தை மறுவிளக்கம் செய்யவும், மறு உருவாக்கம் செய்யவுமான ஒரு ஆதிக்க முயற்சி (தாப்பர் 2001).

வேறு சொற்களில், பார்ப்பனியம் காலனிய ஆட்சியில் ஒரு புதிய வடிவத்தைப் பெற்றது. அடுத்துவந்த காலத்தில் தன்னைத்தானே ஆக்டபஸ் போன்ற இந்துமத்திற்குள் தேசியப்படுத்திக் கொண்டது. அதே சமயத்தில் பிராமணச் சக்திகள் கலாச்சார தேசியம் என்ற கருத்தை உருவாக்கினார்கள். அது தேசியத்தின் பெயரால் சாதியை நியாயப் படுத்துகின்ற அரசியல் கலாச்சார முகாமாக மாறியது. மேலும் இந்தியத் தன்மையை இந்து மதத்துடனும், இந்து மதத்தைப் பார்ப்பனியத்துடனும் ஒன்றுபடுத்தியது. பரந்த தேசத்தினருக்கு, விளிம்புநிலையில் இருந்த பெரும்பான்மையினருக்கு, வஞ்சகமாக மேற்சாதி மேற்குடியினர் செய்த இந்த நம்பிக்கை துரோகத்தைத்தான் தலித்-மக்களின் நாயகர்களான புலே, பெரியார், அம்பேத்கர் ஆகியோர் எதிர்த்தனர் (இயல்கள் 5, 6. 7).

ராம் மோகன் ராய் முன்னோடியாக அமைந்த மேற்சாதி மையமிட்ட சீர்திருத்த இயக்கங்களின் அடிப்படை, பார்ப்பன மறுமலர்ச்சியிலிருந்து

பிரிக்கமுடியாத ஒன்றாக இருந்தது. பின்னர், சீர்திருத்தவாதத்தின் சிறுசிறு பகுதிகளைப் புத்தெழுச்சியுடன் சேர்த்து, தயானந்தர், விவேகானந்தர் போன்ற கவர்ச்சிமிக்க தலைவர்கள் அவ்வப்போது, "இழிந்துவிட்ட" சாதிக் கலாச்சாரத்தின் வெறுக்கத்தக்க கூறுகளை அவ்வப்போது தனியாகவும் ஒன்றுசேர்ந்தும் தாக்கிவந்தனர். ஆனால் அதே சமயம் "பெருமை வாய்ந்த இந்திய மரபு" என்ற குடையின்கீழ் பழமையான சாதி ஒழுங்கையும் பார்ப்பனியத்தையும் தீவிரமாகத் தற்காத்தும் வந்தனர் (இயல் 4).

ஒடுக்கும் மரபை காந்தி-நேரு உயர்த்திப்பிடித்தல்

1885இல் கால்கோள் இடப்பட்டதிலிருந்து தேசிய அரசியலின் ஒற்றைக்குடை நிறுவனமான இந்திய தேசியக் காங்கிரஸ், பிராமணச் சுயநலச் சக்திகளின் பிடியிலேயே இருந்துவந்தது. குடிமக்கள் ஒழுக்கங்கள், குறியீடுகள், அறிதல்கள் ஆகியவற்றின் கருவியான, அரசியல் தொடர்பான செயல்படு சமூக விதிகள் விதைக்கப்படும் கருவியான, அரசியல் கருத்தொற்றுமை உருவாக்கப்படும் கருவியான அரசியல் சமூகமயமாக்கம் காங்கிரஸின் முற்றுமுழுதாக வளைக்கின்ற தலைமையின்கீழ் இந்தியாவில் நடந்தேறியது. அது ஏமாற்று அரசியல், இரட்டை நாக்குத் தன்மை ஆகியவற்றை அடிப்படையாகக் கொண்டிருந்தது (இயல் 7). தொடக்கத்திலிருந்தே மேற்குடிச் சீர்திருத்த வாதம், தேசியம் ஆகியவற்றிற்கு உணர்ச்சிமயமான சாதி அரசியலில் இணைந்துகொள்ளும் ஆற்றல் இருந்தது, அதுதான் மெய்யாக நிகழவும் செய்தது. தீவிர இந்து அமைப்பான ஆர்எஸ்எஸ் (ராஷ்ட்ரிய ஸ்வயம் சேவக் சங்கம்)-ஐத் தோற்றுவித்த கே.பி. ஹெட்கேவாட் ஒரு முக்கியமான காங்கிரஸ் தலைவர் என்பது குறிப்பிடத்தக்கது. பாலகங்காதர திலகர், எம்.எம். மாளவியா, பி.டி.தாண்டன்போன்ற காங்கிரஸ் உச்சத் தலைவர்கள், தலித் வெகுமக்கள் தலைவர்களோடு முரண்பட்டும், முஸ்லிம் தலைமையை விலக்கியும், எப்போதுமே ஆர்எஸ்எஸ் வகையிலான இந்துமேலாதிக்கவாத வாதத்தோடு கொஞ்சிக்குலாவி வந்தனர். இதனால் முஸ்லிம் தலைமை தனது சொந்த இஸ்லாமிய அரசியலையும், பிரிவினைத் திட்டத்தையும் ஏற்படுத்திக் கொண்டது. ஆக தேசிய இயக்கத்தின் டிஎன்ஏ-விலேயே (அடிப்படைக்கூறிலேயே) இந்தியப் பிரிவினை உள்ளடங்கியிருந்தது. இந்த அர்த்தத்தில் 1947இன் இந்தியப் பிரிவினையும் அதனுடன் கிடைத்த முடமான விடுதலையும் இந்தத் தலைவர் அல்லது அந்தத் தலைவரின் தனிப்பட்ட தோல்வியா[ல்] ஏற்பட்ட ஒன்றல்ல, மாறாக, காந்தியும் நேருவும் பிரிக்கமுடியா[த] பகுதியாக இருந்த பிராமண தேசியத்தின் தோல்விதான் அது.

ஒரு தனித்துவமிக்க உள்ளடக்கும் விதமான தேசியம், மதச்சார்பின்மை, ஜனநாயகம் ஆகியவற்றின் தந்தையராக காந்தியும் நேருவும் தெய்வமாக்கப்பட்டனர், புதிர் ஆக்கப்பட்டனர். இந்தப் புகழ்மாலையை ஒருவர் ஏற்பதற்கு முன்பாக ஒருவர் கண்டிப்பாக அவர்களது சொந்த எழுத்துகளைப் படிக்க வேண்டும், சமூகத்தின் எதிர்முனையிலிருந்து புலேக்கள், பெரியார்கள், அம்பேத்கர்கள் இருப்பதற்கான கவனத்தையும் தரவேண்டும். காந்தி தெளிவற்ற மதச் சொல்லாடலையும் நேரு சமதர்ம-மதச்சார்பின்மைச் சொல்லாடலையும் பயன்படுத்தினர். ஆனால் பொதுவாக நம்பப் படுவதற்கு எதிராக இருவருமே சாதியையும் பார்ப்பனியத்தையும் உயர்த்திப் பிடித்தனர். அவர்களுக்கு அவைகளே இந்தியக் கலாச்சாரத்தின் உயிரோட்டமும், வேற்றுமையில் ஒற்றுமை என்ற வியத்தகு கருத்தின் மையமும், இந்திய தேசியத்தின் முழு அடித்தளமாகவும் இருந்தன.

கீழ்ச்சாதியினருக்கு எதிராகக் காட்டுமிராண்டித் தனமான செயல்களை நடைமுறைப்படுத்திய பார்ப்பனச் சமூக முறைமையின் கோரைப்பற்களையும் கூரிய நகங்களையும் எவ்வளவு சாமர்த்தியமாக காந்தியும் நேருவும் ஒதுக்கிவிட்டனர் என்பது உண்மையிலேயே ஆச்சரியகரமானது. ஜனநாயகச் சத்தமும் சூறையும் நிறைந்த ஒரு பெரிய தேசியவாதக் காட்சியை நடத்துவதற்குக் காலனியத்திற்கு எதிரான கருத்தியலைப் பயன்படுத்தினாலும், உண்மையில் இந்தியக் கலாச்சாரம் பற்றிய பார்ப்பனப் பார்வையையே மேம்படுத்தினர். இந்து-முஸ்லிம் ஒற்றுமையை அழுத்திக் கூறிய ஒன்றைத் தவிர-அதுவும் இரு சமுதாயங்களின் மேட்டுக்குடியினரின் பார்வையில் அமைந்ததுதான்-கடந்த காலம், தேசியம் பற்றிய அவர்களின் சமூக-கலாச்சாரக் கட்டமைப்பு, முற்கால-சமகால சாதிவெறிப் பற்றாளர்கள் தரிசனம் கண்ட இந்து தேசியத்துடன் வியக்கத்தக்க ஒற்றுமையைக் கொண்டிருந்தது. இந்து மீட்புவாத இயக்கங்களால் சாதிவெறியர்கள் மிகுந்த ஆறுதலைப் பெற்றிருந்தனர். ஆனால் "நமது மதச்சார்பற்ற தேசியம் என்று நாம் கதைப்பதன் மிகப் பெரும் பகுதியினர் அந்தவிதமான சொற்பயன்பாடுகளிலிருந்து விடுபட்டவர்கள் அல்ல என்பது எந்த அளவுக்கு உண்மை என்றால், காந்தியின் இந்து சுயராஜ்யம் (நூல்) அந்தக் கடந்தகாலக் கற்பனையின் மையமான ஆவணமாக இருந்தது மட்டுமல்ல, நேருவின் இந்தியாவைக் கண்டறிதல் (டிஸ்கவரி ஆஃப் இந்தியா) என்பதும் துல்லியமாக அதே விஷயங்களைச் சிலசமயங்களில் காட்சிப்படுத்தி நோக்குவதாகவே உள்ளது" *(ஏ. அஹமது 2002: 87)*.

காந்தி மத போதைக்கு அடிமையாகியிருந்தவர், தன்னைத்தானே சநாதன இந்து என்று சொல்லிக் கொண்டவர். சாதித்தளைக்கு உட்பட்டிருந்த இந்து மதத்தைத் தற்காத்து, பிறகு பாராட்டிய ஒரு வெற்றிகரமான சூத்திரத்தை அவர் கடைப்பிடித்தார். அது எளிமையானது: அவர் இருக்கும் இந்து மதத்தைப் பற்றிப் பேசியதில்லை, அது எப்படி இருக்கவேண்டும் என்பதைப் பற்றித்தான் பேசினார். இந்து மதத்தை நேசிப்பவர்கள் எவராயினும், கண்டிப்பாக சாதியை நியாயப்படுத்தியே தீரவேண்டும், ஏனெனில் இந்து மதத்தின் மையம் சாதிதான். சாதி இல்லாமல் ஒரு இந்து இருக்க முடியாது. கபடமான தர்க்கத்தையும், நேர்மையற்ற விளக்கங்களையும், வர்ணத்திற்கும் சாதிக்கும் தொடர்பில்லை என்று காட்டத் தேர்ந்தெடுத்த உதாரணங்களையும் பயன்படுத்தி தனது வாழ்நாள் முழுவதும் சாதியையும் பார்ப்பனியத்தையும் ஆதரித்த ஒரு சநாதன இந்துவைத் தவிர நன்கறிந்தவர் யாரும் இருக்க இயலாது. ஆதிக்கச் சாதியினரிடையே அவருடைய பிராபல்யத்துக்கு அப்போதும் இப்போதும் முக்கியக் காரணமாக இருப்பது அதுதான். சநாதன தர்மத்திற்குள்ளாகவே மாற்றத்திற்கும் பரிகாரம் செய்வதற்குமான ஒரு மொழியைப் பயன்படுத்திய காந்திக்கு, எல்லாப் பிரச்சினைகளையும் உணர்ச்சிமயப்படுத்திக் குழப்புவதற்கான ஒரு அதியற்புதத் திறமை இருந்தது. தான் மாறாமலே சாடித, சுதந்திரம், தேசியம் பற்றிய தனது வரையறைகளை எல்லாம் விரைந்து மாற்றிக்கொண்டு வந்தவர் அவர். எல்லாமே அவரது வணிக விளம்பர அடையாளமான அறிவுமறைப்பு என்பதில் புதைந்திருந்தன. ஏழைகளின் பெயரால் ஓர் உயர்ந்த நிலைப்பாட்டிலிருந்து எப்போதுமே பேசிவந்த, உண்மையையும் அஹிம்சையும் வேண்டி வணங்கிவந்த அவருக்கு ஒரு மகாத்மாவுக்கே உரிய முறையில், ஒடுக்குபவரின் சம்மதத்தோடு ஒடுக்கப்படுபவரை விடுவிக்கின்ற, பணக்காரர்களுடைய செல்வத்தைக் கொண்டு ஏழைகளை மேம்படுத்துகின்ற அற்புதங்களைச் செய்யும் உற்சாகம் என்றும் குறைந்ததே இல்லை. தனது சுயநேர்மையை ஒரு புரட்சிகர உணர்ச்சி வேகத்துடன் பயன்படுத்தி, ஒடுக்கும் செயலில் ஒடுக்குபவர்களின் அமைப்புரீதியான உடந்தைத் தன்மைகளை அதிகாரமிக்கவர்களின் மேன்மைகள் ஈடுசெய்துவிடும் என்ற கொள்கையைக் கொண்டிருந்தார். அவரது தொண்டர்கள் அவரைப் பற்றி இயற்றிய பெரிய புராணத்தில் ஏழைகளை விடுவிக்க வந்தவராகவும், நிறுவனத்தின் எதிரியாகவும் அவரைக் காட்ட இது போதுமானதாக இருந்தது. வர்ணாசிரம தர்மத்திற்கும், ராம ராஜ்யத்திற்கும் தர்மகர்த்தா முறைக்கும் நிலைத்த ஆதரவு கொடுத்த காந்தி, எவ்விதம் படிநிலைப்பட்ட சாதி ஒழுங்கையும் அதனுடன்

சேர்ந்த சமூகப் பொருளாதார அநீதியின் சட்டகத்தையும் ஆதரித்தார் என்பதை எவரும் தெளிவுபடுத்தவே இல்லை (இயல் 7).

ஒரு பார்ப்பன-பூர்ஷ்வா அரசியலுக்கு காந்தி முன்னோடியாக இருந்தார். அது சாதி-வர்க்க ஒடுக்குமுறையின் அமைப்பு ரீதியான, அறிவார்த்தமான வேர்களைப் புறக்கணித்தது. உண்மையான அமைதி என்பது நீதியின்றி, நேர்மையான நட்புறவின்றிச் சாத்தியமில்லை என்பதைப் புறக்கணித்து, மக்கள்மீது ஆதிக்கம் சுமத்திய (போராட்டம் இன்மையை உறுதிப் படுத்துகின்ற) ஒழுங்குமுறையை அவர் அமைதி என்று தவறாகக் கருதிக் கொண்டார். வன்முறை ஒருபுறமிருக்க, சாதிப் படிநிலை அமைப்பில் எவ்வித வேறுபாட்டையும் காணாத அவர், அம்பேத்கர், பெரியார் போன்ற சமூகப் போராளிகள் நினைவுபடுத்தியும், காலனியாத்திக்கத்திற்கு எதிராக அவர் மிகத் திறமையோடு பயன்படுத்திய அதே ஒழுக்க விதிகளை மதத்திற்குள் நிகழ்ந்த அநீதிக்குப் பயன்படுத்த மறுத்துவிட்டார். மாறாக, சிற்றரசர்கள், ஜமீன்தார்கள் போன்றவர்களின் சொத்துகளைப் பறிமுதல் செய்ய எவ்வித முயற்சியேனும் மேற்கொள்ளப்பட்டால், அவர்களைக் காப்பதற்குத் தான் தயாராக இருக்கும் உறுதிப்பாட்டை அவர் அறிவித்திருக்கிறார் (இயல் 7).

மேற்குடி அறிவுஜீவிகள் காந்தியின் பார்ப்பனச் சார்பு, அவரது அரசியலின் பழமைவாதச் செல்திசை ஆகிய யதார்த்தத்தை மறைத்து, கடைத்தேற்றுகின்ற புனிதத்தன்மை கொண்ட தனித்த கிழக்கத்தியச் சிந்தனைகள் சிலவற்றை அவரிடமிருந்து சலித்தெடுக்கிறார்கள். விபின் சந்திரர் (1989), அஷீஸ் நந்தி (1980, 1983), பிக்கு பாரேக் (1980) ஆகியோரின் குழப்புகின்ற சொற்சிற்பங்களும், ரிச்சர்டு ஆட்டன்பரோவின் திரைப்பட வாழ்க்கை வரலாறும் காந்தியைத் தொன்மப்படுத்தலுக்குச் செவ்விய உதாரணங்களாகும். அவருடைய பக்தர்கள், தன் படைவீரர்களாகப் பயன்படுத்திய வெகுமக்களுக்கு எதிராகவே அவருடைய அரசியல் இருந்தது என்பதை அறியாமல் வெகுமக்களைத் திரட்டுவதில் அவர் ஆற்றிய வரலாற்றுப் பணியைப் போற்றுகிறார்கள். அவர்கள் எப்போதுமே முன்னுரிமைச் சாதி முக்கியஸ்தர்களின் வழிகாட்டுதலின் படிதான் நடக்கவேண்டும். காந்தி ஓர் அவதாரம், அவருடைய தரிசனமே தன்னளவில் இறுதியான மேன்மை அளிக்கக்கூடியது என்று கற்பித்து, தங்கள் நிலைப்பாட்டிலிருந்து, பார்ப்பன மேற்சாதியினர் அவரை பிராமண மதம், மரபு, தொன்மம் ஆகியவற்றின் சட்டகத்திற்குள் நுழைத்தனர்.

சாதாரண மக்களுக்கு அளிக்கப்பட்ட பணி, காந்தியை தரிசனம் செய்து அவருடைய பக்தர்கள் ஆவதுதான். இந்தப் பொதுமக்கள் உணர்வு என்னும் நீரோடையை ஓர் அமைப்புற்ற இயக்கமாக மாற்றுவது நகர்ப்புற அறிவுஜீவிகள், முழுநேரக் கட்சி

இயக்கவாதிகள் ஆகியோரின் பணி. விவசாயிகளான பக்தர்களுக்கும் அவர்களது மகாத்மாவுக்கும் இடையிலும் பொருளாதாரத்தில் உயர்ந்த, சமூகத்தில் அதிகாரமிக்க தொண்டர்கள் அரசியல் குறுக்கீடு செய்வதற்கு இடமிருந்தது (அமீன் 1996: 4).

பாதிப் புனிதர், பாதி அரசியல்வாதி என்ற அவதாரத்தின் மூலம், காந்தி தன்னை மேற்சாதி மேட்டுக்குடியினரால் கையாளப் படுவதற்கு அனுமதி அளித்தார். ஆகவே அம்பேத்கரும் பெரியாரும் காந்தியை ஒரு பழமைவாத ஒழுக்கவாதியாகக் கண்டதில் ஆச்சரியமில்லை. அவருடைய சமாதானவாதம் உண்மையில் அவருடைய தலைமையதிகாரத்தை மேம்படுத்தியது. அவரது துறவுத்தன்மை மரபுவழிவந்த ஒடுக்கப்பட்டவர்களைக் கட்டுப்படுத்தவும் ஒடுக்கவுமான அவரது ஆசை எதையும் நீக்கவில்லை. ஆன்மிக-கலாச்சார தேசியம் என்பதன்கீழ் காந்தி சாதியையும் பார்ப்பனியத்தையும் ஆதரித்தமைதான் மேற்குடி அறிவுஜீவிகளிடையே அவருடைய பிராபல்யத்துக்குக் காரணம். இதற்கு நன்றிகாட்டும் விதமாகப் பண்டிதர்கள் அவருடைய அதிகாரத் தோரணைமிக்க விசுவாசத்தின் அடிப்படையில் அமைந்த ஒழுக்கக் கருத்தை அவரது வெற்றுகரைகளின் குவியலிலிருந்து எடுத்துக்காட்டுவதை ஒரு பொய்யான தொழிலாகச் செய்தனர். தங்கள் கொடூரமான நிர்வாணத்தன்மையை மறைப்பதற்காகக் குறிப்பாக காந்தியின் ஒப்புதலுடனும் உடந்தையுடனும் மிகத் தந்திரமாகச் சுரண்டும் வர்க்கத்தினரால் புனித-தெய்விக பிம்பமும் அவரது கொள்கையும் ஓர் ஆடையாகப் பயன்படுத்தப்பட்டன. சுதந்திரத்திற்குப் பிறகு அரசாங்கத்தின் பிரச்சார எந்திரம் கிடைத்து விட்டதால் நவ-பார்ப்பனியச் சக்திகள் காந்தி ஒரு திருத்தூதர் என்ற பிம்பத்தை உலகின் எல்லா மூலைகளிலும் பரப்புவதில் வெற்றிகண்டனர். ஆயிரக்கணக்கான கோடி ரூபாய்கள்-எல்லாம் பொதுமக்களின் பணம்தான்-காந்தியை தேசத்தின் தந்தை என்ற, கிழக்கின் ஏசுகிறித்து என்ற பிம்பங்களை உருவாக்கவும் பரப்பவும் வெட்டியாகச் செலவழிக்கப்பட்டது.[3]

காந்திக்கு மாறாக, நேரு ஒரு சுயஉணர்வுள்ள அறிவுஜீவி, மதச்சார்பின்மைவாதி, அறிவியல் மனப்பான்மையைப் பிரச்சாரம் செய்தவர். ஓர் ஒழுங்குமுறைப்பட்ட தேசிய வரலாற்றை எழுதுகின்ற வகையில் பிரிட்டிஷ் ஆட்சி அஸ்தமித்த நாட்களில் அவர் '*தி டிஸ்கவரி ஆஃப் இந்தியா*'-வை அறிவியல் வரலாறெழுதலின் மாணவர் என்ற முறையில் எழுதினார். நேருவின் கண்டறிதலில் திரும்பத் திரும்பக் காணப்படும் விஷயங்கள்-மிகப் பழங்கால முதலாகவே ஒரு தேசிய ஒருமைப்பாடு இருந்தது என்பதை உறுதிப்படுத்தல்; மேம்போக்கான முரண்பாடுகளிடையில் ஒருமையைக் காண்கின்ற இந்தியாவின்

மேதைமை; இந்திய நாகரிகத்தின் நீடித்திருக்கும் இயல்பு-இவை யாவும் பழம் பொற்காலம் என்ற பார்ப்பன மாயையில் கட்டுண்டவை. உண்மையில் முழுமையாகத் தனது கதையில் நேராகவோ, மறைமுகமாகவோ, தேசிய ஒருமைக்குப் பார்ப்பனியத்தையும் சாதிமுறைமையையும் நேரு காரணமாகக் காட்டுகிறார்.

ஐரோப்பியத் தலைமைகளிடமிருந்தும், இராதாகிருஷ்ணன் போன்ற உள்நாட்டுப் புகழ் வாய்ந்தோரிடமிருந்தும் ஒப்புக் கொண்ட, மற்றும் தன்னிச்சையான கடன் வாங்கல்களால் நிரப்பப்பட்ட நேருவின் கற்பனை இந்தியா, பழைய இந்து தேசியவாதிகளான தயானந்தரிலிருந்தும் விவேகானந்தரிலிருந்தும் திலகர், சாவர்க்கர் வரை இருந்தவர்கள் கொண்ட கருத்தான "பாரதவர்ஷத்தின் தேசமும் தேசியமும் பழங்காலத்தியவை" என்ற முடிவின் மீதுதான் நிலை நிற்கிறது. தனது முன்னோர்களைப் போன்றே, அதன் தோற்றம், ஆதிப் பழங்காலத்தில் சமஸ்கிருதம் பேசும் ஆரியர்கள் வடமேற்கிலிருந்து வந்தார்கள், பிறகு இயல்பாகவே அங்கு வாழ்ந்து வந்த திராவிடர்களை அவர்கள் வெற்றிகொண்டார்கள் (படையெடுப்பு எதுவுமின்றி?) என்பதிலிருந்து தொடங்குகிறது. அவர்கள் கருப்புநிறம் கொண்ட திராவிடர்களையும் பிற்பட்டிருந்த பழங்குடியினத்தவரையும் நாடோடிகளையும் காட்டுவாசிகளையும் விடத் தங்களை அதி மேன்மை உடையவர்களாகக் கருதிக் கொண்டார்கள். வர்ண/சாதிக் கருத்தியல் வாயிலாக ஒரு சமூக ஒருமையைக் கட்டினார்கள். இதன்வாயிலாக இந்திய வரலாற்றின் நாகரிக ஓட்டத்திற்கு அடிப்படை அமைத்தார்கள் ([1946] 1996: 84). இந்த ஆரியச் சமூகத்தில், அதாவது தேசத்தில், அவர்களது இயல்பான மனப்போக்கின்படியும் சார்பின்படியும் அதுவரை சொந்தக் குடிமக்களாக இருந்த பிற்பட்டவர்கள் சமூக அளவுகோலின் அடிமட்டத்தில் சூத்திரர்களாகச் சேர்த்துக் கொள்ளப் பட்டார்கள் (ப. 85). எப்போதாவது எழுந்த எதிர்ப்புகள் (பின்னால் சாதி "தன்னைப் பின்பற்றியோருக்குள் ஓர் இழிநிலையைக் கொண்டுவந்துவிட்டது", ப. 84), எதிர்மறைக் கருத்துக்கான (ஆக்கிரமிக்கப்பட்ட மக்களைவிட ஆரிய ஆக்கிரமிப்பாளர்களைத் தனித்தும் உயர்வாகவும் நிறுத்திக் கொள்ள சாதி ஒரு கருவியாகப் பயன்பட்டது, ப. 246) கோரிக்கைகள் ஒருபுறம் இருந்தாலும் 'அந்தச் சமூகக் கட்டமைப்பின் ஒருமைப்பாட்டையும் நிலைத்தன்மையையும்' அவர் கொண்டாடுகிறார் (ப. 247).

வெவ்வேறு இனத்தவர்கள் ஒருங்கு வாழ்தலைச் சீரமைக்கின்ற சவாலுக்கான ஒரு விடையாக சாதி என்ற நிறுவனம் எழுச்சி பெற்றது என்று நேரு வாதிடுகிறார். பல்வேறு குழுக்களிடையே மோதலைத் தவிர்ப்பதற்கான தனித்த, நீடித்த தீர்வாக அது

அமைந்துவிட்டது. காலத்தின் ஊடாக அது நிலையாக நின்றது. அதன் ஆற்றல், இறுக்கம் ஆகியவை அதன் பணிகளிலிருந்து பெறப்படுகின்றன. மதிப்புகளை நிர்ணயிக்கவும் ஒழுக்கத் தரங்களைப் பாதுகாக்கவும் பயன்படுத்திய தங்கள் உயர்ந்த நுண்ணறிவின் காரணமாகவும் அவர்களின் பொதுச் சேவை, பொது நன்மைக்கான தியாகம் ஆகியவற்றிற்காகவும் பிராமணர்கள் எல்லோராலும் உயர்வாக மரியாதை செலுத்தப்பட்டார்கள் *(பக். 86-7)*. தனக்கும் பிறருக்கும் தனது கடமைகளை ஒருவர் ஆற்றவேண்டிய கடப்பாடுகளைக் குறிப்பதாகிய தர்மத்தின் பின்னாலிருந்த மூளை பிராமணர்கள்தான். நவீனக் கருத்தாகிய தனிமனித, குழுக்களின், தேசங்களின் உரிமைகளை நிலைநாட்டுதல் என்பதற்கு அது நேர்எதிர் முரணாக நிற்கிறது *(ப. 87)*. இந்தப் பிராமண தர்மம்தான் தேசத்தின் மதமாகவும் கலாச்சாரமாகவும் ஆகியது என்பதை நிலைநாட்ட, நேரு வேதங்களிலிருந்து மேற்கோள் காட்டுகிறார்.

வேதங்களிலிருந்து இந்தியச் சிந்தனை, தத்துவ, இந்திய வாழ்க்கையின், கலாச்சாரத்தின், இலக்கியத்தின் நதிகள் தோன்றி, மேலும் மேலும் பரப்பிலும் அளவிலும் வளர்ந்து பாய்கின்றன. சில சமயம் வெள்ளமாகி, நிலங்கள்மீது தங்கள் வளமான வண்டலைச் சேர்க்கின்றன. மிகப்பலவான ஆண்டுகளினூடே, அவை தங்கள் பாதையைச் சிலசமயம் மாற்றிக் கொண்டுள்ளன, சிலசமயம் வறண்டு சுருங்கியுள்ளன, ஆனால் தங்கள் சாராம்ச அடையாளத்தை நிலைநிறுத்திக் கொண்டுள்ளன. (மேலது: 40–1).

பாரசீகர்கள், கிரேக்கர்கள், சித்தியர்கள், முகமதியர்கள் போன்றார் அடுத்தடுத்து அலைகளாகப் படையெடுத்துக் கைப்பற்றிய போதிலும், இந்தோ-ஆரியர்களின் வேத இலட்சியங்கள், மத, சமூக, தேசிய வாழ்க்கையின் எல்லாக் கூறுகளிலும் நடைமுறையில் ஏறத்தாழத் தடையின்றியும் மாற்றம் அற்ற வடிவத்திலும் பிரிட்டிஷ்காரர்கள் இந்தியாவைக் கைப்பற்றும்வரை கோயில் கொண்டிருந்தன என்று உறுதிபடச் சொல்கிறார் நேரு. இதனால் "இந்துச் சிந்தனையின் மிகப் பழங்காலப் பகுதிகளிலிருந்து மிக நவீனகாலம் வரை தொடர்ச்சி காணப்படுகிறது" *(ப. 88)*.

ஆர்வமூட்டும் விதமாக, நேருவை அவருடைய எடுத்துரைப்பின் ஊடாக அதிசயப்பட வைக்கின்ற இந்திய மேதைகளின் "வேற்றுமையில் ஒற்றுமையை ஆக்கும் விதமான" *(ஜோட்)* உயர்ந்த கொள்கைகள், "இந்து மதத்தின் வியக்கத்தக்க தன்மயமாக்கிக் கொள்ளும் ஆற்றல்" *(வின்சென்ட் ஸ்மித்)*, வேத பிராமண மரபின் இணையற்ற அறிவார்த்த மேன்மைகள் *(மாக்ஸ்முல்லர்)* ஆகியவை அவருக்காகவும் பிற பிராமணக் கருத்தியலாளர்களுக்காகவும் ஐரோப்பிய அறிஞர்களால் கண்டுபிடிக்கப்பட்டவை. ஆகவே இந்த தேசிய வரலாற்றெழுதலின்

அடிப்படைச் சூத்திரங்கள் இந்தியப் பழங்காலத்தைக் காலனியாளர்கள் கற்பனை செய்த ஒன்றிற்கு ஒரு மாயமான ஒற்றுமையைக் கொண்டிருப்பதில் ஆச்சரியமில்லை. ஐரோப்பிய அறிவின், கீழையியத்தின் கட்டுமானத்தின் மேல் எழுப்பப்பட்ட நேருவின் புனைகதை-வரலாறும் ஆரியக் கொள்கை, அதனுடன் தொடர்பான சமஸ்கிருத மற்றும் ஐரோப்பிய மொழிகளின் உடன்பிறப்புத் தன்மை, இந்தியாவைப் பற்றிய ஆன்மிகத் தொன்மம் ஆகியவற்றைக் கொண்டுள்ளது. நாம் முன்னரே நோக்கியதுபோல, சில அடிப்படை வழிகளில் இந்தச் சூத்திரங்கள் பிரிட்டிஷ் மற்றும் இந்திய ஆளும் வர்க்கங்களின் சுயநல நோக்கங்களுக்கு உதவி செய்தன.

காலப்போக்கில் இந்த பிராமணப் பார்வை ராம் மோகன் ராய், தயானந்த சரஸ்வதி, கே. சி. சேன், பங்கிம் சந்திர சாட்டர்ஜி, ஆர். சி. தத்தா, திலகர், விவேகானந்தர், எம். ஜி. ரானடே, லாஜ்பத் ராய், பி. சி. பால், அரவிந்தர், காந்தி, வி. டி. சாவர்க்கர், எஸ். பி. முகர்ஜி ஆகியவர்களால் தேசியச் சொல்லாடலில் துல்லியமாகச் சேர்க்கப்பட்டு விட்டது. நேரு, மிக நவீனமானதொரு முறையிலும் அழகான உரைநடையிலும் இந்தப் பிராமண வரலாற்றை முன்னெடுத்துச் சென்றார். மேற்கத்திய ஆசிரியர்களின் பலரின் கருத்துகளைச் சுருக்கி (பக். 73-107),[4] வேற்றுமையில் ஒற்றுமையைத் தேடுவதிலும் உருக் கொடுப்பதிலும் இந்திய மேதைமையின் அடிவேரில் பிராமணியம் இருக்கிறது என்று வாதிடுகிறார். அது தேசத்தின் நீண்ட, கொந்தளிப்பான வரலாற்றினூடே தேசத்தைக் காப்பாற்றி வந்துள்ளது:

> பிற அயல்நாட்டுக் கூறுகளும் வந்தன, தன்மயமாயின. அவற்றால் பெரிய வேற்றுமை ஏதும் நிகழவில்லை...(அவ்வப்போதான படையெடுப்பின் பின்னர்) அதற்கான எதிர்வினை தேசியம் சார்ந்த ஒனறாக இருந்தது...மதம்–தத்துவம், வரலாறு–மரபு, வழக்காறு–சமூகக் கட்டுமானம் ஆகியவற்றின் அந்தக் கலப்பு தனது விரிந்த கைகளுக்குள் இந்திய வாழ்க்கையின் ஏறத்தாழ எல்லாக் கூறுகளையும் உள்ளடக்கியிருந்தது. பிராமணியம் (பார்ப்பனியம்–பின்னாளைய சொல்லைப் பயன்படுத்துவதானால் இந்து மதம்) தேசியத்தின் குறியீடு ஆகியது. இன மற்றும் கலாச்சாரத்தின் ஆழமான இயல்பூக்கங்கள் ஏற்கும் விதமான அது, உண்மையில் ஒரு தேசிய மதம் மட்டுமல்ல, எல்லா இடங்களிலும் இன்றைய தேசியத்தின் அடிப்படையாகவும் அமைந்துள்ளது (மேலது, 134).

நேரு இங்கே கூறுகிறார்: "பௌத்தம் இந்தியாவுக்குச் சொந்த மதமாயினும் அது உலக மதம் ஆகிவிட்டது, அது வளர்ச்சி பெற்றுப் பரவியபோது தேசிய அரங்கிற்கு ஏற்பு அற்றதாகி விட்டது. இப்படியாகப் பழைய பார்ப்பனிய மதம் திரும்பத் திரும்ப தேசிய எழுச்சிகளின் குறியீடாவது இயற்கையாகி விட்டது" (ப. 138).

இப்படியாக, நேருவின் மதச்சார்பற்ற தேசியச் சொல்லாடலும் பழங்கால ஆரிய-பிராமண மேன்மைகளுக்கு இட்டுச்செல்லும் கலாச்சாரத் தனிச் சிறப்பின் கோரிக்கைகளால் நிறைந்துள்ளது. இந்தியக் கலாச்சாரத்தின் ஒற்றைக் கட்டடத்தை எழுப்புவதற்கு, மேலும் நன்கு உள்ளடக்கும் மரபுகளான பௌத்தம், பிற எதிர்மரபுகள், இஸ்லாம், சீக்கியம், பிற மதங்களின் கொடைகளை பிராமண மேட்டுக்குடியினர் புறக்கணித்துவிட்டனர். இவ்வழி, இந்தியாவின் நிஜமான பன்மைத்தன்மையையும் வேரறச் செய்துவிட்டனர். ஆனால் மேடைப் பேச்சுக்கு மட்டும், தர்க்கத்தின் விதிகளைத் தாறுமாறாக மாற்றி, நேரு போன்ற தேசியவாதிகள் புத்தர், அசோகர், கபீர், நானக் போன்றோரின் கொடைகளைப் பாதுகாப்பாகத் தாங்கள் உரக்கப் பேசிய பரந்த நன்னோக்குப் பார்வையில் வைத்து முழங்கினர்.

ஏற்கெனவே இராஜதந்திர அளவில் தங்கள் கைகளில் அதிகாரத்தின் பல வேறு நிலைகளில் கருவிகளைக் கொண்டிருந்த ஆதிக்கச் சாதிகளுக்குத் தங்கள் சுயநல ஆர்வங்களை தேசிய நலன்கள் போலக் காட்ட, தேசியம் என்ற முழக்கம் உதவி செய்தது. அறிவுஜீவிகளான மேட்டுக்குடியினர், பிற சுரண்டுகின்ற பிரிவுகளையும் அதில் சேர்த்துக் கொண்டனர். இருவருமாகச் சேர்ந்து தாங்கள் மட்டுமே தேசத்தின் ஒற்றைக்குரல் என்பது போலப் பேச முன்வந்தனர். கீழிருந்து எழுகின்ற மறுப்புக் குரல்களை “தேச விசுவாசமற்றவர்கள்” என்று குற்றம் சாட்டி, தேசத்திற்கு எதிரானவை என்று நசுக்குவதற்கு அவர்களுக்கு ஒரு புதிய கைத்தடி கிடைத்தது. ஆக, எழுகின்ற புதிய தேசிய ஆதிக்க அரசியலுக்குள் பழைய பார்ப்பன மதம் திறம்பட உள்வாங்கப்பட்டது. பழைய மதம் புனிதமானது, உயர்ந்தது என்று கருதப்பட்டதால் தேசியம் என்ற புதிய மதமும் அவ்விதமே ஆயிற்று. கடந்த காலத்தின் பலவேறு சூத்திரங்கள் இப்போதும் இருப்பினும், எல்லாவற்றுக்குமான பொதுக் காரணி மட்டும் தெளிவாகவும் கூர்மையாகவும் இருந்தது: ஆரிய இனங்களுக்கும், அவர்களுடைய படிநிலைக் கருத்தியல்களுக்கும், தேசத்தின் அடையாளத்தை உருவாக்குவதில் தொடர்ந்த அவர்களின் வரலாற்றுப் பங்கினுக்கும் முன்னுரிமை அளிக்கப்பட்டது. ஆகவே “பலவேறு தன்மைகள் கொண்ட நவீன தாக்குதல்களிலிருந்து முடிந்த அளவு இந்த இலட்சியங்களைக் காத்து தேசத்தின் எதிர்காலத்தை வடிவமைத்தல்” என்ற தேவையும் ஏற்பட்டது *(அலாய்சியஸ் **1997: 162**)*. இதன் விளைவாக

இந்திய வரலாற்றின் காலனியப் பிரதிநிதிகளுடன் அவர்கள் செய்து கொண்ட பரந்து விரிந்த சமரசங்களின் காரணமாகவும், நமது தேசியக் கலாச்சாரமாக அவர்களின் சாதிக் கலாச்சாரங்களை முன்வைப்பதில் அவர்களின் ஆர்வம் காரணமாகவும், நமது நவீனத்தன்மையின் கட்டமைப்புகளாக எதிர்பார்க்கப் பட்டவற்றின் இதயத்திற்குள்

பிராமண மறுஎழுச்சிகளின் நீடித்த இருப்பும் அதனால் நமக்கு எவ்வித நவீனத்தன்மையும் கிடைக்காமல் போவதும் ஆயிற்று (ஏ. அகமது 2002: 87).

புலே, அம்பேத்கர், பெரியார் ஆகியோரின் சுதந்திரப் போராட்டங்கள்

சாதிக்கும் பார்ப்பனியத்துக்கும் எதிரான மரபு என்னும் மற்ற மரபின் வாரிசுகளாகத் தங்களைக் கண்ட தலித்-வெகுஜன மக்களின் தலைவர்களால், குறிப்பாக தேசியத்தின் பெயரால் ஆகிய இந்த நவ-பார்ப்பனியம்தான் சவாலுக்கழைக்கவும் வெளிப்படுத்தவும் பட்டது. பார்ப்பன சமூக-மத அமைப்பு ஒரு காலனிய வடிவம் என்றும், அதனால் தேசத்தைக் கட்டுவதில் அதை ஒழிப்பது ஓர் இணைந்த பகுதியாக இருக்க வேண்டும் என்று அவர்கள் வாதிட்டனர். இந்த நோக்கை முதன்முதலில் வெளிப்படுத்தியவர் புலே. இந்த உள்நாட்டுக் காலனியம், அதன் கருத்தியல் சட்டகம் ஆகியவற்றின் மீது அவர் போர் தொடுத்தார். அதன் பொருளியல் அடிப்படையிலான சுரண்டலை ஒழிப்பதை இலக்காகக் கொள்வதற்கு முன்பே அதன் அறிவார்த்தத் தற்காப்புகளை உடைப்பது அவசியம் என்றார் அவர் (இயல் 5). பிறகு காலனிய ஆட்சியிலிருந்து மட்டுமல்ல, பிராமண-சமூக-முறைமையின் இழிவு படுத்தலில் இருந்தும் சுரண்டலில் இருந்தும் சுதந்திரத்தினைத் தேடிப் பெரியாரும் (இயல் 6) அம்பேத்கரும் (இயல் 7) இந்தப் போராட்டத்தை தங்கள் தங்கள் பாணியில் முன்னெடுத்துச் சென்றனர்.

தலித் வெகுமக்களின் திட்டம், அவர்கள் தங்களை இணைத்துக் கொண்ட மாற்று மரபுகளின் திட்டத்தைப் போல, சாதியால் ஒடுக்கப்பட்டவர்களுக்கு கௌரவத்தை மீட்பதற்கும், யாவரையும் உள்ளடக்கிய மதிப்புகளின் அடிப்படையில் ஒரு புதிய முறைமையினை நிறுவுவதற்கும் இருக்கும் சமூக இயலாமைகளையும் தடைகளையும் உடைப்பதே ஆகும். மேட்டுக்குடி மரபினரின் அணுகுமுறையிலிருந்து குறிப்பாக வேறுபட்டு, அவர்கள் புறவய யதார்த்தத்தினாலும் தங்கள் சொந்த அனுபவங்களாலும் உயிரூட்டப்பட்ட தங்கள் வரலாறு-கலாச்சாரம் பற்றிய நிகழ்காலப் புரிந்துகொள்ளலில் இருந்து கடந்த காலத்தைப் புரிந்துகொள்ள முயற்சி செய்தனர். பொது மற்றும் மதத் தலங்களில் நுழைதல், கல்வி மையங்களுக்குச் செல்லுதல், ஷூக்களை அணிதல், குடைகளைக் கொண்டு செல்லுதல், தங்கள் பெண்கள் மானத்தை மறைக்கும் விதமாக ஆடை அணிதல், விவசாயக் கொத்தடிமைத் தனத்தை விட்டுத் தங்களுக்கேற்றத் தொழிலைத் தேடும் சுதந்திரம்-ஆகிய தங்கள் குடியுரிமைகளுக்காகப் போராடுகின்ற பொழுதே, தலித் வெகுமக்கள் தலைவர்கள் இன்றைய சமகால யதார்த்தத்தின் வேர்களைக் கண்டறிகின்ற முறையில் வரலாற்றை

அணுகினர். மேட்டுக்குடிக் கருத்தியலின் அடிப்படை வகுத்தல்களைக் கிழித்தெறிகின்ற முறையில் இந்தியாவைக் கண்டுபிடிக்கவும் செய்தனர். அய்லய்யா இந்த இடத்தில் சொந்த அனுபவம் அதிர்ச்சி தரும் விதத்தில் யதார்த்தத்தை வெளிக் கொணர்கிறது என்பதை வலியுறுத்தும் விதத்தில் ஒரு பொருத்தமான விஷயத்தைத் தருகிறார்.

மேற்கத்திய முறைகளைச் சாராமல், புலே, அம்பேத்கர், பெரியார் ஆகியோர் தலித் வெகுஜன மக்கள் சாதியினரின் அன்றாட அனுபவங்களைப் பேசினர், எழுதினர். இது மட்டுமே வரலாற்றைத் தகர்க்கவும் அமைக்கவுமான ஒரே சாத்தியமான, உண்மையில் மிக அதிகாரப்பூர்வமான வழி என்று நான் வாதிடுவேன் (அய்லய்யா 1996 : XII).

தேசம் பற்றிய பிரச்சினையில் புலே, அம்பேத்கர், பெரியார் மூவரும் தேசம் என்பது மக்கள் அல்லாமல் ஏதுமில்லை என்ற கருத்தை வலியுறுத்திக் கூறினர். சமூகத்தின் சாதி-வர்க்க அமைப்பைப் பகுத்து வெளிப்படுத்தி, பேதங்களால் (வேறுபடுத்தும் செயல்களால்) பிரிக்கப்பட்ட ஒரு சமூகம் ஒரு உண்மையான தேசம் ஆகாது என்று வாதிட்டனர். கடந்த காலத்திலும் நிகழ்காலத்திலும் நிலவுகின்ற இளிக்கின்ற சமநிலையின்மைகளை அவர்கள் நியாயப்படுத்தியதும், மூடி மறைத்ததும் அன்றி, அவற்றைத் தங்கள் சொந்த அதிகார அடிப்படையாக அவற்றைப் பாதுகாக்க முனைந்ததால் தேசத்தின் சார்பாக நிற்பதாகச் சொல்லும் சாதிமேற்குடியினர் உண்மையில் அதன் அழிப்பாளர்களே. வரலாற்றின் மோதல்களையும் குற்றங்களையும் வெளிப்படுத்தி, தலித்-கீழ்ச்சாதித் தலைவர்கள், ஒரு போலியான மதம் மற்றும் தவறான தத்துவத்தினால் உழைக்கும் மக்களின் மக்களை அடிமைப்படுத்தியதற்குப் பார்ப்பனியமே பொறுப்பு என்பதை நிறுவினர். உற்பத்தி செய்கின்ற பெரும்பான்மையினரைச் சுரண்டுவதற்காகவே சாதி என்னும் கருத்தியலை உருவாக்கியதற்காகப் பார்ப்பனியத்தை அவர்கள் தாக்கினர். இந்து மதம் தொடக்கத்திலிருந்தே பிராமணக் கொடுங்கோன்மை, மூட நம்பிக்கை, பகுத்தறிவின்மை ஆகியவற்றுடன் கட்டப்பட்டிருப்பதால், அவர்கள் இந்து மதத்தைப் புறக்கணிக்கவும் செய்தனர். மீட்டுருவாக்கப்பட்ட இந்து மதத்தினால் அளிக்க முடியாத சமநீதித் தன்மை கொண்ட பகுத்தறிவு அடிப்படையிலான மதம் ஒன்று புதிய இந்தியாவுக்குத் தேவை என்று அவர்கள் உணர்ந்தனர்.

மாற்றுக் கலாச்சாரத்துக்கு ஒழுக்க அடிப்படை வழங்குகின்ற ஒரு மாற்று மதம் வேண்டும் என்பது தலித்-கீழ்ச்சாதித் தீவிரவாதிகளுக்கு ஒரு பொது அக்கறையாக இருந்தது (ஓம்வெட் 1994). புலே, சார்வஜனிக்-சத்யதர்மம் (உண்மை என்னும் உலகளாவிய மதம்) என்பதை வலியுறுத்தினார்; அயோத்தி தாசரும் அம்பேத்கரும்

தங்கள் பழைய தம்மம் ஆகிய பௌத்தத்திற்குத் திரும்பி, ஒரு புதிய பௌத்தத்தை அதிலிருந்து உருவாக்கினர்; தெற்கில் பலர் சைவத்தின் ஒரு புதிய மாறுபட்ட வடிவத்தில் ஆறுதல் கண்டனர்; நாராயண குரு ஒரு மதம், ஒரு சாதி, ஒரு கடவுள் என்றார்; அவருடைய தீவிரமான பின்பற்றாளர் ஐயப்பன், நாத்திகவாதியான பெரியாரைப் போன்று மனித குலத்துக்கு மதமில்லை, சாதியில்லை, கடவுளில்லை என்றார். சிலர் கிறித்துவத்தையும் இஸ்லாமையும் தழுவினர். வடக்கிலிருக்கும் அடித்தட்டு மக்கள், தங்கள் கலாச்சார உருவங்களான கபீர், ரவிதாசர் ஆகியோரின் போதனைகளிலிருந்து புதிய தனித்த மதங்களை உருவாக்க முனைந்தனர்.

மாற்ற அரசியலில் கலாச்சாரத்தின் ஆற்றலை நன்கறிந்த புலே, அயோத்தி தாசர், பெரியார், அச்சுதானந்தர், எல்லாருக்கும் மேலாக அம்பேத்கர் ஆகியோர் தங்கள் அறிவார்த்த ஆற்றல்களின் ஒரு முக்கியப் பகுதியை ஒரு மாற்று மரபினை வளர்க்கின்ற பணியில் செலவழித்தனர். அதைச் சாதியற்ற, ஜனநாயகச் சமூகத்தை உருவாக்கும் தங்கள் போராட்டங்களுடன் இணைக்க முனைந்தனர். கீழ்ப்பட்ட சாதியினருக்கும் பெண்களுக்கும் எதிரான கொடுமைகளை ஆவணப்படுத்திய இந்த ஓய்வற்ற தலைவர்கள் இந்த அறிவை வரலாறு, கலாச்சாரம், தேசியம் பற்றிய மேட்டுக்குடி மக்களின் சிந்தனைப் படிவத்தின் உள்ளீடற்ற தன்மையை வெளிப்படுத்துவதற்குப் பயன்படுத்தினர். ஒடுக்குமுறை நிறைந்த கடந்த காலத்தை தேசியப் பெருமையின் களமாக முன்வைத்தவர்களின் போலி தேசபக்திக்குச் சவால் விட்டு, புலே 1873 வாக்கிலேயே எழுதினார்: “இந்த முற்போக்கு தாராளவாத மனிதர்களின் முன்னோர்கள் உண்மையிலேயே தேசபக்தி என்பதன் பொருளை உணர்ந்திருந்தால், தங்கள் சொந்த நாட்டு மக்களாகிய சூத்திரர்களே மிருகங்களைவிடக் கேவலமாக மதிக்கப்பட்ட முறை பற்றித் தங்கள் நூற் கட்டுரைகளை எழுதியிருக்க மாட்டார்கள்.” அம்பேத்கரும் பெரியாரும் இதே கேள்வியை வெவ்வேறு விதங்களில் எழுப்பினர்: ஒருவன் காலனி ஆதிக்கத்தில் போட்டியிட வாய்வீச்சாகப் பேசும்போது, பெரும்பான்மையாக உள்ள உழலும் மக்களை ஒடுக்குவதை தேச பக்தி என்பதா? இந்து மதத்தின் கேவலமான, தண்டிக்கக்கூடிய, வன்முறைசார்ந்த உள்ளடக்கம், அதற்குக் கலாச்சாரத் தேசியம் என்று பெயரிடுவதால் மட்டும் மறைந்து போகுமா?

சார்லஸ் டெய்லர், தன் புகழ்பெற்ற கட்டுரையான “அறிந்தேற்றலின் அரசியல்” *(தி பாலிடிக்ஸ் ஆஃப் ரெகக்னிஷன்)* என்பதில், ஒரு கலாச்சாரச் சமுதாயத்தின் வெறுக்கத்தக்க பிம்பங்களை ஓர் ஆதிக்கக் குழுவினர் ஏற்புடைய முறை எனக் காட்டுவதும், அவர்களுக்குச் சம ஏற்பினை மறுப்பதும் உண்மையில் அந்தச் சமுதாயத்தைக்

கீழ்ப்படுத்தி ஒடுக்குவதாகும் என்று வாதிடுகிறார். சூத்திரன், தீண்டப்படாதவன், கீழ்ச்சாதி என்று முத்திரை இடுவதற்கு மேல் மானிடத்தைக் கேவலப்படுத்த முடியுமா? மிகப் பெரிய, முன்னுரிமை பெற்ற மேற்சாதி தேசியவாதிகள் (காந்தியும் நேருவும் போல) இதைக் கூடப் புரிந்து கொள்ள மறுத்தார்கள். கலாச்சார மீட்டுருவாக்கத்திற்கான சமூக ஒருமைப்பாட்டை உருவாக்குவது ஒருபுறம் இருக்க, தலித்-கீழ்ச்சாதித் தலைவர்களைச் சுதந்திரத்திற்கான தங்கள் தன்னிச்சையான போராட்டங்களில் ஈடுபடத் தூண்டினார்கள். திலகர், காந்தி, நேரு போன்றோரின் பார்ப்பனத் தேசியத்தைவிட, ஒடுக்கப்பட்ட பெரும்பான்மையினரை புலே, அம்பேத்கர், பெரியார் பிரதிநிதித்துவப் படுத்திய அவர்களிடம் அதிகமான ஜனநாயக ஆழமும், அறிவுத்திறன் பொருந்திய தர்க்கமும், அனுபவ முழுமையும் அவர்களின் தலித்-கீழ்ச்சாதிக் கருத்தியலில் இருந்தது.

அடிமை மட்டுமே முழுச் சமூகத்தையும் புரிந்துகொள்ள முடியும், ஏனெனில் அவன் அவன் தன்னையும், தன்னைச் சுரண்டுகின்ற நிலைமைகளையும் புரிந்துகொள்ள வேண்டியிருக்கிறது, அதனால் தன் எஜமானனையும் புரிந்து கொள்கிறான்; ஆனால் அவன் எஜமானனுக்குத் தன்னையும் தான் எவ்வித நிலைகளில் தன் அடிமையைச் சுரண்டலாம் என்பதையும் தெரிந்துகொண்டாலே பெருமிதம் கொண்டு விடுகிறான் என்று ஹெகல் ஒரு முறை கூறினார். இந்தக் குறித்த அர்த்தத்தில்தான் அடிமைப்படுத்தப்பட்டவர்களின் பிரக்ஞை ஆட்சியாளர்களின் பிரக்ஞையைவிட எப்போதும் உயர்ந்ததாக இருக்கிறது. ...நமது பன்முகச் சீர்திருத்த இயக்கங்களில் ஒடுக்கப்பட்ட சாதியினரின் சீர்திருத்த இயக்கங்களும், சில தைரியமிக்க பெண்களின் முயற்சிகளும் தான் மேற்கூறிய வகையிலான மீட்புவாதங்களிலிருந்து விடுபட்டு, சமூக முழுமையைப் புரிந்துகொண்டதற்கான சில அடிப்படைகளைக் கொண்டிருக்கின்றன. ஆகவே தேசம் என்ற கருத்தாக்கத்தின் அடிப்படை மக்களே, ஏனெனில் மக்களின் ஆகப் பெரும்பான்மையினர் மேல்வர்க்கத்தினரோ மேல்சாதியினரோ அல்ல (அகமது 2002: 85).

இந்தப் புரிந்துகொள்ளல், ஏன் புலே ஒரு புதிய சத்யதர்மத்தையும், பெரியார் கண்டிப்பான நாத்திகத்தையும், அம்பேத்கர் மதமாற்றத்தையும் ஏற்றனர் என்பதற்கான முக்கியத்துவத்தை அறிந்துகொள்ள வைக்கும். அம்பேத்கர் மதம் மாறியது ஒரு சொந்தச் (தனிமனிதச்) செயல் அல்ல, சாதிச் சமூகத்தை ஒரு போர் மனப்பான்மையுடன் மறுப்பதற்காகவும், வெகுமக்கள் அவ்விதமே செய்யவேண்டும் என்பதற்காகவும் செய்த செயல் (அகமது: மேலது).

ஆனால் தலித்-கீழ்ச்சாதித் தலைவர்கள் தொடங்கிய கலாச்சாரப் புரட்சி முழுமையாகவில்லை என்பது மட்டுமல்ல, மையநீரோட்ட வரலாற்றில் புறக்கணிக்கவும் படுகிறது. இந்தியாவின் விடுதலைக்கான தலைவர்களென ஆக இருந்தவர்களைக் கீழ்ச்சாதியினரின்,

தீண்டாதவர்களின் தலைவர்கள் என்று விளிம்பில் ஒதுக்கினார்கள். (மேற்குமயமாக்கத்தில் சிலவற்றை ஏற்றல், நவ-பார்ப்பனியம் ஆகியவற்றின் பின்னணியில்) இந்தியாவுக்கு வந்த நவீனத்தன்மை, தேசிய அரசு, ஜனநாயகம் ஆகியவை சாதியம், பார்ப்பனியம் ஆகியவற்றின் மாயத்திலிருந்து மக்களை விடுவிக்க முடியவில்லை.

வெகுமக்கள் கல்வியை ஒடுக்குவதன் வாயிலாகவே இந்தியச் சமூகத்தின் மீதான பார்ப்பனர் பிடிப்பு நிறுவப்பட்டது. "ந ஷூத்ரே மதி தத்யாத்" (சூத்திரர்களுக்கு, அதாவது சாதாரண மக்களுக்குக் கல்வியைக் கொடுக்காதே) என்பது தர்ம சாத்திரங்களில் அடிக்கடி காணப்படும் பல்லவி. கீழிருந்து எழுகின்ற எல்லா வெளிப்பாடுகளையும் ஆக்கத் திறன்களையும் மூச்சடைக்கச் செய்ய சமூகத்தின் காவலர்கள் பலமுனைப்பட்ட ஆதிக்க முறைமை ஒன்றை வகுத்துவிட்டார்கள். சமூக அமைப்பை மீறி மேலே வர முயன்றவர்கள் ஒடுக்கப்பட்டனர். சாதி விதிகளை மீறியதற்காக ஏகலைவன் தன் கட்டைவிரலை இழக்க நேரிட்டது. சம்பூகன் தன் உயிரையே இழந்தான். தனது மாணவன், பாண்டவ இளவரசன் அர்ஜுனன் மட்டுமே சிறந்த வில்லாளியாக இருக்கவேண்டும் என்று துரோணாச்சார்யன் ஒரு பழங்குடி இளைஞனை ஏமாற்றிக் கட்டைவிரலைக் காணிக்கையாகத் தரச் சொன்னான். ஒரு நல்லாசிரியனுக்கான உதாரணம் என்று பெரு மரபில் துரோணாச்சார்யன் பாராட்டப் படுகிறான். போட்டிப் பந்தய விளையாட்டு வீரர்களுக்கான ஆசிரியர்களுக்கு (கோச்) இந்த நயவஞ்சக துரோணாச்சார்யன் பெயரால் ஒரு தேசிய விருது வழங்கப்படுகிறது. தன் சூத்திரத் தன்மைக்கு மாறாக ஆன்மிக முயற்சியில் ஈடுபட்ட சம்பூகனை இராமன் கொன்றான். இந்த இராமனைத்தான் இந்து தேசிய வாதிகள் மிகப் பெரிய கலாச்சாரக் குறியீடாகக் கொண்டாடுகிறார்கள். சம்பூகனைக் கொன்ற, தன் மனைவி சீதையை விசுவாசமற்றவள் என்று நாடு கடத்திய இராமனை, பலவீனமானவர்களையும் பாதுகாப்பற்றவர்களையும் காக்கின்றவன் என்று அவர்கள் கதை கொண்டாடுகிறது.

கீழ்ச்சாதி மக்களே சாதிக் கலாச்சாரத்தை உருவாக்குவதில் விரும்பித் துணைபுரிந்தவர்களாக வரலாறும் கலாச்சாரமும் புனையப் பட்டுள்ளன. ஒடுக்குகின்ற கலாச்சாரத்தை ஏற்றுக் கொள்ள வைப்பதில் வலிமையற்றவர்கள் புகுத்தப்படுவதும் வலிந்து திணிக்கப்படுவதும், அதனால் அவர்கள் தங்கள் சொந்த ஒடுக்குதலில் பங்கேற்பாளர்களாக ஆக்கப்படுவதும் அரசியல் ரீதியாகவும் கருத்தியல் ரீதியாகவும் செய்யப்பட்டுள்ளன. இந்தியாவைப் பற்றி எழுதுகின்ற சாதி மேட்டுக்குடியினருக்கிடையே எவ்வளவோ உள்வேற்றுமைகள், விவாதங்கள் இருந்தாலும், அறிஞர்களாக இருப்பினும் சாதாரண மக்களாக இருப்பினும் இந்தியாவைப் பற்றி பிராமண வழியிலேயே

சிந்திக்கும்படியாக நிலைப்படுத்தப்பட்டுள்ளனர். இதிகாசங்கள், வேதநூல்களில் பயிற்சி பெற்றவர்கள் மக்களின் மனத்தில் ஒரு பிரமாணக் கலாச்சார ஆதிக்கத்தின் மரணப் பிடியை ஏற்படுத்தியுள்ளனர். அவர்களுடைய புனைவுகள் மேற்சாதி மக்களின் அறிவுஜீவிகளின் முழுக் கருத்தியல் வட்டத்தையும் உள்ளடக்கியுள்ளன. இந்த நூல் காட்டப் போவது போல அவர்கள் இந்தியாவை உள்ளடக்கியுள்ள ஒரேவகை பிம்பமாதிரிகள் யாவும் சுயநலச் சக்திகளையும் ஆதிக்கக் கட்டுமானங்களையும் பாதுகாப்பதற்கெனவே உருவாக்கப் பட்டுள்ளன.

அதிகாரத்தில் இருப்பவர்கள் வலுவற்றவர்களிடமிருந்து கல்வியை ஒதுக்கிவைத்து விட முடியாமல் போனாலும் தாங்கள் அளிக்கும் கல்வி மக்களுக்கு விமரிசனச் சிந்தனையை ஏற்படுத்துவதை ஆதரிக்க இயலாத முறையில் இருக்குமாறு பார்த்துக் கொள்கிறார்கள். தங்களைச் சுற்றியுள்ள பெரிய சமூக, கலாச்சார யதார்த்தங்களைப் பற்றி இருளில் இருக்கும்படியாக உறுதி செய்துகொள்கிறார்கள். சொந்தச் சிந்தனை இல்லாத, ஆனால் நன்கு கல்வி கற்றவர்களும் கூட ஆதிக்கக் கருத்தியலை வலுப்படுத்துகின்ற கலாச்சாரக் கட்டமைப்புகள், பிம்பங்கள் ஆகியவற்றை ஏற்காமல் இருப்பது கடினம். புலே, அம்பேத்கர், பெரியார் போன்ற சிந்தனைமிக்க அறிவாளர்கள் கல்வியையும் கலாச்சாரத்தையும் ஜனநாயகப் படுத்த வேண்டியதன் தேவையை நன்கு உணர்ந்துள்ளார்கள். எழுதும் படிக்கும் திறனை மட்டும் அவர்கள் கல்வியாக நோக்கவில்லை, ஆதிக்கக் கருத்தியலின் ஊடாகப் பார்க்கக்கூடிய சக்தியைத்தான் கல்வி என்றார்கள். தனக்குப் பெயர் உண்டாக்கிய 1855 நாடகத்தில் புலே அதை திருதீய ரத்னம்-(மூன்றாவது கண்) என்றார்.

சுருங்கச் சொன்னால், சமநீதியியம் என்பது இந்தியாவுக்கு அந்நியமானதோ, மேற்கின் கொடையோ அல்ல. எல்லா இடங்களிலும் இருக்கின்ற சாதாரண மக்களுக்குள்ளாகவே ஒரு சமநீதியுள்ள உலகத்தைக் கட்டுவதற்கு ஆசைப்படுகின்ற மரபு இருக்கிறது. இந்தியாவில் இந்த மரபு சமணம், பௌத்தம், அடித்தட்டு மக்களுக்கான ஞானக்கவிகளின் இயக்கங்கள், சூஃபியியம், சீக்கியம் ஆகியவற்றில் காணப்படுகிறது. இந்த ஆக்கப்பூர்வமான, படிநிலை அமைப்புக்கு மாறான சிந்தனைக் கொடை நவீன இந்தியாவில் மற்றவர்களைவிட, ஜோதிபா புலே, அயோத்தி தாசர், நாராயண குரு, அம்பேத்கர், பெரியார் ஆகியோரால் முன்னெடுக்கப்பட்டுள்ளது.

சில நுண்ணாய்வுகளில் இந்த மரபின் மீட்சிதரும் திசைப்படுத்தல் ஏற்கப்பட்டுள்ளது. ஆனால் அது இந்தியக் கலாச்சாரம், சமூகம் பற்றிய பேராய்வுகளில் ஒன்றிணைக்கப்படுவதில்லை. இந்தப் புத்தகம் அந்தத் திசையை நோக்கிய ஒரு நகர்வு. இந்தியாவின் சமூக வரலாற்றில்

மக்களின் எதிர்ப்பு, ஆக்கத்திறன் ஆகியவற்றின் சில முக்கியச் சம்பவங்களுக்குள் மறுபார்வை செலுத்துவதன் வாயிலாக அதைப் பார்ப்பன நீக்கம் செய்கின்ற முயற்சிதான் இது. மேற்செல்லும் மனித விடுதலைக்கான போராட்டத்தின் ஒரு பகுதியாக இருக்க விரும்புகின்ற அல்லது இருக்கின்ற எல்லாருக்கும் என எழுதப் பட்டது.

குறிப்புகள்

1. சாதி பற்றிய ஆய்வாளர்களில் பொதுநோக்குடையவர் என்று மதிக்கப்படுபவர் எம்.என். ஸ்ரீநிவாஸ். இந்தியாவில் சமூக மாற்றத்தை சமஸ்கிருதமயமாதல் என்ற கொள்கையின் வாயிலாக விளக்கியதற்காகச் சிறப்பாக அறியப்பட்டவர் (அக் கொள்கை, கல்வியியல் வட்டாரங்களில் சிறப்பான இடம்பெற்று, பெரும்பாலும் கருத்தியலினால் இயக்கப்படாத, சாதி பற்றிய கொள்கை என்று எடுத்துக்காட்டப்படுவது.) கீழ்ச்சாதிகள், சாதிப் படிநிலையில் மேலே செல்வதற்காக, மேல்சாதிகளுடைய, குறிப்பாக பிராமணரின் பழக்கவழக்கங்களைக் காப்பியடிக்கிறார்கள், மேல்சாதிகள் அதேபோல நவீனமயமாதலிலும் மேற்குமயமாதலிலும் ஈடுபடுகிறார்கள் என்று இந்தச் சமஸ்கிருதமயமாதல் மற்றும் மேற்குமயமாதல் கொள்கை சொல்கிறது. ஆக, ஸ்ரீநிவாஸ் சாதியையும் பார்ப்பனியத்தையும் இயல்பானவை என்றாக்குகிறார், பாராட்டவும் செய்கிறார். சாதியைக் கடந்த காலத்தில் அதன் உள்ளார்ந்த மகிழ்நோக்கில் வைத்து, அதில் எஞ்சியிருப்பதெல்லாம் வெளியேற முனைகின்றது, அதற்கு மேற்சாதிகள் வழிகாட்டுகின்றன என்று சொல்கிறார்; அவ்வுதாரணத்தைக் கீழ்ச்சாதிகள் பின்பற்றவே செய்யும். அவருடைய கொள்கையிலும் ஒட்டுமொத்தக் கல்வியறிவிலும், சாதி வியத்தகுமுறையில் இயங்கவல்லதும் சிறப்பானதும் என்ற சிந்தனை உள்ளார்ந்திருக்கிறது; சாதி பிரச்சினையில்லை; உண்மையில் ஒருபோதும் அது பிரச்சினையாக இருந்ததும் இல்லை. (சாதி, என்பது பணியிலும் தகுதியிலும் ஏறத்தாழ ஒரு நல்ல உழைப்புப் பிரிவினையாக இருந்தது); நவீன இந்தியாவில் எல்லாப் பிரச்சினைகளுக்கும் அடிப்படையாக இருக்கும் ஒரே பிரச்சினை, சாதியை அரசியல்மயப்படுத்தியதுதான், குறிப்பாக நேர்ச் செயலுக்குச் சாதி அடிப்படையிலான கொள்கையை வகுத்ததுதான். ஸ்ரீநிவாஸ் சாதியைப் பற்றிக் கொள்கை உருவாக்கியும், அதைப் பற்றிப் பேசியும் தனது பிழைப்பைச் சம்பாதித்து வந்தார், ஆனால் தனது சமஸ்கிருதமயமாதல், தான் பார்ப்பனராக இருந்ததால் உருவானது என்பதை ஒரு அபூர்வ நேர்மை வெளிப்பாட்டில் (ஈ.ஆர். லீச் என்னும் சமூக மானிடவியலாளரது தூண்டித் துருவும் கேள்விகளுக்கு எதிர்வினையாக) அன்றி அவர் ஒருபோதும் தனது பிராமண அடையாளத்தை வெளிப்படுத்தியதில்லை. ஸ்ரீநிவாஸின் நவீன இந்தியாவில் சாதி என்ற புத்தகத்திற்கு மதிப்புரையிட்ட போது லீச், அவருடைய சமஸ்கிருதமயமாதல் கொள்கை ஒரு பிராமண–மையப் பார்வையைக் கொண்டிருக்கிறது என்று

கூறினார். "பேராசிரியர் ஸ்ரீநிவாஸ் ஒரு சூத்திரராக இருந்தால் அது அவருடைய விளக்கத்திற்கு வேறுநிறம் அளித்திருக்காதா" என்றும் கேள்வி எழுப்பினார். சாதி பற்றி புலே, அம்பேத்கர், பெரியாரின் விமரிசனங்களோடு ஒருபோதும் தன்னைத் தொடர்பு படுத்திக் கொள்ளாத ஸ்ரீநிவாஸ், தலித்-கீழ்ச்சாதி விமரிசகர்களின் எந்தக் கேள்விக்கும் பதில் சொல்லாதவர், பிரிட்டிஷ் மானிடவியலாளரிடம் தனது கருத்துகள் தனது பிராமண நிலைப்பாட்டிலிருந்து வருவன என்றும், இட ஒதுக்கீட்டின் விளைவுகள் பற்றிய தனது பார்வைகளைத் தான் ஒரு தென்னிந்திய பிராமணனாக இருக்கும் நிலை, தனது பிராமண நண்பர்கள் மற்றும் உறவினர்களுடன் தனது பாசம், அவரகளுடைய துன்பம் ஆகியவற்றுடன் மட்டுமே தொடர்புபடுத்த முடியும் என்றும் ஒப்புக் கொண்டார் (ஸ்ரீநிவாஸ் [1966] 1972: 148-52). இதை ஒப்புக் கொண்ட பிறகு, இடஒதுக்கீடு போன்ற நடவடிக்கைகள் அவரது சமஸ்கிருதமயமாதல் கொள்கைக்கு ஒரு கையுறைபோலக் கச்சிதமாகப் பொருந்துபவை என்பதையும் மறந்து, இட ஒதுக்கீட்டிற்கு எதிர்ப்பு என்னும் அவரது கருத்து திறமை மற்றும் வளர்ச்சி என்னும் பொது நன்மைக்கான மொழியில் பேசப்படுவது (மேலது, ப.153) என்று ஸ்ரீநிவாஸ் மீண்டும் கல்வியியல் நடுநிலைத் தன்மைக்கும் புறவயத் தன்மைக்கும் எடுத்துக்காட்டு எனக் கொண்டாடப்படுகிறார். ஸ்ரீநிவாஸ் போன்ற அறிஞர்கள் சாதியியத்தை ஆதரிப்பதற்காக இட ஒதுக்கீட்டை எதிர்ப்பதைவிட நேர்மையற்றது எதுவும் இல்லை. சுமித் சர்க்காரின் வார்த்தைகளில் (1996: 292) கூறினால், அவர் தன் வாழ்க்கை முழுவதையும் சமஸ்கிருதமயமாதலுக்கு ஆதரவான முறையில் எழுதிக் கழித்திருக்கிறார்: அது ஒரு சாதிக்குழுவின் சார்பான சமூகநிலை மேம்பாட்டிற்குச் சார்பாகவும், அதேசமயம் அடிப்படை சாதிப் படிநிலைமுறையைக் காத்தும், இன்னும் சொன்னால் வலுப்படுத்தியும், குறுகிய மக்கட்பிரிவுகளின் விசுவாசங்களை ஊக்குவிக்கின்ற அதி-சாதித்தன்மை கொண்ட ஒரு வகையான சாதி இயக்கமாகவே இருந்திருக்கிறது.

2. அவர்களுடைய சொந்த இல்லங்களுக்குள்ளும், ஒரு பெண்-அவள் குழந்தையானாலும், இளம் பெண்ணானாலும், கிழவியாக இருந்தாலும், எந்தப் பணியையும் தன்னிச்சையாகச் செய்யலாகாது. குழந்தை என்ற முறையில் தந்தையின் கட்டுப்பாட்டிற்கு அடங்கியும், இளம்பெண் ஆயின் கணவனுக்கு அடங்கியும் வாழவேண்டும். கணவன் இறந்தால், தன் பிள்ளைகள் கட்டுப்பாட்டில் வாழவேண்டும். தனியாகப் பிறர் சார்பின்றி ஒருபோதும் வாழலாகாது... பெண்களை இரவும் பகலும் அவர்களுடைய உறவினர்களான ஆண்கள் தன்னிச்சையாக இயங்காமலிருக்குமாறு கண்காணிக்க வேண்டும். அவர்கள் புலனின்ப இச்சைகளுக்கு அதிக இடம் தருபவர்கள் ஆனதால் ஆண்கள் தங்கள் கட்டுப்பாட்டில் அவர்களை வைத்திருக்க வேண்டும்...தன்னிச்சையாக (சுதந்திரமாக) இயங்கப் பெண் தகுதியானவள் அல்ல. (மனுஸ்மிருதி 5. 147-9, 9. 2-3, மொழிபெயர்ப்பு-ஒலிவெல்லி 2005: 146, 190).

3. காந்தியைப் பாராட்டும் தொழிலில் இந்தியாவிலுள்ள, ஐரோப்பிய–அமெரிக்கக் கல்வியாளர்கள், ஒருசில விதிவிலக்குகள் தவிர, ஒன்றிணைந்தவர்கள். காந்தியின் எழுத்துகளில் குறிப்பிடத்தக்க பெரும்பகுதி, குறிப்பாக அவருடைய மொழிபெயர்ப்புப் பகுதிகள் (இப்போது அவரது சேகரித்த படைப்புகள் என்னும் 100 பாகங்களில் கிடைக்கின்றன), அவருடைய அசலான சாதி, பழமைவாதம், சுயநல ஆர்வங்கள் ஆகியவற்றை மறைப்பதற்கு அல்லது இருட்டடிப்புச் செய்வதற்குப் பெரிய அளவில் செம்மை செய்யப்பட்டவை, மறு ஆக்கம் செய்யப்பட்டவை என்பதைப் புலனாய்வு செய்ய எவரும் கவலைப்பட்டதில்லை.

4. தனது *டிஸ்கவரி ஆஃப் இந்தியா*வில் சில பக்கங்களின் ஊடாகவே நேரு விசுவாசமாக மேற்கோள் காட்டுகின்ற பின்வரும் ஐரோப்பிய அறிஞர் கூற்றுகளின் பட்டியல், அவர் கட்டமைக்கின்ற வரலாறு எவ்வளவு நெருக்கமாக இந்தியப் பழமை குறித்த மேற்கத்திய வாசிப்புகளில் புதைந்திருக்கிறது என்பதை வெளிக்காட்டக்கூடியது. “இந்தியா...பெருங்கடல் போல எல்லையின்றி எதையும் உள்ளுறிஞ்சக்கூடியது” (டாட்வெல், ப.73);

“...இந்து மதத்தின் வியக்கத்தக்க தன்மயமாக்கிக் கொள்ளும் ஆற்றல்” (வின்சென்ட் ஸ்மித், ப.74);

“...வேத இலக்கியம் கி.மு. 2000 அல்லது 2500 அளவுக்குச் செல்கிறது” (விண்டர்நீட்ஸ், பக்.76–7);

“...இந்தியா இங்கு (வேதப்பாக்களில்) தான் ஒருபோதும் பின்பற்ற மறக்காத ஒரு தேடலில் ஈடுபடுகிறது” (மெக்நிகால், ப.79);

“...எல்லாச் செல்வங்களும் ஆற்றலும் அழகும் கொண்ட ஒரு நாட்டைச் சுட்டிக்காட்ட வேண்டுமாயின் நான் இந்தியாவைத்தான் கூறவேண்டும்“ (மாக்ஸ்முல்லர், ப.88);

“...மிகப் பழங்காலத்திலிருந்து வாழ்ந்த மனிதர்களின் எல்லாக் கனவுகளும் ஈடேற்றம் கொள்ளும் இடம் எதுவெனில், இந்தியாதான்” (ரொமெய்ன் ரோலன், ப.89);

“...இந்தியச் சிந்தனையின் முக்கியப் பகுதி எதுவும், முரண்பட்ட பௌத்தம் உட்பட, உபநிஷதங்களில் வேர்கொள்ளாததல்ல” (புளும்ஸ்ஃபீல்டு, ப.92); “... மகாபாரதம்...ஒற்றை மையப்பட்ட இந்தியா பற்றிய சிந்தனை” (மார்கரெட் நோபில், ப.107).

இயல் ஒன்று

பிராமண ஆதிக்கத்தின் வரலாற்று வேர்களும் சமண எதிர்ப்பும்

நீண்ட காலமாகவே தாங்கள் கீழ்ப்படுத்துகின்ற குழுக்களிலிருந்து ஆதிக்க மானிடக் குழுக்கள் தங்களை வேறுபடுத்தித் தங்களை உயர்வாக வரையறுத்துக்கொண்டு வந்திருக்கிறார்கள். ஆக, தோலில் மெலனின் இருப்பை வைத்து ஒரு பகுதியாகக் கருப்பர்கள் வெள்ளையர்களால் வரையறுக்கப்படுகிறார்கள்; முதனிலை, இரண்டாம் நிலைப் பாலியல் பண்புகளால் ஆண்கள் பெண்களிடமிருந்து வேறுபடுத்தப்படுகிறார்கள். இவற்றின் சமூக விளைவுகள் அல்ல, இந்த உலகியல்சார் வேறுபாடுகளே, ஒரு குழு மற்றொரு குழுவின்மீது சமூக ஆதிக்கம் கொள்ளக் காரணமானவை என்று தோன்றுமாறு, இவை பிறகு பயன்படுத்தப்படுகின்றன.

ஜெஃப்ரி மேசன், சூசன் மெக்கார்த்தி: 1996 40–1

வேதத்தையும் வேதக் கலாச்சாரத்தையும் சுற்றிப் பின்னப்பட்டுள்ள புனைகதைகள், அதீத கற்பனைக் கதைகள் என்னும் மாயவலையை நீக்கினாலொழிய நம்மால் சாதி, பார்ப்பனியம் என்னும் தொன்மங்களைப் புரிந்துகொள்ள முடியாது. 'வித்' (அறிதல்) என்னும் வேர்ச்சொல்லிலிருந்து வரும் வேதம்தான் ஆரிய பிராமணர்களின் முதன்மைத் தத்துவ நூல். அது 'அபௌருஷேய' (மனித மூலத்தில் தோன்றாதது), நிரந்தரமானது, தவறாகாதது என்று கருதப்பட்டதால் சுருதி (கேட்கப்பட்டது, அதாவது வெளிப்பாடு) எனப்பட்டது. காலத் தோற்றத்திற்கு முன்பிருந்தே வேதங்கள் தெய்விக வடிவில் இருந்தன என்று கூறப்படுகிறது. அதில் பாடல்களையும், யாகச் சூத்திரங்களையும் தனிப்பாக்களையும் கொண்ட ரிக், சாம, யஜுர், அதர்வ என்ற நான்கு

தொகுதிகள் அதில் உள்ளன. ரிக்வேதமே மிகப் பழமையானது, மிகப் புனிதமானது. அதன் மையக்கரு மந்திரங்கள், பிராமணங்கள் என்னும் பகுதிகளால் ஆனது என நம்பப்படுகிறது. பிராமணங்களின் சேர்க்கைகள் ஆரண்யகங்கள் எனப்படுகின்றன. ஆரண்யகங்களின் முடிவுப்பகுதிகள் உபநிடதங்கள். மறைஞானத்துடனும் குறியீட்டியலுடனும் தொடர்புடைய ஆரண்யகங்கள் உபநிடதங்கள் என்னும் தத்துவ நூல்களுக்குச் சிந்தனை மாறுவதைக் குறிக்கின்றன. நான்கு வேதங்களும் பிராமணங்களும் சேர்ந்து 'சுருதி' எனப்படும். ஆரண்யகங்களும் உபநிடதங்களும் சேர்ந்து வேதாந்தம் (வேதங்களின் இறுதி) எனப்படுகின்றன.

உண்மையில், வேதங்கள் என்பவை கி.மு. 1400 தொடங்கி மத்திய ஆசியாவிலிருந்து அலையலையாக இந்தியாவிற்குள் வந்த இந்தோ-ஐரோப்பியர்கள் படைத்தவை. தொல்லியல், மொழியியல், இலக்கியம், தொழில்நுட்ப வரலாறு, நிலவடிவமைப்பியல், வானியல் போன்ற பல மூலங்களிலிருந்தும் தொகுக்கப்பட்ட தகவல்களின்படி, அசலான ரிக்வேதப் பாடல்கள் ஏறத்தாழ கி.மு. 1700 அளவில், ரிக்வேத ஆரியர்கள் கங்கை-யமுனை ஆற்றுப்பகுதிக்கு வந்து சேர்வதற்கு முன் ஆப்கானிஸ்தானத்தில் படைக்கப்பட்டவை. "...ரிக்வேதத்தின் படைப்பு, தெற்கு ஆப்கானிஸ்தானத்தில், முதிர்நிலையிலிருந்த ஹரப்பா காலப்பகுதியின் மறைவுக்குப் பின்னர் மேற்கொள்ளப்பட்டது. ஆனால் அதன் பிந்திய பகுதிகளும் பிற வேதப்பனுவல்களும் இந்தியாவில் படைக்கப்பட்டவை." இச்சூழலில் வேதப்பனுவல்களுக்கும், பிந்திய ஹரப்பக் கலாச்சாரப் பகுதிகளுக்கும் தொடர்பு இருப்பது எதிர்பார்க்கக்கூடிய ஒன்று. ஆனால், மெஹர்கட், அல்லது ஆரம்ப அல்லது முதிர்ந்த ஹரப்பக் கலாச்சாரங்களுக்கும் ரித்வேத, அவெஸ்த மக்களுக்கும் எவ்விதக் கலாச்சாரக்கூறும் பொதுவாக இருந்ததற்கான சான்று இல்லை (கோச்சார் 2000: 225). ஆனால் ரிக்வேத, அவெஸ்த (பாரசீக) ஆரியர்களுக்கும் மொழி, கலாச்சாரம், தொன்மம், சடங்குகள் ஆகியவற்றில் குறிப்பிடத்தக்க தொடர்புகள் இருந்துள்ளதை ஆய்வுகள் காட்டியுள்ளன. இரண்டு குழுவினருமே ஒரே குழுவினை-இந்தோ ஈரானியர்கள், இந்தோ ஐரோப்பியர்கள் எனப்பட்டோரைச்-சேர்ந்தவர்கள். இந்தோ ஈரானியர்கள், ஏறத்தாழ கி.மு. இரண்டாயிரம் அளவில் ஐரோப்பியர்களிலிருந்து வந்தவர்கள். காஸ்பியன், கருங்கடல்களின் வடக்கிலிருந்த ஸ்டெப்பீஸ் புல்வெளிகளில் தங்கள் சொந்த இருப்பிடத்திலிருந்தும் பிரிந்து மேற்கில் ஐரோப்பாவுக்கும், தெற்குநோக்கி மத்திய ஆசியாவுக்கும் வந்தனர்.

இந்தியாவில் இயற்றப்பட்ட வேதப்பகுதிகள், வேத ஆரியர்கள் அதற்குமுன் (இந்தியச்) சொந்த நாட்டிலிருந்த மக்களோடு (அவர்களை

தாச, தஸ்யூ என்று குறிப்பிட்டனர்) பல போர்கள் நடத்தி, குதிரைகளை நடத்தும் திறனாலும், தங்களிடம் சிறந்த ஆயுதங்கள் இருந்தமையாலும் அவர்களைக் கீழ்ப்படுத்துவதில் வெற்றிகண்டனர் என்பதை வெளிப்படுத்துகின்றன. மெதுவாக, படையெடுத்தோர் சொந்த நாட்டு மக்களிடையே நிலையாகக் குடியமைத்தனர். ஆனால் மோதல் தொடர்ந்தது. ரிக்வேதத்தின் பல பாக்கள் இதற்குச் சான்றளிக்கின்றன. இந்தக் குழப்பமான மாற்றக் காலத்திலோ அன்றிப் பின்வந்த நூற்றாண்டுகளிலோ, முதன்மையாகத் தங்கள் இனத் தூய்மையைத் தக்க வைத்துக் கொள்ளவும், 'கீழ்மையில் பிறந்த' பழங்குடி மக்களின்மீது தங்கள் ஆதிக்கத்தை நிறுவவும் ஆரியர்கள் சாதி ஒழுங்குமுறையை உருவாக்கினர். சில வரலாற்றாசிரியர்கள் கூறுவது போல, சாதியோ அல்லது அதற்கு நெருக்கமான ஓர் அமைப்போ, துணைக் கண்டத்தில் ஆரியர்கள் வரும் முன்பே இருந்திருந்தாலும் படிநிலைப்பட்ட சாதியமைப்பு என்பது (வெளிப்படையான சில காரணங்களால்) ஆரிய பிராமணர்களின் படைப்புதான். பிந்திய வேதக் காலத்தில் (ஏறத்தாழ கி.மு. 900க்குப் பின்னர்) அவர்களின் வழிவந்தோர் சாதியின் தொடக்கத்திற்கு ஒரு மத-ஒளிவட்டம் தருவதற்காக அது தெய்வத்தால் படைக்கப்பட்டது என்றனர். ரிக் வேதத்தின் பத்தாம் பிரிவிலுள்ள புருஷ-சூக்தம், சாதித் தோற்றத்திற்கு ஒரு மத-பௌராணிக விளக்கம் அளிக்கிறது. அது பிந்தியச் சேர்ப்பு என்று திட்டவட்டமாகப் பல வரலாற்றாசிரியர்கள் கூறியுள்ளனர்.[1]

முதலில் வேதங்கள் சில நூறு பாக்களை மட்டுமே கொண்டிருந்தன. ஆனால் காலப்போக்கில் தொகுப்புகளில் ஆதிகால ஆரியர்களின் வரலாறு, புனைகதைகள், மத நம்பிக்கைகள், சடங்குகள் ஆகியவை சேர்ந்த சேர்க்கைகளும் நீட்டிப்புகளும் சேர்ந்து தாறுமாறான கதம்பமாகப் பெரிதாக்கப்பட்டன. இதற்குக் காரணம் அப் பாக்கள் இறுதியாக எழுதி வைக்கப்படுவதற்குப் பல நூற்றாண்டுகள் முன்பிருந்தே அவை மதகுருக்களின் மரபினால் வாய்மொழியாக அளிக்கப்பட்டு வந்ததுதான்.

சடங்குகள், யாகங்கள், இயற்கை வழிபாடு, ஆங்காங்கு சமகாலப் பொருளியல் வாழ்க்கையின் காட்சிப்பாடுகள் என்பவற்றின் குழப்பமான புதிர்வழிக்கிடையில் "ஒரு பழைய, மறைவான மொழியின் முள்வேலியின்பின் ஒளிக்கப்பட்டிருப்பதால்" வேத உலகப்பார்வை என்பது என்ன என்பதைக் கண்டுபிடிப்பது கடினம். பல இடங்களில் "ஓர் எளிய மொழியில் கடினமான சிந்தனை வெளிப் படுகிறது, கடினமான மொழியில் எளிய சிந்தனை மறைக்கப் படுகிறது" என்று ஒரு மொழிபெயர்ப்பாளர் குறிப்பிடுகிறார். (ஓ'ஃப்ளாஹர்ட்டி *2000: 14*). பாடல்களின் தரத்திலோ விஷயத்திலோ சீர்மை இல்லை.

“ஒரு தீவிர உதாரணத்தைக் காட்டுவோமாயின், ரிக்வேதத்திலுள்ள சில பிற்காலப் பகுதிகளைப் பத்தொன்பதாம் நூற்றாண்டின் போலி வெட்கங்கொண்ட பிரிட்டிஷ்காரர்கள் இலத்தீன் மொழிபெயர்ப்பில் மட்டுமே வெளியிடுவார்கள்” (கோச்சார் 2000: 19). (வெளிப்படையான பாலியல் விஷயங்களுடைய அந்த வேதப்பாக்கள் இப்போது ஓ’ஃப்ளாஹர்ட்டியின் மொழிபெயர்ப்பில் கிடைக்கின்றன).

சுயநலம் கொண்ட பண்டிதர்கள் வேதங்களைத் தங்கள் இறுதியான புனித நூல் எனக் காட்டவேண்டி அதை மேலும் மேலும் ஒருசிலர்க்கான இரகசிய நூலாக மாற்ற முனைந்ததால் விளக்குகின்ற பணி மிகவும் கடினமாகிறது. பிராமணர்கள் தாங்கள் மட்டுமே வேதங்களைப் படிக்கின்ற உரிமையை வைத்துக் கொண்டதால் அவற்றின் புனிதத்தன்மையைக் காப்பாற்றினர் என்று மார்க்ஸ் ஓரிடத்தில் கேலியாகக் குறிப்பிடுகிறார். பெரிய அளவிலான மறுஆக்கங்கள், உருக் கொடுத்தல்கள் ஆகியவை ஒருபுறம் இருக்க, சமஸ்கிருதத்தை விட மிகப் பழமையான அந்த மொழி மிகுந்த ஈரடித்தன்மை கொண்டது, எதிர்மாறான விளக்கங்களுக்கு இடந்தரக்கூடியது. அவற்றில் மேற்சுட்டுகளும், போகிற போக்கிலான குறிப்புகளும் நிறைந்துள்ளன. அவற்றின் பின்னணியை இன்று கண்டறிய முடியாது. ஒரு முயற்சிமிக்க சமஸ்கிருதவாதியும் அவற்றிலிருந்து எதையும் படிக்க இயலாது.

குங்கும ராய் (1966) செய்த கூர்நோக்குடைய ஆய்வு, வேதத்தில் காணும் அண்டத்தோற்றம் சமூக, அரசியல் விஷயங்களைக் கட்டுப்படுத்துவதற்கான முயற்சியிலிருந்து தொலைவில் உள்ளதல்ல என்று குறிப்பிடுகிறது. பிரபஞ்ச யாகம் என்ற கருத்து உலகப் பிறப்பு குறித்த செயல்பாடுகளைப் பற்றியதாக உள்ளது எனப் புரிந்து கொள்ளத் தூண்டினாலும், அப்படிப்பட்ட முன்னுரிமையைப் பயன்படுத்துவது வேதபண்டித நிபுணர்களுக்கும் கொஞ்ச அளவு யாகத்தை நடத்தும் எஜமானர்களுக்கும் மட்டுமே வாய்த்திருந்தது. யாகங்களின் பரந்துபட்ட நிலையைக் காணும்போது, அதில் பங்கேற்கும் தகுதி முதல் மூன்று வர்ணங்களைச் சேர்ந்த ஆணாதிக்க முதல்வர்களுக்கே உரியதாக ஒருவேளை கிடைத்தது போலும். ஆனால் உறுதியாக, ராஜசூயமோ அஸ்வமேதமோ நடத்தித் தங்கள் உயர்ந்த நிலையைக் காட்டிக் கொள்ள விரும்பிய ஆசைமிக்க, வெற்றிவாய்ந்த அரசர்களுக்கு அது உரியதாக இருந்தது, அவர்கள் அந்த வாய்ப்பை அடிக்கடி பயன்படுத்தினார்கள்.

ஆனால் சுதந்திரமான பங்காற்றும் தன்மை யாகத்தில் பலருக்கும் மறுக்கப்பட்டது. இவர்களில் சூத்திரர்கள், முதல் மூன்று வர்ணங்களையும் சேர்ந்த குடும்பங்களின் இளம் உறுப்பினர்கள், பெண்கள்...அடங்குவர். ஆகவே பிரபஞ்சச் செயலாகக் கருதப்படும் யாகத்தில் பங்கேற்கும் தகுதி என்பது

யாகப் புரோகிதர்கள்–அல்லாதவர்கள், யாகம் நடத்துபவர்கள்–அல்லாதவர்கள், ஆண்கள்–பெண்கள் இவர்களுக்கிடையிலான சமூகப் படிநிலையை வலிந்து அமுல்படுத்தும் ஒரு வழியாக (ஆனால் இது மட்டுமே அல்ல) இருந்திருக்கலாம். (கே. ராய் 1996: 17–18)

வேத அண்டப் பிறப்பியலின் பெருக்கம் அல்லது நெகிழ்வுத்தன்மை ஒருபுறம் இருப்பினும், அவற்றின்மீது இறுக்கமும், போட்டியும் கொள்வதற்கான வாய்ப்பும் இருப்பினும் சமூக-சடங்கு வேறுபாடு வேர்விட்டுப் பிடித்துக் கொண்டது. அண்டப் பிறப்பு பற்றிய யூகத்தினை ஓர் ஆதிக்கக் கருத்தியலாக மாற்றுகின்ற முயற்சி ஓரளவே வெற்றி பெற்றது என்று ராய் முடிவுக்கு வந்தாலும் (மேலது, ப.19), அவர் வடிவமைக்கும் காட்சி ஒரு சாதிக் கலாச்சாரத்தின் கலாச்சார அடிப்படை- புரோகிதன், அரசன், குலபதி ஆகியோரால் நிறுவப் பட்டது என்பதற்கு ஒரு குறிப்பைத் தருகிறது.

சுருக்கமாக, எல்லாவற்றினும் முக்கியமான யாகச் சடங்கினைக் கட்டுப்படுத்துதல் வாயிலாகப் பிறர் மீது பிராமண மேலாதிக்கத்தின் அடிப்படை நிறுவப்பட்டது. பிரபஞ்சத் தன்மை கொண்ட, யாவற்றுக்கும் முதன்மையான யாகத்தினால்தான் பிரபஞ்சம் உருவாக்கப் பட்டது, யாகங்கள் தொடர்ந்து செய்யப் படுவதால்தான் உலகம் இயங்குகிறது என்று பிராமணர்கள் கருதினார்கள். இந்தத் தர்க்கத்தின் பின்னாலுள்ள உள்நோக்கம் தெளிவானது - யாகத்திற்குத் தலைமை தாங்குவதன் வாயிலாக மேலுள்ள தெய்வங்களுக்கும் கீழுள்ள மனிதனுக்கும் இடைத்தரகனாக பிராமணன் செயல்படுகிறான், அதனால் உலகத்தை இயங்க வைக்கிறான். ஆகவே நலமாக இருக்க விரும்பும் மேற்சாதியினர் எவரும் பிராமணனை அணுகித் தன் சார்பாக யாகத்தை நடத்த வைக்க வேண்டும்.

வேதக் கருத்தியற் கட்டமைவுக்கு ஆதரவாக வன்முறையும் ஆதிக்கமும் இருத்தல்

வேதப்புதிரை நன்கு ஆராய முயலுகின்ற பாரபட்சமற்ற ஆய்வுகள் வெகுசிலவே. இந்திய, ஐரோப்பிய-அமெரிக்கப் பண்டிதர்கள், வேதத் தொகுதிகள் ஒரு சிக்கலான பிரபஞ்ச அமைப்பியலின் கலாச்சாரப் பின்னணிக்குள் விழுமிய, மனிதாபிமானம் சார்ந்த மதிப்புகளை உள்ளடக்கியுள்ளன என்ற தொன்மத்தைத் தொடர்ந்து நிலைநிறுத்தி வருகிறார்கள். ஆனால் மேலும் புறவயத்தன்மை கொண்ட ஆய்வுகள் வேத யாக ஒழுங்கிற்குள் ஒழுக்கத்திற்குச் சற்றும் இடமில்லை என்பதைச் சுட்டிக் காட்டுகின்றன. இயற்கையின் இரகசியத்தில் மறைந்தவாறு, காசுக்குப் பணிசெய்யும் ஒரு புரோகிதனின் வசியக்

கலையினால் கொண்டுவரப்படும் எந்திர ரீதியான செயலே யாகம். சடங்கின் மதவட்டத்திற்குள்ளும், பொருளியல் வாழ்வுக்குள்ளும் சுயபிம்பப் பெருக்கமும் வன்முறையும் மிக முக்கியமான வேதக் கருப்பொருள்களாக முன்நிற்கின்றன என்று அறிஞர்கள் கருதுகின்றனர். சில்வைன் லெவி என்பார், "பிராமணர்களின் இறையியலைவிட மிகக் கொடியதும் மிகப் பொருளியல் ரீதியானதும் ஆன ஒன்றைக் கற்பனை செய்ய இயலாது. மெதுவாகப் பின்னர் நேர்த்தியடைந்து ஒழுக்க உடையைப் போர்த்திக் கொண்ட பின்னாள் பயன்பாட்டுக்குரிய கருத்துகள் தங்கள் காட்டுத்தனமான யதார்த்தவியலினால் நம்மை விதிர்க்கச் செய்கின்றன" (ரைஸ் டேவிட்ஸ் [1902] 1981: 240இல் மேற்கோள் காட்டப்பட்டது).

ஹிம்சை (காயத்தை உண்டாக்கும் ஆசை) அல்லது வன்முறை என்பது வேதத்தில் திரும்பத்திரும்ப வரும் கருப்பொருள். மற்றவர்கள் மீது செலுத்துகின்ற வன்முறையும் ஆதிக்கமும் தம்மளவில் புகழப்படுவது மட்டுமன்றி, பொருள்களின் இயற்கை ஒழுங்கின் இயல்பான ஒன்றிணைந்த பகுதியாகவும் முன்வைக்கப்படுகின்றன. திரும்பத் திரும்ப வரும் உணவு, உண்பவர்கள் என்னும் உருவகத்தில் அவை வெளிப்படுகின்றன. சதபத பிராமணம் சொல்வதுபோல, "இங்கு எல்லாமே உண்பவனும் உணவும் மட்டும்தான்". இது வெறும் உணவுசார்ந்த உருவகம் மட்டுமல்ல, படிநிலையில் ஓர் உணவுச்சங்கிலியாக அமைந்துள்ள இயற்கை மற்றும் சமூக உலகைக் குறிப்பதாகும். டோனிகர் மற்றும் ஸ்மித் சுட்டிக்காட்டுவதுபோல, இந்த உணவுச் சங்கிலி, உயிரினங்களின் முறைமையைச் சரியாக விவரிக்கிறது. வேத இயற்கை ஒழுங்கு முறையின் உச்சியில் சொர்க்கத்திலுள்ள தெய்வங்கள் உணவுப்பட்டியலில் மனிதர்களை பலியிடுவதற்கு அடுத்தநிலையில் அவர்களுக்கு பதிலிகளாக உள்ள யாக நிவேதனங்களை உண்கின்றனர். பிறகு மனிதர்கள் அடுத்த உயிர்வடிவமான விலங்குகளை உண்கிறார்கள், விலங்குகள் தாவரங்களை உண்கின்றன. தாவரங்கள் மழையையும் நீரையும் உண்கின்றன. இதிலிருந்து எல்லா உணவும் உற்பத்தியாகிறது.

ஒரு நாணயத்தின் இருபக்கங்களாக உண்ணுதலும் கொல்லுதலும் கருதப்பட்டன. ஆனால் ஒருவனின் எதிரியைத் தோற்கடித்துக் கீழ்ப்படுத்துவதற்கான நிரந்தர நாடகப்படுத்தலாகவும் வெளிப்படையாகவே உண்ணுதல் என்பது நோக்கப்படுகிறது... தான் வெறுக்கின்ற, வெறுக்கப்படுகின்ற இயற்கை மற்றும் சமூக எதிரியை வென்று மேற்கொள்வதுதான் உண்ணுதல்... மொத்தத்தில் உண்ணுதல் என்பது உண்பவன் உண்ணப்படுபவன்மீது, வெற்றிகொள்பவன் தோல்வியுற்றவன்மீது, தான் தன் எதிரிமீது கொள்ளும் இறுதியான வெற்றி (டோனிகர் மற்றும் ஸ்மித் 1991: XXV-VI).

பலமுள்ளது பலவீனமானதை உண்ணும் என்ற கொள்கையினால்தான் வேத முறைமை வரையறுக்கப்பட்டு வழிகாட்டப்படுகிறது. இயற்கையைப் போலவே சமூகமும் உண்பர்-உண்ணப்படுபவர் என்ற வகுப்புகளாகக் கச்சிதமாகப் பிரிக்கப்பட்டுள்ளது. கீழ்வகுப்பினர் உயர்வகுப்பினருக்கு உணவும் வைக்கோலுமன்றி வேறல்ல. மேற்சாதிகளுக்கும் கீழ்ச்சாதிகளுக்கும் இடையில் இவ்விதம் மாறாதது, இயற்கையானது, நிரந்தரமானது என்று கொள்ளப்பட்ட படிநிலைதான் சாதிக் கருத்தியலுக்கு அடிப்படை அளிக்கிறது. இது வேதக் கொள்கைகளிலிருந்து வகுக்கப்படுவதுதான். இந்த தர்க்கத்தினால்தான், படைப்புக் கடவுளான பிரஜாபதி, ஒரு பிராமணப் பனுவலில், பூமியில் தொடர்ச்சியான பல வாய்களாகக் காட்டப்படுகிறான்... "புரோகிதன் உனது ஒரு வாய். அந்த வாயினால் நீ அரசர்களை உண்கிறாய்...அரசன் உனது ஒரு வாய். அந்த வாயினால் நீ சாதாரண மக்களை உண்கிறாய்" (மேலது, XXVI). இந்தப் படிநிலைப் பகுப்பில், பிராமணன் அல்லது புரோகிதன் தனக்கு அடுத்த நிலையில் உள்ளவனை உண்கிறான், க்ஷத்திரியன் அல்லது போர்வீரன்/ஆட்சியாளன், தனது முறைப்படி வைசியர்களையும் சூத்திரர்களையும் உண்கிறான். இப்படியாக உயர்ந்த வகுப்பினர், கீழ் வகுப்பினரை உண்டு, வாழ்ந்து, செழிக்கிறார்கள்.

என் இலாபம் உன் நஷ்டத்தில்தான், என் வளம் உன் அழிவில்தான், எனது நீடித்த வாழ்வு உன் மரணத்தில்தான், நான் உண்ணுவது, நீ எனக்கு உணவாகுவதில் என்ற விதமான வாழ்க்கையை வேதம், சித்திரிக்கிறது, மேலோட்டமாக, யாரிடம் அதிக உடல்பலம் இருக்கிறதோ, இராணுவ பலம் இருக்கிறதோ அவன்–மிகப் பெரிய மீன், உயர்ந்த நாய் என்ற விதத்தில் இலாபத்தை அளிப்பதாக இருக்கிறது. இயற்கை உலகில் உண்பவையும் உணவும் நேராக இருக்கின்றன: உடலளவில் பலம் வாய்ந்தது, ஆற்றலற்றதைத் தின்கிறது. இதே கொள்கை, சமூக வாழ்க்கைக்கு வரும்போது சரியானது எனக் கருதப்படுகிறது (மேலது, XXVII).

பலத்தையும் வன்முறையையும் கொண்டாடும் வேதமரபு பின்னாள் பார்ப்பனியத்திலும் அவ்வாறே கொள்ளப்பட்டுள்ளது. புகழ்பெற்ற உருவகமான மச்ச நியாயம் என்பதிலும் (பெரிய மீன் சிறிய மீனை உண்ணுதல்), சாதாரண மக்கள்மீது அரசன் தண்டத்தை (தண்டித்தலின் ஆற்றலை) ஒரு வெளிபோலத் தொடர்ந்து கையாளுவதை மகாபாரதத்திலும், தர்மசாத்திரங்களிலும், கௌடில்யரின் அர்த்தசாஸ்திரத்திலும் புகழ்வதிலும், இது நன்கு வெளிப்படுகிறது. ஆனால் பிராமணர்கள் சிறுபான்மையினராக இருந்த காரணத்தினால், தாங்கள் உடல் வலிமையால் பெரும்பாலானவர்களைப் பணியச் செய்ய முடியாது என்பதை அறிந்திருந்தனர். ஆகவே அவர்கள் சமூக-மத வாயில்களால் தங்கள் மேன்மையை நிறுவிக்கொள்ளப் படிநிலையான ஒரு சாதிக் கருத்தியலை உருவாக்கி நிறுவனப் படுத்த முனைந்தனர்.

அவர்களால் மற்றவர்களை உடல்ரீதியாக ஆளமுடியாவிட்டால், மதத்தின் பெயரால் தொடர்ந்து அவர்களின் இழிதன்மையையும் கீழான பிறப்பையும் சொல்லிச் சொல்லி அவர்கள் மனோதைரியத்தை உடைத்து, மனத்தளவிலும் உளவியல் ரீதியாகவும் அவர்களை அடிமைப்படுத்த முடியும்.

சாதியை மனத்திற்புகுத்தல்

கரடுமுரடான இயற்கை, சமூக உலகப் பிறப்பியல் பற்றிய வேதக் கருத்தை அறிவுப் பெருக்கத்திற்கு இடைஞ்சலான ஓர் உபநிஷத தத்துவமாக்குவதன் (வேதாந்தம் என இது அறியப்பட்டது) மூலமாக இதை பிராமண உச்சநிலையினர் சாதித்தனர். மீரா நந்தா (2002) விளக்கியுள்ளதுபோல, இருமையறு வேதமூல ஆராய்ச்சி (அத்வைதம், இருமையற்றது என அறியப்பட்டது) பொருண்மை அல்லது பௌதிக இயற்கையை ஆன்மிக அல்லது ஒழுக்கப் பகுதியிலிருந்து வேறுபடுத்துவதில்லை. கர்த்தாவுக்கும் (மனம் அல்லது பிரக்ஞை) பொருளுக்கும் (இயற்கை அல்லது பௌதிக உலகு) எவ்வித வேறுபாட்டையும் அது மறுக்கிறது. அத்வைதத்தின் தலைமைப் பிரசாரகர் ஆகிய ஆதிசங்கரர் கூறுவதுபோல) இயற்கையும் கலாச்சாரமும் மிக உயர்ந்த ஆன்மாவாகிய பிரம்மத்தின் வெறும் பிரதிபலிப்புகள் (அல்லது மாயைகள்) என்பதால் அதன் முழுமைவாதத்தில் ஒரு மீயியற்கைக் கூறு புகுத்தப்படுகிறது. அவர்களின் நோக்கில், மனிதக் கலாச்சாரம் இயற்கையின் முறைப்படி அமைக்கப்பட்டது. அந்த முறைமை, இயற்கையாயினும், சமூகமாயினும், நிரந்தரமானது, புனிதமானது, மாற்றமுடியாதது. இந்த வேதாந்தத் தத்துவப்படி சாதி முறைமையும் தந்தைவழி ஆதிக்கமும் இயற்கையைப் பிரதிபலிப்பவை. ஆக, பிராமண மெய்யியலில் மிகப் பாராட்டப் படுகின்ற முழுமைவாதம், சாதி மற்றும் பாலியல் படிநிலையின் மையத்தில் உள்ளது.

இது இயற்கை மற்றும் புனித முறைமையின் கோரிக்கைகளை மனிதத் தன்னிலையின்மீதும், ஒழுக்கவியலின்மீதும், அறத்தின்மீதும் சுமத்துகிறது; சமூக விதிகளை மீறுவதென்பது ஒரேசமயத்தில் இயற்கை, மற்றும் புனித முறைமையை மீறுவதும் ஆகிறது. சமூக முறைமையின் இயற்கை யாக்கத்தையும் புனித ஆக்கத்தையும் சாதி என்னும் நிறுவனத்தில் தெள்ளத் தெளிவாகக் காணலாம். சாதிப் படிநிலைகள்...இயற்கை முறைமையின் பிரதிபலிப்பாகக் கொள்ளப்படுகின்றன. ஒருவன் ஆணாக, பெண்ணாக எவ்விதம் பிறப்பினும் அது ஒரு தன்னிச்சையான நிகழ்வன்று. இயற்கை விதிகளான கர்மமும் மறுபிறப்பும் ஆன்மாவின் பிறப்பினை நிச்சயிக்கின்றன. சாதிகள், பாலியல்கள், விலங்குகள்,

தாவரங்கள், உயிரற்றப் பொருள்கள் என்பவை ஒரே ஆன்மாவின் வெவ்வேறு வடிவங்கள். அவை வாழ்நிலையின் ஒரு சங்கிலித் தொடர்ச்சியில் அவ்வவற்றின் கர்மவினைக் கேற்ப அமைக்கப் பட்டுள்ளன. இந்த இருமையற்ற, ஒன்றொடொன்று பிணைக்கப்பட்ட உலகில், இயற்கைப் பொருள்கள் ஒழுக்க முக்கியத்துவத்தை ஏற்கின்றன (உதாரணமாக நோய்கள் என்பவை பெண்கடவுளர்கள், விலங்குகளும் தாவரங்களும் மனித வாழ்க்கைக்கும் நோக்கங்களுக்கும் அவசியமானவை). அதேபோல் மனித ஒழுக்கங்களுக்கும் இயற்கை முறைமையில் விளைவுகள் உண்டு (உதாரணமாக, ஒரு பெண்ணின் பாவங்கள் அவள் கணவனின் மரணத்தை ஏற்படுத்தலாம்). (நந்தா 2002: 55)

உபநிடதக் காலத்தில் தொடங்கி, ஆன்மாவும் பிரம்மமும், கர்மமும் தர்மமும், வர்ணமும் சாதியும், புனர்ஜன்மமும் மோட்சமும் ஒரு சங்கிலியின் கண்ணிகள் ஆயின. அந்த முழுச் சங்கிலியும் உடைக்கமுடியாததொரு முழுமை ஆயிற்று. வேதாந்தத்தின் உபாசகர்கள் சாதியைச் சுயநலத்திற்காகவே ஏற்றனர், சாதியின் உபாசகர்களும் வேதாந்தத்தை அவ்வாறே பாராட்டினர் (சர்தேசாய் *1994: 209*).

ஆனால் மானிடப் படிநிலை, அல்லது சாதி என்னும் சமூகச் சமநிலையின்மை, மக்கள் அளவில் எவ்வாறு நிறுவப்பட்டது? படிநிலை என்ற சிந்தனையை நிறுவனப்படுத்தவும், அதை (பிரக்ஞைபூர்வமான, அரைப் பிரக்ஞை நிலையிலான, நனவிலிநிலையிலான எல்லாத் தளங்களிலும்), கலாச்சாரத்தின் வாழ்க்கையோட்டத்திலும் மக்கள் மனங்களிலும் உட்புகுத்தவும் வர்ண அடிப்படையிலான மதம், வர்ணாசிரம தர்மம், ஏற்படுத்தப்பட்டது; புதிய சடங்குகளும் யாகங்களும் கண்டுபிடிக்கப் பட்டன; மந்திரங்கள், தட்சிணைகள், பிராயச்சித்தங்கள் பெருகின; சாதியை விரும்பும் கடவுளர்கள் உருவாக்கப் பட்டு, வரலாறு என ஆக்கப்பட்டார்கள்; யாவற்றிற்கும் மேலாக, பொதுமக்கள் அறியாமை பிரக்ஞைபூர்வமாக ஆதரிக்கப் பட்டு நிலைநிறுத்தப் பட்டது. பிராமணங்களின்மீது பிராமணங்கள், உபநிஷதங்களின்மீது உபநிஷதங்கள், ஆரண்யகங்களின் மேல் ஆரண்யகங்கள், ஸ்மிருதிகளின் மேல் ஸ்மிருதிகள், பிறகு அவற்றின் மீது எல்லையற்ற விளக்கங்களும் உரைகளும் தோன்றின. உரைகள் வசதியற்ற மெய்ம்மைகளை வெட்டி எறிந்து காலப் போக்கிற்கேற்ப புதிய செய்யுட்களையும் பகுதிகளையும் சேர்த்தன. சுருங்கச் சொன்னால், தவறான அறிவும், போலி மதமும் நிஜமான அறிவு, மனிதநேயச் சிந்தனை இவற்றின் இடத்தில் வைக்கப்பட்டன. சாதியமைப்புக்கு உலகளாவிய, ஆன்மிகப் புனிதம் தரப்பட்டது. சாதாரண மனிதர்களால் இதைச் சவாலுக்கு உட்படுத்த முடியாது.

ரிக் வேதத்திலுள்ள (10.90) புருஷ சூக்தம் (படைப்பின் பாடல்) சாதிக்கு ஒரு மீயியற்கைத் தோற்றத்தை அளிக்கிறது:

பிராமணர்கள் புருஷனின் (தெய்விக மனிதனின்) வாயிலிருந்து பிறந்தனர்; க்ஷத்திரியர்கள் அவனது புஜங்களிலிருந்து பிறந்தனர்; வைசியர்கள் அவன் தொடையிலிருந்து பிறந்தனர்; சூத்திரர்கள் அவன் பாதங்களிலிருந்து தோன்றினர். சதுர்வர்ணம் என்று சொல்லப்பட்ட சமூகத்தின் நால்வகைப் பிரிவுக்கு இந்தப் புராணக்கதை அடிப்படை ஆக்கப்பட்டது. சொற்பிறப்பளவில், வர்ணம் என்றால் நிறம். ஆதியில் பெருமளவுக்குத் தோலின் நிறத்தை அடிப்படையாக வைத்து சாதி நிர்ணயிக்கப்பட்டது. வெள்ளை-சிவப்பு-மஞ்சள்-கருப்பு ஆகிய வர்ணங்கள் நால் வருணங்களோடு தொடர்பு கொண்டிருப்பது இதைக் காட்டுகிறது. இந்த நிறவேற்றுமையில் சமூகப் படிநிலை உள்ளடங்கியிருந்தது (ஆர். எஸ். சர்மா [1958] 1990a: 282). அக்காலத்தில் ஆரியர்களின் வழிவந்த முதல் இரு வர்ணங்களும் அல்லது சாதிகளும் கருத்த தோலுடைய அசலான சொந்த தேசத்தவர் ஆகிய ஆரியரல்லாத, திராவிடர்களை (சூத்திரர்கள் என்று வெறுத்து ஒதுக்கப் பட்டவர்களை) விட நிறத்தில் மேன்மையாக இருந்தனர். அதனால்தான் போலும், மேற்சாதியினர் இருவரும் சவர்ணர் (நிறமுள்ளவர்கள்) கீழ்ச்சாதியினர் இருவரும் அவர்ணர் (நிறமற்றவர்கள்) எனப்பட்டனர் போலும். வர்ண முறைமை என்பது படிநிலை சார்ந்த ஒரு சமநிலையின்மை. அதில் பிராமணர்கள், சமூகத்தைக் கட்டுப்படுத்துபவர்கள், கலாச்சார, மதச்சடங்குகள், பொதுவாக அறிவுத் தேடல்கள் இவற்றின் காவலர்கள்; க்ஷத்திரியர்கள் போர்வீரர்களாகவும், ஆட்சியாளர்களாகவும் இருந்தனர். வைசியர்கள் கால்நடை வளர்ப்பவர்களாகவும், விவசாயம் செய்பவர்களாகவும், பிறகு வணிகர்களாகவும் செல்வத்தைப் பேணுபவர்கள்; சூத்திரர்கள் (இவர்களில் சிலர் பின்னர் அதி-சூத்திரர் அல்லது தீண்டப்படாதவர்கள் என ஆக்கப்பட்டனர்) மேற்சாதியினர் மூவருக்கும், குறிப்பாக பிராமணர், க்ஷத்திரியர்களுக்கு, சேவகர்கள் (வேலைக்காரர்கள்).

இந்த அமைப்பு, பிராமண மூளையாலும் க்ஷத்திரியச் சதை வலிமையாலும் (நிரந்தரப் படைவலிமை) நிலைநிறுத்தப் பட்டது. விதித் தொகுப்பு, வலியுறுத்தி அமலாக்கப்பட்ட ஒப்புதல், ஒடுக்குதல் ஆகியவை சாதிக் கருத்தியலுககு ஓர் உள்ளமைந்த வலிமையைக் கொடுத்தன. வெளிச் சட்டம் மனத்திற்குள் புகுத்தப்பட்டது. கலாச்சாரம் என்பது இயற்கை ஆயிற்று. தனிமனிதன் சாதிக் கொள்கையை உறுதிப்படுத்தவும் பெருக்கம் செய்யவும் தன்னுள்ளிருந்தே, தன் மன உந்துதலிலிருந்தே செயல்படுபவன் ஆனான். ஒவ்வொருவனும் ஒரு சாதியில் பிறந்தான், ஆகவே வேறொருவனைவிட உயர்வாகவும், தாழ்வாகவும் இருந்தான். பிராமணனுக்குப் பிறப்பினாலேயே எல்லாப் பெரிய பண்புகளும் இருந்தன, ஆனால் சூத்திரன், பிறப்பினாலேயே மனிதநிலையை அடைய முடியாதவனாக இருந்தான். ஒரு பிராமணன்

தனது மீயுயர் மனித நிலையிலிருந்து விழலாம், ஆனால் சூத்திரன் உள்ளார்ந்தே மனிதனைவிட இழிந்தநிலையில் இருப்பவன் (ஹக் 1997: 17). சூத்திரனால் மனிதநிலை அடைய முடியாது. உண்மையில், அவன் தன் சுயத்திலுள்ள மனித நிலையைக் கொன்றுவிட்டதால் அவன் மனிதனாவதற்கு விரும்புவதில்லை. அவனுக்கு மனம் உண்டு, ஆனால் சிந்திப்பதில்லை; அவனுக்குச் செயல்படும் விருப்புறுதி உண்டு, ஆனால் செயல்படாமையைத் தேர்வு செய்கிறான்; சூத்திரன் என்பவன் மனித உருவான செயலின்மை. அவன் செயல்படுவதில்லை, அவன்மீது மற்றவர் செயல்படுகிறார்கள். இது ஏனெனில், மனு சொல்கிறார்: "சூத்திரனில் அடிமைத்தனம் உள்ளுருக் கொண்டுள்ளது". அவன் பிராமணர்களுக்கு அடிமையாக இருக்கவேண்டும், கடவுளர்கள் அவனைக் கீழ்ப்படுத்தி, உலகின் எல்லா இழிதுயரங்களையும் அளிப்பார்கள்.

கடவுள் சூத்திரனை என்றென்றைக்குமான அடிமையாகப் படைத்தார் என்பதைக் குறிப்புணர்த்துமாறு, அவனுக்கு பதஜன் (பாதத்திலிருந்து பிறந்தவன்) என்ற பெயர் அளிக்கப்பட்டது. தொடக்கத்தில், உற்பத்தியாளர்களான வைசியர்கள் சூத்திரர்களின் நிலையிலிருந்து சற்றே மேம்பட்டே இருந்தார்கள். வைசியர்களையும் சூத்திரர்களையும் இணைத்து பாப-யோனி (பாவத்தில் பிறந்தவர்கள்) என்று சொல்லப்பட்டது. வைசியர்களும் சூத்திரர்களைப் போன்றே பிராமணர்களுக்கும் க்ஷத்திரியர்களுக்கும் சேவை செய்பவர்கள் என்றே நோக்கப் பட்டது. ஆரண்யகங்களும் பிராமணங்களும் இயற்றப்பட்ட பின்வேதகாலத்தில் உற்பத்திசார்ந்த எல்லாச் சமுதாயங்களும் பிரிவுபட்டனர். விவசாயிகள், கைவினைஞர்கள், உழைப்பாளிகள் ஆகியோர் சூத்திரர்கள் ஆயினர். அவர்கள் கிருஷ்ணயோனி (கருப்பர்கள்), த்வசம் கிருஷ்யமே (கருப்புத் தோலுடையவர்கள்), தஸ்யூன் விசாஹ (தஸ்யூக்களின் வழிவந்தவர்கள்) எனப்பட்டனர். அவர்களைவிட உயர்ந்தவர்கள் உண்டு, உடுத்து எஞ்சியவற்றைத் தான் சூத்திரர்கள் வாழ முடியும். அவர்கள் வேதங்களைக் கேட்கலாகாது, பூணூல் அணியலாகாது. அவர்களை எல்லா யக்ஞங்கள், அனுஷ்டானங்களிலிருந்தும் (மதச் சடங்குகளிலிருந்தும்) விலக்கிவைக்க வேண்டும்.

உயர்ந்த சாதியினரைவிட அதிக எண்ணிக்கையில் இருந்ததாலும் அதிக உடல் வலிமை பெற்றிருந்ததாலும் சூத்திரர்கள் தங்கள் இழிநிலையையும் கீழ்ப்படுத்தலையும் வெறுத்தனர். அவர்கள் வ்ரத்தியர்களுடனும் பிற ஆரியர் அல்லாதோருடனும் சேர்ந்து பிராமண முறைமையை அழிக்க முயற்சி செய்திருக்கலாம். ஆனால் பழங்கால மூலங்கள் இவ்வாறு வெளிப்படுத்தவில்லை. சூத்திரர்கள் தங்கள்

எதிரிகளை வென்றடக்கத் தவறிவிட்டார்கள் என்பதுதான் நமக்குத் தெரிகிறது. அவர்களுடைய அடிமைத்தனம், பெரும்பாலும் சாதி என்னும் பிரித்தாளும் சூழ்ச்சியினால் நிலைநிறுத்தப் பட்டிருக்கலாம். பார்ப்பன முறைமை, பொருளியல் தளத்திலும், கருத்தியல் தளத்திலும் மெதுவாகத் தன்னை நிலைப் படுத்திக் கொண்டது. நீண்டகாலப் போராட்ட, படிநிலைப் படுத்துகின்ற, சுரண்டல் நடைமுறைக்குப் பின் மெதுவாக வெற்றி பெற்று எழுந்தது.

பழங்காலத்தில், பிற காரணிகளோடு, சூத்திரர்கள் ஒரு மாற்று அறிவு அமைப்பையும், சமஸ்கிருதம் போன்றதொரு மொழியையும் உருவாக்கத் தவறியதற்காக சூத்திரர்கள் பெரிய விலை தரவேண்டியிருந்தது. சூத்திரர்களை இழிவு படுத்தவும் பிரிவுபடுத்தவும் அழிக்கவும் தங்கள் மொழியை பிராமணர்கள் அழிவுத்திறனோடு மிகச் செம்மையாகக் கையாண்டனர். தங்களை உயர்வுபடுத்திக் கொள்ளவும் பெருமைப் படுத்திக் கொள்ளவும் பிரம்மஞானி, வேதாக்ஞ, ஆசார்ய, உபாத்யாய, தேவவாணி, சாஸ்திரக்ஞ, பண்டித, மனுஷ்ய-தேவ, பூதேவ போன்ற ஆயிரக்கணக்கான வார்த்தைகளைக் கண்டுபிடித்தனர். அதேபோல சூத்திரர்களை இழிவுபடுத்தவும் தானவர், தைத்ய, ராட்சஸ, பிசாச, சண்டாள, மிலேச்ச, சூத்ர, நிக்ரிஷ்ட, த்விஜதாஸ போன்ற ஆயிரக்கணக்கான சொற்களைச் செய்தனர். மனுஸ்மிருதி *(2.31)* சூத்திரர்கள் விலக்குதலையும் வெறுப்பையும் அவதிப்பையும் உருவாக்கும் சொற்களையே ஏற்கவேண்டும் என்று சொல்கிறது. தர்ம சாத்திரங்கள் சூத்திரர்கள் பிராமணர்களை விளிக்கும்போது பயன்படுத்த வேண்டிய மரியாதை மிக்க சொற்களை எடுத்துரைக்கின்றன. எதிர்நிலையில், பிராமணர்கள், சூத்திரர்களை அவமதித்து அழைக்கவேண்டிய சொற்களையும் பட்டியலிடுகின்றன. “பேச்சு (சொற்கள்)தான் பிராமணனின் ஆயுதம். அதைக்கொண்டே அவன் தன் பகைவர்களைக் கொல்ல முடியும்” என்கிறது மனுஸ்மிருதி *(9.33)*.

ஸ்மிருதிகளையும் தர்மசாத்திரங்களையும் எழுதியவர்கள் தங்கள் மதத்தைச் சேர்ந்தவர்கள் கண்டிப்பான அகமண முறை, பாரம்பரியமான தொழில், சுத்தம்-அசுத்தம் பற்றிய விதிகள் ஆகியவற்றைப் பின்பற்றுவதை மனத்திற்கண்டனர். மத அடிப்படையில் சூத்திரர்களை இருகால் மிருகங்களாகவும் கொத்தடிமைகளாகவும் நடத்தவேண்டும். பணிபுரியவும் உற்பத்தி செய்யவுமே அவர்களுக்கு உரிமை உண்டு. கல்வி, சொத்து சேர்த்தல், ஆயுதங்களை வைத்திருத்தல் ஆகியவை கூடாது. தர்ம சாத்திரங்களை எதிரொலித்து, மகாபாரதத்திலுள்ள சாந்தி பர்வம், சூத்திரர்களுக்குச் சொத்து இருக்கலாகாது என்கிறது.

சட்டத்திற்கு எதிராக சூத்திரன் சொத்துச் சேர்த்தால் அவன் எஜமானன் எப்போது வேண்டுமானாலும் அதைப் பிடுங்கிக் கொள்ளலாம்.

சடங்கிற்குப் பயன்படாத அளவு தூய்மையற்றவர்கள் என சூத்திரர்களின் ஒரு பிரிவினர் பிரிக்கப்பட்டனர். அதிசூத்திரர்கள், அந்தியஜர்கள், பஞ்சமர்கள் எனப்பட்ட அவர்கள், அசுத்தத்தின் நிலைக்களம் என்று நோக்கப்பட்ட தன்மை, தீண்டாமை என்னும் நடைமுறைக்கு வழிவகுத்தது. பொற்கொல்லர்கள், கருங்கொல்லர்கள், சலவைத் தொழிலாளிகள், தச்சர்கள், மருத்துவர்கள் மட்டுமன்றி, பாடகர்கள், நடனமாடுபவர்கள், நடிகர்களும் தீண்டப்படாதவர்களாகக் கருதப்பட்டனர் (*மனுஸ்மிருதி: 4.210-15*). எந்தவித உடலுழைப்பையும் வெறுக்கின்ற பிராமண மனப்பான்மை காரணமாகக் காலப் போக்கில் சூத்திரர்களுக்கும் வைசியர்களுக்கும் இடையிலான வேறுபாடு மங்கத் தொடங்கியது. இப்படியாக உடலுழைப்பற்று, உற்பத்தி செய்யும் வர்ணங்களின் உழைப்பைச் சுரண்டி வாழ்கின்ற இரண்டு மேல் வருணத்தவர்க்கும் ஆதரவாகச் சாதியமைப்பு நிலைநிறுத்தப் பட்டது.

ஒடுக்குதலின் கருவியாகப் போலிமதம்

சமஸ்கிருதக் கதைகளில் 'பிராமண' என்பது பாடலாக, வழிபாடாக, உண்மையின் சூத்திரமாக புனிதமாக இருப்பவற்றைக் குறிக்கிறது. பிராமணன் என்ற நிலை ஒரு குறித்த சாதியில் அந்தச் சொல் குறிக்கும் அர்த்தங்களையெல்லாம் பெற்றிருக்கும் ஒருவனுக்கு அளிக்கப்படுகிறது. சதபத பிராமணம் சொல்கிறது: "மெய்யாகவே இருவகைக் கடவுளர்கள் இருக்கிறார்கள். முழுமையாகக் கடவுளர்களாகவே இருப்பவர்கள், வேதத் தொன்மங்களைக் கற்றறிந்த பிராமணர்கள்" (பார்க்க வாக்கர் 1983ஏ: 167). பிந்திய வேதகாலத்தின் முதன்மையான கடவுளுக்கு பிரம்மா என்று பெயரிட்டமை குறிப்பிடத் தக்கது. பிராமணர்கள் பிரம்மாவின் புத்திரர்கள் என்பதால் அப்பெயர் பெற்றார்கள். பிரம்ம சக்தியை பிராமணர்களுக்கு வழங்குவதையே அப்பெயர் குறிக்கிறது. பிராமணங்கள் போன்ற பனுவல்களில் பிரம்ம சக்தியை பிராமண சாதி குறியீடாகப் பெற்றிருப்பதாக அடையாளம் காணும் போக்கு இருக்கிறது (வர்மா 1974: 60). இவையெல்லாமே பிரம்மாவையும் பிராமணனையும் ஒன்றாகவே ஆக்குவதற்கான வழிகள்தான். பிரம்ம-ஹத்யா (பிரம்மனைக் கொல்லுதல்), பிரம்ம-போஜ (பிரம்மாவைக் கௌரவப்படுத்த அளிக்கப்படும் விருந்து) என்பவற்றிற்கு பிராமணனைக் கொலை செய்தல், பிராமணனுக்கு அளிக்கப்படும் விருந்து என்றே பொருள் (தானி 1984: 152). இப்படிப்பட்ட மற்றொரு சொல், பிற்காலத்தில் வந்தது, பிரம்மதேயம்

என்பது, பிராமணனுக்குக் கொடையாக அளிக்கப்பட்ட நிலத்தைக் குறித்தது. பிரம்மனின் வடிவமாகக் கருதப்பட்ட பிராமணனின் உடலும் சொத்தும் தர்மசாத்திரங்களில் அசுத்தப்படுத்தப் படாதவை எனப்பட்டன (மனுஸ்மிருதி 11. 72-82ஐப் பார்க்க).

இதற்கெல்லாம் மேலாக, பிராமணன் என்ற வார்த்தையைச் சுற்றி ஒரு மீமெய்யியல் அர்த்தமும் வளர்க்கப்பட்டது. பிராமண என்பது மிக உயர்ந்த பரமான்மாவைக் குறிக்கும் சொல். அது எல்லா உயிர்களையும் கடவுளர்களையும் தனி ஆன்மாவையும் தெய்விக ஆன்மாவையும் உள்ளடக்கியது. பிரம்மத்தை (பிராமணனை) அறிந்தவன் பிரம்மம் ஆகிறான், தான் விரும்பும் பொருள்கள் மீதெல்லாம் ஆதிக்கம் செலுத்துகிறான் என்று உபநிடதங்கள் கற்பித்தன (வர்மா 1974: 62). இதன் உள்நோக்கம் பிராமணர்களை ஒரேசமயத்தில் கடவுளாகவும் மீத்திறன் வாய்ந்த மனிதர்களாகவும் சித்திரிப்பதுதான். பூதேவதா (பூமியின் கடவுளர்), ஜகத்குரு (பிரபஞ்ச குரு) போன்ற தங்களைப் பெருமைப்படுத்திக் கொள்ள உருவாக்கிய சொற்களால் இது தெளிவாகிறது (தானி 1984: 152-4; வாக்கர் 1983 a: 172-3). இப்படிப் பட்ட சுயபுகழ்பாடல் எல்லாம் மற்றவர்கள்மீது ஆதிக்கம் செலுத்துகின்ற ஆசையினால் உருவாக்கப்பட்டனவே. இந்த நோக்கத்திற்காக அவர்கள் தங்கள் ஆதிக்கத்தை நிறுவனமயப்படுத்த சாதி அமைப்பை ஒரு முக்கியக் கருவியாகப் பயன்படுத்தினர். இம்மாதிரித் தங்களின் மேன்மையை நியாயப்படுத்திக் கொள்ளும் விதமாக அவர்கள் ஒரு மதத்தையும் உருவாக்கினர்.

கர்மம் (விதி), (சாதி)தர்மம் என்ற இரு கொள்கைகள் அடிப்படையில்தான் சாதிக் கருத்தியல் நிறுவப்பட்டது. கர்மக் கொள்கை, ஒருவனின் சாதி, பழம் பிறப்புகளில் அவன் செய்த செயல்களின் விளைவு என்று கூறியது. உயர்சாதியில் பிறப்பது என்பது ஒரு பரிசு. கீழ்ச்சாதியில் பிறப்பது என்பது ஒரு தண்டனை. உயர்சாதியில் பிறந்த ஒருவன் உள்ளார்ந்த விதமாகவே அறிவு, திறன், ஒழுக்கம் ஆகியவற்றில் கீழ்ச்சாதியில் பிறந்த ஒருவனைவிட மேம்பட்டவன். இப்படியாக கர்மக் கொள்கை (விதிக் கொள்கை) கீழ்ச்சாதியில் பிறந்தவன் அதற்கு ஏற்றவனே என நியாயப்படுத்தியது. இதற்குத் தொடர்பான தர்மம் என்பது ஒருவன் தனது சாதிக் கடமையைச் செய்யவேண்டும் என்று வலியுறுத்துவதற்காக ஏற்பட்டது. தர்மம் என்பது பொதுவாக உயர்ந்த ஒழுக்க நிலை கொண்ட மதத்தைக் குறிக்கும் சொல்; இந்து மதத்தின் மனிதாபிமானமிக்க, கருணைநிறைந்த முகத்தைக் காட்டுவதற்காக இந்து என்ற சொல்லுடன் அது அடிக்கடி (இந்துதர்மம் என்று) சேர்க்கப்படுகிறது. ஆனால் அச்சொல்லை உருவாக்கிய பிராமண அறிவாளிகளால் அந்த அர்த்தத்தில்

அச்சொல் பயன்படுத்தப்பட்டதில்லை. வேர்ச்சொல் அர்த்தத்திலும் அசலாகவும் தர்மம் என்ற சொல் ஒன்றை நிலைநிறுத்துவதை, பிடித்துநிறுத்துவதைக் குறிக்கிறது. எதைப் பிடித்து நிலைநிறுத்துவது? சாதியை மையமாகக் கொண்ட சமூக-மதக் கட்டமைப்பை என்பதுதான் விடை. தர்மசாத்திரங்கள் நான்கு வர்ணங்களுக்குமான கடமைகளை வரைந்து காட்டுகின்றன. எல்லா சந்தர்ப்பங்களிலும் ஒருவன் தனது சாதிக் கடமையைத் தவறாமல் ஒழுங்காகச் செய்துவருவது தர்மம். தனக்கு விதிக்கப்பட்ட கடமைக்கு மாறாக ஒருவன் எதைச் செய்தாலும் அது அதர்மம்.[2]

சாதியையும் கர்மம், தர்மம், புனர்ஜென்மம் ஆகிய கருத்துகளையும் நிறுவனமயப்படுத்த பிராமணப் படிப்பாளிகள் அதிக எண்ணிக்கையிலான ஸ்மிருதி(தர்மசாத்திரங்கள்)களைப் பிந்திய உபநிடத காலத்தில், ஏறத்தாழ கி.மு. 300 முதல் கி.பி. 600 வரை உருவாக்கினார்கள். தர்மசாத்திரங்கள் வேதங்களின் அடிப்படையில் அமைந்தவை, அதாவது அவையும் புனிதமானவை, மீறக்கூடாதவை என்று உணர்த்தப்பட்டன. இந்த தர்மசாத்திரங்கள் எல்லாவற்றிலும் நன்கறியப்பட்டது மனுஸ்மிருதி. அச்சொல்லே காட்டுமாறு, பிராமணருக்கேற்ற விதிகளின் சட்டத் தொகுப்பினை மதக் கட்டுப்பாடுகளாக எடுத்துக் காட்டுவது.

கடைசிவேதம் எழுதப்பட்டுப் பலகாலம் கழித்தே மனுஸ்மிருதி எழுதப்பட்ட போதிலும், ஒரு புகழ்பெற்ற, பெரும்பாலும் இடைச் செருகலான வேதப்பாடல் "எல்லா நோய்களையும் தீர்க்கின்ற மனு கூறிய யாவுமே மருந்துதான்" என்று சொல்கிறது. வேதப் புனிதத்தன்மையை அளிக்க வேண்டி, மனுவின் தொகுப்பினைக் காலத்திற்கு முன் செலுத்தும் பிராமண ஆர்வம் இதில் வெளியாகிறது. மனுஸ்மிருதியில் சொல்லப்பட்ட யாவும் தெய்விக ஞானத்துடன் முற்றிலும் ஒத்துச் செல்வதாகக் கோரப்பட்டது. நான்கு வர்ணங்களின் மாற்றமுடியாத கடமைகள், முழு தர்மம், நல்வினை, தீவினை ஆகியவை மாற்றமுடியாதவை என்று ஒளியூட்டுவதற்காகவே இவ்விதம் செய்யப்பட்டது (மனுஸ்மிருதி: 1.107).

தர்மசாத்திரங்களின்படி, சாதி என்பது கடவுளின் படைப்பு. பிராமணர்கள் பூமியில் கடவுளின் அவதாரங்கள் (பூதேவர்கள்). "ஒரு பிராமணன் கற்றிருந்தாலும் முட்டாளாக இருந்தாலும் அவன் ஒரு பெரிய தெய்வம்... எல்லாவிதங்களிலும் அவன் போற்றப்பட வேண்டும், அவன் குற்றத்தில் ஈடுபட்டாலும்கூட" (மனுஸ்மிருதி: 9. 317-19). மத ஒழுக்கத்தின்படி, விவசாயிகள், பணியாளர்கள், ஏன் அரசர்களும்கூட பிராமணர்களுக்குச் சேவை செய்ய வேண்டும் என்று போதிக்கிறார் மனு. சூத்திரர்களும் பெண்களும் பாவத்தில்

பிறந்தவர்கள் ஆகையால், விருப்பத்துடன் அடிமையாக இருப்பதே அவர்களின் பங்கு, அவர்கள் எல்லாச் சமயங்களிலும் எவ்வித எதிர்ப்பு முணுமுணுப்புமின்றிப் பயன்படுத்தப்படத் தயாராக இருக்கவேண்டும், அப்போதுதான் அடுத்த பிறவியிலேனும் சாதியின் ஏணியில் முன்னேறிச் செல்ல முடியும். சூத்திரர்கள் கல்விக்கோ, செல்வத்திற்கோ, ஆயுதங்களைப் பயன்படுத்தவோ உரியவர் அல்லர். சூத்திரனுக்கு என்று சொல்லக்கூடியது எதுவுமே இல்லை என்பதால் பிராமணன் அவனிடமிருந்து எதையும் பறித்துக் கொள்ளலாம். (8. 417). பெண்களுக்கும் இவ்விதமே சொத்தோ பிற உரிமைகளோ கிடையாது. சாதி வேறுபாடின்றிப் பெண்கள் எல்லாரும் சூத்திரர்களை ஒத்தவர்கள் ஆவர். அதனால் அவர்கள் தங்கள் உடலையும் ஆன்மாவையும் ஆடவர்களுக்கு ஒப்பளிக்க வேண்டும். பிராமணர்களின் வழிகாட்டலின் பேரில், இந்த மிக மேன்மையான வர்ணதர்மத்தை வலியுறுத்தி அமலாக்குவதே அரசனின் கடமை. எவ்வளவு வலிமை பெற்ற அரசனாக இருந்தாலும் அவன் ஒரு பிராமணக் குழந்தைக்கும் கீழானவனே. "பத்துவயது பிராமணன் தந்தைபோலவும் நூறுவயது அரசன் மகன் போலவுமே நடந்துகொள்ள வேண்டும்" (2.135).

மனுஸ்மிருதி சூத்திரர்கள், பெண்கள் ஆகியோர் மீதான வசைகள், தடைகளால் நிரம்பியுள்ளது.[3] ஒரு பிராமண சமூக முறைமையை நிறுவ முற்படும் அது, கௌதம தர்மசூத்திரம், ஆபஸ்தம்ப சூத்திரம் போன்ற முந்திய படைப்புகளின் சாதித் தன்மையை அப்படியே தனக்குள் கொண்டுள்ளது. அதன் சமூகத் தத்துவம் யாக்ஞவல்கிய ஸ்மிருதி போன்ற செல்வாக்கு மிக்க சட்டப்புத்தகங்களால் பின்பற்றப் படுவதால் அது பிரதிநிதித்துவம் மிக்க ஒரு படைப்பாக உள்ளது.

பல்வேறு ஆசிரியர்களால் வெவ்வேறு காலங்களில், வெவ்வேறு சூழல்களின் அவசரத் தேவைகளுக்கு எழுதப்பட்டதால், இந்தப் புரோகிதப் பனுவல்களில் வெளிப்படையான வேறுபாடுகள் உள்ளன. ஆனால் அவற்றின் உட்கருத்திலும் சாராம்சத்திலும் இவை யாவும் பிராமணச் சுயநலத்தினை உயர்த்திப் பிடிப்பதில் ஒன்றுபடுகின்றன. அவ்வவற்றின் பின்னணியில் வைத்து இப் பனுவல்களை வாசித்தால், அவற்றின் சுலோகங்களும், சூக்திகளும் சுபாசிதானிகளும் தேர்ந்தெடுக்கப்பட்ட ஒரு சிலருக்கே கவர்ச்சிகரமாக உள்ளன. பிராமண விதித்தொகுப்பின் ஒழுக்கவியல் தேர்ந்தெடுக்கப்பட்ட சிலருக்குரியது, யாவருக்கும் உரிய ஒன்றல்ல.

நாம் கொஞ்சநேரத்தில் பார்க்கப் போவதுபோல, தங்கள் விமரிசகர்களும் எதிர்வாதிகளும் நிலைநிறுத்திய வேறு பிற சமூகக் கொள்கைகளும் சட்டகங்களும் இருந்தன என்பதை பிராமணர்கள் அறிந்திருந்தார்கள். ஆகவேதான் அவர்கள் வேதங்களின் அதிகாரத்தைக்

கேள்விகேட்பதைவிடப் பாவம் எதுவும் இல்லை என்று கிளிப்பிள்ளை போலச் சொல்லி வந்தார்கள். வேதங்களை நிந்தனை செய்பவன் நாத்திகன் (நாஸ்திகோ வேதநிந்தக) என்று முழங்கிக்கொண்டு, பிற தத்துவ, மதச் சிந்தனைகளுக்கு எவ்விதத் தகுதியும் இல்லை என்றும் அவை அழிவுதரும் விளைவுகளை ஏற்படுத்தும் என்று கூறிவந்தனர். வேதப் பார்ப்பனியத்தை விட்டு வேறு பாதைகளைப் பின்பற்றும் எவரும் துன்பத்துக்கு ஆளாவர் என்ற செய்தி தெளிவாகவும் உரக்கவும் சொல்லப்பட்டது (மனுஸ்மிருதி: 12.95; பகவத்கீதை: 3.35).

நாம் மேற்காட்டிய பிராமணப் பனுவல்கள் மக்கள் திரளிலிருந்தும் போட்டிச் சமூக-மதக் குழுக்களிலிருந்தும் தங்களைக் காத்துக் கொள்ள எச்சரிக்கையாக இருந்த சிலரால்தான் எழுதப்பட்டன என்பதை எல்லாச் சான்றுகளும் தெரிவிக்கின்றன. விமரிசகர்களின் அறிவார்த்தச் சவால்களுடன் போட்டியிட்டு, அவர்கள் தங்கள் சமூகப் பார்வைகளை, தங்கள் ஒழுக்கவியல், அறிவார்த்த வெற்றிடத்தில் வெளிப்படுத்துவது இயலாத அல்லது கடினமான ஒன்றாக இருக்கும் வகையில் தெளிவற்ற மதச் சொற்களில் வெளியிட்டு வந்தார்கள். முரண்பாடான மூலங்களிலிருந்தும் பார்வை நூல்களிலிருந்தும் ஒன்றன் பின் ஒன்றாக மேற்கோள் காட்டி, தங்கள் மெய்யியலைப் போதிய அளவு திறந்ததாகவும் பலவகை விளக்கங்களைத் தடுப்பதாகவும் வைத்திருந்தனர். தேவபாஷை (கடவுளர்களும் தாங்களும் மட்டுமே அறிந்துகொள்ளக்கூடிய ஒரு மொழி) என்று தாங்களே சொல்லிக்கொண்ட சமஸ்கிருதத்தில் தங்கள் சமயப் பிரசுரங்களை வெளியிட்டனர். "மற்றவர்கள்"- சாதாரண மக்கள், சூத்திரர்கள், பெண்கள் அதைக் கற்பதிலிருந்து தடுக்கப்பட்டனர்.

எனினும் இத்தகைய பிராமணத் தலைமை மக்களுடன் பல பிரச்சினைகளில் சமரசம் மேற்கொள்ள வேண்டியிருந்தது. உதாரணமாக, கருப்புநிறத் தோல் கொண்ட கடவுளர்களையே தங்கள் மிகப்பெரிய கடவுளர்களாக அவர்கள் ஏற்க வேண்டியிருந்தது. சிவன், இராமன், கிருஷ்ணன் ஆகிய மூன்று முக்கியக் கடவுளர்களும் கருப்புத் தோலை உடையவர்கள் என்பது குறிப்பிடத்தக்கது. சிவனுக்கு இரு மனைவியர்கள் இருந்தனர்: முதல்வள், காளி (கருப்பு நிறத்தவள்), பிராமணர்கள் இரண்டாவதாக வெண்ணிறத்தவள் ஒருத்தியை (கௌரி) அவனுக்கு மனைவியாக அளித்தனர். வேறு சொற்களில், பிந்திய காலத்தில், அதாவது குப்தர்கள் காலத்தில், இந்த வஞ்சகப் பிராமணர்கள் மண்ணின் மக்களுக்கே உரிய நம்பிக்கைகள், மூட நம்பிக்கைகள், தெய்வங்கள், புனித இடங்கள், எல்லாவற்றையும் சொந்தமாக்கிக் கொண்டு பிராமணக் கலாச்சாரத்தைத் தாங்குபவையாக அவற்றை மாற்றினர். சுருக்கமாக, புராண மதத்தின் பின்னணி இதுதான்.

கீதையில் சாதி, கர்மயோகம், சுயதர்மம்

பிராமண இந்துமதத்தின் மிகத் துல்லியமான தத்துவ நூலும், மிகப் பிரபலமானதும், அடிக்கடி மேற்கோள் காட்டப்படுவதும் பகவத் கீதைதான். வேத புராணங்களைப் போலவே, கீதையும் "படிக்கப்படுவதைவிட அதிகமாக மதிக்கப்படுகிறது, புரிந்து கொள்ளப் படுவதை விட அதிகமாக மேற்கோள் காட்டப்படுகிறது" (கோசாம்பி [1965] 1992: 209). மனித இனத்துக்கே வழிகாட்டுகின்ற ஒழுக்க விதித் தொகுப்பு அது என்று கூறப்பட்டாலும், உணர்ச்சி வயப்படாத ஆய்வு அது நற்செய்தி அல்ல என்பதைக் காட்டுகிறது. மகாபாரதத்தில் இடைச் செருகலாக வைக்கப்பட்ட இந்த நூல் மனக் கட்டுப்பாட்டில் உயர்ந்த நிலையை அடைய சில விதிப்புகளைக் கொண்டுள்ளது என்பதை மறுப்பதல்ல இது. ஆனால் தங்கள் பிரகாசமான தனித்த மேற்கோள்களிலேயே அதன் விதிகள் ஒளிவீசுகின்றன. அதன் மேற்பரப்பிலிருந்து ஆழத்திற்குள் ஒருவன் மூழ்கினால் பிற பார்ப்பனப் படைப்புகளைப் போலவே கீதையும் முக்திக்கு அதே சாதி மந்திரத்தைத்தான் உச்சரித்து நிற்கிறது. போற்றிப் புகழப்படும் அதன் கொள்கைகளான சுயதர்மம் (ஒருவனது சொந்தக் கடமை), நிஷ்காம கர்மம் (பயன்கருதாச் செயல்) யாவும் தான் பிறந்த சாதிக்கு ஏற்ப ஒருவன் ஆற்றவேண்டிய கடமைகளையே அடிப்படைகளாகக் கொண்டுள்ளன.

சாதிக் கடமையை விசுவாசமாகவும் மகிழ்ச்சியோடும் ஆற்ற வேண்டிய முறையை விளக்குவதுதான் கீதையின் கர்மயோகம். யாரென்று அறியப்படாத அதன் ஆசிரியர்கள், ஒருவனது சாதிக் கடமைகளை ஆற்றுவதைவிட மேலானது எதுவும் இல்லை, அதைக் கைவிடுவதைவிடப் பாவகரமானது எதுவும் இல்லை என்று பறையறிவிக்கின்றனர் (கீதை 3.35; 18.45; 18.47). பிராமணனின் கடமை, மத மற்றும் அறிவார்த்த முழுமையை அடைவது (18.42) ; க்ஷத்திரியன் கடமை சாதாரண மக்களை ஆள்வது(18.43); வைசியனது கடமை கால்நடைப் பராமரிப்பு, விவசாயம், வணிகம் (18.44). ஆனால் தர்மசாத்திரங்களைப் போலவே, சூத்திரர்களின் "இயற்கையான" அடிமைத்தனத்தின் மீதுதான் கீதை மிகஉச்ச அழுத்தத்தைத் தருகிறது: "சூத்திரனின் இயற்கைக் கடமை சேவகம்தான்" (18.44). அதன் மிகப் புகழ் பெற்ற கொள்கையான "கடமையைச் செய், பலனை எதிர்பாராதே" என்பது சூத்திரனின் அடிமைத்தனத்தை உள்ளடக்கியுள்ளது.

கீதை சுயதர்மத்தை (சொந்தக் கடமையை, அதாவது சாதிக்குரிய கடமையை) வலியுறுத்துகிறது. முழுமையின்றிச் செய்யப்பட்ட போதிலும் அது பரதர்மத்தை (அடுத்தவர்கள் கடமை, அதாவது அடுத்த

சாதிக்குரிய கடமை) நன்றாகச் செய்வதைவிடச் சிறப்பானது. பரதர்மம் அழிவை அளிக்கிறது, சுயதர்மம் முக்தியை அளிக்கிறது *(3.35)*. தனது பாரம்பரியத் தொழிலைக் கைவிடுவதையும், தன் சாதியை விட்டு வெளியில் மணம் புரிவதையும்விடப் பெரிய குற்றம் எதுவும் இல்லை. ஏனெனில், "சாதிக்கலப்பு நரகத்திற்கன்றி வேறெங்கும் செல்லவிடாது" *(1.42)*. அது "குடும்ப ஒழுக்கம், சாதி ஒழுக்கம் எல்லாவற்றையும் அழிக்கிறது" *(1.43)*.

கிருஷ்ணனுக்கும் அர்ஜுனனுக்கும் இடையில் நடந்த உரையாடலாக முன்வைக்கப்படும் சுமார் 700 ஸ்லோகங்களைக் கொண்ட இத் தொகுப்பு, மேலும் மேலும் அதிக அளவில் கீழ்ச் சாதியினர் சாதிவிதிகளைப் பின்பற்ற மறுப்பதற்கு (இதைப் புராண இலக்கியத்தில் கலியுகம் என்றனர்) எதிர்வினையாகவே எழுதப்பட்டதாகலாம். கலியுகம் என்பது சாதிகளுக்கிடையில் கண்மூடித்தனமான திருமணக் கலப்பு, தொழிற்கலப்பு ஆகியவை நிறைந்த ஒரு நசிவு யுகம். உரையாடலின் தொடக்கத்திலேயே *(1.41)* அர்ஜுனன் "பெண்களின் ஒழுக்கக்கேடுதான் சாதிகளின் கலப்புக்குக் காரணமாகிறது" என்கிறான்.

மகாபாரதத்தின் பிற்செருகலான கீதை, ஏறத்தாழ கி.பி. நான்காம் நூற்றாண்டைச் சேர்ந்தது. முந்தைய யோக, வேதாந்தத் தத்துவங்களையும் பௌத்த போதனைகளையும் அது மிகுதியாக எடுத்தாள்கிறது. அதன் சில சிறந்த போதனைகள், உதாரணமாக "காற்று அற்ற இடத்திலுள்ள விளக்குப் போலப் பொறுமையைச் சோதிக்கின்ற சூழ்நிலைகளிலும் மனந்தளராமல் இருப்பாயாக" என்பது போன்றவை, மனத்தை மிக நன்கு பண்படுத்துமாறு புத்தர் கூறிய போதனையின் அழிக்கமுடியாத பதிவாகவே உள்ளன. அதுபோலவே, மனிதனின் கடும்பகையான ஆசையைக் கட்டுப்படுத்து என்று அது கூறுவதும் பௌத்த போதனையே. கிருஷ்ணன் வாய்வழியாக பெருமளவு பௌத்தத்தை மிகத் திறம்பட கீதை வெளிப்படுத்துகிறது என்று கோசாம்பி சொல்வதில் வியப்பேதும் இல்லை ([1965] 1992: 208). ஆனால் புத்தர், ஒருவன் ஆசையைக் கட்டுப்படுத்துவது பிரபஞ்ச அளவிலான கருணையை உட்கொண்டது என்று வலியுறுத்த, கிருஷ்ணனோ, திரும்பத் திரும்பச் சொல்வதுபோல, இந்த உலகமே அவன் படைத்ததொரு மாயை என்பதால் அப்படிப்பட்ட ஒழுக்க அக்கறைகள் எதுவும் அவனிடமில்லை. "யோகமோ, ஞானமோ, கருணையோ, தவமோ, துறவோ எதுவும் என்மீது கொண்ட பக்தியைவிட என்னை ஈர்ப்பதில்லை" என்று அவன் வலியுறுத்துகிறான். நேயத்துக்கும் ஒழுக்கத்திற்கும் அவன் பிரபஞ்சத்தில் இடமில்லை. இந்த விஷயத்தை ஆல்பர்ட் ஷ்வைட்சர் திறம்பட எடுத்துரைக்கிறார் *(1936:193)* :

பகவத் கீதை காட்டும் இந்துமதம் ஒழுக்கரீதியான செயலில் ஈடுபடுகின்ற உண்மையான அடிவைப்பில் ஈடுபடவில்லை. கடவுள் மீதான அன்பே தன்னளவில் போதுமானதாகவும் இறுதியாகவும் இருக்கிறது. கடவுள்மீதான அன்பு மானிட இனத்தின்மீதான அன்பாக வெளிப்படுவதாக இந்துமதம் செய்யவில்லை. செயலூக்கமான அன்பு என்பதை அடைவதில் கீதை தோல்வியுறும் காரணத்தினால் பகவத் கீதையின் காட்டும் ஒழுக்கம் என்பது எவ்வித நெருப்பும் வெளிப்படாத வெறும் புகை போன்றதாகிறது. பகவத் கீதையில் நேயத்திற்கு இடமே இல்லை என்பதை எவரும் மனத்திற்கொள்ள வேண்டும்.

மேலே பார்த்தவாறு, கீதையின் மிக முக்கியமான அக்கறை, பிற பிராமணப் பனுவல்களைப் போலவே, வர்ணக் கருத்தியலைப் போற்றுவதுதான். ஆனால் ஈரடியான சொற்களில், சிறந்த சமஸ்கிருதத்தில் அது மறைந்திருக்கிறது. இந்த தெய்விகப் பாடகன், பெண்கள், வைசியர்கள், சூத்திரர்கள் போன்ற பாவ யோனியில் பிறந்தவர்களுக்கும் முக்தியளிக்கச் சித்தமாக இருக்கிறான், ஆனால் அவர்கள் அவனது தெய்வத் தன்மையில் நம்பிக்கை வைக்க வேண்டும். கோசாம்பியின் சொற்களில்,

பகவத் கீதை (தெய்விகப் பாடல்) என்பது பிராமணர்களால் மேற்சாதியினருக்கு, அவர்கள் வாயிலாகவே பிறருக்கெனப் பாடப்பட்டது என்பது தெளிவு. கிருஷ்ணனின் வாயிலாகவே கேட்கிறோம் (9.32) : "என்னில் அடைக்கலம் புகுபவர்களுக்கு, அவர்கள் பெண்கள், வைசியர்கள், சூத்திரர்கள் போன்ற பாவப் பிறப்பினராக இருந்தாலும்..." அதாவது, பெண்கள் யாவரும், உற்பத்தி செய்யும், உழைக்கும் ஆடவர் யாவரும் பிறப்பிலேயே இழிவானவர்கள். மிகச் சாதாரணமாகத் தங்களை இழிவுபடுத்திச் செல்லும் இந்தக் கடவுளை வணங்கினால் அவர்கள் அடுத்த பிறவியில் ஒருவேளை தங்கள் பிறப்பின் இழிவுநீங்கலாம். அது மட்டுமல்ல, இந்தக் கடவுள்தான் இந்த வேற்றுமைகளையும் உருவாக்கியவன் (4.13): "நால்வருணப் பாகுபாடு என்னால் உருவாக்கப்பட்டது". இது அவனது மிகப் பெரிய சாதனைகளின் பட்டியலில் இடம் பெறுகிறது ([1962] 2000:15).

நிலவுடைமைச் சாதியத்தின் போதனையை பக்திசார் ஆன்மிகமாகப் போலித்திரையிட்டு வெளிப்படுத்துவதே கீதையின் போதனை. ஆன்மிகத்தின் பெயரால் ஒருவன் சாதிக்கேற்ற கடமையைச் செய்வதன் மேன்மைகளை அது பாராட்டுகிறது. பொதுவாகப் போர்கள் நியாயப்படுத்தப்படுவதன் அடிப்படையில் கிருஷ்ணன் நீதியைக் கூறவில்லை. மாறாக, மனந்தளர்ந்த அர்ஜுனனை "நீ உன் சாதி தருமத்தைச் செய்யவேண்டும் சமூகத் தன்மையை இழந்துவிடலாகாது" என்று வற்புறுத்தித் தயார் செய்கிறான் கிருஷ்ணன். விளைவைப் பற்றிக் கவலைப்படாமல் போரில் ஈடுபடுவது க்ஷத்திரிய குலத்தில் பிறந்த அர்ஜுனனின் புனிதமான சாதிக்கடமை. எல்லா உயிர்களும் அழியப் போகின்றவையே ஆதலால் ஒழுக்கம் பற்றிய கவலையின்றி உன்

பகைவர்களைக் கண்டு அழிப்பாயாக என்பதே கிருஷ்ணன் போதிக்கும் நீதி. உண்மையில் அவர்களை அழிப்பவன் அர்ஜுனன் அல்ல, கிருஷ்ணன் என்னும் கடவுளே.

யாகச் சடங்கு என்னும் வெட்கக் கேடான கருத்தினை சுய-சமர்ப்பணம், தவம் என்னும் முறையில் ஒருவன் தனது எல்லாச் செயல்களையும் கடவுளுக்குச் சமர்ப்பித்தல் என்று மாற்ற முயல்கிறது. பூமியில் கடவுளின் முகவர்களான பிராமணர்களிடம் கடவுளின் போதனைகளுக்குக் கீழ்ப்படிவதை அது துண்டுகிறது. எவ்விதப் பலன்களையும் எதிர்பாராமல் பணி செய் என்று அது சொல்வது உண்மையில் வேலை செய்யத் துண்டுவதே அல்ல. சமுகச் செயல்பாட்டின் தேவையைக் கீழறுத்துவிட்டு, பக்தர்களைக் காப்பதற்காகக் கடவுளர்கள் பல வடிவங்களில் பல நேரங்களில் பூமியில் அவதரிக்கிறார்கள் என்ற தனது அவதாரக் கொள்கையை கிருஷ்ணன் முன்வைக்கிறான். “எப்போதெல்லாம் தர்மம் வீழ்ச்சியடைந்து, அதர்மம் அதிகரிக்கிறதோ, அப்போதெல்லாம் நான் அவதரிக்கிறேன். தர்மத்தைக் காத்து தீமையை அழிக்க நான் திரும்பத் திரும்ப பூமிக்கு வருகிறேன்” *(4.7)*.

கீதையின் விதி, தர்ம, அவதாரக் கொள்கை மதச் சுய சமர்ப்பணம் என்ற பெயரால் சமுகப் பழமைவாதத்தை போதிக்கிறது. நன்மை-தீமை, ஒழுக்கம்-தீயொழுக்கம் பற்றிய அதன் சிந்தனைகள் பிராமண போதனைகளில் உள்ளடங்கியவை. அதன் ஒட்டுமொத்த சமூக தத்துவம், உற்பத்தி செய்யும், உழைக்கும் வர்க்கங்களுக்கு எதிராக வைக்கப்படுகிறது. இதனாலும், ஆள்பவனுக்கு விசுவாசத்தையும் நிறுவப்பட்ட முறைமைக்குக் கீழப்படிவதையும் பாராட்டும் பக்திக் கொள்கையாலுமே அதன் மேற்குடி மக்களின் போற்றுதல் உருவாகிறது.

கீதையின் உருவாக்கமும், குப்தர்கள் காலத்தில் இடம்பெற்ற இந்திய நிலவுடைமை எழுச்சியும் ஏறத்தாழ ஒரே சமயத்தில் நிகழ்ந்தன என்பது தற்செயலானதல்ல. அதேபோல, பார்ப்பனியத்தின் மறுஎழுச்சி, பௌத்தத்தின் வீழ்ச்சி, மறைவு ஆகியவற்றோடு கீதையின் தோற்றம் ஒன்றுபடுகிறது. கீதைக்கு முந்திய காலப்பகுதியின்போது நாட்டில் பௌத்தர்களின் இருப்பு வலுவாக இருந்தது. அது உற்சாகமிக்க கலாச்சார, பொருளாதார வாழ்க்கையை ஊக்குவித்தது. கீதைக்குப் பிந்திய காலம், ஒரு மூடப்பட்ட பொருளாதாரத்தினால் ஆகிய நிலவுடைமையின் எழுச்சி, மிகையளவான சாதிப் பழமைவாதம், குறுகிய மனப்பான்மை ஆகியவற்றை இயல்பாகக் கொண்டிருந்தது.

கீதையின் பக்திபூர்வ உரையாளர்கள்-சங்கரர், இராமாநுஜர், ஞானேஸ்வர், மத்வர், வல்லபர், நிம்பார்க்கர் தொடங்கி திலகர்,

அரவிந்தர், காந்தி, இராஜகோபாலாச்சாரி, இராதாகிருஷ்ணன் வரை அந்நூலை அதன் பின்னணியிலிருந்து விலக்கித் தங்கள் சொந்தக் கொள்கைகளையும் கருத்துகளையும் அதன் சூத்திரங்களுக்குள் திணித்திருக்கிறார்கள். அப்பனுவலில் எங்கும் ஊருருவியுள்ள முரண்பாடுகளையும் சொல் விளையாட்டுகளையும் பயன்படுத்திக் கொண்டு அவர்கள் கீதையை மிக இரகசிய நூலாக்கிவிட்டார்கள். உண்மையில், கீதையின் சூத்திரங்களில் ஒளிந்துள்ள அந்த இரகசியத்திற்கு விளக்கமும் மறுவிளக்கமும் தருதல், வெளிப்படுத்தி ஒளியூட்டுதல் என்பது பல நூற்றாண்டுகளாக பிராமணப் படிப்பாளிகளின் ஒரு பொழுதுபோக்காக இருந்துள்ளது. ஒன்பதாம் நூற்றாண்டில் சங்கரர் பிரம்ம சூத்திரத்தை இயற்றினார், ஞானேஸ்வரர் பதின்மூன்றாம் நூற்றாண்டில் அதன் மறைந்துள்ள அர்த்தங்களை வெளிப்படுத்தத் தனது ஞானேஸ்வரியை இயற்றினார். சற்றே புகழ்குறைந்தவர்களும் இவர்களைத் தொடர்ந்து கீதைக்குள் மூழ்கி அதன் ஆழங்களிலிருந்து தங்கள் சொந்த முத்துகளைக் கொணர்ந்தார்கள்.

தனது புகழ்வாய்ந்த முன்னோடிகளின் உரைவிளக்கங்களால் திலகர் திருப்தியடையவில்லை. கீதா-ரஹஸ்யம் என்னும் நூலின் வாயிலாக அதன் குழப்பங்களை நீக்க முயன்றார். கீதை, கர்மயோகத்தை, பலன்களை எதிர்பாராமல் இடைவிடாமல் செயல்படுவதைப் பிரதிபலிக்கிறது என்பது அவர் கொள்கை. அப்புனித நூல், சதம் பிரதி-சாத்யம் (எதிரிக்கு அவனது முறையிலேயே பதிலளித்தல்) என்றும் வலியுறுத்துவதாக அவர் கூறினார். 1897இல் பிரிட்டிஷார்க்கு எதிரான தனது சொற்பொழிவு ஒன்றில், “சுயநலமற்ற”, “நன்மை தருகின்ற” காரணங்களுக்காக எதிரிகளைக் கொல்வதை கீதை ஆதரிக்கிறது என்று வாதிட்டார். (பின்னால், முழு கீதையையும் மனப்பாடமாக அறிந்த, திலகரின் சீடரான நாதுராம் கோட்ஸேயும் காந்தியைக் கொல்வதற்கு இப்புனித நூலின் இதேபோன்றதொரு விளக்கத்தையே அளித்தார்.)

திலகரை நெருக்கமாகத் தொடர்ந்த காந்தியும், கீதை பற்றிய தனது சொந்த நூலின் வாயிலாக இவ்விஷயத்தின் இதயத்தை ஊடுருவ முயன்றார். அது உண்மை, அஹிம்சை ஆகியவற்றை எடுத்துரைப்பதாக அவர் கூறினார். இந்த “காலங்கடந்த ஞானத்தின் வானுயர்ந்த செல்வக் களஞ்சியத்தின்” அடிமையாகிய வினோபா பவே, தனது சொந்த கீதா-பிரவசனத்தைப் பதிவுசெய்தார். மற்றொரு காந்தியவாதியான சி. ராஜகோபாலாச்சாரி, தனது பகவத்கீதை என்னும் நூல் வாயிலாக மரியாதை செலுத்தினார். இதன் இரகசிய மறைஞானச் சூத்திரங்களின் ஆழத்திற்குள் மூழ்குவதற்காக அரவிந்த கோஷ் தேசிய இயக்கத்தையும் கைவிட்டார். கீதை மீதான கட்டுரைகள் என்னும்

தனது நூலில் அதன் செல்வாக்கு வெறும் தத்துவ, கல்வியியல் அளவிலானதல்ல, உடனடியான, வாழும் ஒன்று என்று கற்பனை செய்கிறார். அதன் கருத்துகள் இந்திய தேசம், கலாச்சாரத்தின் மறுஎழுச்சி, புதுப்பிப்பு ஆகியவற்றை உருவாக்கும் ஆற்றல்மிக்க காரணியாகச் செயல்படுகின்றன என்றார். (இப்படி வெற்றுரையாற்றிய பிறகு, தேசிய வாழ்க்கையிலிருந்து முற்றிலும் தன்னை வெட்டிக் கொண்டு அவர் புதுச்சேரிக்குத் தன் ஆன்மிகத் தேடலில் கவனம் செலுத்தச் சென்றுவிட்டார்.) தொடர்ந்து, இந்தியா என்னும் பிராமண ஆச்சரியத்தில் வெறும் ஆன்மிக ஒளிவீசலை மட்டுமே கண்ட இராதாகிருஷ்ணன், தனது சொந்த தொண்டர்-வழிபாட்டு நடையில் உணர்ச்சிமிக்க கீதையின் புகழ்பாடலில் ஈடுபட்டார்.

சங்கரர் முதலாக இராதாகிருஷ்ணன் ஈறாக, உரைவிளக்கங்கள் என்ற பெயரால் எழுந்த இந்த பக்திப் படைப்புகள் யாவும் அதன் பிராமண அடிப்படைக்குமேல் வேறொன்றையும் வெளிப்படுத்தவில்லை. நவீனகால விளக்கக்காரர்கள், "செயல்படுவதற்கு ஓர் இயக்கபூர்வக் கொள்கையை"க் கண்டறிந்து, அது இந்தியாவுக்கு மாறாத மதிப்பைக் கொண்டது என்றார்கள். "இந்து மக்களுக்கு" கீதைதான் மிகப் புனிதமான ஒரு நூல் என்று அறிவித்துவிட்டு அதில் முழு தேசத்தையும் உள்ளடக்குவதற்கு முயன்றார்கள். ஒரு அறிஞர் எழுதினார், "இவ்வாறாக கீதை புதிய யுகத்தின் புனித நூலாகிவிட்டது. அதன் சமூகக் கொள்கைகள், ஏன்-அதன் அரசியல் செயல்பாடும் சார்ந்திருக்கின்ற அடிப்படைத் தளம் அது... இந்த அடிப்படை உண்மையைப் பாராட்டாதவர்கள் யாரும் இந்தியாவில் ஏற்பட்டுக் கொண்டிருக்கும் மாற்றங்களைப் புரிந்துகொள்ள முடியாது" (கே. எம். பணிக்கர் 1961).

இந்த மேன்மையான இலட்சியங்களுக்கு மாறாக, கீதை பழமைவாதத்தையும் புனிதப் பழமை என்ற கட்டுக்கதையையும் வலுப்படுத்தியிருக்கிறது. அறிவுக்கெதிரான, பழமைவாதம் சார்ந்த தன்மைக்கு அது உதவியிருக்கிறது.

புரட்சிகரச் சக்திகளை எதிர்க்கத் திரும்பத் திரும்ப கீதை உதவிக்கு அழைக்கப் படுகிறது. வீழ்ச்சியடைந்து கொண்டிருந்த பௌத்தத்தின்மீது மரண அடி கொடுக்க ஒன்பதாம் நூற்றாண்டில் சங்கராச்சாரியர் அதன் உதவியை நாடினார் என்றால், மதச்சார்பற்ற ஜனநாயகத்தின் எழுச்சியலையை அழிக்க மகாத்மா காந்தி அதன் போதனைகளைப் பயன்படுத்திக் கொண்டார். சங்கரர் போலி–பௌத்தர் என்றும், காந்தி ஜனநாயகச் சுதந்திரத்தின் காவலர் என்றும் போற்றப்பட்ட போதும் உண்மை இதுதான் (பஜாஜ் 2002).

இந்திய நாகரிகத்தின் உயிரூற்று கீதை என்றும், அதன் உயர்ந்த செய்தியான சுயநலமற்ற சேவை என்பதை ஒவ்வொரு இந்தியனும்

நம்புகிறான் என்றும் சொல்லப்படுகிறது. அதன் கொள்கைகளைக் கடைப்பிடிக்க முடிவு செய்த பிறகு இந்தியர்கள் சமூக அளவிலும் நாகரிக அளவிலும் ஏன் பின்னோக்கினார்கள், அறிவுத்துறையிலும் ஒழுக்கத்திலும் ஏன் கீழிறங்கினார்கள், சுதந்திரத்தை இழந்து ஏன் நீண்ட காலம் துன்புற்றார்கள் என்பதை கீதைவிசுவாசிகள் உலகத்திற்குச் சொல்வதில்லை. கீதையைத் தங்கள் புனித நூலாக இந்தியர்கள் ஏற்றுக் கொண்டார்கள், ஆனால் அதன் இலட்சியங்களுக்கேற்ப வாழவில்லை என்ற வாதம் வெற்றுத்தன்மை கொண்டது. அதன் போதனைகள் ஒவ்வொரு இந்தியனின் இதயத்திலும் மனத்திலும் பதிந்துள்ளன என்று ஒருவர் வாதிடும்போது, அப்புனித நூல்களை ஏற்றதனால் மக்களின் துயரங்கள் ஏற்பட்டன என்று முடிவுக்கு வருவது அபத்தமானது (பஜாஜ் 2002).

உண்மை என்னவெனில், உலக வாழ்க்கையை கீதை மாறுகின்ற ஒன்றாகவும், மகிழ்ச்சியற்றதாகவும் காண்கிறது (9.33). பிராமணப் பிரபஞ்சவியல் உயிரோட்டமற்றது என்பதால் இதில் ஆச்சரியமில்லை. அதன் தொன்மப்படி, சத்ய யுகத்தில், ஒரு பொற்காலத்தில் படைப்பு தொடங்கியது. அப்போது எல்லாம் முழுமை பெற்றிருந்ததால், மனிதன் எல்லா விதங்களிலும் உயர்வு பெற்றிருந்தான், தர்மம் நான்கு காலுடைய ஒரு வலுவான பிராணியாக இருந்தது. பிறகு வீழ்ச்சி தொடங்கியது. அடுத்த யுகமான திரேதா யுகத்தில், சிறப்புக் குறைந்த காரணத்தால் தர்மத்திற்கு மூன்று கால்கள் மட்டுமே இருந்தன. மூன்றாவது யுகமான துவாபர யுகத்தில் இன்னும் தர்மம் வீழ்ச்சியடைந்து இருகால் பிராணி ஆயிற்று. கலியுகத்திலோ தர்மம் ஏறத்தாழ முற்றிலும் அழிந்து அது ஒற்றைக் காலுடன் உயிர்தரிக்கிறது. இந்தக் கலியுகம் இருண்ட காலம், பிரச்சினைகளின் காலம், குழப்பக் காலம், அழிவின் காலம்.

தனது தனித்தன்மையான பொருள்மயக்கத்தினால்தான் மேற்குடி மக்களுக்கு கீதை ஓர் மனமயக்கக் கவர்ச்சியை ஏற்படுத்துகிறது. முரண்பாடுகளும், கூறியதுகூறலும், வார்த்தை ஜாலமும் கொண்டு அது தெளிவற்ற தத்துவக் கருத்துகளுக்குள் நழுவுகிறது. ஈரடித்தன்மையும் திரித்துக் கூறலும் அதன் அடையாளங்கள். சில இடங்களில் வேதகாலப் பலகடவுள்நிலை ஏற்கப்படுகிறது, மற்ற இடங்களில் கேலிக்குள்ளாக்கிப் புறக்கணிக்கப்படுகிறது. திட்டவட்டமாக ஒற்றைக் கடவுள்நிலை உறுதிசெய்யப்படுகிறது (4.6). ஆனால் அதுவே மனித உடலில் அவதாரம் என்ற பலகடவுள் நிலையால் அடுத்துவரும் சூத்திரங்களில் பெருக்கித் தள்ளப்படுகிறது (4.7). அதேபோல ஓரிடத்தில் கிருஷ்ணன் துறவுப்பாதையை ஏற்புடையதல்ல என்கிறான், ஆனால் வேறிடத்தில் பிராமணத்தை அடைய அதை வழியாகப் பரிந்துரைக்கிறான், மூன்றவதோர் இடத்தில் பக்தி மார்க்கத்தையே மிகச்

சிறந்தது என்கிறான். இந்த கீதை மறைபொருளை கோசாம்பி இவ்விதம் தெளிவுபடுத்துகிறார்:

சாதி முறையின் (அ)நியாயத்தை மறுக்காமல், திட்டமான புத்தி உள்ள ஒருவரால் கீதையில் எந்தப் பொருளையும் வாசிக்க முடியும். ஏற்றுக் கொள்ளப்பட்ட பிராமண முறையியலுக்கு ஊறு செய்யாமலும், அக்காலத்தில் பிராமணர்கள் தாங்கள் சார்ந்திருந்த ஆளும் வர்க்கத்தினருக்கு எவ்விதமோ ஏற்புடையதாக இருக்காத சமூகச் செயல்களுக்குத் தூண்டுதலாகவும் நியாயப்படுத்தலாகவும் ஒற்றைப் புனித மூலமாக கீதை பயன்படுத்தப்பட ஏற்றதாக அமைந்தது. ([1962] 2000: 15).

உயர்சாதி மேட்டுக்குடியினர்க்கு கீதையின் பயன்பாட்டுக்குக் காரணம், இணங்காதவற்றை இணங்கச் செய்வதுபோலத் தோற்றமளிக்கின்ற அதன் அடிப்படைக் குறைபாட்டிலிருந்து வருகிறது. கிருஷ்ணன் அஹிம்சையின் மேன்மையைப் புகழ்கிறான், ஆனால் அவனுடைய மொத்த வாதமுமே போருக்குத் தூண்டுவதுதான். கொல்லுவதோ கொல்லப்படுவதோ சாத்தியமில்லை என்று அர்ஜுனனிடம் அவன் சொல்கிறான், ஆனால் இருபுறமும் உள்ள எல்லா வீரர்களையும் விழுங்கிவிட்ட பேருண்டிக்கான அவனது எண்ணற்ற வாய்களைத் திறக்கிறான்; பேய்த்தனமான இந்தக் கடவுள் ஏற்கெனவே தானே எல்லாரையும் கொன்றுவிட்டதால் அர்ஜுனன் தன் உறவினர்களைக் கொல்வது வெறும் தோற்றம்தான். (கோசாம்பி, மேலது: 17).

எல்லாவற்றுக்கும் மேலாக, மகாபாரதத்தில் உருக்கொடுக்கப் பட்டிருக்கும் கிருஷ்ணனே ஒழுக்கத்தை போதிக்கத் தகுதியற்றவன். போரின்போது நியாயமான போருக்கென ஏற்கெனவே உள்ள ஒழுக்க விதிகளை மீறுவதில் ஓர் இரக்கமற்ற அரசியல்வாதியாகத் தோற்றமளிக்கிறான். போரின் ஒவ்வொரு முக்கியத் திருப்பத்திலும் மோசமான தந்திரங்களில் ஈடுபடுகிறான். பீஷ்மனையும் துரோணாச்சார்யனையும், கர்ணனையும் துரியோதனையும் கொல்லுதல்-போரின் விளைவில் மிக முக்கிய விளைவுகளை ஏற்படுத்துபவை-யாவும் அறமற்ற வழிகளில்தான் செய்யப்படுபவை. பீஷ்மனுக்கு முன்னால் பேடியான சிகண்டியை நிறுத்துவதன்மூலம் அவன் கொல்லப்படுகிறான். அஸ்வத்தாமா (கள்ளக்குரலில் அது ஓர் யானை என்று யுதிஷ்டிரன் சொல்லிக் கொண்டாலும், துரோணனின் மகன்) இறந்துவிட்டான் என்று தெரிவிக்கப்பட்டு துரோணன் கொல்லப் படுகிறான். போரின் இறுதியின்போது, கிருஷ்ணனின் தெரிவித்தலின்பேரில், துரியோதனன் தொடையில் (இடைக்குக் கீழ் அடிப்பது தவறு) அடிக்கப்பட்டு கொல்லப்படுகிறான். கௌரவர்களின் பக்கம் அர்ஜுனனை வெல்லத்தக்க ஒரே வீரனான கர்ணன், ஆயுதமற்று தன் தேரைச் சேற்றிலிருந்து உயர்த்திக் கொண்டிருந்த சமயத்தில்

போர் விதிகளை முற்றிலும் மீறி அவனை அர்ஜுனன் கொல்கிறான். அதற்கு முன்னாலேயே கர்ணனின் சொந்த வாழ்க்கையைப் பற்றிய (அவன் குந்தியின் மகன் என்ற) முக்கியமான தகவலைச் சமயத்தில் பயன்படுத்தி, அவன் பாண்டவர்களில் அர்ஜுனனைத் தவிர வேறெவரையும் கொல்வதில்லை என்ற வாக்குறுதியைப் பெறுகிறான். அபிமன்யுவைக் கொன்ற ஜயத்ரதன் போலியான சூரியாஸ்தமனத்தினால் வெளிவந்தபோது அர்ஜுனனால் கொல்லப்படுகிறான்.

இவை யாவும் கிருஷ்ணனின் ஒப்புதலினாலேதான் செய்யப்படுகின்றன. இவற்றை அவன் செய்யாமலிருந்தால் வெற்றி பாண்டவர்க்குக் கிடைத்திருக்காது எனக்கூறித் தன்மேலுள்ள குற்றத்தை ஒதுக்கிவிடுகிறான். வேறிடங்களிலும், மகாபாரதம் அதன் கதாநாயகர்கள் செய்யும் தீமைகளால் நிறைந்துள்ளது. ஏகலைவனின் கட்டைவிரலை துரோணன் குருதட்சிணையாக வாங்கியமை அடித்தட்டு மக்களின் திறனை பிராமண குருமார்கள் எவ்விதம் அழித்தார்கள் என்பதற்குச் சிறந்த உதாரணம். இதே இரக்கமற்ற முறையில்தான் காந்திய அஹிம்சையின், கீதையின் பக்தரான ராஜாஜி, அதிகாரத்தைக் கைப்பற்றவும் வைத்திருக்கவும் அஹிம்சையின் மேன்மைகளைக் கொண்டாடும் அதேசமயம் "வண்டியை ஓட்டும்போது சாட்டையைப் பயன்படுத்தத்தான் வேண்டும்" என்கிறார் *(கோசாம்பி [1962] 2000:19)*.

விளைவுகளைப் பற்றிக் கவலைப் படுவதைவிட்டு, ஏறத்தாழ எந்த ஒரு செயலையும் ஏமாற்றுகின்ற மழுப்பல்களின் வாயிலாக நியாயப் படுத்தி ஊக்குவிக்கும் மேற்கோள்களின் நிரந்தர ஊற்றுக் கண்ணாக கீதை உள்ளது. "இந்த நழுவுகின்ற சந்தர்ப்பவாதம் முழுப் புத்தகத்தின் பண்பாக உள்ளது. இயல்பாகவே, எத்தனையோ கீதை நேயர்கள் இப்படிப்பட்ட பண்பினை ஏற்றிருப்பதில் வியப்பில்லை. பொருளியல் யதார்த்தமே வெறும் மாயை என்று சொல்லிவிட்ட பிறகு, மிச்சம் தானே பின்தொடர்கிறது; இரட்டை(வேட)ச் சிந்தனையின் உலகம் மட்டுமே நமக்கு வேண்டுவது" *(கோசாம்பி, மேலது, 17)*.

பார்ப்பன ஆளுகை, அரசு ஆகியவற்றின் மையமாக தண்டநீதி

நாம் முன்பே கண்டபடி, பிராமண எழுத்துகளில் விளக்கப்பட்ட தர்மம், சாதியை மையமிட்டது. இந்த தர்மத்தைப் பின்பற்றுதல் என்பது ஒருவனுக்கு விதிக்கப்பட்ட சமூகப் பொறுப்பினை ஒரு அற்பமான தனிநபர் ஒழுக்கத்துடன் பூர்த்திசெய்வதாகும். இந்தச் சாதிக் கலாச்சாரத்தையும் மனநிலையையும் நிரந்தரப்படுத்தும் வகையில் மெய்ம்மைகளும் புனைவுகளும், கட்டுக்கதைகளும் தொன்மங்களும், பழங்கதைகளும் மீக்கற்பனைகளும், கதைகளும்

மூடநம்பிக்கைகளும் உருவமைக்கப் பட்டன. வர்ணதர்மத்தை உயர்த்திப்பிடித்தல், ஆணாதிக்கக் குடும்ப மதிப்புகள், முதலிரு வர்ணங்களுக்கு மட்டும் தனிச்சொத்தின் உரிமை ஆகியவற்றை ஒரு க்ஷத்திரிய அரசன் தலைமை தாங்கும் அரசியல் மேட்டுக்குடியினர் திறம்படச் செய்ய வேண்டும். வர்ண தர்மத்தைப் பேணுவதற்கும் சமூகப் போராட்டத்தைக் கட்டுப்படுத்துவதற்கும் பிராமணர்கள் சாதி-நிலவுடைமைக் கருத்தியலோடு தெய்விக அரசுரிமை என்ற கருத்தையும் பரப்பினர் (ஆர். எஸ். சர்மா 1983: 68ff).

இப்படியாக, பிராமணர்களும் க்ஷத்திரியர்களும் ஆளும் கூட்டணி அமைக்க ஒன்றிணைந்தனர். இருவருமே உற்பத்தி செய்யும் கீழ்ச்சாதியினர் அளிக்கும் வரி, கொடை, உழைப்பினால்தான் வாழ்ந்தனர். அவர்களுக்குள் ஆதிக்கம், முன்னுரிமை ஆகியவற்றிற்காகச் சண்டைகள் ஏற்பட்டன, ஆனால் கீழிருந்து எதிர்ப்பு எழும்போது அவர்கள் இச்சண்டைகளைச் சரிசெய்துகொண்டனர். பிராமணப் பனுவல்களில் பிராமண-க்ஷத்திரியப் பிணைப்பின் தேவை திரும்பத் திரும்ப வலியுறுத்தப்படுகிறது. மகாபாரதத்தின் சாந்தி பர்வமும் மனுஸ்மிருதியும் (9.322) "க்ஷத்திரியர்களின் ஆதரவின்றி பிராமணர்கள் செழிக்க முடியாது, பிராமணர்களின் ஆதரவின்றி க்ஷத்திரியர்களும் செழிக்க முடியாது" என்று தெளிவு படுத்துகின்றன. ஆனால் ஓட்டுநரின் இருக்கையில் யார் இருப்பது என்பதில் சந்தேகமே இல்லை. பிராமண மேற்குடியினர்தான் அரசர்களையும் நிலவுடைமைப் பிரபுக்களையும் கட்டுப்படுத்தினர். மத அடிப்படையில், அரசன் கடமைப்படி பிராமணர்களுக்குத் தலைவணங்க வேண்டும், அவர்களின் போதனைப்படி நடக்கவேண்டும். மகாபாரதத்தில் பீஷ்மர் போதிக்கிறார்:

மன்னனின் மிக உயர்ந்த கடமை பிராமணர்களை வழிபடுவது; அவர்கள் பாதுகாக்கப்பட வேண்டும்...மரியாதை செலுத்தப்பட வேண்டும், வணங்கப்பட வேண்டும், பெற்றோர்போல் போற்றப்பட வேண்டும். பிராமணர்கள் திருப்தியாக இருந்தால் நாடு முழுமையும் செழிக்கும்; அவர்கள் திருப்தியின்றியும் கோபமாகவும் இருந்தால் எல்லாமே அழிவுக்குக் கொண்டுசெல்லும். அவர்கள் தெய்வத்தை தெய்வமற்றதாக ஆக்குவார்கள், தெய்வத்தன்மை அற்றதை தெய்வமாக்குவார்கள். அவர்கள் யாரைப் புகழ்கிறார்களோ அவர்கள் செழிக்கிறார்கள்; அவர்கள் யாரைப் பழிக்கிறார்களோ அவர்கள் துன்பத்திற்கு ஆளாகிறார்கள் (பார்க்க, தர்மதீர்த்தர் [1941] 1992: 90–1).

இந்த இந்து நிர்வாகமுறை பிராமண மத-அரசியல் அடித்தளத்தின்மீது கட்டப்பட்டது. அரசாதிக்கத்தின், சமூக முறைமையின் தெய்விகத் தோற்ற மூலங்கள் எவ்வித அறிவுபூர்வமான, மனிதமைய அடிப்படையிலான அரசியல் சிந்தனையையும் சாத்தியமற்றவை

ஆக்கின. சாதியிலும் புரோகிதமுறைமையிலும் மக்களைக் கீழ்ப்படுத்தி பிளவுபடுத்தி வைத்திருக்கும் திறன்மிக்க ஓர் அமைப்பு அரசர்களுக்குக் கிடைத்தது. அக்கால முதல் பல நூற்றாண்டுகளாக ஆளும் குழுவினர் ஒரு நிறுவனமாகவும் கருத்தியலாகவும் சாதியை மிகத் தீவிரமாக ஆதரித்து வந்துள்ளனர். தர்ம தீர்த்தர் இவ்விதம் நோக்குகிறார்:

சாதிகள், புரோகித முறைமை ஆகியவற்றின் திட்டம் என்பது, எண்ணற்ற சுரண்டும் குழுக்களுக்கு இடமளிக்கும் வகையில் பரந்ததாக இருந்தது. அதனால் சர்வாதிகாரிகள், பேரரசர்களாக மாற முயன்ற துணிச்சலான அரசர்கள், புரோகிதர்களின் ஆதரவோடு சிம்மாசனத்தைக் கைப்பற்ற விரும்பிய அதிகாரப் பறிப்பாளர்கள், சித்தியன்கள், சீனர்கள், துருக்கியர்கள், கிரேக்கர்கள், ராஜபுத்திரர்கள், முகமதியர்கள் மற்றும் நவீன ஐரோப்பியர்கள் போன்ற புதிய படையெடுப்பாளர்கள், பிராமண உதவியோடு க்ஷத்திரிய நிலைக்கு ஆசைப்படும் இந்திய அரசர்கள் போன்ற யாவரும் அதைத் திரும்பத் திரும்பத் தங்கள் கைப்பற்றலுக்கோ சுரண்டலுக்கோ சேவையாற்றிய வகையில் அதை ஆதரித்து வந்தனர் ([1941] 1992: 7).

அரசர்களுக்கும் ஆர்வமிக்க ஆள்வோர்க்கும் சட்டப்பூர்வத்தன்மை வழங்க பாரம்பரியமாக வந்த அல்லது 'அளிக்கப்பட்ட' க்ஷத்திரியத்தன்மையைத் தேவையாக்கினர். உண்மையில், க்ஷத்திரியத் தன்மை விற்கப்பட்டது: (கீழ்ப்படுத்தப்பட்ட சாதிகளிலிருந்தோ, சாதியற்ற பழங்குடியினத்திலிருந்தோ, அயல்நாட்டுக் குழுக்களிலிருந்தோ) எவராயினும் அதை வாங்க இயலும், அப்படித்தான் வர்ண தர்மப்படி ஆளுவதாக வாக்குறுதி அளித்து பிராமணர்களிடமிருந்து விலைக்கு வாங்கினார்கள். ஹிரண்ய கர்ப்பம் (பொன்னாலான கரு-உயர்சாதிச் சமூகத்தில் மறுபிறப்பு எடுப்பதன் குறியீடு) என்னும் சடங்கினைக் கோசாம்பி தெளிவுபடுத்துகிறார். அதன்படி பழங்குடித் தலைவர்களும் ஆசைமிக்க ஆளுநர்களும் க்ஷத்திரிய அந்தஸ்தை அடைந்தார்கள், சாதி முறைமையைக் காப்பதாக உறுதி மேற்கொண்டார்கள், தங்கள் இனத்தில் மீதியிருந்தவர்களை அடிமை விவசாயிகள் ஆக்கினார்கள்:

கருப்பையிலிருக்கும் சிசு மாதிரியான அமைவில் ஒரு பழங்குடியினத் தலைவன் ஒரு பெரிய தங்கப் பாத்திரத்தில் நுழைக்கப்படுவான். வாடகைக்கு அமர்த்தப்பட்ட புரோகிதர்கள் கர்ப்பமடைவதற்கும் குழந்தை பிறப்பதற்குமான மந்திரங்களைப் பிறகு உச்சரிப்பார்கள். நுழைந்த மனிதன், மறுபிறப்பு எடுத்ததுபோலப் பொன் பாத்திரத்திலிருந்து வெளியே வருவான். அவனுக்குப் புதிய சாதியோ, அல்லது முதன்முதலாக ஒரு சாதியோ கிடைத்துவிட்டது; அந்தப் பழங்குடி மக்கள் சமூகத்தில் நுழைந்தபோது அவர்களுக்குக் கிடைத்த சாதி அல்ல அது. பழைய நான்கு வர்ணங்களில், அந்த பிராமணப் புரோகிதனின் கோத்திரப்படிப் பெரும்பாலும் க்ஷத்திரிய வர்ணம்தான் அளிக்கப்படும்...அந்தப் புரோகிதர்களுக்கு அவர்களுக்குரிய கட்டணத்தின் ஒருபகுதியாக அந்தப் பொன்பாத்திரம் கிடைக்கும், அது அவர்கள்

எல்லாரையும் மகிழ்ச்சியில் ஆழ்த்தும்...இதெல்லாமே புதிதாக உருவாக்கப்பட்ட வைசியர்கள் மற்றும் சூத்திரர்களின் ஒரு தொகுதியை பிராமணர்களின் ஆணைகளுக்கும் க்ஷத்திரிய ஆயுதங்களுக்கும் அடிமைப்படுத்தி வைப்பதற்காகவே. (கோசாம்பி [1965] 1992: 171).

வெகுமக்களை அடிமைப்படுத்திவைக்க, தண்டத்தை (ஒறுத்தலை) அரசின் மையமாக்கி, அரசர்களுக்கு ஆதிக்கமும் தெய்விகத் தன்மையும் அளிக்கப்பட்டது. பிராமணர்களின் கொள்கையில், தண்டநீதி (தண்டனை வாயிலான ஆட்சி) அரசு நிர்வாகத்தின் முக்கியவிதியாக இருந்தது. உலகம் முழுவதுமே தண்டனையால்தான் ஆட்சிசெய்யப்படுகிறது-பயத்தின் மூலமாகவே அக்னி எரிகிறது, சூரியன் தன் கதிர்களை அனுப்புகிறது, பயத்தினாலே வாயு வீசுகிறது. மனுஸ்மிருதியின்படி, தண்டம்தான் அரசனும் மனிதனும். அவன்தான் தண்டனை அளிப்பவன், அடக்குபவன். தண்டம்தான் எல்லாக் குடிகளையும் நல்வழியில் நடத்துகிறது. நீதி என்பதே தண்டம்தான் (7.17-18).

தண்டத்தின் பங்கினைப் புகழ்வதில் மனுவுடன் மற்ற பிராமண மூலங்கள் போட்டியிடுகின்றன. மகாபாரதத்தின் விதிகளில் ஒன்றின்படி "கொடி மரத்தில் படர்வதுபோல, சரியாக நடத்தல் தண்டத்தைச் சார்ந்திருக்கிறது. புகை காற்றைத் தொடர்வதுபோல, பலம், பலத்தைத் தொடர்கிறது" (பார்க்க, வாக்கர் 1983ஏ: 267). தண்ட வழிபாட்டாளர்களின் கூச்சல் மேலும் மேலும் செல்கிறது: தண்டம்தான் பிரபஞ்சத்தை இயக்குகிறது, கிழித்து, வெட்டி, காயப்படுத்தி, ஊனப்படுத்தி, இரணமாக்கி, எல்லாரின் இதயங்களிலும் பீதியை ஏற்படுத்துகிறது. தடுக்கவியலாத, பயத்தை உண்டாக்குகின்ற தண்டம்-தண்டம் மட்டுமே, பூமியை வளமாக்குகிறது, ஒழுக்கத்தையும் மேன்மையையும் சாத்தியமாக்குகிறது (மேலது). அரசனுக்குக் கூறப்படுகின்ற தண்டத்தைப் போற்றும் பின்வரும் மகாபாரதப் பாடல் இன்று நாம் சமூக டார்வினியம் எனக் கூறுவதைப் பாராட்டுகிறது.

உலகில் நிறுவப்படும் எல்லைகள் யாவும், அரசனே, தண்டத்தினால் வரையறுக்கப் படுகின்றன...எவனும் பயப்படாவிட்டால் யாகம் செய்ய மாட்டான், கொடைகளும் தரமாட்டான், தன் சொல்லையும் காப்பாற்ற மாட்டான்...உலகில் வாழும் எந்த உயிரும் வன்முறை இன்றி இல்லை. பிராணிகள் ஒன்றினை மற்றொன்று உண்டு வாழ்கின்றன; வலுவானது வலுவற்றதை விழுங்குகிறது. பூனை கீரியை உண்பது போல, கீரி எலிகளை உண்கிறது, நாய் பூனையை விழுங்குகிறது, அரசனே, காட்டு விலங்குகள் நாயை உண்கின்றன. மனிதன் எல்லாப் பிராணிகளையும் உண்கிறான். தர்மம் என்ன என்பதைக் காண்பாயாக! ஒவ்வொரு அசையும் பொருளும் அசையாப் பொருளும் வாழ்க்கைக்கான உணவுதான். (பார்க்க டோனிகர் மற்றும் ஸ்மித், 1991: XXXI).

மகாபாரதம், அரசதர்மத்திற்கு மாற்றுச் சொல்லாகவே தண்டநீதியை உயர்த்திப் பிடிக்கிறது:

தண்டநீதி உயிரற்றதாகும்போது, மூவேதமும் மூழ்குகிறது, வெவ்வேறாக வளர்ந்த தர்மங்கள் யாவும் முழுமையாக அழிகின்றன. மரபுசார்ந்த ராஜதர்மத்திலிருந்து விலகும்போது, ஆசிரமப் பிரிவுகளின் அடிப்படைகள் யாவும் சிதைகின்றன. ராஜதர்மத்தினால்தான் எல்லாவிதத் துறவுகளும் அடையப்படுகின்றன, ராஜதர்மத்தில்தான் எல்லா அறிவுகளும் வெளிப்படுகின்றன. ராஜதர்மத்தில்தான் உலகங்கள் யாவும் மையம் கொண்டுள்ளன. (வர்மாவில் மேற்கோள் காட்டப்பட்டது, 1974: 102).

அரசாட்சிக்கான வழிகாட்டியாக மிகவும் போற்றப்படும் அர்த்தசாத்திரத்தில் இதேபோல்தான் தண்டத்தைப் பயன்படுத்தி வர்ண தர்மத்தைக் காப்பதில் அக்கறை காட்டுகிறார். "தண்டம், தண்டம் மட்டுமே இந்த உலகததையும் மறுவுலகத்தையும் பாதுகாக்கிறது" (அர்த்தசாத்திரம் 3.1). அவருடைய தண்டம், வேதநியாயங்களின்மீது அமைந்துள்ள பிராமண சமூகக் கட்டமைப்பை உயர்த்திப் பிடிக்கப் பயன்படுத்தப்படுகிறது. மதச்சார்பற்ற இந்து ஆட்சிக்கலையின் சிற்பி எனப் போற்றப்படுகின்ற கௌடில்யர், ஒவ்வொரு வர்ணத்தினனும் தன் பணிகளை நிறைவேற்றவேண்டும் என்கிறார். அவ்வாறு கடமையாற்றுபவன் சொர்க்கத்தையும் எல்லையற்ற இன்பத்தையும் அடைகிறான். சாதிக் கடமையை மீறுவதன் வாயிலாக உலகம் அழிந்து போகும் என்று எச்சரிக்கிறார். தங்கள் தங்கள் சாதிக்கடமைகளிலிருந்து மக்கள் விலக அனுமதிக்கவே கூடாது என்று அரசனுக்கு அறிவுரை அளிக்கிறார் (ஆர். எஸ். சர்மா [1958] 1991ஏ: 251ff). பிராமணர்களுக்கு அவர் மூன்று முன்னுரிமைகளை வழங்கி நியாயப்படுத்துகிறார்: எந்தக் குற்றத்திற்கும் உடல்சார் சித்திரவதையிலிருந்தும், மரண தண்டனையிலிருந்தும் விலக்கு; அரசின் பாதுகாப்பும் சிறப்பான பாவிப்பும்; எல்லாரிடமிருந்தும் மரியாதையும் கொடைகளும் பெறுதல். பிராமணர்கள் பூதேவர்கள்-பூமிக்கு இறங்கிவந்த கடவுளர்கள் என்று அர்த்த சாஸ்திரம் சொல்கிறது: யே தேவா தேவலோகேஷு ச ப்ராமணஹா-"சொர்க்கத்தில் தேவர்கள் எத்தகைய சிறப்பிடத்தில் இருக்கிறார்களோ, அத்தகைய சிறந்த இடத்திலேயே மனிதர்களுக்கிடையில் பிராமணர்கள் இருக்கிறார்கள்" (மேலது, 255).

பிராமணர்களுக்கு இவ்வளவு சலுகைகள் அளிப்பதற்கு மேல், கௌடில்யர் பிராமணர் அல்லாத சமயங்கள், இனங்கள் மீது கடும் தடைகளைச் சுமத்துகிறார். வ்ரிசலர்கள், பாஷாண்டர்கள், சாக்கியர்கள், ஆஜீவகர்கள், கீழ்முறைமையினர், பிராமண வாழ்க்கை முறைக்கு மாறான பிற குழுக்கள் ஆகியோரைச் சற்றும் பொறாத அவரது தன்மையை அர்த்தசாத்திரத்தின் பல இடங்கள் எடுத்துக்

காட்டுகின்றன. வ்ரிசலர்களும், பாஷாண்டர்களும், பௌத்தர்களும் அலைக்கழிப்பதற்கும் வேறுபடுத்தித் தொல்லையளிப்பதற்கும் அவரால் குறிப்பாகத் தேர்வுசெய்யப்படுகின்றனர் (சர்மா [*1958*] *1991ஏ: 261*). வைதிகத்திற்கு மாறான கொள்கையினர்க்கும், சுத்தமற்ற தொழில்களைச் செய்வோருக்கும் தனிச் சேரிகள் இருக்கவேண்டும் என்று பரிந்துரை செய்கிறார். பாஷாண்டர்களும் சண்டாளர்களும் ஒரு நகரம் அல்லது கிராமத்தின் மயானபூமிக்கருகில்தான் வாழவேண்டும்.

பிற பிராமணப் படைப்புகளைப் போலவே அர்த்தசாத்திரம், ஏழைகளுக்கு ஆதரவாக அரசன் இருக்கவேண்டும் என்று கூறவில்லை; பிராமணர்களையும், வர்ண தர்மத்தையும் காப்பாற்றுவது ஒன்றே முக்கியம். போரில் வெற்றி பெறுவதற்கான தந்திரங்கள் பற்றிக் கூறுகின்ற அது, சமூக நலத்தைப் பற்றிச் சற்றும் கவலைப்படவில்லை; அணைகள் கட்டுவதைப் பற்றிக் கவலைப்படாத அது, நீர்ப்பாசனத்துக்கு வரிவிதிக்க மட்டும் சொல்கிறது. இந்திய அரசியல் சிந்தனையின் மிகச் சிறந்த மலரென்று அர்த்தசாத்திரத்தைப் போற்றுவது, நாற்றம் வீசும் அறியாமை அல்லது பிராமணக் குறும்புதான்.

உயர்சாதி வரலாற்றியலை வெகுமக்கள் எதிர்ப்பு தகர்த்தல்

சாதியும் பார்ப்பனியமும் சவால்கள் இன்றிச் செல்லவில்லை. உயர் வர்ணங்களின் சார்பாகக் கட்டமைக்கப்பட்ட அரசியல் பொருளாதாரமும் சமூக முறைமையும் துன்புறுவோரினால் ஏற்கப் படவில்லை. கீழ்ப்படுத்தப்பட்ட சாதிகள், உண்மையில், ஒடுக்கும் முறைமையின் நுகத்தடியைத் தூக்கிஎறிய முயன்றனர். ஆகவேதான் பிராமணப் பனுவல்கள், குறிப்பாக தர்மசாத்திரங்கள், வர்ண தர்மத்தைப் பாதுகாப்பதற்கான வேண்டுதல்களால் நிறைந்துள்ளன. தங்களுக்கு விதிக்கப்பட்ட பணிகளிலிருந்து வைசியர்களும் சூத்திரர்களும் ஒருபோதும் விலக அனுமதிக்கப்படலாகாது என்று வெறுப்பூட்டும் அளவுக்குத் திரும்பத் திரும்பக் கூறுகின்றன. இல்லை என்றால் பயங்கரமான, கட்டுப்படுத்த இயலாத குழப்பம் உலகில் தண்டனையாக இறங்கும். சாமம் (சமாதானமாகப் பேசி ஆளுதல்), தான (பலவந்தம்), தண்டம் (தண்டனை), பேதம் (பிரித்தாளுதல்), நீதி, அநீதி யாவுமே நிர்வாணமாக அதிகாரத்தைத் தேடுவதற்கும் கீழ்ப்படுத்தப்பட்ட சாதியினரை ஒழுக்கப்படுத்தவும் ஒழுங்குபடுத்தவும் பயன்படுத்தப் பட்டன. கீழிருந்து கலகங்கள் வெடிக்காமலிருக்க மிக பலமான நடவடிக்கைகளை அறிவார்த்த, அரசியல் மேட்டுக்குடியினர் கையாண்டனர்.

மக்களின் எழுச்சிகளை எவ்வளவு காட்டுத்தனமாக ஆளும் வர்க்கங்கள் அடக்கியபோதும், சமூக நெருக்கடிகள் அவ்வப்போது எழுந்துகொண்டுதான் இருந்தன. பெரிய அளவிலான வர்ண சங்காரம் (சாதிகளுக்கிடையில் இரத்தக் கலப்பு) ஏற்பட்டு கலியுகம் எழுந்தது என்று புராணங்கள் கி.பி. மூன்றாம் நூற்றாண்டில் நிகழ்ந்த ஒரு பெரிய எழுச்சியைக் குறிப்பிடுகின்றன. ஆர். எஸ். சர்மா (1983; [1958] 1990ஏ) வர்ண சங்காரம் என்பது நான்கு வர்ணங்களுக்கிடையில் ஏற்பட்ட இரத்தக் கலப்பை மட்டுமல்ல, கீழ்ச்சாதியினர் தங்கள் சாதிக் கடமைகளைச் செய்ய மறுத்ததையும் குறிக்கிறது என்று வாதிடுகிறார்.

சாந்தி பர்வத்தில் தண்டநீதியின் முக்கியத்துவத்தை வலியுறுத்துவதும், இதிகாசங்களில் அராஜகத்தை வருணிப்பதும் இதே காலத்தைச் சேர்ந்தவையாகலாம், இதே நெருக்கடியைக் குறிப்பன ஆகலாம் கலியுகம், வர்ணசங்காரத்தினை (வர்ணங்கள் மற்றும் சமூக முறைமைகளின் கலப்பு) சிறப்பில்பாகக் கொண்டது. வைசியர்களும் சூத்திரர்களும் (அதாவது விவசாயிகள், கைவினைஞர்கள், உழைப்பாளர்கள்) தங்களுக்கு விதிக்கப்பட்ட உற்பத்தித் தொழிலில் ஈடுபட மறுத்துவிட்டார்கள், அல்லது வைசிய விவசாயிகள் வரிகளைச் செலுத்த மறுத்துவிட்டார்கள், சூத்திரர்கள் தங்கள் உழைப்பு கிடைக்காமற் போகுமாறு செய்தார்கள் (சர்மா 1983: 31).

பிராமணச் சமூக முறைமையுடன் சூத்திரர்களும் அதி-சூத்திரர்களும் ஒருபோதும் முழுமையாக ஒத்துழைக்கவில்லை அல்லது அவர்கள் தங்கள் எதிர்ப்புகளை ஏதாவது ஒரு வடிவத்தில் பதிவுசெய்தவாறே இருந்தனர். பகைமை கொண்டவர்கள், வன்முறையாளர்கள், தற்பெருமை கொண்டவர்கள், விரைவில் கோபவசப்படுபவர்கள், பேராசை கொண்டவர்கள், நன்றியற்றவர்கள், நம்பத் தகாதவர்கள், எவ்விதப் பொறுப்பான வேலைக்கும் தகுதியற்றவர்கள் என்று காரணமின்றி பிராமண எழுத்துகளில் அவர்கள் இழித்துரைக்கப் பட்டார்கள். மகாபாரதத்தின் சாந்தி பர்வத்தில் ஒன்பது செய்யுட்களில் பிராமணர்களும் க்ஷத்திரியர்களும் கூட்டுச்சேர்ந்து கீழ்ச்சாதியினரின் சவாலை முறியடிக்க வேண்டுமென்று கூறுகின்றன. ஒளியூட்டும் பகுதி ஒன்றில், சூத்திரர்களும் வைசியர்களும் வேண்டுமென்றே பிராமணர்களின் மனைவியரோடு சேரத்தொடங்கினர் என்று கசப்பாக முறையிடப்படுகிறது (சர்மா [1958] 1990 a: 280). ஒடுக்கப்பட்டவர்கள் (சூத்திரர்கள், வைசியர்கள், பெண்கள்), தங்களை ஒடுக்குபவர்களுக்கு எதிராகப் பழிவாங்கலில் ஈடுபட்ட ஒரு அதிர்வூட்டும் உதாரணம் இது.

மனுஸ்மிருதியைப் போன்றே, சாந்திபர்வமும் வ்ரிசலன் (ஒரு வகை சூத்திரன்) என்பவன் தர்மத்தை மீறுபவன் என்கிறது. (சர்மா [1958] 1990a: 281). அனுசாசன பர்வம் சூத்திரர்களை அரசனை அழிப்பவர்கள் என்று வருணிக்கிறது (மேலது). நாரத ஸ்மிருதியின்

ஒரு பகுதியிலிருந்தும் சூத்திரர் கலகத்தை யூகிக்க முடியும். ஓர் அரசன் ஒடுக்கும் சக்தியைப் பயன்படுத்தாமல் போனால், எல்லாச் சாதியினரும் தங்கள் கடமைகளைக் கைவிட்டுவிடுவார்கள், இவர்களில் சூத்திரர்கள் பிற எல்லாரையும் விஞ்சி நிற்பார்கள் என்று அது சொல்கிறது. பிறர் கண்ணைக் குத்தும் ஒரு சூத்திரன், பிராமணனைப் போல வேடமிடுபவன், அரசனுக்கு எதிராக நடப்பவன் ஆகியோருக்கு மிக அதிக அபராதம் விதிக்க வேண்டும் என்று கூறும் கௌடில்யரை அப்படியே யாக்ஞவல்கியரும் ஆதரிக்கிறார். சாந்தி பர்வக் கையெழுத்துப் படியின் ஒரு பகுதி, தாசர்களும் மிலேச்சர்களும் அரசு முகமைகளால் கையாளப்பட வேண்டும், அவர்களுக்கு எதிராக பலம் பிரயோகிக்கப் படவேண்டும் என்று விதிக்கிறது (மேலது).

இவை யாவுமே பழைய இந்தியாவில் சாதிப்போர் நடந்ததற்கான தெளிவான குறிப்புகளைத் தருகின்றன. மேலும் வைசியர்களையும் சூத்திரர்களையும் தங்கள் கடப்பாடுகளைப் பூர்த்திசெய்ய அவரவர் இடத்தில் வைப்பதற்காக அரசன் சாதி அமைப்பை உயர்த்திக் காக்க வேண்டும் எனத் திரும்பத்திரும்ப பிராமணப் பனுவல்கள் ஏன் கூறுகின்றன என்பதையும் இது விளக்குகிறது. சர்மா காட்டுவது போல, கலியுகம், வர்ண-சங்காரம், அராஜகம் போன்ற சொற்கள் பிராமண எழுத்துகளில் முதலிரு வர்ணங்களின் தலைமை யாதிக்கமும் அரிக்கப்படும்போது, சாதி விதிகள் பெரிய அளவில் மீறப்படும்போது, சாதி முறைமை தகர்க்கப்படும் நிலைமைகளைக் குறிக்கின்றன என்பது புலனாகிறது.

சமூக மோதலுக்கான மேற்காட்டிய உதாரணங்கள் பிராமண எழுத்துகளிலிருந்தே எடுக்கப் பெற்றவை. மற்ற மூலங்களையும் ஒருவர் கணக்கில் கொண்டால், குறிப்பாக ஜைன, பௌத்தப் பாலிப் பனுவல்களையும் நோக்கினால், பிராமணர்களுக்கும், அல்லாதவர்களுக்கும் இடையில் இருந்த ஆழமான முரண்பாட்டை கவனிக்கலாம். பின்னிரு சாதிகளின் வழிபாட்டிற்குத் தகுதியானவர்கள் என்று சொல்லிக் கொண்ட மேல்சாதியினர், அவ்வித அன்பைப் பெறவில்லை. “பாம்பையும் பார்ப்பானையும் பார்த்தால், முதலில் பார்ப்பானை அடி” என்ற பழைய காலப் பழமொழி ஒன்று இன்னமும் இந்தியா முழுவதிலும் வழக்கில் உள்ளது. வட இந்தியாவில் இவ்வாறே ஒரு பழமொழி வழக்கில் உள்ளது: அன்ன மன்ன ஸ்வாஹா, பண்டிட்ஜி பௌராஹா (மந்திரங்களைச் சொல்வது பயனற்றது, அப்படிச் செய்த பண்டிதர்கள் பிதற்றும் பைத்தியங்கள் ஆனார்கள்). வடக்கிலிருக்கும் கிராமவாசிகள் பிராமணனை விளிக்க அன்பான, ஆனால் ஏளனமான சொல்லாக பாபாஜி என்பதைப் பயன்படுத்துகிறார்கள். அதன் நுணுக்கமான உட்பொருள், முட்டாள் அல்லது வெற்று மண்டையன்

என்பது. இன்னும் வெளிப்படையாக முட்டாள் பண்டிதனை கேலிசெய்யும் சொல் போங்கா பண்டிட் என்பது. இவை ஒரு சில உதாரணங்கள்தான். சூத்திர-அடித்தட்டு மாற்று வெளிப்பாடுகள் நாட்டார் மற்றும் வாய்மொழி மரபுகளின் பெரும் குவியல்களில் கண்டுபிடிக்கப் படாமல் உள்ளன. சமஸ்கிருதத்திலோ பிற முக்கிய மொழிகளிலோ அவை எழுத்தில் பெரும்பாலும் பதிவு செய்யப்படவே இல்லை.

பழங்காலத்தின் நம்பத்தகுந்த ஒரு வரலாற்றை மீண்டும் எழுதுவதற்கு நாட்டார் பண்பாட்டிலும், வைதிகமற்ற மூலங்களிலும் இருக்கும் பொருள்களை நேர்மையாகவும் ஆக்கத்திறனோடும் கண்டறிந்து பயன்படுத்த வேண்டும். பழைய இந்திய சமூக வரலாற்றை ஆராய்ந்த பிறகு, ஆர். எஸ். சர்மா, "ஒட்டுமொத்தமாக, கி.மு. ஆறாம் நூற்றாண்டு முதல் கி.பி. ஐந்தாம் நூற்றாண்டுவரை, வைசியர்கள் விவசாயிகளாக இருந்தார்கள், சூத்திரர்கள் கைவினைஞர்களாகவும் அடிமைகளாகவும் கூலித் தொழிலாளர்களாகவும் இருந்தார்கள் என்ற முறையில், மத்திய இந்தியாவை வைசிய-சூத்திர அடிப்படையிலான சமூகம் என்று அழைக்கலாம்" என்று சொல்கிறார் (2001: 17). பின்னால், வைசியர்களுக்கும் சூத்திரர்களுக்கும் இடையிலான வேறுபாடு மங்கியது. இருபாலாரும் பயிர்த்தொழிலையே செய்தனர். ஆனால் ஆதிக்க வரலாற்று எழுத்துகளில் சூத்திரர்கள் தங்களுக்கு மேலுள்ள மூன்று உயர்சாதிகளுக்கும் ஏவல்செய்பவர்கள் என்றே குறிப்பிடப் படுகின்றனர். கி.பி. 629-45 காலப்பகுதியில், வட இந்தியாவில் முக்கிய அரசனாக ஹர்ஷன் இருந்தபோது இந்தியாவுக்கு வருகை தந்த சீனப்பயணி யுவான் சுவாங், இந்த வகைமுறையைத் தெளிவாக மறுத்துள்ளார். அக்காலத்தைப் பற்றிய உயிரோட்டமுள்ள தனது குறிப்பில் சூத்திரர்களை விவசாயிகள் என்று அவர் குறிப்பிடுகிறார்.

இதேபோல, பௌத்தம் வன்முறையினால் அழிக்கப்பட்டது என்ற மெய்ம்மையையும் பிராமண வரலாற்றாசிரியர்கள் மறுக்கிறார்கள். (இரண்டாம் இயலைப் பார்க்க). மௌரியருக்குப் பிந்திய காலத்தில் பிராமண எழுச்சியாளர்களால் பௌத்தர்கள் தாக்கப்பட்டனர். அண்மைக்கால ஆய்வு ஒன்று உண்மையில் பௌத்தமும் பார்ப்பனியமும் பல நூற்றாண்டுகளாக நீடித்த போரில் ஈடுபட்டிருந்தன, கடைசியாக பௌத்தம் தான் பிறந்த நாட்டிலிருந்து வெளியேற்றப்பட்டது என்று நம்பத்தக்க முறையில் காட்டியுள்ளது. (வெரார்டி 2011). யுவான் சுவாங் ஒரு கவனிக்கத் தக்க சம்பவத்தைக் காட்டுகிறார். சைவனான ஹர்ஷனை பௌத்தனாக யுவான் சுவாங் மாற்றிவிடுவார் என்று அவர்மீது பிராமணர்கள் கொலை முயற்சியில் ஈடுபட்டனர். ஹர்ஷன் பௌத்தத்தின் ஆதரவாளனாக மாறி தனது

தலைநகரான கன்னோசியில் ஒரு மாபெரும் பௌத்த மன்றத்தைக் கூட்டினான். அதில் காமரூப அரசன் பாஸ்கர வர்மன் உள்ளிட்ட இருபது அரசர்கள் பங்கேற்றனர். யுவான் சுவாங் விவாத த்தைத் தொடங்கிவைத்தார். பௌத்தத்தின் சிறப்புகளைப் பற்றி மிக நன்றாகப் பேசி, அவையினர் தனது வாதங்களை மறுக்கலாம் என்று சவால் விட்டார். ஆனால் ஐந்து நாட்களுக்கு ஒருவரும் முன்வரவில்லை. அப்போதுதான் அவருடைய மத எதிரிகள் அவரது உயிரைப் பறிக்க திட்டமிட்டனர். ஆனால் யுவான் சுவாங்கிற்கு மிகச்சிறிய காயத்தையும் உண்டாக்கும் எவனது தலையையும் வெட்டிவிடுவதாக ஹர்ஷன் அச்சுறுத்தினான். ஹர்ஷனைக் கொல்லச் சதி நிகழ்ந்தது, திடீரென அவன் தங்கியிருந்த மாளிகை தீப்பற்றிக் கொண்டது. ஹர்ஷன் 500 பிராமணர்களைக் கைதுசெய்து நாடுகடத்தினான். அவர்களில் சிலர் தலையும் வெட்டப்பட்டது. *(சர்மா 1990 b: 173).*

பௌத்த-பிராமணப் போராட்டம் பல நூற்றாண்டுகள் நீடித்தமைக்கு வரலாற்றுச் சான்றுகள் உள்ளன. அவற்றில் ஒன்று ஹர்ஷனின் சமகால கௌட அரசன் சசாங்கன் பற்றியது. கயையில் புத்தர் ஞானம் பெற்ற போதி மரத்தை சசாங்கன் வெட்டினான். அந்த மரத்தின் அருகிலிருந்த புத்தர் படிமத்தை அகற்றிவிட்டு அந்த இடத்தில் சிவலிங்கத்தை வைத்தான். வஜ்ர யானத்தைப் (பௌத்தத்தின் ஒரு சமகாலப் பிரிவினை) பின்பற்றுபவர்களான வங்காளத்தின் பால அரசர்கள் அதற்கு மாறாக, பார்ப்பனியத்தின் மீது போர் தொடுத்தனர். ஸ்ருதி-ஸ்மிருதியைப் பின்பற்றுபவர்ளுக்குச் சரியானவை, அவர்களுக்குத் தவறானவை, பொருத்தமற்றவை என்றனர். இந்தப் பரஸ்பரப் பகைமையின் தொடர்ச்சியினால்தான் சாதி விதிகளைச் சற்றும் மதிக்காமல் வாழ்க்கை நடத்திய காபாலிகர்கள், ஔகார்கள் போன்ற சமூகக் கிளர்ச்சியாளர்கள் உருவாயினர். "கீழ்நிலைப்பட்ட மக்களின் இந்த இயக்கத்தின் தலைவர்கள்தான் சித்தர்கள். அவர்கள் கீழ்ச்சாதிச் சிந்தனையாளர்களாகவோ, பிராமண மரபிலிருந்து முறிந்தவர்களாகவோ இருந்தனர். எல்லாக் கட்டுப்பாடுகளும் மீறப்பட்டன, விதிகளுடன் கூடிய எல்லாத் தளைகளும் உடைக்கப் பட்டன, தடுக்கப்பட்டவற்றை வளர்ப்பதில் மக்கள் அதிமகிழ்ச்சி கொண்டனர்." *(உபாத்யாய 1989: 89).* தீயவற்றைச் செய்யும் கவர்ச்சியிலிருந்து விடுபட வேண்டுமானால் அதற்கு இடமளித்து விட வேண்டும் என்ற கொள்கையைக் கொண்டவர்களாய், எல்லாவிதச் சமூக, பாலியல் தடைகளையும் காற்றில் வீசிவிட்டு, அவர்கள் ஒரு கட்டுப்பாடற்ற வாழ்க்கையை நடத்தினர். சாதிக் கடமை விதிக்கும் பார்ப்பனியத்துக்கு மிகத்தீவிர எதிர்முனையில் அவர்கள் இயக்கம் அமைந்தது. அவர்களுடைய தலைகீழ்ச் சிந்தனைகள் அடுத்தடுத்த நூற்றாண்டுகளில் இந்தியாவை

வளைத்த சமநீதித் தன்மை கொண்ட பக்தி இயக்கம், சூஃபி இயக்கங்களுக்கு அடிப்படை அமைக்க உதவியாக அமைந்தன.

ஸ்ரமணச் சமநீதி மாற்று மரபு

இந்திய வரலாற்றின் போக்கில், எதிர்முரணாக இருப்பது போல் தோன்றுகின்ற ஸ்ரமண, பிராமண என்ற இரண்டுவிதக் கருத்தியல் மனப்பான்மைகளின் இயங்கியல் நெசவினை நாம் உய்த்துணர முடியும் *(பாண்டே, 1978)*. முந்தைய தலைப்பின்கீழ் பௌத்தம், ஜைனம் இரண்டும் வருகின்றன. இவை வேத மரபிற்குள் சீர்திருத்தங்களோ, மாறுபட்ட இயக்கங்களோ அல்ல. வேத மரபுக்கு முன்னரே இருந்தவை, பின்னதற்கு மாறானவை. இந்தியாவின் மாபெரும் துறவு மரபுகள் வேத ஆரிய மரபிலிருந்து முற்றிலும் வேறுபட்ட பழைய மரபு ஒன்றினைச் சார்ந்தவை. *(பாண்டே 1978;*எல். எம். ஜோஷி [1969] 2007). இந்தியாவில் உண்மையிலேயே ஆழமானதோர் இருமை மரபு உள்ளது. சொந்த நாட்டின் சமண மரபுகள், ஆரியர்களுக்கு முந்திய சிந்துவெளி நாகரிகத்துடன் தொடர்புடையவை (தொல்லியல் சான்றுகளான தியானம் செய்யும் துறவி முத்திரை போன்ற சிந்துவெளி முத்திரைகளால் அறியப் படுவது). பின்னர் வந்த ஆரிய பிராமணர்கள் தங்கள் கலாச்சார ஆதிக்கத்தை நிறுவ முயன்றனர். ஸ்ரமணர்[4]களின் "விசித்திரமான" மத நடைமுறைகள் பிராமணர்களுக்கு ஒவ்வாதவையாக இருந்தன. ரிக் வேதத்தின் கேசி சூக்தத்தில் *(10.136)* வேதப்பாடகன் ஒருவன் நீண்ட தலைமுடிகொண்ட துறவிகளின் தோற்றத்தில் நிலைகுலைந்து இருக்கிறான். மண்ணுலகினை மிகுதியாகச் சார்ந்த வேத பிராமண கலாச்சாரத்தினால் பின்னுக்குத் தள்ளப்பட்டாலும், ஸ்ரமணர்கள் ஒருபோதும் பிராமணப் புரோகிதர்களின் மத அதிகாரத்தையும், சமூகப் படிநிலை அமைப்பையும் ஏற்றுக் கொள்ளவில்லை. ஆரியர் அல்லாதோரின் துறவு மரபினை முற்றிலும் ஆரியர்களால் துடைத்தழிக்க முடியவில்லை. "கொஞ்ச காலம் உறக்கத்திலிருந்த இம்மரபு, புதிய உற்சாகத்துடனும் ஊக்கத்துடனும் திரும்ப எழுந்ததுபோல் தோன்றுகிறது. இந்த இரு மரபுகளின் தலைமைக்கான போராட்டத்தின் கதையாகவே இந்தியத் தத்துவ வரலாற்றினை விளக்கலாம்." *(கலுபஹன 1976: 3-4)*.

சமணர்களிடையே வெவ்வேறு தத்துவ நிலைப்பாடுகள் இருந்தன, ஆனால் யாவரும் ஒரேவித சமூக, ஆன்மிக விதிகளுக்குக் கட்டுப்பட்டவர்கள் எனக்கருதி, தங்களுக்குப் பொதுவாக, படிநிலையற்ற தன்மையைக் கொண்டிருந்தனர். ஆன்மிகச்

சாதனையைத் தேட முனைகின்ற எவரையும், அவர்களுடைய படிநிலைப்படி அமைந்த சமூக நிலையைக் கருதாமல், தங்கள் சட்டகத்திற்குள் அனுமதித்தனர். அவர்கள் பிராமணர்களுடைய முதன்மை என்ற பாசாங்கினை கேலி செய்ததாலேயே அவர்கள் பின்னவர்களின் உயர்வுநாட்ட அரசியலுக்கு எதிர்வினை ஆற்றினர் என்று அர்த்தமல்ல. வேதமல்லாத, ஆரியரல்லாத கடந்த காலத்திலிருந்து பெற்ற ஒரு தன்னிச்சையான மரபைப் பெற்றிருந்த காரணத்தினால், இந்தியக் கலாச்சார மரபினை முதன்மையாகக் கட்டியவர்களில் ஒருவராக இருந்தனர். இந்த அர்த்தத்தில் அவர்களை அவைதிகர்கள் என்று சொல்வது-ஆதிக்க வரலாற்றியலில் அப்படித்தான் சொல்லப்படுகிறது-முட்டாள்தனம் என்றுதான் குறைந்தபட்சமாகச் சொல்லமுடியும்.

ஸ்ரமணர் பற்றிய ஓர் ஒளியூட்டும் கட்டுரையில், ஜி. சி. பாண்டே அதன் அற மற்றும் சமூகப் பார்வையை எடுத்துக்காட்டியுள்ளார். அது ஓர் உலகளாவிய, பகுத்தறிவு சார்ந்த, ஒழுக்க மரபினை அது உருவாக்குகிறது. திறந்த முனை கொண்ட அது, 2500 ஆண்டுகளுக்கு முன்பிருந்தது போலவே இன்றும் பொருத்தமானது. சாதி, வைதிகம், வேதக் கடவுள் கொள்கை ஆகியவற்றை விமரிசனம் செய்து சமணர்கள் கூறுவனவற்றை முன்வைத்து அவர் முடிவுரைக்கிறார்:

> ஸ்ரமண நாத்திகம் மதமற்றதன் வகையல்ல, மதத்தின் வகையே. வாழ்க்கையில் தீமை, துன்பம் ஆகியவற்றை நேரடியாக அது எதிர்கொள்கிறது, மனித இயலாமைகளால் அவை ஏற்படுவதாகச் சொல்கிறதே ஒழிய, ஏதோ ஓர் அறியப்படாத இருப்பின் இரகசிய அமைப்பினால் ஏற்படுவதாகச் சொல்லவில்லை. ஒழுக்க விதிகளின் தளர்த்தவியலா நிலையை அது சொல்கிறது. கர்மத்தின் (செயல்களின்) சக்திக்கு முன்னால் வழிபாடுகளோ பிரார்த்தனைகளோ பயனற்றவை. மீட்புக்கான தேடலில் சுய சார்பினை அது வலியுறுத்துகிறது. தன் விருப்புறுதியைப் பொறுமையான பயிற்சியினாலும், உணர்ச்சிகளைத் தூய்மைப் படுத்துவதனாலும் மனிதன் தன்னை மேம்படுத்திக் கொள்ள வேண்டும். அப்படிப்பட்ட தூய்மைப் படுத்தல் ஓர் உள்ளொளிக்கு இட்டுச் செல்கிறது. அதன் சக்தி ஆன்மாவில் அல்லது மனத்தில் உள்ளது. இந்தப் பார்வை, புறத்திலிருந்து வெளிப்படுத்தப்பட்ட வார்த்தையாலோ, கடவுளின் அருளினாலோ ஒளி வரும் என்று கூறும் வேத நோக்கிற்கு முற்றிலும் வேறுபட்டது. ஸ்ரமணியம் ஒரு கடுமையான மத வகையைச் சேர்ந்தது. அங்கு தனிப்பட்ட கடவுளின் ஆறுதல் என்பதில்லை. அது ஆன்மிக குருவின் வழிகாட்டலினால் இடம்பெயர்க்கப் படுகிறது. அதனைத் தனிமனிதன், தானே தனது மூலவளங்களின் அடிப்படையில் சாதகம் செய்ய வேண்டும் (பாண்டே 1978: 73).

இந்த நியாயமான மதிப்பீடு பல குழப்பங்களைப் போக்குகிறது. அவற்றுள் ஒன்று, பௌத்தக் கர்மக் கொள்கை அடிப்படையில்

வேறானது என்று தெரியாமல் பௌத்தம் போன்ற ஸ்ரமண மதங்களும்கூட கர்மக் கொள்கையை நம்பின என்று அகமகிழ்ச்சி கொள்வது. வேத கர்மகாண்டத்தையும் வர்ணாசிரம தர்மத்தையும் மிக வன்மையாக விமரிசனம் செய்ததன் வாயிலாக ஸ்ரமணர்கள் மெய்யாகவே வேதப் பிரபஞ்சத் தோற்றக் கொள்கையை உபநிடதங்களில் காணப்படும் (சற்றே சிறந்தமுறையில் முன்வைக்கப்பட்ட) மெய்யியலாகப் பரிணமிக்கச் செய்தனர். மேலும் இந்தப் பகுப்பாய்வு, சாதி எதிர்ப்பு இயக்கத்தின் வரலாற்று வேர்கள் ஏன் ஸ்ரமண மரபுக்குக் கொண்டு செல்லப்படுகின்றன என்பதை நாம் சரியாகப் புரிந்துகொள்ளவும் உதவுகிறது (சக்ரவர்த்தி 1996;தாப்பர் 2001).

வேதப் புலத்திற்குச் சவால்களாக வேறு கொள்கைகளும் இருந்தன. மகாவீரரும் புத்தரும் போன்ற மிகப் புகழ்பெற்ற ஸ்ரமண போதகர்கள் தோன்றுவதற்கு முன்பே, கி.மு. ஆறாம் நூற்றாண்டில் கௌத்சர், பிருஹஸ்பதி போன்ற பொருள்முதல்வாதிகள் வேதப் பாடல்களின் மீயியற்கைக் கருத்துகளை எதிர்த்தனர். உங்கள் பிரம்மனை இரத்தமும் சதையுமாகக் காட்டமுடியுமா என்று அவர்கள் பிராமணர்களுக்குச் சவால் விடுத்தனர். லோகாயதம் என்ற பொருள்முதல்வாதப் புலத்தின் முதன்முதல் கருத்தாளர்கள் அவர்களே ஆகலாம். லோகாயதர்கள், சார்வாகர்கள் என்றும் அழைக்கப் பட்டனர். அவர்கள் வேதச் சடங்குகளையும் நிகழ்வுகளையும் ஒட்டுமொத்த ஏமாற்றுகள் என்று கூறினர் (சட்டோபாத்யாய 1992, 2001;சர்தேசாய் 1994). சாதாரண மக்களை ஏமாற்றவும் மோசடி செய்து பணம் கொள்ளையடிக்கவும் ஆன கயவர்கள்தான் மந்திரம்-ஜெபிக்கும் புரோகிதர்கள் என்று அறிவித்தனர். ஆக்கப்பூர்வமான விவசாயிகள், கைவினைஞர்களின் தொழில்கள் உயர்ந்தவை என்றும் சாம்பலை உடலில் பூசிக்கொண்டு வேத மந்திரங்களை உச்சரித்தவர்கள் ஒன்றுக்கும் உதவாத முட்டாள்கள் என்றும் அழுத்திக்கூறினர்.

லோகாயதம் என்ற சொல்லுக்கு உலகில் முனைப்பாகக் காணப்படுவது என்று பொருள். இந்தப் பெயரே, அதன் கொள்கைகள் அக்கால மனிதர்களால் ஓரளவு நன்கறியப் பட்டவையாக இருந்தன என்பதைக் காட்டுகிறது. ஆனால் இப்போது இந்தப் புலத்தைப் பற்றிய தகவல்கள் பெருமளவு கிடைக்கவில்லை என்பது வருத்தத்திற்குரியது. இந்தத் துறை பற்றிய முன்னோடியான தமது படைப்பில், தேவி பிரசாத் சட்டோபாத்யாய, லோகாயதவாதிகள் என்போர் மக்கள் சார்பானவர்கள், பொருள்முதல்வாதச் சார்பினர், பிராமண வாழ்க்கை முறையைக் கூர்மையாகக் கண்டித்தவர்கள் என்று கூறுகிறார். பிராமணக் கருத்துமுதல்வாதிகளின் எழுத்துகளிலிருந்தே எடுக்கப்பட்ட லோகாயதர்களின் பல செய்யுட்களையும்

முதுமொழிகளையும் அவர் மேற்கோள் காட்டுகிறார். ஓரளவு செம்மையற்ற மொழிபெயர்ப்பிலும்கூட, பிராமண முறைமை பற்றி லோகாயதவாதிகளின் கூர்மையான எள்ளலும் வெறுப்பும் தவறாமல் புரிந்துகொள்ளக்கூடியவை.

சொர்க்கமும் முக்தியும் வெற்றுரைகள். மறு உலகத்திற்குச் செல்லக் கூடிய ஆன்மா என்ற பொருள் ஒன்றும் கிடையாது. வர்ணாசிரமச் (சாதிச் சமூகத்திற்கென விதிக்கப்பட்ட) செயல்கள் அவர்கள் சொல்லும் முடிவுகளை அளிப்பதில்லை.

(புரோகிதர்கள் சொல்வதுபோல) ஜ்யோதிஸ்தம யாகத்தில் கொல்லப் படும் விலங்கு நேராக சொர்க்கத்தை அடைகிறது என்றால், அந்த யாகத்தைச் செய்பவர் தன் தந்தையை நேராகவே யாகத்தில் கொன்று சொர்க்கத்தில் அவருக்கு இடத்தை உறுதி செய்யலாம் அல்லவா?

மூவேதங்களைப் படைத்தவர்களும் ஏமாற்றுக்காரர்கள், தந்திரமான திருடர்கள். கற்றறிந்த எல்லா மந்திரங்களும்–ஜார்வாரி தூர்வாரி போன்ற உச்சாடனங்களும்––அஸ்வமேத யாகத்தின் ஒரு பகுதியாக மனைவி குதிரையின் குறியினைப் புணர்வது போன்ற செயல்களும் மந்திரம் சொல்லும் புரட்டர்கள் தாங்கள் யாகத்தின் வாயிலாகக் கொள்ளையடிக்கக் கண்டுபிடித்த புரட்டுகள்தான் (சட்டோபாத்யாய 2001: 214-15).

சர்தேசாய் (1994) லோகாயதர்களின் உந்துகொள்கை தத்துவம் சார்ந்தது என்பதைவிடச் சமூகம் சார்ந்தது என்று சரியாகவே வாதிடுகிறார். அதன் நோக்குகள் சாதி முறைமைக்கும் பிராமண ஆதிக்கத்திற்கும் எதிராக வலிமையாக முன்வைக்கப்பட்டவை. சதாசிவ அதாவ்லே என்னும் மராட்டிய ஆசிரியரின் படைப்பிலிருந்து லோகாயதர் முதுமொழிகள் பலவற்றை சர்தேசாய் மேற்கோள் காட்டுகிறார்.

(எல்லா மக்களின்) உடல், முகம், கைகால்கள் எல்லாம் ஒத்தவையாக இருக்கும்போது, வர்ணத்தினாலும் சாதியினாலும் எப்படி வேற்றுமை ஏற்பட முடியும்? இப்படிப்பட்ட வேற்றுமைகள் அறிவியல் தொடர்பற்றவை, நிறுவப்பட முடியாதவை.

விவசாயம், கால்நடை வளர்ப்பு, வணிகம், அரசுப்பணி எல்லாம் அறிவுள்ளவர்களின் செயல்கள். அவற்றைப் பின்பற்றவேண்டும். ஆனால் உடலில் சாம்பலைப் பூசிக்கொண்ட அக்னிஹோத்ரத்தையும் பிற மதச் சடங்குகளையும் செய்பவர்களுக்கு அறிவோ ஆண்மையோ இல்லை. ஆகவே அனுபவ அறிவின் அடிப்படையில் அமைந்த அனுபவப் பயன் வாய்ந்த அறிவியல்களையும் கலைகளையும் மனிதர்கள் பின்பற்ற வேண்டும்.

அடிமைவேலையில்தான் உண்மையான கொத்தடிமைத்தனம் இருக்கிறது. உண்மையான மோட்சம், சுதந்திரத்தில் உள்ளது.

மோட்சம் என்ற ஒன்றில்லை. சாவுதான் வாழ்க்கையின் முடிவு.

மறுபிறப்பு இல்லை. மறுவுலகமும் இல்லை.

தந்திரக்காரர்களின் சூழ்ச்சியே மோட்சம். முட்டாள்கள் அதற்கு பலியாகிறார்கள்.

மூவேதங்களையும் படைத்தவர்கள் வஞ்சனையாளர்கள், தந்திரக்காரர்கள், பேய்கள் (சர்தேசாய் 1994: 219-20).

வரன்முறையாக, இந்தியத் தத்துவவாதிகள் பரந்தநிலையில் ஆத்திகர்கள், நாத்திகர்கள் என இரு வகைப்படுத்தப் பட்டார்கள். ஆனால் கலாச்சாரப் பின்னணியில் இச்சொற்கள் ஒத்துச் செல்பவர்கள், ஒத்துச் செல்லாதவர்கள் என்ற அர்த்தங்களைக் கொள்கின்றன. ஒத்துச் செல்லுதல் என்பது வேதங்களின் ஆன்மிக முதன்மையை ஒப்புக் கொள்ளுதல். ஆத்திகன், வேதத்தின் தலைமையை ஏற்றவன். நாத்திகன், வேதத்திற்கு முரண்படுபவன். ஸ்ரமணர்களின் நாத்திகம், உலகத்தைத் தனிப்பட்ட கடவுள் படைத்தான் என்ற வேதச் சிந்தனையை மறுத்தனவே ஒழிய மனிதநேயமிக்க ஆன்மிகத்தை மறுக்கவில்லை. வேத நோக்கில் நாத்திகவாதங்களாகக் கருதப்பட்ட பௌத்தமும் சமணமும் தங்களுக்கெனத் தனித்த மதத்தன்மையை ஏற்படுத்திக் கொண்டிருந்தன. ஆகவே சில மார்க்சிய அறிஞர்கள் கூறுவதுபோல பழங்கால இந்தியாவின் கருத்தியல்கள் கருத்துமுதல் வாதம், பொருள்முதல் வாதம் எனக் கூர்மையாகப் பிரிக்கப்படவில்லை. மாறாக, வேத-எதிர்ப்பு, வேதக் கொள்கை என்றே பிளவுபட்டிருந்தன. வேதப் பார்ப்பனியத்தின் சாராம்சமான பலகடவுள் மூடநம்பிக்கைகள், சாதிக் கருத்தியல் ஆகியவற்றை எதிர்ப்பவர்களைக் குறிப்பதற்காகவே நாத்திகர் என்ற சொல் ஆளப்பட்டது. ஆத்திகத்திற்கு எதிரான நாத்திகம் என்ற சொல், கடவுள் மறுப்பை அல்ல, வேதத்தின் தலைமையை மறுத்தல் என்றே பொருள்பட்டது. வேத ஆரியத் தத்துவத்தின் சாதி அடிப்படையும், அதன் ஆதரவாளர்களின் ஆழ்ந்த சுயநல ஈடுபாடும் ஆத்திகன் (வேதங்கள் அடிப்படையில் நடப்பவன்) என்பவனும் சாதி அடிப்படையில் தன் சுயநல ஆர்வங்களைச் சாதித்துக் கொள்பவனே என்ற எண்ணத்தை ஏற்படுத்துகின்றன. பிராமணர்கள் அல்லது "அறிந்தவர்களின்" பாதுகாப்பிலுள்ள மதநூல்களில் பொதிந்துள்ள இரகசிய அறிவின் அடிப்படையில் சாதிநலன்கள் சிறப்பாகப் பேணப்பட்டன. மாறாக, சாதியையும் கர்மகாண்டத்தையும் (வேதச் சடங்குகள்) கேள்விகேட்டவர்கள் நாத்திகர்கள் எனப்பட்டார்கள். அதாவது ஒத்துவராதவர்கள், வேதநடையிலிருந்து விலக்கப்பட்டவர்கள். இதற்கான சொற்றொடர் நாஸ்திகோ-வேத-நிந்தக(ன்).

இந்த நோக்கிலிருந்து காணும்போது, லோகாயத, பௌத்த, ஜைன தத்துவங்கள் நாத்திக, அல்லது ஸ்ரமணப் பாதைக்குரியவை; வேதாந்தம், நியாயம், வைசேடிகம் என்னும் தத்துவப் புலங்கள் ஆத்திக

அல்லது பிராமண வழியைச் சேர்ந்தவை. வெவ்வேறாக முன்வைக்கப் பட்டாலும் ஸ்ரமண ஒழுங்கமைவுகள் யாவும் தங்கள் துறவிகளுக்கான அமைப்புகளை கணங்கள் (குழுக்கள்) அல்லது சங்கங்கள் (அமைப்புகள்) என்று குறிப்பிட்டன. இவை சாதியற்றவை. பௌத்தர்கள், ஜைனர்கள், ஆஜீவகர்கள் போன்ற ஸ்ரமண உலகப் பார்வையை முன்வைப்பவர்கள், வேதங்கள், தர்ம சாத்திரங்களிலிருந்து வேறுபட்ட நம்பிக்கை, நடைமுறை ஆகியவற்றின் பரப்புகளை ஆராய்ந்தார்கள். அவர்கள் சாதிக்கும் கர்மகாண்டத்திற்கும் எதிரானவர்கள்.

அறிமுகத்தில், ஸ்ரமண-பிராமணப் பகைமையின் சில வெளிச்சங்களைக் கண்டோம். சமஹார்-த்வந்த என்ற முரண்நிலைச் சொற்சேர்க்கையை விளக்கத் தனது மகாபாஷ்யத்தில் பதஞ்சலி, பிராமண-ஸ்ரமண என்ற உதாரணத்தை ஆளுகிறார். இந்த இரண்டிற்குமான முரண்பாடு நிரந்தரமானது-யேஷம் ச விரோத(ஹ) சாஸ்வதிக(ஹ) (பார்க்க, சக்ரவர்த்தி *1996: 41*). இந்த இரு முரண்பட்ட ஒழுங்கமைவுகளும் புத்தரின் காலத்திலும் அதற்கு முன்னும் பின்னும் மிக முக்கியமானவையாக இருந்ததால், பி.எம். பரூவா ([1921] 1970)தனது 'புத்தருக்கு முந்திய இந்தியத் தத்துவம்' என்னும் நூலில், இக்காலப் பகுதியை 'ஸ்ரமணர்கள் மற்றும் பிராமணர்களின் காலம்' என்றே அழைக்கிறார். அடுத்துவந்த நூற்றாண்டுகளில் பிராமணர்களுக்கும் ஸ்ரமணர்களுக்குமான (இவர்களுக்கு வகைமாதிரியாக ஜைன, பௌத்தத் துறவிகள் பயன்பட்டார்கள்) முரண்பாடு ஒரு மாறாத பகுதியாக இந்த இரு ஒழுங்கமைவுகளின் நூல்களிலும் காணப்பட்டது. தகுதியற்ற வைதிக எதிர்ப்பாளர்கள் என்று பௌத்தர்களையும் ஜைனர்களையும் பிராமண எழுத்துகளில் பல இடங்களில் கேவலமான கூற்றுகளால் வசைபாடுவதைக் காணலாம். மாறாக, பௌத்த ஜைன நூல்கள், குறிப்பாக பௌத்தப் பாலி நூல்கள் பிராமணர்களைப் பொய்யர்கள், சுரண்டுபவர்கள் என்றும் அவர்களின் தீயகுணங்களில் தற்பெருமை, ஏமாற்று, பேராசை, பெருந்தீனி மட்டுமல்லாமல் தாய்க் கொலை, தந்தைக் கொலை உள்ளிட்ட குற்றங்களும் அடங்கும் என்றும் கூறுகின்றன. புரோகித வகுப்புக்கு எவ்வித முன்னுரிமைத் தன்மையும் அளிக்காமல், மோட்சத்திற்கான சார்த்துரைத் தகுதிகளையும் புறக்கணித்த ஸ்ரமணர்களின் ஒழுக்கவியல் சமநீதித்தன்மையும் உலகப் பொதுமையும் கொண்டதாக இருந்தது. ஆனால் அவற்றினைப் பின்பற்றிய சாதாரண மக்கள், இடைவிடாத பிராமணப் பிரச்சாரத்தால் ஏமாற்றப்பட்டு, பின்னால் சாதியமைப்புக்கு ஆளாயினர்.

எதிர்ப்புநிலவிய கடந்தகாலம்: யதார்த்தத்திற்கு எதிராகக் கற்பனை

வேத பிராமண அதிகாரத்தை ஸ்ரமண-லோகாயதர் புறக்கணித்தது மட்டுமல்ல, ஆரியரல்லாதார், அசுரர்கள், தாசர்கள் ஆகியோரும் பிராமணர்களுக்கு எதிராக வெறுப்புக் கொண்டிருந்தனர். உபநிடதங்களிலும், இதிகாசங்களிலும் வேதச் சடங்குகளுக்கும் நம்பிக்கைகளுக்கும் எதிரான பாத்திரப் படைப்புகள் உள்ளன. பிராமண உலகப் பார்வைக்கு எதிரான அசுர நோக்குகளைச் சாண்டோக்ய உபநிடதம் கடுவெறுப்புடன் பேசுகிறது. வால்மீகி இராமாயணத்தில் ஜாபாலியைப் பற்றிய குறிப்பு இருக்கிறது. சுயநலமிக்க, கொடிய, ஏமாற்றுக்கார மனிதர்களின் கண்டுபிடிப்புதான் யாகச்சடங்கு நோக்கு எனக் கண்டித்து, சடங்குகளைப் புறக்கணிக்கிறான் ஜாபாலி. பின்னால், ஒன்பதாம் நூற்றாண்டில் சங்கரர் தனது பிரம்ம சூத்திரத்தில் வேதத்திற்கு எதிரான கவ்சேயரைப் பற்றிக் குறிப்பிடுகிறார். இப்படிப்பட்ட வேத மதக் கண்டனக்காரர்களுக்கு பொதுமக்களின் ஆதரவு இருந்திருக்க வேண்டும். இல்லாவிட்டால் 'வைதிகி ஹிம்சா ஹிம்சா ந பவதி' (வேதச் சார்பான வன்முறை, வன்முறையே அல்ல) எனக்கூறிய பிராமண எதிரிகளால் அவர்கள் வேரறுக்கப் பட்டிருப்பார்கள். வேத மதத்தை எதிர்ப்பவர்களைப் பற்றிய கடுமையானக் கண்டனங்கள் இதனால்தான் ஆரண்யகங்கள், பிராமணங்கள், ஸ்மிருதிகள் போன்றவற்றில் மிகுதியாகத் திணிக்கப்பட்டுள்ளன. பிராமணச் சிந்தனை வழிக்கு வர விரும்பாதவர்களின் அச்சுறுத்தல் கடுமையாகத்தான் இருந்திருக்க வேண்டும்.

வேறாகக் கூறினால், உற்பத்தி செய்யும் மக்களை ஒட்டுமொத்தமாகக் கீழ்ச்சாதியினர் என்று அடிமைப்படுத்தியதும், அவர்கள் தங்களை விடுவித்துக் கொள்ளப் போராடியதுமே இந்தியாவின் இடர்ப்பட்ட வரலாற்றின் சமூகப் பின்னணியாகும். பிராமணர்களின் கனவுலகத் திட்டமாக இருந்தது, கீழ்ச்சாதியினரின் கொடுங்கனவாக இருந்தது. ஒரு தரப்பின் பெருமை மறுதரப்பின் கேவலமாக இருந்தது. இந்தியப் பழங்காலத்தை அறிவதற்கு முக்கிய மூலங்களில் ஒன்றாக இருக்கும் சமஸ்கிருத மத மற்றும் மதச்சார்பற்ற இலக்கியங்கள் யாவுமே கதையின் ஒருபக்கத்தை மட்டுமே கூறுகின்ற பிராமணப் பிரச்சாரங்களே அன்றி வேறல்ல. பிராமண மூலங்கள் வாழ்க்கையின் உண்மையான நிகழ்வுகளைக் கூறுவதற்காக ஏற்பட்டவை என்று நம்புவதற்கு நியாயமான இடமில்லை. எவ்வித நிகழ்வுகளை பிராமணர்கள் விரும்பினார்களோ அவற்றை மட்டுமே அவை தருவதற்கு ஏற்பட்டவை. உதாரணமாக, பிராமணப் பதிவுகள், மௌரியப் பேரரசன் அசோகனைச் சில பனுவல்களில் மட்டும் ஒரு வெறுக்கத்தக்க

பௌத்தன், சூத்திரன் என்று குறிப்பிடுவதற்கு மேலாக வேறு எதுவும் சொல்லவில்லை. எதிரிகளைப் பற்றிய கள்ள மௌனம் சாதிக்கும் சதிச் செயலே அல்லாமல், சமஸ்கிருதப் பனுவல்கள் மீண்டும் மீண்டும் திருத்தல்களுக்கும், ஒரு சார்பான நீட்டிப்புகளுக்கும், வெளிப்படையான கதைகட்டுதல்களுக்கும் உட்படுத்தப்பட்டன என்பதற்குப் பல சான்றுகள் உள்ளன.

முறைகேடான வகையில் திருத்தப்பெறாத, மாற்றப்படாத, கூட்டப் படாத சமஸ்கிருதப் பனுவல்கள் எவையுமே இல்லை. யாராவது ஒரு பெயர் பெற்ற ரிஷி அல்லது போதகரின் பெயரால் இட்டுக் கட்டாத மதநூலும் இல்லை. புனைகதையும் கட்டுக்கதையும் கற்பனை வரலாறும் செருகப்படாத புனித நூலும் எதுவும் இல்லை. பிராமண ஆசிரியர்களுக்கு உண்மை ஒருபொருட்டாக இருந்ததே இல்லை. எனவே சமஸ்கிருத மொழியின் உலகப்பொதுவான இலக்கியச் சிறப்பியல்பே வரலாற்று நம்பகத்தன்மை இன்மை என்பதுதான் எங்கு மெய்ம்மைகள் முடிந்து புனைகதை தொடங்குகிறது என்று மிகச் சிறந்த ஆய்வாளனாலும் கண்டறிய இயலாது. புனித நூல்கள் என்று பெயர்பெற்றனவற்றின் நிலையும் இதுதான் (தர்ம தீர்த்தர் ([1041] 1992: 115–16).

பிராமணர்கள் மட்டுமே அவற்றைப் படித்து மற்றவர்களுக்கு விளக்க முடியும் என்ற நிலை இருந்ததால், நவீன காலத்திற்கு முன்பு சமஸ்கிருதப் பனுவல்களிலிருந்த மோசடிகள் கண்டுபிடிக்கப் படவில்லை. சமஸ்கிருதப் பனுவல்கள் மிகப் புனிதமானவை அவற்றை ஆய்வுக்கு உட்படுத்தக்கூடாது என்று நம்பப்பட்டது. மிகச் சிறந்த விஷயஞானத்தைக் கொண்ட நவீன கால அறிஞர்கள் சிலர்தான் பிராமண எழுத்தர்கள், உரையாளர்கள், சிந்தனையாளர்களால் நுழைக்கப்பட்ட கள்ளத்தனங்களைக் கண்டுபிடிக்க முடிந்தது. உதாரணமாக, ரிக் வேதத்திலுள்ள புருஷ சூக்தத்திலுள்ள இடைச் செருகலைச் சுட்டிக்காட்டி, மாக்ஸ்முல்லரும்கூட பிராமணர்கள் அக்ரே என்ற அசலான வார்த்தையை அக்னே என உருச்சிதைத்து, மொழிமாற்றுச் செய்து தவறாகப் பயன்படுத்தி, விதவைகளை எரிக்கும் பழக்கத்திற்கு ரிக் வேதத்தில் ஆதரவிருப்பதாகக் காட்டினர் என்று கூறியுள்ளார். கே. எம். பணிக்கர் *(1938)*, சங்கரரின் பனுவல் ஒன்றை கேரள பிராமணர்கள் திருத்திப் புனைந்து நெருங்காமை (தீண்டப்படாமை) என்ற பழக்கத்திற்கு அதைச் சான்றாகக் காட்டினர் என்று கூறியுள்ளார். ஆர். எஸ். சர்மா ([1958] 1991 a) இதிகாசங்களில் பிராமண நோக்கிற்குப் பொருத்தமாகக் கட்டற்ற திரித்தல்கள் இருப்பதைச் சுட்டிக்காட்டியுள்ளார். மகாபாரதத்தின் சாந்தி பர்வத்தில் உள்ள பிராமணர்களின் உயர்வைக் காட்டுகின்ற ஒழுக்கத் திரிபுகள் மிக வெளிப்படையானவை. புரோகித ஆதரவுப் பனுவல்களில், குறிப்பாகப் புராணங்களில், பிராமணமய ஆட்சியாளர்களைப் பற்றிய

அற்பமான பதிவுகளும் கட்டுக்கதைகளும் நிறைந்திருந்தாலும், அவற்றில் மௌரியர்கள் 'சூத்ர-பிரயஸ்த்வ-அதார்மிக' (முதன்மையாக அவர்கள் சூத்திரர்களும் நேர்மையற்றவர்களும் ஆவர்) என்று குறிப்பிடப் பட்டுள்ளனர் (தாப்பர் 1999: 12). பிராமண மோசடிகளுக்குப் பல உதாரணங்களைக் குறிப்பிட்டு (இவற்றில் சிலவற்றை அடுத்த இயலில் காணலாம்) "இந்து மதத்தில் கள்ளத்தனமாக மாற்றப்பட்ட பனுவல்களின் முழுக்கதையையும் இனிமேல்தான் எழுதவேண்டியுள்ளது"என்று ஓர் அறிஞர் கூறுகிறார் (வாக்கர் 1983 a: 364).

சுருங்கச் சொன்னால், சமூகப் படிநிலையாக்கம், அரசியல் பொருளாதாரம், கலாச்சார நிறுவனமாக்கம் ஆகியவற்றின் பின்னணி இன்றி, பழைய இந்தியாவின் ஒரு நம்பத்தகுந்த வரலாற்றை மீட்டுருவாக்கம் செய்ய முடியாது. சரியான பின்னணியின்றி பிராமண, பிராமணரல்லாத அறிவார்த்த மொழிவுகளைப் புரிந்து கொள்ள இயலாது. மேட்டுக்குடியினர் உருவாக்கிய சமூக, மதச் சிந்தனைகள் பரஸ்பர நன்மைக்கான சுயநலத்தின் பொருட்டுச் செய்யப் பட்டவை. அதுபோலவே, கீழ்முறைமையினரின் சிந்தனையும் கருத்தியலும் முக்கியமாக அவர்களது பிழைத்திருத்தலுடன் தொடர்புடையவை. இதுதான் அவர்களைச் சிலசமயம் முற்றிலுமாகவும் பிற சமயங்களில் பகுதியாகவும் பிராமணக் கலாச்சாரத்தின் விதிமுறைகளையும் இலட்சியங்களையும் புறக்கணிக்கத் தூண்டியது.

குறிப்புகள்

1. ரிக் வேதத்திலுள்ள புருஷ–சூக்தம் ([1981] 2000: 31) வர்ணங்களுக்கு ஒரு மீயியற்கைத் தோற்றமூலத்தினை அளிக்கிறது:

    புருஷனை அவர்கள் பகுத்தபோது, எத்தனை துண்டுகளாக அவனைப் பகுத்தார்கள்? அவன் வாயை, இரு புயங்களை, தொடைகளை, பாதங்களை என்னவென அழைத்தார்கள்?

    அவன் வாய் பிராமணன் ஆகியது, அவன் புயங்கள் போர் வீரர்களாகச் செய்யப்பட்டன, தொடைகள் மக்களாயின, பாதங்களிலிருந்து சேவகர்கள் பிறந்தனர்.

2. தர்மம் என்ற சொல்லே பௌத்த மூலத்தினது ஆகலாம். ஒரு சிறிய அர்த்த மாற்றுத் தந்து பிராமணர்கள் அதை உரிமை கொண்டிருக்கலாம். நாம் இயல் 2–இல் பார்க்கப் போவது போல சமஸ்கிருத தர்மம் என்ற சொல், பெரும்பாலுமே பாலி மொழி தம்மம் (புத்தர் உலகப் பொது அறத்தைக் குறித்த சொல்) என்பதன் பின்னாளைய எழுத்துருவாகலாம்.

3. தவறு செய்யும் அல்லது திமிரான சூத்திரர்களை அவர்கள் இடத்தில் வைப்பதற்காக மனு மிகக் கொடிய தண்டனைகளை விதித்திருக்கிறார். சில உதாரணங்களை இங்கு நோக்கலாம்:

"ஒரு சூத்திரன் ஒரு பிராமணனைப் பார்த்துக் கொடுஞ்சொற்களைக் கூறினால், அவன் கடைக்கோடியைச் சேர்ந்தவன் என்பதால் அவனுடைய நாக்கை அறுத்துவிட வேண்டும். அவன் அவர்களுடைய பெயரையோ சாதியையோ இழித்துக் கூறினால், பத்து விரல் நீளமுள்ள தீயிலிடப்பட்டுச் சிவந்த ஒரு ஆணியை அவன் வாயில் திணிக்க வேண்டும். பிராமணர்களின் கடமையை போதிக்குமளவிற்கு அவன் திமிர் பிடித்தவனாக இருந்தால் அவன் வாயிலும் காதிலும் அரசன் கொதிக்கும் எண்ணெயை ஊற்றவேண்டும்" (8. 270–2). "ஒரு சூத்திரன் உயர் சாதிகளைச் சேர்ந்த ஒருவனை உடலின் ஏதோ ஒரு பகுதியில் காயப்படுத்தினால், அவனுடைய அதே பகுதியை வெட்டிவிட வேண்டும். அவன் கையையோ கோலையோ உயர்த்தினால், அவன் கையை வெட்ட வேண்டும்; கோபத்தில் அவன் காலை ஓங்கி மிதித்தால், அவன் காலை வெட்ட வேண்டும். உயர்ந்த சாதியினனுக்கு அருகில் அதே தகுதியில் ஒரு கீழ்ச்சாதியினன் உட்கார முயன்றால், அவன் இடுப்பில் சூடு போட்டு அவனை நாடுகடத்த வேண்டும் அல்லது அவன் பின்பகுதியை வெட்டி விடவேண்டும். அவன் திமிரோடு காறி உமிழ்ந்தால், அவன் உதடுகளை வெட்டி எறியவேண்டும்; சிறுநீர் பெய்தால் அவன் ஆண்குறியை வெட்ட வேண்டும்; அவனைப் பார்த்து குசுவிட்டால், அவன் குதத்தை அறுக்க வேண்டும் (8.279–82). இப்படிப்பட்ட போதனைகள், பிற முன்னணி தர்மசாத்திர வல்லுநர்களாலும் ஏற்றுக் கொள்ளப்பட்டு, நீண்டு செல்கின்றன.

சூத்திரர்களைப் போலவே பெண்களும் பிராமண அதிகாரத்தினுடைய மிகக் கொடுமையான தாக்குதல்களை ஏற்கும் முனையில்தான் இருந்தார்கள். பெண்களை அவர்களுடைய ஆண் உறவினர்கள் எப்போதும் கண்காணிக்கவேண்டும், ஏனெனில் அவர்கள் கட்டுப்படுத்த இயலாத காமத்தையும், வஞ்சக இயல்பையும் கொண்டவர்கள். "அவர்களுக்கு அழகு முக்கியமில்லை, இளமையும் முக்கியமில்லை. "ஒரு மனிதன்தான் வேண்டும்" என்று அவர்கள் சொல்லி, அவன் அழகனோ, குரூபியோ, அவனுடன் பாலியல் தொடர்பு கொள்கிறார்கள். தங்கள் மாறுகின்ற மனங்களோடு வேசிகளைப் போல ஆடவர் பின்னால் ஓடுவதாலும், இயல்பாகவே பாசமற்றிருப்பதாலும் அவர்களை கடினமான காவலுக்கு உட்படுத்தி வைத்தாலும் தங்கள் கணவர்களுக்கு விசுவாசமற்றவர்களாகவே இருக்கிறார்கள். அவர்களுடைய இயல்பு இப்படி என்று தெரிந்துகொண்டு...ஆடவன் அவர்களைப் பாதுகாக்க முடிந்தஅளவு அதிக முயற்சியை மேற்கொள்ளவேண்டும்." (மனுஸ்மிருதி 9.14–18).

4. ஸ்ரமண (பாலியில் 'சமண') என்பது ஸ்ரம (உழைப்பினை மேற்கொள்ளுதல்) என்ற வேரிலிருந்து வருகிறது. ஸ்ரமணன் என்பவன் ஆன்மிக உழைப்பை மேற்கொள்பவன். கடுமுயற்சி உள்ளவன். வேதத் தொகுதிகளில்

முதன்முதலில் ஸ்ரமண என்ற வார்த்தை இடம்பெறும் இரண்டு இடங்களில், ஒன்று பிருஹதாரண்ய உபநிடதத்தில் வருகிறது. பிராமணர்களுக்கும் பார்ப்பனியத்துக்கும் எதிராகப் பிச்சையெடுத்து வாழும் ஒரு வகுப்பினரைக் குறிக்கிறது. சமஸ்கிருத அர்த்தம் சிரமத்தை மேற்கொள்பவன் என இருக்கும்போது, பௌத்தர்கள் அச்சொல் சமண என்பதிலிருந்து வருகிறது எனவும், அது சமிதா (பாவத்தை அமைதி கொள்ளச் செய்தல்) என்பதுடன் தொடர்புள்ளது எனவும் பொருள் கொள்கின்றனர். தம்மபதத்தின் 265ஆம் செய்யுள் சொல்கிறது, "தீமையை அமைதிகொள்ளச் செய்தவன் எவனோ அவனே சமணன்". பாலி பௌத்தப் புனித நூல்களில் சமண–பிராமணன் என்ற சொல்லைப் பார்க்கிறோம். முதற்சொல் ஜைனர்கள், பௌத்தர்கள், ஆஜீவகர்களைக் குறிக்கிறது. அடுத்தது, வேத மரபை உயர்த்திப்பிடிப்பவர்களைக் குறிக்கிறது. புத்தர் மிகப் பெரிய சமணர். சமண கோதமர் (சமஸ்கிருதத்தில் ஸ்ரமண கௌதமர்) என்று அழைக்கப்படுகிறார். அவருடைய முறைமையைச் சேர்ந்தவர்கள் சமணர்கள் அல்லது ஸ்ரமணர்கள் எனப்பட்டனர். ஜைன நூல்களில், மகாவீரரும் ஸ்ரமணர் என்று அழைக்கப்படுகிறார். அந்தச் சொல்லினாலேயே பௌத்தர்களும் ஜைனர்களும் பின்னால் அடையாளம் காணப்பட்டனர்.

இயல் இரண்டு

பௌத்த இந்தியா: சாதிக்கும் பார்ப்பனியத்திற்கும் எதிராக

முழுநாடுமே சகோதரத்துவத்தின் மாபெரும் இலட்சியங்களின் சூரிய ஒளியில் குளிர் காய்ந்து கொண்டிருந்தபோது, அரசனும் (அசோகன் போன்றவர்கள்) பொதுமக்களும் ஒத்துழைத்தபோது, ...அறிவியல், இலக்கியம், கட்டடக்கலை, கலைகளில் புகழ்பெற்ற மலர்களை உருவாக்கிக் கொண்டிருந்தபோது, தங்கள் தளைகளிலிருந்து விடுதலை பெற்ற மக்கள் மீட்சியின் மகிழ்ச்சிமிக்க செய்தியை தொலைதூர நாடுகளில் கொண்டு சென்று கொண்டிருந்த போது, புத்தருடைய போதனைகளின் மணத்தினால் உலகத்தை நிறைத்துக் கொண்டிருந்தபோது, ஐயோ! புத்தரின் பூமியில் பிராமணப் புரோகிதர்கள் கஷ்டப்பட்டு ஏகாதிபத்தியத்தின் தளைகளை மெருகேற்றிக்கொண்டும், மனுசாத்திரங்கள், சுக்ரநீதிகள், புராணங்கள், விக்கிரகக் கோயில்கள், காளி வழிபாடு மற்றும் பிற எழுத்துகள், வஞ்சகம் நிரம்பிய புரோகிதத் தொழில்சார் நிறுவனங்களால் ஆக்கிரமிப்பு மற்றும் சுரண்டலின் படைக்கலச் சாலையை நிறைத்துக் கொண்டும் இருந்தார்கள்.

தர்ம தீர்த்தர் [1941] 1992: 96

பழங்கால இந்தியாவில் (ஏன், நவீன இந்தியாவிலும்தான்) எவ்விதமான சமூக நகர்வு இருப்பினும் அதை எளிதாகச் செய்ய வைத்தது கீழிருந்து எழுந்த எதிர்ப்புகளின் தீவிரமும் பெருக்கமும்தானே தவிர, சாதிக் காப்பாளர்கள் கூறுவதுபோல சாதியின் உள்ளமைந்த இயங்குமுறை அல்ல. முன் இயலில் நாம் கண்டதுபோல, உள்ளடக்குக் கருத்தியல்களை மொழிபவர்கள், குறிப்பாக ஸ்ரமணத் தலைவர்கள் பிராமணக் கடவுளர்களையும் நம்பிக்கைகளையும் ஒதுக்கிச் செல்கின்ற சிந்தனைளை முன்வைத்தார்கள். அவர்களில் சிலர் 'சத்தரோ

வன்ன சமாசமா ஹோண்டி' (நான்கு சாதிகளும் சமம்தான்) என்ற பதாகையை உயர்த்தினார்கள். ஆனால் சாதிஉற்சாகிகள் கொள்கையிலும் நடைமுறையிலும், சூத்திரர்கள் அடிமைவேலை செய்யத்தான் வேண்டும், சூத்திரர்களுக்கு எவ்வித அறிவும் தரலாகாது என்பதைக் கடைப்பிடித்தே வந்தார்கள்.

கி.மு. ஆறாம் நூற்றாண்டு கங்கைச் சமவெளியில் தீவிர மாற்றங்கள் நிகழ்ந்த காலம். இரும்புக் காலத்தின் தொடக்கமாகவும், இரண்டாம் நகர்மயப் புரட்சியாகவும் அமைந்து, எழுகின்ற அரசர் ஆட்சிகளுக்கு எதிராகச் சமநீதி கொண்ட பழங்குடி நிறுவனங்கள், பொருளியல் வாழ்க்கையில் மட்டுமல்ல, சிந்தனைகள், கலாச்சாரப் பகுதிகளிலும் போராடிக் கொண்டிருந்தன. ஒருபுறம், பிராமணர்கள் சமூக-மதக் கொள்கைகள் சார்ந்த கட்டுக்கதைகளை உலவவிட்டுத் தங்கள் உயர்வை நிறுவிக் கொள்ள முயற்சிசெய்து கொண்டிருந்தார்கள். மறுபுறம் இதற்கு ஒத்துச்செல்லாத பலவகையினரும், உயர் அறிவுக்கும் உயர்ந்த அந்தஸ்துக்கும் தாங்களே உரியவர்கள் என்ற பிராமணக் கோரிக்கைகளைப் புறக்கணித்து, ஏறத்தாழப் பொருள்முதல்வாத, அல்லது குறைந்தபட்சம் கற்பிதமல்லாத கருத்தியல்களை முன்வைத்தார்கள். இந்த உணர்ச்சிகரச் சூழலில் ஓர் ஆளுமையின் போதனைகள்- பௌத்தம்- பார்ப்பனியத்திற்கு மிகக் கடுமையான அச்சுறுத்தலாக இருந்தது.

இந்தக் காலம் குறிப்பிடத்தக்க அளவு சிந்தனையாளர்கள், கடுமுயற்சியாளர்கள் எழுச்சியைக் கண்டது. அவர்களில் புகழ் பெற்றவர்கள் ஆறு தனித்தனி போதகாசிரியர்கள். அஜித கேசகம்பளர், பிரகுத்த காத்யாயனர், பூரண கஸபர், சஞ்சய பிலாதபுத்தர், நிக்கந்த நட்புத்தர், மக்கலி கோசலர். சமணர்கள் அல்லது பரிப்பஜ்ஜகர்கள் (சமஸ். பரிவ்ரஜக) எனப்பட்ட இந்தக் கடுமுயற்சியாளர்கள் அல்லது பிச்சைக்காரத் துறவிகள் ஒன்றுக்கொன்று மோதுகின்ற பெருவீச்சான கருத்துகளை முன்வைத்தனர். அவை அக்காலச் சமுதாயம் எவ்வளவு மோதலுடனும், கூச்சலுடனும் உண்மையில் இருந்தது என்பதைக் காட்டுகின்றன.

புத்தரும், மகாவீரரும், மேற்கூறிய சிந்தனையாளர்களும் வெவ்வேறு ததுதுவ நோக்குகளைக் கொண்டிருந்தனர். ஆனால் இவர்களில் எவரும் சாதியிலோ பார்ப்பனியத்திலோ நம்பிக்கையுள்ளவர்கள் அல்ல. சாதி பேதமின்றி, எவர் விரும்பினாலும் தங்கள் கொள்கைகளில் ஏற்றுக் கொண்டனர். இதிலும் இதுபோன்ற சார்த்திக் கூறப்பெறாத மனப்பான்மையிலும் அவர்கள், வேதப் பார்ப்பனிய புறமொதுக்கும் கொள்கையினைப் புறக்கணித்த முந்தைய சமணர்கள் மற்றும் சுதந்திரச் சிந்தனையாளர்களின் கொடையினை முன்னெடுத்துச் சென்றனர்.

பாண்டே (1978), ஜோஷி ([1969] 2007), காரிதர்ஸ் (1992) ஆகியோரும் இன்னும் பலரும் சுட்டிக்காட்டியுள்ளவாறு, இந்த அறிவு வளமிக்க பசுமைச் சமுதாயத்திலிருந்துதான் பௌத்தமும் ஜைனமும் எழுந்தன.

வேதத்திற்கு எதிரான அவநம்பிக்கையாளர்கள், பொருள்முதல்வாதிகள் கொண்ட ஓர் உற்சாகமிக்க புலமும் இருந்தது (சட்டோபாத்யாய 1959). அதன் பெயரே சுட்டிக்காட்டுவது போல முழுமையான பொருள்முதல் வாதத்தைப் பரப்புகின்ற லோகாயத தத்துவம் பிரபலமாக இருந்தது. மனத்திற்கு முன்பு பொருள் இருந்தது என்ற செவ்வியல் பொருள்முதல் வாதச் சிந்தனையை முன்வைத்த லோகாயத சூத்திரம் என்றும் அறியப்பட்ட பிருஹஸ்பதி சூத்திரம் கி.மு. இரண்டாம் நூற்றாண்டுவரை ஏதோ ஒரு வடிவத்தில் இருந்து வந்தமையை பதஞ்சலியின் மேற்சுட்டுகளிலிருந்து அறியலாம். பின்னால், லோகாயதப் பொருள்முதல்வாதம் சார்வாகத்துடன் ஒன்றுபட்டது. சார்வாகர் பிருஹஸ்பதியின் சீடர் என்று அறியப்படுகிறார். பிராமணர்களுக்கு எதிரான கருத்துகள் விரோசனருடைய தத்துவத்திலும் காணப்பட்டன. அவை ஒளிதரும் வகையில் அசுரோபநிடதம் என்று சாண்டோக்ய உபடநிடத்தில் எடுத்துக் காட்டப்பட்டுள்ளன.

இருப்பினும் வேதப் பார்ப்பனியத்திற்கு அதி ஆற்றல் மிகுந்த சவாலாக விளங்கியவை ஜைனமும் பௌத்தமும்தான். அஹிம்சை, செல்வம் சேர்க்காமை, உண்மையைக் கடைப்பிடித்தல் என்பவற்றைக் கொண்ட ஜைனக் கருத்துகள் பார்சுவரால் கி.மு. எட்டாம் நூற்றாண்டில் உருவாக்கப்பட்டன. புத்தரின் சமகாலத்தியவரான புகழ்பெற்ற வர்த்தமான மகாவீரர், பிறவற்றுடன், தன்னை ஒறுத்து அடக்குதல், முழுமையான பாலியல் விலக்கு ஆகியவற்றை பிற ஜைனக் கருத்துகளின் பட்டியலுடன் சேர்த்தார். முனைப்பில் நாத்திகத்தைக் கொண்டிருந்த ஜைனம், சுய-தூய்மையாக்கத்தினைத் துறவு, அஹிம்சை, உண்மை, பிரம்மச்சரியம் ஆகியவற்றின் வாயிலாக அடையலாம் என்று உரைத்தது. ஆனால் அஹிம்சையும் சுயகட்டுப்பாடும், வெகுஜனப் பெரும்பான்மையினர் இந்த மதத்தைப் பின்பற்றுவதில் தடைகளாயின.

எல்லாவற்றுக்கும் மேலாக, ஜைனம் பார்ப்பனியத்திற்கு மாற்றான ஒரு நீடித்த சமூக-மத மாற்றினை அளிப்பதில் தோல்வியுற்றது. மிகத் தீவிரமான விரதங்கள் மூலமாகத் தனிமனித விடுதலையை வலியுறுத்திய தன்மை பொதுமக்களுக்கு உற்சாகம் அளிக்க இயலவில்லை. வேத மதம், உபநிடத மெய்யியல், பிராமணச் சமூக முறைமை ஆகியவற்றை எதிர்கொள்ள ஒரு சமநிலைப்பட்ட திறன்மிக்க தத்துவம் தேவைப்பட்டது. மக்களின் உணர்வைப் பற்றிக் கொள்ளும் தன்மை கொண்ட, சராசரி மானிட மனத்துக்குக்

கவர்ச்சியான, அதேசமயம் சமூக மேம்பாட்டிற்குத் தூண்டுதல் அளிக்கக் கூடிய ஒரு தத்துவம். இப்படிப்பட்ட சவால்மிக்க நிலைமைகளின் விளைவாகத்தான் பௌத்தம் உருவாயிற்று (அய்லய்யா 2000).

புத்தரின் மனம், பொருள் ஒருங்கிணைப்பு

ஸ்ரமண உண்மைத் தேடலில் ஈடுபட்ட பலருள்ளும் எழுச்சி பெற்று மிக உயர்ந்து நிற்கும் ஒருவர் கௌதம சித்தார்த்தர் (கி.மு. 563-483). "கொழுந்து விட்டெரியும் நெருப்பிலும் இறங்குவேன், ஆனால் என் இலட்சியத்தை அடையாமல் வீடு திரும்பமாட்டேன்" (புத்தசரிதத்தில் அஸ்வகோஷர், [ஏறத்தாழ கி.பி. 100]) என்ற உறுதியுடன் இளமையில் வீட்டைத் துறந்து புறப்பட்டு, அப்படியே வாழ்ந்தமையைப் பழங்கதைகளில் காணலாம். அவருடைய வாழ்க்கைக் கதை பெரும்பாலும் யாவரும் அறிந்தது. இமயமலையின் அடிவாரத்தில் கபிலவாஸ்துவில் லும்பினியில் தனது தந்தை தலைமை தாங்கிய சாக்கியக் குடியரசில் பிறந்தவர். குடும்பத்தை இருபத்தொன்பது வயதில் துறந்தவர். முப்பத்தைந்து வயதில் புத்த கயையில் ஞானம் பெற்றவர். குசிநாரா கிராமத்தில் எண்பது வயதில் இறந்தார். நாற்பத்தைந்து ஆண்டுகள் அவர் மகதம், கோசலம் (இன்றைய தெற்கு பிஹார், கிழக்கு உத்தரப் பிரதேசப் பகுதிகள்) மற்றும் அவற்றின் அண்டையிலுள்ள குடியரசுகள் நகரமைய அரசுகள் ஆகியவற்றில் பயணம் செய்து மக்களோடு உரையாடி, போதனை செய்து, அவர்களை மாற்றி வந்தார். கருணைக்கான உணர்வைத் தூண்டியும், வெகுமக்களின் இதம்-சுகம் பற்றிய முழுமையான சிந்தனையை உருவாக்கியும், பிக்குகள், பிக்குணிகள் அடங்கிய ஓர் அமைப்பை உருவாக்கிப் பயிற்சி தந்தார். பிராமணப் புறமொதுக்கல் வாதத்தினைக் கூர்மையாக உடைத்துக் கொண்டு, ஞானம் பெற்ற புத்தர் எல்லாச் சாதிகள், வகுப்புகளிலிருந்தும், ஆண்கள் பெண்கள் இருபாலாரிடையிலும் சீடர்களை உருவாக்கினார். புத்தரின் வாழ்க்கை, அவரது சிந்தனைகள் மற்றும் செயல்கள் ஆகியவை விரிவாக வரலாற்றுப் பதிவுகளிலும் பாலி விதித்தொகுப்புகளிலும் எடுத்துரைக்கப்பட்டுள்ளன.[1]

வாழ்க்கையை ஏற்றும், அதிலிருந்து விலகியும் இரண்டையும் வலியுறுத்துவதன் வாயிலாக புறச் செயல்பாடுகள், அகப் பரிணாமம் இவற்றிற்கிடையில் ஒரு சமநிலையைச் சாதிப்பதில் புத்தர் தனித்தன்மை வாய்ந்தவராக இருந்தார். ஸ்ரமணச் சிந்தனை இழைகளை அக்காலச் சமூகச் சவாலுடன் இணைத்து ஓர் ஒருமிப்பை உண்டாக்கினார். மிகத் தீவிரமான துறவையும் ஒதுக்கினார். (முழுமையான சுயகட்டுப்பாடு தன்னளவில் ஓர் இறுதியல்ல, அது உயர் மனித நிலைக்கும் சமூக

இலக்குகளுக்கும் வழியே என்பதை வலியுறுத்தினார்.) அதேசமயம் வேத உபநிடத இறையியலின் முழுமை வாதத்தையும் சாதியைச் சாராம்சப்படுத்தலையும் விலக்கினார். அதைவிடச் சிறந்த வழி, சிறந்த தம்மம் உள்ளன என்றார். (அதன் வாயிலாக, மனிதகுலம் முழுமைக்குமான நன்மைக்கான ஓர் உலகளாவிய தரம் அல்லது விதியை அர்த்தப் படுத்தினார்.) துறவிகளின் அராஜகமான, மிகையான தனிமனிதவாதம், வேத பிராமணத்தின் வெவ்வேறாகச் சாதிகளைப் பிரிக்கும் நிலை இரண்டையும் மறுத்தார். ஒரு புதிய வழியை உண்டாக்கி, ஒரு தர்மத்தை வரையறுத்து சங்கத்தைக் கட்டினார். அதில் சாதியைக் கைவிட்டவர்கள் மட்டுமே நுழைய முடியும். அது தனிமனிதனுக்கும் சமூக மேம்பாட்டிற்கும் உகந்த நிலைமைகளை அளித்தது.

மதத்தைக் கடவுள் நம்பிக்கை, சடங்குவாதம், சில விதிகளின் தொகுப்பாகக் கண்ட பண்டிதர்கள் தொடக்ககாலப் பௌத்தத்தை ஒரு மதம் என்பதைவிட ஒழுக்க அமைவாகவே மதித்தனர். ஆனால் வாழ்க்கை எதைப் பற்றியது என்பதைப் புரிந்துகொள்வதுதான் மதம். மிகச் சிறந்த நிலையில் அது நமது வாழ்க்கைகளுக்கு ஒளியூட்ட உயர் உண்மைகளையும் உயர் மதிப்புகளையும் அகத்தெழுச்சியுடன் தேடுவதை முன்வைக்கிறது. இந்த அர்த்தத்தில் தொடக்கத்திலிருந்தே பௌத்தம் ஒரு மதம்தான். அது முழுவதும் வைதிகம் அல்லாததாக இருந்தது, வேதப் பார்ப்பனியத்திற்கு எதிரான ஓர் ஆண்ட்டி-நாமியல் அமைவினை முன்னிறுத்தியது என்பதில் ஐயமில்லை (வெரார்டி 2011). வாழ்க்கை அனுபவத்திற்கு ஒத்த, எதிர் மெய்யியல் நிலைப்பாட்டினை அது கொண்டிருந்ததற்கு அப்பால், பௌத்தம் ஓர் உலகளாவிய ஒழுக்கம் என்பதை உள்ளடக்கியிருந்தது, அதன்படி மக்கள் வாழ வலியுறுத்தியது. முழுமைவாத யூகங்கள், சாதியென்னும் கட்டுக்கதை, சொர்க்கம்-நரகம் என்னும் புனைவுகள், ஆத்மம்-பிரம்மம் என்னும் மெய்யியல் ஆகியவற்றைப் பௌத்தம் ஒதுக்கியது. இந்த வாழ்க்கையிலேயே ஒருவன் அனுபவிக்கும் இன்ப துன்ப நிலைகளே சொர்க்கம், நரகம் என்பதன்றி வேறல்ல. அதேபோல அழிவற்ற ஆன்மா என்ற கருத்து கேடுபயக்கவல்லது என்றார் புத்தர். காரணம், அது சுயநலத்தையும் தன்முனைப்பையும் உருவாக்கி மத வாழ்க்கைக்குத் தீங்கு விளைவிப்பதாக உள்ளது. (கலுபஹன 1976: 41).

எல்லாம் அறிந்ததாகக் காட்டிக் கொள்ளும் தீர்க்கதரிசிகளிலிருந்தும் கடவுளின் தூதுவர்களிலிருந்தும் புத்தர் வேறுபட்டிருந்தார். தம்மிடம் எல்லாக் கேள்விகளுக்கும் விடை இல்லை என்று அவர் ஒப்புக் கொண்டார். தமது சில சீடர்கள் தம்மைச் சுற்றி ஒரு கவர்ச்சி பிம்ப வழிபாட்டை உருவாக்குவதற்கு அவர் எதிர்ப்புத் தெரிவித்தார்.

தவறான நம்பிக்கை அளிப்பவரல்ல என்பதால் தமது சீடர்களைத் தங்கள் பாதையைத் தாங்களே கண்டறிபவர்களாக இருக்கவேண்டும் என்று அறிவுரைத்தார். "நான் எவருக்கும் எந்தச் சூழ்நிலையிலும் மீட்பு அளிப்பதாக நான் ஒருபோதும் மேற்கொள்ளவில்லை. தம்மத்தைப் புரிந்துகொள்ளுங்கள், நீங்கள் கடலைக் கடப்பீர்கள்." அவருடைய அழியாத சொற்கள், "உங்களுக்கு நீங்களே விளக்காக இருங்கள். உங்கள் புகலிடமாக நீங்களே இருங்கள்" என்பவை. தமது போதனைகளை முழுமையாக ஏற்றுக் கொள்ள வேண்டாம் என்றும், அவரவர்தம் அனுபவ ஒளியாலும் பகுத்தறிவுச் சிந்தனையாலும் அவற்றைச் சோதித்து ஏற்க வேண்டும் என்றும் அவர் கூறினார் என்பதில் எவ்விதச் சந்தேகமும் இல்லை.

எவ்விதத் தகுதியும் உள்ள எல்லா உண்மைகளும் ஏற்கெனவே தன்னால் வெளிப்படுத்தப்பட்டு விட்டன என்றும் அவற்றை விசுவாசமாகப் பின்பற்றுவது ஒன்றே போதுமானது என்று கீதையில் கிருஷ்ணன் சொல்வதைப் போல, தமது சீடர்கள் சிந்திப்பதை நிறுத்திவிட வேண்டும் என்று விரும்பவில்லை. வேத உபநிடத மரபில் வந்த போதக-ஞானிகளின் அறிவுசார்-ஆணவத்திலிருந்து புத்தரின் மனநிலை வேறுபட்டது. பிருஹதாரண்ய உபநிடதத்தில் காணப்படுகின்ற யாக்ஞுவல்கியருக்கும் கார்கிக்கும் இடையிலான நன்கறியப்பட்ட விவாதம் ஒன்றில், தேடல்நாடும் பல கேள்விகளை கார்கி கேட்கிறாள். அவை அந்த முனிவருக்குக் கோபமூட்டுகின்றன, மிகத் தீய விளைவுகளை அவள் சந்திக்க நேரிடும் என்று மிரட்டுகிறார். "வாயை மூடு பெண்ணே, இல்லாவிட்டால் உன் தலை வெடித்துச் சிதறிவிடும்."

புத்தரின் பணிவுக்குக் காரணம், அவர் வெளிப்படுத்தப்பட்ட அல்லது பாரம்பரியமாகப் பெற்ற ஒரு தத்துவத்தின் கைதி அல்ல. தர்க்கரீதியாகவும் தெளிவாகவும் கூறிய அவர் ஒரு பகுத்தறிவுச் சிந்தனைவாதி. மக்களிடையே வலுவான உணர்ச்சிமிக்க எதிர்வினைகளைத் தூண்டவல்லவை ஆயினும் எல்லா மீமெய்யியல் மொழிவுகளையும் அர்த்தமற்ற வார்த்தைச் சங்கிலிகள், மொழி இலக்கண விதிகளைக் கடைப்பிடிப்பவை ஆனால் அர்த்தமற்றவை என்று ஒதுக்கினார். பௌத்தத் தத்துவம் பற்றிய கலுபஹனவின் புகழ்பெற்ற ஆய்வு (1976), புலன்களின் வாயிலாக அல்லது புலனுணர்வு வாயிலாக அனுபவப் படுத்த முடியாத எதையும் புறக்கணித்த தொடக்ககாலப் பௌத்தத்தின் அனுபவவாத மனப்பாங்கை வெளிப்படுத்துகிறது. சம்யுத்த நிகாயத்தின் சப்ப சுத்தத்தில் புத்தர் கூறுவதில் மேற்கண்ட உண்மை மிகத் தெளிவாக வெளிப்படுகிறது.

... துறவிகளே, எல்லாம் என்றால் என்ன? கண்ணும் பொருள்வடிவமும், காதும் ஒலியும், மூக்கும் நாற்றமும், நாக்கும் சுவையும், உடலும் தொடுவுணர்வால் உணரப்படும் பொருள்களும், மனமும் மனப் பொருள்களும். அவைதான் எல்லாமும். துறவிகளே, "நான் இந்த எல்லாவற்றையும் புறக்கணித்து வேறொரு எல்லாமும் என்பதைப் பிரகடனம் செய்வேன்" என்பவனிடம் நிச்சயம் ஒரு கொள்கை இருக்கலாம். ஆனால் அவனை விசாரணை செய்தால் அவனால் பதிலளிக்க இயலாது, மேலும் மனவேதனைக்கு ஆட்படுவான். ஏன்? ஏனெனில் அது அனுபவத்தின் வீச்சுக்குள் வர இயலாது என்பதால். (கலுபஹன 1976: 158).

புத்தர் எவ்வித உறுதிகளையும் தரவில்லை. பகுத்தறிவோடும் கருணையோடும் சிந்திக்கக்கூடிய ஒரு திறந்தவித முறையியலைத் தந்தார். கலம குலத்தின் மக்களுடன் உரையாடும்போது கூறுகிறார்: எதையும் நீங்கள் காதால் கேட்டுள்ளீர்கள் என்பதால் நம்ப வேண்டாம். பல தலைமுறைகளாக அளிக்கப்பட்டவை என்பதால் மரபுகளை நம்பாதீர்கள். பலபேரால் பேசப்படுகிறது, வதந்தியாகச் சுற்றிவருகிறது என்பதால் எதையும் நம்பவேண்டாம். உங்கள் மத நூல்களில் எழுதப் பட்டுள்ளது என்பதாலேயும் எதையும் நம்பாதீர்கள். உங்கள் ஆசிரியர்களும் மூத்தோரும் கூறுகிறார்கள் என்பதனாலும் எதையும் நம்பாதீர்கள். உண்மைபோல் தோன்றும் பகட்டான தர்க்கத்தையும், பழக்கத்தினால் உங்களுக்குள் இருக்கும் முற்சாய்வு காரணமாகவும் எதையும் நம்பாதீர்கள். சிந்தியுங்கள், பகுத்து நோக்குங்கள். யாவருடைய நன்மைக்கும் உகந்த ஒன்றை ஏற்றுக் கொள்ளக்கூடிய தகுதியுள்ள காரணமிருந்தால் அதை ஏற்றுக்கொண்டு அதற்குத் தக வாழுங்கள். (அங்குத்த நியாயத்தில் கலம சுத்தம். பார்க்க: வுட்வார்ட் மற்றும் ஹேர் 1932-6, பாகம் 1: 188-93).

வாழ்க்கை பற்றிப் புறவயமான, ஆனால் ஆழமான பரிவுணர்ச்சியுடன் கூடிய நோக்கினை புத்தர் கொண்டுள்ளார். அவருடைய முதல் சொற்பொழிவு துன்பத்தைப் பற்றிய உண்மையிலிருந்து தொடங்குகிறது. துன்பத்தை அனுபவித்தல் என்பது உலகப் பொதுவாகவும் பரந்ததாகவும் இருக்கிறது. ஆகவே உணர்வுள்ள, வேறு எதுவும் தங்களிடையே பொதுவாக இல்லாத-மக்கள், விலங்குகள், பறவைகள்-எல்லாவற்றையும் அது இணைக்கிறது. துன்பம் என்ற சிந்தனை அனுபவ யதார்த்தமாக உணரப்படுகிறது. உலகமுழுவதையும் தழுவிய, வாழ்க்கையை உறுதிப்படுத்தும் தத்துவத்தின் அடிப்படையாக அது அமைகிறது. வேறு எந்த அனுபவமும் அவ்வளவு பரந்ததாகவும் உலகளாவியதாகவும் இல்லை. மனிதர்களிடையே ஒரு பிணைப்பு உண்டாக்கத் தகுந்ததாக அது உள்ளது. அதை உலகப்பொது பேரன்பு, நட்பு, (மெத்த;

சமஸ்கிரும்-மைத்ரி) ஆகியவற்றினால் காணமுடியும். மெத்த என்பதை புத்தர் இவ்விதம் வருணிக்கிறார்:

"ஒரு தாய், தனது உயிரைப் பற்றிய கவலையின்றியும் தன் குழந்தையை நேசித்துப் பாதுகாப்பதைப் போல, மனிதனும் அளவற்ற அன்பை எல்லா உயிர்கள் மீதும் கொள்ளட்டும்."

மற்றவர்களின் வலியின் ஊடாக ஒருவன் தன்னை அறிந்துகொள்ள வேண்டும் என்று வலியுறுத்துகின்ற இதை ஒத்த பகுதிகள் பௌத்த பாலி நூல்களில் மிகுதியாக உள்ளன. தம்மபதத்தின் பத்தாம் இயலின் தொடக்கச் செய்யுள் சொல்கிறது: "எல்லா உயிர்களும் வலிக்கு பயப்படுகின்றன. எல்லா உயிர்களும் மரணத்தைக் கண்டு அஞ்சுகின்றன. தன்னைப் பிறவற்றில் அறிந்துகொண்டு, யாரும் கொல்லவோ கொல்வதற்குக் காரணமாக இருக்கவோ கூடாது."

அஹிம்சை, பிரக்ஞை (அறிவை மனிதநேயத்தோடு பயன்படுத்துதல், கருணை, சமதை (சமத்துவம்) ஆகிய மதிப்புகளின் அடிப்படையில் அமைந்ததால், தனிமனித சாதனை பற்றிய பௌத்தத் தேடல் என்பது சமூகப் பொறுப்பிலிருந்து விடுபடவில்லை. புத்தரின் சொற்பொழிவுகளில் தனிமனித விழிப்பிற்குத் தரும் வலியுறுத்தல் சமூக விழிப்புக்கும் சமஅளவில் தரப்படுகிறது. தனது சுயநலம்பிடித்த, தற்சார்பான சுயத்திலிருந்து ஒருவன் வெளிவராவிட்டால், அவன் அமைதியும் சாந்தமும் அடைவது அரிது என்கிறார் புத்தர். தம்மபதம் சொல்கிறது: "எல்லாத் தொல்லைகளுக்கும் காரணம் பரிவுணர்ச்சி இன்மைதான். அது உடலை, பேச்சை, மனத்தைக் கெடுக்கிறது; முகமறியாதவர்கள் குடும்பத்தைக் கெடுப்பதைவிட அதிகமாகக் கெடுக்கிறது. மேலான நற்பண்புகளை அடைய முயல்பவர்கள், பரிவினை மட்டும் கைக்கொண்டால், நன்மையே நிகழும்." எல்லா உயிர்கள் மீதும் நிபந்தனையற்ற அன்பினைக் காட்டுவது ஒன்றே, உலகத் துன்பங்களை குணப்படுத்துகின்ற பௌத்தவழி. அப்படிப் பட்ட நேயம் ஒன்றே கருணையின் அடிப்படை ஆகிறது. கருணை நிறைந்தவன் ஆவதால், ஒருவன் இந்தத் துயர்மிக்க உலகினைக் குணப்படுத்தும் சக்தி ஆகிறான். புத்தர் தாமே இந்த இலட்சியத்திற்கென வாழ்ந்து காட்டினார். அவரது வாழ்க்கை உலக நேயத்தின் வடிவமாகியது. மற்றவர்களும் அவ்வித வாழ்க்கையை வாழ அவர் மனவெழுச்சியினை அளித்தார். இப்படிப்பட்ட பௌத்தச் செல்வாக்கினில் இருந்ததால்தான் அசோகன் மனிதர்களுக்கு மட்டுமல்ல, விலங்குகளுக்கும் பறவைகளுக்கும் கூட ஆதுரசாலைகள் அமைத்தார்.

உபநிடத முழுமைவாதத்திற்கு எதிர்க்கோள்

வேத யாகக் கலாச்சாரத்தையும் உபநிடத் மீமெய்ம்மையியலையும் விடுத்து, புத்தர் நான்கு உயர்உண்மைகளைப் போதித்தார். முதல் உண்மை, வாழ்க்கையில் துன்பமும் துக்கமும் உள்ளன என்பது. இரண்டாவது, துக்கத்திற்குக் காரணம், சமநிலையற்ற வாழ்வும் எல்லையற்ற ஆசையும் (த்ரிஷ்ணா). (பின்னர் அவர் வாழ்க்கையில் மனிதத் துயரங்களுக்கு ஒடுக்குகின்ற சமூக நிலைமைகளையும் காரணமாக எடுத்துக் கொண்டார். பார்க்க தீக நிகாயம் 3.58ff மற்றும் கோசாம்பி [1965] 1992: 113). மூன்றாவது, விடுதலை உண்டு (நிப்பான, சமஸ்கிருதத்தில் நிர்வாணம்). நான்காவது விடுதலைக்கு வழிகாட்டுகிறது. அதை அவர் அட்டாங்கித மாக்கா அல்லது எட்டுவகை மார்க்கம் என்றார். மஜ்ஜிம பாதிபத (மத்திம வழி) என்பதை மையமாகக் கொண்டு, அட்டாங்க மார்க்கம் என்பது சரியான நோக்கு, சரியான சிந்தனை, சரியான பேச்சு, சரியான செயல், சரியான வாழ்தல், சரியான முயற்சி, சரியான மனத்திருத்தல், சரியான கவனம் ஆகியவற்றைக் கொண்டுள்ளது. இவை அறிவு, அமைதி, விழிப்பு ஆகியவற்றிற்கு இட்டுச் செல்கின்றன.

ஒரு நரம்பிசைக்கருவியின் உதாரணத்தை வைத்து மத்திம வழியின் அழகினை விளக்கினார் புத்தர். கருவியின் நரம்புகள் தளர்வாக இருந்தாலோ அதிக இறுக்கமாக இருந்தாலோ நல்ல இசை பிறப்பதில்லை. பௌத்தத்தில் விழிப்பும் கருணையும் வழிகள். தனிமனிதனிடமும் சமூகத்திலும் முழுமையான, ஆரோக்கியமான மாற்றம் என்பதே இறுதி. தனிமனித மகிழ்ச்சி தனிமையாலும் தீவிர வழிகளாலும் அடைய முடியாதது. மனிதனும் சமூகமும் ஒன்றை ஒன்று சார்ந்தவர்கள். மகிழ்ச்சியாக இருக்க, ஒருவன் தன்னைச் சுற்றிலும் மகிழ்ச்சியை உருவாக்க வேண்டும். இம்முறையில், மத்திம வழி என்பது அடிப்படையான ஆற்றல்வளத்தைப் பெற்றுள்ளது. அது மனமற்ற பொருள்முதல்வாதத்தையும் பிடிவாதமான ஆன்மிகத்தையும் விலக்கி அமைதியான, முழுமையான மாற்றத்தை ஏற்படுத்தும். தீவிர முனைகளை விலக்கி, நடுப்பாதையில் எச்சரிக்கையாக நடந்தால் அது சமநிலை, சீர்மை, அழகு ஆகியவற்றை வாழ்க்கையில் தரும்.

சோதனை செய்து பார்க்காத வாழ்க்கை வாழத் தகுதியற்றது ஆகையால், புத்தர் வாழ்க்கையில் விழிப்புணர்ச்சியைத் தேட வேண்டும் என்கிறார். கனவில் காணும் பலவித வண்ணப் படிமங்களைப் போல, மனிதன் எல்லா வகையான மாறும் எண்ணங்களுக்கும் ஆட்பட்டு மாயையிலாழ்கிறான். கனவு நீடிக்கும் வரை படிமங்கள் உண்மைபோலவே தோன்றுகின்றன, ஆனால் விழித்ததும் மறைகின்றன. ஏமாற்றும் படிமங்களிலிருந்து அல்லது தவறான

நம்பிக்கைகளிலிருந்து விழித்தலுக்குச் சிந்தனையும் மாறுவதற்கான செயலும் அடியாழத்தில் தேவைப்படுகின்றன. இதற்காக புத்தரே விபாசனையில் (உள் நோக்குதலில்) ஈடுபடுகிறார். ஓர் எளிய திறன்மிக்க தியானம். அதனை அவர் மற்றவர்களுக்கும் பரிந்துரைக்கிறார். மனத்தை அமைதிப்படுத்தி, ஆழ்நோக்கைக் கொண்டுவரும் நோக்குடன் செய்யப்படும் விபாசனை, மனித இனத்துக்கு ஒரு கொடை. உள்ளும் புறமும் நோக்கி, தனக்கும் பிறருக்குமான நலச்செயல்களில் ஈடுபட்டு, புத்தரைப் போல் ஆக வேண்டுமென்று முயலும் ஒருவன், போதிசத்வன் ஆகிறான். போதிசத்வன் என்ற சொல் ஆதியில் ஒருவேளை இப்படித்தான் பயன்பட்டிருக்கக் கூடும். ஆனால் பிறகு அதன் அர்த்தம் புத்தரின் அவதார நம்பிக்கையில் மூழ்கி மாறிப்போய்விட்டது.

கருத்துகளின் உண்மையை ஆராய்கின்ற கலையான இயங்கியலை முன்வைத்தவர்களில் புத்தர் முதலாமவராக இல்லாவிட்டாலும், காலத்தில் முந்தியவர். அவரது இயங்கியல் பௌத்தத் தத்துவத்தின் அடிப்படையான காரணவாதம் மற்றும் மாற்றத்தின் விதியை உருவாக்கக் காரணமானது. சாரநாத்தில் அவரது முதல் உரையாடலில் (இது வரலாற்றில் தம்ம-சக்க-பவத்தன, அதாவது விதிச்சக்கரத்தினை இயக்குதல் எனப் புகழ்பெற்றது) அவர் கூறினார்:

> முதல், முடிவு போன்ற பயனற்ற, தீர்க்கவியலாத கேள்விகளை நாம் ஒதுக்கிவிடுவோம். நான் உங்களுக்கு தம்மத்தை போதிக்கிறேன். அது இருப்பதால் இது தோன்றுகிறது. அதன் வருகையால் இது எழுகிறது. அது இல்லாவிட்டால் இது நிகழ்வதில்லை. அது இல்லாமற் போவதால் இதுவும் இல்லாமற்போகிறது. இதுதான் தம்மம். தம்மத்தை ஏற்பவர்கள் பதிச்ச–சாமுப்பத (சார்புத் தோற்றம்) விதியை ஏற்கிறார்கள். (பார்க்க ரைஸ் டேவிட்ஸ் [1910] 2000b: 45).

பதிச்ச சாமுப்பதம் (பிரதீத்ய சாமுத்பதம்) காரண-காரிய அல்லது சார்புத் தோற்ற விதி என்பதுதான் உலகினைப் பற்றிய உண்மை என்கிறார் புத்தர். இயற்கை மற்றும் சமூக நிகழ்வுகள் யாவும் இந்த விதியின் ஒளியில் புரிந்துகொள்ளப்பட வேண்டியவையே ஒழிய ஒரு படைப்போன், அல்லது அதீத மெய்ம்மையால் அல்ல. உலகம் என்பது கால, வெளியில் காணப்படும் தொடர்புள்ள-தொடர்பற்ற பொருள்களின் தொகுதி மட்டும் அல்ல, அது நமது உணர்ச்சிகள் மனப்பாங்குகள் விருப்புவெறுப்புகள் ஆகியவற்றையும் உள்ளடக்கியுள்ளது. மலைகள் நதிகள் மரங்கள் கற்களை மட்டும் அல்ல, மனிதர்கள் விலங்குகள் மற்றும் அவற்றின் நடத்தைப் பாணிகளையும் உலகம் கொண்டுள்ளது. மனப்பாங்குகள், விருப்புவெறுப்புகள் போன்றவை, நல்லது தீயது, உண்மை பொய் போன்றவை மீதான மனிதனின் முடிபுகள் மீது செல்வாக்குச் செலுத்துகின்றன-இவை சார்புநிலைகளே அன்றி முழுமைப்பாடுகள் அல்ல (கலுபஹன

1976: 63-4). இந்த விஷயங்கள் யாவும் நடைபெறும் விதத்தைக் காரணகாரியத்துவம் விளக்குகிறது.

பதிச்ச சாமுப்பதம்தான் பௌத்த இயங்கியலின் எல்லைக்கல் ஆகும். எல்லாமே சார்புநிலையின, தொடர்ந்து மாறிக்கொண்டும், மாற்றங்கள் பெற்றும், தோன்றிக் கொண்டும், அழிந்து கொண்டும், சிதைந்து கொண்டும் உள்ளன. இது அநித்தியத்தை-நிலையாமைக் கருத்தினையும், எதுவும் தானாக இருப்பதில்லை என்பதையும் உட்கொண்டுள்ளது. ஒவ்வொன்றும் ஏதோ ஒரு காரணத்தின் விளைவு; காரணமும் காரியமும் ஒன்றையொன்று சார்ந்துள்ளன. இவ்வாறு பௌத்தம் தனிமனித நிலையிலும் சமூக நிலையிலும் தளை-விடுவிப்பு, துக்கம்-மகிழ்ச்சி ஆகிய நிகழ்முறைகளை விளக்குகிறது.

புத்தர் அநித்தியம் என்ற கருத்துடன் அநாத்மவாதம் (ஆன்மா இன்மை) என்பதையும் உருவாக்கினார். உண்மையில் ஆன்மா எனப்படுவது ஐந்து அநித்ய கந்தங்களின் (முழுமையற்ற நிலைமைகளின்) உடல்-மனக் கூட்டுச்சேர்க்கையாகும். (அ) ரூபம் (உடல்) (ஆ) வேதனை (உணர்ச்சிகள்) (இ) சன்னம் (புரிந்துகொள்ளல்) (ஈ) சம்ஸ்காரம் (விருப்பம்) (உ) விஞ்ஞானம் (தூய பிரக்ஞை) ஆகியவை கந்தங்கள். இவை யாவும் ஒன்றுசேர்ந்து மனித ஆளுமை அல்லது ஆன்மா என்பதை உருவாக்குகின்றன. அனுபவத்தின் பகுதிக் கூறுகளுக்கான பெயர்தான் ஆன்மா. இந்தக் கூறுகள் யாவும் ஒருங்கே செயல்படுவதால் ஏற்படும் விளைவு.

சில பண்டிதர்கள் பௌத்தத்துக்கு அதற்குரிய தனித்தன்மையை வழங்க மறுக்கின்றனர். இராதாகிருஷ்ணன், "உபநிடதக்கருத்துகளில் சிறந்தவற்றின் கருத்தியலை ஏற்றுக் கொண்டு மனித இனத்தின் தினசரித் தேவைகளுக்கேற்பக் கிடைக்குமாறு செய்ததே புத்தரின் பணியாகும். வரலாற்று பௌத்தம் என்பது உபநிடதக் கொள்கையை மக்களிடையே பரப்புவதே ஆகும்...இப்படிப்பட்ட ஜனநாயக மாற்றங்கள் இந்துச் சமூகத்தில் இயல்பான கூறுகளேயாம்" என்று கூறிவிட்டு, உடனே தமது கூற்றையே மறுத்துக் கொள்கிறார், "புத்தரின் மதம் மேல்தட்டு மக்களுக்கானது. கற்றவர்கள் மட்டுமே புரிந்துகொள்ளக் கூடிய நுட்பங்களை அது கொண்டுள்ளது. புத்தர் எப்போதுமே ஸ்ரமணர்களையும் பிராமணர்களையும் கருத்தில் கொண்டே கூறினார்"

(*இராதாகிருஷ்ணன் [1923] 1962*). இந்தக் கருத்துவகைமுறையில் பௌத்தத்திற்கு முன்னோடியாக வேதபிராமண உலகப் பார்வை, குறிப்பாக உபநிடதக் கருத்தியல் முன்னிறுத்தப்படுகிறது. இராதாகிருஷ்ணன் வலியுறுத்துகிறார், "தொடக்க பௌத்தம் முழுவதும்

அசலான ஒரு கொள்கையல்ல. இந்தியச் சிந்தனையின் பரிணாமத்தில் ஒரு மாறுதல் அல்ல” ([1923] 1962: 360). வேறோர் இடத்தில் அவர் சொல்கிறார், “புத்தர் இந்துவாகவே பிறந்தார், வளர்ந்தார், இறந்தார்” (இராதாகிருஷ்ணன் [1956] 1997: IX). ஜேக்கபி, ஓல்டன்பெர்க், ரைஸ் டேவிட்ஸ் போன்றோரும் பௌத்தத் தத்துவத்தை அகண்ட வேத உபநிடத மரபிற்குள் ஒரு சீர்திருத்தக் குழு என்ற ஒத்த கருத்தையே கொண்டிருந்தனர்.

வேதத்திற்கு முந்திய ஸ்ரமண மரபில் பௌத்தம் தோன்றிவளர்ந்த முறை பற்றிய ஒட்டுமொத்த அறியாமையை இம்மாதிரி யூகங்கள் தெரிவிப்பது மட்டுமன்றி, அவற்றில் நாம் உடன்பட முடியாத மூன்று கூறுகளும் உள்ளன. (அ) இந்துமதத்தின் அதீத (கடவுள்) இருப்பு, கர்மம், மறுபிறப்பு ஆகியவற்றைப் புத்தர் ஏற்றுக் கொண்டார் (ஆ) அவர் பிராமண இந்து மதத்தைச் சீர்திருத்தம் செய்ய முனைந்தார் (இ) புத்தருக்கு முன்பே எல்லா உபநிடதங்களும் தோன்றிவிட்டன. இவை அடிப்படையற்றவை. முதலில், தானே சரிபார்க்காமல் புத்தர் எதையும் ஏற்றதில்லை. உபநிடதங்கள் கூறும் ஆன்ம-பிரம்ம அதீத மெய்ம்மையை புத்தர் ஏற்றார் என்பதற்கு எங்கும் சான்று இல்லை. இரண்டாவது, நோயுற்றுத் தளர்ந்த பார்ப்பனியத்தை புத்தர் சீர்திருத்துகின்ற நோக்கம் கொண்டதாக அவர் வாழ்க்கையில் எவ்வித ஆதாரமும் இல்லை. பார்ப்பனியக் கருத்தியலுக்குக் கூர்மையான எதிர்ப்புக் கொண்டதாகவே அவரது சிந்தனையும் போராட்டமும் அமைந்தன. வேத யாகம், உபநிடத யூகக்கருத்துகள், சாதிச் சிந்தனை ஆகியவற்றை அவர் சற்றும் மதியாத நிலை யாவும் அவரது முதன்மை நோக்கு வேதப் பார்ப்பனியத்துக்கு அப்பாலானது என்பதை ஐயமின்றிக் காட்டுகின்றன.

மேலும் உபநிடதத் தத்துவம் அதுவரை உருப்பெறவில்லை. காரணம், மக்களிடையே பரப்பப் பட்டிருக்கும் கதைக்கு மாறாக, பெரும்பாலான உபநிடதங்கள் புத்தரின் காலத்திற்குப் பிறகுதான் இயற்றப்பட்டன. பாலியிலும் சமஸ்கிருதத்திலும் ஒரு முக்கிய வல்லுநரான தர்மானந்த கோசாம்பி, உபநிடதங்கள் யாவும் மட்டுமல்ல, ஆரண்யகங்கள், பிராமணங்கள் போன்றவற்றின் பெரும்பகுதியும் புத்தரின் காலத்திற்குப் பிறகே இயற்றப்பட்டன என்று கூறுகிறார். சதபத பிராமணத்திலும் பிருஹதாரண்ய உபநிடதத்திலும் கொடுக்கப்பட்டுள்ள வமிசாவழிகளை மேற்கோள் காட்டுவதன் வாயிலாக, புத்தருக்குப் பின்னால் 35 தலைமுறை எழுத்தாளர்கள் தொடர்ந்து அவற்றைத் தொகுத்துக் கொண்டிருந்தார்கள் என்கிறார். வரலாற்றாசிரியர் எச். சி. ராய்சௌதுரி ஒவ்வொரு தலைமுறைக்கும் 30 ஆண்டுகள் அளிக்க, யதார்த்தத்திற்கு ஒத்திருக்கக் கோசாம்பி 25 ஆண்டுகள் அளிக்கிறார்.

இது, கி.மு. 483இல் புத்தரின் இறப்புக்குப் பிறகு இந்த எழுத்துகள் (35 X 25) 875 ஆண்டுகள் வரை நீடித்தன என்பதைக் காட்டுகிறது. அதாவது, கடைசி உபநிடதங்கள் குப்தர் காலம் வரை, கி.பி. நான்காம்-ஐந்தாம் நூற்றாண்டுவரை இயற்றப்பட்டன எனக் காட்டுகிறது. சங்கரரின் புகழ்பெற்ற உபநிடத உரைகள் கி.பி. ஒன்பதாம் நூற்றாண்டில் இயற்றப் பட்டன. சந்தர்ப்பவாதிகளான சமஸ்கிருதக்காரர்கள் அக்பரின் ஆட்சிக் காலத்தில் கூட அல்லோபநிடதம் (அல்லா+உபநிடதம்) என்பதை உண்டாக்கினார்கள் (பார்க்க, கோசாம்பியின் பகவான் புத்தர்-வாழ்க்கையும் தரிசனமும், பக்.25-6; மேலும் இந்த விஷயம் பற்றிய விரிவான விவாதத்திற்கு அவர் மராட்டியில் எழுதிய 'இந்தி சம்ஸ்கிருதி ஆனி அஹிம்சா' என்ற நூலைப் பார்க்கவும்.)

உபநிடத மீமெய்யியல் புத்தருக்கு நன்கு தெரிந்திருந்தது என்று வைத்துக் கொண்டாலும், அவருடைய சிந்தனை எதிர்முனைப் பட்டது. இறையியல், மதவாத, மீமெய்யியல் கருத்துகளின் சுற்றுவழி வாயிலாக உபநிடதங்கள் மாறுகின்ற, தற்காலிகமான உலக நிகழ்வுகளுக்கு அப்பால் ஏதோ ஒரு மாறாத, நிரந்தரமான உண்மைப் பொருளைக் கண்டுபிடிக்க முயன்றன. முழுமையைத் தேடிய உபநிடதச் சிந்தனையாளர்கள் இறுதியாக ஒரு நிரந்தரமான ஆன்மா, நிரந்தரமான படைப்பவன் என்ற கருத்துக்கு வந்து சேர்ந்தனர். அதனால்தான் உபநிடத ஆன்மவாதத்திற்கு எதிராகப் பௌத்தம் அனாத்மவாதம் எனப்பட்டது. பதிச்ச சாமுப்பதம், அனாத்மா, அனித்யம் ஆகிய கருத்துகளைக் கொண்ட பௌத்தம், உபநிடத போதனைகளுக்கும் இராதாகிருஷ்ணன் மாதிரியான பண்டிதர்களின் விருப்பமிக்க நம்பிக்கைகளுக்கும் எதிராகவே நிற்கிறது.

கி.பி. ஏழாம் நூற்றாண்டைச் சேர்ந்த புகழ்பெற்ற தர்க்கவாதியான தர்மகீர்த்தி, பிராமண போதனைகளைப் பரந்தழிக்கும் பௌத்த எதிர்ப்புக் கருத்துகளைத் தந்துள்ளார்.

> வேதங்களின் கேள்விமுறையற்ற தலைமையாதிக்கம்
> உலகைப் படைத்த ஒருவனில் நம்பிக்கை
> சடங்கு நீராடலினால் தூய்மையைத் தேடுதல்
> சாதிகளைத் திமிராகப் பிரித்தல்
> பாவத்திலிருந்து விடுபடத் துன்புறுத்தும் பழக்கம்
> இவை ஐந்தும் அறிவற்ற மனிதனின் மண்டூக அடையாளம்.
>
> (பார்க்க ஜைனி 2001: 47)

ஆத்மன்-பிரம்மன் மீது வேத-உபநிடத ஈர்ப்பு, மானிட வாழ்க்கையை பிரம்மாவின் ஒரு விளையாட்டுப் பொருளாகக்

கருதுதல் ஆகியவை, எவ்வித மானிட முயற்சியையும், தேடலையும் விழலுக்கிறைத்தவை ஆக்குகின்றன. மனித உலகிற்குள் சமூக, உளவியல், அறிவியல் காரணிகளைக் கொண்டுவந்ததன் வாயிலாக புத்தர் இவை அனைத்தையும் மாற்றினார். பதிச்ச சாமுப்பதம் உலகத்தின் இயற்கையான மாற்றத்தின் இயங்கியலை விளக்குகிறது. மாறுதல் என்பது வாழ்க்கையின் அடிப்படை விதிகளில் ஒன்று என்று பௌத்தம் அழுத்திக் கூறுகிறது. புதிய சவால்களை ஏற்க புதிய சிந்தனைகளை வெளிக் கொணரச் சாத்தியமுள்ள ஒரு செயல்முறையை அது வலியுறுத்துகிறது. இதிலிருந்து வெளிப்படும் சமூகச் செய்தியைக் கண்டறிவது கடினமல்ல.

புத்தரின் முதன்மை நோக்கம் மனித இனத்திற்குத் துன்பம் தருகின்ற காயங்களைக் குணப்படுத்துவதே. அவருடைய பணி புதிய படைப்பாக்க வடிவங்கள், மனிதநேயம் தழைக்கும் ஒரு வளம் நிறைந்த சமூகத்தைக் கட்டுவதாகும். தமது சீடர்கள் படைப்பாற்றலோடு சிந்தித்து கருணைமிக்க தம்மத்தின் வளர்ச்சிக்குக் கொடையளிக்க வேண்டுமென்று புத்தர் விரும்பினார். விழிப்புற்ற, கருணைமிக்க இதயத்தை அவர்கள் வளர்த்துக் கொள்ள வேண்டுமென்று அவர் விரும்பினார். விழிப்புற்ற மனிதர்கள், அடிமைப்பட்டிருப்பவர்களை விழிக்கச் செய்து மேம்படுத்துவார்கள். பௌத்தம் சமூக நடவடிக்கையின் ஆற்றலை நம்புகிறது.

பௌத்தம் ஒரு துயர்நோக்குடைய மதம் என்று கருதுவது தவறாகும். பௌத்தத்தில், துன்பத்தின் உண்மை ஒரு பாதி உண்மையே. ஏனெனில் அதை விட்டு வெளியேறுவதற்கும் அது வழிகாட்டுகிறது. தமது சிந்தனையின் தொடக்கப் புள்ளியாகவே துன்பம் என்பதைக் கொள்கிறார். அதற்குப் பிறகு துன்ப நீக்கம் என்ற அதன் எதிர்முனைக்குச் செல்கிறார். மக்கள் துன்பத்தைத் தருவதை விலக்க வேண்டும், மகிழ்ச்சியைத் தருவதைச் செய்ய வேண்டும் என்று வலியுறுத்துகிறார்.

உடல் அல்லது மனம் சார்ந்த ஒரு செயல் நல்லதா தீயதா என்று நிர்ணயிக்கப் புத்தர் கூறும் வழி, தனிமனித மற்றும் சமூக அளவில் அந்தச் செயல் மகிழ்ச்சியான, அல்லது ஆரோக்கியமான விளைவுகளை ஏற்படுத்துகிறதா என்று நோக்குவதாகும். புத்தருடைய சிறப்புமிக்க நன்மை-தீமை பற்றிய வரையறையை மஜ்ஜிம நிகாயத்தின் அம்பலத்திக-ராஹூலவாத சுத்தத்தில் காணலாம்.

ஒருவனின் மனோ வாக்கு காயங்களால் செய்யப்படும் ஒரு செய்கை தனக்கோ பிறருக்கோ இருவருக்குமோ துன்பம் உண்டாக்குமாயின் அது அ–குசலம் (தீயது). அதே மனம்வாக்கு காயங்களாலாகும் செய்கை, தனக்கோ பிறருக்கோ

இருவருக்குமோ துன்பத்தை இழைக்காவிட்டால் அது குசலம் (நல்லது) (கலுபஹன 1976: 62).

சுயத்தின் மீது கட்டுப்பாடு கொள்ள வேண்டும் என்று புத்தர் வலியுறுத்துகிறார். அதனால் மனிதன் சுயநலம், காமம், சொந்தம் கொள்ளும் பிடிப்புகள் அவற்றால் விளையும் துன்ப துயரங்களிலிருந்து விடுபட முடியும். தனிமனித ஆளுமையை அவிக்கும் செயல் அல்ல இது. தடையற்றுச் செல்லும் மனத்தைக் கட்டுப்படுத்தும் செயலே இது. எல்லாச் செயல்களையும் கைவிடவேண்டுமென்ற கருத்தல்ல, தவறான வகைச் செயல்களைத் தடுப்பதே ஆகும். மனிதன் தன்னைப் புதிதாக உருவாக்க வேண்டும். ஒரு மாறிய, அருள் நிறைந்த மனிதனாகப் பரிணமிக்க வேண்டும். இந்த ஒழுக்கத்தைத்தான் தம்மம் என்பதற்கு மாற்றாகப் புத்தர் பயன்படுத்துகிறார். அவர் ஒழுக்கமிகுந்த ஒரு மதத்தைக் குறிப்பதற்குத் தம்மம் என்ற சொல்லை உருவாக்கினார். பின்னர் குறித்த யாகச் சடங்குகளின் மீதும் சாதி விதிகள் மீதும் கட்டப்பட்ட ஒரு மதத்தைக் குறிக்க பிராமணர்கள் தர்மம் என்று அச் சொல்லை ஆக்கிக் கொண்டார்கள்.[2] மாறாக, புத்தரின் தம்மத்தின் மையம் உலகப்பொதுவான அறம். பிற யாவும் அறத்திற்குக் கீழானவை. இங்கு, ஒருவன் எல்லாவற்றையும், அறத்தின் தேவைகளுக்குப் புனித நூல்களின் கட்டளைகள் எதிராக இருந்தால் அவற்றையும் விட்டுவிட வேண்டும். மாறாக, வேதங்கள் மனித மூலத்திலிருந்து பிறந்தவை அல்ல. எனவே அவை தவறாக மாட்டா, அவற்றை மீறக்கூடாது. வேதங்கள் வன்முறைசார்ந்த, ஒழுக்கமற்ற (அசுரர்களை வதைத்துக் கொன்ற) கடவுளர்களைப் போற்றியதால் புத்தர் அவற்றைப் புறக்கணித்தார். அதேபோல் விலங்குகளை, சில சமயம் மனிதர்களையும் பலியிடும் யாகங்களைக் கொண்ட சடங்குகளையும் தடைசெய்தார்.

புத்தர் பகுத்தறிவின் சார்பாக நின்றவர். ஆனால் நடைமுறை என்னும் உலையில் சோதிக்கப்பட்ட பகுத்தறிவே சரியானதென்றார். நடைமுறையிலிருந்து விலகிய பகுத்தறிவு அருவமான அபத்தங்களில் சென்று முடிகிறது. உபநிடத மெய்யியல் மனிதனின் மையம் ஆன்மா அல்லது பிரம்மம் என்றும் மனிதனின் உயர் நோக்கம் அதனைக் கண்டறிவதே என்றும் தனது மெய்யற்ற தனிமனித சுயத்தை மெய்யான பிரபஞ்ச சுயத்துடன் கலப்பதே என்றும் போதித்தது. ஆனால் புத்தர், துன்பப்படும் மக்களுக்கு நன்மை செய்வதன் வாயிலாக உயர் பிரக்ஞையை அல்லது சுயமுழுமை பெறுதலை அடைய முடியும் என்று உறுதிப்படுத்தி அந்த தர்க்கத்தை மாற்றினார். விரிந்துசெல்லும் மயிர்பிளக்கும் வாதங்களில் சிறைப்பட வேண்டாம் என்று தன் சீடர்களை எச்சரித்தார். மாறாக, துன்பத்தின் காரணத்தையும் சிகிச்சையையும் தேடுமாறு பணித்தார்.

சாதியைக் கூண்டிலேற்றுதல்

பிரக்ஞை, கருணை, சமதை ஆகியவற்றை வலியுறுத்துவதில் வெளிப்படுமாறு, வெகுமக்கள் இதம், வெகுமக்கள் சுகம் ஆகியவற்றிற்கென புத்தர் ஒரு புதிய மனிதப் பண்பினை உருவாக்க முயன்றார். பஹுஜன் (வெகுஜனம், வெகுமக்கள்) என்பது சமூகத்திற்குச் சேவை செய்தும் இழப்பிலும் விளிம்பிலும் வைக்கப்பட்ட சாதாரண மக்களைக் குறிக்க புத்தர் உருவாக்கிய சொல்லாகும். வெகுமக்கள் இதம் என்ற சொல்லே ஒரு சிலர் மிகப் பலரை விட மேலாக மதிக்கப்படாத ஒரு உலகத்தை மீள்கட்டமைப்புச் செய்வது புத்தரின் பேராவல் என்பதை ஐயமின்றிக் காட்டுகிறது. தேர்ந்தெடுக்கப்பட்ட சிலருக்காக பொதுமக்கள் கீழ்ப்படுத்தப்பட வேண்டும் என்ற பார்ப்பனச் சிந்தனையை எதிர்த்து அவர் சமூக வளத்தின் வாயிலாகவே தனிமனிதர் வளத்தினைச் சிறப்பாக உறுதிப்படுத்த முடியும் என்றார். “உங்கள் மகிழ்ச்சியைப் பிறது மகிழ்ச்சியின்மை மீது கட்ட முனையாதீர்கள். வெறுப்பின் வலையில் நீங்கள் சிக்கிக் கொள்ள நேரிடும்” என்று எச்சரித்தார் (தம்மபதம் 21: 2; மொ.பெ. ஈஸ்வரன் 1986).

இப்படிப் பட்ட உள்ளடக்குச் சிந்தனை அடிப்படையில், பிரித்தொதுக்கும் சாதிக் கருத்தியலுக்கும் பார்ப்பனியத்துக்குமான புத்தரின் எதிர்ப்பு என்பது முழுமையாக வெளிப்பட்டது. பிராமண இதம், பிராமண சுகம் ஆகியவற்றுக்காகப் பார்ப்பனியம் ஒரு கலாச்சாரக் கட்டமைப்பை அமைத்தபோது, வெகுஜன இதம், வெகுஜன சுகம் என்ற மொழிவோடு புத்தர் தோன்றினார். படிநிலைத் தன்மையிலிருந்து சமத்துவத்துக்குச் சட்டகத்தை மாற்றியதுடன், மக்களின் நலத்தை அச்சுறுத்துபவர்களைக் குறிக்க “சமூக வளத்தினை வெட்டியாக நுகர்பவர்கள்” என்பது போன்ற கோபமான வார்த்தைகளை அவர் வெளிப்படுத்தினார்.

தமது சொற்பொழிவுகளில் சாதி, பிராமண இறையியல் அடிப்படைகளைத் தாக்கினார். சாதி அநீதிக்கும் சடங்குகளின் வெற்றுத் தனத்திற்கும் அவரது எதிர்ப்பு பொது மக்களிடையே அவரது கவர்ச்சிக்குக் காரணமாயிற்று (சட்டோபாத்யாய 1992: 466-7). கீழ்ச்சாதிகள், சமூகத்தில் ஒதுக்கப்பட்டவர்கள், பெண்கள் ஆகியோருடைய போராட்டக் களமாகப் பௌத்தம் ஆகியது. தொடக்கத்திலிருந்தே, பலவிதக் காரணங்களுக்காக, பௌத்தம் இந்திய வரலாற்றின் மிகப் பெரிய சமூக-மத இயக்கமாக ஆவதற்குத் தகுதி படைத்ததாயிற்று (மேலது).

வரலாற்றில் மனித இனத்தைஒரே உயிரியல்சார் அமைப்பாக நோக்கியவர் புத்தர்தான். சுத்த நிபாதத்தின் வெசத்த சுத்தத்தில்

ஒரு மனிதனை பிராமணன் ஆக்குவது எது என்ற கேள்விக்கு விடையளிக்கும்போது, தாவரங்கள், விலங்குகள், மீன்கள், பறவைகள் ஆகியவற்றில் கண்டறியக்கூடிய பலவித இனங்கள் உள்ளன, ஆனால் மனித இனத்தில் அவ்விதம் கண்டறியக் கூடிய இனங்களோ, சிறப்பு அடையாளங்களோ இல்லை என்று தன்னை வினவியருக்கு புத்தர் நினைவூட்டுகிறார். மனிதர்களுக்கு ஊடாகச் செய்யப்பட்டுள்ள சாதி வேறுபாடுகள் தன்னிச்சையானவை, வெறும் பாரபட்சம், வழக்காறு ஆகியவற்றின் வெளிப்பாடுகள். மெய்யான வேறுபாட்டை ஏற்படுத்துபவை ஞானமும் நற்பண்புகளுமே. பிறப்பு மனிதனை உயர்ந்தவனாகவோ தாழ்ந்தவனாகவோ ஆக்குகிறது என்பவர்கள் அறியாமையில் உழல்பவர்கள்.

தொழில் அடிப்படையிலான சமூகப் பிரிவுகள் ஒரு குறித்த நிலையில் சமூகப் பரிணாமத்தில் வளர்ச்சி பெற்றன என்று சுட்டிக்காட்டும் புத்தர், அடிப்படையில் (தங்களுக்குள் மாறக்கூடிய) எஜமானர்கள், சேவகர்கள் என்ற இரண்டு வகைகளே இருந்தனர் என்றார். பணக்காரன் ஏழைகளின் வேலையை விலைக்கு வாங்க முடிந்தது, ஏழை முன்னவனிடம் கூலிக்காகச் சேவைபுரிய வேண்டி வந்தது. சாதியம், இனவாதம் ஆகியவை சமூக, ஆன்மிக முன்னேற்றத்தைத் தடுத்த மிகையான பிளவுகள் என்று ஒதுக்கி, நான்கு வர்ணங்களும் சமம் என்று புத்தர் உறுதிப்படுத்துகிறார் (மஜ்ஜிம நிகாயத்தில் அஸலயான சுத்தம்).

இந்தப் பார்வையைக் கொண்டிருந்ததாலும், சாதி இன வேறுபாடின்றி அனைவருக்கும் மேன்மை பெற வழியிருக்கிறது என்று வலியுறுத்தியதாலும், தாம் கிராமங்களிலும் நகரங்களிலும் பிரயாணம் செய்தபோதெல்லாம் பிராமணர்களின் எதிர்ப்பை எதிர்கொள்ள வேண்டி யிருந்தது. இக்காரணத்தால் பல சந்தர்ப்பங்களில் அவரும் அவருடைய சீடர்களும் வசைமொழிகளையும் துன்புறுத்தல்களையும் அனுபவிக்க வேண்டியிருந்தது.[3] புத்தரைப் போன்ற ஞானம் படைத்த ஒருவர், தமது அறிவைச் சாதாரண மக்களிடம் பகிர்ந்துகொள்ளலாகாது, அதனால் மரபான வழிகளை விசுவாசமாகப் பின்பற்றும் சாதாரண மக்களுக்குக் குழப்பமே உண்டாகும் என்று சால்வதிக கிராமத்தைச் சேர்ந்த லோஹித்யன் என்ற பிராமணன் புத்தரிடம் வாதிட்டான். ஞானம் பெற்ற ஒருவரிடம் மனித இனத்திற்கு நன்மை செய்யக்கூடிய குறையற்ற சிந்தனை இருந்தால், அதை உருவாக்கிய சமூகத்திற்குக் கடன்பட்டவராகிறார், அதனால் நிறுவப்பட்ட நம்பிக்கைகளுக்கு அது எதிராக இருந்தாலும், அதை எல்லாருக்கும் போதிக்க வேண்டும் என்று அவனிடம் புத்தர் கூறுகிறார்.

ஒரு குறிப்பிட்ட சாதியில் பிறந்ததால் யாரும் இழிவல்ல என்று சுத்த நிபாதத்தில் வசல சுத்தத்தில் அவர் கூறியதில் சாதியையும்

பார்ப்பனியத்தையும் புத்தர் புறக்கணித்தமை தெளிவாக வெளிப்படுகிறது. ஒருவனது செயல்களே அவன் கீழானவனா இல்லையா என்பதைத் தீர்மானிக்கின்றன. "பிறப்பினால் ஒருவன் ஒதுக்கப்பட்டவனோ, பிராமணனோ ஆவதில்லை, செயல்களால்தான் அவன் ஒதுக்கப்பட்டவனோ பிராமணனோ ஆகிறான்." பௌத்தப் பாலி மொழி, பிராமணன் என்ற சொல்லை சிறந்த பண்புகளைப் பெற்றவனைக் குறிக்கப் பயன்படுத்துகிறதே ஒழியப் பிறப்பினால் வந்த அந்தஸ்துப் பிரிவை அல்ல. தொடக்ககாலப் பௌத்தம் பற்றிய உமா சக்ரவர்த்தியின் ஆய்வு இதனைத் தெளிவாக்குகிறது:

தங்கள் வழக்கம் போலவே பௌத்தர்கள், பிராமணர் என்ற சொல்லைத் தங்கள் சொந்த அர்த்தம் கொண்ட ஒன்றாகவே கையாண்டார்கள். அவ்வாறே சண்டாளர் என்ற சொல்லையும், பிறப்பினால் கீழானவனைக் குறிக்கப் பயன்படுத்தாமல், ஒழுக்க மதிப்பின் அளவுப் படியே குறிப்பிட்டனர். பிராமணர்களைக் கடுமையாகத் தாக்கிய ஒரு வாதத்தில் ஒழுக்கமற்ற, கீழான வாழ்க்கை நடத்தும் பிராமணர்களைக் குறிக்க, பிராமண சண்டாளர்கள் என்ற சொல்லை புத்தர் ஆள்கிறார். ஆனால் அப்படிப்பட்டவன், சுத்தமற்ற பொருள்களை எரித்தாலும் தான் அசுத்தமுறாத தீயைப் போல, களங்கமற்ற, தூய வாழ்க்கையையும் நடத்த இயலும் என்கிறார் ([1987] 1996: 107).

புத்தரின் காலத்தில் பிராமணச் சமூக முறைமை உருவாகிக் கொண்டிருந்தது. முழு அளவு ஆக்கம் பெறவில்லை. சாதி அந்தஸ்து அடிப்படையில் தனிமனிதர்களையும் தொழிற்குழுக்களையும் பிராமணர்கள் அடையாளப்படுத்தி வந்தனர். ஆனால் ஒட்டுமொத்த சமூகமும் பிறப்பு அந்தஸ்து அடிப்படையிலான குழுக்களை ஏற்கவில்லை. சக்ரவர்த்தியின் ஆய்வு, அக்காலத்தில் பிராமண வர்ணப் படிநிலையாக்கம் ஒரு கோட்பாட்டுக் கருத்தாக இருந்ததே ஒழிய சமூக யதார்த்தமாக இல்லை என்பதைக் காட்டுகிறது. பிராமணப் பனுவல்களுக்கு மாறாக, பௌத்தப் பனுவல்களில் வர்ணம் (பாலி-வண்ணம்) என்ற சொல் பிறப்பினால் ஏற்பட்ட வேற்றுமையைக் குறிக்கப் பயன்படவில்லை. அக்காலத்தில் க்ஷத்திரியர்கள் பிராமணர்கள் என்ற இரண்டு சமூகக் குழுக்கள் மட்டுமே பௌத்தப் பனுவல்களில் வகைமைகளாக இருந்தன. வஸ்ஸா (வைசியர்) சுத்தா (சூத்திரர்) என்ற சொற்கள் மிக அபூர்வமாகவே, சாதியைப் பற்றிய கோட்பாட்டளவிலான வாதம் நிகழும்போது மட்டுமே வருகின்றன.

பிராமணப் பனுவல்களில் வைசியர்கள் விவசாயம், மாடு மேய்த்தல், மாட்டு வணிகம் ஆகியவற்றோடும், சூத்திரர்கள் ஏவல் பணி செய்தலோடும் தொடர்புறுத்தப் பட்டுள்ளனர். ஆனால் பௌத்தப் பனுவல்கள் எதிலுமே இவ்வாறு இல்லை. மாறாக, பௌத்தப் பனுவல்களில், விவசாயம் கஹபதியின் (கிருஹபதி) பணி. மாடு மேய்ப்பவர் கோபகர். வியாபாரம் செய்பவரின் பெயர் வணிஜ்ஜர்...

இவ்வாறே சூத்திரர் பற்றிய குறிப்பும் இல்லை, ஆனால் தாசர்கள், கம்மக்காரர்கள் பற்றிய எண்ணற்ற குறிப்புகள் உள்ளன. இவர்கள் உயர் வர்ணத்தவருக்குப் பணி புரிபவர்கள் அல்ல. ஆனால் கஹபதிகள் ஆகிய எஜமானர்களுக்காக உழைப்பவர்கள்...பௌத்தச் சமூகத்தில் குறிப்பாக சேவைத் தொழிலாளர்களை அடையாளப்படுத்தும் நோக்கத்திற்கான குறிப்பிடத்தக்க காரணி, மக்களிடையே காணப்பட்ட தொழிற்பிரிவுகள்தான். ஒருவன் உண்மையாக ஈடுபட்டுள்ள தொழிலே மனிதர்களின் அடிப்படை அடையாளம் ஆகியது (சக்ரவர்த்தி [1987] 1996: 106-7).

புத்தர் காலத்துச் சமூகம் இறுகிவிட்ட சாதிச் சமூகமாக இல்லாமற் போனாலும், சாதி போன்றதொரு வகைமைக்குத் தமது அமைப்பில் இடமில்லை என்பதைத் தெளிவுபடுத்தினார்.

கங்கை, யமுனை, அசிராவதி, சரபு, மாஹி போன்ற மிகப் பெரிய நதிகளும், அவை எத்தனைதான் இருந்தாலும், அவை மிகப் பெரிய கடலில் சேரும்போது தங்கள் பழைய பெயரையும் வரலாற்றையும் இழந்து பெருங்கடல் என்ற பெயரையே பெறுகின்றன. அதேபோல, (எல்லாச் சாதிகளையும், சமூக வகைமைகளையும் சேர்ந்த) என் சீடர்களும் முறைமை போதித்துள்ள சட்டத்திற்கும் கொள்கைக்கும் ஏற்றவிதத்தில் தங்கள் இல்லங்களைத் துறந்து இல்லமற்றவர்கள் ஆகும்போது, தங்கள் சொந்தப் பெயரையும் பழைய தந்தைவழியையும் இழந்து ஸ்ரமணர்கள் என்ற ஒரே ஒரு பெயரையே பெறுகிறார்கள். (உதன V.5; வினய பிடகம் II.9; பார்க்க ஓல்டன்பெர்க் [1882] 1927: 152).

சாதி எதிர்ப்புப் பண்பும், கீழ்ப்படுத்தப்பட்ட சாதிகளுடன் அடையாளப் படுத்திக் கொண்டதும் பிராமண எதிர்ப்பினை பௌத்தத்திற்கு உருவாக்கின. இது தீக நிகாயத்தில் அக்கண சுத்தத்தில் தமது பிராமணச் சீடனான வெசத்தனுடன் புத்தர் உரையாடுவதில் இது மிகத் தெளிவாக வெளியாகிறது. வெசத்தன், தன்னைப் போன்று பௌத்தத்தைத் தழுவிக் கொண்ட விதிவிலக்கான பிராமணர்கள், தங்கள் சுற்றத்தினரால் அவமதிக்கப்படுகிறார்கள் என்று கூறுகிறான். எந்தச் சொற்களால் உங்களை பிராமணர்கள் பழிக்கிறார்கள், வெறுக்கிறார்கள் என்று கூறுமாறு கேட்கிறார் புத்தர். வெசத்தன்:

ஐயா, பிராமணர்கள் இப்படிச் சொல்கிறார்கள்: "பிராமணர்கள்தான் மிக உயர்ந்த சாதி, மற்றவர்கள் கீழானவர்கள்; பிராமணர்கள் மட்டுமே நல்ல நிறமுடையவர்கள், மேலாகப் பிறந்தவர்கள்; பிராமணர் அல்லாதவர்கள் கருப்பர்கள், கீழாகப் பிறந்தவர்கள். பிராமணர்கள் பிரம்மனால் உருவாக்கப்பட்டவர்கள், அவனது வாரிசுகள். ஆனால் நீ மிகச் சிறந்த சமூகத் தரத்தை விட்டு விலகி, கீழாகப் பிறந்தவர்களுடன் சேர்ந்துவிட்டாய்...மழித்துக்கொண்ட பிச்சைக்காரர்கள், கீழ்ப் பணியினர், கருப்புத் தோல் கொண்ட அந்தக் காலில் பிறந்த பௌத்தர்கள், உன் உறவினர்களின் கால்களில் மிதிபடும் குப்பைகள்." (பார்க்க ரைஸ் டேவிட்ஸ் [1921] 2000b: 78).

பௌத்த இந்தியா: சாதிக்கும் பார்ப்பனியத்திற்கும் எதிராக | *135*

புத்தர் சிரித்துவிட்டு குத்தலாகச் சொல்கிறார்: "ஆமாம் வெசத்தா, பிராமணர்கள் தங்கள் சொந்தப் பாரம்பரியத்தை மறந்துவிட்டார்களா? பிராமணப் பெண்களும் மாதவிலக்கு அடைகிறார்கள், கர்ப்பம் தரிக்கிறார்கள், பிள்ளை பெறுகிறார்கள், பால் கொடுக்கிறார்கள். ஆனால் இதே பிராமணர்கள், பெண்ணுறுப்பின் வழியாகப் பிறந்தவர்கள், பிரம்மனின் வாயிலிருந்து பிறந்ததாகச் சொல்கிறார்கள்." இம்மாதிரிப் போரிடும் பாணி புத்தருக்கு உரியதன்று. எனினும் அவர் பிறப்பினால் உயர்வு தாழ்வு எவருக்கும் இல்லை என்பதை வலியுறுத்துகிறார்; எல்லா வகை மக்களிலும், நான்கு வர்ணங்களிலும் நல்லவர்களும் கெட்டவர்களும் இருக்கிறார்கள்..." பார் வெசத்தா, அறிவுடையோரால் தீய பண்புகள் தூற்றவும், நற்பண்புகள் போற்றவும் படுகின்றன. அவை நான்கு வர்ணங்களிலும் பரவலாக உள்ளன. பிராமணர்கள் முன்வைக்கும் உரிமைகளை அறிவுடையோர் ஏற்கமாட்டார்கள்."

இதற்குப் பிறகு அக்கண சுத்தத்தில் வருகின்ற புத்தரின் வாதங்களுக்குக் கொஞ்சம் விளக்கம் தேவையாகிறது. இங்கு நேரில் சொல்லப்படுவதைவிட அதிகமான செய்தி உள்ளது. சாக்கிய குலத்தில் பிறந்தவர் ஆதலின் புத்தருக்கு சாக்கிய முனி என்றும் பெயர். அவரைப் பின்பற்றியவர்கள் சாக்கிய புத்திரர்கள் எனப்பட்டனர். ஒரு தனித்த இனக்குழுவான சாக்கியர்கள், வேத நாகரிகத்தின் விளிம்பில் வாழ்ந்தவர்கள். அவர்கள் தங்களை க்ஷத்திரியர்கள் என்று கருதிக் கொண்டாலும் அது பிராமண அர்த்தத்தில் அல்ல. க்ஷத்திரியர் என்ற சொல் க்ஷேத்ர (இந்தி-கேத்) என்ற சொல்லிலிருந்து வந்தது. இதற்கு நிலபுலம் என்று அர்த்தம். இந்த அர்த்தத்தில் நிலத்தில் வேலை செய்த யாவரும் க்ஷத்திரியர்களே. ஆனால் வெசத்தனின் விளக்கம் தெரிவிப்பது போல, பிராமணர்கள் புத்தரை நிராகரித்தனர், காரணம் அவரும் அவருடைய மக்களும் கீழான சூத்திரர்கள்-சேவகர்களில் கடைசித் தரத்தினர். காரிதர்ஸ் *(1992 128)* சுட்டிக் காட்டுவது போல, புததர், அவருடைய மக்கள் மீது பிராமண வெறுப்பு என்பது இனப் பாரபட்சம் என்று நாம் சொல்வதை ஒத்தது. பிராமணர்களைப் பொறுத்தவரை, உலகம் மிகத் தெளிவாக சாதிகளாகப் பிரிக்கப்பட்ட ஒன்று. ஒரு பிராமணன் என்பவன் வெறும் புரோகிதத் தொழிலுக்கு உரியவன் மட்டுமல்ல, அவனுக்குத் தூய பிறப்பு, உடலழகு, தனிப்பட்ட தூய்மை, மேன்மை, பேரறிவு ஆகியவை பிறப்பினாலே வாய்த்திருக்கின்றன. அதேபோல ஒருவனைச் சூத்திரன் என்று சொல்வது அவன் உடலுழைப்பில் ஈடுபட்டவன் என்பதை மட்டும் குறிக்கவில்லை, அவன் கீழ்மைக்கும் அடிமைத்தனத்துக்கும் தள்ளப்பட்டவன் என்பதையும் குறிக்கிறது. நிறவேற்றுமை என்ற கேவலமான பிளவுபடுத்தலைக் கொண்ட ஓர் உலகப்பார்வை

பார்ப்பனியம். அங்கு தனிமனிதர்கள் இல்லை, வெண்ணிறத்தவர்கள் (பிராமணர்கள்) கருப்பர்கள் (சூத்திரர்கள்) மட்டுமே உண்டு.

இந்த மனப்பான்மையைத்தான் புத்தர் எதிர்த்தார். வெசத்தனுக்கு அவர் அளித்த விடையை இந்தக் கோணத்தில் வைத்துப் பார்க்கும்போது, பிரம்மனின் வாயிலிருந்து பிராமணன் பிறந்தவன் என்ற பிராமண இறையியல் அறிவுக்கு எதிராக அவரது பதில் உயிரியல் அறிவைக் கொண்டுள்ளதனால் அசாதாரணமாக அது பொருத்தமானது மட்டுமல்ல, திறமானது என்றும் கூறவேண்டும். பிராமண வசையினால் அடிபட்ட புத்தர், மிகப் பொருத்தமான பதிலையே தருகிறார்.

புத்தர் சாதியை எதிர்க்கவில்லை என்று வாதிடும் விமரிசகர்களும் இருக்கிறார்கள்; அவரே ஒரு க்ஷத்திரியர் (கட்டியா) ஆனதால், பிராமணர்களின் மேன்மையை க்ஷத்திரியர்களுக்கு மாற்ற வேண்டும் என்று மட்டுமே அவர் விரும்பியதாகச் சொல்வார்கள். அவர்கள் விஷயத்தைத் தவறவிடுபவர்கள். மரபுவழியை நம்புபவர்களுக்கு மட்டுமே க்ஷத்திரியர்கள் என்போர் சிறந்தவர்கள் என்று புத்தர் கூறுவதாகத் தோன்றுகிறது; ஆனால் எந்தத் தனிமனிதனையோ குழுவையோ மதிப்பிடுவதற்கு அவருடைய அடிப்படை இது அல்ல. திமிர் பிடித்த பிராமணர்களைத் தக்க இடத்தில் வைக்க அவர் சில சமயங்களில் கையாளும் கருவி இது. ஒரு வார்த்தைப் போரில், ஒரு தளத்தில், பிராமணனை நோக்கிப் பிறப்பினால் நீயும் உயர்ந்தவன் அல்ல என்று சொல்லும் முறை இது. சிறந்த மனிதர்கள் என்பவர்கள் தாங்கள் எந்த வழியில் வந்தவராயினும் பேரறிவு, கருணை ஆகியவற்றின் ஒளியை வீசுபவர்களே என்று அவர் உடனே சேர்த்துக் கொள்கிறார். வெசத்தனிடம், தானும் தன்னைப் பின்பற்றும் அவனைப் போன்ற பிறரும், குடும்பம், சாதி, குலம் ஆகியவற்றைத் துறந்தவர்களும், தங்களை (உண்மையை)த் "தேடுபவர்கள்", சாக்கிய புத்திரர்கள் என்று சொல்லிக் கொள்ளலாம் என்கிறார். புத்தரைப் பின்பற்றுபவர்கள் பெருமிதத்துடன் சொல்லலாம்: "நாங்கள் புத்தரின் உண்மையான புத்திரர்கள், அவரது வாயில் பிறந்தவர்கள், உண்மைக்குப் பிறந்தவர்கள், உண்மையினால் ஆக்கப்பட்டவர்கள், உண்மையின் வாரிசுகள்". யாவரும் நன்கறிந்தவாறு, புத்தரைப் பின்பற்றியவர்களில் எல்லாச் சாதியினரும் இருந்தனர். பிறப்பினால் தங்களுக்குள் உயர்வு தாழ்வு கருதாமல் தங்களைச் சாக்கிய புத்திரர்கள் என்று சொல்லிக் கொண்டனர்.

பாலிப் புனிதநூல்களில் பிராமணர்களின் போலிபாவனைகளுக்கு எதிரான குறிப்புரைகள் ஆங்காங்குச் சிதறலாக உள்ளன. தொடக்ககாலப் பௌத்தப் பனுவல்கள் புத்தருக்கும் அம்பத்தனுக்கும் பிற பிராமணர்களுக்கும் இடையில் சாதிப்பிரச்சினை பற்றி ஏற்பட்ட

பூசல்களைக் குறிக்கின்றன. ஒரு மனிதனைப் பற்றிய மதிப்பீடு அவனது பண்புக்கூறுகளை மட்டுமே கணக்கில் கொள்ள வேண்டுமே அன்றி பிறப்பு, வமிசாவழி பற்றியல்ல என்று புத்தர் வாதிடுகிறார்.

அம்பத்தா, பேரறிவு, நன்னடத்தையின் மிக உயர்ந்த முழுமை நிலையில் பிறப்புக்கோ, வமிசாவழிக்கோ, "எனக்குச் சமமான தகுதி உனக்கிருக்கிறது", அல்லது "எனக்குச் சமமான தகுதி உன்னிடம் இல்லை" எனக் கூறும் திமிருக்கோ சற்றும் இடமில்லை. ஏனெனில், அம்பத்தா, பிறப்பு, வமிசாவழி, அல்லது சமூக நிலை, அல்லது திருமணத் தொடர்பினால் வரும் சிறப்பு ஆகிய எண்ணங்களால் கட்டுண்டவர்கள் சிறந்த ஞானம் நன்னடத்தை ஆகியவற்றுக்கு மிகத் தொலைவில் உள்ளார்கள். இப்படிப்பட்ட எல்லாத் தளைகளிலிருந்தும் நீங்கினால்தான் மிக உயர்ந்த முழுமை என்பது பேரறிவிலும் நடத்தையிலும் இருக்கிறது என்பதைத் தன்னால் புரிந்துகொள்ள முடியும் (ரைஸ் டேவிட்ஸ் [1899] 2000a: 123).

சாதி அடிப்படையில், பின்னர் பாலியல் அடிப்படையிலும் அன்றி யாவருக்குமான நன்மை என்ற தமது கடப்பாட்டில் புத்தர் உறுதியாக இருந்தார். கீழ்ப்படுத்தப்பட்டவர்களையும் ஒதுக்கப்பட்டவர்களையும் ஒன்று, சாதிக்கு எதிரான கருத்தியல் நிலைப்பாட்டை எடுப்பதன் வாயிலாக, இரண்டு, நடைமுறையில் கீழான பிறப்புக் கொண்டவர்களையும், தீண்டப்படாதவர்களையும், பெண்களையும் தமது சங்கத்தில் சேர்த்துக் கொள்வதன் வாயிலாகவும் அவர் இரண்டு வகைகளில் ஆதரித்தார். குத்தக நிகாயத்தின் ஒரு பகுதியாக அமைந்துள்ள தேரகாதா, தேரிகாதா என்னும் பாலிப் பனுவல்கள் மிகக் கீழான சாதிகளைச் சேர்ந்த பலபேர் (சுத்திகரிப்புத் தொழிலாளி ஒருவர் உட்பட) பௌத்த முறைமைக்குள் முக்கியத் தகுதிகளில் இருந்தார்கள் என்பதைத் தெரிவிக்கின்றன. புத்தருக்குப் பிறகு தலைமை நிலையில் ஏற்றுக் கொள்ளப்பட்ட உபாலி, ஆதியில் சவரத் தொழிலாளியாக இருந்தவர். சகோதரிகளின் முறைமை ஒன்றும் தங்கள் சொந்த அமைப்புடன் இருந்தது. புன்னா, புனிகா என்போர் முன்னாளில் அடிமைப் பெண்கள். சுனிதா என்பவர் புக்கூசா எனப்படும் கீழான பழங்குடி மக்களைச் சேர்ந்தவள். நந்தா என்பவள் முன்னாளில் மாடு மேய்ப்பவளாக இருந்தவள். தானியா ஒரு குயத்தி. ஓர் அடிமைக்கும் உயர்சாதிப் பெண்ணுக்குமான இணைப்பில் பிறந்த பந்தகாக்கள் இருவரும் சமூக விலக்குப் பெண்கள். சதி, கபா, சுமங்கலா, சுபா இவர்கள் யாவரும் கீழ்ச்சாதிப் பெற்றோருக்குப் பிறந்தவர்கள்.

இவ்வாறே இந்த முறைமைக்குள் வைசாலியின் அரசப் பரத்தையான அம்பா பாலி, புத்தரின் செவிலித்தாயான மஹாபிரஜாபதி கௌதமிக்கும், அதேபோல, கீழ்ச்சாதி மகளான பிரகிருதி,

ராஜகிருஹத்துப் பெயர் தரப்படாத மனிதன் போன்ற நாடோடிகள், அங்குலிமாலன் போன்ற கொள்ளைக் காரர்களுக்கும் இடமிருந்தது.

இப்படிப்பட்டச் சான்றுகள் அடிப்படையில், தமது சொந்த முறைமைக்குள் பிறப்பினால் ஏற்படும் உயர்வுதாழ்வுகள் அனைத்தையும் முற்றிலுமாகப் புறக்கணிக்கும் அளவுக்கு மட்டுமே, புத்தருக்குச் செல்வாக்கு இருந்தது என்று ரைஸ் டேவிட்ஸ் முடிவு செய்கிறார். புத்தரின் கருத்துகள் முற்றிலுமாக அக்காலத்தில் ஏற்கப் பட்டிருந்தால், சமூகத் தரங்கள், பிரிவினைகள் ஆகியவற்றின் வளர்ச்சி வேறுவிதமாகச் சென்றிருக்கும், இந்தியாவில் சாதியக் கட்டமைப்பே ஏற்பட்டிருக்க இயலாது ([1899] 2000a: 102-7).

மானிட விடுதலைக்கான சட்டகம்

வரலாற்றுப் பதிவுகளிலிருந்து கிடைக்கும் தொடக்ககாலப் பௌத்தத்தின் சமூகப் பரிமாணம் குறிப்பிடத்தக்க அளவு அக்காலத்திற்கு முற்போக்கானது. பௌத்தம் உலகத்தை ஒரு நிரந்தர மாற்றத்தின் செயல்பாடாகக் கண்டதால், பகுத்தறிவுபூர்வ, திறந்த மனப்பான்மையைப் பயன்படுத்தி, அது இந்தச் செயல்முறையைப் புரிந்துகொள்ள முனைந்தது. தம்முடைய சீடர்களுக்கு புத்தர் கூறிய கடைசி வார்த்தைகள் இவை: “உலகப் பொருள்கள் மாறக்கூடியவை; எச்சரிக்கையாக இருங்கள்” (*மஹாபரிநிப்பான சுத்தம்*). நிரந்தர விழிப்புணர்வுக்கும் விரும்பத்தக்க மாற்றத்திற்குள்ளாவதற்கும் ஆன அழைப்புக் குரல் அது. இது இல்லாமல் தனிமனித, சமூக முன்னேற்றம் இயலாதது.

கவனத்தினாலும் உழைப்பினாலும் தனிமனிதன் ஒரு நல்ல வாழ்க்கையை நடத்தித் தன் மீட்பினைப் பெறலாம் பிராமணர்கள் போலன்றி, புத்தர் கர்மம் பற்றிய ஒரு பகுத்தறிவுபூர்வக் கோட்பாட்டினைக் கொண்டிருந்தார். அது தெய்விகக் குறுக்கீட்டை ஏற்பதில்லை. அவருடைய நோக்கில், ஒருவன் மேம்போக்கான சடங்குகளாலும் நிகழ்த்தல்களாலும் தனது செயல்களின் பயன்களிலிருந்து தப்ப முடியாது. விடுதலைக்கு ஒருவனுக்குத் தேவையானவை சுயவிழிப்பு, சுயஒழுக்கம், இடைவிடா முயற்சி ஆகியவையே வேண்டும். புத்தர் ஞானத்தைப் பெற நரகத்தின் ஊடாகச் செல்ல வேண்டியிருந்தது. உலக மாயைகளையும் தனிப்பட்ட பலவீனங்களையும் கைவிடுவதற்கான ஒரு மாபெரும் போராட்டத்திற்குப் பிறகுதான் அவரால் ஞானத்தை அடைய முடிந்தது. ஆனால் ஒவ்வொருவருடைய முக்தியையும் உறுதிப் படுத்துகின்ற ஒற்றைச் சூத்திரமோ, ஒற்றை ஒளிப்பாதையோ கிடையாது.

அதனால்தான் புத்தர் ஒவ்வொருவரும் தனக்கான ஒளியாகத் தானே இருக்க வேண்டினார்.

மக்களின் மொழியைப் பயன்படுத்தி, எளிமையான சொற்களைக் கொண்டு தமது சிந்தனைகளை வெளிப்படுத்திய புத்தர், எல்லாச் சடங்குகளும் நல்வாழ்க்கைக்கு ஒவ்வாதவை, தேவையற்றவை என்றார். மூட நம்பிக்கையையும் அறிவுக்கு எதிர்ப்பையும் எங்கு கண்டாலும் எதிர்த்தார். அவருடைய சொற்பொழிவுகள் பெரும்பாலும் கேள்விகள், உவமைக் கதைகள் வடிவில் அமைந்தன. அவற்றில் மீமெய்யியல் இரகசிய அறிவையும், அருவமான யூகங்களையும் அவர் விலக்கித் தள்ளினார். பிராமண அறிவின் குறும்பினையும் சாமர்த்திய சாலிகளின் அளவற்ற பாசாங்குகளையும் அறிந்ததால் அவர் தமது கேட்பாளர்களுக்கு, அர்த்தம்தான் முக்கியம், சொல் அல்ல என்றார். விடுதலையளிக்கும் அவரது சிந்தனைகள் சமூக முழுமைக்குமானவை, குறிப்பாக அறிவுசார் மேற்குடியினரின் நெறிபிறழ்ந்த போதனைகளுக்கு ஆட்படுகின்ற பலவீனர்களுக்கானவை.

ஆனால் அக்காலத் தந்தைவழிச் சிந்தனைக்கு ஆட்பட்டிருந்ததால், பெண்கள் பற்றிய புத்தரின் பார்வை அறிவொளி பெற்றதாக இல்லை. பெண்களைப் பலவீனமானவர்கள், கீழானவர்கள் என்று புத்தர் கருதினார். புத்தரின் அன்புமிக்க மாணவரான ஆனந்தர், பெண்கள் மீது பரிவு கொண்டவராக இருந்தார், பெண்கள் சங்கத்தில் சேரலாம் என்று புத்தருக்குப் பரிந்துரை செய்தார். காலம் தாழ்த்தியேனும் புத்தர் அறிவுக்கும் விடுதலைக்குமான பெண்களின் உரிமையை ஏற்றுக் கொண்டார். சங்கத்தில் பெண்கள் சேர்வதற்கான கோரிக்கையை அவர் ஏற்றமை பாராட்டத்தக்கது, பௌத்தம் உருவாக்க நினைத்த பார்ப்பனியத்தைவிட மேலானதொரு முற்போக்கான, உள்ளடக்கும் கலாச்சாரத்திற்கு ஏற்புடையதும் ஆகும். சங்கத்தில் ஆண்களுக்குச் சமமான நிலை பெண்களுக்கு அளிக்கப்படா விட்டாலும், இதுவரை மறுக்கப்பட்டதொரு பகுதிக்குள் அவர்கள் அனுமதிக்கப் பட்டமை ஒரு வரவேற்கத்தக்க நடவடிக்கை ஆகும்.

திருமதி ரைஸ் டேவிட்ஸ் (1909) அடிக்கோடிட்டுக் காட்டியதுபோல, சங்கத்தில் சேர்ந்த பிறகு பல பெண்கள் உணர்ந்த விடுதலை அனுபவத்தை இன்று கற்பனை செய்தும் பார்க்க முடியாது. தனியாகத் தவித்த தாயும், குழந்தையற்ற கைம்பெண்ணும் அங்கு ஆறுதல் பெற்றார்கள்; பணக்காரனின் மனைவி ஆடம்பரத்தின் சோம்பேறி வாழ்க்கையின் வெறுமையை விட்டு வந்தாள்; ஏழையின் மனைவி தன்னை ஒடுக்கும் ஏழ்மையை விட்டு வந்தாள்; அதிகப் பணம் தருபவனுக்கு விலைபோகும் இழிவை விட்டு வந்தாள்; சிந்தனை மிக்க பெண், தனது அறிவு வாழ்க்கைமீது வழக்காறும் மரபும்

சுமத்திய தடைகளைக் கடந்து வந்தாள். தப்பிப்பு, அடைக்கலம், துன்பத்திலிருந்து விடுதலை- சகிக்கமுடியாத நிலையில், மன, ஒழுக்க, வீட்டு, சமூகச் சூழல்களிலிருந்து பெண்கள் வந்தமை, தேரி காதாவின் பல பாடல்களில் வேதனையூட்டும் முறையில் சொல்லப் பட்டுள்ளன (சி. ஏ. எஃப். ரைஸ் டேவிட்ஸ் [1909] 1980). அடையப்பட்ட இலட்சியம் விடுதலையாக நோக்கப்பட்டுள்ள பிக்குணிகளின் பாடல்களின் சதவீதம், அதேபோன்ற பிக்குகளின் பாடல்களின் சதவீதத்தை விட அதிகமாக இருப்பது குறிப்பிடத் தக்கது (மேலது). புதிதாக அடையப்பட்ட சுதந்திரத்தின் கொண்டாட்டத்தை அவர்கள் பாடல்களில் காண்கிறோம். சுமங்கலமாதா என்பவர் மகிழ்ச்சியோடு சொல்கிறார்:

> சுதந்திரம் அடைந்த பெண்ணே! நான் எவ்வளவு சுதந்திரமாக உள்ளேன்,
> அடுப்பங்கரை அடிமைப்பணியின் வியப்பான விடுதலை,
> பசியின் கொடிய பிடியிலிருந்து விடுதலை,
> காலியான சமையல் பாத்திரங்களிலிருந்தும்தான்.
> பழியஞ்சாத அந்த மனிதனிடமிருந்து விடுதலை,
> நிழல்தடுக்குகள் வேய்பவன்
> அமைதியாகவும் சாந்தமாகவும் இருக்கிறேன்
> காமமும் வெறுப்பும் யாவும் நீங்கி.
> விரியும் மரங்களின் நிழலுக்குச் செல்கிறேன்
> என் மகிழ்ச்சியை ஆழ்ந்து எண்ணுகிறேன்.

(பார்க்க, தாரு மற்றும் லலிதா 1991: 69)

கிசகோதமி புத்தரை அன்பும் மேன்மையும் மிக்க நண்பராக (கல்யாண-மித்த)க் கருதுகிறார். சில பெண்கள் தங்கள் குருவிடம் ஆன்மிகத் தந்தைமையைக் கண்டதாகக் கூறுகின்றனர். உத்தமை களித்துரைக்கிறார்:

> புத்தரின் மகள் நான்
> அவர் வாயில், ஆசீர்வாதச் சொல்லில் பிறந்து, நிற்கிறேன்!

(சி. ஏ. எஃப். ரைஸ் டேவிட்ஸ் [1909] 1980: 37)

சுந்தரியும் இவ்வாறே:

> நீரே புத்தர்! நீரே தலைவர்!
> உமது மகள் நான், உமது வாயில் பிறந்தவள் (மேலது, 141).

அந்தக் காலத்திலிருந்த பெண்களின் அடிமைத்தனத்தை நோக்கும்போது, புத்தரின் பரிவு, மகிழ்ச்சியற்ற, அலைக்கழிக்கப்பட்ட அப்பெண்களுக்கு ஒரு புதிய நம்பிக்கையை அளித்தது. மாற்றத்துடன்,

ஒரு புதிய நன்மையளிக்கின்ற வாழ்க்கையில் ஈடுபடுவதற்கான சக்தியும் தன்னம்பிக்கையும் வந்தன. வாசித்தியின் பாடல் இதைச் சொல்கிறது:

> இப்போது எனது துன்பங்கள் யாவும் வெட்டிவீழ்த்தப்பட்டன, வேருடன்
> பிடுங்கி வீசப்பட்டன, இறுதி முடிவுக்கு வந்தன
> அதில் நான் இப்போது என் பழைய வேதனைகளின்
> அடித்தளத்தை நன்கு புரிந்துகொள்கிறேன் (மேலது, ௮௦).

மனித மேன்மையையும் சமத்துவத்தையும் புத்தர் அறிந்தேற்ற தன்மை பல தலைமுறை மக்களின், குறிப்பாக கீழ்ப்படுத்தப் பட்ட சமுதாய மக்களின் இதயங்களையும் கவர்ந்தது. வேறுபடுத்தி நோக்கும் பார்ப்பனியத்துக்கு ஒரு சமநீதி மாற்றினை உருத்தந்து, சாதியில் வெளியேற்றப்பட்டவர்களுக்கும் மதிப்பு அற்றவர்களுக்கும் பௌத்தத்தில் ஒரு நீடித்த கவர்ச்சி ஏற்பட்டது. இருபதாம் நூற்றாண்டில் அம்பேத்கரின் கற்பனையை அது தூண்டி அவருடைய சிறந்த நூலான புத்தரும் அவருடைய தம்மமும் என்பதை எழுத வைத்தது. அவர் பல லட்சக்கணக்கான சக தலித்துகளுடன் பௌத்தத்தைத் தழுவினார். அம்பேத்கருக்கு முன்னாலேயே அடித்தள மக்களின் தலைவர்கள் பலர் பௌத்தத்தில் சாதிக்கும் பார்ப்பனியத்துக்கும் எதிர்மையைக் கண்டனர் (மணி 2007). அப்படிப்பட்டத் தலைவர்களில் ஒருவர் தமிழ்நாட்டின் அயோத்தி தாசர் (1845-1914) (இயல் 6ஐப் பார்க்க). ஏறத்தாழ 1910க்கு முன்னரே இந்தியாவுக்குள்ளும் வெளியிலும் தென்னிந்திய பௌத்தச் சங்கத்திற்கு அடித்தளம் அமைத்தவர். இந்தியாவில் பௌத்தப் புத்துயிர் இயக்கத்திற்கு முன்னோடியாக இருந்தார்.

தலித் அடித்தள மக்கள் ஈடுபட்ட பௌத்தம், புத்தரை அரச மரத்தின் கீழமர்ந்து பேரின்ப நிலை தரக்கூடிய மறைஞானியாகப் பார்க்கவில்லை, மாறாக, விளிம்புநிலை மக்களின் துன்பங்களுடன் எப்போதும் ஆழ்ந்து ஈடுபடும் கருணைமிக்கத் தலைவராக நோக்கியது. தயா பவாரின் புத்தர் என்ற பாடலை நோக்குக:

> நான் உன்னை ஜேதவனத்தில் ஒருபோதும் காணவில்லை
> தியானத்தில் மூடிய கண்களுடன் பத்மாசனத்தில்
> அல்லது, அஜந்தா, எல்லோரா குகைகளில்
> கெட்டியாக மூடிய கல்லுதடுகளுடன்
> உன் கடைசி உறக்கத்தில் ஆழ்ந்தபடி.
> நான் காணும் நீ
> ஏழைகளின், பலமற்றவர்களின்
> துன்பங்கள் பற்றி
> நடந்தபடி, பேசியபடி, மென்மையாக

மூச்சுவிட்டபடி, ஆதுரத்துடன்,
குடிசைக்குக் குடிசை செல்கிறாய்
ஒளியழிக்கும் இருட்டிலும் கையில் தீப்பந்தத்துடன்
தொற்றுநோய் போல இரத்தத்தை உறிஞ்சும்
துன்பத்துக்கொரு புது அர்த்தம் தந்தபடி.

(மொ.பெ. ஜெலியட் மற்றும் கார்வே, பார்க்க ஜோஷி 1986: 159)

இதே போன்றதொரு உணர்ச்சி பகவான் சவாயின் 'ததாகதர்' என்ற கவிதையிலும் வெளிப்படுகிறது. புத்தர் அதில் ஒடுக்கப்பட்டவர்களின் நண்பராகவும் மீட்பவராகவும் கலைத்தன்மையுடன் உயிர்ப்பிக்கப் படுகிறார்:

ததாகதா
உன்னிடம் வந்துவிட்டேன்
என் துன்பங்களை என் எலும்புகளில் புதைத்தபடி
எனது இருளை உன் ஒளியின் வட்டத்திற்குள் கொண்டு
இந்த இருளிலிருந்து விலக்கி உன் பட்டிக்குள் சேர்த்துக் கொள்
வெளியே அங்கு அவர்களின் களியாட்டத்தில்
அடையாளமிழந்து உழைத்துக் களைத்துச் சோர்ந்தேன்
ததாகதா
கேள்வி கேட்காதே, அவை எனக்கு அந்நியம்
எனக்கு என்னைத் தெரியாது
வெளியில் இருளும் ஊமைப் பாறையும் அன்றி வேறில்லை
ஆகவே அந்தப் படத்திலிருந்து என்னுள் புகுந்துவிடு
ஊற்றிடும் என்னிருப்பில் சதையும் இரத்தமுமாய்.
...
ததாகதா
சித்திரத்தில்போல உன் யோகநிலைக் காட்சி வேண்டாம்
மலர்களும் வேண்டுதல்களும் உன் முன் நான் தூவ
உன் பெயரால் படிமங்களையும் விழாக்களையும் எடுக்கிறார்
அப் போலித்தனத்தின் அடிமைகளை மன்னித்துவிடு

(மொ.பெ. ராதா ஐயர், பார்க்க டாங்ளே 1992: 29-30).

இந்தப் பாக்கள், அம்பேத்கர் தலைமை தாங்கிய பௌத்த இயக்கம் தலித்துகளுக்கு ஒரு கலாச்சார மாற்றினை அளிக்க முற்பட்டது என்பதைக் காட்டுகின்றன. எத்தனையோ குறைகள் இருப்பினும் மதம் ஓர் ஆற்றல் மற்றும் கலாச்சார ஊற்றாகவும் ஒழுக்க அமைவுக்கு முக்கிய

மூலாதாரமாகவும் உள்ளது. மதத்தின் அழிவைச் சொல்லும் இன்றைய தீர்க்கதரிசிகள் பலர் இருப்பினும், மதம் அழியவும் இல்லை, சமூக வாழ்க்கையில் அதன் முக்கியத்துவத்தை இழக்கவும் இல்லை. இந்த யதார்த்த நிலையை உணர்ந்துதான் அம்பேத்கர் பௌத்தத்தைத் தழுவ முனைந்தார். மதம் ஒரு 'புனித ஒழுக்கநிலையை' உள்ளடக்கியுள்ளது ஆகையால் சமூக ஒருங்கிணைப்புப் பணியை ஆற்றுகிறது என்று அம்பேத்கரும் டர்க்ஹீம் போல (1912) வாதிட்டார். இந்துமதத்தை அடிப்படையில் அதன் கேடுற்ற நிலைக்காகப் புறக்கணித்தாலும், அவர் மதத்தைக் கைவிடவில்லை. குறிப்பாக அவதியில் இருக்கும் மக்கள் வாழ்க்கையின் பயங்கரக் கஷ்டங்களுடன் போராட ஒரு நீதிமிக்க மதம் தேவை என்று கருதியதால் அவர் பௌத்தத்தைத் தேர்ந்தெடுத்தார். நாகபூரில் 1956இல் அவர் பௌத்தத்திற்கு மாறும் விழாவை நேரில் கண்ட ஒருவரின் கூற்று, அம்பேத்கரின் நம்பிக்கையில் தவறில்லை என்பதைக் காட்டுகிறது:

தங்கள் அன்பிற்குரிய தலைவர் அந்தச் சந்தர்ப்பத்திற்கு ஏற்றது என உரைத்தவாறு அவர்கள் யாவரும், மிகுந்த ஏழைகளும்கூட, தூய வெள்ளை நிறச் சட்டைகளும் சேலைகளும் அணிந்து வந்தார்கள். சில குடும்பங்கள் தங்கள் புதிய உடைகளை வாங்கவேண்டியும் பயணச் செலவுகளுக்காகவும் தங்கள் அணிமணிகள் சிலவற்றை விற்க வேண்டியும் வந்தது. ஆனால் அவர்கள் அந்தத் தியாகத்தை மகிழ்ச்சியுடன் ஏற்றார்கள். உதடுகளில் பாட்டுகளுடனும், இதயங்களில் ஒரு புதிய வாழ்க்கைக்கான நம்பிக்கையுடனும் அவர்கள் நாகபூருக்குப் புறப்பட்டார்கள்...அந்த வாரத்தின் இறுதியில் ஆடவர், பெண்கள், குழந்தைகள் 4 லட்சம் பேர் நாகபூரில் குவிந்தார்கள். அதனால் மக்கள் தொகை இருமடங்கு ஆனதுபோலும், வெள்ளை உடையணிந்த தீண்டாதவர்கள் நாகபுரியைக் கைப்பற்றிக் கொண்டது போலும் தென்பட்டது. தீண்டாதவர்களை அழுக்கானவர்கள், ஒழுங்கற்றவர்கள் என்று நினைத்துப் பழக்கப்பட்ட சாதி இந்துக்கள் பலப்பல ஆயிரக்கணக்கான சுத்தமாக, நேர்த்தியாக உடையணிந்த, நன்னடைத்தையோடு கூடிய, நன்கு ஒழுங்குற்ற மக்களைக் கண்டார்கள். தங்கள் முன்னாள் அடிமைகளையும் பண்ணையாட்களையும் அவர்களுக்குள் கண்டறிவது சாதி இந்துக்களுக்குக் கடினமாகவே இருந்தது (சங்காரக்ஷிதா, 1986: 129–30)

பௌத்தத்தை ஏற்ற பிறகு தலித்துகள் உணர்ந்த விடுவிப்பு, பூரிப்பு மிக்க அனுபவத்தை அவர்களில் பலர் தங்கள் சான்றுகளால் வலியுறுத்தி யிருக்கிறார்கள். எழுத்தாளர்-விமரிசகரான சங்கரராவ் காரத் அப்படிப்பட்ட ஒரு விவரிப்பைத் தருகிறார்:

நான் பௌத்த தம்மத்தை ஏற்றுக் கொண்டேன். இப்போது நான் ஒரு பௌத்தன். நான் ஒரு மஹாரோ, தீண்டத்தகாதவனோ, ஏன் இந்துவோ கூட இல்லை. நான் ஒரு மனிதனாக மாறிவிட்டேன்...நான் கீழ்ச்சாதியில் பிறந்தவனோ தாழ்ந்தவனோ அல்ல... பௌத்தத்தை ஏற்றவுடன் என் தீண்டப்படாமை அழிந்துவிட்டது. என் கால்களைத்

தளைப்படுத்தியிருந்த தீண்டாமையின் சங்கிலி இப்போது உடைபட்டு விட்டது. இப்போது எல்லாரையும் போல நான் ஒரு மனிதன்...நான் இப்போது சுதந்திரன் (பார்க்க, ஷா 2001: 205).

சமூக, அரசியல் நிறுவனங்களின் மாற்று நோக்கு

புத்தர் ஆன்மிக மெய்ம்மையைத் தேடியவர் மட்டுமல்ல, முன்னோடியான அரசியல் தத்துவஞானியும் ஆவார். அவருடைய சமூகச் சிந்தனை போலவே, அவரது அரசு, அரசுடைமை பற்றிய சிந்தனைகளும் ஒழுக்க அடிப்படையில் எழுச்சி பெற்றவை. அவருடைய இலட்சிய சமுதாயத்தில் சமமின்மைக்கோ வறுமைக்கோ இடமில்லை. ஒவ்வொருவருக்கும் நீதியையும் பிழைப்புக்கான வழியையும் அளிப்பது அதிகாரத்தைக் கையில் வைத்திருப்பவர்களின் கடமை. சம்யுத்த நிகாயத்திலிருந்து எடுக்கப்பட்ட அவருடைய கருத்துகள் நேரானவை: "கொல்லாமலும் கொல்வதற்குக் காரணமாக இல்லாமலும், ஒடுக்குதலைச் செய்யாமலும் ஒடுக்குதல் நிகழ்வதை அனுமதிக்காமலும், வலியை உணராமலும், அதை மற்றவர்களுக்கு அளிக்காமலும் நியாயமான அரசனாக ஆட்சி செய்வது மெய்யாகவே சாத்தியம்."

புத்தர் குடியரசு அரசியல் கொண்ட சாக்கியக் குடியிலிருந்து வந்தவர். அவருடைய தந்தை ஒருசமயம் அக்குடிக்குத் தேர்ந்தெடுக்கப்பட்ட தலைவராகவோ, தலைவர்களில் ஒருவராகவோ இருந்தார். இப்படிப்பட்ட சூழலில் வளர்ந்ததால், அவர் குடியரசுத் தன்மையை மேம்படுத்துநராக இருந்தது அசாதாரணம் அல்ல. வட இந்தியப் பழங்குடிக் குடியரசுகளின் ஜனநாயக அடிப்படையில் புத்தர் தமது சங்கத்தின் சட்டப்பூர்வ அமைப்பையும் ஒழுங்கையும் உணர்வு பூர்வமாக வடிவமைத்தார் என்று சில அறிஞர்கள் காட்டியுள்ளனர். இந்தக் கொள்கைகள் பொதுவாகச் சமூகத்தில் அரசாங்கத்திற்கான முன்மாதிரியாக அமைந்தன. (லிங் 1981: 144-52; அய்லய்யா 2000).

எல்லா உறுப்பினர்களும் தங்கள் கருத்துகளைச் சுதந்திரமாக வெளியிடலாம் என்ற கொள்கை அடிப்படையில் சங்கம் அமைக்கப்பட்டது. ஓர் அரசியல் தத்துவஞானியாக புத்தரை ஆய்வு செய்த அய்லய்யா, பிராமணச் சமூக முறைமைக்கும் சர்வாதிகார அரசாட்சிக்கும் ஓர் நிறுவன மாற்றாகவே சங்க அமைப்பை உருவாக்கினார் என்று காட்டியுள்ளார். பிராமணச் சட்ட நிறுவனர்களுக்கு பாகுபடுத்தும் சாதி விதிகளைக் கடைப்பிடிப்பதே நீதியின் அடித்தளம் என்றால், பௌத்தச் சங்கத்தில் சேர்வதற்குப் பண்பு ஒன்றே அடிப்படையாக அமைந்தது. அது போலவே சங்கத்திற்குள்

ஒழுங்கினையும் ஒருங்கிசைவையும் பேணுதல் சமத்துவ மதிப்புகளின் அடிப்படையில் அமைந்தது. ஒருவருக்கு ஒரு வாக்கு, ஒரு வாக்கிற்கு ஒரு மதிப்பு. சங்கத்திற்குள் பிரச்சினைகள் ஒருமனதாகவோ பெரும்பான்மைக் கருத்தின் வாயிலாகவோ தீர்க்கப்பட்டன. மடங்களின் நிர்வாகம் - மேலாண்மை, பாதுகாத்தல், முக்கியமான விஷயங்களைப் பதிவு செய்தல், நிதி மற்றும் தானியக் கணக்கு, கூட்டாக உற்பத்தி செய்த சரக்குகள் யாவும் ஜனநாயகச் செயல்பாட்டு முறையில் அமைந்தன. உற்பத்திக்கு ஒவ்வொரு துறையிலும் சிறப்பு மேம்பாடு தேவைப்படுவதால் உழைப்புப் பிரிவினைக்கு புத்தர் எதிராக இல்லை, ஆனால் உற்பத்திசார்ந்த உழைப்பினை இழிவு படுத்துவதற்கு எதிராக இருந்தது போலவே சமூகத்தை இயக்கமற்ற சமூகக்குழுக்களாகப் பிரிப்பதற்கு அவர் எதிராக இருந்தார் (*அய்லய்யா 2000: 218-20*).

தொடக்கப் பௌத்த இலக்கியங்களில் அரசர்கள் துச்சமாகக் கருதப்படுகின்றனர் என்பது குறிப்பிடத்தக்கது. அதிகாரத்தை அடிப்படையாகக் கொண்ட அரசர்கள் கொடுங்கோன்மை, முட்டாள்தனம் ஆகியவற்றின் பிம்பங்களாக இருந்தனர். வெள்ளம், நெருப்பு, பஞ்சம் போன்ற இடையூறுகள் எப்படியாவது விலக்க வேண்டியவை என அவர்கள் பட்டியலில் இருந்தன. அரசர்கள் ஆளும் முறைமைகள் குடியரசுகளை விழுங்கிவந்த அக்கால வரலாற்றுச் சூழலின், மற்றும் எவ்விதம் அரசர்கள் விலங்குத்தனமான அதிகாரத்தைச் செலுத்தினர் என்ற பொதுவான போக்கின் அடிப்படையில் இதை நாம் புரிந்து கொள்ளலாம். ஆகவே தொடக்கப் பௌத்தம் ஓர் அரசியலைக் கனவுகண்டது. அதில் ஆட்சியாளன் மக்களால் தேர்ந்தெடுக்கப்பட்டு அவர்கள் உத்தரவின்படிச் செயல்படுவான். தீக நியாயத்தின் அக்கண சுத்தம் சுட்டிக்காட்டுவது போல, பௌத்தம் மஹாசம்மதம் என்ற கொள்கையை முன்வைத்தது. (பொதுமகா ஒப்புதல் அல்லது பொதுமகா தேர்வு). இது மக்களுக்கும் அவர்களால் அரசனாகத் தேர்ந்தெடுக்கப் பட்டவனுக்கும் இடையில் உடன்பாட்டின் அடிப்படையில் அமைந்த ஆட்சி (*ரைஸ் டேவிட்ஸ் [1921] 2000பி: 77-94*).

மக்கள்தான் அரசனுக்குத் தங்கள் விளைச்சலிலிருந்து ஒரு பகுதியை அவன் சேவைகளுக்காக அளித்தனர். அரசுக்குச் சேவை செய்வதற்காகத் தேர்ந்தெடுக்கப் பட்டதால், அரசன் மக்களின் தேவைகளைப் பூர்த்தி செய்தவரை பணியில் இருப்பவனாகக் கருதப்பட்டான். அதற்கு பதிலாக அவன் வரி வசூலிக்க அனுமதிக்கப்பட்டான். அவனது சமூகப் பொறுப்பிற்கு நேர் விகிதத்தில் அரசனின் அதிகாரம் இருந்தது. தன் பணியைச் செய்யாத அரசனைப் பதவியிலிருந்து இறக்கவும் வாய்ப்பு இருந்தது. ஆட்சியாளன் ஏழைகளுக்குத் தக்க சமயத்தில் உதவி அளிக்கத் தவறினால் எப்படி ஒரு நாட்டுக்கு அழிவு ஏற்படும் என்றும்

ஒரு கொள்கை சொல்கிறது. அப்படிப்பட்ட அரசன் பதவியில் நீடிக்க விடுவதில்லை. பௌத்தக் கருத்தியலாளரான ஆரியதேவர் என்பவர் சொல்கிறார், "உன்னுடையது எப்படிப்பட்ட செருக்கு, (அரசனே!) நீ வெகுமக்களின் (வெறும்) சேவகன், அதற்குக் கூலியாக (அவர்களின் விளைச்சலில்) ஆறில் ஒரு பங்கினைப் பெறுகிறாய்" (பார்க்க வர்மா 1974: 195).

பொருளாதார நீதிக்கும் சமூக ஒத்திசைவுக்குமான தொடர்பினைப் புரிந்துகொள்வதில் புத்தர் தனித்தன்மை பெற்றிருந்தார். அவருடைய நோக்கில், சமூகத்திற்கு எதிரான செயல்களை வெறும் பலத்தினாலும் தண்டனையினாலும் தடுக்க இயலாது, ஏனெனில் ஒழுக்கமின்மைக்கும் சமூகத்தில் குற்றத்திற்கும் ஏழ்மையும் ஒரு முக்கியக் காரணம். குற்றம் செய்பவர்களுக்கு அதிலிருந்து விலகவேண்டி தர்மம் செய்தலும் கொடைகள் அளித்தலும் குற்றச் செயலை இன்னும் மோசமாக்கவே செய்யும். ஆகவே விவசாயிகளுக்கு விதையும் நீரும் அளித்தும், வணிகர்களுக்குக் கடனாக நிதி அளித்தும் மக்களின் பொருளாதாரத் தேவையைச் சரிப்படுத்துமாறு அவர் பரிந்துரை செய்கிறார். லஞ்சத்தை ஒழிப்பதற்காக அரசு அலுவலர்களுக்குப் போதிய வருவாய் அளிக்க வேண்டும் என்றும் சொல்கிறார். அரசும் அதன் குடிமக்களும் மேம்படத்தக்க சூழலை ஒரு முழுமையான ஒருங்கிணைந்த நோக்குதான் உருவாக்கும் என்று கருதினார். சேர்க்கப்பட்ட உபரியைக் கிணறுகள் குளங்கள் தோண்டுதல், வணிக வழிகளில் சோலைகள் வைத்தல் போன்ற பொதுநலத்திற்குச் செலவிட வேண்டும் என்பது அரசியல் பொருளாதாரத்தில் குறிப்பிடத்தக்க நவீன நோக்கினைக் கொண்டுள்ளது.

அரசுகளுக்கிடையே அமைதியான உடனிருப்பு தேவை என்பதை முதலில் சுட்டிக்காட்டிய கொள்கையாளர் புத்தர்தான். சாக்கியர்களுக்கும் கோலியர்களுக்கும் இடையில் ஒரு போரை அவர் தடுத்தார். கோசலத்தின் அரசனுக்கும் சாக்கியர்களுக்கும் இடையில் போரை நிறுத்த முயற்சிசெய்தார், ஆனால் தோல்வியுற்றார். பின்னால் அசோகன் இந்த அமைதிக் கொள்கையை ஏற்றுக் கொண்டான். பௌத்தச் செல்வாக்கினால் அவரது காலத்திய மிகவலிமை வாய்ந்த அரசன் ஒரு மாற்றத்துக்கு உட்பட்டான், வன்முறையைக் கைவிட்டான், மனிதநேயமும் திறனும் மிக்க ஆட்சிக்கு முயன்றான். அவனுடைய சொற்களிலேயே கூறினால், அவன் தம்மகோஷத்தை (நேர்மையை உறுதிசெய்தல்) ஏற்று, பேரிகோஷத்தை (போர் அறிவிப்பைப்) புறக்கணித்தான்.

பௌத்தத்தின் உயர்வும் இந்தியாவின் பழம்பெருமையும்

தனிப்பட்ட மேன்மையைத் தேடுதல், மனிதகுலத்தைத் துன்பத்திலிருந்து விடுவிக்கும் பரந்த நோக்கு இரண்டிற்கும் இடையில் ஒரு சமநிலையைக் கொண்டுவந்ததன் வாயிலாகப் பழங்கால உலகத்தில் புத்தரும் பௌத்தமும் இந்தியாவை மிகப் பெரிய கலாச்சாரச் சக்தியாக்கினர். ஜனநாயக அரசியலிலும், கலைகளிலும் இலக்கியத்திலும், உலகத்துடன் கலாச்சாரத் தொடர்புகளிலும் இந்தியாவின் குறிப்பிடத்தக்க சாதனைகளைப் புத்தரின் இயக்கத்துக்குக் கொண்டு செல்லலாம். எல்லா உயிருக்கும் மதிப்புத் தருதல், அஹிம்சையின் முக்கியத்துவம் ஆகிய கொள்கைகளால் பௌத்தர்களே முதன்முதலில் மனிதர்களுக்கும் விலங்குகளுக்குமான மருத்துவ மனைகளை அமைத்தவர்கள்.

கி.மு. மூன்றாம் நூற்றாண்டின் மத்தியில் அசோகன் பௌத்தத்தைத் தழுவினான். தர்மத்தைப் பரப்பத் தூதுவர்களை உலகெங்கும் அனுப்பினான். அவனுடைய மகன் மகேந்திரனும் மகள் சங்கமித்திரையும் இலங்கைக்குச் சென்றனர். அடுத்து வந்த நூற்றாண்டுகளில் பௌத்தர்கள் மேற்கில் கிரேக்கத்துக்கும், வடக்கில் திபேத்துக்கும், கிழக்கில் சீனாவுக்கும் ஜப்பானுக்கும் சென்றனர். பௌத்தம் தனது உலகப் பொதுவான செய்தியின் காரணமாக, ஒருபோதும் பலத்தையோ ஒடுக்குதலையோ பிரயோகிக்காமல் உலகம் முழுவதும் பரவியது. நூற்றாண்டுகளின் ஊடாக அது ஓர் உலக இயக்கமாக வடிவெடுத்தது. *(அடுத்துவரும் கால அட்டவணை இதை விளக்கும்.)*

பௌத்தம் பரவுதல்

ஏ. கி.மு. 563-483 புத்தரின் வாழ்க்கை *(ஏ–ஏறத்தாழ)*

ஏ. கி.மு. 370 பௌத்தத்தின் போட்டி விளக்கங்களைப் பின்பற்றி வைசாலி மன்றம் குழுக்களைப் பதிவு செய்கிறது

ஏ. கி.மு. 255 அசோகன் பௌத்தத்தை ஏற்றல்

ஏ. கி.மு. 240 இலங்கை பௌத்தத்தைத் தழுவுதல்

ஏ. கி.மு. 150 கிரேக்க அரசன் மெனாண்டர் வடமேற்கு இந்தியாவிலும் ஆப்கானிஸ்தானத்திலும் பௌத்தத்தை மேம்படுத்துதல்.

ஏ. கி.பி. 65	பௌத்த பிக்குகள் சீனாவுக்குச் சென்று பௌத்தத்திற்கு இடம் உண்டாக்குதல்.
ஏ. 120	காஷ்மீரில் பௌத்த மன்றம் மஹாயான மதத்தின் முக்கியப் பனுவல்களைத் தரப்படுத்தல்.
ஏ. 120-62	காந்தாரம், பஞ்சாப், சிந்துவில் குஷான அரசன் கனிஷ்கன் பௌத்தத்திற்கு ஆதரவு நல்குதல்.
ஏ. 200	பௌத்தம் இந்தோனேசியாவில் பரவுதல்.
ஏ. 400	பௌத்தம் கொரியாவில் பரவுதல்
ஏ. 400-10	சீன அரசனின் கட்டளைப்படி பா ஹியன் அதிகாரப்பூர்வ பௌத்தப் பனுவல்களைத் திரட்ட இந்தியாவுக்கு வருதல்.
ஏ. 400-500	பௌத்தம் பர்மாவில் நுழைதல்.
ஏ. 540	பௌத்தம் ஜப்பானில் பரவுதல்.
ஏ. 640-5	யுவான் சாங் இந்தியாவுக்கு வருகை, ஹர்ஷ வர்த்தனன் பௌத்தத்தை ஏற்றல்.
ஏ. 850	சீனாவில் பௌத்தம் பரவுதல்.
ஏ. 1300	தாய்லாந்தில் பௌத்தம் ஏற்கப்படுதல்.
ஏ. 1890கள்	மஹாபோதி சங்கம், தென்னிந்திய பௌத்தச் சங்கம் ஆகியவற்றுடன் இந்தியாவில் பௌத்த மறுமலர்ச்சியின் மங்கலான தொடக்கங்கள்.
ஏ. 1900	அமெரிக்காவிலும் ஐரோப்பாவிலும் பௌத்தம்.
1956	இந்தியாவில் அம்பேத்கர் தலைமையில் வெகுஜன பௌத்த மதமாற்றம்.

இந்திய அறிவு வாழ்க்கையில் பௌத்தம் தர்க்க விசாரணையின் ஒழுங்கினை வளர்த்து பகுத்தறிவுபூர்வ நோக்கினைப் புகுத்தியது. பிராமணக் கருத்தியலாளர்கள் பௌத்தத்திலிருந்து பல இழைகளைக் கடன் வாங்கி, தங்கள் சொந்தத் தற்காப்புகளைப் பலப்படுத்தப் பயன்படுத்தினார்கள். ஆனால் கடன்வாங்கியதை மறுத்து, பௌத்தத்தை வேத-உபநிடத மரபின் வெறும் தனிக்கிளையாகக்

காட்ட முயன்றார்கள். பாலியிலுள்ள பௌத்த அறவொழுக்கப் பாக்கள் சமஸ்கிருதத்தில் மொழிமாற்றம் செய்யப்பட்டு வேத-உபநிடத மரபிற்கு ஒரு மனிதமுகத்தை அளிக்க இடையில் செருகப்பட்டன. இப்படிக் கடன் வாங்கப்பட்ட, தனித்த வார்த்தைகளைப் பார்ப்பன ஆதரவாளர்கள் தங்கள் விமரிசகர்களை எதிர்கொள்ளப் பயன்படுத்துகிறார்கள். ஒரு புகழ்பெற்ற உதாரணம், அவர்கள் மேற்கோள் காட்ட மறக்காதது, "எல்லா உயிர்களும் சுகத்துடன் வாழ்க...".

சர்வே பவந்து சுகினா, / சர்வே சந்து நிராமய

சர்வே பத்ராணி பஷ்யந்து, / மா கஷ்சித் துக் பாக் பவேத்.

அங்கார் ஏ (1994: 53) காட்டுவதுபோல, மேற்கண்ட சமஸ்கிருதப் பா, தனது அசல் மூலமான பாலிச் செய்யுளிலிருந்து பெறப்பட்டது:

சப்பே சத்தா சுகி ஹோண்டு, / சப்பே ஹோண்டுச கேமினோ,

சப்பே பத்ராணி பஸ்ஸந்து, / மா காஞ்சி துக்க மகமா.

பிராமண இந்துமதத்தின் வைதிக வட்டங்களின் உயிர்தரிப்பை உறுதிப்படுத்த முக்கியப் பங்காற்றிய சீர்திருத்தங்கள் அனைத்தும் பெருமளவு பௌத்தத்தின் வாயிலாகப் பெற்ற அறிவுசார், அறம்சார் தூண்டலின் விளைவே ஆகும். "பெயர்பெற்ற இந்து ஒழுக்கவியலும் தனிப்பட்ட ஒழுக்கமும் பெரும்பாலும் பௌத்தச் சாதனைகளே; பார்ப்பனியத்தின் பிந்திய வடிவங்கள் பெற்றுக் கொண்ட நீடித்த சீர்திருத்தமும் சீர்ப்படுத்தலும் ஆகும்" (எஸ். சி. சர்க்கார் 1928). மறைக்காமல் சொல்வதாக இருந்தால், பௌத்தம்தான் பிராமண அதிகாரத் தலைமையினருக்கு மனிதநேயத்தின் அடிப்படைப் பாடத்தைக் கற்றுத் தந்தது பௌத்தமே.

கி.மு. நான்காம் நூற்றாண்டு முதல் கி.பி. ஆறாம் நூற்றாண்டு வரை (இந்தியா தன் படைப்புத் திறன் உச்சத்தில் இருந்தபோது) இந்தத் துணைக்கண்டம் இந்து இந்தியாவாக இல்லை, பௌத்த இந்தியாவாக இருந்தது. அந்த ஆயிரம் ஆண்டுகளில், தான் எதிர்த்த பார்ப்பனியத்துடன் தொடர்ந்து போரிட்டு வந்தாலும், பௌத்தம்தான் இந்திய நாகரிகத்தை முக்கியமாக நிர்ணயிப்பதாக இருந்தது (ஓம்வெட் 2003). தொடக்ககாலக் குடியரசுகளும் அரசியல், நிர்வாக ஒழுங்குகள் பலவும் பௌத்தச் செல்வாக்கிற்கு இட்டுச் செல்லக்கூடியவை. சிறந்த அரசர்கள்-அசோகன், கனிஷ்கன், ஹர்ஷன் போன்றோர் பௌத்தர்கள்.

இந்தியாவில் ஒழுங்காக முதன்முதலில் வரலாற்றுப் பதிவுகளை வைத்தவர்கள் பௌத்தர்களே. தட்சசீலம், நலந்தா, விக்ரமசீலத்தில் இருந்த பல்கலைக்கழகங்கள் பௌத்த நிறுவனங்கள். இலக்கிய

வகையில் பெரும்பாலான இந்திய மொழிகளின் தொடக்கம், பௌத்தப் படைப்புகளில்தான்(வாக்கர் *1983ஏ:186*). அசோகன் பயன்படுத்திய பிராமி எழுத்துதான் தேவநாகரி எழுத்துகளுக்கு மூலமாக அமைந்தது; வட்டாரக் கலாச்சாரங்களின் வாகனமாக பிராகிருதம் அமைந்தது; துணைக்கண்டத்தின் ஊடாக தகவல் ஒழுங்குமுறை சிறப்பாக அமைந்தது-எல்லாம் பௌத்த இயக்கத்திற்குக் கடன் பட்டுள்ளன.

செவ்வியல் சமஸ்கிருதத்தில் எழுதப்பட்ட முதல் அறியப்பட்ட கவிதையும்கூட ஒரு பௌத்தர், அஸ்வகோஷர் இயற்றியதேயாம். அவர்தான் முதல் சமஸ்கிருத நாடகத்தையும் எழுதியவர். நீதிக்கதை என்பதும் (ஜாதகக் கதைகளில் இருந்து) பௌத்த மூலத்திலிருந்து தோன்றியதே. அதேபோல், மிகப் பழமையானவை என அறியப்படும் பிராமணக் கோயில்களுக்கும் பல நூற்றாண்டுகள் முன்னரே பௌத்தக் கட்டடக் கலை செழித்திருந்தது. பௌத்த முன்மாதிரிகளில் பல இந்துக் கோயில்களில் செரித்துக் கொள்ளப்பட்டன. பார்ஹுட், சாஞ்சி, புத்த கயை, அமராவதி ஆகிய இடங்களிலுள்ள தொடக்கச் சிற்பங்கள், பௌத்த மதத்தினுடையவை. இந்தியக் கலை வரலாற்றில் முதல் வண்ண ஓவியங்கள் அஜந்தாவின் சுவரோவியங்களில் காணப்படுபவை.

அசோகன் (கி.மு.*269-232*), பௌத்தக் கருத்தியலின் விளைவாக உருவாகியவன். வழக்கமான இரக்கமற்ற பேரரசனாகத் தொடங்கி, கலிங்க வெற்றிக்குப் பிறகு மனமாற்றம் அடைந்தவன். ஒரு பரந்த பலவேறுபட்ட மக்களையுடைய பேரரசினை ஒன்றுசேர்த்துப் பிடித்த அவனது தம்மக் கொள்கையில் அவனது மாற்றம் தெள்ளத் தெளிவாகிறது. சமூகப் பொறுப்பும் தனிப்பட்ட நடத்தையும் அதி முக்கியத்துவம் வாய்ந்த ஒரு மனப்பாங்கைக் கட்டுவதுதான் அவன் தம்மத்தின் நோக்கம். அது, மனித கௌரவத்தினை ஏற்பதற்கும் சமூகச் செயல்பாடுகளில் ஒரு மனிதநேய மனப்பான்மையை ஏற்படுத்துவதற்கும் விடுக்கப்பட்ட கோரிக்கையாகும்.

அசோகன் தம்மத்தில் ஆர்வம் காட்டியவன், ஆனால் பௌத்தத்தை அரசு-மதமாக்குவதில் அவன் அக்கறை காட்டவில்லை. எல்லாச் சமுதாயங்களுக்கும் மதக் கொள்கையினருக்கும் அவன் பாரபட்சமின்மையைக் கடைப்பிடித்தான். ஸ்ரமணர்கள் பிராமணர்கள் என இருவரையுமே மதிக்குமாறு மக்களைக் கேட்டுக்கொண்டான். நீதி ஒழுங்குமுறை பற்றிய அவனது தேடல் காரணமாக அவன் பாரபட்சமான சடங்குத்தனம், பிராமண முன்னுரிமை ஆகியவற்றை ஒதுக்கினாலும் அவன் பிராமணர்களையோ போதிப்பதற்கான அவர்கள் உரிமையையோ தாக்கவில்லை. இவை யாவும், ரொமிலா தாப்பரின் ஒரு செல்வாக்கு மிக்க நூலில் ([1961] 1999a) அவர் அசோகனின் தம்மம் பௌத்தம் அன்று எனத் தவறாகக் குறிப்பிட வைத்தது. அசோகனை

நவீன மதச்சார்பற்ற ஒளியில் காட்டுகின்ற முயற்சியில் தாப்பர், பிராமணியத்தைப் போலன்றி பௌத்தம் சாதியற்ற, இனமற்ற மதம் என்னும் முக்கிய விஷயத்தை விட்டுவிடுகிறார்; உண்மையில், அசோகன் தனது தனிப்பட்ட பௌத்த நம்பிக்கையினால் மட்டுமே சாதி, மதக் குறுகிய மனப்பான்மையை மீறி உயர முடிந்தது. அவனது பரந்த மனப்பான்மையும் மக்களின் பலவேறு குழுக்களின் தேவைகளைப் புரிந்து கொள்ளும் தன்மையும் அவனை புத்தர் கூறிய ‘முறை தவறாத’ அரசன் என்பதற்கு உதாரணமாக ஆக்கின.

எல்லா மக்களும் என் குழந்தைகள் என்று அறிவித்த அசோகன், அடிமைகள், சேவகர்கள், வயது முதிர்ந்தவர்கள், ஏன் விலங்குகளுக்கும் அன்பினைக் காட்ட வேண்டும் என்பதை வலியுறுத்தினான். அதிகாரிகள் சுயகட்டுப்பாட்டுடன் நடந்துகொள்ள வைத்தான். மக்களும் ஒத்துழைத்தார்கள். பாறைச் செதுக்காணை 5, மக்கள் உயிருள்ள விலங்குகளை யாகத்திற்காகக் கொல்லுதலைக் கைவிட்டார்கள், தங்கள் உறவினர்களிடமும் மூத்தோரிடமும் முறையாக நடந்து கொண்டார்கள் என்பதைத் தெரிவிக்கிறது. அசோகனின் கல்வெட்டுகள் பெரும்பாலும் சாதித்த முடிவுகள் பற்றிய அறிவிக்கைகளே ஆகும். அலுவலர்களின் மிகைப் படுத்தலை ஏற்றுக் கொண்டாலும், அந்தச் சாதனைகள் கருத்தை ஈர்ப்பன ஆகும். அரசனும் சாதாரணக் குடிமகனும் பொது முறைமைக்கும் குடிகளின் பண்புடைமைக்கும் ஒத்துழைத்தனர். ஒரு கல்வெட்டு சொல்கிறது, “இப்போது மாட்சிமை தங்கிய அரசர் சாதுத்தன்மையைக் கடைப்பிடிக்கும் காரணத்தால், போர் முரசங்கள் இப்போது தம்ம முரசங்கள் ஆகிவிட்டன”.

அமைதியையும் மேம்பாட்டினை இயலச்செய்யும் நடைமுறைத் தன்மையையும் கொண்டதொரு கொள்கையைக் கடைப்பிடித்ததால் அசோகன் துணைக்கண்டத்தின் பெரும்பகுதியை ஒன்றிணைப்பதில் வெற்றி பெற்றான். எந்த நோக்கிலும் அவனது காலத்தில் அது ஒரு பிரம்மாண்டமான சாதனை. அவனுடைய ஆட்சி பொருளாதாரத்திலும் வணிகச் செயல்பாடுகளிலும் மட்டுமல்ல, கலாச்சார, கலைச் செழிப்பிலும் மிகுந்த முன்னேற்றத்தைக் கண்டது.

சிந்துவெளிக் கலை ஒருபுறமிருக்க, இந்தியக் கலாச்சாரத்தில் குறைத்து மதிப்பிட முடியாத இந்தியக் கலையும் கட்டடக்கலையும் அசோகனிடமிருந்துதான் தொடங்குகின்றன. கி.பி. 400இலும் பட்னாவில் இருக்கும் அசோகன் மாளிகையின் சிதைவுகள் தோற்றப் பொலிவுடன் காணப்பட்டதால், சீன யாத்திரிகர்கள் அவற்றை பூத கணங்களின் அல்லது மீயியற்கைச் சக்திகளின் படைப்புகள் என்று கருதினர். அரசுக்கு இலாபமற்ற முக்கியமான பொதுப்பணிகளைச் செய்வதில் அசோகன் மிகுந்த செலவினைச் செய்தான். மக்களுக்கும் விலங்குகளுக்கும் பேரரசு முழுவதும் மருத்துவமனைகள் ஏற்படுத்தப்பட்டன. அரசுச் செலவில் இலவச

மருத்துவ உதவி அளிக்கப்பட்டது. நிழல்மிகுந்த தோப்புகள், படிகளுடன் கூடிய கிணறுகள், பழமரச் சோலைகள், சத்திரங்கள் போன்றவை எல்லா முக்கிய வணிக வழிகளிலும் முறையாக அமைக்கப்பட்டன... மருத்துவர்களும், கால்நடை மருத்துவர்களும் சேர்ந்த பல நிலையங்களைக் கொண்ட இந்தப் புதிய அமைப்புகள், வணிகர்களுக்கு முற்றிலும் ஒரு கடவுட் கொடையாகவே தென்பட்டிருக்கவேண்டும். இவை அசோகனின் ஆட்சிப் பகுதியில் மட்டுமல்ல, அதற்கு அப்பாலும் அமைக்கப் பட்டன. பௌத்தச் சொல்லாடல்களில் குறிப்பிடப்படும் ஒரு நேயமிக்க சக்ரவர்த்தி என்பவனின் கடமைகளுடன் இது முற்றிலும் பொருந்துகிறது. (கோசாம்பி [1965] 1992: 160–1).

பிராமண ராஜதந்திர அடிப்படை நூலான கௌடில்யனின் அர்த்த சாத்திரத்தில் இப்படிப்பட்ட மக்கட்பொதுநலம் காணப்படாத ஒன்று என்பதைக் கோசாம்பி அடிக்கோடிட்டுக் காட்டுகிறார். சாதி முறைமையை உயர்த்திப் பிடிப்பதும் அண்டை நாடுகளைக் கைப்பற்றுவதுமே அரசனின் கடமை எனக் கருதிய கௌடில்யனின் ஏகாதிபத்தியக் கொள்கைகளுக்கு, அசோகன் நிர்வாகத்தில் காணப்பட்ட குடிமக்கள் சட்டங்கள் மற்றும் குற்றச் சட்டங்களின் ஒருசீரான பொதுப் பயன்பாடும், போரையும் வன்முறையையும் தவிர்ப்பதும் முற்றிலும் மாறானவையே. கௌடில்யன் வரிவசூலை அதிகரிப்பதிலும் போர்களை வெல்லுவதிலும் அக்கறை காட்டினானே ஒழிய சமூக நலத்தில் அக்கறை கொண்டவனல்ல. ஆனால் வருந்தத் தக்க விதமாக, ஒடுக்குமுறையும் ஏமாற்றும் கொண்ட கௌடில்யனின் அரசு பற்றிய தரிசனம்தான் மேட்டுக்குடி வரலாற்றாசிரியர்கள், தேசியவாதிகளின் கவனத்தைக் கவர்ந்தது; அவர்கள் புத்தர் மற்றும் அசோகனின் கொள்கையைப் போற்றுவதிலோ, கடைப்பிடிப்பதிலோ அக்கறை காட்டவில்லை.

எதிர்ப்புரட்சியும் பார்ப்பன மறுஎழுச்சியும்

பிராமணர்களுக்கு முன்னுரிமைகளோ, பிறப்புக்குரியதாக அவர்கள் குறிப்பிட்ட சில தடையுரிமைகளோ அளிப்பதில் மௌரியர்கள் ஆர்வம் காட்டவில்லை. யாவருக்கும் குடிமைச் சட்டத்திலும், குற்றச் சட்டத்திலும் சமத்துவக் கொள்கையை அசோகன் அறிமுகப்படுத்தினான். அலுவலர்களும் இக் கொள்கையை நடைமுறைப்படுத்துவதில் ஆர்வம் காட்டினர். (நான்காம் தூண் கல்வெட்டு). வேறொரு தூண்பொறிப்பாணையில் அசோகன் பூதேவர்கள் (பிராமணர்கள்) என்பவர்கள் போலிக்கடவுளர்கள் என்பதை வெளிப்படுத்தி யிருக்கிறான். தம்மஹாமாத்ய (மனிதர்களுக்கான அற மேற்பார்வையாளர்) என்ற பதவியை அவன் ஏற்படுத்தியமை,

பிராமணர்கள் இதுவரை அனுபவித்துவந்த சிறப்புரிமைகளுக்கும் முன்னுரிமைகளுக்கும் மரண அடியாக விழுந்தது (தத்தா [1944] 1983: 164). விலங்குகளையும் பறவைகளையும் கொல்வதையும் தடைசெய்து, பெண்கள் செய்துவந்த மிகையான சடங்குகளிலும் அவர்களை ஊக்கம் இழக்கச் செய்தான் (கல்வெட்டு எண் 6). இது, அசோகன் ஏற்றுக் கொண்ட புத்த மதத்தில் காணப்படும் யாகத்தின் மீதான வெறுப்பின் விளைவுதான். அதேபோல் பிராமண குருமார்த்தனத்தின் மொழியான சமஸ்கிருதமும் அசிரத்தைக்குரியதானது. இப்படிப்பட்ட கொள்கை பலவேறு சடங்குகளிலும் யாகங்களிலும் கிடைக்கும் கொடைகளையும் பரிசுகளையும் நம்பியிருந்த பிராமணர்களின் நலத்துக்குக் குந்தகமாக இருந்ததில் வியப்பில்லை. வேறு வகையில் கூறினால், பிராமணர்களின் உயர்வும், அவர்களின் புனித நூல்களின் நம்பகத்தன்மையும் அச்சுறுத்தலுக்காளாயின. மேலும் அரச வம்சத்தில் வருவதும், அதன் குலப்பழமையும் மௌரியர்களுக்கு ஒரு பொருட்டாக இல்லை. பிராமணர்கள் வேண்டுவதுபோல, மௌரியர்கள் க்ஷத்திரிய அந்தஸ்தினையும் கோரவில்லை, உயர்ந்த அந்தஸ்து உள்ளவர்கள் என்று கூடத் தங்களைக் கூறிக் கொள்ளவில்லை. எனவே பிராமண நூல்கள் மௌரியர்களை சூத்திர-ப்ரயஸ்த்வ-அதார்மிக (முதன்மையாகச் சூத்திரர்களும் தர்மம் அற்றவர்களும்) என்று வருணித்ததில் வியப்பேயில்லை (தாப்பர் [1961] 1999 a: 12).

பிராமணர்கள் பழிவாங்கத் தொடங்கினார்கள். கடைசி மௌரிய அரசன் பிருஹத்ரதனின் படைத்தலைவன் புஷ்யமித்ர சுங்கனின் தலைமையில் அவர்கள் சதிச்செயலில் ஈடுபட்டார்கள். புஷ்யமித்ரன் மௌரிய அரசனுக்குத் தன் பெண்ணைத் திருமணம் செய்துகொடுத்து ஆசைப்பட்ட படைத்தளபதி பதவியை அடைந்தான். பிறகு கி.மு. 185இல் ஓர் இராணுவ அணிவகுப்பின் போது தன் அரசனின் தலையை வெட்டிக் கொன்றான். இவன் இலக்கணக்காரர் பதஞ்சலியின் மாணவன். இவன் அரசப்பதவியை எய்தியவுடன் வேத யாக முறைகளுக்கு உயிர்கொடுத்து, தானும் ராஜசூய யாகத்தை நடத்தினான் என்பதே மௌரிய அரசனின் கொலை பார்ப்பனர்களின் எதிர்வினை என்பதற்கு உறுதியான சான்று. பௌத்தர்களைச் சித்திரவதை செய்வதும், அவர்களின் மடங்களைப் பற்றி அவதூறு செய்வதும் அவனது முதன்மைக் கடமைகள் ஆயின. பாடலிபுத்திரத்திலும் அதைச் சுற்றியும் இருந்த மடங்களை எரித்த பிறகு அவன் சாகாலாவுக்குச் (மேற்கு பஞ்சாபிலுள்ள சியால்கோட்) சென்று, ஒவ்வொரு புத்த பிக்குவின் தலைக்கும் 100 பொற்காசு என அறிவித்தான். (பர்னூ, இந்திய பௌத்த வரலாற்றுக்கு அறிமுகம்- l' Historie on Buddhisme Indien-see Ambedkar, BAWS, vol.3: 269; மேலும் சாஸ்திரி மற்றும் ஸ்ரீநிவாசாச்சாரி 1980: 139ஐயும் பார்க்க). அவன்

பௌத்தத்திற்கு எதிராக பயங்கர ஆட்சியைக் கட்டவிழ்த்துவிட்டான் என்பதைத் திபேத்திய, சீனப் பதிவுகள் உள்ளிட்ட பல மூலங்கள் உறுதிப்படுத்துகின்றன. 'திவ்யவதனா'வின் படியும், திபேத்திய வரலாற்றாளர் தாராநாத்தின் கூற்றுப்படியும், அவன் பாடலிபுத்திரம் தொடங்கி சாகாலா வரையிலுள்ள மடங்களை அழித்தான், எரித்தான் எனப்படுகிறது. எச்.பி. சாஸ்திரி என்ற வரலாற்றாசிரியர் சொல்கிறார், "வைதிகமான, சகிப்புத் தன்மையற்ற சுங்கர்களின் ஏகாதிபத்திய ஆட்சியின் கீழ் பௌத்தர்களின் நிலையை வருணிப்பதைவிடக் கற்பனை செய்துகொள்வது எளிது. சீன அதிகாரப் பூர்வத் தகவல்களின்படி, இன்றும் பௌத்தர்கள் புஷ்யமித்ரன் என்ற பெயரை ஒரு சாபத்துடனே உதிர்க்கிறார்கள்" (அம்பேத்கரின் மேற்கோள், மேலது).

இந்திய வரலாற்றின் நிறுவனமயப்பட்ட போக்கினைப் புறக்கணித்து, அம்பேத்கர் தனது 'புரட்சியும் எதிர்ப்புரட்சியும்' என்ற முழுமைபெறாத நூலில் பௌத்தத்திற்கும் பார்ப்பனியத்திற்கும் உள்ள போராட்டத்தைக் கடந்த காலத்தை மீட்டமைப்பதற்கான எல்லைக்கல் ஆக்குகிறார். வீரியமிக்க வைதிகத் தன்மையுடன் கூடிய பிராமண எதிர்ப்புரட்சியை முன்னறிவிக்கின்ற நிகழ்வாக கி.மு. 185இன் அரசக் கொலையை நோக்குகிறார். (கே. பி. ஜாயஸ்வாலும் தனது 'மனுவும் யாக்ஞவல்கியரும்' என்ற நூலில் (1930: 40-1) பார்ப்பன எதிர்வினையை 'வைதிக எதிர்ப்புரட்சி' என்றே குறிப்பிடுகிறார்.) அப்போதும் வலிமை மிக்கதாக இருந்த பௌத்தத்தை அழித்து, தனது சமூக மற்றும் அரசியல் படிநிலைக் கொள்கையோடு கூடிய பிராமணியத்தை அந்த இடத்தில் வைப்பதே அதன் நோக்கமாகும். மேற்குடி வரலாற்றாசிரியர்களால் வழக்கமாகச் சொல்லப்படுவதுபோல, இந்தியாவில் பௌத்தத்தின் வீழ்ச்சி என்பது, மெதுவாக இந்து மதத்துக்கு ஒத்துச் சென்று பிறகு அதனால் உள்வாங்கப்பட்டது அல்ல, மாறாக வன்முறையினால் ஏற்பட்டது என்பது அம்பேத்கரின் கருத்து. இது வெரார்தியின் சிறந்த நூலில் போதிய அளவு தொல்லியல், பனுவல்சார் ஆதாரங்களால் உறுதிப்படுத்தப்படுகிறது (2011).

வர்ண-சாதி அமைப்புக்கு வரைவுச்சட்டகம் அளிக்க இருந்த ஸ்மிருதி இலக்கியங்களின் தொடக்கத்துடன் அம்பேத்கர் இந்த பிராமணப் பின்னடைவைத் தொடர்பு படுத்துகிறார்; அனுலோம (கணவன் சாதி மனைவியினுடையதைவிட உயர்வாக இருத்தல்), பிரதிலோம (மனைவியின் சாதி கணவனுடையதைவிட உயர்வாக இருத்தல்) திருமணங்கள் தொடர்பான விதிகள்; எல்லாவற்றையும் விட திட்டமிட்டு வைசியர்கள், சூத்திரர்கள், பெண்களை அடிமைப் படுத்திய தன்மை. மிக முக்கியமான சட்ட நூலான மனு ஸ்மிருதிக்கு

ஆசிரியராகப் புராணப் பெயரான மனு என்பதைத் தொடர்புபடுத்தியது முழு ஏமாற்றுவேலை என்பதை நிரூபிக்க அவர் பலவேறு ஆதாரங்களைக் காட்டுகிறார்.

கி.பி. நான்காம் நூற்றாண்டில் எழுதுகின்ற நாரதஸ்மிருதியின் ஆசிரியருக்கு மனுஸ்மிருதியின் ஆசிரியர் பெயர் தெரிந்திருந்தது. அவர், மனு என்ற புனைபெயரைக் கொண்டவர் சுமதி பார்கவ என்ற நபர் எனக் கூறியுள்ளார்... அதிகாரப்பூர்வத் தன்மை கேள்விக்குட்படாத அறிஞர்களின் கருத்துப்படி, மனுஸ்மிருதி கி.பி.150க்கும் 170க்கும் இடையில் எழுதப்பட்டதாக வேண்டும். நாம் புஷ்யமித்ரனின் பார்ப்பனப் புரட்சி கி.பி. 185இல் நிகழ்ந்ததை மனத்தில் கொண்டால், மௌரியர்களின் அரசுக்கு எதிராகப் பார்ப்பனப் புரட்சிக்கான கொள்கை நூலாக மனுஸ்மிருதி புஷ்யமித்ரனால் பிரகடனப் படுத்தப்பட்டது என்பதில் சந்தேகம் இருக்காது. (BAWS, பாகம் 3, 270–1).

பௌத்தத்தின்மீது மனுவுக்கிருந்த வெறுப்பைக் காட்டும் முறையில் அம்பேத்கர் அந்நூலிலிருந்து சில சூத்திரங்களை எடுத்துக்காட்டுகிறார். இந்த வெறுப்பு புஷ்யமித்ரனின் ஆட்சிக்கு மிகுந்த ஆதரவாக இருந்தது. பௌத்தத்தை நசுக்கவும், தங்கள் வைதிக நூல்களின் மீதான ஒற்றை ஆதிக்கத்தை உறுதிப்படுத்தவும் பிராமணர்கள் இந்த வாய்ப்பைப் பயன்படுத்திக் கொண்டார்கள். மற்ற பார்ப்பன அரசர்களும் பௌத்தர்களின் மடங்களையும் கல்வி நிறுவனங்களையும் அழிப்பதில் புஷ்யமித்ரனின் வழிகாட்டலை ஏற்றுக் கொண்டார்கள். இந்து இந்தியாவின் மீது முஸ்லிம்களின் படையெடுப்பாளர்களுக்கும், பௌத்த இந்தியாவின் மீது இந்துப் படையெடுப்பாளர்களுக்கும் ஓர் ஒற்றுமையை அம்பேத்கர் காண்கிறார். பலவிதப்பட்ட முஸ்லிம் படையெடுப்பாளர்கள்--அராபியர்கள், துருக்கர்கள், மங்கோலியர்கள், ஆஃப்கானியர்கள் தங்களுக்குள் மேலதிகாரத்துக்காகப் போரிட்டுக் கொண்டாலும் சிலைவழிபாட்டை அழிப்பதில் ஒன்றாக இருந்தார்கள். அதுபோலவே, பௌத்தர்கள் மீது பிராமணப் படையெடுப்பாளர்களான சுங்கர்கள், கண்வர்கள், ஆந்திரர்களும் தங்களுக்குள் உயர்ந்தவர் யார் என்பதற்காகப் போரிட்டுக் கொண்டாலும் பௌத்தத்தை அழிப்பது என்ற ஒற்றை இலக்கில் உறுதியாக இருந்தார்கள். முஸ்லிம்கள், இந்துக்களின் புறச் சின்னங்களான கோவில்கள் மடங்கள் போன்றவற்றை மட்டுமே அழித்தனர், ஆனால் மக்களின் ஆன்மிக வாழ்க்கைக்கான கொள்கைகள் எதையும் தலைகீழாக்கவில்லை. ஆனால் பிராமணப் புரட்சியின் விளைவோ வெகுமக்கள் ஏற்றுப் பின்பற்றிவந்த பௌத்தக் கொள்கைகளை முற்றிலும் அழிப்பதாக இருந்தது (மேலது, 273-4).

பௌத்த அழிவு பற்றிய தனது பகுப்பாய்வில் அம்பேத்கர் ஒரு 'தலைகீழாக்கல்' கொள்கையையும் குறிப்பிடுகிறார். புத்தகத்தை அவர் முடிக்காததால் அவர் அதை விளக்கவில்லை, ஆனால் அவரது

வாதத்தின் குரலும் பண்பும் பிராமண பௌத்தர்களின் நயவஞ்சகப் பங்கினை அந்தத் தலைகீழாக்கல் உள்ளடக்கியிருந்தது என்பதைக் காட்டுகின்றன. ஒரு பிரதானப்பகுதி வரலாற்றாசிரியர் சொல்வதைக் கொண்டு இதனை நன்கு அவதானிக்கலாம். "தொடக்கத்திலிருந்தே பௌத்த முறைமை பிராமணர்களைக் கொண்டிருந்தது. அவர்கள் வெளிப்படையாகச் சாதியைத் துறந்தாலும், உள்ளுக்குள் தங்கள் அறிவு மரபுகளை அப்படியே வைத்திருந்தனர். மாட்டுக்கறி உண்பதைத் தவிர்த்து அஹிம்சையை பௌத்தரைப் பார்த்துத் தங்கள் முக்கிய இலட்சியமாக ஏற்றதைப் போலவே சடங்குகள் இல்லை, சமய வழிபாட்டு மரபுகள் இல்லை என்ற பௌத்தக் கொள்கையையும் அப்போதைக்கு பிராமணர்கள் ஏற்றுக் கொண்டனர். பௌத்த, பிராமண உயர் தத்துவங்கள் சாராம்சத்தில் ஒன்றுகுவியத் தொடங்கின. எவரும் பொருளியல் உலகினை மெய்யானது என்று ஏற்கவில்லை." (கோசாம்பி [1965] 1992: 179). வேறு சொற்களில், அவர்கள் பௌத்தத்தை ஏற்றிருந்தாலும் பிராமணர்களாகவே இருந்தனர், ஒருவேளை தங்கள் சாதிப் பாகுபாட்டினை அங்கும் கடைப் பிடித்திருக்கலாம். அவர்கள் பிராமண மீமெய்யியலுக்கு ஒத்த கொள்கைகளை உருவாக்கினர். அது மஹாயான பௌத்தத்தில் முடிந்தது. தொடக்க கால பௌத்தத்தின் அடிப்படை அறிவுநோக்கியலையும், அர்த்தத்தையும் ஏறத்தாழ அழித்துவிட்டனர் என்றே கூறலாம். பொருள்சார் உலகு இல்லை என்றோ, உலகப் பொருள்கள் கவனத்துக்கு ஏற்றவையல்ல என்றோ புத்தர் ஒருபோதும் கூறவில்லை. அவரது நிரந்தரமின்மை விதி, பொருள்கள் தொடர்ந்து இருப்புக்குள் வந்துகொண்டும் இல்லாமல் போய்க் கொண்டும் இருக்கின்றன என்று கூறியது. எல்லாப் பொருள்களுமே கண நேர இருப்பு வாய்ந்தவை. இதனை மஹாயானிகள் பொருள்களே இல்லை என்று விளக்குவதற்குப் பயன்படுத்திக் கொண்டனர். இது உலகமே இல்லை என்று சொல்லும் சூன்ய வாதத்திற்கு இட்டுச் சென்றது. இதிலிருந்து எல்லாவித மூட நம்பிக்கைகளும் அறிவுக்கெதிரான சிந்தனைகளும் தோன்றித் தொடக்ககாலப் பௌத்தத்தின் பொருள்முதல்வாத நோக்கினையும் பகுத்தறிவு நோக்கினையும் மெதுவாக உதைத்து வெளியேற்றுதல் தொடங்கியது. பண்டித நேருகூட இதனை உறுதிப்படுத்துகிறார்:

ஒருவேளை பின்னால் அதில் சேர்ந்த பிராமணர்களால் அது மேலும் மீமெய்யியல் போக்கில் வளர்ந்ததாகலாம்...பிராமண பௌத்தர்களாலேயே மஹாயான பௌத்த வடிவம் வளர்ந்திருக்கலாம்...மஹாயான பௌத்தம் மிக வேகமாகப் பரவியது, ஆனால் அது பரவலாகுவதில் பெற்றதை பண்பிலும் தனித்தன்மையிலும் இழந்துவிட்டது. மடங்கள் செல்வம் நிறைந்தவை ஆயின, தன்னல ஆர்வம் கொண்டவர்களின் மையங்கள் ஆயின, அவர்களின் ஒழுக்கம் தளர்ச்சியடைந்தது. ([1946] 1996: 175-9).

மஹாயானிகள் புத்தரைக் கடவுள் ஆக்கினர். அவரது பலவித அவதாரங்களைப் புகுத்தினர். தேவதைகளையும் குட்டிச் சாத்தான்களையும் கூட பௌத்தத்திற்குள் கொண்டு வந்தனர். அதனால் பௌத்தம் சடங்குத்தன்மையையும் புரோகிதத்தையும் ஏற்றது. போதிசத்துவரைப் (இறந்த பிறகு புத்தர், போதிசத்துவர் ஆகிறார்) பற்றிய யூகங்கள் மஹாயான பௌத்தத்தின் பிரதான விஷயம் ஆயிற்று. இதை புத்தரே மீமெய்யியல் தன்மை கொண்டதெனக் கருதி, அதனால் விடையளிப்பதைத் தவிர்த்திருந்தார். புத்தரின் அசலான கருத்துகளான கர்மம், நிர்வாணம் ஆகியவையும் மாறுதலுக்குள்ளாயின. மிகத் தொலைநோக்குடைய விளைவுகளை ஏற்படுத்தும் வகையில், பிராமண பௌத்தர்கள் மக்கள் மொழியான பாலியைக் கைவிட்டு, சமஸ்கிருதத்தை ஏற்றுக் கொண்டனர். பௌத்தத்தின் மகாயான வடிவத்தின் மாயாஜால, அதீத நம்பிக்கைகள் தொடக்ககாலப் பௌத்தத்தின் ஆழமான மனிதநேயத்தையும் சமூக தீவிரத்தன்மையையும் பரிகாசம் செய்வதுபோல உள்ளன. உருமாறிய பௌத்தத்தின் முன்னுக்குப் பின் முரணான பல்வேறு இழைகளை- புத்தரை தெய்வமாக்குவது, பின்னாட்களின் தாந்திரிக வாதம்- போன்றவற்றை எடுத்து பிராமணியத்திற்கும் பௌத்தத்திற்கும் எவ்வித அடிப்படை வேறுபாடும் இல்லை என நிறுவுவதில் வெற்றி கண்டனர். பௌத்தத்தை ஒழிக்கும் ஆவலில், அவர்கள் புத்தரைக்கூட விஷ்ணுவின் ஒன்பதாம் அவதாரமாகச் சித்திரித்து பிராமண வார்ப்புக்கள் கொண்டுவர முயற்சி செய்தனர். ஆனால் தங்கள் கோயில்களில் அவருக்குச் சிலை எழுப்பவோ, விஹாரங்களையும் ஸ்தூபிகளையும் எழுப்பவோ இல்லை.

சுருக்கமாக, பின்னாளைய பௌத்தத்தின் பலவேறு முறையற்ற வளர்ச்சிகள் அதற்கு எதிராகப் பயன்படுத்தக்கூடிய பல கருவிகளை பிராமணர்களுக்கு அளித்தன. பின்னால், சங்கரர் போன்ற தத்துவ வாதிகள் பௌத்தத்தின் சிதைக்கப்பட்ட கொள்கைகளைப் பார்ப்பனியத்தை வளர்க்கவும் மேம்படுத்தவும் தமக்கு நன்கு உதவுவதாகக் கண்டனர். அவர்கள் தங்கள் மாயாவாதத்தை சூன்யவாதத்தின் அடிப்படைமீது எழுப்பினர். இந்த அர்த்தத்தில்தான் பிரம்ம சத்யம் ஜகத் மித்யா என்ற வேதாந்தியான சங்கரர் போலி-பௌத்தர் எனப்படுகிறார். இந்த போலி-பௌத்தரது நிஜமான பேராவல் பிராமணர்களின் உயர்வை நிறுவுவது. அதனால் பௌத்தத்தை அவர் சர்வ-வைநாசிக (எல்லாவற்றையும் அழிப்பது) என்றார். புத்தரை மக்களின் எதிரி என்றும் கூறினார். பௌத்தத்திற்கு எதிராக உறுதியாகப் போரிட்டவர் என்ற முறையில் சங்கரர், சிருங்கேரியில் ஒரு பௌத்த மடம் இருந்த இடத்தில் தனது மடத்தை அமைத்ததாகச் சொல்லப்படுகிறது.

இந்தியக் கலாச்சாரத்தைப் பார்ப்பன வார்ப்பில் அடக்கும் மோசடிகள்

மௌரியருக்குப் பிந்திய பிராமண நூல்களும் பிற மூலங்களும் போரிடும் மனப்பான்மை கொண்ட பிராமணப் புத்தெழுச்சியைக் காட்டுகின்றன. இதில் மூன்று கூறுகள் இருந்தன-சமஸ்கிருதமல்லாத எல்லா மொழிகள்மீதும் பகைமை; வேதப் பார்ப்பனியத்தை அன்றிப் பிற எல்லா மதங்கள் மீதும் சகிப்பின்மை; பிராமணரைத் தவிர பிற சாதிகள் அனைத்தின்மீதும் ஒருபுடைத்தான வெறுப்பு *(வாக்கர் 1983ஏ: 172)*. "இந்த எழுச்சிக்கு இந்தியச் சிந்தனையின் சமஸ்கிருதமயமாதலும் இந்தியச் சமூகச் சட்டங்களை எழுதியவர்களின் பிராமணத்துவமும் தான் காரணம்" *(மேலது, 363)*. இந்தப் புத்தெழுச்சியின் அடையாளமும் நோக்கமும் பிராமணச் சாதியை உயர்த்தலும், தெய்வமாக்கலும்தான். இந்த எதிர்ப்பியக்கத்தின் அறிக்கையாக மனுஸ்மிருதி இருந்தது.

வலியத்தாக்கும் பார்ப்பனியத்தின் எழுச்சியோடு, மௌரியர் காலத்திற்குப் பிந்திய அரசியல், நிர்வாக மாற்றங்கள் அரசு எந்திரத்தை நிலவுடைமைத் தன்மைப் படுத்த முனைந்தன. இவற்றில் அதிர்ச்சி தரத்தக்க ஒரு மாற்றம், இந்திய நிலவுடைமை பற்றிய தனது ஆய்வில் ஆர். எஸ். சர்மா எடுத்துக்காட்டுவது என்னவெனில், தர்மசாத்திரங்கள் புனிதமென வலியுறுத்திய பார்ப்பனருக்கான நிலவுடைமைக் கொடை (பிரம்மதேயம் அளித்தல்) ஆகும். மகாபாரதம் இப்படிப்பட்ட நிலக் கொடையைப் புகழ்கின்ற ஒரு தனிப் பிரிவையே கொண்டுள்ளது *(சர்மா, 1980: 1-2)*. இந்த நடைமுறை தொடர்ந்து, குறிப்பாக குப்தர் கால முதலாக மிக அதிக அளவில் நடைபெற்றது. கொடை பெற்ற பிராமணர்களுக்கு நிர்வாக உரிமைகளும் தரப்பட்டன. "இப்படியாக நலிக்கொடை அளிக்கின்ற பரவலான நடைமுறை...பிராமணக் குறுநில அரசுகளுக்கு வழிவகுத்தது. அவர்கள் அரசு அலுவலர்களின் கீழ் நிர்வாகச் செயல்களை இயற்றாமல் ஏறத்தாழ தனித்தே இயங்கினர்." *(மேலது, 4)*.

வெற்றிகண்ட இந்தப் பார்ப்பனியக் காலத்தில்தான் வேதங்கள், ஸ்மிருதிகள், இதிகாசங்கள், பிற மத, மதச்சார்பற்ற எல்லாப் படைப்புகளும் முழுமையாக மறுமதிப்பீடுகளும் குளறுபடிகளும் செய்யப்பட்டன. ஒட்டுமொத்தமாக இந்திய வாழ்க்கையையும் கலாச்சாரத்தையும் பிராமண வார்ப்புக்குள் கொண்டுவந்த காலம் அது. இந்தக் காலத்தில்தான் மகாபாரதம், இராமாயணம், பிற இலக்கிய அமைப்புகள் சமஸ்கிருதமயமாக்கம் செய்யப்பட்டன. *(வாக்கர் 1983ஏ: 362-5)*. பிராமணக் கட்டமைப்புக்கு உறுதிசேர்க்க, பிராமண ஆசிரியர்கள் உண்மைகளை மறைத்தும், பெயர்களை மாற்றியும், இடங்களையும் காலங்களையும் குழப்பியும் செயல்பட்டனர்.

வேதங்களும் பிற புனித நூல்களும் ஒட்டுமொத்தமாகப் போலி செய்யப்படுவதையும், போலித் தகவல்கள் சேகரிக்கப்படுவதையும், புனைவான அரசர்களைக் கொண்ட வம்சாவழி உருவாக்கங்களையும் இந்தக் காலப்பகுதி கண்டது. புனைவுக் கற்பனையும் மெய்ம்மையும் பிரிக்கமுடியாமல் நெய்யப் பட்டதால், இந்திய வரலாற்று இதழ்களிலும், ஸ்ரமண மரபுகள், குறிப்பாக பௌத்தம் பற்றிய செய்திகள் அழிக்கப்பட்டன, அல்லது மிகச் சிறப்பான நிலையில், ஒட்டுமொத்தமாக சில அங்கொன்றும் இங்கொன்றுமான குறிப்புகளால் தவறாக முன்வைக்கப்பட்டன. அசோகன் ஒரு வெறுக்கத்தக்க பௌத்தனாகவும் இழிவான சூத்திரனாகவும் முன்வைக்கப்பட்டான். "ஏறத்தாழ பத்துப் பன்னிரண்டு நூற்றாண்டுகள் கழித்து, அவனது செல்வாக்கின் எல்லா அபாயங்களும் மறைந்தொழிந்த காலம்வரை பிராமணப் பதிவுகள் அவனை முற்றிலுமாகப் புறக்கணித்தன." இந்திய வரலாற்றில் நீக்கப்பட்ட பெயரான அசோகனைப் பத்தொன்பதாம் நூற்றாண்டில் அவனது பாறைச் செய்திகள், மேலும் பிற இந்திய, அயலகப் பதிவுகள், குறிப்பாக இலங்கையின் காலப்படி வரலாற்றுக் குறிப்புகள் அடிப்படையில் ஜேம்ஸ் பிரின்செப் மறுகண்டுபிடிப்புச் செய்தார்.

சமத்துவக் கொள்கைகளின் மேல் ஒரு பொதுச் சட்டத்திற்கான அடிப்படையை அமைப்பது, என்றுமே பதிவுசெய்யப்படாத, அல்லது பொதுமக்களுக்கு வெளிப்படுத்தப் படாத, பிராமணச் சட்டங்களால் அழிக்கப்பட்டது. நீதியும் சட்டநிர்வாகமும் வெறும் கேலிக்கூத்து ஆக்கப்பட்டன. கோசாம்பி சொல்கிறார், "குற்றமும் பாவமும் நம்பிக்கை அற்ற விதத்தில் குழப்பப்பட்டுள்ளன, எந்தவித முட்டாள்தனமான சடங்கிற்கும் கேலிக்கூத்தான முறையில் நியாயம் செய்கின்ற வியக்கத்தக்க மதக் கட்டுக்கதைகளின் மொத்தத் தொகுதியில் சட்டக் கொள்கைகள் மூழ்கடிக்கப்படுகின்றன." சடங்குகளுக்காக சமஸ்கிருதம் பயன்படுத்தப் பட்டமை, விலைக்காக வேண்டி (சாதியமைப்பைக் காப்பாற்றுகின்ற வாக்குறுதி உள்பட) ஆளும் தலைவர்களுக்கும் பேராசைகொண்ட அரசர்களுக்கும் அரச வமிசாவழிகளைப் புனைந்தமை இரண்டும் இந்திய அளவிலான ஒரு பிராமண மேற்சாதியமைப்பை உருவாக்க உதவிசெய்தன. இந்தப் பண்டிதர்கள், ஆனால், காலம் காலமாக நிலவி வந்த வணிகக் குழுக்களையும் நகரப் பதிவுகளையும் கற்பதில் ஒருபோதும் எவ்வித ஆர்வமும் காட்டவில்லை. சமூக ஒழுக்கத்தை வளர்க்க எவ்வித அக்கறையும் காட்டவில்லை.

பழங்குடி, குலமரபு, சாதி, வணிகக் குழுக்கள், ஒருவேளை குடிமக்கள் போன்ற எண்ணற்ற இந்தக் குழுக்கள் அளித்திருந்த கொடைகளை இந்தியக் கலாச்சாரம்

இழந்தது. புத்தர், அசோகன் செய்த நாகரிகப் படுத்தும், சமூகவயப் படுத்தும் பணி தொடரப்படவில்லை. சாதித் தளைகளையும் சாதித் தனித்தன்மையையும் இறுக்குகின்ற செய்கை, வகுப்பு, தொழில், சாதி, மதக்கோட்பாடு என்ற பாகுபாடின்றி நீதி, சமத்தன்மைக்கான ஒரு பொது அடிப்படையை உருவாக்கும் சாத்தியத்தைத் தொலைத்துவிட்டது. இவற்றின் தொடர்ச்சியாக, ஏறத்தாழ அனைத்திந்திய வரலாறும் மறைக்கப்பட்டது. (கோசாம்பி [1965] 1992: 173).

இந்த பிராமணப் புத்தெழுச்சிக் காலத்தில்தான் சமஸ்கிருத இலக்கியத் தோற்றமும் கொண்டுசெல்லப் படக் கூடியதாக உள்ளது. அதுவரை, சமஸ்கிருதத்தில் எவ்வித இலக்கியப் படைப்பும் இல்லை. இழிந்த உலகம் சார்ந்த இலக்கியத்துக்கு இடம் அளிக்காத கடவுளர்களின் புனித மொழியாக சமஸ்கிருதம் போற்றப்பட்டு வந்தது. புரோகித வளவளப்புக்கான கருவியாக பிராமணர்கள் பயன்படுத்திப் பொறாமையுடன் காத்துவந்த, திட்டமிட்டு உருவாக்கப்பட்ட, மாற்றத்துக்கு இடங்கொடாத, தொடர்புகொள்ள முடியாத ஒரு மொழி அது. பாலியும், பிராகிருதமும் அவற்றின் வெவ்வேறு திசை மொழிகளுடன் வடக்கில் பயன்பட்டு வந்தன, விந்தியத்திற்குத் தெற்கில் தொடர்பு மொழிகளாக திராவிட மொழிகள் பயன்பட்டன.

சமஸ்கிருதத்தில் செய்யப்படுவதற்கு முன்பாக பிராகிருத மொழிகளில் மகாபாரதமும் இராமாயணமும் மிக நீண்ட காலமாக வழக்கில் இருந்தன. கிறித்துவக் காலத் தொடக்கத்திற்கு முன்பும் பின்பும் பிராகிருத மூலங்களின் மொழிபெயர்ப்புகளையும், விரிவாக்கல்களையும் ஏற்று அக்கதைகள் சமஸ்கிருதத்தில் மறுபடி எழுதப்பட்டன. விமரிசன நுண்நோக்கிலேயே மகாபாரதத்தின் ஆதிப் பனுவல்கள் மாற்றப்பட்டிருப்பது எளிதாகத் தெரியும். மூலத்தில் ஒரு வீரன் செய்த செயல்களால் ஆன கதையை, ஒருவித பிராமண பைபிளாக மாற்றுவதை அவ்வளவு எளிதாகச் செய்ய முடியவில்லை. ஏனெனில் சமஸ்கிருதத்தில் மாற்றி எழுதுவதில் புரோகித நலன்கள், வீரச் செயல்களுக்கு மேல் வைக்கப்பட்டன. தொடர்பான பழங்கதைகள், பிராமண நோக்கிற்கேற்பப் பெரும்பாலும் திரிக்கப்பட்டன. இந்தியாவின் வீரயுகம் என்ற நூலில் சித்தாந்தா, எல்லாமே பார்ப்பனர்களின் கோணத்திலிருந்துதான் நோக்கப்பட்டன, ஒரு நேரான கதைக்குப் பதிலாக, பிராமணர்களின் தூய்மையை வலியுறுத்தும் பலவித கிளைக் கதைகள் செருகப்பட்டன என்கிறார். இதேபோலத்தான் பர்கிடரும் *(1922)* திட்டவட்டமாகச் சொல்கிறார். "பிராமணப் பாடங்கள் யாவும், எல்லா நிகழ்வுகளையும் திரித்துக்கூறும் அபத்தங்களும் சாத்தியமின்மைகளும் நிறைந்த கதம்பங்களாக உள்ளன." "முழு சமஸ்கிருத இலக்கியமுமே எவ்வித வரலாற்றுத் தன்மைகளும் அற்றனவாக இருப்பதில் வியப்பில்லை." *(மேலது, 2)*

சமஸ்கிருதப்படுத்தப்பட்ட இராமாயணமும் முக்கிய மாற்றங்கள் செய்யப்பட்டதை அழிக்கமுடியாத சுவடுகளைக் கொண்டுள்ளது. பொதுவாகவே, "தூக்கலான பிராமண தொனி அசலான மூலக் கதையில் இல்லை, அது பிராமணப் புத்தெழுச்சியின்போது அதற்குத் தரப்பட்டது, அப்போதுதான் கூடுதலான விஷயங்களும் அதில் சேர்க்கப்பட்டன". ஓர் உதாரணத்தைச் சொல்ல வேண்டுமானால், மறு படைப்பில், இராமன் புத்தரைத் திருடன் என்று இழிவுபடுத்தி, அவனது போதனைகளை ஏற்கலாகாது என்று மக்களுக்கு எச்சரிக்கிறான் (பார்க்க, வர்மா 1974: 297). புத்தரைப் பற்றிய குறிப்பு, இராமாயணம் அவருக்குப் பிந்திய காலத்தில் மறுபடைப்புச் செய்யப்பட்டதையும் புத்தரின் வேதத்திற்கெதிரான போதனைகளுக்கு மீள் எழுச்சி கொண்ட பார்ப்பனியத்தின் நிலைகொள்ளலையும் காட்டுகிறது.

இதிகாசங்கள் போலவே, சமஸ்கிருதத்திலுள்ள கவிதை, தேவதைக் கதை, பழங்கதை போன்றவையும் பிராகிருத மூலங்களின் மொழிபெயர்ப்புகளும் விரிவாக்கல்களும் ஆகும். சமஸ்கிருதத்தில் நன்கறியப்பட்ட காதசரித்சாகர் என்ற கதைத்தொகுப்பு, ஒரு பிராகிருத மொழியில் முன்பிருந்த கதை என்பது அறியப்பட்ட ஒன்று (வாக்கர் 1983a: 364; கோசாம்பி [1965] 1992: 203-4).

பிராமண எழுச்சியின் காலமே பின்வந்த இந்து வாழ்க்கைக்கும் கலாச்சாரத்துக்குமான பிற ஒவ்வொரு விளக்கத்திற்கும் அடிப்படையை அளித்த காலம் என்று பெஞ்சமின் வாக்கர் சுட்டிக்காட்டுகிறார். இந்தக் காலத்தின்போதுதான் பிரதேச மொழிகளில் இருந்த பழைய இந்திய மரபுகள் யாவும் கைக்கொள்ளப் பட்டன, பிராமணச் சார்புக்கேற்ப மாற்றப்பட்டன, சமஸ்கிருதத்தின் புதிய வார்ப்பில் அடைக்கப் பட்டன. பிராமணர்களைத் தெய்வமாக்கவும் பிறரை, குறிப்பாகச் சூத்திரரையும் அதிசூத்திரரையும் தாழ்த்தவும் பழைய பனுவல்கள் யாவும் சமஸ்கிருதத்தில் மொழிபெயர்க்கப் பட்டன. மக்களின் சொந்த எழுத்துகள் சமஸ்கிருதமாக்கப்பட்டு, பிறகு சமஸ்கிருத இலக்கியம் முழுவதும் பிராமணமயப் படுத்தப்பட்டது. வட்டார, அசலான பெயர்கள் யாவும் சமஸ்கிருத எழுத்தொலிக்கேற்ப ஆக்கப்பட்டன. சொந்த மக்களின் உணர்வுகள் சமஸ்கிருதத் தொடரமைப்பில் அரைக்கப் பட்டன. இந்தியச் சொந்தக் குடிமக்களின் எழுத்துகள் பலவும் திரும்பப் பெறமுடியாதவாறு இழக்கப்பட்டன. இந்த ஒட்டுமொத்த பதிலீடும் மாற்றமும், ஒரு பேரிடருக்குச் சற்றும் குறைந்ததல்ல என்று வாக்கர் கூறுகிறார்:

சமஸ்கிருதத்துக்கு முந்திய, சமஸ்கிருதம்–அல்லாத என்று சொல்லக் கூடிய வாழ்க்கை விளக்கங்கள் யாவும், பழைய இந்தியாவின் தொன்மங்கள், வரலாறு, ஏன் புவியியலும்கூட வேண்டுமென்றே வைதிகத்திற்குள் திரித்து அடக்கப்பட்டன.

அதன் கேவலங்கள் பிரதேச மொழிகளிலும் அதன் சொந்த ஆசாரம் போலிப்பகட்டு ஆகியவற்றின் விதிகளுக்கேற்ப மாற்றப்பட்டன. பெரும்பாலான சமயங்களில் அது தன் செல்வாக்கின்கீழ் வந்ததை இழிவுபடுத்தியது. எளிமையும் யதார்த்தமும் செறிந்த மேன்மைமிக்க பழந்தமிழ்க்கவிதை, சமஸ்கிருதத்தின் தொடர்புக்குப் பின்னால் தன் புதுமையை மீண்டும் பெறவேயில்லை. அதற்குப் பிறகு வடமொழியின் செயற்கைத் தன்மைகளுக்குத் தமிழிலக்கியம் அடிமைப் பட்டது. யதார்த்தத்தில் ஒவ்வொரு பிரதேச மொழி இலக்கியமும், அது சமஸ்கிருதச் செல்வாக்கின் கீழ் இருந்த வரையில் இதேவிதத்தில் பாதிக்கப் பட்டுள்ளது. (வாக்கர் 1983ஏ: 364).

இந்தக் காலப்பகுதிக்குப் பின்னால் சமஸ்கிருதம் அறிவுசார்ந்த, கலாச்சார வெளியின்மீது ஒற்றையாதிக்கம் செலுத்தியது என்பதற்குக் கல்வெட்டாய்வு சான்றளிக்கிறது. கி.பி. நான்காம் நூற்றாண்டு முதல் ஆறாம் நூற்றாண்டுவரை இருந்த குப்தர் காலத்தில் பிராமண எழுச்சி உச்சம் எய்தியது. அதற்குப் பிறகு பிராமண ஆதிக்கத்தின் குறியீடான சமஸ்கிருதம் மெதுவாக பிராகிருதத்தை வெளியேற்றியது. குப்தர் காலத்திற்கு முன்னால், 95 சதவீதத்திற்கும் மேற்பட்ட கல்வெட்டுகள் பிராகிருதத்தில் எழுதப்பட்டன. அவை பெரும்பாலும் பிராமணர் அல்லாத ஸ்ரமணக் குடிகளைப் பற்றி, குறிப்பாக பௌத்த, ஜைனரைப் பற்றி இருந்தன. ஐந்து சதவீத சமஸ்கிருதக் கல்வெட்டுகள் மட்டுமே பிராமணர்கள் பற்றியவை. "குப்தருக்குப் பிந்திய காலத்தில் இந்த நிலைமை சமஸ்கிருதத்துக்கும் பார்ப்பனியத்திற்கும் சார்பாக முழுமையாகத் தலைகீழாகியது. இத்தகைய பயங்கரமான தலைகீழ் மாற்றம் ஏற்பட வேண்டுமாயின் புரோகிதர்களின் அதிகாரம் மிகவும் பிரம்மாண்டமானதாக, ஏறத்தாழ கொடுங்கோலாக இருந்திருக்க வேண்டும். ஏழாம் நூற்றாண்டுக்குப் பிந்திய அற்பத்தனமான கல்வெட்டுகளின் எண்ணிக்கையும் இயல்பும் இந்தப் போக்கு தொடர்ந்து வந்ததைக் காட்டுகின்றன" (மேலது).

குறிப்புகள்

1. புத்தரின் பேச்சுகள், உரையாடல்கள், சொற்பொழிவுகள் ஆகியவை அவருடைய மரணத்துக்குச் சற்றுப் பிறகு தொகுக்கப் பட்டன. பாலியிலும், பௌத்தக் கலப்பு சமஸ்கிருதத்திலும், பிறகு செவ்வியல் சமஸ்கிருதத்திலும் பாதுகாக்கப்பட்ட அந்த பௌத்த நூல்கள் பல்வேறு பௌத்தப் புலங்களுக்கு (தேரவாதம், மஹாயானம்) ஏற்றவாறு அவரவர் பாடங்களுடன் உள்ளன. (பௌத்த நூல்களின் குறிப்பிட்ட பகுதி அழிந்தது, அல்லது புஷ்ய மித்ர சுங்கன் போன்ற எதிரிகளால் வேண்டுமென்றே அழிக்கப்பட்டது–) சில பழைய படைப்புகள் சீன, அல்லது திபேத்திய மொழிபெயர்ப்புகளில் மட்டுமே கிடைக்கின்றன.. எனினும் பிரிவுபெறாத, பழைய பௌத்தத்தின் அதிகாரப்பூர்வ நூல் பாலியிலுள்ள

திரிபிடகம் ஸ்ரீலங்காவில் பாதுகாத்து வைக்கப் பட்டுள்ளது.. சில அறிஞர்களின் கருத்துப்படி, பாலி என்பது மாகதி பிராகிருதம், அல்லது இன்றைய தென் பிஹாரிலும் கிழக்கு உத்தரப் பிரதேசத்திலும் பேசப்பட்ட பலவேறு பிராகிருத மொழிகளின் கலப்பு.. புத்தர் தமது காலத்தின் பெரும்பகுதியை இந்தப் பிரதேசத்தில்தான் கழித்தார். தன் சொற்பொழிவுகளை பாலியில் ஆற்றினார்.. ஒருவேளை பாலி, அவர் சென்ற பகுதிகளின் கிளை மொழிகளை ஒன்று சேர்த்து ஒரு பரந்த கூட்டத்திற்குப் பயன்படுமாறு அவரே உருவாக்கியதாக இருக்கலாம்.. தலைவர் பேசிய மொழியிலேயே தொடக்ககாலப் பௌத்த இலக்கியம் தொகுக்கப் பட்டது இயற்கைதான். பாலி நூல் தொகுப்பு திரிபிடகம் (மூன்று கூடைகள்) எனப்பட்டது.. வினய, சுத்த, அபிதம்ம பிடகங்கள் சேர்ந்தது. வினய பிடகத்தில் பௌத்த பிக்குகள், பிக்குணிகள் நடந்து கொள்ள வேண்டிய முறைகள் உள்ளன. சுத்த பிடகம்தான் முக்கியமானது.. புத்தருடையதாகக் கூறப்படும் கொள்கை விளக்கங்கள், சொற்பொழிவுகள், உரையாடல்கள் இதில் உள்ளன. அது ஐந்து பிரிவுகளாக உள்ளது. தீக நியாயம் (நீண்ட சொற்பொழிவுகளைக் கொண்ட நீண்ட பகுதி), மஜ்ஜிம நிகாயம் (சிறிய சொற்பொழிவுகளைக் கொண்ட மத்திமப் பகுதி), சம்யுத்த நிகாயம் (இணைக்கப்பட்ட தொகுதி-சிறிய அறிவுரைகளையும் தொடர்புடைய தலைப்புகளையும் கொண்டது), அங்குத்தர நிகாயம் (வளர்ந்துவரும் தொகுதி, சிறிய பகுதிகள் பதினொரு பிரிவுகளாக வகுக்கப் பட்டது), குத்தக நிகாயம் (சிறிய தொகுதி, பலவேறு வகைப் படைப்புகள் கொண்டது, குறிப்பாக கவிதைநடை கொண்ட தம்மபதத்தைக் கொண்டது). மூன்றாம் கூடை, அபிதம்ம பிடகம். (அநுபந்தக் கொள்கைகள்). பௌத்த உளவியல், மீமெய்யியல் பற்றிய படைப்புத் தொகுப்பு.

2. தர்மம் என்ற சொல் வேத நூல்களில் ஆளப்படவில்லை.. சமஸ்கிருத நூல்களில் அந்தச் சொல் புத்தர் காலத்துக்குப் பிறகே பிரபலமானது.. வேதச் செய்யுள்களில் ரித என்ற சொல் பிரபஞ்சச் சட்டம் என்பதைக் குறிக்கும் விதமாக ஆளப்படுகிறது. பிராமணப் புரோகிதர்களும் இலக்கணக் காரர்களும் ரித என்பதை ஆள்வதை நிறுத்திவிட்டு பௌத்த தம்மத்தைப் பின்னுக்குத் தள்ளுவதற்காக தர்மம் என்ற சொல்லை அதே அர்த்தத்தில் ஆண்டனர் என்று யூகிக்கலாம்.. புத்தருடைய குறியீடு, உலகளாவிய தர்மச் சக்கரச் சுழற்சி. தமது முதல் சொற்பொழிவை வாராணசிக்கு அருகிலுள்ள மிருகவனத்தில் ஆற்றியபோது, பிராமணரின் நான்கு வருணங்களுக்கும் உரிய தர்மத்தை பௌத்த தம்மம் தாண்டிச் செல்லவேண்டும் என்றார். எனவே சமஸ்கிருத தர்மம் என்பது பாலிச் சொல்லான தம்மமே அன்றி வேறல்ல (பார்க்க டெல்யூரி 2005: 95 மற்றும் ஆங்கர் ஏ 1994).

3. தீக நிகாயத்திலும், குத்தக நிகாயத்திலும், பிராமணர்கள் கிணற்றில் கழிவுகளை வீசி புத்தருக்கும் அவர் சீடர்களுக்கும் தொல்லை தர முயன்ற கதை சொல்லப்பட்டுள்ளது.

இயல் மூன்று

இடைக்காலக் கீழ்நிலை ஞானக்கவிகளின் விடுதலை இயக்கங்கள்

சாதிப்பிரிவினிலே தீயை மூட்டுவோம்
சந்தை வெளியினிலே கோலை நாட்டுவோம்
வீதிப் பிரிவினிலே விளையாடிடுவோம்
வேண்டாத மனையினில் உறவு செய்வோம்.

பாம்பாட்டிச் சித்தர் பாடல் 123 (கைலாசபதி மேற்கோள் 1987: 391)

தாராளவாத மனிதநேய ஸ்ரமணத்திற்கும் பழமைவாத -புறமொதுக்கல் பார்ப்பனியத்திற்கும் இடையிலான உச்சநிலை இறுக்கமே இந்தியாவின் சமூக வரலாற்றின் வரையறுக்கும் பண்பாக இருந்தது. அது வெளிப்படையான மற்றும் நுணுக்கமான பல வழிகளில் வெளிப்பட்டது. இந்தப் போராட்டத்தின் ஒரு பழமையான வெளி பக்தி இயக்கம். அதன் கீழ்ச் சமூக-மதச் செயல்பாடுகளின் தீவிர ஓட்டம் ஒன்று இடையறாது நிகழ்ந்துள்ளது. பதினைந்தாம் பதினாறாம் நூற்றாண்டுகளில் அது வடக்கில் அடித்தள ஞானக்கவிகளின் எழுச்சியாக வெளிப்பட்டது. இவர்களில் கபீர், ரவிதாசர், தாடு, நானக் அடங்குவர். தெற்கில் முதலாயிரத்தின் பிற்பாதியில் (கி.பி.500க்கு மேல்) இந்த இயக்கம் தொடங்கியது. மெதுவாகக் கர்நாடகம், மகாராஷ்டிரத்தின் வழியாகப் பரவிப் பதினைந்தாம் நூற்றாண்டு முதல் வட இந்தியாவையும் வங்காளத்தையும் உள்ளடக்கியது. கீழிருந்து எழுந்த இந்த இயக்கங்கள் ஒரு கலாச்சாரப் புரட்சியையும், சாதாரண மக்களின் அசாதாரணமான உயிர்த்துடிப்பையும் காட்டுகின்றன. ஏதோ

சில சமயங்களில் பார்ப்பனர்களும் பக்தி என்னும் வண்டித்தொடரில் ஏறிக்கொண்டாலும், இந்த இயக்கத்தின் தீவிரத்தன்மை, மக்கள் மொழிகளில் மிக அழகிய பாடல்களைப் பாடிய கைவினைஞர்கள், விவசாயிகள், உழைப்பாளிகள் போன்றவர்களால்தான் வடிவமைக்கப் பட்டது. சாதி-நிலவுடைமைக் காலத்தில் அதன் கோட்பாடுகளை எதிர்த்த ஒரு முழுமையான கருத்து நிலையை அவர்களின் பாக்களும் செயல்பாடுகளும் முன்நிறுத்துகின்றன. பக்தி இயக்கம் ஒரு மக்கள் புரட்சி, மக்கள் இயக்கம் (த்விவேதி [1959] 1977), எதிர்ப்பியக்கம் (ரானடே [1900] 1961) என்றால் அதற்குக் காரணம் அதன் சாதிமறுப்புக் கொள்கையாளர்களின் சமநீதிக் கோட்பாடுகளின் சவால்கள்தான். அவர்களின் கீழான சமூகப் பிறப்பும், கட்டுமீறிச்செல்கின்ற, பெரும்பாலும் பிம்ப உடைப்பு மனப்பான்மையும் அந்த இயக்கத்தின் அதிரடியான பண்புகள். மேலும் அந்த இயக்கம் எண்ணற்ற உயிர்த்துடிப்பு மிக்க பெண்களின் பங்கேற்பினாலும் உயிரோட்டம் பெற்றது.

இந்த இயக்கங்கள் பல நூற்றாண்டுகளாக சமனற்ற நிலையில் விரிந்திருந்தன. பிரதேச வேறுபாடுகள், தனிமனித உணர்வு நிலைகள் காரணமாக வேறுபட்டும் இருந்தன. என்றாலும், சாதி எதிர்ப்பு, கலாச்சாரக் குறுகிய மனப்பான்மை, மதவெறி ஆகியவற்றிற்கான எதிர்ப்பு இவற்றிற்குப் பொதுவாக இருந்தது. இந்தச் சமநீதிச் சமரசப் பண்பு, இந்தியாவின் பன்முகக் கலாச்சார வேற்றுமையின் பல இழைகளைத் தன்னுள் கொண்டிருந்தது. அதில் நாட்டார் இந்துமதம், இஸ்லாமிய சமநீதிச் சிந்தனை (குறிப்பாக அதன் சூஃபி வகை) ஆகியவற்றின் தாராளக் கூறுகள் அடங்கியிருந்தன. சிறப்பான விஷயம் என்ன வெனில், இந்த ஞானக்கவிகள் கண்ட கடவுள், பார்ப்பனரின் யாவுங்கடந்த பிரம்மம் அல்ல. அவர்களின் கடவுளர், அவர்களின் தனிமனித, சமூக உணர்வுகளின் வடிவில் அவர்களுக்குள்ளாகவே இருந்தனர். “உள்நோக்கிக் கடவுளை அறி, உனக்கும் பிறருக்கும் சரி எது, தவறு எது என்பதை உணர்வாய்” என்பது அவர்களின் பொதுப் பல்லவி. தனிமனித, சமூக நிலைகளில் விரும்பத்தக்க மாற்றத்தின் வார்ப்பில் தரிசிக்கப்பட்ட இந்தக் கடவுள், படிநிலைச் சாதி அமைப்பைக் காப்பாற்றுவதற்காகப் பாராட்டப்படவில்லை, மாறாக, சாதி அந்தஸ்து இவற்றுக்கப்பால் மேலான வாழ்க்கை உடையவர்களுக்கு அருள் தருவதற்காகவே பாராட்டப்பட்டான். அந்தக் கடவுளே அவர்கள் எதிர்பார்ப்புக்கு ஏற்ப வாழாவிட்டால் இந்த ஞானக்கவிகள் அவனையும் கேள்விகேட்கத் தயங்கவில்லை. ஆக, அவர்களுடைய கடவுளும் முக்தியும் எவரும் அடையத்தக்கவையாக இருப்பது ஒரு சமூக, மதச்சார்பற்ற நடைமுறையின் வாயிலாக இருப்பதோடு, தலைகீழாக்கலுக்கான சமநீதியையும் கொண்டிருக்கிறது.

உயர்சாதியோ, தீண்டாதவரோ, ஒவ்வொருவரும் ஒரு (முக்கிய) ஆளாக இருக்கும்போது, எவருமே கீழானவர் அல்ல. இந்த மதச்சார்பற்ற பண்புதான் பக்தி இயக்கத்தை ஒரு சமூக இயக்கமாக்கியது. இந்த அர்த்தத்தில் பக்தி இயக்கம் ஒரு முக்தி (விடுதலை) இயக்கமும்கூட. அதனை வரும் பக்கங்கள் எடுத்துக்காட்டும்.

இந்த நோக்கில் காணும்போது, இந்த இயக்கங்கள் பார்ப்பனியத்திற்கு எதிரான முந்தைய சமண-பௌத்த எதிர்ப்பினை மீண்டும் உயிர்ப்பிப்பவையாக இருந்தன. அண்மையில், தலித்-அடித்தட்டு தீவிரவாதிகளும், இந்தியக் கடந்த காலத்தை மறுகண்டுபிடிப்புச் செய்யும் பணியில் ஈடுபட்டிருப்பவர்களும் பௌத்தத்திற்கும் பக்தி இயக்கத்தின் தீவிரப் போக்குகளுக்கும் நெருங்கிய தொடர்பு இருப்பதை வலியுறுத்தியுள்ளனர். ஞானக்கவிகளின் இயக்கம், பௌத்தத்தின் சமநீதிச் சூழலினால் செல்வாக்குப் பெற்றது. இரண்டிற்கும் இடையில் தோற்ற வேறுபாடுதானே தவிர மெய்யான வேறுபாடு அல்ல. இரண்டுமே பார்ப்பனியத்திற்கும் சாதிக்கும் எதிரான இயக்கங்களாக உள்ளன.

இந்த விதத்தில் ஒரு அதிரடியான ஒருமிப்பினைப் பகிர்ந்து கொண்டவர்களில், பிராமண சாதியிலிருந்து வெளியேறிய பசவர், சக்கிலியரான ஹரலய்யா, பெண்ணியவாதிகளுக்கு முன்னோடியான அக்க மஹாதேவி (கர்நாடகா); தையற்காரர் நாமதேவர், அடிமையாள் சோகாமேளர், மளிகை வணிகர் துக்காராம், காய்கறி விற்பனைசெய்த சவதா மாலி, குயவர் கோரா (மகாராஷ்டிரம்); நெசவுக்கார கபீர், செருப்புத் தைத்த ரவிதாசர், அம்பட்டர் சேனா (உத்தரப் பிரதேசம்); பருத்தி புடைப்பவரான தாடு தயாள், கலகக்கார இளவரசி மீரா (ராஜஸ்தான்); வணிகர் நானக் (பஞ்சாப்) ஆகியோர் அடங்குவர். சிவவாக்கியர், பாம்பாட்டிச் சித்தர் போன்ற மாற்றுக் கவிதைகளை இயற்றிய தமிழ்ச் சித்தர்கள் பக்தி இயக்கத்தைச் சேர்ந்தவர்களாகக் கொள்ளப்படவில்லை. ஆனால் அவர்களின் கலாச்சார தீவிரவாதம் கபீர், ரவிதாசர், துக்காராம் போன்றவர்கள் இயக்கத்தை ஒத்திருப்பதால் இந்த இயக்கத்தின் ஒருங்கிணைந்த பகுதியாகவே நோக்கப்படவேண்டும்.

பௌத்தத் தோல்விக்குப் பின் ஏற்பட்ட குழப்பம், முஸ்லிம் படையெடுப்புகள், மோசமான பொருளாதார நிலைமை, பெரும் ஏழ்மை (பஞ்சம்) இவற்றுடன் சமூக-மத கெடுபிடிகளைப் பார்ப்பனியமும் நிலவுடைமைத் தன்மையும் இறுக்கியதே இந்த இயக்கத்தின் பின்னணி. தேவர்களும் தேவியர்களும் பெருகினர்; எல்லா வகையான தோழமை (உடனுண்ணல்), திருமணத் தடைகளையும் எல்லையற்றுப் பெருக்கி முடிச்சிட்டதால் ஏற்பட்ட சாதிகளின் திடீர்

அதிகரிப்பும்; தூய்மை-அசுத்த விதிகளை அதிகமாக வற்புறுத்துவதும்; மேலும் நிலவுடைமைசார்ந்த விதிகளும் அதிகரித்தன.

இப்படிப்பட்ட வெடிக்கும் சூழ்நிலை, எதிர்ப்பையும், இருக்கும் மதிப்புகளை மறுமதிப்பீடு செய்வதையும் எதிர்நோக்கியது. குறிப்பாகக் கீழ்த்தட்டு மக்களிடையே இப்படி உருவான கொந்தளிப்பு, கலாச்சார நாயகர்கள் பலரை வெளிப்படுத்தியது. அவர்கள் ஞானக்கவிகள் என அறியப்பட்டனர். அவர்களுடைய ஒரு கடவுள்-ஒரு மானிடம் என்ற நம்பிக்கை மக்களுக்கு வேகம் அளித்து சாதி, பார்ப்பனியம், நிலவுடைமை ஒழுங்கு ஆகியவற்றிற்கு எதிராகப் போராட வைத்தது. சமூகநீதி, மனித இனத்தின் துன்பத்துடன் தங்களை ஐக்கியப் படுத்திக் கொள்ளுதல் ஆகியவற்றின் அடையாளமாகவே அவர்களது ஆன்மிகச் சமத்துவம் மீதான வலியுறுத்தல் அமைந்தது. மதச் சொற்களைப் பயன்படுத்தினாலும், விவாதத்தின் விஷயங்களை அவர்கள் மதச் சார்பற்ற சூழலிலேயே முன்வைத்தார்கள். நடையில் மதம் சார்ந்ததாக இருந்தாலும், அவர்களின் சொல்லாடலின் அழுத்தமும் கூர்மையும் அரசியல் சார்ந்ததாக இருந்தன. பகட்டான கிளிப்பிள்ளை ஒப்புவிப்புக்குப் பதிலாக தங்கள் கருத்துகளைச் செலுத்த அவர்கள் நேர்த்தியான மனிதநேயத் தொடர்பினால் அணிசெய்யப்பட்ட சுதந்திரச் சிந்தனையையும் பகுத்தறிவு வாதத்தையும் வழியாகக் கொண்டார்கள்.

உலகப்பொது நேயம், நீதி இவற்றின் இறுதிக் குறியீடாக நிர்குண, நிராகார (வடிவமற்ற) கடவுளைக் கொண்டு, பார்ப்பனியத்தின் தேவர்கள், கிரியைகள், சடங்குகள் ஆகியவற்றைச் சத்தமின்றிப் பின்னணிக்குத் தள்ளியது இந்த இயக்கம். இந்தக் கடவுள் ஒடுக்கப்பட்டவர், பாதுகாப்பற்றவர் சார்பாக நின்றான். உண்மையில், ஞானக்கவிகள், கடவுளைவிட பக்தன்மீதே அதிக கவனம் குவித்தனர். கடவுளோ, மதமோ எதுவானாலும் இறுதியில் பக்தனுக்காகத்தானே என்று வாதிட்டனர். கவர்ச்சி மிக்க கவிஞர்களான கபீரும் துக்காராமும், பக்தன் ஒரு புனித சங்கமத்தில் கடவுளுடன் இணைந்துவிடுவதால் கடவுள் அவனைப் போற்றுபவன் என்ற இருமை இல்லை என்றார்கள்.

மத வாய்பாடுகளில் சமூக எதிர்ப்பு

கீழ்த்தட்டு வகுப்பினர் உள்ளிருந்து தோன்றிய ஞானக்கவிகள் தங்கள் கலகத்தினை கடவுளுக்குக் கீழ்ப்படிதல் என்பதன் உடையில் மறைத்தனர். பலத்தைப் பிரயோகிப்பவன் எவனாயினும் குற்றம் செய்தவனே என்றும் அவனைக் கடவுள் கடுமையாகத் தண்டிப்பார் என்றும் கபீர் சொல்கிறார். பக்தர்கள் இதயங்களில் கலகத்தை எழுப்பிய கடவுளுக்குத்தான் அவர்களது விசுவாசமும் பக்தியும்.

இந்தக் கடவுள் தனது மக்களிடம் தன்னை விக்கிரக வழிபாடு சார்ந்த, ஒழுக்கக் கேடான, பண்டிதர்கள், மௌல்விகளால் அடித்தளமிட்டுப் பொறாமையுடன் காக்கப்பட்ட ஒரு போலிமதத்தின் தளைகளிலிருந்து தன்னை விடுவிக்குமாறு வேண்டினான். இந்தக் கடவுளும் பக்தனும் மிக இணக்கமாகச் சமூகத்தைக் களங்கப்படுத்தும் பண்புகளிலிருந்து அதைக் காப்பாற்ற உறுதிகொண்டனர். உண்மையான மதத்தன்மைக்கு முயற்சி செய்வது என்பது, ஆக, தன்னளவிலான ஒரு முடிவு மட்டுமல்ல, உள்ளடக்கும் மதிப்புகளையும் நேர்மையானதொரு சமூகத்தையும் காப்பதற்கான ஒரு வழியும் ஆகும். ஞானக்கவிகள் ஒற்றைக்கடவுள் வழிபாட்டுத் தீவிர முறைமையை ஒரு புரட்சியை உருவாக்க வழிசெய்ததிலிருந்து இது தெளிவாகிறது.

ஞானக்கவிகள், உலக பந்தத்திலிருந்து விடுபடுவதை, முக்திக்கான அடிப்படைத் தேவையாக முன்நிறுத்தவில்லை. தாங்களே இயல்பான, ஆக்கப்பூர்வமான, சமநிலையான வாழ்க்கைகளை மேற்கொண்டதன் வாயிலாக உதாரணங்களாக நின்றனர். அவர்களில் பெரும்பாலோர் திருமணமானவர்கள். பிழைப்புக்கென ஒரு தொழிலை மேற்கொண்டவர்கள். கபீர் நெசவு நெய்தார், ரவிதாசர் தோல்கொண்டு தைக்கும் தொழில் செய்தார். பிராமணர்களைப் போலன்றி, உழைப்புக்கு அவர்கள் மரியாதை அளித்தனர். அதற்குச் சமூக சேவை என்ற அந்தஸ்தும் ஆன்மிக மதிப்பும் அளித்தனர். உதாரணமாக, குரு நானக், மத மனோபாவம் கொண்டவர்களுக்குக் கோயில்களையும், மசூதிகளையும் விட்டுவிட்டு, வயல்களிலும், நெசவுக் கடையிலும், மகிழ்ச்சியான வீட்டிலும் கடவுளைத் தேடுங்கள் என்று அறிவுரைத்தார். அவர்கள் ஒளிபெறுவதற்கான வழியாகத் துறவு, கடுநோன்பு, தவம் ஆகியவற்றைப் புறக்கணித்தனர். கபீர், மேலுலகத்தைத் தேடுவதற்காகத் தன் தலையை மொட்டையடித்துக்கொண்டு, உலகத்தை வெறுத்துச் சந்நியாசம் மேற்கொள்ளும் யோகியைக் கேலி செய்கிறார்.

மேலும், ஞானக்கவிகள், மொழியையும் கலாச்சாரத்தையும் ஜனநாயகப் படுத்துவதற்கான தேவையைப் புரிந்திருந்தனர். வடக்கில், ஒரு கலவையான பேச்சுமொழியில் அவர்கள் மிக அழகான சிறந்த கவிதைகளைப் படைத்தனர். அந்த மொழி சத்துகாரி எனப்பட்டது. சமஸ்கிருதம் தேவபாஷை (தேவர்களுக்குரியது) என்றால் ஜனபாஷை (மக்கள் மொழி) என்பது திருடர்களுக்குரியதா என்று கேட்டனர். கபீர் தேவபாஷையைக் கேலிசெய்தார். "சமஸ்கிருதம் ஒரு கூவநீர் (தேங்கிய தண்ணீர்), ஆனால் மக்கள் மொழி, பாய்ந்துசெல்லும் ஓடை நீர்" என்றார். நாட்டின் வெவ்வேறு பகுதிகளிலும் இப்படிப் பட்ட நிலைப்பாட்டையே ஞானக்கவிகள் மேற்கொண்டனர். இதன் விளைவாக சமஸ்கிருதம் தனது ஆதிக்கத்தை இழந்தது. ஞானேஸ்வரர்,

துளசிதாசர் போன்ற பிராமணர்கள் வட்டார மொழிகளில் எழுதவேண்டிய நிர்ப்பந்தம் ஏற்பட்டது. இவை யாவும் பிரதேச மொழிகளில் புதிய, நம்பத்தக்க, மக்களின் உணர்ச்சி நிறைந்த தன்மையோடு குறிப்பிடத்தக்க சிந்தனை மலர்ச்சியையும் கற்பனை வளத்தையும் கொணர்ந்தன.

களங்கமுற்ற கிறித்துவத்தின் அடையாளமாக இருந்த திருச்சபையை ஃபிரெஞ்சுத் தத்துவஞானி வால்டேர் குறிவைத்தது போல, ஞானக்கவிகளின் முதன்மையான தாக்கிலக்கு சாதியாக இருந்தது. சாதியை மனிதத் தன்மையற்றது, அடிப்படையிலேயே தவறானது என்று தாக்கியவர்கள் முன்னணிக்கு வந்தனர். ஒரு நாடகபூர்வ வளர்ச்சியில், கர்மகாண்டத்திலும், சமஸ்கிருத வேதங்களிலும் புலமை நிறைந்த பண்டிதர்களிடமிருந்து கலாச்சாரத் தலைமை, மக்கள் மொழியில் கவிதை இயற்றி அவர்களுடன் சமூக ஆன்மிக விஷயங்களை விவாதித்தவர்களுக்குச் சென்று சேர்ந்தது. புதிய தலைமையினாலும் சிந்தனைகளாலும் பலம்பெற்ற பக்தி, புதிய ஆக்கத்திறன்களைக் கட்டவிழ்த்தது. சமூக-கலாச்சார மாற்றத்துக்கான ஒரு போராட்டக் களம் ஆகியது. 1900இல் (ஒரு பார்ப்பனிய நோக்கில் எழுதினாலும் கூட) எம். ஜி. ரானடே, பக்தி இயக்கத்தைப் பார்ப்பனிய ஆதிக்கத்திற்கு எதிரான எழுச்சி என்றும், முக்கியத்துவத்தில் அது போப்பின் ஆதிக்கத்திற்கு எதிரான புரோடஸ்டாண்டு இயக்கத்தை ஒத்தது என்றும் கூறினார்.

பதினாறாம் நூற்றாண்டில் ஐரோப்பாவின் சீர்திருத்தக் கிறித்துவ இயக்கத்தைப் போல, இந்தியாவிலும் ஒரு மத, சமூக, இலக்கிய எழுச்சியும் சீர்திருத்தமும் ஏற்பட்டது. இது...தனது பழமையில் பிராமணத் தன்மை கொண்டதல்ல, வடிவங்கள், சடங்குகள், பிறப்பின் அடிப்படையிலான சாதிப் பிரிவினைகள் ஆகியவற்றை எதிர்க்கும் நோக்கில் மதத்துக்கு எதிரானது, தூய இதயம், பெறப்பட்ட சிறப்புகள், நற்பணிகளைச் சட்டரீதியாக நேசித்தல் வேண்டும் என்ற முறையில் ஒழுக்கம் சார்ந்தது. இது மக்களின், வெகுஜனங்களின் பணியே அன்றி உயர்சாதிகளுடையதல்ல. அதன் தலைமையில், துணிதைப்பவர்கள், தச்சர்கள், குயவர்கள், தோட்டவேலையாட்கள், கடைக்காரர்கள், மழிப்பவர்கள், ஏன் செருப்புத் தைப்பவர்கள் போன்ற, முக்கியமாகச் சமூகத்தின் தாழ்த்தப்பட்ட வகுப்புகளிலிருந்து வந்த ஞானிகளும் தீர்க்கதரிசிகளும், கவிஞர்களும் தத்துவ ஆசிரியர்களும் இருந்தனர். (ரானடே [1900] 1961: 5).

இந்த இயக்கத்தில் சேர்ந்த விதிவிலக்கான பிராமணர்கள், இங்கே ஒரு ராமானந்தர், அங்கே ஒரு ஞானேஸ்வர் போன்றோர், அடித்தட்டு ஞானக்கவிகளின் மனிதநேயமிக்க மதத்தன்மையின் செல்வாக்கிற்கு உட்பட்டு வந்தவர்களே தவிர, ஆதிக்க வரலாறு கூறுவதுபோல இதற்கு எதிர்மாறாக அல்ல. உதாரணமாக, ராமானந்தர் பக்தியை எல்லாச் சாதிகளுக்கும் வடக்கில் கொண்டு சென்றவர் என்று கூறப்படுகிறார். செருப்புத் தைத்த ரவிதாசர், இறைச்சிவெட்டுபவரான

சதனர், ஜாட் வகுப்பைச் சேர்ந்த தானர், முடிவெட்டுபவரான சேனர், ராஜபுத்திரரான பிப்பர், நெசவாளரான கபீர் போன்று வடக்கிலுள்ள எல்லா ஞானக் கவிகளுக்கும் ராமானந்தர் குருவாகக் கருதப்படுகிறார். இந்த வரிசையின் சிறந்த ஞானக்கவிஞர்கள்தான் வடக்கில் தீவிர பக்தி இயக்கத்தை முன்னெடுத்தவர்கள், இந்த இயக்கத்தின் தலைமையுருவாக ராமானந்தருக்கு அந்தஸ்து அளிக்கப்பட்டுள்ளது. பிராமணர்கள் பரந்த மனப்பான்மை உடையவர்கள் என்று காட்டவும் (உண்மையில் ஞானக்கவிகள் எவ்வித தீவிர உணர்வும் அற்றவர்கள் என்று காட்டவும்), பிறகு அவர்கள் பனுவல்களிலிருந்து இங்கொன்றும் அங்கொன்றுமாகத் தேர்ந்தெடுத்து அவர்கள் சுயமுரண்பாடு கொண்ட மறைஞானிகள், அல்லது வேதபுராணங்களின் மரபான பின்வழியினர் என்று ஆக்குவதற்காகச் செய்யப்பட்ட சூழ்ச்சி.

ராமானந்தரின் கதை காலவரிசை நோக்கில் நிற்கக்கூடியதல்ல. இந்த ஞானக்கவிகள் வெவ்வேறிடங்களில் வெவ்வேறு காலங்களில் தோன்றியவர்கள், இவர்கள் யாவருக்கும் அவர் ஒருவரே குருவாக இருந்திருக்க இயலாது. இரண்டாவது அவருடைய பெயர்பெற்ற "சீடர்கள்" யாரும் எங்கும் ராமானந்தர் பெயரைக் கூறவில்லை. மூன்றாவதும் முக்கியமானதும், இத் தீவிரக் கவிஞர்களுக்கும் சனாதனப் பண்டிதரான ராமானந்தருக்கும் உள்ள ஒற்றுமைகள் அல்லது ஒப்புமைகள் ஏறத்தாழ ஒன்றுமே இல்லை என்னுமளவு மிகக் குறைவு. மேலும், கபீர் போன்றதொரு வேறுபாட்டாளர், பார்ப்பனக் கலாச்சாரம், மதத்தின்மீது வெறுப்பைத் தவிர வேறெதுவும் அற்றவர், கதையில் சொல்லப்படுவதைப் போல, ஏன் ஒரு சாஸ்திரீய பிராமணரைத் தன்னைச் சீடராக ஏற்றுக் கொள்ளுமாறு தந்திர உபாயத்தைக் கையாளவேண்டும்?[1] கபீர் பார்ப்பனியத்தின்மீது நிகழ்த்திய தாக்குதலை இல்லாமற்செய்ய, அவர் ராமானந்தரை வழிபட்டார் என்ற கதையை உருவாக்கிய பிராமண மனத்தின் தன்மையைப் புரிந்துகொள்ளலாம். கபீரைப் பார்ப்பன வழியில் தொன்மைப்படுத்தி, அவரது சாதிஎதிர்ப்புத் தீவிரத்தன்மையை ஒன்றுமில்லாமற் செய்யக் கையாண்ட உள்ளடக்கு உத்தி இது. ஆள்மாறாட்டத்தின் செவ்விய உத்தி இது. மேலும் அறிவுத்துறை எதிரிகளை ஒருவயப்படுத்தும் உதாரணம். பிராமணப் படிப்பாளிகள் மற்றும் அவர்களின் அயல்நாட்டுக் காப்பியடிப்போர் வேடிக்கையாக வாதிடுவதுபோல இணக்கம் அல்லது சமுதாய உருவாக்கத்தின் நேசமிக்க உதாரணம் அல்ல. (த்விவேதி [1941] 1999; சதுர்வேதி 1950, 1954; லாரன்சென் 2006). இருப்பினும் கபீர் மீதுள்ள பிராமணத் துவேஷம் சில சமயம் வெளிப்படவே செய்கிறது. இதனை ஒரு புகழ்பெற்ற பத்தொன்பதாம் நூற்றாண்டின் "சீர்திருத்தவாதி"யின் வெறுப்புமிக்க கருத்துரையில் காணலாம்.

கபீர் ஒரு பண்டிதரிடம் சமஸ்கிருதம் கற்கச் சென்றார். ஆனால் அவர் ஒரு நெசவாளிக்குக் கற்பிக்க மாட்டேன் என்று சொல்லி விட்டார். இப்படியே பல பண்டிதர்களிடம் கபீர் சென்றும் எவரும் அவருக்குக் கற்பிக்க முன்வரவில்லை. அதனால் அவர் தவறான, தொடர்வகையில் இழுக்கான மொழியில் பாடல்கள் இயற்றித் தம்பூராவை வைத்துக் கொண்டு பிற நெசவாளர்கள், கீழ்ச்சாதி மக்களிடையே பாடத் தொடங்கினார். குறிப்பாக அவர் வேதங்கள், சாத்திரங்கள், பண்டிதர்களை இழித்துரைத்தார். அறியாத மக்கள் சிலர் அவர் வலைப்பட்டனர். அவருடைய இறப்புக்குப் பிறகு அவரை ஒரு பெரிய ஞானியாக்கிவிட்டனர். தனது வாழ்நாளில் அவர் இயற்றியதை எல்லாம் அவருடைய சீடர்கள் படித்து வந்தனர். (தயானந்த சரஸ்வதி [1875] 2002: 442).

மொழியியல் அறிஞரான ஶ்ரீதர் குல்கர்னி ஆய்வுசெய்து எழுதிய மராட்டி நூலான சாஹித்ய சேது, ராமானந்தர் அல்ல, வடக்கிற்கும் தெற்கிற்கும் பாலமாக இருந்தவர் மராட்டியக் கவிஞர் நாமதேவர் (ஏ.1270-1350) என்று உறுதியாகவே நிரூபித்துள்ளது. பின்னாட்களில் நாமதேவர் ஊரூராகச் சுற்றித் திரிபவர் ஆனார். ஆனால் இறுதியில் பஞ்சாபில் தங்கித் தான் கவிதைகளை இயற்றிக் கொண்டும், தீவிர பக்திமார்க்கத்தை உள்ளூரில் பரப்பிக் கொண்டும் வாழ்ந்திருந்தார். நாமதேவரின் 300 கவிதைகளில் ஏறத்தாழ 61 கவிதைகள் வரை குரு கிரந்த சாகிபில் இடம் பெற்றுள்ளன. கபீர், நானக், ரவிதாசர், தாது தயாள் உள்ளிட்ட வடக்கிலுள்ள எல்லா ஞானக்கவிகளும் நாமதேவரைப் பற்றி உயர்வாகப் பேசுகின்றனர். குல்கர்னியின் புத்தகம், முதன் முதலில் மராட்டியக் கவிஞர்கள்தான், குறிப்பாக நாமதேவர், இந்தியை நாட்டின் ஒரு பொதுவான சாத்திய மொழியாக உணர்ந்தவர் என்பதைக் காட்டுகிறது.

ஸ்ரமணத்திலிருந்து வந்த சஹஜயானி பௌத்தம், தாந்திரிகம், நாதபந்திகள் ஆகிய பிரிவுகள் போன்று ஞானக்கவிகள் இயக்கமும் பல ஓடைகளாக, பிரதேச மாற்றுகளாகப் பிரிந்தது. ஒட்டிச் செல்லாதவரான (வடநாட்டின்) சித்தர்கள் (சமூகத்தின் கீழ்த்தட்டுகளிலிருந்து வந்தவர்கள்) சஹஜயானி, தாந்திரிக, நாதபந்திக் கருத்துகளுக்கு அடித்தளமிட்டனர். பிஹாரிலும் கிழக்கு இந்தியாவிலும் பிரபலமாக இருந்த சஹஜீய பௌத்தர்கள், நாத யோகிகள் ஆகியோரை முன்வைத்த ஸ்ரமண மரபுதான் சமஸ்கிருத மரபு, வேதங்களின் தலைமை இவற்றை எதிர்த்த பக்தித் தலைவர்களின் தாக்குதலுக்கு அடிப்படையாக இருந்தது. எட்டாம் ஒன்பதாம் நூற்றாண்டிலிருந்தே சித்தர்களும் யோகிகளும் மேற்கத்திய அபபிரம்சம் அல்லது பழைய வங்காளி எனப்படும் மக்கள் மொழியின் ஒருவடிவத்தில் தங்கள் சிந்தனைகளை முன்வைத்தனர். அவர்களைப் பற்றிப் பல்வேறு கருத்துகள் இருந்தாலும் அவர்களது பிம்ப உடைப்பு தீவிரத்தன்மையில் எவருக்கும் வேறுபாடில்லை. சாதி,

மதவினம், பால் முதலிய வேறுபாடின்றி எவரும் தாந்திரிக, நாதபந்தி முறைமைகளுக்குள் வழிநடத்தப்படலாம். தீண்டாத சாதிப் பெண்கள் குருக்களாக ஏற்றுக் கொள்ளப் பட்டமைக்குச் சான்றுகள் உள்ளன. உயர்விழிப்புப் பெற வழிகளாகத் தடைசெய்யப்பட்ட உணவு, குடி, சுதந்திரப் பாலியல் உறவு இவற்றில் தாந்திரிகர்கள் ஈடுபட்டமையைத் தந்தைவழி-ஒழுக்கத் தூய்மைவாதக் கலாச்சாரத்திற்கு எதிரான எழுச்சியாகவே காணமுடியும்.

நாத-சித்தர்கள் வெகுமக்களுக்கிடையே பிரபலமாக இருந்தாலும், அவர்களுடைய மாற்று நம்பிக்கைகள், செயல்பாடுகள் காரணமாக பிராமணர்கள்-நிலவுடைமையாளர்களின் சினத்தைத் தாங்கிக் கொள்ள வேண்டியிருந்தது. அவர்களுடைய மதத்தின் இரகசியத் தன்மையும், தங்கள் சிந்தனைகளை அவர்கள் இரகசியக் குறியீடுகள் வழி வெளியிட்டதும், தங்கள் செயல்முறைகளை நிகழ்த்தியதும் அரசியல் தண்டனையிலிருந்து தப்புவதற்கான கருவிகளாக இருக்கலாம். மேலும் மேலும் வெறுப்பிலிருந்து தப்புவதற்காக, கோரக்நாதரின் கவர்ச்சிமிக்கத் தலைமையில், நாதபந்திகள் தங்களை ஓர் இறுக்கமான கட்டமைப்புடைய சமுதாயமாக அமைத்துக் கொண்டனர். வடக்கு, மேற்கு இந்தியாவில் மட்டுமல்ல, அதி தெற்கிலும் அவர்களால் தங்கள் மையங்களை அமைக்க முடிந்தது, அவற்றின் காட்சிக்கீற்றுகளைப் பின்னர் காண்போம்.

இந்த அல்லது இம்மாதிரியான சக்திகள் இந்த இயக்கம் நாட்டின் பலவேறு பகுதிகளில் வேர்கொள்ள வாய்ப்பான சூழலை உருவாக்கின. ஒரு பரந்த வரலாற்றுப் பின்னணியில், பௌத்தத்தின் அழிவிற்குப் பின் உயர்வு பெற்ற பிராமண-நிலவுடைமைக் கூட்டுக்கு எதிராக எழுந்த தன்னெழுச்சியான, அமைப்பற்ற எதிர்ப்பாக இந்த இயக்கத்தை மதிப்பிடலாம். ஆயிரம் ஆண்டுகளாக பௌத்தத்தினால் தடுத்து நிறுத்தப் பட்டிருந்த வேத பிராமண உயர்வு என்னும் பேயுரு மீண்டும் ஒடுக்கப்பட்டவர்களை அச்சுறுத்த வந்துவிட்டது. பக்தி என்பது ஒருவேளை போர்க்குணத்தோடு எழுந்த பார்ப்பனியத்தின் அபாயத்திற்கு ஒடுக்கப்பட்ட சாதிகள் அடிமனத்திலிருந்து மேற்கொள்ளப்பட்ட முயற்சி ஆகலாம். (இது குமாரில பட்டர், ஆதி சங்கரர் ஆகியோர் வேதப் பார்ப்பனியத்தை நிலைநிறுத்த எல்லாத் தடைகளையும் தகர்த்த செயல்பாடுகள், அவர்கள் எழுத்துகளிலிருந்து புலப்படுகிறது.) சதீஷ் சந்திரர் சொல்வது போல, பிராமண மீட்புவாதப் புத்துயிர்ப்பு பௌத்தர்கள், ஜைனர்கள் ஆகியோரைச் சித்திரவதை செய்ததிலிருந்தும், அநேகமாக புத்த விகாரங்கள் எல்லாவற்றையும் இந்துக் கோயில்களாக மாற்றியதிலிருந்தும் மிகத் தெளிவாகத் தெரிகிறது. எல்லாச் சான்றுகளிலிருந்தும், இந்தப் புத்துயிர்ப்பு,

மிக அமைப்புற்ற முறையில் ஒழுங்காக பிராமண-நிலவுடைமைத் தலைமையினால் செயல்படுத்தப்பட்டது.

பல பழங்குடி இனங்களை இந்துமயப் படுத்தியதிலும், அதனால் புதிய பல சாதிகள், உபசாதிகள் உருவானதிலும், அவற்றை வர்ண சங்காரம் (கலப்பு சாதிகளின் அதிகரிப்பு) என்ற கொள்கைப்படி இருக்கும் அமைப்புக்குள் எப்படியோ கொண்டுவந்து பொருத்த முனைந்ததிலும் இது (பிராமணப் புத்துயிர்ப்பு) தெரிகிறது. விக்கிரக ஆராதனையின் எழுச்சி, அத்துடன் மிகப் பேரளவிலான மூடநம்பிக்கைகளின் தோற்றம், கர்மத்தின் அடிப்படையிலான மதத்தின் விரிவு ஆகியவை இக்கால மதச் சிந்தனைகளின் வேறு பண்புகள். சமூக–மத முறைமை பலசமயங்களில் பிராமண–ராஜபுத்திரக் கூட்டினால் ஆதரித்து நிலைநிறுத்தப்பட்டது. ஆக, நிலைநின்ற சமூக முறைமையைத் தொல்லைக்குள்ளாக்கும் எந்த முயற்சியும்... பாதுகாப்புப் பெற்ற பிராமண வகுப்பின் எதிர்ப்பையும் வெறுப்பையும் சந்திக்க வேண்டியிருப்பதோடு, அரசியல் அதிகாரத்தின் கைகளில் ஒடுக்குதலையும் ஏற்க வேண்டியிருந்தது. (எஸ். சந்திரா 2001: 118).

வடக்கில் ஏற்பட்ட பக்தி இயக்கம், ஆரம்ப அலைகளோடு நின்று, தனது அடித்தளத்தை விரிவுபடுத்த முடியவில்லை, அல்லது தொடக்கத்திலேயே ஓர் இயக்கமாக முடியவில்லை என்பதை மேற்கண்ட செய்தி விளக்கலாம். பிராமணர்கள் குறைவாக எண்ணிக்கையில் இருந்ததாலும், அவர்களுக்கும் நிலவுடைமைச் சக்திகளுக்கும் இடையிலான ஒற்றுமை இன்னும் உருவாக்கப் பட்டு வந்ததாலும் இந்த இயக்கம் தெற்கில் எழுந்தது. க்ஷத்திரிய வகுப்பினர் தெற்கில் இல்லை என்பதால் சூத்திரர்கள் பிராமணர்களை அடக்க முடிந்தது. ஆனால் வடக்கில் இந்த இயக்கம் இஸ்லாமின் வருகை வரை வேர் கொள்ள இயலவில்லை. அது வெகுமக்கள்மீது பிராமண-க்ஷத்திரிய இணைப்பின் பிடிப்பை ஓரளவு தளர்வுபடுத்த முடிந்தது.

கபீரும் வடநாட்டு ஒற்றைக்கடவுள் தீவிரவாதமும்

தெற்கிலும் தக்காணத்திலும் போலவே வடக்கிலும் இந்த இயக்கம் மத எல்லைகளைத் தாண்டிச் சென்று சமூக-கலாச்சார மாற்றங்களுக்கான ஒரு மேடையாகத் தன்னை நிறுவிக் கொண்டது. இதற்குப் பல காரணிகள் பொறுப்பாயின. முதலாவது, தில்லி சுல்தானியம் ஏற்பட்டதனாலும் தங்கள் நிலவுடைமை ஆதரவாளர்கள் தோல்வியடைந்ததாலும் பிராமணர்களின் கௌரவமும் அதிகாரமும் இறங்குமுகத்தில் இருந்தன. இரண்டாவது, இதே சமயத்தில்தான் நாதபந்திகள், சித்தர்களின் இயக்கம் பிராமணர்களின் சாதி உயர்வினைக் கேள்விகேட்டன. மூன்றாவது, பக்திச் சிந்தனையும் சூஃபித் தத்துவமும்

ஒன்றிணைந்தன. இஸ்லாமிய சமத்துவம், சகோதரத்துவம் என்ற கருத்துகளில் வேர் கொண்ட சூஃபிச் சிந்தனைகள், இயக்கத்தின் சமூக நோக்கினை எதிரொலித்ததுடன் வீரியம் தந்தன. ஆயினும், பக்தித் தலைவர்கள் சூஃபிக்களின் மறைஞானத்தை ஆதரிக்கவில்லை என்பது குறிக்கத் தக்கது.

இரண்டு நூற்றாண்டுகள் வட இந்தியாவில் இந்து முஸ்லிம் இடைவினைக்குப் பின் எழுச்சி பெற்ற முதல் ஞானக்கவி கபீர். இந்த இயக்கத்தின் மிகப் பெரிய தலைவரும் அவர்தான். அவருடைய கவிதையில் இயக்கம் தனது ஆக்கப்பூர்வ உச்சத்தைத் தொடுகிறது. கருத்துவேறுபாடுகளுக்கு மிகுதியாக உள்ளானவரும் அவர்தான். அதிகாரப்பூர்வச் செய்திகள் இல்லாத நிலையில், அவரது வாழ்க்கை, செயல்பாடுகள், தத்துவம் ஆகியவற்றை அவரது மறைவுக்குப் பின் யாவரும் கைக்கொண்டனர். பிராமண வார்ப்பில் அவரை அடக்கும் ஆதிக்கக் கல்வியினால் இது மேலும் மோசமாகியது. கபீர் உண்மையில் பிறப்பினால் ஒரு பிராமணர், அல்லது குறைந்தபட்சம் அவர் ஒரு பிராமண குருவினால் நியாயமான ஆன்மிக வாழ்க்கைக்குள் ஈர்க்கப் பட்டார், அவரது போதனைகள் வேதபுராணங்களின் மறைநோக்கு அல்லது கிராமப்புற வடிவங்களே என்று நிறுவும் முயற்சிகளும் கவலையும் இன்றும் நிலவுகின்றன. ஆனால் இப்போது கபீர் பிராமணர் அல்ல, அவருடைய சிந்தனை மிக வலுவான பிராமண எதிர்ப்புத் தன்மை கொண்டது என்ற அளவில் இப்போது பொறுப்பான கபீர் ஆய்வாளர்களிடம் ஒருமித்த கருத்து நிலவுகிறது. (வாடிவில் 1993; ஹெஸ் மற்றும் சிங் 1986; தார்வாட்கர் 2003). இதுதான் கபீர் பற்றிய மிக முன்னதான வரைபடத்தை அளித்த நபதாஸின் பார்வையும்கூட. அவர் ஒருவர்தான் கபீரைப் பார்ப்பனமயப்படுத்த முயற்சி செய்யாத முன்னதான பழைய உரையாசிரியர். ஏறத்தாழ 1600 அளவில் இயற்றப்பட்ட பக்தாமல் என்பதில் நபதாஸ் எழுதுவது இது:

> சாதி, நான்கு ஆசிரமங்கள், (பிராமணர்களின்) அறுவகைத் தத்துவ ஒழுங்குகள் போன்ற உலக முறைமைகளைக் கபீர் மதிக்கவில்லை...யோகம், பக்தி ஈடுபாடு கொண்ட வழிபாடின்றி, யாகச் சடங்கு, நோன்பு, தானதர்மம் செய்தல் ஆகியவை அற்பமானவை என்பதை அவர் காட்டினார். அவரது ரமைனிகள், சப்தங்கள், சாகிகள் ஆகியவை இந்துக்கள், முஸ்லிம்கள் பற்றிய உண்மை. அவருடைய வார்த்தைகள் ஒரு குழுவுக்கு உரியன அல்ல: அவர் சொன்னவை யாவருக்கும் நல்லது ஆகும். உலகத்தின் மனநிலை நெகிழ்ச்சியற்றது: அவர் யாரையும் திருப்திப்படுத்த எதையும் சொல்லவில்லை. கபீர் உலக முறைமைகளை மதிக்கவில்லை. (மொ.பெ. தார்வாட்கர் 2003: 23; மேலும் பார்க்க வாடிவில் 1993: 43).

ஒட்டுமொத்தமாக சாதியையும் பார்ப்பனியத்தையும் கபீர் புறக்கணித்தமைதான் அவரைப் பண்டிதர்கள் தொன்மப்படுத்தவும்

இரகசியப்படுத்தவும் ஏற்றுக் கொள்ளவும் தூண்டியது. கபீரைத் தவறான முறையில் சித்திரித்து, பார்ப்பனியத்தில் புகுத்தும் முயற்சியின் ஒரு பகுதியாகவே கபீர் பாராசாய் (ஏ.1625) என்ற தொண்டர் வரலாறு எழுதிய அனந்த தாசர் மற்றும் பக்திரஸபோதினி (ஏ.1712) எழுதிய பிரியாதாசர் முயற்சிகள் அமைந்தன. இந்த இரு புனைவாளர்களும் ராமானந்தர் சமுதாயத்தைச் சேர்ந்தவர்கள். கபீரை ஒரு ராமானந்தியாக மாற்றி வைதிக வைணவ பக்திக்குள் கொண்டுவர இயன்றவரை பாடுபட்டனர். நாம் கண்டவாறு, கபீரோ அல்லது வேறெந்த தீவிரக் கவிஞரோ எந்த பிராமண குருவின் சீடரும் அல்ல. பக்தி இயக்கத்தைப் பற்றிய மிக நம்பத்தகுந்த ஆய்வாளர்களில் ஒருவரான வாடிவில்லின் கருத்துப்படி, "கபீர் ஒரு ராமானந்தி அல்ல, அவர் ஒரு மனித குருவை ஒருபோதும் சுட்டவில்லை". இவ்வாறே வேறெந்த ஞானக்கவியும் கூறவில்லை, அவர்களின் சத்குரு மனித வடிவினர் அல்ல.

தெய்விக ஆன்மிக விழிப்புணர்ச்சியை ஒரு குறித்த குருவிடமிருந்து அல்ல, நேரடி அனுபவத்திலிருந்துதான் (கபீர் இதை பராச–(சமஸ். பரிச்சய) என்றார்) பெறவேண்டும் என்பதை கபீரும் மற்ற ஞானிகளும் சந்தேகமின்றி நாதபந்திகளிடமிருந்து பெற்றனர். பராசம் என்பது சத்குரு ஆன்மாவின் ஆழத்திலிருந்து பேசும் ஓர் இரகசியமான வார்த்தையை அல்லது சத்தத்தைக் கேட்டல் எனப்பட்டது. கபீரும் மற்ற ஞானக்கவிகளும் தங்கள் மானிட குருநாதர்களைப் பற்றிக் கொண்டிருந்த மௌனத்திற்குக் காரணம் வெறும் மரபு மட்டுமல்ல, அவர்கள் நம்பிக்கையும்தான். ஆனால் இதைப் பிந்திய வைணவ எழுத்தாளர்கள் புரிந்துகொள்ளாமல் அவர்கள் மௌனத்தை ஞாபகமறதி என்று கூறிவிட்டனர். நபாஜியின் காலத்தில் (ஏ.1600) யோக மரபுடன் பழைய துறவிகளின் தொடர்பு ஏறத்தாழ அழிக்கப்பட்டுவிட்டது. ஆகவே கபீர் முதலாக குருவற்ற துறவிகள் பலருக்கு ஒரு பொருத்தமான குருவைத் தேட வேண்டியதாயிற்று. அவர் உயர்சாதியினரான, மிக மரியாதை பெற்ற, மேன்மைபெற்ற துறவியான ராமானந்தராக அமைந்தார் (வாடிவில் 1993: 92).

கபீருடைய வாழ்க்கை, கவிதை பற்றிய குழப்பங்கள் இன்னும் நீடித்தாலும், அவர் பிறந்த இறந்த ஆண்டுகளிலும் உத்தரப் பிரதேசத்தில் வாராணசி-மகஹார் பகுதியில் நெசவாளர் குடும்பத்தில் பிறந்து வளர்க்கப்பட்டார் என்பதிலும் குறைந்த பட்சம் ஒற்றுமை இருக்கிறது (1398-1448). இழிந்த கோரி (நெசவாளர்) சமுதாயத்திலிருந்து அவர் குடும்பம் இஸ்லாமுக்கு ஓரிரு தலைமுறைகள் முன்னால்தான் மாறியது. முற்காலங்களில் புகழ்பெற்ற இந்தியத் துணிமணிகளை உற்பத்தி செய்த நெசவாளர்கள் வணிகக் குழுக்களாக இணைந்திருந்தனர், சமூக மதிப்பையும் பெற்றிருந்தனர். வடகிழக்கு இந்தியாவில் நெசவாளர்களும் பிற கைவினைஞர்களும் பௌத்தத்தைப் பின்பற்றி வந்தனர் என்று சான்றுகள் கூறுகின்றன. (வாடிவில் 1993) பௌத்தம்

வீழ்ந்த பிறகு அவர்கள் வைதிக சாதி மரபிற்குள் ஏற்கப்பட்டனர். அதிலிருந்து சாதியில் முறைப்படியாக இழிவுபடுத்தும் நடைமுறை தொடங்கியது. ஆனால் நெசவாளர்கள் தங்களை இழிவுபடுத்துவதைச் சகித்துக் கொள்ளவில்லை, வாய்ப்பு வந்தபோது கலகம் செய்தனர். தில்லி சுல்தானியத்தின் காலத்தில் அவர்கள் இஸ்லாமைத் தழுவினர். ஆனால் மதமாற்றம் அவர்கள் சமூக அந்தஸ்தை உயர்த்தவில்லை. முஸ்லிம் ஆளும் வகுப்பினரால் ஏளனத்துக்கு ஆட்பட்ட அவர்களின் சமூகச் சமத்துவத்திற்கான ஆவல் பூர்த்தி அடையாமலே இருந்தது. கபீருடைய காலத்தில் அவருடைய சாதியை மக்கள் வெறுப்போடு நடத்தினர். அதை ஒரு புகழ்பெற்ற கண்ணியில் அவர் குறிப்பிடுகிறார்.

> எல்லாரும், ஓ கபீர், எனது சாதியை ஏளனப் பொருள் ஆக்குகின்றனர்,
> ஆனால் அது படைப்பவனிடம் தன்னை ஒப்படைத்துக் கொள்கிறது,
> அப்புனித நோக்கில் நான் தியாகி ஆகிறேன்.

(மொ.பெ. தார்வாட்கர் 2003: 8)

இப்படிப்பட்ட சூழலில் பிறந்து வளர்ந்ததால், கபீர் சாதிக்கும் பார்ப்பனியத்துக்கும் எதிராக இருந்ததில் வியப்பில்லை. அந்தப் பகுதியின் நெசவாளர்கள் இந்துமதத்திலிருந்து இஸ்லாமுக்கு மாறினார்களா, பௌத்தத்திலிருந்து மாறினார்களா என்பது தெரியவில்லை, அக்காலத்தில் அத்தகைய சமூக நிலையில் இரண்டு மதங்களும் இரண்டறக் கலந்துவிட்டன என்கிறார் வாடிவில் (1993: 73). பௌத்தத்தின் பிந்திய வடிவங்கள், நாம் முன்னரே கண்டபடி, இடைக்கால இந்தியாவில் சஹஜீய சித்தர்கள், நாத யோகிகள் என் இயக்கங்களாக மாறிப் பிழைத்தது. கோரக்நாத யோகிகள் வெறுமனே ஜோகிகள் என்றே அழைக்கப் பட்டனர். அவதூதர், கோசாயி, சாது, ஃபக்கீர், பீர் போன்ற அடை மொழிகளாலும் தெரியவந்தனர். எல்லா ஜோகிகளும் துறவிகள் அல்ல. வங்காளத்தில் ஜோகிகள் நெசவாளர்களின் ஒரு வகுப்பாக இருந்தனர். கே. எம். சேன், எச். பி. த்விவேதி ஆகியோரின் ஆய்வு அடிப்படையில், நாதிகள் என்போரே ஒருவிதப் பார்ப்பன எதிர்ப்பு, பாதி பௌத்தக் கொள்கையினராக இருந்தனர். முஸ்லிம் கைப்பற்றலின் போது, அக் கொள்கையினர் நெசவாளர்கள், பிற சில கைவினைஞர் இனங்களிடையே பரவியிருந்தனர். (மேலது, 76). வங்காளத்தின் ஜோகிகள் இந்துமதத்தின் எல்லைக்கு அப்பால் ஏற்கெனவே இருந்தனர், பிறகு பெரும்பாலும் முஸ்லிம்கள் ஆயினர். அவ்வாறே பிற நெசவாளர்களும். துவிவேதி (1941) நாத யோகிகள் தங்கள் மதநோக்கில் இந்து மதத்தைவிட இஸ்லாமுக்கு நெருக்கமாக இருந்தனர் என்கிறார். கபீர் அப்படிப்பட்ட பின்னணியிலிருந்து வந்தவர். நாதபந்தி

இயக்கத்தோடு தொடர்பில்லாவிட்டாலும், அந்தக் கருத்தியல், பௌத்த, பிராமண எதிர்ப்பு மரபின் சொல்லாட்சிகள் ஆகியவற்றில் நன்கு பரிச்சயம் கொண்டிருந்தார், அவற்றைத் தனது சமூக, தத்துவ விமரிசனங்களில் நன்கு பயன்படுத்தினார்.

கபீருக்கு முறைப்படியான படிப்பு கிடையாது, ஆனால் அவரது கவிதைகளில் ஒரு மேம்போக்கான பார்வைகூட வாழ்க்கை எனும் பல்கலைக் கழகத்தில் மிகச் சிறப்பாகப் படித்தவர் என்பதைக் காட்டும். சகஜ சாதனை (இயல்பான தியானம்) பாரக் பத் (அனுபவத்தினால் பெறப்பட்ட அறிவை நுண்ணறிவு, பகுத்தறிவு ஆகியவற்றின் வாயிலாக ஆராய்ந்து முடிவுக்கு வருவது) ஆகியவற்றின் வாயிலாக அவர் பயமற்ற உண்மையை (அனபய சஞ்சா) அடைந்தார். அதனால் மேற்குடியினர் அவர்களது நூல்கள் ஆகியவை கொடுத்த தீர்வுகளை அவரால் மிக உயர்வான தன்னம்பிக்கையுடன் புறக்கணிக்க முடிந்தது. கல்வி ஒரு சாதி உரிமையாகவும் கீழ்ச்சாதியினருக்கு வேத புராணங்கள் மறுக்கப்பட்டும் இருந்த ஒரு காலத்தில் எல்லாவிதக் கற்றறிவையும் அவர் புறக்கணித்தது மிகுந்த அர்த்தத்தைக் கொடுத்தது. அப்படிப்பட்ட நூல்களின் உள்ளடக்கம் சாதி அடிப்படையில்தான் இருந்திருக்கும். அப்படிப்பட்ட இறையியல், அறிவார்த்தவியல் ஆகியவற்றைவிட மிகவும் கெடுதலானது எதுவுமில்லை. பிராமணர்களின் நூல்களில் பெறப்படும் ஸ்தூல அறிவுக்கு மாறாகத் தமது அறிவு சூட்சும அறிவு என்று அவர் சொல்வார்.

இப்படியாக, கபீர் மரபுரீதியான மந்திர தந்திர யந்திரங்களைத் தாண்டிச் சென்றார். வாழ்க்கையைச் சவாலுக்குட்படுத்தும் தத்துவ வாதியான அவர், பெறப்படும் சிந்தனைகளைக் கருணையின்றி விமரிசனப்படுத்தினார். தமது சிக்கலான சிந்தனைகளையும் எளிய முனைப்பான வழியில் சொல்லும் அரிய திறனைப் பெற்றிருந்தார். எல்லா வகையான வைதிகங்களும் ஆதிக்கம் செலுத்திய ஒரு காலத்தில், அவர் தமது அனுபவத்தையும் கூர்நோக்கையும், நுண்ணறிவையும் அமைப்பினை விமரிசனப் படுத்தப் பயன்படுத்தினார். தமது பிராமண எதிரிகளுக்குச் சொல்லப்பட்ட ஓர் அற்புதமான கவிதையில் யதார்த்தத்தை மதிப்பிடத் தமது அடிப்படைக் கண்ணால் நோக்குதல் என்றும் பிராமணர்கள் அதற்கு மாறாக மக்களின் கண்களில் மண்ணைத் தூவக் காகிதத்தில் புனைந்ததை நம்புகிறார்கள் என்றும் சொல்கிறார்.

> எங்களது, உங்களது, எனது மனங்கள் எவ்விதம் சந்திக்கும்?
> பார்த்ததைச் சொல்கிறேன் நான்.
> படித்ததை நீ சொல்கிறாய்.
> உண்மையின் சிக்கலை அவிழ்க்க நான் முனைகிறேன்.

நீ அதை நன்கு போர்த்தி மேலும் சிக்கலாக்க முனைகிறாய்.

(இந்தி மூலத்திலிருந்து, பார்க்க, த்விவேதி[1941] 1999: 247)

இப்படி, பல விமரிசகர்கள் சொல்வதுபோல ஒரு மறைஞானியாக அல்ல, ஒரு சிறந்த பகுத்தறிவுவாதியாகத் திகழ்கிறார். பாரக் பத், அனபய சஞ்சா ஆகியவற்றைக் கொண்டு அவரைப் போன்ற ஞானக் கவிகள் தம்மையும் சமூகத்தையும் மேம்படுத்தக்கூடிய ஒரு மாற்று அறிவைத் தேடினர். கபீர் இந்தப் பேரார்வத்தை தமது சாகி ஒன்றில் சொல்கிறார்.

முன்னரும் அறிவு, பின்னரும் அறிவு
இடத்திலும் வலத்திலும் அறிவொன்றே.
அறிவென்பதை அறியும் அறிவிது
இதுதான் எனது அறிவாகும்.

(மொ.பெ. தார்வாட்கர் 2003: 183)

இப்படிப்பட்ட அறிவுத் தேடலுக்கு சமூகம் சார்ந்த, மதம் சார்ந்த, எல்லாப் பொய்புரட்டுகளையும் நீக்குவது அவசியம். இதைத்தான் கபீர் தமது வாழ்க்கையிலும் எழுத்துகளிலும் செய்தார். சாதியையும் பார்ப்பனியத்தையும் அன்றி முஸ்லிம் மதத் தலைவர்களின் பாவனைகளையும் கேலி செய்தார். நிறுவப்பட்ட மதங்களின் நம்பிக்கைகளையும் சடங்குத்தனத்தையும் வரலாற்றில் இதுவரை காணாத அறிவுக்கூர்மையுடன் கேள்வி கேட்டார்.

வேடங்களைக் களைவது, மோதலை உருவாக்குவது, பொய்களை வெளிப்படுத்துவது, எல்லாத் தளங்களிலும் நேர்மையை மேம்படுத்துவது என்பதே கபீருடைய நிலையான முயற்சி. அவரது சமூக–அங்கதக் கவிதைகள், உளவியல் தேடல்கள்...பித்துப்பிடித்த, முரண்தன்மை கொண்ட, மறைஞானக் கவிதைகள், தனித்தனி வகைமைகளைச் சேர்ந்தவை அல்ல. அவை சந்தை, கோயில், உடல், மனம் எதுவாயினும் ஊடுருவுகின்ற ஒரு தீவிரமான நேர்மை என்னும் கயிற்றால் இணைக்கப்பட்டுள்ளன. அவை பிறரை ஏமாற்றுவதற்கு மட்டும் அல்ல, சுய–ஏமாற்றுக்கும் உங்களை அனுமதிப்பதில்லை. (ஹெஸ் 1986: 21)

சாதி மத நயவஞ்சகத்தில் முழுகியுள்ள ஒரு சிதறிப்போன, கட்டுப்பெட்டியான சமூகத்தில் மனித ஒருமையையும் சமத்துவத்தையும் கபீர் முன்வைத்தமை ஒரு புரட்சிக்குக் குறைவான தன்மை கொண்டதல்ல. இந்து முஸ்லிம் மதச் சிந்தனைகளை அவர் முற்றிலும் புறக்கணித்தார், அல்லது இராமனும் அல்லாவும் சமம் என்று சமப்படுத்தினார். "கபீரின் தெய்வம் கோயிலிலும் இல்லை, மசூதியிலும் இல்லை, ஒவ்வோர் இதயத்திலும் இருக்கிறார்." கடவுள், ஒருவர் பேசுவதற்குரிய கருத்துரைத்தற்குரிய ஒரு பொருள் அல்ல,

அன்றி ஒருவர் பார்த்து வழிபடுவதற்குரிய வகையுமல்ல. கடவுளுக்கு யாகம் செய்வது கொடூரமானது.

"கடவுளைத் தொடர்ச்சியான விலங்கு மற்றும் மனித அவதாரங்களில் கற்பனை செய்வது முட்டாள்தனம். பிறகு அந்த வடிவத்தை வழிபடலாம், போற்றலாம், அது பற்றிய கதைகளை மதம் பற்றிய பனுவல்களின் தொழிலாகச் செய்யலாம், முழுமையாக அவற்றிற்கு பிராமண விளக்கக்காரர்களை உருவாக்கலாம்." *(ஹாலி, ஜுர்கன்ஸ்மேயர் 1988: 43).*

கபீரின் ஆன்மிகத்திற்கு மத நிறுவனங்களோ புரோகிதர்களோ தேவையில்லை. "அவரது மதம், அது ஒரு மதம் என்றால், காஜிகள் மற்றும் பண்டிதர்களுடைய மேசைகளின்மீது உணவை அளிக்கின்ற உறுதிப்பாடுகள், கண்டித்தல்கள் ஆகியவற்றின் முறைமைக்கு முற்றிலும் மாறான ஒன்று." மதச் சடங்குகளும் பனுவலின் அதிகாரப்பூர்வ வழிகளும் வஞ்சகமான மேற்குடியினர் வெகுமக்களை முட்டாள்களாக்கவும் ஆளவும் உருவாக்கிய வழிகள் என்கிறார் அவர்.

> வேதமும் குரானும் எளிய உயிர்கள் குழியில் விழ
> உருவாக்கிய வலைகள். *(மொ.பெ. ஹெஸ், சிங் 1986: 52)*

மதங்களின் புறச்செய்திகளை வலியுறுத்துவது வெவ்வேறு மதங்களைப் பின்பற்றுபவர்களிடையே பகைமையை நிரந்தரப் படுத்துகிறது. வேறுவித இறையியலை முன்வைத்தாலும், இந்த விதத்தில் நிறுவனமய இஸ்லாம், இந்து மதத்திலிருந்து பெரிதாக ஒன்றும் வேறுபடவில்லை. எனவே முல்லாக்களின்மீதும் பார்ப்பனர்கள்மீதும் கபீர் வெறுப்பை ஊற்றுகிறார். ஒவ்வொரு பாட்டிலும் மக்களுக்கு அவர்களின் கட்டளைகள், கண்டிப்புகள், சாந்தமான உறுதிகூறல்கள் ஆகியவற்றைக் கேலி செய்கிறார். புரோகித-நிலவுடைமை அடிமைநிலையிலிருந்து மக்களை விடுவிப்பதற்காகவே இது.

கபீரைப் பொறுத்தவரை, உலகில் மிகவும் வஞ்சகமான, கருணையற்ற, அந்தஸ்துப் பிரக்ஞை கொண்ட, தற்பெருமை நிரம்பிய மனிதன் பிராமணன்தான். அவனுடைய பக்தி என்பதும் வெளிவேடம்தான். ஏனெனில் அந்த பக்திக்குக் கடவுளின் பிற படைப்புகள்மீது கருணை இல்லை. ஆகவே பிற எவரையும்விடப் பார்ப்பனனுக்குத்தான் மனிதத்தன்மையிலும் நேயத்திலும் அடிப்படைப் பாடம் கற்பிக்க வேண்டும். அவரது வாழ்க்கையின் முக்கிய நோக்கங்களில் ஒன்று, பார்ப்பனனுக்கு அவனது அறியாமை, நேர்மையின்மை, சக மனிதர்கள்மீது-குறிப்பாகத் தீண்டப்படாதவர்கள்மீது, இரக்கமற்ற தன்மை ஆகியவற்றை

உணர்த்துதல் ஆகும். இதனை அவர் தனக்கே உரிய ஆயுதமான ஏளனம் செய்தல் என்பதைக் கொண்டு மிக நன்றாகச் செய்தார்.

பிறப்பினால் உயர்ந்தவர்கள் என்று பார்ப்பனர்கள் சொல்லிக் கொள்வதைப் பின்வருமாறு கிழித்தெறிகிறார்: "பொய்யுரையாத வேதங்கள் என்று நம்பும் பிராமணனே, ஏன் இந்த உலகில் சூத்திரர்கள் பிறப்பதுபோலப் பிறந்தாய்?"[2] வேறொரிடத்தில் கேட்கிறார்: "எங்கள் உடலில் இரத்தம் ஓட, உங்கள் உடலில் பால் ஓடுகிறதா? இல்லையெனில் நீ எப்படிப் பார்ப்பான் ஆனாய், நாங்கள் சூத்திரர்கள்?" தெய்விகத்தின் ஒளிச்சிதறல்களை எல்லா மனிதர்களிலும் அவர் காண்கிறார். மனித இனத்தின் இந்த சாராம்சமான ஒருமைப்பாட்டைக் காணாதவர்கள்மீது அவருக்கு வெறுப்புதான் இருக்கிறது.

மிகப் பெரிய குழப்பம் இது...
வேதம், குரான், புனிதம், நரகம், பெண், ஆண்
சுக்கிலத்துடனும் காற்றுடனும் எறியப்பட்ட மண்பானை...
பானை உடைந்துபோனால் அதை என்ன சொல்கிறீர்கள்?
மரமண்டையே, உனக்கு விஷயம் புரியவில்லை.
எல்லாம் ஒரே தோல், ஒரே எலும்பு, ஒரேவித மூத்திரம், மலம்,
ஒரே இரத்தம், ஒரே சதை.
ஒரு துளியிலிருந்து ஒரு பிரபஞ்சம்.
பிராமணன் யார்? சூத்திரன் யார்?

(மொ.பெ. ஹெஸ், சிங் 1986: 67)

தன்னை எல்லா அறிவுக்கும் களஞ்சியமாக முன்நிறுத்திக் கொள்ளும் பண்டிதன், உண்மையில் ஓர் அருவருப்பான பேதை, உண்மைக்குள் ஆழ்நோக்கற்ற ஓர் ஆடம்பரத்தனமான முட்டாள் எள்கிறார் கபீர். பிராமணனுடைய வளவளப்பை வெறுக்கிறார். அவனுடைய புனிதநூல்களை முட்டாள்களைச் சிறைப்படுத்தும் காகிதச் சிறைச்சாலை என்கிறார். அவரைப் பொறுத்தவரை பண்டிதர்கள் காமத்தையும் மாயையையும் விரும்புகின்றவர்கள், ஆனால் அவர்களுக்குக் கடவுளை உண்மையாக நேசிப்பவர்களைப் பார்த்துச் சிரிக்கின்ற மடத்துணிவு இருக்கிறது. 'பண்டித் பாத் படாந்தே ஜூட்டா' (பண்டிதனின் பகட்டுநூலறிவெல்லாம் பொய்) என்ற கவிதையில் கேலியாகக் கேட்கிறார்: "படி, படி பண்டிதனே, உன்னை புத்திசாலி ஆக்கிக் கொள்/ அது விடுதலையைக் கொண்டுவருமா?" கலியுகம் என்றால் அவருக்கு ஏமாற்றுப் பார்ப்பனனின் காலம் என்று பொருள். வேதங்களும் புராணங்களும் குருடன் முகம் பார்க்கும் கண்ணாடிகள். பண்டிதன், வானத்தைத் தேடுகின்ற, தன் அகம்பாவத்தைத் தணிக்க

முடியாத கோமாளி. பண்டிதனுடைய அர்த்தமற்ற சடங்குகள், வழிபாடுகள், அறியாமை, கர்வம் ஆகியவை அவனை ஒரு சிரிப்புப் பொருளாக்கி விட்டன. அப்படிப்பட்டவனுக்கும் கீழே எந்த மனிதனும் இருக்கமுடியாது.

> பண்டிதன் வேதவிளக்கங்களில் காணாமற் போனான்
> தனது சுயத்தின் இரகசியத்தை அறிய முடியவில்லை
> வழிபாடு, பிரார்த்தனைகள், ஆறு புனித கருமங்கள்
> காயத்ரியை போதித்து நான்கு யுகங்கள்
> உன்னைக் கேட்கிறேன்: யாருக்குக் கிடைத்தது சுதந்திரம்?
> யாரையேனும் தொட்டுவிட்டால் குளிக்கிறாய்
> ஆனால் உன்னைவிட யார் கீழாக இருக்கமுடியும்?
> உன் பண்பில் கர்வம், அதிகாரத்தில் பெருமை
> இந்த ஆணவம் யாருக்கும் நன்று செய்ததல்ல...(மேலது 85)

சிலபேர் கபீர் பரந்த மனப்பான்மையுடன் இந்து மதத்தையும் இஸ்லாமையும் சீர்திருத்தியவர் என்று தவறாகக் காண்கிறார்கள். சிலபேர் அவரை பிராமண வார்ப்பிலும் வரைய முயன்றார்கள். வேத-புராண மரபில் அவரது படிமத்தை உருவாக்கும் முயற்சிகளும் நடந்தன. சிலர் அவரை தனிநபர் சார்ந்தவர், இரகசியஞானி என்றார்கள். ஒரு சமூக விமரிசகர் என்றுகூட ஏற்கவில்லை. ஆனால் கபீரின் கவிதை அவரது தீவிர சான்றுகளைத் தருகிறது. ஆதிக்கக் கலாச்சாரத்தின் கொள்கைகளையும் கொடுமைகளையும் தாக்குகிறார். சக பயணிகளில் இதுபோன்ற எதிர்ப்பை மூட்டுகிறார். நன்கறிந்த ஒரு கண்ணியில் அவர் சொல்கிறார்:

> என் வீட்டை நான் எரித்துவிட்டேன்,
> கையில் தீப்பந்தம் உள்ளது.
> என்னைப் பின்பற்றும் எவரின் வீட்டையும் எரித்து விடுவேன். (மேலது 5)

நடக்கப்படாத ஒரு வழியில் கபீர், 'உன் வழியில் நீ போ கபீர்' என்று கூறியவாறு நடந்தார். அவரது வழி, அவர் அனுபவம், கூர்நோக்கு, சிந்தனை ஆகியவற்றால் ஒளிபெற்றது, நிறுவப்பட்ட மதம், வழக்காறு, சாதி எதன் விதிகளாலும் அவர் பலமிழக்க வில்லை. விலையைப் பற்றிய கவலையின்றி உண்மையை அறியும் அவரது பசி, அதிகாரத்திலுள்ள மக்களுடனும், இந்து மதம், இஸ்லாம் ஆகியவற்றின் பாதுகாவலர்களுடனும் மோதலில் கொண்டுவிட்டது. உயிருக்கு ஆபத்து இருப்பினும் அவர் தான் தன்னைச் சுற்றிக் கண்டவற்றைச் சொல்லாமல் இல்லை. தன்னைச் சுற்றி அவர் கண்டவை - ஆன்மாவைக் கொன்று கற்களை வழிபடும் மக்கள், இன்னும் மோசம், மதத்தின் பேரால்

மதக்குழு வெறியர்கள் ஒருவரை ஒருவர் மதத்தின் பேரால் கொல்லும் செயல் - ஆழமாக அவரைப் பாதித்தது. இந்தப் பைத்தியக்கார உலகத்துடன் ஒத்துச் செல்ல அவரால் முடியவில்லை.

> புனிதர்களே, இவ்வுலகம் பித்துப்பிடித்திருப்பதைக் காண்கிறேன்
> உண்மையைச் சொன்னால் அடிக்க ஓடிவருகிறார்கள்
> பொய்சொன்னால் என்னை நம்புகிறார்கள்
> பக்திமான் இந்துக்கள், விதிகளைக் கடைப்பிடிப்போர்,
> அதிகாலையில் நீரில் மூழ்குபவர்கள்
> கொலைகாரர்கள், கற்களை வழிபடுகிறார்கள்
> ஒன்றும் தெரியாதவர்கள் அவர்கள்
> எண்ணற்ற முஸ்லிம் போதகர்கள், புனிதர்கள்
> தங்கள் புனித நூல்களைப் படிக்கிறார்கள்
> உத்திகளை மாணவர்க்குக் கற்பிக்கிறார்கள்
> அவ்வளவுதான் அவர்களுக்குத் தெரியும்.
> இராமன் தன் அன்பன் என்கிறான் இந்து
> ரஹீம் என்கிறான் துருக்கன்
> பிறகு ஒருவரையொருவர் கொல்கிறார்கள்
> அகங்காரத்தால் பூரித்த மந்திரங்களை
> வீட்டுக்கு வீடு கூச்சலிடுகிறார்கள். (மேலது, 42)

ஒரு புதிய கலாச்சாரத்தின் முன்னோடியான கபீர், ஓர் ஒளிபெற்ற சமூகத்தை உருவாக்குவதற்கு அழுத்தம் கொடுத்தார். சாதியையும் மதவெறியையும் கண்டபோதெல்லாம் எதிர்த்தார். அவரைப் பின்பற்றியவர்களும் வடஇந்தியாவில் பல இடங்களில் அப்படியே செய்தார்கள். சாதியற்ற ஒரு குழுவில் சேர்வது சாதி எல்லையைத் தாண்டுவதற்குப் பழங்காலத்தில் ஒரு வழியாக இருந்தது. பல மதக்குழுக்களும் நிறுவனங்களும் அப்படிச் செய்தன. கபீரைப் பின்பற்றியவர்களும் ஒரு தனித்த மதச்சமுதாயத்தை- கபீர் பந்த்- நிறுவினார்கள். அதற்கு கைவினைஞர்கள், விவசாயிகளிடையில் நல்ல வரவேற்புக் கிடைத்தது. அவரை உற்சாகமாகப் பின்பற்றிய இலட்சக்கணக்கான மக்கள், இன்றும் வட இந்தியாவில், குறிப்பாக உத்தரப் பிரதேசம், பிஹார், மத்தியப் பிரதேசம், ராஜஸ்தான், பஞ்சாப் மாநிலங்களில் பரவிக் கிடக்கிறார்கள்.

சமரசமோ அரைகுறைத் தீர்வுகளோ அவரது வழியல்ல என்பதாலும் ஒடுக்கும் சக்திகளுடன் அவரது போர் இடைவிடாதது என்பதாலும் கபீர், நிறுவன எதிர்ப்பின் குறியீடாக நீடித்த கவர்ச்சியுடன்

தோன்றுகிறார். நவீன இந்தியாவில் புலே, அம்பேத்கர் ஆகிய இரண்டு புரட்சியாளர்களுக்கு கபீர் ஒரு நாயகர் என்பது குறிக்கத்தக்கது.[3] கபீரைப் பற்றி தாகூரின் வண்ணமிக்க கதைகள், காந்தியின் மிகப் பெரும் போற்றுதல் ஆகியவையும் நன்கறிந்தவை. ஆனால் அவர்களுடைய பார்ப்பனச் சார்புடைய புரிந்துகொள்ளல், நாம் இங்குப் பார்த்த கபீரை விட மிகவும் வேறானது. கபீர் இந்தி இலக்கியத்தின் தந்தையாகவும் நோக்கப்படுகிறார். ஒருவேளை இந்தியாவின் மிகவும் மேற்கோள் காட்டப்பட்ட, போற்றப்பட்ட கவிஞராகவும் அவராகவே இருக்கலாம். அவருடைய பிரபல்யம் குறையாமல் உள்ளது. கபீர் என்ற பெயரே ஒரு வண்ணமிக்கப் புரட்சியாளனின், மக்கள் கவிஞனின், என்றும் வாழும் ஒரு கலாச்சாரத் தலைவனின் படிமங்களைக் கதிர்வீசுகிறது.

ரவிதாசர் அல்லது ரய்தாசர் (1450) வடக்கில் மற்றொரு பக்தித் தலைவர். தோல் வேலைசெய்யும் சமுதாயத்தில் பிறந்தவர். ஆனால் தனது உண்மையான குடும்பத்தை அவர் சில புகழ்பெற்ற முன்னோடிகளைக் குறிப்பிடுவதன் வாயிலாகக் காட்டுகிறார். அவர் குறிப்பிடும் பெயர்கள், நாமதேவர், திரிலோசனர், கபீர். (ஹாலி, ஜுர்கன்ஸ்மேயர் 1988: 12). முதலிருவர் மேற்கிந்தியாவிலிருந்து வந்தவர்கள். ரவிதாசரின் இடமான வாராணசியில்தான் கபீரும் வாழ்ந்தார். தன்னைப் போன்றே இந்த மூவரும் தெய்விக அருளைப் பெற்றவர்கள் என்று சொல்வதன் மூலம் ரவிதாசர், சமூகத்தின் கீழ்த்தளத்தில் குறிப்பிட்ட வேகத்தில் பாய்ந்த பக்தி மரபின் பரஸ்பரச் சார்புடைமை உணர்வினை அடிக்கோடிட்டுக் காட்டுகிறார். (மேலது). அவருக்கு உறவான ஞானிகளைப் போல, ரவிதாசரின் ஆன்மிகமும் சமநீதிப் பண்புடன் இணைந்துள்ளது. இசையோடிழையும் அவரது சொற்களில் (தோஹி மோஹி, மோஹி தோஹி அந்தர் கைசா) "உனக்கும் எனக்கும், எனக்கும் உனக்கும் இடையில் வேற்றுமை எப்படி வரமுடியும்?" கடவுளை அவர் ஏழைகளை மீட்பவர், கீழ்த்தட்டு மக்களை உயர்த்துபவர், களங்கமுற்றவர்களைத் தூய்மைப் படுத்துபவர் என்றெல்லாம் காண்கிறார். சமூகப் படிநிலைகள் குறித்து முக்கியக் கேள்விகளை எழுப்புகிறார். எல்லாரும் ஒரேவிதமாக இருக்கக்கூடிய, யாரும் மூன்று அல்லது இரண்டு அற்ற ஓர் இலட்சிய சமூகத்தைப் பற்றிப் பேசுகிறார். பேகம்புரா (துன்பமற்ற நகரம்) என்ற தனது கவிதையில் பூமியில் ஒரு சொர்க்கத்தைக் கனவு காண்கிறார்.

> துன்பமற்ற பெயருடன் ஓர் அரசாட்சிப் பரப்பு
> பேகம்புரா என்றனர், வலியற்ற ஓர் இடம்
> வரியில்லை, கவலையில்லை, சொத்தும் சொந்தம் இல்லை
> தவறிழைப்பதில்லை, கவலை, பயம், சித்திரவதை இல்லை
> ...மூன்றாவதும் இரண்டாவதும் எவருமில்லை, யாவரும் ஒன்றே

...எதையோ செய்கிறார்கள், விரும்புமிடத்தில் நடக்கிறார்கள்
புகழ்மிக்க அரண்மனைகளில் தடையின்றி உலவுகிறார்கள்
ஆம், ரவிதாஸ் சொல்கிறான், இப்போது விடுதலை பெற்ற தோல்பதனிடுபவன்
என்னருகில் நடப்பவர்கள் என் நண்பர்களே.

(மொ.பெ. ஹாலி, ஜுர்கன்ஸ்மேயர் 1988: 32)

சாத்திரங்களையும் பாகுபாடு நோக்கும் சமூக-மத அமைப்பையும் கர்வத்தோடு உயர்த்திப் பிடிப்பவர்கள் மீதான அவரது இகழ்ச்சி முன்னுக்கு அடிக்கடி வருகிறது. கீழ்ச்சாதிகளைச் சேர்ந்த அல்லது தங்களினின்றும் வேறான சமுதாயங்களைச் சேர்ந்த மக்களை இழிவாகப் பேசுவதற்காக அவர்களைக் கண்டிக்கிறார். உயர் குணங்களைப் பெறுவதன் வாயிலாக மிகக் கீழானவனும் அதி உயரங்களை அடைய முடியும் என்று வாதிடுகிறார். அப்படிப்பட்ட சுயஉணர்வுடைய மனிதன் புரோகிதர்கள், வீரநாயகர்கள், அரசர்களை விட உயர்வுடையவன் என்கிறார்.

கடவுளைப் பின்பற்றுவோன் ஒருவனைக் கொண்ட ஒரு குடும்பம்
உயர்சாதியும் அல்ல கீழ்ச்சாதியும் அல்ல, வளமுள்ளதோ ஏழையோ அல்ல
உலகம் அதன் வாசத்தால் அதனை அறிந்துகொள்ளும்
புரோகிதன், வணிகன், உழைப்பவன், வீரன், இருசாதியர் மகன்,
சாதிவிலக்கன், சிதை நெருப்பை மூட்டும் வெட்டியான்
அவர்கள் இதயங்கள் ஒன்றேதான்.
கடவுள் அன்பினால் தூய்மை பெற்றவன்
தன்னையும் தன் குடும்பத்தையும் உயர்த்துகிறான்
அவன் ஊருக்கு நன்றி, வீட்டுக்கு நன்றி,
தூய அந்தக் குடும்பத்துக்கு நன்றி, யாவருக்கும் நன்றி
வாழ்வின் நீரின் சாரத்தைப் பருகியவன் அவன்
விஷத்தை யெல்லாம் ஊற்றிவிட்டவன்
இப்படிப்பட்ட தூய பக்திமானுக்கு இணையில்லை
புரோகிதர் இல்லை, வீரர்கள் இல்லை, வெண்குடை மன்னருமில்லை
தாமரையிலை நீர்மீது மிதப்பதைப் போல, ரவிதாசன் சொல்கிறான்
அவன் தன் பிறப்புலகை மீறி மலர்கிறான்.

(மொ.பெ. ஹாலி, ஜுர்கன்ஸ்மேயர் 1988: 25)

'சாதியைப் பற்றிக் கேட்காதே, கடவுளின் பக்தன் எவனோ அவன் கடவுளுக்குச் சொந்தம்' என்ற குரலெழுப்பியவர் ரவிதாசர்தான். அடிக்கடி அவர் தனது இழிவான பிறப்பைப் பற்றியும் தோல் பணியைப்

பற்றியும் குறிப்பிட்டு ஒரு பணியின் மேன்மையையும் ஒரு சாதி எப்படி இழிவானதாயிற்று என்பதையும் சொல்கிறார். அவரிடம் மரியாதை செலுத்தவரும் நற்பிறப்பாளர்களைப் போல மரபான அறிவில் இழிவாகக் கருதப்பட்ட தனது வேலையும் முக்கியமானதாயிற்று என்கிறார்.

வாராணசியின் மேற்குடிப் பிறந்தோரே நானும் நற்குடியினன்தான்
என் பணி தோலில். என் இதயமோ கடவுளைக் கொண்டது…
வாராணசியைச் சுற்றி தினமும்
செத்த உடல்களைச் சுமப்பவரிடையே பிறந்த நான்தான்
இப்போது வலிமைமிக்க பார்ப்பனர்கள் வந்து தலைதாழ்ந்து
வணங்குகின்ற கீழான ஒருவன்... (மேலது)

‘எதனால் நான் வழிபடுவேன்?’ என்ற கவிதையில் ரவிதாசர் சுத்தம்-அசுத்தம் என்ற கருத்துகளை நகையாடுகிறார். கள்ளமற்ற புத்திசாலியான ஒரு இளம்பெண் தெய்வத்துக்கு எப்படி படையல் செய்வது என்று கேள்வி கேட்கிறாள்.

அம்மா, எதைவைத்து நான் படையலிடுவது என்று கேட்கிறாள்.
சுத்தமானதெல்லாம் அசுத்தமே. பாலைப் படைக்கட்டுமா?
தாய்முலையில் அருந்தும்போது கன்று அதை அசுத்தமாக்கியது
நீரை மீன் கலக்கிவிட்டது, பூக்களைத் தேனீக்கள்…
இதைவிடப் பூ எங்கும் கிடைக்கவில்லை.
சந்தனமரத்தில் பாம்பு சுற்றிக் கிடப்பதால் அசுத்தமாகியது
ஒரே செய்கைதான் அமுதத்தையும் நஞ்சையும் உண்டாக்கியது
எல்லாமே அசுத்தம்தான்–வத்திகள், சாம்பிராணி, அரிசி
ஆனால் எனது உடலையும் மனத்தையும் வைத்து வழிபடுவேன்
உருவமற்ற கடவுளைக் காண குருவருள் இருக்கிறது எனக்கு
சடங்குகளோ படையல்களோ என்னால் இட முடியாது
என்னை என்ன செய்யப்போகிறாய், கேட்கிறான் ரவிதாசன். (மேலது, 26)

மற்றொரு குறிப்பிடத்தக்க ஞானக்கவி, தாது தயாள். கபீருடைய ராஜஸ்தானி சீடர். தாது தனது வழியை நிபக் அல்லது சமயக்குழு சாராதது என்றார். மதச் சமுதாயங்கள் தங்கள் தகராறுகளைக் கைவிட்டு மக்களிடையே ஒத்திசைவை ஏற்படுத்த ஒரு வேண்டுகோள் இது. தன்னை இந்துவும் அல்ல, முஸ்லிமும் அல்ல என்று சொல்லிக் கொண்ட தாது, ‘வெளிப்படுத்தப்பட்ட’ புனித நூல்கள் எதையும் ஏற்கவில்லை. கடவுளுக்கும் மனிதனுக்கும் தனிப்பட்ட முறையில் விசுவாசமாக இருப்பதை மட்டுமே மதிக்கிறார். அவரது கவிதைகள்

மிகுந்த அழகும் வலிமையும் மிக்கவை. பலவற்றில் எல்லா மனிதர்களும் ஒரே சாராம்சத்தை உடையவர்கள், நிறம், சாதி, இனம் ஆகியவற்றின் வேறுபாடுகள் தேவையற்றவை என்கிறார். எதிரெதிரான மதக்குழுக்களாகவும் சாதிகளாகவும் உலகம் பிரிந்து கிடப்பது அவருக்கு வேதனையளிக்கிறது. ஏனெனில் தங்கள் சமுதாய மரபுகளை மீறக்கூடியவர்கள் சிலரே.

பதினேழாம் நூற்றாண்டின் இறுதியில் தர்மதாசர், தாரியா சாகிபு, பிஹாரின் யாரி சாகிபு இதே மாதிரி உணர்வுகளைப் பிரதிபலித்தார்கள். தர்மதாசர், மனித இனத்தின் அடிப்படை ஒருமையையும் பிறப்பால் சாதி என்னும் பகுத்தறிவு இன்மையையும் வலியுறுத்தினார். "எல்லா மனிதர்களும் பசியாலும் தாகத்தாலும் ஒரேமாதிரி வாடுகிறார்கள், அதேபோல வலியையும் இன்பத்தையும் உணர்கிறார்கள்" என்கிறார் தாரியா சாகிபு. வேறுவேறான சடங்குகளும் நம்பிக்கைகளும் மனித அந்தஸ்தில் வேற்றுமை ஏற்படுத்த இயலாது என்கிறார். இதேபோல, யாரி சாகிபுவும், "உருக்கியபோதும் அணிகலனான போதும் பொன் ஒரேபொருள்தான். எது உயர்வானது, தாழ்வானது என்று எப்படிச் சொல்லமுடியும்?" என்கிறார். *(சாவித்ரி சந்திரா 1978: 141).*

தனது சமகாலத்தியவர்களைவிட கவர்ச்சிமிக்க தனது ஆளுமையினால் உயர்ந்து நின்றவர் குரு நானக் *(1469-1546)*. சீக்கியத்துக்கு அடிகோலியவர். சாதிநிறைந்த இந்துமதத்தைப் புறக்கணித்து, ஓர் சமநீதிமிக்க ஒற்றைக்கடவுள் வழிபாட்டை போதித்தவர். இதில் விக்கிரக வழிபாடில்லை. எல்லா ஆடவரும் பெண்டிரும் சமம். ஒளியும் தொடர்புத்தன்மையும் மிக்கதோர் மொழியில் நானக் மக்களின் கவனத்தை மானிடத்திற்கும் தெய்விகத்திற்கும், மனிதனுக்கும் மனிதனுக்கும் இடையிலான உண்மையான உறவினை நோக்கித் திருப்பினார். பார்ப்பனியம் பஞ்சாபை வீழ்ச்சியடைந்ததோர் நிலமாக, வர்ணாசிரம தர்மத்தின் எல்லைக்கு அப்பாற்பட்ட ஒன்றாகக் கருதியது. அந்தப் பிரதேசம் மெய்யாகவே பலவித இன அடையாளங்கள், கலாச்சாரங்களின் கலப்பினைக் கண்டது. இந்நேரத்தில் நானக்கின் வருகை, மேலும் இந்த ஒன்றிணையும் போக்கிற்கு வலுவூட்டியது. கலாச்சாரக் கலப்பிற்கு உத்வேகம் அளித்தது. அவர் வழிநடத்திய இயக்கம் பஞ்சாபி மக்களின் மத, சமூக, அரசியல் நோக்கில் முக்கியமான மாற்றத்தைக் கொண்டுவந்த சக்திகளைக் கட்டவிழ்த்து விட்டது.

குருநானக் ஓர் உலகப் பொதுவான மதத்திற்காகச் செயல்பட்டார். பிளவுபடுத்தும் சாதிக்கிரியைகளையும் சடங்குகளையும் தாக்கினார். சக மனிதர்களின்மீது ஆன்மிக விழிப்புக்குத் தேவையான கருவியான பரிவிரக்கமாக வெளிப்பட்ட உண்மையான அறிவின் முக்கியத்துவத்தை

அவர் வலியுறுத்தினார். மதம் என்பது அவருக்குச் சொற்களின் ஒழுங்கில் அல்ல, உயர்ந்த சிந்தனை, மேலான நடத்தை ஆகியவற்றில் இருந்தது. எல்லா மனிதர்களையும் சமமாகப் பாவித்து மனிதநேயத்தோடு நடத்துபவர்கள் மட்டுமே உண்மையான மதத்தன்மை உடையவர்கள்.

இந்துவோ, முஸ்லிமோ, ஆளும் வர்க்கத்தினை அவர் பாராட்டியதில்லை. மதமேற்குடியினர்மீது பரிவு கொண்டதும் இல்லை. ஆளப்படுகின்ற சாதாரண மக்களுடன் தன்னை அவர் ஐக்கியப் படுத்திக் கொண்டார். அவரை ஆழமாக பாதித்தது அவர்களின் ஏழ்மையும், அறியாமையும், கையற்ற நிலையும் தான்... அவர்கள் விடுதலைக்கு வழியில்லாற் செய்யக்கூடாது என்பதே குரு நானக்கிற்கு மனித வாழ்க்கையின் மிக உயர்ந்த நோக்கமாக இருந்தது. அவருடைய செய்தி, ஆகவே எல்லாருக்குமானது. அவரது சமத்துவம் பற்றிய எண்ணத்தின் மறுவடிவம்தான் அவருடைய செய்தியின் பொதுமைத்தன்மை. (கிரெவால் 1999: 19-20)

குருநானக்கின் பார்வை, சார்த்திக் கூறத்தக்க, மதப்பகுப்பிற்கான எல்லாக் கருத்தியலோடும் மோதும் தன்மையுடையது. பிராமணப் புனித நூல்களை, அவதாரங்களை, விக்கிரக வழிபாட்டினை அவர் புறக்கணித்தார். ஏமாறும் தன்மைகொண்ட மக்களுக்கு மூட நம்பிக்கைகளையும் தவறான ஈடேற்றத்தையும் விற்ற புரோகிதர்களை அவர் கண்டித்தார். அவருடைய பாதை மனிதநேய அக்கறையினால் ஆனது. அதில் இறையியல் என்பது சமூக நோக்கிலிருந்து பிரிக்கப்பட்டதல்ல. அவர் கண்களில், உண்மை என்பது மிகஉயர்ந்த இருப்பின் அருவக் கருத்து மட்டுமல்ல, சமூக நடத்தையின் நடைமுறைக் கொள்கையும் ஆகும். குரு நானக்கும், அவரைத் தொடர்ந்த பிற குருக்களும் உலகம் ஒரு மாயை என்று முத்திரை குத்தி நமது குடும்ப மற்றும் சமூகப் பொறுப்பினைத் துறக்க முடியாது என்று வலியுறுத்தினர். நமது வாழ்க்கைக்கு நாமே பொறுப்பு. சிந்தனை, செயல், ஒழுக்க நடத்தை மூலமாக நம்மை மறுஉருவாக்கம் செய்துகொள்ள வழியிருக்கிறது. மாசற்ற வாழ்க்கையை நானக் வலியுறுத்தினார். "உண்மை உயர்ந்தது, உண்மைசார் வாழ்க்கை என்பது அதைவிட உயர்ந்தது." தன்னைப் பின்பற்றுவோர் சுயசாதனைக்கு அவர் வகுக்கும் படிகள் எளியவை. ஆக்கப்பூர்வமான செயல்களில் பங்கேற்றல், முறையான மானிட நடத்தை. "தங்கள் உழைப்பினால் உணவைச் சம்பாதித்துப் பிறருடன் பகிர்ந்துகொள்பவர்கள்தான் சரியான பாதையை அறிகிறார்கள்." இப்படி வளர்ந்த ஆளுமை, ஓர் இடைவிடாத போராட்டத்தை மேற்கொள்ள வேண்டும்-சுயநலம் கொண்ட தனது மனத்தோடு மட்டுமல்ல, சமூக உறவுகளின் தளத்திலும் கூட.

நானக்கின் போதனைகளைக் கொண்டது, சீக்கிய இறையியலின் மையமாக உள்ளது ஆதி கிரந்தம். இதில் அடித்தள ஞானிகளின் பல கவிதைகள் சேர்க்கப்பட்டுள்ளன. நானக்கின் சமூகத் தத்துவம், அவர் மிக உயர்வாகக் கருதிய கபீரின், ரவிதாசரின் தத்துவங்களுடன் சிறப்புமிக்க ஒப்புமையைக் கொண்டுள்ளது. போதனையிலும் உதாரண நடத்தையிலும் அவர் சாதிப் பிரிவுகளை எதிர்த்தார். மக்கள் ஞாபகத்தின் பகுதியாகிவிட்ட ஒரு நன்கறியப்பட்ட சம்பவம் இதனை விளக்கும். சயீத்பூரில் அவர் லாலோ என்பவருடன் தங்கி உணவுண்டார். லாலோ ஒரு தச்சர். கடின உழைப்பால் தனது உணவைத் தானே ஈட்டியவர். ஆனால் மாலிக் பாகோ என்பவனுடன் நானக் விருந்துண்ண மறுத்தார். அவன் ஏழைகளை ஏய்த்துச் செல்வம் சேர்த்தவன். மற்றொரு நல்ல நடவடிக்கையையும் அவர் நிறுவினார்: தன்னைப் பின்பற்றியவர்கள் ஒரு பொதுச் சமையலறையில் (லங்கார்) உண்ண வேண்டும். கீழ்நிலையில் பிறந்தவர்கள் என்பதற்காக வெறுக்கப்பட்டவர்களின்மீது ஏற்படும் அரிய ஒத்துணர்வின் மேம்பாட்டில், அப்படிப்பட்ட தன் சீடர்கள் தன் தோலினால் செய்யப்பட்ட காலணிகளை அணியலாம் என்கிறார்.

ஏழை மக்களே நிறைந்த ஒரு நாட்டில் சீக்கியச் சமுதாயம் கடின உழைப்புக் கொண்ட வளமான மக்களாக எழுச்சி பெற்றமைக்கு நானக் மற்றும் அவரது பின்வந்தோர் சமநீதியையும், உழைப்பின் மேன்மையையும் வலியுறுத்தியமையே காரணம். கடைசி குருவான கோவிந்த சிங்கின் கூற்றின்பேரில், சீக்கிய ஆடவர் சிங் என்ற பெயரையும் சீக்கியப் பெண்கள் கவுர் என்ற பெயரையும் கொள்கின்றனர். இதற்குக் காரணம், மரபான சாதி அடையாளங்களை இல்லாமற் செய்வதே. இதிலும் மற்ற விதங்களிலும் சீக்கிய குருமார்கள் இந்தியக் கலாச்சாரத்தை மேலும் நேயமிக்கதாகவும் ஜனநாயகத் தன்மை கொண்டதாகவும் மாற்றுவதில் கொடையளித்த சிந்தனைகளின் முன்னோடிகளாகத் திகழ்ந்துள்ளனர்.

பக்தித் தலைவர்கள் மதக்குழு எல்லைகளைக் கடந்து எல்லா மதங்களின் சிறந்த கூறுகளையும் தங்கள் போதனைகளில் சேர்த்துக் கொண்டனர். பெண்களுக்கு அளிக்கப்பட்ட கீழான நிலைக்கு எதிர்ப்புத் தெரிவித்தனர். அவர்கள் சமூகச் செயல்பாடுகளில் பங்கேற்க ஆதரவு நல்கினர். கபீர், ரவிதாசர், நானக் ஆகியோரின் சீடர்கள் ஒன்றுகூடியபோது, அதில் பெண்களும் சேர்த்துக்கொள்ளப் பட்டனர்.

மீராபாய் (1498-1565) ராஜஸ்தானி ராஜபுத்திர அரசகுமாரி ஆவார். இந்தியில் சில சிறந்த கவிதைகளைப் படைத்தவர். தனது பொற்கூண்டினை ரவிதாசரின் சீடப்பெண் ஆவதற்காகத் துறந்தவர். உயர்சாதி இளவரசி ஒருத்தி தீண்டப்படாத சாதியில் பிறந்த ஒருவரை

குருவாக ஏற்பதே ஒரு பெரிய புரட்சிச் செயல். ஒரு குறிப்பிடத் தகுந்த ஆய்வில் (பரீதா முக்தா 1997) தனது அரச மாளிகையைத் துறந்த மீரா ராஜஸ்தானிலும் அண்டைப் பிரதேசங்களிலும் விளிம்புநிலையினரிடையே ஒரு புதிய சமுதாயத்தை உருவாக்கினார். வெறுக்கப்பட்ட, கஷ்டப்படும் மக்களிடையே ஓர் இணைப்பை உருவாக்கினார். புதிய வாழ்க்கையில், பொருள்சார் இழப்புக்கு ஈடாகத் தோழமை உதவியது. மானிட உழைப்பை, விலங்குகளைத் தோலுரித்தலும் சாயமிடுதலும் கூட உயரியதாகவும் மேன்மை கொண்டதாகவும் மீரா தலைகீழாக்கினார். அவரது சொந்தச் சொற்களில் இவை வெளிப்படுகின்றன.

மீரா, ரோஹிதாசனில் குருவைக் கண்டாள்.

காலில் வணங்கி ஆசிகளைக் கேட்டாள்.

பல்லவி: மீராவின் மோகனா, மெர்த்னி தேசத்திற்கு வா.

சாதியோ பிற பிரிவினைகளோ எனக்கு எதுவுமில்லை

உலகம் என்ன செய்கிறதோ செய்யட்டும்

நான் உனக்கு என் உடல் மனம் ஆவியை அளிக்கிறேன்.

மீராவின் மோகனா, மெர்த்னி தேசத்திற்கு வா.

நான் தோலுரிக்கிறேன், அவற்றிற்குச் சாயமிடுகிறேன்.

என் வேலை சாயமிடுவது.

சாயமிடுதல் எனக்குப் பிடித்திருக்கிறது, இந்த வேலை எனக்குப் பிடித்திருக்கிறது

என் ஆன்மாவை இதில் சாயமிடு. (பார்க்க முக்தா 1997: 112)

நிலவுடைமைத் தலைவனான தனது கணவனைத் துறந்தமை, தீண்டப்படாத ரவிதாசரை குருவாக ஏற்றமை, துறவிகளின் கூட்டத்தில் சேர்ந்த துணிச்சல், ஒதுக்கப்பட்ட சமுதாயங்களை நேசித்தமை, இவை யாவும் நுணுக்கமாக ஒரு கலகப் பண்பினைக் காட்டுகின்றன. அவமதிக்கப்பட்ட அவர் கணவன் ராணா எவ்விதம் தனது வழிதவறிப்போன மனைவியைச் சீர்திருத்தி மீட்டுக் கொண்டுவர எல்லா முயற்சிகளும் செய்தான் என்பது பற்றிய கதைகள் உள்ளன. மீட்பதில் தோல்வியுற்ற அவன் அவருக்கு விஷத்தை அனுப்பினான். நிச்சயமற்ற சூழலில் மீரா மறைந்தார், அல்லது மரணமடைந்தார். பெரும்பாலும், அவருடைய கொடுமையான கணவனின் பழிவாங்கும் ஆணையால் அவர் கொல்லப்பட்டார் என்பதே பலரின், பரீதா முக்தாவின் கருத்துமாகும்.

தமிழ்நாட்டில் சித்தர் புரட்சி

ஆறாம் நூற்றாண்டின் தமிழ் முனிவர் திருமூலர், ஒன்றே குலமும் ஒருவனே ஈசனும் என முழங்கியவர், கடவுள் அன்புவடிவானவர் என்பதற்குப் பதிலாக அன்பைக் கடவுளுடன் சமப்படுத்தியவர் (அன்பும் சிவமும் இரண்டென்பர் அறிவிலார்). ஒரு தனித்த சமூக ஆன்மிக இயக்கத்தை அவர் கவிதைகள் தொடங்கிவைத்தன. இந்த இயக்கம் பதினான்காம், பதினெட்டாம் நூற்றாண்டுகளுக்கிடையே உச்சத்தை எய்தியது. அதில் சித்தர்கள் தலைமைப் பங்கு வகித்தனர். சித்தர்கள் அடித்தட்டு மக்களிடையிலிருந்து தோன்றியவர்கள். மாற்றுப் பாக்களை எழுதியவர்கள். கிரியைகள், சடங்குகள் ஆகியவற்றை ஏளனம் செய்து நேயத்தையும் கருணையையும் முன்வைத்தவர்கள். இந்த அர்த்தத்தில், அவர்கள் மேலும் இரண்டு முக்கிய பிம்பங்களான திருவள்ளுவர் (ஏ.300-400), ஒன்பதாம் நூற்றாண்டின் தீண்டப்படாத நந்தனார் ஆகியோரின் கொடையை மேலெடுத்துச் சென்றனர். திருவள்ளுவர் வள்ளுவக் குலத்தில் பிறந்தவர், திருக்குறள் என்னும் செவ்விய நூலின் ஆசிரியர். நந்தனார் மதத்தின் புனித வட்டத்திற்குள் புகத் துணிந்தவர்.

ஆன்மிக உயர்வையும் சமூக மறுமலர்ச்சியையும் ஒருங்கிணைத்த சித்தர்கள் சாதி-வகுப்பு எல்லைகளைத் தாண்டியவர்கள். தங்கள் முன்னோர்களின் தீவிர ஒன்றிணைக்கும் தன்மையை, "யாதும் ஊரே யாவரும் கேளிர்" எனப் பாடிய கவிஞர்களின் பண்பினைப் பாராட்டியவர்கள். ஞானத்தையும் கருணையையும் ஒருங்கிணைத்தவர்கள். பௌத்தக் கலாச்சாரச் சூழலுக்கும், வடக்கின் சித்தமரபின் இலட்சியத்திற்கும் ஒப்ப யோக ஆன்மிக அனுபவத்தை இன்பமறிக்கும் பிரக்ஞைக்கெனத் தேடியவர்கள். தமிழ்ச் சித்தர்கள் நாதபந்திகளோடு கொண்டுள்ள ஒப்புமை குறிப்பிடத்தக்கது, ஆனால் இதுபற்றி இன்னும் ஆய்வு எதுவும் நிகழவில்லை. பலவேறு தமிழ்ச் சித்த மரபுகள் கோரக்நாதரையும் தங்கள் புகழ்பெற்ற முன்னோர்களில் ஒருவராகக் கருதுவது வியப்பை அளிப்பதோடு வெளிச்சமளிப்பதாகவும் உள்ளது. (கைலாசபதி 1987: 387)

மனித இனத்தின் ஒருமைப்பாட்டில் அசையாத நம்பிக்கை கொண்ட சித்தர்கள் சாதியமைப்பு, வைதிகத்தின் படிநிலைகள், அதனால் வருகின்ற கௌரவம் ஆகியவற்றின் இணக்கமற்ற எதிர்ப்பாளர்களாக இருந்ததில் வியப்பில்லை. தங்கள் ஒவ்வாத நோக்குகளாலும் வாழ்க்கை முறைகளாலும் அவர்கள் ஆபத்தானவர்கள் என்று கருதப்பட்டதால், அவர்கள் ஆதிக்க வர்க்கத்தினரால் தண்டனைக்குள்ளாயினர். அவர்கள் கவிதைகளின் நிறுவன எதிர்ப்புக் கருத்துகள் வட நாட்டுக் கபீர் போன்றோரின் படிகள் போன்றே காட்சியளிக்கின்றன. கபீர் போன்று மதத்திற்கு எதிரானவர்களாகக் கருதப்பட்டதால் சித்தர்களும்

வெறுக்கப் பட்டனர், மீட்புவாதச் சக்திகளால் மதப் பஞ்சமர்கள் என வெறுக்கப்பட்டு, கடித்துக் குதறப் பட்டனர். “இடைக்கால இந்து மதத்தின் அடிப்படைகளையே சவாலுக்கழைத்தவர்கள் சித்தர்கள். சாத்திரங்களின் தலைமை, சடங்குகளின் நியாயம், சாதிகளின் அடிப்படை ஆகியவற்றைக் கேள்வி கேட்டவர்கள்” (*கைலாசபதி 1987: 389*).

தெற்கில் தீவிர மனிதநேயத்தின் ஒளியைக் கொண்டு சென்றவர்கள் புகழ்பெற்ற நாயன்மார்களோ, ஆழ்வார்களோ அல்ல, சித்தர்கள்தான். ஆழ்வார்களும் நாயன்மார்களும் வேதப் பார்ப்பனியத்தின் எல்லைக்குள் மத-இறையியல் அக்கறைகளோடு தங்களை நிறுத்திக் கொண்டவர்கள். தமிழ்நாடு முழுவதும் சமஸ்கிருத நூல்களோடு சுற்றிவந்து அவர்கள் பிராமணக் கோயில் வழிபாட்டு மரபையும் அதனோடு இணைந்த குடியிருப்புகள், குத்தகைகள் போன்றவற்றை ஆதரித்ததால், தமிழ்க் கலாச்சாரத்தின் ஆரியப் படுத்தலுக்கும் சமஸ்கிருதப் படுத்தலுக்கும் ஊக்குவிப்பாளர்களாகப் பணிசெய்தனர். பல நூற்றாண்டுகளாக தமிழ்நாட்டில் இடம் பெற்றிருந்த பௌத்தத்தையும் ஜைனத்தையும் ஒழித்ததில் அவர்களுக்கு முக்கியப் பங்குண்டு. மேற்குடி மக்களின் பிரச்சாரத்திற்கு எதிர்நிலையில், ஆழ்வார்களும் நாயன்மார்களும் தமிழ் மக்களின் கலாச்சார அடிமைத்தனத்திற்கு உதவும் பார்ப்பன-நிலவுடைமை இணைப்பிற்கு ஊக்கமளித்தனர். இந்த நடைமுறை வன்முறை சார்ந்த ஒன்றாகவே இருந்தது.

இடைக்கால ஒருங்கிணைப்பின் அடிப்படைகள், விவசாய முறைமையின் மையத்தில், கோயில்மைய, பக்தி சார்ந்த பார்ப்பன மதச் சடங்குகளின் நடைமுறைகளை நிறுவிய போர்களால் இரத்தத்தில் தோய்ந்திருந்தன என்பதைத் தமிழ் இலக்கியம் துயரத்தோடு தெளிவுபடுத்துகிறது... இடைக்காலத்தில் தமிழ்ப் பாக்களின் சமஸ்கிருத மற்றும் கோயில்மையப் பண்பு, முந்தைய காலங்களின் பண்பிலிருந்து கூர்மையாக வேறுபடுகிறது. மேலும் தமிழ்நாட்டில் பரவலாக நிலவி வருகின்ற நம்பிக்கையாகிய, இடைக்காலத் தென்இந்தியா வடக்கிலிருந்து வந்த பார்ப்பன ஆதிக்கத்திற்கு உட்பட்டது என்பதையும் உறுதிப்படுத்துகிறது. (டேவிட் லடன், பார்க்க ஓம்வெட் 1994: 41–2).

சாதியின் பிறப்பு, அடிமைத் தனம், தீண்டாதவர்களாக மக்களைப் பிரித்தல் ஆகியவை நிகழ்ந்ததை சோழப் பேரரசுக்காலத்தில் உச்சத்தை அடைந்த தென்னிந்திய ஆரியமயமாதல் செயல்முறையுடன் வரலாற்றாசிரியர்கள் தொடர்பு படுத்துகிறார்கள். சோழர் ஆட்சி நில உறவுகளில் அடிப்படை மாற்றங்களைக் கொண்டு வந்தது. கி.பி. ஏழாம் நூற்றாண்டு முதல் பதினோராம் நூற்றாண்டுவரை, சோழர் பேரரசுக்காலத்தில் உச்சத்தை அடைந்த தென்னிந்திய ஆரியமயமாதல் செயல்முறையினால் பிரம்மதேயங்கள், அக்கிரகாரங்கள் எனப்படும் பார்ப்பனப் பெருங் கொடைகளால்

நிலத்தின் ஆதி உடைமையாளர்களான பறையர்கள் பள்ளர்கள் முதலியோர் நிலங்களிலிருந்து வெளியேற்றப்பட்டனர். தெற்கில் சாதியமைப்புமுறை, அடிமைத்தனம் ஆகியவற்றின் நிறுவனமுறைமை இந்தச் செயல்முறையோடு தொடர்புபட்டது. எஸ். மாணிக்கம் (1993) கூறுவது போல,

தெற்கில் எப்போது அடிமைத்தனம் என்னும் நிறுவனம் தோன்றியது என்பதைக் கூறுவது கடினம். ஆரியர்கள் தெற்கில் படையெடுத்து வந்தமை, அதன் விளைவான நிலக்குடிகளுடனான ஒன்றிணைவு, ஒருவேளை சாதி யமைப்பின் பிறப்பிற்கும் அதனுடன் நெருக்கமாகத் தொடர்புடைய அடிமைத்தன நிறுவனப் படுதலுக்கும் காரணமாக இருந்திருக்கலாம்.

ஆரியமயமாதல் செயல்முறையின் தீவிரத்திற்கேற்பச் சமூகப் படிநிலையில் அடித்தளத்திற்குத் தள்ளப்பட்ட மக்களின் ஒடுக்குமுறையும் அதிகமாயிற்று. அதனுடன் சேர்ந்து ஒடுக்குமுறை ஒழுங்கமைப்பிற்கு எதிர்ப்பின் மரபும் வளர்ந்தது.

கீழிருந்து எழும் கலாச்சாரப் போராட்டத்தின் முன்னணியில் சித்தர்கள் இருந்தனர். சித்தர் இலக்கியத்தின் நம்பத்தகுந்த பதிப்புகள் இன்மை அவர்கள்மீதான ஆய்வினைத் தடைப்படுத்துகிறது. இது தற்செயலாக ஏற்பட்டதல்ல. அதிகாரத்தில் இருந்தவர்கள் சித்தர்கள் படைப்புகளைச் சிதைக்கவும் அழிக்கவும் தங்களால் இயன்ற அளவு முயன்றனர். பிராமண அடிப்படையிலான சைவம், பரந்த தனது விதித் தொகுப்பு அடிப்படையிலான நூல்களில் சித்தர் நூல்களைச் சேர்க்கவில்லை. ஓர் அறிஞர் சுட்டிக்காட்டுவது போல, அவர்களின் நூல்கள் பொதுமக்களால் எந்த அளவு பாதுகாக்கப்பட முடியுமோ அந்த அளவில் விடப்பட்டன. நமக்குக் கிடைக்கும் குறைந்த அளவு நூல்களே பார்ப்பன வாழ்க்கை நெறியிலிருந்து சித்தர்கள் விடுபட்டிருந்ததைக் காட்டுகின்றன. வாழ்க்கை மற்றும் மதத்தின் வலுக்கட்டாயமான முறைமைகளுக்கு அவர்கள் தந்த எதிர்ப்பினை அவர்களது பாக்கள் காட்டுகின்றன. ஆளும் வர்க்கத்தின் நம்பிக்கைகளுக்கும் செயல்முறைகளுக்கும் எதிரான மனப்பாங்கு என்பது அவர்கள் கவிதையின் முக்கிய இழையாக உள்ளது.

அவர்களின் சமூக இருப்பிடம், பரந்துவிரிந்த பின்னணிகள் போன்றவை சித்தர் தீவிரத்தன்மையை உருவாக்குவதில் பங்கு வகித்துள்ளன. அவர்களில் பெரும்பாலானோர் ஆடுமாடு மேய்ப்பவர்கள், கோயில் பறையடிப்போர், குயவர்கள், மீனவர்கள், வேட்டைக் காரர்கள் போன்ற குடும்பங்களிலிருந்து வந்தவர்கள். அவர்களில் சிலர் சீன, அராபிய போன்றபிற கலாச்சார மரபுகளிலிருந்து வந்தவர்கள் என்ற கதைகளும் உண்டு. இந்தக் கலாச்சாரங்களோடு

தமிழர்களுக்கு மருத்துவம், வேதியியல், வானியல் போன்ற துறைகளில் தொடர்பிருந்தமைக்கான சான்றுகள் இக்கதைகளுக்கு அடிப்படை (கைலாசபதி 1987: 406). முதல் முக்கியச் சித்தரான திருமூலர் காஷ்மீரிலிருந்து வந்தவர் என்ற நம்பிக்கையும் உண்டு. இக்கதைகள் உறுதி செய்யப்படாதவை, ஆனால் இவை சித்தர்கள் சில முஸ்லிம் துறவிகளுடன் தொடர்பு கொண்டிருந்தமையைச் சுட்டிக் காட்டுகின்றன. பீர் முகம்மது, மஸ்தான் சாகிபு ஆகிய இரண்டு சூஃபிகள் சித்தர்கள் பட்டியலில் இடம் பெற்றுள்ளமை குறிப்பிடத் தக்கது. இவை யாவும் அவர்களின் கலாச்சார எல்லைகளை விரிவுபடுத்தி அவர்களின் உள்ளணைக்கும் தத்துவத்தை உருவாக்க உதவியிருக்கலாம். அவர்கள் சமநீதி, கருத்தியலினால் உந்தப்பட்டதோ இல்லையோ, அவர்கள் உயர் சாதியினர் (பார்ப்பனர்கள், வேளாளர்கள், வணிகர்கள்) பின்பற்றி வந்த சாதிப் பிரிவினைக்கு பலமான எதிர்ப்பாக இருந்தனர் என்பது உண்மை.

சித்தர்கள் சமுதாயத்தில் மிக வலுவான குரலாக இருப்பது சிவவாக்கியர் குரல். ஒன்பதாம் நூற்றாண்டில் வாழ்ந்ததாகக் கருதப் படுபவர். “தேவர் கல்லும் ஆவரோ? சிரிப்பதன்றி என் செய்வேன்?” என்று எழுதும் துணிவு பெற்றவர் (மீனாட்சி 1996: 111). கபீரைப் போலவே அவர் புரோகிதர்களின் பாவனைகளை கேலி செய்வதில் இணையற்றவர். அவர் கவிதைகள், சித்தர்களுக்கே உரிய சிறப்புப் பண்பான வலுவான பார்ப்பன எதிர்ப்பு உணர்வுகளை முன்வைக்கின்றன.

கோயிலாவது ஏதடா? குளங்களாவது ஏதடா?
கோயிலும் குளங்களும் கும்பிடும் குலாமரே
கோயிலும் மனத்துளே குளங்களும் மனத்துளே
ஆவதும் அழிவதும் இல்லை இல்லை இல்லையே.

இருக்கு நாலு வேதமும் எழுத்தை அறவோதினும்
பெருக்க நீறு பூசினும் பிதற்றினும் பிரான் இரான்
உருக்கி நெஞ்சை உட்கலந்திங்கு உண்மை கூற வல்லிரேல்
சுருக்கம் அற்ற சோதியைத் தொடர்ந்து கூடலாகுமே.

சாவதானத் தத்துவச் சடங்கு செய்யும் ஊமைகாள்
தேவர் கல்லும் ஆவரோ? சிரிப்பதன்றி என்செய்வேன்?
மூவராலும் அறியொணாத முக்கணன் முதற் கொழுந்து
காவலாக உம்முளே கலந்திருப்பன் காணுமே.

(மேற்கோள் கைலாசபதி 1987: 390)

எளிய உவமைகளைத் தம் சிந்தனைகளைக் கூற ஆள்கிறார் சிவவாக்கியர். அன்றாட வீட்டு உதாரணங்களால் தம் கருத்தைச் செலுத்துகிறார். என்றுமுள்ள ஆன்மா, அடுத்து வேறொரு பிறவி எடுப்பது என்ற கருத்தை எவ்வளவு எளிமையாக மறுக்கிறார் பாருங்கள்.

> கறந்த பால் முலைப்புகா, கடைந்த வெண்ணெய் மோர்புகா
> உடைந்து போன சங்கின் ஓசை உயிர்களும் உடற்புகா
> விரிந்த பூ உதிர்ந்த காயும் மீண்டும் போய் மரம்புகா
> இறந்தவர் பிறப்பதில்லை இல்லை இல்லை இல்லையே.(மேலது, 401)

பிற இடங்களில் இருந்த பக்திக்கவிகளைப் போலவே ஒற்றைக் கடவுள் வணக்கம் சிலைகளை வணங்காமை ஆகியவை தமிழ்ச் சித்தர்களின் அடையாளமாக உள்ளன.

> நான் ஒரு காலத்தில் நாதனை அறிந்தபோது
> மற்ற தெய்வங்களின் கூட்டத்தினால் என்ன பயன்?
> சில கோயில் கருவறைகளில் இருந்தன
> சில ஊர்வலமாகத் தூக்கிவரப்பட்டன
> சில சுடாத களிமண்ணால் செய்யப்பட்டு
> தீயினால் சுடப்பட்டன.
> புனித நூல்களை நிரப்பும் பொய்க்கதைகளோடு
> அவை என் மனத்திலிருந்து மறைந்துபோயின.
> ஆனால் என்னிடம் ஒரு கருவறை உண்டு
> என் மார்பிற்குள் மனத்தினுள்.
> ஒரு சிலையும் அங்குண்டு
> அது கடவுள் அளித்த ஆன்மா.
> நான் நீறும் மலர்களும் அளிக்கிறேன்
> என் இதயத்தின் போற்றுதல்கள் அவை
> கடவுள் செய்த உலகமே
> நறுமணப் பொருள்களும் கற்பூரமுமே
> அதனால் நான் எங்குச் செலினும்
> எப்போதும் கடவுளைத் துதிக்கிறேன். (ஜோர்டன்ஸ் 1985: 278-9)

பாம்பாட்டிச் சித்தரின் பாக்கள் பாம்பாட்டிகளின் பாடல்கள் அமைப்பில் உள்ளன. நகைச்சுவையுடனும் உற்சாகத்துடனும் அவர் பார்ப்பனக் கருத்தியலைத் தாக்குகிறார்.

> நால்வேதம், அறுவகை சாத்திரம், பல தந்திரங்கள் புராணங்கள்

கலைகளைப் பற்றிப் பேசும் ஆகமங்களும் பிறபல நூல்களும்
பயனில்லை, யாவும் வீணே. எனவே ஆடு பாம்பே ஆடு!
உளியால் செதுக்கப்பட்ட கற்சிலையில்
புரிந்துகொள்ளல் இருக்குமா?
உலகத்தின் முட்டாள்களுக்கும் புரிந்துகொள்ளல் இருக்குமா?
தட்டின் உடைந்த பகுதி புளியால் தேய்த்தால் மறைந்திடுமா?
முட்டாள்களிடமிருந்து அறியாமை அகலாது
எனவே ஆடு பாம்பே, ஆடு! (கைலாசபதி 1987: 3901-1)

இன்றுவரை தமிழ்நாட்டில் பிரபலமாக இருக்கின்ற இப்படிப்பட்டப் பாடல்கள் சமநீதிக் கலாச்சாரம் ஆழமாக ஆதரிக்கப் பட்டது என்பதற்குச் சான்றுகள். மேற்காட்டிய பாம்பாட்டிச் சித்தரின் பாடல், சாதிப்பிரிவினைக்குத் தீ மூட்டுவது பற்றியும் தத்துவப் பிரச்சினைகளைச் சந்தைக்குக் கொண்டு செல்வது பற்றியும் பேசுகிறது. சித்தர்களின் உண்மையான நோக்கம் என்ன என்பதை இது ஐயமறக் காட்டுகிறது.

சித்தர்களின் பாடல்கள் ஒத்துணர்ச்சியும் வாழ்க்கை உறுதிப்பாடும் கொண்ட மனப்பான்மையைக் காட்டுகின்றன. சித்தர்கள் பாடகர்களாகவும், மந்திரக்காரர்களாகவும், மருத்துவர்களாகவும், குணப்படுத்துபவர்களாகவும்- இவை எல்லாம் ஒரே வடிவமாக மக்களுடைய துன்பங்களைக் குறைக்க முயன்றார்கள். பழைய ஸ்ரமணர்கள் தங்கள் யாவற்றையும் வெகுமக்களுக்காகத் தந்தது போல இம்மரபு அமைந்தது. மனிதர்களை அவர்கள் நேசித்தமையைச் சுருக்கமாக ஆதியில் திருமூலர் கூறிய “யாம் பெற்ற இன்பம் பெறுக இவ் வையகம்” என்ற வார்த்தைகளில் கண்டுகொள்ளலாம்.

சித்தர்களின் மொழி, கரடுமுரடாகவும், கடினமாகவும், பலதள அர்த்தங்கள் கொண்டதாகவும் இருக்கிறது. ஆக, அது கபீரின் சத்துகாரி, கரடுமுரடான யாப்பு, உலட் பான்சியான் (தலைகீழ் மொழி) ஆகியவற்றிற்கு ஒத்ததாக உள்ளது. சித்தர்கள், சாதிக்குப் புறம்பானவர்களாகவும், ஒதுங்கி வாழ்பவர்களாகவும் இலக்கியம் உள்ளிட்ட நிறுவன வடிவங்கள் எல்லாவற்றிற்கும் எதிராகக் கலகம் செய்பவர்களாகவும் இருந்தனர். நிறுவனமயமான தமிழ் இலக்கிய மொழி ஒடுக்குவதாக இருந்ததால், அவர்கள் மக்களின் பேச்சுமொழிக்கு முன்னுரிமை கொடுத்தனர். இரண்டாவதாக, அவர்களுக்கு (தனிமனிதராக முயலவேண்டிய) ஆன்மிக நாட்டம் உள்ளிட்ட பல வகையான ஆவல்கள் இருந்தன. சமூக விழிப்பு, மாற்றம் பற்றிய அவர்கள் ஆசை (இதற்கு மக்கள் பங்கேற்பு அவசியம்) காரணமாக அவர்கள் தங்கள் சூழலில் பாராட்டப்படக்கூடிய ஒரு மொழியைக் கண்டுபிடிக்க வேண்டியிருந்தது. பின்னணியிலிருந்து

விலகி, அவர்களுடைய சொல்லாடலும் சொற்பயன்பாடும் சிலருக்கு மட்டும் புரியக்கூடியதாகவும் முரண்பாடுகள் கொண்டதாகவும் இருந்ததால் அவர்களுடைய கலாச்சார எதிரிகள் (கபீரைப் போலவே) அவர்கள் மறைஞானிகள் என்று ஒதுக்க முடிந்தது. ஆனால் சித்தர்கள் மறை(இரகசிய) ஞானத்தை வளர்க்க ஆசைப் படவில்லை. தனிப்பட்ட, சமூக அலுவல்களில் ஒரு புரட்சியைக் கொண்டுவருவது அவர்கள் நோக்கமாக இருந்தது. ஆழ்ந்து படிக்கும் போது அவர்களது கடினமான மொழி ஒளியூட்டுவதாக உள்ளது. சித்தர்கள் சமஸ்கிருதம் கலந்த தமிழை வெறுத்தனர். மக்களின் பொன்மொழிகள், நகைக் கூற்றுகள், மண்ணுக்கேற்ற மூதுரைகள், ஞானக்கிறுக்குகள் ஆகியவை நிரம்பிவழியும் அவர்களின் கவிதை பேச்சுமொழியை மக்களுக்குக் கொண்டுசென்றன. அவர்கள் மொழியில் தூயது-இழிந்தது, நயமானது-கரடுமுரடானது என்ற வேறுபாடுகளுக்கு இடமில்லை. எப்படி இரவீந்திரநாத் தாகூர் கபீரின் செல்வாக்கிற்கு ஆழமாக உட்பட்டவராக இருந்தாரோ, அதுபோலவே தமிழ்ப் பார்ப்பனக் கவிஞரான பாரதியும் சித்தர்கள் கவிதைகளுக்கு அடிமையாக இருந்தார். சித்தர்களின் கவிதைநடையையும், பேச்சு மொழியையும் தனது கவிதையில் பயன்படுத்தினார், தனது சுயசரிதையில், "எனக்கு முன் சித்தர்பலர் இருந்தார், நானும் அவர்களின் வழியில் ஒரு சித்தன்" என்று அறிவித்துக் கொண்டார்.

கர்நாடகத்தில் வீரசைவச் சமதர்மம்

இடைக்கால வரலாற்றில் ஒரு குறிப்பிடத் தக்க சம்பவம், கர்நாடகத்தில் ஏற்பட்ட வீரசைவ இயக்கம். வீரசைவர்கள் அல்லது லிங்காயத்துகள் பன்னிரண்டாம் பதின்மூன்றாம் நூற்றாண்டுகளில் பசவரின் தலைமையில் எழுச்சிபெற்றனர். பசவர் பிறப்பால் பிராமணர். இருபிறப்பாளனாக்கும் சடங்காகிய உபநயனத்தினை அவர் ஏற்க மறுத்தார். இப்படித் தன்னைத் தானே சாதியிலிருந்து நீக்கிக் கொண்டு, மக்களின் நம்பிக்கையைப் பெற்றார். சமமின்மைகளையும் சுரண்டலையும் புனிதப்படுத்திய பிராமண மதத்துக்கு எதிராக ஒரு போராட்டத்தைத் தொடங்கினார். கலாச்சார மாற்றத்துக்குப் பலமுனைப்பட்ட போர்த்திறத்தைக் கொண்டு அந்த இயக்கத்திற்கு ஒரு தீவிரத் திருப்பத்தைக் கொடுத்தார். அவர் பின்னர் கல்யாணிலிருந்த காலசூரி அரசனின் முதலமைச்சராகவும் ஆனார்.

போட்டியினாலும் மோதலினாலும் அந்த இயக்கம் நிலைநிறுத்தப் பட்ட சமூக உறவுகளை மாற்ற முனைந்தது. சமமான அரசியல், பொருளாதார வளங்களை அடைய அது ஒரு தேடல் ஆனது.

ஆகவே பிராமணர்களின் தன்னிச்சையான அதிகாரங்களைக் கட்டுப் படுத்தியது (பலி 1978: 67-100). பல்வேறு சாதிகளிலிருந்தும் ஆடவரும் பெண்டிரும் இந்தச் சோதனைச் சமுதாயத்தில் சேரவும் அது ஒரு வெகுஜன இயக்கமாக மாறியது. அவர்கள் தங்கள் சொந்தப் புனித இலக்கியங்களான வசனங்களையும் பாடல்களையும் பக்திப்பாக்களையும் படைத்தனர். வசனங்களை உருவாக்கிய இருநூறுக்கும் மேற்பட்ட எழுத்தாளர்கள் கன்னடப் பேச்சு மொழியைப் பயன்படுத்தினர். அக்காலத்துக்கு மிகவும் முன்னேற்றமான கருத்துகளை முன்வைத்தனர். சாதியைக் கடுமையாகக் கண்டித்தனர், ஒவ்வொரு விதமான உழைப்புபின் ஆன்மிக, சமூக மதிப்பிற்கு அழுத்தம் தந்தனர்.

கீழ்மட்டங்களிலிருந்து மாறிவந்தவர்களைச் சமமாகப் பாவிக்கும் ஒரு புதிய ஒழுக்கத்தை வீரசைவர்கள் ஏற்றனர். அந்தச் சமுதாயத்துக்குள் சமமாக அமர்ந்துண்ணும் பழக்கத்தையும் திருமணத்தையும் தலைமை ஆதரித்தது. அப்படிப்பட்ட ஒரு நிகழ்வு, இந்தியாவின் சமூகவரலாற்றில் ஒரு மாணிக்கமாகத் திகழ்ந்தது, தர்மசாத்திரங்கள் விதித்துள்ள மிகப் புனிதமான சட்டத்தை மீறுவதாயிற்று. ஒரு பிராமணப் பெண்ணைத் தீண்டப்படாத ஒருவன் திருமணம் செய்த நிகழ்வு. கல்யாணில் பிஜ்ஜல அரசனின் அவையில் பசவரைப் போன்றே உயர்குல பிராமணப் பிரபுவாக இருந்த மதுவய்யா (அல்லது மதுவரஸ்), அவனுடைய மகளைத் தோல்தொழில் செய்துவந்த ஹரலய்யாவின் மகனுக்குத் திருமணம் செய்துவைத்தான். இந்தத் திருமணம் பிரதிலோமத்தின் மிகக் கேவலமான வடிவம் ஆகும். ஒரு பிராமணப் பெண்ணை சூத்திர ஆடவனுடன் சேர்க்கும் வெறுக்கத்தக்க வடிவம். உயர்சாதி ஆடவன் கீழ்ச்சாதிப் பெண்ணைத் திருமணம் செய்வது (அனுலோமம்) ஓரளவு மன்னிக்கத் தக்கது, ஆனால் பிரதிலோமத் திருமணம் என்பது பிராமணர் கண்களில் பெரும் அவமானம் ஆகும்.

இத் திருமணத்தால் சினமுற்ற பழமைவாதிகள், பிஜ்ஜல அரசனின் தலைமையில் வீரசைவர்களை சூனியக்காரர்கள் என்று வேட்டையாடினர். மணமகனுடன், இரண்டு தந்தையரும் கைதுசெய்யப்பட்டு, குருடாக்கப்பட்டு, யானையின் காலில் இழுத்துச் செல்லப்பட்டு நகரத்தின் தெருக்களில் படுகொலை செய்யப்பட்டனர். பெரிய அளவு சித்திரவதை தொடர்ந்தது. வீரசைவர்கள் நகரத்தைவிட்டு ஓடிப் பாதுகாப்பான இடங்களில் ஒளிந்தனர் (ஷௌட்டன் 1995: 48-50). கன்னடத்தின் சமகால, பிற்காலப் படைப்புகள் பல ஹரலய்யா, மதுவய்யா தியாகத்தினைக் கொண்டாடுகின்றன. வீரசைவர்களின் வரலாற்றில் ஒரு முக்கியப் படிமமாக ஹரலய்யா ஆனான். மேம்பாட்டுக்கான தலித் போராட்டத்தில் முன்னோடி என அவனைப் பலரும் கருதுகின்றனர்.

பயங்கர எதிர்ப்புகள் இருப்பினும், பசவர் உதாரணமான தலைமையின் வாயிலாக இயக்கத்தை உயிருடன் வைத்திருந்தார். தனது பதவியைத் துறந்து, தன்னை அடித்தட்டு பக்தர்களின் உறவினராக அறிவித்துக் கொண்டார். தனது புதிய குடும்பப் பிணைப்புகளைப் பல கவர்ச்சிமிக்க வசனங்களில் விவரித்தார். அப்படிப்பட்ட ஒன்றில் அவரது தனித்தன்மை வாய்ந்த தீவிரத் தன்மையைக் காணலாம்.

கன்னய்யாவின் வீட்டு வேலைக்காரன் மகனும்
கக்கய்யாவின் வீட்டு வேலைக்காரி மகளும்
வயலுக்குச் சாணம் பொறுக்கச் சென்றார்கள்,
பிறகு காதலில் ஈடுபட்டார்கள்.
அவர்களுக்கு ஒரு குழந்தை பிறந்தது–அதுதான் நான்.
எனது சாட்சி கூடல் சங்கமப் பிரபு
அப்படித்தான் சொல்கிறார். (ஷெட்டன் 1995: 51)

இப்படியாகப் பசவர் தனது பின்னணி, குடும்பம், சாதி, ஆகிய அனைத்தையும் கைவிட்டு ஒரேவித ஆன்மிக, சமூக மதிப்புகளைக் கொண்ட ஒரு புதிய மக்களின் வட்டத்திற்குள் இணைந்து கொள்வதில் நம்பிக்கை வைக்கிறார். மிகக் கீழான தோற்றப் பின்னணியிலிருந்து வரும் பக்தர்களை மட்டுமே கொண்ட ஒரு குடும்பச் சித்திரத்தை அவர் தீட்டுகிறார். தனது மிகக் கீழான நிலையைக் கடவுள் கருணை காட்டுவதற்கு ஒரு வேண்டுகோளாக முன்வைக்கிறார்.

தீண்டப்படாத நம் கன்னய்யா, என் தந்தை,
தோல் பதனிடும் நம் கக்கய்யா, என் மாமன்;
பார், சிக்கய்யா, நம் தாத்தா,
குழலூதும் நம் பொம்மய்யா, என் அண்ணன்.
பிறகெப்படி என்னைத் தெரியவில்லை,
கூடல் சங்கமத் தேவா? (மேலது 52).

மேல் வசனத்தில் பசவர் தனது தந்தையாகக் கூறிக் கொள்ளும் தீண்டப்படாத மதார் கன்னய்யா, ஒரு முக்கிய வீரசைவ ஞானக் கவி ஆவார். தனது வசனம் ஒன்றில் அவர் வெறுக்கப்பட்ட சாதிகளிலிருந்து வந்த கலாச்சாரத் தலைவர்களை பதிவுண்டாக்கும் முறையில் வரிசைப்படுத்தி, சாதியைக் கண்டிக்கிறார்.

சாங்கியன் குப்பை–கூட்டுபவன்; அகஸ்தியன் ஒரு வேட்டைக்காரன்;
துர்வாசன் ஒரு சக்கிலியன்; ததீசி, பூட்டுசெய்பவன்;
காசியபன் கருங்கொல்லன்; ரோமஜன், செம்புத் தட்டான்;
கௌண்டில்யன் ஒரு நாவிதன்; நீ மட்டும் இதெல்லாம் தெரியாமல்,

சாதியை ஏன் வலியுறுத்துகிறாய்? (ராய் மற்றும் பிறர், 2000: 480-1)

வீரசைவத் தலைவர்கள் மக்களைத் தங்கள் சாதி அடையாளத்தையும் விசுவாசத்தையும் விட்டுவிடுமாறு வேண்டுகிறார்கள். ஒரு பாட்டில் அல்லமர் நல்ல வீரசைவனாவதற்கு ஒருவன் விட வேண்டிய ஆறு தவறுகளைக் கூறுகிறார். முதலாவது, மெய்யான தகுதியை அறிவதைத் தடுக்கின்ற சாதி. இரண்டாவது சாதிப் பிரிவுகளைப் புனிதப் படுத்தும் வர்ணாசிரம தர்மம். பிற தவறுகள், குலப் பெருமை, வமிசாவளி, பெயர், சொந்த நாட்டுப் பெருமை (ஷூட்டன் 1995: 54-5). அதாவது, ஒருவன் தனது சாதியையும் பிற குறுகிய அடையாளங்களையும் கைவிடாமல் வீரசைவனாக முடியாது. சித்தராமர் இதைச் சொல்கிறார்:

நால்வருண அமைப்பில் இருப்பதென்றால் என்ன? பார்,

அதனைக் கடந்துவிட்ட இவனோர் வீரசைவன். (ஷூட்டன் 1995: 54).

சில பௌத்தப் பனுவல்களோடு மேற்கண்டவை போன்ற வசனங்களை ஒப்பிட்டு, ஷூட்டன், புத்தருடைய சமநீதி போதனைகளில் பசவர் பரிச்சயமானவர், அவற்றால் கவரப்பட்டவர் என்று சுட்டிக்காட்டுகிறார். பசவருடைய பிரதேசத்தில் பௌத்தம் வலுவாக இருந்ததால் இதில் ஆச்சரியப்பட ஒன்றுமில்லை என்றும் சொல்கிறார்.

1095இல், பசவர் பிறப்பதற்குப் பத்து வருடம் முன்புதான் ஒரு பெரிய பௌத்த மடம் தம்பலில் (இப்போதுள்ள தார்வார் மாவட்டத்தில்) அடிக்கல் நாட்டப்பட்டது. தம்பல் பின்னர் மிக முக்கியமான வீரசைவ மத மையமாயிற்று. தனது குடும்பத்தின் கடுமையான பிராமண ஒழுக்கத்திற்கு ஒரு மாற்றுத் தேட பசவர் முனைந்து கொண்டிருந்தபோது பௌத்த மரபில் வருவதுபோன்ற சாதியமைப்புக்கு வலுவான எதிர்ப்பு, அதுவரை வட கர்நாடகாவில் காப்பாற்றப்பட்டு வந்தது. பசவரும் பௌத்த மரபை நன்கறிந்திருக்கக் கூடும். அந்த மரபில் சாதி அடிப்படையில் வேறுபாட்டைப் புறக்கணிக்கின்ற சமநீதித் தத்துவத்தினால் அவர் நிச்சயமாகக் கவரப்பட்டிருக்க வேண்டும் (ஷூட்டன் 1995: 61).

வீரசைவத்தின் ஒளிவிடும் பண்பு ஒன்று, அதில் பெண்கள் அதிகமாக ஈடுபட்டமை. பெண் துறவிகளும் இருந்தனர், தங்கள் கணவர்களைச் சம அடிப்படையில் அச் சமுதாயத்தில் சேர்த்த பெண்களும் இருந்தனர். இந்த இயக்கம் பெண்களை அடிமைப் படுத்துவதைப் புறக்கணித்தது, ஒரு புதிய ஆடவர்-பெண்டிர் உறவைக் கட்ட முனைந்தது. அக்க மகாதேவி, முக்தாயக்கா போன்ற மரபுமீறிய பெண்களுக்கும் இடமிருந்தது என்பது வீர சைவத்தின் சிறப்புப் பண்பு. வசனங்களை மிக அதிகமாக எழுதியவர் மகாதேவி. அவர் மிகவும் சுதந்திரமானவர், அவரது தனிமனித மேம்பாட்டிற்கான தேடல், தலைகீழாக்கும் சமூக

உள்நோக்கங்கள் கொண்டதாக இருந்தது. கீழ்வரும் பாடல், அவருக்கு ஒரு முழுமையான, தனிச்சிறப்பான சான்று.

> அன்பால் சமநிலை அடைந்தவர்கள்
> பின்னணியையும் பாவனைகளையும் போற்ற வேண்டுமா?
> பைத்தியமாகி விட்டவர்கள், நாணத்தையும்
> கட்டுப்பாட்டையும் அறிவார்களா?
> அழகிய மல்லி(கை)நாதரின் அன்பைப் பெற்றவர்கள்
> உலகிற்கு விசுவாசமாக இருத்தல் கூடுமா? (ஷூட்டன் 1995: 30)

தெய்விக அன்பில் பேதுற்றவர்கள் பைத்தியக்காரர்களே என்றும், அவர்கள் நிலைநிறுத்தப்பட்ட விதிகளைப் பற்றியும் மரபான வேறுபாடுகளைப் பற்றியும் கவலைப்படாதவர்கள் என்றும் சொல்கிறார் அக்கா. இவற்றுக்கு அவர் பயன்படுத்தும் சொல் குலம். அது பிறப்பு, குடும்பம், பாலினம், சாதி முதலியவற்றால் நிர்ணயிக்கப் படும் எல்லாக் காரணிகளையும் உள்ளடக்குகிறது.

லிங்காயத்துகள் மாற்றுச் சடங்குகளையும் விழாக்களையும் தடைகளையும் மேற்கொண்டார்கள். அவர்கள் புதிய மத-கலாச்சாரக் குறியீடுகளை உருவாக்கினார்கள். பிராமணர்கள் தொடர்பான மைய மதிப்புகளையும் சமூக நிறுவனங்களையும் புறக்கணித்து, இந்த இயக்கம் ஒரு சமநீதி நிறுவனச் சட்டகத்தை வளர்க்க முயன்றது.

> மனித உறவுகளைப் பற்றிய விருப்பத்தினால் இந்த இயக்கம் சம உணவு, சம திருமணம் ஆகியவற்றில் தனிமனிதர்களுக்கிடையில் நேயத்தைத் தடுக்கின்ற தடைகளையும் மரபான விதிகளையும் உடைப்பது அவசியம் என்று உணர்ந்தது. அதாவது, பிராமணருக்கும் அல்லாதவர்களுக்கும் இடையிலான சுத்தம்–அசுத்தம் பற்றிய கருத்துகளைக் கைவிட்டது. பிராமண ஆதிக்கத்தின் ஒடுக்குதலிலிருந்து விடுதலை பெறுவதற்கு, பிராமணச் சடங்குகள், நடைமுறைகள், மரபுகளின் பின்னாலிருக்கும் உண்மைகளை வெளிப்படுத்தியது (பலி 1978: 69).

இந்த இயக்கம் உழைப்பின் மேன்மைக்குச் சிறப்பு அழுத்தம் தந்தது. அதைச் சமூக முன்னேற்றத்துடனும் ஆன்மிக உயர்ச்சியுடனும் தொடர்புபடுத்தியது. மிகதீவிரமாகச் சமூக இடப்பெயர்வு மேற்கொள்ளப்பட்டது. மக்கள் மடம் என்ற நிறுவனத்தின் வாயிலாக இச் சமுதாயத்திற்குள் சேர்க்கப்பட்டார்கள். சுருக்கமாக, இந்த இயக்கம் “ஏழைகளால், கீழ்ச்சாதியினரால், சாதியிலிருந்து ஒதுக்கப் பட்டவர்களால் பணக்காரர்களுக்கும் முன்னுரிமை பெற்றவர்களுக்கும் எதிராகத் தங்கள் சார்பாக உருவாக்கப்பட்ட புரட்சிகர மாற்றம்...” (பலி, மேலது, இராமானுஜனின் மேற்கோள்).

இப்படிப்பட்ட பிற இயக்கங்களைவிட வீரசைவ இயக்கத்தின் இலட்சியங்களும் சாதனைகளும் முன்னோக்கியிருந்தன. பின்னால் அந்த இயக்கம் எந்த வேறுபாடுகளை எதிர்த்துப் போரிட்டதோ அதே இறுக்கத்திற்கும் தனக்குள்ளாகவே படிநிலை மரபுகளுக்கும் ஆளாகி வீழ்ச்சிக்கும் சிதைவுக்கும் ஆளாகியது. இருப்பினும் இன்றும் கர்நாடகாவில் லிங்காயத்துகள் மிகப் பெரிய ஒரே இனக்குழுவாக இருக்கிறார்கள். எவ்வளவு குற்றங்கள் குறைகள் இருப்பினும் இந்தச் சமுதாயம்தான் சென்னை மாகாணத்தில் இருபதாம் நூற்றாண்டில் ஏற்பட்ட பிற்பட்ட வகுப்பினர் இயக்கத்திற்கு அடிப்படை அமைப்பினைத் தந்தது.

மகாராஷ்டிரத்தில் வார்கரிப் போராட்டம்

மகாராஷ்டிராவில் பதின்மூன்றாம் நூற்றாண்டு முதல் பதினேழாம் நூற்றாண்டு வரை ஓர் அடித்தட்டு மக்களின் எழுச்சி வார்கரி இயக்கம் என்ற பெயரில் செழித்தது. இங்கும் சமூகத்தின் அடித்தளத்திலிருந்து ஞானக்கவிகள் மதஒழுக்க நேர்மைக்கும் சமூக நீதிக்கும் பாடுபட்டனர். அவர்கள் மதக் குறியீடுகள், செயல்முறைகள் ஆகியவற்றைப் பயன்படுத்தினாலும், அதிகார வர்க்கத்தின்மீது நேரடியான தாக்குதலை மேற்கொள்ளாவிட்டாலும், ஒடுக்கப்பட்டவர்களுடன் அவர்கள் அடையாளம் கண்டமை, அதிகாரக் குழுக்களின் சுயநலச்செயல்களுக்குக் கடும் எதிர்ப்பைக் காட்டியது (சர்தார் 1978: 102). அப்போது சமூக பொருளாதாரக் கட்டுப்பாடு மதம், கலாச்சாரம் ஆகியவற்றின் கட்டுப்பாடு வாயிலாக நிகழ்த்தப்பட்டதால், ஆன்மிகச் சமத்துவத்தின் மீதான வரகரிகளின் அழுத்தம், இதுவரை ஒதுக்கப்பட்ட வகுப்பினர்களின் அறிவு ஆதிக்கம் ஆகியவற்றுக்கான வாயிலைத் திறப்பதற்கான முயற்சி ஆயிற்று. அதனால் அந்த வாய்ப்புகள் அடக்கியுள்ள சமூக மாற்றத்தை நோக்கிச் செலுத்துவதும் ஆயிற்று. எங்குமுள்ள பக்தி இயக்கத்தின் அடையாளமாக இருப்பதான கருத்தாகிய "அறிவு, அது மிகப் புனிதமானதாக இருந்தாலும், எல்லாருக்கும் மக்கள் மொழியில் கிடைக்க வேண்டும்" என்பதை அவர்கள் விரும்பினர். அதனால் மராட்டி மொழி இலக்கிய வளர்ச்சிக்கும் கொடையளித்தனர்.

மகாராஷ்டிராவின் மத எழுச்சிக்கு அடியில் அழுத்தமான சமூக ஓட்டங்கள் உண்டு. அவை சாதிக்கு எதிரான எழுச்சிகளின் விதைகளையும் கொண்டிருந்தன. அவை பத்தொன்பதாம் இருபதாம் நூற்றாண்டுகளில் மதத்தையும் மூழ்கடித்தன. பக்தியைப் பார்ப்பனருக்கு எதிரான, மதத்திற்கு எதிரான வெகுமக்களின் எதிர்ப்பியக்கம்,

சாதிஇந்துக்களுடையது அல்ல என்று ரானடே நேரடியாகவே கூறினார் ([1900] 1961: 5). அந்த இயக்கத்தில் எவ்வாறோ சேர்ந்துவிட்ட பிராமணர்களான ஞானேஸ்வர், ஏகநாதர் போன்றவர்கள் அவர்கள் சாதி மக்களால் ஒதுக்கப்பட்டனர். உதாரணமாக, ஞானேஸ்வரரும் அவர் சகோதர சகோதரியும் (இவர்கள் ஒரு பிராமண சந்யாசியின் மக்கள்) மைய மதத்திற்குத் திரும்பியபோது அவர்கள் சமுதாயத்தினால் விலக்கப்பட்டனர். முன்னால், அவர்களின் பெற்றோர், சக பிராமணர்களை இயல்பான குடும்ப வாழ்க்கைக்குத் திரும்பிவருமாறு இழித்துக் கூறினர். இப்போது அவர்கள் தங்கள் பாவங்களை உயிரைக் கொடுத்துக் கழுவ வேண்டியதாயிற்று. அவர்கள் ஓர் ஆற்றில் முழுகி இறக்குமாறு செய்யப்பட்டனர். அதேபோல, ஒரு சமுதாய விருந்தில் தீண்டாதவர்களுக்கு உணவளித்த ஏகநாதர் ஒரு தூய்மைப் படுத்தும் சடங்கிற்கு உட்பட வேண்டியிருந்தது.

பழமைவாத பிராமணச் சமூகவியலாளரான குர்யே கூட, "பிராமணத் துறவிகள் இந்த இயக்கத்தின் வழியில் வந்தவர்கள் என்று கருத முடியாது, அவர்கள் அப்போதும் மதத்தின் தத்துவப் பண்பிற்கே முதன்மை அளித்தனர்" என்ற பார்வையை ஒப்புக் கொள்ள வேண்டியிருந்தது ([1932] 2000: 103). அவர்களால் தங்கள் சாதிக் கூட்டிலிருந்து வெளிவர இயலாததால் தொடர்ந்து வர்ண-சாதி மரபில் நீடித்தனர். அம்மரபை இடக்கரடக்கலாக குர்யே மதத்தின் தத்துவப் பண்பு என அழைக்கிறார். ஆனால் அவர், "உரிய சடங்குகள் விழாக்கள் மூலமாக முக்தியை அடையும் பழைய நல்ல பிராமண வழிகளைத் தடுப்பதாகவும், சாதியொழுங்கு முறையை வேரறுப்பதாகவும் தென்பட்டதால் எல்லா இடங்களிலும் பிராமணர்கள் புதிய இயக்கங்களின் எதிரிகளாகவே இருந்தனர்" என்று ஒப்புக்கொள்வதில் நேர்மையாக இருக்கிறார் (மேலது, 104).

பிற இடங்களில் போலவே, மகாராஷ்டிராவில் கலாச்சார, சமூக மாற்றம் சூத்திரத் துறவி ஆசிரியர்களிடமே விடப்பட்டது. அவர்கள் சாதியமைப்பிலான அதிகாரக் கட்டமைப்பைச் சவாலுக்கழைக்க ஒரு புதிய மத-அரசியல் மொழியைக் கண்டுபிடித்தனர். அச்சமயத்தில் உயர்சாதி மக்களால் மதம் வெட்கமின்றி பொருளியல் சார்ந்த ஆதாயங்களையும் இலவச சேவைகளையும் பெறப் பயன்படுத்தப்பட்டு வந்தது. பிறமதங்களில் அவர்களுக்கு ஒப்ப இருந்தவர்களைப் போலவே வார்கரிகளின் முதன்மையான இலக்கு சுரண்டும் அமைப்பின் கருவியாக மாறிவிட்ட இந்தப் போலிமதமும் அதன் கொள்கைகளும் இருந்தன.

மகாராஷ்டிராவின் இயக்கம் மூன்று முக்கிய மனிதர்களைத் தோற்றுவித்தது. நாமதேவர், தொழிலில் ஒரு தையல்காரர். பதினான்காம் நூற்றாண்டின் முதற்பாதியில் இருந்தவர்; அவரது

சமகாலத்தியவர் சோகாமேளர், தீண்டப்படாத சக்கிலிய (மஹார்) இனத்திலிருந்து வந்தவர்; இவர்கள் எல்லாரிலும் ஒருவேளை முக்கியமானவர், துக்காராம் (1608-50) குன்பி சாதியிலிருந்து வந்தவர். மூவருமே வார்கரிப் புலத்தைச் சேர்ந்தவர்கள். அவர்களின் முக்கிய தெய்வம் பண்டரிபுரத்திலிருந்த விட்டலர். வைதிக முறையில், மாடுமேய்க்கும் இளம் விட்டலரின் வழிபாடு பிராமண முறைப்பட்ட கிருஷ்ணன் உருவத்துடன் மிகச் சரியாகப் பொருந்தி விடுகிறது. மேற்குடி காலஆசிரியர்கள் அதன் வேர்களை வசதியாகவே வைதிக வைணவத்தில் பொருத்தி, வார்கரி ஆசிரியர்களை வேத-பிராமண மரபுக்குள் கொண்டுவருகின்றனர். அப்படிப்பட்ட பிராமணத் திரிப்பைச் சுட்டிக்காட்டி ஒரு முக்கிய ஆய்வு சொல்லுகிறது:

நவீன காலத்தில், வார்கரி ஞானக்கவிகள் மீது படித்தவர்களின், குறிப்பாக பிராமண மேற்குடியினரின் ஒரு புதிய உற்சாகம் தோன்றியுள்ளது. அது மகாராஷ்டிராவின் இடைக்கால இலக்கிய மரபினை முதன்மையாக வைதிக, வைணவ மரபாகப் பார்க்கும் போக்கினை அதிகரித்துள்ளது. மேலும் மகாராஷ்டிராவின் ஞானிகளை வடஇந்தியா, கர்நாடகாவின் ஞானிகளோடு ஒப்பிட்டு இந்தக் கோணத்திலிருந்து மராட்டியிலும் இந்தியிலும் புத்தகங்கள் எழுதப்பட்டுள்ளன. குறிப்பாக வடநாட்டு ஞானிகள், வைதிக வைணவ நடைக்குள் பொருந்தவே மாட்டார்கள் என்பதால், இது பெருமளவு குழப்பத்திற்கும் தவறான விளக்கங்களுக்கும் கொண்டுசென்றுள்ளது (வாடிவில் 1996: 246).

வாடிவில், விட்டல வழிபாட்டை மையமாகக் கொண்ட மகாராஷ்டிர பக்தியை நேரான வைணவம் எனக்கூறி, அது நாதபந்தி மரபிலிருந்து பெறப்பட்ட சைவதாந்திரிக மரபில் வேர்கொண்டது என்பதை மறுக்கிறார். உண்மையில், விட்டலரின் உருவமே ஒரு கன்னட தெய்வம். லிங்காயத்துகளும் நாதபந்திகளும் அதை வணங்கினர். அது தனது தலையணியாக சிவலிங்கத்தைக் கொண்டுள்ளதால் சிவனின் பண்புக்கு நெருக்கமாக ஒத்துவருகிறது.

பீமநதிக் கரையிலுள்ள பண்டரிபுர விட்டலரின் மர்மமான தோற்றத்தினால் உடனடியாக மக்கள்தொகை வைணவத்துக்கு மாறிவிடவில்லை. சிவனே முக்கியமான தெய்வமாக இருந்தான். பண்டரிபுரத்திலுள்ள மிகப் பழமையான கோயில், இப்போது பாதி ஆற்றங்கரையில் புதைந்துள்ள புண்டரிகர் கோயிலினால் இது தெளிவாகிறது. இன்றுவரை, அது கீழ்ச்சாதி கோலி மீனவர்களுடைய கைகளில் சிவன் கோயிலாகவே இருக்கிறது. (மேலது, 251).

மராட்டியில் பழமையான பனுவல்களான விவேகதர்ப்பணம், கோரக்-கீதை ஆகியவை நாத மரபைச் சேர்ந்தவை. அது கோரக்நாதரின் ஆன்மிகப் பாரம்பரியத்தை ஆதிநாதர் அல்லது சிவனுக்குக் கொண்டுசெல்கிறது. அந்தப் பகுதியில் நாகபந்திகள் வலுவாக

இருக்கின்றனர் என்பதற்குச் சான்றிருப்பதாக வாடிவில் கூறுகிறார். பண்டிதர்கள் கீழச்சாதி மக்களுடன் ஒருபோதும் கலந்ததில்லை. ஆனால் நாதபந்திகள் அவர்களை இயல்பாகச் சகோதரர்களாக ஏற்றுக் கொண்டனர்.

பிராமணப் புராணக் கதைக்கு மாறாக, வார்கரி மரபை உருவாக்கியவர் நாமதேவரே அன்றி ஞானேஸ்வரர் அல்ல. ஒரு மரபில் நாமதேவர் யாரோ நாகரதர் என்பவரின் சீடராகக் கருதப் படுகிறார். மற்றவர்கள் நாமதேவரை விசோப கேசரருடன் இணைக்கின்றனர். இவரை நாமதேவர் குருவாக ஏற்றதாக நம்பப் படுகிறது. கேசரா என்ற பெயர் (வானத்தில் பறக்கக்கூடியவர்) ஒரு சித்தரை, இயற்கையிறந்த சக்திகளைப் பெற்ற தலைவரைக் குறிக்கிறது. அவரது முதற்பெயர் விசோபர், விஸ்னே என்ற சொல்லிலிருந்து வருவது. இதற்கு ஓய்வெடுப்பது, தளர்வாகப் படுப்பது என்று பொருள். இதுவும் தன்னெழுச்சி, சகஜநிலை ஆகியவற்றை அடையாளமாகக் கொண்ட சஹஜீய பௌத்தத்தையும் அதன் சகமரபான நாத யோகிகளையும் குறிக்கிறது.

ஆதிக்க வரலாற்றியலில் நாமதேவர் ஒரு வைதிக வைணவத் துறவியாகவும், மரபான பக்தி வாழ்க்கை வாழ்ந்தவராகவும் காணப்படுகிறார். ஆனால் நாமதேவரையும் பிற வார்கரிகளையும் பற்றிய புறவயமான ஆய்வின் வாயிலாக அவர்கள் படைப்பூக்க மிக்கவர்கள், அசலான சிந்தனைத் திறனைப் பெற்ற வண்ணமய மனிதர்கள் என்பதை அறியலாம். உதாரணமாக, நாமதேவர், பலவேறு நிறப் பசுக்கள் கொடுக்கும் பால் ஒரே நிறமாக இருக்கும்போது உயர்குடிப் பிறப்பு-தாழ்குடிப் பிறப்பு என்று சொல்லப்படுபவர்க் கிடையிலான சாதி வேறுபாடு எவ்விதம் செல்லும் என்று கேட்கிறார்.

தையல்காரரான நாமதேவர், தனது தனித்தன்மை கொண்ட பக்திப் பாடல்களின் நெசவினூடே தனது தொழிற் பெருமையையும் சேர்த்தே நெய்கிறார். இறுக்கமான சமூக வேறுபாடுகளால் கவலை அடையும் அவருக்குள்ளிருக்கும் பக்தன் கடவுளை நோக்கிப் பார்ப்பன சூத்திர இருமைக்குள் குறுக்கிடுமாறும் அதை அழிக்குமாறும் வேண்டுகிறான். பிராமணர்கள் தன்னைப்போன்ற ஓர் உண்மை பக்தனையே இகழ்ச்சிசெய்து அடித்துத் துன்புறுத்தும்போது, அது கடவுளையே அவமானப்படுத்துவது அல்லவா என்று அவர் கடவுளைக் கேட்கிறார்.

> கோயிலினுள் நான் காலடி வைத்தபோது
> சூத்திரன் சூத்திரன் என்று கத்திக் கொண்டு என்பின்னால்
> ஓடிவந்து அடித்து என்னை வெளியே தூக்கி எறிந்தார்கள்

அப்பனே விட்டலா, நான் என்ன செய்வேன்?
சாவுக்குப் பின் எனக்கு நீ முக்தி அளித்தால்
அது யாருக்குத் தெரியும்? அந்தப் பார்ப்பனர்கள்
என்னை டேட்[4] என்று கூப்பிடும்போது
அது உன் கௌரவத்தின்மீது விழும் அடியில்லையா?
அருள்மிகுந்தவன் நீ, கருணை மிக்கவன்
உன் கையின் வலிமைக்கு ஈடில்லை
அப்படியானால் கோயிலே நாமதேவனுக்குத் திரும்பி
பிராமணர்களுக்கு முதுகைக் காட்டியிருக்க வேண்டுமே?

(வாடிவில் 1996: 341)

தனக்கிழைக்கப்பட்ட அநீதிக்கு உடனே அப்போதே ஏதாவது செய் என்று கடவுளை வேண்டுகிறார் நாமதேவர். மறுபிறப்புக் கொள்கையை கேலி செய்கிறார். "சாவுக்குப் பின் எனக்கு நீ முக்தி அளித்தால் அது யாருக்குத் தெரியும்?" இந்த வாழ்விலேயே எல்லாருக்கும் முன்னால் நீதி அளித்தால் அது சமூக எதிரிகளுக்கு ஒரு பாடமாக அமையும். குற்றவாளிகளுக்கு எதிராக நடவடிக்கை எடு என்று கடவுளைக் கேட்கவும் அவரால் முடிகிறது. கருணைமிக்க இறைவனின் வடிவமான கோயில் உண்மையான பக்தரான நாமதேவரை நெருங்கிவருகிறது, போலிப் பண்டிதர்களுக்கு முதுகைக் காட்டுகிறது. ஞானக்கவிகள் கடவுளையும் மதத்தையும் நோக்குகின்ற முற்போக்கான விதம் இந்தக் கவிதைநீதியைப் பெறவைக்கிறது. அவர்கள் கைகளில் மதம் அநீதிக்கு எதிரான ஓர் ஆயுதமாக மாறுகிறது.

நாமதேவர் மரபுசார்ந்த மதத்தையும் அதன் சடங்குகளையும் நிராகரித்தார். மதம் மக்களின் துயரங்களைப் பற்றி அக்கறைப்பட வேண்டும் என்று கருதினார். ஒடுக்கப்பட்டவர்களுக்கு கருணையையும் ஒத்துணர்வையும் வேண்டுகின்ற தமது கவிதைகளில் மன, மற்றும் உலகத் துயரங்களுக்கு அவர் வடிவம் கொடுத்தார். வாழ்க்கையின் பிற்பகுதியில் ஊரூராக அலைந்து, பிறகு இறுதியாக பஞ்சாபில் குடியிருந்து பக்தி மார்க்கத்தின் புரட்சிகரப் பிரிவு ஒன்றை வளர்த்தார். கீழ்த்தட்டு மக்களுக்கு மூடப்பட்ட கோயில் வளாக எல்லைகளுக்கு வெளியே திரளாக மக்கள் பாடும் பஜனைப்பாடல் என்ற வடிவத்தை அவர்தான் உருவாக்கினார் போலும். செல்லுமிடங்களில் எல்லாம் மக்கள் அவரைக் காணத் திரண்டனர். மகாராஷ்டிராவிலும் வடநாட்டிலும் இளம் ஞானக்கவிகள் பலருக்கு அவர் ஆதரிசமாக இருந்தார். அவரைப் போற்றியவர்களில் புகழ்பெற்ற ஞானக்கவிகளான ஜனாபாய், கோரா கும்பர், நரஹரி சோனார், யோக பரமானந்தா, சவதா மாலி, பங்கா மஹார், சோகா மேளர் போன்றோர் இருந்தனர்.

சோகாமேளர் வார்கரி சம்பிரதாயத்தில் ஒரு முக்கியமான நபர். வட இந்திய தலித்துகளுக்கு ரவிதாசர் போல மகாராஷ்டிர தலித்துகளுக்கு சோகாமேளர். அபங்கம் என்று பெயர்பெற்ற மிக அழகிய தனிநிலைக் கவிதைகளை அவர் இயற்றினார். அவரது கவிதைகள் பிற பக்திக் கவிதைகளைப் போலவே பக்தியும் தலைகீழாக்கலும் கொண்டவை. தீண்டப்படாதவர்கள் வாழ்வதற்குத் தள்ளப்பட்ட கொடுமையான, மனிதத் தன்மையற்ற நிலைமைகள் சோகாமேளரைக் கடவுளின் நீதியுணர்வைக் கேள்விகேட்க வைத்தன.

கெட்டுப்போன உணவு ஒருவனுக்கு, மிக நல்லுணவு மற்றவனுக்கு; கேட்டாலும் ஒருவனுக்கு உணவு இல்லை, மற்றொருவன் அரசனுக்கான தகுதி பெற்று இன்பம் துய்க்கிறான்...இதுதான் உன் நீதியுணர்வா? (பார்க்க சர்தார் 1978: 123)

அன்பான கடவுளால் சோகர் எரிச்சலுக்குத் தள்ளப்படுகிறார். வார்கரி மரபில் விட்டலர் ஏழைகள், கீழானவர்களுக்கு மிகத் தனித்த ஓர் அன்பினை அளிக்கிறார். அது ஒரு பரஸ்பர அன்பு. தெய்வமும் பக்தர்களைச் சார்ந்திருக்கிறது, "பக்தர்களும் தெய்வத்தைச் சார்ந்திருக்கின்றனர். விட்டலருக்கும் சோகாமேளருக்குமான சந்திப்புகள் பற்றிய கதைகளின் தனிப்பண்பு, கடவுள்தான் எப்போதுமே முன்னெடுத்தலைச் செய்கிறார்" (வாடிவில் **1996: 226**). சோகர் வசவுக்காளாகி கோயில் வாயிலிலிருந்து பிராமணர்களால் விரட்டப் பட்டபோது, வெளியிலிருந்து அவர் கும்பிடுவது கூட அசுத்தம் என்று அவர்கள் நினைக்கும்போது, தெய்வம் பிராமணர்கள் மீது தந்திரங்கள் செய்கிறது. சுத்தம் பற்றிய அவர்களது பாவனைகளை கேலிசெய்யுமாறு, கடவுள் அசுத்தமான சோகரின் அருகில் வந்து அமர்ந்திருக்கிறான். "ஏதோ தனது கோயிலினுள்ளே சிறைவைக்கப் பட்டிருப்பதை வெறுத்தது போல, பிராமணர்களின் எல்லையற்ற போலியான சடங்குகளால் சூழப்பட்டு, ஏதோ கடவுளே அடித்தட்டு மக்களின் இதயங்களில் சமூகக் கலகத்திற்கான விதைகளைத் தூவிக் கொண்டிருந்தது போல" (மேலது).

சில ஆய்வாளர்கள் சோகர் வைதிகத்திற்குக் கீழ்ப்படிந்தார், தனது கீழான மஹார் சமுதாயத்தை ஏற்றுக் கொண்டார் என்று சுட்டிக் காட்டுகிறார்கள். மிக மேலோட்டமான தீண்டாமை பற்றிய விமரிசனத்தை அன்றி, அவரது கவிதைகள் மரபான பக்தி விசுவாசத்தினால் நிறைந்திருப்பதைக் காட்டுகிறார்கள். அவர் பெயரால் பிரசுரிக்கப்பட்டுள்ள சில கவிதைகளைச் சான்றுக்குச் சுட்டிக்காட்டுகிறார்கள், ஆனால் அக்கவிதைகளின் நம்பகத்தன்மை கேள்விக்குரியது. அக்கவிதைகள் போலியானவை என்று தெரிகிறது, ஏனெனில் பலவற்றில் பிற்காலத் துறவிகளின் பெயர்கள் காணப் படுகின்றன. கிடைக்கும் அவரது சில கவிதைகளில் ஒரு அதிகாரப்பூர்வ குரல் வெளிப்படுகிறது. அவற்றில் சோகர் தனது உள்நோக்கங்களைத்

தெளிவுபடுத்துகிறார். கோயில் பிராமணர்களால் தாக்கப்பட்டபோது அவர் இதயம் கதறுகிறது:

ஓ விட்டு! எனக்கு உதவ ஓடி வா! விரைந்து வா!
பத்வேஸ் (புரோகிதர்கள்) என்னை அடிக்கிறார்கள்.
எவ்வளவு பெரிய குற்றம் செய்துவிட்டாய்?
விட்டோபாவின் மாலை உன் கழுத்தில் எப்படி வந்தது?
"இந்த மஹார் கடவுளை அசுத்தப்படுத்திவிட்டான்!" என்று வைகிறார்கள்.

(வாடிவில் *1996: 230-1*)

சுத்தம் அசுத்தம் பற்றி சோகர், "கடவுள் மட்டுமே சுத்தமானவர், வேறெவரும் சுத்தமற்றவர்தான், எல்லாரும் அசுத்தமானவரே". தன் கீழ்ச்சாதியினால் அவமானம் அடைந்து, சோகர் கடவுளைக் கூட கொடியவன் என்று குற்றம் சாட்டுகிறார். என்னைப் பிறக்குமாறு வீசியெறிந்துவிட்டாய் என்கிறார். மற்றொரு அபங்கத்தில், தனது சாதியினால் தினமும் அவர் சகித்துக் கொள்ள வேண்டியிருக்கும் துன்பத்தை உரைக்கிறார்.

கடவுளே! இழிவானது என் பிறப்பு
பிறகெப்படி உனக்குச் சேவை செய்ய?
'விலகிப் போ, விலகிப் போ' என மக்கள் கத்துகிறார்கள்
அப்புறம் உன்னை எப்படிச் சந்திப்பது?
தவறி என் கையைத் தொட்டுவிட்டால்
தங்கள் மீது நீரை ஊற்றிக் கொள்கிறார்கள்!
ஓ என் கோவிந்தா! ஓ என் கோபாலா!
சோகாமேளன் உன் கருணைக்காகக் கரைகிறான்.

(வாடிவில் *1996: 230-1*)

பிறகு அவரைப் போன்ற மக்களுக்கு வாழ்க்கையை நரகமாக்கிய பிராமணர்கள் மீது கோபத்தைக் கட்டுப்படுத்த முடியாமல் வெள்ளம் போலச் சாபங்களை இடுகிறார் சோகர்.

அவர்கள் செயல்கள் நாசமாகுக, அவர்கள் சிந்தனை நாசமாகுக!
அவர்கள் பிறப்பும் வாழ்க்கையும் நாசமாய்ப் போக!
அவர்கள்தம் முழுமையின் அறிவு நாசமாய்ப் போக!
ஆனால் இதெல்லாம் வீண் உரை...
அவர்கள் இதயத்தில் பரிவோ மன்னிப்போ அமைதியோ இல்லை!
அவர்கள் இருப்புநிலைகளும் குடுமிமுடிச்சுகளும் நாசமாகுக!
வீணாகத்தான் அவர்கள் துறவிவேடம் போடுகிறார்கள்!

சோகன் சொல்கிறான், அப்படிப்பட்ட மக்களின் பிறவி நாசமாகுக!

முடிவில் அவர்கள் நரகத்தின் கொடுமைகளை அனுபவிப்பார்கள்.

(வாடிவில் 1996: 232)

வார்கரிகள் தங்கள் புகழின் உச்சியையும் பிரபல்யத்தையும் பதினேழாம் நூற்றாண்டின் துக்காராமுடன் எய்தினார்கள். தனது காலத்திலேயே ஒரு கதையாய்த் திகழ்ந்த அவர் வார்கரி வான வெளியில் மிகுந்த பிரகாசமுடைய நட்சத்திரம் ஆனார். மளிகை வணிகக் குடும்பத்தில் பிறந்தவர். அவர் ஒரு கவிதை மேதை. பொருளியல், ஆன்மிக வாழ்வின் இதயத்தை ஊடுருவும் கவிதைகள் அவை. சாதாரண மக்களுடன் அவருடைய நேசம், அநீதிக்கு எதிரான அவரது கோபம், தீவிர உள்ளடக்குத் தன்மையை அவர் போதித்தமை, யாவும் அவரை மக்களின் கவிஞராக்கின. அவருடைய புரட்சிகரச் சிந்தனைகளுக்கு வளர்ந்த ஆதரவு அதிகார வர்க்கத்தின் கோபத்தை அவருக்குச் சம்பாதித்தது. இது பற்றிப் பின்னர்.

"உண்மை பொய் என்றிவற்றின் இயல்பை அறிய ஒருவன் தன் சொந்த அனுபவம், சிந்தனை வழியே செல்லவேண்டும்" என்பது அவர் நம்பிக்கை. இப்படி அடைந்த உலகறிவு, புனித நூல்களில் உள்ளதைவிட மிக உயர்ந்தது. புரோகித நூல்களைக் கூர்மையாகத் தாக்கும்போது, மந்திரங்களை ஓதும் பண்டிதர்களைப் பொதி சுமக்கும் கழுதைகள் என்றார். அதிகமாகப் படித்த முட்டாள்கள் என மதிப்பிட்டு, தன்னைச் சுற்றியுள்ள சாதிக் கலாச்சாரத்தை அவர் புறக்கணித்தார். சுயநல வைதிகங்களுக்கு எதிராக நடவடிக்கை வேண்டும் என்று வேண்டினார்.

வாழும் உயிர்கள் யாவின்மீதும் நல்லுணர்ச்சியே இரக்கம்,

தீமை செய்பவர்களை அழிப்பதும் இரக்கமே (நெமாடே 1997: 49)

கோயில் உபகரணங்களால் உண்மையான மதத்தன்மை முன்வைக்கப் படுவதில்லை, மனிதர்களுக்குச் செய்யும் சேவையினால்தான் என்று உறுதியாகச் சொல்கிறார்.

உள்ளுக்குள்தான் ஒளி இருக்கிறது

மற்றவர்களுக்குச் சேவை செய்யவே தான் இருப்பதாக துக்காராம் சொல்கிறான். (மேலது 46)

மேலும்,

ஒடுக்கப்பட்டவர்களையும் அதிர்ஷ்டமற்றவர்களையும்

தழுவிக் கொள்பவனே மெய்யான ஞானி

அவனிடம் கடவுள் இருக்கிறான் (மேலது 54)

சாதிக்கு, குறிப்பாக மதத்தின் பெயரால் சாதியை ஆதரித்தல் அல்லது தழுவுதலுக்கு எதிராகத் துக்கா பேசியவை அவரது பிராமண எதிரிகளின் மிக வன்மையான கருத்துரைகளை எதிர் கொண்டன. பண்டிதனின் வேதக்கவிதை, வெளிவேடம், கர்வம், பகட்டு ஆகியவற்றைக் கண்டு சிரிப்பதே அவர் எதிர்வினையாக இருந்தது.

> நல்லது செய்தாய், கடவுளே, என்னை ஒரு குன்பியாகச் செய்தாய்
> இல்லையெனில் போலிவேடத்தில் அழிந்துபோயிருப்பேன்...
> உங்கள் கிளிப்பிள்ளை வேதபாடத்தோடு செல்லுங்கள்
> என்கிறான் துக்கா. என் வழியில் வராதீர்கள்.
> கற்றிருந்தால் அது எனக்குப் பேரிடரைத் தந்திருக்கும்
> கர்வமும் அகங்காரமும் என்னை நிறைத்திருக்கும்
> நரகத்திற்குச் செல்லும் பாதையில் இருந்திருப்பேன்... (மேலது 30)

பிற இடங்களிலிருந்த பக்திக்கவிகள் தீவிர ஒற்றைக்கடவுள் வழிபாட்டைக் கைக்கொண்டனர். எல்லாவித விக்கிரக ஆராதனைகளையும் தவிர்த்தனர். வார்கரிகள் தங்கள் ஒரே கடவுளாக விட்டலரை ஏற்று ஒரு நடுப்பாதையை மேற்கொண்டனர். ஆனால் எல்லாருக்கும் ஒத்த சமூக-மத திட்டம் இருந்தது. அவர்களின் பொதுவான தாக்கிலக்கு வேரூன்றிய வைதிகம்தான். சூத்திரர்களை பிராமணர்கள் அவமானப்படுத்துவதற்குத் துக்கா பதிலுரைத்தார், "சூத்திர பக்தர்களான நமக்குத்தான் வேதத்தின் உண்மையான பொருள் தெரியும். மற்றவர்கள் வெறும் அதன் பாரத்தைச் சுமப்பவர்கள்."(மேலது, 36)

மற்றொரு அபங்கத்தில், "...கற்றறிந்த பிராமணர்கள் நமக்கு அடிமைகளாக வேண்டும்" என்று ஒளிவுமறைவின்றிப் பேசுகிறார்.

துக்கா தம்மைச் சுற்றிக் கண்ட அநீதியும் கொடுமையும் அவருக்கு அளித்த மனவேதனையின் காரணமாக அவர் கடவுளைக் கூட மிரட்டுகிறார்.

> நீ தொடர்ந்து அசிரத்தையாக இருந்தால்
> உனது நற்பெயரை நான் கெடுத்துவிடுவேன். (மேலது 44)

மனிதர்களின் வேதனையைக் குறைப்பதில் கடவுள் எந்த ஆர்வமும் காட்டாததால் அவர் இவ்விதம் எழுதவும் தயங்கவில்லை:

> எனக்குக் கடவுள் செத்துவிட்டான்;
> இருக்கிறான் என்று நினைப்பவர்களுக்கு அவன் இருந்து போகட்டும்.
> (மேலது)

இப்படிப்பட்ட மனத்தளர்ச்சியுள்ள தனிமைப்பட்ட கணங்களில்தான் பக்திமானான துக்கா கதறுகிறார்

உன் சேவகனாக என்னைச் சொல்லிக்கொள்ள வெட்கப்படுகிறேன்

நீ கொடியவன், இரக்கமற்றவன்

உன் குழந்தைகளை நீ பசியினால் அழ விடுகிறாய் (மேலது)

கையில் தாளத்துடன், சமத்துவத்தைப் போற்றும், ஆன்மாவை எழுப்பும் பாடல்களைப் பாடிக்கொண்டிருந்த துக்கா புகழ்பெற்றவர் ஆனார். அவருடைய எதிரிகள் சூத்திரனின் மனம் அறிவை உணருமா, அவன் ஓர் ஆன்மிகத் தலைவன் ஆகமுடியுமா என்று வாதித்துத் தலையைப் பிய்த்துக் கொண்டிருக்கையில், தொலைவிலும் அண்மையிலும் உள்ள மக்கள் துக்காவைக் கேட்க வந்தனர். எரியும் நெருப்பில் எண்ணெய் ஊற்றுவதுபோல, சாதிக் கட்டுப்பாட்டை மீறி சில பிராமணர்கள், குறிப்பாகப் பெண்கள் துக்காவின் குழுப்பாடல்களில் பங்கேற்க முனைந்தனர். அப்படிப் பின்பற்றியவர்களில் ஒருத்திதான் பஹினாபாய். தானே ஒரு சிறந்த கவிஞராக இருந்ததால் அவளுக்கு வைதிக பிராமணர்களின் எதிர்ப்பு இருந்துவந்தது. இதை அவள் தன் சுயசரிதையில் சொல்கிறாள். அதில் துக்காவை பிராமணர்கள் துன்புறுத்திய கதைகளையும் உறுதிப் படுத்துகிறாள். (நெமாடே 1997: 28-33).

சமஸ்கிருதக் கல்வியைத் துச்சமாகக் கருதியது உள்பட பிராமணர்கள் துக்கா மீது பல குற்றங்களைச் சுமத்தினர். அவர்களின் சம்பாதனை குறைந்துவந்தது. பஹினாபாய் சொல்கிறாள்: அவர்களில் செல்வாக்கு மிகுந்த தலைவனான மம்பாஜி, புனே பிராமணர்களுக்கு துக்கா தண்டிக்கத்தக்கவன் என்று கூறி, சூத்திரக் கவிக்கு எதிராக ஒரு மந்திரவாதத்தை நடத்தினான். துக்கா வசித்த கிராமத்தின் தலைவனிடம் துக்காமீது வழக்குப் போட்டு தண்டிக்குமாறு கூறினான். "குற்றவாளி" அடித்து நொறுக்கப்பட்டார், அவரது பசு அடித்துக் கொல்லப்பட்டது (சூத்திரனின் பசுவும் புனிதமற்றது போலும்). கிராமத்தைவிட்டு அவர் விலக்கிவைக்கப் பட்டார். அவருடைய எழுத்துகள் பறிமுதல் செய்யப்பட்டன. அவர் எழுதிய பாடல்களின் தொகுப்பு ஆற்றில் எறியப்பட்டது.

பண்டிதர்கள் துக்காவின் பாக்களை அழிப்பதில் ஏன் அவ்வளவு முனைப்புக் காட்டினார்கள்? துக்காவின் சொற்களிலேயே விடை உள்ளது:

சொற்செல்வத்தை நாம் பெற்றிருக்கிறோம்

சொற்கள் எனும் ஆயுதத்தால் நாம் போரிடுவோம்

சொற்கள்தான் நம் வாழ்க்கையின் மூச்சு

நமது சொற்செல்வத்தை மக்களிடையே பங்கிடுவோம் (மேலது 59)

தன்னைப் பாதுகாத்துக் கொள்ளக் கவிஞரால் சொல்லமுடிந்தது எல்லாம் கடவுள் ஆணைப்படி நான் கவிதை எழுதினேன் என்பதுதான். அவர் தொடர்ந்து பாடல்கள் இயற்றினார். அவரது வாழ்க்கை இறுதி இரகசியத்தில் புதைந்துள்ளது. 1645 வாக்கில் தமது பாடல்களை எல்லாம் ஆற்றில் எறியுமாறு கட்டாயப்படுத்தப்பட்ட பிறகு, அவர் உணவை மறுத்து, நீண்ட மௌனம், தியானத்தில் நாட்களைக் கழித்தார். பதின்மூன்று நாட்கள் உபவாசத்திற்குப் பிறகு அவரது ஓலைகள் ஆற்றில் மிதந்து வந்தன. (இந்தச் சம்பவம் அவரது சமகாலத்தவர்கள் பலரால் உண்மை என ஆதரிக்கப்படுகிறது.) இந்த அற்புதச் செயல் பரவியது, துக்காவின் சீடர்கள் தங்களை வதைத்தவர்கள்மீது தாங்கள் பெற்ற புகழ்பெற்ற வெற்றியைக் கொண்டாடினர்.

எப்படிப் பார்த்தாலும் இந்த அற்புத நிகழ்வு துக்காவின் தண்டனைக்கு எதிராக வெகுமக்கள் கலகம் எதுவும் நிகழக்கூடாது என்பதற்காக உருவாக்கிய சூழ்ச்சி என்றே தோன்றுகிறது. தங்கள் நேசத்துக்குரிய கவிஞர் சித்திரவதை செய்யப்படும்போது மக்கள் உண்மையிலேயே ஒன்றுதிரண்டு அவரைக் காப்பாற்ற முன்வந்திருப்பது இயலக்கூடியது. மக்கள் எதிர்ப்பு பண்டிதர்களைத் துக்காவின் மீதான தடையை நீக்கச் செய்திருக்கலாம். வரலாறு எழுதுபவர்களால் இந்த அற்புத நிகழ்வு, முதற்கண் இந்தச் சண்டைக்கு வழிவகுத்த கசப்பான பிராமண-சூத்திரப் பகைமையை இருட்டடிப்புச் செய்ய உருவாக்கப் பட்டிருக்கலாம்.

சுருங்கச் சொன்னால், வார்கரிகள், பார்ப்பன புரோகிதர்களைப் போல் அன்றி, சம்சார பந்தத்தையோ, உலக வாழ்வையோ மாயை என்று ஒதுக்கியதில்லை. "உலகம் மாயை என்பது அரையுண்மை" என்று துக்கா கூறினார் (நெமாடே 1997: 12). துறவு அல்லது சந்யாசத்தின் மீது வார்கரிகள் யாரும் விருப்பம் கொள்ளவில்லை. பிச்சைப் பாத்திரம் என்பது அவமானச் சின்னம். கோரா கும்பர், நரஹரி சோனார், சாவதா மாலி, சோனா நாவி- இவர்கள் யாவரும் முக்கிய வார்கரிகள்- குடும்ப வாழ்க்கை நடத்தித் தங்கள் குடும்பக் கடமைகளை நிறைவேற்றினார்கள். உலக வாழ்வுக்கும் ஆன்மிக வாழ்வுக்கும் ஓர் இசைவை அவர்கள் கொண்டுவந்தனர். இது அந்த இயக்கத்தின் தலைசிறந்த பண்பு. நல்ல ஒழுக்கங்களையும் மனப்பான்மையையும் மனத்தில் பதிய வைத்தால், உலகத்தை மகிழ்ச்சியில் வைக்கலாம் என நினைத்தனர். சமநிலையில் முஸ்லிம்களையும் தங்கள் குழுவில் இணைத்துக் கொள்ள முயற்சி செய்தனர். இதனாலும், இதுபோன்ற

முயற்சிகளாலும் சாதிப் பிரிவினைகள் தளர்ச்சியுற்றன, மனித உரிமைகளுக்கும் கௌரவத்திற்குமான உணர்வு எழுச்சியுற்றது.

வார்கரிகள் மராட்டிய மொழி, இலக்கியத்திற்கும் பெரிய கொடை அளித்துள்ளனர். நீண்ட கால விளைவுகளை முன்னெடுக்கின்ற நிகழ்வில், அவர்கள் மராட்டியை இலக்கிய மற்றும் மதச் செயல்பாடுகளுக்கு ஊடகமாகப் பயன்படுத்தினர். அவர்களது இலக்கியம் மக்களுக்கு நேரடி வேண்டுதல்களை முன்வைத்ததால் அவர்கள் உணர்வுபூர்வமாக மராட்டியின் சமஸ்கிருத மரபை உடைத்து பேச்சுமொழியைப் பயன்படுத்தினர். தாய்மொழியில் உயர் இலக்கியங்களைப் படைத்து சமஸ்கிருதத்தைப் புறந்தள்ளினர். சமஸ்கிருதம் தேவைபாஷை என்று கூறியவர்களைப் பார்த்து, அப்படியானால் பிராகிருதமோ, மராட்டியோ திருடர்கள், கீழ்மக்களின் மொழியா என்று கேட்டனர்.

எப்போதாவது இந்த இயக்கத்தில் சேர்ந்த பிராமணர்களின் நிலை என்ன? அவர்களால் சாதியையும் அதைப் புனிதப்படுத்திய நூல்களையும் கைவிட முடியவில்லை. அதிகபட்சமாக, அவர்கள் சற்றே உயர்நிலைக் கூச்சல்களை, அதுவும் சாஸ்திர வரம்புக்குள்ளிருந்துதான் இட்டனர். எவ்வளவு உயர்ந்தவர்களாக இருந்தாலும் ஞானேஸ்வரரும், ஏகநாதரும் புனித நூல்களில் சொல்லப்பட்ட சாதிக்கடமைகளைத்தான் ஒவ்வொருவரும் பின்பற்ற வேண்டும் என்றனர். வாழ்க்கையை அர்த்தமுள்ளதாக மாற்றிக் கொள்ள விரும்பும் ஒவ்வொருவரும் ஸ்ருதி-ஸ்மிருதிகளில் சொல்லப்பட்டுள்ள வழிகாட்டல்களைப் பின்பற்றக் கடமைப் பட்டவர், சாஸ்திரங்களால் கண்டிக்கப்பட்டவற்றை அவர் விலக்க வேண்டும் என்றார் ஞானேஸ்வரர் (சர்தார் 1978). பிராமணன் பசியில் தவித்தாலும் சூத்திரனின் பட்சணங்களைச் சாப்பிடலாகாது என்றும் சொல்லும் அளவுக்குச் சென்றார் அவர். அவர் எழுதிய ஞானேஸ்வரி என்பது பகவத்கீதையின் மராட்டிப் பெயர்ப்பு. அது மீண்டும் தீண்டாதவர்களுக்கு எதிராகத்தான் பேசுகிறது. சற்றே தாராள மனமுடைய ஏகநாதரும், உணவு, குடி விஷயத்தில் சாதிக் கட்டுப்பாடுகளைக் கடைப்பிடிக்க வேண்டும் என்றார். பதினேழாம் நூற்றாண்டின் பிராமண மதப் படிமமான ராமதாசர், இன்னும் நேராகவே கேட்டார்: “கீழ்ச்சாதியினன் படித்ததால் அவனை நாம் குருவாக எதிர்பார்க்கலாமா?”

பக்தி இயக்கத்தின், மற்றும் பார்ப்பனிய எதிர்த்தாக்குதலின் சமூகப் பரிமாணம்

பக்தி இயக்கத்தின் வரையறுக்கும் பண்பு, சமூக-கலாச்சார மாற்றத்துக்கான போராட்டத்துடன் நெருக்கமாகப் பிணைந்திருந்த தலைகீழாக்கும் மதத்தன்மை. இயக்கத்தின் இதயத்தில் மாற்றத்துக்கான விருப்பார்வம் குடிகொண்டிருந்தது. அதன் அடித்தளத் தலைவர்கள் மதத்தன்மையைச் சாதிக்கும் பார்ப்பனியத்துக்கும் எதிராக ஒரு ஆயுதமாகப் பயன்படுத்தினார்கள். நவீனகால மதச்சார்பற்ற சிந்தனைகளும் நிறுவனங்களும் இல்லாத அக்காலத்தில், சாதாரண மக்களும் புரிந்துகொள்ளக்கூடிய மொழியில் எதிர்ப்பினைத் தூண்டுதல் தவிர்க்க இயலாத ஒன்றாக இருந்தது. வேறு சொற்களில், ஞானக்கவிகள் பயன்படுத்திய மதத்தன்மைக் கலாச்சாரத்தின் முழு வீச்சையும் உட்கொண்டிருந்ததால் ஒரு கருவியாகவே இருந்தது.

பிறப்பினால் தாழ்வான அந்தஸ்து என்ற கருத்தினை இயக்கம் புறக்கணித்ததால், பெருமளவு தீங்கு விளைவிக்கப் பட்ட கீழ்ச்சாதியினருக்கு அது ஒரு உடன்பாடான சுயபிம்பத்தை உருவாக்கியது. உழைப்புறிஞ்சிகளான புரோகிதர்கள், அரசர்களை விட தங்கள் பிழைப்புக்கெனக் கடினமாக உழைத்த மக்கள் சிறந்தவர்கள், கீழானவர்கள் அல்ல என்ற புரிந்தேற்பு இயக்கத்தின் காட்சிக்குள் இருந்தது. உற்பத்தி செய்யும் பெரும்பான்மையினர்க்கு கௌரவம் அளிக்காத ஒரு சமூகம் தனக்கே ஆபத்தை உருவாக்கும் நிலையில்தான் அவ்வாறு செய்ய முடியும் என்பதை இயக்கத்தின் தலைவர்கள் ஏதோ ஒருவிதத்தில் அழுத்திக் கூறினர். சாதி-நிலவுடைமைக் காலத்தில், சாதி-நிலப்பிரபுத்துவத்தின் அடிப்படைகளுக்குச் சவால்விட்டு அவர்கள் யாவருக்கும் மதிப்பு வேண்டும் என வேண்டினர். உலகம் ஏழ்மையில், அறியாமையில், துன்பத்தில் மூழ்கியிருந்தாலும், ஆக்கபூர்வமான வேலையினாலும் பண்புமிக்க வாழ்க்கையினாலும் அதைச் சரிசெய்ய முடியும் என்று அவர்கள் நம்பினர். கபீர் (நெசவு) போலவோ ரவிதாசர் (தோல் பதனிடல்) போலவோ எந்த உடலுழைப்பும் செய்யாத, மந்திரங்களைச் சொன்னால் தனிமனித, சமூகம் சார்ந்த எல்லாத் தீமைகளுக்கும் மருந்தாகும் என்ற அற்பத் தன்னிறைவில் மகிழ்ந்திருந்த துளசிதாசர் போன்ற தலைவர்கள் ஊக்கமூட்டிய புல்லுருவித்தனத்திற்கு இது கூர்மையாக எதிர்நிலையில் இருந்தது.

நிறுவனப் பார்ப்பனியத்தை ஆதரித்த முக்கியஸ்தர்கள் பலர், இந்த இயக்கத்திற்குள் சேர்ந்து ஞானக்கவிகளின் விடுதலைப் போராட்டத்தை உள்ளிருந்தே அழிப்பதற்கு முயன்றனர் என்று தோன்றுகிறது. ஒற்றைக்கடவுளை வழிபடும் நிர்குண பக்திக்கு எதிராக, மேற்சாதிகளைச் சேர்ந்த பக்திக் கவிகளான சைதன்யர், சூர்தாசர்,

வித்யாபதி, வல்லபாசாரியர், துளசிதாசர் போன்றோர் சகுண பக்தியை ஏற்றனர் என்பது குறிக்கத் தக்கது. முதல் நால்வரும் குழலூதும், பெண்களை மயக்கும் கண்ணனின் லீலைக்கு அடிமையாகினர் என்றால் வர்ணாசிரம தர்மத்தை முற்றிலுமாக ஆதரித்த இராமனை துளசிதாசர் தனது நாயகன் ஆக்கினார். அவர்களும் அன்பு, ஒத்திசைவு, ஒழுக்கம் ஆகியவற்றைப் போற்றினர், ஆனால் வர்ணாசிரம தர்மத்தின் படிநிலை அமைப்புக்குள்ளாக மட்டுமே. துளசியின் இராமசரித மானஸில் சீதாவுக்கு அனுசூயாவின் போதனைகள், உண்மை, பரிவிரக்கம், அன்பு ஆகியவற்றைவிடச் சமூகத்தினால் சுமத்தப்பட்ட கடமைகளைப் போற்றுதல் மேம்பட்டவை என்பதை நிரூபிக்கின்றன. அதே புனிதப் புத்தகத்தில் துளசி, "பறை, படிக்காதவன், கீழ்ச்சாதியினன், விலங்குகள், பெண்கள் ஆகியோரை அடித்தால்தான் உருப்படுவார்கள்" என்கிறார். அதாவது, நிர்குண ஞானிகளான கபீர், ரவிதாசர், தாது, நானக் போன்றோருக்கு எதிராக சகுண வழிபாட்டைச் சேர்ந்தவர்கள் சாத்திரங்கள் தவறாதவை, சாதி நடத்தைக்கான விதிப்படி ஒவ்வொருவரும் நடக்கவேண்டும் என்பதை நல்வாழ்க்கைக்கான தேவையாக முன்வைத்தனர். சமூகம் நிலைத்தன்மை பெறச் சாதி அவசியம் என்பது அவர்கள் கருத்து. வர்ண தர்மத்தின் எல்லைக்குள்ளாகத்தான் முக்தியைத் தேட வேண்டும். சகுண பக்தித்தன்மைக்குள்ளாக அடித்தட்டு மக்களிடையிலிருந்து வந்த குறிப்பிடத்தக்க எந்தக் கவிஞரும் சிந்தனையாளரும் இடம்பெறவில்லை என்பதில் வியப்பில்லை.

பிராமணர்கள் நிர்குணத்திற்குப் பதிலாக சகுணத்தைத் தேர்ந்தெடுத்தமை குறிப்பிடத்தக்கது. சகுண பக்தியில் பல கடவுளர்களையும் பண்டிதர்கள் மூளையிலிருந்து பிறந்த அவர்களின் அவதாரங்களையும் வணங்கவேண்டும். பக்தி என்பது சமஸ்கிருத இதிகாச (இராமாயணம், மகாபாரதம்) புராணங்களைச் சேர்ந்தது. தேவர்கள், அவர்களின் அவதாரங்கள், லீலைகள் (தந்திரமாகவும், அதேசமயம் விளையாட்டுத்தனமாகவும் சமூகப் பிரிவினைகளை ஏற்று-சூத்திரர்களும் பெண்களும் கல்வியும் அதிகாரமும் பெறலாகாது என விலக்கின) போன்றவை எல்லாம் பெரும்பாலும் முன்னரே நன்கு யோசித்து வேண்டுமென்றே கட்டப்பட்டக் கதைகளாக இருந்தன. மாறாக, நிர்குண (குணமற்ற) பக்தி, உருவமற்ற தெய்வத்தைப் பற்றிப் பேசியது இதற்கெதிராக இருந்தது.

சகுண, நிர்குண மோதல் என்பது சாதிமேற்குடி இந்துக்களுக்கும் அடித்தட்டுப் பெரும்பான்மையினர்க்கும் தீர்க்கப்படாத மோதலாகவே இருந்துள்ளது. சகுண பிரம்ம வழிபாட்டின் மிகப் பெரிய பிரச்சாரகர் ஆகிய துளசி, சூத்திர மத போதகர்களின் எழுச்சியை கலியுகத்தின்

கீழ்மையின் அடையாளமாக மாரடித்துக் கொள்வது தேவையின்றி ஏற்பட்டதல்ல. சூத்திரர்கள் போதித்ததனால் திகைத்துப் போய், துளசி, சூத்திர ஆசிரியர்களுக்கு எதிராக வெஞ்சினத்துடன் எழுதுகிறார்.

வர்ண தர்மத்தின்படி, கீழ்ச்சாதியினராக இருப்பவர்கள், வாணியர்கள், குயவர்கள், நாய் உண்பவர்கள், கீரத்துகள், கோல்கள், கள்ளிறக்குபவர்கள் ஆகியோர் தங்கள் மனைவி இறந்தால் அல்லது குடும்பப் பொருள்களை இழந்தால், தலையை மொட்டையடித்துக் கொண்டு பிச்சைக்காரத் துறவிகள் ஆகின்றனர். (மொ. பெ. பிரசாத் 1990: 634).

இவை கபீர், ரவிதாசர் போன்ற கீழ்ச்சாதி ஞானக்கவிகளையும் அவர்கள் சீடர்களையும் மறைமுகமாகக் குறிப்பவை. கலியுகத்தில் சூத்திரர்களும் பிராமணர்களைப் போல் கற்றறிந்து, அவர்களுடன் விவாதத்தில் இறங்கி, மதம், சமூகம் பற்றிச் சொற்பொழிவுகளும் ஆற்றுகிறார்கள் என்று துளசிதாசர் கலியுகத்தைச் சபிக்கிறார்.

"சூத்திரர்கள் மதஞானத்தை பிராமணர்களுக்கு போதிக்கிறார்கள்."

"சூத்திரர்கள் நாங்கள் உங்களுக்கு இளைத்தவர்களா என்று பிராமணர்களுடன் போட்டியிடுகிறார்கள்."

மேலும்

"கீழ்ச்சாதி ஆசிரியர்கள் பிராமணர்கள் தங்களை வழிபட அனுமதிக்கிறார்கள், அதனால் தங்களை இவ்வுலகிலும் மறுவுலகிலும் கெடுத்துக் கொள்கிறார்கள். எல்லாவித வழிபாடுகளிலும் தவங்களிலும் விரதங்களிலும் இறங்கி புராணங்களை உயர்நிலையிலிருந்து இறக்குகிறார்கள். ஒவ்வொருவரும் தனக்கேற்ற கற்பனையின்படி நடக்கிறார், ஒழுக்கத்தின் எல்லையற்ற கெடுத்தல்களை விவரிக்கவே இயலாது." (மேலது 634-5).

துளசியின் இராமன் கபீரின் நிர்குண இராமன் அல்ல, கடவுளின் ஓர் அவதாரம், ஓர் அரசனுக்குப் பிறந்து வர்ணாசிரமப்படியும் பிராமணர்களின் மேன்மைப்படியும் நாட்டை ஆளவேண்டியவன். வால்மீகியின் சமஸ்கிருத இராமாயணமும் சாதிப் பற்றில் குறைந்ததல்ல. அதை, பார்ப்பனியத்தையும் சாதியையும் தீவிரப்படுத்த துளசி பயன்படுத்திக் கொண்டார். துளசியின் இராமாயணத்தின் உத்தர காண்டத்தில் சம்புகன் பற்றிக் குறிப்பிடப்பட்டுள்ளது. அவன் ஒரு சூத்திரன். ஆன்மிக ஆற்றலை அடைய விரும்பியவன். அவன் கதை சாதிக் கருத்தியலை நிறுவனப்படுத்தப் பார்ப்பனர்கள் எவ்வளவு முயன்றார்கள் என்பதைக் காட்டும். தண்டகாரண்யத்தின் தெற்குப் பகுதியில் தவம் செய்துகொண்டிருந்தவன் சம்புகன். அவன் தவம் செய்ததனால் அயோத்தியில் ஒரு பிராமணனின் மகன் இறந்துவிட்டானாம். அதை அந்த பிராமணன் இராமனுக்குச் சொல்ல,

அது உண்மைதான் என்று இராமன் கண்டுபிடித்து, சம்புகனைத் தேடிக் கொன்றான். தேவர்கள் உடனே பூமழை பொழிந்தனர், இறந்த பார்ப்பனப் பிள்ளை பிழைத்து விட்டான்.

பிராமண சாதிச் சுயநலத்தை நியாயப்படுத்த, கதை எழுதிய ஆசிரியர் ஒழுக்க, சமூக ஏற்புடைமையின் உணர்வு எல்லாவற்றையும் காற்றில் பறக்கவிட்டுவிட்டார் என்பதை இக்கதை காட்டுகிறது. 'புருஷோத்தமனாக' (மனிதர்களில் மிக உயர்ந்தவன்) மதிக்கப்பட்ட இராமனும் கூட இத்தகைய காட்டுமிராண்டித் தனமான, அநீதியான செயலில் ஈடுபடுவதும் அதை நியாயப்படுத்துவதும் ஒரு குறிப்பிட்ட சாதி மட்டும் கல்வியை ஏகபோக உரிமையாக வைத்துக் கொண்டு பெரும்பான்மை மக்களை அடிமைகளாக நடத்திய ஒரு காலத்தில் வியப்பளிக்கத் தக்கதல்ல. (வால்மீகியின் இராமன் அயோத்தியா காண்டத்தில் சாதிஎதிர்ப்பு புத்தர் ஒரு திருடன் என்றும், அவருடைய போதனைகளை நம்பி கடவுளை நம்பாதவர்கள் தண்டிக்கப்பட வேண்டும் என்றும் கூறுகிறான்.) இராமன் சூத்திரர்களுக்குத் தலைமை எதிரியாகவும் ஆற்றல்மிக்க தந்தையாதிக்கத்தின் குருட்டுக் காவலனாகவும் படைக்கப் பட்டிருக்கிறான். தன் மனைவி சீதையை அவள் கற்பை நிரூபிக்கத் தீக்குளிக்க வைக்கிறான். பிறகு கர்ப்பமுற்ற சீதை தற்காத்துக் கொள்ள காட்டுக்கு அனுப்பப்படுகிறாள்.

துளசி ஏன் இராமன் கதையை மறுபடி கூறுகிறார்? பிற காரணங்களுக்குள்ளாக, சாதிவெறிபிடித்த துளசிக்குப் பார்ப்பனியத்தை முன்னேற்ற இதைவிட ஒரு பிரபலமான கதையும் இராமன் போன்ற சிறந்த நாயகனும் கிடைப்பது அரிது. மனுவைப் பின்பற்றி அவர் தனது நோக்கத்தைச் சொல்கிறார், "ஒரு பிராமணன் உன்னைச் சபித்தாலும், அடித்தாலும், கொடிய வார்த்தைகளைப் பேசினாலும் அவனை நீ வழிபட வேண்டும் என்று முனிவர்கள் பாடியுள்ளனர்". இராமன் இதைக் கூறியதாகச் சொல்லி, மேற் கொண்டும் சொல்கிறார்:

ஒரு பிராமணனிடம் நற்குணங்களும் மேன்மையும் இல்லாவிட்டாலும் போற்றப்பட வேண்டும். சூத்திரன், எல்லாவித மேன்மைகளையும் கல்வியையும் அடைந்திருந்தாலும் அவனைப் போற்றலாகாது. (மொ.பெ. பிரசாத் 1990: 414).

சூத்திரர்களுக்கு எதிரான துளசியின் வசைமாரி, (அவர் பார்ப்பனச் சாதியைப் போற்றிக் கொண்டிருந்த காலத்தில்) ரவிதாசரின் பகுத்தறிவு ரீதியான அறவுரைக்கு எதிரான பிராமண எதிர்த்தாக்குதல் எனத் தோன்றுகிறது.

ரவிதாசர் சொல்கிறார்:

எவ்வித நற்பண்புமற்ற ஒரு பிராமணனுக்கு மரியாதை அளிக்காதே.

நற்குணங்களும் திறமையும் மிக்க ஒரு சண்டாளனின் பாதத்தை வணங்கு.

மேலும் கேவலமான சொற்களால் பெண்களுக்கு எதிராக விஷத்தைத் துப்புகிறார் துளசி. கலியுகத்தில் பெண்களின் நசிவைக் குறித்து அவர் உத்தரகாண்டத்தில் எழுதுகிறார்.

பெண்களுக்கு அவர்கள் கூந்தலைத் தவிர வேறெந்த ஆபரணமும் இல்லை. அவர்களுக்கு மிகப்பேரளவிலான பாலியல் பசி இருக்கிறது (திருப்தியுறுவதில்லை). பணத்தின் தேவையால் வருத்தமுற்றிருப்பினும் அவர்களுக்குப் பலவித இணைப்புகளால் வளம் உள்ளது. மகிழ்ச்சியின்பின் அலைந்தாலும் முட்டாள்களான அவர்களுக்கு பக்தியின்மீது மரியாதை கிடையாது. அறிவில் ஏழைகளாக இருப்பினும் அவர்கள் மனங்கள் வன்மை மிக்கவை, அவற்றில் மென்மைக்கு இடமில்லை. (மேலது, 636).

பழமைவாதச் சமுதாயத்திற்குத் தன்னைத் தானே பாதுகாவலனாக நியமித்துக் கொண்ட துளசி, அடித்தட்டிலிருந்து வந்த கலாச்சாரத் தலைவர்களின் எழுச்சியால் கலகலத்துப் போனார் எனலாம். அவர்கள் தாங்களாகவே சிந்திக்கத் தொடங்கிவிட்டார்கள். துளசியின் சொந்த ஊரான வாராணசியே பார்ப்பனியத்தை வெளிப்படையாக எதிர்க்கும் கபீர் மற்றும் ரவிதாசரின் கிளர்ச்சி போதனைகளால் ஒலித்துக் கொண்டிருந்தது. "சாதுக்களே, ஞானப் புயல் எழுந்துவிட்டது" என்று அறிவித்தபடி, கபீர் எங்குபார்த்தாலும் அறிவின் புயல் வீசுவதை உறுதிசெய்தார்.

சுருக்கமாக, அடித்தட்டுக் கலாச்சாரத் தலைவர்கள் நிறுவப்பட்ட மத, சமூக முறைமைகளைச் சவாலுக்கு அழைத்தனர். (பின்னோக்கிப் பார்க்கும்போது, முஸ்லிம் ஆட்சி இந்த இயக்கத்திற்கு ஒரு சிறிய தூண்டுதலாக இருந்திருக்கலாம் எனத்தோன்றுகிறது. ஏனெனில் பழைய இந்து அரசர்களைப் போல இந்தப் புதிய அரசர்கள் சாதி மேற்குடியினருக்கு ஆதரவு தருவதில் அதிக அக்கறை காட்டவில்லை.) பலவீனப்பட்டாலும் பிராமணச் சக்திகள் பதிலடி கொடுக்கவே செய்தன. இயக்கத்தில் குறுக்கிட்டன. இராமனின் பெயரைப் பயன்படுத்தின. சாதி, பார்ப்பனியம் ஆகியவற்றின் சிறப்புகளை உயர்த்திப் பிடிக்கின்ற, ஒழுக்க அடிப்படையிலே கேள்விக்குள்ளாக்க வேண்டிய ராமசரித மானஸ் போன்ற ஒரு புத்தகம், போற்றப்பட்டது. சாதி-நிலவுடைமை மதிப்புகளை மீண்டும் திணிக்க ஒரு கருவியாக்கப் பட்டது. வடக்கின் பக்தி இயக்கத்தில் துளசிதான் கடைசி முக்கியக் கவிஞராக இருந்தார் என்பதில் வியப்பில்லை. அவரது பார்ப்பனியக் கொண்டாட்டம் இயக்கத்தின் இறுதியாக ஆயிற்று. சாதிக்கும் அநீதிக்கும் எதிராக மக்களின் இயக்கம் தொடங்கியது. கடைசியாக

அதுவும் சாதி-ஆதரவாளர்களால் கைக்கொள்ளப்பட்டது. அவர்கள் அதன் மனிதநேய உணர்வை அழித்து, சமநீதித் திட்டத்தையும் குலைத்து விட்டனர்.

குறிப்புகள்

1. பிராமணப் பிரச்சாரத்தின்படி, கபீர் ராமாநந்தரின் சீடராக மிக மூர்க்கமாக இருந்ததால் ஒரு மலிவான தந்திரத்தைக் கையாண்டார். வாராணசியில் கங்கைப்படிக்கட்டில் அவர் குறுக்காகப் படுத்துக் கொண்டார். வைகறை இருட்டில் நீராட வந்த ராமாநந்தர் அவர்மீது தடுக்கி விழும் நிலையில் ராமா ராமா என்றார். பிறகு கபீர் இராமநாமத்தை நீங்கள் எனக்குச் சொல்லி விட்டீர்கள் என்று கூறி விருப்பமற்ற ராமாநந்தர் தன்னைச் சீடராக ஏற்க வைத்தாராம்.

2. கபீர் இங்கு ரிக்வேதத்தின் புருஷ–சூக்தத்தை வைத்து இகழ்ச்சியோடு சிரிக்கிறார்: வேதங்களின் தவறா மெய்மையை நம்பும் ஓ பிராமணா, எப்படி ஒரு சூத்திரன் இந்த உலகிற்குள் வருகின்ற முறையிலே வந்தாய்?

3. நவீன இந்தியாவில் சாதிக்கும் பார்ப்பனியத்துக்கும் எதிராகப் போராடிய புலேயும் அம்பேத்கரும் கபீர்பந்த் (கபீர் மார்க்கம்) பின்னணியிலிருந்து வந்தவர்கள். புலேயும் அவருடைய நண்பர்களும் கபீரின் கவிதைகளைப் பெரிதும் போற்றியவர்கள். அது சத்யசோதக் சமாஜத்தின் தோற்றத்திற்குக் (பார்க்க இயல் 5) காரணமாக இருந்தது. அம்பேத்கரின் பெற்றோரும் கபீர் மார்க்கத்தினர். கபீரை அம்பேத்கர் தனது குருமார்களில் ஒருவராகக் கொண்டார் என்பது யாவரும் அறிந்ததே. புலே அம்பேத்கர் இருவருமே பக்தி இயக்கத்தின் தீவிரத்தன்மையை அறிந்தவர்கள். அம்பேத்கரின் தீண்டாதவர்கள் என்ற நூல், நந்தனார், ரவிதாசர், சோகாமேளர் ஆகியோர்க்குச் சமர்ப்பிக்கப் பட்டிருக்கிறது.

4. டேட் என்பது மகாராஷ்டிராவில் தீண்டப்படாத ஒரு சாதியின் பெயர். எல்லாத் தீண்டப்படாச் சாதிகளின் பெயர்களையும் போலவே அதுவும் ஒரு வசைச்சொல். இங்கு பிராமணர்களால் நாமதேவர்மீது ஏவப்படுகிறது.

இயல் நான்கு

காலனியமும் வேதப்பார்ப்பன தேசியத்தின் பிறப்பும்

வளர்ச்சியுறாத நாடுகளின் தேசிய நடுத்தர மக்கள் அமைப்பு உற்பத்தியிலோ, கண்டுபிடிப்பிலோ, கட்டுமானத்திலோ, உழைப்பிலோ ஈடுபட்டது அல்ல; அது முழுக்கவும் இடைநிலை வகையிலான செயல்பாடுகளில் திருப்பிவிடப்படுகிறது. அதன் உள்ளார்ந்த திறமை ஓடிக்கொண்டே இருத்தல், (காலனியப்) பணம்பறித்தலின் பகுதியாக இருத்தல் என்பதாகத் தோன்றுகிறது.

ஃபிரான்ஸ் ஃபேனான் 1963: 150

பதினெட்டாம் நூற்றாண்டின் பிற்பாதியில் முகலாயப் பேரரசின் அழிவுகளின்மீது கிழக்கிந்தியக் கம்பெனி மெதுவாகத் துணைக்கண்டத்தைக் கைப்பற்றி அடிமைப்படுத்தியபோது இந்தியச் சமூகத்து சாதி-நிலப்பிரபுத்துவத் தலைமையின் அழுகிய நிலை முழுமையாக வெளிப்பட்டது. நிலவுடைமை அமைப்புச் சார்ந்த அரசர்கள், இங்குமங்குமாக திப்பு போன்றவரை அன்றி, மட்டற்ற சுயவிருப்ப நுகர்வுக்கு ஆளாகி, புறத் தாக்குதலைத் தடுத்துவிலக்கும் திறமையற்ற கிட்டப் பார்வை உடையவராக இருந்தனர். அவர்களில் பலர் தங்களுக்குள் ஒருவருக்கொருவர் எதிராகச் சதிசெய்தனர், சுயநல ஆதாயங்களுக்காகப் பிரிட்டிஷ்காரரோடு கூட்டுச்சதியில் ஈடுபட்டு, காலனிய ஆட்சியை நிறுவ உதவிகரமாக இருந்தனர். பிற்பட்ட, ஒடுக்கப்பட்ட, ஏழ்மைவாய்ப்பட்டிருந்த, சாதிப் பிரிவுகளுக்கு ஆளாகியிருந்த-எல்லாவிதமான அவமதிப்புகளையும் ஏற்கப் பழக்கப்பட்டிருந்த இந்தியச் சமூகம் தங்கள் நாட்டின் அயல்நாட்டுக் கைப்பற்றலுக்கு எவ்விதத்திலும் எதிர்வினை புரியுமாறு இல்லை.[1]

சமூகச் சிதைவுக்கும் பொருளாதார வீழ்ச்சிக்கும் கலாச்சாரத் தேக்கத்திற்கும் அறிவியல் தொழில்நுட்பப் புறக்கணிப்புக்குக் காரணமாக அமைந்த குறுகிய மனப்பான்மைக்கும் காரணமாக அமைந்த சாதி-நிலப்பிரபுத்துவ முறைமை பல நூற்றாண்டுகளாக இந்தியாவின் கொள்ளைநோயாக இருந்தது. இந்தக் காரணிகள் யாவும் பிரிட்டிஷ்காரர்கள் இந்தியாவைக் கைப்பற்ற உதவின. தங்களுடைய வெற்றியோட்டத்தைப் பிளாசி (1757) பக்ஸர் (1764) -இல் தொடங்கி, சில பத்தாண்டுகளுக்குள் பிரிட்டிஷ் படைகள் தங்கள் ராஜ்யத்தைத் துணைக்கண்டம் முழுவதும் நிறுவிவிட்டன. இதற்கு முக்கிய ஆதரவாக உள்நாட்டு இந்து, முஸ்லிம் ஆட்சியாளர்கள் இருந்தனர். எந்த புறச் சக்தியும் ஒரு கைப்பற்றப்பட்ட நாட்டின்மீது அதன் மௌனமான சகித்துக் கொள்ளல் அல்லது தீவிர ஆதரவு இன்றி நீடித்த ஆட்சியை ஏற்படுத்த முடியாது என்பது விதி. இந்தியக் காலனியக் கைப்பற்றல் இதற்கு விதிவிலக்கல்ல.[2]

இந்திய ஆளும் வர்க்கத்தினரிடமிருந்து நட்புவாய்ந்த உடன்படிக்கைகளை ஏற்கவும் மாற்றாகத் தரவும் பிரிட்டிஷ்காரர்கள் காலம் கடத்தவில்லை. பிரிட்டிஷ் மேலாதிக்கத்தை ஏற்றுக்கொண்ட ராஜாக்களும் நவாபுகளும் தொடப்படவில்லை. உயர்சாதி மேன்மக்கள் காலனியப் பங்கீட்டில், குறிப்பாக வருவாய்த்துறை நிர்வாகத்தில் ஜமீன்தார்களாகவும், நிலவாடகை வசூலிப்போராகவும் பதவிகள் அளிக்கப்பட்டனர். காலனிய ஆதிக்கத்தை நிறுவப் போராடிக் கொண்டிருந்த காலத்தில் உள்நாட்டு மேற்குடி மக்களிடம் தாங்கள் அவர்களின் சமூக, மத விஷயங்களில் தலையிடுவதில்லை என்ற தலையிடாக் கொள்கை உடன்படிக்கையை ஏற்படுத்திக் கொண்டனர். ஆனால் பலவேறு காரணங்களுக்காக ஆங்கிலேயர்கள் முஸ்லிம்களை வெறுத்தனர், இந்து மேட்டுக் குடியினரை விரும்பி மேம்படுத்தினர். பெரும்பான்மைச் சமுதாயத்தின் 'இயற்கைத் தலைவர்கள்' என்ற அந்தஸ்தும் அளித்தனர். முஸ்லிம்களைப் பொறுத்தவரை, சிலுவைப் போர்கள் காலத்திலிருந்து உருவான வெறுப்பின் அடியோட்டம் இருந்துகொண்டே இருந்தது. காலனியச் சொல்லாடலில், இந்தியா என்றாலே இந்து என்று அர்த்தப்பட்டதை வரலாற்றுச் சான்றுகளும், புதிய ஆய்வுகளும் காட்டுகின்றன.[3] இந்துமதத்தைக் காலனியம் கட்டமைப்புச் செய்தமுறை, பனுவல் சார்ந்ததாக, பிராமண நூல்கள் அளவில்தான் இருந்ததே ஒழிய நடைமுறைக்குப் பொருத்தமாக இல்லை. இந்துமதம் என்றால் சாத்திரங்கள் என்றும், அவை பலவேறு இந்தியச் சமுதாயங்கள், பழங்குடியினரிடையே பின்பற்றப் படுகின்றன என்றும் நினைத்துக் கொண்டார்கள். 1791இல் பனாரஸ் இந்துக் கல்லூரி பிறந்தது முதலாகப் புதிய இந்துமதத்தை உருவாக்குவதில் பிரிட்டிஷ் ஆதரவு ஒரு முக்கியப் பங்கு வகிக்கலாயிற்று. வாராணசியில் இருந்த

பிரிட்டிஷ் நிர்வாக ஆலோசகரான ஜானதன் டன்கன், (கவர்னர் ஜெனரல் கார்ன்வாலிஸுக்கு ஒரு கடிதத்தில்) அதன் நோக்கத்தை இப்படிக் குறிப்பிட்டார்:

நிரந்தரக் குடியேற்றத்தினால் வரக்கூடிய உபரிவருமானத்தைக் கணக்கில் கொண்டு... இதில் ஒரு பகுதி நிதியை ஏதேனும் பொது ஆதாயத்திற்கு அல்லது மேலும் உள்ளூர் நலத்துக்குப் பயன்படுத்தலாம் எனக் கருதியபோது இந்த தேசத்திலுள்ளவர்களின் எல்லா இனத்தவர்களின் விசுவாசத்தின் மையமான இந்த ஊரில் அவர்களின் சட்டங்கள், இலக்கியம், மதம் ஆகியவற்றைப் பாதுகாக்கவும் வளர்க்கவும் ஒரு இந்துக் கல்லூரி அல்லது கல்விநிலையத்தை ஏற்படுத்தலாம் எனத் தோன்றியது. (பார்க்க டால்மியா 2003: 32)

இந்த மற்றும் இப்படிப்பட்ட நகர்வுகளால் பிரிட்டிஷ்காரர்கள் பண்டிதர்களின் பாதுகாப்பில் இந்து மதத்தைக் கண்டுபிடிக்கத் தொடங்கினார்கள், மனுவை 'இந்து சட்டநீதிமுறைமையின் தந்தை' என்று உயிர்ப்பிக்கவும் செய்தார்கள். மனுஸ்மிருதியின் பிரச்சாரம் பெருகி, அது "காலத்தின் தொடக்கத்தில் மனுவினால் அமலாக்கப்பட்டதாக எல்லா இந்துக்களும் நம்புகின்ற மதத்தின், குடிமக்களின், சட்டத்தின் எல்லாக் கிளைகளின் கடமைகளின் அமைப்பு...மிகச் செறிவாகவும் மிகத் துல்லியமாகச் சரியாகவும் இருப்பதால் அதை இந்துச் சட்டத்தின் நிறுவனமாகக் கருதலாம்" (வில்லியம் ஜோன்ஸ், பார்க்க எல். மணி 1989: 111) என்று எல்லா இந்துக்களின் தலைகள்மீதும் சுமத்தவும் பட்டது.

சமஸ்கிருதத்திலுள்ள சாத்திர நூல்கள் பிராமணர்களின் பார்வையை மட்டுமே முன்வைத்தது என்பதை பிரிட்டிஷ் புரிந்துகொள்ள விரும்பவும் இல்லை, அவர்களுக்கு எடுத்துச் சொல்லவும் எவரும் இல்லை. பிராமணர்கள் வெகுமக்களை இழிவுபடுத்தும் செயல், அதன் சொந்த காலனிய ஒழுங்குடனும், இனவாதக் கருத்தியலுடனும் பொருந்தியிருந்ததால் அதை அவர்கள் ஆதரித்தனர் என்றே தோன்றுகிறது. கோசாம்பி ([1962] 2000: 45) கூறுகின்றவாறு, "காலனியவாதிகள் பார்ப்பனியத்துக்குக் கூடியவரை ஒத்துச் செல்லவே விரும்பினர், ஏனெனில் அது உள்நாட்டு மக்களை அடிமைப்படுத்த ஒரு வசதியான கருவியாக இருந்தது." எப்படியிருப்பினும், இந்தியாவில் பிரிட்டிஷ் பிழைப்பு நடத்துவதற்கு பிராமணர்கள் ஆதரவு மிகவும் தேவையாக இருந்ததால் அந்த ஆதிக்க வகுப்பினரை அந்நியப்படுத்திக் கொள்ள அவர்கள் விரும்பவில்லை. காலனிய ஆட்சியின் தொடக்கத்திலேயே ஆரிய இனக் கொள்கையோடு இசைந்து செல்லும் பொதுவானதொரு இந்தோ ஐரோப்பியப் பாரம்பரியத்தைக் கண்டுபிடித்தமை, இந்து மேற்சாதியினரைச் சென்றடைய பிரிட்டிஷ்காரருக்கு ஒரு வலிமைமிக்க சாதனத்தை

அளித்தது. பிரிட்டிஷ் ஆட்சியிலிருந்த தாராளவாதிகள், பிராமணச் சட்டங்கள் நடைமுறைகளைச் செப்பனிட முற்பட்டால், ஒரு சில சமயங்களில் மட்டுமே அவ்வாறு செய்ய அனுமதிக்கப்பட்டனர்.

கீழையியமும், ஆரிய இனக் கொள்கையும், நவஇந்துத்துவமும்

இந்தியாவில் பிரிட்டிஷ் நிர்வாகத்தின் அடித்தளங்களை அமைத்த கம்பெனியின் முதல் கவர்னர் ஜெனரலான வாரன் ஹேஸ்டிங்ஸ் (1732-1818), உள்ளூர் மரபுகளின்படியே இந்தியாவை ஆட்சி செய்வது என்ற பெருவிளைவுண்டாக்க வல்ல முடிவை எடுத்தார். பாரம்பரியச் சொத்து, திருமணம், சாதி மற்றும் பிற சமூக-மத விஷயங்களில் ஏற்படும் வழக்குகளில் இந்துக்களைப் பொறுத்தவரை சாத்திரங்களும், முஸ்லிம்களைப் பொறுத்தவரை குரானும் கூறுவதை அப்படியே கடைப்பிடிக்க வேண்டும் என்று கட்டளையிட்டார். மேலும் இந்துச் சமுதாயத்திற்குப் பிராமணர்களும், முஸ்லிம்களுக்கு மௌல்விகளும் கூறுவதன் அடிப்படையில்தான் அந்தச் சட்டங்களுக்கு விளக்கம் அளிக்கப்படும் என்றும் தெளிவுபடுத்தினார். புரோகித-நிலவுடைமை ஆசைகளுக்கேற்ப இந்துக்களின் மரபுவிதிகள் தெளிவற்றதாகவும், முரண்பட்டதாகவும், இடத்துக்கு இடம் மாறுபடுவதாகவும் இருந்ததால் எவைதான் இந்த மரபுகள் என்று சரியாகக் கண்டுபிடிக்க பிரிட்டிஷ் முடிவுசெய்தனர். ஆகவே மரபுசார் விதிகளையும் நடைமுறைகளையும் தொகுத்து விதிநூல்களாக்கும் செயல் நடைபெற்றது.

பிராமண மரபுச் சட்டகம் அவர்கள் நலன்களுக்கு மிகவும் ஒத்து வந்ததால் பிரிட்டிஷ்காரர் பிற இந்திய மரபுகளைப் புறக்கணித்தனர். மற்ற மரபுகளுக்கும் மேலாக மனுஸ்மிருதியை மட்டும் புத்துயிர்த்து அதற்கு முன்னுரிமை அளித்து அதனைப் "பெயர்பெற்ற" இந்துமதத்தின் (அனைத்து பிராமணரல்லாத, பழங்குடியின நடைமுறைகளின்) மீது மட்டுமல்ல, பௌத்தம், ஜைனம், மற்றும் இஸ்லாம், சீக்கியத்தின் மீதும் சுமத்தியமை, பிராமண மரபினை மட்டும் காலனிய ஆதிக்கம் ஆதரித்ததற்குத் தெளிவான சான்று.

பண்டிதர்களின் ஒரு குழுவினர் வழிகாட்டுதலோடு நதானியேல் ஹால்ஹெட் என்பவர் 1776இல், 'உள்நாட்டவர் (இந்து) சட்டங்களின் விதித் தொகுப்பு: பண்டிதரின் வகைமுறை' என்னும் தலைப்பில் மனுவின் விதிகளைத் தொகுத்தார். இந்தத் தொகுப்பின் முன்னுரை, "இந்தியாவுடனான வணிகம், வங்காளத்தில் பிரதேச ஆட்சியை நிறுவுதல், ஆதிக்கக்காரர்களின் சட்டங்கள், நலன்களுடன் நெருக்கமாக மோதாவண்ணம் நாட்டின் இம்மாதிரி அசலான நிறுவனங்களை ஏற்றுக் கொள்வதன் வாயிலாகவே முடியும்" என்கிறது (பார்க்க ஆர். எஸ்.

சர்மா 1983: 3). ஹால்ஹெட் மேலும் பாகவத புராணம், சிவபுராணம் போன்ற பல சமஸ்கிருத நூல்களை ஆங்கிலத்தில் மொழிபெயர்த்தார். வெகுவிரைவில், வங்காளத்தின் ஆசியச் சங்கம் (ஏஷியாடிக் சொசைட்டி ஆஃப் பெங்கால்) 1784இல் வில்லியம் ஜோன்ஸின் (1746-94) தலைமையில் நிறுவப்பட்டு, இந்தியக் கலாச்சாரத்தையும் மதத்தையும் கண்டுபிடிக்கும் ஒரு நிறுவன முயற்சி மேற்கொள்ளப்பட்டது. 1804இல் பம்பாயின் ஆசியச் சங்கம், 1823இல் பிரிட்டனின் ஆசியச் சங்கம் ஆகியவை நிறுவப்பட்டு இந்திவியலின் ஆய்வுகள் மேலும் ஊக்கம் பெற்றன.

ஹேஸ்டிங்ஸின் பாதுகாப்புப் பெற்ற கல்வியாளர்கள் வில்லியம் ஜோன்ஸ், சார்லஸ் வில்கின்ஸ், எச்.டி. கோல்புரூக், ஜேம்ஸ் பிரின்செப் சமஸ்கிருதத்தையும் இந்திய விஷயங்களையும் பிராமணப் பண்டிதர்களிடமிருந்து கற்று, பழைய சமஸ்கிருதப் பனுவல்கள் வாயிலாக இந்தியாவைப் பற்றிய ஆய்வில் ஈடுபட்டனர். வில்கின்ஸ் ஒரு சமஸ்கிருத இலக்கணத்தை 1779இல் வெளியிட்டார். பகவத்கீதையை 1785இல் மொழிபெயர்த்தார். இதுதான் ஒரு முக்கியமான சமஸ்கிருதப் புத்தகம் ஒரு ஐரோப்பிய மொழியில் முதன்முதலில் வெளிவந்ததாகும். சிறந்த மொழியியலாளரான ஜோன்ஸ், தன்னை ஒரு புகழ்பெற்ற சமஸ்கிருதவியலாளராக நிறுவிக் கொண்டார். மனுஸ்மிருதியையும், காளிதாசனின் சாகுந்தலத்தையும் ஆங்கிலத்தில் மொழிபெயர்த்தார். அவை பின்னர் பல ஐரோப்பிய மொழிகளில் பெயர்க்கப்பட்டன. ஆசியச் சங்கத்தின் சஞ்சிகையான ஆசியாடிக் ரிசர்ச்சஸ் என்பதில் இந்துக்கள் பற்றி, கிரேக்கம், இத்தாலி, இந்தியாவின் கடவுளர்கள், இந்துக்களின் காலவியல் பற்றி என்ற மூன்று கட்டுரைகளை வெளியிட்டதன் வாயிலாக இந்திய மதத்தின் நிபுணர் என மதிக்கப்பட்டார். அதனால் அவருக்கு ஓரியண்டல் ஜோன்ஸ், பிராமண-பிரிட்டன்காரர் என்ற செல்லப் பெயர்களும் வழங்கின. யாவற்றுக்கும் மேலாக, தேசங்களின் குடும்பங்களின் மூலம் பற்றி என்ற முக்கியமான கட்டுரையை அப்போதைய ஆதாரங்களை வைத்து வெளியிட்டார். அதில் சமஸ்கிருதம், இலத்தீன், கிரேக்கம் இவற்றுக்கிடையிலான ஒப்புமைப் பண்புகள் பற்றிய கருத்துகள் இருந்தன. இந்தக் கட்டுரை, ஒப்பு-மொழியியல் என்பதன் தொடக்கப் புள்ளியாகவும், அதன் விளைவாக இந்தோ-ஐரோப்பிய மொழிக் குடும்பம், மக்களின் புலப்பெயர்வு பற்றிய விவாதத்தின் தொடக்கமாகவும் கருதப்பட்டது. சமஸ்கிருதத்திற்கும் ஐரோப்பிய மொழிகளுக்கும் உறவிருப்பதாகச் சுட்டப்பட்டதன் விளைவாக ஆரிய இனக் கொள்கை உருவாயிற்று. இந்தியாவிலும் ஐரோப்பாவிலும் உள்ள கீழையியலாளர்கள் ஐரோப்பியர்களுக்கும் இந்திய ஆரியர்களுக்கும் இனஉறவு உண்டென்று உறுதிப்படுத்தினார்கள்.

சமஸ்கிருதத்திற்கும் ஐரோப்பிய மொழிகளுக்குமான உறவு ஐரோப்பாவில் அறிஞர் பலரின் கற்பனையைத் தூண்டிவிட்டது. பொதுவாக பழங்காலத்தில் இந்தோஐரோப்பியத் தாயகமும் பாரம்பரியமும் இருந்ததான கருத்தைப் பரப்பினார்கள். இந்தியாவின் உயர்சாதி ஆரியர்கள், வெள்ளை ஐரோப்பியர்களின் இழக்கப்பட்ட (பழங்காலத்தில் தொலைந்துபோன) சகோதரர்கள் ஆனார்கள். எஜமான இனமாகிய உயர்சாதி ஆரியர்களுக்கும் அவர்களின் அடிமைகளான கீழ்ச்சாதி ஆரியரல்லாதார், திராவிடர்களுக்கும் இடையில் கோடு கிழிக்கப்பட்டது. இந்தியாவின் மேற்குடி மக்கள் இக்கொள்கையை வைத்து, தங்கள் கலாச்சார மேன்மையையும் பிராமணச் சார்பான அனைத்தின் பழமையையும் உறுதிப்படுத்திக் கொண்டார்கள். இனக் கொள்கை, காலனிய ஆட்சியாளர்களுடன் தங்களை ஒன்றுபடுத்திக் கொள்ள அவர்களுக்கு வாய்ப்புத் தந்தது. பிரிட்டிஷ் ஆட்சியாளர்களுடன் தங்களுக்கு இரத்த உறவு இருக்கிறதென்று கேசவ சந்திர சேன், உதாரணமாக, *1877*இல் கல்கத்தாவில் ஒரு பொதுக்கூட்டத்தில், "இந்தியாவில் ஆங்கிலேயர் வருகையால் நாம் பிரிந்துபோன அண்ணன்-தம்பிகள், பழைய ஆரிய இனத்தின் இருவேறு குடும்பங்களின் வழித்தோன்றல்கள், ஒன்றுசேர்வதைக் காண்கிறோம்" என்றார் (பார்க்க, ஹே *1988: 48*). இந்தக் கொள்கை மிகப் பரந்த, நீடித்த செல்வாக்கினைப் பெற்றது. தென் ஆப்பிரிக்காவில் காந்தி வழக்கறிஞராகப் பணியாற்றிய போது, அங்கிருந்த சட்டமன்ற உறுப்பினர்களுக்கு எழுதிய ஒரு திறந்த கடிதத்தில் (*1894*) இந்தியர்களைக் கேவலமாக நடத்துவதற்கு எதிர்ப்புத் தெரிவிக்கும்போது, ஒரு பொதுவான இனத்தைச் சேர்ந்தவர்கள் என்ற முறையில் சமத்துவம் வேண்டும் எனத் தெரிவித்தார். பிரிட்டிஷ்காரர்களும் இந்தியர்களும் ஒரே ஆரிய இனத்தின் வழிவந்தவர்கள் என்றால், பிரிட்டிஷ்காரர்கள் எப்படி தங்கள் இரத்த சகோதரர்கள் மீது ஆட்சி செய்ய முடியும் என்று வாதிட்டார். ஆரியர்களின் ஒரு பிரிவினர், மற்றொரு பிரிவினர்மீது ஆட்சி செய்வது நியாயமற்றது. பிறகு ஐரோப்பிய ஆய்வாளர்களின் கருத்துகளை ஏராளமாக மேற்கோள் காட்டி, பலவேறு துறைகளில் பிராமணர்களின் சாதனைகளைப் பட்டியலிட்டார். (காந்தி *1979: 176*).

எச். எச். வில்சன், சி. லாஸன், எச்.டி. கோல்புரூக், மோனியர்-வில்லியம்ஸ், எல்லாருக்கும் மேலாக மாக்ஸ்முல்லர் ஆகியோருக்குப் பழைய ஆரியக் கலாச்சாரத்திலும் சமஸ்கிருதப் பனுவல்களிலும் இருந்த ஆர்வம் இந்தியா என்னும் வியப்புருவம் பற்றிய கட்டுக்கதையைப் பிறப்பிக்கத் தோதுவாக இருந்தது. அவர்கள் ஆரிய இந்து நாகரிகத்தின் வசீகரமான படத்தை வரைந்துகாட்டி, இந்திய ஆன்மிகம், கலாச்சார வளம், வேத உபநிடத நேர்த்தி, இதிகாச வீரத்தனம் ஆகியவை பற்றிய ஒரு புனைவான படிமத்தை

உருவாக்கினர். குறிப்பாக மோனியர் வில்லியம்ஸின் (1819-99) பங்கு இந்தியாவின் சாதி-இன, சமஸ்கிருத, இந்துமதக் கட்டுக் கதையை உருவமைத்ததில் முதன்மையானது. அது உடனே பிராமண-இந்து சமயக் கொள்கையின் கருத்தியல் மையமாக அமைந்து, கலாச்சார தேசியக் கொள்கையினரான தயானந்த சரஸ்வதி முதல் எம்.எஸ். கோல்வால்கர் வரை பிராமணக் கூற்றுகள், எழுத்துகளில் உறுதிப்படுத்தப் பெற்றது. "வேதங்களை யாத்தவுடன் இந்துமதம் என்பது பிரம்மாண்டமான இன, சமூக வேற்றுமைகளைப் போரிட்டு வென்று இருப்பில் வந்து விட்டது, பிறகு அது முதலாக யாவற்றையும் சகித்துக் கொள்ளக்கூடிய, எல்லாவற்றையும் ஏற்றுக் கொள்ளக்கூடிய, எல்லாவற்றையும் உள்ளடக்கிய உருவாயிற்று, இவை எல்லாவற்றையும் ஒன்றுசேர்த்துப் பிடித்து வைத்தது, சமஸ்கிருதமும் அதன் இலக்கியமும்" என்று மோனியர் வில்லியம்ஸ் எழுதினார். அவர் ஒரு புகழ்பெற்ற சமஸ்கிருத-ஆங்கில அகராதியையும் உருவாக்கினார். ஆனால் பாவம், அவருக்கு பிராகிருதத்திலோ பிற இந்திய மொழிகளிலோ இருந்த இலக்கியங்களை கவனிக்க நேரமில்லை.

எதிர்பார்த்த மாதிரியே, தங்கள் முன்னோர்களைப் புகழ்ந்த செயல் முன்னுரிமை கொண்ட மேல்சாதியினரால் வரவேற்கப்பட்டது. ஆரியர்களோடு அவர்களுக்குத் தொடர்பிருந்த செய்தி, ஏற்கெனவே கீழான சூத்திர ஜனங்களுக்கும், அயலான முஸ்லிம்களுக்கும் மேலாக அவர்களுக்கிருந்த உள்ளார்ந்த உயர்வு மனப்பான்மையை நியாயப்படுத்தி முகஸ்துதி செய்வதாக அமைந்தது. ஐரோப்பியக் கீழையியலாளர்களும், இந்தியப் பண்டிதர்களும் இந்திய நாகரிகத்தை ஆரிய நாகரிகத்திலிருந்து வந்தது என்று கூறினர். பலவேறுபட்ட இன, கலாச்சாரப் பின்னணிகளின் மக்கள் ஒன்று சேர்க்கப்பட்டு ஆரியர்களின் நாகரிகமாக்கும் முயற்சிக்கு ஆட்படுத்தப் பட்டதால், சாதி முறைமை பாராட்டப்பட்டது. முன்னுரிமை பெற்ற சாதியின் வரலாற்றாளர்கள் இந்தியர்களுக்கு (அதாவது சாதி மேற்குடியினருக்கு) காலனிய ஆதிக்கத்தில் கலாச்சாரத் தன்னம்பிக்கை இல்லை என்று வாதிட்டதுடன், அவர்களுடைய ஒட்டுமொத்தமான போக்கு இப்படிப்பட்ட தங்கள் பத்தொன்பதாம் நூற்றாண்டு முன்னோர்களின் இன-சாதிச் சிந்தனையை உயர்த்திப் பிடிப்பதாகவே இருந்தது.

வெள்ளை எஜமானர்கள் தங்கள் பழுப்பு ஆரியக் குடிமக்களின் கிட்டத்துச் சொந்தக்காரர்கள்தான் என்ற நம்பிக்கை, பிறரைச் சார்ந்திருந்த மேற்சாதி மேட்டுக்குடி மக்களின் புண்பட்ட சுயத்தை ஆற்றுகின்ற தேவைக்குரிய ஒரு தைலமாக(மருந்தாக)ப் பயன்பட்டது. ஆரியத்தின் திடீர் ஏற்றம் வெள்ளமாகப் பரவியது. சஞ்சிகைகளின் தலைப்புகள் முதல் தெருமூலைப் பெட்டிக்கடைகள் வரை,

எதிர்பார்க்கும் இடங்கள் முதல் எதிர்பாரா இடங்கள்வரை ஆரியன் என்ற சொல் எங்கும் ஆளப்பட்டது (ராய் சௌதுரி 1988: 8).

எந்த அளவுக்கு ஆரியக் கொள்கையின் தாக்கம் இருந்தது என்பதற்கு, காந்திக்குப் பிடித்த வரலாற்றாளரும், உயர்சாதி தேசியவாதியுமான ஆர். கே. முகர்ஜி 1956இல் "இந்தியாவின் வரலாறு என்பது முக்கியமாக இந்திய ஆரியர்களுடையதே ஆகும். அதன் அடிப்படை ரிக் வேதம். அது இந்தியர்களுக்கு மட்டுமல்ல, முழு ஆரிய இனத்தின் முதல் புத்தகம் அதுவே ஆகும்" *(1956: 48)* என்று எழுதியதே தக்க உதாரணமாகும்.

பிராமணர்கள், கீழையியல் அறிவையும் ஆரிய இனக் கொள்கையையும் இனவாதம் என்று சொல்லப்படும் விதத்திலேயே பெற்றார்கள். அது அவர்களுடைய முன்னோர்களுடைய இனவாதக் கொள்கைக்கு ஒத்தும் இருந்தது. இதனை நீரத் சௌதுரி கடுமையான வெளிப்படைத் தன்மையுடன் எடுத்துக் காட்டுகிறார்.

பழங்காலத்தில், இந்து தேசியம் என்று ஒன்றிருந்தது. பின்னோக்கிப் பார்க்கும்போது அது ஆரியர்கள் என்போர் இருந்தார்கள், அவர்கள் மற்ற மக்கள், சமுதாயங்களிலிருந்து வேறுபட்டவர்கள் மட்டுமல்ல, உயர்ந்தவர்கள் என்ற அவர்களுடைய நம்பிக்கையின் அடிப்படையிலானது. சமஸ்கிருத இலக்கியத்தோடு பரிச்சயமுடைய எவருக்கும் பழங்காலத்தில் இந்து என்போருக்கு ஆரிய என்பது எதைக்குறித்தது என்பது தெரியாமல் இருக்கமுடியாது. (சௌதுரி 1974: 315–6).

வேத உபநிடதப் பனுவல்களிலிருந்து தேர்ந்தெடுத்த சில பகுதிகளை மட்டும் படித்துவிட்டு, கீழையியலாளர்கள் தங்கள் சொந்தச் சமூகத்திலேயே ஜனநாயகமாதல், நவீனமயமாதல் வந்த காலத்தில் ஏற்பட்டு வந்த மாற்றங்களைக் கண்டு மகிழ்ச்சியற்ற நிலையில் இருந்தார்கள். அவர்களுக்கு இந்தியா ஒரு இரகசியத் தத்துவ ஞானிகளைக் கொண்டு, மீமெய்யியல் கருத்துகளை நாடுகின்ற, இவ்வுலக இருப்பினை வெறுக்கின்ற ஒரு மறுவுலகம் சார்ந்த நாடு என்று தோன்றியது. அவர்கள் கண்களில், பழங்கால இந்தியர்கள் செயல்ஊக்கம் உள்ளவர்களாக, போரிடுபவர்களாக, பொருள் சேர்ப்பவர்களாக இல்லை, மாறாக, செயல்ஊக்கமற்ற, தியானம் செய்கின்ற, சிந்தனையில் ஆழ்கின்றவர்களாக இருந்தார்கள் *(மேக்ஸ்முல்லர் [1882] 2000)*. ஆனால் கீழையியலாளர்களுக்கு, அயற்பண்புள்ள கிழக்கு என்பது முதலிலும் முக்கியமாகவும் (பெஞ்சமின் டிஸ்ரேலி சொல்வது போல) ஒரு தொழிலாகத்தான் இருந்தது. கல்விமுறையிலும், பழைய ஐரோப்பியக் கலாச்சாரத்தின் ஓர் இழந்த உறுப்பை மீட்டெடுக்கும் இன-ஆதிக்கவாத முயற்சியாகத்தான் இந்தியாவின் மேல் ஒரு தனி உற்சாகம் பிறந்தது. மாக்ஸ்முல்லர்

ஆக்ஸ்போர்டில் தொழில்ரீதியான பதவிகளை வகித்தவர், பேரரசிலிருந்து நிறைய ஆய்வுக் கொடைகளைப் பெற்றவர். 1882இல் கேம்பிரிட்ஜ் பல்கலைக்கழகத்தில் இந்தியக் குடிமக்கள் சேவையில் சேரவிருக்கின்ற மாணவர்களுக்கு அவர் செய்த தொடர் சொற்பொழிவுகள் பின்னர் 'இந்தியா: நமக்கு என்ன போதிக்கும்?' என்ற நூலாக வெளியிடப்பட்டன. இந்தியாவின் எதிர்காலக் காலனிய ஆட்சியாளர்கள் அறிந்து கொள்ள வேண்டியவை, அவரது கருத்தில்:

நமது நெருங்கிய அறிவுசார்ந்த உறவினர்கள், இந்திய ஆரியர்கள், சமஸ்கிருதம் என்ற மிக ஆச்சரியகரமான மொழியை உண்டாக்கியவர்கள், நமது அடிப்படைக் கருத்துகளை உருவாக்குவதில் சக பணியாளர்கள், இயற்கையிலும் இயற்கையான மதங்களை உருவாக்கிய தந்தையர், கருத்து ஊடுருவக்கூடிய தெளிவான புராணங்களை உருவாக்கியவர்கள், மிக நுட்பமான தத்துவத்தைக் கண்டுபிடித்தவர்கள், மிக விரிவான சட்டங்களை அளித்தவர்கள். ([1882] 2000: 14)

"நமக்கு என்ன..." என்ற தலைப்பில் உள்ள நமக்கு என்ற சொல், "நாம் உறுதிவாய்ந்த வடக்கு ஆரியர்கள்" என்பதைத் தெளிவு படுத்துகிறது. இந்தியர்களைப் பற்றிக் குறிப்பிடும்போது அவர் தன் இனச்சகோதரர்களை மட்டும் குறிப்பிடுகிறாரே அன்றி, கோண்டுகளை, பீல்களை, சாந்தலர்களை, அல்லது பிற ஆரியரல்லாத இனங்களைக் குறிப்பிடவில்லை. "நான் ஆரியர்களையும் இந்தியாவில் ஏறத்தாழ நாகரிகமாக உறைவோரையும் குறிப்பிடுகிறேன்" (ப.46). உண்மையான இந்தியர்கள் என்ற கணக்கில் முஸ்லிம்களையும் சேர்க்கத் தகுதியற்றவர் என்கிறார். இந்தியாவில் இங்கிலாந்து நுழையும் வரை, இந்தியாவைக் கைப்பற்றிய முகமதியர்களால் இழைக்கப்பட்ட பயங்கரக் கொடுமைகளைச் சுட்டிக்காட்டி, தாங்களே பிசாசுகளாக மாறாமல், எந்த தேசம் இப்படிப்பட்ட நரகத்தைப் பொறுத்துக் கொண்டிருக்கும் என்று வியப்படைகிறார். அவரைப் பொறுத்தவரை, இந்தியாவின் நசிவுக்கும் வீழ்ச்சிக்கும் முஸ்லிம்கள்தான் இறுதியான காரணம் (ப. 66).

ஒருபோதும் இந்தியாவுக்கு வருகைதராத, அவ்வாறு செய்வதில் ஆர்வமும் காட்டாமல் அதைப் பணிவாக மறுத்த மாக்ஸ்முல்லர், (டால்மியா 2003: XI) இந்திய ஆரியர்களோடு தனது உறவை நிறுவிக்கொண்டு தனக்கு மோட்சமூலர் என்ற சமஸ்கிருதப் பெயரையும் வைத்துக் கொண்டார். நவஇந்து மதத்திற்காக அலைந்துதிரிந்த வீரரான விவேகானந்தர், மோட்சமூலர் இந்திய ஆன்மிகத்தை உயர்த்திக்கூறுவதைக் கண்டு உணர்வுமழுங்கி, மேக்ஸ்முல்லரை ரிக் வேதத்துக்குப் பதினான்காம் நூற்றாண்டில் உரையெழுதிய சாயனரின் அவதாரம் என்று பாராட்டினார்.[4]

ஐரோப்பிய-அமெரிக்கப் பல்கலைக் கழகங்களிலும் அப்போதிருந்த காலனிகளில் பிற சில கல்விநிறுவனங்களிலும் இருந்த புகழ்மிக்க கல்விப்புலமை மேற்கு கிழக்கை ஆதிக்கம் கொள்ளும் கருத்தியலாகக் கீழையியம் என்பதை நிறுவியது. அப்படிப்பட்ட புலமை காலனியக் கருத்தியலை உருவாக்குவதில் ஒத்துழைத்த சொந்தநாட்டு மேட்டுக்குடியினர் பங்கினைப் புறக்கணிக்கிறது. கீழையியம், அதனடியாக இருக்கின்ற மதிப்புகள், உள்நோக்கங்கள் பற்றிய தனது புகழ்பெற்ற ஆய்வில் எட்வர்டு சயீது கூறினார்:

பதினெட்டாம் நூற்றாண்டின் பிற்பகுதியை சற்றேறக்குறைய வரையறுத்த தொடக்கப் புள்ளியாக எடுத்துக்கொண்டு கீழையியம் பற்றிய கூற்றுகளிடுதல், அதைப் பற்றிய பார்வைகளை அதிகாரப்பூர்வமாக்கல், அதை விவரித்தல், போதித்தல், நிலைநிறுத்துதல், அதன்மீது ஆட்சி செலுத்துதல்–சுருக்கமாகக் கிழக்கு நாடுகள்மீது ஆதிக்கம் கொள்ளவும், மறுசீரமைப்புச் செய்யவும் அதிகாரம் செலுத்தவும் ஏற்ற ஒரு பாணியாகக் கீழையியம் என்பதைக் கிழக்குநாடுகளோடு தொடர்புள்ள ஒரு கூட்டுநிறுவனமாக விவாதிக்கவும் பகுத்தாராயவும் செய்யலாம் (சயீது 1978: 3).

இந்தக் கடுமையான விமரிசனம், கீழையியம் மோதல்பாணியில் அமைந்துவிட்ட இஸ்லாமிய உலகத்துக்குப் பொருத்தமாக இருக்கலாம். ஆனால் இந்தியாவைப் பொறுத்தவரை, கீழையியம் என்பது இந்தோ-ஐரோப்பியம் என்னும் வடிவத்தை மேற்கொண்டதால் அது களங்கத்தில் ஈடுபடுத்துவதாகவும் கூட்டுச் சதியாகவும் அமைந்தது. இந்தியாவின் சூழலில், சயீதின் மிகச் சிறந்த சர்ச்சை, உள்நாட்டு முன்னுரிமைபெற்ற குழுக்கள் ஆற்றிய மிகக் கொடிய பங்கினைக் காணத் தவறுகிறது. அவரது கோட்பாடு, இந்தியக் கலாச்சாரத்தின் கீழையிய மாதிரியை உருவாக்குவதில் முக்கியப் பங்காற்றிய சாதி மேற்குடியினரின் உடந்தையையும் தண்டிக்கத்தக்க நிலையையும் கணக்கில் கொள்ளாமல் விடுகிறது. கீழையியத்தின் ஒரு முக்கியக் கட்டமைப்பான ஆரிய இனக் கொள்கை, மேற்சொன்ன காரணங்களுக்காக மேற்சாதி மேன்மக்களிடையில் ஓர் உணர்ச்சிகரமான ஆதரவைப் பெற்றது. நாம் அறிமுகத்தில் கண்டதுபோல, மிகப் பெரிய தேசியவாதிகளான காந்தியும் நேருவும்கூட தங்கள் இந்தியாவை, பொதுமக்கள் நினைப்பதற்கு எதிர்நிலையில், கீழையிய அடிப்படையிலேயே கண்டுபிடித்தனர். பார்த்தா சாட்டர்ஜி (1986) வாதிப்பதுபோல, இந்தியாவின் தேசியச் சிந்தனை முரண்பாடுகளின் வெற்றுத் தொகுப்பாக இல்லை, மாறாக, கீழையியத்தின் கண்ணாடிபிம்பமாக உருப் பெற்றிருந்தது. தேசத்தின் பிரச்சினைக்கு தேசியவாதச் சிந்தனை போதிய அளவு எதிர்வினை புரியவில்லை என்ற முடிவுக்கு அவர் வருகிறார். ஆனால் அந்த பிராமணக் கோட்பாட்டாளர் ஒப்புவதைவிடப் பிரச்சினை மிக ஆழமானது, அடிப்படையானது.

சயீதின் கீழையியத்தின் கருத்தியல் சட்டகத்தைப் பின்பற்றி ரொனால்டு இண்டெனின் ‘இந்தியாவைக் கற்பனை செய்தல்’ (இமேஜினிங் இந்தியா-1990), இந்தியாவைச் சாதி, கிராமங்கள், சர்வாதிகார அரசர்கள் இவற்றைக் கொண்ட நாகரிகமாகப் புனைவாகக் கற்பிக்கிறது. ஆனால் நவீனகாலத்துக்கு முந்திய இந்தியாவில் நிகழ்ந்த வெகுஅதிகமான அநீதிகளுக்குக் கண்ணை மூடிக் கொள்கிறது, மேலும் கீழையிய அறிவுக் கட்டுமானத்தில் கருவியாகப் பயன்பட்ட பிராமணக் கற்றறிந்தோரின் சமஸ்கிருதம் பற்றிய தகவல்கள், விளக்கம், மொழிபெயர்ப்புகள் ஆகியவை உடந்தையாக இருந்ததையும் காணாமல் விடுகிறது. இதைவிடத் திரிக்கப்பட்டதாகவும் ஆனால் செல்வாக்கு மிக்கதாகவும் அமைந்தது நிகோலஸ் டிர்க்ஸின் ‘மனத்தின் சாதிகள்’ (காஸ்ட்ஸ் ஆஃப் மைண்ட்) என்ற நூல். அதில் அவர் சாதியை ஒரு நவீன நிகழ்வாகவும், ஏறத்தாழ பிரிட்டிஷ் கண்டுபிடிப்பாகவும் காண்கிறார்:

(நாம் இன்று அறிகின்ற) சாதி, ஒரு நவீன நிகழ்வு, அதாவது, குறிப்பாக, இந்தியாவுக்கும் மேற்கின் காலனிய ஆட்சிக்கும் ஏற்பட்ட வரலாற்று மோதலில் உருவான பொருள். இதனால் அதிபுத்திசாலியான பிரிட்டிஷ்காரர்கள் அதைக் கண்டுபிடித்தார்கள் என்று நான் சொல்லவில்லை... ஆனால்... பிரிட்டிஷ்காரரின் கீழ்தான் இந்தியாவின் பலவேறுபட்ட சமூக அடையாளம், சமுதாயம், சீரமைப்பு ஆகியவற்றை முறைப்படுத்துகின்ற, வெளிப்படுத்துகின்ற, அமைக்கின்ற சாத்தியம் கொண்ட ஒற்றைச் சொல்லாக சாதி என்பது ஆகியது (டிர்க்ஸ் 2002: 5).

அதாவது, காலனியம் சாதிக்கு ஒரு பெரிய நிறுவன முதன்மையைக் கொடுத்து அதை உருமாற்றியது என்று டிர்க்ஸ், இண்டென், மற்றும் அவர்களுடைய மேற்சாதித் துதிபாடிகள் வலியுறுத்தினாலும், ஏ. அகமதுவும் (1992) எஸ். சர்க்காரும் (1996; 1997) அவ்விதம் உருமாற்றுவதற்குச் சாதி ஏதோ ஒரு வடிவத்தில் ஏற்கெனவே இருந்தது என்பதுதான் விஷயம் என்பதைக் காட்டியிருக்கிறார்கள். சாதியப் படிநிலை அமைப்பு என்பது காலனியவாதிகளின் புத்துருவாக்கம் அல்ல; காலனியத்துக்கு முந்திய வடிவம் அதற்கு இருந்தது; பலவித அடையாள வடிவங்களில் அது ஒன்றல்ல, சமூக அடையாளத்தின் அடிப்படையே அதுதான். பிரிட்டிஷ் இந்தியாவில் ஆட்சியை நிறுவும் முன்னரே இந்தியாவின் சமூக, அரசியல் வாழ்க்கையின் ஒவ்வொரு மையத்திலும் ஊடுருவியிருந்தது. ஆம், இந்திய மற்றும் பிரிட்டிஷ் மேட்டுக்குடியினரின் நலன்களின் குவியப்புள்ளிமீது கட்டப்பட்ட காலனியம் சாதியை வலுப்படுத்தியது. ஆனால் சாதியை மறுவரையறை செய்தது, காலத்துக்கேற்றவாறு அமைத்தது, மறுவுருவாக்கம் செய்தது எல்லாம் ஒரு மேற்கத்தியத் திட்டம் மட்டுமல்ல, இதில் இந்திய

மேட்டுக்குடியினர் செயலூக்கமிக்க, விருப்பமிக்க உடந்தையாளர்களாக இருந்தனர்.

ஆரியச் சிறப்பு, வேதத் தூய்மை, முஸ்லிம் கொடுங்கோன்மைப் படிமங்களை உருவாக்கிய கீழையியப் புலமை என்பது, உண்மையில் அயல்நாட்டு மற்றும் சொந்த நாட்டு மேட்டுக்குடியினரின் பரஸ்பரக் கூட்டு நன்மைக்கான திட்டமாகும். "அப்படிப்பட்டப் படிமங்களை உருவாக்குவதில் சமமான ஆனால் வெவ்வேறுவித நலன் இருசாராருக்கும் இருந்தது" (அகமது 2002: 84). ஆக்ஸ்ஃபோர்டில் ஆய்வு செய்த, ஆரியர் என்ற சொல்லைப் பிரபலமாக்கிய மாக்ஸ்முல்லருக்கு நிதியளித்தது, கிழக்கிந்தியக் கம்பெனி. 1832இல் ராம்மோகன் ராயின் இங்கிலாந்து வருகை குறித்து அவர் எழுதியதை இங்குக் காணலாம்.

குறிப்புப் பரிமாற்றத்துக்காகச் சொல்வதானால், தனது ஆரிய சகோதரர்களோடு கிழக்கிலிருந்து மேற்கிற்கு முதன் முதலில் வந்தவர் ராம்மோகன் ராய்...ஆரிய இனம் முழுமையையும் இணைக்கின்ற பழமையான சகோதரத்துவத்தை நாமல்லாம் உணரவைத்து, எழுச்சியளித்தார்...நமது பிளவுபட்ட கடந்தகால நூல்களில் பொறிக்கப்பட்டனவற்றைவிட உண்மையைக் காண்பதில் மேன்மையான துணிச்சல் கொண்ட செயல்களில் ஈடுபட நமக்கு உற்சாகமூட்டினார் (மேக்ஸ்முல்லர், பார்க்க கோச்சார் 2000: 9).

வேதாந்தம் பற்றிய ராயின் எழுத்துகளைச் சார்ந்து அமைந்த கோல்புரூக் மற்றும் வில்சனின் நோக்கே காலப்போக்கில் இந்தியத் தத்துவம் பற்றிய கீழையியச் சொல்லாடலின் நியமமாக மாறியது என்று ராபர்ட்சன் (1999: 55-73) காட்டியிருக்கிறார். அதுபோலவே ஹால்ஹெட், ஹால்வெல், வில்கின்ஸ், ஜோன்ஸ் ஆகியோர் கருத்தின் அடிப்படையில்தான் பிரீஸ்ட்லி மோசஸின் விதிகள், மனுவின் விதிகள் ஆகியவற்றை ஒப்பிட்டுள்ளார். இந்துச் சட்ட அமைப்பாளராக மனுவை அவதாரம் எடுக்கச் செய்தது மேற்கத்திய மற்றும் இந்தியப் பண்டிதர்களின் கூட்டு முயற்சியாகும். சுமித் சர்க்கார் கூறியுள்ளபடி, "காலனிய அறிவு என்பது ஒரு மேற்கத்தியத் திணிப்பு அல்ல, இப்படிப்பட்ட விளக்கம் ஒப்பளவில் முன்னுரிமை பெற்ற, தங்கள் தங்கள் நலன்கள், மனச்சார்புகள் கொண்ட, ஒப்பளவில் முன்னுரிமை பெற்ற இந்தியக் குழுக்களின் உள்ளீடுகளின் அளவையும் முக்கியத்துவத்தையும் மிகமோசமாகக் குறைத்து மதிப்பிடுகிறது" (1997: 23).

உறுதியாகவே பெரும்பான்மை இந்தியர்கள் காலனியத்தால் துன்பத்திற்குள்ளாயினர். ஆனால் ஆதாயம் அடைந்தவர்களும் இருந்தனர். அந்நிய ஆட்சியாளர்களும் உள்நாட்டுச் செல்வாக்கு வாய்ந்த மேட்டுக்குடியினரும் நெருக்கமாக ஒன்றுசேர்ந்து கீழையியத்தையும்

காலனியத்தையும் பரஸ்பரச் சுயநலத்திற்காகக் கட்டமைப்பதில் பணிபுரிந்தார்கள். காலனிய விநியோகம் பிரிட்டிஷ்காரருக்கு மட்டும் பலனளிக்கவில்லை, அதை ஒரு நற்பேறானதொரு அதிர்ஷ்டம் என்று கண்ட உள்நாட்டுப் பெருங்குடியினருக்கும் அது அதிகாரத்தையும் வளத்தையும் அளித்தது. 1810களில் இதை ராம்மோகன் ராய் வெளிப்படையாகவே ஒப்புக் கொண்டார். 1890கள் அளவில், பின்னாளில் விவேகானந்தர் *(1991: 83)* சொன்னார், "அவர்களின் அந்நிய ஆட்சியாளர்கள் தங்களை அறியாமலே அவர்கள் (இந்துக்களின்) விலங்குகளை உடைத்தெறிந்தார்கள்." சில பிரிட்டிஷ் அறிஞர்களும் நிர்வாகிகளும், குறிப்பாக எழுச்சி பெற்றுவந்த வெறிகொண்ட தேசியவாதத்தின் எதிரில், மகா இந்து இந்தியா, இந்தியப் பழமையின் இணையற்ற தேசியப் பெருமை போன்றவற்றைக் காலனிய தர்க்கத்தினால் கேலி செய்யும் கட்டாயத்துக் குள்ளானார்கள். ஆனால் ஐரோப்பிய இந்தியவியலாளர்கள்தான் பழைய இந்துப் பொற்காலம் என்ற புனைவை முதலில் உருவாக்கியவர்கள். அது இந்தியப் பண்டிதர்களால் தங்கள் படைப்புகளில் உற்சாகத்துடன் பரப்பப் பட்டது.

பண்டிதர்களைப் போலவே, காலனிய எஜமானர்களின் அறிவுசார் ஈடுபாடும் வேத பிராமணக் கலாச்சாரம் இலக்கியம் ஆகியவற்றில்தான் இருந்தது. இந்தியப் பழமையை மீட்டமைக்கும்போது, அவர்கள் சாஸ்திரங்களைப் பௌத்த, ஸ்ரமணப் பனுவல்களுடனோ தொல்லியலுடனோ தொடர்பு படுத்திப் பார்க்க மெனக்கெடவில்லை. மாற்றுக் கலாச்சார, பொருளியல் மூலங்களில் பொதிந்துள்ள மிகப் பெரிய வேறுபட்ட சமூகக் கலாச்சார யதார்த்தத்துடன் புரோகிதப் பனுவல்களை ஒருங்குவைத்து நோக்கும் முயற்சி சிறிதளவும் இல்லை. கீழையியம் கட்டமைத்த பழைய இந்தியா, வரலாற்றுக்குப் புறம்பானது, அதிகபட்சம் அரைகுறை வரலாற்றுத் தன்மை கொண்டது என்பது இன்று பொதுவாக ஏற்கப்படுகிறது. அதே இந்தியக் கீழையியத் தவறான சித்திரிப்புதான் காந்தி நேரு உள்ளிட்ட இந்திய மேட்டுக் குடியினரால், தேசியத்தின் பெயரால், பிராமண மரபின் பெருமையை மறுகண்டுபிடிப்புச் செய்யத் தந்திரமாகப் பயன்படுத்தப்பட்டது என்பதுதான் அந்த ஆதிக்கப் புலமையில் மறைக்கப் பட்டிருக்கிறது.

இந்தியாவின் பழமையைக் காலனிய மறுகட்டமைப்புச் செய்யும் செயல்முறையின் ஊடாகப் பிராமணப் பனுவல்கள், விளக்கங்கள் அடிப்படையின்மேல் எழுப்பப்பட்ட ஒரு புதிய வகை இந்துமதம், காலனியக் கொள்கையினால் ஊட்டி வளர்க்கப்பட்டு இருப்புக்கு வந்தது என்பதை நாம் அறிமுகத்தில் கண்டோம். எப்போதுமே அறிவைத் தங்கள் வசம் மட்டுமே வைத்திருக்கவும், தகவல்களை மாற்றி மோசடி

செய்யவும் தயங்காத பண்டிதர்கள் (பிராமணர்கள்), தங்கள் கருத்தியல் மற்றும் பொருளியல் நலன்களை மேம்படுத்திக் கொள்ள போலிய அறிவை விற்கவும் தயங்கியதில்லை. அவர்கள்தான் உள்நாட்டுக்குரிய மரபுகள், நிறுவனங்கள் பற்றிய தேர்ந்தெடுத்த தகவல்களை மட்டும், எதிர்பார்க்க இயலாத பெரிய அளவில், அகில இந்திய நிலையில், குறிப்பாக மாகாணத் தலைநகரங்களான கல்கத்தா, பம்பாய், சென்னை ஆகியவற்றில் பிரிட்டிஷ்காரருக்கு வழங்கினார்கள். அது "இந்தியா முன்எப்போதும் அறிந்திராத ஒரு புதிய இந்து மதத்தின்" உணர்வையும் இயக்கத்தையும் மெதுவாக உற்பத்திசெய்தது. (ஃப்ரைக்கன்பெர்க் 2001). தங்கள் முடிவுகள் கொள்கைகள் ஆகியவற்றில் தங்களோடு தினமும் பணிசெய்த உள்நாட்டு மேற்சாதி அதிகாரிகள், செயலர்கள், முன்ஷிக்கள், வக்கீல்கள் ஆகியோரின் பலமான செல்வாக்கிற்கு உட்பட்டு பிரிட்டிஷ் அலுவலர்கள் அவர்களது கைப்பொம்மைகள் ஆனார்கள்.

பிரிட்டிஷ்காரரை உபசரித்த பிராமணர்கள்தான் பெரும்பான்மை எழுத்து(காகித) வேலையைச் செய்தார்கள். முன்பும், முன்னாள் ஆட்சியாளர்களுக்கு அவர்கள் இதைச் செய்தவர்கள்தான். இப்போதும் அதைச் செய்தார்கள், செய்தவிதம் ஆட்சியாளர்களே உள்நாட்டுச் செல்வாக்கிற்கு உட்பட்ட கருவிகளாக மாறும் வண்ணம் இருந்தது. உள்ளூர் அதிகாரிகளான பிராமணர்களோ, பிராமணர் அல்லாதோரோ, உயர் வர்ணத்தைச் சேர்ந்தவர்கள், சடங்குரீதியாகச் சுத்தமானவர்கள், தாங்களே நிர்ணயிக்கின்ற நிலையில் இல்லாவிட்டாலும் முக்கியப் பங்காற்றினார்கள். ஐரோப்பியரும், உள்நாட்டினரும், காலப் போக்கில் அரசு ஆட்சிப் பணியின் இதே பகுதிக்கூறினர்தான் நவீன இந்துமதத்தை இருப்பில் கொண்டுவந்தவர்கள் (ஃப்ரைகென்பெர்க் 2001: 89).

சிறுபான்மை முஸ்லிம்களுக்கு எதிர்வேறுபாட்டுநிலையில் இந்துக்கள் ஒரு பெரும்பான்மைச் சமூகமாக காலனியக் காலத்தில்தான் உருவாக்கப்பட்டனர். காலனிய ஆதிக்கக் கட்டமைப்பின் உள்ளும் வெளியிலுமான பலவேறு காரணிகளின் ஒருங்கிசைந்த இடைவினையால் புதிய இந்துமதம் உருவானது. காலனிய அரசின் அரசியல் கட்டமைப்புக்குள் இந்து மத உருவாக்கம் உயர்சாதி மேட்டுக் குடியினர் அளித்த தகவல்களால் சாத்தியமானது. அதற்கு அப்பால், ஒட்டுமொத்தச் சமூகத்தை உயர்த்துவதைவிட மேற்குடியினரை முதன்மையாக சுயவலிமைப் படுத்தும் சீர்திருத்த இயக்கங்கள் எழுந்தன. ஒரே சமயத்தில் சமூக, கலாச்சார, மதம் இணைந்த இந்தச் சிக்கலான நடைமுறை, இந்து என்பதிலிருந்து இந்துமதத்திற்கும், அல்லது ரொமிலா தாப்பர் (2001) கூறுவதுபோல, 'ஆட்சிக்குழு இந்துமதத்திற்கும்' நகர்வை ஏற்படுத்தியது. இவ்விதம் எழுச்சியுள்ள இந்துமதம் முதன்மையாகப் பிராமணச் சார்பாக

இருந்தது. அதன் உலகளாவிய கவர்ச்சியை மேம்படுத்தும் விதமாக அவ்வப்போது பௌத்த ஸ்ரமண மனிதாபிமானம் அதில் தூவப்பட்டு அலங்கரிக்கப்பட்டது, அல்லது துண்டும் துணுக்குமான இஸ்லாமிய சமநீதியும் கிறித்துவ உலகநோக்கும் அதில் சேர்க்கப்பட்டது. ஆக, காலனிய ஆட்சியில் பார்ப்பனியம், இந்துமதம் என்ற புதிய பெயரைப் பெற்றது. ஏனெனில், ஃப்ரைகென்பெர்க் வாதிடுவதுபோல, பிரிட்டிஷ் ராஜ்யம் என்பது பெரும்பாலான உள்ளெண்ணங்களிலும் நோக்கங்களிலும் மெய்யான இந்து ராஜ்யமாகத்தான் இருந்தது.

> ராஜ், ஆட்சியின் ஏகாதிபத்திய அமைப்பு என்ற முறையில், ஒரு நேர்மையான உள்நாட்டுக் கட்டமைப்பாக இருந்ததே ஒழிய ஓர் அயல் (காலனிய)க் கட்டமைப்பாக இல்லை; மத நிறுவனங்களோ, உள்நாட்டு மேட்டுக்குடியினரோ, எல்லாவிதமான உள்நாட்டுச் சக்திகளோ யாரும் அரசிலிருந்து அறிந்தேற்பும் பாதுகாப்பும் மட்டுமல்ல, சிறப்புச் சலுகைகளும் பெறமுடிந்தது; மேலும் இதைத் தங்கள் திறமைக்கு நேர்விகிதத்தில்--தகவல் கட்டுப்பாட்டு அதிகாரத்தின் வாயிலாகவோ, எண்ணிக்கை, கூச்சல், திறமை, செல்வம் வாயிலாகவோ உள்நாட்டு அரசாங்கங்களைச் செல்வாக்கிற்குள் கொண்டுவந்து பெறமுடிந்தது. (ஃப்ரைகென்பெர்க் 2001: 90).

பண்டிதர்களின் வலியுறுத்தலினால் ஸ்ரமண மதங்களான பௌத்தம், ஜைனம், சீக்கியம் இவற்றோடு நாட்டுப்புற இந்துமதம், சமநீதித்தன்மை கொண்ட பழங்குடிக் கலாச்சாரம் யாவும் ஒழுங்காக விளிம்புக்குத் தள்ளப் பட்டன. பிராமண இந்துமதம் தேசிய மதம் என்ற முறைசாரா கௌரவத்தினைப் பெற்றது. தத்துவப் புலங்கள் பலவற்றில், பௌத்தம் ஜைனம் உள்ளிட்ட குறைந்தபட்சம் பத்து முக்கியத் தத்துவப் புலங்களில், வேதாந்தம் மட்டுமே பொறுக்கியெடுக்கப் பெற்று இந்தியத் தத்துவம் ஆயிற்று. சங்கரரது "பிரம்மம் சத்தியம், உலகம் மாயை," "எல்லாத் துன்பங்களையும் எவ்விதத் தடையுமின்றி ஏற்றுக் கொள்ளவேண்டும்" என்ற வேதாந்தக் கொள்கை, இந்தியாவைப் பற்றிய கீழையியல் மாயையை, அதாவது தெய்வ விதியை எதிர்நோக்கிக் காலமற்ற தவத்தில் மூழ்கும் ஒரு சமூகம் என்ற கட்டுக்கதையைப் பரப்புவதற்கு ஏற்ற கருவியாக வாய்த்தது. நிஷ்காமிய கர்மம் (பலனை எதிர்பாராமல் கடமையைச் செய்தல்) என்ற சநாதன போதனை, அவதாரவாதம், கர்மம்-புனர்ஜன்மம் வலியுறுத்தும் விதிக் கொள்கை ஆகியவற்றைக் கொண்டாடும் பகவத்கீதை இந்துக்கள் யாவரின் புனிதநூலாக்கப்பட்டது. எல்லாவற்றையும் ஏற்றுக் கொள்கின்ற, எல்லாவற்றையும் தழுவுகின்ற, தனித்த இந்திய வாழ்க்கை வழியாக இந்துமதம் போற்றப்பட்டது. இது ஏதோ மூளை மழுங்கிய ஐரோப்பியர்களால் ஏற்பட்டது மட்டுமல்ல; இந்தக் காலனியக் கட்டமைப்பை உருவாக்குவதில் பண்டிதர்கள் ஒரு செயல்மிக்க பங்காற்றினார்கள். இந்து மதம் ஒரு வாழ்க்கை வழி என்றால், அது

அழுகிப்போன சாதி-நிலப் பிரபுத்துவ வாழ்க்கை வழி என்ற மிக முக்கியமான உண்மையை மறைத்துவிட்டார்கள். சொல்லப்போனால், எந்தக் கலாச்சாரம் அல்லது மதம்தான் வாழ்க்கை வழி இல்லை?

ராய், சீர்திருத்தங்கள், மறுமலர்ச்சி: புனைவுக்கு எதிராக மெய்ம்மைகள்

பிராமண மேட்டுக்குடியினர்தான் மேற்கத்தியக் கலாச்சாரம், கல்வி ஆகியவற்றுடன் முதன்முதலில் தொடர்பு கொண்டவர்கள். அவர்கள் காலனிய ஆட்சி அளித்த புதிய வாய்ப்புகளை மிக நன்றாகப் பயன்படுத்திக் கொண்டார்கள். பிரிட்டிஷ் ஆதரவு காலனிய மத்தியதர வகுப்பினர் உருவாக வழிவகுத்தது-மெக்காலேயின் சொற்களில் "நிறத்திலும் இரத்தத்திலும் இந்தியர்கள், ஆனால் ரசனை, மனப்பாங்குகள், அறிவு இவற்றில் ஆங்கிலேயர்கள்." உண்மையில் இந்த வகுப்பினர் ஆங்கிலேயர்களுக்கும் அவர்களால் ஆளப்பட்ட கோடிக்கணக்கானோருக்கும் இடைத்தரகர்களாகச் செயல்படத் தேவைப்பட்டார்கள். ஆனால் ஆங்கிலக்கல்வி பெற்ற இந்தியர்கள் பிரிட்டிஷ்காரர்களின் பிம்பங்களாகி விடுவார்கள் என்று மெக்காலே எளிமையாகக் கருதிவிட்டார். காலனிய மத்தியதர வகுப்பு ஒன்றின் எழுச்சி, நவீன கல்வியின் பரவல், புதிய அச்சுக் கலாச்சாரம் ஆகியவை மேலும் சமூகத்தின் மரபுமயமாக்கத்திற்கும் பார்ப்பனமயமாக்கத்திற்கும் வழிவகுத்தது. ஆங்கிலக் கல்விபெற்ற பாபுக்களுக்கு மேற்கின் வறண்ட மனிதநேய அறிவைவிட புதிதாகக் கண்டறியப்பட்ட வேதபுராணக் கவர்ச்சி அதிகமாக இருந்தது. அவர்கள் மேற்கத்தியக் கல்வியையும் படிநிலைப்பட்ட சமூக அதிகாரத்தை அடிப்படையாகக் கொண்ட தங்கள் மரபினை நவீனப்படுத்தக் காலனியம் அளித்த வளங்களையும் இந்தியச் சமூகத்திற்குள் தங்கள் கலாச்சார, அரசியல் ஆதிக்கத்தை வலுப்படுத்திக்கொள்ளப் பயன்படுத்தினர்.

இந்திய இடைநிலையாளர்களில் மேலும் சிலர்-அவர்களில் காலனிய எழுத்தர்கள், தொழில்ரீதியானவர்கள், பண்டிதர்கள், வர இயலாத நிலப்பிரபுக்கள் ஆகியோர், மூர்க்கமான தந்தையாதிக்கம், குழந்தை மணம், திணிக்கப்பட்ட விதவை நிலை, சாதித்தூய்மை-அசுத்தம் இவற்றில் வெளிப்பட்ட தங்கள் வருந்தத் தக்க சமூக நிலை பற்றிச் சிந்திக்கத் தொடங்கினார்கள். கல்கத்தா மாதிரி நகரங்களில் நவீன ஆங்கில ஆடவர் பெண்டிருடன் வாழ்ந்ததால் தங்களுடைய சமூகப் பழக்கவழக்கங்கள், குறிப்பாகப் பெண்ணடிமைத்தனம், அவர்களால் சகிக்க இயலாததாக இருந்தது. அவர்களில் சிலர் அவற்றைப் போக்குவதற்கான வழிவகைகளையும் நோக்கத் தொடங்கினர்.

ஆனாலும், இந்திய யதார்த்தத்தைப் பொறுத்தவரை, அவர்களால் அரிதாகவே தங்கள் சாதி-வகுப்பு நலன்களுக்கு அப்பால் நோக்கமுடிந்தது. ஏழ்மையால் கடுந்துன்பத்தை அனுபவித்த, ஒடுக்கப்பட்ட இந்தியர்கள் அவர்களது சிந்தனைக்குள் இடம்பெறவே யில்லை. அவர்களுக்கு, இந்தியச் சமூகம், நடைமுறை நோக்கங்களில், மரபான ஆதிக்கக் குழுக்களிடம் அடைபட்டுக் கிடந்தது. எழுகின்ற மத்திய வகுப்பினரின் இலக்கு உயர்சாதித்தனம் என்பது நன்கு தெரிந்த ஒன்றுதான் என்றாலும், அதன் உண்மையான அர்த்தம், (நாம் பின்னர் காணப்போவது போல) இந்திய மரபின் பெயரால் சாதிப் படிநிலையை உறுதிப்படுத்தும் நிலை, நவீன இந்தியாவின் ஆதிக்க எடுத்துரைப்புகளில் மறைக்கப்பட்டே இருந்தது.

மத்திய வகுப்பினர் பொதுவாகத் தங்கள் சநாதன தர்மத்திலேயே அடிமைப்பட்டுக் கிடந்தாலும், அதில் துணிகர முயற்சி கொண்ட ஒருசிலர் தங்கள் பிராமணச் சிந்தனைகள், நிறுவனங்களை மேற்கத்திய தாராளவாத, ஜனநாயகக் கருத்துகளுடன் ஒருங்கிணைப்பதற்குத் தலைமை ஏற்றனர். இந்தியச் சமூகத்தைப் பிரதிநிதிப்படுத்துவதற்கான தங்கள் கோரிக்கையை முன்வைத்தும், அதே சமயம் காலனிய அரசாங்கத்தில் பலவேறு பணிகளுக்கான கல்வித் தகுதிகளைப் பெறுகின்ற முறையிலும் நவீனமயமாக்கலின் இப்படிப்பட்ட சுயவலுப்படுத்தும் முயற்சிகள் பிரிட்டிஷ்காரர்களுடன் நெருக்கமாக வேண்டிய தேவையினால் எழுந்தது. இந்த ஒத்துச் செல்லும் செயல்முறையும் உள்ளிருந்து சீர்திருத்தும் முறையும் வரலாற்று வரைவியலில் இந்திய மறுமலர்ச்சி அல்லது தேசிய விழிப்பு என்று பாராட்டப்படுகிறது. விவசாயிகளை மொட்டையடித்து அதன்வழி செல்வர்களான முன்னுரிமைச் சாதி நன்மக்களால் முன்னெடுக்கப்பட்ட இந்த விழிப்பு, அடிப்படையில் ஒரு மேட்டுக்குடி விஷயமாகவும் இயல்பில் ஒத்துச் செல்லும் நிலை கொண்டதாகவும் இருந்தது.

ராம்மோகன் ராய் (1772-1833) ஒரு ராஜாவாக ஆசைப்பட்டவர், ஆனால் காலனிய எஜமானர்கள் அவரை ஒரு ராவ் பகதூர் ஆக்க மட்டுமே முடிந்தது. அவர்தான் மேற்சொன்ன மாதிரி நவீனமயமாக்கலின் முக்கியச் சிற்பி. பல தலைமுறைகள் முஸ்லிம் ஆட்சியாளர்களிடம் பணிசெய்து ஒப்பளவில் பாரசீக மயமான ஒரு பிராமண நிலப்பிரபுத்துவக் குடும்பத்தில் பிறந்த அவரும் கிழக்கிந்தியக் கம்பெனியில் 1814இல் ஓய்வு பெறும் வரை பணிசெய்தவர்தான். ஆங்கிலம் சரளமாகப் பேசத் தெரிந்தவர் ஆகையால், எச்சரிக்கையாகப் பல பிரிட்டிஷ் அலுவலர்கள், சமயப் பணியாளர்கள், ஒருமைக் கோட்பாட்டாளர்களுடன் உறவுகளை

வளர்த்துக் கொண்டு அவர்களுடன் சேர்ந்து யூனிடேரியன் கிளப் ஒன்றை 1821இல் தொடங்கினார். ஆங்கிலவழி மேற்கத்தியக் கல்வி பெறுவதை ஆதரித்தவர் ஆகையால், கல்கத்தாவில் பிரிட்டிஷ்காரர்கள் ஒரு சமஸ்கிருதக் கல்லூரி அமைப்பதை பலமாக எதிர்த்தார். ஒருபுறம் தனது வேத உபநிடதக் கல்வியின் தற்பெருமை இருந்தாலும் பல பண்டிதர்களைப் போல அவரும் 1835இன் மெக்காலேயின் அவப்புகழ்பெற்ற கூற்றை (கல்வி பற்றிய குறிப்புகளில்) ஆதரித்ததாகவே தோன்றுகிறது: "இந்தியாவிலும் அரேபியாவிலும் உள்ள முழு உள்நாட்டு இலக்கியங்களின் தொகுதிக்கும் நல்ல ஐரோப்பிய நூலகம் ஒன்றின் ஒரு அலமாரியே சமமாகக் கூடியது."

ராயின் எழுத்துகளில் காணப்படும் ஆராய்ச்சி, பகுத்தறிவு ஆகியவற்றின் கீற்றுகள் அவர் மேற்கத்தியக் கல்வியறிவால் பெற்ற அறிவொளிக் காலச் சிந்தனைகளால் பெருமளவு தூண்டப்பட்டவை. ஆனால் பார்ப்பன உலகப் பார்வையின் ஆதிக்கம் கொண்ட ஒரு மனஅமைப்பையும் கலாச்சாரச் சூழலையும் அவர் பாரம்பரியமாகப் பெற்றிருந்தார். காலனிய ஆட்சியைக் கடவுள்தந்த கொடையாக நோக்கினார், அதே சமயம் இந்தியச் சமூகத்தில் இருந்துவந்த மரபான பிராமணத் தலைமைக்கு அதை ஒரு சவாலாகவும் கண்டார். அந்தக் கலாச்சாரச் சவால் என்பது ஒற்றைக் கடவுள் வழிபாட்டை வைத்து மதம் மாற்றுகின்ற கிறித்துவப் பணியாளர்கள் பிரச்சாரத்தின் முக்கிய அடிப்படையாக இருந்த மதிப்புகளை எல்லாம் வேதப் பொற்காலத்தில் காணலாம் என்ற கூற்றினால் அவற்றை வலுவிழக்கச் செய்ய முயன்றார். வேதகால சமஸ்கிருதத்தின் அறிவு அவருக்குக் குறைவுதான், என்றாலும் அது உபநிடதங்களிலிருந்து சாமர்த்தியமாகத் தேர்ந்தெடுத்த சில பகுதிகளை மொழிபெயர்ப்பதற்குத் தடையாக இல்லை. தூய வேதாந்த ஒற்றைக்கடவுள் வழிபாட்டுக்கு எதிராகக் கிறித்துவ ஒற்றைக் கடவுள் வழிபாடு, தந்தை-மகன்-பரிசுத்த ஆவி என்ற மும்மையால் நிலைத்து நின்றது என்று வலியுறுத்தினார். கிறித்துவ மதப் பணியாளர்களைத் தாண்டிய சூழ்ச்சித் திறனோடு அவர் பனுவல்களிலிருந்து சில பகுதிகளைத் தேர்ந்தெடுத்து முக்கியப்படுத்திக் காட்டினார். வங்காளத்தில் படித்தவர்கள் இடையிலும், பிரிட்டிஷ் ஆட்சியாளர்கள் இடையிலும் இப்படிப்பட்டக் கருத்துகளைப் பிரபலப்படுத்த விரும்பியதால், 1821இல் அவர் *"பிராமண சஞ்சிகை"* என்ற இருமொழிப் பத்திரிகையைத் தொடங்கினார்.

ராயும் அவரைப் பின்பற்றிய சகாக்களும் உண்மையாகச் செய்தது என்னவென்றால் நவீன ஐரோப்பியச் சிந்தனைகள் சிலவற்றை பழைய பிராமணக் கருத்துகளோடு ஒன்றுசேர்த்தது தான். வங்காள மறுமலர்ச்சி பற்றிய தனது ஆய்வில் டேவிட் கோப் *"மேல்சாதி*

சீர்திருத்தவாதிகள் மேற்கு என்ற கருத்தைத் தங்கள் சொந்த மரபுகளை நவீனப்படுத்தும் வழியாகக் கையாண்டனர்...இந்தியக் கலாச்சாரம் என்ற பழைய பாண்டத்தில் நவீன பணிகள் என்னும் புதிய கள்ளை ஊற்றப் பயன்படுத்தினர்" என்று மெய்ப்பித்துக் காட்டியுள்ளார் *(1969: 205)*. இதுதான் நவ-இந்துமதத்தின், அதன் மரபு பற்றிய சாதுரியமான விளக்கத்தின் தொடக்கம். மேற்கத்தியச் சிந்தனைகளையும் மதிப்புகளையும் பிராமணப் பழமையுடன் தொடர்புபடுத்திக் காட்டி, பிறகு அந்த நவீன சிந்தனைகள் இந்து மரபிலேயே இருந்தன என்று சொல்லிவிடுவதுதான் இதைச் செயல்படுத்தும் வழி. இவ்வாறு பார்ப்பன மரபை நவீன சொற்களில் மறுவரையறையும் மறுவிளக்கமும் செய்யும் செயல்முறை நவஇந்துமதம் என்பதன் எழுச்சியில் முடிந்தது. இந்த நிகழ்வு பற்றி எழுதும் பி. ஹேக்கர் விளக்குகிறார்:

மேற்குடன் இந்தச் சந்திப்பினால், அயல்நாட்டுக் கூறுகள் மரபில் சேர்க்கப்பட்டன என்பதைவிட, அவற்றுக்கு மறுவிளக்கத்தினால் புதிய அர்த்தங்கள் அளிக்கப்பட்டன... சற்றே பின்னோக்கிப் பார்க்கும்போது நவ இந்துக்கள் தங்கள் மரபிற்குக் கண்ட இணைப்பு இதுதான். அவர்கள் முதலில் மேற்கத்திய மதிப்புகளையும் அவற்றின் திசைவழியையும் அறிகிறார்கள், பிறகு தங்கள் சொந்த மரபில் அவற்றைக் காண முயற்சி செய்கிறார்கள்...பிறகு இந்த மதிப்புகளை இணைத்துவிட்டு, அவை இந்து மரபின் பகுதியே என்று சொல்கிறார்கள் (மேற்கோள் பாசு 2002: 50).

ஆக, காலனியக் காலத்தில் மேற்குமயமான பிராமணப் படித்தோரின் ஓர் அரசியல் கட்டமைப்புதான் நவ இந்துமதம் என்பது. மரபாக வர்ணாசிரம தர்மம், சநாதன தர்மம், அல்லது சுருக்கமாகப் பார்ப்பனியம் என்று அழைக்கப்பட்டு வந்த மரபிற்கு 1816-17இல் இந்துமதம் என்ற பெயரை முதன்முதலாக ராம்மோகன் ராய் வழங்குகிறார் என்பது குறிப்பிடத்தக்கது *(கில்லிங்லி 1993: 62-3)*.

முந்திய ஆண்டுகளில் கீழையியப் புலமை ராய்க்கு பழைய இந்துமதத்தின் பொற்காலப் படிமத்தை அளிக்க உதவியது. பழங்கால இந்தியா ஓர் இலட்சியச் சமூகம், அப்போது யாவரும் உண்மையான மதத்தின் கொள்கைகளைப் பின்பற்றினார்கள், நீதியான திறமையான அரசாங்கத்தின்கீழ் சுதந்திரத்தை அனுபவித்தார்கள் என்றார் அவர். பெண்களுக்குச் சொத்துரிமை இருந்தது, அவர்கள் எல்லாவிதத்திலும் முழுச் சுதந்திரத்தை அனுபவித்தார்கள். அரசாங்கம் அதிகாரப் பிரிவினையை திட்டவட்டமாகக் கடைப்பிடித்தது. பிராமணர்கள் சட்டம் செய்பவர்களாகவும் க்ஷத்திரியர்கள் ஆட்சியதிகாரம் செய்வோராகவும் இருந்தார்கள். ராஜபுத்திரர்களின்கீழ் க்ஷத்திரிய ஆட்சி முழுமை பெற்றது, பிராமணர்கள் அவர்கள்கீழ் பெயரளவில் சட்டம் செய்பவர் ஆனார்கள், அப்போதுதான் வீழ்ச்சி தொடங்கியது என்று ராய் வருத்தப்பட்டார். "ராஜபுத்திரர்கள் கொடுங்கோலையும்

ஒடுக்குதலையும் ஆயிரம் ஆண்டு செலுத்தினார்கள், பிறகு கஜினியிலிருந்தும் கோரிலிருந்தும் முஸ்லிம்கள் படையெடுத்தார்கள்... அவர்கள் தங்கள் சொந்தக் கொடுங்கோல் தன்மை கொண்ட நிர்வாக முறையை அறிமுகப்படுத்தினார்கள்" (ராய் [1833] 1945, மேலும் பார்க்க எஸ். என். முகர்ஜி 1993: 382).

"பிரிட்டிஷாரின் மிகக் கீழ்ப்படிந்த சேவகர்" (காலனிய அதிகாரிகளுக்கு ராய் எழுதிய தனது ஒவ்வொரு கடிதத்தையும் இச்சொற்களுடன்தான் முடித்தார்) கொள்ளையடிக்கின்ற, சகிப்புத்தன்மையற்ற முஸ்லிம் ஆட்சியை முடிவுக்குக் கொண்டுவந்த ஒரு 'அறிவொளிமிக்க' பிரிட்டிஷ் ஆட்சிக்குத் தனது வழிபாட்டை வழங்கினார். தற்காலத்தைப் பொறுத்தவரை, (தான் பிரதிநிதியாக இருந்த) ஜமீன்தார் வகுப்பினருக்கும் காலனிய எஜமானர்களுக்கும் இடையில் ஓர் ஆழமான பிணைப்பு இருக்க வேண்டும் என்று ராய் வலியுறுத்தினார். அப்படிப்பட்ட ஓர் உறவை உண்டாக்க, ஆங்கிலேயர்களின் ஒரு நிரந்தரக் குடியிருப்பு இந்தியாவில் நிறுவப்பட வேண்டும் என்ற சிந்தனையைப் பரப்பினார். (பார்க்க முகர்ஜி, மேலது 375).

இப்படியாக, பத்ரலோக் (முன்னுரிமைச் சாதிக்) கருத்தியல் உருவாகி, அதன் முக்கியப் பகுதிக் கூறுகள் பின்னர் கலாச்சார தேசியமாகப் பரிணமித்தன. பிராமண மதிப்புகளை உயர்த்துதல், தேர்ந்தெடுத்த நவீனமயம், பிரிட்டிஷ்காரருக்கு ஆதரவான, முஸ்லிம்களுக்கு எதிரான மனப்பான்மை இவை யாவுமே உட்கருவாக நவீன இந்தியாவின் தந்தை எனப் போற்றப் படுகின்ற ராயின் அறிவு உருவாக்க மையக்கூறுகளாக உள்ளன.

ராயும் அவர் கூட்டாளிகளும் நவீனமயமாதல் என்ற போர்வையைத் தங்கள் நலன்களுக்காகப் போர்த்திக் கொண்டனரே அன்றி, அவரைப் போற்றுவோர் கூறுவதுபோல இந்தியச் சமூகத்தை நவீனப்படுத்த அவர்கள் செய்யவில்லை என்று கூறலாம். தங்கள் பெண்களின் அரைகுறை அடிமைத் தனத்தினால் சக்தியிழந்து, அதனால் எங்கும் ஏற்பட்ட வீழ்ச்சியினால் மக்கள்தொகையும் குறைந்து (அப்படிப்படட உபசாதி ஒன்றிலிருந்துதான் ராய் வந்தார்) அவர்கள் உடன்கட்டை ஏறுதல், விதவைநிலைத் திணிப்பு, பலதார மணம், பர்தா போன்றவை எல்லாம் முன்னேற்றத்துக்கு முட்டுக்கட்டைகளாக இருந்ததைக் கண்டனர். சீர்திருத்தவாதிகளின் மையமான இந்த நடவடிக்கைகள், முக்கியமாக சமூகத்தின் மேல்தளத்தில் வெகுவாகக் காணப் பட்டவைதான். கடுமையான பிராமணத் தந்தைவழி எல்லைக்கு அப்பால் கீழ்த்தட்டுப் பெண்கள் ஒப்புநிலையில் அதிக சுதந்திரத்தை அனுபவித்து வந்தனர். கீழ்ச்சாதி மக்களிடையே விதவைத் திருமணம்

பொதுவாகக் காணப்பட்டது, காரணம் அவர்களிடையில் சொத்துரிமை ஒரு பிரச்சினையாக இல்லை. மேற்சாதியினர் விதவைத் திருமணத்தைத் தடுத்தமைக்குச் சொத்துதான் பெரும்பாலும் முக்கியக் காரணமாக இருந்தது. மேலும் உழைக்கும் வர்க்கப் பெண்கள் மேற்சாதிப் பெண்கள் போலத் தனித்த வாழ்க்கை நடத்தவில்லை, அவர்கள் தங்கள் வீட்டு வேலைகளுக்கு அப்பால் தங்கள் ஆடவர்களோடு வயல்களிலும் வேலைசெய்ய வேண்டியிருந்தது.

நீண்ட நாட்களாகத் துன்புற்று வருகின்ற மேல்சாதிப் பெண்களுக்காகப் பாடுபடுவது பாராட்டுதற்குரியது. ஆனால் சீர்திருத்தவாதிகளில் எவரும் சாதி, தந்தைவழி பற்றிய யதார்த்தமான விமரிசனம் எதையும் முன்வைக்கவில்லை. பல சமயங்களில், அவர்களுள்ளும் கூருணர்வுடையவர்கள் சாதியைப் பற்றிய தங்கள் கரிசனத்தை அருவமான போக்கில் வெளிப்படுத்தினர். அதாவது அது தேசபக்தி ஒருமைக்கு இடையூறாக இருக்கிறது என்று நோக்கினரே அன்றி அது வேறுபடுத்தி நோக்கும் அமைப்பு, வெகுமக்களைச் சுரண்டும் அமைப்பு என நோக்கவில்லை. சாதி-நிலப்பிரபுத்துவத்தின் மிகக் கொடுமையான அநீதிகளை எதிர்த்து போராடுவது ஒருபுறமிருக்க, குரல் கொடுக்கக்கூட எவரும் தயாராக இல்லை. சீர்திருத்த இயக்கம் சுற்றிவந்த மையப் பிரச்சினைகள், சதி-ஒழிப்பு, விதவை மறுமணம், பலகணவர் மணம் (வங்காள குலின பிராமணர்கள் மத்தியில் பிரசித்தம்), பர்தா முறை ஒழிப்பு, இவற்றுடன் பின்னர் காலனிய நிர்வாகத்தில் அதிகமாக ஈடுபடும்படியாக அதிகமான ஆங்கிலப் பள்ளிகளையும் கல்லூரிகளையும் ஏற்படுத்துதல், இவை எல்லாம் மேல்தளத்தினரை நவீனப்படுத்த ஏற்பட்டவை. இந்த இயக்கம் பிராமணர்களோடும், தொடர்புள்ள சாதிகளோடும் நின்றுவிட்டது.

மேற்கிலிருந்து வந்த தாராளவாத-ஜனநாயகக் கருத்துகளில் சிலவற்றை மட்டும் ஏற்றுக் கொண்ட சீர்திருத்தவாதிகளின் மாற்றத்துக்கான குரல் ஒருபுதிய சமூகத்துக்கு அடித்தளமாக, யாவருக்குமான ஒழுக்கத்தையோ நீதியையோ அடிப்படையாகக் கொண்டதாக இல்லை. பிராமணப் புனிதநூல்கள் தர்மசாத்திரங்களின் அதிகாரத்தை அடிப்படையாகக் கொண்டதாகவே இருந்தது. சாத்திர மரபு புனிதப்படுத்திய சமூகத் தீமைகளின் மனிதத்தன்மை அற்ற அபத்த நிலையை மக்களுக்கு எடுத்துக்காட்டி மக்கள் கருத்தைக் கொண்டு வெற்றி பெற இந்தச் சீர்திருத்தவாதிகள் ஒருபோதும் நினைக்கவில்லை. மாறாக, அவர்கள் வியப்பென விளங்கிய இந்தியாவைப் போற்றி தங்கள் சாதியினருக்கு இந்தச் சீர்திருத்தங்கள் சாத்திரங்களோடு ஒத்துச் செல்பவை என்று ஏற்றுக்கொள்ள வைக்க முனைந்தனர். சீர்திருத்தங்களுக்கும் முற்போக்கிற்கும் ஆதரவாக பிராமண

சாத்திரங்களைத் தவறாக மேற்கோள் காட்டுதல், அல்லது தவறாக முன்வைத்தல் என்பதைப் பின்வந்த சீர்திருத்தவாதிகள் முன்னெடுத்துச் சென்றதைப் பற்றிச் சுருக்கமாக ஆர். ஜி. பண்டார்கர் கூறுகிறார்:

பழங்காலத்தில் பெண்கள் வயதுவந்த பிறகுதான் திருமணம் செய்தனர், ஆனால் இப்போது வயதுவருவதற்கு முன்னரே திருமணம் செய்ய வேண்டியுள்ளது; விதவைத் திருமணம் அப்போது வழக்கில் இருந்தது, இப்போது நிச்சயமாக அது போய்விட்டது; ...சாதிகள் கலந்து உணவுண்ணல் அப்போது தடுக்கப்படவில்லை, இப்போதிருக்கும் எண்ணற்ற சாதிகள் அப்படிப்பட்ட ஒரு தொடர்புறவினைக் காணமுடியாது. (ஆர். எஸ். சர்மாவின் மேற்கோள் 1983: 10).

முரண்நிலையில், சீர்திருத்தவாதிகளின் அக்கறை பழங்காலத்தை உயர்த்துவதாகவே ஆகிப்போயிற்று. சாத்திரங்களைக் குறைகூறிய பிரச்சினைகள் மௌனமாகப் புதைக்கப்பட்டுவிட்டன. உதாரணமாக, ராயின் புகழ் உடன்கட்டைக்கு எதிராகப் போராடினார் என்பதில் இருக்கிறது. ஆனால் பெண்களை எரிப்பதை அது பெண்களுக்கு எதிரானது என்பதற்காகப் போராடவில்லை, மாறாக அது சாத்திரங்களில் இல்லை என்பதால்தான் போராடினார். வேதங்களின் முழுப் பொருளையும் கொண்டுள்ளது மனுஸ்மிருதி என்று அவர் போற்றியதால், அதற்கு முரணான எந்தச் சட்டமும் அங்கீகரிக்கப் படக்கூடாது என்று வலியுறுத்தினார் (எல். மணி 1989: 109). ஆக, எதற்காகப் பழமையை எடுத்துக் கொள்கிறோம் என்பது மறந்து, சாத்திரம் அனுமதி தருகிறதா இல்லையா என்பதற்கு விவாதங்கள் சென்றுவிட்டன.

பெண்களின் நிலை பற்றிய விவாதத்திற்குக் களமாக மரபு அமையவில்லை. அதன் எதிர்நிலைதான் உண்மை: மரபைப் பற்றி விவாதிப்பதற்கும் மறுஅமைப்புச் செய்வதற்கும் பெண்கள்தான் களமாயினர். எது முக்கியம் என்றால் பெண்கள் அல்ல, மரபுதான். (எல். மணி 1989: 118).

இப்படிப்பட்ட மூடிய, பழங்காலத்தினால் ஆட்டுவிக்கப்பட்ட சூழலில், சீர்திருத்தக் கருத்தியலுக்கு பழமையின் பெருமைகளுக்குப் புத்துயிர்ப்புத் தருதல் அடிப்படையாகி விட்டது. மத அடிப்படையில் அறிவு பெருகுவதற்கு எதிரான முக்கிய மூலமாகவும், வெகுமக்கள் சுரண்டலுக்கு ஆதரவாகவும், எல்லா வகுப்புப் பெண்களுக்கும் எதிராகவும் இருந்த பிராமணச் சிந்தனைக்கோட்டைத் தாங்கிப் பிடிப்பதில் ராய்க்கும் அவரது நண்பர்களுக்கும் வருத்தம் ஒன்றுமில்லை. நவீன இந்திய வரலாற்றின் துன்பியல் முரண்களில் ஒன்று, முற்போக்கு சீர்திருத்தவாதிகளும் அவர்களது பழமைவாத எதிரிகளும் இருவருமே சீர்திருத்தத் திட்டத்தை ஆதரிக்கவோ எதிர்க்கவோ அதே பிராமணப் பனுவல்களில் ஆதரவு தேடிக் கொண்டிருந்தார்கள். பிற்போக்குவாதிகள்

(வரையறைக்குட்பட்ட சில சீர்திருத்தங்களையும் எதிர்த்தவர்கள்) சீர்திருத்தவாதிகள் இருவருமே தங்களுக்குத் தேவையான விஷயங்கள் சாத்திரங்களில் உள்ளன என்று தேடினார்கள். நிகழ்கால முரண்களைத் தீர்க்கப் பழங்கால உதாரணங்களை வைத்துத் தங்கள் வழக்கைக் கட்டவேண்டும் என்று முயற்சி செய்தார்கள். உடன்கட்டையைத் தடுக்கத் தனது போராட்டத்திற்கு ஆதரவாக ராய் தேர்ந்தெடுத்த புனிதப் பனுவல்களை மேற்கோள் காட்டியபோது சீர்திருத்தவாதிகளின் அணுகுமுறையின் போலித்தனம் தெளிவாயிற்று. ராஜா ராதாகண்ட் தேவ் *(1784-1867)* தலைமைதாங்கிய பழமைவாதிகள் அதே பனுவல்களைத் தேடி அதைவிட அதிகாரப்பூர்வமான பகுதிகளைக் கண்டுபிடித்து உடன்கட்டை ஏறுவது சாத்திர சம்மதம் என்று நிறுவினார்கள். ஆர். எஸ். சர்மா *(1983: 5)* சுட்டிக்காட்டுமாறு, "இந்தக் குறிப்பிட்ட வழக்கில் வில்லியம் பெண்டிங்க்கின் அறிவொளிமிக்க கருத்து ராஜா ராம்மோகன் ராய் கொண்டுவந்த பனுவல்களைவிடப் பயனுள்ளதாக இருந்தது."

மேலும், சாத்திரப்படி உடன்கட்டையை மறுத்ததால், ராய் கடுமையான விரத வைதவ்யத்தை (விதவை நிலையை)ப் போற்ற வேண்டியதாயிற்று. அவர் வாதிட்டார்: "ஒரே ஒரு கணவனுக்கு உண்மையாக இருந்த ஒரு மனைவி விதவையானபோது, மரணம் வரை எல்லாத் தீங்குகளையும் மன்னித்து, கடுமையான நோன்பினை ஏற்று, உடல்ரீதியான இன்பங்கள் எல்லாவற்றையும் வெறுத்து, மகிழ்ச்சியாக நற்பண்பின் ஒப்பற்ற விதிகளைக் கடைப்பிடித்து வாழவேண்டும் என்று மனு தெளிவாகக் கட்டளையிட்டுள்ளார்." *(பார்க்க எல். மணி 1989: 103)*. இது, விதவை மணத்தை ஆதரித்தும் பலதார மணத்தைக் கண்டித்தும் போராடிய பின்வந்த சீர்திருத்தவாதிகளுக்குப் பெரிய தலைவலியை ஏற்படுத்தியது. உள்ளிருந்தே சீர்திருத்தம் மேற்கொண்ட ராயின் வழியைப் பின்பற்றிப் பின்வந்த சீர்திருத்தவாதிகள் பலதார மணத்தை ஒழிக்க (வங்காளக் குலின்களிடையே மிகப் பரவலாக இருந்த வழக்கம் அது) பழைய பனுவல்களை, குறிப்பாக மனுஸ்மிருதியைத் தேர்ந்தெடுத்து மேற்கோள் காட்டினர். பழமைவாதிகளின் எதிர்ப்புக்குள்ளாகி, சீர்திருத்தக் காரர்களால் சரியான ஒருதாரத் திருமணத்துக்கு எந்த பிராமணப் பனுவலிலிருந்தும் ஒரு மேற்கோளும் காட்ட இயலவில்லை. அதேபோல விதவைத் திருமண இயக்கத்திற்குத் தலைமை தாங்கிய ஈஸ்வரசந்திர வித்யாசாகர் *(1820-91)* அதற்கு சாத்திரங்களில் அனுமதி உண்டு என்ற முற்கோளை அடிப்படையாகக் கொண்டார். அவரைக் கேள்வி கேட்டபோது, ஒரு பெண் குறித்த சூழல்களில் இரண்டாம் திருமணம் செய்யலாம் என்ற பராசரரின் பனுவலை மேற்கோள் காட்டினார். இதை எதிர்த்த பழமைவாதிகள், பராசரரின் சட்டநூல்

ஏறத்தாழ கி.பி. எட்டாம் நூற்றாண்டில்தான் தொகுக்கப்பட்டது என்று கூறினர். சீற்றம் கொண்ட ஒரு பண்டிதர் வித்யாசாகருக்கு 1855இல், பராசரரின் கருத்துகள் ஒருபோதும் இந்துக்களால் ஏற்கப்படவில்லை, அவை தொடர்ந்து மக்களால் புறக்கணிக்கப்படும்...என்று கடிதம் எழுதினார் (பார்க்க பந்த்யோபாத்யாய 1955: 20). பிற்போக்குவாதிகள் மிகுபுகழ் வாய்ந்த சட்டப்புத்தகம் தந்த மனுவை மேற்கோள் காட்டி, அவர் கன்னிப் பெண்களாக இருந்த சூத்திர விதவைப் பெண்கள்தான் திருமணம் செய்ய அனுமதித்துள்ளார் என்று வித்யாசாகரை எளிதாகப் புறங்கண்டனர்.[5]

உண்மையில், சாத்திரங்கள் பழைய தந்தைவழி மதிப்புகளை முன்வைப்பவை ஆகையால், தங்கள் சீர்திருத்த திட்டத்திற்கு வசதியாக ஏற்றபடி அவற்றை அதிக சுதந்திரம் எடுத்துக் கொண்டு விளக்கிய முற்போக்குவாதிகளுக்கு எதிராக அவை பழமைவாதிகளுக்கே ஆதரவாக இருந்தன. சீர்திருத்தவாதிகள் ஒருபோதும் மனித சமத்துவம், பொதுமக்களின் பகுத்தறிவு ஆகியவற்றைப் பற்றிப் பேசவில்லை. மாறாக அவர்கள் சாத்திரங்களை மேற்கோள் காட்டும் பழமைவாதிகளுடன் நிழல் யுத்தத்தில் ஈடுபட்டனர். சாத்திர ஸ்மிருதியிலிருந்து பெரும் இலட்சியங்களையும் முற்போக்குவாதத்தையும் கண்டுபிடிக்கும் சாக்கில் முற்போக்காளர்கள், பிராமணக் கருத்தியலை தீவிரப் படுத்துவதில் மரபுவாதிகளையும் தோற்கடித்தனர், காலப்போக்கில் அதனால் இந்து அடிப்படைவாதிகளுக்கு மிகுந்த உதவியைச் செய்துவிட்டனர். அறிவுப் பரப்பலை எதிர்க்கும் சாத்திரங்களிடம் செல்வதென்பது உண்மையில் சமூகப் பிரச்சினைகளுக்கு சமநீதியுள்ள, பகுத்தறிவுள்ள, மனிதநேய அணுகுமுறையை எதிர்ப்பதாகவே இருந்தது.

வங்காளத்தில் பிரம்ம சமாஜம், பிறகு மகாராஷ்ட்ராவில் பிரார்த்தனா சமாஜம், தமிழ்நாட்டில் வேத சமாஜம், பஞ்சாபிலும் வடஇந்தியாவிலும் ஆரிய சமாஜம் ஆகியவை முன்னெடுத்த சீர்திருத்த இயக்கங்கள், (அவற்றின் பெயர்களே சுட்டிக்காட்டுவது போல) பார்ப்பன மதிப்புகளால் மட்டுமே வழிநடத்தப் பட்டன. 1828இல் ராய் உருவமைத்த பிரம்ம சமாஜம், தேர்ந்தெடுக்கப்பட்டப் பனுவல்களின் மிகச் சாமர்த்தியமான, ஆனால் வரலாற்றுக்கு மாறான விளக்கங்களால் பார்ப்பன-எதிர்ப்புக் கொள்கைகள், மூடநம்பிக்கை, பலதார மணம் ஆகியவற்றிற்கு எதிராக ஒரு கட்டுப்பாடான தாக்குதலை முன்னெடுத்தது. தான் பாதுகாப்பது வேதங்களினால் கற்பிக்கப்பட்ட, மனுவினால் விளக்கப்பட்ட உண்மையான பிராமண மதமே அன்றிப் பொதுவான மக்கள் அமைவினால், மக்கள் திரளினால் கடைப்பிடிக்கப்படும் வழிபாடு அல்ல என்பதைக் கிறித்துவ மதப்

பணியாளர்களுடனான விவாதத்தில் ராய் தெளிவுபடுத்தினார் (*பார்க்க ஐ. சிங் 1987: 95*). அவர் ஏற்றுக்கொண்ட இலட்சியம், பழைய, புனிதமான பிராமண மரபை நவீனகாலக் கேடுகளிலிருந்து தூய்மைப் படுத்துவது. தனது சீர்திருத்த இயக்கம் பார்ப்பனியத்தின் மாசுபடாத தன்மையைப் பாதுகாக்கும் ஒரு முயற்சி என்றார். "எனது போராட்டங்களில் எல்லாம் நான் கொண்ட அடிப்படை, பார்ப்பனியத்திற்கு எதிர்ப்பு அல்ல, அதன் பிறழ்விற்குத்தான்." (*ராய் [1833], பார்க்க ஹே 1988: 21*). அவருடைய முக்கியக் கவலை, பார்ப்பனச் சமூகம், அதாவது பிரம்ம சமாஜம், தனது உயரத்திலிருந்து வீழ்ந்து விட்டது, சவால் அதை மீண்டும் எழச் செய்வது.

சாதி வைதிகத்தை எதிர்ப்பவராகக் கருதப்பட்டாலும், ராய் தனது பார்ப்பன அடையாளத்தில் பெருமை கொண்டவர். "எனது முன்னோர்கள் உயர்தரத்தைச் சேர்ந்த பார்ப்பனர்கள்". தனது பழமைவாத எதிரிகளின் கண்களில் சாதி இழக்கக்கூடாது என்பதில் அவர் எச்சரிக்கையாக இருந்தார். இங்கிலாந்துக்குப் பின்னாட்களில் குடிபெயர்ந்தபோதும், தனக்கிருந்த பல ஆங்கில நண்பர்களோடு இந்த தீட்டை அவர் கடைப்பிடித்தார் (*கிருபளானி 1981: 54*). பிராமணர்களுக்குச் சாத்திரங்களால் விலக்கப்பட்ட எந்த உணவையும் அவர் உண்டதில்லை. அயல்நாடு சென்றபோது தனது பிராமணச் சமையல்காரரையும் உடன் அழைத்துச் சென்றார் (*பார்க்க பிஸ்வாஸ் 1998: 207-8*). சாதியைப் பற்றிய அவரது போற்றத்தக்க விமரிசனமே அதை தேசபக்தி ஒருமைக்கு எதிரானது என்று கண்டதுதான். சுமித் சர்க்கார் சுட்டிக்காட்டுவது போல, சிவநாத் சாஸ்திரி ஜாதிபேதம் (*1884*) என்பதை எழுதியவரை, எந்த பிரம்ம சமாஜத்தவனும் சாதியைப் பற்றிய தெளிவான விமரிசனத்துடன் வந்ததில்லை. வங்காளத்தின் கீழ்ச்சாதியினர், தீண்டப்படாதவரின் மனிதநேயப் பணிக்கான ஒடுக்கப்பட்ட வகுப்பினர் பணியியக்கம் தோன்றுவதற்கு 1909 வரை காத்திருக்க வேண்டியிருந்தது. (*சர்க்கார் 1996: 281*).

ஆக, ராய் தனிமனித சுதந்திரம் பற்றிப் பேசியபோது, உயர்சாதியினர் மட்டுமே தேவைப்பட்டனர். கீழ்ச்சாதி மக்கள் மூடநம்பிக்கையினர், பாரபட்சங்களில் தளைப்பட்டவர்கள். சமூக ஏற்றத்தாழ்வை அவர் இயற்கையான, உலகளாவிய நிகழ்வாக ஏற்றுக் கொண்டார். அப்படிப்பட்ட சமூகம், வேத புராணங்களில் குறிக்கப்பட்ட ஒன்றுதான் என்றார். குறைந்த புரிந்துகொள்ளல் கொண்ட வெகுமக்களுக்கு அவை பல கடவுளர்களை அறிமுகப்படுத்தின. அறிவொளி பெற்ற சிலருக்கு ஒற்றைக் கடவுளின் வேதாந்தம் இருக்கவே இருக்கிறது. திருத்தமுடியாத வெகுமக்களை அவர்கள் தலைவிதிக்கு விட்டுவிட்டு அவர் தன்னை மேற்சாதியினருக்கு மட்டுமே அர்ப்பணித்துக் கொண்டார்.

ஐரோப்பியர்கள் இந்தியாவில் குடியேற ஊக்கப்படுத்தப்பட வேண்டும் என்றார், ஆனால் அவர்களிலும் பண்பும் செல்வமும் உள்ளவர்கள் மட்டுமே. பணக்கார வணிகர்களும் ஜமீன்தார்களும்-அவர்கள் கௌரவமான, புரிந்துகொள்ளக்கூடிய வகுப்பினர்-ஐரோப்பியர்களின் இடத்தில் மாவட்ட ஆட்சியர்களாக நியமிக்கப்படலாம் என்றார் (மேலது). கொஞ்சம் சாமர்த்தியமான சொல் விளையாட்டுடன் இப்படிப்பட்ட உதாரணங்கள் தேசிய வரலாற்றில் ராயின் வியத்தக்க தேசபக்தியின் உதாரணங்களாக எடுத்துக்காட்டப் பட்டுள்ளன.

ஒற்றைக் கடவுள் மற்றும் வடிவமற்ற உயர்இருப்பின் வழிபாட்டை முன்வைத்ததற்காக ராய் பாராட்டப்படுகிறார். இது புதிய சிந்தனையா? ராயின் காலத்திலேயே இஸ்லாம், கிறித்துவம், சீக்கியம் ஆகியவற்றைப் பின்பற்றிய கோடிக்கணக்கான மக்கள் ஒருகடவுள் வழிபாட்டைத்தான் நம்பினர், மேலும் ஒருபகுதி இந்துக்களின் கீழ்மட்டத்தினர் இடையிலும் நிர்குண மரபு நீண்ட நாட்களாக இருந்துதான் வந்தது. ராய்க்குப் பல நூற்றாண்டுகள் முன்பே கபீர், நானக் மிகத் தீவிரமான ஒருகடவுள் வழிபாட்டு இயக்கங்களை நடத்தினார்கள். (இயல் 3). பார்ப்பன மரபில் எல்லாவற்றையும் நல்லதாகவும் போற்றத்தக்கதாகவும் கண்டதை அன்றி ராயின் சமூக-மதச் சிந்தனைகளில் புதியதோ புரட்சிகரமானதோ எதுவும் இல்லை. சாத்திரங்கள் உடன்படாத எந்த ஒன்றையும் ராய் ஒருபோதும் ஆதரித்ததில்லை.

எல்லாவற்றுக்கும் மேலாக ராயின் ஒருகடவுள் பிரச்சாரம் நடைமுறையில் எவ்வித பாதிப்பையும் ஏற்படுத்தவில்லை. துவாரகாநாத் தாகூர் (1794-1846) ஒரு புகழ்பெற்ற பிரம்ம சமாஜி, ராயின் இயக்கத்துக்கு முக்கிய நிதியளிப்பாளர். அவர் தமது வீட்டில் விக்கிரக வழிபாட்டையும் எல்லாப் புரோகித சாமக்கிரியைகளையும் செய்துவந்தார். அவரது மததீவிரவாதத்தின் திறனின்மையை வலதுசாரி வரலாற்றாளரான ஆர்.சி. மஜூம்தாரும் குறித்திருக்கிறார்:

> கல்கத்தாவின் ஒளியலங்காரம் பெற்ற இரண்டாயிரம் துர்கா பூஜைப் பந்தல்கள், அவற்றின் ஒலிபெருக்கிகள் காதைச் செவிடாக்கும் விதத்தில் தனது நோக்கத்தில் சிற்றளவு பதிவைக் கூட ஏற்படுத்த முடியாத, 19ஆம் நூற்றாண்டிலோ 20ஆம் நூற்றாண்டிலோ 99.9 சதவீத பரந்த இந்துச் சமூகத்தில் எவ்வித விளைவையும் ஏற்படுத்தாத ராம்மோகனின் தோல்வியை ஆண்டுக்கு ஆண்டு பறைசாற்றுகின்றன. (பங்கிராட்ஸில் மேற்கோள் காட்டப்பட்டது 2001: 374).

நவீன இந்தியாவை உருவாக்குவதில் ராயின் பங்கினை வரலாற்றுப் புத்தகங்கள் புகழ்கின்றன. ஒரு புதிய யுகத்தின் தீர்க்கதரிசி, பத்தொன்பதாம் நூற்றாண்டில் எழுச்சியுற்ற மத்திய வகுப்பினரை ஒளிகாட்டி அழைத்துச் சென்ற மறுமலர்ச்சி உருவம் என்று

நோக்கப்படுகிறார். நவீன இந்தியாவின் தந்தை என்று சொல்வாரும் உண்டு. அப்படிப்பட்ட உச்சப் புகழ்மொழிகளை அளிக்கும் வரலாற்றாளர்கள் அவரது "பிள்ளைகள்" யார் என்று விளக்குவதில்லை. அந்தப் புதிய மத்தியவர்க்கங்களில் எவ்வித சமூகக்குழுக்கள் இருந்தன, அந்தச் சீர்திருத்த இயக்கத்தை நடத்துவதில் அவர்களுடைய ஆசைகளும் உள்நோக்கங்களும் என்ன என்பதெல்லாம் ஒதுக்கப்படுகின்றன.

ராய், ராதி குலின பிராமணக் குடும்பத்திலிருந்து வந்தவர். வங்காளத்தின் சாதிப் படிநிலையில் அது மிக உயர்ந்த அந்தஸ்துப் பெற்றது. இந்தத் துணைச்சாதிதான் மிகவும் பழமை போற்றுவதாகவும், அந்த அர்த்தத்தில் மிகவும் பின்தங்கியதாகவும் இருந்தது. இச்சாதியிலிருந்துதான் வித்யாசாகர், சுரேந்திரநாத் பானர்ஜி, ரங்லால் பானர்ஜி போன்ற சீர்திருத்தக்காரர்கள் உற்பத்தியானார்கள் என்பதற்குக் காரணமில்லாமல் இல்லை. சில ஆய்வாளர்கள், இவர்களின் சீர்திருத்தங்கள் சமூகத்தை நவீனப்படுத்தத் தொடங்கப்பட்டவை அல்ல, இவர்களது ராதி குலின சாதியின் எஞ்சுதலை உறுதிப் படுத்தவே என்று சொல்கிறார்கள்.

அகமணத்தின் கடுமையான விதிகள், விதவைத் திருமணத் தடை, பலதார மணம் ஆகியவை ராதி குலின பிராமணப் பெண்களைக் குழந்தையற்றவர்களாக ஆக்கின. அதனால் சாதியிலிருந்தவர் எண்ணிக்கை குறைந்துகொண்டே வந்தது. 17ஆம் நூற்றாண்டின் வங்கக் கவிஞர் ஒருவர், அகமணம் மற்றும் தீட்டின் கடுமையான விதிகள் தொடர்ந்தால், குலினர்கள் விரைவில் இல்லாமற் போவார்கள் என்று முன்னுரைத்தார். சதி, விதவைத் திருமணம், பலதார மணம் தொடர்பான சமூகச் சீர்திருத்தங்கள் யாவும் இச்சாதியின் பிறப்பு வீதத்தை உயர்த்தவே என்று தோன்றுகிறது (எஸ். என். முகர்ஜி 1993: 367).

ராயின் ஆத்மிய சபா, 1828இல் பிரம்ம சமாஜமாக மாறியது. அதன் பெரும்பாலான உறுப்பினர்கள் முக்கியமாக ராதி குலின சாதியைச் சேர்ந்த பிராமணர்கள். மாறாக, ராதாகாந்த் தேவ் தொடங்கிய மற்றொரு பழமைவாத அமைப்பான தர்ம சபாவில் சமஸ்கிருதமயமாகிய, மேல்நோக்கி நகர்கின்ற காயஸ்தர்கள், சுவர்ணவணிகர்கள் போன்றவர்கள் இருந்தனர். ராதி குலின சாதியின் எஞ்சுதலுக்குத் தேவையான சீர்திருத்தங்களையே ராய் மேற்கொண்டிருந்தார். இப்படிப்பட்ட கட்டாயங்கள் எதுவும் அற்ற தர்ம சபா உறுப்பினர்கள் சதி, விதவை மறுமணம் தொடர்பாகக் கடுமையான அணுகுமுறையை மேற்கொண்டிருக்க இயலும். ஆனால் பிரம்ம சமாஜத்தைவிட தர்ம சபா சாதியைப் பற்றிய பிரச்சினையில் தாராளமான அணுகுமுறையையே கொண்டிருந்தது. 1832 அளவிலேயே இச் சபை சூத்திர-பிராமண உறவு பற்றிய ஒரு சிறப்புக் கூட்டத்தை ஏற்பாடு செய்தது (எஸ். என். முகர்ஜி 1993: 365). விவாதிக்கப்பட்ட பொருள், கடவுள் பற்றுள்ள, நேர்மையான

சூத்திரன் ஒருவனுக்கு பிராமணர்கள் மரியாதை தருவதைச் சாத்திரங்கள் அனுமதிக்கின்றனவா, அப்படிப்பட்டவனின் பிரசாதத்தில் பிராமணர்கள் பங்கு கொள்ளலாமா என்பது. சூத்திரனின் மரியாதையைத்தான் பிராமணர்கள் எப்போதும் பெறவேண்டும், அவர்கள் அவன் பிரசாதத்தை எந்தச் சூழ்நிலையிலும் உண்ணலாகாது என்று பண்டிதர்கள் தீர்ப்பளித்தனர். இந்தத் தீர்ப்புக்கு பிராமணர் அல்லாதார் சவால் விட்டனர். பைரவ சந்திர தத்தர் என்ற சுவர்ணவணிக் ஒரு நேர்மையான சூத்திரன் பிராமணர்களின் மரியாதையைப் பெற முடியும், பெற வேண்டும் என்று நிறுவுவதற்காக *ஸ்ரீஸ்ரீ வைஷ்ணவ பக்தி கௌமுதி* என்ற பிரசுரத்தை எழுதினார்.

இப்படியாக சாதி-வகுப்பு முரண்பாடுகள் அக்கால அரசியல் பிரச்சினைகளில் இரண்டறக் கலந்தன. பழைய சிந்தனைகளும் நிறுவனங்களும் மரணமடைவதற்குப் பதிலாக அந்தச் சூழலுக்கு ஏற்றவாறு மாறிக்கொண்டன, பிரம்ம சமாஜம், தர்மசபா இரண்டினாலும் வலுப்பெற்றன. ராஜா ராம்மோகன் ராய்க்கும் ராஜா ராதாகாந்த் தேவுக்கும் இருந்த வேறுபாடுகள் மிகக் கொஞ்சமே. ராயைப் போலவே தேவும் ஒரு சமஸ்கிருதவாதி, மேற்கத்தியக் கல்வியை ஆதரித்தவர். இருவருமே சமகாலப் பிரச்சினைகளை சாஸ்திரோக்தமாகத் தீர்க்க வேண்டும் என்றனர். இருவருமே பிராமண மரபில் இருந்துகொண்டு தங்கள் தங்கள் முறையில் நவீனமயமாக்கத்தை ஆதரித்தனர். இருவருமே ராஜாக்கள். ஒருவர் உண்மையான ராஜா (ராதாகாந்த் தேவுக்கு பிரிட்டிஷ்காரர்கள் ராஜா பட்டத்தை அளித்திருந்தனர்.) மற்றவர் ராஜாவாக விரும்பியவர். (அப்போது பதவிக்குரிய முகலாய அரசர் இரண்டாம் அக்பர் ஷா மிக வலுவான பரிந்துரை செய்தபோதும் பிரிட்டிஷ்காரர் ராம்மோகன் ராய்க்கு ராஜா பட்டத்தை மறுத்துவிட்டனர். ஆனால் ஆறுதலாக அவருக்கு ராவ் பகதூர் பட்டத்தை அளித்தனர்.)

யாவற்றுக்கும் மேலாக, சீர்திருத்தவாதிகளோ பழமைவாதிகளோ தங்களுக்குள் எவ்வித முரண்கள் இருந்தாலும் காலனிய ஆட்சிக்கு விசுவாசமாக இருந்தனர். மேலும் பலபேர் பிரம்ம சமாஜத்தில் ஒரு காலையும் தர்ம சபாவில் மறு காலையும் வைத்திருந்தனர். துவாரகாநாத் தாகூரும் அவரது ஒன்றுவிட்ட இளைய சகோதரர் பிரசன்ன குமாரும் இரண்டிற்கும் ஓர் இணைப்பாக இருந்தனர். துவாரகாநாத்தும் தேவும் சேர்ந்து 1837இல் நிலவுடைமையாளர் சங்கத்தைத் தொடங்கினர். பின்னர் அதற்குப் பிரிட்டிஷ் இந்தியச் சங்கம் என்று மறுபெயரிடப்பட்டது. ராய்க்குப் பிறகு துவாரகாநாத்-இன் மகன் தேவேந்திரநாத் தாகூர் (1817-1905) பிரம்ம சமாஜத்திற்குத் தலைவரானார். அவரே, ராதாகாந்த் தேவ் தலைவராக இருந்த

பிரிட்டிஷ் இந்தியச் சங்கத்தின் செயலராவதற்குத் தயங்கவில்லை. தேவேந்திரநாத் பழமைவாதிகளின் மொழியைக் கையாள்பவர். ஆனால் தனது தர்க்கரீதியான-பகுத்தறிவுசார்ந்த தத்துவபோதினி சபையை (பின்னர் இது பிரம்ம சமாஜத்துடன் இணைக்கப்பட்டது) வேதங்களைப் போற்றுவதற்கும் கிறித்துவ மதப் பணியாளர்கள் மதம் மாற்றும் முயற்சியைத் தடுக்கவும் பயன்படுத்தினார். அவருடைய செல்வத்தினாலும் கவர்ச்சியாலும் வங்காளி இளைஞர்கள் பலரை (அவரைப் போலவே பிராமணர்கள்) வேத-இந்து மதத்திற்காகப் பணியாற்ற வைத்தார்.

காலத்துக்குக் காலம், பத்ரலோக் (பிராமணர்கள்) சரியான குரல்களை எழுப்பி தாராளவாதம், ஜனநாயகம் ஆகிய இலட்சியங்களுக்குப் பங்களித்தனர். உண்மையில் அவர்கள் மேற்கத்தியக் கல்விக்குத் திறந்திருக்கின்ற சமூகப் பழமைவாதிகளாக இருந்தனர். ராயின் சமூகப் பார்வையில் இருந்த அதே பிராமண, காலனிய விசுவாசம் இரண்டும் 1850க்குப் பின்னர் வலுவான பிரிட்டிஷ் விசுவாசமாகவும் முஸ்லிம்களுக்கு எதிரான உணர்வாகவும் கெட்டிப்பட்டது. 1857க்குப் பிற்பட்ட நிலை, பத்ரலோக் அறிவாளிகள் தங்கள் காலனிய விசுவாசத்தைக் காட்டிக் கொள்ளப் போட்டியிட்டபோது அவர்களின் உண்மையான வண்ணம் தெளிவாகியது. 1857 ஜூன் 11 தேதியிட்ட கல்கத்தாவின் இந்து தேசபக்தன் பத்திரிகை, "அடுத்து மூன்று தலைமுறைகளுக்குள் பிரிட்டிஷ்காரர்கள் தேசச் சொத்தினைப் பெரும்பகுதி தங்கள் கைகளில் வைத்திருப்பார்கள் என்பதாலும், அவர்களுக்கு ஒளிமிக்க எதிர்காலம் இருப்பதாலும், தொடர்ந்து பிரிட்டிஷ் ஆட்சி இருப்பதால் மட்டுமே சாதிக்க முடியும் என்பதாலும், படித்த வகுப்பினர் பிரிட்டிஷ்காரர்களுக்கு ஆதரவாக இருக்க வேண்டும்" என்று அறிவுரைத்தது (பார்க்க சிமியோன் 1986). சம்வாத் பிரபாகர் பத்திரிகை ஆசிரியர் ஈஸ்வர சந்திர குப்தா (1810-59), 1857 கலகத்தை பிரிட்டிஷார் கீழ் ராமராஜ்யத்தை அழிக்க முனைந்த முஸ்லிம் சதிச்செயல் என்று பழித்துரைத்தார்.

இந்த ஆட்சி ராமராஜ்யத்தைப் போல இன்பமாக இருக்கிறது...ஒரு தாயிடமிருந்து தன் குழந்தைகள் வேண்டியவற்றைப் பெறுவதுபோல நாமும் உலகத்தை ஆளும் இங்கிலாந்து அரசியிடமிருந்து நமது வாழ்க்கையின் எல்லாத் தேவைகளையும் முழுமையாகப் பெற்று வருகிறோம்...பிரிட்டிஷ் ராஜ்யத்தின் தெய்வம் நிலையாக இருக்க, நாம் சுதந்திரத்தின் சொர்க்க இன்பத்தை என்றென்றும் அனுபவிப்போம். (மேற்கோள் சிமியோன் 1986).

'பாரத் பூமீர் துர்தசா' என்பதில் குப்தா, நாம் வேதங்களை வழிபடாமல் விட்டதால் ஏற்பட்ட தவறு மற்றும் மாயையினால் ஏற்பட்ட குடிமக்கள் போட்டியே இந்தியாவின் துர்தசைக்குக் காரணம்

என்று இணைத்தார் (பார்க்க, பாசு 2002: 18-19). பூதேவ் முகோபாத்யாய பிராமண வார்ப்பில் மற்றொரு பிற்போக்குவாதி. குப்தாவும் இவரும் இம்மாதிரி தேசிய வகையினைத் தனது படைப்பு மற்றும் விமரிசன எழுத்துகளில் போரிடும் வேகத்திற்குக் கொண்டுசென்ற பங்கிம் சந்திர சாட்டர்ஜிக்கு உத்வேகம் அளித்தவர்கள். இந்தப் பெருமக்களும் இவர்களின் வழிவந்தவர்களும்தான் இந்தியாவில் மதவாதப் புத்தெழுச்சிக்கு அடித்தளம் அமைத்தவர்கள். தேசிய எழுச்சி, இனத்துடனும் மதத்துடனும் சிக்கிக் கொண்டது. தேசிய விழிப்புக்கு மாற்றுச் சொல்லாக இந்துக் கலாச்சார மீட்பு என்பது பயன்படுத்தப்படலாயிற்று. பழங்கால வைதிக இந்துமதமான சநாதன தர்மம் என்பதற்கு தேசியம் என்பது மாற்றுப் பெயராயிற்று. (1909இல் ஒரு சொற்பொழிவில்) அரவிந்தர் தேசியத்திற்குத் தந்த வரையறை இதில் எள்ளளவு சந்தேகத்தையும் வைக்கவில்லை:

> தேசியம் என்பது வெறும் அரசியல் திட்டமல்ல. தேசியம் என்பது கடவுளிடமிருந்து வந்துள்ள ஒரு மதம்...நீங்கள் ஒரு தேசியவாதி ஆக வேண்டுமானால், இந்த தேசியமாகிய மதத்தின்மீது ஏறவேண்டுமானால், நீங்கள் ஒரு மத மனநிலையில்தான் அதைச் செய்யவேண்டும்...சநாதன தர்மம் தான் எங்களுக்கு தேசியம்...இந்தியா விரிவடையும், தன்னை விரித்துக் கொள்ளும் என்றால், சநாதன தர்மம்தான் விரிவடையும், தன்னை உலகின்மீது விரித்துக் கொள்ளும். (ஏ. கோஷ் 1948: 7–9, 76–80).

தயானந்தரின் ஆரிய இனமும் வேதக் கலாச்சாரமும்

சமூக-கலாச்சார விழிப்பு, கலாச்சார தேசியம் என்றெல்லாம் போற்றப்படும் புத்துயிர்ப்பு இயக்கத்தின் ஒரு முக்கிய மனிதர், மூலசங்கர் திவாரி, இன்னும் சிறப்பாக தயானந்த சரஸ்வதி என்ற பெயரால் அறியப்பட்டவர் (1824-83). வங்காளத்தின் பத்ரலோக் சீர்திருத்தவாதிகளிலிருந்து அவரது கருத்தியல் மிகவும் வேறுபட்டதல்ல, ஒரு வேறுபாடு, வேதப் பொற்காலம் பற்றிய அவரது பார்வை மேலும் அடிப்படைவாதம் சார்ந்தது. தீவிரக் கற்பனை கொண்ட ஒரு குஜராத்தி பிராமணர். முதல் மனிதர்கள் பிறந்த ஆர்யவர்த்தம் (ஆரியர்கள் என்னும் மீமனித இனத்தின் இருப்பிடம்) என்னும் சொர்க்கபூமியை தயானந்தர் நினைவுகூர்ந்தார் என்பதைவிட உருவாக்கினார்; அங்கு, எல்லா மொழிகளுக்கும் தாயும் தேவபாஷையுமான சமஸ்கிருதம் பேசப்பட்டது; வெறும் கோட்பாட்டு ஞானம் மட்டுமல்ல, நடைமுறைத் தொழில் அறிவியல்களும் அங்கு செழித்தன. வேதங்களில் நவீன அறிவியல் சிந்தனைகள் உள்ளிட்ட எல்லா உண்மைகளும் உள்ளன என்று நம்பிய அவர், 1875இல் ஆரிய

சமாஜத்தை ஏற்படுத்தினார். அது பஞ்சாபில் விரைந்த வளர்ச்சி யடைந்து தன் கொடுக்குகளை வட இந்தியாவின் பல பகுதிகளிலும் பரப்பியது. தனது உருவாக்கத்தில் அது பழங்காலத்தின் ஓர் ஆரியப் பிரக்ஞையின் கட்டுக்கதை சார்ந்த விழிப்பையும் அதனுடன் தொடர்பான ஆண்மை, ஆன்மிகம், உயர்மனம் ஆகிய மூட்டைமுடிச்சுகளையும் கொண்டு வந்தது (சக்ரவர்த்தி 1989: 54). அந்தப் பிரதேசத்தின் இந்துப் பிரக்ஞையின் ஒரு பகுதியாகவே போற்றத்தக்க ஆரிய நாகரிகம் பற்றிய பேச்சு என்பது பதிந்துவிட்டது.

தயானந்தர் 1875இல் சத்யார்த்த பிரகாஷ் (உண்மையின் ஒளி) என்ற புத்தகத்தை வெளியிட்டார். கேசவ சந்திர சேன் கூறியதால் அவர் மக்களுக்குச் சென்றடையும் வண்ணம் இந்தியில் எழுதினார். ஆனால் தனக்கே உரிய பாணியில் இந்தியை வேத சமஸ்கிருதத்துடன் இணைத்து ஆரியபாஷை என்ற புதிய பாஷையை உருவாக்கினார். இந்துப் புத்துயிர்ப்பின் மிகச் செல்வாக்குப் படைத்த வாதக்களமாகிய சத்ய பிரகாஷ், இந்து மதத்திற்கும் சமூகத்திற்கும் புது உயிர் தருவதற்கான குறிப்பைக் கொண்டிருந்தது. வர்ண-வியவஸ்தை (வர்ண, சாதி ஒழுங்கு) அவர் உணர்வுபூர்வமாக ஆதரித்தார், ஆனால் கெட்டுப்போன நடைமுறைகளை உருவாக்கிய தவறான பயன்பாட்டினைக் கண்டித்தார். இலட்சிய வர்ண-மாதிரிக்குள் புகுந்துவிட்ட மோசமான விஷயங்களைக் களைவதே தேவையானது. இந்தியாவையும் உலகத்தையும் பாதித்த எல்லா நோய்களுக்கும் அவரது மருந்து “வேதத்திற்குத் திரும்பிப் போ” என்பதுதான்.

மூட நம்பிக்கைகள் அதிகரித்ததற்கும் இந்து சமூகத்தின் வீழ்ச்சிக்கும் பிராமணர்கள் பொறுப்பு என தயானந்தர் கூறிய போதிலும், அவர் முன்வைத்த மாற்றுச் சமூக மாதிரியும் பெருமளவு வர்ணக் கருத்தியலை அடிப்படையாகக் கொண்டிருந்தது. அதிலும் பிராமணர்களே சம, சமூக உண்மைகளை இறுதியாக ஆற்றுப்படுத்துபவர்களாக இருந்தார்கள். நசிவு இந்து மதத்தின் விக்கிரக வழிபாடு, மூட நம்பிக்கை நடவடிக்கைகளை அவர் கடிந்து கொண்ட போதிலும் எல்லா மதத்தையும்விட வேத மதமே உயர்ந்தது என்ற நம்பிக்கை, நால்வருணங்களைப் பின்பற்றுதல், ஷட்தரிசனம் (ஆறு தத்துவப் புலங்கள்), கர்ம-தர்மத்திலும் ஆன்மாவின் மறுபிறப்பிலும் நம்பிக்கை போன்ற அடிப்படையான பல வழிகளில் அவர் வைதிகத்திற்கு விசுவாசியாகவே இருந்தார். கர்மம் (வினைக் கொள்கை), புனர்ஜன்மம் (மறுபிறப்பு) என்பவை, எவ்வளவு ஒடுக்குவதாக இருந்தாலும், இருக்கும் நிலையை அப்படியே காப்பவை. ஒவ்வொரு உயிரியும் ஒரு குறிப்பிட்ட சூழலில் தனது முற்பிறப்பு வினைப்பயனால்தான் பிறக்கிறது என்பது வினைக் கொள்கை. இவற்றையெல்லாம் தயானந்தர்

ஏற்றது மட்டுமல்ல, ஒரு கைதேர்ந்த கர்மகாண்ட நபரைப்போல, எந்தெந்தப் பாவங்கள் என்னென்ன பிறப்புகளை அளிக்கும் என்று ஒரு பட்டியலே அளித்திருந்தார் (தயானந்தர் [1875] 1960; தல்வார் 2001: 48-55).

பொதுமக்கள் நினைப்பதற்கு மாறாக, 'சீர்திருத்தவாதி' தயானந்தர் சாதிக்கு எதிராக எந்தப் போராட்டத்திலும் ஈடுபடவில்லை. தன்னைப் பின்பற்றுவோரிடமிருந்து எவ்வித சாதியெதிர்ப்பு நடவடிக்கையையும் எதிர்பார்க்கவும் இல்லை. சூத்திரர்களைப் பற்றிய அவரது பார்வைகள் சுயமுரண்பாடு கொண்டவையாக இருந்தன, அவர்களை மேம்படுத்த அவரது அக்கறை தந்திரம் மிகுந்ததாக இருந்தது. சர்யார்த்த பிரகாஷின் முதல் பதிப்பில், சூத்திரச் சிறுவர்களுக்கு அடிப்படைக் கல்வி அளிக்கலாம், ஆனால் அவர்கள் வேதங்களையும் சாத்திரங்களையும் படிக்கலாகாது என்கிறார். அவரது மரணத்திற்குப் பிறகு 1884இல் வெளிவந்த இரண்டாம் பதிப்பில் தகுதியுள்ள சூத்திரர்கள் சாத்திரங்களைப் படிக்கலாம், ஆனால் மிகப் புனிதமான மந்திர சம்ஹிதையைப் படிக்கலாகாது என்கிறார். இதேபோல, சூத்திரன் படிக்கலாம் ஆனால் யக்ஞோபவீதம் என்னும் தகுதிச் சடங்கிற்கு (அதுதான் ஒருவனை த்விஜன்-இருபிறப்பாளன், சுத்தமான ஆரியன் ஆக்குகிறதாம்) அவனுக்குத் தகுதியில்லை (தல்வார் 2008: 38). படித்த இருபிறப்பாளரைப் படிக்காத சூத்திரரிடமிருந்து வேறுபடுத்திக் காட்டுகின்ற பூணூலைப் பார்ப்பனர்கள் அவசியம் அணிய வேண்டும் என்கிறார். பிற மூன்று வர்ணத்தவர்களுக்கும் சூத்திரர் கருத்துவேறுபாடு, பொறாமை, தன்முனைப்பு ஆகியவற்றைத் தவிர்த்து அவர்களுக்குப் பணி புரிவதன் மூலம் தங்கள் பிழைப்பை நடத்தவேண்டும் என்று மற்றோரிடத்தில் சொல்கிறார். (மேலது, 36). சாதியிலிருந்து விலக்கப்பட்டவர்கள், பழங்குடியினர் ஆகியவர்கள் நால்வருண எல்லைக்கு அப்பாற்பட்டவர்கள் ஆதலின் அவர்கள் பற்றிச் சொல்ல அவரிடம் எதுவுமில்லை என்பதே அவரைப் பற்றிய தெளிவை உண்டாக்கும்.

தயானந்தரின் வேத உரப்புச்சத்தம், அவரைத் "தாழ்ந்த, போலியான" மதங்களான கிறித்துவம், இஸ்லாம், ஜைனம், சீக்கியம் போன்றவற்றுடன் சண்டையை உண்டாக்கியது. 'சத்யார்த்த பிரகாஷில்' ஏசு (எழுத்தறிவற்ற தச்சன்) முகமது (கடைத்தேற இயலாத ஒழுக்கங்கெட்டவன்) கபீர் (திமிர்பிடித்த நெசவாளி) ஆகியோர்க்கு எதிராக விஷத்தன்மை வாய்ந்த சொற்கள் நிறைந்துள்ளன.

துறவியோ, ஞானியோ, தீர்க்கதரிசியோ எவரும் தயானந்தரின் இடைவிடாத தாக்குதலுக்கு உட்படாதவர் கிடையாது. வேதத்துடன் ஒத்துப்போகாத, அல்லது சமஸ்கிருத அடிப்படையிலான வேத சாத்திர அறிவின் வரையறுத்த வீச்சுக்கு உட்படாத எதுவும் இழித்துரைக்கப் பட்டது. வேத அறிவும் சமஸ்கிருதக் கல்வியும்

கொண்ட வைதிகத்துக்கு அப்பால் அறியாமையின், இருளின் பெருங்கடல் பரந்து விரிந்திருந்தது. (ஜே. சர்மா 2003: 34).

மற்ற மதங்கள் மீதும் அவற்றின் தீர்க்கதரிசிகள் மீதும் வெறுப்பை உமிழ்ந்த அவர் 'சுத்தி' (சுத்தம் செய்தல்) என்ற திட்டத்தைத் தொடங்கினார். அதாவது இஸ்லாம், கிறித்துவம் போன்ற பிற மதங்களுக்குச் சென்றவர்களை மறு-மதமாற்றம் செய்தல். இந்த நகர்வு ஒளியைவிட வெப்பத்தை அதிகமாக ஆக்கியது. மதச் சண்டையின் வெப்பநிலையை ஓர் அபாயகர எல்லைக்கு ஏற்றியது. இந்துக்களிடையிலும் மேல்சாதிகளுக் கிடையிலும் கீழ்ச்சாதிகளுக்கிடையிலும் நாராசத்தைத் தொடங்கியது. ஏனெனில் சுத்தி, ஆரியர்களைத் தவிர மற்றெல்லாரையும் இழிவுபடுத்துவதாக இருந்தது. சாதிப் படிநிலையை ஒழுங்கமைக்கும் முக்கியக் கோட்பாடான சுத்தம்-அசுத்தம் என்பது சுத்தியில் உள்ளடங்கியிருந்தது. சுத்தி செய்யப்பட்ட, அல்லது மறு-மதமாற்றம் செய்யப்பட்ட ஆட்கள் தங்கள் அசலான சாதி-வர்ணத்தில்தான் இருக்கவேண்டும். அவர்களுடைய சாதி-வர்ணம் அவரவர் சிறப்புகளாலோ செய்கைகளாலோ பெறப்பட்டதல்ல, அவர்களுடைய முன்னோர்கள் ஒரு குறிப்பிட்ட சாதியில் பிறந்ததால் கிடைத்த ஒன்று. இதிலிருந்து, அசலான வர்ணமுறைமை ஓர் இலட்சிய அமைப்பு, அதில் ஒருவரின் சாதி தகுதியின் அடிப்படையில் பெறப்பட்டதே ஒழியப் பிறப்பினால் அல்ல என்று ஆரிய சமாஜம் கூறிவந்தது பொய் என்பதை நன்கு வெளிப்பட்டது.

ஆரிய சமாஜம் கீழ்ச்சாதிகளுக்கு நன்மையைவிடத் தீங்கையே அதிகம் செய்தது. பஞ்சாபில் இந்த இயக்கத்தைப் பற்றிய ஆய்வு மேற்கொண்ட பிம்ப்லி, சர்மா (1985) ஆகியோர், அவ்வியக்கம் பறையறிவித்துக் கொண்ட இலட்சியமான கீழச்சாதிகளை உயர்த்துதல், தீண்டாமையைப் போக்குதல் ஆகியவற்றில் சற்றும் வெற்றிபெறவில்லை, மாறாக, இந்து மேல்சாதியினர் தங்கள் நிலைகளை அந்தந்தப் பிரதேசத்தில் மேலும் உறுதிப்படுத்திக் கொள்ள வழிவகுத்தது என்று கண்டனர். மேற்சாதியினர், கீழ்ச்சாதியினரை கிறித்துவம் அல்லது இஸ்லாமுக்கு மாறாமல் (அதுதான் அந்த இயக்கத்தின் உண்மையான நோக்கம்) இந்து வட்டத்திற்குள் வைத்துக் கொண்டு தங்கள் அரசியல் பலத்தை அதிகப்படுத்திக் கொண்டனர்.

தயானந்தரின் சந்தேகத்துக்கிடமான உலகப் பார்வையைப் பார்க்கும்போது இது வியப்பல்ல. சத்யார்த்தப் பிரகாஷ், அவரது ஒழுக்கம் மிக மோசமான அளவுக்குச் செம்மையுறாதது என்பதைக் காட்டுகிறது. மனு மற்றும் அவரது எல்லாக் காட்டுமிராண்டித்தனச் சட்டங்கள்மீதும் சபதம் மேற்கொள்கிறார். தவறான செயலைச்

செய்பவனைக் கொல்லுமாறு மக்கள் தூண்டப்படுகின்றனர். விபசாரனை அரசன் செஞ்சூடான இரும்புச் சட்டத்தின்மீது வைத்து எரிக்க வேண்டும், விபசாரியை ஆடவர்-பெண்கள் முன்னால் நாய்கள் கிழித்துக்குதறச் செய்ய வேண்டும் என்கிறார். பெண்களின் பாலியல்பைக் கட்டுப்படுத்தும் ஆவலில் அவர் பண்புநலத்தின் பாசாங்குகளைக் காற்றில் பறக்கவிடுகிறார். உமா சக்ரவர்த்தி சுட்டிக் காட்டுகிறார்:

தயானந்தரின் சிந்தனைக்கு மையம், இனத்தின் பாதுகாப்பில் பெண்களின் பங்கினை அவர் புரிந்துகொண்ட விதம், அதாவது பிறவற்றுக்கிடையில், அவர்களின் பாலியல்பு பற்றிய அக்கறை. பெண்களின் இருப்புக்குச் சமாதானமே அவர்களின் தாய்மைதான். தாய்மை பற்றிய அவரது கருத்திலும் ஒரு சிறப்புமிக்க ஆடவர் இனத்தை உற்பத்தி செய்வதில் அவர்கள் பங்கு என்பதே இருந்தது. உதாரணமாக, சத்யார்த்த பிரகாஷ், ஓர் இலட்சியக் கருவுற்பத்திக்கான பலவகை விதிகளையும் கட்டுப்பாடுகளையும் முன்வைக்கிறது (சக்ரவர்த்தி 1989: 56).

ஆரோக்கியமிக்க சுத்தமான ஆரிய இனத்தவர் உற்பத்தியாக வேண்டும் என்ற அக்கறையால், சூத்திரப் பெண் குழந்தைக்குப் பால்கொடுப்பவளாக இருக்கவேண்டும், அப்போதுதான் பிராமணப் பெண் பிரசவத்திலிருந்து இளைப்புநீங்கி உடல் பலம் பெற்று அடுத்த கருவுறுதலுக்குத் தயாராவாள்.

ஆகவே தாய் தன் குழந்தைக்குப் பாலூட்டாமல் இருப்பது சிறந்தது. மார்பின்மீது மருந்துக் கட்டுகள் இட்டு பால் வற்றச் செய்ய வேண்டும். இந்த முறையைப் பின்பற்றினால் பெண் இரண்டு மாதத்தில் பலம் பெறுவாள். அதுவரை கணவன் தனது உணர்ச்சிகளை முழுக் கட்டுப்பாட்டில் வைத்து பிரம்மசரியம் அனுசரிக்க வேண்டும். இந்த திட்டத்தைப் பின்பற்றுபவர்கள் உயர்ந்த வகைக் குழந்தைகளைப் பெறுவார்கள். நீண்ட வாழ்வை அனுபவிப்பார்கள். பலத்திலும் ஆற்றலிலும் தொடர்ந்து வளம் பெறுவார்கள். அதனால் அவர்கள் குழந்தைகள் உயர்ந்த மனத்திறன், பலம், சக்தி, கடவுள் பற்று ஆகியவற்றுடன் இருப்பார்கள். (மேலது, 56).

புத்துயிர்ப்புப் பெற்றதொரு ஆரிய இனத்திற்காகப் பெண்ணின் பாலியல் மேலாண்மை செய்வது என்ற இந்தப் பைத்தியக்காரத் தனம்தான் தயானந்தர் விதவைத்திருமணத்தின்மீது ஈரடியான கருத்துக் கொள்ளவும் காரணமாயிற்று. தாய்மையின் முக்கியத்துவத்தை வலியுறுத்தி, தங்கள் முன் திருமணத்தில் குழந்தைகள் இல்லை என்றால் ஆடவரும் பெண்டிரும் திருமணம் செய்துகொள்ளலாம் என்றார். மறுதிருமணப் பிரச்சினை, பாலியல் பிரச்சினை ஆகியவற்றிற்குத் தீர்வாக அவர் நியோகம் என்பதைக் கண்டுபிடித்தார். குழந்தை பெறுவதற்காகத் திருமணம் இன்றி பாலியல் உறவு கொள்ளும் பழைய ஆரியமுறைதான் நியோகம். நியோகத்திற்காகப் பழைய பனுவல்கள்

யாவற்றையும் தேடி அந்த நடைமுறையைக் கடைப்பிடிக்குமாறு வசதியான விளக்கமளித்தார். இதில் தவறில்லை, ஏனெனில் திருமணம், நியோகம் இரண்டிற்குமான காரணம் ஆரோக்கியமான பலமான குழந்தைகளைப் பெறுவதுதான். ஆனால் நியோகத்தில் ஈடுபடும் பெண் தன் வர்ணம் அல்லது அதற்கு மேற்பட்ட வர்ணத்தில்தான் செய்யவேண்டும், தனக்குக் கீழ்ப்பட்ட வர்ணத்தைச் சேர்ந்த ஆடவனுடன் ஈடுபடலாகாது. (தல்வார் 2001: 44).

"இது பெண்களின் பாலியல்பிற்கு தேசியத் தீர்வுகாணும் ஒரு வடிவம். அவளது குழந்தை பெறும் உயிரியல் உள்ளாற்றலை இப்போது பலவீனமடைந்துள்ள ஆரிய இனத்தின் உடல்சார் பலத்தைப் புத்தாக்கம் செய்வதற்குப் பயன்படுத்தும் திட்டம்" (1989: 60) என்று உமா சக்ரவர்த்தி கூறுகிறார்.

இவ்வாறாக பிராமணப் புத்தெழுச்சிக்கு மற்றொரு படியை ஆரிய சமாஜம் உருவாக்கியது. பகுத்தறிவையும் பொதுப்புத்தியையும் காற்றில் பறக்கவிட்டு, வேதங்களுக்குச் சரியான முறையில் விளக்கம் அளிக்க ஒருவருக்குத் தெரிந்தால், அவற்றில் எல்லா நவீன அறிவியலையும் பொறியியலையும், ஏன் இராணுவ, இராணுவமற்ற பிற அறிவியல்களையும் கண்டுபிடிக்கலாம் என்று உவகையுடன் தயானந்தர் கூறுவார். "உண்மை, எங்கு காணப்பட்டாலும் அது வேதத்தின் உண்மைதான்" என்று அறிவிப்பதில் அவர் தனியாக இல்லை. இந்து தேசியத்தின் பிற போராட்டக்காரர்களும் வேதங்களை இதே பைத்தியக்கார முறையில்தான் போற்றினர். வேதங்களில் அறிவியல்கள் யாவற்றின் அடிப்படைக் கொள்கைகளையும் கண்டுபிடிக்கலாம் என்று விவேகானந்தர் நம்பினார். பழைய சாத்திரங்களில் அவர் டார்வினையும் கண்டு பிடித்தார். "கிறித்துவ யுகத்திற்கு வெகுகாலம் முன்னரே பரிணாமம் பற்றிய கருத்து வேதங்களில் இருந்தது. ஆனால் டார்வின் வந்து அது உண்மை என்று சொல்லும்வரை, அதை ஓர் இந்து மூடநம்பிக்கை என்றே கருதினர்" (விவேகானந்தர், The Complete Works, vol. 8: 25). வேதங்களில் மறைந்துள்ள இப்படிப்பட்ட ஆச்சரியங்களைக் கண்டுபிடித்ததற்காகத் தயானந்தரை அவர் பாராட்டினார். இதேபோல அரவிந்தர் (1872-1950) வேதங்களின் பெருமையை தயானந்தர் குறைவாக மதிப்பிட்டுவிட்டார் என்று கூறினார்.

வேதத்தில் அறிவியல் உண்மைகளும் மதத்தின் உண்மைகளும் உள்ளன என்ற தயானந்தரின் கருத்தில் எவ்வித வியப்பும் இல்லை. நவீன உலகம் வைத்திராத அறிவியலின் பிற உண்மைகளையும் வேதம் கொண்டுள்ளது என்ற எனது சொந்த உறுதிப்பாட்டையும் இங்கு நான் சேர்த்துக் கொள்வேன். அந்த அர்த்தத்தில், வேத ஞானத்தின் ஆழம், வீச்சு ஆகியவற்றை மிகையாகச் சொல்லிவிட்டார் என்பதைவிடக் குறைத்து மதிப்பிட்டிருக்கிறார். (அரவிந்தர், பார்க்க ஏ. சர்மா 2001: 398).

தேசியப் பிரக்ஞையை உருவாக்குவதில் தயானந்தரின் கொடையை எடுத்துக்காட்டி, தீவிர தேசியவாதி விபின்சந்திர பால் (1858-1932) அவருக்கு முன்னால், பைபிள், குரான் போல இந்துமதத்தில் உலகப் பொதுவான மறை எதுவும் இல்லை என்ற குறையினால் அது அவதிப்பட்டது. வேதத்தில் சொல்லப் படுவதைக் காட்டிலும் ஒரு தூய மதமோ ஒரு தூய சமூக முறைமையோ இருந்திருக்க இயலாது என்று இந்துக்களைப் போர்க்குணமுடையவர்களாக தயானந்தர் மாற்றினார். வேத முறைமை, ஃபிரெஞ்சு அறிவொளி காட்டிய சுதந்திரம், சமத்துவம், சகோதரத்துவம் ஆகியவை தூண்டிவிட்ட இலட்சியச் சமூகத்தைவிட மெய்யாகவே உயர்ந்தது என்று பால் கூறுகிறார். வேத மதப் புத்தெழுச்சிக்குத்தான் நாம் இன்று பிறந்துள்ள நமது தேசியப் பிரக்ஞைக்குக் கடன்பட்டுள்ளோம் என்கிறார். (பி.சி.பால், பார்க்க விஸ்வாஸ் 1998: 218-20).

பார்ப்பன மரபின் நவீனமயமாக்கம்

பழைய கருத்துகளையும் நிறுவனங்களையும் மாறிவரும் சமூகக் -கலாச்சார நிலைமைகளுக்கேற்ப ஒத்து அமைத்துக் காட்ட வேண்டும் என்று ஏன் சீர்திருத்தவாதிகள் இவ்வளவு ஆவலாக இருந்தார்கள்? தங்கள் தேசபக்தியை பிராமண மரபுக்கும் அதன் அறிவுக்கெதிரான பனுவல்களுக்கும் ஏன் தொடர்புபடுத்த முயன்றார்கள்? அவர்களில் பெரும்பாலோர்க்கு விமரிசன மனம் இருந்ததென்று வைத்துக் கொண்டால், அவர்களுக்குப் பார்ப்பனியத்தின் கெடுநோக்குள்ள சமூக உள்ளடக்கம் மற்றும் விளைவுகள் பற்றித் தெரியாதா? அல்லது பழங்கால பௌத்தம், ஜைனம், நாட்டார் இந்து மதத்தின் அடித்தட்டு மதத்தன்மை என்னும் மேலும் மனிதாபிமானம் மிக்க மரபு இருப்பது தெரியாதா?

இந்தச் சீர்திருத்தவாதிகள் முன்னுரிமை பெற்ற பின்னணியிலிருந்து வந்தவர்கள், தங்கள் சாதி-வர்க்கத்தின் கருத்தியல், அரசியல் நலன்களைப் பகிர்ந்துகொண்டவர்கள் என்பதுதான் மேற்கேள்விகளுக்கு விடை. ராம்மோகன் ராய், தேவேந்திரநாத் தாகூர், தயானந்த சரஸ்வதி போன்றோர் வெவ்வேறு குரல்களில் பேசினாலும், பிராமணக் கலாச்சாரத்திற்கும் மதிப்புகளுக்கும் ஒழுங்காகக் கட்டுப் படுவதில் ஒருமையோடிருந்தனர். இந்திய மரபாகப் பார்ப்பன மரபைக் கொள்வதிலும் நிறுவுவதிலும் அவர்கள் அதன் நவீனமயமாதல் செயல்முறையைத் தொடங்கினர். குறிப்பிட்ட விதமான மரபை உருவாக்குவது என்பது குறிப்பிட்ட விதமான தேசியத்தின் கட்டமைப்புடன் தொடர்புடையது. இந்தக் குறிப்பிட்ட வகையான

போலி-தேசியம் வேறுபாடு கருதும் பழைய பார்ப்பன மதம் ஒற்றையாட்சி கொண்டிருந்த அதே இடத்தில் வந்து அமர்ந்தது.

சீர்திருத்த இயக்கத்தின் மையமாக இருந்த பெண்கள் பிரச்சினையைப் பொறுத்தவரை முழுநோக்குமே பார்ப்பனப் பெண்கள்மீது மட்டுமே இருந்தது (சக்ரவர்த்தி1989: 78). தலித் வெகுமக்கள், ஆதிவாசிகள், முஸ்லிம்கள் போன்ற எல்லாரையும் விலக்கி, இந்து மேல்தட்டு வகுப்பினர்மீது மட்டுமே கவனத்தைக் குவிப்பது இந்தச் சீர்திருத்தவாதச் சொல்லாடலின் முக்கியப் பண்பாக இருந்தது. ஆரியத் தாய்மார்கள் தங்கள் பிள்ளைகளுக்குப் பாலூட்டாமல் அதற்கு மாற்றுச் செவிலிகளை ஏற்பாடு செய்துவிட்டு, தாங்கள் வேகமாக குணமடைந்து மீண்டும் வலிமையான பிள்ளைகளைப் பெறத் தயாராக வேண்டும் என்று தயானந்தர் கூறியது இதற்குச் சான்று.

மாற்றுச் செவிலி (முலைத்தாய்) என்பவள் யார்? யார் அவள்? பிள்ளைப்பேற்று உற்பத்தியின் அமைப்பில் அவளுடைய இடம் என்ன? அவளும் வலிமையான பிள்ளைகளைப் பெற வேண்டாமா? தயானந்தரின் கட்டளைகள், ஒரு வகுப்பினரின் தியாகத்தில் மற்றொரு வகுப்பினர் பயன்பெறுவதையே அர்த்தமாகக் கொண்டிருந்தது. பத்தொன்பதாம் நூற்றாண்டு தேசியவாதிகளுக்குப் பெண்களின் பரந்த பரப்பு கண்ணில் படவில்லை. வேதப் பொற்காலத்தில் வேதகால தாசியும் பிறரும் எப்படிப்பட்ட உரிமைகள் பெற்றிருந்தனர் என்பதை ஆராயப் பழைய பனுவல்களைப் படிக்க எவரும் முற்படவில்லை (சக்ரவர்த்தி 1989: 79).

கீழ்ச்சாதியினர்மீதும் பெண்கள்மீதும் பயங்கரமான அநீதிகளைக் கொண்டிருப்பதற்குப் பழைய பனுவல்களைச் சீர்திருத்தவாதிகள் ஒருபோதும் விமரிசனம் செய்யவில்லை. சூத்திரர்கள்மீது வைக்கப்பட்ட கட்டுப்பாடுகள் அவர்களின் மகிழ்ச்சியையோ நலவாழ்வையோ குறைக்கவில்லை என்றுகூடச் சிலபேர் வாதிட்டனர். ஒரு பெண்ணுக்குப் பாலியல் உணர்ச்சி தோன்றுவதற்கு முன்னாலேயே யாரை அவள் காதலிக்க வேண்டும் என்று தெரிந்துவிடுவதால் குழந்தை மணம் நல்லது என்றுகூட வாதிடப்பட்டது. பழங்காலத்தில் பெண்கள் கடவுளர்களைப் போல வழிபடப்பட்டார்கள் என்பதை நிரூபிக்கக் குறித்த சில தேர்ந்தெடுத்த மேற்கோள்களைக் காட்டுவதன் வாயிலாகவும், ஆடவனின் பணிகளை மேற்கொள்வதன் வாயிலாகப் பெண் தன்னை அசௌகரியத்துக்கும், பலவீனமானவளாகவும் ஆக்கிக் கொள்கிறாள் என்ற வாதத்தினாலும் தந்தைவழி ஒடுக்குமுறை சிந்தனையிலிருந்து ஒதுக்கப்பட்டது. பழங்கால மேட்டுக்குடியினரின் சாதிமயமான, வரலாற்றுக்கு எதிரான பழக்கங்களைச் சுட்டிக்காட்டி ஆர். எஸ். சர்மா எழுதுகிறார்:

பழங்கால இந்தியாவில் கீழ்ச்சாதிகளைப் பற்றிய ஆய்வு முற்றிலும் புறக்கணிக்கப்பட்டது மட்டுமல்ல, சில சமயங்களில், பழங்கால மேல்வர்ணத்தினர் அவர்களை அவமதிப்புச் செய்தது போலவே நவீன எழுத்தாளர்களும் அதேவிதமாக அணுகுகிறார்கள் என்ற எண்ணத்தை ஏற்படுத்துகிறது. உதாரணமாக, குழந்தை மணம் கீழ்ச்சாதிகளில் தோன்றியது என்கிறார்கள். ஆனால் மேல் மூன்று உயர்வர்ணங்களிலேயே அது முதலில் தோன்றியது என்பதில் தர்மசாத்திரங்கள் சந்தேகமே வைக்கவில்லை. மேல் சாதிகளில்தான் பெண்கள் உயர்ந்த நிலையில் இருந்தார்கள் என்று சொல்லப்படுகிறது, ஆனால் இதற்கு எதிர்நிலைதான் உண்மை என்றும் தெரிகிறது. பழையகால இந்தியச் சமூக ஆய்வின் அடிப்படையில் ஓர் எழுத்தாளர் பிராமணர்களுக்கு பாலியல் சுயகட்டுப்பாடும், பெண்களை விலக்கியிருத்தலும் விதிக்கப்படுகின்றன என்றும் கீழ்வர்ணத்தைச் சேர்ந்தவர்கள் தடைச்சாதனங்களைப் பயன்படுத்தலாம் என்றும் கூறுவதில் இதன் உச்சம் வெளிப்படுகிறது. (1983: 15–16).

இராமாயணம், மகாபாரதம், மற்றும் பிற பழைய பனுவல்களின் அறவுரை கூறும், எடுத்துரைப்புப் பகுதிகள் பெரும்பாலும் தங்களுக்குச் சார்பான முடிவுகளைப் பெறுவதற்காகப் பார்ப்பனர்கள் பிற்காலத்தில் கட்டிச் சேர்த்தவை. பழைய காலத்தின் சிக்கல்மிகுந்த யதார்த்தத்தையும் சமூக மேம்பாட்டுப் பிரச்சினையையும் புறக்கணிக்க, இந்திய நாகரிகத்தின் காலங்கடந்த இயல்பு என்பது வலியுறுத்தப் பட்டது. (இருபதாம் நூற்றாண்டில் இந்தப் போக்கினைக் கைக்கொண்டு பாரதீய வித்யா பவன் தொடராக வெளியிட்ட இந்திய மக்களின் வரலாறும் கலாச்சாரமும் புத்தகங்களில் வேதகாலத்துக்குப் பிற்பட்ட தர்மசாத்திரங்கள், கிருஹ்ய சூத்திரங்கள் போன்றவை வேதகாலத்தில் சேர்க்கப்பட்டன.) சமூக வாழ்க்கையின் அனைத்து வெறுக்கத்தக்க பண்புகளும் தேசிய மிதியடியின்கீழ் பெருக்கித் தள்ளப்பட்டன. சாதி ஏழ்மையை ஏற்படுத்தவில்லை. லண்டனின் கிழக்குமுகம், மேற்குமுகம் போன்ற நகரப் பிரிவுகளையும் சாதி ஏற்படுத்த வில்லை என்று ஒருவர் எழுதினார். மற்றொருவர், பழங்கால இந்தியாவில் பிறப்பினாலோ, செல்வச் செல்வாக்கினாலோ, அரசியல் பதவியினாலோ கௌரவம் பாராட்டும் பண்பும், இவற்றால் சமூக அமைப்புக்குப் பிரபுத்துவத் தன்மை அளித்து ஒரு பிரபுத்துவ அரசாங்கத்தை நீடிக்கவைக்கும் தன்மை இல்லை என்ற முடிவுக்கு வந்தார் (பார்க்க ஆர். எஸ். சர்மா 1983: 15). சூத்திரர்களையும் பெண்களையும் ஒன்றாக வைத்து அவர்களது குடியுரிமை மற்றும் சொத்து உரிமைகளைப் பறித்துக் கொள்வது பற்றிய திரும்பத்திரும்பக் கிடைக்கும் குறிப்புகள், பெண்களைப் பொருளோடு சமப்படுத்தும் குறிப்புகள் பழைய சமஸ்கிருதப் பனுவல்களில் ஏராளமாகக் கிடைப்பனவற்றைப் பற்றி எவ்வித கவனமும் கொள்ளப் படவில்லை. பழங்காலத்தில் எல்லாமே எப்படியோ நன்றாகவும் புகழ்மிக்க விதத்திலுமே இருந்தன,

இடைக்காலத்தில் முஸ்லிம் ஆட்சியில்தான் சிதைவு தொடங்கியது என்று எப்படியாவது காட்டுவதுதான் சீர்திருத்தவாதிகளின் ஒரே உள்நோக்கம் என்று தோன்றுகிறது.

தேசபக்தி என்ற போர்வையின்கீழ் சாதியையும் தந்தைவழிக் குடும்ப அமைப்பையும் உயர்த்துவது உண்மையில் சாதி-இன வாத அமைப்புகளுக்குச் சமூக மாற்றத்தைத் தடைசெய்ய சக்தி வாய்ந்த ஆயுதத்தை அளித்துவிட்டது. அதனால் சீர்திருத்த இயக்கம் விரைவில் தன் வலிமை இழந்து வெறும் பழமை மீட்பு வாதமாக இழிந்ததில் வியப்பில்லை.

தேசியம் சாதிக் கருத்தியலை நியாயமென நிறுவுதல்

சாதியை உயர்த்திப்பிடித்தல் தேசபக்தியின் அடையாளம் ஆகியது. இந்துச் சமூகத்தை ஒன்றாக ஈர்த்துப் பிடிக்கும் பசையாக, ஓரினமாக்கும், வெளியிலிருந்து வரும் தாக்குதல்களைத் தாங்கும் சக்தியாகவும் சாதி புகழப்பட்டது. ஆகவே தேசிய விழிப்பின் எழுச்சிக்கும், மேல்சாதி இயக்கங்களின் புத்தெழுச்சிக்கும் இடையில் தொடர்பிணைப்பு இருந்ததில் வியப்பில்லை (இந்த உண்மை வரலாற்றுப் பாடப் புத்தகங்களில் வசதியாக மறைக்கப்படுகிறது. பின்னால் உயர்சாதி ஆதிக்கத்தை எதிர்த்து எழுந்த கீழ்ச்சாதி இயக்கங்களைப் பற்றி மட்டுமே கேள்விப்படுகிறோம்.)

சீர்திருத்த இயக்கங்களை நடத்துவதோடு, முன்னுரிமைச்சாதி நிலப்பிரபுக்கள், அலுவலர்கள், பண்டிதர்கள் ஆகியோர் சாதி அமைப்புகளையும் நடத்தினார்கள். சாதி உணர்வை வலுப்படுத்தும் வண்ணம் சஞ்சிகைகள், செய்தித்தாள்கள், சிறு பிரசுரங்கள் ஆகியவை கொண்டுவரப்பட்டன. (இந்தப் போக்கினை ராய் தனது பிராமணச் சஞ் சிகையின் வழி தொடங்கிவைத்தார்.) சாதிப் பிணைப்பை வலுப்படுத்த கூட்டங்களும் மாநாடுகளும் நடத்தப்பட்டன. சாதி அடிப்படையில் கூட்டுறவுகள் தொடங்கப்பட்டன. சக சாதியினர்க்கு வாடகைக்கு விடக் கட்டடங்கள் கட்டப்பட்டன. ஒரே சாதி மாணவர்கள் மட்டுமே ஆய்வுகள் நடத்த உதவித் தொகைகள் வழங்கப்பட்டன (ஏ. ஆர். தேசாய் [1948] 1991). அகில பாரதீய பிராமண சபை, நாடு முழுவதும் கிளைகளைக் கொண்டிருந்த காயஸ்த பாடசாலை போன்ற சாதி அமைப்புகளை உருவாக்குவதில் முக்கியப் பேர்கள் தலைமை ஏற்றனர்.

புலே, அயோத்தி தாசர், நாராயண குரு போன்ற சமூகப் புரட்சியாளர்களின் முக்கியத் தாக்குதலுக்குள்ளான சாதியை (பார்க்க இயல்கள் 5, 6) தேசத்தின் அடிப்படை என்று மேல்சாதியினர்

கொண்டாடினர். தேசபக்தி ஒருமைப்பாட்டை இலக்காகக் கொண்டு ஜம்பமாக ஆரம்பிக்கப்பட்ட சமூக சீர்திருத்தங்கள் இவ்விதமாக சாதிக் கலாச்சாரத்தை வீரியப்படுத்துகின்ற விதமாகத் திருப்பப்பட்டன. ஏற்கெனவே பார்த்ததுபோல, ஆரிய சமாஜம் கீழ்ச்சாதியினருக்கான சில நடவடிக்கைகளைப் பற்றி, அவர்களை உறுதியாகப் பார்ப்பன அமைப்பில் சிக்கவைக்கும் அந்தரங்க நோக்கத்துடன் பேசியது. மக்களைச் சென்றடைய முற்பட்ட ஒரே பிராமண இயக்கமாக இருந்தாலும் ஆரிய சமாஜம் மக்களுக்கிடையில் தன்னிச்சையான சமூக இயக்கங்கள் எதுவும் எழுவதற்கு எதிராக இருந்தது. கீழ்ச்சாதியினர் தங்களைச் சீரமைத்துக் கொண்டு சமூக-அரசியல் உரிமைகளைப் பெறப் போராடுவதற்காக பஞ்சாப், உத்தரப் பிரதேசம், பிற இடங்களிலும் முன்னெடுத்த முயற்சிகளை ஆரிய சமாஜம் பலமாக எதிர்த்தது என்று சான்றுகள் காட்டுகின்றன. முதலில் ஆரிய சமாஜத்துடன் தொடர்புகொண்டிருந்த பஞ்சாபின் மங்கூ ராம், உத்தரப் பிரதேசத்தின் அச்சுதானந்த் போன்ற முதன்மையான தலித்-அடித்தட்டுத் தலைவர்கள், சாதி பற்றிய அதன் போலி-ஏமாற்று நிலைப்பாட்டிற்கு எதிராக வெளியேற வேண்டி வந்தது (பார்க்க இயல் 6).

சாதி-வர்க்க ஒருமையை வியத்தகு முறையில் வெளிக்காட்டும் விதமாக பத்ரலோக் சாதிக் கருத்தியலுக்கென, இந்தியாவின் மேதைமைக்குச் சாதியே வாழும் சான்று எனக்கூறி ஒரு பேரணி நடத்தினர். சாதி இல்லாவிட்டால் இந்தியா ஒரு தேசமாக நீடித்திருக்காது என்று அனுமானிக்கப் பட்டது. தர்பாங்காவின் மகாராஜா ஒரு மைதிலி பிராமணர். தேசியச் சீர்திருத்தவாதி. இந்திய தேசியக் காங்கிரஸின் தொடக்க நாட்களில் அதற்கு முக்கிய நிதியளிப்பாளர்களில் ஒருவர். தொடர்ந்து நாகரிகத்துக்குத் தொல்லை கொடுக்கின்ற அமைதியின்மை உணர்வுக்கும், மேல்சாதியினருக்கும் வெகுமக்களுக்கும் இடையில் பெருகி வரும் கசப்புணர்ச்சிக்கும், முதலீட்டுக்கும் உழைப்புக்கும் எதிராகச் சிறந்த உறுதியான பாதுகாப்பு சாதிதான் என்று கூறினார் (ஏ. ஆர். தேசாய் [1948] 1991: 257). காந்தி பின்னாளில் செய்தது போலச் சாதியின் பன்முகப் பெருமைகளைத் தெரிவிப்பதற்கு முன்னோடியாக இருந்த இக்கூற்று, அவருடையது மட்டுமல்ல.

சாதிப்படிநிலை அமைப்பு இயற்கையானது, மேன்மையானது, கலாச்சாரத்தை மேம்படுத்துவது என்றெல்லாம் பாராட்டப்பட்டது. சாதியின் கீழ்நிலைப் போற்றிகள் ரிக்வேதத்தின் படைப்புப் பாடலையும் உபநிடதச் செய்யுளின் கர்ம விளக்கங்களையும் பாடினர்.[6] மேல்நிலை, ஆங்கிலம் படித்த பத்ரலோக் மேற்கத்திய அறிவியல், சமூகக் கோட்பாடு போன்ற வற்றின் மொழியைக் கடன்வாங்கி, சாதி உண்மையான அர்த்தத்தில் பிளவுபடுத்துவதோ சுரண்டுவதோ அல்ல

என்றும் சுதந்திர மக்கள் தங்கள் இயக்கமிக்க அரசியல் விருப்புறுதியை நிலைநிறுத்த முயன்றதன் விளைபொருள் சாதி என்றும் நிறுவ முயன்றனர். (சாதி பிளவுபடுத்துவது, சுரண்டுவது என்று சில கிறித்துவ மதப்பணியாளர்களும், புலே போன்ற தலித்-அடித்தட்டுப் புரட்சியாளர்களும் வாதிட்டிருந்தனர்.) உயர்தகுதி அடிப்படை ஆட்சி என்ற நவீன கருத்துக்கு இணையாகச் சாதிப் படிநிலை ஒருசீர்த்தன்மை உடைய உழைப்புப் பிரிவினை என்ற கருத்து முன்வைக்கப்பட்டது.

முதன்மையான தேசியப் புலமையாளரான ஆர். சி. தத் (1848-1909), தான் மூன்று பெரும் புத்தகங்களாக வெளியிட்ட 'சமஸ்கிருத இலக்கியத்தின் அடிப்படையில் பழைய இந்திய நாகரிகத்தின் வரலாறு' (1880களில் எழுதப்பட்டது) என்பதில், பழங்காலத்தில் ஆரிய மக்களைச் சாதி பிளவு படுத்தவில்லை என்றும் அவர்களை ஆதிக்குடியினருக்கு எதிராக ஓரணியாகத் திரட்டியது என்றும் வாதிட்டார் (ஆர். எஸ். சர்மா 1983: 9). அவருக்கு இந்திய வரலாறு என்பது ஆரிய இந்து வரலாறுதான். பூர்வகுடியினர் அல்லது ஆரியரல்லாதவர்கள் என்போர் ஆரியரால் ஆதிக்கம்கொண்டு அடிமைப்படுத்தப்பட்ட மக்கள்தான். இந்தப் புத்தகத்தின் அறிமுகத்தில் அவரது எழுத்து பழமையை மூடத்தனமாக வழிபடுவதிலிருந்து மீட்பதில் வெகு தூரம் செல்லும் என்ற கற்பனை வேறு செய்தார்! தத்தரின் புத்தகம் செவ்வியல் அந்தஸ்தினை உடனே பெற்று, பல மாநில மொழிகளில் மொழிபெயர்க்கப்பட்டது. தேசியவாதப் புலத்தைச் சேர்ந்த மற்ற எழுத்தாளர்கள்-புலவர்கள் அவரது ஆக்கக் குறிப்புகளை மேலும் விரிவுபடுத்தி விளக்கம் தந்தார்கள். பின்னாளில் முன்னோடியான தேசியப் பொருளாதார வரலாற்றாளராக உயர்ந்த தத்தர், ராஜபுத்திரர்கள், மராட்டியர்கள் போன்றவர்களைப் பற்றிய வீச்சுமிக்க வீரக்கதைகளை எழுதினார். அவற்றில் முஸ்லிம்களை இந்து மக்களின் கொடுமைக்கார எதிரிகளாகச் சித்திரித்தார்.

சாதி நேர்முகமானது, இந்தியத் தனித்தன்மை கொண்டது, இந்து நாகரிகத்தின் மேதைமைக்கு அடிப்படையானது என்று வாதிட்ட மற்றொரு செல்வாக்கு மிக்க எழுத்தாளர் யோகேந்திரநாத் பட்டாச்சார்யா. இந்து சாதிகளும் இனங்களும் (1896) என்ற தன் புத்தகத்தில், வர்ணாசிரமம் என்பது பரந்த மனப்பான்மை கொண்ட அரசியல் செய்கையாக உருவாக்கப்பட்டது, அது பலதரப்பட்ட, மோதல்வயப்பட்ட சமுதாயங்களுக்கு நடத்தை மற்றும் ஒழுக்கத்தில் இலட்சிய மாதிரிகளை முன்வைக்க உருவாக்கப்பட்டது என்று அறிவித்தார். வர்ணங்களை உருவாக்கியமை மக்களை இணைத்தது, மேலான இலட்சியங்களைக் கற்பித்தது, இந்துத் தாயகத்தின்மீது அடிக்கடி படையெடுத்த அயல்நாட்டுக் கூட்டங்களை ஒன்றுசேர்த்துக் கொள்ள வழியமைத்தது. பழங்கால வேதப் பாடகர்களை ஒரே

இனமாக பிராமணர்கள் என்ற பெயரில் மாற்றிக் கொள்ள வழிவகுத்த தீர்க்கதரிசிகளான தர்மசாத்திரம் அளித்தோரை அவர் பாராட்டினார். நால்வருண முறை என்பது இந்தியர்கள் விரும்பி அணிந்துகொண்ட பொன் கழுத்தணி. அது மேன்மையானதும் போற்றத்தக்கதும் எதுவோ அதில் மட்டுமே அவர்களை நிலைகொள்ளச் செய்தது. முறைகேடானதும், கொடுமையானதுமாக இருப்பதற்கு மாறாக, சாதி இந்தியர்களுக்கு தன்னலமற்ற ஆன்மிக இலட்சியங்களை அளித்தது என்றும் அது இந்தியாவின் தனித்தனி இனங்களையும் குலங்களையும் நீண்டகாலமாக இணைத்துவரும் உறுதிப்பாட்டின் வடிவம் என்றும் கூறினார். (பார்க்க பெய்லி 2000: 163-5).

பட்டாச்சார்யா கல்கத்தா பல்கலைக்கழகத்தின் ஆரம்பப் பட்டதாரி. வங்காள பிராமணர் சபையின் தலைவர். காலனிய அரசாங்கத்தின் ஆதரவினால், இந்து மரபு பற்றிய கேள்விகளுக்கு அதிகாரப்பூர்வமான முடிவுகளைத் தருவதற்கு அனுமதி அளிக்கப்பட்ட நாடியா பண்டிதர் கல்லூரியின் தலைவரும் ஆவார். தேசியப் புலமையாளர் எனப் புகழ்பெற்ற அவரது சாதிக் கலாச்சாரம் பற்றிய எழுத்துகள், இந்தியர் ஒருவரின் முதல் சமூகவியல் படைப்பு என்ற நிலையில் தேசியவாத வட்டத்தில் மிகவும் போற்றப்பட்டன (பெய்லி, மேலது).

பட்டாச்சார்யாவின் புத்தகத்தை ஒட்டியே வெளிவந்தது யோகேந்திரசந்திர கோஷின் *பார்ப்பனியமும் சூத்திரரும் அல்லது இந்திய உழைப்பாளர் பிரச்சினை* என்ற நூல் (ஏ. 1900). கோஷ் ஒரு பிரபல ஜமீன்தார், பங்கிம்சந்திரரின் நெருக்கமான நண்பர். பிரிட்டிஷ்-இந்துத் தலைமை என்று ஏற்கெனவே நிலவும் அரசியல் இருமையிலேயே சுயநிர்வாகத்தை ஏற்படுத்திக் கொள்ளமுடியும், அதில் சாதி நிர்வாகத்தில் பிரிட்டிஷ் தலையிட மாட்டார்கள் என்று வாதிட்டார். உறுதியான பிராமண, உலமா கட்டுப்பாட்டில் அமைந்த வட்டார அடிப்படையிலான இந்து, முஸ்லிம் சமுதாயங்கள் இவ்வாறாகக் கீழ்நிலை சுய-அரசாங்க அலகுகளாக எழுச்சி பெறும். இந்தியாவுக்குள் மேற்கத்திய பாராளுமன்ற ஜனநாயக அரசாங்கம் பற்றிய கருத்துகளை இறக்குமதி செய்யும் எவ்வித முயற்சியையும் விட இது மிகவும் மேலானது. ஏனெனில் ஏற்கெனவே இந்து சமூகத்தின் அடியாழத் தட்டுகளிலிருந்து அபாயகரமான கொந்தளிப்பு ஏற்படும் சாத்தியம் இருக்கிறது. இப்படிப்பட்ட எழுச்சிகள் இதுவரை ரிஷிகளாலும் பிராமணர்களாலும் பெண்களின், வெகுமக்களின் இதயங்களிலும் மனங்களிலும் ஏற்படுத்திய கட்டுப்பாடுகளால் தவிர்க்கப்பட்டன. ஆனால் இப்போது மேற்கத்தியத் தோற்றத்தை உடைய எல்லாத் தொந்தரவுகளையும் அடக்க உடனடியான தேவை இருக்கிறது. தொழிற்சங்கங்கள், சமதர்மம் போன்றவை இந்த நாட்டுக்கு

அழிவுதருபவை. (*பார்க்க சர்க்கார் 1997: 378-9*). சமூக, வரலாற்றுக் கோட்பாடு பற்றிய பகுதிகளில் சுதந்திரம் வேண்டும் என்பது கோஷின் கருத்து. அதில் சூத்திரர் விடுதலை-மேம்பாடு பற்றிய பேச்சுக்கே எவ்வித இடமும் இருக்காது.

புகழ்பெற்ற தக்ஷிணேசுவரத் துறவியான இராமகிருஷ்ண பரமஹம்சரும் (*1836-86*) சாதியை ஒரு தெய்விக முறைமையாகத் தழுவிக் கொண்டார். சிலருக்கு அதிக அதிகாரமும் சிலருக்குக் குறைவாகவும் தருகின்ற அளவுக்கு கடவுள் நியாயமற்றவராக இருக்கமாட்டார் என்று வித்யாசாகர் கூறியது அவருக்கு மிகுந்த கோபத்தை ஏற்படுத்தியது (*எஸ். சர்க்கார் 1997: 372*). உலகில் அடிப்படையாகப் பெரியது சிறியது என்ற வேறுபாடிருக்கும் என்றும், அது உலகில் பன்முகத்தன்மை அளிக்கும், கடவுளின் லீலைகளுக்கு இடமளிக்கும் என்றும் அவர் பதிலளித்தார். (*மேலது, 374*). அவருடைய மையச் செய்தி, அமைதியான, உள்நோக்கும் பக்தி என்பதே. பெரும்பாலும் மனிதநேய நோக்குடையனவாக இருப்பினும், சமூகச் செயல்பாடுகள், சமன்செய்யும் திட்டங்கள் பற்றியும் அவர் வெளிப்படையாகவே வெறுப்புக் கொண்டிருந்தார் (*மேலது, 201*).

பத்ரலோக் சீர்திருத்தவாதத்தின் அதி-மனிதநேய, பகுத்தறிவு சார்ந்த முகம் வித்யாசாகர்தான். வைதிகத்துக்கு எதிராக ஒரு திட்டவட்டமான, ஆனால் தோல்வியுறுகின்ற ஒரு போராட்டத்தில் அவர் ஈடுபட்டார். பகுத்தறிவுசார்ந்த அறிவு என்ற கொள்கையை முன்வைத்த அவர், சமஸ்கிருதக் கல்லூரியில் அதன் கல்வித்திட்டத்தில் வேதாந்த, சாங்கிய போலிப் படிப்புகளை அறிமுகம் செய்யலாகாது, அது அறிவுக் கெதிரான, தற்பெருமை பாராட்டுவதை ஆதரிக்கும் என்றார். ஆனால் பத்ரலோக் (பிராமணர்கள்) அறிவுக்கெதிரான இராமகிருஷ்ணருக்கும், அவருக்குப்பின் அவரது சீடர் விவேகானந்தருக்கும் பின்னால் திரண்டார்களே ஒழிய, வித்யாசாகர் போன்றவர்களை திக்கற்ற நிலையில், "பத்ரலோக்கின் (உயர்ந்த, வலிமையான மக்கள்) பயனற்ற தன்மை, நேர்மையின்மை, வாய்மையின்மை ஆகியவை பற்றித் தெரிந்திருந்தால் இந்த இயக்கத்தில் முன் நின்றிருக்க மாட்டேன்" என்று கூற வைத்துவிட்டார்கள் (*பார்க்க சிமியோன் 1986: 11*).

முரண்நிலையில், வித்யாசாகரோ அவரது கூட்டாளிகளோ முற்றிலும் ஒரு புதிய கருத்தியலை அளிக்க முடியவில்லை, மேலும் அவர்கள் இந்துச் சமூகம் மற்றும் அதன் படிநிலை (சாதி)க் கருத்தியலின் அதிகார அமைப்பினை அவர்கள் எதிர்க்கவும் இல்லை என்பதால் அவரே தமது ஏற்றுக்கொண்ட இலட்சியத்தில் தோல்வியுற்றார் என்று எஸ். பந்த்யோபாத்யாய தனது புகழ்பெற்ற ஆய்வில் காட்டியுள்ளார் (*1995: 9-36*). சாத்திரங்களிலிருந்து படிநிலைத்தன்மையையும் தந்தைவழி

ஆட்சியையும் ஒப்புக் கொண்டும் உள்வாங்கிக் கொண்டும் இருந்த வித்யாசாகரினால் இந்தியச் சமூகத்தில் பெண்கள் அடிமைத்தனம் என்பது எல்லாவற்றையும் உள்ளடக்கிய ஒரு படிநிலைமுறையின் கருத்திலிருந்து வருவது என்பதைக் காணமுடியவில்லை.

படைப்புத் தொடக்க நாளிலிருந்து நமது வழக்காறுகளில் எவ்வித மாற்றமும் இல்லை என எவராலும் நிரூபிக்க முடியாது...ஓர் உதாரணம் கூறினால், நமது நாட்டில் வழக்காறுகள் எந்த அளவுக்கு மாறியுள்ளன என்பதை மிக எளிதாக உங்களால் அறியமுடியும். பழைய காலத்தில் ஒரு சூத்திரன் பார்ப்பனன் அருகில் அமர்ந்துவிட்டால் அவன்மீது எல்லையற்ற குற்றங்கள் சாட்டப்படும். இப்போது அதே சூத்திரர்கள் மேலமர்கிறார்கள், பார்ப்பனர்கள் கீழ்ப்படியும் சேவகர்கள்போல் கீழமர்கிறார்கள் (வித்யாசாகர், பார்க்க எஸ். பந்த்யோபாத்யாய 1995: 28).

என்று வாதிடும் அளவுக்குச் சென்றார். வித்யாசாகரின் கண்களில் இது சாத்திரத்திற்கு எதிரானது. இதைவிட மானக் கேடானது எதுவும் இருக்க இயலாது. "மரபான இந்துச் சமூகத்தின் படிநிலைப்பட்ட கலாச்சாரத்தை நியாயப்படுத்துகின்ற தெளிவான கூற்று வேறெதுவும் இருக்க இயலாது. அவ்வப்போது பெண்களுக்கான சம உரிமைகள் பற்றிய குறிப்புகள் இருந்தாலும், இந்தப் படிநிலை சார்ந்த சொல்லாடலுக்குள் ளிருந்துதான் வித்யாசாகர் தனது சீர்திருத்த வரைவினை ஆரம்பித்தார்" (பந்த்யோபாத்யாய **1995: 29**). ஒருவேளை பெருஞ்சிறப்பு வாய்ந்த வித்யசாகருக்காகத்தான் (அறிவுக் கடல்) ஈஸ்வரசந்திர சர்மா வீணாகத் தனது சாதிப் பெயரைத் துறந்தார் போலும்!

விவேகானந்தரின் இந்து விவாதம்

அரசியல் உபாயம், முஸ்லிம் அல்லது கிறித்துவ மதமாற்றம் பற்றிய வளர்ந்துவந்த பயம், நாட்டின் பல பகுதிகளிலும் சாதி எதிர்ப்பு இயக்கங்களின் அதிர்வுகள் ஆகியவை மேல்சாதி இந்துக்களை இந்துமதம், கலாச்சார தேசியம் பற்றிய ஒரு புதிய கருத்தினை உருவாக்கக் கட்டாயப் படுத்தியிருக்கலாம். பத்தொன்பதாம் நூற்றாண்டின் பிற்பகுதியில் தெற்கிலிருந்தும் மேற்கு இந்தியாவிலிருந்தும் எழுந்த பார்ப்பனரல்லாதார் இயக்கங்களால் இது தேவையாகியது. ஜோதிராவ் புலே, அயோத்தி தாசர், நாராயண குரு போன்ற தலித் வெகுஜனத் தலைவர்கள் வெளிப்பட்டனர். மேல்சாதி இந்துக்கள் சுவரில் எழுதப்பட்ட வாசகங்களைப் படித்தனர், அவர்களில் சிலர் ஒடுக்கப்பட்ட மக்கள் மீதும் அடிமைப்பட்டிருந்த இந்து தேசத்தின் மீதும் கொண்ட அக்கறையால் முன்வந்தனர். முன்பிருந்த சீர்திருத்தவாதிகளை ஒத்து, அவர்களும் இந்தியாவின் சீர்கேட்டுக்குக் காரணத்தைத் தங்கள் தரிசனம் பெற்ற முன்னோரின் சநாதன தர்மத்தின்

கேட்டில் கண்டனர். எதிர்பார்க்குமாறே, எல்லாச் சீரழிவுகளுக்கும் (இந்தியாவில் மட்டுமல்ல, அகில உலகத்திற்கும்) மருந்தினை வேத உபநிடத மற்றும் வர்ணாசிரம தர்மத்தின் புத்துயிர்ப்பில் கண்டனர். வங்காளத்தின் மேல்தட்டு வட்டங்களில் தொடங்கி, பிறகு வட இந்தியாவில் தயானந்த சரஸ்வதி, மகாராஷ்டிரத்தில் பாலக கங்காதர திலகர் போன்றவர்களால் நாட்டின் பல பகுதிகளுக்கும் பரவி, கலாச்சார தேசியம் என்றழைக்கப்பட்ட இந்தப் போக்கு வேகம் பெற்று கடைசியில் ஒருபுறம் காந்தியின் மென்மையான இந்துமதத்திலும், மறுபுறம் வி.டி. சாவர்க்கரின் கடினமான இந்துத்துவத்திலும் வந்து முடிந்தது.

இந்துப் புத்துயிர்ப்பின் ஒரு புகழ்பெற்ற வடிவம் நரேந்திரநாத் தத்தர், விவேகானந்தர் எனத் தமக்கு மறுபெயர் சூட்டிக் கொண்டவர் (1863-1902). இருக்கும் இந்தியச் சீர்கேட்டின்மீது அவர் ஒரு பெரிய தாக்குதலைத் தொடங்கினார். ஆனால் பிற கலாச்சார தேசியவாதிகளைவிட மிகச் சிறப்பாக அதைப் பழைய இந்துப் பெருமைகளுடன் உணர்ச்சிகரமாக இணைத்தார். ஒரு புத்துயிர் பெற்ற, துடிப்புமிக்க இந்தியாவைப் பற்றிய அவரது கனவு, சுமித் சர்க்காரின் சொற்களில், "சமூக- பொருளாதார திட்டங்கள் பற்றிய தெளிவு முற்றிலுமாக இன்மை, வெகுமக்களோடு தொடர்புகொள்ளும் முறை இன்மை, அல்லது அரசியல் நோக்கங்கள் இன்மை ஆகியவற்றுடன் சேர்ந்திருந்தது." (1983: 73). ஜோதிராம சர்மா தன் பங்கிற்குக் கூறுகிறார்:

விவேகானந்தரைப் பொறுத்தவரை, இந்த நாட்டின் உயிர் என்ன? மதம். தேசத்தின் மொழி என்ன? மதம். இந்த நாட்டின் மையச் சிந்தனை என்ன? மதம். அரசியல், சமூகம், வறுமை ஒழிப்பு, சமூக சீர்திருத்தம் எல்லாமே மதத்தின் வாயிலாகத்தான் அணுகப்பட வேண்டும். இந்தியாவின் மையப் புள்ளி, அரசியலோ சமூக சீர்திருத்தமோ அல்ல, மதம்தான். அது ஆரியர்களுடைய மதம். (2003: 104-5).

விவேகானந்தரும் அவரது பணியும் பற்றிய இந்த ஆசிரியரின் மிகக் கூர்மையான ஆய்வில் இந்த விஷயம் தெளிவாக்கப் பட்டுள்ளது. ஆய்வின் பெயர், *பிரபஞ்ச நேயமும் மனித வெறுப்பும்: சுவாமி விவேகானந்தரின் மத மறு-அறிவிப்பு*. (ஜே. சர்மா 2012).

விவேகானந்தர் தரித்ர நாராயணனோடு (துன்பப்படும் ஏழைகளோடு) ஐக்கியப்பட வேண்டும் என்றார், கீழ்ச்சாதிகளின் இரத்தத்தைக் குடித்தல், அவர்களைச் சித்திரவதைப் படுத்தல் ஆகியவற்றைக் கண்டித்தார். அதே மூச்சில் தெற்கில் நடந்த பார்ப்பன எதிர்ப்பு இயக்கங்களைச் சாதிகளுக்கிடையில் சண்டையை உண்டாக்குகின்றன என்று கண்டித்தார். ஒடுக்கப்பட்ட சாதியினர்க்கு ஆன்மிகத்தன்மை பெறுதல், சமஸ்கிருதம் கற்றல், பிராமணத்தன்மை அடைதல்

ஆகியவையே விடுதலைக்கான வழி என்றார். தன்னைத் தானே வேதாந்த-சமதர்மவாதி என்று சொல்லிக் கொண்ட இந்தப் பெரியவர் கூறினார்:

பார்ப்பனரல்லாத சாதிகளுக்கு நான் சொல்கிறேன்–அவசரம் வேண்டாம். உங்கள் சொந்தத் தவறுகளால் நீங்கள் துயரப் படுகிறீர்கள். ஆன்மிகத்தையும் சமஸ்கிருதத்தையும் கற்றலைப் புறக்கணிக்கச் சொல்லி உங்களுக்கு யார் சொன்னது? இப்போது எவருக்கோ அதிக மூளை, அதிக சக்தி, அதிகத் துணிவு இருக்கிறதென்று ஏன் பதற்றம் அடைகிறீர்கள்? சண்டைகளில் வீணாக்குவதற்கு பதிலாகப் பிராமணனின் கலாச்சாரத்தை அடைய உங்கள் எல்லாச் சக்திகளையும் பயன்படுத்துங்கள். அவ்வளவுதான், முடிந்தது. ஏன் சமஸ்கிருதப் புலவராக மறுக்கிறீர்கள்? சமஸ்கிருதக் கல்வியை எல்லாச் சாதிகளுக்கும் தருவதற்குக் கோடிக்கணக்கான ரூபாய்கள் செலவிடலாம், செலவிட ஏன் மறுக்கிறீர்கள்? சமஸ்கிருதம்தான் இந்தியாவின் அதிகாரம். சமஸ்கிருதமும் கௌரவமும் இந்தியாவில் ஒன்றாகச் செல்கின்றன...மனு சொல்கிறார், பிராமணனுக்கு எல்லா முன்னுரிமைகளையும் கௌரவங்களையும் தரவேண்டும் என்று. ஏனெனில் அவனிடம்தான் நற்பண்புகளின் களஞ்சியம் உள்ளது. (விவேகானந்தர் 1988: 87–9)

பலசமயங்களில் தன் அடிவயிற்றிலிருந்து வரும் கீழ்ச்சாதிகள் மீதான வெறுப்பை மறைக்க முடியாத அளவுக்குப் பார்ப்பனக் கலாச்சாரத்திலும் ஆரிய கர்வத்திலும் விவேகானந்தர் மூழ்கி யிருந்தார். கீழ்ச்சாதிகளுக்குக் கல்வி அளித்ததற்காகப் பிரிட்டிஷ்காரரை சபித்தார். வெகுஜன விழிப்பு ஏற்படப் போகிறது என்று மேல்சாதியினருக்கு எச்சரிக்கை விடுத்தார்.

...அறியாமை மிக்க, படிக்காத கீழ்ச்சாதி மக்களுக்கு, கோவணத்தோடு வயல்களில் வேலை செய்பவர்களுக்கு, ஆரியஇனமல்லாதவர்களுக்கு ஐரோப்பியர்கள் இப்போது கல்வியளிக்கிறார்கள். இது நம்மை பலவீனப்படுத்தவும் அவர்களுக்கும் பிரிட்டிஷ்காரருக்கும் ஆதாயம் அளிக்கவும் போகிறது. (பிஸ்வாஸ் மேற்கோள் 1998: 251)

கீழ்ச்சாதியினரின் எழுச்சி என்பதால் உடனடியாகச் சூத்திரரின் ஆட்சி வரப்போகிறதென்ற கருத்தை அவர் கொண்டிருந்தார் என்பதற்கு விவேகானந்தர் எழுத்துகளில் சில குறிப்புகள் உள்ளன. இது அவரது புரட்சிகர உணர்வைக் காட்டுகிறது என்று அவ்வப்போது மேற்கோள் காட்டப்படுகிறது. ஆனால் இதன்வாயிலாக அவர் பொதுவாகக் கலாச்சாரம் கீழ்நிலைக்குச் சென்றுவிடும் என்றும் கருதினார். (ஏ. பி. சேன் 1993: 331). சில தனிப்பட்ட, அச்சந்தர்ப்பத்திற்குப் பொருந்தாத கூற்றுகளை வைத்து சமூகநீதியின் காவலர் என்று அவரைப் போற்றுகிறார்கள். உண்மையில அவர் சாதிக் கலாச்சாரத்தைக் கொண்டாடியவர், அவரது கூற்றுகளிலிருந்து தெரியவருகிறது:

சாதி நம்மை ஒரு தேசமாக உயிர்ப்புடன் வைத்திருக்கிறது. அதில் பல குறைகள் இருந்தாலும், அதைவிட அதிகமாக நன்மைகள் உள்ளன. (சுவாமி விவேகானந்தரின் முழுமையான படைப்புகள், (இனிமேல், விப) பாகம் 2, 489)

சமூகத்தின் இயல்பு குழுக்களாகப் பிரிவது...சாதி என்பது இயற்கையான ஒழுங்குமுறை. சமூக வாழ்க்கையில் நான் ஒரு கடமையைச் செய்யமுடியும், நீங்கள் வேறொன்றை. நீங்கள் அரசாங்கத்தை நிர்வாகம் செய்யலாம், நான் பழைய காலணிகளைச் சரிசெய்கிறேன். அதனால் நீங்கள் என்னைவிடப் பெரியவன் என்றாகிவிடாது. நீங்களும் என் காலணிகளைச் சரிசெய்ய முடியும்...சாதி நல்லது. வாழ்க்கையைத் தீர்க்க இயல்பான ஒரே வழி அதுதான். (விப, பாகம் 3, 245-6).

ஒவ்வொரு சாதியும் தானாக ஒரு தனித்த இனப்பகுதி ஆகிவிட்டது போலத் தோன்றுகிறது. இந்தியாவில் நீண்டகாலம் ஒருவன் வாழ்ந்தால், ஒரு மனிதனின் நடத்தைக் கூறுகளை வைத்தே அவன் என்ன சாதி என்று சொல்லமுடியும். (விப, பாகம் 8, 54).

சாதி உயர்வுதாழ்வுகள் சடங்கு அந்தஸ்திலுள்ள வேற்றுமைகளோடு ஒன்றுபடுகின்றன என்பதையும், சாத்திரங்களில் சொல்லப்பட்டுள்ள கோட்பாடுகள் சாதிநிலையை நியாயப்படுத்தவும் நிரந்தரமாக்கவும் பயன்படுத்தப்பட்டுள்ளன என்பதை விவேகானந்தர் மறுத்தார். வர்ண தர்மத்தில் அவருக்கிருந்த விசுவாசத்தினால் மனுவின், யாக்ஞவல்கியரின் சமூக-மத அமைப்புக்கு நாம் திரும்ப வேண்டும் என்று அவரை வாதாட வைத்தது. (ஏ. பி. சேன் 1993: 341). இராமகிருஷ்ண மடமும் மிஷனும் தங்களுக்குத் தேவையான ஆட்களைத் தேர்ந்தெடுப்பதில் குடும்பக் கலாச்சாரத்திற்கு அதிக முக்கியத்துவம் கொடுத்தன என்று தெரிகிறது. சாதிக்கலப்பு மணங்களை அவர் கடுமையாக எதிர்த்தார். (மேலது, 331-2). பலபேர் அவரது தனித்தவகை சமதர்மத்தைப் பாராட்டுகிறார்கள், ஆனால் அதற்கு எதிராக அவரே, அவர் மத ஒருமைப்பாட்டை இலக்காகக் கொண்டவரே அன்றிச் சமூக ஒருமைப்பாட்டை அல்ல என்று கூறினார். (மேலது).

தூய்மைவாத, மற்றும் இனக்குழு பிராமணர்களுக்கு எதிரான வசைமாரிகளை அவ்வப்போது விவேகானந்தர் பொழிந்ததை எப்படி விளக்குவது? அதற்கு அவர் ஒரு மதபோதகராக இருக்கலாகாது என்று ஆதாரச் சான்றுகளை வைதிகம் காட்டியதுதான், அதாவது அவர் ஒரு சூத்திரர் என்று காரணம் காட்டியதுதான் காரணம். (அவர் காயஸ்த சாதியிலிருந்து வந்தவர், அது வர்ணப்படிநிலை வரிசையில் கீழ்ச்சாதியாகக் கருதப்படுவது). ஐரோப்பிய-அமெரிக்கப் பயணத்தை வெற்றிகரமாக முடித்து 1890களில் அவர் திரும்பியபோது, சில பொறாமைபிடித்த பண்டிதர்கள் கடல்கடந்து சென்றதற்கும்,

மிலேச்சர்களுடன் பழகியதற்கும், தவிர்க்கப்பட்ட உணவை உண்டதற்கும் அவரைக் குற்றம் கூறினார்கள். உண்மையில் அவரது தலைமைக்கான எதிர்ப்பு, வங்காளத்தின் இரு ஆதிக்கச் சாதியினர் இடையில் நீண்டகாலமாகக் கொதித்துக் கொண்டிருந்த பகைமையின் குறியீடுதான். சவாலுக்கான அடிப்படை, காயஸ்தர்களுக்கு உயர்சாதி அந்தஸ்தைத் தர பிராமணர்கள் மறுத்ததுதான். விவேகானந்தருக்குப் பாராட்டுத் தெரிவிக்கும் கூட்டம் ஒன்றில் தலைமை தாங்கிய ராஜா பியாரிமோகன் முகோபாத்யாய, ஒரு காயஸ்தன் சந்நியாசி ஆக முடியுமா என்ற கேள்வியை எழுப்பினார். (என். எஸ். போஸ் *1999: 298*). வரவேற்புக் குழு உறுப்பினர்கள் புகழ்பெற்ற தேசியவாதியும், கல்கத்தா உச்ச நீதிமன்றத்தின் நீதிபதிகளில் ஒருவருமான சர் குருதாஸ் பானர்ஜியை இந்தப் பாராட்டு விழாவுக்குத் தலைமை தாங்குமாறு அழைத்தனர். அதற்கு பானர்ஜி மறுத்தது மட்டுமன்றி, "நாட்டில் ஓர் இந்து ராஜா இருந்திருந்தால், விவேகானந்தரை சாதிவிதிகளை மீறியதற்காகத் தூக்கில் போட்டிருப்பார்" என்று கூட்ட அமைப்பாளர்களைக் கடிந்துகொண்டார். (பி. என். தத்தா, எஸ். கே. பிஸ்வாஸ் மேற்கோள், *1998: 237*). சில ஆண்டுகள் கழித்து, விவேகானந்தர் இறந்தபோது, அதே உயர்குடிஆசாமி இரங்கல் கூட்டத்தில் தலைமை வகிக்கவும் மறுத்தார். பிராமணர்கள் இப்படிப்பட்ட சாதிப்பற்றைக் கொண்டிருந்தனர். ஆனால் விவேகானந்தர் ஒரு பிராமணரான இராமகிருஷ்ணனரை குருவாக ஏற்றதும், தனது நட்சத்திரச் சீடர்மீது இராமகிருஷ்ணர் அன்பைப் பொழிந்ததும் இந்த வெறுப்புகளை ஓரளவு குறைக்க உதவின.

விவேகானந்தரின் கீழ்ப்பிறப்பிற்காக அவரை அவமானம் செய்தது ஒன்றும் சாதிக்கும் பார்ப்பனியத்துக்குமான அவரது உற்சாகத்தைக் குறைத்துவிடவில்லை. அதேபோல பாலியல் பிரச்சினை பற்றிய அவரது கருத்தும் வித்தியாசமாக இல்லை. மரபான துறவித்தனத்திற்கு ஆட்பட்ட அவர், பெண்களை ஆன்மிக வாழ்க்கைக்கு நேர்முகமான இடர்ப்பாடு என்றும், பெண்மை, தாய்மையிலேயே சிறப்பாக வெளிப்படுகிறது என்றும், மனைவி முழுஅளவில் கணவனுக்கு விசுவாசமானவளாக இருக்கவேண்டும் என்றும் கூறினார். இப்படிப்பட்ட உணர்வுகள் பாலியல் உறவுகள் மற்றும் தொடர்புள்ள பிரச்சினைகளில் விவேகானந்தரின் சமூக மனப்பான்மையை பெருமளவு உருவாக்கின. (ஏ. பி. சேன், *1993: 330*). பெண்கள் சுயஉறுதிப்பாட்டோடு இருப்பதையும் சமத்துவத்தை நாடுவதையும் அவர் கண்டித்ததோடு, மேற்கின் அயல்நாட்டுப் பெண்ணியத்தை அவர்கள் அடிமைத்தனமாகக் காப்பியடிப்பதாகவும் கூறினார். பணிவுமிக்க சீதைதான் நமது பெண்களின் உயர்வைக் காட்டும் உச்சம் என்று கூறி, பழைய இந்தியாவில் பெண்களின் மகிழ்ச்சியான

வாழ்க்கையை வரைந்து காட்டினார். ஒக்லாந்தில் பேசும்போது குழந்தை-விதவைக்கு மறுமணத்தை மறுப்பது குறித்த எவ்விதக் கஷ்டத்தையும் அவளுக்குத் தராது என்றார். பண்பட்ட, நல்ல கல்வி பெற்ற விதவை, வாழ்க்கையை ஒரு கஷ்டமாகக் கருதுவதில்லை, ஏனெனில் அவள் துறவு, பக்தி வாழ்க்கையை வாழ்கிறாள். அது அவளை முழுமையின் உயர்தளங்களுக்குக் கொண்டுசெல்லும். விதவைகளின் விசுவாசம்தான் சமூக நிறுவனங்களைக் காக்கும் தூண் என்று நம்பினார். மற்றொரு சமயத்தில், உயர்சாதி விதவைகள் ஒப்பளவில் ஆண்கள் குறைவாக இருப்பதால்தான் மறுமணம் புரிவதில்லை என்று கூறினார் (மேலது, 331).

வாழ்க்கை முழுவதும் விவேகானந்தர் இந்து மதம் மட்டுமே உலகின் மிகப் பெருமைவாய்ந்த, ஒரே முழுமையான மதம் மட்டுமல்ல, ஓர் அறிவியல் ஒழுங்கமைவு என்று பெருமையடித்துக் கொண்டார். ஜாவீது ஆலம் (1996: 73) சுட்டிக் காட்டுவது போல, இந்து மதத்தை வரையறுக்க வரும்போது வரலாறு ஆவியாகிவிடுகிறது, நடைமுறை மறைந்து விடுகிறது, அப்புறம் நமக்குக் கிடைப்பது இலட்சியப் படுத்தப்பட்ட வேதாந்த மதத்தின் வடிகட்டிய வடிவம்தான். ஓர் இந்து ஆன்மிகமாக இல்லை என்றால், அவனை இந்து என்று நான் சொல்ல மாட்டேன் என்பார். ஆனால் இந்து ஆன்மிகத்திற்கு ஒரு தனித்துவமான ஏகாதிபத்தியப் பண்பையும் அளித்தார். இந்தியாவின் மத மேன்மையை முழங்கியவாறு, இந்து ஆன்மிகத்தினால் உலகத்தை அடக்கியாள அழைப்பு விடுத்தார்.

நமக்கு முன்னுள்ள பெரிய இலட்சியம் இதுதான். ஒவ்வொருவரும் அதற்குத் தயாராக இருக்கவேண்டும். இந்தியா முழு உலகத்தையும் கைப்பற்ற வேண்டும்... அவர்கள் அதற்காகக் காத்திருக்கிறார்கள், அதற்கு ஆவலாக இருக்கிறார்கள்...நாம் வெளியில் சென்று, நமது ஆன்மிகத்தின், தத்துவத்தின் வாயிலாக உலகத்தைக் கைப்பற்ற வேண்டும். இதற்கு மாற்று இல்லை, நாம் அதைச் செய்ய வேண்டும் அல்லது மடிய வேண்டும். (விவேகானந்தர், பார்க்க ஹே 1988: 76)

விவேகானந்தர் இவ்வளவு கவலையுற்ற நிலையில் உலகத்துக்கு போதிக்க முனைந்த ஆன்மிகம்தான் என்ன? அவர் குருட்டுத்தனமாகப் பார்ப்பனியத்தின் ஒவ்வொரு கூறையும் ஏற்றுக் கொண்டவர். தனக்கென ஒரு மதக் கருத்தியல் தனியாக இல்லை என்று வெள்ளையாக ஒப்புக் கொண்டவர். பிராமணப் பனுவல்களில் எழுதப்பட்டுள்ள அதே கர்மம், தர்மம், அவதாரங்கள், சாதி, தந்தைவழிஆதிக்கம் அவையேதான். நிகழ் காலத்தில் வாழ்வதைவிட கடந்தகாலத்திலேயே வாழ்ந்த அவர், எதிர்காலத்தைப் பற்றிய தனது இலட்சியம் இந்தியாவின் பெருமைமிக்க கடந்தகாலத்தை அடிப்படையாகக் கொண்டது, அதனால் ஊக்கம் பெற்றது என்று பெருமைகொண்டார்.

இக்காலத்தில் ஒவ்வொருவரும் கடந்தகாலத்தைத் திரும்பிப் பார்ப்பவர்கள் மீது பழிசுமத்துகிறார்கள். இப்படிப் பின்னால் நோக்குவதுதான் இந்தியாவின் துயரத்திற்குக் காரணம் என்கிறார்கள். எனக்கு, இதன் எதிர்மறைதான் சரி என்று தோன்றுகிறது. இந்தியர்கள் கடந்தகாலத்தை மறந்தவரை இந்து தேசம் ஒரு மயக்க நிலையில் இருந்தது. அவர்கள் கடந்த காலத்தை நோக்கத் தொடங்கிய உடனே, ஒவ்வொரு பக்கமும் வாழ்க்கையின் புதிய வெளிப்பாடு தோன்றுகிறது. இந்தக் கடந்த காலத்திலிருந்துதான் எதிர்காலம் உருவாக்கப்பட வேண்டும். இந்தக் கடந்த காலம் எதிர்காலமாக மாறும். (விப, பாகம் 4, 324).

விவேகானந்தருக்கு இந்தியக் கலாச்சாரத்துக்கும் இந்துக் கலாச்சாரத்துக்கும் வேற்றுமை கிடையாது. அவருடைய இந்து வெறி, கிறித்துவம், இஸ்லாமுடன் மட்டுமன்றி, பௌத்தத்துடனும் கசப்பான மோதலை உருவாக்கியது. அவரைப் போற்றுபவர்கள் அவரது பரந்த மனப்பான்மையையும் உலகளாவிய கவர்ச்சியையும் பற்றிப் பேசுகிறார்கள். ஆனால் அவரது மதம் பற்றிய மிகமென்மையான விமரிசனத்தைக் கூட அவரால் சகித்துக் கொள்ள இயலாது. கிறித்துவ மதப்பணியாளர்கள் சிலர் சாதி, தீண்டாமைப் பிரச்சினைகள் பற்றி வினவியபோது, அவர் கிறித்துவத்தின் வரலாற்றுண்மையைக் கேள்விகேட்டு, தொடக்க கால கிறித்துவர்கள் ஆதியில் இந்துக்களாக இருந்திருக்கலாம் என்றார் (ஏ. பி. சேன் 1993: 338). ஆனால் முகமதுவையும் அவரது மதத்தையும்தான் மிகக் கூர்மையாகத் தாக்கினார். இஸ்லாம் பகுத்தறிவுக்கு மாறானது, வன்முறை சார்ந்தது என்று கூறி, முஸ்லிம்கள் இதயமற்ற கொலைகாரர்கள் என்று வருணித்தார். இந்தியாவின் முஸ்லிம்கள் அவரைப் பொறுத்தவரை அயல்நாட்டவர்கள், அவர்கள் மதம் ஒரு ஏற்றுக் கொள்ளமுடியாத இருப்பு.

இந்த வகையில் முகமதியர்கள்தான் மிகவும் பண்பற்ற தன்மை கொண்டவர்கள், மிகவும் பிரிந்திருப்பவர்கள். அவர்களது ஒரே காப்புச்சொல் ஒரே கடவுள்தான் உண்டு, அவரது தீர்க்கதரிசி முகமது என்பது. அதற்கப்பால் இருப்பதெல்லாம் தீயது மட்டுமல்ல, உடனே அழிக்கப்பட வேண்டியதுமாகும். இந்த வழிபாட்டுக்கு ஒத்துவராத ஒவ்வொரு ஆடவனும் பெண்ணும் உடனே வெட்டப்பட வேண்டும்; வேறு எதையும் போதிக்கின்ற புத்தகம் ஒவ்வொன்றும் எரிக்கப்பட வேண்டும். பசிபிக்கிலிருந்து அட்லாண்டிக் வரை ஐந்நூறு ஆண்டுகளுக்கு உலக முழுவதும் இரத்த வெள்ளம் ஓடியது. இதுதான் முகமதியம்! (விப, பாகம் 4, 122).

விவேகானந்தரின் இஸ்லாம் பற்றிய, அதைப் பின்பற்றுவோர் பற்றிய வருணனை சித்தப்பிரமைக்கு வெகு அருகில் வருகிறது.

மனிதனின் சுயநலம் அதிகரிக்க அதிகரிக்க அதற்குத் தக அவன் ஒழுக்கமற்றவனாக இருக்கிறான். ஓர் இனமும் அப்படித்தான். தனக்கே கட்டப்பட்டு வாழும் ஓர்

இனம் உலகிலேயே மிகக் கொடியதும் மிகத் தீயதும் ஆகும். இந்த இருமைக்கு இதுவரையுள்ள மதங்களில் அரேபியாவின் தீர்க்கதரிசி அடித்தளமிட்டதே மிகவும் கட்டுப்பட்டதாகும். இதுவரை அதைப்போல இரத்தம் சிந்தியதும் பிறருக்குக் கொடுமை செய்ததும் வேறெதுவும் இல்லை. குரானில் அந்த போதனைகளை நம்பாதவனைக் கொல்லவேண்டும் என்று விதி இருக்கிறது; அப்படிப்பட்டவனைக் கொல்வதே கருணைதான்! (விப, பாகம் 2: 350–1)

ஆக, பங்கிம் மற்றும் அக்காலத்தின் பிராமண தேசியவாதிகளைப் போல, விவேகானந்தரும் கொடுமை வாய்ந்த முஸ்லிம் ஆட்சியைவிட காலனிய ஆட்சியையே ஆதரித்தனர். முஸ்லிம் ஆட்சியில் இந்தியா முன்னேறுவது நின்றுவிட்டது, காரணம், அப்போது தற்காத்துக் கொள்ளவே நேரம் சரியாக இருந்தது, முன்னேற்றம் பற்றிய கேள்வி எழவில்லை. "இப்போது அந்த அழுத்தம் போய்விட்டதால், நாம் முன்னோக்கிச் செல்ல வேண்டும்" (விப, பாகம் 4: 318).

வேதாந்த மூளையுடனும் இஸ்லாமிய உடலுடனும் ஒரு புதிய இந்தியாவைக் கட்டுவதற்காக விவேகானந்தர் அழைத்தமை ஒரு முஸ்லிம் நண்பர் சர்ஃபாராஸ் ஹுசேனுக்கு அவர் எழுதிய கடிதத்தில் இடம் பெற்றுள்ளது. அது, தனது டிஸ்கவரி ஆஃப் இந்தியாவில் நேரு உட்பட, பல வரலாற்றாளர்களால் இந்தியாவின் சகிப்புத்தன்மை வாய்ந்த தேசியத்திற்கு உதாரணமாக மிகத் தவறாக வாசிக்கப் பட்டுள்ளது. உண்மையில், முஸ்லிம்கள் உடற்கட்டு வாய்ந்தவர்கள், ஆனால் அறிவு குறைந்தவர்கள் என்று வழக்கமாக இந்துக்கள் எண்ணுவதை மீண்டும் எடுத்துரைப்பதே ஆகும். இப்படிப்பட்ட சேர்க்கையில், ஜாவீத் ஆலம் வாதிடுவதுபோல, இந்து மதம் கருத்தியல் எந்திரமாகவும், அதற்கு இஸ்லாம் ஒரு உடற்கட்டு வாய்ந்த வேலைக்காரியைப் போல, உடல்சார் பணிகளைச் செய்யும் சேவகனாகவும் உள்ளன. "இது இந்துமதத்திற்கு முன்னுரிமை தந்து, இஸ்லாமைத் தாழ்த்துகிறது" (ஆலம் 1996: 74). வேதாந்த மூளை, இஸ்லாமிய உடல் என்பது பிராமணர்கள் கட்டளையிடவும் சூத்திரர்கள் பின்பற்றி வேலை செய்யவுமான பிராமண-சூத்திர ஒத்திசைவைப் போல உள்ளது.

விவேகானந்தரின் மதவெறியின் அவ்வளவாகத் தெரியாத ஓர் அம்சம் புத்தர், பௌத்தம் பற்றிய அவரது வெறுப்பும் தவறான சித்திருப்பும் ஆகும். இங்கும் பௌத்தம், இந்து மதத்தின் ஒரு தேவையற்ற வளர்ச்சி என்ற பிராமணக் குப்பையின் கறையை விவேகானந்தர் பெறுகிறார். புத்தர் சாதியமைப்பை அழித்த குற்றவாளி (அதனால் பழங்காலச் சமூகச் சமநிலையைக் கெடுத்தவர்); விக்கிரக நாசம் என்ற மடத்தனத்தைச் செய்தவர் (இதனைப் பின்னர் சங்கரர், மத்வர், ராமானுஜர் சரிசெய்தனர்); சமஸ்கிருதத்துக்குப் பதிலாக மக்கள்

மொழிகளைப் பயன்படுத்திக் கெடுத்தார் (வேத மரபிலிருந்து ஓர் அபாயகரமான பிளவை உருவாக்கிவிட்டார்); பிற தீமைகளுக் கிடையில் அஹிம்சை என்ற கருத்தை மேம்படுத்தி இந்தியாவுக்கு அழிவைச் செய்துவிட்டார் (விப, பாகம் 3: 230, 264; பாகம் 4: 131-2, 272-3; பாகம் 5: 317-18; மேலும் பார்க்க ஜே. சர்மா203, 116-17). பரவியபோது பௌத்தம் தனக்குள் ப்லவேறு காட்டுமிராண்டித்தனமான இனங்களை ஈரத்துக் கொண்டது (விவேகானந்தர் 1998: 69) இது பௌத்தத்திற்கு மட்டுமல்ல, இந்து மதத்துக்கும் சீர்கேட்டை உண்டாக்கியது. 1900இல் பாரிஸில் கீழையியலாளர் கூட்டம் ஒன்றில் பேசியபோது இந்துக் குறியீடுகள் பலவும், வழிபாட்டுப் பொருள்கள் பலவும் கெட்டுப்போனதற்கு இந்து மதத்தின் மைய நீரோட்டத்தில் சீர்கெட்ட பௌத்தம் கலந்ததன் விளைவே என்று கூறினார் (ஏ. பி. சேன் 1993: 335). அக்கால முதல் இக்காலம் வரை, இந்தியாவின் முழு வேலையே பௌத்தச் சீர்கேட்டை வேதாந்தம் மறுபடியும் கைப்பற்றுவதாகத்தான் உள்ளது. இது நடந்துகொண்டே இருக்கிறது, இன்னும் முடியவில்லை (விவேகானந்தர் 1998: 69).

விவேகானந்தர், பெரும் பிற்போக்குவாதியான பாலகங்காதர திலகரைத் தமது மறுதலைச்சுயம் என்று கருதினார் என்பது குறிப்பிடத்தக்கது. தனது பங்கிற்குத் திலகரும் விவேகானந்தரை சங்கராச்சாரியாரின் தகுதியுள்ள ஒரு மனிதர், இந்திய தேசியத்தின் உண்மையான தந்தை என்று பாராட்டினார் (கேசரி, 1902 ஜூலை 8). இருவருமே இந்துப் புத்துயிர்ப்பிலிருந்து பிரிக்கமுடியாத ஒரு தேசியத்திற்குத் தங்களை அர்ப்பணித்தவர்கள் என்பதால் அவர்களுடைய பரஸ்பரப் புகழ்ச்சி புரிந்துகொள்ளக்கூடியதே. சாதிக்கலாச்சாரப் பெருமையும், இஸ்லாமுடனும் கிறித்துவத்துடனும் (குறிப்பாக மதமாற்ற விஷயத்தில்) மோதல் கொள்கையும் அவர்களை நெருக்கமாக இணைத்தன.

விவேகானந்தரைச் சுற்றித் தூவப்பட்டுள்ள தொண்டர் புராணத்தினால் கவரப்பட்டு இந்துச் சகிப்புத்தன்மைவாதிகள் இப்போது அவரை இறுதியான நவீன ஒழுக்கவாதி என்று பாராட்டுவதோடு, எதிர்ப்பவர்களை ஸ்வாமியின் நற்பெயரைத் தூக்குபவர்கள், கெடுப்பவர்கள் என்று ஏளனம் செய்கின்றனர். இந்து இடதுசாரி என்று சொல்லப்படும் குழு, விவேகானந்தரின் ஆதிக்கப் பேச்சையும் வர்ணாசிரமத்தையும் பார்ப்பனியத்தையும் தெய்வமாக்கும் பண்பையும், இஸ்லாம், கிறித்துவம், பௌத்தம் ஆகியவற்றிற்கெதிரான சர்ச்சையையும் காணாமல் விட்டுவிடுகிறது. இந்துக்களின் விடுதலைக்கு மூன்று 'பி'க்கள்-பீஃப் (மாட்டுக்கறி), புஜபலம் (பைசெப்ஸ்), பகவத்கீதை ஆகியன தேவை என அவர்

கூறியதையும் மறந்துவிடுகிறது. இந்து இளைஞர்கள் இரும்புத் தசைகளும் எஃகு நரம்புகளும் கொண்டு இந்து மதத்தை உலகின் மூலை முடுக்குகளில் எல்லாம் பரப்பவேண்டும் (பிற மதங்களை விட இந்து மதம் உயர்ந்தது என்னும் யோசனையினால்) என்னும் அவரது கருத்துகள் இந்து ஃபாசிஸக் கருத்தியலுக்கு அறிகுறிகள்.

கலாச்சார தேசியத்தின் பகட்டுத் தோற்றம்

இந்தியக் கலாச்சாரப் பாரம்பரியத்தின் மிகச் சிறந்த பண்புகளாக பிராமண மதத்தையும் தத்துவத்தையும் சித்திரித்ததன் வாயிலாக, மேற்சாதியினர் தேசபக்திப் பெருமை என்ற போர்வையில் தற்பெருமை பாராட்டும் மடத்தனத்தை உருவாக்கினர். இந்தப் பண்புகள் எல்லா இந்தியர்களுக்கும் உரிய பொதுப் பாரம்பரியம் அல்ல ஆதலால் வரலாறு, ஒரு சிலரின் பாரம்பரியமாயிற்று. பத்தொன்பதாம் நூற்றாண்டில் காலனியக் கொள்கையின் உதவியினாலும் தூண்டுதலினாலும் மேல்சாதிப் பண்புகள் எதிர்பாராத வழிகளில் உலகப் பொதுவானவை என ஆக்கப்பட்டன. இந்த உயர்சாதிப் படித்தவர்களால் உருவாக்கப்பட்ட தேசியச் சொல்லாடல், வெளிப்படையாகவோ மறைவாகவோ ஆரிய பிராமணர்கள் தேசிய ஒருமையை உருவாக்குபவர்கள் என்ற ஆரியமையக் கொள்கையுடன் இணைந்து, திராவிடருக்கும், கீழ்ச்சாதியினர்க்கும், முஸ்லிம்களுக்கும் எதிரான பாரபட்சக் கொள்கையை கொண்டிருந்தது. எம். ஜி. ரானடே போன்ற ஓர் கூருணர்வுமிக்க சீர்திருத்தவாதியும்கூட பழங்கால இந்தியாவில் வடக்கையும் தெற்கையும் இணைத்த ஆரிய மதமாகப் பார்ப்பனியத்தை நோக்கினார் (பார்க்க சக்ரவர்த்தி 1998: 102). திலகரைப் போலவே ரானடேயும் ஆரியர்கள்தான் தெரிவுசெய்யப்பட்ட இனம் என்றும் 'கீழ்த்தனமான' ஆரியரல்லாதவருடன் சேர்ந்ததால்தான் இந்து மதத்தின் வெறுக்கத்தக்க இயல்புகள் உருவாயின என்றும் பழிகூறினார். (மேலது).

கட்டடக் கலை, தினசரி அறிவியல், தொழில் நுட்பம், நாட்டார் இசை, மக்கள் இலக்கியம் என்பனவற்றில் மேல்சாதி அல்லாதவர்கள் வகித்த முக்கியமான பங்கு தேசியவாத வரலாற்றில் மறைக்கப்பட்டுவிட்டது. இடைக்காலம் கொள்ளையடித்தல், நசிவு, இந்துக்கள் மீது இஸ்லாமியக் கொடுமைகள் ஆகியவற்றின் இருண்ட காலமாகச் சித்திரிக்கப் பட்டது. இந்தியாவின் துரதிருஷ்டத்துக்கு முழுமையாக முஸ்லிம் ஆட்சிக்குக் கீழ்ப்பட்டிருந்ததைக் காரணமாக்குதல் பலமாக இருந்தது. முஸ்லிம்களுடைய மோசமான ஆட்சி, கொடுங்கோன்மையிலிருந்து பாதுகாக்க வந்தவர்களாக

பிரிட்டிஷ்காரரைச் சித்திரிப்பது வழக்கமாக இருந்தது (சர்க்கார் 1997: 19). இந்த மனப்பான்மை இரண்டு தனித்த பரஸ்பரப் பகைமை கொண்ட மக்களை உருவாக்கவும், இறுதியில் இரண்டு தேசக் கொள்கையினால் நாடு பிளவுபடவும் காரணமாயிற்று.

இந்தியாவுக்கு வந்த ஜனநாயகம், சமத்துவம், மனித உரிமைகள் ஆகிய மேற்கத்தியக் கருத்துகள் மேட்டுக்குடியினர் இடையில் விரும்பப்பட்டன. ஆனால் அவற்றை எல்லா இந்தியர்களுக்கும் அவற்றைப் பயன்படுத்தாமல், முன்னுரிமை கொண்ட குழுக்கள் தாங்கள் முழுப் பிரதிநிதிகளாக இருந்த 'தேசத்திற்கு' மட்டும் அச் சமநீதிக் கொள்கைகளைப் பயன்படுத்தினார்கள். ஆகவே சமத்துவம் பற்றிய பிரச்சினை, தேசங்களுக்கிடையில் சமத்துவம் என்ற பிரச்சினை ஆகியது. தேசிய சுயநிர்ணயக் கோரிக்கையைத் தடுப்பதற்கு அதன் பிரத்யேகமான சில பகுதிகள் மட்டும் பயன்படுத்தப் பட்டன. பிரிட்டிஷ்காரரிடமிருந்து சுய ஆட்சியையும் சுதந்திரத்தையும் வேண்டிய தேசியத் தலைவர்கள், இந்தியச் சமூகத்தின் மேல்தட்டு மக்களும் தங்கள் முன்னுரிமைகளை விட்டுவிட்டு சமூக வட்டத்தில் ஜனநாயகத்தை நடைமுறைப்படுத்த வேண்டும் என்பதை ஏற்க மறுத்தனர். இந்தியச் சமூகத்தில் கலாச்சார தேசியம், பலரின் மேல் சிலரது அரசியல் ஆதிக்கத்தைப் பாதுகாப்பதைக் குறித்துக் காட்டிய மதிப்புகளில் ஆழமாக வேரூன்றியிருந்தது.

கல்வியறிவு பெற்ற பத்ரலோக் மக்களில் மிகப் பெரிய மனிதநேயவாதியாகிய இரவீந்திரநாத் தாகூர், தனது 'நவவர்ஷ' (1902) என்ற கட்டுரையில் மனிதச் சமூகத்தில் சமமின்மை தவிர்க்கப்பட முடியாது என்று வாதிட்டார். அதேவருடம் பிரசுரமான பிராமணன் என்ற மற்றொரு கட்டுரையில் மேன்மக்களின் முழுச் சமூகத்திற்கும் த்விஜ (இருபிறப்பாளர், பார்ப்பனர்) அந்தஸ்து தர வேண்டும் என்றும், அதற்கெதிராகப் பழைய இந்தியாவிலும் இன்றும், சூத்திரர்களாகக் கருதப்படுபவர்களுக்கு-சாந்தலர்கள், பீல்கள், கோல்கள், சுத்தம் செய்பவர்களின் கூட்டங்களுக்கு-தகுதியில்லை என்றும், ஏனெனில் ஒரு முறையான சமுதாயத்தில் கழுத்தும் தோளும் காலின் அளவுக்குத் தாழக்கூடாது என்றும் கூறினார் (பார்க்க எஸ். சர்க்கார் 1997: 26). பார்ப்பனர்களைச் சமூகத்தின் காவலர்கள் என்று புகழ்ந்து, பார்ப்பனியம் என்பது ஒரு பண்பு, மேற்கத்தியத் தத்துவத்திற்கு எதிராக, இந்திய தேசத்துக்கே உரித்தான தனித்த ஆன்மிகப் பண்பு அது என்று வாதிட்டார் (பார்க்க, எஸ். பாசு 2002: 116). எவையெல்லாம் மேதகைமைக்கு உரியதோ, எவையெல்லாம் அறிவுக்கும் ஞானத்துக்கும் உரியதோ அவை யாவும் இந்திய தேசத்தின் ஆன்மாவாக இருக்கக்கூடிய பார்ப்பனப் பண்புகளில் வெளிப்படுகின்றன. ஐரோப்பிய

வகையான சமத்துவம் போட்டி ஆகியவற்றின் தேடலை பிராமணப் பிரார்த்தனைகள், அமைதிநாட்டம் ஆகியவற்றால் சரிப்படுத்திவிடலாம். தனது தேசிய அடையாளத்தைத் தேடும் இந்தியா, அடிப்படையான பார்ப்பனனை மறுபடியும் கண்டுபிடிக்க வேண்டும் என்று முடிக்கிறார் தாகூர். "நாம் ஐரோப்பியர்களாக விரும்பவில்லை, த்விஜர்களாக (பார்ப்பனர்களாக) விரும்புகிறோம்" (மேலது).

இந்தியக் கிளர்ச்சியின் தந்தை எனச் சிங்கமாக்கப்பட்ட திலகரும், மற்ற தீவிர தேசியவாதிகளான விபின்சந்திரரும் லாஜ்பத் ராயும் கலாச்சார ஒருமை, தேசிய திடத்தன்மை ஆகியவற்றுக்கு சீர்திருத்தமும் சமூக மாற்றமும் எதிர்நிலையின என்று தாக்கினர். பலவேறு தளங்களில் தலித் வெகுஜனங்கள் போராடிய அடித்தட்டு இயக்கங்கள் (அடுத்து வரும் இயல்களில் நாம் பார்க்கப் போகிறோம்) யாவும் காலனிய ஆட்சிக்கு எதிரான போராட்டத்தை பலவீனப்படுத்தும் ஆகவே அவை பிரிக்கும் தன்மை உடையவை என்ற எதிர்க்கப் பட்டன. ஆக, சமூகப் பிரச்சினைகளை மறைக்கவும் கீழிருந்து எழும் மக்கள் எழுச்சிகளை ஒடுக்கவும் தேசியவாதம், மீட்புவாத அரசியலுக்கு ஊக்கமூட்டியது.

மகாராஷ்டிராவில் விஷ்ணுசாஸ்திரி சிப்லுங்கரும் திலகரும் பார்ப்பனியத்தையும் அதன் மரபுகளையும் பாதுகாக்கும் பொறுப்பினைத் தாங்களாக ஏற்றுக் கொண்டனர். மதத்தின் பெயரால் பிளவுபடுத்தும் நடைமுறைகளைக் கேள்வி கேட்பவர்களை அவர்கள் தாக்கினர். இழந்த பிராமண மற்றும் இந்து மதிப்பினை எழுப்பும் விதமாக சிப்லுங்கர் '*நிபந்தமாலா*' (1874-81) என்ற பத்திரிகையை நடத்தினார். 1890களில் பன்னிரண்டு வயதுக்குக் குறைவான பெண்களுக்குத் திருமணம் செய்யலாகாது என்ற மசோதா (வயது ஒப்புதல் மசோதா) கொண்டுவரப் பட்டது. நிபந்தமாலாவில் சிப்லுங்கர் கட்டுரைகளும், பூனா மீட்புவாதிகளுடன் திலகரின் கூட்டும் அந்த மசோதாவை எதிர்ப்பதிலும், 1895இல் காங்கிரஸ் அரங்கத்தில் சமூக மாநாட்டை ரானடே நடத்தவிடாமல் தடுப்பதிலும் வெற்றி பெற்றன. திலகரும் அவரது குண்டர்களும் அந்த நிகழ்வை வன்முறையால் இல்லாமற் செய்து மாநாட்டை நடத்தினால் அரங்கத்தை எரிப்போம் என்று மிரட்டினர். இவை யாவும் அவர்களது பிற்போக்குத்தன அரசியலுக்குத் தெளிவான உதாரணங்கள் (கீர் 2000; சர்க்கார் 1983).

சிலசமயங்களில் மேல்சாதி மேட்டுக்குடியினர் சீர்திருத்தம் பற்றிப் பேசவேண்டி வந்த வெற்றுரைகளுக்கும் அவர்கள் நடந்து கொண்ட முறைக்குமான வேறுபாடு குறிக்கத்தக்கதாக இருந்தது. 1918இல் தாழ்த்தப்பட்ட வகுப்பினர் பற்றிய ஒரு மாநாட்டில் திலகர், தீண்டாமை ஏன் ஒழிக்கப்பட வேண்டும் என்பது பற்றி விரிவாகப் பேசினார். அதற்குச் சற்றுப் பின்னால், தான் தீண்டாமையைக் கடைப்பிடிக்க

மாட்டேன் என்று ஓர் அறிக்கையில் கையெழுத்திடக் கேட்டபோது அவர் மறுத்து விட்டார். பம்பாயின் தீண்டப்படாதவர்கள் கோயில் நுழைவுத் திட்டத்திற்கு ஆதரவு நாடி ஒரு முறையீட்டைக் கொண்டு வந்த போதும் திலகர் அதை ஏற்க மறுத்துவிட்டார். 1918இல் கலப்புத் திருமணத்திற்கு ஒப்புதலளிக்கும் மசோதாவை, அது இந்து மதத்திற்கும் பிராமணர்களுக்கும் எதிரானது என்று கூறி எதிர்த்தார். அதேபோல உழைப்பாளர், விவசாயிகள் நலனுக்குப் பாடுபடுவதாகக் கூறினார், ஆனால் விவசாயிகள் நிலத்தைக் கடன் கொடுத்தோருக்கு மாற்றித்தரலாகாது என்று 1901இல் பம்பாய் அரசாங்கம் செய்ய முற்பட்டதை எதிர்த்தார். ஒரு சௌகாரின் (பணக்காரனின்) பணத்தை அரசாங்கம் கைப்பற்றி ஏழைகளுக்குக் கொடுக்க எப்படி உரிமையில்லையோ, அதே போல ஒரு நிலப்பிரபுவின் நியாயமான நில வருமானத்தை விவசாயிகளுக்குத் தரவும் அரசாங்கத்திற்கு உரிமையில்லை. இது உரிமைப் பிரச்சினையே அன்றி மனிதநேயப் பிரச்சினை அல்ல என்றார் (பார்க்க எஸ். சர்க்கார் 1983: 69). திலகருக்கு முன்னும் பின்னும் இருந்த மேல்சாதி தேசியவாதிகள் இப்படிப்பட்ட பணக்காரருக்குச் சாதகமான திட்டத்தைப் பின்பற்றியது அவர்களின் அரசியலை நிர்ணயித்தது. நடைமுறையில் தேசியவாதம் என்பது, அருவருப்பான யதார்த்தத்தையும் சுயநலத் திட்டங்களை தேசிய நலன்கள் என்று முன்வைப்பதையும் மறைக்கும் கருந்திரையாகப் பயன்பட்டது.

பார்ப்பனியத்தை தேசியவாதமாக நிறுவும் திட்டப்பணி புதிய நூற்றாண்டின் தொடக்கத்தில் ஓர் அருவருப்பான வடிவம் கொண்டது. சுதந்திரத்திற்கான கூச்சலுக்கிடையில் பிரிவினைவாத இந்து-முஸ்லிம் அரசியலுக்கு அது இடம் கொடுத்தது. திலகரின் கணேச பூஜை, காந்தியின் ராமராஜ்யம் என்பது போல தேசியப் போராட்டத்துக்காகப் பெருமளவில் பிராமணக் குறியீடுகள், உருவகங்கள், புராணங்களைப் பயன்படுத்தியதும், பங்கிம் போன்ற பிராமணக் கல்விமான்கள் முஸ்லிம்களை எதிரிகள், அயல்நாட்டவர் என்று சித்திரிக்கும் மனப்பான்மையும் பெரும்பான்மை-சிறுபான்மைச் சமுதாயங்களிடையில் மதவாதத்தை வளர்க்கும் சூழலை உருவாக்கிவிட்டன.

இந்தப் பார்ப்பன மதவாதம் வங்காளத்திலும் மகாராஷ்டிரத்திலும் மட்டும் அல்லாது, பிற இடங்களுக்கும் பரவியது. வடக்கில், குறிப்பாக உத்தரப் பிரதேசத்தில் அனுபவமற்ற இந்தி இயக்கத்தின் முக்கிய நபர்கள் வங்காளி-மராட்டி மீட்புவாதிகளைப் பின்பற்றினர். இச் செயல்முறையில் உருவாக்கப்பட்ட புதிய, சமஸ்கிருத மயமான இந்தி, சுயநலக்காரரர்களின் செயற்கையான பிரித்தாளும் படைப்பாக

இருந்தது. சமஸ்கிருதத்துடன் அதன் அடாவடித்தனப் பிணைப்பினை உருவாக்கும் செயலை உருது பேசுபவர்கள் மட்டுமல்ல, அவதி, புந்தேல்கண்டி, ராஜஸ்தானி, பிரஜ்பாஷா, மைதிலி, போஜ்புரி, மாகதி போன்ற அந்தந்தப் பிரதேசக் கிளைமொழியினரும் எதிர்த்தனர். இந்தி வெறியர்களின் கிட்டப்பார்வை அதற்கு முன்னிருந்த மண்சார்ந்த, இயக்கமிக்க, படைப்பாற்றல் மிக்க இந்தியின் ஆழமான உள்ளாற்றலை அழித்தது (ராய் 2001). இந்து மீட்புவாத ஆசைகளால் உந்தப்பட்ட இந்தி-தேசியமொழி என்ற போராட்டம் பசுவைப் போற்றும் பிரதேசத்தில் மதவாதப் பிரக்ஞையை உருவாக்கியது. நவீன இந்தியின் தந்தை எனப் போற்றப்படும் பாரதேந்து ஹரிச்சந்திர (1850-85) வழக்கமான காலனிய விசுவாசம், இந்து தேசபக்தி ஆகியவற்றின் பரிச்சயமான கலப்பையே முன்வைத்தார். அவரது தேசியவாதப் பாணி, சாதி விதிகளைப் பின்பற்றுவது, உள்நாட்டுப் பொருள்களைப் பயன்படுத்துவது, பசுவதையைத் தடைசெய்வது, அரசாங்க அலுவலகங்களிலும் கோர்ட்டிலும் உருதுவுக்குப் பதிலாக இந்தியைப் பயன்படுத்துவது ஆகியவற்றிற்கான வேண்டுதல்களை முன்வைப்பதாக இருந்தது.

பாரதேந்துவின் கூட்டாளி பிரதாப் நாராயண மிஸ்ர 1882இல் கண்டுபிடித்த இந்தி-இந்து-இந்துஸ்தான் என்ற சூத்திரம் பயங்கர விளைவுகளை முன்னோக்கியது. பாரதேந்துவின் கண்டுபிடிப்பான எல்லா இந்தியர்களும் இந்துக்களே என்பதும், 'பிராமணன்' என்ற தனது சஞ்சிகையில் மிஸ்ர இந்துக்கள் மட்டுமே நிஜமான இந்தியர்கள் என்று கூறியதும் குறுகிய மத அடையாளத்தில் தோய்ந்த இலக்கிய-அரசியல் சொல்லாடல் ஒன்றை உருவமைக்க உதவியது. தூய்மைப்படுத்திய, ஒரேசீரான இந்தியை அதேபோன்ற ஒருங்கிசைந்த, ஒன்றுபடுத்திய இந்து-இந்தியச் சமூகத்தின் பாதுகாவலனாகக் கற்பனை செய்ததும் இந்தியக் கலாச்சாரத்தின் பன்முகத்தன்மையைப் புறக்கணித்தது மட்டுமல்ல, அதற்குள்ளாக அடித்தட்டு வெகுமக்களின் கலாச்சாரப் புறக்கணிப்புத் திட்டத்தையும் கொண்டிருந்தது (ஆர்சினி 2002). காங்கிரஸின் மேல்தளத் தலைவரில் ஒருவரும், அதிகாரப்பூர்வ இந்தியின் ஆதரவாளருமான பி.டி. தாண்டன் கூறினார், "நீங்கள் இந்த தேசத்தவர் ஆகவேண்டும் என்றால் பிற பயனற்ற சிந்தனைகள், குழுக்கள் பற்றிய கவர்ச்சிகள் எல்லாவற்றையும் விட்டுவிட்டு, ஒரு தேசம், ஒரு மொழி, ஒரு எழுத்து, ஒரு கலாச்சாரம் என்ற பதாகையின்கீழ் நிற்கவேண்டும்" (பார்க்க ஆர்சினி, மேலது 381).

கலாச்சார தேசியவாதத்தின் இறுக்கப் பிணைப்புகள், பழமைவாதத்துக்கு எதிரானவை என்று கூறப்பட்டன, ஆனால் உண்மையில் பழமைசார்ந்தவையாகவே இருந்தன. இந்த தேசியவாதம்

சமூகத்தின் எல்லாப் பிரிவுகளுக்கும் சார்பானது என்று சொல்லப் பட்டாலும் இந்து-முஸ்லிம் மேன்மக்கள் பிரதிநிதிகளின் தனித்தனி முகாம்களாகவே பயனின்றிப் பிரிந்து கிடந்தது. சமூக ஒற்றுமை, காலனிய எதிர்ப்பு என்ற பெயரால் கீழ்த்தட்டுகளிலிருந்து வரும் மாற்றுக்கருத்துகளை சாதிச் சார்பானது, பிளவுபடுத்துவது, (காலனிய) விசுவாசமானது என்று நசுக்குவதற்கு மேல்சாதிக்காரர்கள் கையாண்ட ஒரு மங்கலவழக்காகவே இந்து என்ற சொல் இருந்தது. இங்கு ஒரு தாகூரோ அங்கு ஒரு ரானடேயோ எப்போதாவது எழுப்பிய பொருத்தமான குரல்கள் மதவெறியின் சத்தத்திற்குள் முழுகிப்போயின. சிலசமயங்களில் சாதியெதிர்ப்பு, நிலப்பிரபுத்துவ எதிர்ப்பு இயக்கங்களின் பார்வைகளோடு ஒத்துச் சென்றபோதும், சீர்திருத்த தேசியவாதிகள் எவரும் போராடும் மக்களுடன் ஒன்றுசேர்ந்து கூட்டணி அமைக்க முன்வரவில்லை. சீர்திருத்த தேசியவாதிகளுக்கு தேசம் என்பது மக்களல்ல, ஆனால் ஐஜாஸ் அகமது மிகத் தெளிவாகச் சுட்டிக் காட்டுவதைப்போல,

அது ஒரு சொல்லலங்கார வகை. எப்போதுமே அதை நாடி வேண்டலாம், ஆனால் சீர்திருத்த திட்டங்களுக்குள் அதற்கு எந்த தன்னிச்சையான வெளியும் அளிக்கப்படுவதில்லை. தேசத்தின் பெயரால் மொழியப்பட்ட அல்லது மேற்கொள்ளப் பட்ட சீர்திருத்தங்கள் தங்கள் சொந்த வகுப்புக்கு, சாதிக்கு, அல்லது சமுதாயத்துக்கு மட்டுமே ஆனவை. ஆகவே சீர்திருத்தத்துக்கும் புத்தெழுச்சிகளுக்கும் இடையிலுள்ள கோடு எப்போதுமே மங்கலாகவே இருந்தது. அந்தப் புத்தெழுச்சிகளும் அந்த மேல்சாதிகளின் பலவேறு தற்-பூசனைகளாகவே (நார்சிஸம்) இருந்தன. அவற்றால் யதார்த்தத்தில் ஆட்சி செய்ய முடியாது, ஆகவே கற்பனையில், அதுவும் நிகழ்காலத்தில் அல்ல, எப்படியோ ஒரு வகையில் எதிர்காலமாக மாற்றப்பட வேண்டிய கடந்த காலத்தில் மட்டுமே ஆட்சி செய்ய முடியும். இந்த மீக்கற்பனையைப் பாதுகாத்து வைத்திருந்த ஒரே விஷயம் பழைய காலத்தில் போலவே இப்போதும் அவர்களிடம் இருந்த சொத்துதான். அப்போது, இங்குதான் அவர்களுடைய கடந்தகாலத்துக்கும் எதிர்காலத்தில் தொடரலாம் என்று அவர்கள் நம்பிய நிகழ்காலத்துக்கும் உள்ள மெய்யான இணைப்பு இருந்தது. காலனிய அரசாங்கம் ஏற்கக் கூடியதாக இருந்தது, ஏனெனில் அந்தச் சொத்தை இப்போது மெய்யாகப் பாதுகாப்பது அதுதான். நமது பழையகால நாயகர்கள் சமூக அளவிலும் அரசியலிலும் பழமைவாதிகள் தான், குறிப்பாக அவர்கள் காலனியாதிக்க எதிர்ப்பாளர்களாகக் கூட இல்லை. இந்தச் சூழலில்தான், பிறகு நமது தேசியம் பிறந்தது (அகமது 2002: 84-5).

குறிப்புகள்

1. பிடிவாத இந்துவாதிகள் இந்தியச் சமூகத்தில் தவறாக இருந்த எல்லாவற்றுக்கும் நவீனகாலத்துக்கு முந்திய முஸ்லிம் ஆட்சியைக் குற்றம் சாட்டுகிறார்கள். அந்த முஸ்லிம் ஆட்சியே சாதிகளுக்கிடையிலான பகைமைகள், உள்நாட்டு (இந்து) ஆட்சியாளர்களின் பரஸ்பர சதிகள் ஆகியவற்றினால்தான் சாத்தியமாயிற்று என்ற மெய்ம்மையைப் புறக்கணிக்கிறார்கள். ஒடுக்கப்பட்ட சாதிகள் முஸ்லிம் படையெடுப்பாளர்களை விடுதலை தருபவர்கள், மீட்பவர்கள் என்று வரவேற்றார்கள் என்று சில ஆய்வாளர்கள் ஒப்புக் கொள்கிறார்கள். "முகமது இபின் காசிம், கி.பி.712இல் இந்தியாவுக்குள் வெற்றிகரமாக நுழைந்த முதல் முஸ்லிம் போர்த்தலைவன், பிராமண ஆட்சியாளர்களால் ஒடுக்கப் பட்டிருந்த ஜாட்டுகள், பிற சமுதாயத்தினர் ஆகியோரின் ஊக்கமிக்க உதவியினால்தான் சிந்துவைக் கைப்பற்றினான்" என்று எம். என். ராய் (1937: 96) எழுதுகிறார்.

2. "ஏன் இந்தியாவை இழந்தோம்?" என்ற கேள்விக்குத் தமது இந்து ஸ்வராஜில் ([1909] 1999: 18-19) விடையளித்த காந்தி வெளிப்படையாகவே ஒப்புக் கொண்டார்: "ஆங்கிலேயர்கள் இந்தியாவைப் பிடிக்கவில்லை, நாம்தான் அதை அவர்களிடம் கொடுத்தோம்".

3. பிரிட்டிஷ்காரர் இந்தியாவில் முதன்முதல் நிறுவிய ஃபோர்ட் வில்லியம் கல்லூரியில், எச். டி. கோல்புரூக், வில்லியம் கேரீ ஆகியோரின் கீழிருந்த இளம் ஆய்வாளர்கள் இந்தியாவை இந்து மதத்துடன் அடையாளப்படுத்தி, முஸ்லிம்களை ஆக்கிரமிப்பாளர்களாகக் கருதினார்கள் என்பதை டேவிட் கோப் (1969: 103) தனது கீழையியம் பற்றிய புகழ்மிகுந்த ஆய்வில் காட்டியிருக்கிறார்.

4. மாக்ஸ்முல்லர் 1870களில் சாயனர் உரையுடன் ரிக் வேதத்தின் முதல் அச்சுப் பதிப்பைக் கொண்டுவந்தார். இதனால், விவேகானந்தர், மாக்ஸ்முல்லரை சாயனரின் அவதாரம் என்றே நம்பினார். "சாயனரே மீண்டும் மாக்ஸ்முல்லராகப் பிறந்து வேதங்களின் தனது சொந்த உரையை உயிர்ப்பிக்க வந்தார் என்பது என் எண்ணம். இந்த எண்ணம் வெகுகாலமாக எனக்குள் இருக்கிறது. நான் மாக்ஸ்முல்லரைப் பார்த்த பிறகு இது என் மனத்தில் உறுதிப்பட்டது என்று தோன்றுகிறது" (வி.ப, பாகம் 6, 495).

5. உள்ளிருந்து சீர்திருத்தம் என்ற பிராமணத் திட்டம் குறித்த அந்தச் சீர்திருத்தங்களுக்கு மோசமான பிரச்சினைகளை உருவாக்கியது. ஒரு முன்னணி சீர்திருத்தவாதி, பலதார மணத்தை எதிர்த்து வாதிட்டதில் உள்ள முரண்பாடுகளைச் சுட்டிக்காட்டி சுமித் சர்க்கார் எழுதுகிறார்: "மனு அனுமதித்த ஒருவகைப் பலதார மணத்தை (கீழ்ச்சாதிப் பெண்களை மணப்பது) தடுக்க முற்பட்ட வித்யாசாகர், கலியுகத்தில் கலப்புத் திருமணம் முற்றிலுமாக விலக்கப்பட்டது என்றார். குலினியத்திற்கு எதிரான அவரது வாதத்தில் உயர் அந்தஸ்துள்ள மாப்பிள்ளைகள் கிடைக்காத பட்சத்தில் அது திருமணத்தைக் காலந்தள்ளிக்கொண்டு போகிறது, இது பெண்களுக்குத் திருமணம் முதல் பூப்புக்குமுன் நடத்தப்பட வேண்டும் என்ற சாஸ்திர ஆணைக்கு முரணாக இருக்கிறது என்று வலியுறுத்தினார்.

ஒருவேளை அவருடைய சொந்தப் பழைய எழுத்துகளில் இருந்த இந்தக் கருத்துதான், அவருடைய இறப்புக்குமுன் வயது ஒப்புதல் பிரச்சினையில் அதிகாரப்பூர்வமாக அவரது கருத்து கேட்கப்பட்டபோது அவரது வியப்புக்குரிய ஈரடி மனப்பான்மைக்குக் காரணமாக இருந்திருக்க வேண்டும். (சர்க்கார் 1997: 269-70).

6. முற்பிறப்புகளில் ஒருவது நன்னடத்தை அல்லது தீய நடத்தை காரணமாக இப்பிறப்பில் சாதிப் படிநிலையை நிலைநிறுத்த வேண்டும் என்பதை வலியுறுத்தும் உபநிடதச் செய்யுள் ஒன்று (சாண்டோக்கிய உபநிடதம் 5.10.7) கீழ்ச்சாதியில் பிறந்தவனை விலங்கிற்குச் சமம் ஆக்குகிறது. "யாருடைய நடத்தை நன்றாக இருந்ததோ அவன் ஏதோ ஒரு நல்ல பிறப்பை-பிராமணனாக, க்ஷத்திரியனாக, வைசியனாக அடைவான். தீய நடத்தை கொண்டவர்கள் நாய், காட்டுப் பன்றி, அல்லது சண்டாளன் போன்ற தீய பிறப்பையே அடைவார்கள். சாண்டோக்கிய உபநிடதம் மிகவும் முக்கியமானதாகக் கருதப்படும் ஒன்று, ஏனெனில் அது பெருமைக்குரிய சாம வேதத்திலிருந்து வந்தது" என்று கருதப்படுகிறது. கிருஷ்ணன் "நான் வேதங்களில் சாமவேதமாக இருக்கிறேன்" என்று கூறுவதாக பகவத்கீதை உரைக்கிறது. (கீதை 10.22).

இயல் நான்கு இணைப்பு

கிழக்கிலும் மேற்கிலும் இணைநிலை பாசிஸச் சிந்தனை: நீட்சே, நாஜிக் கொள்கை, இந்து தேசியவாதம்

வரலாற்றின் பெருநாடகத்தில் ஆரியர்கள்தான் முதன்மையான நடிகர்களாக இருந்துள்ளனர். நமக்கு அளிக்கப்பட்ட செயல்திறமிக்க வாழ்க்கையின் எல்லாக் கூறுகளையும் முழு அளவுக்கு வளர்த்துள்ளனர். சமூகம், ஒழுக்கம்... இலக்கிய, கலைப் படைப்புகள், அறிவியலின் கூறுகள், கலையின் சட்டங்கள், தத்துவத்தின் கொள்கைகள் அனைத்தையும் முழுமைப்படுத்தியுள்ளனர். தங்களுக்குள்ளாகவும், செமிட்டிக், துரானிய இனங்களுடனும் தொடர்ச்சியான போட்டியினால் இந்த ஆரிய தேசங்கள் வரலாற்றின் ஆட்சியாளர்கள் ஆகியுள்ளனர். உலகத்தின் எல்லாப் பகுதிகளையும் நாகரிகம், வணிகம், மதம் இவற்றின் சங்கிலியால் இணைப்பது அவர்களின் பணி என்று தோன்றுகிறது.

எஃப். மாக்ஸ்முல்லர் [1859] 1968: 13

வெள்ளை, கருப்பு, மஞ்சள் என்ற மூன்று முதன்மையான இனங்களில் வெள்ளை இனமே உயர்ந்தது என்ற சிந்தனைக்குத் தான் இனவாதம் என்று பெயர். இந்தத் தேர்ந்தெடுக்கப்பட்ட இனத்தில் ஆரியர்கள்தான் மிகவும் மேன்மையானவர்கள், ஆற்றல் மிக்கவர்கள் என்ற சிந்தனையைப் பத்தொன்பதாம் நூற்றாண்டில் கீழையியல், இந்தியவியல் சொல்லாடல்கள் ஊக்கப்படுத்தின. ஏதோ ஒரு வழியில், எல்லா நாகரிகமும் ஆரிய இனத்திலிருந்துதான் வந்தது என்று ஐரோப்பாவிலும் இந்தியாவிலும் அதைச் சேர்ந்தவர்கள் கூறிக்கொண்டனர். ஆரிய-பிராமணத் தற்பெருமைக்கும் அதையொட்டிய ஆரியரல்லாத சூத்திரரின் இழிவுபடுத்தலுக்கும்

ஆகிய பார்ப்பன இனவெறிக்கு நிகரான கருத்தினை ஃப்ரீட்ரிக் நீட்சே (1844-1900)யின் தத்துவத்தில் காணலாம். அவரது தலைமை (எஜமான) இனம், மீமனிதன் என்ற கருத்துகளை ஹிட்லர் பின்னர் தமது நாஜி உலகப்பார்வையை உருவாக்கப் பயன்படுத்திக் கொண்டார். அபூர்வமானதொரு வெற்றிகர நடையைக் கொண்ட மயக்கும் எழுத்தாளரான நீட்சேவின் தத்துவம் அதிகாரம்தான் தெய்விகம் என்ற சிந்தனையையும் இலட்சியத்தையும் மையமாகக் கொண்டது. அவரது தத்துவம் அதிகாரத்திற்கான விருப்புறுதி என்பதுடனும், இழிந்த சாதாரண மக்கள் மீது வன்முறை செலுத்துவதையும் அடிப்படையாகக் கொண்டது. அவர் பிராமணக் கருத்தியலின் முதல்வரான மனுவின் திட்டத்தையே பின்பற்றுவதாகக் கூறியுள்ளார். 'எதிர்க் கிறித்து' என்பதில் எழுதினார்:

மனு மாதிரி ஒரு நூலை எழுதுவதென்றால், இனிமேல் எஜமானர்கள் ஆகுவதற்கான, முழுமையானவர்கள் ஆகுவதற்கான, உயர்ந்த வாழ்க்கைக் கலையில் ஆர்வம் கொண்டவர்கள் ஆகுவதற்கான உரிமையை ஒரு மக்கள் இனத்திற்கு விட்டுக் கொடுப்பதாகும். அந்த இலக்கிற்கெனச் சட்டம் உணர்வற்ற தற்செயல் நிலைக்குக் கொண்டு செல்லப்பட வேண்டும். அதுதான் ஒவ்வொரு புனிதப் பொய்க்கும் நோக்கமாகும். சாதிமுறைமை, உயர்ந்த, ஆதிக்கம் செலுத்துகின்ற சட்டம் இவை ஓர் இயற்கையான முறைமையின் அனுமதிகள், முதல்தரமான இயற்கைச் சட்டம். அதற்குமேல் மனம்போன போக்கிற்கோ, எவ்வித நவீன சிந்தனைக்கோ எவ்வித ஆற்றலும் இல்லை. நீட்சே [1895] 1968a: 177).

ஜனநாயகத்தின் கடுந்தாக்குதலினால் ஐரோப்பாவில் நிகழ்ந்த சாதாரணமனித-மயமாக்கல் பற்றி நீட்சே மிகவும் வருத்தப் பட்டார். அதற்குக் கிறித்துவமே பொறுப்பு என்றார். அது கீழ்ப்பட்ட மனிதர்கள் மேற்குடியினரின்மீது வெற்றி கொண்டதற்கான அடையாளம். அவருக்கு, கிறித்துவம் ஒரு மிகப் பெரிய சாபம், சமதர்மவாதிகளின் வகைமாதிரியான போதனைகளுக்குச் சற்றும் குறையாத மனப்பிறழ்ச்சி. சாதாரண மக்களை அடிமைப்படுத்துவதற்கான வெறிக்கான விருப்புறுதியில் அவர் கிறித்துவத்தை வீழ்த்துவதற்கான குண்டாந்தடியாக அதிகாரத்துக்கான பிராமணத் தத்துவத்தில் எழுச்சி கொள்கிறார். கிறித்துவம், சண்டாள மதிப்புகளின் வெற்றியைக் குறிக்கிறது...(மேட்டுக்குடியினருக்கு எதிராக) அழியாத சண்டாளப் பழிவாங்கலை அன்பின் மதத்தால் நிகழ்த்துவதாகிறது (மேலது, 58). பைபிளை மனுஸ்மிருதியோடு ஒப்பிடுவதற்கு ஆலோசிப்பதும்கூட நீட்சேவை பயமுறுத்துகிறது:

...மனுவின் சட்டநூலைப் படிக்கிறேன், அது ஒரு ஒப்பிடமுடியாத ஆன்மிக, மேலான படைப்பு, அதே மூச்சில் பைபிள் பெயரைச் சொல்வதுகூட ஆன்மாவுக்கு எதிரான ஒரு பாவம் ஆகும். அதற்குப் பின்னால் ஒரு நிஜமான தத்துவம் இருப்பதைக்

காணமுடிகிறது...ராபியிசமும் மூடநம்பிக்கையும் சேர்ந்த வெறும் நாற்றமடிக்கும் யூதக் கசப்புத்தன்மை அல்ல...முக்கிய விஷயத்தை மறக்காமல் அது எப்படி பைபிளின் ஒவ்வொரு ரகத்திற்கும் அடிப்படையில் வேறுபடுகிறது: மேன்மக்கள் முறைமையினர், தத்துவஞானிகள், வீரர்கள் வெகுமக்களைக் கட்டுப்பாட்டில் வைக்கும் தகைமை அது. எல்லா இடங்களிலும் மேன்மைப் பண்புகள், ஒரு முழுமையுணர்வு, வாழ்க்கையின் நேர்முக ஏற்பு, தனக்குள் நலமாக இருப்பதற்கான வெற்றிகர உணர்வு, வாழ்க்கை பற்றிய நல்லெண்ணம்...முழுப் புத்தகத்தின்மீதும் சூரியஒளி பிரகாசிக்கிறது. நீட்சே [1895] 1968a: 175).

இதற்கு முந்திய படைப்பான *இப்படிப் பேசினான் ஜாரதுஷ்டிரன் (1883-5)* என்பதில் 'கடவுள் இறந்துபோனான்' என்று அறிவித்தார் நீட்சே. வருங்கால மேட்டுக்குடி மக்கள் உலகத்தை ஆள்வார்கள், அவர்களிலிருந்து ஒரு மீமனிதன் உருவாவான் என்று தீர்க்கதரிசனம் கூறினார். *அதிகாரத்திற்கான விருப்புறுதியில்* அவர் அறிவிக்கிறார்: "ஒரு துணிச்சலான ஆளும் இனம் தன்னைத்தானே அமைத்துக் கொண்டிருக்கிறது...குறிப்பிட்ட மாதிரியான பலமான வகை மனிதனுக்கு, அறிவிலும் விருப்பத்திலும் மிக உயர்வான திறன் பெற்றவனுக்கு வேண்டியமாதிரியாக எல்லா மதிப்புகளையும் குறுக்குமதிப்பீடு செய்வதற்கான இலட்சியம் வேண்டும். இந்த மனிதனும் அவனைச் சுற்றியுள்ள மேன்மக்களும் உலகத்தின் தலைவர்கள் ஆவார்கள். ஆம், கடவுளர்களாக? ஆனால் கடவுள் அல்ல, இந்தப் புதிய கடவுளர்கள் தங்களை அண்டை அயலார்களை விட்டுவைக்க மாட்டார்கள்!" *இப்படிப் பேசினான் ஜாரதுஷ்டிரன்*-இல் தனது மீமனிதனை இரையுண்ணும் விலங்கு, உன்னதமான வெள்ளைக் காட்டுமிராண்டி, பேராசையுடன் தடையின்றிக் கொள்ளையிலும் வெற்றியிலும் மிதப்பவன் என்று புகழ்கிறார். *எதிர்க்கிறித்துவில்* பிராமணர்களை மனு பூமியின் கடவுளர்கள் என்றும் சூத்திரர்களை கையற்றவர்கள், அடிமைகள் என்றும் கூறியதைப் புகழ்பாடுகிறார். ஆகவே நீட்சேவின் சமகாலத்தில் அவரை நன்கு படித்தவரான அம்பேத்கர், ஜாரதுஷ்டிரன் என்பது மனுவின் புதிய பெயர், *இப்படிப் பேசினான் ஜாரதுஷ்டிரன்* என்பது *மனுஸ்மிருதியின்* புதிய வடிவம் என்றும் வாதிட்டதில் வியப்பில்லை. (அம்பேத்கர், BAWS, vol. 3: 74-6).

'விக்கிரகங்களின் அந்தியொளி' என்பதில் (இதன் துணைத் தலைப்பு, *'சம்மட்டியுடன் தத்துவ ஆக்கம் செய்வதெப்படி'*) மனுவைப் போலவே நீட்சேயும் மனிதரில் தாழ்ந்த வகுப்பினரை வருணிக்க விலங்குப் படிமங்களைப் பயன்படுத்துகிறார். கீழ்இனமான சூத்திரர்களை ஒழுக்கமற்ற மனிதன், தாறுமாறான மனிதன் என்று வருணிக்கிறார். மீமனிதனான பிராமணனுக்கு எதிர்நிலையான தீண்டப்படாத சண்டாளனை மனு விலங்குத்தனமாக நடத்தவேண்டும் என்று

சொல்வதை போற்றித் துதிபாடுகிறார். நீட்சே [1889] 1968a: 57). சமூகம் தனக்காக இயங்குவதற்காக உருவானதல்ல, ஒரு தேர்ந்தெடுக்கப்பட்ட மனித இன உறுப்பினர்கள் தங்கள் உயர் கடமைகளுக்காகத் தங்களை உயர்த்திக் கொள்ளத் தாங்கி நிறுத்தும் மேற்கட்டுமானமாக இருப்பது. இந்த விதிவிலக்கான மனிதர்களை வளர்ப்பதற்குச் சாதாரண மனிதர்களின் இயல்பான உரிமைகளைக் கடுமையாக வெட்டவேண்டி வரும் என்று வலியுறுத்துகிறார். சாதாரண மனிதர்களுக்கு வாழ்வதற்கு உரிமை, வேலைக்கு உரிமை, மகிழ்ச்சியாக இருப்பதற்கு உரிமை என்றெல்லாம் எதுவும் கிடையாது. சூத்திரர்கள் என்போர் மிகக் கீழான புழு அன்றி வேறல்ல, ஆண்கள் போருக்குப் பயிற்சி தரப்பட வேண்டும், பெண்கள் வீரர்களைப் பெற்றுத் தரவேண்டும், மற்றதெல்லாம் முட்டாள்தனம் என்று திட்டவட்டமாகக் கூறுகிறார். மனுவிடமிருந்து மிக மோசமாகப் பெண்களை வெறுக்கும் பண்மையும் பெற்றிருக்கிறார். இப்படிப் பேசினான் ஜாரதுஷ்டிரன்-இல் கூச்சலிடுகிறார்: "பெண்ணிடம் போகிறாயா? சாட்டையை மறக்காதே!"

வெறுக்கத்தக்க வாழ்க்கையை நடத்திய மிகத் தனிமையான மனிதர் நீட்சே. பெரும்பாலான புத்தகங்களைத் தொழு நோயாலும் மருட்சி நோயாலும் மிகவும் பாதிக்கப் பட்டிருக்கும் போது எழுதினார். ஆனால் ஒழுக்கமற்ற அறிவுஜீவிகள் இடையிலும், இருபதாம் நூற்றாண்டின் மிகுந்த இரத்தவெறி பிடித்த சர்வாதிகாரிகள் இடையிலும் அவரது பெரும் செல்வாக்கை இது குறைத்துவிடவில்லை. நீட்சேயின் கருத்துகள் ஹிட்லரின் கற்பனையைத் தூண்டின; முஸோலினி, தனது கருத்தியல் வழிகாட்டிகளில் மாக்கியவெல்லி, மாஜினி ஆகியோருடன் நீட்சேவையும் வைத்திருந்தார். நாஜி ஜெர்மனியின் மனச்சாட்சிமிக்க வரலாற்றுக் குறிப்பாளரான வில்லியம் ஷிரர், நீட்சேயின் அதிகாரத் தத்துவத்திற்கும் ஹிட்லரின் அதிகாரப் பித்திற்கும் இடையிலுள்ள தொடர்பைச் சுட்டிக்காட்டியுள்ளார். மூன்றாம் அகிலத்தின் அறிவுசார் வேர்களுக்கு நீரூற்றி வளர்த்த மடையர்கள் பலர் இருந்தார்கள், ஆனால் ஹிட்லர் நீட்சேயினாலும், ஒரு மீமனிதன் வந்து கடவுளை இடப் பெயர்ச்சி செய்து உலகத்தை ஆளுவான் என்ற தத்துவத்தாலும் கவரப்பட்டிருந்தார். நீட்சேயின் சிந்தனைகளில் மட்டுமல்ல, அவரது விந்தையான மிகைப்படுத்தும் ஆர்வத்தையும் கொண்டிருந்தார். அவருடைய மெயின் கேம்ப் என்ற தன் வரலாற்று நூலில் உலகத்தின் தலைவர்கள் என்ற தொடர் அடிக்கடி வருவதைக் காணலாம். ஹிட்லரின் குப்பைநிரம்பிய மனத்தில் மீமனிதன், எஜமான இனம் போன்றவை ஒத்த இடங்களைப் பிடித்தன. இறுதியில் ஹிட்லர் தன்னையே நீட்சே தத்துவத்தின் மீமனிதனாகக் கருதிக் கொண்டார் என்பதில் சந்தேகமில்லை. (ஷிரர் [1961] 1991: 97-113).

நீட்சேயைப் போற்றுபவர்கள் அவருக்கும் ஹிட்லருக்கும் இடையில் இணைப்பு எதுவும் இல்லை என்று கடுமையாக மறுத்தபோதிலும் நீட்சேயின், மற்றும் மனுவின் தத்துவத்தின் வெகுமக்களைக் கொலைசெய்யும் அறிவுப்புலச் சாத்தியத்தை எவரும் ஒதுக்க முடியாது. வால்டர் காஃப்மன் போன்ற அறிஞர்கள் நீட்சே மிகவும் அக்கறையற்ற தத்துவவாதி என்றும், மூன்றாம் பேரரசில் அவரை ஏற்றுக் கொண்டமைக்கு அவர் எவ்விதத்திலும் பொறுப்பல்ல என்றும் கூறுகிறார் (காஃப்மன் 1974). (ஒளியூட்டும் புதிய ஆய்வு சுட்டிக் காட்டுவதைப் போல) அதிகாரத்தின் மிகப் பெரிய தத்துவவாதியை தீவிரமாக விமரிசனம் செய்வதை விட்டு, ஜனநாயக சமத்துவம் கிறித்துவ ஒழுக்கம் போன்றவற்றின் மீதான அவரது தாக்குதல்களை அழித்து, ஒரு கவர்ச்சிமிக்க, எவரையும் பாதிக்காத ஓர் இருத்தலிய வாதியாக-கடுமையான ஆட்சிஎதிர்ப்புக் கிளர்ச்சிக்காக-சங்கிலியால் கட்டப்பட்ட ஒரு கிங்காங்...(ராட்னர்-ரோஸன்ஹேகன் 2012) என்று சித்திரித்து காஃப்மன் ஆங்கில-அமெரிக்க உலகிற்கு ஒரு பிரம்மாண்ட நீட்சே தொழிற்சாலையை உருவாக்கினார். ஆனால் நீட்சேயே தனது பணியைத் தத்துவமாகவோ, இலக்கியமாகவோ காணாமல், போர் அறிவிப்புகள் என்று நோக்கினார். அந்த இன்மைவாதச் சொற்கொல்லர் காட்டுமிராண்டித்தனத்துக்கும் விலங்குத்தனத்துக்கும் அடிமையாகி, அவையின்றி படைப்பாற்றலே இல்லை என்றார். மிகப் பெரிய நன்மையினால்தான் மிகப்பெரிய தீமை உருவாகும், ஆனால் அது படைப்புத்திறன் மிக்கது என்று அவர் *இப்படிப் பேசினான் ஜாரதுஷ்டிரன்*-இல் எழுதினார்.

நீட்சேயின் வாக்குவளமும் நீதி, சமத்துவம் பற்றிய எல்லா நவீன கருத்தாக்கங்களுக்கும் எதிரான சினமும் உண்மையில் பலத்தின் இழிவிலக்கியம் சார்ந்ததாக உள்ளது. பிரபுத்துவ மக்கள் சிலர் அதிகாரத்துக்காகச் சாதாரண மக்களை ஒடுக்க வேண்டும் என்ற அவரது பரிந்துரை பாசிஸ உட்குறிப்புகளைக் கொண்டுள்ளது. நாஜியிசத்தின் அறிவுசார் வேர்களைத் தேடிய ஷிரர், ஹிட்லரின் தற்புகழ்ச்சி மனக்கோளாற்றுச் சிந்தனைகள் அவர் உருவாக்கியவை அல்ல, ஜெர்மனியில் அவர் பதவியேற்றபோது அந்த மோசமான சிந்தனைகளை நடைமுறைப் படுத்தியதில்தான் அவரது மிருகத்தனம் இருக்கிறது என்று சரியாகவே வலியுறுத்துகிறார். வன்முறையையும் பிறரைக் கைப்பற்றலையும் போற்றுதல், ஆரிய இனத்தின் உயர்வில் நம்பிக்கை, யூதர்கள், ஸ்லாவ்கள் மீது வெறுப்பு, பரிவு, அன்பு இவற்றின்மீது கடுவெறுப்பு இவை யெல்லாம் ஹிட்லரிடம் அசலாக இருந்தவை அல்ல, அவற்றை இரக்கமின்றிக் காட்டுமிராண்டித்தனமாகப் பயன்படுத்தியதில்தான் இருந்தன.

இந்துத்துவத்தின் பாசிஸத் தொடர்பு

பாசிஸம் (வல்லாதிக்கம்) என்னும் நிகழ்வுக்கு ஓர் இந்தியப் பரிமாணமும் தொடர்பும் உண்டு. (இந்தியாவில் அது இன்னும் நீடிக்கிறது). நாஜியிசத்துக்கும் இந்து தேசியவாதத்துக்கும் ஓர் உறவு உண்டு. மனுவை நவீனகாலத்தில் போற்றுபவர்கள் பலர் ஹிட்லரையும் அவரது ஏகாதிபத்தியத் திட்டத்தையும் போற்றுபவர்களாகவும் உள்ளனர். உண்மையில், இந்து மகாசபையும் (1915) ராஷ்ட்ரிய ஸ்வயம் சேவக் சங்கமும் (1925) தங்கள் இந்து தேசியவாதத்தை ஆரிய இனம், மதம், கலாச்சாரம், மொழி ஆகியவற்றை உயர்த்தும் ஹிட்லரின் நாஜியிசத்தை அடிப்படையாக வைத்தே உருவாக்கினர். வீ. டி. சாவர்க்கரின் இந்துத்துவம் (1923) ஆர்எஸ்எஸ் வகையான கலாச்சார தேசியவாதத்தைத் தூண்டியது. அது ஐரோப்பிய பாசிஸத்துக்கு அடிமை பூண்டிருந்தது. மரபான இந்து மதத்தின் மதஉள்ளர்த்தங்கள், எல்லைகளிலிருந்து வேறுபடுத்திக் காட்ட அவர் இந்துத்துவம் என்ற சொல்லை உருவாக்கினார். அவருடைய இந்துத்தன்மை என்ற கருத்திற்குள் பௌத்தம், ஜைனம், சீக்கியம் போன்ற எல்லா இந்திய மதங்களும் அடங்கும். அது பழைய இந்து தேசியவாதிகளான தயானந்தர், விவேகானந்தர், திலகர், பங்கிம், அரவிந்தர் முதலியோருடனும் பலமான தொடர்பினைக் கொண்டிருந்தது என்பதைப் பலவேறு அறிஞர்களும் பலவேறு பாங்கில் சுட்டிக்காட்டியுள்ளனர். (ஜாஃப்ரிலாட் 1999; ஹான்செ‌ன் 1999; ஜாவோஸ் 2000; ஏ. அகமது 2002; ஜே. சர்மா 2003).

நமது தேசியவாதம் அரசியல் சார்பு, குடிமக்கள் சார்பு, மதச்சார்பின்மை ஆகியவற்றைப் பெறுவதற்கு முன்னரே கலாச்சாரச் சார்புடையதாக இருந்தது. இந்தச் சூழலில் இரத்தம்–சொத்துடைமை, ஆன்மிக சாராம்சம், இன–மதத் தனித்தன்மை, மீட்புவாதம் மற்றும் தூய்மைப்படுத்தலின் கவர்ச்சிகள் குறிப்பாக பலமாகவே இருந்தன. நமது அடிப்படையான சீர்திருத்த இயக்கங்களில் மத அடையாளம் உள்நிறைந்துள்ளது. இந்திய தேசியத்தின் முன்வரலாற்றிலும் அது உட்புகுந்துள்ளது. (அகமது 2002: 83).

வங்காளத்திலிருந்து மகாராஷ்டிரத்திற்கும் அங்கிருந்து பஞ்சாபுக்கும் பத்தொன்பதாம் மற்றும் இருபதாம் நூற்றாண்டுகளின் புனைகதைகள், வெறியுணர்ச்சிகள், சீர்திருத்த இயக்கங்களிலிருந்து பாரம்பரியமாகப் பெற்றவற்றின் பலவேறான கூறுகளை ஓர் ஒற்றை, எல்லாவற்றையும் தழுவுகின்ற பாசிஸ விதமான கருத்தியல் நிலைப்பாட்டிற்கு ஒருங்கிணைத்து, பிறகு மிக முக்கியமாக, அவற்றை தனித்த வகையான சீரமைப்பு வடிவங்களுக்கும் இயங்குதலுக்கும் இணைத்தது. (அகமது 2002: 15).

1920களில் குறித்த வடிவமுடைய இந்து தேசியவாதத்தின் எழுச்சி, பிராமண ஆதிக்கத்தைப் பாதுகாக்க எழுப்பிய கலாச்சார இலக்குத் திட்டம் என்று ஜாஃப்ரிலாட் கருதுகிறார்; இந்தப் பின்னணியில் இந்துக் கருத்தியலாளர்கள் ஐரோப்பிய பாசிஸத்தின்மீது கொண்டிருந்த கவர்ச்சியையும் வெளிப்படுத்துகிறார். 1938இல் சாவர்க்கர் இந்து மகாசபையின் தலைவராக இருந்தபோது, தில்லியில் ஒரு பொதுக்கூட்டத்தில், ஜெர்மானியரின் அதே இரத்தம் அதே மொழியைக் கொண்ட சூடடான்களை விடுவித்தமைக்கு ஹிட்லரைப் பாராட்டினார். ஆனால் அதற்கு முன்னாலும்கூட இந்து மகாசபையினர் சிலர் தங்கள் பாசிஸப் பாத்திரங்கள் சிலரோடு தொடர்பு வைத்திருந்தனர். நீண்டகாலம் இந்து மகாசபைக்குத் தலைவராக இருந்த பி. எஸ். மூஞ்சே, 1931இல் ஹிட்லர், முஸோலினி இருவரையும் சந்தித்ததாகச் சொல்லப்படுகிறது. மூஞ்சே இந்தியாவுக்குத் திரும்பி, இந்துச் சமூகத்தில் பாசிஸ மாதிரிகளை உருவாக்கவும், அதே பாணியில் அதை இராணுவ முறையில் சீரமைக்கவும் முயன்றார். ஐரோப்பியச் சர்வாதிகாரிகளின் இராணுவ நிறுவனங்களால் மிகவும் கவரப்பட்ட அவர் இந்திய அரசர்கள் பலரின் நிதி ஆதரவில் நாசிக்கில் ஓர் இராணுவப் பள்ளியை நிறுவினார். (ஜாஃப்ரிலாட் 1996, 1997; கேசோலரி 2000). அதேசமயம் திலகர் வெளியிட்ட மராட்டா, கேசரி இதழ்களும், இந்து மகாசபையின் கருவியான இந்து அவுட்லுக்கும் 1925க்கும் 1935க்கும் இடையில் காலமுறைப்படி ஒழுங்காக முஸோலினி, ஹிட்லர், பிராங்கோ ஆகியவர்களைப் புகழ்ந்து தலையங்கங்களும் கட்டுரைகளும் வெளியிட்டு வந்தன.

1933இல் மூஞ்சேக்குப் பிறகு இந்து மகாசபையின் தலைவராகப் பொறுப்பேற்ற பாய் பரமானந்த், சாதிக் கருத்தியலுக்கும் ஹிட்லரியத்துக்கும் நெருக்கமான உறவு இருப்பதாகக் கண்டார்.

> ஆஸ்திரியாவை இணைத்துக் கொண்டது பற்றி ஹிட்லர் அனுப்பிய செய்தியில் அவர் ஜெர்மனியின் ஒருங்கிணைப்புக்குத் தான் விதியின் தலைவனால் அனுப்பப்பட்ட கருவி என்று கூறியது, கிருஷ்ண பகவான் உலகத்திற்குத் தான் தேவைப்படும்போது வருவதாகக் கூறிய உறுதியை நினைவுபடுத்தியது. இந்தியாவின் ஒருமை முழுமையடைந்ததா? இல்லை என்று கூறுகிறேன்...இந்திய ஒருமைப்பாட்டைக் கொண்டுவரக்கூடிய ஹிட்லர் யார்? ஹிட்லரின் கோட்பாடு தேசிய சமதர்மம்...ஹிட்லரின் கொள்கைக்கும் இந்துக்களின் வர்ணாசிரமத்திற்கும் மிகுந்த ஒற்றுமை இருப்பதைக் காண்கிறேன். (இந்து அவுட்லுக், 1938 அக்டோபர் 12, பார்க்க ஜாஃப்ரிலாட் 1997: 347).

எல்லா அரசியலையும் இந்துமயப்படுத்து, இந்து மதத்தை இராணுவப்படுத்து என்று சாவர்க்கர் அழைப்பு விடுத்தார். நாம் இந்துக்களாக இருப்பதால் இந்தியர்களாக இருக்கிறோம், இதன்

மறுதலையும் உண்மை. இந்தியா இந்தியர்களுக்கு பித்ருபூமி (தந்தையர் நாடு) மட்டுமல்ல, அது புண்ய (புனித)பூமியும் ஆகும். முஸ்லிம்களுடைய புனிதபூமி அரேபியா. அவர்களுடைய புராணங்கள், சாமியார்கள், சிந்தனைகள், நாயகர்கள் எல்லாரும் வேறொரு நாட்டைச் சேர்ந்தவர்கள். ஆர்எஸ்எஸ், சாவர்க்கரின் கூற்றுகளை விசுவாசமாகப் பின்பற்றினர். அவரது சீற்றத்தின் வெளிப்பாடான "முஸ்லிம்கள் முதலில் முஸ்லிம்கள், இறுதியாகவும் முஸ்லிம்கள், ஒருபோதும் இந்தியர்கள் அல்ல" என்பதற்குச் சிறப்பு முக்கியத்துவம் அளித்தார்கள். (பார்க்க டியோரஸ் 1984: 266-7). இந்த நடைமுறையில் நாஜிக்களுடைய இனக் கொள்கை பற்றிய தொடர்ந்த சுட்டிக்காட்டலும், யூதப் பிரச்சினையை இந்தியாவின் முஸ்லிம் பிரச்சினையுடன் ஒப்பிடுதலும் வெளிப்படையான பாசிஸ்டு அடிப்படையில் உட்பகைவர் என்னும் கருத்தின் வளர்ச்சியை வெளிப்படுத்துகின்றன.

ஹிட்லருடனும் அவரது பேரழிவுக் கருத்துடனும் ஒற்றுமை கொண்டு ஆர்எஸ்எஸ் கருத்தியலாளர் எம். எஸ். கோல்வால்கர், அந்த அமைப்பின் நிறுவனர் ஹேட்கேவாரின் மரணத்துக்குப் பின் 1940இல் தலைவரானார். *வரையறையில் நாம் அல்லது நமது தேசியத்துவம்* என்பதில் எழுதுகிறார்:

தனது இனத்தையும் கலாச்சாரத்தையும் தூய்மையாக வைத்துக் கொள்ள ஜெர்மனி அந்நாட்டிலிருந்து செமிட்டிக் இனத்தவரை–யூதர்களை நீக்கி உலகத்திற்கு அதிர்ச்சியளித்தது. உயர்ந்த நிலையிலான தேசியப் பெருமிதம் இங்கு வெளிப்படுகிறது. அடிவேர் வரை வேற்றுமைகள் செல்லும் வெவ்வேறு இனங்கள், கலாச்சாரங்கள் எவ்விதம் ஒரே ஒத்திசைந்த முழுமையாக முடியாது என்பதையும் ஜெர்மனி காட்டியிருக்கிறது. இந்துஸ்தானிலுள்ள நாம் கற்றுக் கொண்டு இலாபம் அடையக்கூடிய பாடமும் இதுதான். (கோல்வால்கர் 1939: 35).

நாஜிகளுக்கு யூதர்களும் ஸ்லாவியரும் எப்படியோ, அதுபோலத்தான் ஆரஎஸ்எஸ்ஸுக்கு இந்துஅல்லாத சமுதாயங்கள், குறிப்பாக முஸ்லிம்கள். சாவர்க்கரைப் போலவே கோல்வால்கரும் இந்த தர்க்கத்தை முஸ்லிம் சிறுபான்மையினர் மீது பயன்படுத்தி, தான் நாஜியிசத்திலிருந்து கற்றுக் கொண்டவற்றின் உள்ளூர்க் குறிப்புகளைத் தருகிறார்.

இந்துஸ்தானத்திலுள்ள இந்துவல்லாத மக்கள் ஒன்று, இந்துக் கலாச்சாரத்தையும் மொழியையும் ஏற்கவேண்டும், இந்து மதத்தை மதிக்கவும் மரியாதைப் படுத்தவும் கற்றுக் கொள்ள வேண்டும். இந்து இனத்தையும் கலாச்சாரத்தையும் பெருமைப் படுத்துவதன்றி வேறெந்த சிந்தனைகளையும் ஏற்கக்கூடாது–அதாவது இந்து தேசத்தை ஏற்று தங்கள் தனித்த இருப்பை இழந்து இந்து இனத்தில் கலந்துவிட வேண்டும் அல்லது, இந்து தேசத்திற்கு முழுமையாக அடிமையாகி, எதையும்

கேட்காமல், முன்னுரிமைகள் எதையும் பெறாமல், எவ்வித முன்னுரிமை சார்ந்த நடத்துதலும் இன்றி, இன்னும் சொன்னால் குடியுரிமைகளும் இன்றி இந்த நாட்டில் இருக்கலாம். (கோல்வால்கர் 1939: 62).

ஆர்எஸ்எஸ் பேரணிக்குரல், "ஒரு தேசம், ஒரு கலாச்சாரம், ஒரு தலைவர்" என்பது நாஜி கவர்ச்சித் தொடரான "ஐன் வோல்க், ஐன் ரீக், ஐன் ஃப்யூரர்" (ஒரு மக்கள், ஓராட்சி, ஒரு தலைவர்) என்பதை நினைவூட்டுகிறது. இன மற்றும் கலாச்சார ஒருங்கிசைவின் அடிப்படையில் தனது தேசியத்தின் கட்டமைப்பினை உருவாக்கும் கோல்வால்கர், ஹிட்லரை அதிகாரத்துக்குக் கொண்டுவருவதற்கான ஆயத்தம் செய்த கருத்துகளை அளித்த ஜெர்மன் எழுத்தாளர்களிடமிருந்து தனது அகத்தெழுச்சியைப் பெறுகிறார். ஜாஃப்ரிலாட் கருத்தின்படி,

இந்துப் பெருமரபின் ஆதிக்கத்தில் தனது கலாச்சாரத்தைக் கொண்டிருக்கும் ஒருங்கிசைந்த தேசத்தை உருவாக்குவது பற்றிய கோல்வால்கரின் அக்கறை ப்ளண்ட்ஷ்லி மற்றும் அவர் போன்ற ஆசிரியர்களைப் படித்த நாட்களுக்கும் ஜெர்மனியில் நாஜியிசத்திற்கு இடமுண்டாக்கிய அவர்களுடைய இன தேசியவாதத்திற்கும் செல்கிறது. கலாச்சாரக் கூறுகள், ஒரு குழுவுக்கு உள்ளார்ந்தவை, முன்னோர்களிடமிருந்து கூட்டாகப் பெறப்படுபவை என்ற கோல்வால்கர் நினைக்கிறார். உதாரணமாக, சமஸ்கிருதம், இந்திய தேசியமொழி என்றும் இந்தியாவின் தாய்மொழி என்றும், அது இனஉணர்வின் வெளிப்பாடு என்றும் கருதுகிறார். இது வெளிப்படையாகவே ஜெர்மன் வோல்க்ஸ்கீஸ்ட் (தேசியஇனப் பண்பு) என்பதற்குச் சமமான சொல். (1999: 56–7).

தலித் வெகுஜனங்களுக்கு எதிராக உயர்சாதி இனவாதம்

இந்துத்துவம் அல்லது கலாச்சார தேசியம் பற்றிய ஆர்எஸ்எஸ்-இன் நிலை, ஒரு சிறப்பான இனவுணர்வு வகையின் அடிப்படையிலானது. அதன் விலக்கும் அரசியல், அல்லது கீழ்மைப்படுத்தலின் மூலம் உள்ளடக்குதல் ஓர் உயர்சாதி இனவாதமாக வடிவெடுக்கிறது (பாண்டே 1991). தூய இரத்தம் என்ற திட்டவட்டமான உயிரியல் கோரிக்கையைவிட, (காலத்தால் உறுதிப்பட்ட) சாதி மற்றும் பார்ப்பனியக் கட்டுப்படுத்தும் முகமையினால் சமூகக்-கலாச்சார ஆதிக்கம் என்ற வடிவத்தை எடுக்கிறது. இந்துத்துவக் கருத்தியலை அடியோடு அழித்தலின் இனவாதம் என்பதைவிட ஆதிக்கம் செய்யும் இனவாதம் என்று ஜாஃப்ரிலாட் (1999: 31) பெயரிடுகிறார். அதன் சொல்லாடலில், மற்றது என்பது விலக்கப்படுவதில்லை, ஆனால் மக்கள் அமைப்பிற்குள் ஒரு கீழான தகுதியில் சேர்க்கப் படுகிறது. ஆர்எஸ்எஸ் கருத்தியலாளர்கள் இந்த மென்மையான இனவாதத்தைத்

தங்கள் ஞானவான்களான முன்னோர்களிடமிருந்து பெற்றனர். அவர்கள் இந்த மாதிரிதான் இந்திய நிலைமைகளுக்கு ஏற்றது, அதுதான் நீடிக்கக்கூடியதும் இழந்த வலுவை மீண்டும் பெறுவதும் ஆகும்.

ஐரோப்பியக் கீழையியலாளர்களிடமிருந்து பொதுவான ஆரிய இனத் தன்மையையும் அதன் கிளைக் கொள்கையாகத் தெற்கு நோக்கிய புலம் பெயர்தலையும் பெற்ற இந்து மதவெறியர்கள் அந்த வாதத்தை ஒரு குறிப்பிட்ட எல்லைக்கு அப்பால் நீட்டவில்லை. தெற்குப் புலப்பெயர்வு, இந்தியாவின் தேர்ந்தெடுக்கப்பட்ட இனம் ஆரியர்கள் என்றும், அவர்கள் ஒரு காலத்தில் உலகம் முழுவதையும் ஆக்கிரமித்தவர்கள் என்றும் நிறுவுவதற்கெனப் பயன்பட்டது. இதற்கு இரண்டு காரணிகள் காரணமாயின. முதலாவது, இனத்தூய்மையை ஆரியர்கள் வலியுறுத்தினால், அவர்கள் இந்தியாவில் அந்நியர்கள் ஆகிவிடுவார்கள். இரண்டாவது, ஆர்எஸ்எஸ்ஸின் மையஆட்களாகிய முன்னுரிமை பெற்ற சாதிகள் இந்து மக்கள் தொகையில் 10 சதவீதத்துக்கு மேல் இல்லை. ஆகவே ஆர்எஸ்எஸ் கருத்தியலாளர்கள் காலங்காலமான ஏமாற்றாகிய படிநிலைப்பட்ட, ஆனால் முழுமையான இந்து சமூகம் என்பதில் தஞ்சமடைந்தார்கள். இந்து தேசியவாதிகள் ஐரோப்பிய மக்கள்நல இனக் கொள்கையை விட்டு, ஏன் ஒரு படிநிலைப்பட்ட கூட்டுத்தன சமூக அமைப்பின்மீது கவனத்தைக் குவித்தார்கள் என்பதை இது விளக்குகிறது என்று ஜாஃப்ரிலாட் கருதுகிறார்.

அண்மையில், தலித் வெகுஜனங்களின் ஜனநாயக நாட்டங்களை ஒடுக்கும் உள்ளுறை திட்டத்தை மறைக்க ஆர்எஸ்எஸ் ஏதோ பயங்கரமான ஒன்று நடந்துகொண்டிருக்கிறது என்ற எண்ணத்தை உருவாக்க முயலுகிறார்கள். முஸ்லிம்கள், கிறித்துவர்கள் போன்ற அயலக மாற்றிசைவினால் இந்தியா சிதைகிறது என்கிறார்கள். முஸ்லிம்கள் பாகிஸ்தானுடைய, கிறித்துவர்கள் மேற்கினுடைய கட்டளைக்கேற்ப அயல் எதிரிகளால் பிளவுண்டாக்கும் அரசியலில் ஈடுபடுகிறார்கள் என்கிறார்கள். வேறு சொற்களில், ஆர்எஸ்எஸ் பிராமண அதிகார, கலாச்சாரக் கட்டுப்பாட்டை வலுப்படுத்த ஒரு திட்டமான, ஆனால் மறைவான முயற்சியில் ஈடுபட்டுவருகிறது. பாரம்பரியமாக அடிமையாக்கப்பட்டுள்ள, இப்போது தங்கள் உரிமைகளையும் கௌரவத்தையும் வேண்டுகின்ற மக்களைச் சமாளிப்பதற்கு புதிய, தவறான வழிகளைக் கண்டுபிடித்தாக வேண்டும் என்பதை ஆர்எஸ்எஸ் உணர்ந்துள்ளது.

நவீன இந்தியாவின் மிகப் பெரிய தலித் வெகுமக்கள் தலைவர்களான புலே, அம்பேத்கர் பிறந்த நாட்டில்தான் ஆர்எஸ்எஸ்ஸும் பிறந்துள்ளது என்பது குறிப்பிடத்தக்கது. ஹேட்கேவாரின் அதிகாரப்பூர்வ வாழ்க்கை வரலாற்றாசிரியரான சி. பி. பிஸ்கீகரின் கருத்துப்படி, கீழ்ச்சாதியர்

தன்முனைப்பு என்பது முஸ்லிம் அச்சுறுத்தலுக்குச் சமமான அபாயம் என்பதனால் அதைத் தடுக்கவே ஆர்எஸ்எஸ் அமைப்பு உருவாயிற்று. (டி. பாசு மற்றும் பலர், 1993: 14). உண்மையில் முஸ்லிம் மக்கள்தொகை (பத்து சதவீதத்திற்கும் குறைவு) அதனால் ஏற்படுவதாகக் கருதப்படும் அச்சுறுத்தல் இவை ஒப்புநிலையில் அந்தப் பகுதியில் பலவீனமானவை. (நாம் அடுத்த இயலில் பார்க்கப் போவதுபோல) மகாராஷ்டிரா பார்ப்பனியத்திற்கு எதிரான தீவிர இயக்கத்தை சத்யசோதக் சமாஜின் தோற்றத்துடன் 1870 முதலாகவே கண்டுவருகிறது. அதன் கருத்துகளும் செயல்பாடுகளும் தலித் வெகுமக்களிடையில் பிரபலமடைந்து வந்தன. திலகரின் சொந்த வீடான புனேதான் பிராமணர்களை 'உங்கள் வேதபுராணங்களை வெளிக் கொண்டு வாருங்கள்' என்று சவால் விட்ட புலேயின் கர்மபூமியும்கூட.

1920கள் அளவில், தலித்துகள் அம்பேத்கரின் தலைமைக்கீழ் தங்களைச் சீரமைத்துக் கொள்ள முற்பட்டனர். ஆர்எஸ்எஸ்ஸின் பிறப்பிடமான நாகபூர்தான் சமூக தீவிரவாதத்தின் மையமும் கூட. அங்கு 1920இல் ஒடுக்கப்பட்டச் சாதிகளின் மாநாடு நடந்தது. அதில் அம்பேத்கர் வி. ஆர். ஷிண்டேயும் பிற மிதவாதிகளும் முன்வைத்த மேலிருந்து (தந்தையொத்த) ஆதரவு தரும் சமூக சீர்திருத்த மாதிரியை திட்டவட்டமாகப் புறக்கணித்தார். பிறகு, நாகபூர், அம்பேத்கர் லட்சக்கணக்கான தலித்துகளை பௌத்தத்திற்கு மதம் மாற்றிய தீட்சாபூமியாகவும் ஆயிற்று. ஆர்எஸ்எஸ்ஸின் பார்ப்பனியக் கருத்தியலுக்கு பலமான எதிர்ப்பு புலே-அம்பேத்கர் கருத்தியல்தான். எனவே ஆர்எஸ்எஸ் புலே-அம்பேத்கர் கருத்தியலைக் குறிவைத்தது, அவர்களுடைய கருத்தியலும் இயக்கமும்தான் பிளவுபடுத்தும் சாதி மனப்பான்மையின் வெளிப்பாடுகள் என்று தூற்றியது.

ஆர்எஸ்எஸ் பிராமண சாதிமுறைமையில் நிற்கிறது, ஆனால் சாதியை எதிர்ப்பதுபோல் பாவனை செய்கிறது. ஆனால் தலித் வெகுமக்களின் விடுதலைப் போராட்டங்களை அது எதிர்ப்பது, சாதியத்தை எதிர்ப்பதாக அது கூறுவது வெறும் கூச்சல் என்பதைக் காட்டுகிறது. அம்பேத்கர், ஒரு சாதிக்கு மற்ற சாதிகளோடு உறவு என்பது இந்து-முஸ்லிம் கலகம் என்றால் தவிர ஞாபகம் வருவதில்லை என்று ஒரு முறை சுட்டிக் காட்டியதற்கேற்ப, இந்து ஒருமையை உருவாக்குவது என்னும் அதன் சிந்தனை முஸ்லிம்களுக்கு எதிரான வன்முறையின்மீது கட்டப்பட்டது. அதன் அரசியல், கீழ்ச்சாதிகளை பிராமணரின் கீழ் வைத்திருப்பது என்ற நோக்கத்தை ஒருபுறம் அடையவும் அவ்வாறு அடைந்த ஒருமையினால் முஸ்லிம்கள், கிறித்துவர்கள், பிற அயலவர்களுடன் போராடுவதை மறுபுறம் செய்யவும் துணைபோகிறது.

இந்துக்கள் அனைவரின் ஒருமைக்காகவும் முயலுகிறது என்று ஆர்எஸ்எஸ் சொல்லுகிறது. அதன் கண்களில் எல்லாச் சாதிகளும் சமுதாயங்களும் சமம் என்கிறது. இந்தியாவில் வாழும் எவரும் இந்து என்ற தனது உயர்நிலைக் கொள்கையால் ஆதிவாசிகள், இந்து-அல்லாத சமுதாயங்களையும் இந்து என்று அது சொல்கிறது. ஆனால் அதன் ஒருமைப்படுத்தும் முயற்சி படிநிலைப்பட்ட சமூக அமைப்பின் இயற்கைத் தன்மை என்ற மையத்தைச் சுற்றி அமைவதால், தன்னியல்பான தலித் வெகுமக்கள் எதிர்ப்புகளைப் பிளவுபடுத்துவதாகவும் தேசத்திற்கு எதிரானதாகவும் பார்க்கிறது. அதன் கவர்ச்சித் தொடரான இந்து தர்மம், கலாச்சாரம், பரம்பரை என்பதன் பின்னால் வர்ண நடைமுறைக்கான உணர்ச்சிமய ஆதரவு இருக்கிறது. கோல்வால்கர், மனுதான் உலகின் சட்டமளித்தவர்களில் முதல்வரும் மிகப்பெரியவரும், அவர்தான் (பாகுபாடின்றி) யாவரும் பிராமணர்களின் புனிதப் பாதங்களில் தங்கள் கடமைகளைக் கற்றுக் கொள்ள போதித்தவர் என்றும் புகழ்பாடுகிறார். அவரது சிந்தனைக் கொத்தில் ஆனந்த பரவசத்துடன் பிராமணன்தான் தலை, அரசன் கைகள், வைசியன் தொடை, சூத்திரன் பாதம் என்று திரும்பத்திரும்பச் சொல்கிறார். ஆகவே சாதியமைப்பில் சமத்துவம் என்ற கருத்தை முற்றிலுமாக ஆர்எஸ்எஸ் மறுக்கிறது. கீழ்ச்சாதிகளைச் சுரண்டும் குற்றத்திலிருந்து மேல்சாதியினரை விடுவிக்கிறது. (ஜாஃப்ரிலாட் 1999: 45ff; கனுங்கோ 2002: 141-2).

அறியாத தலித் வெகுஜனங்களைத் தனது அழுக்கு அரசியலில் காலாட்படையினர் (குறிப்பாக முஸ்லிம்களுக்கும் கிறித்துவர்களுக்கும் எதிராகக் கலகங்களை ஏற்படுத்தும்போது) என்று கண்ணைக்கட்டி ஏமாற்றினாலும், ஆர்எஸ்எஸ் என்பது அடிப்படையில் பிராமணர்களின் ஒரு சுயநல கும்பலின் வழிகாட்டுதலில் இயங்கும் முன்னுரிமைச் சாதிகளின் அமைப்புதான். அதன் நிறுவன உறுப்பினர்கள் கே. பி. ஹேட்கேவார், பி.எஸ். மூஞ்சே, எல். வி. பரஞ்பே, பி. பி. தால்கர், பாபுராவ் சாவர்கர் மற்றும் அனைத்துத் தொடக்ககால ஸ்வயம்சேவக்குகளும் பிராமணர்கள்தான். தனது நாட்குறிப்பில், மூஞ்சே (அவரே ஒரு தேசாஸ்த பிராமணர்) ஆர்எஸ்எஸ் படையினரை பிராமண இளைஞர்கள் பிராமணச் சிறார்கள் என்று குறித்துள்ளார் (ஜாஃப்ரிலாட் 1999). அதன் கருத்தியல் புரவலர் சாவர்க்கர், மஹாராஷ்ட்ரிய பிராமணர். அதன் நிறுவனர் ஹேட்கேவார் தெலுங்கு பிராமணர். அதன் அமைப்புச் சிற்பி கோல்வால்கர் ஒரு கர்ஹட பிராமணர். ஆர்எஸ்எஸ்ஸின் மூன்றாவது தலைவர் பாலாசாஹிப் தேவரஸ் மற்றொரு தெலுங்கு பிராமணர். அடுத்து வந்த கே. எஸ். சுதர்சன் ஒரு தமிழ் பிராமணர். இப்போதுள்ள தலைவர் மோகன் பாகவத், ஒரு மராட்டி பிராமணர். ஆர்எஸ்எஸ் உயர்ந்த மதிப்பில்

வைத்திருக்கும் பிற நவீன தலைவர்கள் திலகர், எஸ். பி. முகர்ஜி, தீனதயாள் உபாத்யாய போன்ற எல்லாரும் பிராமணரே. மற்றவர்கள் ஆர்எஸ்எஸ்ஸில் பிராமண அரசியலை நிறைவேற்றுவதற்காகவே உள்ளவர்கள்.

அரசியல் உரையாளர்கள் அவ்வப்போது ஆர்எஸ்எஸ்ஸின் இரகசிய திட்டம் பற்றிப் பேசுகிறார்கள். அதில் அவர்கள் அயோத்தியில் இராமன் கோயில் கட்டுவது, மதச்சார்பற்ற எல்லா நிறுவனங்களையும் இந்துமயமாக்குவது போன்றவற்றைக் குறிக்கிறார்கள். ஆனால் உண்மையான ஆர்எஸ்எஸ்ஸின் முக்கியத் திட்டம் தலித் வெகுஜனங்களையும் முஸ்லிம் மக்கள் திரளையும் மதத்தின் பெயரால் போலியான பிரச்சினைகளை எழுப்பி கல்வியின்றியும், அதிகாரமின்றியும் வைப்பதுதான். (இந்துவோ முஸ்லிமோ பெரும்பான்மையினர் கொடிய வறுமையில் வாழும் ஒரு நாட்டில், 1990களில் மதக் குறியீடுகளையும் முழக்கங்களையும் பயன்படுத்தி ஆர்எஸ்எஸ்ஸும் அதன் உடனாளிகளும் அயோத்தியில் கோயில் கட்டுவதை அரசியலின் மையப் பிரச்சினையாக்கின.) எண்பது சதவீதம் மக்கள் இந்துக்கள் உள்ள ஒரு நாட்டில் முஸ்லிம்கள், கிறித்துவர்கள் மற்றும் பிற அந்நியர்களால் இந்து மதம் ஆபத்தில் இருக்கிறது என்ற பயநோயை உருவாக்குகின்றனர்.

இந்து அமைப்பாக்கம் உள்பிரிவுகளால் அறுபட்டிருப்பதால், இங்குதான் முஸ்லிம் ஒரு முழுநேர வில்லனாகவும் பலியாடாகவும் மிகப் பயனுள்ள ஒரு பணியை ஆற்ற முடியும். சாதிக்கும் மதவன்முறைக்கும் ஓர் உடன்பிறப்புறவு இருக்கிறது. வெறுப்பின் இடப்பெயர்ச்சி, சாதி/வகுப்பு நலனை மத உணர்ச்சியாலும் பிரச்சாரத்தாலும் எழுப்புதல் இவற்றால், குஜராத்தின் இடஒதுக்கீட்டிற்கு எதிரான கிளர்ச்சி விரைவில் முஸ்லிம்களுக்கு எதிரான வன்முறையாக மாறியது. 1990இல் மண்டலுக்கு எதிரான மேல்சாதி எதிர்ப்புகள், கொஞ்சம் பாஜகவின் ஊக்குவிப்பினால் விரைவில் வட இந்தியா முழுவதும் முஸ்லிம்களுக்கு எதிரான கொலைத் தாக்குதல்களாக மாறின. (எஸ். போஸ் 1999: 141).

உலகின் பல பகுதிகளில் இஸ்லாமிய அடிப்படைவாதத்தின் மறுஎழுச்சியும், காங்கிரஸின் அரைமனதான சகிப்புத்தன்மையும், அதன் இருளார்ந்த ஆட்சிப் பதிவும் (இவை காலப்போக்கில் தலித் வெகுஜனங்களின் பெரும் பகுதியைப் பகைத்துக் கொண்டன) வெகுமக்கள் திரளுக்கு மதப் பைத்தியத்தை உண்டாக்குகின்றன. ஆர்எஸ்எஸ் இரகசியத்தில் மூடுண்டதோர் இயக்கம், அது தனது உண்மையான இலட்சியங்களையும் நோக்கங்களையும் தனது சொந்த அமைப்பினருக்கும் இருளில் வைத்திருக்கிறது. அதன் உள்வட்டம் மட்டுமே நம்பிக்கையானதாகக் கொள்ளப்படுகிறது.

(இந்துத்துவ) மதவாதச் சொல்லாடல் பிற மதங்களை ஒற்றைத்தன்மை கொண்டவை என்று விமரிசனம் செய்கிறது, ஆனால் அவ்வித ஒற்றைத்தன்மை கொண்ட ஒருமையைத் தான் கட்ட விழைகிறது. செமிடிக் மதங்களைவிட உயர்வானது என்று காட்டிக் கொள்ள இந்து மதத்திற்குள் வேறுபட்ட தன்மையைப் போற்றுகிறது, ஆனால் உண்மையில் அந்த வேற்றுமைத் தன்மையை ஒடுக்க முனைகிறது. பிற மதங்களில் வலியத் தாக்கும் தன்மை என்னும் தீமை உள்ளார்ந்து உள்ளது என்று கூறுகிறது, ஆனால் அதே பண்பை எல்லா இந்துக்களுக்கும் உண்டாக்க முனைகிறது. இந்துக்கள் அனைவரும் பொறுமையும் சகிப்புத் தன்மையும் கொண்டிருப்பதை உள்ளார்ந்த நற்பண்புகள் என்று பேசுகிறது ஆனால் அவையே இந்துக்களின் பலவீனத்திற்குக் காரணம் என்கிறது. பிற மதங்களை மத ஒடுக்குதல், கோயில் அழிப்பு ஆகிய அரசியலைக் கொண்டிருப்பதற்குக் கண்டிக்கிறது, ஆனால் அதே அரசியலைச் சுற்றித்தான் தன்னை அமைத்துக் கொள்கிறது (என். பட்டாச்சார்யா 1991: 131).

தான் சொல்வதற்கும் செய்வதற்கும் இடையிலுள்ள கூசும் முரண்பாடு (தலித் வெகுமக்களை பிளவுபடுத்துதல், அவர்கள் பரஸ்பரம் போரிடுவதை அல்லது முஸ்லிம்களுக்கும் கிறித்துவர்களுக்கும் எதிராக இருப்பதை ஊக்குவித்தல்) கோயபல்ஸ் போன்றோருக்கும் ஒன்றிரண்டு பாடங்களைச் சொல்லித்தரும். தொடக்கத்திலிருந்தே இந்த பலதலைப் பாம்பு போன்ற அமைப்பு ஏமாற்றுவதாகவும் சர்வாதிகாரம் கொண்டதாகவும் வன்முறை சார்ந்ததாகவும் உள்ளது. (நாதுராம் கோட்சேவும் அவர் நண்பர்களும் ஆர்எஸ்எஸ்ஸுடன் நெருக்கம் கொண்டவர்கள், அவர்கள் காந்தியைச் சுட்டுக் கொன்றனர். இத்தனைக்கும் அவர் ஒரு சநாதனி இந்து, தன் புகழ்மிக்க வாழ்க்கையில் இந்து மதத்தின் சமநீதியற்ற கூறுகளைப் பாதுகாக்கவும் வலிமைப்படுத்தவும் எல்லாவித அரை உண்மைகளையும் பயன்படுத்தியவர். ஆனால் அவர் ஒரு சமாதானவாதி, அவரது சமாதானவாதம் இந்துக்களை பலவீனப்படுத்துவதாகக் கருதப்பட்டது.) அதன் மெய்யான அரசியலும் முதன்மைகளும் பொதுமக்கள் பார்வைக்குத் தரப்படுவதில்லை, தேர்ந்தெடுத்த சிலருக்குள் மட்டுமே சுற்றுக்கு விடப்படுகிறது. குறிப்பிடத்தக்க விஷயம் ஆர்எஸ்எஸ் இரகசியச் சுற்றறிக்கை எண் 411. அதன் குரோதம் நிறைந்த உள்ளடக்கம் அச்சு ஊடகத்தின் ஒரு பகுதியால் 1990களில் வெளிப்படுத்தப் பட்டது.) அச்சுற்றறிக்கையின் சில விஷயங்கள் பின்வருமாறு:

ஆர்எஸ்எஸ் இரகசியச் சுற்றறிக்கை எண் 411 தளபதிகளுக்கும் பிரச்சாரகர்களுக்கும் அளிக்கப்படுகிறது. பிறவற்றிற்கிடையில், அது பின்வரும் செயல்களுக்காக:

2. அம்பேத்கரைப் பின்பற்றுபவர்களையும் முஸ்லிம்களையும் எதிர்த்துப் போரிடத் தொண்டர்களின் எண்ணிக்கையை உயர்த்தும் பொருட்டு கட்சியில் பட்டியல் சாதியினரையும் பிற்பட்ட வகுப்பினரையும் ஆட்சேர்ப்புச் செய்ய வேண்டும்.

5. இந்துத்துவம் ஒரு வஞ்சின உணர்வோடு மருத்துவர்கள், மருந்தாளுநர்கள் இடையில் பிரச்சாரம் செய்யப்படவேண்டும். அவர்களின் உதவியோடு, காலம் கடந்துபோன, போலியான மருந்துகளை பட்டியல் சாதியினர், முஸ்லிம்கள், பட்டியல் பழங்குடியினருக்கு விநியோகம் செய்யமுடியும்.

10. நமது கட்டளைப்படி எழுதப்பட்ட வரலாற்றைப் படிக்கச் செய்வதற்காகப் பட்டியல் இனத்தவர் பழங்குடியினர் சமூகத்தைச் சேர்ந்த மாணவர்களுக்குச் சிறப்பு கவனம் அளிக்கப்பட வேண்டும்.

11. கலகங்களின்போது முஸ்லிம்கள், பட்டியல் இனத்தவர் பெண்களைப் பலர்சேர்ந்து கற்பழிக்கவேண்டும். அவர்களின் நண்பர்களையும் தெரிந்தவர்களையும் விட்டுவைக்கலாகாது. இந்த வேலை சூரத் முன்மாதிரிப்படி நடக்கவேண்டும்.

15. இந்துக்களுக்கும் பிராமணர்களுக்கும் எதிரான எல்லா எழுத்துகளும் அழிக்கப்பட வேண்டும். தலித்துகள், முஸ்லிம்கள், கிறித்துவர்கள், அம்பேத்கர்வாதிகள் தேடப்படவேண்டும். அவர்களுடைய எழுத்து பொது இடங்களுக்குச் செல்லக்கூடாது. இந்து எழுத்துகள் மட்டுமே பிற்பட்ட வகுப்பினருக்கும் அம்பேத்கரைப் பின்பற்றுபவர்களுக்கும் சேர வேண்டும்.

16. அரசாங்க சேவைகளில் எஞ்சியிருக்கும் இடங்களுக்குப் பட்டியல் சாதியினர்–பழங்குடியினரை நிரப்பும் கோரிக்கையை நிறைவேற்றலாகாது. அரசாங்க, அரசு அல்லாத, அரை–அரசாங்க நிறுவனங்களில் சேரவும், பதவி உயர்வுக்கும் அவர்களது கோரிக்கைகள்மீது கண்காணிப்பு வைத்து, அவை புறக்கணிக்கப் படவும் சேவைப் பதிவுகள் அழிக்கப்படவும் மோசமான அறிக்கைகளை அந்த இடங்களில் வைக்கவும் செய்யவேண்டும்.

18. பட்டியல் இனத்தவர்க்கும் பிற்பட்ட வகுப்பினருக்கும் இடையிலான பாரபட்ச மன வேறுபாடுகள் ஆழமாக வேர் கொள்ளும் விதமாக நடவடிக்கைகள் மேற்கொள்ள வேண்டும். இதற்கான உதவியை சாமியார்கள், துறவிகளிடமிருந்து பெற்றுக் கொள்ளலாம்.

20. சமத்துவத்தை போதிக்கும் கம்யூனிஸ்டுகள் அம்பேத்கர்வாதிகள், இஸ்லாமிய ஆசிரியர்கள், கிறித்துவ மதப் பணியாளர்கள், அவர்களின் அண்டையினர் ஆகியோருக்கு எதிராக தீவிரமான தாக்குதல்கள் தொடங்கப்படவேண்டும். (பார்க்க ஓ. பிஸ்வாஸ் 2001: 121–3, ஷ்யாம்சந்த் 2002: 154–5)

ஷ்யாம்சந்தின் கூற்றுப்படி, இப்படிப்பட்ட சுற்றறிக்கை இருப்பதை ஆர்எஸ்எஸ் மறுக்கவில்லை.

இயல் ஐந்து

பார்ப்பனக் காலனியத்திற்கு எதிராக புலேயின் போராட்டம்

மற்றவர்கள் எங்கு விருப்பமோ அங்கு போகட்டும். நாம் ஜோதிபா (புலே)வின் பாதையைப் பின்பற்றுவோம். நம்முடன் மார்க்ஸை எடுத்துச் செல்லலாம், விட்டுவிடலாம், ஆனால் உறுதியாக, ஜோதிபாவின் தத்துவத்தைக் கைவிடமாட்டோம்.

பி. ஆர். அம்பேத்கர், பார்க்க டாங்ளே 1992: 259

நவீன இந்தியாவில் தலித் வெகுஜன விடுதலைக்கென ஓர் இயக்கத்தைத் தொடங்கியவர்களில் ஜோதிராவ் புலே (1827-90) தான் முதல்வர். மேட்டுக்குடியினரின் கலாச்சார தேசியத்திற்கு ராம்மோகன் ராய், தயானந்த சரஸ்வதி, விவேகானந்தர் எப்படியோ அப்படியே இந்தியாவின் ஒடுக்கப்பட்ட பெரும்பான்மையினர் விடுதலைப் போராட்டத்திற்கு புலே முக்கியமானவர். அவருடைய கருத்தியலும் போராட்டமும் எல்லாவித வெளிப்பாடுகளிலும் அநீதிகளுக்கு எதிரானவை. சாதிக்கும் பார்ப்பனியத்துக்கும் எதிரான தாக்குதல்கள் முன்னறியப்படாதவை அல்ல. ஆனால் அவருடன் அவை ஒரு திருப்புமுனை அடைந்தன. தலித் வெகுமக்கள் மற்றும் பெண்களின் அடிமைத்தனம் சாதியின் கட்டமைப்புக்குள்ளாகவே அடங்கியுள்ள ஒன்று என அவர் கண்டார். சாதிப்படிநிலைக்குள் வெறும் சமூக நகர்வு என்பதிலிருந்து அந்த அமைப்பையே புறக்கணிப்பது என்பதற்கான வழியில் கவனத்தை மாற்றினார் அவர். சாதி, வர்க்கம், தந்தைவழியமைப்பு, தலைமைக்கு அடங்கிய குடும்ப அமைப்பு

ஆகியவற்றிற்கு இடையில் உள்ள உறவினைக் காண இயன்ற தன்மையே அவரை ஒரு புரட்சியாளராகவும், சாதியெதிர்ப்பு இயக்கத்தின் கருத்தியல்-அரசியல் நிறுவனராகவும் ஆக்கியது. ஒடுக்கப் பட்டோர் யாவருக்கும் இடையிலான திட்பம் மற்றும் விமரிசனக் கல்வி அடிப்படையில் அமைந்த சமூகக்-கலாச்சாரச் செயல்பாடு வாயிலாக மேற்கண்ட ஒடுக்கும் சட்டகத்தை உடைத்தெறிகின்ற பலமுனைப்பட்ட அரசியல் அவருடையது.

அறிவுக்கும் ஆதிக்கத்துக்கும் இடையிலுள்ள நெருங்கிய உறவைக் கண்டதிலும் அவர் விதிவிலக்கானவராக இருந்தார். ஆதிக்கத் திட்டத்தில் கருத்தியலின் மிகமுக்கியப் பங்கினை வலியுறுத்தி, புலே அறிவுக்கும் ஆதிக்கத்துக்கும் இடையிலான நெருக்கத்தை கிராம்ஸ்சி, ஃபூக்கோ, எட்வர்ட் சயீது முதலானவர்களுக்கு முன்னரே வரைந்து காட்டினார். (ஓம்வெட் 1994; ஜி. பி. தேஷ்பாண்டே 2002; சக்ரவர்த்தி 1998, 2002; பகாடே 2012). ஒரு குறிப்பிட்ட வகுப்பினர் சமூகத்திலுள்ள மற்றக் குழுக்களை வெளித்தள்ள, பிரிக்க, ஆதிக்கம் செய்வதற்காக அறிவையும் ஆற்றலையும் பயன்படுத்துகின்ற ஒரு கருத்தியல் பொருளியல் அமைப்பாகப் பார்ப்பனியத்தை அவர் கண்டார். “மேல்சாதிகளின் பொருளியல் ஆற்றலைக் கீழ்ச்சாதியினர்மீதும், அவர்களின் சொந்தப் பெண்டிர்மீதும் தலைகீழாக்க முயலுவதற்கு முன்பாகவே, அறிவு ஓர் அடிப்படை முன்தேவையாக இருக்கின்ற பார்ப்பனியத்தின் கருத்தியல்களிலிருந்து வெளிவருவது மிகவும் தேவையானது என்று அவர் வாதிட்டார். அதாவது ஓர் ஒழுங்கமைவைப் பிரித்துப் போடுவதற்கு முன்னால் அதைப் புரிந்துகொள்வது அவசியமானது.” (சக்ரவர்த்தி 2002: 115). இந்த அறிவைப் புரிந்து கொள்ளுதலை அவர் திரிதீய ரத்னம், அதாவது மூன்றாம் கண் என்று பெயரிட்டார். அதுதான் பார்ப்பனிய ஆதிக்கத்தை முடிவுக்குக் கொண்டுவரும் வழி. இந்த இலக்கிற்குக் கல்வி தேவை. அது வெறும் எழுத்தறிவு அல்ல, ஆதிக்கக் கருத்தியலின் ஊடாகப் புகுந்துநோக்கும் ஆற்றல். அது ஒரு முக்கியப் பங்கினை வகிக்கும் (மேலது).

அடிமைப்படுத்தலின் எல்லா வடிவங்களையும் ஒழிக்க விரும்பியதால் புலே, அப்படிப்பட்ட மாற்றத்துக்கு ஒரு கலாச்சார அடிப்படை நிறுவனத்தை அமைக்க முயற்சி செய்தார். விமரிசனபூர்வப் பொதுமக்கள் கல்வி அடிப்படையிலான ஒரு கலாச்சார மாற்றம் அவருடைய போராட்டத்தின் மையப் பொருளாக இருந்தது. வெகுமக்கள் கல்வியை ஒடுக்குவதை நாட்டுத் துரோகத்தின் மிகக் கொடிய வடிவம் என்று தாக்கி, அவரது சுதந்திரப் போராட்டத்தின் மையவிஷயமாக கல்வியை ஜனநாயகப் படுத்துவதை ஆக்கினார். சாதிக் கலாச்சாரத்தின் மிகப் பெரிய அநீதி, கீழ்ச்சாதிகள் யாவரையும்

பெண்களையும் எழுத்தறிவற்ற நிலைக்குத் தள்ளியதே என வலியுறுத்தினார். அறிவின்மையைப் பற்றி வருந்தி புகழ்பெற்ற வித்யே வினா மதி கேலி, என்ற கவிதையில் எழுதினார். அறிவற்ற நிலைதான் இந்தியாவின் உழைக்கும் சாதிகளை அடிமைகளாக மாற்றியது.

> கல்வியின்றி, அறிவில்லாமல் போனது; அறிவின்றி ஒழுக்கமற்றுப் போயிற்று; ஒழுக்கமின்றி ஊக்கமற்றுப் போனது; ஊக்கமற்றுப் போனதால் செல்வமின்றிப் போனது; இவை யாவும் சூத்திரரை இழிவடைய, துணிவிழக்கச் செய்தன; எல்லாத் துன்பமும் அறிவின்மையால் ஏற்பட்டது. (புலே [1883] 1991: பாகம் 2: 94; சிறிது மாற்றப்பட்டது)

*1848*இல், கம்யூனிஸ்டு அறிக்கை வெளியான அதே ஆண்டில், புலே, தனது *21*ஆம் வயதில், உயர்சாதியினரின் பின்தாக்குதலைப் பற்றிக் கவலைப்படாமல், சமூகத்தின் மிகவும் ஒடுக்கப்பட்ட தனிமைப்பட்ட பகுதியான தீண்டப்படாத பெண்களுக்குப் புனேயில் ஒரு பள்ளியை ஏற்படுத்தினார். அக்கால மேன்மக்கள் சீர்திருத்தவாதிகளைப் போல் அன்றி, அவர் தமது தீவிரக் கருத்தியலை தீவிர நடைமுறையுடன் இணைத்தார். எல்லாத் தளங்களிலும் போராட்டத்தைத் தொடங்கினார்; அவர் வரலாறு, கலாச்சாரம், புராணம் ஆகியவற்றின் தலைகீழ்ப் புரிந்துகொள்ளலை வளர்த்துக்கொள்ள முயன்றார். அப்படிப் புரிந்துகொண்டதை மக்களுக்கு நாடகங்கள், பாட்டுகள், துண்டுப் பிரசுரங்கள் மற்றும் அமைப்பை உருவாக்குதல் போன்றவற்றின் வாயிலாகப் பரப்பினார். பொற்காலம் என்பதை கேலி செய்தார். கடந்தகாலத்தை மேன்மைப்படுத்துவதிலும், இப்போதிருப்பதை அப்படியே வைத்திருப்பதிலும் பிராமணர்களின் சுயநலத்தை வெளிப்படுத்தினார். அவருடைய அறிவுசார் சரித்திரக்காரர் ரோஸலிண்ட் ஓ' ஹான்லன் *(1985: 150)* சொல்லுமாறு, "பத்தொன்பதாம் நூற்றாண்டு சமூகத்தின் முக்கியக் குறியீடுகள், கருத்துகள் ஆகியவற்றின் உள்ளார்ந்த கருத்தியல் முக்கியத்துவத்தைப் புரிந்துகொள்வதில் அவர் எப்போதும் முன்னாலிருந்தார். அவற்றுக்கு அவரது பரந்த வரலாற்று விளக்கத்தின் அடிப்படையில் அர்த்தம் கொடுக்கவும் முயன்றார்."

சிதறுண்ட சமூகம் ஒரு உண்மையான தேசத்தை உருவாக்க முடியாது என்று புலே கருதினார். அவர்கள் அதன் சுரண்டும் பிரிவுகளைக் கண்டுகொள்ளாமல் விட்டதன்றி, அவர்களைத் தங்கள் அதிகாரத்திற்கான அடிப்படையாக அப்படியே காப்பாற்றவும் முயற்சிசெய்தனர் என்பதால், தேசத்தின் சார்பாக இருப்பதாகச் சொல்பவர்கள் உண்மையில் அதை அழிப்பவர்கள் என்று வாதிட்டார். வரும் தசாப்தங்களில் இந்திய தேசியக் காங்கிரஸின் பதாகையின்கீழ் கலாச்சார அடிப்படையைத் தந்த பிரம்ம சமாஜம், பிரார்த்தனா சமாஜம்,

ஆரிய சமாஜம் போன்றவற்றின் முதன்மைகளைப் போலன்றி அவரது போராட்டம் மிக வேறுபட்டிருந்தது.

புலேவின் தீவிரக் கருத்தியலும் விடுதலைக்கான அடித்தள அரசியலும் இணைந்து இந்தியாவின் சமூக-வேதியியலில் ஒரு புதிய காரணியின் வருகையை அறிவித்தன. பார்ப்பனியத்தின் அடிமைப்படுத்தும் சக்தியைப் பற்றிய அவரது புரிந்துகொள்ளல் அதைப் புரட்டும் தன்மை கொண்டது. அவரது மக்கள்சார் எழுத்துகளாலும், வெகுமக்கள் போராட்டங்களாலும் போலியான மதத்தையும், உழைக்கும் மக்கள் மீது ஒழுங்காகத் திணிக்கப்பட்டு வந்த மனிதத் தன்மையற்ற இழிவுகளையும் அவர் வெளிப்படுத்தினார். உழைக்கும் மக்கள் மற்றும் பெண்களின் அடிமைத்தனத்தை வெளிப்படுத்திய அவர், தங்கள் அடிமைத்தனத்தை ஒப்புக் கொள்ளாதவர்கள் ஒருபோதும் சுதந்திரமடைய முடியாது என்றார். விமரிசனபூர்வ அறிவு அடிமைப் பட்டிருப்பவர்களை விடுவிக்கும் சக்திகளை உருவாக்கும் என்ற நம்பிக்கையில் தமது இயக்கத்தின் குவியப் புள்ளியாக வெகுமக்கள் கல்வியை ஆக்கினார்.

சமகால இந்தியாவில் வேறெவரைப் போலும் இல்லாத கருத்தியலாளர்-செயல்வீரர் புலே. சாதி, தந்தைவழியமைப்பு, மதம், வரலாறு, புராணம், மொழி, இலக்கியம், கல்வி போதனை, வெகுமக்கள் ஏழ்மை, விவசாயத்தின் நிலை, உழவர்கள் நிலைமை, சமகால அரசியல் மற்றும் காலனியம் ஆகிய சமூகத்தை எதிர்கொண்ட எல்லா முக்கியப் பிரச்சினைகளையும் சமாளிக்க முயற்சி செய்தார். பத்தொன்பதாம் நூற்றாண்டின் வேறெந்தத் தலைவரையும் விட அவரது அக்கறைகள், சிந்தனைகளின் வீச்சு பரந்ததாகவும் ஆழமாகவும் இருந்தது. தேஷ்பாண்டே (2002) அவரிடம் சிந்தனைகளின் ஒரு முழுமையான அமைப்பு இருந்தது என்றும், இந்தியச் சமூகத்தின் துருவமுனை அமைப்பினை முதலில் அடையாளம் கண்டு கொள்கைப் படுத்தியவர் என்று ஒப்புக் கொள்கிறார். இச்சமூகம் ஒடுக்குபவர்கள் (பார்ப்பனர்கள்), ஒடுக்கப்பட்டவர்கள் (சூத்திர-அதிசூத்திரர்கள்) இருவர்க்கிடையிலான ஈரடி உறவினால் அடையாளப்படுத்தப்படுகிறது.[1] எனவே ஒடுக்கப்பட்ட சமூகத்தினர் ஒட்டுமொத்த மாற்றத்துக்கான ஒரு புரட்சியில் ஈடுபடவேண்டும் என்று விரும்பினார்.

புலே...இந்தியச் சமூகத்தின் இருதுருவ அமைப்பினை ஆராய்ந்தார். சூத்திர-அதிசூத்திரர்களே ஒரு சமூகப் புரட்சிக்கான வழிநடத்தும் முகமை (அமைப்பு) என்று அடையாளம் கண்டார். பார்ப்பனியத்தின் தளைகளிலிருந்து மொத்த மக்களையும் விடுவிக்க, முழுச் சமூகத்தின் சார்பாகவும் அவர்கள் புரட்சியை நடத்துவார்கள். இன்றுள்ள அமைப்பில் ஏதோ ஒரு சீர்திருத்தத்துக்காக, ஏதோ

இங்கும் அங்கும் ஒரு பழுதைச் சரிப்படுத்துவதற்காக, நடத்தும் இயக்கம் அல்ல அது. ஒட்டுமொத்த ஒடுக்கும் கருத்தியல், பொருளியல் அமைப்பை உடைத்துத் தூளாக்குவது. இது தேவையானதும், சாத்தியமானதும் ஆகும் என்று வலியுறுத்திய பத்தொன்பதாம் நூற்றாண்டின் ஒரே சிந்தனையாளர் புலேதான். (தேஷ்பாண்டே 2002: 20-1).

புலேயையும் உரிய பின்னணியில் அவரது சிந்தனையையும் போராட்டத்தையும் புரிந்துகொள்ள அவரது வாழ்க்கையின் காலவரிசை சற்றே உதவக் கூடும். புலே, 1827இல் புனேயில் காய்கறி பயிரிடுபவர்கள் (மாலி) குடும்பம் ஒன்றில் பிறந்தார். 1834-8இல் பள்ளியில் மராட்டிவழிக் கல்வி பயின்றார். 1840இல் சாவித்திரியை மணந்தார். 1841-7இல் ஓர் ஆங்கிலவழிக் கல்வியளிக்கும் இடைநிலைப் பள்ளியில் கல்வியைத் தொடர்ந்தார். 1848இல் சாவித்திரியின் உதவியுடன் இந்தியாவிலேயே முதன்முதலாக ஒடுக்கப்பட்டப் பெண்களுக்கு ஒரு பள்ளிக்கூடம் நிறுவினார். உயர்சாதியினர் எதிர்த்தாக்குதல் நிகழும் என்ற அஞ்சிய அவரது தந்தை 1849இல் மகனையும் (அப்பள்ளியில் போதித்துவந்த) மருமகளையும் வீட்டைவிட்டு வெளியேற்றினார். அச்சப்படாமல், கணவன்-மனைவி இணை அப்பள்ளியை நடத்தியதோடு, மேலும் பள்ளிகளையும் 1848க்கும் 1852க்கும் இடையில் தொடங்கினர். அவை எல்லாச் சாதிகளின் பெண்களையும் சேர்த்துக் கொண்டன. 1852இல் கல்வித்துறை புலேயை அவரது கல்விப் பணிக்காகப் பாராட்டியது. 1855இல் அவர் உழைக்கும் மக்களுக்காக இரவுப் பள்ளி ஒன்றை நிறுவினார். அவரது செயல்களால் சினமுற்ற பிற்போக்குவாதிகள் 1856இல் அவரைக் கொல்லமுயன்று தோற்றனர். 1860களில் விதவை மறுமணப் போராட்டத்தில் அவர் பங்கேற்றார். 1863இல் முறைகேடாகப் பிறந்த குழந்தைகளுக்கும் அவர்களின் தாய்மார்களுக்கும் ஓர் இல்லம் அமைத்தார். புலேயின் தந்தை 1868இல் மறைந்தார். அதே ஆண்டில் தன்வீட்டிலிருந்த நீர்த்தொட்டியைத் தீண்டப்படாதவர்களுக்குத் திறந்துவிட்டார். 1873இல் 'குலாம்கிரி' (அடிமைத்தனம்) என்பதை வெளியிட்டார். அதைத் தொடர்ந்து சத்யசோதக் சமாஜத்தை (உண்மை தேடுவோர் சமூகம்) 1873 செப்டம்பர் 24இல் நிறுவினார். 1876-82இல் புனே நகராட்சி மன்றத்தில் உறுப்பினராக இருந்தவர், கல்விக்கான ஹண்டர் ஆணையத்தின் முன்னால் 1882இல் பதவி விலகினார். வெகுமக்கள் கல்விக்கான தீவிர மொழிவு ஒன்றை அதனிடம் அளித்தார். ஷேத்கார்யசா அசுத் (உழவர்களின் சாட்டை) என்பதை 1883இல் வெளியிட்டார். 1888 மே 11 அன்று ஒரு பெரிய பொதுக்கூட்டத்தில் அவருக்கு மகாத்மா பட்டம் அளிக்கப்பட்டது. அதன் பிறகு அவர் கடுமையாக நோயினால் பாதிக்கப்பட்டார். ஆனால் 1890 நவம்பர் 28

அன்று மறைவதற்கு முன்பாக சார்வஜனிக் சத்ய தர்ம புஸ்தக் (உண்மை மதத்தின் புத்தகம்) என்பதை எழுதி முடித்தார்.

அவருக்கு கிறித்துவமத தீவிரவாதம், மேற்கின் பகுத்தறிவுவாதம், நவீன மேற்கின் சமநீதி இயக்கங்கள் ஆகியவற்றின் தாக்கம் இருந்தாலும், புலே தமது சாதியெதிர்ப்புப் போராட்டத்தை புத்தர், கபீரின் வழிவந்தது என்றே கருதினார்.² புத்தரை மக்களின் மீட்பர் என்றும், பௌத்தம் பார்ப்பனியத்துக்கு எதிரானது என்றும் கண்டார் (புலே [1873]. 2002: 74). ஆனால் புலேயின் காலத்தில் பௌத்தம் இந்தியாவில் ஓர் உயிருள்ள சக்தியாக இல்லை. ஆனால் ஞானோபா கிருஷ்ணாஜி சசானே உள்ளிட்ட அவருடைய கூட்டாளிகள் பலர் கபீர் மார்க்கத்தினர். கபீரின் கவிதைகள், குறிப்பாக சாதியைக் கூர்மையாக விமரிசிப்பவை, அவர்களின் தீவிரவாதத்தை உருவாக்குவதில் ஒளிமிக்க பங்கினை வகித்தன. புலேயின் மற்றொரு நெருங்கிய தோழரான துகாராம் ஹனுமந்த் பிஞ்சன், சத்யசோதக் சமாஜத்தின் உருவாக்கத்திற்கான பொறியை அளித்தவை கபீரின் தலைகீழாய்ப் புரட்டும் கவிதைகளே என்று தெரிவிக்கிறார். (ஓ' ஹான்லன் 1985: 229-30).³ அதேபோல் துக்காராமின் தீவிரக் கவிதைகளும் குறிப்பாக அவரது பொன்மொழி "என் சொந்த மனத்தை உண்மை, உண்மையின்மையால் உருவாக்கி யுள்ளேன், ஏமாறக்கூடிய பெரும்பான்மையினரின் கருத்தை நான் ஏற்பதில்லை" என்பதும் அவர்களுக்கு எழுச்சி உண்டாக்கின.

அக்காலத்தின் ஆதிக்கமும் ஒடுக்குதலும்

1818இல் பிராமணப் பேஷ்வா அரசு வீழ்ந்த பத்தாண்டுகளுக்குள் மஹாராஷ்ட்ராவில் ஒரு சூத்திரக் குடும்பத்தில் பிறந்த புலே, கீழ்ச்சாதிகளின்மீது பொதுவாகக் குவிக்கப்பட்ட பல தாழ்வுகளை எதிர்கொண்டார். (ஷாஹூவின் இறப்புக்குப் பிறகு மராட்டிய அரசின் உண்மையான ஆட்சியாளர்கள் ஆகிவிட்ட) பேஷ்வாக்களின் ஆதிக்கம் பிரிட்டிஷ் கைப்பற்றலுக்குப் பிறகு போய்விட்டது. ஆயினும் பிராமணர்கள் ஆளும் சாதி என்றே அன்றும் கருதப்பட்டனர். பேஷ்வாக்களின் கீழ் அவர்கள் மிகச் சக்தி வாய்ந்தவர்கள் ஆயினர். சிவாஜியால் உருவாக்கப் பட்ட மராட்டிய அரசில் அளிக்கப் பெறாத எல்லாவித முன்னுரிமைகளையும் சலுகைகளையும் பெற்றனர். பேஷ்வாக்கள் பிராமண மாணவர்களுக்கும் அறிஞர்களுக்கும் தாராளமான நிதி ஆதரவினை அளித்தனர். கடைசி பேஷ்வா ஆன இரண்டாம் பாஜிராவ் (1796-1818) மிகப் பெரிய அளவில் பிராமணர்களுக்கு அளிக்கப்பட்ட தட்சிணைகளை அதிகரித்தார்.

அவர்களும் கைம்மாறாக அவரை கிருஷ்ணனின், சிவனின் அவதாரம் என்று போற்றினர் (கீர் [1964] 2000: 4).

பிராமணர்கள், குறிப்பாக சித்பவன் பிராமணர்கள் ஒவ்வொரு நிலையிலும் சமூகத்தில் ஆதிக்கம் செலுத்தினர். அவர்கள் பொருளாதார, நிர்வாக, கலாச்சாரப் பணிகளைப் பெருமளவுக்குக் கட்டுப்படுத்தியதால் பேஷ்வாக்கள் ஆட்சி பிராமண்ய ராஜ் (பிராமணர் அரசு) என்று அறியப்பட்டது (சக்ரவர்த்தி 1998: 5). இந்த ராஜ்யம் கருத்தியல் ரீதியாகவும் பொருளியல் ரீதியாகவும் இலட்சிய பிராமண அரசை உருவாக்க முனைந்தது. எனவே சாதி ஒழுங்குமுறை மிகவும் இறுகிப்போயிற்று. அந்நாட்களில் சுத்தம்-அசுத்தம் பற்றிய விதிகள் திட்டவட்டமாகக் கடைப்பிடிக்கப்பட்டன என்று விஷ்ணு ஜோஷி கூறுகிறார். மஹார், மங், சம்பார், பங்கி, டேட் முதலிய சாதிகள் தங்கள் இடுப்பில் மண்பானைகளைக் கட்டிக் கொண்டு நடக்க வேண்டும், அவர்களின் நிழல் பட்டால்கூடத் தீட்டு என்பதால் சாலையில் பிராமணனைக் கண்டால் அவர்கள் உட்கார்ந்து கொள்ள வேண்டும். தீண்டப்படாதவர்கள் மரக்கிளையை இடுப்பில் கட்டிக் கொண்டு மட்டுமே நடக்கலாம். அந்தக் கிளை அவர்கள் பின்னால் பெருக்கி, அவர்கள் நடந்த சுவட்டினை அழித்துவிடுவதற்காகவாம். மஹார்கள் மேல்சாதி இருப்பிடத்துக்குப் பக்கத்தில் தங்கள் குடிசைகளைக் கட்டக் கூடாது.

லோகஹிதவாதி என்று மதிக்கப்பட்ட புகழ்பெற்ற சீர்திருத்தவாதி கோபால் ஹரி தேஷ்முக் (1823-92) அக்காலத்தின் கொடுமைகளை சதபத்ரே (நூறு கடிதங்கள்) என்ற தனது நூலில் வருணித்துள்ளார். 1840களின் இறுதியில் எழுதப்பட்ட அது, பேஷ்வாக்களின் கீழ் நிகழ்ந்த சமூகக் கொடுமைகளைச் சித்திரம் வரைந்தாற் போன்ற விளக்கத்தைத் தருகிறது. தானே ஒரு பிராமணனாக இருந்ததால் அவர் அந்த ஒடுக்கும் சூழலை பல நூற்றாண்டுகளாக இருந்த படிநிலையமைப்பு மதிப்புகளின் உப விளைவு என்றும் பிராமணர்கள்தான் இந்நிலைக்குப் பொறுப்பு என்றும் கூறினார். குறிப்பிட்ட சாதிக்குச் சார்த்தியுரைத்த விதிகளை உயர்த்திப் பிடித்தலின் சமூக விளைவுகள், தனிமனிதத் தகுதியையும் முனைப்பையும் அவித்து இன்னல் விளைவிப்பதாக அவர் வாதிட்டார். (பார்க்க ஓ' ஹான்லன் 1985: 93). லோகஹிதவாதியின் நேரடியான மெய்ம்மைத் தீர்ப்புக் கூற்று இது: "பிராமணர்கள் நாட்டைப் பாழாக்கி விட்டார்கள்" (கீர் மேற்கோள் காட்டியது, [1964] 2000: 6).

பிரிட்டிஷ் ஆட்சி புதியதொரு நிர்வாக அமைப்பைக் கொண்டுவந்தாலும் ஏற்கெனவே ஆழப் பதிந்திருந்த பிராமண ஆதிக்கத்தை வலுப்படுத்தியது. இயல் 4இல் நாம் கண்டவாறு, காலனியத்தை நிறுவவும் காப்பாற்றவும் அயல்நாட்டு, காலனி நாட்டு

மேட்டுக்குடியினரின் கூட்டுச் சதி இன்றியமையாதது. ஆனால் இது ஒரு சிக்கலான நடைமுறை. காலனியாதிக்கம் மரபுவழிவந்த பல அதிகாரக் குழுக்களை அழித்தது, ஆனால் வழக்கமாகவே தகவல் அளிக்கும் பிராமணர்களை ஆதரித்து அதிகாரம் தந்தது. அது பழைய நிலப்பிரபுத்துவ முறைமையை நொறுக்கியது, ஆனால் இந்திய மேட்டுக்குடியினரின் ஒரு பகுதியை, குறிப்பாக ஆங்கிலத்தைக் கற்று, பேசக்கூடியவர்களை, இடைத்தரகர்களாக இருப்பதற்கென வளர்த்தது. துணைக் கண்டத்தை ஆள்வதற்கென ஒரு புதிய திறன்மிக்க வருவாய் அமைப்பையும் புதிய நிர்வாக, சட்ட அமைப்பையும் அது கட்டமைத்தது. இந்த பிரம்மாண்டமான பணிக்கு புதிய வேலை வாய்ப்புகள் தேவையாக இருந்தன. இதற்கு ஒரு குறிப்பிட்ட வகையான கல்வி தேவைப்பட்டது. மரபுவழியாகக் கல்வியின் உரிமையை அனுபவித்துவந்த பிராமணர்கள், பேஷ்வாக்களின் தலைமை மறைந்தாலும், தங்கள் கல்வியை மேம்படுத்திக் கொண்டு (தாராளமான காலனிய உதவியுடன்) ஏறத்தாழ எல்லா வேலை வாய்ப்புகளையும் வளைத்துக்கொண்டு காலனிய ஆதிக்கத்தின் தடங்கலற்ற மாற்றத்திற்கு வழிசெய்தனர்.

விவாதத்திற்கான இந்தப் பிரதேசத்தில் காலனிய அமைப்பு மரபுவழிவந்த சட்டம் ஒழுங்கின் தலைவர் என்ற படேல்-இன் பணியை (பாடில், கிராமத் தலைவர்) ஒழித்து, பிராமணக் குல்கர்ணி (கிராமக் கணக்கர்) என்ற பதவியை மேம்படுத்தியது. அவனது உதவி கிராம வருவாய்ப் பதிவுகளைப் பாதுகாக்கத் தேவையாக இருந்தது. நிலத்தின் தனிமனித உரிமைகளை அறிமுகப்படுத்தியதும், நிதி (பணம்) சார்ந்த பொருளாதாரத்தை மெதுவாக ஊடுருவச் செய்ததும் கிராமப் புறங்களில் படித்த ஜோஷிகளின் (மரபுவழி புரோகிதர்கள், ஜோசியர்கள்) ஆதிக்கத்தையும் கௌரவத்தையும் உயர்த்தின. புதிய அரசியல் பொருளாதாரத்தில், உரிமை பெற்ற சாதியினர் காலனியப் பணிகளில் தங்களுக்குள்ள ஒற்றை ஆதிக்கத்தினால் மிகத் தெளிவான வெற்றியாளர்கள் ஆயினர். மேலும் சாதியடிப்படையிலான சமூகப் பங்குவகிப்புகளும் இன்னும் பலமாகவே இருந்தன-காலனியக் கொள்கையால் பல இடங்களில் வலுப்படுத்தப் பெற்றன-அவை பிராமணர்களுக்கு ஆதரவாக உதவின. சுருக்கமாக, பிராமண ஆதிக்கம் தனது பிடியைத் தளர்த்துவதற்கு பதிலாக உண்மையில் தீவிரமாயிற்று. (ஃபிரைகென்பர்க் 2001: அலாய்ஷியஸ் 1997).

புலேயின் காலத்திய சமூகச் சூழல் இதுதான். கீழ்ச்சாதிகளுக்கு கல்வி முறையாகத் தடை செய்யப் படவில்லை என்றாலும், ஆதிக்க சாதியினர், தலித் வெகுஜனச் சிறார்கள் கல்வி பெறுவதைத் தடுக்கும் வண்ணம் தங்காளல் இயன்ற அனைத்தையும் செய்தனர். கோவிந்தராவ் தனது

மகனை (இளம் புலே) பள்ளிக்கு அனுப்பியபோது, கோவிந்தராவின் பிராமண எழுத்தன், கல்வி என்பது சூத்திரனின் தர்மம் அல்ல என்று வாதிட்டான். (அச்சமயத்தில் நல்லவேளையாக ஒரு முஸ்லிம் நபர் கஃபார் பெக் முன்ஷியும், பிரிட்டிஷ் அதிகாரியாக இருந்த திரு. லிக்கிட்டும் குறுக்கிட்டிராவிட்டால், தனது சமுதாயத்தைச் சேர்ந்த பிற சிறார் போலவே ஜோதியும் பள்ளிக்குச் சென்றிருக்க மாட்டார்.) தனது சதபத்ரேவில், லோகஹிதவாதி இந்த நிகழ்ச்சி பற்றிப் பின்வருமாறு கருத்துரைத்தார்:

ஒரு பிராமணன், மராட்டா சாதியை அல்லது வேறு சாதியைச் சேர்ந்த ஒரு எழுத்தரைக் கண்டால் கடும் சீற்றமடைவான். பார், கலியுகம் வந்துவிட்டது, ஒரு காலத்தில் புனிதமாக வைத்திருந்த கல்வியைக் கீழ்ச்சாதியினர் பெற்று அசுத்தப்படுத்தி விட்டார்கள் என்பான். பிராமணர்கள் தவிரப் பிற சாதியினர் படிக்கக்கூடாது என்ற நம்பிக்கை கொண்டிருந்தார்கள். எனவே அந்த பிராமண எழுத்தன், ஜோதியைப் பள்ளிக்கு அனுப்பாதே என்று கோவிந்தராவுக்கு அறிவுரை கூறினான். (பார்க்க ஜோஷி 1992: 6-7).

1848இல் மற்றொரு நிகழ்ச்சி நடந்தது. அப்போது இருபத்தொரு வயதான புலே ஒரு பிராமண நண்பன் ஒருவனின் திருமண ஊர்வலத்தில் பங்கேற்கத் துணிந்ததற்கு அவர் அவமானப்படுத்தப் பட்டார். புலேயின் சாதியை அறிந்து எரிச்சலுக்குள்ளான பிராமணர்கள் சிலர் அவரைத் திட்டினார்கள். கண்களில் நீரோடு புலே வீட்டுக்குத் திரும்பினார். நடந்ததைத் தந்தைக்குச் சொன்னார். அவர் இதை மனத்தில் வைத்துக் கொள்ளக்கூடாதென்று சொல்லி மகனை சமாதானப் படுத்தினார். "நம்மைப் போன்ற கீழான சூத்திரர்கள் எப்படி பிராமணர்களுக்குச் சமமாக முடியும்? உன்னை நன்றாக அடிப்பதற்கு பதிலாக ஏதோ விரட்டி அனுப்பிவிட்டார்களே அதுவே அவர்கள் கருணையைக் காட்டவில்லையா?" கீழான பிறப்பு உள்ளவர்களுக்கு இப்படி அவமரியாதை இழைக்கப்பட்ட பல சம்பவங்களை அவருடைய தந்தை அவருக்குக் கூறினார். இப்படிப்பட்ட தவறுகளுக்கு பிராமணர் அல்லாதவர்கள் யானையின் காலின்கீழ் இடறச் செய்து அவமானப்படுத்தப்படுவதைத் தானே பார்த்ததாகவும் கூறினார்.

ஆனால் புலே அவருடைய தந்தையைப் போன்றில்லை. அவர் கிறித்தவப் பள்ளியில் படித்தவர், இப்போதே அவர் மனிதனின் உரிமைகள் என்ற தாமஸ் பெயினின் நூலைப் படித்திருந்தார். ஃபிரெஞ்சுப் புரட்சியும் அமெரிக்காவின் ஜனநாயகப் போரும் அவருடைய மனத்தின் பகுதிகளாகியிருந்தன. தனது சொந்த அவமதிப்பு, தந்தையின் பரிதாபகரமான எதிர்வினை ஆகியவற்றால் சமூக அடிமைத்தனத்தின் பயங்கர பிரமாண்டத்தை அவரால் உணர முடிந்தது. சோர்வும் கோபமும் மிக்க அந்தக் கணத்தில் அவர்

அடிமைப்பட்டவர்களுக்காகப் போராடவும் மீட்கவும் உறுதி கொண்டார். இந்தியச் சமூகத்தின் மிகமோசமான எதிரி சாதி அடிமைத்தனம்தான் என்று உணர்ந்துகொண்டார். உண்மையான தேசபக்தி என்பது இந்த அடிமைத்தனத்தின் விலங்குகளை உடைப்பதில் இருக்கிறது.

அவரது சமூக ஈடுபாடு அதிக நேரத்தையும் சுதந்திரத்தையும் வேண்டுவது என்று புரிந்துகொண்டதால், புலே அரசாங்க வேலை எதையும் மேற்கொள்ளவில்லை. தமது குடும்பத்தின் தோட்டவேலைப் பணியையே மேற்கொண்டார். இந்தப் பணி அவரை கிராமப்புற-நகர்ப்புற இணைவுகள் கொண்ட ஒரு பரந்த சந்தைச் சுற்றுக்குள் கொண்டுவந்தது. பலவித கட்டுமானப் பணிகளுக்கான ஒப்பந்தங்களிலும் ஈடுபட்டார். இந்தக் களங்களின் நிழல் நடைமுறைகள் பிரிட்டிஷ் அதிகார வர்க்கத்திடம் இடைநிலை மற்றும் உள்ளூர் நிலைகளில் எவ்விதம் பிராமணர்கள் சொந்தக்காரருக்கு ஆதாயம் தேடுகிறார்கள், அவர்களின் ஊழலின் தன்மை ஆகியவற்றின் நேரடி அனுபவத்தைக் கொடுத்தது. பொருளாதாரத்தில் பிராமண முன்னுரிமைகளை எதிர்த்த போராட்டத்தில் ஈடுபட்டபோது பேஷ்வாத் தலைமைகளின் வரலாற்றுப் பின்னணியும், அவருடைய கசப்பான சொந்த அனுபவங்களும் அவரது தீவிர விமரிசனத்தை உருவாக்குவதில் முக்கியப் பங்கு வகித்தன (கவாஸ்கர் 1999).

சாதியெதிர்ப்பு தீவிரவாத எழுச்சி

பேஷ்வா அதிகாரத்தின் வீழ்ச்சி, பிரிட்டிஷ் ஆடசியின் நுழைவு ஒருபுறம் இருப்பினும், சமூகம் என்னவோ பிராமணச் சக்திகளின் ஆதிக்கத்தில்தான் இருந்தது. மதத்தின் தலைமையும் கல்வியின்மீதிருந்த ஒற்றையாதிக்கமும் பிராமணர்களை இத்தகைய ஆதிக்கத்தை நிறுவ உதவிசெய்தன. பிராமண அரசியல், சமூக உறவுகளுக்குள் வாழ்ந்த தலித்வெகுமக்கள், உயர்சாதி நலன்களைப் பொதுவான நலன்கள் என்று தவறாக எடுத்துக் கொண்டனர். மக்களின் மனங்களில் ஒரு புரட்சிக்கான கலாச்சார அடிப்படையை உருவாக்குவது தமக்கு முன்னுள்ள சவால் என்பதை புலே புரிந்துகொண்டார். அதன் வாயிலாகத்தான் பொருளியல், கருத்தியல் மாற்றத்தை உருவாக்க முடியும். அதனால் பார்ப்பனியத்தின் மீதான அவரது தாக்குதல், இதுவரை சாதி வேறுபடுத்தலுக்கு எதிராக நடந்த முயற்சிகளைவிட வேறாக அமைந்தது.

சாதிப்படிநிலைக்குள் சமூக நகர்வைவிட அந்தச் சமூக ஒழுங்கமைவைப் புறக்கணிப்பதற்கு கவனத்தை மாற்றினார்

புலே. 1865இல் அவர் ஒரு குறிப்பிடத்தக்க ஆய்வுக்கட்டுரை, ஜாதிபேத விவேகசர் (சாதிப் பிரிவினைகள் பற்றிய விமரிசனம்) என்பதை வெளியிட்டார். அது அவர் நண்பர் துகாராம் தாத்யா பாட்வால்-இனால் எழுதப்பட்டது (1839-98). மராட்டியிலோ, வேறு எந்த இந்திய மொழியிலோ, அதுதான் பிராமண சமூக-மத உலகப் பார்வைக்குச் சவால்விட்ட முதல் நவீனப் படைப்பு. சாதி வேறுபாடுகளின் நயவஞ்சகமான இயல்பையும், சுத்தம்-அசுத்தம் பற்றிய தன்னிச்சையான கருத்துகளையும் வெளிப்படுத்தி, உழைப்புப் பிரிவினை அல்லது வேலைகள் ஒவ்வொரு தனிமனிதரின் தகுதி-திறனுக்கேற்ப அமையவேண்டும் என்று வாதிட்டது. ஆர்வமான செய்தி, ஜாதிபேத விவேகசர் பலவித கீழ்ச்சாதிகள் க்ஷத்திரிய அல்ல வைசிய அந்தஸ்தினைக் கோரி மேல்நோக்கிய நகர்வுக்குச் செய்த முயற்சிகளையும் பிராமணர்கள் அதற்குச் செய்த வலுவான தடைகளையும் விவரிக்கிறது. அதிகாரமிக்க சமூகக் குழுக்களுக்கு மட்டும் க்ஷத்திரிய அந்தஸ்து கொடுப்பதன் அடிப்படையில் இருந்த பிராமணத் தந்திரத்தையும் பாட்வால் வெளிப்படுத்துகிறார். (ஓ ஹான்லன் 1985: 42-5). முதலில் சூத்திரர்கள் என்று எள்ளப்பட்ட சிவாஜியும் மராட்டியர்களும் அவர்கள் அதிகாரம் ஏற்ற பிறகு ஏற்புப் பெற்று க்ஷத்திரியர்களாக இணைத்துக் கொள்ளப் பட்டனர்.

பாட்வாலின் ஊடுருவி நோக்கும் சாதி பற்றிய விமரிசனம் புலேயின் இயக்கத்தில் செயல்திறமிக்கதாகக் கொண்டுவரப் பட்டது. பூணூல் அணிதல் போன்ற நடைமுறைகளை எதிர்த்தது. உயர்சாதி வழக்காறுகளை மேற்கொண்டு உயர்ந்த சாதி என்று சொல்லிக் கொள்ளும் முயற்சிகளை கேலி செய்தது. இப்படிப்பட்ட நகர்வுகள், சமூகப் பிரிவினைகள் யாவுமே சமூக ஒடுக்குதல் என்னும் ஒரே எந்திரத்தின் பகுதிகள் என்ற யதார்த்தத்தை மறைக்கின்றன என்று புலே வாதிட்டார். யாவற்றுக்கும் மேலாக, மேல்சாதிகளுடன் அடையாளம் காண்பது சாதி முறைமையை ஏற்றுக் கொள்வதாகிறது, சாதிப்படியில் கீழ்நிலையில் இருப்பதாகக் கருதப்படும் சாதிகளிலிருந்து தங்களைத் தொலைவு படுத்திக் கொள்வதும் ஆகிறது. பார்ப்பனர்களின் வலையில் விழவைக்கின்ற, கீழ்ச்சாதிகளுக்குள் பிளவேற்படுவதைத் தொடர்கின்ற எல்லாவித சமஸ்கிருதப்படுத்தும் முயற்சிகளையும் புறக்கணிக்க வேண்டிய தேவையை புலே வலியுறுத்தினார். பிரித்தாளுகின்ற கொள்கையான பேதநீதியை உடைப்பதுதான் புலேயின் இலக்கு. பிராமணர்கள் தங்களை மட்டும் ஒரே வர்ண-சாதிக்குள் வைத்துக் கொண்டு, உழைக்கும் மக்களை மட்டும் ஆயிரக்கணக்கான சாதிகளாகப் பிரிக்கின்ற சதியைச் செய்கிறார்கள். அவர்களுக்கிடையில் கருத்துவேறுபாடுகளையும் ஒற்றுமையின்மையையும் உண்டாக்குகிறார்கள்.

சாத்திர-ஸ்மிருதிகள் கலாச்சார ஆதிக்கத்தை நிறுவுவதற்காக உண்டாக்கப் பட்டவை என்று விளக்கினார் புலே. பூணூல், காயத்திரி மந்திரம் போன்றவை பிறப்பு அடிப்படையிலான உயர்வை நியாயப்படுத்த ஏற்பட்டவை. சங்கராச்சாரியார் போன்ற குருமார்கள் பிராமண உலகப் பார்வையை வலுப்படுத்தக் கோட்பாடுகளைப் புனைந்தனர். ஆகவே புலேயின் நோக்கம் இவற்றை எல்லாம் மேல்நோக்கி நகரும் சாதிகளுக்குக் கிடைக்கச் செய்வதல்ல, ஒரு மாற்றுக் கலாச்சாரத்தைக் கட்டமைப்பதுதான். இருக்கும் அதிகார உறவுகளை நன்கறிந்ததால், இந்தச் சுரண்டும் சமூக அமைப்பை ஒரு போராட்டம் இன்றிக் கலைக்க முடியாது என்று தெளிவுபடுத்தினார். பிறகுதான் பிராமணர்கள் கீழ்ச் சாதிகளை சமதளத்தில் சந்திப்பார்கள் என்று கூறினார்.

1873இல் புலே குலாம்கிரியை வெளியிட்டார். சாதி அடிமைத்தனத்துக்கு எதிரான ஒரு போர் அறிவிப்புதான் அது. சாதியைக் கொள்கைரீதியிலும் நடைமுறையிலும் கைவிடுமாறு வாசகரை வேண்டி அதில் ஓர் அறிக்கையையும் சேர்த்திருந்தார். குலாம்கிரி ஒரு புயலை உருவாக்கியது. செய்தியிதழ்கள் பல அதன் உள்ளடக்கத்திற்கு பயந்து அதற்கு விளம்பரம் தர மறுத்துவிட்டன. ஓர் உரையாடல் வடிவத்தில் எழுதப்பட்ட அது, அது சாதி, சாதியாதிக்கத்தின் வரலாற்றை வரைகிறது. தர்மசாத்திரங்கள், பிற 'புனிதப்' பனுவல்கள் கூறும் மனிதத்தன்மை அற்ற சட்டங்களின் பின்னுள்ள உள்நோக்கங்களை ஆராய்கிறது. மதத்தின் போர்வையில் இம்மாதிரிப் பொய்களை உருவமைப்பதின் முக்கிய நோக்கம் அறியாத மக்களின் மனங்களை ஏமாற்றி அவர்களை நிரந்தர அடிமைத்தனத்தின் சங்கிலிக்குள் கட்டுவதே ஆகும். ஆரிய இனக் கொள்கையின் உயர்சாதி வடிவத்தைத் தலைகீழாக மாற்றி, ஆரிய பிராமணர்கள் நயவஞ்சகமான அயலார்கள் என்றும், மெதுவாக அவர்கள் அசலாக இந்நாட்டில் இருந்தவர்களுக்குரிய எல்லாவற்றையும் கைப்பற்றிக் கொண்டார்கள் என்றும் புலே காட்டுகிறார். பார்ப்பனியத்தின்மீது தனது தாக்குதலை நியாயப்படுத்தி, இந்தியாவில் இதுவரை நிர்வகித்த பார்ப்பனக் கருத்தியலின் சுயநலம்பிடித்த இதயமற்ற நிலையையும் முழுமையான தந்திரத்தையும் வருணித்துக்காட்ட எந்தமொழியும் கடுமையானதல்ல என்று வலியுறுத்துகிறார். இந்தப் புத்தகத்தில் அவர் வருணித்துள்ளவை, அவருடைய ஏழையான, எழுத்தறிவற்ற, அறியாத சூத்திரச் சகோதரர்கள் மீது இழைக்கப்பட்ட வஞ்சகங்களில் நூற்றில் ஒரு பங்கு கூட அல்ல. நூல் மராட்டியில் எழுதப்பட்டிருந்தாலும், ஆங்கிலத்தில் எழுதப்பட்டுள்ள கருத்துவன்மை மிக்க முன்னுரை, தேவைப்படும்போது அவர் ஆற்றலோடு ஆங்கிலத்தில் எழுதக்கூடியவர் என்பதைக் காட்டுகிறது. 1863இல் அமெரிக்காவில்

அடிமைத்தனம் ஒழிக்கப்பட்டதைப் போற்றுகின்ற அதன் புகழ்பெற்ற சமர்ப்பணப்பகுதியும் ஆங்கிலத்தில் உள்ளது.

சத்யசோதக் சமாஜம்: புதிய சமூகம் பற்றிய தரிசனம்

புலேயும் அவரது தோழர்களும் தலித் வெகுஜனங்கள் பிராமண அமைப்புகளுடன் தங்களை இணைத்துக் கொள்ளக் கூடாது, தாங்களே தனியாக ஒரு நீதியான, சாதியற்ற சமூகத்தை உருவாக்க அமைப்பினை ஏற்படுத்த முடியும் என்று நம்பினர். இந்த நோக்கத்துடன் அவர்கள் 1873இல் சத்ய சோதக் சமாஜத்தை நிறுவினர். அதன் செயல்பாடுகளின் மையத்தில் சமூக மீட்டுருவாக்கம் பற்றிய சிந்தனை அமைந்துள்ளது. பொதுமக்களிடையே உண்மையை ஊக்கப்படுத்தவும் சரியான சிந்தனையை வளர்க்கவும் தங்கள் மனித உரிமைகளையும் கடப்பாடுகளையும் அறியவும் உறுப்பினர்கள் பாடுபட வேண்டும். எல்லாவிதமான சமூகத் தீமைகளும் அடையாளம் காணப்பட்டு களையப்பட வேண்டும். பொதுமக்கள் கல்விக்கு மிக முக்கிய இடம் அளிக்கப்பட்டுள்ளது. பெண்களுக்கும் சிறார்களுக்கும் போதித்து, கல்வியைப் பரப்ப எல்லா முயற்சியையும் மேற்கொள்ளுமாறும் பள்ளிக்கும் கல்லூரிக்கும் செல்ல விரும்புபவர்களுக்கு உதவ வேண்டும் என்றும் உறுப்பினர்கள் அறிவுறுத்தப் பட்டனர். மேம்பட்ட தொழில்நுணுக்கங்களை விவசாயத்தில் பயன்படுத்தி உழவர்களின் வாழ்க்கையை மேம்படுத்துவது முதன்மைகளில் ஒன்றாக இருந்தது. பிராமணர்கள் மங்குகள் மஹார்கள் உள்ளிட்ட எச் சமுதாயத்தினரும் உறுப்பினர் ஆகலாம். அதன் தொடக்க நிலையில் சில யூதர்களும் முஸ்லிம்களும் கூட உறுப்பினர்களாக இருந்தனர். (கீர் [1964] 2000: 128). புனேயில் வாராந்திரக் கூட்டங்கள் நடத்தப்பட்டபோது, வெகுமக்கள் கல்வி, தற்சார்பை மேம்படுத்துதல், பெண்கள் விடுதலை, விதவை மறுமணம், ஜோசியத்தில் மக்களுக்குள்ள நம்பிக்கையையும் மூட நம்பிக்கைகளையும் போக்குதல் குறைந்தபட்சச் செலவில் திருமணச் சடங்கினை நடத்துதல் போன்ற பிரச்சினைகள் உணர்ச்சிபூர்வமாக விவாதிக்கப்பட்டன.

போலிவேட பிராமணர்கள் மற்றும் அவர்களது சந்தர்ப்பவாதப் பனுவல்களிலிருந்து மக்களைக் காப்பாற்றுவது என்ற ஏற்றுக் கொள்ளப்பட்ட இலட்சியத்துடன் செயல்பட்ட சமாஜம், பார்ப்பனப் புரோகிதரை எந்த ஒரு மதச் சடங்குக்கும் அழைத்தல், பார்ப்பனனின் சமயச் சடங்குத் தூய்மையை ஏற்பதாகும் என்பதை வலியுறுத்தியது. (அதாவது அவனுக்குத் தான் மனித உலகிற்கும் கடவுளர் உலகிற்கும் தரகனாகச் செயல்படும் ஆற்றல் இருக்கிறது என்று ஒப்புக்

கொள்வதாகும்.) இதற்கு பிராமணர்கள்தான் தெய்விக சக்தி உலகத்தில் வருவதைக் கட்டுப்படுத்துகிறார்கள் என்று அர்த்தமாகும். இந்த நம்பிக்கைதான் இந்து மத, சமூகப் படிநிலைக்கும், சுத்தம்-அசுத்தம் பற்றிய கருத்துகளுக்கும் அடிப்படை ஆகும். ஆகவே புலே, பார்ப்பனப் புரோகிதர்கள் இன்றியும், அவர்களது சமஸ்கிருத முணுமுணுத்தல்கள் இன்றியும் மதச்சடங்குகளையும் திருமணச் சடங்குகளையும் மக்கள் மொழியில் அமைக்கவும் நடத்தவும் சமாஜத்தைத் தூண்டினார் (கீர் [1964] 2000: 126-42; ஓ' ஹான்லன் *1985: 220-50*).

பிற்போக்குவாதிகளின் எதிர்நடவடிக்கை விரைவாக வந்தது. வைதிக பிராமணர்கள் சமாஜத்தின்மீது பழிசுமத்தும் நடவடிக்கைகளில் ஈடுபட்டனர். அதிலிருந்த உறுப்பினர்களான எளிய மக்களை அதைவிட்டு நீங்குமாறு உளவியல் அழுத்தங்கள் கொடுத்தனர். உங்கள் பிரார்த்தனைகள் சமஸ்கிருதத்தில் இல்லாமல் மராட்டியில் செய்யப்பட்டால் அவை எப்படிக் கடவுளை அடையும்? (கடவுளுக்கு எல்லா மொழிகளிலும் வேண்டுதல்களையும் பிரார்த்தனைகளையும் புரிந்து கொள்ள முடியும் என்பதை அந்த மக்கள் புரிந்துகொள்ளுமாறு சமாதானப் படுத்த வேண்டியிருந்தது.) பிராமணர்களின் மற்றும் அவர்கள் கடவுள்களின் சாபத்தால் மக்களின் குடும்பங்களையும் சொத்துகளையும் சமாஜம் அழித்துவிடும் என்றும் பிற்போக்குவாதிகள் பயமுறுத்தினர். சத்யசோதக்குகள் பலர் துன்புறுத்தப் பட்டனர், அரசாங்க வேலைகளில் இருந்த சிலர் பிராமண மேலதிகாரிகளால் மிக அற்பமான தவறுகள் சுமத்தப்பட்டு வேலையைவிட்டு நீக்கவும் பட்டனர் (கீர் [1964] 2000: 128). ஆனால் இப்படிப்பட்ட மோசமான தந்திரங்கள் பெரும்பாலான சத்யசோதக்குகளின் ஆர்வத்தைக் குறைக்கவில்லை.

ஒடுக்கப்பட்ட சமுதாயங்களிடையே ஒற்றுமையை உண்டாக்குவதுதான் மிகக் கடுமையான சவாலாக இருந்தது. இதற்காக புலே சில புத்திசாலித்தனமான நகர்வுகளைச் செய்தார். தீண்டப்படாதவர்கள் படும் துன்பங்களும், உழவர்களின் சுரண்டலும் ஒரே நிகழ்வின் விளைவுகள்தான் என்பதை விளக்கினார். தீண்டப்படும் சூத்திரர்களையும் தீண்டப்படாத அதிசூத்திரர்களையும் ஒடுக்கப்பட்டவர் சமுதாயத்தில் ஒன்றாக வைத்தார். மஹார்களுக்கும் மங்குகளுக்கும் இந்த இணைத்த ஒடுக்கப்பட்டோர் குழுவில் மைய இடம் கொடுத்தார். இந்த ஒடுக்கும் அமைப்பில் பெறுகின்ற கடைநிலையில் இருந்த எல்லா ஒடுக்கப் பட்டவர்களையும் அவரது சமுதாயம் கொண்டிருந்தது. சமூகத்தின் செல்வத்தை உற்பத்தி செய்யும் அனைவரும் சூத்திரரும் அதிசூத்திரரும் ஆவர் என்று வாதித்து, எல்லாப் பெண்களையும், குன்பிகள், மாலிகள், தாங்கார்கள், முஸ்லிம்கள், பீல்கள், கோலிகள்,

மஹாார்கள், மங்குகள் அனைவரையும் ஒரே குடைக்கீழ்க் கொண்டுவர முயற்சிசெய்தார். 1855இல் அவர் நடத்திய திருதீய ரத்னா என்ற நாடகத்தின் நோக்கங்களில் ஒன்று, சுரண்டப்படுவோர் என்ற வகைமைக்குள் அடங்கிய பலதரப் பட்ட சமூக வகுப்பினரும் உண்மையில் பொதுவான நலன்களையும் பொதுவான சமூகநிலையையும் கொண்டவர்கள் என்பதைத் தமது பார்வையாளர்கள் ஏற்கச் செய்வதே என்பதை ஓ'ஹான்லன் குறிப்பிட்டிருக்கிறார்.

> சமூகத்தில் நம்பகத்தன்மையும் கவர்ச்சியும் உடைய குழுவாக்கங்களைக் கருத்தியல் ரீதியாகக் கட்டுவதன் மூலம் இதைச் செய்யவேண்டும். பின்னது மிகவும் முக்கியமானது, ஏனெனில் மேட்டுக்குடி பிராமணரல்லாத சாதிகள் வழக்கமாக உள்ள கீழ்ச்சாதிகளுடன் தங்கள் தொடர்பை இழந்து விட்டதாக நினைக்கலாகாது. இந்தப் புதிய கட்டமைப்பு ஒடுக்கப்பட்ட சமுதாயமாகவே இருக்கவேண்டும், அதன் விளக்கம், ஒரு குழுவினால் எல்லாரும் சுரண்டப்படுகிறார்கள் என்பதான சமூகத்தீமைகளை வைத்தும், அதன் நம்பிக்கை, மாற்றத்துக்கான முயற்சி ஆகிய சூழலை வைத்தும் அமைய வேண்டும். (ஓ' ஹான்லன் 1985: 131).

இந்தத் தெளிவான புரிந்துகொள்ளலுக்கு தீவிர உள்ளர்த்தங்கள் இருந்தன. தரவரிசை-படிநிலைப்படுத்தல் ஒடுக்கப்படுவோர் இடையில் பிளவுகளை உருவாக்குகிறது, ஆகவே இந்த அமைப்பை புலே புறக்கணிக்கிறார் என்பதை முதலில் இது உணர்த்தியது. இரண்டாவது, படிநிலைத்தன்மையைப் புறக்கணிக்கும்போது, அவரது தாக்குதலின் முக்கிய அழுத்தம் பார்ப்பனியத்தின் மனிதத்தன்மை அற்ற, ஒடுக்கும் இயல்பின் மீது என்பதாயிற்று (தேஷ்பாண்டே 2002: 8). ஒடுக்கப்பட்டோர் சமுதாயம் என்பது துன்பப்படுகின்ற, சமத்துவம், நீதி என்பவற்றை நம்புகின்ற யாவரின் ஒருமைப்பாடு என்ற சிந்தனையைக் கொண்டது. இந்த ஒற்றுமை, சாதி, வகுப்பு, பால் மொழி, மதம், தேசம் என்ற தன்னிச்சையான பிரிவுகளையெல்லாம் தாண்டியது. அதனால்தான் புலே சாதிவயப்பட்ட ஓர் இந்தியனாக இருந்ததைவிட ஒரு ஜனநாயக அயல்நாட்டவராகக் காட்சியளித்தார். அதனால்தான் அவரை அவரது எதிரிகள் அரைக் கிறித்துவர் என்றும் இந்து மதத்தை வெறுப்பவர் என்றும் முத்திரை குத்தினர். உண்மையில், அவர் கிறித்துவம், இஸ்லாம் இவற்றின் சமநீதிக் கூறுகளைப் பாராட்டினார். ஆனால் வெளிப்படுத்தப்படும் உண்மை என்பதில் தமக்கு நம்பிக்கை இல்லை என்றும், அதனால் எந்த மதக் கொள்கைக்கும் அல்லது மதத்தின் அடிப்படைவாதத்துக்கும் சம்பந்தமில்லை என்றும் கூறினார்.[4]

பார்ப்பனக் கலாச்சாரத்தைத் தலைகீழாக்குவதுதான் ஒரு மாற்று அமைப்பை உருவாக்குவதன் தொடக்கப் புள்ளியாக புலேக்கு இருந்தது. சாதிக்கட்டுக்கு அடங்கிய மதத்தை ஒரு புதிய உலகப்பொதுவான மதத்தினால் இடப்பெயர்ச்சி செய்யாமல் இது நடக்காது என்று

உணர்ந்தார். மனித உறவுகளில் ஓர் ஒழுக்கப் பிரக்ஞையும் நியாயமும் இருக்கும் ஒரு மதம் தேவை. அவரது மரணப் படுக்கையில் எழுதப்பட்ட சார்வஜனிக் சத்ய தர்ம புஸ்தக் என்பது எல்லாரையும் ஒன்றுசேர்க்கும் பரிவுள்ள ஒரு மதத்தை வேண்டிய அவரது மரண சாசனம் போன்றது. சாதி இந்துமதத்தைவிட அவற்றின் பரந்த சமநீதி உணர்வுக்காகக் கிறித்துவத்தையும் இஸ்லாமையும் அவர் விரும்பினாலும், அவருக்கு அந்த அமைப்புற்ற மதங்கள் கூறும் கடவுளிலோ தீர்க்கதரிசிகளிலோ நம்பிக்கை இல்லை. சொர்க்கம்-நரகம், அவதாரம், போகுமிடத்தின் முன்நிர்ணயம் என்பதிலும் நம்பிக்கை இல்லை. அவருக்குப் பிடித்தமான எழுத்தாளர் தாமஸ் பெயினின் கொள்கைப்படி, அவரது சொந்த மனமும் மனச்சாட்சியும்தான் அவரது கோயில்.

கடவுளுக்குப் பதிலாக நிர்மிக் (படைத்தவன்) என்ற சொல்லை அவர் பயன்படுத்திய போதிலும் படைத்த பிறகு மனிதன் வாழ்க்கையில் செய்வதற்கு நிர்மிக்கிற்கு எதுவும் இல்லை என்று நம்பினார். ஆகவே தனிமனிதர்கள்தான் தங்கள் தங்கள் வாழ்க்கையின் பொறுப்பு முழுவதையும் ஏற்க வேண்டும். தெய்விகக் குறுக்கீடு அற்ற இந்தச் சமூக உலகு, மதச்சார்பற்ற பகுத்தறிவினால் அதன் அனுபவங்கள் அடிப்படையில் ஆய்வுக்கு உட்படக் கூடியது. புலேயின் மதத்தில் குருட்டு நம்பிக்கைகளுக்கும் மூட நம்பிக்கைகளுக்கும் இடமில்லை. பார்ப்பன மதம் சாதிப்படிநிலை தெய்வத்தால் உண்டாக்கப் பட்டது, நிரந்தரமானது என்றது. இந்தப் போலி மதத்தையும் போலிக் கடவுளரையும் புலே புறக்கணித்தார், அதன் நூல்களையும் அறமற்றவை, ஏமாற்றுபவை என்றார்.

அவரது நிர்மிக் எல்லா மக்களுக்கும் உரியது. எவ்விதப் புரோகிதரும் இன்றி எல்லாரும் அடையக்கூடியது. “மற்றவர்கள் உனக்கு என்ன செய்யவேண்டுமென்று விழைகிறாயோ, அதை நீ மற்றவர்களுக்குச் செய்” என்ற மகா-புனித வாக்கியத்துக்கு மைய இடம் தந்து, மனிதனுடைய நடத்தை பரஸ்பரம் பரிவு நிரம்பியதாகவும், நேர்மையானதாகவும் இருந்தாலன்றி உலகில் மகிழ்ச்சியாக இருக்க முடியாது என்று நம்பினார். சகோதர கிறித்துவர்கள், முஸ்லிம்கள், மங்குகள், பிராமணர்கள் எல்லாரையும் ஏன் தழுவிக் கொள்ளக்கூடாது என்று மக்களைக் கண்டித்தார். உண்மை நிரம்பிய மனித நடத்தையே அவருக்கு ஒழுக்கம். பிறகு அப்படி நடப்பவர்கள் கிறித்துவரா, முஸ்லிமா, சத்யசோதக்கா என்பது பற்றிக் கவலையில்லை.

தமது மாசற்ற நேர்மையினால் புலே தாமே ஒரு உதாரணமாகத் திகழ்ந்தார். அவருடைய சாதி மக்கள் எதிர்த்த போதும் அவர் தமது வீட்டின் முற்றத்திலுள்ள கிணற்றைத் தீண்டப்படாதவர்களுக்காகத்

திறந்துவிட்டார். கிறித்துவ மதப் பணியாளர்கள் மட்டுமே தீண்டப்படாதவர்களால் அசுத்தம் அடையாதவர்கள் என்பதால் புலே கிறித்துவத்திற்கு மாறிவிட்டார் என்று வதந்தி பரவியது. முன்னால், அவரும் அவருடைய மனைவியும் தீண்டப்படாத பெண்களுக்குப் பள்ளிக்கூடம் திறந்ததால் அவர் தந்தை அவர்களை வீட்டை விட்டு வெளியேற்றுமாறு பழமைவாதிகள் செய்தனர். புலே தம்பதியர் வீட்டைவிட்டுச் சென்றார்களே ஒழிய பள்ளிக்கூடத்தை மூடவில்லை. மற்றொரு உதாரணம்: இவர்களுக்குக் குழந்தை கிடையாது. அவருடைய மாமனார்கூட அவரை மறுமணம் செய்துகொள்ளுமாறு வேண்டினார். இந்த வேண்டுகோளை ஏளனத்துடன் புறக்கணித்துவிட்டு, புலே தம்பதியர் ஒரு பிராமண விதவையின் முறைகேடான குழந்தையைத் தத்து எடுத்துக் கொண்டனர். அவருடைய தந்தை இறந்தபோது கடைசிச் சடங்குகளை, அநாதைகளுக்கும் ஊனமுற்றோருக்கும் உணவளித்து, வேறுமுறையில் செய்தார். தம் தந்தையின் ஆண்டுநினைவு நாள் தோறும் அவர் தேவையுள்ள மாணவர்களுக்குப் புத்தகங்களையும் ஏழைகளுக்கு உணவும் அளிப்பது வழக்கம்.

கொள்கை-நடைமுறை இவற்றில் ஒரேமாதிரியிருந்த புலேயின் தன்மை, அடுத்த கோடியிலிருந்த உச்சமான தலைவர்களின் இரண்டகமான நடத்தைப் பதிவுக்கு எதிர்நிலையில் உள்ளது. 1873இல் அறிஞரும் மிகப்பெரிய சீர்திருத்தவாதியுமான, 32 வயதாகியிருந்த எம். ஜி. ரானடே, தன் மனைவியை இழந்தார், உடனே ஒரு 11 வயதுப் பெண்ணைத் திருமணம் செய்துகொண்டார். இது புலேவுக்குத் திகைப்பை அளித்தது. உடனே விவிதஞான் விஸ்தார் என்பதில் ஒரு கடுமையான கட்டுரையை புலே எழுதினார். தன்னால் செய்ய இயலாததை மற்றவர்களுக்கு போதிக்க வேண்டாம் என்று ரானடேயை அதில் கேட்டுக் கொண்டார். (கீர் [1964] 2000: 136). முன்னால், 1871இல் ரானடேயின் தங்கை விதவையானபோது, அவள் மறுமணம் செய்துகொண்டால் அவர் தந்தை அழிந்துபோவார் என்றும் புனே பிராமணர்கள் அவரை சாதியிலிருந்து விலக்கிவிடுவார்கள் என்றும் கூறினார். அதற்கு புலே, "அப்படியானால், விதவை மறுமணத்தின் ஆதரவாளர் என்றும் சீர்திருத்தவாதி என்றும் வலம்வர வேண்டாம்" என்று பதிலிறுத்தார் (மேலது). பின்னர், ரானடே, ஒரு நீதிபதி என்ற தன்மையில், சத்யசோதக் சமாஜத்தின் பிராமணப் புரோகிதர்கள் அற்ற திருமணங்கள்மீது தீர்ப்பு வழங்கினார். அவருடைய "அறிவுநிறைந்த" கருத்தின்படி, அந்தத் திருமணங்களுக்கு புரோகிதர்கள் அழைக்கப் படாவிட்டாலும் அவர்களுக்கு மரபான தட்சணைகளை வழங்கிவிட வேண்டும் என்றார். புலே அந்தத் தீர்ப்பை எதிர்த்தார். கீழ்க் கோர்ட்டு அவரது வழக்கைத் தள்ளுபடி செய்தாலும் உயர்நீதிமன்றம் அவருக்கு ஆதரவான தீர்ப்பை அளித்தது.

லோகஹிதவாதி மற்றொரு பிராமணச் சீர்திருத்தவாதி. அவருடைய முற்போக்கு எண்ணங்களுக்காக பரவலாகப் போற்றப்பட்டார். இங்கிலாந்துக்கு அவர் தன் மகனைப் படிக்க அனுப்பியபோது, பிராமணர் கடல் கடக்கலாகாது என்ற மதத் தடையை மீறியதற்காக அவர் பிராயச் சித்தம் செய்தபோது அவரது சீர்திருத்தப் பயணம் ஒரு மாசுற்ற முடிவுக்கு வந்தது. பின்னர், அவரே இங்கிலாந்துக்குக் கடலைக் கடந்து செல்ல வேண்டிய நிலை வந்தபோது, அவர் மதச் சடங்குகளுக்கு விட்டுக்கொடுக்க நேரிட்டது. மேலும் மோசம், லோகஹிதவாதி, தன் இரு பேரப்பிள்ளைகளுக்கு ஆறுவயதும் எட்டுவயதும் நிறையாதபோதே திருமணம் செய்ய வேண்டி வந்தது. (கீர் [1964] 2000: 136-7). அந்த சீர்திருத்தவாதியைப் போற்றிய புலே, இந்த இரண்டகத்தினால் திகைத்துப்போனார்.

வரலாற்றையும் புராணங்களையும் மீட்டெழுதல்

புலே விரும்பிய சமூகப் புரட்சிக்கு இறுகிப்போன பார்ப்பன மனஅமைப்புதான் மிகப் பெரிய தடையாக இருந்தது. பார்ப்பனச் சக்தியின் ஆதிக்கம் பழைய மதப் பனுவல்களில் இருந்தது. பல நூற்றாண்டுகளாக தர்மசாத்திரங்களையும் இதிகாச புராணங்களையும் பொதுமக்கள் கலாச்சாரத்திற்குள்ளும் வாய்மொழி மரபுக்குள்ளும் விரிவாகப் புகுத்தி விட்டதால் மக்கள் மனத்தளவில் அடிமையாகிப் போயிருந்தனர். பிராமணர்கள் தங்கள் சாத்திரங்கள் தெய்வங்களால் படைக்கப் பட்டவை என்று வலம்வந்ததால், அவற்றின் சமூகத்திற்கெதிரான உள்ளடக்கத்தை வெளிப்படுத்த வேண்டும் என்று புலே நினைத்தார். ஓர் எதிர்க் கலாச்சார இயக்கத்தை ஏற்படுத்தாமல் மனத்தை வெல்வதற்கான போராட்டத்தில் வெற்றி பெற முடியாது. புரோகித சாத்திரங்கள், புராணவரலாறுகளுக்கு எதிராக புலே விவாதக் கருத்துகளை வளர்க்க முனைந்தார். கடந்த காலத்தின் தலைகீழாக்கும் வாசிப்பினைச் சமகாலச் சமூகச் சூழலிலிருந்து குறியீடுகள், கதைகள் வாயிலாகச் செய்ய அவர் முயற்சி செய்தது, மிகவும் வினைத்திறன் வாய்ந்ததாகும். அவர் கடந்தகாலத்தைப் புரிந்து கொள்வதன் வாயிலாக நிகழ்காலத்தைப் புரிந்து கொள்ள (இதன் மறுதலையும் உண்மை) முயற்சி செய்ததால் இது சாத்தியமானது. நமது உண்மை வரலாற்றைப் புரிந்துகொள்ள இப்படித்தான் செய்யவேண்டும் என்று சில சமகாலத் தொழில்முறை வரலாற்றாளர்களும் ஆலோசனை கூறுகிறார்கள், ஆனால் அதை அவர்களே செய்வதில்லை.

புலேயின் மீட்டுருவாக்கம் படிநிலையில் நூற்றுக்கணக்கான சாதிகளாகவும் உபசாதிகளாகவும் பிளவுபட்டுள்ள அடிமைப்பட்ட

ஆண்களும் பெண்களுமான மக்களை ஒன்று சேர்ப்பதன் தரிசனத்தை அடிப்படையாகக் கொண்டது. அவரது பொதுவாழ்க்கையின் நாற்பதாண்டுகளில், ஒடுக்கப்பட்டோர் பார்வையிலிருந்து தொன்ம-வரலாற்றுச் சட்டகத்தின் ஒரு பரந்த சட்டகத்தை முன்வைத்த பலவேறு உரைநடை, கவிதைப் படைப்புகளை வெளியிட்டார். சிற்றாய்வுகள், நாடகங்கள், சிறுபிரசுரங்கள் வாயிலாகவும் அமைப்புக் கட்டுமான முயற்சிகள் உதவியினாலும் கல்வியையும் அதிகாரத்தையும் ஒற்றையதிகாரத்திற்கு உட்படுத்துவதற்கு எதிராக வலுவான கலாச்சாரத் தாக்குதலை நிகழ்த்தினார். மிக அபூர்வமான கற்பனை, ஆழ்நோக்கு இவற்றினால் தற்போதைய ஒடுக்குதலை பழங்கால அட்டூழியங்களுடன் சேர்த்து நோக்கி, பிராமணர்களுக்கும் சூத்திர-அதிசூத்திரர்களுக்குமான ஒரு நீண்ட போராட்டமாக இந்திய வரலாற்றை அவர் முன்வைத்தார். இச் செயலின்போது, சாதி அமைப்பின் தோற்றம், வளர்ச்சியை ஒரு வரலாற்றுப் பொருளியல் நோக்கில் ஆய்வு செய்தார். இதற்குமுன்பு, இந்திய மற்றும் அயல்நாட்டு அறிஞர்கள் நினைவுக்கு அப்பாற்பட்ட காலத்திலிருந்து இருந்துவரும் ஒரு சமூக நிறுவனமாகச் சாதியைச் சித்திரித்தனர். அச்சட்டகத்தை மாற்றி, புலே சாதியும் பார்ப்பனியமும் ஒன்றாகப் பிறந்தவை, வரலாற்றுத்தன்மை கொண்டவை என்று முன்வைத்தார். அவருக்கு, அவை ஒடுக்குமுறையின் ஓர் அமைப்புற்ற ஒழுங்குமுறைகள். அவற்றை விமரிசனபூர்வமாகப் புரிந்துகொண்டு, போர்செய்து, உடைக்க வேண்டும்.

இதற்காகப் புலே பார்ப்பனியத்தின் அடிப்படை தத்துவ, மீமெய்யியல் வடிவமைப்புகளை எதிர்த்து, அதைக் கவிழ்க்கும் சிற்றாய்வு ஏடுகளை வெளியிட்டார். முற்பிறவிகளின் செயல்களை அடிப்படையாக வைத்து ஒருவனின் துன்பங்கள், சாதி, பாலியல் அந்தஸ்து எல்லாவற்றிற்கும் காரணமாக்கும் கர்மக் (வினைக்) கொள்கையை அவர் புறக்கணித்தார். இப்படிப்பட்ட விதிவாதத்தை மறுத்து, ஏமாறக்கூடிய மக்களை தெய்வ, சஞ்சித, பிராராப்த கர்மங்கள் என்ற வலையில் சிக்க வைத்து உலகத்துடன் அவர்களின் இயங்கியல் உறவை இழக்கச் செய்ததாகப் பிராமணர்களை அவர் குற்றம் சாட்டினார். அதேபோல, சமூகத்தை அதர்மத்திலிருந்து காக்க விஷ்ணு வெவ்வேறு சமயங்களில் வெவ்வேறு அவதாரங்கள் எடுப்பார் என்ற அவதாரக் கோட்பாட்டையும் அவர் மறுத்தார். பிராமண மதஒழுங்கமைவில், பலதெய்வ மத நடைமுறைகளையும் ஒற்றைக்கடவுள் வேதாந்த மீமெய்யியலையும் சமரசப்படுத்தி இணைக்கும் கோட்பாடு இதுதான். (தேஷ்பாண்டே 2002). மரபான அர்த்தத்திலிருந்து முற்றிலும் விலகி, புலே விஷ்ணுவின் பலவித அவதாரங்களும் இந்தியாவில் அசலாக வசித்துவந்தவர்கள் மீது நடத்திய ஆரியத் தாக்குதலின் பலவேறு வடிவங்கள், பலவேறு தெய்வங்களின்

வெளிப்படையான கொடுமைகள் என்று விளக்கினார். விதி, அவதாரம் என்ற இரு கொள்கைகளையும் புறக்கணித்து, பார்ப்பனியம் நிறுவிப் பேணப்பட்டிருக்கும் அடித்தளத்தை அவர் தகர்க்க முனைந்தார்.

மிகச் சிறப்பாக அறியப்பட்ட புலேயின் புத்தகம் குலாம்கிரி. (அடிமைத்தனம் [1873] 1991, பாகம் 1; 2002: 22-99). இது வரலாற்றைத் தகர்க்கவும் மீட்டமைக்கவும் செய்யும் ஒரு முயற்சியாகும். ஒரு புதிய வீச்சை உருவாக்கி, முதல் காலனிய மோதலை முஸ்லிம்களுக்கும், அடுத்ததை பிரிட்டிஷ்காரருக்கும் அளிக்கும் ஆதிக்க வரலாற்றெழுதியலை மறுத்து, வேத ஆரியர்களே முதன்முதல் இந்நாட்டின் சொந்த மக்கள்மீது காலனியத் தாக்குதலைத் தொடுத்தவர்கள் என்று காட்டினார். அமைதியை விரும்பிய அக்காலப் பழங்குடியினரைத் தாக்கி, அவர்களின் நிலத்தையும் சொத்துகளையும் கவர்ந்துகொண்ட காட்டுமிராண்டித்தனமான அயல்வர்களின் வம்சாவழியினரே இன்றிருக்கும் மேல்சாதி மக்கள். படையெடுத்த வந்த ஆரியர், உள்நாட்டு மக்களை நிரந்தர அடிமைத்தனத்தில் வைப்பதற்காக மனிதத்தன்மையற்ற சமூக, மத நடைமுறைகளைச் சுமத்தினர். சாதி ஒழுங்கமைவைப் புகுத்தியமை, பிராமணர்கள் தங்கள் அசலான திருட்டுக் கைப்பற்றலை மறைக்கவும் தங்கள் உயர்ந்த அந்தஸ்தினை நிரந்தரமாக்கவும் பயன்படுத்திய ஒரு முக்கியமான கருவி என்று அடிக்கோடிட்டுக் காட்டினார்.

விஷ்ணுவின் அவதாரங்கள், (மகா)பலி, வாமனன் கதை, க்ஷத்திரியர்களை பரசுராமன் வேரறுத்த கதை போன்ற பிராமணப் புராணங்களின் முக்கியச் சம்பவங்களை மறுஎழுத்துச் செய்ததன் வாயிலாக, புலே இவைதான் பழங்கால இந்தியாவின் நிஜமான வரலாற்றைக் காட்டுகின்றன என்று வாதிட்டார். தங்கள் அநியாயங்களை மறைக்கவும் கீழ்ச்சாதியினர்மீது தங்கள் ஆதிக்கத்தை நிலைநாட்டிக் கொள்ளவும் பிற்கால பிராமண எழுத்தாளர்கள் இவற்றைத் திரித்துரைத்தனர். இதைச் சமகால மகாராஷ்டிராவின் சமூகச் சூழல் மற்றும் பொதுமக்கள் கலாச்சாரத்தின் மையக் கூறுகளுக்கு மறு விளக்கம் அளிப்பதன் வாயிலாகவும் அதிபழங்காலத்தின் எச்சங்கள் என்று முன்வைத்தும் மேற்கண்ட செய்திகளை விளக்கவும் செய்தார். புத்தகத்தின் இறுதிப்பகுதியில், அண்மைக்காலத்தில் பிராமணர்கள் எப்படி பிரிட்டிஷ் ஆட்சியின்போது தங்கள் ஆதிக்கத்தை இறுகத் தக்கவைத்துக் கொண்டு, இன்னும் கேட்டால், மேம்படுத்திக் கொண்டனர் என்றும், பிரிட்டிஷ் ஆட்சி நிஜமான அதிகாரத்தைத் தங்கள் கையிலிருந்து பிரிட்டிஷ் பேரரசுக்குச் சேவைசெய்த உயர்சாதி தொழில்ரீதியான மேற்குடியினருக்கு நழுவவிட்டனர் என்றும் காட்ட முயன்றிருக்கிறார்.

குலாம்கிரிக்கு முன்னால் புலே சிவாஜியைப் பற்றி ஒரு நாட்டார் கதைப்பாடல்-சிவாஜி போவாடா எழுதினார் ([1869] 1991, பாகம் 2). அதில் அவர் சிவாஜியை சூத்திர அரசர், சாதிக்கு எதிரான கலகக்காரர், அவரது சந்ததியினர் அதிகாரம் சதிகாரப் பேஷ்வாக்களால் கொள்ளையிடப்பட்டது என்று எழுதியுள்ளார்.[5] 1890களில் பார்ப்பனர்கள் சிவாஜியை வைதிக, முஸ்லிம்களுக்கு எதிரான, பார்ப்பனக் கலாச்சாரத்தைக் காப்பாற்றிய ஒருவராக, பசுக்களையும் பிராமணர்களையும் காப்பவராகத் தங்களுடையவர் ஆக்கிக் கொள்வதை எதிர்நோக்கியதுபோல, புலே மகாராஷ்ட்ர வரலாற்றின் பார்ப்பன-எதிர்-மரபில் சிவாஜியை வைத்தார். இப்பாடல், மகாபலி என்னும் புராண அரசன் தலைமைதாங்கிய அசலான க்ஷத்திரியர்களின் வழித்தோன்றல்கள்தான் கீழ்ச்சாதியினரும் தீண்டப்படாதவர்களும் என்கிறது. க்ஷத்திரியர்கள் ஆரியப் படையெடுப்புகளின்போது அழிக்கப்பட்டார்கள், அதிலிருந்து அவர்கள் பரிதாப நிலையிலேயே இருக்கிறார்கள் என்று புலே வாதிடுகிறார். க்ஷத்திரிய என்ற சொல் க்ஷேத்ர (நிலம்) என்ற சொல்லிலிருந்து வந்தது. தங்கள் நிலத்தில் உழைத்து வாழ்ந்த எவரும் க்ஷத்திரியர்தான். பார்ப்பனர்கள் சிவாஜியைக் கீழ்ச்சாதியினராகச் சித்திரித்ததைப் புலே தமக்குச் சாதகமாக்கிக் கொண்டு அவரை மறக்கப்பட்ட க்ஷத்திரியர்களின் தலைவராகவும் சூத்திர-அதிசூத்திரர்களின் தலைவராகவும் ஆக்குகிறார். சிவாஜி மகாபலி இருவரும் தங்கள் தங்கள் சமுதாயத்தினருக்கு தைரியமான, நேர்மையான தலைவர்கள், ஒடுக்கும் அந்நியர்களை எதிர்த்துப் போரிட்டவர்கள்.

எதிர்பார்த்தவாறே, வரலாறு எழுதுவதில் நுழையத் துணிச்சல் பெற்ற பெயர் தெரியாத ஆசிரியரை நச்சுத்தன்மை கொண்ட கருத்துரைகளும் மதிப்புரைகளும் வரவேற்றன. பெருமை பெற்ற கடந்தகாலம் என்ற கருத்தை அருந்தி, அக்காலத்தின் சமூகத் தீமைகளை மறந்திருந்த இந்தியக் கலாச்சாரத்தின் கற்றறிந்த காப்பாளர்கள், அரைகுறைக் கல்விபெற்ற ஒரு சூத்திரனின் துணிச்சல், இந்திய வரலாறு பற்றிப் பாசத்துடன் நெஞ்சில் போற்றி வைத்திருந்த தங்கள் புரிதலுடன் முரண்பட்டதால் அவரைக் கடுமையாகத் தாக்கினார்கள். அப்படிப்பட்ட பண்டிதர்கள் குழுவுக்குத் தலைமை தாங்கியது திலகரின் ஆருயிர் நண்பரான விஷ்ணு சாஸ்திரி சிப்லுங்கர். அவர் புலேவை ஒரு சூத்திர-மத ஆசிரியர் என்றும் சூத்திர உலக ஆசிரியர் என்றும் ஏளனம் செய்து புறக்கணித்தார். (கீர் [1964] 2000: 146). புலேயின் தோழர்கள் பிரச்சினையில் இணைந்து கொள்வது என்று தீர்மானித்தார்கள். சத்யசோதக் சமாஜத்தின் பத்திரிகையான தீனபந்துவில் திலகருக்கும் சிப்லுங்கருக்கும் எதிரான தொடர்ந்த போராட்டம் வெளிவந்தது. பின்னர், புலேயின் சக சத்யசோதகர்கள் இரண்டு விவாத நூல்களை

எழுதினர். தினகர்ராவ் ஜாவல்கர், தேசத்தின் பகைவர்கள் என்ற நூலையும் ஆர். என். லட் என்பவர் மராட்டியத்தின் வேசிமகன்கள் என்பதையும் எழுதினர். முன்னது திலகரையும் சிப்லுங்கரையும் குறிவைத்தது. பின்னது சிவாஜியின் வம்சாவழியினரை ஏமாற்றிப் பதினெட்டாம் பத்தொன்பதாம் நூற்றாண்டுகளில் எவ்விதம் சித்பவன் பேஷ்வா வமிசத்தினர் அதிகாரத்தைக் கைக்கொண்டு, மராட்டா சதிக்கூட்டத்திற்குத் தலைமை தாங்கினர் என்பது பற்றியது. (திலகருக்கும் சிப்லுங்கருக்கும் பிற புத்தெழுச்சியாளருக்கும் பேஷ்வாக்கள்தான் எழுச்சிக்குரிய பிம்பங்கள் என்பது குறிக்கத் தக்கது.)

மீட்சியும், அதிகாரமும் அளிப்பதாகக் கல்வி

புலே வரலாற்றை மீட்டுருவாக்கம் செய்ததும், தற்போதைய ஒடுக்கும் நிலையுடன் இணைத்ததும், இருக்கும் அமைப்புடன் போரிடுவதற்கான முயற்சியின் ஒரு கூறாகும். இருக்கும் அதிகார அமைப்பை மாற்ற மேலும் திறமையான வழியும், முழுமையாக்கும் வழியும் கல்வி என உணர்ந்தார். அதனால்தான் அவர் கல்விக்கு மிகுந்த அழுத்தம் கொடுத்தார். பழமைவாதக் கல்வியல்ல, பகுத்தறிவுபூர்வமானதும் நவீனமான கல்வி, சமூக மாற்றத்துக்கு ஓர் ஊக்கியாக இருக்கக் கூடியதுமான கல்வி. சமகாலத்தினர் தற்கால அறிவியலை வேத அறிவுடன் இணைக்கச் செய்கின்ற அறிவுக்கெதிரான முயற்சிகளை அவர் எதிர்த்தார். அவருக்குக் கல்வி என்பது மனப்பான்மை மாற்றத்தை உருவாக்குவதற்கும் கலாச்சாரப் புரட்சியை உருவாக்குவதற்குமான ஒரு மூலவளம். அவர் ஒரு முன்னோடியான அமைப்புக் கட்டுமானக்காரர். அவரது போதனை அறிவுக்கும் அதிகாரத்துக்குமான மீட்புப் புரிந்துகொள்ளலினால் இயக்கப்பட்டது.

புலேதான் முதல் இந்திய அமைப்புக் கட்டுமானவாதி ...வரலாற்றின் பலவித வகைமைகளை ஒற்றை அல்லது உலகப் பொதுவான ஒன்றாக மாற்ற முயற்சி செய்த முதல்வர். ஃபூக்கோ பேசுவதற்கு மிக முன்னாலேயே அறிவையும் அதிகாரத்தையும் பற்றிப் பேசியவர். உண்மையில், ஃபூக்கோவின் பின்நவீனத்துவப் பகுப்பாய்வு ஐரோப்பா ஒரு வரலாற்று இறுதியைக் கண்டபோது வந்தது. ஆனால் புலேவின் முயற்சிகள் அறிவென்னும் ஆயுதத்தைக் கொண்டு உலகத்தை/ சமூகத்தை மாற்றுவதற்காக அமைந்தன. (ஜி. பி. தேஷ்பாண்டே, பார்க்க ஓம்வெட் 1994: 23).

புலேயின் 1855 நாடகம் திரிதீய ரத்னம்-மூன்றாவது கண் (கல்வியின் உருவகம்), சூத்திர-அதிசூத்திரர்களுக்குக் கல்வியை மறுத்ததன் வாயிலாக பிராமணர்கள் கீழ்ச்சாதியினரின் பிற்பட்ட தன்மைக்கு மட்டுமல்ல, சமூகத்தின் பிற்பட்ட தன்மைக்கே அவர்கள்தான் பொறுப்பாகிறார்கள். 1850களில் அவருடன் பணியாற்றிக் கொண்டிருந்த

பார்ப்பன நண்பர்கள் கீழ்ச்சாதியினரின் துயரங்களுக்குப் பொதுவான இந்து சமூகத்தின் பிற்பட்ட தன்மையே காரணம், அதை எந்த குறித்த சமூகக் குழுவுக்கும் பொருத்துதல் சரியல்ல என்றனர். இந்த விஷயத்தில்தான் வேற்றுமைகள் ஏற்பட்டன. பார்ப்பனச் செயல்வீரர்கள் கீழ்ச்சாதி மக்களுக்கு அடிப்படைத் திறன்களான எழுதப்படிக்கத் தெரிந்தால் போதும் என்றனர். இதனால் இந்த விஷயம் முற்றி ஒரு மோதல் நிலைக்கு வந்தது. புலே மக்கள் உலகத்தைப் படிக்கவும் நன்மை-தீமையிலிருந்து வேறுபாடு காணவும் இயலச் செய்கின்ற ஒரு விமரிசனக் கல்வி தர வேண்டும் என்றார்.

புலே பொதுமக்கள் கல்வியில் வைத்திருந்த உயர்தர எதிர்பார்ப்பு யதார்த்தத்துக்கு மாறானது அல்ல. புலேயின் பள்ளியில் படித்த பதினொரு வயது மங்குப் பெண், மங்குகள் மற்றும் மஹார்களின் துயரங்கள் பற்றி என்ற கட்டுரையை 1855இல் வெளியிட்ட போது கல்வியின் 'உள்ளார்ந்த வெடிப்புத்தன்மை' வெளிப்பட்டது.[6] இதில் தீண்டப்படாதவர்களின் நிலைமை பற்றிய இதயத்தை உருக்கும் விவரங்களை அவள் அளித்திருந்தாள். பிராமண மத-சமூக முறைமைதான் தங்கள் நிலைமைக்குக் காரணம் என்று கண்டித்தும் இருந்தாள். அந்தக் கட்டுரையை ஆராய்ந்து, உமா சக்ரவர்த்தி எழுதுகிறார்:

ஒரு சிறப்புப் பார்வை, அதாவது திரிதீய ரத்னம் கல்வியின் விளைவாகக் கிடைக்கும், பிராமணக் கருத்தியலின் பொய்ம்மையை வெளிக்கொணரும் வழி கிடைக்கும் என்ற புலேயின் நம்பிக்கைக்கு முக்தாபாய் மிகச் சிறந்த உதாரணமாக இருக்கிறாள். ஒருவர் உரிமை பெற்றும் மற்றவர் உரிமை அற்றும் இருக்கும் மதம் உலகிலிருந்து அழியட்டும், அப்படிப்பட்ட மதத்தைப் பற்றிப் பெருமைப் படுவதென்பது நமது மனத்தில் என்றும் இல்லாமல் போகட்டும் என்று அவளை முழங்கச் செய்திருக்கிறது முக்தாபாயின் கட்டுரை "அட கடவுளே, என்ன வேதனை இது! இந்த அநீதியைப் பற்றி மேலும் எழுதினால் நான் அழுதுவிடுவேன்" என்று திடீரென முடிகிறது. இருந்தாலும், வேதனைப்பட்ட முக்தாபாய் அன்றிருந்த சமூக அமைப்பைப் புரிந்து கொண்டு அதைப் புறக்கணித்தாள், ஆயினும் பத்தொன்பதாம் நூற்றாண்டு மகாராஷ்ட்ராவில் பிராமண ஆதிக்கத்தைப் பற்றி மனத்தை வாட்டுகின்ற விமரிசனம் ஒன்றைத் தந்திருக்கிறாள். எழுத்தறிவினால் இந்தப் பெண் புதிதாக அடைந்த திறன்கள், அச்சில், சமூகப் படிநிலையின் மிகப் புனிதமான ஆளைக் கேள்வி கேட்க வைத்துள்ளன, சற்றும் ஐயமில்லாத வகையில் அவனது அறிவையும் அதிகாரத்தையும் புறக்கணிக்க வைத்துள்ளன. (1998: 74–5).

புலேயும் அவரது சகாக்களும் வெகுமக்கள் கல்விக்கான ஒரு தீவிர இயக்கத்தை முன்னின்று நடத்தினர். ஆனால் அவர்களுக்குத் தங்கள் முயற்சிகள் போதாது என்று தெரியும். யாவருக்கும் பொதுவான ஒரு கல்விக்கான உள் கட்டமைப்பினை மேம்படுத்துவதற்கு அரசாங்கம்

வரிகள் வாயிலாக வசூலித்த மக்கள் பணத்தைச் செலவிட வேண்டும் என்று புலே நினைத்தார். இந்த விஷயத்தில் அரசாங்கம் மேலும் பொறுப்பை மேற்கொள்ளவேண்டும் என்று புலே கேட்டார், அறிவுரைத்தார், (மனவேதனையில்) எச்சரிக்கவும் செய்தார். பிரிட்டிஷ் கல்விக் கொள்கைமீது அவர் கடும் எரிச்சலில் இருந்தார். அவரே கூறியதுபோல, அது (தொழில் திறனுள்ள நிர்வாக அதிகாரிகளை உருவாக்கும் பொருட்டு) உயர் கல்வியை மேம்படுத்தும் ஆர்வத்தில், அது ஆரம்பக் கல்வியை அறவே புறக்கணித்துவிட்டது. இது மேட்டுக்குடியினருக்கு மட்டுமே பலனளித்தது. 1882இல் ஹண்டர் தலைமையிலான கல்விக்குழுவுக்கு அவர் ஒரு விண்ணப்பம் அளித்தார். அதில் அரசாங்கம் மேலிருந்து கசிந்துவரும் கல்விக் கொள்கையைக் கடைப்பிடிப்பதாக அரசாங்கத்தைக் கண்டித்தார். ([1882] 2002: *101-12*). உயர்வகுப்பு மக்கள் கீழ்வகுப்பு மக்களுக்குக் கல்வியைப் பரப்புவார்கள் என்ற மாயையில் அரசாங்கம் இருக்கிறது என்று அவர் கூறினார். ஏழை விவசாயிகளிடமிருந்து சம்பாதித்த பணத்தை அது மேல்சாதியினைரைப் படிக்க வைப்பதற்கு வீணடித்தது. அதனால் பணக்காரர்களின் பிள்ளைகள் இலவசக் கல்வி பெற்று அதன் பலத்தினால் பொருளியல் வெற்றி அடைந்தார்கள், ஆனால் ஏழை நாட்டு மக்களை உயர்த்த அவர்கள் எதுவும் செய்யவில்லை. பிரிட்டிஷ் கொள்கை பிராமணர்கள் கல்வியின்மீது ஏகபோக உரிமை கொண்டாடுவதை உறுதிப்படுத்தியது. அதனால் அரசாங்க உயர் பதவிகள் யாவும் அவர்களே ஏகபோகமாக்கிக் கொள்ள வழிசெய்தது. ஆரம்பக் கல்வி பன்னிரண்டு வயதுவரை கட்டாயம் ஆக்கப்பட வேண்டும் என்று அவர் அறிவுரைத்தார். அரசாங்கம் ஏற்கெனவே தாராளமான வளங்களை வாரி வழங்கியுள்ள உயர்கல்வியைத் தனிப்பட்ட மனிதர்களின் முயற்சிக்கு விட்டுவிடலாம்.

ஹண்டர் குழு ஏழைகளையும் எழுத்தறிவற்றவர்களையும் சந்தித்து பிறகு, ஒரு பொருத்தமான கல்விக் கொள்கையை வகுக்கலாம் என்று விரும்பினார் புலே. ஆனால் அப்படி நடக்கவில்லை. கசப்புற்ற புலே கடைசியில் கூறினார்: “ஹண்டர் குழு விவசாயிகளைச் சந்திக்கவில்லை. அது பார்சிகள், கிறித்துவர்கள், பிராமணர்கள் ஆகியோருடன் நடத்திய விவாதத்தை மட்டும் நம்பி, அவர்களுடைய வார்த்தைகளை இறுதி என எடுத்துக் கொண்டது. ஆகவே இந்தக் குழுவின் அறிக்கை எழுத்தறிவற்றவர்களுக்கும் ஏழைகளுக்கும் பயன்தராது.”

கல்வித்துறையில் பார்ப்பன ஆசிரியர்கள் என்ற தமது பாடலிலும், குலாம்கிரிக்குத் தமது அறிமுகத்திலும் பிரிட்டிஷ் ஆட்சியில் எல்லா நிர்வாக, கல்வி நிறுவனங்களிலும் எப்படி மேல்சாதியினர் எல்லாப் பதவிகளையும் தமதாக்கிக் கொண்டனர் என்பதைக் காட்ட முயன்றிருக்கிறார். கீழ்வகுப்பு மக்கள் எவ்வித நிலைமைகளில்

படிக்க இயலாமல் இருக்கிறார்கள் என்பதையும், பிராமணர்கள் ஏன் பிற சாதியினருக்குக் கல்வி அளிக்க விருப்பமின்றி இருக்கிறார்கள் என்பதையும் விளக்கிக் கூறி, எல்லாருக்கும் கல்வி வேண்டும், பிற சாதிகளிலிருந்தும் ஆசிரியர்களை எடுக்க வேண்டும் என்று வேண்டினார்.

கீழ்ச்சாதி மக்களுக்குக் கல்வியில் விருப்பமோ திறனோ கிடையாது என்று பிரிட்டிஷ்காரர்களை ஏற்கச்செய்து, மரபான விலக்குதல் முறையைத் தொடருகின்ற ஆங்கிலக் கல்வி பெற்ற இந்நாட்டு நிர்வாகிகள் வகுப்பு ஒன்று உருவாகுவதை புலேயினால் நோக்க முடிந்தது. அவர் திரும்பத்திரும்ப பிரிட்டிஷாரைக் கல்வியை ஜனநாயகப் படுத்துமாறு வேண்டிக் கொண்டது, தலித் வெகுமக்கள் மீது ஏறிவந்த கல்விப் பற்றாக்குறைச் சுமை காலனிய அதிகார அமைப்பினால் வலுப்படுத்தப்படுகிறது என்ற மனக் கவலையின் மீது அமைந்தது. பொதுக் கல்விக்கான அவரது அக்கறையை அயல்நாட்டவரோ, உள்நாட்டவரோ எவரும் பகிர்ந்து கொள்ளவில்லை. இந்த ஒழுங்குமுறையைப் பற்றி வருத்தப்பட்டு, உழைக்கும் மக்களின் வரிப்பணம் பணக்காரர்கள், அதிகாரமிக்கோரின் வாரிசுகள் கல்வி பெறுவதற்கு வடிக்கப்படுகின்ற 'செல்வ வீணாக்கம்' நாட்டிற்குள் நிகழ்வதைப் பற்றித் தமது மனக்குமுறல்களை எழுத்தில் வடிக்கத்தான் முடிந்தது.

> சரக்குகளை வைத்திருப்பவன் அதிகம் துன்புறுகிறான்
> என்று சொல்கிறது பட்டாணியப் பழமொழி
> விந்தையான மனிதர்களின் பிள்ளைகள் படிக்கிறார்கள்
> மாலி, குன்பி சாதிகள் வரிகட்ட நிலங்களில் மாய்கிறார்கள்
> உடை உடுக்கவும் அவர்களிடம் பணமில்லை.

(புலே, பார்க்க கவாஸ்கர், 1999)

பொதுமக்கள் கல்வியை மேம்படுத்தும் எந்த வாய்ப்பையும் புலே தவறவிடவில்லை. 1880களில் புனே நகராட்சி உறுப்பினர் என்ற முறையில் அதன் தலைவர் கவர்னர்-ஜெனரல் அந்த நகரத்துக்கு வரும்போது நகரத்தை அலங்கரிக்கப் பணம் செலவு செய்வதை அந்தப் பணத்தை ஏழைகளைப் படிக்கவைக்கச் செலவு செய்யலாம் என்று கூறி எதிர்த்தார். இன்னொரு சமயம், 1889 இல் வேல்ஸ் இளவரசர் புனேக்கு வந்தபோது புலே பள்ளியின் பையன்களும் பெண்களும் ஒரு சிறார்ப் பாடலைப் பாடி வரவேற்றனர்.

> *நாங்கள் மகிழ்ச்சியான தேசமென்று பாட்டிக்குச் சொல்லு*
> *பத்தொன்பது கோடி மக்களுக்குக் கல்வியில்லை சொல்லு (கீர்* [1964] 2000: 245).

தந்தைவழியாதிக்க எதிர்ப்பும், பெண்ணடிமைத்தன எதிர்ப்பும்

பத்தொன்பதாம் நூற்றாண்டில் ராம்மோகன் ராயைப் பின்பற்றிச் சீர்திருத்தவாதிகள் பலர் பெண்கள் பிரச்சினைகளில் ஈடுபட்டார்கள். உடன்கட்டை, விதவை மறுமணம், குழந்தைத் திருமணம், பெண் கல்வி போன்ற பிரச்சினைகளைக் கையில் எடுத்தார்கள். ஆனால் அவர்கள் அணுகுமுறை தந்தைவழிமுறை, பார்ப்பனியம் சார்ந்ததாக இருந்தது. நான்காம் இயலில் கண்டதுபோல, அவர்கள் மேல்சாதிச் சார்பு அவர்களது பெரும்பாலான சிந்தனைகளிலும் செயல்களிலும் வெளிப்பட்டது. அம்மாதிரி மேன்மக்கள் சீர்திருத்தக்காரர்களிலிருந்து புலேயின் நிலைப்பாடு மிக வேறுபட்டிருந்தது. உமா சக்ரவர்த்தி *(1993; 1998; 2003)* பொருத்தமாகவே "பிராமணத் தந்தைவழி" என்று அழைப்பதனை அது எல்லாப் பெண்களையும் கீழ்ப்பட்ட உயிரிகளாக நடத்துகிறது என்று புலே தாக்கினார். தர்ம சாத்திரங்கள் பெண்களைத் தாசர்கள் அல்லது சூத்திரர்களுக்கு ஒப்ப வைத்தது. இந்த அடிப்படையில் அவர் பெண்கள் யாவரையும் ஒடுக்கப்பட்டோர் சமுதாயமாகக் கருதினார். பெண்களுக்கும் உழைக்கும் சாதிகளுக்கும் கல்வியை மறுப்பதுதான் இந்தியச் சமூகத்தின் பின்தங்கிய நிலைக்குக் காரணம் என்று சுட்டிக்காட்டினார்.

மேல்சாதிச் சீர்திருத்தவாதிகளைப் போலவே புலேயும் பெண்கள் கல்வியின் முன்னோடிதான், ஆனால் அவர் இரு பாலார்க்கும் இடையில் சமத்துவத்தை வலியுறுத்தியதில் தனித்தன்மை பெற்றவர். சாதியமைப்பில் உள்ளாக இருந்த பரந்த ஆதிக்கம் என்பதன் ஒரு பகுதியாகப் பெண்கள் கீழ்ப்படுத்தப் படுவதை அவர் நோக்கியதால், பார்ப்பனிய அமைப்பின் இறுதி, தந்தைவழி ஆதிக்கத்தின் இறுதியையும் உட் கொண்டுள்ளது என்ற பார்வையை அவர் விமரிசனம் கொண்டிருந்தது. சாதியை ஓர் அமைப்பாக விமரிசனம் செய்ததில் புலே பிராமணத் தந்தைவழி ஆதிக்கத்தை எதிர்த்த அபூர்வமான விமரிசகராக எழுகிறார்.

> பத்தொன்பதாம் நூற்றாண்டின் சமூக சீர்திருத்தவாதிகளில் அவர் மட்டும்தான் பார்ப்பனத் தந்தைவழி ஆதிக்கத்தின் வெளியில் நிற்கவும், சாதியை ஆய்வு செய்வதிலும் சமத்தன்மை இன்மையை உற்பத்தி செய்வதிலும் பாலியல் ஒரு மையக் காரணியாக இல்லாவிட்டாலும், சாதியமைப்பையும் பார்ப்பன இந்து மதத்தையும் அவர் உதறி எறிந்தமை, அவரது சமகாலத்தவரை விட பாலியல் சமத்துவத்திற்கு அவர் ஒரு தீவிர அணுகுமுறையை ஏற்க உதவியது. (சக்ரவர்த்தி 1998: 65).

புலே தீவிரப் பாலியல் சமத்துவத்தை நம்பினார். விதவைத்தன்மை பற்றிச் சொல்லும்போது, கணவன் இறந்தால் பெண்தான் மீதி

வாழ்க்கையில் வைதவ்யத்தின் சுமையைத் தாங்கித் துயரப்பட்ட நிலையைச் சுமக்க வேண்டியுள்ளது என்றார். முன்னர் அவர்கள் தங்களை எரித்துக் கொண்டு சதி-யாகவும் மாறினார்கள். "ஆனால், மனைவி இறந்தால், எந்த மனிதனாவது தன்னை எரித்துக் கொண்டு 'சதனாக' மாறியதைக் கேள்விப் பட்டிருக்கிறீர்களா?" (புலே [1889] 2002: 231). 'சதி' என்ற சொல்லுக்கு எதிராக வேடிக்கையாக புலே உருவாக்கிய ஆண்பால் சொல் 'சதன்' என்பது. மரபான குடும்ப, திருமண ஒழுங்கமைவுகள் பகுத்தறிவு மற்றும் பாலியல்நீதி அடிப்படையில் மாற்றப்பட வேண்டும் என்று அவர் விரும்பினார். அவரது சார்வஜனிக் சத்ய தர்ம புஸ்தகத்தில் ஆண்-பெண் சமத்துவ அடிப்படையில் புதிய திருமணச் சடங்குகள் உள்ளன. திருமணமாகும் இளம் பெண்ணின் உழைப்பு, அவள் திருமணம் செய்துகொண்டு செல்லும் குடும்பத்தின் கொத்தடிமைத்தன உழைப்பாக இருக்கும் நிலைமீது முதன்முதலாக கவனத்தை ஈர்த்தவர் அவர்தான்.

பெண்களை அடிமைப்படுத்துவதற்கு முதன்மைக் காரணம் அவர்களை அறிவுபெறுவதிலிருந்து விலக்குவதுதான் என்பதால் அவர்களை விடுவிப்பதற்கு முதன்மைச் செயல் கல்வியளிப்பதாகவே இருந்தது. முன்னரே பார்த்தபடி, ஜோதிராவ்-சாவித்திரி புலே தம்பதியினர் 1848இல் நிறுவிய முதல் பள்ளி பெண்களுக்கானது. பொருளாதாரக் கஷ்டங்கள், பயங்கரமான சமூக எதிர்ப்பு இருந்தாலும் அவர்கள் 1848க்கும் 1852க்கும் இடையில் பதினெட்டு பள்ளிகளை நிறுவினர். அவற்றில் ஆறு புனே நகருக்குள் இருந்தன, புனே மாவட்டத்தின் கிராமப் புறங்களில் ஆறு இருந்தன, சதாராவில் மூன்றும், பிற இடங்களில் மூன்றும் இருந்தன. இந்தப் பள்ளிகளில் போதிக்கச் செல்லும்போது சாவித்திரிபாய்க்கு வசைகளும் அச்சுறுத்தல்களும் பெரும்பாலும் கிடைத்தன. மேலும் 1856இல் புலேயைக் கொல்லச் சதியும் நடந்தது.

1860களில் புலே விதவை மறுமணம், குழந்தைமண எதிர்ப்பு ஆகியவற்றில் தம்மை ஈடுபடுத்திக் கொண்டார். ஒரு பிராமண விதவையின் மறுமணத்தை 1864இல் ஏற்பாடு செய்தார். அவர் செய்த மற்றொரு தைரியமான செயல், விதவைகளின் நிலைமையால் உந்தப்பட்டு, அவர் தமது இல்லத்தின் வளாகத்திற்குள் கர்ப்பமுற்ற பார்ப்பனப் பெண்களின் புகலிடம் ஒன்றை அமைத்தார். அதைப் பார்ப்பனர்கள் வாழுமிடங்களில் துண்டுப் பிரசுரங்கள் வாயிலாக தைரியமாக விளம்பரமும் படுத்தினார். வைதவ்யத்தை வலியுறுத்தியது பார்ப்பன மற்றும் தொடர்புடைய சாதிகளில்தான் ஒரு பிரச்சினையாக இருந்தது; கீழ்ச்சாதி விதவைகள் மறுமணம்

செய்துகொள்வது மகாராஷ்டிராவிலும் பிற இடங்களிலும் பொதுவாகக் காணப்படுவதுதான்.

வலிந்து திணிக்கப்பட்ட விதவைத்தனத்தின் பொருளியல், பாலியல் விளைவுகள் மிகுந்த எண்ணிக்கையிலான இளம் பிராமணப் பெண்கள் கருவுறுவதற்குக் காரணமாயின. பிறந்த குழந்தையைக் கைவிடுவதும் கருச்சிதைவு செய்து கொள்வதும் பரவலாக இருந்தது. ஆனால் விஷயம் வெளியே தெரிந்துவிட்டால் குடும்ப கௌரவத்திற்காக அப்படி வீழ்ந்த பெண்ணை உயர்சாதியினர் வீடுகளின் ஒதுக்குப்புறத்தில் கொன்று விடுவதும் பரவலாக இருந்தது. விதவைகளைக் காக்கவும், குழந்தைக் கொலையைத் தடுக்கவும் ஒரு புகலிடம் நிறுவ புலே தீர்மானம் செய்தது, பார்ப்பனியத்தின் மிக பலவீனமான ஓரிடத்தை, மேல்சாதி பாலியல் ஒழுக்கவிதிகளின், வலியத்திணித்த வைதவ்யத்தின், அதன் விளைவுகளின் கடையாணியைத் தேர்வு செய்ததாகியது. (சக்ரவர்த்தி 1998: 76). பயந்து ஓடிவந்த பிராமண கர்ப்பவதிகளுக்கு புலே தம்பதியர் பாதுகாப்பு அளித்தனர். அநாதை இல்லம் அவர்களுடைய குழந்தைகளை கவனித்துக் கொள்ளும் என்றும் உறுதியளித்தனர். இந்த அநாதை இல்லத்தில் 1873இல் ஒரு பிராமண விதவை பெற்ற ஒரு பிள்ளையைத்தான் (யஷ்வந்த்) புலேயும் சாவித்ரியும் தங்கள் மகனாக ஏற்றுக் கொண்டனர்.

பிற அவமானங்களோடு, பிராமண விதவைகள் தலையை மொட்டையடித்துக் கொள்ளவேண்டும் என்றும் கட்டாயப் படுத்தப் பட்டனர். இதற்கெதிராக நாவிதர்களை வைத்து புலே ஒரு வேலைநிறுத்தம் செய்ய வைத்தார். அவர்கள் விதவைகளின் மரபான மொட்டையடிப்பினைச் செய்ய இயலாது என்று மறுத்துவிட்டனர். பெண்களின் பிரச்சினைகளை எரிச்சலூட்டக்கூடிய முறையில் எடுத்துக் காட்டுவதற்கு புலே புத்திசாலித்தனமான வழிகளைக் கண்டு பிடித்தார். ஓ' ஹான்லன், புலேயின் நண்பர் கூறிய ஒரு செய்தியை எடுத்துரைக்கிறார். செல்வ வளமிக்க பார்ப்பனர்கள் அந்தக் காலத்தில் வேறுசாதிகளின் ஏழைப் பெண்களைத் தங்கள் வீட்டு வேலைகளுக்கு வைத்துக் கொள்வது வழக்கம். இதை எள்ளிநகையாடவும், கைவிடப்பட்ட ஒரு பார்ப்பனப் பெண்ணுக்கு உதவி செய்யும் வகையிலும், கங்குபாய் என்ற பார்ப்பனப் பெண்ணைத் தம் வீட்டு வேலைக்கு மிக அதிகக் கூலி கொடுத்து வைத்துக் கொண்டார் புலே. இந்த விஷயத்தில் அவர் வெற்றி பெற்றுவிட்டார் என்று தோன்றுகிறது, ஏனெனில் கங்குபாயின் உறவினர்கள் வந்து அவளை அழைத்துக் கொண்டு சென்று விட்டார்கள்.

எல்லாப் பெண்களும் எதிர்நோக்கும் பொதுவான பாலியல் பிரச்சினைகள் பற்றி புலே உணர்வுகொண்டிருந்தாலும், அவர்

பெண்களுக்கிடையில் இருந்த கூர்மையான சாதி வேறுபாடுகளையும் உற்பத்தி முறையில் அவர்களுக்கிருந்த இடத்தையும் நன்றாக அறிந்திருந்தார். ஷேத்கார்யச ஆசுத் என்பதில் உழைக்கும் வகுப்புப் பெண்கள் எவ்விதம் வீட்டிலும் நிலங்களிலும் பாடுபட வேண்டியிருக்கிறது, ஆனால் பிராமணப் பெண்கள் வீட்டில் மட்டுமே இருந்து ஒப்புநிலையில் வசதியான வாழ்க்கை நடத்தினர் என்பதைக் காட்டியிருக்கிறார். ஆகவே பார்ப்பனப் பெண்கள் பிராமண ஆண்களின் ஆதிக்கத்திற்கு மட்டுமே உட்பட்டவர்களாக இருக்க, உழைக்கும் பெண்கள் உயர்சாதி ஆண்களாலும் தங்கள் குடும்ப ஆண்களாலும் இருமடங்கு நசுக்கப் பட்டார்கள். அவர் இதைத் தமது குலாம்பின் (விவசாயப் பெண்) என்ற கவிதையில் நன்கு வெளிப்படுத்தியுள்ளார். (பார்க்க புலே 1991 பாகம் 2, பக். 111-14). கிழிந்த சேலை அணிந்து, தன் குட்டிக்குழந்தையை முதுகின்மேல் சுமந்து கொண்டு, விடியற்காலையிலிருந்து இருட்டு நேரம் வரை முதலில் வீட்டிலும் பிறகு ஆண்களோடு வயலிலும் வேலை செய்கிறாள். ஆடையாபரணம் அணிந்த பிராமணப் பெண்ணைப் போல வசதியான வாழ்க்கை இல்லை என்பதோடு குளிக்கவும் தலைவாரவும் நேரமில்லை. பின்னவளுக்கு கூலிக்காரியாக வேலை செய்யவும், கால்நடைகளைப் பராமரிக்கவும், சாணம் சேகரிக்கவும், கதிர்களை அடிக்கும் களத்திற்குக் கொண்டுசெல்லவும் தேவையில்லை. ஒரு சூத்திரப் பெண் பிராமணன் வீட்டில் அடிமையாக இருக்கிறாள், ஆனால் பார்ப்பனப் பெண் தன் பிழைப்புக்கு சூத்திரர் வீட்டில் மாவு அரைக்கவோ, முற்றத்தில் நீர் தெளிக்கவோ வரமாட்டாள். விவசாயப் பெண்ணின் உழைப்பு பார்ப்பனப் பிச்சைக்காரன் உள்ளிட்ட முழுச் சமுதாயத்திற்கும் உணவளித்து உதவுகிறது. ஆனால் பார்ப்பனப் பெண் சூத்திரச் சிறாரை கவனிக்கவோ முத்தமிடவோ மாட்டாள். பிராமணப் பெண்ணும், தங்கள் ஆடவர்களைப் போலவே உழைக்கும் பெண்ணைக் கீழானவளாகக் கேவலப் படுத்துவதோடு, அவளை வேறு பெயர்களிட்டும் கூப்பிடுகிறாள் என்பதில் புலே திடுக்கிட்டுப் போனார்.

சாதி மற்றும் பாலியல் படிநிலைகள் ஒன்றையொன்று சார்ந்திருக்கும் தன்மையை புலே தெளிவாக உணர்ந்தார். வலியத் திணிக்கப்பட்ட தனிமைப்படுத்தல், மௌனப்படுத்தல் வாயிலாக சாதியமைப்பைக் காப்பது எப்படிச் சாதிக்கப் படுகிறது என்பதைக் கண்டார். வைதிக ஆடவர்கள் பெண்ணிய முன்னோடிகளான ரமாபாய், தாராபாய் ஷிண்டே ஆகியோரைத் தாக்கியபோது அவர்களைக் காத்ததில் இந்தப் புரிந்துகொள்ளல் தெரிந்தது. "ரமாபாயின் விஷயத்தில் அவர் பார்ப்பனியத்தின் மீது தாக்குதலை மிகுதிப்படுத்தினார், அதில்தான் உயர்சாதிப் பெண்களின் ஒடுக்குதல் உள்ளது என்பதால். தாராபாயின் விஷயத்திலோ பெண்களின் அடிமைப்படுத்தலைப் புரிந்துகொள்ள

மறுத்ததற்கு பிராமணரல்லாதார் இயக்கத்தில் இருந்த தமது சொந்த தேசபக்தச் சகாக்களை விமரிசனம் செய்ததால் அவர் மேலதிகமாகச் சென்றார்." (சக்ரவர்த்தி 1998: 77).

பண்டிதை ரமாபாய் (1858-1922) மிகச் சிறந்த செயல்வீரர், சமஸ்கிருதப் பண்டிதை. 1882இல் பெண்கள் நிலையை மேம்படுத்த அவர் ஆரிய மஹிளா சமாஜத்தை ஏற்படுத்தினார். சாத்திரங்களைக் கருத்தாகப் படித்ததால் அதன் அடிப்படையில் இந்துமதத்தின் சமஸ்கிருத அடிப்படை திருத்தமுடியாத அளவுக்கு சாராம்சத்தில் பெண்களுக்கு எதிராக இருக்கிறது என்று அறிவித்த முதல் பெண்மணி அவர்தான். பின்னர், பெண்களை இழிவானவர்கள், மிக இழிவானவர்கள், பேய்களைவிட மோசமானவர்கள், பொய்யர்கள், புனிதமற்றவர்கள், ஆடவர்கள் பெறுவதுபோல மோட்சத்தைப் பெற அவர்களால் முடியாது என்று சித்திரித்தமைக்காக அவர் இந்துப் புனித நூல்களையும் போதகர்களையும் கண்டித்து கிறித்துவத்திற்கு மாறினார். கிறித்துவத்திற்கு அவர் மாறியதும், பெண்கள் பிரச்சினைகளுக்கு ஆதரவு கொடுத்ததும் அவரை ஒரு பறையராக ஆக்கிவிட்டன. இந்துச் சமூகத்தைக் காட்டிக் கொடுத்தவர் என்று அவரை இழிவுபடுத்தி அவரது பழமைவாதிகளான நண்பர்களும் உறவினர்களும் கைவிட்டதன்றி, சீர்திருத்தவாதிகளும் தேசியவாதிகளும்கூடக் கைவிட்டனர். அவரை இழிவுபடுத்தியவர்களுள் திலகர் (பி. ராவ் 2010: 130 ff), இராமகிருஷ்ணர், விவேகானந்தர் முதலியோர் இருந்தனர்.[7]

சாதி மேற்குடி இந்துக்களால் ரமாபாயின் இந்துமத மறுப்பு, இந்து மரபைத் தாக்குவதாக உணரப்பட்டது. அந்த மரபிற்குள் அவர்கள் தங்கள் சமூகச் சீர்திருத்தங்கள், கலாச்சார தேசியம் ஆகியவற்றின் கொட்டகையை அடித்துக் கொண்டு நிம்மதியாக இருந்துவந்தனர். மத மாற்றத்திற்குப் பிறகு ரமாபாய் இந்துப் பெண்களின் ஏற்றிச்சொல்லப்பட்ட பெருமிதத்தைப் புகழாமல், பத்தொன்பதாம் நூற்றாண்டு இந்தியாவின் அடிமைப்பட்ட பெண்களுக்காகப் பேசுகின்ற ஒத்திசைவற்ற குரலாக மாறினார் என்று சக்ரவர்த்தி குறிப்பிடுகிறார் (1998). தேசம் பற்றிய விலக்கிவைக்கும் இந்து, தந்தைவழி, மேல்சாதி திசைப்பட்ட தங்கள் கட்டமைப்புக்குள் ரமாபாயின் நிலைப்பாட்டினை அடக்க முடியாது என்பதால் அவர் மேல்சாதி தேசியவாதிகளின் சதைக்குள் குத்திய முள்ளாகி விட்டார்.

ரமாபாயின் போராட்டத்திற்கு ஆதரவாக முன்வந்த ஒரே நபர் புலேதான். உயர்சாதிப் பெண்களுக்குக் கல்விதரும் அவரது முயற்சிகளைப் பாராட்டினார். அவரது சத்சார் (உண்மையின் சாராம்சம்-[1885] 2002: 203-13), உண்மையாகக் கல்விகற்ற பெண்மணியான ரமாபாய் பெண்களுக்கும் கீழ்ச்சாதிகளுக்கும் எதிராகச் சாத்திரங்கள்

வேறுபடுத்துவதைத் தானாகவே கண்டுகொண்டார் என்று பாராட்டினார். பெண்கள் கல்வி கற்கக் கூடாது என்று பிராமணர்கள் தடுத்தமைக்குக் காரணம், ரமாபாய் போலப் படித்தவர்கள் புனிதப் பனுவல்களைத் தூக்கி எறிந்து ஆண் ஆதிக்கத்திற்கு எதிராகப் போராடுபவர்கள் என்பதுதான்.

பெண்களின் உரிமைகளையும் கௌரவத்தையும் காப்பதற்குப் போராடிய முதல் பெண் ரமாபாய் அல்ல, அவருக்கு முன்னால் புல்தானாவின் (பேரார்) தாராபாய் ஷிண்டே தந்தை வழி ஆதிக்கத்தை எதிர்த்து ஒரு புத்தகம் எழுதியிருக்கிறார் என்று சுட்டிக்காட்டினார். தாராபாயின் *1882* ஆய்வுக்கட்டுரை *ஸ்த்ரீ-புருஷ் துலானா* (பெண்களுக்கும் ஆண்களுக்கும் ஓர் ஒப்பீடு, மொ.பெ. ஓ' ஹான்லன் *1994*) இந்தியாவில் முதன்முதல் பெண்ணியப் படைப்பு ஆகும். கொடுக்குச் சொற்களால் எழுதப்பட்ட அது, எவ்விதம் ஆடவர்கள் பெண்களை மதிப்பழித்து அவர்களை அதிகாரத்திலிருந்து ஒதுக்கி வைத்தார்கள் என்ற தந்தைவழி ஆதிக்கத்தின்மீது சூடான விமரிசனத்தை வைத்தது. தாராபாய் சத்யசோதக் பின்னணியிலிருந்து வந்தவர், அதன் தீவிரவாதத்தைப் பெரிதும் பகிர்ந்து கொண்டவர். ஆனால் பார்ப்பனரல்லாத சாதிகளுக்கு எதிராக அவர் செய்த கலகத்தை சத்யசோதக்குகள் பலர் ஆதரிக்கவில்லை. புலே குறுக்கிட்டு தாராபாய்க்குக் கலக்குகின்ற ஒரு தற்காப்பை அளித்தார். மேற்சாதி அல்லாத சாதிகளின் பெண்கள் பாலியல் வேறுபாட்டினால் இருமடங்காகத் துன்பப் படுகிறார்கள், சாதியால் ஒடுக்கப்படும் ஆடவர்களை விட மிக அதிகமாகப் பலியாடு ஆக்கப்படுகிறார்கள் என்று கூறினார். தாராபாயை சிரஞ்சீவி என்றும் நமது அன்பான மகள் என்றும் கூறி அவரது படைப்பைப் பாராட்டினார்.

விவசாயத்திலும் உழவிலும் உழைப்பிலும் ஈடுபாடு

புலேயின் காலத்தில் இந்தியா மிகப் பெரும்பான்மையாக உழவுச் சமூகமாக இருந்தது. ஆகவே புலே போல விவசாயிகள் மத்தியில் பிறந்து வளர்ந்த ஒருவர் விவசாயம், உழவின் பிரச்சினைகளில் ஈடுபடுவது இயற்கைதானே? உழவர்கள்தான் உற்பத்தி செய்பவர்கள், சமூகத்தைக் காப்பாற்றுபவர்கள், ஆனால் சுரண்டல் அமைப்பிற்கு உட்பட்டு, விவசாயத்தில் மிகக் குறைந்த உற்பத்தியினால் தாங்கள் வறியதொரு வாழ்க்கையை வாழ்ந்தவர்கள். ஓர் உழவன் கடனில் பிறந்து கடனில் இறப்பவன் என்பது வெறும் பழமொழி அல்ல, அது முற்றிலும் உண்மை. தம் பின்னாட்களில் புலே ஏழை உழவர்களிடையே தீவிரமாக வேலை செய்தார். ஒடுக்கப்பட்ட சமுதாயத்தின் பாதுகாப்பு

அரணாக விளங்கியவர்களுக்கு அவர் சூத்திர உழவர்கள், சூத்திர உழைப்பாளர்கள் என்ற சொற்களை அவர் பயன்படுத்தினார். அடிக்கடி ஏற்படும் பஞ்சம், நீர்ப்பாசன வசதிகள் இன்மை, ஆதிகாலக் கருவிகள், புதிய விவசாயக் கருவிகளையும் உத்திகளையும் பற்றிய அறிவின்மை, மிக அதிகமான வரிவிதிப்பு, கிராமப்புறப் பகுதிகள் மீது சற்றும் இரக்கமின்றி அரசு புறக்கணித்தமை போன்ற பிரச்சினைகளைப் பற்றி அவர் பேசினார்.

பத்தொன்பதாம் நூற்றாண்டின் கடைசிக் கால்பகுதி மிகக் கடுமையான விவசாயப் பிரச்சினையையும் அமைதியின்மையையும் மேற்கு மகாராஷ்டிரத்தில் சந்தித்தது. 1875இல் தக்காணத்திலிருந்த விவசாயிகள், குறிப்பாக அகமத்நகர், புனே, சதாரா, ஷோலாபூர் மாவட்டங்களில் இருந்தவர்கள் லேவாதேவிக்காரரை எதிர்த்துக் கிளர்ச்சியில் ஈடுபட்டனர். 1877இல் அந்தப் பிரதேசம் ஓர் அழிவைத் தருகின்ற பஞ்சத்தைச் சந்தித்தது. ஆனால் பஞ்சத்தில் அடிபட்டவர்களுக்கு உதவி செய்ய அரசு அல்லது சமுதாய அடிப்படையிலான ஆதரவு எதுவும் இல்லை. சீர்திருத்தவாதிகள் அல்லது தேசியவாதிகளில் எவரும் விவசாயிகளைப் பற்றியோ விவசாய நெருக்கடி பற்றியோ கவலைப்படவேயில்லை. விவசாயத்தையும் உழவர்களின் நிலையையும் தமது மைய அக்கறைகளில் ஒன்றாகக் கொண்ட முதல் சமூகச் செயல்வீரர் புலே ஒருவர்தான். (ஓ' ஹான்லன் 1985; தேஷ்பாண்டே 2002). 1875 எழுச்சியின்போது அவர் உழவர்களுக்கு ஆதரவாக வந்தார். 1877 பஞ்சத்தின் போது சத்யசோதக்குகளை வைத்து, அநாதையான, கைவிடப்பட்ட சிறார்களுக்கு ஒரு அநாதை இல்லம் அமைத்தார். 1880க்குப் பின்னால் கிராமப்புற வாழ்க்கை, உழைப்பு ஆகியவற்றுடனான தொடர்பு தீவிரமாகியது. சத்யசோதக்குகளின் குழுவுடன் அவர் கிராமப்புறப் பகுதிகளில் மிக விரிவாக யாத்திரை செய்தார். விவசாயிகளின் பெரிய கூட்டங்களில் பேசினார். சுரண்டுகின்ற பிராமணர்கள், லேவாதேவியினர் மீது புறக்கணிப்பை அமைக்க உதவினார். இந்தக் காலப்பகுதியில் அவர் தொடர் சொற்பொழிவுகளை எழுதிப் பேசினார். அவரது எழுத்துகள் சமகால கிராமப்புறச் சமூகத்தைப் பற்றிய சமூகச் செய்தியளிப்பின் மிக விரிவாகவும் மிக நுணுக்கமாகவும் நோக்கிய குறிப்புகளாக உள்ளன. (ஓ' ஹான்லன் 1985). 1883இல் புலே அவற்றை மீண்டும் நோக்கி ஷேத்கார்யச ஆசுத் (உழவர்களின் சாட்டை) என்ற ஒரே ஒரு புத்தகமாக ஆக்கினார்.

உழவர்களின் சாட்டையில் ([1883] 2002: 113-89) உழவர்களின் பொருளியல் வாழ்க்கையின் விவரங்களை அளிப்பது மட்டுமில்லாமல், பரந்த பின்னணியில் வைத்து முக்கியமான சமூக, அரசியல் கேள்விகளை எழுப்புகிறார். பிற நாடுகளின் விவசாயிகளுடன் இந்திய

விவசாயிகளை ஒப்பிட்டு, இவர்களின் நிலை மிகமிக மோசமாக இருப்பதைக் காட்டியுள்ளார். அவர்கள் நிலைக்கு பிரிட்டிஷ்காரரும் பிராமணர்களுமே காரணம். உள்ளூர்ச் சுரண்டல்காரரர்களுக்குள் இருக்கும் தொடர்பு-பிராமணர்கள், லேவாதேவிக்காரரர்கள்--மற்றும் தூரத்திலுள்ள பிரிட்டிஷ்காரரர்கள். இவர்கள் வரம்பிகந்த சம்பளத்தைத் தங்கள் கீழுள்ள பார்ப்பன அதிகாரிகள் வாயிலாகக் கேட்பதற்குப் பெறுகிறார்கள். பிறகு ஒன்றுமே செய்வதில்லை.

வெள்ளை அரசாங்க அதிகாரிகள் பெரும்பாலும் ஆடம்பரத்தில் முழுகிக் கிடப்பதால், அவர்களுக்கு விவசாயிகளின் மெய்யான நிலைமையை விசாரித்தறியப் போதிய நேரம் கிடையாது. அதனால் பெரும்பாலான அரசாங்கத் துறைகள் பிராமணப் பதவிக்காரர்களின் ஆதிக்கத்தில் உள்ளன. இந்த இரு காரணங்களும் சேர்ந்து விவசாயிகள் கொள்ளையடிக்கப் படவும் தங்கள் வயிறுகளை நிரப்ப உணவின்றியும், உடலை மூடிக் கொள்ளத் தேவையான உடையின்றியும் இருக்கவும் ஆன நிலைமையை உண்டாக்கியிருக்கின்றன. (புலே [1883] 2002: 131).

இவ்விதம் கொள்ளையடிக்கப் பட்ட பிறகு விவசாயம் செய்பவர் தன் பிள்ளைகளைப் பள்ளிக்கு அனுப்புகின்ற நிலையில் இருப்பதில்லை. யாரோ ஒரு அதிர்ஷ்டமிக்க விவசாயிக்குத் தேவையான வசதி இருந்தாலும், பிராமணர்களால் அவர்கள் தங்கள் பிள்ளைகளைப் பள்ளிக்கு அனுப்பாமல் தடுக்கப் படுகிறார்கள்.

கிராமப்புறச் சமூகத்தில் அமைப்பு மாற்றத்தை நிகழ்த்தப் பல்வேறு ஆலோசனைகளை புலே முன்வைக்கிறார். சமுதாயத்திற்கும் அரசுக்கும் இடையில் ஓர் உற்பத்தி சார்ந்த கூட்டுறவு வேண்டுமெனச் சொல்கிறார். அரசாங்கம் மேலும் பொறுப்பானதொரு பங்கினை வகிக்கவேண்டும் என்று அவர் கூறினாலும், அவரது கிராமப்புற மறுசீரமைப்பு வேறு எதையும் விடப் பொதுமக்களைக் கல்விபெறச் செய்வதிலேயே அடங்கியிருக்கிறது. உழவர்கள் மேலும் சிறந்த உழவுச் செயல்பாடுகள் மற்றும் உற்பத்தி பற்றி அடிப்படைக் கல்வியைப் பெறவேண்டும் என்றாலும், அவர்கள் குழந்தைகளுக்குப் புதிய விவசாயத் தொழில்நுட்பங்களில் முறையான கல்வியைத் தரவேண்டும். அவர்கள் ஆசிரியர்கள் அவர்களது சொந்தச் சமுதாயத்திலிருந்தே தேர்ந்தெடுக்கப்பட வேண்டும் அந்த ஆசிரியர்களுக்கு விவசாயச் செயல்பாடுகள் முறைகள் பற்றி முதல்தரமான அனுபவம் இருக்கவேண்டும் சிறார்களுக்கு இரும்புக் கொல்லர் பணி, தச்சுவேலை போன்ற தொழில்களில் தொழிற்பயிற்சி தரவேண்டும் என்று புலே கருதுகிறார். இந்தத் துறைகளில் சிறந்து விளங்குபவர்களை அயல்நாடுகளுக்கு நல்ல விவசாயப் பள்ளிகளுக்கு அனுப்ப வேண்டும். இந்தப் பள்ளிகளிலிருந்து திறன்மிக்க பையன்கள், அவர்கள் நல்ல தலைமைப் பண்புகளும்

உள்ளவர்கள் ஆனால், அவர்களை கிராமத் தலைவர்கள் ஆக்க வேண்டும். பாரம்பரிய முறைப்படி வராத, நல்ல கல்வி பெற்ற இந்தத் தலைவர்கள் சாதியடிப்படையில் உள்ள பிளவுகளை உடைக்க உதவுவார்கள். அத்துடன் அறியாத விவசாயிகளுக்கிடையில் ஏற்படும் உட்பூசல்களையும் (இவை பெரும்பாலும் கிராமப்புற மேற்குடியினரால் தங்கள் சுயநல இலாபங்களுக்காக உருவாக்கப்படுபவை) சட்டப்பூர்வச் சண்டைகளையும் இவர்கள் தடுப்பார்கள். அரசாங்கம் விவசாயிகளின் படித்த பிள்ளைகளுக்கு வெவ்வேறு துறைகளில் வேலை தர வேண்டும். அதிலும் குறிப்பாக, கிராமப்புற, விவசாயப் பகுதிகளில் உறுதியாகத் தரவேண்டும். தனியுரிமை பெற்ற ஒருசிலர் பணிகளைத் தங்களுக்கே உரிமையாக்கிக் கொண்டு முழுமையாகத் தங்கள் சுயநல ஆதாயங்களுக்கு மட்டுமே ஆர்வம் காட்டுவதால், எல்லாச் சமுதாயங்களின் பிரதிநிதிகளும் விகிதாச்சாரப்படி எல்லா அரசாங்கப் பணிகளிலும் தேர்வு செய்யப்பட வேண்டும் என்கிறார் புலே.

பொதுநிலைப் போராட்டங்கள், விவசாயிகள் காரணங்களை அழுத்தமாகக் கூறுவது தவிர, குறியீடுகள் பற்றிய தமது திறனை சத்யசோதக் சமாஜம் விவசாயிகளின் அதிகாரப்பூர்வக் குரலாக மாற்றப் பயன்படுத்தினார். இதோ ஒரு உதாரணம். 1888இல் கனாட் நகரத் தலைவர் புனேக்கு வருகை தந்தார். நகரப் பெருமக்கள் அவரை கௌரவிக்க ஒரு விருந்துக்கு ஏற்பாடு செய்தார்கள். அதற்கு புலேயும் அழைக்கப் பட்டிருந்தார். எல்லா விருந்தினர்களும் வந்த பிறகு கடைசியாகத் தங்களிடையே ஒரு ஏழை, கந்தலணிந்த விவசாயி இருப்பதைக் கண்டு அதிர்ச்சியடைந்தனர். புலே வகைமாதிரியான ஒரு மகாராஷ்டிர விவசாயி போலவே, தலையில் ஒரு கிழிந்த தலைப்பாகையும், தோள்களைச் சுற்றிக் கிழிந்த போர்வை, ஒரு கிராமப்புற வேட்டி, இடுப்பில் ஓர் அரிவாள், அடிபட்ட, நூலால் கட்டப்பட்ட செருப்பு இவற்றுடன் காட்சியளித்தார். விருந்துக்குப் பிறகு உணர்ச்சி பூர்வமான ஆற்றொழுக்கான ஆங்கிலப் பேச்சினால் ஒரு கலக்கலை உண்டாக்கினார். விவசாயிகளின் ஏழ்மையை அங்கிருந்த பணக்கார விருந்தினரின் செல்வத்தோடு ஒப்பிட்டு, பிரிட்டிஷ் விருந்தினருக்கு அங்கிருப்போர் உண்மையான இந்தியாவின் பிரதிநிதிகள் அல்ல என்பதைச் சுட்டிக் காட்டினார். இந்தியாவின் உண்மையான மக்களை கிராமப் புறங்களிலும், நகரச் சேரிகளிலும்தான் காணமுடியும். வருகை தந்த உயர்பதவியாளர்களுக்குத் தங்கள் இல்லம் சென்று அதிகாரத்திலுள்ள மக்களுக்குத் தாங்கள் ஒரு நிஜமான கிராமத்தானை-கோடிக்கணக்கான இந்தியர்களில் ஒருவனைச் சந்தித்ததாகவும், அப்படிப்பட்டவர்களைக் காப்பதும் மேம்படுத்துவதும்தான் அரசாங்கத்தின் முதல் கடமைகள் என்றும் கூறுமாறு வேண்டினார். (ஓ' ஹான்லன் 1985: 272-3).

சமாஜம் வெளியிட்ட வார இதழான தீனபந்து, உழைப்பாளர்கள், விவசாயிகளின் நிலையை ஒழுங்காக அழுத்தமாகக் காட்டி வந்தது. புலேயின் நெருங்கிய தோழர்களான என். எம். லோகண்டே, கிருஷ்ணராவ் பாலேகர் இருவரும் இந்தியாவில் உழைப்பாளர்களுக்கான ஒரு அமைப்பை உருவாக்குவதில் முதலாக இருந்தனர். *(கீர் [1964] 2000). 1880* முதலாக, புலேயும் லோகண்டேயும் பம்பாயில் நெசவாலைகளின் பணியாளர்களுடன் பல கூட்டங்களில் பேசினர். உழைப்பாளர்களின் குறைகளைச் சரிசெய்வதற்காக அவர்கள் ஒரு தொழிற்சங்க இயக்கத்தைத் தொடங்கினர் (மேலது).

உழைப்புக்கும் கௌரவத்தையும் நேர்முக மதிப்பையும் அளித்தவர் புலேதான். இதைப் பற்றிய அவரது சிந்தனை காலப் போக்கில் குறித்த அளவில் வளர்ந்தது. முதலில் அவர் மக்களின் உழைப்பை மேல்சாதி ஒடுக்குதலின் கருவியாகக் கண்டார். பின்னர் அவர் ஆக்கப்பூர்வ வேலைக்கு அழகியல் மதிப்பைச் சேர்த்தார். அதைப் பணக்காரர்களின் சோம்பேறித்தனமான வாழ்க்கையோடு மாறுபடுத்திக் கண்டார். நாம் பார்த்ததுபோல அவர் கவிதை குலாம்பின் ஓய்வற்று அடுப்படியிலும் வயலிலும் வேலை செய்யும் ஒரு ஏழை விவசாயப் பெண்ணுக்கு மரியாதை செலுத்துகிறது. இந்த அழுக்கடைந்த பெண்ணுக்குப் பாராட்டை அளித்து, தனக்கு ஒப்பனை செய்வதிலேயே காலத்தைக் கழிக்கும் அணிகலன்கள் அணிந்த பெண்ணை கேவலமாகப் பேசுகிறது. மரபான மதிப்பு, அழகு, அழகியல் ஆகியவற்றின் அளவுகோலில் தீவிர மாற்றத்தை புலே வேண்டுகிறார் என்பது தெரிகிறது.

உழைப்பு பற்றி ஒரு மனப்பான்மை மாற்றம் ஏற்படவேண்டும் என்று புலே விரும்பினார். உழைப்புக்கு அவர் மரியாதை செலுத்தியதைக் காட்டும் சம்பவம் ஒன்றை ஓ' ஹான்லன் பதிவு செய்துள்ளார். ஒருசமயம் புலே புனேக்கு வெளியே உள்ள தமது பழத்தோட்டத்தில் உழைப்பாளர்களுடன் இருந்தார். எழுந்து நீரிறைக்கும் வாளியைக் கிணற்றில் மகிழ்ச்சியோடு பாடிக்கொண்டே விடலானார். உழைப்பாளர்கள் சிரித்தபோது, அவர் நிறுத்திவிட்டு, தான் ஒரு விவசாயியாக இருப்பதற்குப் பெருமை கொள்வதாகவும் எல்லாப் பயிரிடுபவர்களும் அவர்கள் வேலை செய்யும்போதே தங்கள் இசையை உண்டாக்க வேண்டும் என்றும் கூறினார். உழைக்காத மக்களுக்குத்தான் இசைக்கருவிகளோடு வீட்டில் ஓய்வாக அமர்ந்திருக்க முடியும். மற்றொரு சம்பவத்தை அவரது வாழ்க்கைச் சரித்திர எழுத்தாளர் கீர் சொல்கிறார். சளியொழுகும் மூக்கினை உடைய சிறுபையன் ஒருவன் பசிக்கு அழுதுகொண்டிருந்தபோது, அவர் அவனைத் தூக்கி எடுத்து, அவனைக் கழுவி, அவனுக்குக் கொஞ்சம் உணவு விலைக்கு வாங்கிக் கொடுத்தார். அருகில் சென்ற ஒருவர் புலேயை அடையாளம்

கண்டுகொண்டு, எப்படி அவர் அந்த அழுக்கான பிள்ளையைக் கொஞ்சமுடிகிறது என்று கேட்டார். பெற்றோரின் ஏழ்மைதான் அப்படிப்பட்ட பிள்ளைகள் அழுக்காக இருப்பதற்குக் காரணம் என்று புலே விடையளித்தார். அழுக்காக இருப்பது அவர்கள் குற்றமல்ல. அவர்களுக்கு நீர், சோப்பு, உடை யாவற்றையும் அளிக்க வேண்டிய பொறுப்பு சமூகத்துடையது. குழந்தையின் உடம்பைக் கழுவ வேண்டியிருந்தது, ஆனால் உங்கள் மனத்தை முழுமையாகச் சுத்தம் செய்ய வேண்டும் என்று அந்த மனிதருக்கு நினைவூட்டினார்.

தேசத்தையும் தேசியத்தையும் பற்றிய விமர்சனம்

தேசம், தேசியம் பற்றிய புலேயின் பார்வையை நுணுகி அறிய, இந்தியாவில் தேசியத்தின் விதைகளை விதைத்த சீர்திருத்த இயக்கங்களின் மேற்குடி மக்களின் செல்திசையை நுணுகி அறிவது முக்கியமானது. (நான்காம் இயலில் பார்த்தவாறு) சீர்திருத்தத் தேசியவாதிகள், தனியுரிமை பெற்ற குழுக்களோடு தொடர்புடைய வழக்காறுகளில் மட்டுமே கவனம் செலுத்தினர். அவர்களுடைய சீர்திருத்த, தேசியச் சொல்லாடலில் ஒடுக்கப்பட்ட பெரும்பான்மையினர் மிக அரிதாகவே இடம்பெற்றனர். இதுமாதிரியான தொடர்ந்த விலக்கல்தான் நாட்டின் பல பகுதிகளிலும் தலித் வெகுமக்களை உயர்சாதி ஆதிக்கத்திற்கு எதிராக எழுச்சிபெற வைத்தது. அதற்குப் பார்ப்பனரல்லாத இயக்கம், சாதிமறுப்பு இயக்கம் என்று பெயரிடப் பட்டது. அந்த இயக்கத்தின் வேரில் பல நூற்றாண்டுகளின் சமூக அநீதி இருந்தது. அந்தச் சமூக அநீதிக்கு இப்போது கவர்ச்சிகரமாக தேசியம் என்ற பெயர் சூட்டி நிரப்பினர். பார்ப்பன எதிர்ப்பு இயக்கத்தின் முன்னோடியான தலைவர் புலே. அது பார்ப்பனக் கலாச்சாரத்தின் அடிப்படை மதிப்புகளைப் புறக்கணித்ததோடு, பிற்போக்கு மரபினைப் பெருமை பாராட்டிய மேற்சாதி அடிப்படையிலான தேசியவாத திட்டத்தையும் சவாலுக்கு அழைத்தது.

இந்தப் பெருமைபெற்ற தேசியவாதிகளைப் பற்றிய விமரிசனத்தில் புலே மிகக் கடுமையாக இருந்தார். ஏனெனில் தேசியம் என்ற போர்வையில் அவர்கள் உண்மையில் ஒரு நவ-பார்ப்பனியத்தைக் கட்டமைத்துக் கொண்டிருந்தனர். சாதியையும் பார்ப்பன மரபையும் அவர்கள் பெருமை பாராட்டியது தேசத்திற்கும் அதன் அடிமைப்பட்ட மக்களுக்கும் ஒரு பெரிய சதிச் செயலாக அவருக்குத் தோன்றியது. முன்பு நாட்டை முஸ்லிம்கள் கைப்பற்றியதும், பின்னர் பிரிட்டிஷ்காரர் கைப்பற்றியதும் மரபான சாதியமைப்பும் ஆரியர்கள் மதமும்

கெட்டுப்போனதன் அல்லது வீழ்ச்சியின் காரணமாக வந்த பலவீனத்தால் ஏற்பட்டது என்பது இந்த தேசியவாதிகளின் அடிப்படைக் கொள்கை. (இயல் 4). இந்த வீழ்ச்சிக்கு மாற்று என்னவெனில், எல்லாச் சாதிகளும் தங்கள் தங்கள் சாதிக் கடமைகளைச் செய்வதன் வாயிலாக ஒன்றுசேர வேண்டும், தங்கள் முன்னோர்களின் தூய்மைக்குத் திரும்ப வேண்டும். இப்படி அடைகின்ற ஒருமைப்பாட்டினால் அவர்கள் இந்து சமூகத்தை வலுவாக்கி அயல்நாட்டவரை விரட்டிவிடலாம், சுயராஜ்யத்தை நிறுவலாம் என்று கூறினர் அவர்கள்.

புலே இந்த வகை தேசபக்தியை முற்றிலும் புறக்கணித்தார். இதில் பிரிட்டிஷ் ஆட்சியுடன் சேர்ந்து வந்த நவீன செல்வாக்குகளிலிருந்து மரபுவழிப் படிநிலை அமைப்புகளைப் பாதுகாக்கும் முயற்சிகளை மேற்சாதிகள் மேற்கொள்வதை புலே கண்டார். அவருக்கு பிரிட்டிஷ் ஆட்சியிலிருந்த சுரண்டலைவிட, சாதியமைப்பு மற்றும் பார்ப்பனியத்தின் வெகுஜனச் சுரண்டல் மிகக் கொடியதாக இருந்தது. அவரது நீடித்த வலியுறுத்தல் சமத்துவத்தின், உலகப் பொது நீதியின் மேல் இருந்தது. அது ஒடுக்கப்பட்டோர் சமுதாயத்தை இணைப்பதற்கு மட்டுமல்ல, முழுச் சமூகத்தையும் எவ்வித பெரிய அரசியல் திட்டங்களுக்கும் ஒட்டுமொத்தமாகச் சேர்க்க வழிவகுக்கும். (ஓ' ஹான்லன் 1985: 202-3). அவர் அளவுகோலாக முன்வைத்தது உலகளாவிய சகோதரத்துவத்தின் படிமம். அதன் வாயிலாக தேசபக்தியின் சமகால வெளிப்பாடுகளையும் தீர்ப்புக் காணமுடியும். இதற்கு இந்து மதத்தின் மரபான படிநிலைகளிலிருந்து முற்றிலும் விடுபட வேண்டும். ஆனால் பழங்காலத்தின் ஒத்திசைவான ஒருமைப்பாட்டை அடைய இதைத்தான் வலுப்படுத்த வேண்டும் என்று வேண்டினர் மேல்சாதி தேசபக்தியாளர்கள்.

சில அரைகுறை சூத்திர அறிவாளிகளையும், சூத்திரர்களிடையிலிருந்து வந்த வயிற்றை நிரப்பும் எழுத்தர்களையும் பிராமணர்களோடு ஒரு போலியான தேசியக் கூட்டமைப்பில் சேருமாறு ஏமாற்றி விடக்கூடும் என்று தொலைநோக்குடைய தமது ஆழ்ந்த அறிவினாலும் எதிர்பார்ப்பினாலும், கூர்மையாகப் பேசினார் புலே. அப்படிப்பட்ட ஏமாற்று ஒருமைப்பாடு பயனளிப்பதாகவோ நீண்டகாலத்துக்கு இருப்பதாகவோ இருக்காது என்று எச்சரித்தார்.

...பார்ப்பனர்கள் உண்மையிலேயே இந்த நாட்டின் மக்களை ஒன்றிணைக்க வேண்டும், முன்னேற்ற வேண்டும் என்று விரும்பினால் அவர்கள் முதலில் தங்கள் கொடிய மதத்தைக் கைவிட வேண்டும். அதுதான் வெற்றியாளர்கள், தோல்வியுற்றவர்கள் (சூத்திரர்கள்) ஆகிய இருவருக்கும் வழக்காற்றில் உள்ளது. அந்த மதத்தினால் இழிவு படுத்தப்பட்ட சூத்திரர்களுடன் தங்கள் உறவில் எவ்விதச் செயற்கைத் தனத்தையும் கையாளக்கூடாது. வேதாந்தக் கருத்தையும்

சமத்துவமின்மையையும் மிதிக்கவேண்டும். ஓர் உண்மையான ஒருமைப்பாடு நிறுவப்படும்வரை இந்த நாட்டில் முன்னேற்றம் இருக்காது. ஒரு வாய்ப்பு நேரிட்டு, தாங்கள் பாரம்பரியமாக அடைந்த தங்கள் வழக்காறான தந்திரத்தால் ஆரிய பிராமணர்கள் அரைகுறை அறிவுள்ள சூத்திரப் படிப்பாளிகளுடன் சேர்ந்து கொஞ்சம் முன்னேற்றத்தை உருவாக்கினாலும், அந்த மேம்பாடு நீண்ட நாட்களுக்கு இருக்காது. (புலே [1883] 2002: 178).

வரலாறு, அரசியல், கல்வி, மதம், ஒழுக்கவியல் ஆகியவற்றைத் தமது சவாலுக்குட்படுத்தும் வரைவுகளால் புலே பொதுச் சொல்லாடலின் பலவேறு களங்களையும் அரசியலாக்கவும் தீவிரமாக்கவும் முயற்சி செய்தார். பார்ப்பன மரபு தேசியப் பிரச்சினையின் பகுதியே தவிர, அதற்குத் தீர்வு அல்ல என்று உறுதியாகக் கூறி, தேசியவாதிகளை வேதங்களை வெளியே (மைதானத்துக்குக்) கொண்டு வாருங்கள் என்று அழைத்தார். பழங்காலப் பெருமைகளைப் பாடி, ஆரியவேத மதத்தைப் பற்றி ஐரோப்பியக் கவிஞர்களின் புகழ்பாடல்களை எல்லாம் கூறும் பார்ப்பனரிடம், அவ்வளவு தூரத்துக்கு இந்து மதத்தின் சிறப்புப் பற்றிய கவர்ச்சிக்கு அவர்கள் ஆட்பட்டிருந்தால், அவர்கள் ஏன் இந்து மதத்தைத் தழுவிக் கொள்ளவில்லை என்று கேட்டார்.

இவ்வாறாக மேல்சாதிச் சீர்திருத்தவாதிகளுக்கு முரண்பட்ட நிலையில், இந்து மதத்தின் படிநிலைப்பட்ட முறைமையின் கடைக்கால் முதல் மேல்கட்டுமானம் வரை அதற்கு ஆதரவு தருகின்ற பொருளியல், கருத்தியல் அமைப்பை உடைப்பதே புலேயின் திட்டமாகும். அதனால்தான் அவர் பிரம்ம சமாஜம், ஆர்ய சமாஜம், பம்பாயில் அடித்தளம் கொண்ட பிரார்த்தனை சமாஜம் ஆகிய எல்லாவற்றையும் கேலியாக ஆர்ய-பிராமண சமாஜங்கள் என்று ஒதுக்கினார். (கீர் [1964] 2000: 119, 129-31; ஓ' ஹான்லன் 1985: 268-9). பிரம்மம், ஆரியம் என்ற சொற்கள் சூத்திரர்களுக்கு எதிரானவை என்று கூறி, சார்வஜனிக் சபா போன்றவற்றை நாரதனின் சபைகள்[8] (நாரதன் கலகம் செய்பவன், மனிதருக்கும் தேவருக்கும் இடையில் தூதுவன்) என்றார்.

வரலாற்று, சமகால மெய்ம்மைகள், அவற்றின் விளக்கங்கள் வாயிலாக நவீன காலத்தில் பிராமண அதிகாரத்தின் பலவேறு வடிவங்களை நிறுவியது புலேயின் தனித்தன்மை.

பிராமணச் செயல்பாடுகளின் பலவேறு பகுதிகள்–கிராமத்தின் மத, பொருளாதார வாழ்க்கையில், புதிய உள்ளூர் மற்றும் பிரதேச அரசியல் நிறுவனங்களில், மதச் சீர்திருத்தச் சங்கங்களில், பிராமணர்களிடையே ஆன சமூகச் சீர்திருத்த இயக்கத்தில்–சாராம்சத்தில் ஒற்றைச் சக்தியின் வெவ்வேறுபட்ட வெளிப்பாடுகள்தான்.

பிற சமூகக் குழுக்களுக்கு எதிராகப் பிராமணர்களின் அதிகாரத்தைக் காப்பாற்றுவதற்கு இந்தச் சக்தி ஒரு மறைவான போரை வெவ்வேறு முனைகளில் நடத்தியது. வெவ்வேறு வடிவங்களில் தனக்கு பலியாகும் மக்களைக் குழப்பவும் தவறான பாதையில் செல்லவும் வெவ்வேறு வேடங்களில் தோன்றியது. (ஓ' ஹான்லன் 1985: 206).

புதிதாக உருவான இந்திய தேசியக் காங்கிரஸின் முன்னணியில் இருந்த சாதி மேற்குடியினரின் சுயநலத்திட்டம், அவர்களது தேசியச் சான்றுகளை வினவுமாறு புலேயைத் தூண்டியது. காங்கிரஸ் கட்சி தேசத்தின் பிரதிநிதி அல்ல, ஏனெனில் அது இந்திய மக்களின் பெரும்பான்மையினரின் நலன்களைப் பிரதிநிதித்துவப் படுத்தவில்லை. பரந்த சமூகப் பிரச்சினைகளிலும் இந்தியச் சமூகத்தில் ஒடுக்கப்பட்டோரின் மீட்பிலும் அது ஈடுபடுவதற்கு முன்னர் அது தேசிய என்ற சொல்லுக்கு உரிமை கொண்டாட முடியாது என்பது புலே கூறிய செய்தி.

மெய்யாகவே காங்கிரஸ் வெகு நீண்ட காலத்துக்கு சாதி மற்றும் தீண்டாமைப் பிரச்சினைகளை எடுத்துக் கொள்ளவே இல்லை. (பார்க்க இயல் 7). ஆனால் ரானடே தலைமையிலான சில சீர்திருத்தவாத தேசியவாதிகள் 1887 முதலாக காங்கிரஸின் ஆண்டுக் கூட்டத்துக்குப் பிறகு அதே அரங்கத்தில் ஒரு சமூக மாநாட்டையும் நடத்தினர். ஆனால் சமூக அக்கறைகளுக்கும் காங்கிரஸுக்கும் இடையிலான இந்த மெல்லிய தொடர்புகூட இருக்கக்கூடாது என்று தாதாபாய் நவுரோஜி, எஸ். என். பானர்ஜி, யாவருக்கும் மேலாகத் திலகர் போன்றோர் எதிர்த்தனர். சமூகப் பிரச்சினைகளை அரசியல் விஷயங்களோடு கலப்பது சமூகத்தைப் பிளவுபடுத்தி, காங்கிரஸை பலவீனப்படுத்தும் என்பது அவர்கள் தர்க்கம். இந்த விஷயம் 1895இல் புனேயில் உச்சத்துக்கு வந்தது. அப்போது திலகர், தனது சொந்த நிலத்தில், காங்கிரஸ் கூட்டத்துக்குப் பின்னர் சமூக மாநாடு நடத்தினால் அரங்கத்தை எரித்துவிடுவதாக பயமுறுத்தினார். சீர்திருத்தவாதிகள் விரைவாகப் பின்வாங்கினர். பிற்போக்குவாதிகள் வெற்றி கண்டனர். காங்கிரஸ் சமூக மாநாட்டுடன் தனக்கு இருந்த பிணைப்புகளை அறுத்துக் கொண்டது.

இதற்கு மாறாக, புலே சமூக மாற்றத்தை உருவாக்க அரசியலை திசைப்படுத்தவேண்டும் என்று விரும்பினார். எரியும் சமூகப் பிரச்சினைகளிலிருந்து விலகியிருக்கும் அரசியல், சுயநலக்காரர்களின் அரசியல்தான். இந்த மேற்குடியினரை புலே நேருக்குநேராக தேசத்திற்கு எதிரான உரத்த வளவளப்புக்காரர்கள் என்றார். அவர்கள் தேசத்தின் சார்பாக இருப்பதாகச் சொல்கிறார்கள். ஆனால் இந்திய தேசத்தின் முக்கிய முரண்பாட்டைத் தீர்க்கும் கவலை அவர்களுக்கு இல்லை.

அவர் இங்கு அர்த்தப்படுத்தியது ஒடுக்கப்பட்ட பெரும்பான்மையினரை சமூக-அரசியல் மையப் பாதைக்குள் கொண்டுவருகின்ற சவாலைத்தான். தேசம் என்பது சமூகப் படிநிலைகளை ஒழித்தபிறகு, சமத்துவத்தை ஏற்படுத்திய பிறகு தேசம் கட்டப்பட வேண்டும். அது பொதுமை உணர்வு வளர அனுமதிக்கும். இந்தப் பொதுமை-இதற்கு அவர் ஏக்மயலோக் என்ற சொல்லைப் பயன்படுத்துகிறார், தேசத்தைக் கட்டுவதற்கு மிகத் தேவையான, பிரிக்கப்படாத கூறாகும். அவரது சொந்த அரசியலும் இந்த ஜனநாயகப் பேராவலால்தான் இயக்கப்பட்டது. 1885இல் மராட்டி எழுத்தாளர்களின் கூட்டத்தின் நிறைவுப்பகுதியில் பங்கேற்குமாறு ரானடே அனுப்பிய அழைப்புக்கு புலேயின் எதிர்வினையால் இது மிகத் தெளிவாக விளங்குகிறது. தமது பதிலில் அவர் பங்கேற்க முடியாது என்று தெரிவித்தார். அங்குள்ள மக்கள் தங்கள் தலைகள் மேகங்களில் மறைந்திருக்க, தரையில் நடக்கும் ஒடுக்கும் யதார்த்தத்தைப் பற்றி அறியாமல் அமர்ந்திருப்பார்கள். இப்படிப்பட்ட கூட்டங்களில் அவர் பங்கேற்பது கீழ்ப்படுத்தப்பட்ட வகுப்பினருக்குப் பயன் தராது:

மனித உரிமைகளைப் பற்றிப் பொதுவாகச் சிந்திக்க மறுப்பவர்களின், மற்றவர்களுடன் இணங்க மறுத்துத் தங்கள் நடத்தைப்படி இருப்பவர்களின் நடத்தை எதிர்காலத்திலும் அவர்களை இணக்கமற்றவர்களாகவே செய்யும். அவர்களின் கருத்தரங்குகளும் புத்தகங்களும் நமக்கு அர்த்தத்தைத் தராது. நாம் நமது புத்தகங்களில் என்ன சொல்ல முயலுகிறோமோ அவற்றுடன் அவை ஒத்துச் செல்லாது. உயர்சாதி ஆசிரியர்கள், யதார்த்தத்திலிருந்து மைல்கள் கணக்கில் தொலைவில் உள்ளவர்கள், பெரிய கூட்டங்களில் சடங்குத்தனமான, அர்த்தமற்ற பேச்சுகளை மட்டுமே பேசக் கூடியவர்கள்–அவர்களால் நம்மைப் போன்ற சூத்திரர்களும் அதிசூத்திரர்களும் எப்படித் துன்பப்படுகிறோம், எவ்வித அழிவுகளை நாம் சந்திக்க நேர்கிறது என்பதை ஒருபோதும் புரிந்துகொள்ள முடியாது...இந்த மக்கள் தலைவர்கள் உண்மையிலேயே எல்லா மக்களையும் இணைக்க விரும்புவதாக இருந்தால், எல்லா மனிதர்களுக்குமான நிரந்தர அன்பின் வேரைக் கண்டுபிடிப்பதைப் பற்றிக் கவலைப்பட வேண்டும். அவர்கள் அதைக் கண்டுபிடிக்கட்டும், பிறகு சூத்திரப்படுத்தி, புத்தகமாகவும் வெளியிடட்டும். இல்லாவிட்டால், இந்த நேரத்தில் மக்களிடையே உள்ள பிரிவுகளைக் காணாமல் விடுவது பயனற்றதாகும். (புலே [1885] 2002: 200–1).

தந்தக் கோபுர அறிவுஜீவித்தனம் பற்றிய புலேயின் கடிந்துரையும் புதிய வகையான அணைக்கின்ற இலக்கியத்தின் முன்வைப்பும் அவரது அரசியல், தேசம், தேசியம் பற்றிய பார்வைகளின் அடையாளமாகும். அவருக்கு தேசம் என்பது ஜனநாயகச் சமூகமாக இருக்கவேண்டும். ஒரு தேசத்தின் பிறப்பு என்பது குடிமக்கள் சமூகத்தின் வளர்ச்சி, குடியுரிமையின் கொண்டாட்டம், எல்லா மக்களுக்கும் கல்வியும்

உரிமைகளும் அளித்தலும் ஆகியவற்றை வேண்டுகிறது. படிநிலைப்பட்ட தன்மையிலிருந்து சமநீதிச் சமூகத்திற்கு மாறுவது அவரது தேசம் மற்றும் தேசியத்தின் கருத்துக்கு அடிப்படையாகும். அதனால் அவர் காங்கிரஸ் வகையான பிராமண தேசியத்தைப் புறக்கணித்ததில் வியப்பில்லை:

மகாபலியின் நிலத்தில் உள்ள எல்லா மக்களும்–சூத்திரர்களும் அதிசூத்திரர்களும், பீல்களும், மீனவர் போன்றவர்களும் உண்மையிலேயே கல்வி பெற்றவர்களாக, சுதந்திரமாகத் தங்களுக்காகச் சிந்திக்கக் கூடியவர்களாக, ஒரேசீராகச் சேர்ந்தவர்களாக, உணர்ச்சிபூர்வமாக ஒன்றிணைந்தவர்களாக இல்லாவிட்டால் (அல்லது ஆகும்வரை) தேசம் என்ற பெயருக்கேற்ற ஒன்று இருக்காது. திடீர்ப் பணக்காரர் ஆகின்ற ஆரிய பிராமணர்கள் என்னும் மிகச் சிறிய மக்கள் தொகையினர் மட்டும் தேசியக் காங்கிரஸ் என்பதை அமைத்தால் யார் அதைப் பற்றிக் கவலை கொள்வார்கள்? (புலே [1890] 1991: பாகம் 2, 29).

பிராமணக் (உள்) காலனியம், பிரிட்டிஷ் ஏகாதிபத்தியம் இவற்றின் கூட்டுச்சதித் தன்மையை புலே காணத் தவறவில்லை. சத்ஸரில் அவர் எழுதியவாறு, "நமது அறிவார்ந்த ஆட்சியாளர்கள் இதுவரை அரசாங்க மற்றும் உள்ளாட்சி நிதியிலிருந்து பிராமணர்களுக்குக் கல்வியளிக்கப் பலகோடி ரூபாய் செலவு செய்துள்ளார்கள். பிறகு அவர்களுக்குப் பொறுப்புள்ள பதவிகளை அளித்து அவர்களை எல்லா விதங்களிலும் குஷிப் படுத்தியிருக்கிறார்கள். இந்தப் படித்த பிராமணர்கள் நெருக்கடி நேரத்தில் அரசாங்கத்திற்கு உதவிக்கு வருவார்கள் என்பதே நோக்கமாக இருக்க வேண்டும்." ([1885] 2002: 212). அவரது எழுத்துகளில், குறிப்பாக ஷேத்கார்யச ஆசுத்-இல், காலனியத்தின் மீதான குத்தலான விமரிசனங்கள் இடைவிரவியுள்ளன. ஏழைகளுக்கு எதிரான, பணக்காரர்களுக்கு ஆதரவான கொள்கையைப் பின்பற்றியதற்கு பிரிட்டிஷ்காரர்களைக் கடுமையாக விமரிசனம் செய்தார். எவ்விதம் இந்தியாவில் நிலப்பிரபுத்துவமும் பெருவணிகமும் பார்ப்பனியத்தின் சாதி-வர்க்கப் பாணியாக வளர்ந்துள்ளன என்பதை விளக்க அவர் முயற்சி செய்தார். பார்ப்பனியமும் காலனியமும் ஒன்றை ஒன்று உண்டு கொழுத்து வருவதால் பார்ப்பனியத்துடன் போராடாமல் வெறும் ஏகாதிபத்திய எதிர்ப்பு தேசியம் இந்தியச் சமூகத்தில் ஒடுக்கும் சக்திகளை மட்டுமே பலப்படுத்தும் என்பது அவரது வாதத்தின் அழுத்தம்.

இந்தச் சிந்தனையினால், காங்கிரஸின் மேட்டுக்குடி ஆதிக்கத்தை எதிர்த்த முதல் நபர் அவர்தான். இந்த உண்மையை யாவரும் மனங்கொள்ளுமாறு செய்ய பம்பாயில் காங்கிரஸின் மூன்றாவது மாநாட்டின் இடத்தருகில் ஓர் ஏழை, இளைத்த விவசாயியின் பொம்மையுருவை சத்யசோதக்குகள் வைத்திருந்தனர். (கீர்

[1964] 2000: 246). காங்கிரஸ் போன்ற அமைப்புகள் பொதுநலக் கொள்கைகளை அரசியலில் அறிவித்திருந்தாலும், பெருவாரி மக்கள்-விவசாயிகள், தீண்டப்படாதவர்கள் போன்றோர் அவற்றில் உறுப்பினர்களாக இல்லை என்பது புலேயின் குற்றச்சாட்டு. காங்கிரஸ் முன்வைக்கும்படியான கோரிக்கைகளின் தன்மைகளை விமரிசனம் செய்து, இந்தியமயமாக்கமும் பார்ப்பனமயமாக்கமும் ஒன்றல்ல என்று கூறினார். சாதி வேறுபாடுகள் சமூக இலக்கையோ தேசிய முன்னேற்றத்தையோ தடுப்பவை அல்ல என்ற ரானடேயின் ஆழமற்ற அறிவுரையைக் கடுமையாக எதிர்த்தார். சாதிக்கு வெளியே சந்தித்தல், உண்ணுதல், திருமணம் செய்தல் போன்ற எல்லாவற்றிலும் மரபான தடைகள் இருக்கும்வரை தேசிய உணர்வை மக்களிடையே உருவாக்க முடியாது. சுருங்கச் சொன்னால், தேசத்தைக் கட்டுவதற்கு சமூகச் சமத்துவமும் கல்வியை வெகுமக்கள் மயமாக்கலும் அடிப்படை முன்தேவைகள் என்பதைப் பலவழிகளில் அவர் எடுத்துரைத்தார்.

மேற்குடி வரலாற்றுவரைதலில் புலேவை பிரிட்டிஷ் விசுவாசி என்று சித்திரிக்கும் போக்கு உள்ளது. பிரிட்டிஷ் ஆட்சியைப் புகழும் சில கூற்றுகள் அவரது எழுத்துகளில் காணப்படுவது இந்த விமரிசனத்திற்கு அடிப்படை. ஆனால் இவற்றிடையே காலனியம் மக்களுக்கு எதிரானது, மேட்டுக்குடியினர் சார்பானது என்ற விமரிசனங்களும் விரவி வருகின்றன. உதாரணமாக, பிரிட்டிஷ் காலத்தில் உழவர்களின் நிலைமை ஏறத்தாழ நன்றாக இருந்தது என்று ரானடே கூறியதை அவர் மறுத்துள்ளார். பாரம்பரியமாக நிலம் வைத்திருக்கும் வகுப்பினரை அவர்கள் சமூகத்தில் பயனுள்ள பணி ஆற்றியதாகப் புகழ்ந்து ரானடேயும் நிலப்பிரபுத்துவத்திற்குத் தனது ஆதரவைத் தெரிவித்துள்ளார். 1885இல் புலே ஓர் எச்சரிக்கை என்ற பொருத்தமாகத் தலைப்பிட்ட ஒரு சிறு பிரசுரத்தை இம்மாதிரிக் கூற்றுகளை எதிர்த்து வெளியிட்டார். அதில் காலனிய அதிகாரம் சாதி-நிலப்பிரபுத்துவ இருப்பினை ஆதரிப்பதால் கைக்கும் வாய்க்கும் எட்டாத நிலையில் வாழும் உழைக்கும் மக்களின் பரிதாப நிலையை எடுத்துக் காட்டியுள்ளார். (புலே [1885] 1991: பாகம் 2, 48-63). மிக அதிகமான வரிவிதிப்பு, தீர்வைகள், விவசாயிகளின் நிலங்களை எடுத்துக் கொண்டு அவர்களை ஏதுமற்ற நிலைக்கு ஆளாக்குதல் போன்றவற்றால் சுரண்டுகின்ற அரசின் தன்மையை அவர் தொடர்ந்து எதிர்த்து வந்தார். அவரது குலாம்கிரியின் முகப்புக் குறிப்பு ஒன்றில் காலனியம் என்பது ஒழுக்கக் கேட்டை உருவாக்கும் பார்ப்பனியத்தின் நீட்சி என்பதாக நோக்கப்படுகிறது. காலனியத்திற்கும் பார்ப்பனியத்திற்குமான சதிச்சேர்க்கை பற்றிய அவரது அரிய புரிந்துகொள்ளலை அவர் எழுத்து வாயிலாகவே கண்டுள்ளோம். ஆனால் உயர்சாதி தேசியவாதிகளைப் போலன்றி, அவர் இந்தியாவில் காலனியத்தை மீறியும் பார்ப்பனியம்

வாழும் என்று புரிந்துகொண்டிருந்தார். இந்தப் புரிந்துகொள்ளலால்தான் அவரது கருத்தியல், அரசியல் போராட்டம் உயிரூட்டப் பெற்றது. எவ்விதமாயினும், புலே 1890இல் இறந்துவிட்டார். ஆனால் 1912வரை ஒவ்வோர் ஆண்டின் காங்கிரஸ் கூட்டமும் பிரிட்டிஷ் கொடியை ஏற்றிய பிறகே தொடங்கி வந்தன. ஆனால் தேசிய வரலாற்று வரைவியலில் புலே பிரிட்டிஷ் ஆதரவு என்றும் காங்கிரஸும் அதன் தலைவர்களும் அப்பழுக்கற்ற ஏகாதிபத்திய எதிர்ப்பாளர்கள் என்றும் வரையப்பட்டுள்ளது.

சுருக்கமாக, தமது வாழ்க்கையில் நடத்திய விடுதலைப் போராட்டத்துக்காக பொதுமக்களால் புலே ஒரு மகாத்மா என்று அங்கீகரிக்கப்பட்டாலும், தேசியவாத மேட்டுக்குடியினரால் அவர் ஒரு முக்கியமற்ற கீழ்ச்சாதித் தலைவராகவே நோக்கப்பட்டார். உற்பத்தி செய்யும் பெரும்பான்மை மக்களை நூற்றுக்கணக்கான பரஸ்பரப் பகைமை கொண்ட சாதிகளாக ஒரு படிநிலை அமைப்பில் வைத்து அவர்களது உழைப்பினால் உயர்சாதியினர் வாழ்கிறார்கள். ஆகவே சாதியைப் பிளவுபடுத்தும் இழிவுபடுத்தும் அமைப்பாக நோக்கிய புலே இதனை "உற்பத்தி செய்யும் பெரும்பான்மையினரிடமிருந்து உறிஞ்சிகளான சிலபேருக்கு நாட்டுக்குள் செல்வம் வடிந்து செல்லல்" என்று கூறினார். உயர்சாதியினருக்கும் பிறருக்கும் உள்ள உறவைக் காலனி ஆதிக்கக்காரர்கள்-காலனியத்துக்கு உட்பட்டவர்கள் என்பதாகக் கண்ட புலே இந்த உள்நாட்டு 'அகக் காலனியத்தை' (பார்ப்பனியத்தை) மிகக் கேவலமான அடிமைத்தனத்தின் அடிப்படையாகக் கண்டார். இது புறக் காலனியத்தை (ஆங்கில ஆட்சியை)விட அதிகக் கொடுமை மிக்கதாக இல்லை என்றாலும் அதற்குச் சமஅளவிலேனும் கொடியது என்று கண்டார்.

குறிப்புகள்

1. சூத்திர-அதிசூத்திரன் என்றால் சூத்திரனும், அதிசூத்திரனும். அதிசூத்திரன் என்றால் சூத்திரனுக்கும் மிகக்கீழ்க் கோடியில் உள்ள சூத்திரன் என்று அர்த்தம். இன்றைய மொழியில் சூத்திரன் என்றால் பிற பிற்பட்ட வகுப்பினர் (ஓபிசி) என்றும் அதிசூத்திரர் என்றால் தலித்துகள் என்றும் பொருள்படும். பெண்கள், ஆதிவாசிகள், முஸ்லிம்கள், பிற எல்லாரையும்-பிராமண முறைமையின் கீழ் நிலையில் இருப்பவர் அனைவரையும் தமது சூத்திர-அதிசூத்திரர் என்ற வகைக்குள் புலே அடக்கினார். இன்றைய சொற்களில் தலித்-வெகுஜனங்கள் என்று நாம் சொல்வதற்கு அவரது சொல் இதுவாகும்.

2. பின்னர், அம்பேத்கரும் தமது போராட்டத்தை இந்த மரபுடன் அடையாளம் கண்டார். அவர் தமது மூன்று தலைவர்களுடன் (புத்தர், கபீருடன்) புலேவையும்

ஒன்றாக வைத்தார். (கீர் [1964] 2000: VII; 139). உண்மையில், அம்பேத்கர் தமது பணியை புலே தொடங்கி வைத்ததின் தொடர்ச்சியாகவே கண்டார். சூத்திரர்கள் யார்? (1946) என்ற புத்தகத்தை புலேவுக்கு சமர்ப்பித்து, அவர் புலேயின் புரட்சிக் கொடையை வலியுறுத்திக் காட்டினார். தமது கடைசி நாட்களில் அம்பேத்கர் புலேயின் சரித்திரத்தை எழுதுவதில் ஆவலாக இருந்தார். ஆனால் அவரது உடல்நிலை தொடர்ந்து சரிந்துவந்ததால் அவரால் முடியாமல் போயிற்று. (கீர், மேலது).

3. பிஞ்சான் எம். பாடிலுக்கு எழுதிய கடிதத்தை மேற்கோள் காட்டி, ஓ' ஹான்லன் புலே, மற்றும் அவர் தோழர்கள் மீது கபீரின் சிந்தனைகளின் செல்வாக்கு மிகுதி வலுவாக இருந்ததையும் அதன் விளைவே சத்யசோதக் சமாஜம் (1985: 229–30) என்பதையும் குறிப்பிட்டுள்ளார். இந்தியிலும் சதானந்த் மோரே எழுதிய *மஹாத்மா புலே கா விசாராத்மக் க(ட்)டன்* (மகாத்மா புலேயின் கருத்தியல் உருவாக்கம்) என்பதையும், ஹரி நார்கே தொகுத்த மஹாத்மா புலே: சாஹித்ய ஔர் விசார் என்பதையும் காண்க.

4. ஏசுவையும் முகமதையும் அவர்கள் சமநீதிக் கொள்கைகளுக்காக புலே பாராட்டினார். அவரது எழுத்தில் ஏசு நீதியை நிலைநாட்டுபவராகவும், கருணைக்குப் புகழ்பெற்ற மகாபலி ராஜாவின் மேற்கு எதிர்ச்சமனாவும் இடம்பெறுகிறார். சகோதரத்துவத்தின் தீர்க்கதரிசி என்று முகமதுவைப் போற்றி ஒரு கவிதை எழுதியுள்ளார்.

5. வெகுமக்கள் நம்பிக்கை எதிராக, சிவாஜி இந்துமதப் பாதுகாப்பாளர்களால் அவமானப் படுத்தப் பட்டார். யதுநாத் சர்க்காரும் ஜி. எஸ். சர்தேசாயும் சிவாஜியின் இராணுவ வெற்றிகளையும் அதற்குப் பிறகு அவர் சத்ரபதி என முடிசூட்டிக் கொண்டதையும் ஆவணப்படுத்தியுள்ளனர். அப்படிப்பட்ட வெற்றிகளைப் பெற்ற சிவாஜி, உள்ளூர் பிராமணர்கள் தனக்கு க்ஷத்திரிய அந்தஸ்து அளிப்பதை எதிர்த்ததனால் தனது முடிசூட்டலை நியாயப்படுத்த, ஒரு தூய்மைச் சடங்கையும் பூணூல் சடங்கையும் செய்ய வேண்டி வந்தது. இதற்காக வாராணசியிலிருந்து ஒரு பிராமணப் புரோகிதன், காகபட்டன் என்பவனைத் தேடிக் கொணர வேண்டியிருந்தது. அவனுக்கு மிகப் பெரிய செல்வத்தையும் பரிசுகளையும் அளித்த பிறகு அவன், சிவாஜியின் போசலே குடும்பம் உதய்பூரை ஆண்ட சிசோதிய ராஜபுத்ர அரசர்களின் நேர்வழியில் வந்தது என்று சொல்லிக் கொள்ள முடியும் என்று கூறினான். உள்ளூர்ப் பண்டிதர்கள் முடிசூட்டு விழாவைப் புறக்கணித்தனர். அதற்கு வந்த புரோகிதர்கள் மிக பிரமாண்டமான பணத்தை வேண்டிப் பெற்றதால் சிவாஜியின் கஜானாவே காலியாயிற்று. சிவாஜி சத்ரபதியாக நிறுவப்பட்டாலும், அவன் காயத்ரி மந்திரத்தை உச்சரிக்க அனுமதிக்கப் படவில்லை என்று யதுநாத் சர்க்கார் (1973) எழுதியுள்ளார். சிவாஜி மற்றும் அவனது வழிவந்தவர்கள் க்ஷத்திரியர்களாக அப்போதும் ஏற்கப்படாததால், பிறகு வந்த பிராமணப் பேஷ்வாக்களுக்கும் அவர்களுக்கும் கசப்பான சண்டைகள் ஏற்படக் காரணமானது.

6. முழுக் கட்டுரையும் ஆங்கில மொழிபெயர்ப்பில் கிடைக்கிறது. பார்க்க பிரஜ் ரஞ்சன் மணி, 'ஒரு தலித் பெண்ணின் எழுச்சி: புலே பள்ளியின் ஒரு மாணவியின் கட்டுரை'--பி.ஆர். மணி, பி. சர்தார், பதிப்பாளர்கள், மறக்கப்பட்ட ஒரு விடுதலைவீரர்: சாவித்ரிபாய் புலேயின் வாழ்க்கையும் போராட்டமும், பக். 70-5 (தில்லி: மவுண்டன் பீக், 2008).

7. இந்து சமூகத்தில் பெண்கள், குறிப்பாக விதவைகள் நிலை பற்றி விவேகானந்தரும் ரமாபாயும் எதிரெதிர் பார்வைகளைக் கொண்டிருந்தனர். உமா சக்ரவர்த்தி (1998: 333-7)காட்டுவது போல, அவர்கள் இந்தப் பிரச்சினை பற்றி, அமெரிக்காவில், நேரடியாக ஒருவர் பெயரை ஒருவர் சொல்லாவிட்டாலும் போரிட்டனர். ரமாபாய் 1886இல் அமெரிக்காவுக்குச் சென்று இரண்டாண்டுகள் தங்கினார். அதிகமாகப் பயணம் செய்து நூற்றுக்கணக்கான கூட்டங்களில் பேசினார். இந்தியாவில் துன்புறும் பெண்களின் உதவிக்காக எடுத்த முயற்சியின் ஒரு பகுதியாக உயர்சாதி இந்துப் பெண்மணி என்ற சிறந்த விற்பனை நூலையும் வெளியிட்டார். தாயகத்தில் சமூகவேலை செய்வதற்காக அயல்நாட்டில் உதவி கேட்டுச் சென்ற முதல் பொதுநபர் அவர்தான். அடுத்த பத்தாண்டில் சிகாகோவில் இந்து ஆன்மிகம் பற்றிய புகழ்மிக்க கூரிய சொற்பொழிவுக்குப் பின்னர் விவேகானந்தரும் இதுபோலவே செய்தார். ஆனால் வேறொரு யுக்தியைக் கையாண்டார். ரமாபாய், இந்தியாவிலுள்ள ஒடுக்கப்பட்ட விதவைகளுக்காக உதவி வேண்டினார். ஆனால் விவேகானந்தர் இந்தியாவை தனித்தன்மை மிக்க ஆன்மிக நாடு என்ற கற்பனைச் சித்திரத்தை உருவாக்குவதற்காக இந்துப் பெண்கள், கற்புமிக்க, சுயதியாகம் செய்கின்ற தேவதைகள் என்பதாகப் பேசினார். விதவைகளைப் பொறுத்தவரை, அவர்கள் தாமாகவே இறந்த கணவர்களுக்காக ஒரு துறவு வாழ்க்கையை மேற்கொண்டனர் என்றார். பெண்கள் தன்மை பற்றிப் பேசும்போது அவர்கள் அமெரிக்கப் பெண்கள் போலன்றி ஆயிரக்கணக்கான ஆண்டுகளாக சொத்துரிமை அனுபவித்து வந்தனர் என்றும் அவர்களுக்கு வாழ்க்கையின் பொருளியல் விஷயங்கள் ஒரு பொருட்டல்ல என்றார். ரமாபாயின் அமெரிக்க நண்பர்கள் இதனைக் கேள்வி கேட்டனர். சுவாமியின் சீடர்கள் பெண்கள் விஷயத்தில் ரமாபாய் தேசபக்தியின்றிப் பேசுகிறார் என்றும் இந்தியாவின் பிம்பத்தை வெளிநாடுகளில் கெடுக்கிறார் என்றும் சண்டைக்கு வந்தனர். தானே ஒரு விதவையாகவும், தான் வாராணசி, மதுரா, பிருந்தாவனம் முதலிய இடங்களுக்குச் சென்று வந்தவராகவும் இருப்பதால் தங்களுக்காகப் போராட எந்த மகாத்மாவும் இல்லாமல் பெண்கள் எவ்விதம் ஒடுக்கப்படுகிறார்கள், பாலியல் ரீதியாகத் துன்புறுத்தப் படுகிறார்கள் என்பது அவருக்குத் தெரியும். இந்தியாவிலிருந்து எழுதிய ஒரு கடிதத்தில் "அமெரிக்கக் கற்றறிந்த சகோதரர்களுக்கும் வசதியான சகோதரிகளுக்கும் இந்தியப் பெண்கள் பற்றிய கவிதைக்குப் பின்னால் அவர்களது உரைநடைத்தனமான வாழ்க்கையைச் சற்றே பார்த்து, உயர்வான தத்துவங்களுக்கு அப்பால் உள்ள இயற்கையான விளைவுகளைக் கண்டு நீங்களே முடிவு செய்துகொள்ளுங்கள்" என்று எழுதினார். (மேலது 336).

8. 1870இல் புனேயில் நிறுவப்பட்ட சார்வஜனிக் சபை பிராமணச் சீர்திருத்தவாதிகளும் தாராளவாதிகளும் ஈடுபட்ட ஒரு பொதுச் சங்கம். அதன் உறுப்பினர்கள் அரசாங்கத்துக்கும் மக்களுக்கும் இடையில் இடைத்தரகர்களாகத் தங்களை ஈடுபடுத்திக் கொண்டனர்.

இயல் ஆறு

குரு, அயோத்தி, பெரியார், அச்சுதானந்தர்: ஒரே இலக்கு, பல மார்க்கங்கள்

வெவ்வேறு மதங்கள், சிந்தனைகள், வழக்கங்கள், புரிந்துகொள்ளல்கள் ஆகியவற்றால் பிளவுபட்ட எல்லா வகையான சமூகக் குழுக்களையும் சேர்த்துக் கொள்கின்ற ஒரு விசித்திரமான இடம் இந்தியா. ஆனால் பரந்த பார்வையில், அவற்றை இரண்டாகப் பிரித்துவிடலாம். ஒன்று, பல நூற்றாண்டுகளாக மனிதத்தன்மை கிடைக்கப்பெறாத பெரும்பான்மையினரான கீழ்ச்சாதிகள், மற்றது, தங்களை உயர்சாதி என்று சொல்லிக்கொண்டு பெரும்பான்மையினர் உழைப்பில் வாழ்ந்து இன்பம் பெறுகின்ற கொஞ்சம் பேர். ஒருவரின் நன்மை மற்றவர் துயரம்–அதுதான் இருவர்க்கும் உள்ள தொடர்பு.

முகுந்தராவ் பாடில் (1913), பார்க்க ஓம்வெட் 1976: 157.

உயர்சாதி தேசியத் தலைமை ஒருபோதும் தலித் வெகுமக்களுக்கு எதிரான நிறுவனமயப்பட்ட வேறுபடுத்தலைக் கணக்கிலும் கொள்ளவில்லை, பரந்த இந்துமத வேலிக்கு உள்ளும் வெளியிலும் இருக்கக்கூடிய பலவேறு மரபுகளையும் சமயங்களையும் ஏற்கவும் இல்லை. சொல்லலங்காரத்தை விட்டுவிட்டால், அவர்கள் முன்வைத்த 'ஒற்றைநோக்கு-உயர் போக்கு' தேசியம் இரண்டு நோக்கங்களால் தூண்டப்பட்டது: ஒன்று, அரசு அதிகாரத்தை பிரிட்டிஷாரிடம் இருந்து கைப்பற்றுவது, மற்றது மரபான சாதி-வகுப்பு அமைப்புக்குள் தங்கள் ஆதிக்கத்தைப் பேணிக் கொள்வது (ஓம்வெட் 1994;

அலாய்சியஸ் 1997). பிராமண இந்து மதத்தை தேசியத்தின் கலாச்சார அடிப்படையாகக் கட்டமைப்பது, சாராம்சத்தில் உயர்சாதி ஆதிக்கத்தை மறுஉருவாக்கம் செய்வதே ஆகும். பெருமைமிகு முற்போக்கின் மதச் சார்பற்றவர்களுக்கும், பழமைவாத மீட்பாளர்களுக்கும் இடையில் உள்ள சொற்புரட்டுகளைத் தள்ளிவிட்டால், இந்திய தேசியத்தின் கீழுள்ள அடிப்படை, மதச்சார்பற்ற-மதச்சார்புள்ள இரு வடிவங்களிலும் ஒன்றாகவே இருந்தது. அதாவது, சமஸ்கிருதக் கலாச்சாரமும் கருத்தியலும். பலபேர் வெளிப்படையாகவே இந்து அல்லது தேசிய ஒருமைப்பாட்டின் அடித்தளமாகச் சாதியை ஆதரித்தார்கள். முற்போக்கு தேசியவாதிகளோ அதைப் பற்றிப் பேசாமல் இருப்பது அல்லது 'சமூக ஒருங்கிணைவு, வேற்றுமையில் ஒற்றுமை'என்று வெற்றுரைகளை விளம்புவது என்பதில் ஒன்றைச் சொல்லுவதாக இருந்தார்கள்.

இப்படிப்பட்ட இலக்குத் திட்டம் மேற்சாதியினருக்கு இரு பக்கமும் கூர்மையான கத்தியை அளித்தது: ஒன்று, காலனிய எதிர்ப்புப் போராட்டத்தின் பெயரால் தேசியத் தலைமையை ஏற்க அவர்களுக்கு வழி செய்தது; இரண்டு, தலித் வெகுஜனக் கிளர்ச்சிகளைப் பிரிவினைவாதம், தேசிய எதிர்ப்பு என்று ஒதுக்கக் கவர்ச்சியான வாதத்தையும் கொடுத்தது. தேசபக்தியின் பிரிக்க முடியாத பகுதியாக சமூக-பொருளாதார மீட்டமைப்பை வற்புறுத்திய புலே, பெரியார், அம்பேத்கர் ஆகியோர் தேசத்தின் எதிரிகளாகச் சித்திரிக்கப் பட்டனர். உள்நாட்டு ஆளும் வர்க்கத்தினரிடமிருந்து விடுதலையை வேண்டிய சாதி-எதிர்ப்பு இயக்கங்கள், 'சாதிச் சங்கங்களாக'வும் 'எழுத்தறிவற்ற கீழ்ச்சாதியினரின் தேசத்துக்கெதிரான நிலைப்பாடு'என்றும் இழித்துரைக்கப் பட்டன. பாபுராவ் பாகுல் இந்த நயவஞ்சக தேசியவாதத்தை இவ்விதம் நோக்கினார்:

> அறிவுஜீவிகள், அதாவது இந்திய தேசியத் தலைமையினர், தேசிய விடுதலை இயக்கத்தை இரண்டு போரிடும் குழுக்களாகப் பிளவுபடுத்தினர்: ...ஓர் அரசியல் இயக்கம், ஓர் சமூக இயக்கம். சமூக இயக்கங்களைக் கட்டமைத்தவர்கள், விவசாயத்தையும் தொழில்களையும் பற்றிப் பேசியவர்கள், பிரிட்டிஷ்காரர்களின் அடிமைகள் என்றும் சதிகாரர்கள் என்றும் குறிப்பிடப்பட்டனர். தேசிய இயக்கம் ஒரு வரலாற்று, புராண இயக்கமாகவும் முன்னோர் வழிபாடாகவும் மாற்றப்பட்டது... சமத்துவமின்மையை வலியுறுத்தியவர்கள், சமூகம் ஜனநாயகமாக வேண்டும் என்று விரும்பாதவர்கள், வரலாற்றையும் புராணங்களையும் கடந்த காலங்களையும் புகழ்பாடத் தொடங்கினர், ஏனெனில் அந்த புராண, வரலாற்றுக் காலங்களில் அவர்கள்தான் மிக உயர்ந்த வெற்றியாளர்களாகவும் தலைவர்களாகவும் இருந்தனர். (பார்க்க ஓம்வெட் 1994: 88).

பார்ப்பனர் அல்லாத மரபுகளிலிருந்து கீழிருந்து எழுந்த சமூக இயக்கங்களின் எழுச்சி ஒரு மெதுவான, சிக்கலான நடப்பாக

இருந்தது. காலனிய ஆதிக்கம், மரபான சாதி மற்றும் சமுதாய உறவுகளை அப்படியே ஏற்றுக் கொண்டது. உழைக்கும் மக்களை மேலும் சுரண்டுவதாயிற்று. அதாவது, புதிய வடிவங்களுக்கான உபரி உற்பத்திக்குச் சாதிக் கடமைகளைக் கூடுதலாக ஆற்றுவது அடித்தள மக்களின் கடமை ஆயிற்று. காலனியச் சுரண்டல், சாதி உறவுகள் வாயிலாகச் செயல்பட்டதால், பிரிட்டிஷ்காரருக்கு இந்திய மேற்சாதியினரைத் தங்கள் மதிப்புமிக்க பங்காளர்களாக ஆக்கி அவர்களைச் சார்ந்திருப்பதைத் தவிர வேறெதுவும் செய்ய இயலாமல் போயிற்று. ஆக, காலனிய ஆட்சி என்பது ஏகாதிபத்திய மற்றும் நம் நாட்டு மேற்குடியினரின் கூட்டுச்சதியின் மீது அமைந்திருந்தது. மொத்தத்தில், காலனியம் சமூகத்தின் மேல் தளத்தினரை விரிவுபடச் செய்தது, உயர்த்தியது, தேசியப்படுத்தியது, அதனால் கீழ்த்தட்டினரை மேலும் விளிம்புக்குத் தள்ளியது.

ஆனால் காலனியம் தன்னையறியாமலே கீழ்ச்சாதிகளுக்குச் சில எதிர்பாராத நகர்வுகளுக்கான பாதைகளைத் திறந்துவிட்டது. அது நீண்டதூர விளைவுகளை உருவாக்குவதாகவும் அமைந்தது. தனது பலவேறு திட்டங்களுக்கும் மலிவான உழைப்பு கிடைக்கவேண்டும் என்பதற்காகக் காலனிய நிர்வாகம் புலம் பெயர்தலை ஊக்குவித்தது. அதனால் ஒடுக்கப்பட்ட சாதியினர்,உள்ளூரில் ஒடுக்குபவர்களின் பிடியிலிருந்து தப்பி, அயல்நாட்டுக் காலனிகளுக்கும் தொலை தூரங்களுக்கும், தோட்ட, தொழிலக, சுரங்கத் தொழிலாளர்களாகச் செல்ல முடிந்தது. பிரிட்டிஷ் இராணுவமும் தொழிற்சாலைகளும் அவர்களுக்காகத் திறந்திருந்தன. தொழில்மயமாக்கம், இரயில்வே ஆகியவற்றின் வருகை சாதியில் ஒடுக்கப்பட்டவர்கள்தங்கள் கிராமக் கொடுமைகளிலிருந்து தப்ப உதவிசெய்தது. பிரிட்டிஷ்காரர் தங்களுடன் மதம் மாற்றுகின்ற ஒரு மதத்தையும் (கிறித்துவத்தைக்)கொண்டுவந்தனர். அது சமத்துவம், கௌரவம், பொருளாதாரச் சுதந்திரம் ஆகியவற்றின் வாக்குறுதிகளை அளித்தது. ஏழைகளாகவும் இழிவானவர்களாகவும் இருந்தவர்கள் இப்போது மதம் மாறும் வாய்ப்பைப் பெற்றனர். காலம் மாறியபோது அவர்களுக்குக், குறிப்பாக சிறு நகரங்களிலும் பெருநகரங்களிலும், கல்வி வாய்ப்பின் சிறு கதவு திறந்தது. கல்வி கற்ற, அரைகுறைக் கல்வி கற்ற ஒரு சிலர், தங்கள் இழிநிலை பற்றிய உணர்வைப் பெற்றனர். (இயல் 5இல் பார்த்தவாறு) சிலர் கிளர்ச்சியில் எழவும் செய்தனர்.

தலித் வெகுமக்கள் விழிப்பின் எதிரொலிகள் பலவேறு வடிவச் செயல்பாடுகள், கிளர்ச்சிகள் ஆகியவற்றின் வாயிலாக வெளிப்பட்டன. இடத்துக்கு இடம், சமுதாயத்துக்குச் சமுதாயம், பிரச்சினைக்குப் பிரச்சினை, தீவிரத்திலும் பரவலிலும், போராட்டங்கள் வெவ்வேறு

இடங்களில், சந்தர்ப்ப சூழ்நிலைக்கேற்ப, வெவ்வேறு வடிவங்கள் எடுத்தன. ஆயினும் இந்தப் போராட்டங்களின் ஊடாக ஒரு பொதுச்சரடு காணப்பட்டது. மேற்சாதி மேட்டுக்குடியினர் ஒடுக்கப்பட்டவர்கள் மீது விதித்த குடிமக்களுக்கான, மத, கல்வி, பொருளாதார, நிர்வாக இயலாமைகளைத் தகர்த்தெறிய ஒடுக்கப்பட்டவர்கள் முயன்றனர். ஒடுக்குதல் மரபான சாதி முறைமையைச் சார்ந்திருந்தது. உபரிக்கான காலனியச் சுரண்டல் சாதி, சமுதாய உறவுகளின் வழியாக இயங்கியதால், சுரண்டப்பட்டவர்களுக்குப் பெரும்பாலும் சாதியும் சமுதாயமுமே எதிர்ப்பிற்கான பிரச்சினைகளாகவும் ஆயுதங்களாகவும் ஆயின (ஓம்வெட் 1994: 93). ஆங்காங்குச் சிதறியிருந்த, சமச்சீரற்ற உழைக்கும் சாதிகளின் இயக்கங்கள்--தமிழ்நாட்டில் சாணார், நாடார், பறையர் இயக்கங்கள்; கேரளத்தில் ஈழவர்கள், புலையர்கள்; மஹாராஷ்டிரத்தில் மஹார்கள், மாலிகள், குன்பிகள்; ஆந்திரத்தில் மாலர்கள், மடிகார்கள்; பிஹாரிலும் உத்தரப் பிரதேசத்திலும் சமார்கள், ஆஹிர்கள், கோயரிகள், குர்மிகள்; வங்காளத்தில் கைபர்த்தா, ராஜ்பன்சி, நாமசூத்திரர்கள்; ராஜஸ்தானில் டேடுகள், பங்கிகள்; பஞ்சாபில் சமார்களாக மாறிய ஆதிதர்மிகள்; துணைக்கண்டம் முழுவதும் இவற்றுடன் முஸ்லிம்கள், பிற சமுதாயங்களிலும் இவற்றை ஒத்த போராட்டங்கள், பொருளாதார-அரசியல் சார்ந்தவையாகவும், குடியுரிமை, மக்கள் உரிமை இயக்கங்களாகவும் இருந்தன (அலாய்சியஸ் 1997).

சமநீதிக்கான எழுச்சியின் இயங்குமுறையும் பரிமாணமும்

தலித் வெகுஜனங்கள் எழுப்பிய, போராடிய பிரச்சினைகளின் மையமாக இருந்தவை குடியுரிமைகள். மேல்சாதி தேசியவாதிகள், முதலில் காலனிய அதிகார அமைப்பில் தங்களுக்கு அதிகப் பங்கு வேண்டும் என்றும், பிறகு அதிகார மாற்றம் வேண்டும் என்றும் கேட்டுத் தங்களை உருப்படுத்திக் கொண்டிருந்தபோது, கீழ்ச்சாதியினர் பொது இடங்களுக்கு (சாலைகள், சந்தைகள், பள்ளிகள், அலுவலகங்கள்) வருவதற்கான தங்கள் உரிமையை உறுதிப் படுத்துவதற்கும்; பெண்கள் (தமிழ் நாட்டிலும் கேரளத்திலும்) தங்களை ஆடையால் மூடிக் கொள்ளவும்; மதத்தொடர்பான இடங்களுக்கும் கல்வி மையங்களுக்கும் செல்லவும்; விவசாயக் கொத்தடிமைத்தனம் பாரம்பரியத் தொழிலிலிருந்து மீண்டு வேறொரு வேலையைத் தேடிக் கொள்ளவும்-போராட வேண்டியிருந்தது. இந்தப் போராட்டங்கள் ஏகாதிபத்திய மேற்கின் ஆட்சியாளர்களை எதிர்த்து அல்ல, உள்நாட்டுக் காலனியவாதிகளை எதிர்த்து-பிராமணர்கள், அவர்களுடன் சேர்ந்த ஜமீன்தார்கள், லேவாதேவிக்காரர்களை எதிர்த்து அமைந்தன. பல

இடங்களில் தங்கள் அடியாட்களை வைத்துக் கொலைத் தாக்குதல் நடத்தும் உள்ளூர் ஒடுக்குபவர்களிடமிருந்து தப்பிக்கப், போராடும் மக்கள், அரசுப் பாதுகாப்பை நாட வேண்டியிருந்தது. மத்தியதர வகுப்பு தேசியத் தலைவர்கள், பலவேறு நிலைகளில் மேல்சாதிக்காரர்களாகவும், குறிப்பாக பிராமணர்களாகவும், நிலத்துடன் சம்பந்தப் பட்டவர்களாகவும் இருந்தனர். ஆகவே காங்கிரஸில் அடிமட்டம் வரை இருந்த அதிகாரமிகுந்தோர், நிலச் சீர்திருத்தச் சட்டத்தையும், விவசாயிகளையும் குத்தகையாளர்களையும் காப்பாற்றும் சட்டத்தையும் அடியோடு எதிர்த்தனர். (ஓம்வெட் 1994: 89). ஜமீன்தார்களுக்கு எதிரான, சாதிக்கு எதிரான இயக்கங்களை இந்திய வழக்காறுகளுக்கும் மரபுக்கும் எதிரான, தேசத்திற்கு எதிரான தாக்குதல்கள் என்று தேசியவாதிகள் கேவலமாக இழித்துரைத்தனர்.

ஏமாற்றுகின்ற ஒருசிலர் பல நூற்றாண்டுகளாகத் தங்கள் ஏகபோகமாக வைத்திருந்த கல்வி, இப்போது அடிமைப்பட்ட பெரும்பான்மையினரை விடுவிக்கக்கூடிய அதிகாரத்தைச் சாத்தியப் படுத்துகின்ற கருவியாகியது. மாற்றத்தை உண்டாக்க அவர்களுடைய முதன்மையான ஆயுதமாகக் கல்வி அமையும் என்பதைத் தெளிவுபடுத்தும் வகையில் 1848 அளவிலேயே ஜோதிராவ் புலே மற்றும் சாவித்திரி புலே தீண்டப்படாத பெண்களின் கல்விக்காக ஒரு பள்ளியைத் திறந்தனர். பிறகு, கேரளாவின் நவீன சிற்பியான நாராயண குரு, "சுதந்திரத்திற்காகக் கல்வி பெறுங்கள், பலத்திற்காக ஒன்று சேருங்கள்" என்று அறிவுரை கூறினார். அவருடைய ஆதரவாளர்கள் கொண்டுவந்த மிதவாதி என்ற பத்திரிகை தனது முகப்பில் இலட்சியவாக்காக இதை அச்சிட்டது. தமது முதல் அமைப்பான பஹிஷ்க்ருத் ஹிதகரணி சபை என்பதை 1920களில் தொடங்கியபோது ஒடுக்கப் பட்டோருக்கான அம்பேத்கரின் முழக்கக் குரல் "கல்விபெறு, ஒன்றுசேர், போராடு" என ஒலித்தது.

கெல்நரை (1983) ஒட்டி, தேசியத்தன்மைக்கு மாறுவதன் இதயமாக வெகுமக்கள் கல்வி என்பது அமைந்தது என்கிறார் அலாய்சியஸ்:

காலனிய ஆட்சியில் இந்த நாட்டின் நீள-அகலம் முழுவதுமாக சூத்திரர்களும் தீண்டப்படாதவர்களும் அதிகாரமிக்க உயர்சாதியினரின் தடைகள், கொடுமைகள், ஒடுக்குமுறைகளுக்கு எதிராகப் பள்ளிகளிலும் பிற கல்வி நிறுவனங்களிலும் நுழைவதற்காக நடத்திய போர்களின் முக்கியத்துவத்தை, நவீன இந்தியாவின் பிரசவ வலிகளாக அவற்றை நோக்கினால், நன்கு உணரலாம். (அலாய்சியஸ் 1997: 82).

பிராமணரல்லாத இயக்கங்கள், தங்கள் பண்புநலமாக சமநீதியையும், புதிய அரசின் அடிப்படையாகக் குடியுரிமைகளையும் மேம்படுத்தியதனால், அவைகளே தேசத்தின் பிறப்புக்கான செயல்முறைக்கு உதவின (மேலது 80-1).

காலனியக் காலம் உண்மையில் இரண்டு தேசியங்களைக் கண்டது: ஒன்று, பிரிட்டிஷ்காரரிடமிருந்து இந்திய மேற்குடியினருக்குச் செய்கின்ற அதிகார மாற்றம் என்ற பெயரில் சுதந்திரத்திற்கான தேசியம்; மற்றது, வெளிநாட்டு-உள்நாட்டு ஆதிக்கங்களிலிருந்து விடுதலைக்கான தேசியம். பின்னதற்குச் சமூகத்தில் ஒரு அமைப்பு மாற்றம் தேவைப்பட்டது. அதற்கு மிகப் பெரிய திட்டமும் தேவையாக இருந்தது. குடிக்கூலி உரிமைகள்; நிலம், நீர் போன்றவற்றில் தலித் வெகுமக்களுக்கு உண்மையான சுதந்திரம்; இவற்றைத் தரக்கூடிய போராட்டங்களோடு மக்களின் கல்வி, வேலைவாய்ப்பு, சமூக நகர்வு, அரசியல் ஜனநாயகம் ஆகியவற்றுக்கான போராட்டங்களையும் உள்ளடக்கியிருந்ததால் அதுதான் உண்மையான தேசியமும் கூட. இந்த தேசியத்திற்கு உள்ளூர்ப் போராட்டங்களும், காலனிய ஆட்சியின்போது துணைக்கண்டம் முழுவதும் பலவேறு வடிவங்களில் எழுந்த சாதி எதிர்ப்பு இயக்கங்களும் அடிப்படையாக இருந்தன. ஒடுக்குமுறைகள், மீட்பு பற்றிய பிரச்சினைகளை மையமாக வைத்து நடந்த போராட்டங்கள், குடியுரிமைச் சமூகத்தின் பிரசவ வலிகளை எதிரொலித்தன.

கேரளாவில் 1800 அளவிலேயே கள்-எடுப்போரான துணிச்சல்மிக்க ஈழவர்கள்,புகழ்பெற்ற வைக்கம் கோயிலுக்குள் சமத்துவத்தின் அடிப்படையில் நுழைய முயன்றனர். ‘புனிதமான’மரபை மீறியதற்காக அவர்கள் கொல்லப்பட்டு அவர்களின் உடல்கள் கோயில் வளாகத்தின் ஒரு மூலையில் புதைக்கப் பட்டன (எம்.எஸ்.ஏ. ராவ் 1979: 58-9). நவீன இந்தியாவில் குடியுரிமை, மத அநீதிகளுக்கு எதிராக நடந்த, முதன்முதல் பதிவுசெய்யப்பட்ட சம்பவம் இதுதான்.[1]

பத்தொன்பதாம் நூற்றாண்டின் தொடக்கத்தில் கேரள ஈழவர்களும் அவர்களுக்குச் சமநிலையில் இருந்த தமிழக சாணார்கள்-நாடார்களும் ஆற்றல்வாய்ந்த ஆதிக்கச் சாதிகளை எதிர்த்து,பெண்கள் சட்டை அணியும் உரிமைக்காகப் போராடி வந்தனர். ‘மார்புச்சீலைப் போராட்டம்‘ என்று இது அறியப்பட்டது. ஆதிக்க சாதிகளுக்கு மரியாதை காட்டுகின்ற முறையில், பெண்கள் மார்பில் துணி அணியக்கூடாது என்று வகுத்துவைத்திருந்த இழிவுபடுத்தும் வழக்காற்றை எதிர்த்த அச்சாதியினரின் செயல், சாதி அடிமைத்தனத் தளையை அறுத்தெறிய ஒரு உறுதி கொண்ட போராட்டத்தைத் தொடங்கிவைத்தது. (ஹார்ட்கிரேவ் 1968, 1969).

தார்வாடில் 1850இல் தீண்டப்படாதவன் என்பதற்காக ஒரு மஹார் பையன் அரசாங்கப் பள்ளியில் சேர்க்கை மறுக்கப்பட்டான். அவன் இந்தப் பிரச்சினையை பம்பாய் மாகாணக் கல்வித்துறைக்கும் பிறகு கல்கத்தாவிலிருந்த இந்திய அரசாங்கத்துக்கும் கொண்டு சென்றான்.

சாதி-பிராமணர்களின் பலமான அழுத்தம் மற்றும் செல்வாக்கினால் அவனது கோரிக்கை மனு வீசி எறியப்பட்டது (அம்பேத்கர், BAWS, பாகம் 2: 339; நூருல்லா மற்றும் நாயக் 1951: 421-2).

நாராயண குரு காசி தாஸர் (1756-1836) சத்தீஸ்கட்-இல் மிக இழிவாக நடத்தப்பட்ட சமார்களை சத்நாமிகளாக மாற்றியவர். ஒற்றைக் கடவுள் வழிபாடு, மானிட சமத்துவம் ஆகியவற்றை போதிக்கும் இயக்கம் அது. அவரது மகன் பாலக் தாஸ் பூணூல் அணிந்ததற்காகக் கொல்லப்பட்டார். அரை நூற்றாண்டு கழித்து சத்நாமிகள் 1917இல் மீண்டும் ஒரு பூணூலணியும் சடங்கினை நடத்தத் துணிந்தனர். இது மறுபடியும் உயர்சாதியினர் சினத்தைத் தூண்டியது. சத்நாமிகளின் மார்பிலும் புட்டங்களிலும் பூணூலின் சின்னத்தை பழுக்கக் காய்ச்சிய இரும்பினால் சூடுபோட்டனர். சிலபேரின் தலையை வெட்டினர். இப்படிப்பட்ட கொடுமைகளால், சத்நாமிகளின் மகாசபை ஒன்று உருவாகி, தங்களுக்குப் புதிய அடையாளம், கௌரவம், சமூக-அரசியல் வட்டங்களில் ஜனநாயகப் பிரதிநிதித்துவம் ஆகியவற்றை வேண்டினர். (ஃபுக்ஸ் 1965, அலாய்சியஸ் 1997).

1872-3இல் கிழக்கு வங்காளத்தில் ஃபரீத்பூர், பகர்கஞ்ச் மாவட்டங்களில் தங்கள் சமூக, குடியுரிமை இயலாமைகளுக்காக சண்டாளர் இயக்கம் ஒன்று தோன்றியது. தங்களைச் சித்திரவதைக்கு ஆளாக்கிய உயர்சாதிப் பண்ணையார்களுக்குத் தாங்கள் வேலை செய்ய மாட்டோம் என்று உழைக்கும் சாதியினர் மறுத்தனர். சில மாதங்களுக்குப் பிறகு அவர்கள் ஏழ்மை வேலைக்குச் செல்ல வேண்டிய நிர்ப்பந்தத்தை உருவாக்கியதால் அந்தப் போராட்டம் தோல்வியுற்றது. ஆனால் 1880களில் அவர்கள் மாதுவ வழிபாடு என்ற சமநீதி, பார்ப்பனரல்லாத வைணவ அமைப்பில் சேர்ந்தனர். தங்களுக்கு நாமசூத்திரர்கள் என்று பெயர் வைத்துக் கொண்டனர். இந்த இயக்கத்தை நடத்தியவர் நாராயண குரு சந்தா. சமூக மீட்புக்கும் பொருளாதார மேம்பாட்டுக்கும் கல்வி வேண்டும் என்று அவர் வலியுறுத்தினார். நாமசூத்திரர்கள் சமத்துவத்தை வேண்டினர், தங்கள் பிள்ளைகளுக்கெனப் பள்ளிகளை அமைத்தனர், மேல்சாதித் தடைகள் இருந்தும் புதிய வேலைவாய்ப்புகளை நாடிச் சென்றனர். (பந்த்யோபாத்யாய 1990; 2004).

மீட்சிக்கான ஆசைகளுடன் முன்பிருந்த மஹிமை அல்லது ஆலேக-தர்ம இயக்கத்தை பீமா பாய் (ஏ.1855-94) தலைமையில் ஒரிஸாவின் பழங்குடியினத்தவர் உயிர்ப்பித்தனர். கவிஞரும் தீர்க்கதரிசியுமான பீமா பாய் அவரது தீவிர ஒற்றைக்கடவுள் வழிபாட்டிற்காகவும் விக்கிரக வழிபாட்டையும் சாதியமைப்பையும் எதிர்த்ததற்காகவும் இழித்துரைக்கவும், அச்சுறுத்தவும் பட்டார். ஆனால்

எதிர்ப்புகள் எதுவும் பிராமண ஆதிக்கத்தின் தலைமையகமாகிய பூரிக்கு 1881இல் பேரணி நடத்துவதிலிருந்து அவரைத் தடுக்க முடியவில்லை. பிராமணப் பிடியிலிருந்து பூரி ஜகந்நாதரின் சிலைக்குக் கீழ் மறைத்து வைக்கப் பட்டிருந்த புத்தரின் சிலையை மீட்பதற்காகத்தான் இந்தப் போராட்டம். பக்கத்து கிராம மக்கள் பூரி கோவிலில் நுழைய முயன்றவர்கள் தடுக்கப்பட்டனர், வதைக்கப்பட்டனர், அவர்களில் சிலர் கொல்லப்பட்டனர். (நரசு [1922] 2003; சேனாபதி 1975).

இருபதாம் நூற்றாண்டின் தொடக்கத்தில் அஸாமின் மோவாமாரிகளும் பிற கீழ்ச்சாதிகளும் பலவேறு குடியுரிமை இயலாமைகளைக் கடக்கவும், தங்கள் குழந்தைகளின் படிப்பை மேம்படுத்தவும் தங்களை அரசியல் அமைப்புகளாக மாற்றிக் கொண்டனர். பலவேறு இழிவுபடுத்தப்பட்ட சாதிகள் தங்கள் மரபான பெயர்களையும் அடையாளங்களையும் கைவிட்டு, கல்வி, சமத்துவம், பலவேறு வேலைகள் ஆகியவற்றை நாடினர். (வி. ராவ் 1976).

இருபதாம் நூற்றாண்டின் முற்பகுதி பிஹாரிலும், உத்தரப் பிரதேசத்திலும் கீழ்ப்பட்ட சாதிகளிலிருந்து தன்னிச்சையான, முறையாக வடிவமைக்கப்பட்ட இருவிதக் கிளர்ச்சிகளையும் கண்டது. பிஹாரின் கோயரி-குர்மி-யாதவ சாதிகளின் சங்கமான திரிவேணி சங்கமும், உத்தரப்பிரதேசத்தில் அதையொத்த இயக்கங்களும் நிர்ப்பந்த உழைப்பை எதிர்த்துப் போராடினர். பூணூல் அணிவதையும், காலணி அணிவதையும் குதிரைகளையும் பல்லக்கையும் பயன்படுத்தத் தடையையும் எதிர்த்தும் போராட்டம் நடந்தது. ஒவ்வொரு கிராமமாக மக்கள் ஜமீன்தார்களுக்கு இலவச அல்லது நிர்ப்பந்த உழைப்பைச் செய்ய மறுத்துவந்தனர். நஜரானா எனப்பட்ட பரிசுகளையும் உயர்த்தப்பட்ட வரிகளையும் செலுத்தவும் மறுத்தனர். (சௌதுரி மற்றும் ஸ்ரீகாந்த் 2001).

பத்தொன்பதாம் நூற்றாண்டின் தொடக்க முதலாகவே நாடு முழுவதும் ஒடுக்கப்பட்டோருக்குள் சாதி-நிலப்பிரபுத்துவம், கொத்தடிமைத்தனம் ஆகியவற்றிற்கு எதிராகக் கோபம் மூண்டுகொண்டிருந்தது. சில சமயங்களில் மத அடிப்படையிலும் பிற சமயங்களில் மதச்சார்பற்றத் திட்டங்கள் வாயிலாகவும் எதிர்ப்பு பல வழிகளில் கிளம்பியது. ஒவ்வொரு பிரதேசமாக, குத்தகைப் பணியாளர்களும் நிலமற்ற உழைப்பாளர்களும் இலவச உழைப்பு, பண்ணை வாடகை, தன்னிச்சையான வெளியேற்றங்கள், ஏமாற்றுதல், கணக்குகளை மாற்றுதல், ஏறத்தாழக் கொலைகளுடன் கூடிய எல்லாவித உடல்சார்ந்த முறைகேடான செய்கைகள் ஆகியவற்றை எதிர்த்து எழுச்சி கண்டனர் (அலாய்சியஸ் 1997). ஒடுக்குகின்ற சூழல்களில் தொடர்ச்சியான விவசாய எழுச்சிகள் தோன்றின. தட்சிண தானியக்

கிளர்ச்சி, பாப்னா விவசாயிகள் போராட்டம், மாப்பிள்ளைமார் கலகங்கள், சாந்தலர்கள், முண்டாக்கள் ஆகிய பழங்குடியினர் கலகங்கள், பிஹார்-உத்தரப் பிரதேசச் சமவெளி விவசாயிகளின் போராட்டங்கள் இதற்குச் சான்றுகள். இந்த இயக்கங்கள், காலனிய-இந்திய ஆட்சியாளர்களின் ஒருமித்த சினத்தைத் தூண்டின. பிராமணருடன் காலனிய ஆட்சியின் கூட்டுச்சதி, ஒத்துழைப்பையும் வெளிக்காட்டின.

இப்படியாக பத்தொன்பதாம் நூற்றாண்டின் பிற்பகுதி, இருபதாம் நூற்றாண்டின் தொடக்கம்-இது தேசியத்தின் மற்றும் அதிகார மாற்றத்துக்கான காணத்தக்க எழுச்சியின் காலம்-கீழ்ச்சாதியினர், சமுதாயங்களிடையே ஒரு பரந்த அரசியல் பிரக்ஞையின் விழிப்பையும் கண்டது. சார்த்தியுரைக்கும் ஏற்றத் தாழ்வுகள், சாதி யடிமைத்தனம், நிலப்பிரபுத்துவச் சுரண்டல்கள் ஆகியவற்றின் கிடுக்கிப் பிடிக்கு எதிரான பலதள இயக்கங்களை அவர்களின் சமநீதி நாட்டங்கள் உருவாக்கின. இந்தப் போராட்டங்கள், சாதி மற்றும் அதன் விளைவுகளைப் பற்றிய தளர்வுறாத விமரிசகர்களான பல தலைவர்களை உருவாக்கின. தேசியத் திட்டத்திலிருந்து சமத்துவத்திற்குச் சார்பான சமூக இயக்கங்களை நீக்குகின்ற போலித்தனமான தேசியத் தலைமையை அவர்கள் எதிர்கொண்டனர். மகாராஷ்டிராவில் புலே, ஷாஹு மஹராஜ், அம்பேத்கர்; தமிழ்நாட்டில் அயோத்தி தாசர், பெரியார்; கேரளாவில் நாராயண குரு, டாக்டர் பல்பு, குமாரன் ஆசான், கே, அய்யப்பன், அய்யன் காளி; ஆந்திராவில் பாக்யரெட்டி வர்மா; பஞ்சாபில் மங்கூ ராம், சோட்டூ ராம்; உத்தரப் பிரதேசத்தில் அச்சுதானந்தன், ராம்சரண்; வங்காளத்தில் ஹரி சந்தா தாகூர், நாராயண குரு சந்தா, யோகேந்திரநாத் மண்டல்; அஸாமில் சோனார் சேனாபதி; இன்னும் பல அவ்வளவாக அறியப்படாத சமூகப் போராட்டக்காரர்கள் மேற்குடியினரின் தேசபக்திப் பாசாங்கினைக் கேலிசெய்தார்கள். ஒவ்வொரு நிலையிலும் உள்ள சுரண்டல் அமைப்பைத் தாக்கினார்கள். அவர்கள் உயர்வகுப்பு கலாச்சார மரபினைப் புறக்கணித்தார்கள். இந்த நிலத்தின் பிராமணரல்லாத கலாச்சாரத்தினுள் பதிந்துள்ள சமூக-மத நடைமுறைகளை உருவாக்க முயற்சி செய்தார்கள். "இந்தியா பிரிட்டிஷ் காலனியத்தின் ஒரு கட்டத்திற்குள் வந்ததுபோல, அது முன்னால் தனது வரலாற்றில் பார்ப்பனியக் காலனியத்தின் கட்டங்களுக்குள் இருந்தது" என்ற புலேயின் அடிப்படைக் கருத்தை மேற்கண்டவர்கள் யாவருமே ஏதோஒரு வகையில் வலியுறுத்தினர் என்பது குறிப்பிடத் தக்கது. ஒடுக்கும் இன்றைய நிலையைக் கடந்த கால வரலாற்றுடன் பொருத்தி இந்த உள்நாட்டுக் காலனியம் சாதியடிப்படையிலான வேறுபடுத்தலையும் ஆதிக்கத்தையும் புனிதப்படுத்தும் ஒரு தவறான தத்துவம் மற்றும் போலிமதத்தில் வேர் கொண்டுள்ளது என்று சுட்டிக்

காட்டினர். ஒரு புதிய, ஜனநாயக, சமநீதிக் கலாசசாரத்தின் வளர்ச்சிக்கு ஏற்ற மரபுகள் பல இருப்பதை அவர்கள் வலியுறுத்திக் காட்ட முனைந்தனர்.

நாராயண குருவும் கேரள விடுதலைப் போராட்டமும்

இப்போது கேரளா 100 சதவீதக் கல்வி வளர்ச்சியினாலும் குறிப்பிடத்தக்க சமூகப்-பொருளாதார முன்னேற்றத்தாலும் மாதிரி அரசாக இப்போது ஏற்கப்பட்டுள்ளது. ஆனால் நீண்ட நாட்கள் முன்னால் அல்ல, இந்தியாவின் தென்மேற்குக் கரையில் அமைந்துள்ள இந்த மாநிலம் ஒடுக்குதலின் கடுமையான களமாக இருந்தது. அங்கு கீழ்ச்சாதிகள் மிக இழிந்த நடைமுறைகளுக்கு ஆட்படுத்தப் பட்டனர். தொலைவில் வரும்போதே அசுத்தம் என்று சொல்லும் தீட்டு என்பது கீழ்ச்சாதிகளின் மனித நிலைக்கும் இழிந்த அந்தஸ்தை எடுத்துக்காட்டும். அவர்கள் நம்பூதிரி பிராமணர்கள், நாயர்களால் மிக மோசமான கொடுமைகளுக்கு ஆளாயினர்.[2] மக்கள் தொகை மிக்க ஈழவர் சமுதாயம்-இன்று வளமிக்க ஓபிசி சாதியாக இருப்பது-தீண்டப்படாதவர்களைப் போல இழிவாகக் கருதப்பட்டது. அதனால் பலவேறு சமூக இயலாமைகளுக்கும் அவர்கள் ஆளாயினர். பொதுக் குளங்கள், கிணறுகள், மேல்சாதிக்காரர் வீட்டருகில் அல்லது கோயில்கள் அருகில் செல்லும் சாலைகள், பாலங்கள் ஆகியவற்றை அவர்கள் பயன்படுத்தலாகாது. செருப்புகளையோ குடையையோ பயன்படுத்தக் கூடாது. அவர்கள் இல்லப் பெண்கள் மார்பில் துணி அணியக் கூடாது. ஆதிக்க சாதியினருக்கு இலவச சேவை செய்ய வேண்டுமென்று கட்டாயப்படுத்தப் பட்டனர். அரசுப் பள்ளிகளிலும் அவர்களுக்கு அனுமதி மறுக்கப்பட்டது. நிர்வாகச் சேவைகளிலிருந்து முற்றிலுமாக ஒதுக்கி வைக்கப்பட்டனர். (ராவ் 1979: 24), எல்லா உரிமைகளையும் அனுபவித்துவந்த, அதன் பலத்தால் ஆங்கிலக் கல்வியையும் அரசாங்கப் பதவிகளையும் பெற்ற ஆதிக்கசாதிகளிடையில் ஈழவர்கள் தங்கள் மரபுசார்ந்த வேலைகளை-விவசாயம், கள்ளிறக்குதல், நெசவு-மட்டுமே செய்யவேண்டும் என்ற எண்ணம் நிலவியது.

திருவாங்கூர், கொச்சி, மலபார் ஆகிய இடங்களில் இந்த ஒடுக்குகின்ற நிலையை எதிர்த்து உணர்ச்சிகள் கொதித்துக் கொண்டிருந்தன. முதல் ஈழவப் பட்டதாரியான டாக்டர் பல்பு (1863-1950)க்கு அவரது சாதியின் காரணமாக அரசாங்க வேலை கிடைக்கவில்லை. அவர் கீழ்ச்சாதிகளுக்கு எதிரான குடிமக்கள் இயலாமைகளை நீக்கவேண்டுமென்று 1885இல் போராடினார். இந்தப் பிரச்சினைகள் பற்றி ஒரு மக்கள் போராட்டம் நடத்தினார். அரசுப் பள்ளிகளும் பொதுச் சேவைகளும் தங்களுக்குத் திறக்கப்பட வேண்டும்

என்று 13176 ஈழவர்கள் கையொப்பமிட்ட ஒரு நினைவுக்குறிப்பு 1896இல் திருவாங்கூர் அரசரிடம் தரப்பட்டது. ஈழவர்கள் கல்விக்கோ அரசாங்க வேலைகளுக்கோ ஆசைப்படத் தேவையில்லை என்று இந்த விண்ணப்பம் தூக்கி எறியப்பட்டது!

கேரள சமூகம் மாற்றத்திற்குத் துடித்துக் கொண்டிருந்தது. புதிய சக்திகள் மாற்றத்தை வேண்டி பொங்கி எழுந்தவாறு இருந்தன, ஆனால் பழைய முறைமை மடிய மறுத்தது. ஏறத்தாழ இந்தச் சமயத்தில்தான் நாராயண குரு (ஏ,1854-1928) (ஈழவச் சமூகத்தைச் சேர்ந்த துறவி) தமது கற்பனை நலம் வாய்ந்த பொதுச் செயல்பாடுகளால் விடுவிப்பவராக எழுந்தார். அவர் நடத்திய இயக்கம் மேல்சாதி ஆதிக்கத்தின் பொருளியல் கூறுகளைச் சவாலுக்கு அழைத்தது மட்டுமல்ல, சமூகப் படிநிலையின் ஆதிக்கத் தன்மையையும் தலைகீழாக மாற்றிவிட்டது.

ஆழமான ஆன்மிக மனிதரான நாராயண குரு, தம்மைச் சுற்றிக் கண்டவை-தர்மத்தின் பெயரால் மிகப் பெரும்பான்மையான மக்களிடையே எங்கும் பரவியிருந்த வறுமை, அறியாமை, அடிப்படை மனித உரிமைகள் அற்ற நிலை ஆகியவை அவரை அதிர்ச்சியுறச் செய்தன. அவரைப் போன்ற சூத்திரர்கள் மதம் என்ற புனிதப் பகுதிக்குள் நுழையத் தடைசெய்யப் பட்டனர். ஒரு மத போதகர் அல்லது தலைவராக அவருக்கு உரிமை இல்லை. நாராயண குரு இதை எதிர்த்தார். பிராமணர்களே இல்லாத பல கோயில்களையும் ஆசிரமங்களையும் நிறுவி வரலாறு படைத்தார். தெற்கு திருவாங்கூர் அருவிபுரத்தில் நடத்திய முதல் குடமுழுக்குச் சடங்கில் (1888 பிப்ரவரி 10), அவர் அருகிலிருந்த ஓர் ஓடையிலிருந்து ஒரு கல்லை எடுத்து அதைச் சிவன் வடிவமாக நிறுவினார். பிராமணர்கள் மிகக் கடுமையாக எதிர்த்தனர். "ஒரு ஈழவனுக்கு சிவனின் மூர்த்தத்தை நிறுவும் உரிமை கிடையாது" என்று கூறினர். கோபமுற்ற பிராமணர்களை நாராயண குரு குறைந்தபட்சச் சொற்களால் அமைதிப்படுத்தினார்: "நான் ஓர் ஈழவச் சிவனை நிறுவினேனே ஒழிய பிராமணச் சிவனை அல்ல. இதை நான் தீண்டப்படாத ஈழவர்களுக்காக நிறுவினேன்." அதேபோல் சிலையைத் திருமுழுக்குச் செய்வதற்கு நல்லநேரம் பார்க்காமல் அவர் பெருந்தவறு செய்துவிட்டார் என்று தூய்மைவாதிகள் குற்றம் சாட்டியபோது அவர் கூறினார்: "குழந்தை பிறந்த பிறகுதானே நாள் நட்சத்திரம் கணிக்கிறோம்? நாள் நட்சத்திரம் பார்த்தபிறகா குழந்தை பிறக்கிறது? இப்போது சிலை புனிதமாகி விட்டது. நீங்கள் சாதகம் கணிக்கலாம்." (குஞ்ஞுப்பா 1988: 25-6). நாராயண குரு இவ்வாறு மாநிலத்தின் பல பகுதிகளில் கோயில்களைப் பரவலாக ஏற்படுத்திக்கொண்டே சென்றார். அங்கு யாரும், மிகக் கீழான புலையர், பிற சாதிகள் உட்பட எவரும் வரலாம். அருவிபுரத்தில் நடத்திய முதல் குடமுழுக்கின் நினைவாக ஒரு

நினைவுச் சின்னக் கோயில் கட்டியபோது, நாராயண குரு பின்வரும் செய்தியை அங்கு பொறித்தார்:

மாதிரி வாழிடம் ஒன்று இங்கிருக்கிறது
இங்கு மனிதர்கள் சகோதரர்களாக வாழ்கிறார்கள்
சாதி என்னும் பாரபட்சமின்றி
மதவேறுபாடுகளின் பகைமையின்றி.

நாராயண குரு, பழமைவாதச் சூழலில் பிறந்து வளர்ந்தவர். அக்கால மக்கள் நிறுவன மதச் செயல்பாடுகளில் மிகப் பெரிய நம்பிக்கை உடையவர்கள். மரபான குறியீடுகளுக்கு மனிதநேயமிக்க, உள்ளடக்குகின்ற மதிப்புகளை அளித்தது அவரது தனிச்சிறப்பாகும். மக்களுக்கான கோயில்களை அமைப்பதில் அவரது முன்னெடுப்பு, அவரது புகழ்பெற்ற சுலோகமான "மனிதர்களுக்கு ஒரு சாதி, ஒரு மதம், ஒரு கடவுள்" என்பதில் வெளிப்பட்ட அவரது உலகப்பொதுப் பார்வையுடன் இணைந்ததாகும். கடவுளிடம் பக்தி ஒரு புறமிருக்க, ஒரு சமயத்தில் தமது மதத்திற்கு மக்களைச் சேர்த்தபோது "தலயாத்திரை செய்வதன் நோக்கம் பொதுவான கல்வி, மனிதர்களைப் புரிந்துகொள்ளுதல்" என்றார்.

நாராயண குரு நிறுவிய கோயில்கள் சமூக மாற்றத்திற்கான முன்னறிவிப்புகளாக இருந்தன. அங்கு பணிபுரிந்த புரோகிதர்கள் வர்ணாசிர தர்மத்தின்படி அசுத்தமானவர்களாகக் கருதப்பட்ட சாதிகளைச் சேர்ந்தவர்கள். உண்மையில், அவர் இக்கோயில்களை ஆக்கப்பூர்வமான செயல்களுக்கான மையங்களாகவும், வறியவர்களுக்குக் கல்வி வழங்கும் இடங்களாகவும் கருதினார். கோயில் கட்டடங்களும் வளாகங்களும் பள்ளிகளாகவும், நூலகங்களாகவும் சந்திப்புக் கூடங்களாகவும் இன்னும் நெசவுக் கூடங்களாகவும்கூட இருக்கலாம் என்றார். காணிக்கையாகப் பெற்ற பணம் பொது நன்மைக்கும், பள்ளிகளை நிறுவுவதற்கும், தொழில் மற்றும் தொழில்நுட்ப மையங்களை அமைப்பதற்கும் பயன்படுத்தப்பட வேண்டும்.

வளர்ச்சியை மேம்படுத்தவும், புதிய துறைகளில் வேலைவாய்ப்பு கிடைப்பதற்காகவும் ஆங்கிலம், மலையாளம் இரண்டிலும் நவீன கல்வியின் தேவையை நாராயண குரு வலியுறுத்தினார். தமது சீடர்களுக்கு அவர் கொடுத்த இலக்குவாக்கியம் இதுதான்: "சுதந்திரத்திற்காகக் கல்வி அளியுங்கள், பலத்திற்காக அமைப்புச் செய்யுங்கள்" 1910இல் சேறையில் விஞ்ஞான வர்தினி சபாவில் பேசியபோது, பெண்கள் கல்வியின் தேவை பற்றியும் தொழில்களை நிறுவத் தொழில்நுட்பப் பயிற்சியின் தேவை பற்றியும் அவர்

வலியுறுத்தினார். கோயில்களின் விரும்பிய பணி மக்களை ஒன்று சேர்ப்பதுதான். அதை அவை செய்யவில்லை. மாறாக, அவை சாதிப் பிளவுகளை ஆழப்படுத்தின என்று வருத்தப்பட்டார். 1917இல் அதனால் கல்வி நிறுவனங்களையே மெய்யான கோயில்களாகவும் அங்கு அவை சாதி வித்தியாசங்களை அழிக்கும் கல்வியை மக்களுக்குத் தரும் என்றும் அவர் அறிவித்தார்.

கோயில்களைக் கட்டுவதற்காகப் பணம் செலவு செய்வதைப் பற்றி மக்கள் வருத்தப்படக்கூடும்...முக்கியக் கோயில்கள் அனைத்தும் கல்வி நிறுவனங்களாக வேண்டும்... கோயில்களின் வாயிலாக எல்லா மக்களும் சாதி வேறுபாடின்றி ஒன்றாகப் பங்கேற்பார்கள் என்று கருதப்பட்டது. ஆனால் நமது அனுபவம் இந்த நம்பிக்கையை நியாயப்படுத்தவில்லை. கோயில்கள் சாதித் தடைகளை மிகுதிப்படுத்துகின்றன. இப்போது நாம் மக்களுக்குக் கல்வி தர வேண்டும். அவர்கள் இன்னும் அதிக அறிவு பெறட்டும்; அது ஒன்றுதான் அவர்களை மேம்படுத்தும் வழி.
(பார்க்க ஜார்ஜ் 1991: 17)

தமது மதமென்ற போர்வைக்குக் கீழ் நாராயண குரு ஒரு சமூகப் புரட்சியாளர். சில அறிஞர்கள், சமஸ்கிருதம், வேதாந்த தத்துவம் ஆகியவற்றை அவர் நேசித்ததன் காரணமாக அவரது இயக்கத்தை மரபான இந்துமதம் என்ற எல்லைக்குள் காண்கிறார்கள். ஆனால் அவருடைய சிந்தனை ஒழுங்கும் செயல்பாடுகளும் சமூக மாற்றத்தை நோக்கியவை ஆதலின் சாதிக்கலாச்சாரத்தை எதிர்த்துப் புரட்சி செய்தன. காந்தியைப் போலன்றி அவர் சாதியில் ஒடுக்கப்பட்டவர்களை பிராமண வழிபாட்டு முறைமைகளுக்குள் சேர்த்துக் கொள்வதன் கலாச்சார அர்த்தங்கள் பற்றி அவர் விழிப்போடிருந்தார். ஆகவே பார்ப்பனக் கோயில்களுக்குள் கீழ்ச்சாதியினர் நுழைவதற்குப் போராட்டம் நடத்துவதற்குப் பதிலாக புதிய வழிபாட்டுத் தலங்களையே உருவாக்கலாம் என்று நினைத்தார். மதத்தைப் பார்ப்பன-நீக்கம் செய்தல், கல்வியை ஜனநாயகப் படுத்துதல், வேலைகளைப் பலவேறு வகைகளாக்குதல், சமூகம்-கலாச்சாரம் மீது ஒரு பகுத்தறிவுபூர்வமான அணுகுமுறையைக் கடைப்பிடித்தல் ஆகியவற்றால் நாராயண குரு ஓர் அறிவொளி பெற்ற சமூகத்தைக் கட்ட முயன்றார். அதனால் சாதியையும் பார்ப்பனியத்தையும் சவாலுக்கழைத்த புத்தர் காலத்துக்குப் பின்னர் அந்த எதிர்க்கலாச்சாரத்தின் கொடையை நாராயண குரு முன்னோக்கி எடுத்துச் சென்றார்.

ஓர் ஒழுக்கச் சீர்கேடுஅடைந்த, பிளவுபட்ட சமூகத்தை மக்களுக்குக் கலாச்சார-கல்வி அதிகாரம் அளிப்பதன் வாயிலாக உயிர்ப்பிக்க வேண்டுவதுதான் நாராயண குருவின் பேராவல். இதற்காக அவர் கருத்தியல் வேறுபாட்டினைக் கருதாமல் எவரையும் தழுவிக்கொள்ளத் தயாராக இருந்தார். எப்போதும் பரிணமித்துக் கொண்டே இருந்த

ஒரு புனிதர் ஆகையால் ஜனநாயகக் கருத்து வேற்றுமையையும் முரண்பாட்டையும் அவர் மதித்தார். இது பலவேறு பரந்த வகைப்பட்ட சிந்தனையாளர்-செயல்வீரர்களுடன் அவர் உடன்பட்டுச் செல்ல உதவியது. அவரது முக்கியத் தோழர்களின் திறமைகளும் கடின உழைப்பும் இயக்கத்தைப் புகழ்மிக்க உயரங்களுக்குக் கொண்டு செல்ல உதவின. அவர்களில் டாக்டர் பல்பு, குமாரன் ஆசான், சி. வி. குஞ்ஞிராமன், கே. அய்யப்பன், டி,கே. மாதவன் ஆகியோர் முக்கியமானவர்கள். பல்பு, அறிஞர், செயல்வீரர், கல்விக்காக உணர்ச்சியுடன் போராடியவர், குமாரன் ஆசான் (1873-1924) கேரளத்தின் முன்னணிக் கவிஞர், பௌத்த ஈடுபாட்டாளர். சி. வி. குஞ்ஞிராமன் (1871-1949) மிகச் சிறந்த பகுத்தறிவாளர். கே. அய்யப்பன் (1889-1969) அவநம்பிக்கைவாதி, முழுமையான தீவிரவாதி. நாராயண குருவின் சுலோகமான "மனிதனுக்கு ஒரு சாதி, ஒரு மதம், ஒரு கடவுள்" என்பதை "மனித இனத்துக்கு சாதியில்லை, மதமில்லை, கடவுளில்லை" என மாற்றியமைத்தவர். டி,கே. மாதவன் (1886-1930) ஒரு மிதவாதி, தீண்டப்படாதவர்களின் உரிமைகள், கௌரவம் இவற்றுக்காக சத்யாக்கிரகத்தில் ஈடுபட்டவர்.

வெகுஜனங்களைச் சென்றடைய ஒரு திறந்த வலைப்பின்னல் அமைப்பு தேவை என்று நாராயண குரு உணர்ந்தார். ஆகவே தமது நெருக்கமான தோழர்களை ஓர் அமைப்பை உருவாக்கச் செய்தார். நாராயண குருவின் தர்மத்தையும் ஒடுக்கப்பட்டோர்க்கு அதிகாரமளித்தலையும் பரப்புவதற்கு ஸ்ரீ நாராயண தர்ம-பரிபாலன யோகம் என்ற அமைப்பு (பரவலாக SNDP என அறியப்பட்டது) 1903இல் உருவாகியது. SNDP விரைவில் ஓர் இயக்கமாக மாறியது. அதன் ஆண்டுக் கூட்டங்கள் ஆயிரக்கணக்கான தன்னார்வலர்களை ஈர்த்தன. பல்பும் குமாரன் ஆசானும் அதைச் சமூக மாற்றத்திற்கான மேடையாக்குவதில் முதன்மைப் பங்கு வகித்தனர். பல்பு, பெண்கள் மாநாடு ஒன்றை ஏற்படுத்தினார். அது ஆண்டுக் கூட்டங்களில் முறையான பகுதியாகியது. அறிவியல் தொழில் நுட்பத்தின் பக்தரான அவர் 1905இல் ஒரு தொழில்துறைக் கண்காட்சியையும் SNDP மாநாட்டின் பகுதியாக உருவாக்கினார்.

பல்புவும் ஆசானும் ஈழவப் பையன்கள்-பெண்களை அரசாங்கப் பள்ளிகளில் சேர்க்க ஒரு போராட்டம் நடத்தினர். இதனால் தொடர்ச்சியாக உயர்சாதி நாயர்களுக்கும் ஈழவர்களுக்கும் இடையில் வன்முறை சார்ந்த மோதல்கள் நிகழ்ந்தன. 1903இல் திருவாங்கூர் திவான், ஹரிபாடில் ஒரு பள்ளியை ஈழவர்களுக்குத் திறந்துவிட்டபோது, நாயர்கள் வன்முறையில் ஈடுபட்டு ஈழவர் வீடுகளைக் கொள்ளையடித்ததோடு பள்ளிப் பையன்களையும் தாக்கினர்

(ராவ் 1979: 49). இவ்வாறாக, கல்வித்தளத்தில் நுழையும் உரிமை, SNDP நடத்திய ஒரு நீண்ட போராட்டத்தின் விளைவாகப் பெறப்பட்டது. ஈழவர் போராட்டம், பிற உரிமையற்ற சமூகத்தினரையும் இதைப் போன்ற போராட்டங்களில் ஈடுபடத் தூண்டியது. புதிய பள்ளிகள் திறக்கப்பட்டன. ஒடுக்கப்பட்ட வகுப்பினரை அரசு நடத்தும் பள்ளிகளில் சேர்ப்பதற்கான அழுத்தம் அதிகரித்தது. உரிமையிழந்தோர் இடையே கல்வியின் பரவல், அரசாங்கத் தலையீட்டுக்காகக் காத்திருக்கவில்லை, அதில் பெரும்பகுதி மக்களின் சொந்த முயற்சியால் விளைந்தது.

மரபுவழியாக, ஈழவர்களில் தீயர், சோவன், தெண்டன் மற்றும் பிற உபசாதிகள் உண்டு. இவர்கள் தங்களுக்குள் மணம்புரிவதில்லை. எவ்வளவோ மூடநம்பிக்கைகளும் தீயொழுக்கம் கொண்ட நடைமுறைகளும் ஈழவர்களிடையே இருந்தன. SNDP அவர்களை ஒரே சமுதாயமாகக் கட்டமைக்க உதவியது. அவர்கள் தங்கள் மோசமான வழக்காறுகளையும் சடங்குகளையும் விட்டுவிடச் செய்தது. மது அருந்தும் பழக்கத்தை விடச் செய்தது. கள்ளிறக்குதல் போன்ற மரபான வேலைகளை விட்டு, புதிய தொழில்துறைகளிலும் கைவினைகளிலும் ஈடுபடச் செய்தது. தொழில்துறைக் கண்காட்சிகளை நடத்தியதோடு, தொழிற்பயிற்சி முகாம்கள் பலவற்றை நடத்தியது.

SNDPயின் அக்கறைகளும் செயல்பாடுகளும் ஈழவர்களுடன் மட்டும் நிற்கவில்லை; சாதிகளுக்கிடையே இருந்த தடைகளை நீக்க ஒருமித்த முயற்சியையும் எடுத்தது. அச் சங்கத்தின் கோயில்களும் விடுதிகளும் புலையர்கள், பறையர்கள், செருமான்கள் உட்பட எல்லாருக்கும் திறந்திருந்தன. நாராயண குருவின் வாழ்க்கை வரலாற்றாசிரியரான மூர்க்கோட்டுக் குமாரன் குறும்பாகப் பதிவு செய்தவாறு, "இக்கோயில்களுக்குள் பிராமணர்களும் அனுமதிக்கப் பட்டார்கள்!" நம்பூதிரிகள், நாயர்கள் உட்பட எல்லாச் சாதிகள்மீதும் ஓர் அலையலையான விளைவை இந்த இயக்கம் உருவாக்கியது. மேற்சாதியினர், தங்கள் பழைய, மோசமான பழக்கங்களை விட்டு, அதற்குப் பதிலாக மேன்மையான மதிப்புகளையும் நிறுவனங்களையும் ஏற்படுத்தவேண்டும் என்று உணர்ந்தனர். சுருக்கமாகச் சொன்னால், பொதுமக்கள் உணர்வைத் தட்டியெழுப்பிச் சமூக அநீதிக்கு எதிராக முடிவானதொரு போராட்டத்தை நடத்தி, ஒடுக்குபவர்கள் தங்கள் வழிகளை மாற்றிக் கொள்ள வேண்டும் என்ற எச்சரிக்கையையும் அளித்தது. கவிஞர் ஆசான் தமது தீர்க்கதரிசனக் குரலினால் உயர்ந்தவர்களுக்கும், பலமானவர்களுக்கும் அழைப்பு விடுத்தார்: "சட்டங்களை நீங்களே மாற்றுங்கள், அல்லது அவை உங்களை மாற்றிவிடும்" *(பார்க்க ஜார்ஜ் 1991: 66).*

SNDPயின் நீண்டநாள் நிர்வாகச் செயலராக இருந்த குமாரன் ஆசான் தமது படைப்பாக்கத் திறனை அந்த இயக்கத்திற்கு ஒரு கலாச்சார அடிப்படையைத் தரப் பயன்படுத்தினார். நவீன மலையாளக் கவிதையின் மூன்று முக்கியஸ்தர்களில் (வள்ளத்தோள், உள்ளூர், ஆசான்) ஒருவரான ஆசான், தமது புதுமையான உத்திகளாலும் தீவிரமான கருத்துகளாலும் இலக்கிய அரங்கில் ஒரு புதிய வீச்சை உருவாக்கினார். அவரது கவிதைகளில் பல சமூக மீள்கட்டமைப்பின் ஆர்வத்தால் உந்தப்பட்டவை. தேசபக்தி உணர்வையும் சாதிக்கு எதிரான கடுவெறுப்பையும் தூண்டுவதற்காக அவர் 1908இல் எழுதினார்:

> *உன் அடிமைத்தனம் உன் விதி அம்மா!*
>
> *சாதியால் குருடான உன் பிள்ளைகள் அடித்துக் கொள்கிறார்கள்*
>
> *கொலைப் படுகிறார்கள். பிறகெதற்குச் சுதந்திரம் இங்கே?*

(பார்க்க எஸ். சர்க்கார் 1983)

துரவஸ்தா(வருந்தத்தக்க நிலை) என்ற கவிதையில் ஆசான் எவ்விதம் விலக்கப்பட்ட சாதிகளிலிருந்து இஸ்லாமுக்கு மாறிய மாப்பிள்ளைமார்கள் இந்து மேல்சாதிகளின் கொடுமைகளிலிருந்து தப்பிக்கப் புதியதொரு மதத்தை ஏற்றுக் கொண்டனர் என்பதைக் காட்டுகிறார். திருமண பந்தத்தில் ஒரு நம்பூதிரிப் பெண்ணையும் புலைய ஆணையும் இணைக்கின்ற கதை ஒன்றை உருவாக்குகிறார். மிக மேலான, மிகக் கீழான சாதிகளிடையே கலப்புத் திருமணம் என்பது மேல்வர்ணத்தினர் இடையே மிகப் பெரிய சினத்தை உருவாக்கியது. சாதியற்ற சமூகம் என்ற இலட்சியத்தால் உருவான கவிதை அது என்று ஆசான் விடையளித்தார்.

சாதிக்கும் பார்ப்பனியத்துக்கும் எதிரான வரலாற்று முன்மாதிரியாக புத்தரைக் கண்டார் ஆசான். (அவயா 1999). அவருடைய போற்றப்பட்ட சில கவிதைகள், உதாரணமாக சண்டாள பிட்சுகி, கருணை போன்றவை பௌத்தக் கதைகளால் உருவானவை. புத்தர்மேல் அவர் கொண்ட ஆர்வம், எட்வின் ஆர்னால்டின் ஆசியஜோதி கவிதையை மலையாளத்தில் ஸ்ரீ புத்த சரித்திரம் என்ற பெயரில் மொழிபெயர்க்க வைத்தது.

கேரளத்தின் தாழ்த்தப்பட்ட மக்களிடையிலான புத்திஜீவிகளுக்குள் பௌத்தத்தைத் தழுவிக்கொள்ளும் உந்துதல் மிக வலுவாக இருந்தது. அது இயக்கத்தில் தன்னை வெவ்வேறு வடிவங்களில் வெளிப்படுத்திக் கொண்டது. அந்தப் பகுதியின் பௌத்த வரலாற்றுடன் தங்கள் இன்றைய நிலையை அவர்கள் இணைத்து நோக்கி, கேரளத்தில் பார்ப்பனியத்தின் பரவலுக்குப் பிறகும்கூட தங்கள் முன்னோர் பௌத்தத்திலேயே இருந்ததால் அவர்களது சமூக அந்தஸ்து

சாதிப்படிநிலையில் கீழ்நிலைக்குத் தள்ளப்பட்டது என்று அவர்கள் கூறினார்கள். இந்த ஒளியில், அவர்களது விளிம்புநிலை, பார்ப்பனியத்தின் தாக்குதலுக்கு எதிரான போராட்டத்தின் விளைவு என்று விளக்கலாம். (அவயா 1999).

SNDPயின் தொடர்புடைய புத்திஜீவிகள் பலரும் பார்ப்பன இந்து மதத்திற்கு எதிராகப் பௌத்தத்தை முன்வைத்தனர். மதத்திற்கு உள்ளிருந்தே போராட வேண்டும் என்ற நாராயண குருவின் நிலைப்பாட்டை அவர்கள் எதிர்த்தனர். வேறிடங்களிலும் உள்ள அடித்தட்டுக் கொள்கையாளர்களைப் (புலே, அயோத்தி தாசர், பெரியார், அம்பேத்கர் போன்றவர்கள்) பின்பற்றி அவர்கள் இந்து மதத்திற்குள் இருக்கும் நாள் வரை அவர்களுக்குரிய கௌரவம் கிடைக்காது என்று நம்பினர். SNDP செயல்பாடுகளைப் பற்றிச் சிந்தித்து, சிவப்ரசாத சுவாமி என்ற ஒருவர் மிதவாதி(1917 பிப்ரவரி) இதழில் ஒரு கட்டுரை எழுதினார். இந்து மதத்திற்குள்ளாகவே இருக்க வேண்டும் என்ற அதன் இலக்குத் திட்டம் சரியில்லை என்றார். "இந்து மதத்திற்குள்ளாகவே இருந்தால், தாழ்த்தப்பட்ட சாதியில் பிறந்த நாங்கள் அதிலேயேதான் இருந்தாக வேண்டும்." நாராயண குரு எந்த அளவுக்கு வேதக் கல்வியைப் பரப்பினாரோ அந்த அளவுக்கு சாதி உணர்வு மேலும் வலுப்பட்டது என்ற உண்மையை வலியுறுத்தி நாராயண குருவுக்கு ஒரு கடிதமும் எழுதினார். நாராயண குருவிடம் ஒரு புதிய மதத்தை ஆரம்பிக்க வேண்டும் என்ற வேண்டுகோளை அவர் வைத்தார். 'சாதியை மறுத்த பௌத்தம் போன்றதொரு மதம்'. அவருடையது ஓர் ஒற்றைக்குரல் அல்ல. கே. அய்யப்பன், சி. கிருஷ்ணன் போன்ற தலைவர்களும் பிற தீவிர ஈழவர்களும் இதே பார்வையைக் கொண்டிருந்தார்கள் (மேலது).

பௌத்தத்தை உயிர்ப்பித்தலுக்கான உற்சாகமும் மிகுதியாக இருந்தது. ஆனால் இக்கருத்தில் ஒருமைப்பாடு இல்லை. குஞ்ஞிராமன் போன்ற சிலர் கிறித்துவத்தை விரும்பினர். டி.கே. மாதவன் போன்ற சிலர் எவ்வித மதமாற்றமும் கூடாது என்றனர். ஆனால் பௌத்தத்திற்கு வெகுமக்கள் மாற்றத்தைத் தடுத்தது முக்கியமாக நாராயண குருவின் விருப்பமின்மைதான். அவர் பௌத்த உற்சாகிகளுக்கு, "மதம் எதுவாக இருந்தாலும் மனிதன் நல்லவனாக இருந்தால் போதும்" என்று கூறி சமாதானப்படுத்தினார். இருப்பினும் இயக்கத்திலிருந்த பலர் பௌத்தத்துக்கு ஏற்புடன் இருந்தார்கள். அவர்களில் சிலர் - சி. கிருஷ்ணன், ஆர். சுகாதன் மிக முக்கியமான உதாரணங்கள் - உண்மையிலேயே மதம் மாறினர். பௌத்த போதனையின் ஒளி என்ற தன் நூலில் (1929) கிருஷ்ணன் அதன் பகுத்தறிவுப்பூர்வ, ஒழுக்கக் கூறுகளை வலியுறுத்தினார். இந்து மதத்தைப் போலன்றி

பௌத்தம் வாழ்க்கையின் அர்த்தத்துக்கான கொள்கையை மட்டுமே தருகிறது, விதிகள், சடங்குகள், அல்லது பணத்தையும் உணவையும் தெய்வங்களுக்கும் புரோகிதர்களுக்கும் படைப்பது போன்ற நடைமுறைகளையும் தருவதில்லை. இதேபோன்றதொரு பார்வையை ஆர். சுகாதனும் முன்வைத்தார். அவர் பின்னர் மாநிலத்தில் தொழிற்சங்கத்திலும் பொதுவுடைமை இயக்கத்திலும் முக்கியத் தலைவராகவும் ஆனார். சுகாதனும் அவர் நபர்களும் அவர்களுடைய சொந்த ஊரான ஆலப்புழையில் பௌத்தத்தைப் பரப்ப புத்த மிஷன் என்ற அமைப்பை நிறுவினார்கள்.

1920-30களில் மாநிலத்தில் பகுத்தறிவு வாதத்திற்கும் சமதர்மத்திற்கும் இட்டுச்சென்ற சமூக-அரசியல் தீவிரமயமாதல் மீட்புக்குரிய புதுமதம் ஒன்றைத் தேடுவதற்கு எதிராக அமைந்தது. ஆலப்புழையில் நாராயண குரு அமைத்த அத்வைத ஆசிரமத்தில் பகுத்தறிவாளர்கள் ஒரு கூட்டத்தை 1925இல் நடத்தினார்கள். கே. அய்யப்பனை ஆசிரியராகக் கொண்டு யுக்திவாதி என்ற பத்திரிகையையும் தொடங்கினார்கள். 1930களில் ஏற்பட்ட மற்றொரு முக்கியமான நிகழ்வு, சுதந்திர சமுதாய இயக்கம். அது எல்லா மதங்களையும் புறக்கணித்தது. சமநீதி அடிப்படையில் சமூகத்தையும் கலாச்சாரத்தையும் மறுகட்டமைப்புச் செய்வதன் தேவையை வலியுறுத்தியது. ஈழவர்களும் பிற தாழ்த்தப்பட்ட சமூகத்தினரும் தாங்கள் இந்துக்கள் அல்ல, தனித்ததொரு சுதந்திரச் சமுதாயம் என்று அறிவிக்க வேண்டும், எந்த மதத்திற்கும் மாறாமல் அறிவொளி பெற்ற நாத்திகர்களாக வேண்டும் என்று அதன் தலைவர்கள் கூறினார்கள். அவர்கள் நிறுவனமயப்பட்ட மதங்களை, குறிப்பாக சாதிமயமான இந்து மதத்தை, அநீதியையும் அறியாமையையும் பரப்புவதற்காகச் சாடினார்கள். சுதந்திர சமுதாயத்தில் ஈ. மாதவன், 1934இல் மதம்தான் மனிதனைப் பிற்போக்குச் சிந்தனைகளில் தளைப்படுத்துவதற்குப் பொறுப்பு, அதனால் அவன் முன்னேற்றம் தடைப்படுகிறது என்று எழுதினார். நிறுவன மதங்கள் யாவுமே அறிவியல், கல்வி ஆகியவற்றின் முன்னேற்றத்திற்கும், வெளியீட்டு (பேச்சு)ச் சுதந்திரத்திற்கும் சமாதான ஒருங்கிசைந்த வாழ்க்கைக்கும் எதிரானவை என்று கண்டார். இந்து மதம் போன்றவை, சாதி வேறுபாடு நோக்குதல் போன்ற கூடுதலான தீமைகளை உருவாக்கின. பலகாலமாகக் கோயில் என்பது சாதிவேற்றுமை, மூட நம்பிக்கை ஆகியவற்றின் விளைநிலமாக இருந்ததன்றி சமூக மற்றும் ஒழுக்க மதிப்புகளின் வளர்ச்சியையும் தடுத்தது என்று மாதவன் கருதினார். வர்ணக் கருத்தியலை ஆதரித்ததற்காகவும், சாதியில் ஒடுக்கப்பட்டவர்களுக்குத் தீர்வாக கோயில் நுழைவை ஆதரித்ததற்காகவும் காந்தியையும் அவர் கண்டித்தார். *(அவயா 1999: 155).*

இந்த இயக்கத்தின் மிகத் தீவிரமான நபர் கே. அய்யப்பன். அவரது அமைப்பு சகோதர சங்கம். சாதியை உருவகப்படுத்தும் ஒரு பிசாசு உருவத்தை எரித்து அச்சங்கம் தன் முதலாண்டு நிறைவைக் கொண்டாடியது. அவர் தீண்டப்படாதவர்களோடு தன்னை ஐக்கியப்படுத்திக் கொண்டார். கீழ்ச்சாதிகள் எல்லாரும் கலந்துண்ண வேண்டும், கலப்புமணம் புரிய வேண்டும், ஒன்றாக முன்னோக்கிச் செல்ல வேண்டும் என்று அவர் விரும்பினார். மிகவும் இழிவாக நோக்கப்பட்ட புலையர்களுடன் அவர் தொடர்பு கொண்டிருந்ததால், அவரது சொந்தச் சாதியின் பழமைவாதிகளே அவர்மீது கோபம் கொண்டு அவரை சாதியிலிருந்து விலக்கினர். நாராயண குருவின் போதனைகளில் அதிக உரிமை எடுத்துக் கொள்வதாகக் குற்றம் சாட்டினர். ‘புலைய அய்யப்பன்’ என்று கேலி செய்யப்பட்ட அவர், மிக அதிகமான துயரத்துக்கு ஆளாகி, நாராயண குருவின் அறிவுரையைக் கேட்கச் சென்றார். ஆனால் நாராயண குரு, அய்யப்பனின் செயல்களைக் கேட்டு மிகவும் மகிழ்ச்சியடைந்தார். அவருடன் தனது நெருக்கத்தைக் காட்டி, எழுத்திலும் தனது ஆதரவைத் தெரிவித்தார். “தனிமனிதர்களின் மதம், மொழி, வழக்காறு, சாதி, அல்லது உடை எதுவாக வேண்டுமானாலும் இருக்கட்டும், அவர்கள் எல்லாருமே மனிதர்கள் என்பதால், அவர்கள் ஒன்றாக உண்பதற்கும் கலப்புத் திருமணம் புரிவதற்கும் எவ்வித ஆட்சேபணையும் இருக்கலாகாது.” (குஞ்ஞப்பா 1988: 56). இது அய்யப்பனின் விமரிசகர்களை வாய்மூட வைத்தது.

காங்கிரஸ் தலைமை தாங்கிய தேசிய இயக்கத்திற்குச் சில ஆண்டுகள் முந்தி வந்தது SNDP இயக்கம். 1920களின் தொடக்கத்தில் காங்கிரஸ் அம்மாநிலத்தில் சற்றே இடம் பிடித்ததும் அதன் மேட்டுக்குடிப் பாதை தலித் வெகுஜனத் தலைமையை அந்நியப்படுத்திவிட்டது. சமூகப் பிரச்சினைகளையும் சாதி வேறுபாட்டுப் பிரச்சினையையும் தவிர்ப்பதற்காக அவர்கள் காங்கிரஸைத் தாக்கினர். காந்தி, இந்தியர்களை ஒடுக்கியதற்காக பிரிட்டிஷ்காரர்களைச் சாத்தான்கள் என்று கண்டித்தார். அப்படியானால், புலையர்கள் பறையர்கள் பிற கீழ்ச்சாதிகளை மனிதர்களைவிடக் கேவலமாக நடத்துகின்ற இந்தியர்களைப் பேய்கள் என்ற சொல்லவேண்டியதுதானே என்று அய்யப்பன் கூர்மையாக காந்தியைக் கேட்டார். காந்தியோ வேறு தேசிய இயக்கத் தலைவர்களோ சாதி மற்றும் கலாச்சார ஒடுக்குதலின் தீமையைப் புரிந்துகொள்ளவில்லை என்று கசப்பாகக் குறிப்பிட்டபோது தலித்-அடித்தள மக்களின் பொதுவான வேதனைக்குக் குரல் கொடுத்தார்.

ஆனால் SNDP தலைமையினர் காந்தியின் சத்யாக்கிரகம் என்ற வடிவத்தைச் சாதிவேறுபாட்டை எதிர்த்துப் போராடத் தங்கள் கையில் விரைந்து எடுத்துக் கொண்டார்கள். 1918 அளவிலேயே

சாத்விக எதிர்ப்பு இயக்கம் கோழிக்கோட்டில் தீண்டாமை போன்ற சமூகத் தீமைகளை எதிர்ப்பதற்காக நிறுவப்பட்டிருந்தது. 1920களில் காங்கிரஸின் கோயில் சத்யாக்கிரகங்கள், குறிப்பாக வைக்கத்திலும் குருவாயூரிலும் நிகழ்ந்தவை, SNDPயின் ஆதரவோடு நடைபெற்றது மட்டுமல்ல, அதன் வெகுஜன ஆதரவும் அடித்தளத் தொண்டர்கள் வாயிலாக வந்தது. 1920களில் SNDPயின் அமைப்புச் செயலராக இருந்த டி. கே. மாதவன் 1923இல் நடந்த காக்கிநாடா காங்கிரஸ் மாநாட்டில் கோயில் நுழைவுத் தீர்மானத்திற்கு உந்துசக்தியாக இருந்தவர். வைக்கம் சத்யாக்கிரகத்தின் முக்கிய அமைப்பாளரும் அவர்தான். முன்னால், கோயிலிலும் சுற்றியுள்ள இடங்களிலும் கீழ்ச்சாதியினர் வரக்கூடாது என்ற விதியைப் புறக்கணித்து, தடுக்கப்பட்ட இடத்தில் மாதவனும் அய்யப்பனும் சென்று பார்த்தனர். காங்கிரஸுக்கு கோயில் நுழைவு என்பது அதன் அதிகார மாற்றத்துக்கான திட்டத்தில் வெகுமக்களைக் கவர்வதற்கான அரசியல் சாக்குப்போக்குதானே தவிர வேறல்ல. ஆனால் SNDP தலைவர்கள் மேலும் பெரியதொரு சமூக இயக்கத்துக்கான முதற்படி இது என்று கருதினர். அய்யப்பன் போன்ற புரட்சியாளர்கள் விரைவில் கோயில் நுழைவு விஷயத்தில் அலுத்துப் போயினர். மக்களின் சக்திகளை ஒரு புறம்பான சிறிய விஷயத்துக்காக வீணாக்குவதற்காக காங்கிரஸையும் மாதவனையும் குறை கூறினர்.

நாராயண குருவும் கூட வைக்கம் சத்தியாக்கிரகத்தில் அதிருப்தியே அடைந்தார். அவர் போராட்டத்தில் ஈடுபட்டவர்கள் தடைகளை உடைத்து, தடைசெய்யப்பட்ட சாலைகளில் செல்வது மட்டுமின்றி, எல்லாக் கோயில்களுக்குள்ளும் புகவேண்டும் என்றார் (எஸ். சர்க்கார் 1983: 24). காங்கிரஸ் உதட்டளவில் கோயில் நுழைவு போன்றவற்றிற்கு ஆதரவு தந்ததே ஒழிய பார்ப்பனமயமாகத்தான் இருந்தது. நாராயண குருவுடன் காந்தி நடத்திய உரையாடலிலேயே இதைத் தெளிவாகக் காணலாம். அதில் ‘ஒரு மரத்தின் இலைகள் எல்லாம் ஒன்றுபோலவே இருப்பதில்லை’என்று கூறிச் சாதி முறைமையை காந்தி ஆதரிப்பதைப் பார்க்கலாம். “இந்த வேற்றுமை மேலோட்டமானது, இலைகளின் சாற்றைப் பிழிந்தால் அது எல்லா இலைகளுக்கும் ஒன்றுபோலவே இருக்கும்“என்று நாராயண குரு பதிலளித்தார். ஆனால் வர்ணாசிரம தர்மத்தில் காந்தியின் நம்பிக்கை இறுதிவரை அசைக்கமுடியாமலே இருந்தது.

SNDP தீண்டப்படாதவர்களை அடிமைத் தளையிலிருந்து விடுபடுமாறு கூட்டு நடவடிக்கையில் இறக்கச் சக்தி தந்தது. முக்கியச் சாலைகளில் நடத்தல், சந்தையிடங்களில் நுழைதல், பள்ளிகளுக்குச் செல்லுதல், சொந்த நிலத்துக்கு உரிமை கேட்டல் ஆகியவற்றின் வாயிலாகப் புலையர்கள் தங்கள் குடியுரிமைகளைப் பாதுகாக்க

முன்வந்தனர். நாடகம்போன்றதொரு தன்மையில் அய்யன்காளி(1863-41) புலையர்களுக்குத் தலைமை தாங்கினார். புலையர்கள் பொதுச் சாலைகளில் வரக்கூடாது என்ற மரபான தடையை மீறி, அவர்களுடைய மாட்டுவண்டிகளைப் பொது வழிகளில் நகரத்துக்கு நகரம் ஓட்டிச் சென்றார். அவரது தலைமையின் கீழ், புலையப் பெண்கள் பல இடங்களில் கூடித் தங்கள் உடலை முழுமையாக மூடிக் கொள்ளும் உரிமையை நிலைநிறுத்தியதோடு, அவர்களுடைய அடிமைத்தனத்தின் குறியீடாக அவர்கள் அணிந்திருந்த கல்-மாலையை வீசி எறிந்தனர். கல்மாலை ஒன்றை மட்டுமே அவர்கள் இடுப்புக்குமேல் அணிய வேண்டும் என்ற விதி இருந்தது. 1907இல் அய்யன்காளி சாது ஜன பரிபாலன சங்கம் என்ற ஒன்றை நிறுவனார். அதில் புலையர்கள் அன்றிப் பிறரும் சேரலாம். தான் படிக்காதவர் என்றாலும், எல்லாச் சமுதாயங்களும், குறிப்பாக செருமான்கள், பறையர்கள், புலையர்கள் யாவரும் படிப்பதற்காக நவீன கல்வியையும் தொழிற் பயிற்சியையும் அளிக்கும் நிறுவனங்களை உருவாக்க ஓர் இயக்கத்தை நடத்தினார். மேற்சாதியினரின் தடையையும் எதிர்ப்பையும் மீறித் தீண்டப்படாத பெண்கள் படிப்பதற்குப் பல பள்ளிகளையும் திறந்தார். துணைக் கண்டத்திலேயே முதன்முதலாக நிலமற்ற கூலி உழைப்பாளரின் வேலைநிறுத்தத்தை 1915இல் உருவாக்கிச் சரித்திரம் படைத்தார். இவ்வேலை நிறுத்தம் கூலிக்காக அல்ல, தீண்டப்படாத சிறார்களை பள்ளிக்குச் செல்ல அனுமதிக்கும் உரிமை கோரியே நடத்தப் பட்டது (மேலது 149).

பின்னர், ஈழவர்-புலையர் போராட்டம், கிறித்துவர்களையும் முஸ்லிம்களையும் சேர்த்துக் கொள்ளுமாறு பெரியதொரு கூட்டாக மாறியது. யாவரும் ஒன்று சேர்ந்து 1919இல் குடியுரிமைச் சங்கம் என்பதை அமைத்தனர். பிற உரிமைகளுடன், பொதுவான வாக்குரிமையையும் குடியுரிமையில் சமத்துவத்தையும் அந்த அமைப்பு வேண்டியது. இவ்வாறாக பொதுக்கல்வி, தொழிற்கல்வி ஆகியவற்றை மேம்படுத்தியும், வேலைகளைப் பலவாறாக்கியும், மேல்நோக்கிய சமூக நகர்வைச் செய்தும், கேரளத்தில் ஒரு புதிய குடிமக்கள் சமூகத்திற்காக முதல் அடிப்படைக் கற்களைத் திறம்பட SNDP அளித்தது (அலாய்சியஸ் 1997). அய்யப்பன் போன்ற நெருப்புமயத் தலைவர்களின் தீவிர அணுகுமுறைக்கு மாறாக நாராயண குருவின் நடுவழிச்செல்கை அணுகுமுறை அதிகப் பயனை அளிக்கவில்லை என்றாலும் சமூகப் படிநிலை கோபுரத்தின் அமைப்பை மாற்றியது. பழையமுறைமைக்கு மரண அடி கொடுத்த ஒரு சமூகச் செயல்முறையை அது தொடங்கிவைத்தது.

திராவிட எழுச்சி: அயோத்தி தாசரும் நீதிக்கட்சியும்

கீழ்ச்சாதியினர் பிராமணர்களின் சிறைவைப்பிலிருந்து உடைத்து வெளிவருவதற்கான, திராவிடக் கலாச்சாரத்தை உயிர்ப்பிப்பதற்கான அங்குமிங்குமாக நிகழ்ந்த, ஆனால் உறுதியான முயற்சிகளைத் தமிழகத்தில் பத்தொன்பதாம் நூற்றாண்டு கண்டது. சாதி, புரோகிதத் தன்மை, சமஸ்கிருதப் புனித நூல்கள் ஆகியவற்றைத் தங்கள் சொந்த நாகரிகத்தை அழிப்பதாக சில தீவிரவாதிகள் கருதினர். தங்கள் சமநீதிக் கடந்த காலத்தை மறுபடி கண்டெடுப்பது தற்காலக் குடியுரிமைகளுக்கான போராட்டத்துடன் பிணைந்திருப்பது ஆயிற்று. இங்கே தனித்த ஒரு மொழிசார்ந்த-இனம்சார்ந்த அடையாளத்தை பிராமணர் அல்லாதவர்கள் கண்டடைவது எளிதாக இருந்தது. திராவிடம் அல்லது தமிழ்[3] என்று அறியப்பட்ட சமஸ்கிருதமல்லாத மூலத்தைக் கொண்ட மொழி இங்கு இருந்தது. தற்கால ஒடுக்கு முறையும் பழைய காலத்தின் சீரழிவும் ஆரிய பிராமணர்களின் படையெடுப்பினால் நிகழ்ந்தது என்று கூறப்பட்டது. இந்தப் புரிதலுக்கு வலுச் சேர்ப்பதான சூழலும் அந்தப் பகுதியில் நிலவியது. திராவிட மக்களையும் அவர்கள் கலாச்சாரத்தையும் ஒடுக்குவதற்கு இன்றும் பிராமணர்கள் சதிசெய்கிறார்கள் என்ற அவநம்பிக்கைக்கு அது வலுச்சேர்த்தது. இன்றும் எஞ்சியிருக்கும் திராவிட மத-கலாச்சார நடைமுறைகள் பிராமணக் கலாச்சாரத்தின் அந்நியத்தன்மைக்குச் சான்றுகளாக இருந்தன.

தென்னிந்தியாவில் அந்தந்த வட்டார நம்பிக்கை மற்றும் வழிபாட்டை மீறி உயர்(பார்ப்பன) மதம் ஆதிக்கத்திற்கு என்றுமே வரவில்லை என்பதற்கான மிக வலுவான சான்றினைப் பத்தொன்பதாம் இருபதாம் நூற்றாண்டுகளின் மதச் செயல்பாடுகளின் வரலாறு அளிக்கிறது. ஓர் அளவுக்கு பிராமணர்கள் எப்போதுமே தமிழ், மலையாளச் சமூகங்களில் வெளியாட்களாகத்தான் இருந்துள்ளனர். இருபதாம் நூற்றாண்டின் தொடக்கத்தில் எழுச்சிபெற்ற பார்ப்பனரல்லாதார்-அரசியல்-இயக்கத்தின் வளர்ச்சியால் இது தெளிவாகிறது. (எஸ். பெய்லி 1992: 463)

தமிழ் வழக்காறுகளுக்குப் புத்துயிர் தருவது சமத்துவத்திற்கான அரசியல் போராட்டத்தில் ஒன்றிணைந்துவிட்டது. மதுரை, சென்னை போன்ற நகரங்களில் பல தமிழ்ச் சங்கங்கள் உருவாயின. பழங்காலத் தமிழ்ச் செவ்விலக்கியங்களில் ஏற்பட்ட விழிப்புணர்வு, அந்நிய, ஒடுக்குகின்ற பிராமணக் கலாச்சாரத்தைத் தாக்குகின்ற பல ஆய்வுக்கட்டுரைகள் வெளிவருவதைத் தூண்டியது. இராவணனைப் புகழ்ந்தும், இராமனைக் கொடியவனாகச் சித்திரித்தும் இராமாயணம் தலைகீழாக்கப்பட்டது. (வாய்மொழி மரபில் ஆரியருக்கு எதிரான இந்தப் பார்வை பத்தொன்பதாம் நூற்றாண்டுக்கு முன்பிருந்தே மக்கள் மனங்களில் உட்செறிந்து இருந்துள்ளது.) சாதி வேறுபாடு கருதி

சம்புகனை இராமன் கொன்றது முற்றிலுமாகக் கண்டிக்கப்பட்டது. 1882இன் திராவிடர் கழகம் திராவிடத்தன்மையின் கருத்தியல் சட்டகத்தை எழுப்பி ஆராய்ந்தது. நூற்றாண்டின் திருப்பத்தில் இப் பிரதேசத்தில் ஒரு வலுவான பார்ப்பனரல்லாதார் இயக்கம் எழுச்சி பெறுவதற்கான அரங்கு அமைக்கப்பட்டு விட்டது.

அயோத்தி தாசர் (1845-1914) பிறப்பால் ஒரு தலித், ஆனால் மதத்தினால் பௌத்தர். தமிழ்நாட்டில் பார்ப்பனரல்லாதார் இயக்கம் எழுவதற்கு முன்பு நிகழ்ந்த சமூக-கலாச்சார விழிப்புணர்ச்சியில் ஒரு நிகரற்ற மனிதர். (கீதா மற்றும் ராஜதுரை 1998; அலாய்சியஸ் 1998). தமிழறிஞரும் சித்த மருத்துவப் பண்டிதரும் ஆவார். தமது கருத்துகளாலும் செயல்களாலும் தலித்-அடித்தட்டு மக்களின் அடையாளம், கௌரவம், நீதி பற்றிய போராட்டத்தில் புதிய நம்பிக்கையை உருவாக்கியவர்.[4] பௌத்த மரபின் விடுதலை ஆற்றலையும் கடந்தகாலத்தில் தமிழ்-பௌத்தத் தொடர்பையும் வைத்து, முதன்முதலாக தமிழ் வரலாற்றையும் இலக்கியத்தையும் பௌத்த நோக்கில் விளக்கம் அளித்தவர் இவர்தான். அவருடைய எழுத்துகளும் அவரது சகாக்களான மாசிலாமணி போன்ற சிலரது எழுத்துகளும் சேர்ந்து இந்தியக் கடந்த காலத்தின் பௌத்த நோக்கினைப் பிரதிபலிக்கின்ற ஒரு பெருந்தொகுதியாக உள்ளன. பாதி வரலாறும் பாதி விவாதமுமாக உள்ள அவை பல வழிகளில் அம்பேத்கரின் வரலாற்று வரைவு எழுத்துகளுக்கு முன்னோடியாக உள்ளன. (கீதா மற்றும் ராஜதுரை 1998).

அவை...புதிய வரலாற்று வரைவியல் மரபினை உருவாக்கிய திராவிட இயக்கத்தின் கருத்துகளை முன்னறிவிப்புச் செய்யவும், மேற்கவியவும் செய்தன என்பது மேலும் முக்கியமானது. வரலாற்றின் ஆரியப்பார்வைக்கு எதிராக எழுப்பப் பட்ட இந்த திராவிட வரலாற்று மரபு, தமிழ்த்தன்மையில் உறுதியாகவும் இந்தியாவில் ஆரியக் கூறு என்று சொல்லப்படுவதை இகழ்ந்து ஒதுக்குவதாகவும் உள்ள ஓர் வரலாற்றுக் கூருணர்வை வெளிப்படுத்துவதாக அமைந்தது (மேலது, 92)

நவீன இந்தியாவின் கவனத்தைக் கவர்ந்துள்ள இன்றைய பௌத்தத்தின் முன்னோடி அயோத்தி தாசர். சென்னையை அடித்தளமாகக் கொண்டு அவர் தென்னிந்திய பௌத்தச் சங்கத்தை அமைத்தார். 1910 அளவில் அதற்கு இந்தியாவிலும் அயல்நாடுகளிலும் பல கிளைகள் இருந்தன (அலாய்சியஸ் 1998). இங்கு மதச்சார்பற்ற, புனித இரு தளங்களிலும் பொது வாழ்க்கையில் பிளவுபடுத்தும் வேற்றுமைக்கு சாதி ஒழுங்கு முறை மிக முக்கியக் காரணியாக இருந்ததால் தமிழ் பௌத்தம் சாதியின்மை என்ற அடிப்படையில் கட்டப்பட்டது. தமிழ் பௌத்தத்தில் மிகக் குறிப்பிடத் தக்கது என்னவெனில் விளிம்பு நிலையினர் யாவரின் அக்கறைகளையும்

ஒரே விடுதலைக்கான உலகப் பொது நோக்கில் எழுப்பவும் வெளிப்படுத்தவும் முடிந்தது.

ஏழை மக்களை உயர்த்துவதற்கான நலத்திட்டங்கள், சாதிக்கு வெளியே இருத்தலின் குடிமக்கள் இயலாமைகளைப் போக்குதல் போன்ற அடித்தட்டு மக்கள் நலங்கள், இங்குச் சமூக முழுமையின் நலங்களிலிருந்து பிரிக்கமுடியாதவை என்று நோக்கப்படுகின்றன; ஒட்டுமொத்தமான அமைப்பு மாற்றத்தை ஒருங்கே உருவாக்காமல் ஒரு பகுதிக்கான மீட்பு என்பது சிந்திக்க முடியாத ஒன்று. இது அழுத்தம் தருதலில் நுட்பமான பெயர்ச்சிகளைச் செய்வதன் வாயிலாகச் செய்யப்பட்டது: சார்த்தியுரைக்கும் குழுக்களிலிருந்து அமைப்புச்செய்யும் கொள்கைகளுக்கு, ஒரு பகுதிக்கான அதிஈடுபாடு என்பதிலிருந்து உலகப்பொது தரிசனத்திற்கு. ஒடுக்கப்பட்டோர் மதத்தின் மீட்கும் திட்டங்கள் எப்போதுமே ஒடுக்குபவர்களின் திட்டங்களுக்கு எதிராகத்தான் இருக்கும். (அலாய்சியஸ் 1998: 153–4).

அயோத்தி தாசரின் அக்கறைகளும் செயல்பாடுகளும் பலவிதத் துறைகளை உள்ளடக்கியிருந்தன. தலித் அடித்தட்டு மக்களுக்காக அவர் கல்விக்கான போராட்டம் ஒன்றை முன்னெடுத்தார். நகர்ப்புற மையங்களின் ஒதுக்கப்பட்ட சேரிப்பகுதிகளில் அவரும் அவருடைய தோழர்களும் பள்ளிகள் பலவற்றை அமைத்தனர். பல ஆண்டுகள் *தமிழன்* என்ற பொதுமக்கள் பத்திரிகையை நடத்தினார். சிறு பிரசுரங்களையும் கட்டுரைகளையும் வெளியிட்டு அவற்றை எங்குமுள்ள தமிழர்கள் இடையிலும் சுற்றுக்கு விட்டார். *தமிழனுக்கு* அவர் எழுதிய கட்டுரைகள் அவரது அக்கறைகளின் வீச்சைத் தெரியப்படுத்தும்: சாதி ஆதிக்கம், தீண்டாமை, நம்நாட்டு (சித்த) மருத்துவம், விவசாயச் சடங்குகள், நாட்டார் தெய்வங்கள், மக்கள்தொகைக் கணக் கெடுப்பிலும் மதமாற்றத்திலும் ஏற்படும் பிரச்சினைகள், தமிழகத்தில் பௌத்தமும் ஜைனமும், போன்றவை. சமூகத்தின் இயற்கைக்குள் ஆழமாகச் செல்லும் இயல்புடையவை அவரது கட்டுரைகள். மேலும் அவை சமூக மீட்பு, பௌத்தம், பகுத்தறிவுவாதம், புதிய சமநீதி திராவிட அடையாளம் ஆகியவற்றைப் பற்றியவை.

பிராமண அதிகாரத்தையும், நவீன சமூகம் மற்றும் அரசியலில் அதன் பங்கு, ஒரு பிரச்சினைக்குரிய தேசியத்தை அது கட்டமைத்தமை பற்றியும் கூர்மையான விமரிசனத்தை முன்வைத்த முதன்முதல் ஆதிதிராவிட அறிவாளிகளில் ஒருவர் அயோத்தி தாசர் (கீதா மற்றும் ராஜதுரை 1998). பிராமணர்களின் புறமொதுக்கும் தன்மையை உறுதிப்படுத்திய மிகக் கீழான குடியுரிமை அநீதிகள், சமூக, சடங்குசார்ந்த வேறுபடுத்தல்கள் ஆகியவற்றின்மீது அவர் மக்களின் கவனத்தை ஈர்த்தார். பிராமண தேசியவாதிகள் மட்டுமல்ல, பொதுமக்கள் கருத்தை மத்தியஸ்தப்படுத்தி, அவற்றை உற்பத்திசெய்த

பிராமணர்கள் மட்டுமே வைத்திருந்த பெரும்பாலான பத்திரிகைகளின் ஒருதலைச்சார்பு, வேறுபாடு நோக்குதல் ஆகியவற்றுக்கு அவர் சான்றுகள் தந்தார். பொதுமக்கள் கருத்தைக் கட்டமைப்பதில் தான் அதிகாரம் செலுத்திக் கட்டுப்படுத்துவதில்தான் இன்றைய நவீன மதச்சார்பற்ற பார்ப்பனனின் ஆதிக்கம் உள்ளதென அவர் கண்டுபிடித்தது மிகச் சிறப்பானது (மேலது 63). தேசியப் பத்திரிகைகளில் சம்பவங்களைப் பற்றி அல்லது கருத்துகளை விவரிப்பதில் சாதிச் சார்பும் குரோதமும் நிறைந்திருப்பதை அவர் எடுத்துக் காட்டினார். சாதி அந்தஸ்தை நிலைநிறுத்திக் கொள்வதிலும், அதிகார நிலையில் இருக்கும்போதெல்லாம் தங்கள் சாதிக்காரர்களை மட்டும் பதவிகளுக்கு உயர்த்திக் கொள்வதிலும் பிராமணர்களின் நாட்டத்தினால் திகைத்து, தங்கள் சுயநலன்களிலும், மற்றவர்களின் நன்மைகளையும் அக்கறைகளையும் பறித்துக் கொள்வதில் இவ்வளவு தூரம் ஆட்டிவைக்கப்படும் இவர்கள் தேசியத்தினர் என்றோ யாவருக்கும் சார்பானவர்கள் என்றோ கருதப்பட முடியாதவர்கள் என்றார் (மேலது).

பார்ப்பனர்கள் தலைமையேற்ற சுயராஜ்யம் மற்றும் சுதேசி திட்டங்கள் ஆகியவற்றின் முழுமைக்கான இயல்பும் உள்ளடக்கமும் ஒரு பழுதுபட்ட அறிவார்த்த நிலையினாலும், மஞ்சள் காமாலை உலகப் பார்வையினாலும் உருவானவை என்று இணைத்துக் காட்டினார் அயோத்தி தாசர். (கீதா மற்றும் ராஜதுரை 1998: 66). இந்த உலகப் பார்வையையும் அதன் மாயையான அர்த்தக் குறிப்புகளையும் ஆராய்ந்து, பிராமணனுடைய கல்வி உற்பத்தியாற்றல் அற்றதாகவும், செயலூக்கம் அற்றதாகவும் இருப்பதற்குக் காரணம், அது சோம்பேறித்தனத்தைத் தூண்டியது, மேம்போக்கான ஒன்றைப் பற்றிய அக்கறையின்மீது அறிவைச் சுருக்கிவிட்டது என்று கண்டுபிடித்தார். பிராமணனுடைய தியானச் சிந்தனை, அவனது அறிவைச் செயலுடன் இணைப்பதில் தடுக்கிறது என்று வாதிடுகிறார் அயோத்தி தாசர். படைப்பாற்றல் தளத்திலிருந்து விடுபட்டு அவனுடைய அறிவாற்றல் அசுத்தம் பற்றிய கருத்துகளை வரையறுப்பது போன்ற பயனற்ற காரியங்களில் செலவிடப்படுகிறது. மேலும் மத விசாரணையில் காலங்காலமாக ஈடுபட்டு வருவதால், அது புதிய புதிய வெற்றுக் கொள்கைகளை உருவாக்குகிறது. அவை ஒவ்வொன்றும் தனக்கே உரிய அறிவு, உண்மை பற்றிய கோரிக்கைகளை எல்லையற்ற மயிர்பிளக்கும் நேரற்ற வாதங்களால் உருவாக்குகிறது. ஆழமாகப் பழுதுபட்டுள்ள இந்த அறிவொழுங்குமுறை, பார்ப்பனன் நவீனக் கல்வி பெறுவதால் மாறுவதில்லை. ஓர் அசலான அல்லது பயனுள்ள கருத்தினை வெளியிடுவதற்குப் பதிலாக ‘எனக்கு எவ்வளவு ஆங்கிலப் புலமை இருக்கிறது பார்’ என்று பகட்டாக நடந்து கொள்வதற்கே

அவன் முயலுவான். ஆகவே பார்ப்பனனின் இந்த மூடப்பட்ட அறிவுமுறையினால் உருவான புதிய அரசியல் இலட்சியமும் அதற்கு அடிப்படையாக இருந்து உதவிய பழைய மரபைப் போன்றே குறைபாடுள்ளதாக இருப்பதில் அயோத்தி தாசருக்கு வியப்பில்லை (மேலது 66-7). ஆகவே உற்பத்தி செய்யும் உழைப்பாளர்களின் நலன்கள், கவலைகளில் தேசியவாதம் அக்கறை காட்டினாலன்றி, மக்கள் மொழியில் தன்னை வெளிப்படுத்திக் கொள்ளக் கற்றுக் கொண்டாலன்றி, அது நமக்குச் சார்பாகவும் பயன் மிக்கதாகவும் இருக்க இயலாது என்று அவர் திட்டவட்டமாக எடுத்துரைக்கிறார்.

அயோத்தி தாசர் போன்ற சமூக விமரிசகர்களால் தலைமை தாங்கப்பட்டு, இவ்விதம் உருவான அரசியல் நிலை, தமிழ்நாடு, கர்நாடகா, ஆந்திரா, மலபார் கேரளம் ஆகியவை அடங்கிய அக்கால சென்னை மாகாணத்தில் ஓர் அரசியல் தீவிரவாதத்தின் எழுச்சிக்கான சக்திகளைத் திறந்து விட்டது. தென்னிந்திய நலவுரிமைச் சங்கம் (யாவராலும் நீதிக்கட்சி என்று அறியப்பட்டது) காங்கிரசுக்கு எதிர்ப்பு, பிராமண எதிர்ப்பு என்ற தளங்களில், சமூக-அரசியல் அதிகாரத்தைச் சரிவரப் பகிர்ந்துகொள்ள வேண்டும் என்ற அடிப்படையில் 1916இல் உருவாகியது. இந்த இயக்கத்தின் எழுச்சிக்கு தியாகராய செட்டியார், டி.எம். நாயர் முக்கியப் பங்காற்றினர். கல்வி, அரசாங்கச் சேவைகள், அரசியல் ஆகியவற்றில் பிராமணர்கள் மட்டுமே மிகுதியாக இடம் பெற்றிருப்பதற்கு எதிராக அவர்கள் 1916 டிசம்பரில் பார்ப்பனரல்லாதார் அறிக்கை ஒன்றை வெளியிட்டனர். பொதுக்களத்தில் பிராமணர் ஆதிக்கம் இருப்பதைப் புள்ளியியல் தெளிவாகக் காட்டியது. பிராமணர்களில் 80 சதவீதம் படித்தவர்களாக இருந்தபோது, மற்றவர்களில் நான்கு சதவீதம் கூட எழுத்தறிவு பெற்றவர்களாக இல்லை. 1901 மக்கள் கணக்கெடுப்பின்படி, மாகாணத்தின் மக்கள் தொகையில் மூன்று சதவீதம் மட்டுமே பார்ப்பனர்கள். ஆனால் 1897க்கும் 1904க்கும் இடையில் அவர்கள் குடிச் சேவையில் (சிவில் சர்வீஸ்) 94 சதவீத இடங்களைப் பெற்றிருந்தனர். 1914இல் சென்னைப் பல்கலைக்கழகத்தின் பதிவு செய்த மாணவர்கள் 650 பேரில் 450 பேர் பிராமணர்கள். இப்பிரதேசத்திலிருந்து 1914இல் காங்கிரசுக்குச் சார்பாளராகத் தேர்ந்தெடுக்கப்பட்ட 16 பேரில் 14 பேர் பிராமணர்கள். 1901 வரை சென்னைச் சட்ட மேலவையில் பார்ப்பனரல்லாதவர் ஒருவர்கூட இடம் பெறவில்லை. (இர்ஷிக் 1969).

மக்கள் தொகையில் 97 சதவீதத்தினராக இருந்த உழைக்கும் மக்கள், விவசாயிகள், மற்றும் பிறர் எல்லாவற்றையும் இழந்த நிலையில் இருக்கும்போது பார்ப்பனர்கள் மட்டுமே எல்லா அதிகாரங்களையும்

கைப்பற்றிக் கொண்டார்கள் என்ற விஷயத்தை நன்கு மக்களுக்குக் கொண்டு சென்றது நீதிக்கட்சி. கல்வி, நிர்வாகம், சட்டமியற்றல் ஆகிய துறைகளில் ஜனநாயக ரீதியான பிரதிநிதித்துவம் வேண்டும் என்று கேட்டு, நீதிக்கட்சித் தலைவர்கள் பார்ப்பனர் ஆதிக்கத்திலிருந்த காங்கிரஸ் தேசியத்திற்குச் சாட்டையடி கொடுத்தனர். மேலும் தேசத்தின் கட்டுமானம், சுதந்திரம் பற்றியும் அவர்களுக்கு முற்றிலும் வேறான சிந்தனைகளை நீதி இயக்கம் கொண்டுள்ளது என்றும் அறிவித்தனர். அதாவது காலனிய அதிகாரத்திலிருந்து நாட்டை விடுவிக்கச் செய்யும் முயற்சி, உள்நாட்டுச் சாதிவேறுபடுத்தல், கீழ்ப்படுத்தல் ஆகிய உயிரான கேள்விகளை விட்டுவிடக்கூடாது என்பது இதன் பொருள். ஜனநாயக இலட்சியங்கள் அடையப்பட வேண்டுமானால், அடித்தளத்தில் எவ்வித மாற்றமும் இன்றி வெறும் சமத்துவத்தைப் பற்றி வாக்குறுதி தருதல் எவ்விதத்திலும் நிலைமையை மாற்றாது என்று நீதிக்கட்சியினர் வலியுறுத்தினர். உற்பத்தி செய்யும் சமுதாயங்களாகிய பார்ப்பனரல்லாதார், ஒரு மிகச்சிறு சிறுபான்மையினரின் அடியாழ நலன்களுக்கான அதிகாரத்தைப் பறித்துக் கொள்ள முன்வரவேண்டும் என்று அவர்கள் கூறினார்கள். தேசிய ஒருமைப்பாட்டுக்கு சாதி எதிரானது என்று அறிவித்த எம். வி. நாயுடு, (நீதிக்கட்சியின் முக்கியஸ்தர்களில் ஒருவர்), ஓர் அரசியல் சமுதாயமாக மக்களைக் கட்டுவதற்குத் தேவையான பரஸ்பர அன்பின் வளர்ச்சி, கூட்டுறவின் ஆன்மா ஆகியவற்றைச் சாதிப்படிநிலை அமைப்பு முடக்கிவிட்டது என்று வலியுறுத்தினார். வைதிக இந்துக்களின் ஒழுங்குமுறைப்பட்ட எதிர்ப்பினாலேயே வெவ்வேறு சமுதாயங்களை ஓர் ஒருங்கிசைந்த முழுமையாக அமைப்புறுத்தும் முயற்சிகள் தோல்வியடைந்தன என்று அவர் வாதிட்டார் (கீதா மற்றும் ராஜதுரை 1998: 127-8).

நீதிக்கட்சி செல்லவேண்டிய பாதையை அமைத்துக்காட்டிய தியாகராஜ செட்டியாரும் நாயரும் பார்ப்பனரல்லாதார் பிராமண அதிகாரத்தை எதிர்ப்பதிலும், தங்கள் சொந்த மதிப்புகள் வழக்காறுகள் கொண்டு ஒரு மாற்றுக் கலாச்சார நடைமுறையை உறுதிப்படுத்துவதிலும் ஒருமையும் முழுமையும் அடையமுடியும் என்ற நம்பிக்கையைப் பரப்பினார்கள். நீதிக்கட்சித் தலைவர்கள் ஜனநாயகக் கொள்கைகளை நடைமுறைப்படுத்த நான்கு செயல்வழிகளை முன்வைத்தார்கள். முதலாவது, பார்ப்பனரல்லாதார் பெரிய எண்ணிக்கையில் கல்வி பெற வேண்டும். இரண்டாவது, அவர்கள் தங்கள் சொந்த மற்றும் நாட்டின் பொருளாதார மேம்பாட்டுக்காக உழைக்க வேண்டும். மூன்றாவது, அவர்கள் ஒன்றாகச் சேர்ந்து எல்லாச் சமுதாயங்களுக்கும் விகிதாச்சார முறைப்படி நிர்வாகத்திலும் சட்டசபைகளிலும் இட ஒதுக்கீடு பெறப் பணியாற்ற வேண்டும். கடைசியாக தங்கள் ஒன்றுபட்ட இடைவினை மூலமாக, நவீன

மதிப்புகளின்படி ஒழுகுகின்ற சாதியற்ற ஒரு சகோதரத்துவ அமைப்பை உருவாக்க முயற்சி செய்யவேண்டும் (கீதா மற்றும் ராஜதுரை 1998: 128-9).

இது மிக அதிகமான எதிர்பார்ப்பு. சட்டங்கள், செயல்முறைகள் இரண்டின் வாயிலாகவும் பொதுமக்கள் கல்வி, விகிதாச்சார பிரதிநிதித்துவம் போன்றவற்றிற்குப் பணி செய்வது ஒருவகையில் எளிது எனலாம். ஆனால் அமைப்பு மாற்றத்திற்குரிய ஒரு திட்டம் இன்றி சமூக-பொருளாதார மாற்றம் பற்றிய பிரச்சினையில் எவ்வித நோக்கமுள்ள செயல்பாடும் இயலாது. அஞ்சத்தக்க சமூக-வரலாற்றுச் சூழல்களும் மிகக் குறைந்த அதிகாரத்துடன் இரட்டை ஆட்சியில் (அதன் தேர்தல் வெற்றிக்குப் பிறகு) நீதிக்கட்சி செயல்பட வேண்டிய சூழ்நிலையும் இருக்க, எவ்வித அமைப்பு மாற்றங்களையும் அதனால் செயல்படுத்த முடியவில்லை. மேலும், நகர்ப்புற அடிப்படையும் ஆங்கிலக் கல்வியும் கொண்ட நீதிக்கட்சித் தலைவர்கள், என்னதான் விவசாயிகள், உழைப்பாளர்கள், கைவினைஞர்கள் எல்லார் சார்பாகவும் செயல்படுவதாகச் சொன்னாலும், தொலைவிலுள்ள கிராமங்களிலோ நகரங்களிலோ வாழ்கின்ற தலித் அடித்தட்டு மக்களைத் தூண்டுகின்ற நிலையில் அவர்கள் இல்லை. ஆனால் கல்வி விஷயத்திலும் அரசாங்கப் பணிகளில் நேர்முகச் செயல்பாட்டிலும் நீதிக்கட்சி உண்மையாகவே ஒரு வரலாற்றுப் பணியை ஆற்றியது. அது சாதாரண மக்களை அழைக்கவும், ஒன்றுசேர்க்கவும் முடிந்தது. அவர்கள் யாவருமே வரலாற்றுப் பிழைகளுக்குக் கூர்மையான உணர்வோடிருந்தவர்கள். இந்த விஷயத்திலும்கூட ஒரு வெறுப்புமிக்க பிராமணப் பத்திரிகை உலகின் மற்றும் பிராமணர்கள் ஆதிக்கம் செய்த பொதுமக்கள் வட்டத்தின் எதிர்ப்பையும் சமாளிக்க வேண்டியிருந்தது. சாதியைப் பற்றியும் பிரதிநிதித்துவம் பற்றியும் ஏற்கெனவே இருந்த பொதுமக்கள் கருத்தினை முற்றிலுமாக அழிக்க வேண்டியிருந்தது. இந்த விஷயத்தில் அவர்களின் வெற்றி, ஒரு சாதாரணச் சாதனையல்ல. ஏனெனில் தமிழ்நாட்டின் குடியுரிமைச் சமூகத்தின் எல்லைகளை மறுவரைவுச் செய்தலைவிடக் குறைவான பணியல்ல அது (கீதா மற்றும் ராஜதுரை 1998: 129).

1920இல் நீதிக்கட்சி மதராஸ் மாகாணத்தில் நடந்த தேர்தலில் குறிப்பிடத்தக்க வெற்றி பெற்று இரட்டை ஆட்சியில் பங்கேற்கும் வாய்ப்பைப் பெற்றது. பதவி ஏற்றவுடன் அரசாங்க அலுவலகங்களில் பணிகளின் விகிதத்தில் பார்ப்பனர் அல்லாதாரின் விகிதத்தை அதிகப்படுத்தி அது ஓர் அரசாணை பிறப்பித்தது (1921 செப்டம்பர் 16). சென்னையின் வருவாய் வாரியம் மாவட்ட ஆட்சியாளர்கள் எல்லாருக்கும் விதித்த அறிவுரையான 1851 நிலையாணை (எண்

128, பகுதி 2)இன் விரிவாக்கம் இது. 1851இன் நிலையாணை, ஆட்சியர்களுக்குத் தங்கள் தங்கள் மாவட்டங்களின் கீழ்ப் பதவி நியமனங்கள் செல்வாக்கு மிக்க சில குடும்பங்களின் ஏகபோகமாகி விடக் கூடாது என்று கூறியது. ஆனால் இந்த ஆணை எந்த நிலையிலும் செயல்படுத்தப் படவேயில்லை. இந்த ஆணையால் இழப்பு ஏற்படுகின்ற சாதிமேற்குடியினரின் மிகக் கடுமையான எதிர்ப்பின் நிலையில், அரைகுறைச் செயல்பாட்டு முயற்சிகள் முழுமையாகத் தோல்வியடைந்தன. பிராமணர்கள், இந்த நடவடிக்கையை, பிரிட்டிஷ் ஆட்சியின் பிளவுபடுத்தி ஆளும் (டிவைட் அண் ரூல்) முயற்சியாகச் சித்திரித்தார்கள்.

பொது நியமனங்களில் எல்லாச் சமுதாயங்களுக்கும் பிரதிநிதித்துவம் வேண்டும் என்ற புதிய நகர்வு, எதிர்பார்த்தபடியே பிராமணர் ஆதரவுக்குழுவினரால் பிளவுபடுத்துவதென்றும் அபாயமானது என்றும் அவமதிக்கப்பட்டது. சி.பி. இராமசுவாமி ஐயர் போன்ற கருத்துருவாக்கக்காரர்கள், எதிர்ப்புக் கூட்டங்களை ஏற்பாடு செய்து இப்படிப்பட்ட இட ஒதுக்கீடு நாட்டின் சிறந்த நலன்களுக்கு அழிவு தரக்கூடியது என்றும், இந்துக்களைப் பொறுத்தவரையில், இப்படிப்பட்ட பிளவு படுத்தும் நகர்வு இந்து சமூகத்தின் ஒற்றுமைக்கு மிகவும் ஊறு விளைவிக்கும் என்றும் தீர்மானங்கள் இயற்றினர். (கீதா மற்றும் ராஜதுரை 1998: 158). ஆனால் நீதிக்கட்சி அரசாங்கம் இப்படிப்பட்ட திடீர் எழுச்சிகளால் அசையவில்லை. தொடக்க நிலையில் ஆள் சேர்க்கும் போதும் பிறகு பதவி உயர்வின் ஒவ்வொரு நிலையிலும் கீழிருந்து பிரதிநிதித்துவத்தை உறுதிப்படுத்த 1922 ஆகஸ்டு 22 அன்று ஒரு புதிய அரசாணையை அரசு வெளியிட்டது. இந்த நகர்வு பிரிட்டிஷ் ஈரடிநிலையாலும், பலமான பிராமண எதிர்ப்பாலும் தடுக்கப்பட்டாலும், இந்தியாவில் உடன்பாடான நடவடிக்கைக்கு அடித்தளம் அமைத்தது.

தனது ஆட்சிக்காலத்தில் நீதிக்கட்சி கலப்புத் திருமணம், சாதாரண மனிதருக்கும் வாக்குரிமை, தேவதாசி முறை ஒழிப்பு, ஒடுக்கப்பட்ட வகுப்பினருக்குக் கோயில்களைத் திறந்துவிடுதல், கோயில் நிர்வாகத்தைச் சீரமைத்து அதை அரசின் கட்டுப்பாட்டுக்குள் கொண்டுவருதல், கல்வி வசதிகள் செய்தல், பலவீனமான வகுப்பினருக்கு கல்விக் கட்டணத்தைக் குறைத்தல் போன்ற முற்போக்கான சட்டங்களைக் கொண்டுவந்தது. எல்லாவற்றுக்கும் மேலாக, அது தொடக்கக் கல்வியையும் பெண்கள் கல்வியையும் நீடிக்கவல்ல தொழில் நுட்ப, பெருந்தொழில் சார்ந்த, விவசாயக் கல்வியையும் மேம்படுத்தியது. உதாரணமாக, 1925இல் 25 நகராட்சிகளில் 18இல் இலவச, கட்டாயக் கல்வி அறிமுகப்

படுத்தப்பட்டது. 1920இன் கல்விச் சட்டம், பள்ளியை விட்டு நீங்குபவர்களின் எண்ணிக்கையைக் குறைக்கவும், ஏழைப் பிள்ளைகளைப் பள்ளிக்கு வரச் செய்யவும் வசதியான வகையில் திருத்தப்பட்டது. நீதிக்கட்சி ஏழைக் குழந்தைகளுக்கு உணவு அளிக்கவும் ஒரு திட்டத்தை அறிமுகப்படுத்தியது. பள்ளியில் குழந்தைகள் சேர்ந்துவிட்டால், அவர்களுடைய பள்ளி வயதிற்குள் பள்ளியை விட்டு வெளியே எடுக்க முடியாது, அப்படிப் பெற்றோர்கள் செய்ய முனைந்தால் கடுமையான தண்டத் தொகையைக் கட்டவேண்டும். ஆதி திராவிடர்கள் இடையிலும் கல்வியைப் பரப்ப சிறப்பு முயற்சியை மேற்கொண்டது. பள்ளிகள் எல்லாமே அவர்களை அனுமதிக்க வேண்டும். அனுமதிக்காவிட்டால் பள்ளி நிர்வாகங்களுக்குக் கல்விக் கொடை நிறுத்தப்படும். ஆதி திராவிட மாணவர்களுக்கு பிற வசதிகளோடு கட்டணச் சலுகையும் தரப்பட்டது *(கீதா மற்றும் ராஜதுரை 1998: 133-4)*.

சமூக, கல்வி சீர்திருத்தங்களைப் பொறுத்தவரை, நீதிக்கட்சியின் சட்டமியற்று முறை, அதை அமுல்படுத்துவதில் நிறையச் செய்யப்பட வேண்டியிருந்தாலும், துணிச்சலாகவும் புதுமையாகவும் இருந்தது. ஒரு காரணம், கூர்மையான பொருளாதாரப் பற்றாக்குறை. இந்த ஆட்சி தேர்ந்தெடுக்கப் பட்டது என்றாலும், இரட்டை ஆட்சிமுறை நிலவியதால், நிதிப் பிரச்சினையைத் தீர்க்கமுடியவில்லை. இரண்டாவது பார்ப்பனர்களே நிறைந்திருந்த நிர்வாக அதிகார அமைப்பு இவற்றைச் செய்ய முன்வரவில்லை. இதனுடன் நீதிக்கட்சி, தனது முற்போக்கான சட்டமியற்றலை பார்ப்பனர்களுக்கு எதிரான ஒரு நீடித்த கருத்தியல், சமூகப் போராட்டத்தோடு ஒன்றிணைக்க முடியவில்லை. பார்ப்பனியத்திற்கு எதிரான நம்பகத்தன்மை மிக்க ஒரு கருத்தியல் மாற்றினை அதனால் முன்வைப்பதில் தோல்வியுற்றது என்பதோடு அதன் தலைவர்கள் சிலரும் மேட்டுக்குடி மனப்பான்மை கொண்டவர்களாக இருந்தார்கள். அவர்கள் இந்த இயக்கத்தை அடித்தட்டுக்குக் கொண்டுசெல்வதை அது தடுத்தது. ஒரு தீவிர அரசியலுக்கான வெகுமக்களைத் திரட்டுதல் என்னும் பணி, பெரியார் போன்ற சமூகப் புரட்சியாளர்களுக்கு விடப்பட்டது.

பெரியாரும் சுயமரியாதை இயக்கமும்

ஈ. வெ. ராமசாமி நாயக்கர் *(1879-1973)*, அதாவது பெரியார் (அவருடைய வீரப் போராட்டத்தின்போது அவருக்கு மக்களால் அளிக்கப்பட்ட பெயர்) பார்ப்பனக் கலாச்சாரத்துக்கும் கருத்தியலுக்கும் எதிரான ஓயாத விமரிசகர், போராட்டக்காரர்.

அவரது பொதுவாழ்க்கையும் அரசியலும் காங்கிரஸ் தேசியவாதத்தின் மறைவான, அற்பத்தனமான இரகசிய வரலாற்றை வெளிக் கொண்டுவருவதாகும். 1919இல் காங்கிரஸில் சேர்ந்தார். தமிழ்நாட்டுக் காங்கிரஸில் ஒரு முக்கியப் பிரமுகராக விரைவில் உயர்ந்தார். ஆனால் போலித்தனமான அரசியல் என்று அவர் கூறும் காங்கிரஸின் அரசியலின் மாயையிலிருந்து விடுபட்டார். பிராமணக் காங்கிரஸை விட்டு சுயமரியாதை இயக்கத்தைத் தொடங்குவதற்கு வந்துசேர்ந்தார். அது பார்ப்பனரல்லாதார் இயக்கத்தின் ஒரு தீவிரக் கட்டம் மட்டும் அல்ல, காந்தி முன்வைத்த பக்தி-அரசியல் என்பதற்கு ஓர் எதிர்வினையும் ஆகும் (கீதா மற்றும் ராஜதுரை 1998). சாதியை ஒழித்தல், பிராமண ஆதிக்கத்தை எதிர்த்தல், தலித்-வெகுஜனங்களின் மற்றும் பெண்களின் விடுதலைக்குப் பாடுபடுதல் போன்ற இலக்குகளைக் கொண்டு 1926இல் அவர் உருவாக்கிய சுயமரியாதைக் கழகம் புலேயின் சத்யேசோதக் சமாஜத்துடன் குறிப்பிடத்தக்க ஒற்றுமையைக் கொண்டுள்ளது. சாதிப் படிநிலை அமைப்பு, சடங்குத்தனம், விக்கிரக வழிபாடு, ஆகியவற்றின் கடுமையான விமரிசகரான பெரியார், புலேயையும் அம்பேத்கரையும் போல இந்துமதமும் பார்ப்பனியமும் ஒன்று என்று கூறியதோடு, இந்துச் சட்டங்களையும் நிறுவனங்களையும் பிராமண, ஆண்களின், ஆரியச் சுரண்டலின் கருவிகள் என்று கடுமையாகக் கண்டித்தார். அவரது வீரமான, வெகுஜனத் தன்மை கொண்ட இயக்கம், காங்கிரஸ் தேசியவாதத்தை நாட்டிற்குள் நிலவும் அதிகாரம், வேற்றுமைகள், வேற்றுமைப்படுத்தல் போன்ற உயிரான பிரச்சினைகளை ஒதுக்கிவைத்துவிட்ட பார்ப்பனியத்தின் அரசியல் முனை என்று கண்டனம் செய்தது.

சுயமரியாதை இயக்கம், மதம்-சாதி-தேசியம் இவற்றின் புனித-இணக்கத்திற்கு அடிப்படையில் எதிரானது. இந்த மத, சாதி, தேசிய இணக்கம் உள்ளுக்குள்ளாகவே சமநீதிக்கு எதிரான சமூக மற்றும் அரசியல் முறைமையைக் கொண்டுள்ளதாகப் புரிந்துகொள்ளப்பட்ட ஒன்று (கீதா மற்றும் ராஜதுரை 1998: 303-4). சடங்குத் தன்மைகளை தேசியக் கொள்கையுடன் இணைக்கின்ற பிராமணர்களின் வழிமுறை பற்றி மிகவும் விமரிசனம் செய்தவர் பெரியார். எழுகின்ற பொதுக்களங்களில் பார்ப்பனர் அல்லாதாருக்குப் பார்ப்பனர்கள் தொடர்ந்து எப்போதும் செய்த அவமரியாதைகளை மிகவும் கூர்மையாக உணர்ந்தார். சேரன்மாதேவியில் நடந்துவந்த காங்கிரஸ் கட்சியின் குருகுலம் ஒன்றில் பார்ப்பனர்களுக்கும் பார்ப்பனர் அல்லாதாருக்கும் தனித்தனி உணவுண்ணும் பந்திகள் ஏற்பாடு செய்ததே அவரது மோதலில் ஏற்பட்ட திருப்புமுனை. பெரியாருக்கு அது ஒரு மனவேதனை தருகின்ற, அதேசமயம் கண்ணைத் திறக்கின்ற அனுபவமாக அமைந்தது. அந்த குருகுலம் சமூக சேவை, தேசபக்தி

ஆகியவற்றை மாணவர்களிடையே அளிப்பதற்கு ஏற்படுத்தப்பட்டது. ஆனால் பார்ப்பனரல்லாத பையன்கள் பார்ப்பனர்களோடு சேர்ந்து உண்ணலாகாது என்று தீண்டாமையைக் கடைப்பிடித்தது. மரபான சமூக அமைப்பைக் காப்பாற்றுவது என்ற அடிப்படையில் காந்தி உட்பட்ட காங்கிரஸ் தேசியவாதிகள் இந்தச்செயலை ஆதரித்தனர். குருகுலம் இந்திய தேசியம் என்ற இலட்சியத்துக்காக நிற்கவேண்டும், அதில் மனிதனுக்கு மனிதன் கசப்பூட்டக் கூடிய வேறுபாடு காணல் இருக்கலாகாது என்ற தேசியவாதிகளுடன் அறிவுபூர்வமாக வாதிட முயன்றார் (விஸ்வநாதன் 1983: 49). எல்லாத் துறைகளிலும் அறிவு வளர்ச்சி, கல்வியின் பரவல், பகுத்தறிவுச் சிந்தனை, வேலை, தொழில், சமத்துவம், ஒருமைப்பாடு, முன்னெடுப்பு மற்றும் நேர்மை இவற்றுடன், வறுமை ஒழிப்பு, அநீதி ஒழிப்பு, தீண்டாமை ஒழிப்பு ஆகியவையும் சேர்ந்தவை அடங்கியப் பொதுத் திட்டம் கொண்ட உணர்வுடன், குடிமக்கள் தங்கள் கௌரவத்தை பேரத்துக்கு ஆளாக்காமல் வளர்க்க வேண்டிய ஒன்றுதான் தேசியம் என்று அவர் வாதிட்டார் (கீதா மற்றும் ராஜதுரை 1998: 472). எல்லாவற்றுக்கும் முன்னதாக, வர்ணாசிரம தர்மத்தையும் அதன் பிறப்புநோக்கிலான வேறுபாட்டையும் ஒழிப்பது தேசத்திற்குத் தேவையானது என்று வலியுறுத்தினார்.

காங்கிரஸுடன் பெரியாருடைய உறவு புயலடிப்பதாகவும் குறுகிய காலமே நீடிப்பதாகவும் இருந்தது. 1920இல் திருநெல்வேலியில் மாகாண காங்கிரஸ் கூட்டம் நடைபெற்றபோது அவர் அதில் தனியாக பார்ப்பனரல்லாதார் கூட்டத்திற்குத் தலைமை தாங்கினார். இந்தக் கூட்டத்தில் பார்ப்பனரல்லாதாருக்காக தொகுதிகளை ஒதுக்கவேண்டும், அரசாங்க வேலைகளை ஒதுக்கவேண்டும் என்ற தீர்மானங்கள் நிறைவேற்றப்பட்டன. காங்கிரஸ் தலைவரான ஸ்ரீனிவாச ஐயங்கார் இந்தத் தீர்மானங்களைப் "பொது நலம் கருதி"ப் பொது அவையில் எடுத்துக் கொள்ளவில்லை. அதேபோல் திருவண்ணாமலையில் 1924இன் மாகாண காங்கிரஸ் கூட்டத்திலும் தமது தலைமை உரையில் பெரியார், அவர் சாதி ஒழிப்புக்காகப் பாடுபடுவதாகவும், அது நிறைவேறும் வரை, எல்லாத் துறைகளிலும் எல்லாச் சாதிகளும் சமுதாயங்களும் இடம் பெறவேண்டும் என்றும் வலியுறுத்தினார். சாதியற்ற நிலைக்கு முன்னேறும் வரை, வரலாற்றின் தவறுகளை சாதியில் பிற்பட்டோருக்கு ஜனநாயக முறையில் அதிகாரமளிப்பதன் வாயிலாகச் சரிசெய்வதே ஒரே வழி என்று காங்கிரஸ் தலைமைக்கு அறிவுறுத்த முயன்றார். இருக்கும் அதிகாரத்தை மறு பகிர்வு செய்வதற்கு இட ஒதுக்கீடு சரியான வழிகளில் ஒன்று என்று கூறினார்.

1925இல் காஞ்சிபுரம் காங்கிரஸ் கூட்டம் நடைபெற்ற போதும் எல்லாச் சமுதாயத்தினருக்கும் இட ஒதுக்கீடு வேண்டும் என்ற தீர்மானத்தை முன்மொழிந்தார். முப்பது பிரதிநிதிகளின் ஆதரவு இருந்தால் அவரது தீர்மானம் எடுத்துக் கொள்ளப்படும் என்று சொல்லப்பட்டது. பெரியார் ஐம்பது சார்பாளர்களின் ஆதரவு இருப்பதாகத் தெரிவித்தார். ஆனால் தீர்மானத்தைப் பொது அவையில் எடுத்துக் கொள்ளவில்லை. இது பெரும் அமளியை உண்டாக்கியது. கோபமான வார்த்தைப் பரிமாற்றங்களுக்குப் பின் பெரியார் தமது ஆதரவாளர்களோடு காங்கிரஸை விட்டு வெளியேறினார். வெளியேறுமுன் அவர் கூறினார்:

நாம் சுயராஜ்யத்துக்காக எல்லாவற்றையும் தியாகம் செய்வதைப் பற்றிப் பேசுகிறோம். சுயராஜ்யத்தை நாம் அடைந்தால் அது எல்லா மக்களுக்குமான சுயராஜ்யமாக இருக்கவேண்டும். இன்று, அடையப்போகும் சுயராஜ்யம் முழுஅளவில் பிராமண ராஜ்யமாக இருக்கும் என்ற அச்சம் மக்கள் மத்தியில் நிலவுகிறது. மக்களிடையில் நாம் நம்பிக்கையை வருவிக்க வேண்டும் ஒவ்வொரு சமுதாயமும் மற்றதுடன் நேசமாக இருக்கவேண்டும். ஒவ்வொரு சமுதாயமும் நலமாகவும் வளமாகவும் இருக்கவேண்டும். இன்று கோடிக்கணக்கான மக்கள் பரிதாபமான நிலையில் உள்ளனர். அவர்கள் ஊமைகள். ஈடேற்றத்துக்கு ஒரேவழி, நியாயமான பிரதிநிதித்துவத்தை எல்லாச் சமுதாயங்களுக்கும் அளிப்பதுதான் (பார்க்க சுனில் 1991: 17).

காங்கிரஸ் போலித்தனத்தை 1928இலும் பெரியார் வெளிப்படுத்தினார். அரசுப் பணிகளில் எல்லாச் சாதிகளுக்கும் பிரதிநிதித்துவம் அளித்து ஓர் அரசாங்க ஆணையை நீதிக்கட்சி ஆதரவுடைய எஸ். முத்தையா முதலியார் அமைச்சரவை வெளியிட்டது. "பிரிட்டிஷ் கட்டளையின் பேரில் பிளவுபடுத்தும்" இந்த நகர்வினால் காங்கிரஸ் தலைவர்கள் மிகுந்த சினம் கொண்டனர். பார்ப்பனர்கள் தங்கள் சாதியை வேறுபடுத்தும் அடையாளங்கள் எல்லாவற்றையும் விட்டுவிடுவதானால் பார்ப்பனர் அல்லாதார் தங்களுக்கு இந்த அரசாணையினால் கிடைக்கும் ஆதாயங்களை விட்டுவிடத்தயார் என்று பெரியார் அறைகூவல் விடுத்தார். தேசியவாதிகள் பதிலளிக்கவில்லை. பெரியார் எழுப்பிய திணறச்செய்யும் கேள்வி அவர்களை முழுமையாக வெளிப்படுத்தி விட்டது. இந்த அரசாணை முழுவடிவம் பெற்று 1929 டிசம்பர் 27இல் நிறைவேற்றப்பட்டது. இன்றுவரை பலவித வடிவங்களில் இருக்கும் இட ஒதுக்கீட்டுக் கொள்கைகளுக்கு வழியமைத்த சட்டம் அது.

சுதந்திரத்திற்குப் பிறகும் இட ஒதுக்கீட்டிற்காக ஏன் மேலும் கடினமானதொரு போராட்டத்தைப் பெரியார் ஏன் மேற்கொள்ளவேண்டி வந்தது என்பதை இங்குக் காண்போம். 1950

ஜனவரி 26 அன்று அரசியலமைப்புச் சட்டம் மேற்கொள்ளப்பட்ட போது, நாம் பிற பிற்பட்ட வகுப்புகள் என்று காணும் தொடர் அதில் இடம் பெறவில்லை. 'பட்டியலிட்ட சாதிகளும் பட்டியலிட்ட பழங்குடியினங்களும்' என்ற தொடர் மட்டுமே இருந்தது. இந்த அடிப்படையில் நேரு தலைமை தாங்கிய அன்றைய 'சர்க்கார்' பிற்பட்ட சாதிகளுக்கான இட ஒதுக்கீட்டை ஒழிக்க முயன்றது. 1950 ஆகஸ்டில் சென்னை உயர்நீதி மன்றத்திலும் இட ஒதுக்கீடு அரசியல் சட்டத்திற்கு எதிரானது என்று வழக்குப் போடப்பட்டது. உயர்நீதி மன்றம் அதை ஆதரித்தது. உச்சநீதிமன்றமும் உயர்நீதிமன்றத்தின் முடிவையே ஆதரித்தது. தமிழ்நாட்டில் ஒரேநேரத்தில் தன்னிச்சையான கலகங்கள் வெடித்தன. மக்கள் கோபமுற்றார்கள், இருதரப்பிலும் உணர்ச்சி வெள்ளம் பொங்கியது. பொதுமக்கள் கோபத்திற்குக் குரல்கொடுக்கும் விதமாகப் பெரியார், அரசியலமைப்பு பிராமணர்களின் கைப்பாவையாக உள்ளதே என்று வருந்தினார். அரசியலமைப்பு வரைவுக்குழுவின் தலைவராக அம்பேத்கர் இருந்தாலும், தலித்-வெகுஜனங்களுக்கான ஏகப்பிரதிநிதியாக அவர் மட்டுமே இருந்தார் என்றும், அக்குழுவின் மற்ற நான்கு பிராமண உறுப்பினர்களுக்கு முன் அவர் பேசஇயலாமற் போனது என்றும் கூறினார். நான்கு பிராமண உறுப்பினர்களில் மூவர் தமிழ்நாட்டைச் சேர்ந்தவர்கள் (ஏ. கிருஷ்ணஸ்வாமி ஐயர், டி.டி. கிருஷ்ணமாச்சாரி, கோபாலஸ்வாமி ஐயங்கார்). போராட்டம் தீவிரமடைந்தது. அலையலையாக மக்கள் தெருவுக்கு வந்தனர்; தினந்தோறும் தர்ணாக்களும் வேலைநிறுத்தங்களும் நடந்தன. பெரியாருடைய அழைப்பினால் ஆகஸ்டு 14 அரசு ஒடுக்குமுறை தினமாக அறிவிக்கப்பட்டது. அது மாநிலத்தை முழுமையாக அசைவற்ற நிலைக்குக் கொண்டுவந்தது (சுனில் 1991). பிராமண மேட்டுக்குடியினரால் ஆளப்படும் இந்திய யூனியனிலிருந்து தமிழ்நாட்டைப் பிரிக்கப் போவதாகப் பெரியார் மிரட்டினார். இந்த இடைவிடாத போராட்டங்கள் மத்திய அரசை அரசியலமைப்புச் சட்டத்தின் முதல் திருத்தத்திற்குக் கொண்டுசென்றன. அதன்படி பிரிவுகள் 15(1), 29(2) ஆகியவை இருந்தாலும், பிரிவு 15(4)இன் படி, பட்டியலிடப்பட்ட சாதியினர், பட்டியலிட்ட இனத்தினருக்கும் சமூகத்திலும்கல்வியிலும் பின்தங்கிய வகுப்பினருக்கும் அரசு எவ்வித சிறப்புச் சலுகைகளையும் அளிக்கலாம் என்று சேர்க்கப்பட்டது. இந்த அளிப்பின்கீழ்தான் தமிழ்நாடு இட ஒதுக்கீட்டுக் கொள்கையை மறுமுறை அறிமுகப்படுத்தியது, பின்னர் வந்த ஆண்டுகளில் மத்தியிலும் பலவேறு மாநிலங்களிலும் பலவேறு வடிவங்களில் இது ஏற்கப்பட்டது.

ஆனால் பெரியாரின் இயக்கம் இட ஒதுக்கீடு மற்றும் அரசியல் பார்ப்பனரல்லாத இயக்கம் இரண்டிலும் மட்டுமே நிற்கவில்லை.

சாதியின்மை, பகுத்தறிவு அடிப்படையில் ஒரு கலாச்சாரப் புரட்சியை அது இலட்சியமாகக் கொண்டிருந்தது. பிராமணர்களும் பார்ப்பனியமும் கீழானவர்கள், கேவலமானவர்கள், மனிதநிலைக்கும் குறைந்தவர்கள் என்று வைத்திருந்த அனைவரையும் பார்ப்பனரல்லாதார் என்ற பெரிய-சகோதரத்துவ அமைப்பைக் கருத்தில் கொண்டு அந்தச் சொல்லை உருவாக்கினார்.

கிறித்துவர்கள், முகமதியர்கள், ஆங்கிலோ–இந்தியர்கள், பிற இந்துஅல்லாதோரும் கூடப் பார்ப்பனர் அல்லாதவர்கள்தான். இந்துக்களிலும் பிராமணச்சாதி தவிரப் பிற அனைவரும் பார்ப்பனர் அல்லாதவர்கள்தான். தீண்டப்படாதவர்களும், அதனால் விளிம்புநிலையில் உள்ளவர்களும் பார்க்கப்படாதவர்கள் அணுகப்படாதவர்கள் யாவரும் பார்ப்பனர் அல்லாதவர்கள்தான். இந்தச் சமுதாயங்கள் எல்லாம் பார்ப்பனியத்தின் மாயவலையிலிருந்து தப்பி சுயமரியாதையோடு வாழ வேண்டும் என்றால் அவர்கள் சிறு மதக்குழு வேற்றுமைகளிலிருந்து விடுபடவேண்டும், சுயநலத்தைத் துறக்கவேண்டும், பார்ப்பனர்களின் உளவாளிகளாக இருப்பதிலிருந்து விடுபடவேண்டும்...அவர்கள் உலகப்பொது முன்னேற்றத்தில் நம்பிக்கை வைக்க வேண்டும். இந்த நோக்கத்தை அடையப் பாடுபட வேண்டும். இடையில் ஒருதலைச் சார்பையும் போலித்தனத்தையும் கைவிடவேண்டும். (பெரியார், பார்க்க கீதா மற்றும் ராஜதுரை 1998: 290).

அந்த இயக்கத்தின் அடிப்படை அழுத்தம், சூத்திரர்களை சூத்திரத் தன்மையிலிருந்து விடுவித்து, அவர்களை அதிசூத்திரர்களுடனும் பிறருடனும் ஒன்றுசேர்ந்து ஒரு சமூகத்தை மறுகட்டமைப்புச் செய்ய ஆயத்தம் செய்வதுதான். அப்படிப்பட்ட சமூகத்தில் சாதி வேறுபாடுகளுக்கு இடமில்லை. புலேயையும் அம்பேத்கரையும் பெரும்பாலும் ஒத்து, பெரியாருக்குத் தீண்டாமை ஒழிப்பு என்பது சாதி ஒழிப்பையும் உள்ளடக்கியதாக இருந்தது. பார்ப்பனரல்லாதாரின் முன்னேற்றம் தீண்டப்படாதவர்களின் முன்னேற்றத்தைச் சார்ந்திருந்தது மட்டுமல்ல, அவர்களின் துயரங்களும் பார்ப்பனரல்லாதார் யாவரின் அக்கறைக்கும் கவலைக்கும் உரிய விஷயம். இட ஒதுக்கீடு என்பது தீண்டப்படாதோருக்கு முக்கியமாகத் தேவைப்படுகின்ற ஒன்று. ஏனெனில் அவர்கள் பிற பார்ப்பனரல்லாதாரை விட அதிகமான மானக்கேடுகளைப் பொறுத்துக் கொள்ள வேண்டியிருந்தது. அதிகாரப் பதவிகளைக் கைப்பற்றுவது தீண்டப்படாதவர்களை அவர்கள்மீது இழைக்கப்படும் கொடுமைகள், குடியுரிமை இயலாமைகள் ஆகியவற்றைத் தடுக்க இயலும் (கீதா மற்றும் ராஜதுரை 1998: 288-90).

சாதிகள், சமுதாயம், பால்தன்மை ஊடாகச் சமநீதிக்கான சமூக உறவுகளை வலியுறுத்தி, பெரியார் சாதியையும் தந்தைவழி ஆதிக்கத்தையும் தூக்கி எறிய வேண்டும் என்றார். பாரப்பனரல்லாதவர்களின் திருமண வடிவங்களை உருவாக்கினார்.

பெண்கள் சமத்துவத்தையும் அவர்கள் தங்கள் வாழ்க்கைத் துணைவர்களைத் தேடிக் கொள்ளும் உரிமையையும் வலியுறுத்தினார். இருக்கும் மத நம்பிக்கைகள், செயல்பாடுகளோடு சமூகத்தின் முழுப் பார்ப்பன அமைப்பையும் உடைத்தெறிய வேண்டும் என்றார். பார்ப்பன அமைப்புதான் பெண்கள் மற்றும் பார்ப்பனரல்லாதார் அடிமைத்தனத்திற்குக் காரணமாக உள்ளது. அடித்தட்டு மக்களை ஈர்க்க முடியாத நீதிக்கட்சிக்கு எதிராக, பெரியாரின் இயக்கம் நகர்ப்புற, கிராமப்புறங்களிலும் உள்ள, பெரும்பாலும் ஏழையான, முதல் தலைமுறைக் கல்வி பெறுகின்ற ஆயிரக்கணக்கான இளம் ஆடவர்களையும் பெண்களையும் ஈர்த்தது. அந்த இயக்கத்தின் மையத் திட்டமான நீண்டகாலமாக அவமானப்பட்ட மக்களின் சுய நம்பிக்கையையும் பெருமிதத்தையும் கௌரவத்தையும் மீட்பது என்பது மக்களின் சிந்தனையைக் கவ்விப் பிடித்தது. அவ்வப்போது பெரியார் பலத்த சத்தமெழுப்பி முக்கியமான பிரச்சினைகள் மீது கவனத்தைத் திருப்பினார். பலவேறு சமயங்களில் அந்த இயக்கம் பிராமணக் குறியீடுகள் மீது நாடகத்தனமான தாக்குதலை ஏற்பாடு செய்தது. உறுப்பினர்கள் மனுஸ்மிருதிப் பிரதிகளை எரித்தார்கள், வேறுபாடு காட்டுதலுக்குக் காரணமான கடவுளர்கள், புரோகிதர்கள்மீது செருப்புகளை எறிந்தார்கள், அல்லது பெரிய பேரணிகளைக் கூட்டி விலக்கப்பட்ட கோயில்களுக்குள் நுழைந்தார்கள்.

பார்ப்பன தேசியம், பார்ப்பன மேட்டுக்குடியினர் தி இந்து போன்ற தேசியப் பத்திரிகைகள் வாயிலாக எழுப்பிக் கொண்டிருந்த பிற்போக்குத்தனம் ஆகியவற்றுக்கு எதிராக அவர் தமது சொந்த சஞ்சிகைகளையும் நாளிதழ்களையும் உருவாக்கினார். குடி அரசு போன்ற பத்திரிகைகள் வாயிலாக ஒரு வேகமான தமிழில் எழுதி புதிய வாசகர்களை அவர் பெற்றார். கலாச்சார மற்றும் அரசியல் தளங்களில் காந்தியின் பக்தி அரசியலுக்கு மாற்றான எதிர்விசையாக, பெரியார் சுயமரியாதைக் காரர்களின் சமூகச் செயல்பாட்டுக்கும் சமூகக் கிளர்ச்சிகளின் தனித்த செயல்களுக்கும் தனித்த வடிவங்களை உருவாக்கினார்.

தொடக்கத்தில் காந்தியின் ஆக்கப்பூர்வமான திட்டங்கள், சமூகச் சீர்திருத்தம் ஆகியவற்றில் முழுமையாக ஈடுபட்ட பெரியார், விரைவில் அவரது சாதி, கலாச்சாரம், தேசியம் பற்றிய நிலைப்பாடுகளைக் கண்டு பெரும் மனக்கசப்புக்கு ஆளானார். 1924இல் அவர் வைக்கம் கோயில் நுழைவில் ஈடுபட்டார். சமூக-மத ஒடுக்குதல் பற்றி காந்தியின் ஐயுறவான அணுகுமுறையைக் கேள்விகேட்டார். தான் ஒரு முழுமையான நாத்திகராக இருந்தபோதும், கோயில்கள் என்பவை குடிமக்கள் வட்டம், மதவட்டம் ஆகியவற்றைச் சேர்ந்தவை என்ற

புரிதலோடு தீண்டப்படாதவர்கள் கோயில் நுழைவுக்கு ஆதரவு தந்தார். ஆனால் ஒடுக்கப்பட்ட வகுப்பினருக்குத் தனி வாக்குத்தொகுதிகள் என்ற பிரச்சினையில் அம்பேத்கருடனான சண்டைக்குப் பிறகு (இதில் பெரியார், அம்பேத்கருடன் முழுமையாக உடன்பட்டு நின்றார்) காந்தியும் காங்கிரஸூம் அந்தப் பிரச்சினையை சாதிச் சுரண்டல் என்னும் பெரிய பிரச்சினைக்குள் (இயல் 7இல் நாம் காணப்போகின்றவாறு) கொண்டு வந்ததால் திராவிடத் தலைவர் கோயில் நுழைவு என்பதில் ஆர்வம் அற்றுப்போனார். ஒரு தகுதியற்ற கனவின் பின்னால் அலைதல் என்றும், அது பார்ப்பன முறைமையை வலுப்படுத்துவதற்கே உதவும் என்றும் அதைப் புறக்கணித்தார்.

காந்தியுடன் பெரியாருடைய இறுதி முறிவு 1927இல் நிகழ்ந்தது. தென்னிந்தியாவில் சுற்றுப்பயணம் செய்த காந்தி, வர்ணாசிரம தர்மத்தைப் போற்றியும், பார்ப்பனர்களே புனிதமான இந்து வாழ்க்கைக்குத் தகுதியான காவலர்கள் என்றும் பேசினார். சாதி எதிர்ப்புத் தீவிரவாதிகளின் காயத்தில் உப்பைத் தடவுவதுபோல, கலப்புத் திருமணம், ஒன்றாக உணவு அருந்துதல் போன்றவை இலட்சிய இந்து முறைமைக்குத் தேவையற்றவை, அவற்றின்மீது தடைவிதிக்க வேண்டும் என்றும் பேசினார். இதற்கு முன் 1921இலும் கூட சென்னையில் ஒரு பொதுக்கூட்டத்தில் பேசிய காந்தி, வெளிப்படையாகவே சாதி-எதிர்ப்பு இயக்க விஷயத்தைக் குறிப்பிட்டு பிராமணர்கள் உருவாக்கிய மரபைப் போற்றினார். பார்ப்பனியத்தின் சாம்பலின்மீது பார்ப்பனர் அல்லாதார் எழுச்சி பெற முயல்கிறார்கள் என்று கடுமையாகச் சாடினார். தெற்கில் காந்தியின் வருகையுடன் ஒருமித்து தஞ்சாவூர் மாவட்டத்தில் திருவாரூரில் ஒரு பிராமண சம்மேளனம் நிகழ்ந்தது. அது வர்ணாசிரம தர்மத்திற்கு இன்னும் தொடர்ந்து மதிப்பு உண்டு என்றும், இப்போது பார்ப்பனர்-அல்லாதார் என்ற இரண்டு வர்ணங்களே இருப்பதால் பார்ப்பனர்கள் தங்கள் வர்ணத் தொழில்களை மனப்பூர்வமாகச் செய்ய வேண்டும் என்றும் வலியுறுத்தியது. *(கீதா மற்றும் ராஜதுரை 1998: 299)*.

பெரியார் கோபத்துடன் தமது எதிர்வினையை வெளியிட்டார். சூத்திரர்கள் காந்தியின் அறிவுரையைப் பின்பற்றினால், அவர்கள் பார்ப்பனர்களுக்குச் சேவகம் செய்வதில்தான் முடிவடையும் என்ற திருநெல்வேலியில் பொதுக்கூட்டத்தில் பேசினார். ஒரு தலையங்கத்தில் இதையே வலியுறுத்தி, காந்தியின் அரசியல் பார்ப்பனர்களுக்கு மட்டுமே உதவும் என்று மக்களை எச்சரித்தார். சாதி, கலாச்சாரம் பற்றிய அவரது அறிவுக்கெதிரான சிந்தனைகள் வெளிப்படுத்தப்பட்டு எதிர்க்கப்பட வேண்டும் என்றும் தெரிவித்தார்:

தீண்டாமையை ஒழிக்கவேண்டும், மதத்தையும் சமூகத்தையும் சீர்திருத்த வேண்டும் என்று மகாத்மா காந்தி விரும்புவதாகப் பொதுமக்கள் நம்புகிறார்கள். ஆனால் மகாத்மாவின் பேச்சுகளும் சிந்தனையும் அவர் அவற்றிற்கு எதிரான பார்வையையே கொண்டுள்ளார் என்பதைக் காட்டுகின்றன... நாம் மகாத்மாவின் தீண்டாமை முறைமையைப் பின்பற்றினால், நாம் அழிக்க முயலுகின்ற அதே தீண்டாமையின் பாதாளத்திற்குள்தான் விழவேண்டியிருக்கும். நாம் இதுவரை பொறுமையாக, மிகப் பொறுமையாக வாயை மூடிக்கொண்டு இருந்தோம். ஆனால் இன்று தீண்டாமை ஒழிப்பு, சுயமரியாதை ஆகியவற்றுக்காக நாம் பரிதாபமான நிலையில், மகாத்மாவுடன் மோதவும் எதிர்க்கவும் தள்ளப்பட்டிருக்கிறோம். (பார்க்க கீதா மற்றும் ராஜதுரை 1998: 299).

அந்தத் தலையங்கம் சாதி, வர்ணம் பற்றிய காந்தியின் பார்வைகளை அலசியது. இந்தப் பிரச்சினையில் வழக்கமான பிராமண நிலைப்பாட்டிலிருந்து அவை வேறுபட்டனவாக இல்லை என்று கண்டார். இது பார்ப்பனர்களுக்குக் கோபமூட்டியது. காந்தியின் பார்வைகளைப் பெரியார் திரிக்கிறார் என்று கூறித் தங்கள் கோபத்தை அவர்மீது காட்டினர். பெரியார் தமக்கே உரிய தனித்த பாணியில் இப்படிக் குறைகூறுபவர்கள்மீது பரிதாபம் கொண்டார். அவர்களின் எதிர்ப்புகளை, "அவர் இப்படிச் சொன்னார், அப்படியில்லை" அல்லது "அவர் இப்படிப் புரிந்து கொள்ளுமாறு கூறவில்லை" என்று கேலி செய்தார். பெரியாரும் அவரது தோழர்களும் காந்தி யாரென்று தாங்கள் எளிதில் காணமுடியும் என்று கூறினார்கள். "காங்கிரஸ் மற்றும் பார்ப்பன ஆதிக்கத்தின் கட்டமைப்பிலும் பயன்பாட்டிலும் மிக முக்கியமான ஒரு பங்கேற்பாளர் காந்தி." (மேலது 300).

1948இல் காந்தி கொல்லப்பட்டபோது, பெரியார் தனித்த ஒரு இரங்கலுரை எழுதினார். கொலைசெய்ததைக் கண்டித்தார். ஆனால் அதேசமயம், கொலையாளி கோட்சே ஒரு மதவெறி அல்லது பைத்தியம் பிடித்த தனித்த ஒருவனல்ல. "இதுவரை காந்தி வளர்த்துவந்த இந்து தேசியவாதம் இந்தியாவில் எங்கும் ஊடுருவிப் பரவியிருக்கிறது. அதன் வெளிப்பாடுதான் கோட்ஸே"என்றார் (பார்க்க டிர்க்ஸ், 2002: 263). காந்தி உள்ளிருந்தே கொல்லும் புற்றுநோயினால் கொல்லப்பட்டார். அது பார்ப்பனத் தனியுரிமைக்கும் இந்துக் கருத்தியலுக்குமான அருவருப்பான தொடர்பில் விளைந்த ஒரு கொள்ளை நோய் என்று திராவிடத் தலைவரான பெரியார் கண்டார் (மேலது).

பெரியாரின் தீவிரவாதம் சாதாரண மக்களுக்கு மட்டும் உற்சாகம் ஊட்டவில்லை, பல ஆக்கத்திறன் வாய்ந்த படைப்பாளிகளையும் தூண்டியது. அவர்களில் முக்கியமானவர் பாரதிதாசன். அவரது கவிதைகள் சுயமரியாத இலட்சியத்தை பிற்போக்கு மரபின்

இருளை அழிக்கின்ற சமதர்ம நவீனத்துவத்திற்கான தூண்டுதலாக முன்வைக்கின்றன.

> மாதர்தம் உரிமை மறுப்பது மாண்பா?
> மாதர் முன்னேற்றத்தால் மகிழ்வது மாண்பா?
> ...ஆழ்வுறும் ஆத்திகம் வைதிகம் சுகமா?
> அகிலமேற் சமதர்மம் அமைப்பது சுகமா?
> சூழும் நற்பேதம் தொடர்வது வாழ்வோ?
> சுயமரியாதையால் உயர்வது வாழ்வோ? (பாரதிதாசன் கவிதைகள், புதுயுகம், 'ஆய்ந்துபார்')

(ஓம்வெட் மேற்கோள், 1995: 56-7)

பாரதிதாசனின் சமதர்மம் ஒரு புதிய அரசியலைப் பிரதிபலித்தது. சாதிஎதிர்ப்பு, வர்க்க எதிர்ப்புக் கருத்துகளைக் கவிதையில் பரப்புவதை 1930களில் கண்டது. 1932இல் பெரியார் சோவியத் ஒன்றியத்திற்குச் சென்றார். அங்குக் கண்டவற்றால் உற்சாகம் கொண்டார். இந்திய மேட்டுக்குடி மக்களும் பிரிட்டிஷ் ஏகாதிபத்தியமும் உலக முதலாளித்துவத்தின் முகவர்கள் என்று அவற்றை எதிர்த்தார். இதன் விளைவாக பிரிட்டிஷ் அரசாங்கம் அவரது செயல்பாடுகளை மிக நெருக்கமாகக் கண்காணிக்கத் தொடங்கியது. பௌத்த அறிஞரும், தொழிற்சங்கத் தலைவர்களில் முன்னோடியுமான எம். சிங்காரவேலர், தென்னிந்தியாவின் முதல் பொதுவுடைமையாளர் என்ற பெருமைக்குரியவர், பெரியாருக்கு சமதர்மத்தின்மீது ஏற்பட்ட காதலை ஊக்குவித்தார். அவர் குடி அரசில் தொடர்ச்சியாக சமதர்மத்தின் விளக்கத்தையும் வரலாற்றின் பொருள்முதல்வாத விளக்கத்தையும் பற்றிப் பல கட்டுரைகள் எழுதினார் (ஓம்வெட் 1995: 57). பெரியார் சிங்காரவேலருடன் இணைந்து சுயமரியாதை சமதர்மக்கட்சி என்பதை 1932 டிசம்பரில் தொடங்கினார்.

சுயமரியாதைக்காரர்களுக்கு அச்சொல் சோஷலிசம் என்பதன் தமிழாக்கம் மட்டுமல்ல, அது மனிதர்களுக்கிடையிலும், ஆண்களுக்கும் பெண்களுக்கும் இடையிலும் உள்ள சமத்துவத்தையும் குறிக்கின்ற சொல்லாக இருந்தது. மேலும் இந்தச் சமத்துவத்தை ஒவ்வொரு தனிமனிதரும், தங்கள் சுயதகுதியையும் சுயமரியாதையையும் உறுதிப்படுத்துவதன் வாயிலாகவே அடையவேண்டும். ஆகவே சமதர்மம் என்ற கொள்கை, பொருளாதார நீதியின் ஒரு புதிய யுகத்தை மட்டும் குறிக்கவில்லை, அது சாதிச் சமூகம் முழுவதும், அதன் சிக்கலான இருப்பு வழிகள் யாவும், முற்றிலும் மாற்றமடையும் என்ற ஆயிரமாண்டுக் கனவு நிறைவேறுவதையும் குறிக்கிறது. (கீதா மற்றும் ராஜதுரை 1998: 420-1)

சிறப்புமிக்க பௌத்த அறிஞர்களான எம். சிங்காரவேலரும் லக்ஷ்மிநரசுவும் இதே நோக்கத்தில் என்றாலும் வேறொரு ஒளியில் சமதர்மம் என்பதற்கு விளக்கம் தந்தார்கள். வேறுபடுத்தும் இந்து மதத்தை ஒழுக்க-ஆன்மிக விஷயங்களில் பலகாலமாக எதிர்த்த பௌத்தத்தின் சமதர்ம உணர்வைப் புத்தெழுச்சி பெறச் செய்ய வேண்டும் என்று வலியுறுத்தி, அச்சொல்லின் பௌத்த மூலங்களையும் அதை ஓர் இலக்காகவும் வைத்துத் தேடினார்கள் (மேலது 421-2). ஆதி திராவிட சிந்தனையாளர்கள்-செயல்வீரர்கள், சாதியற்ற சமூகத்தையே ஒரு சமதர்மச் சமூகமாகக் கண்டனர். சமதர்மத்தின் இலட்சியம் இதுவரை தெளிவாக விளக்கப்படவில்லை. அது கொள்கையளவில் திறந்த ஒன்றாக விடப்பட்டது. ஆனால் ஒரு சமதர்மச் சமுதாயத்தைக் கட்டுவதற்கான பொருளியல் பண்புகளைத் தெளிவாக வரையறுத்த பண்புகளோடு அதன் இலட்சியத்தை வெவ்வேறு பின்னணிகளில், வெவ்வேறு காலங்களில் ஒன்றுசேர்த்து சுயமரியாதைக்காரர்கள் கண்டனர் (மேலது). ஆனால் பார்ப்பனரல்லாதார் போராட்டத்தை தீவிரப் படுத்துவதில் ஒரு எழுச்சியை உறுதியாகக் குறித்தது. அதன் மேடைகளிலிருந்து இப்போது சமதர்மம் முன்வைக்கப்படலாயிற்று. சுயமரியாதைக்காரர்களால் முதலாளித்துவ எதிர்ப்பு, நிலக்கிழார் எதிர்ப்பு சார்ந்த பல மாநாடுகள் நடத்தப்பட்டன.

ஆனால் சாதிஎதிர்ப்புப் போராட்டமும் இடதுசாரி இயக்கமும் ஒன்றாகச் சேர்ந்த இணைப்பு நீண்ட நாள் நீடிக்கவில்லை. இயக்கத்திலிருந்த பழமைவாதிகள் சமதர்மத்தைக் குறித்து உற்சாகமின்றி இருந்தனர். அதைவிட மேலாக, பொதுவுடைமைக் கட்சியினர், சாதி எதிர்ப்பு இயக்கத்தை வர்க்கப் போராட்டத்தைச் சாதியால் நீர்த்துப்போக வைத்தல் என்பதாக எதிர்த்தனர். சிங்காரவேலரின் சொந்த மண்ணுக்கான சமதர்மம் பம்பாயிலுள்ள பொதுவுடைமைத் தலைவர்களுக்கு அபாயகரமாகத் தென்பட்டது.

உண்மையான பிரிவு நேரானதொரு அரசியல் பிரச்சினையால் வந்தது. 1934 தேர்தலின் முன்னர், சுயமரியாதை இயக்கம், நீதிக்கட்சியையேனும் காங்கிரஸையேனும் ஆதரித்தாக வேண்டும் என்ற நிலை ஏற்பட்டது. அப்போது எந்த சமதர்மக் கட்சியும் இல்லை. பெரியார், சுயமரியாதைக்காரரின் எதிர்காலம் நீதிக்கட்சியின் புத்தெழுச்சி, தீவிரப்படுத்தல் ஆகியவற்றில் உள்ளது என்று நினைத்தார். ஆனால் இடதுசாரி, காங்கிரசை நம்பியது. 1930களில் அவர்கள் ஒன்றிணைந்து ஏகாதிபத்திய எதிர்ப்பு முன்னணி அமைத்தனர். 1936இல் மார்க்சிய மேல்சாதித் தலைவர்கள் சிங்காரவேலருக்கும் அவரது தோழர்களுக்கும் பெரியார் இயக்கத் தொடர்பை விட்டு காங்கிரஸ் சோஷலிஸ்டுக் கட்சியில் சேருமாறு உத்தரவிட்டனர். அது காங்கிரஸின் ஒரு பகுதியாக

இருந்தது, ஆனால் அதற்குள் பொதுவுடைமையாளர்கள் வேலை செய்தனர். (ஓம்வெட் 1995: 58).

இப்பிளவின் விளைவு பெரியார், இடதுசாரிகள் இருகட்சியினருக்குமே அழிவுண்டாக்குவதாக இருந்தது. இதற்குப் பின் பெரியார், பிராமண-இடதுசாரியிடமும் காங்கிரஸ் தேசியவாதிகளிடமும் தமது மனப்பாங்கை இறுக்கிக் கொண்டார். மேலும் மேலும் மொழிசார்ந்த-பிரதேச தேசியத்துடன் இணைந்தார். 1936இல் மங்கிக் கொண்டிருந்த நீதிக்கட்சியின் தலைமையைப் பெரியார் ஏற்றார். அதை சமூக மாற்றத்துக்கான இயக்கமாக மாற்றவும், ஆரிய-பார்ப்பன-வடக்கு-ஆதிக்கம் பெற்ற தேசியம் என்று அவர் கூறியதற்கு எதிராக திராவிட மொழி, கலாச்சாரம், தேசியத்திற்குக் கருவியாக மாற்றவும் முயற்சி செய்தார். 1937இல் அரசுப் பள்ளிகளில் காங்கிரஸ் அரசாங்கம் இந்தியைத் திணித்தபோது அதற்கு எதிராகக் கடுமையான போராட்டம் நடத்தினார். அதை ஆரிய தேசியத்தின் ஒடுக்குகின்ற தன்மைக்கு மற்றொரு உதாரணமாகக் காட்டினார். பிராமணர்களின் மிகப் பரந்த இந்தி-இந்து-இந்துஸ்தான் சதித்திட்டத்தின் பகுதியாக அதைக் கண்டு, திராவிட மொழிகள் பேசும் மாநிலங்களுக்குத் தனி அரசு அந்தஸ்து தருமாறு வேண்டினார்.

1940களில் பெரியாரின் அரசியல், தன்னாட்சிபெற்ற சாதியற்ற திராவிட நாட்டுக் கூட்டமைப்பு வேண்டும் என்ற கோரிக்கையால் நிறைந்திருந்தது. 1944இல் அவர் திராவிடக் கழகத்தை உருவாக்கினார். அதன் நோக்கம் ஒரு திராவிட அரசை நிறுவுவது. ஆனால் அப்படிப்பட்ட கோரிக்கைக்கு உண்மையான காரணம், ஓர் உண்மையான சாதியற்ற சமூகத்தை உருவாக்க வேண்டும் என்ற அவரது நோக்கமே ஆகும். அந்தப் புதிய சமுதாயம் பிராமணச் சாதிமுறைமையிலிருந்து தனது நாகரிக, கலாச்சார வேறுபாடுகளால் வேறுபடுத்தப்படும் என்றார். (கீதா மற்றும் ராஜதுரை 1998: 327). திராவிட இனப்பண்பு என்பது அதற்குள் சாதிக் கலாச்சாரத்தைப் புறக்கணிக்க ஒப்புக்கொண்ட அனைவரையும் ஏற்றுக் கொள்ளும் ஒன்றாகும். ஆக, 1944இல் அம்பேத்கர் பெரியாரைச் சந்தித்து கூட்டு முன்னெடுப்புகளைப் பற்றி விவாதிக்கச் சந்தித்தபோது, அம்பேத்கர், திராவிடஸ்தான் என்ற சிந்தனை இந்தியா முழுவதற்கும் பொருத்தமானது, ஏனெனில், பார்ப்பனியம் முழு துணைக் கண்டத்தையும் பாதிக்கின்ற பிரச்சினையாக இருந்தது (மேலது).

தமிழ்நாட்டின் பார்ப்பனரல்லாதார் இயக்கம் பக்கத்துப் பிரதேசங்களுக்கும் பரவியது. மைசூர் தனியரசாட்சி அரசில் கல்வி,

அரசு சேவை, அரசியல் ஆகிய துறைகளில் பார்ப்பன ஆதிக்கம் ஒடுக்கப்பட்ட சமுதாயங்களால் எதிர்க்கப்படலாயிற்று. பொதுக் களத்தில் பார்ப்பனர் ஏகாதிபத்தியத்தை அந்தப் பிரதேசத்தின் முக்கிய இனக்குழுக்களான ஒக்கலிகர்கள் லிங்காயத்துகள் இவர்களுடன் முஸ்லிம்களும் சேர்ந்து எதிர்ப்பதில் முன்னணியில் நின்றனர். 1906இல் ஒக்கலிகர் சங்கம் அமைக்கப் பட்டது. லிங்காயத்துகளின் நலன்களுக்கான வீரசைவ மகாசபை 1909இல் உருவாயிற்று. இந்தக் காலப்பகுதியில் உருவான மற்ற அமைப்புகளில் ஆதிதிராவிட அபிவிருத்தி சங்கம், நாராயண குருபா சங்கம் மத்திய முஸ்லிம் சங்கம் ஆகியவை அடங்கும். 1917க்குள் பலவேறு இனக்குழுக்களும் பிரஜா மித்ர மண்டலி என்ற ஒரு கூட்டமைப்பை உருவாக்கினர். 1918இல் அவர்கள் அரசாங்கத்திடம் பொதுச் சேவை, கல்வி நிறுவனங்கள், சட்டப்பேரவை ஆகியவற்றில் பார்ப்பனர் அல்லாதாருக்குப் போதுமான பிரதிநிதித்துவம் அளிக்கவேண்டும் என்ற நினைவுக் கடிதத்தை அளித்தனர். இந்தக் கோரிக்கைகளை ஆய்வுசெய்ய நியமிக்கப்பட்ட மில்லர் ஆணையம் பிற்பட்ட சாதிகளுக்குப் போதிய பிரதிநிதித்துவம் அளிக்கவேண்டும் என்று பரிந்துரைத்தது. அதை அரசாங்கம் 1919இல் ஏற்றது. இதனால் பிராமணர் அல்லாதார், குறிப்பாக ஒக்கலிகரும் லிங்காயத்துகளும் கல்வி, நிர்வாகம், அரசியல் ஆகிய களங்களில் இறங்க வாய்ப்புக் கிடைத்தது.

பார்ப்பனரல்லாதார் ஆந்திராவிலும் புரட்சிக்கொடியை உயர்த்தினர். மைசூரில் பார்ப்பனரல்லாதார் கருத்தியல் திராவிட இயக்க வடிவத்தைக் கொள்ளவில்லை. ஆனால் ஆந்திராவில், குறிப்பாகக் கடற்கரைப் பகுதிகளில் தமிழ்நாட்டின் தீவிர திராவிட இயக்கத்தின் செல்வாக்கு ஏற்பட்டது. தமிழ்நாடு, கர்நாடகாவின் தலித்துகள் தங்கள் கலாச்சார அடையாளத்தை ஆதி-திராவிடர்கள், ஆதி-கர்நாடகர்கள் என்றும் கொண்டனர். தெலுங்குபேசும் மாலர்கள், மடிகர்கள் ஆகியோர் தங்களை ஆதி-ஆந்திரர் என்று அடையாளப் படுத்திக் கொண்டனர். முன்னவர்களைப் போல இவர்களும் தாங்களே அந்த மண்ணின் ஆதிக்குடிகள், ஆட்சியாளர்கள் என்று கூறினர் (ஓம்வெட் 1994: 117). அங்கிருந்த பழங்குடி மக்களுக்கு இந்து மதம் முன்னோர் மதம் அல்ல என்றும் அவர்கள் வேறுபாடு காட்டும் நூல்களான வேதங்கள் மனுஸ்மிருதி போன்றவற்றை வெறுததனர் என்றும் கூறினர். படையெடுத்து வந்த அயலார்களால் அவர்கள் முன்னோரின்மீது வேத மதமும், அதன் நம்பிக்கைகள், பாரபட்சங்கள் ஆகியவை திணிக்கப்பட்டன என்றும் அவர்கள் உரைத்தனர்.

1917இல் விஜயவாடாவில் தலித்துகளுடைய ஒரு மாநாடு, சீர்திருத்த இந்துக்களால் கூட்டப்பட்டது. அதற்குத் தற்காலிகமாக முதல்

மாநில பஞ்சம மகாராஜ சபை என்று பெயரிடப்பட்டது. அது தீவிரவாதிகளின் தூண்டுதலால் ஆதி-ஆந்திர மகாராஜ சபை என்று பெயர் மாற்றப்பட்டது. வந்திருந்த தலித் பிரதிநிதிகளுக்கு நகரத்தில் இடம் கிடைப்பது சிரமமாக இருந்தது. அங்கிருந்த முக்கியக் கோயில்கள், கோயில் நுழைவு நேரிடலாம் என்று மூன்று நாட்களுக்கு மூடப்பட்டன (ஓம்வெட் 1994: 118). இதைத் தொடர்ந்து ஆதி-ஆந்திரர் மாநாடுகள் ஒவ்வோராண்டும் வெவ்வேறு இடங்களில் நடத்தப் பட்டன. இந்த இயக்கத்திற்கு வெகுமக்கள் ஆதரவு இருந்தது. 1931 மக்கள் கணக்கெடுப்பு சுட்டிக்காட்டியவாறு சென்னை மாகாணத்தின் மாலர்கள், மடிகர்களில் மூன்றில் ஒரு பங்கினர் தங்களை ஆதி-ஆந்திரர் என்று அடையாளப்படுத்திக் கொண்டனர் (மேலது).

பாக்யரெட்டி வர்மா (1888-1939) ஒரு ஹைதராபாத் தலித். அவரது உண்மைப் பெயர் மதாரி பாகய்யா. தலித்துகளை ஒருங்கிணைப்பதிலும் எதிர்ப்பு இயக்கத்தைக் கட்டுவதிலும் அவர் முக்கியப் பங்கு வகித்தார். ஆதி-இந்து மாநாடுகளை 1912 முதலாக நடத்தினார். ஆரியப் படையெடுப்பாளர்களால் நசுக்கப்பட்டு கீழே தெற்கில் தள்ளப்பட்ட நாட்டின் சொந்தக் குடிகளுக்கு ஆதி-இந்துக்கள் என்ற பெயரைப் பயன்படுத்தினார். தலித் சுயநிர்ணயத்திற்கு பலமான ஆதரவாளராக இருந்த அவர் கோயில் நுழைவுப் போராட்டங்களை ஆதரிக்கவில்லை. ஒருசமயம், கிழக்கு கோதாவரியில் 1938 ஆதி-ஆந்திரர் மாநாட்டில் இந்தப் பிரச்சினை விவாதிக்கப்பட்டுக் கொண்டிருந்தபோது சென்னை மாகாண சபையில் தலித் சீர்திருத்தவாதி எம். சி. ராஜா கோயில் நுழைவுக்கான மசோதா ஒன்றை அறிமுகப்படுத்தியதற்கு எதிராக எல்லாரும் வாக்களிக்க ஒப்பும்வரை தான் தலைமை தாங்க முடியாது என்று கூறிவிட்டார். வர்மாவுக்கு பௌத்தத்திலும் ஆழமான ஆர்வம் இருந்தது. தொடக்க வயதிலிருந்தே புத்தரின் சாதிக்கும் பிராமண அநீதிக்கும் எதிரான போராட்டங்கள் பிடித்திருந்ததால் அவரைப் போற்றினார். 1913இலும் பிறகு 1934இலும் (அவரது இறப்புக்கு இரண்டு ஆண்டுகள் முன்பு) புத்தரின் பிறப்பு ஆண்டுக் கொண்டாட்டங்களுக்கு ஏற்பாடு செய்தார். கடைசி நாட்களில் அவர் செயல்பட முடியாத நிலை இருந்தபோது அவர் தீவிர அம்பேத்கரியவாதிகளின் புதிய தலைமுறையினருக்குத் தனது ஆதரவை அளித்தார் (ஓம்வெட் 1994: 124).

பார்ப்பனரல்லாதார் இயக்கங்களில், குறிப்பாக தலித் விடுதலைப் போராட்டங்களில், முக்கியமாகக் காணப்படும் ஒரு பொது விஷயம், இப்போதுள்ள ஒடுக்குநிலையையும் பழங்காலத்தில் ஒரு போலி மதத்தின் வாயிலாக ஆரியர்கள் வெற்றிபெற்றதன் வரலாற்றையும் ஒன்றிணைத்து நோக்குவதாகும். இந்தத் தலைகீழாக்கல் கட்டமைப்பு புலே, அம்பேத்கரின் மாநிலமான மகாராஷ்டிராவில்போல வேறெங்கும்

வெளிப் படவில்லை என்றே கூறலாம். புலேயின் சாதிஎதிர்ப்புப் போராட்டம் பற்றி முன் இயலில் பார்த்தோம். அம்பேத்கரின் விடுதலைப் போராட்டம் பற்றி அடுத்த இயலில் காண்போம். புலேயின் சமூக தீவிரவாதம் அம்பேத்கருக்கு முந்திய பல தலித் தலைவர்களால் அந்தப் பகுதியில் முன்னெடுத்துச் செல்லப்பட்டது என்பதை இங்குக் கூறுவது போதுமானது. அப்படிப்பட்ட ஒரு தலைவரான கிசான் பகுஜி பன்ஸோடே (1870-1946) வளர்ந்து வந்த தலித் போராட்ட மனநிலைக்கு 1909இல் எழுதிய கட்டுரை ஒன்றில் வடிவம் கொடுத்தார்:

> உங்கள் முன்னோர்கள்–ஆரியர்கள்–எங்களை வெற்றிகொண்டார்கள், எங்களுக்குத் தாங்கமுடியாத கொடுமையை அளித்தார்கள். அந்தச் சமயத்தில் உங்களால் கைப்பற்றப்பட்டவர்களாக நாங்கள் இருந்தோம். அடிமைகளைவிடக் கேவலமாக எங்களை நடத்தினீர்கள், நீங்கள் விரும்பிய எவ்விதச் சித்திரவதையையும் எங்களுக்குத் தந்தீர்கள். ஆனால் இப்போது நாங்கள் உங்கள் அடிமைகள் அல்ல. எங்களுக்கும் உங்களுக்கும் எவ்வித வேலைத்தொடர்பும் இல்லை. நாங்கள் உங்கள் வீட்டு அடிமைகளோ பண்ணை அடிமைகளோ அல்ல...மனிதத்தன்மைக்கும் சுதந்திரத்திற்குமான உரிமைகளை எங்களுக்கு நீங்கள் அளிக்கவில்லை என்றால் எங்கள் சொந்த பலம், தைரியத்தின் அடிப்படையில் நாங்களே எங்கள் சொந்த உரிமைகளை எடுத்துக் கொள்ள வேண்டிவரும், அதை நாங்கள் செய்வோம் (பார்க்க ஓம்வெட் 1994: 110).

வடக்கில் போராட்டம்: அச்சுதானந்தரும் மங்கூராமும்

உத்தரப் பிரதேசத்தில், குறிப்பாக நகர்ப்புற மையங்களில், விளிம்புநிலை வாழ்க்கையும், மிகக்கீழான தொழில் அனுபவமும் தலித்துகளிடையே கபீர், ரவிதாசரைப் பின்பற்றித் தீவிர மரபைப் புதுப்பிப்பதற்கும் தொல்குடிமக்களின் சமத்துவத்தை நிலைநிறுத்துவதற்குமான பின்னணியை உருவாக்கியது (கூப்து 1993). புதிய நூற்றாண்டின் தொடக்கத்தில் தலித்துகள் தங்கள் விடுதலைப் போராட்டத்தை சுவாமி அச்சுதானந்தர் (1879-1939), ராம் சரண் (1889-1939) தலைமையில் தொடங்கினர். தாங்களே அடைந்த அவமான அனுபவங்கள் அவர்களைப் பார்ப்பனச் சமூகத்திலிருந்து வெளித்தள்ளின. சமுக மேம்பாட்டுக்கான அடையாளத்தைக் கட்டமைப்பதன் பின்னணியில் அவர்கள் உந்துசக்திகள் ஆயினர். துணைக் கண்டத்தில் இருந்த மற்ற தலித், அடித்தட்டுத் தலைவர்களைப் போல இவர்களும் சாதி, கலாச்சாரம், சமூகம் பற்றிய பார்ப்பன வளவளப்புகளை மறுத்து சமூக நீதியை வேண்டினர்.

மைன்புரி மாவட்டத்திலிருந்து வந்த துறவி அச்சுதானந்தர். உத்தரப் பிரதேசத்தில் தலித் விடுதலை இயக்கத்தின் முக்கியக்

கருத்தியலாளர். சிறிதுகாலம் ஆரியசமாஜத்துடன் தொடர்பில் இருந்தார். இந்துக்கள் யாவரையும் வேதங்கள் மற்றும் பிராமணர்களின் அடிமைகளாக்குவதுதான் அதன் நோக்கம் என்பதை விரைவில் அவரும் அவருடைய தோழர்களும் புரிந்துகொண்டதன் பின்னர், அதைவிட்டு நீங்கினார்கள் (கூப்து 1993). வேதங்களின் மீதான அழுத்தம் சாதிப் படிநிலைக்கும் மேலும் சாதி வேறுபாடுகளை வலுப்படுத்துவதற்கும் தெய்விக அனுமதி தேடுவதாகும் என்பதை அவர்கள் உணர்ந்தனர். ஆரிய சமாஜம் கட்டமைப்புச் செய்த உயர்சாதி இந்துக்களின் சேனையினால் அதிர்ச்சியடைந்த தலித்துகள், அதன் ஒரே நோக்கம் இந்து சமுதாயத்தை முஸ்லிம்களுக்கு எதிராகப் போருக்கு ஆயத்தப்படுத்துவது என்றும் கீழ்ச்சாதிகளை மேம்படுத்துவதற்கு அதன் முயற்சி அந்தத் திட்டத்தின் ஒரு பகுதி என்றும் நினைத்தார்கள். பிறகு சமாஜம் தீண்டாமையை ஒழிக்க முற்படவில்லை, சுத்தி (சுத்தம் செய்வது) என்பது தீண்டப்படாதவர்கள் மீது உயர்சாதியினரின் கட்டுப்பாட்டை நிரந்தரம் ஆக்குவதற்கான தந்திர உபாயம் என்று புரிந்துகொண்டார்கள். “தூய்மைப்படுத்துவது பற்றிய அதன் செயல்கள் மிக புத்திசாலித்தனமான ஏமாற்றுகள், வர்ணாசிரமத்தின் புத்திசாலித்தனமான வார்த்தை ஜாலங்கள்” என்று அறிவித்தார் அச்சுதானந்தர். சமாஜத்தின் கலப்புத் திருமண முயற்சிகள் வெறும் கண்துடைப்பு என்றும், அது உண்மை என்றால் இருபிறப்பாளர்க்கும் (பார்ப்பனர்களுக்கும்) கீழ்ச்சாதிகளுக்கும் இடையில் கலப்புத் திருமணம் செய்து நிலைநாட்டட்டும் என்று அறைகூவல் விடுத்தார் (மேலது).

தலித் சிந்தனையாளர்கள் பிறப்பின் அடிப்படையிலான உழைப்பு மற்றும் உழைப்பாளர் பிரிவினையை எதிர்த்தனர். இதனால் வேலைகள் பலசாதிகளுக்கும் பலவிதமாகப் பரவலுக்கான வாய்ப்பு மறைந்து ஒடுக்கப்பட்ட சாதிகளின் தொடர்ந்த ஏழ்மை, கல்வியின்மை, பிளவுபடும் தன்மை ஏற்பட்டன. அச்சுதானந்தரும் ராம்சரணும் பரப்பிய சாதிக்கு எதிரான உணர்வு ஓர் இயக்கமாக மாறி மாநில முழுவதும், குறிப்பாகக் கான்பூர், லக்னவ், அலாகாபாத், வாராணசி போன்ற நகர்ப்புற மையங்களில் பரவியது (மேலது). கபீர், ரவிஅயோத்தி தாசர் போன்றோரின் கலாச்சார தீவிர வாதத்தினால் இயக்கம் உயிர்பெற்றது. ஒருகாலத்தில் இந்தியாவில் இருந்த அசலான குடிமக்களை ஆதி இந்துக்கள் என்று அழைத்தனர். அவர்கள்தான் இன்றைய தலித் மக்களுடைய முன்னோர்கள். அவர்கள் வேதத்துக்கு முந்தி இருந்ததாகச் சொல்லப்படும் சமநீதி நிறைந்த மதம் ஒன்றினைப் பின்பற்றினர். ஆரியர்கள் ஆதி இந்துக்களை-அயோத்தி தாசர்கள், தஸ்யூக்கள் என்று அவர்கள் குறிப்பிட்டவர்களை-வீரத்தினால் அல்ல, வஞ்சகத்தாலும் ஏமாற்றினாலும் கைப்பற்றி ஆதிக்குடிமக்களை ஏழ்மைக்கும் அடிமைத்தனத்திற்கும் ஆளாக்கினர். யாரெல்லாம் மிக

உற்சாகமாக சமத்துவத்தைப் போற்றினார்களோ, அவர்கள் எல்லாம் மிகமிகத் தரத்தில் கீழ்த் தள்ளப்பட்டார்கள். அதனால் இந்துக்களும் தீண்டப்படாதவர்களும் என்றும் இருதுருவங்களாகவே வாழ்ந்து வருகிறார்கள் (பார்க்க கரே 1984: 85).

முக்கியமாக, தலித் சிந்தனையாளர்கள் தங்கள் சொந்த அறிவொழுங்கு (கல்வி)அமைப்பை உருவாக்கவேண்டும் என்றார்கள். அதன் வாயிலாகத் தங்கள் கடந்த காலத்தையும் நிகழ்காலத்தையும், மனுவிலிருந்து காந்திவரை புரிந்துகொள்ள முடியும். அதன்வழி தங்கள் சுதந்திரத்தை மீண்டும் பெறமுடியும். வெறும் சீர்திருத்தவாத அணுகுமுறையை எடுப்பதை விட்டு, சமூக அநீதியையும் சாதிப்பிரிப்பையும் வளர்க்கும் கலாச்சார ஒழுங்கமைவை முற்றிலுமாகச் செப்பனிட வேண்டும். அவர்கள் வார்த்தைகளை எடுத்துரைக்கும் கரே (1984: 85) அவர்களது விதித்தல்களைப் பின்வருமாறு சுருக்கி உரைக்கிறார்:

இந்துப் புனித நூல்கள், தெய்வங்கள், அவதாரங்கள், கோயில்கள், பிராமணப் பூசாரிகள் ஆகியவற்றின் மாயச் சிலந்தி வலை மிகவும் சிக்கலானதாகவும் எங்கும் ஊடுருவும் வண்ணமும் பின்னப் பட்டுள்ளது. அதனால் இந்துக்கள் தங்கள் குடும்பம், சாதிகளுக்குள் கட்டுண்டு தீண்டப்படாதவர்களை பாதாளத்திற்குத் தள்ளிவிட்டனர். இந்தச் சிலந்திவலையில் எந்த உண்மையும் இல்லை என்பதால்–மனு முதல் காந்தி வரை–தீண்டப்படாதவர்கள் தங்கள் சொந்த வழியைத் தாங்களே கண்டறிந்து செல்ல வேண்டும். அதற்கு, அவர்கள் இந்து சமூகச் செயல்தந்திரத்தை மிக நுணுக்கமாக ஆராய்ந்து தங்கள் சுதந்திரத்தைப் பெறவேண்டும். தீண்டப்படாத சிந்தனையாளர்கள் பழங்காலமுதல் அண்மைக்காலம் வரை ஆக்கிய எல்லா விமரிசன இலக்கியங்களையும் இந்துக்கள் ஒடுக்கி அழித்துவிட்டார்கள். அதனால் தீண்டப்படாதவர்கள் தங்கள் அறிவொழுங்கைத் தாங்களே மிக எச்சரிக்கையாக அண்மைக்கால முதல் பழங்காலம் வரை மறுகட்டமைப்புச் செய்யவேண்டும். இன்று, இவர்கள் வாழ்க்கை பற்றி இந்துக்கள் சொல்லும் கட்டுக்கதைகள் தவிர வேறொன்றும் தெரியவில்லை. திருமணம், ஒன்றாக உணவுண்ணல், வேலை, கீதை–ராமாயணம், கூட்டுக் குடும்பம் ஆகிய ஐந்து மிகப் புனிதமான இடங்களில்தான் தீண்டப்படாதவர்கள் உச்சமான வேறுபடுத்தலையும் தடைகளையும் சந்திக்கிறார்கள். ஆகவே அவர்களின் மிகநல்ல தீர்வு, இந்துக்கள் ஏற்றுக்கொண்டு போற்றும் இந்தக் காரணங்களை முழுமையாகவும் சரியாகவும் முற்றிலும் புறக்கணிக்க வேண்டும்.

தங்கள் எதிர்ப்பியக்கத்தின் மையமான தலித்துகளின் தனி அடையாளம் என்பதை உறுதிப்படுத்தி, அச்சுதானந்தர் ஆதி-இந்து சபை என்பதை 1920களில் ஏற்படுத்தினார். நகர்ப்புற தலித்துகளில் படித்தவர்களைத் தேர்ந்தெடுத்து அவர்களின் வலைப்பின்னல் வாயிலாக அந்தந்தப் பிரதேசத்தில் சபை தனது செயல்பாடுகளைப் பரப்பியது.

(கூப்து 1993). அதன் தலைவர்கள் உள்ளூர் சாதிப் பஞ்சாயத்துகளிலும் சமூக-மதக் கூட்டங்களிலும் பேசுவதற்குக் காலமுறையாக அழைக்கப்பட்டனர். கான்பூரின் ரவிதாசிகளும் (தீண்டப்படாதவரின் அமைப்பு) பெருக்குவோர்களும் அச்சுதானந்தரைத் தங்கள் தலைவராகப் போற்றித் தங்கள் கூட்டங்களில் அவரைப் பேச அழைத்தனர். அலகாபாத்திலும் லக்னவிலும் ரவிதாசிகள் இந்த இயக்கத்திற்குத் தங்கள் ஆதரவை வழங்கினர். உயர்சாதி இந்துக்களிடமிருந்து தாங்கள் தனித்துப் பிரிந்ததைக் கொண்டாடப் பொதுக்கூட்டங்கள் நடத்தினர் (மேலது). அலகாபாத்தில் 1928-9இன் கும்பமேளா ஆதி-இந்துமதத்தின் உரத்த முழக்க அறிவிப்பைக் கேட்டது. மேளாவில் ஆதி-இந்து பக்திக்குழுக்கள் யாவினதுமான ஒரு மகோத்சவம் நடத்தப்பட்டது. அதில் கபீர்பந்த்தி, ரவிதாசி, சிவநாராயணி குழுக்கள் பங்கேற்றன.

ஆதி-இந்து விடுதலைக் கருத்தியலின் மிக முக்கியமான கூறு, வெகுமக்கள் கல்வி. சமூக, கலாச்சார விடுதலையிலும், பொருளாதார நிலையின் மேம்பாட்டிலும் கல்வியின் பங்கினை அதன் தலைவர்கள் வலியுறுத்தினர் (கூப்து 1993). உயர்சாதிகள் தலித்துகள்மீது ஆதிக்கம் செலுத்துவதற்கு அவர்களது எழுத்தறிவின்மைதான் முக்கியக் காரணம். அவர்களுக்குப் பொருளாதார வாய்ப்புகள் வழங்கும் வேலைகளிலிருந்து ஒதுக்கியதற்குக் காரணமும் அதுவே. வாழ்க்கை, மதம், கலாச்சாரம் பற்றிய பார்ப்பனச் சிந்தனைகளிலிருந்து விடுபட்டுச் சுயசிந்தனைக்கும், தன்னிச்சையான உலகப் பார்வையை உருவாக்கிக் கொள்வதற்கும் கல்வியே முக்கியமானது. விமரிசனச் சிந்தனையும் ஆழ்ந்து உள்நோக்கிய சிந்தனையும் ஆத்மஞானத்துக்கும் சத்ஞானத்துக்கும் (உண்மையான அறிவுக்கும்) பாதைகள். இவை உண்மைக்கும் பொய்ம்மைக்கும் இடையில் உள்ள வேறுபாட்டைக் கண்டறிய உதவிசெய்யும். இப்படி வேறுபாடு கண்டறிதல், சமூகத்தில் ஒருவனது கீழ்ப்பட்ட அந்தஸ்திற்கான பொருத்தமின்மை, பொய்ம்மை ஆகியவற்றை வெளிப்படுத்தும். சக தலித்துகளுடன் உரையாடும்போது அச்சுதானந்தர் கூறினார்:

> மெய்யான அறிவு என்பது உள்முகச் சிந்தனையினால் அடையப்படும் அறிவாகும். அது நீங்களே புரிந்துகொண்டதும் உங்கள் சொந்தச் சாத்தியத்தினால் அடையப்பட்டதும் ஆகும். இதற்கு, நீங்கள் நல்லது கெட்டது இடையிலும், நன்மை தீமை இடையிலும், மங்கலம் அமங்கலம் இடையிலும் உங்கள் உள்முகச் சிந்தனையினால் வேறுபாடு காண வேண்டும்...உண்மை பொய்மை, உயர்வு தாழ்வு ஆகியவற்றைச் சோதிக்கும் உரைகல் சுயநிறைவேற்றம் ஒன்றே (பார்க்க கூப்து 1993:291).

இந்தச் சிந்தனைக்கு அடித்தளமாக அமைவது வர்ணமும் சாதிப் பிரிவுகளும் தெய்வத்தால் உண்டாக்கப்பட்டவை

அல்ல, இயற்கையானவையும் அல்ல, உண்மையின் அடியாக அமைந்தவையும் அல்ல என்ற சாதிஎதிர்ப்பு உலகப் பார்வை. தலித்துகள் மேல்சாதியினருடைய சேவகர்கள் என்ற முறையில் கீழான, இழிந்த வேலைகள் இயற்ற வேண்டுவதற்கு எந்த நியாயமான அடிப்படையும் இல்லை என்பதை அவர்கள் உறுதி செய்தனர். சூத்திரர்கள் அழுக்கான இழிந்த வேலைகளைச் செய்யக் கட்டாயப் படுத்தப்பட்டு, பிறகு சடங்குத் தூய்மை என்பதன் அடிப்படையில் ஒரு கீழான அந்தஸ்து அளிக்கப் பட்டனர். 1927இல் இதைச் சுட்டிக்காட்டி, லக்னவின் ஆதி-இந்துத் தலைவரான ராம் சரண் கூறினார்:

தீண்டப்படாதவர்கள் மலத்தைச் சுத்தம் செய்தல், அழுக்கான துணிகளைத் துவைத்தல் போன்ற மிகவும் இழிவான அசிங்கமான வேலைகளைச் செய்ய நிர்ப்பந்திக்கப்பட்டார்கள். நீங்கள் சூத்திரர்கள், உங்கள் வேலை குலாமி (அடிமைத்தனம்) என்று திரும்பத்திரும்ப அவர்களுக்கு போதிக்கப்பட்டது. இப்படிச் செய்யுமாறு நிர்ப்பந்திக்கப் பட்டவர்கள் (குலாம் அல்லது அயோத்தி தாசர்) பிறகு தீண்டப்படாதவர்கள் எனப்பட்டனர் (பார்க்க கூப்து 1993: 291).

வேதப் பொற்காலத்தின் சாயத்தை வெளுக்குமாறு, ஆதி-இந்துச் சிந்தனையாளர்கள் ஒரு எதிர்த்தொன்மத்தை, தங்கள் சொந்தக் கடந்தகாலச் சமநீதிப் பொற்காலத்தை சிந்து சமவெளி நாகரிகத்தின் அடிப்படையில் உருவாக்கினர். முற்காலத்தில் ஆதி-இந்து சாம்ராஜ்யம் இருந்தது, தலைநகரங்கள், கோட்டை கொத்தளங்கள், செழிப்பான நாகரிகம் யாவும் இருந்தன. அவற்றைப் படையெடுத்துவந்த ஆரியர்கள் வஞ்சகத்தினாலும் விலங்குத்தனமான சக்தியினாலும் வெற்றி கொண்டனர். வேதங்களில் உள்ளடங்கியிருக்கும், பிற்காலத்தில் தர்மசாத்திரங்களில் எழுதப்பட்டிருக்கும் ஒடுக்குமுறையான சமூக விதிகளின் உருவாக்கம், அசலான சொந்தக் குடிமக்களைத் தீண்டப்படாத அந்தஸ்திற்குத் தள்ளி, அவர்களின் குடியுரிமை, பொருளாதார உரிமைகளைப் பறிப்பதற்காகச் செய்யப்பட்டவை ஆகும். ஆரிய அரசியல் வஞ்சகத்தின் வெளிப்பாடே சாதி ஒழுங்கமைவு. ராம் சரணின் வார்த்தைகளில், "சூத்திரனாக ஆக்கும் விதி என்பது ஒரு மதவிதியே அல்ல, அது வெளிப்படையான அரசியல்" (மேலது 292). சூத்திரர்களை அடிமைப்படுத்தச் சாதி என்பது அபாயகரமானதொரு அரசியல் ஆயுதம் என்று கூறி, தலித் தலைவர்கள், இயலாமைக்கும் எழுத்தறிவின்மைக்கும் அவர்களை ஆளாக்கிய இந்த ஒடுக்குகின்ற ஒழுங்கமைவைச் சகித்துக் கொள்ளலாகாது என்று தங்கள் மக்களைக் கண்டித்தனர். அவர்கள் கஷ்டப்பட்டு வேலை செய்கின்ற நேர்மையான மக்கள், போற்றத்தக்க ஒரு சமநீதி மரபின் பாரம்பரியத்தில் வந்தவர்கள் என்று கூறி அவர்களுக்கு உடன்பாடான ஒரு சுயபிம்பத்தையும்

அளித்தனர் (மேலது 293-4). காட்டுமிராண்டித்தனமான ஆரியர்களுக்குச் சரணடைந்து பல நூற்றாண்டுகளாக அடிமைகளாக அவர்கள் நடத்தப்பட்டனர். ஆனால் இப்போது மீண்டும் அவர்கள் தங்கள் கௌரவத்தையும் கல்வி, அதிகாரத்துக்கான உரிமைகளையும் மீட்டாக வேண்டும்.

பஞ்சாபிலும் தீண்டாமைக்கும் அநீதிக்கும் எதிரான இயக்கம் தொல்குடிமக்களின் தீவிரவாதமாக வடிவெடுத்தது. இங்கு தலித் தலைவர் ஆனவர் மங்கூ ராம். அவரும் ஆர்ய சமாஜத்தின் மாயையிலிருந்து விடுபட்டு வந்தவரே. 1925இல் ஆதி-தர்மம் என்பதை நிறுவினார். இந்து, முஸ்லிம், சீக்கியர்கள் சமுதாயங்கள் போன்று தீண்டப்படாதவர்கள் தனிச் சுதந்திர மதச் சமுதாயம் (கூம்) என்று அவர் அறிவித்தார். அவர்களது கூம், ஆரியப் படையெடுப்பிற்குப் பலகாலம் முன்பே இருந்தது என்று அவர்கள் கூறினர்.

இந்த நாட்டின் அசலான மக்கள் நாங்கள்தான். எங்கள் மதம் ஆதி-தர்மம். இந்து கூம் வெளியிலிருந்து வந்து எங்களை அடிமைப்படுத்தியது. சங்கிலிருந்து அசலான முழக்கம் பிறந்தவுடன் எல்லாச் சகோதரர்களும்-சமார், சூஹ்ரா, சைன்ஸி, பஞ்ச்ரே, பீல்-எல்லாத் தீண்டப்படாதவர்களும்-தங்கள் பிரச்சினைகளை உலகம் அறியச் செய்ய வந்து சேர்ந்துகொண்டனர். சகோதரர்களே, நாம் ஏழுகோடிப் பேர். ஆனால் இந்து என்று கணக்கிடப்பட்டிருக்கிறோம். நம்மைத் தனித்துப் பிரித்து, சுதந்திரம் அடைவோம். (பார்க்க யூர்கன்ஸ்மேயர் 1982: 46).

மங்கூ ராமின் திடடத்தில் முதல் விஷயம், தலித்துகளின் புதிய அடையாளமான ஆதி-தர்மச் சமுதாயத்தை அதிகாரப்பூர்வமாக ஏற்க வைப்பதுதான். 1931 மக்கள் கணக்கெடுப்பில் அவரது கட்டளைப்படி, நான்கு லட்சம் தலித்துகளுக்கு மேல் தங்களை ஆதி-தர்மிகள் என்று அடையாளப்படுத்திக் கொண்டனர். மீட்புக்கான நோக்கத்துடனும், எண்ணிக்கை பலத்துடனும் ஆதி-தர்மிகள் அரசியல் அமளியில் இறங்கினர். பிற இடங்களிலும் உள்ள தலித் அமைப்புகளைப் போல, ஆதி-தர்மிகளும் பார்ப்பனக் காங்கிரஸையும் காந்தியையும் எதிர்த்தனர். சுதந்திரம் என்றால் மேல்சாதி இந்துக்கள் அரசாங்கம்தான் என்றால் எங்களுக்குச் சுதந்திரமே வேண்டாம் என்ற முழக்கத்தை எழுப்பினர். பரந்த சமூக ஒருங்கிணைப்புக்குத் தேவையான முன் நிபந்தனையாக இதுவரை ஒதுக்கப்பட்ட சமுதாயங்களுக்குப் பொருளாதார, அரசியல் வட்டங்களில் கௌரவமும், பிரதிநிதித்துவப் பங்கும் வேண்டும் என்று கூறினர். ஜனநாயகக் கொள்கைகளை எழுப்பி, மேல்சாதியினர் தங்கள் ஒடுக்குதலைக் கைவிட்டு, நேர்த்தியாகச் சமநீதி மாற்றத்தை ஒப்புக் கொள்ள வேண்டும் என்று ஆதி-தர்மிகள் வேண்டினர். இந்த

இயக்கத்தைப் பற்றி ஆழமாக ஆராய்ந்த யூர்கன்ஸ்மேயர் கூறுகிறார்: "சமூக இசைவு பற்றிய பழைய சிந்தனைகளிலிருந்து தங்களைப் பின்பற்றுவோர் பிரிந்துவரவேண்டும் என்று கூறும் அளவில்தான் அவர்களைப் பிரிவினைவாதிகள் என்று சொல்லமுடியும். சமூகத்தின் புதிய தரிசனங்களை அவர்கள் உருவாக்க முயன்றுள்ளனர். அவற்றில் மேல்சாதியினரும் பங்கு வகிக்கலாம், ஆனால் இப்போதுள்ள நிலையைவிடக் கீழான ஒன்றுதான் அவர்களுக்குரியது (மேலது 275). ஆதி-தர்ம இயக்கம் பின்வந்த காலத்தில் படிப்படியாய் மெதுவாக 1930-40களில் அம்பேத்கர் இயக்கத்தில் ஒடுங்கி மறைந்துவிட்டது.

கீழ்த்தள இயக்கங்கள் காலனியாதிக்கத்தின் இறுதியை அறிவிக்கின்றன

பிராமணத் தேசியவாதிகள் காலனிய ஆதிக்கத்திலேயே ஒன்றரை நூற்றாண்டு பங்கு பெற்று, காலனியச் சுரண்டலுக்குத் துணைசென்று கூட்டுச் சதியில் ஈடுபட்டுத் தாங்கள் கொழுத்த பிறகுதான் காலனியச் சுரண்டலை மட்டும் எதிர்ப்பதாகக் குறிவைத்தனர். இந்தியச் சமுதாயத்திற்குள் நிலவும் சாதி-நிலப்பிரபுத்துவ, முதலாளித்துவச் சுரண்டல் தொடர்பான எல்லாப் பிரச்சினைகளையும் உள்ளடக்குவதற்கான ஒரு சக்திவாய்ந்த முழக்கத்தை தேசியவாதம் அவர்களுக்கு அளித்தது. அவர்களுக்குப் பிரிட்டிஷ்காரரிடமிருந்து முழுமையாக அதிகாரத்தைப் பெறுவது மட்டுமல்ல, மரபான சாதி-வர்க்க அமைப்பை அப்படியே வைத்திருக்க வேண்டும் என்பதும்தான். ஆகவே தலித்-வெகுஜனத் தலைமைக்கு இந்த அதிகாரப்பூர்வ தேசியத்தை எதிர்ப்பதைத் தவிர, தேசக் கட்டுமானத்தில் ஒடுக்கப்பட்ட பெரும்பான்மையினர் ஒரு முதன்மைப் பொறுப்பு வகிக்கின்ற புதிய இந்தியாவுக்கான வேறுபட்ட பாதையை வகுப்பதைத் தவிர வேறுவழியில்லை. அவர்கள் இயக்கம் மேல்சாதி தேசியவாதிகளுக்கு முள்போலக் குத்துவதாயிற்று. காந்தியும் நேருவும் தலைமைவகித்த காங்கிரஸ் இயக்கம், பின்னாளில் மேல்சாதி அடிப்படையிலானதும், வெகுஜன அடிப்படையிலானதும் இரண்டுமான தேசியவாதத்தை ஓரளவு ஏற்க முயற்சி செய்தனர். ஆனால் அவர்களது ஜனநாயகத்திற்கும், மனிதாபிமானத்துக்கும் சாதி ஒரு பிரச்சினையில்லை. அவர்கள் அறிவியல், தொழில் நுட்பம் ஆகியவற்றில் சுயபூர்த்தி அடைந்த கிராமச் சமுதாயங்களையோ, அரசையோ கற்பனை செய்தனர். ஆனால் அவை சாதிச் சமத்துவமின்மை, சுரண்டல் ஆகியவற்றை எதிர்ப்பவை அல்ல. மாறாக, தலித்-வெகுஜனப் போராட்டங்கள் சாதிப்பிரிவினை அற்ற உள்ளடக்கும் சமூகத்தைப் பிரசவிப்பதற்கான

வேதனைகளை எதிரொலித்தன. சமத்துவம், சுதந்திரம், சகோதரத்துவம் ஆகிய மதிப்புகள் அடிப்படையில் அமைந்த கீழ்மட்ட இயக்கங்கள், ஓம்வெட்டின் சொற்களில், "இந்தியாவின் ஜனநாயகப் புரட்சியின் மிக முக்கியமான வெளிப்பாடு."

இந்தப் பரந்த சாதிஎதிர்ப்பு இயக்கத்தின் முக்கியத் தலைவர்கள்... கலாச்சார, பொருளாதார, அரசியல்–எல்லா மட்டங்களிலிலும் இருந்த சுரண்டல் அமைப்பினைத் தாக்கினர். பத்தொன்பதாம் நூற்றாண்டு முதலாக மேட்டுக்குடியினர் இந்தியச் சமுதாயத்தை, இந்திய மக்களில் பெரும்பான்மையினரை, முதன்மையாக இந்து என்ற வரையறைக்குள் அமைப்பாக்கம் செய்ததன் விளைவாக எழுச்சி பெற்று வந்த இந்து–தேசியவாதத்திற்கு அவர்கள் சவால் விட்டனர். பிறழ்ச்சிகளையும் மிகையுறுப்புகளையும் மட்டும் அவர்கள் விமரிசனம் செய்யவில்லை, பிராமணத் தன்மை கொண்டது, சாதிஅமைப்புக்குக் கட்டுப்பட்டது, பகுத்தறிவுக்கு ஒவ்வாதது என்று கூறி இந்து மதத்தையே எதிர்த்தனர். இந்துமதம் பெரும்பான்மையோரின் மதமோ கலாச்சாரமோ அல்ல என்றும் அது ஒரு திணிக்கப்பட்ட மதம் என்றும் உறுதிகூறினார்கள். இன்று சுரண்டலிலிருந்து தப்புவதற்கு கீழ்ச்சாதிகள் இந்தத் திணிப்பைப் புறக்கணிக்க வேண்டும், தங்களை இந்து–அல்லாதார் என்று வரையறுத்துக் கொள்ள வேண்டும், ஒரு புதிய மத அடையாளத்தை ஏற்கவேண்டும். புலே ஒரு புதிய, தெய்வஏற்பு மதத்தை உருவாக்க முயற்சி செய்தார்; பெரியார் நாத்திகத்தை வலியுறுத்தினார்; அம்பேத்கர் பௌத்தத்திற்குத் திரும்பினார்; தமிழ்நாட்டில் பார்ப்பனரல்லாதார் இயக்கத்தைச் சேர்ந்தவர்கள் சைவத்தை முழுமுதல் தனி மதமாக்க முயற்சி செய்தனர்; நாராயண குரு "ஒருமதம், ஒருசாதி, ஒருதெய்வம்" என்றார். அவரது தீவிரவாதி சீடர் அய்யப்பன் "மதமில்லை, சாதியில்லை, கடவுளில்லை மனித இனத்துக்கு" என்றார். எவ்விதமான குறிப்புகள் இருப்பினும், இந்துமதப் புறக்கணிப்பு என்பது சீர்திருத்தவாதிகளிலிருந்து சாதிஎதிர்ப்பு தீவிரவாதிகளை வேறுபடுத்தும் பண்பாக இருந்துள்ளது (ஓம்வெட் 1994: 12)

சாதி எதிர்ப்பு இயக்கங்கள் வெகுமக்கள் திரளை மீட்பதற்குப் பொருளாதார அரசியல் விஷயத்தில் தீவிரதிட்டம் ஒன்றை வைத்திருந்தனர்.

வெவ்வேறு பார்வைக் கோணங்களிலிருந்து வந்தாலும் அவர்கள் பொருளாதார தீவிரவாதிகளாகவும் இருந்தார்கள். கீழ்ச்சாதிகளுடன் மட்டுமின்றி விவசாயிகள், உழைப்பாளர்களுடனும் தங்களை ஐக்கியப்படுத்திக் கொண்டார்கள். அதிகார வர்க்கத்தினர் விவசாயிகளைச் சுரண்டுவதை புலே வலிமையாக எதிர்த்தார். அம்பேத்கரும் பெரியாரும் விவசாயிகள் நிலக்கிழார்களுக்கு எதிராகவும், உழைப்பாளர்கள் முதலாளிகளுக்கு எதிராகவும் இயக்கங்களைக் கட்டுவதற்கு ஆதரவுதந்து உதவிசெய்தனர். அம்பேத்கர் தயக்கமின்றித் தம்மை சமதர்மவாதியாக அறிவித்துக் கொண்டார். மேல்சாதிகளும் முதலாளிகளும் கட்டுப்படுத்திய இந்திய தேசியக் காங்கிரஸை அரசியல்ரீதியாக அவர்கள் எதிர்த்தனர்... உழைப்பாளர்களையும் விவசாயிகளையும் அடித்தளமாகக் கொண்ட ஒருவகையான

இடதுசாரி–தலித் ஒற்றுமையை முன்வைக்கும் ஒரு மாற்று அரசியல் முன்னணியை அவர்கள் விரும்பினர். அவர்கள் (குறிப்பாக அம்பேத்கர்) இது தலித்துகளுக்கும் பிற சுரண்டப்பட்ட வகுப்பினருக்கும் அதிகாரமளிப்பதற்குக் கொண்டு செல்லவேண்டும் என்று வலியுறுத்தினர். தலித் சிறுத்தைகளின் அறிவிக்கைப்படி, "பிராமணர் கூட்டணியில் எங்களுக்கு ஒரு சிறிய இடம் வேண்டாம்; முழு நாட்டின் ஆட்சி எங்களுக்கு வேண்டும்." (மேலது 12–13).

தேசிய ஒருமைப்பாட்டைப் பிளவுபடுத்தவும் பலவீனப்படுத்தவும் காலனி யாதிக்கத்தினரால் சாதிஎதிர்ப்பு இயக்கங்கள் தூண்டப்பட்டு ஆதரிக்கப்பட்டன என்பது பிராமணர்களின் குற்றச்சாட்டு. அதற்கு மாறாக, சமத்துவத்தை நாடிய மக்கள் எதிர்ப்பியக்கங்களின் தொடக்கம் ஒரு ஜனநாயகப் புரட்சியை அறிவித்தது, வெளிநாட்டு, மற்றும் உள்நாட்டுக் காலனியங்களின் இறுதியின் தொடக்கத்தை அறிவிப்பதாகவும் அமைந்தது. ஓர் பெருமுயற்சிமிக்க ஆய்வில் அலாய்சியஸ் முடிவுக்கு வருகிறார்:

இதுவரை ஒதுக்கப்பட்டிருந்த சமுதாயங்களின் போராட்டங்கள், எவ்வளவுதான் சமமின்றி, ஒழுங்கின்றி அமைநதிருந்தாலும், உள்நாட்டு–வெளிநாட்டு சுயநல ஆதிக்கக் கும்பல்களுக்கு எதிரான ஒரு ஜனநாயகப் புரட்சியை அறிவிக்கின்ற சிறப்பைப் பெற்றிருக்கின்றன.காலனிய அடிமையாக்கப்பட்ட நாட்டிற்குள் அதிகாரம், மூலவளம் மற்றும் தலைமை விநியோகம் ஆகியவை ஏற்கெனவே இருந்தபடியே காப்பாற்றப்பட வேண்டும். உள்நாட்டு ஆதிக்கத்தின் வாயிலாக நடைபெறும் அயல்நாட்டு ஆட்சி மறைமுகமாக இருக்கவேண்டும். இந்த அடிப்படைகளில் உள்நாட்டு, வெளிநாட்டு ஆதிக்கக் குழுக்களிடையே ஆன ஒப்பந்தத்தின்மீதுதான் காலனியமே அமைக்கப்பட்டது. பிரிட்டிஷ் ஏகாதிபத்திய தலையிடாக் கொள்கை, எந்த ஒரு நல்லெண்ணத்தின் அடிப்படையிலோ, இந்தியக் கலாச்சாரத்தைப் போற்றுதலினாலோ ஏற்படவில்லை. அது கட்டாயத்தினால் ஆனது, அவர்களுக்கு வேறு வழியில்லை. இந்தச் சூழலில், கீழ்ச்சாதிப் போராட்டங்கள் காலனிய அதிகாரப் போராட்டம் மற்றும் கருத்தியலின் ஆபத்தான சமநிலையிலிருந்த மாட்டுவண்டியைக் குடைசாய்த்துவிடும் விளைவைக் கொண்டிருந்தன. பிரிட்டிஷ்காரர்களுக்கு இது நன்றாகவே தெரியும். உதாரணமாக, காலனியக் கல்விக் கொள்கை, கல்வி மேல்வகுப்புகளிலிருந்து தாழ்ந்த வகுப்புகளுக்குச் சென்றால் அது பொதுவான நடுக்கத்தை உருவாக்கும், அதற்கு அயல்நாட்டவர்கள்தான் முதல் பலியாவார்கள்.

வெகுமக்கள் எழுச்சியின் தாத்பரியங்களை காலனிய ஆட்சியாளர்களும் இந்திய மேட்டுக் குடியினரும் இருவருமே நன்றாக உணர்ந்திருந்தார்கள். இருவருமே அதன் அலையாகப் பரவுகின்ற ஜனநாயக விளைவு பற்றி பயப்பட்டார்கள். இருவருமே அதிகாரத்தின்மீது முழுமையாகத் தன்னாதிக்கம் இருக்க வேண்டும் என்று அதைத் தடுக்க முயற்சிசெய்தார்கள். அவர்களுடைய நலன்கள் பெரும்பாலும் ஒன்றுபட்டதால் விவசாயிகள், பழங்குடிமக்கள்

போராட்டங்களைக் காலனிய ஆட்சியின்போது அடக்குவதிலும் ஒன்று சேர்ந்தார்கள். சமூக-மத விஷயங்களில், பிரிட்டிஷ்காரர்கள், ஏற்கெனவே இருந்த பிராமண ஒடுக்குமுறையை ஆதரிக்கும்விதமாகத் தலையிடாக் கொள்கையைக் கடைப்பிடித்தார்கள். ஆனால் பிரிட்டிஷ் ஆட்சியின் முடிவில், கீழ்ச்சாதிகள்/ வகுப்புகள் வேலையளிப்பு, கல்வி, சட்ட அவைகள் போன்றவற்றில் பிரதிநிதித்துவம் வேண்டும் என்று போராடியபோது, பிரிட்டிஷ்காரர் அவற்றில் சிலவற்றிற்கு ஒப்புக் கொள்ள வேண்டியிருந்தது. அச்சமயத்தில் மேல்சாதியினரும் வகுப்புகளும் முழுமையான அதிகார மாற்றம் வேண்டும் என்று கோரும் தேசியவாதிகள் ஆகிவிட்டார்கள். அவர்கள் பிரிட்டிஷ்காரர்களைச் சட்டவிரோதமான பிரித்தாளும் சூழ்ச்சியைக் கடைப்பிடிப்பதாகக் குற்றம் சாட்டினார்கள், அதே மூச்சில் கீழிருந்து எழுந்த இயக்கங்களை தேசத்திற்கு எதிரானவை. அல்லது காலனியச் சார்பானவை என்று தார்பூசினார்கள்.

தேசியத் தலைமையின் போலித்தனம் இதுதான். காந்தி, நேரு, பிற பிராமண சமதர்ம வாதிகள் எல்லாம் இந்தத் தேசிய நகைச்சுவை நாடகத்தின் ஒருங்கிணைந்த பகுதிகளாக இருந்தார்கள். உதாரணமாக, கல்வி-சமூக-அரசியல் வட்டங்களில் கீழ்ச்சாதி மக்கள் தங்கள் பங்கினைப் பெற நினைப்பதும் மேல்சாதி மக்கள் பிரிட்டிஷ் அரசில் சிவில் சேவை அதிகாரிகளாக முயற்சி செய்வதும் ஒன்றாகாது என்றார்கள். இதைச் சுட்டிக்காட்டி, தென்னாட்டின் ஒரு பார்ப்பனரல்லாத தலைவர் வஞ்சப் புகழ்ச்சியாகக் கூறினார்: "நாம் அமைச்சரவையில் பதவி கேட்டால் அது பதவிவேட்டை, ஆனால் ஒரு காங்கிரஸ்காரன் அதைக் கேட்டால், அது தேசபக்தி" (பார்க்க பேக்கர் 1976: 360).

மெய்யாகவே, தலித்-வெகுஜனப் போராட்டங்கள் வெறும் சாதி-நிலப்பிரபுத்துவ எதிர்ப்புக்கானவை மட்டுமல்ல, காலனிய ஆட்சிக்கு எதிரானவையும் கூட. சில சமூக, பொருளாதாரச் சலுகைகளைப் பெறுவதற்கு ஆட்சியாளர்களுடன் செய்துகொண்ட சமரசங்கள், இந்திய மேட்டுக்குடியினரின் அபரிமிதமான எதிர்ப்பு நிலைப்பாட்டினால் தேவையாக்கப்பட்ட ராஜதந்திர நகர்வுகள். ஆனால் பரவலாக, ஆனால் ஆங்காங்கு உதிரியாக நடந்த இந்தப் போராட்டங்கள் தங்களை ஒரு அனைத்திந்திய வடிவத்தில் அமைத்துக் கொண்டு மேற்சாதியினருடைய தேசிய இயக்கத்தை எதிர்க்கவில்லை? அலாய்சியஸ் (1997: 92) ஒரு நம்பத்தகுந்த விளக்கத்தை அளித்துள்ளார்:

இதற்கான பொருளாதார, கலாச்சார, கருத்தியல் காரணங்கள் முக்கியமானவை–பொதுவாகவே மரபுசார்ந்த, அடித்தட்டு மற்றும் காலனியாதிக்கத்தால் கைவிடப்பட்ட சமூகநிலை–குறிப்பாகப் பரவலான

பொருளாதார மாற்றமின்மை, முதன்மையானது. இரண்டாவதாக, இந்தப் போராட்டங்கள் அந்தந்தப் பிரதேச மொழிகளில், கலாச்சாரங்களில் வேர் கொண்டவை. இது ஒரு துணைக்கண்டத்தின் மாற்று மரபு. போராட்டத்தின் ஆற்றல் மட்டுமல்ல, ஆற்றலாக அது மேலும் பன்முகத்தன்மை கொண்டது. அதை ஏற்கெனவே காலனியத் தாக்கம் மிகுதியாகச் சேதப்படுத்திவிட்டது. இந்த அர்த்தத்தில், பன்முகவேற்றுமைப்பட்ட, மொழிவயப்பட்ட, அதனால் வேர்த்தன்மை கொண்ட இந்த இயக்கங்கள் கூட்டாட்சி கொண்ட மையமழிந்த நவீன இந்தியாவுக்கு ஒரு பெரும் ஆதாயமாக இருந்திருக்கக் கூடும். மூன்றாவதாக, இந்த உள்ளக ஜனநாயகப்படுத்தல் செயல்முறை பற்றி தேசியவாதிகளின் எதிர்ப்பான அனைத்திந்திய நிலை. இது மரபுசார்ந்த, மற்றும் காலனிய அதிகாரம் பெற்ற சமூக உயர்நிலைப்பாட்டிலிருந்து முன்வைக்கப்பட்டது. முறையான, சிறப்பான மொழியில் வெளிப்படுத்தப்படுகின்ற காலனிய எதிர்ப்பு தேசியவாதக் கருத்தியலை அன்றி இதற்கு முன்பாக ஒரு தேசமாக மக்கள் எழுச்சி தடைசெய்யப்படுவதைத் தவிர வேறு வழியில்லை என்பதுதான் இதன் கருத்தியல் காரணம்.

குறிப்புகள்

1. கே. ஆர். நாராயணன் (1968) எழுதிய ஒரு மலையாளக் கட்டுரைதான் ராவினுடைய மூலம். மத அடிப்படையிலான பிரித்துவைத்தலுக்கு எதிரான இந்தக் கலகம், அலாய்சியஸ் (1997) சுட்டிக்காட்டுவதுபோல, காந்தி தலைமை தாங்கிய காங்கிரஸ் அசட்டையான முறையில் கோயில் நுழைவில் ஈடுபடுவதற்கு 125 ஆண்டுகள் முன்பு ஏற்பட்டது. இதே வைக்கம் கோயில் 1925இல் சண்டைக்களமாக மாறியது. அதில் நாராயண குருவின் சீடர்களும் (தமிழ்நாட்டிலிருந்து இதற்காகவே அங்கு வந்த) பெரியாரும் எதிர்ப்புவகையில் கோயிலில் நுழைந்தனர். காந்தி ஒரு சமரசத் தீர்வுக்கு வேண்டுகோள் விடுத்துக் கொண்டே இருந்தார். 'தேசியவாத'வரலாற்றாசிரியர்கள், ஆனால், இந்த நுழைவை ஏதோ காங்கிரஸ்–காந்தி விஷயமாகக் காட்டுகிறார்கள்.

2. நவீனகாலத்துக்கு முந்திய கேரளச் சமூகத்தில், சுத்தம்–அசுத்தம் பற்றிய விதிகள் (இவை தீண்டாமை பற்றியவை மட்டுமல்ல, தொலைதூரத் தீட்டு விவகாரங்களும்கூட) மிகக் கடுமையாகக் கடைப்பிடிக்கப்பட்டன. சாதிப் படிநிலையின் உச்சியில் இருந்த நம்பூதிரி பிராமணர்கள் தூய்மையின் வடிவமாகவே கருதப்பட்டனர். மற்றச் சாதிகளும் அவர்கள் தகுதியும் நம்பூதிரிகளிடமிருந்து எவ்வளவு தொலைவில் அவர்கள் நிற்க வேண்டும் என்பதை வைத்துக் கணக்கிடப்பட்டது. ஈழவர்கள் 20 முதல் 36 அடிவரை நம்பூதிரிகளைவிட்டு விலகி நிற்கவேண்டும். செருமான்கள் புலையர்கள் 64 அடி தள்ளியும் நாயாடிகள் 72 அடி தள்ளியும் நிற்கவேண்டும். சில இனங்களில் பார்வை பட்டாலே நம்பூதிரிகளுக்குத் தீட்டுப்படும். ஆனால் நாயர்களின் தொடுகை மட்டும்தான் தீட்டு. நாயர்கள்தான் நம்பூதிரிகளுக்கும் மற்ற

தொலைவில் நிற்கும் சாதிகளுக்கும் இடையில் பாலமாக இருந்தார்கள் (ராவ் 1979: 24).

3. திராவிடக் கலாச்சாரம், திராவிட இலக்கியம் ஆகியவற்றின் பழமை பத்தொன்பதாம் நூற்றாண்டில் சில இந்திய ஆய்வாளர்களாலும் பிரிட்டிஷ் இந்தியவியலாளர்களாலும் கண்டறியப்பட்டது. திராவிட மொழி (தமிழ்) ஆரிய சமஸ்கிருதச் செல்வாக்கு இன்றித் தனித்துப் பிறந்தது, மேலும் அது சமஸ்கிருதத்தைவிட மூத்தது என்று கண்டறிந்ததில் ராபர்ட் கால்டுவெல், பெ. சுந்தரம் பிள்ளை (1855-97), ஆகியோர் மிக முந்திய ஆய்வாளர்களில் இருவர். பிள்ளைதான் சொந்த நாட்டினனான இராவணனின் மேன்மைகளைப் பாராட்டி, இராமனை படையெடுத்துவந்த ஆரியர்களின் தலைவன் என்று சித்திரித்த முதல்வர்களில் ஒருவர். (மொ.பெ. குறிப்பு: தமிழின் பழமை பற்றித் தவிர, ஆசிரியர் குறிப்பிடும் பிற விஷயங்கள் சந்தேகத்துக்குரியவை. மேலும் இந்த ஆசிரியர் தமிழ் என்பதற்கு திராவிடம் என்ற சொல்லையே பயன்படுத்துகிறார். திராவிட மொழிகள் என்று மற்ற மொழிகளைக் குறிப்பதில்லை.)

4. அண்மையில்தான் அயோத்தி தாசரின் முன்னோடியான பணிகள் சில ஆய்வாளர்களின் கவனத்தை ஈர்த்துள்ளன. திராவிட இயக்கம் பற்றி கீதா மற்றும் ராஜதுரையின் மிகச் சிறந்த நூல் *Towards a Non-Brahmin Millennium: From Iyothee Thass to Periyar* (பார்ப்பனரல்லாத யுகத்தை நோக்கி: அயோத்தி தாசர் முதல் பெரியார் வரை–1998). இது அயோத்தி தாசரின் எழுத்துகளைப் பற்றியும் காலனிய ஆட்சித் தமிழகத்தில் தலித் உணர்வின் எழுச்சி பற்றியும் ஆராய்கிறது. ஜி. அலாய்சியஸின் *Religion as Emancipating Identity: A Buddhist Movement among the Tamils Under Colonialism* (மீட்பின் அடையாளமாக மதம்: காலனியாதிக்கத் தமிழர்களிடையே ஒரு பௌத்த இயக்கம்–1998) என்பது அயோத்தி தாசர் தலைமை வகித்த சமூக-மத இயக்கத்தைப் பற்றிய மிகக் கூர்மையானதொரு ஆய்வு. மேலும் அலாய்சியஸின் அயோத்தி தாசர் சிந்தனைகள் (அயோத்தி தாசரின் தமிழ் எழுத்துகளின் இரண்டுபாகத் தொகுப்பு-வெளியீடு, பாளையங்கோட்டை நாட்டார் வழக்காற்றியல் மையம், தமிழ்நாடு) என்ற நூலையும் காண்க.

இயல் ஏழு

தேசிய அதிகார அரசியல், ஒடுக்கப்பட்ட மக்கள், காந்தி - அம்பேத்கர் விவாதம்

> எளிமையான, தெளிவான, ஐயத்துக்கிடமற்ற அர்த்தத்தில் தேசபக்தி என்பது ஆட்சியாளர்கள் தங்கள் ஆவல்களையும் பேராசைமிக்க இச்சைகளையும் நிறைவேற்றிக் கொள்வதற்கான ஒரு வழி, ஆளப்படுபவர்களுக்கு மனித மேன்மை, பகுத்தறிவு, உணர்வு இவற்றைத் துறந்து, அதிகாரத்தில் உள்ளவர்களிடம் அடிமைத்தனத்துடன் கூடிய மயக்கத்திலிருத்தல் ஆகும்.
>
> லியோ டால்ஸ்டாய் ([1894] 1987: 103).

தேசியவாதச் சொல்லாடல்களுக்கும் காந்திய அரசியலுக்கும் ஆட்பட்டுள்ள வரலாற்றாசிரியர்கள் சாதியை அரசியலாக்கியமைக்கும், தீண்டப்படாதவர்கள் ஒரு கீழ்ப்படுத்தப்பட்ட, தனியான சமூக வகை, அவர்கள் பிராமண இந்து மதத்தின் பகுதியல்ல என்று வலியுறுத்தியமைக்கும் அம்பேத்கரை தேசப்பற்றற்ற ஒரு பிற்போக்குவாதி என்று சித்திரித்துள்ளனர். அம்பேத்கர் இவ்விஷயத்தில் உரத்த குரல் எழுப்பியவர்தான். ஒடுக்கப்பட்ட சாதியினருக்கு அவர் கௌரவத்தையும் நீதியையும் வேண்டும் என்றாரே ஒழிய காந்திய தேசியத்தின் அருள்பாலிப்பையும் தர்மத்தையும் வேண்டவில்லை. ஆனால் நாம் முன் இயல்களில் கண்டவாறு மேட்டுக்குடி தேசியவாதத்திற்கு தலித்-வெகுமக்கள் குறித்த அளவு அந்நியத் தன்மையையும் எதிர்ப்பையும் கொண்டிருந்தார்கள். தேசப்பற்றின் அடிப்படையிலான ஒருமைப்பாடு, சுதந்திரத்தின் பெயரால்

அதிகார ஏகபோகத்திற்கான உயர்சாதி மக்களைத் திரட்டலாகவே புலேயின் காலத்திலிருந்து நோக்கப்பட்டது. 1901, 1911 மக்கள் தொகைக் கணக்கெடுப்புகளும், தங்கள் பெரும்பான்மை பலத்தைக் காட்டுவதற்காக தீண்டப்படாதவர்களை காங்கிரஸ் தலைமை இந்துச் சுருக்குப் பையில் போட்டுக் கொள்வதுமான சந்தர்ப்பவாத நகர்வும் இந்தப் பின்னணியில் முக்கியமானவை.

ஒவ்வொரு பிரதேசத்திலும் சமூகத் தரம் மற்றும் முன்னுதாரணம் பற்றி நிலவும் கருத்துகளை வைத்து அங்குள்ள சாதிகளை வகைப்படுத்துவதற்கு 1901இல் மக்கள்தொகைக் கணக்கெடுப்பு ஆணையர் எச், எச். ரிஸ்லி செய்த முயற்சி சமூக அந்தஸ்து பற்றிய பலமான கோரிக்கைகளையும் எதிர்க் கோரிக்கைகளையும் எழுப்பியது. சென்ஸஸ் கணக்கிற்காக வேண்டி சாதிப்படிநிலையில் ஒருவன் தனது உயர்ந்த பாரம்பரியத்தை நிரூபிக்கின்ற வேலைக்கு, பார்ப்பனச் சமூக முறைமையை (பிரிட்டிஷ்காரரும் இந்திய மேட்டுக்குடியினரும்) ஒருங்கிசைந்து ஏற்று வலுப்படுத்தியமையே காரணம் ஆகும். சாதி உணர்வுக்கு உற்சாகமூட்டுவது தேசியவாதத்தின் பார்ப்பன வழிகாட்டுதலால் உச்சநிலைக்குக் கொண்டுசெல்லப்பட்டது. அதன் சொல்லலங்காரப் புரட்டுகளில் தவிர, அது தலித்-வெகுஜனங்களின் பெரும்பான்மையினரை தேசியக் களத்திலிருந்து புறந்தள்ளிவிட்டது. தேசியவாத அதிகார அரசியலுக்கு இணையாகத் துணைக்கண்டம் முழுவதும் ஒடுக்குமுறைச் சக்திகளுக்கு எதிராக தலித்-வெகுமக்கள் தங்களை வட்டார அளவிலும் பிரதேச அளவிலும் எண்ணற்ற இயக்கங்களாக அமைத்துக் கொண்டிருந்தார்கள். மிகக்குறைந்த, ஆனால் குறிப்பிட்ட அளவு கல்விப் பரவலும் அரசியல் விழிப்புணர்ச்சியும் தலித்-வெகுமக்களின் குறிப்பிட்ட பகுதியினரை விழித்தெழச் செய்தன. காலனியம் சாதி அடையாளங்களை வைத்து மக்கள் தொகைக் கணக்கெடுப்பு எடுக்கத் திட்டமிடுவதற்கு முன்னரே சாதி அடிப்படையிலும் சாதி மறுப்பு அடிப்படையிலும் கிளர்ச்சிகள் இந்தியாவின் பலபகுதிகளில் எழுந்தவாறிருந்தன. ஆனால் அந்த இயக்கங்களைப் பிளவுபடுத்துபவை என்றும் அதனால் நாட்டு நலனுக்கு மாறானவை என்றும் தேசியத் தலைமை இழித்துரைத்தது. தங்கள் உள்ளாழ்ந்த நலங்களைப் பாதுகாத்துக் கொள்ள வேண்டி, மேற்சாதியினர் வெகுமக்களுடைய வருத்தங்களையும் ஜனநாயக விருப்பங்களையும் தேசப்பற்று அற்றவை, தேசத்திற்கு எதிரானவை என்று கூறித் தங்கள் பிராமணக் கொள்கைகளை மட்டும் தேசியம் என்ற போர்வையில் மறைத்து வந்தனர்.

1909இன் மார்லி-மின்டோ சீர்திருத்தங்கள் ஜனநாயகப் பிரதிநிதித்துவத்திற்குக் கொள்கையளவில் ஒப்புக் கொண்ட நிலையில், 1911

மக்கள்தொகைக் கணக்கெடுப்பு ஆணையர் ஈ. ஏ. கெய்ட் வெவ்வேறு மதங்களின் மக்கள் தொகையினைத் தனித்தனியே கணக்கிடும்போது தீண்டப்படாதவர்களைக், கருத்து மாறுபாடுகளுக்கிடையில், இந்துக்களில் சேர்ப்பதென முடிவுசெய்தார். கெய்ட் சுற்றறிக்கை என அறியப்பட்ட ஒரு வினாநிரலை உருவாக்கினார். தங்கள் மதச் சார்பைக் குடிமகன் ஒருவன் கூறும்போது அதன் நியாயத்தை உறுதிப்படுத்துகின்ற அடிப்படைகளை அது காட்டியது. இந்து மதத்தில் கோயில்களிலும், புரோகிதப் பணிகளிலும் விலக்கப்பட்ட வகைமையினரைத் தீண்டப்படாதவர் என்று கருதலாம் என்று அவர் கூறினார்.[1] இந்து மக்களில் கோடிக் கணக்கானோர் வழிபாட்டுத் தலங்களில் அனுமதிக்கப் படாதவர்கள் என்ற உண்மையை இது நன்கு எடுத்துக் காட்டுவதால் இதற்கு மேற்குடி மக்களிடையிலிருந்து வலுவான எதிர்ப்புக் கிளம்பியது. 1901, 1891 மேற்சாதி-மக்கள்தொகைக்-கணக்கெடுப்பாளர்களால் இந்துக்கள் என்று ஏற்றுக் கொள்ளப்படாத கோடிக்கணக்கான தலித்-அடித்தட்டு மக்களை இப்போது "எங்கள் இந்துச் சகோதரர்கள்" என்று மேற்சாதியினர் கூறவேண்டி வந்தது. ஆனால் அடித்தட்டு மக்களில் பலர் தங்களை இந்துக்களாகக் கருதிக் கொள்ளாதவர் இருந்தனர். பலர் அப்படி (இந்து என்று) வகைப்படுத்துவதற்கு எதிர்ப்பையும் தெரிவித்தனர் (குப்தா 1885: 36-70; மெண்டல்சோன் மற்றும் விக்ஜியானி 2000: 26-9). வேலையின் சிக்கல்களைப் பார்த்து, அது கைவிடப்பட்டது. சமூக முன்னுரிமைப் பிரச்சினை எழுப்பப்படாது என்றும், அகரவரிசைப்படி பகுப்புச் செய்யப்படும் என்றும் கெய்ட் அறிவித்தார். எனினும் இது இந்து தேசியவாதிகளின் உயர்மட்டங்களில் ஒரு கலக்கத்தை உருவாக்கியது.

பிரிட்டிஷ்காரரிடம் அரசியல், நிர்வாகக் கணக்கீடுகளில் எண்ணிக்கைக்கு அதிக முக்கியத்துவம் தரப்பட்டது.இந்து மக்கள் தொகையில் மேற்சாதி மக்கள் 15% கூட இல்லை.இந்நிலை, தலைவர்களைத் தூக்கத்திலிருந்து எழுப்பியது. இருக்கும் பீதியோடு, தீண்டப்படாதவர்களைச் சேர்த்து இந்து மதம்தன் மக்கள் தொகையை அதிகரித்துக் காட்டுவதாக முஸ்லிம் லீக் (1906இல் முஸ்லிம் நலன்களுக்காக ஏற்பட்ட கட்சி) வாதிட்டது. பாராளுமன்ற உறுப்பினர்களின்எண்ணிக்கை அதிகமாகத் தேவைப் பட்டதால், இந்துமதத்தின் காவலர்களுக்கு இப்போதுதான் தங்கள் தீண்டப்படாத சகோதரர்கள் என்ற பிரிவே கண்ணில் பட்டது. முக்கியமான இந்துத் தலைவரும் காங்கிரஸ் தலைவருமான லாஜ்பத் ராய் கவலையுடன் கூறினார்: "அவர்கள் (தீண்டப்படாதவர்கள்) நம்முடன் இருக்கிறார்கள்... ஆனால் அவர்கள் நமக்காக இல்லை. அவர்களுடைய உண்மைப்பற்று மிகப்பெரிய சோதனைக்கு ஆட்பட்டுள்ளது. நாம் அவர்களுடைய நிலையின் நீதியையும் மனிதநேயத்தையும் தக்க நேரத்தில்

புரிந்துகொள்ளாவிட்டால் அவர்கள் நம்மிடமிருந்து பிரிந்து, நமக்காக-இல்லாதவர்கள் மற்றும் நாம்-அல்லாதவர்களிடையே சேர்ந்துவிட்டால் அவர்கள் மேல் நாம் எவ்விதப் பழியையும் போடமுடியாது" (பார்க்க குப்தா 1985: 39). லாஜ்பத் ராயின் பயம் காலப்போக்கில் வளரவே செய்தது. 1915இல் அவர் எழுதினார்: "அவர்களில் (ஒடுக்கப்பட்ட வகுப்பினர்) பலர் ஏற்கெனவே இந்துச் சமூகத்தில் தாங்கள் இருக்கும் மிகக் கேவலமான நிலைமையை உணர்ந்துவிட்டார்கள் என்பதற்கு அடையாளங்கள் அதிகமாகவே உள்ளன...அவர்களில் பலர் 'பதிலுக்குப் பதில்', 'வஞ்சினம்' என்ற எண்ணங்களோடு இந்துச் சமூகத்தைவிட்டு நீங்கினால் அதில் எந்த ஆச்சரியமுமில்லை."

இந்து தேசியவாதக் கவலைகள் காலம் தவறியவை அல்ல. ஏற்கெனவே சில தலித் குழுக்களிடம் கலகத்திற்கான அமைதியின்மைக்கான அடையாளங்கள் தென்பட்டன. மேலும் சமநீதி கிடைக்கக்கூடிய மதங்களான கிறித்துவம், இஸ்லாம் அல்லது பௌத்தத்திற்கு மாறுவதை யோசித்துக் கொண்டிருந்ததோடு, நாட்டின் பல பகுதிகளில் அவர்கள் அரசியல் ரீதியாகத் திரண்டு கொண்டிருந்தார்கள். மகாராஷ்டிராவில் அம்பேத்கர் பிறந்த சாதியாகிய மஹார்களிடையில் தொடங்கிய கிளர்ச்சிகளை கோபால் பாபா வாலங்கர் மற்றும் சிவராம் ஜன்பா காம்ப்ளே இருவரும் எடுத்துரைத்துள்ளனர். 1904இல் பம்பாய் ஆளுநருக்கு 15000 மஹார்களின் சார்பாக அரசுப் பள்ளிகளில் படிப்பதற்கும், போலீசிலும் இராணுவத்திலும் சேர்வதற்கும், பொதுச் சேவைகளில் கீழ்நிலைகளில் பணிபுரிவதற்கும் தடையை நீக்கவேண்டி நினைவூட்டுக் கடிதம் அளிக்கப் பட்டது. இதைவிடச் சிறந்த, நன்கு எழுதப்பட்ட மனு ஒன்று, 1910இல் தக்காண மஹார்களின் மாநாட்டிலிருந்து இந்தியாவின் அரசுச் செயலருக்கு அளிக்கப்பட்டது. இப்படிப்பட்ட ஜனநாயக வலியுறுத்தல்கள் தலித் தலைவர்களால் நாடு முழுவதும் செய்யப்பட்டன. இந்தச் செயல்முறையில், 1917இன் தொடக்கத்தில், பம்பாயின் ஒடுக்கப்பட்டோர் அமைப்பு, தங்கள் ஆதரவிற்குக் கைம்மாறாக, 'காங்கிரஸ் தனது நிகழ்ச்சித் திட்டத்தில் சாதி ஒடுக்குமுறையையும் தீண்டாமையையும் எடுத்துக் கொள்ளவேண்டும்' என்று நேராகவே கேட்டது. இதற்கு ஓராண்டு முன் முஸ்லிம்கள் இவ்வாறு கேட்டு அதனால் பெயர்பெற்ற 1916இன் லக்னோ ஒப்பந்தம் உருவாகியிருந்தது. அதை வைத்தே தலித்துகள் சார்பில் இவ்விதம் கேட்கப்பட்டது. அதன் வெளிப்படைக் கருத்து தெளிவானது: 'காங்கிரஸ் தலைமை அதன் தேச அளவிலான நம்பகத்தன்மையை நிறுவ வேண்டுமானால் இனிமேலும் ஒடுக்கப்பட்டோர் அபிலாஷைகளைப் புறக்கணிக்க முடியாது.'

மக்கள்தொகைக் கணக்கெடுப்புப் பயிற்சி, பிரதிநிதித்துவ அரசியலின் அழுத்தம், தீண்டப்படாதவர்களை விட்டுவிடக் கூடாதே என்ற இந்துச்சார்பாளர்கள் பயம், முன்னவர்கள் இடையில் எழுந்துகொண்டிருந்த மெதுவான, ஆனால் ஒரேசீரான அரசியல் விழிப்புணர்வு ஆகிய நிர்ப்பந்தங்கள்தான் காங்கிரஸை 1917இல் பலவேறு சாதி இயலாமைகளை நீக்குவதற்குத் தனது கடப்பாட்டை அளிக்கின்ற ஒரு தீர்மானத்தை ஏற்க வைத்தது. இந்தக் கட்டாயத் தீர்மானத்தினால் சாதிப்பிரச்சினை பற்றிய காங்கிரஸ் மனப்பான்மையில் எவ்வித உண்மையான மாற்றமும் ஏற்படவில்லை. ஆரிய இந்தியாவைத் தன் தாயகமாக்கிக் கொண்டவரும், வெளிப்படையாகவே மனுவையும், சாதிமுறைமையையும் புகழ்ந்தவரும், பிராமணர்களைத் தங்கள் பழைய தேசியத்தை எழுப்பவேண்டும் என்றவருமான (பெசன்ட் 1913; 1917) பிரிட்டிஷ் இனவாத வீராங்கனை அன்னி பெசன்ட் அதே ஆண்டு (1917) காங்கிரஸ் தலைவராக்கப் பட்டார். ஒரு சிறந்த ஆய்வு (பரிமளா ராவ் 2010) வெளிப்படுத்திக் காட்டியதுபோல, அச்சமயத்தில் மிக உயர்ந்த காங்கிரஸ் தலைவராக இருந்த திலகர், சாதியையும் பாலியல் வேற்றுமையையும் தேசியவாதத்தின் அடிப்படை ஆக்கினார். பெண்களுக்கும் தலித்-வெகுமக்களுக்கும் கல்வியும் அதிகாரமும் கூடாது என்ற தீவிரஎழுச்சியோடு எதிர்த்தார். "திருடர்களும், வேசிகளும், கொலைகாரர்களும் எதற்காகத் தண்டிக்கப்பட வேண்டுமோ அதே காரணத்துக்காக ரக்மாபாய்களும் சரஸ்வதிபாய்களும் (அதாவது படித்த பெண்களும்) தண்டிக்கப்பட வேண்டும்" (திலகர், பார்க்க ராவ், மேலது 96). அதே தொனியில், தலித்-வெகுமக்கள் பாராளுமன்ற அரசியலில் ஈடுபடக்கூடாது என்று, "குன்பிக்கள் (விவசாயிகள்) பாராளுமன்றத்தில் உழப் போகிறார்களா, சிம்பிகள் (தையல்காரர்கள்) அங்கே தைக்கப் போகிறார்களா?" என்று கேலி செய்தார். திலகர் போலவே காங்கிரஸ் தலைவர்கள் பலர் தங்கள் பார்ப்பனியத்தை தேசியம் என்று குழப்பினர். "சீர்திருத்தம்தான் புத்துயிர்ப்பு, புத்துயிர்ப்புதான் சீர்திருத்தம்" என்று மந்திரம் ஜெபித்துக் கொண்டிருந்தார்கள். ஒடுக்கப்பட்ட சாதியினருடன் ஒற்றுமை என அவர்கள் மேற்கொண்ட நடிப்பு, ஒரு நாடகமேடை விவகாரம்-வெறும் அரசியல் உத்தி என்று சரியாகவே ஒரு வரலாற்றாசிரியர் சுட்டிக் காட்டுகிறார்:

> சமூகச் சீர்திருத்தத்தினை 32 ஆண்டுகளாகப் புறக்கணித்துவந்த காங்கிரஸ் இப்போது காட்டும் அக்கறை மிகக் கேவலமான அரசியல் ஆகும். கீழ்ச்சாதிகளின் நலனுக்குத் தான் பாடுபடுவதாகக் காட்டுவது, சரிவரப் பொறுப்பாக நிறைவேற்றப் படாத வெறும் உத்தி மட்டுமே. இந்த அரைமனத்தோடு செய்யப்பட்ட ஜாலத்தில் இருந்துதான் ஒடுக்கப்பட்ட சாதியினர், அவநம்பிக்கைக்குள் தள்ளப்பட்ட வலிதரும் நிகழ்வு எழுந்தது என்பது குறிக்கப்பட வேண்டியது (எஸ். நடராஜன் 1959: 145).

இப்படிப்பட்ட சூழலில்தான் காந்தி தேசிய அரசியலில் நுழைந்தார். தனது முழு விசுவாசத்திற்கும் உரிய வர்ணாசிரம தர்மத்திலிருந்து தீண்டாமையை மட்டும் பிரித்து அப்பிரச்சினை பற்றிப் பேசினார். தீண்டாமை பற்றி அரசியல் ரீதியாகச் சில சரியான சத்தங்களை எழுப்பிவிட்டு, தொடர்ந்து "ஒரு மனிதனின் சாதி அவன் பிறக்கும்போதே நிர்ணயிக்கப்பட்டு விடுகிறது" என்றும், "சாதிப்படி நடக்காமை வம்சவழியின் விதியை மீறுவதாகும்" என்றும், "வர்ணாசிரமம் மனித இயல்புக்குள் ஊறியிருக்கிறது, அதை இந்துமதம் ஓர் அறிவியலாக்கி இருக்கிறது" என்றும் தொடர்ந்து வலியுறுத்தி வந்தார். ஒடுக்கப்பட்ட சாதியினர் கோயில் நுழைவுக் கோரிக்கை வைத்தபோதும் தொடக்கத்தில் காந்தி அதை எதிர்க்கவே செய்தார்.[2] பிறகு அந்த விஷயத்தில் தன் மனத்தை மாற்றிக் கொண்ட போதும், அவர் உண்மை நிலை ஐயப்படும் விதத்திலேயே இருந்தது. தீண்டப்படாதவர்களை இந்துமதத்திற்குள் சேர்த்துக் கொண்டு இந்துக்களைப் பெரும்பான்மையினராகக் காட்டவேண்டும் என்ற உயர்சாதி அரசியலுக்கேற்ப, காந்தியின் பக்தி-அரசியலும் அரசியல் நிர்ப்பந்தத்தினால் உந்தப்பட்ட ஒன்று. "தீண்டாமை முழுமையாக இந்துக்களின் விஷயம். அது தேசியம் சார்ந்ததல்ல" என்று காட்ட முனைவதைப் பார்க்கும்போது காந்தியின் அதி-அக்கறை தெளிவாகிறது. சிரியக் கிறித்துவர்கள் உள்ளிட்ட சமூகச் செயல்வீரர்கள் கோயில் நுழைவுக்கான உரிமைக்குப் போராடிய 1920களின் வைக்கம் போராட்டத்தில் காந்தி குறுக்கிட்டு, "அது ஒரு இந்துமத விஷயம், இந்துக்கள் மட்டும் அதில் ஈடுபடட்டும்" என்றார் (மேனோன் 1994: 81). நாகபூரின் காங்கிரஸ் தீர்மானத்தை நினைவூட்டி, இந்துக்கள் இடையிலான இந்த விஷயத்தில் இந்துக்கள் மட்டுமே தலையிட வேண்டும் என்றார். ஆனால் இந்தப் பிரச்சினையை அவரே தேசிய (இந்து-அல்ல) மறுகட்டமைப்பு பிரச்சினையாக முன்வைக்க முனைந்ததிலிருந்து அவர் அவ்வப்போது இந்து-முஸ்லிம் ஒருமைப்பாட்டை இந்திய தேசியத்தின் அடிப்படை என்று பேசிவந்தாலும், அவர் இந்திய தேசியத்தை இந்து-தேசியமாகவே கருதினார் என்பது தெரிகிறது.

மகாத்மா என்னும் தொன்மம்

கல்வித்துறையிலும் பொதுமக்களிடையிலும் காந்தியைச் சுற்றியும் அவரது தேசியவாத அரசியல் குறித்தும் பெரும் புகழுரைகள் எழுதப்பட்டுள்ளன. காந்தி மற்றும் காந்தியவாதத்தின் திருத்தொண்டர் புராணம்தான் நவீன இந்திய வரலாற்று வரைவியலாகக் கொள்ளப்படுகிறது. பார்ப்பனியத்தின் கருத்துகள்

மிகக் கடுமையாகச் சவாலுக்கு உட்படுத்தப்பட்டபோது, அதன் இருப்பே கேள்விக்குறியானபோது, காந்திதான் வேறு எவரையும்விட, அதை ஆதரித்து, நியாயப்படுத்தியவர் என்பதால் இப்போற்றுதல் ஒரு மதப் பணியாளரின் உற்சாகத்துடன் செய்யப்படுகிறது. தனித்துவமான தேசப்பற்று, சுயநலமற்ற சேவை என்பவற்றின் போலிக் கட்டுமானத்திற்குப் பின்னால், காந்தியின் அரசியல், நாம் காணப்போவது போல, வர்ணாசிரம தர்மத்துடனும், சாதி மற்றும் பார்ப்பனியத்தின் சமூக-கலாச்சாரக் கட்டமைப்புடனும் இறுகக் கட்டப்பட்டிருந்தது. அவரது சுயசரிதையின் தொடக்கத்திலேயே ([1927] 1996) தமது சாதி பனியா (வைசியர்) என்று அடையாளப்படுத்தும் காந்தி, மிகவேகமாக, மூன்று தலைமுறைகளாக அவர்கள் தங்கள் முன்னோர் போல மளிகை வியாபாரம் செய்யவில்லை, மாறாக குஜராத்தின் கத்தியவாட் பிரதேசத்தில் பல அரசர்களின் ஆட்சிகளில் முதலமைச்சர்களாக இருந்தார்கள் (மரபாக இப்படிப்பட்ட வேலைகள் பிராமணர்களின் ஆதிக்கத்தில் உள்ளவை) என்று தெரிவிக்கிறார். அந்தப் பிரதேசம் செல்வ வளமிக்க வியாபாரிகள் சாதியின் இருப்பிடம்.அதன் மிகத் தூய பழமைவாதம் அடங்கிய வைதிகத்தின் கோட்டை. அந்தச் சூழலின் மிகச் சீரிய படைப்புதான் காந்தி. பிராமணர்களைவிட அதிக-பிராமணர்களாக வாழ்ந்த சாதியில் வந்தவர் அவர். தமது சுயசரிதையில் குழந்தைப் பருவத்தில் அவரது தாயார் அவரிடம் கூறிய செய்தி ஒன்றை நினைவுகூர்கிறார். “தீண்டப்படாதவர் ஒருவரைத் தொட்டுவிட்டால், அந்தத் தீட்டிலிருந்து நீங்கக் குறுக்குவழி, அதைவிட இன்னும் மோசமான தீட்டு ஒன்றினால் அதை நீக்குவதுதான். அதாவது வழியில் செல்லும் முஸ்லிம் ஒருவரைத் தொட்டுவிட வேண்டும்.” இந்தக் ‘கடமை மிக்க’ மகன்தான் ஒரு புகழ்மிக்க சீர்திருத்தவாதியாக வளர்ந்தார்! ஆனால் எப்போதுமே அவர் தலித்துகளையும், முஸ்லிம்களையும் குறிப்பிட்ட பாதுகாப்பான தூரத்திலேயே வைத்திருந்தார். அவரைப் பற்றிய நாடகத்தனத் தயாரிப்புகள் இதை முற்றிலும் மறைக்கின்றன. உண்மை, அஹிம்சை, கடவுள், பாவம், தண்டனை போன்றவை பற்றிய கவர்ச்சிகரமானப் பேச்சினால் அவர் நண்பர்களைப் பெற்று, மக்களையும் கவர்ந்தார் என்றாலும், அவர் பார்ப்பன அடிப்படைவாதத்தின் மீதுள்ள பற்றை விடவில்லை.

தொடர்ந்து வர்ணாசிரமம், ராமராஜ்யம், தர்மகர்த்தாக் கொள்கை மூன்றையும் குறிப்பிடுவதிலிருந்து இது தெளிவாகிறது. இவை மூன்றும் மரபான ஏற்றத்தாழ்வு அமைப்பினுள் பொதிந்துள்ள “இருந்த நிலையிலேயே இருத்தல்” என்பதன் தவறாத அறிகுறிகள். இவைதான் அவரது சமூக, அரசியல், பொருளாதாரத் தத்துவங்களின் அடிப்படைகள்.

காந்தி பக்திமானாகவும் சுயதியாகம் செய்பவராகவும் இருந்தது உண்மை. ஆனால் அவர் கடும் எளிமையின் உருவமாகத் தன்னை நினைத்துக் கொண்டது ஒரு மாயை. அவருக்கு அவர்சாதிச் செல்வ வணிகர்கள் வசதிகளைக் குவித்துக் கொண்டே இருந்தனர். சுயத்தை அழிப்பது பற்றிப் பேசிக் கொண்டே பிறரால் ஒரு கடவுள் நிலைக்குத் தந்திரமாகப் பண்டிதர்களால் மாற்றப்பட்டவர். அரை நிர்வாணக் கோலத்தையும் பிறருக்குத் தம்பட்டமடிக்கும் மதத்தன்மையையும் அவரிடமிருந்து நீக்கிவிட்டால் (இவை அவருக்கும் அவரது உயர்சாதித் தொகுதிகளுக்கும் போலி என நன்றாகத் தெரியும்) அவரை மிக எளிதாக ஒதுக்கிவிடலாம். ஒரு பரிவுமிக்க விமரிசகர் கூறுவதுபோல, "அரசியலில் காந்தியின் அணுகுமுறை உணர்ச்சிமயம், மத விசுவாசம் ஆகியவற்றின் அடிப்படையில் அமைந்திருந்தது. அவர் தனது செயல்பாட்டு முறையை ஆராய்ந்து பார்த்ததே இல்லை" (கில் 2001: 182). செயற்கைப் பாங்காக அவரைக்காப்போர் செய்வது போல, நாம் காந்திக்கு வழங்கக்கூடிய மிகச் சிறந்த பாதுகாப்பு என்னவெனில், அவரது தத்துவத்தில்,

அரசியல் அல்லது சமூக உறவுகளின் ஊடாகச் சமத்துவம் என்பது நோக்கப்படுவதில்லை, மாறாக சுயத்தை முழுமைப்படுத்துவதன் தொடர்பாக அது காணப்படுகிறது. இந்த அடிப்படையில் சமத்துவம் என்பது மற்றவர்களுடன் நமது உறவைச் சார்ந்தது அல்ல, அது தனது சொந்த சுயத்துடன் எவ்விதம் ஒரு சரியான உறவைத் தயாரித்துக் கொள்வது என்பதைப் பற்றியது. வெறும் பொருளியல் நலத்தைப் போற்றும்போது எப்போதுமே ஏதோ ஒரு வடிவத்தில் சமத்துவமின்மையின் வேர் உள்ளடங்கியுள்ளது. அது நம்மை மற்றவர்மீது ஆதிக்கம் செலுத்தச் சொல்கிறது (மேத்தா 2012).

இந்த காந்தியக் காப்பாளர் கூட, "சமத்துவத்தை அடையும் வழியாக அது எதிர்மறை விளைவையே ஏற்படுத்தியது, ஏனெனில் அது சமத்துவத்தின் அரசியலை துறவின் சொல்லாடலுடனும் அரசியலுடனும் இணைத்துவிட்டது" (மேலது) என்கிறார். இம்மாதிரி வாதங்கள் அடிப்படையில் குழப்பத்தையும் இருளையும் உண்டாக்குபவை. ஏனெனில் காந்தி சுய-மறுப்பு, ஒழுக்க-ஞானம் ஆகியவற்றின் திரைக்குப் பின்னால் தீவிரமாகச் சாதி, பார்ப்பனியம் தர்மகர்த்தாக் கொள்கை ஆகியவற்றை ஆதரித்தவர். சுரண்டும் வகுப்புகளின் பக்கத்தில் நின்றுகொண்டு, உழைப்பாளர்கள், விவசாயிகள், தலித்-வெகுமக்கள் பிரச்சினைகளை நோக்காமல் மிகக் கேவலமான முறையில் புறந்தள்ளியவர். சுதந்திரத்திலும் சமூகச்சீர்திருத்தத்திலும் பல அலைகளை எழுப்பியவர் காந்தி. ஆனால் விவசாயிகளுக்கோ உழைப்பாளர்களுக்கோ ஓர் இயக்கத்தையும் நடத்தியவர் அல்ல. அவர்களின் நிலையை

உயர்த்துவதாக அவர் அதிகமான நீலிக்கண்ணீர் வடித்தார், ஆனால் 'தங்கள் அடிமைநிலையைத் தூக்கி எறிய எவ்விதச் சொந்தமான முன்னெடுப்பும் மேற்கொள்ளும் அளவுக்கு அவர்கள் முதிர்ச்சி பெற்றவர்கள் அல்ல' என்பது அவர் கருத்து. தனது இயக்கத்தை முன்னெடுத்துச் செல்ல மேல்சாதி முக்கியஸ்தர்களைத்தான் அவரால் நம்ப முடிந்தது. வெகுமக்கள் விழிப்பு, வெகுமக்கள் போராட்டம் என்பவற்றைப் பார்த்து பயப்பட்டவர். "அரசாங்கம் என்னைப் பார்த்து பயப்படுவதற்கு ஒரே காரணம் என் பின்னால் இருக்கும் மிகப் பெரிய பெரும்பான்மையினர்தான். அவர்களைப் பார்த்து நான் இன்னும் அதிகமாகப் பயப்படுகிறேன் என்பது அவர்களுக்குத் தெரியாது."குடிக்கூலிக் குறைப்பு, வட்டிசெலுத்தாமை, அதிக ஊதியத்திற்கான உழைப்பாளர் வேலை நிறுத்தம் ஆகியவற்றை ஏற்காமல், "விசுவாசமான ஊழியர்கள் சம்பளம் இன்றியும் தங்கள் எஜமானர்களுக்கு வேலை செய்ய முடியும்" என்றார். உழைப்பாளர்கள் "மிக எளிய தேவைகளுக்கெல்லாம் வேலைநிறுத்தம் செய்கிறார்கள்... நிலக்கரிச் சுரங்கங்களிலும் நுகர்வோர் பொருள்களைத் தயாரிக்கும் நிறுவனங்களிலும் வேலைநிறுத்தங்கள் நடப்பதைக் கண்டு நான் வருத்தமடைகிறேன்."

"எங்கும் போலவே, இங்கிருக்கும் வாழ்க்கையும் அதன் அடித்தளத்திலிருந்து, அதாவது மதத்திலிருந்து வேரறுத்து எறியப்பட்டுள்ளது...மேலும் பணத்துடன் பிணைப்பு ஏற்பட்டுள்ளது. அதுதான் உழைப்பாளர்கள் வேலைநிறுத்தங்களில் ஈடுபடக் காரணம்." பிறகு சொல்கிறார், "ஆனால் உழைப்பு தன் பலத்தை முழுவதும் அறிந்தால், அது மூலதனத்தைவிடக் கொடுமை செய்வதாகும் என்பதை அறிவேன்." மனச்சாட்சியுள்ள ஒரு விமரிசகர் காந்தியின் இந்த இடர்ப்படுத்தும் கூற்றுகளையும், அவருக்குள் எப்போதும் ஆழமாக இருக்கும் சொத்துக்கான மரியாதையையும் கவனித்து, "இந்தக் கூற்றுகள் உழைப்பாளர்கள் மீது இரக்கமற்றுள்ளன என்பது மட்டுமல்ல, தவறான அடிப்படை மீது அமைந்துள்ளன. மேலும் மனிதநேயமுள்ள எஜமானர்களாவதற்குத் தொழிலதிபர்களுக்கு எவ்வித மாற்று அறிவுரைகளும் கூறப்படவில்லை. காந்தி எப்போதாவது நிலக்கரிச் சுரங்கங்களின் வேலை நிலைமைகளைக் கண்டுள்ளாரா என்பது சந்தேகம்" என்கிறார் *(கில் 2001: 163-4)*.

கில் காந்தியின் அரசியலையும் கருத்தியலையும் முடிந்த அளவு பரிவோடுதான் அணுகுகிறார். ஆனால் காங்கிரஸின் அரசியலும் காந்தியின் சொந்த அரசியலும் எப்போதும் ஏழை விவசாயிகள், உழைப்பாளிகள், தீண்டப்படாதவர்கள், பழங்குடி மக்கள், முஸ்லிம்கள் மற்றும் பிற சிறுபான்மையினருக்குப் பாதகமாக, செல்வ நலன்களில்

ஊறிய பழமைவாதக் கூறுகளின் ஆதிக்கத்திலேயே இருந்துள்ளன என்ற வருந்தத்தக்க முடிவுக்கு வராமல் இருக்க முடியவில்லை. பணக்கார வர்க்கத்தின் நலனுக்காக காந்தி தேசிய இயக்கத்தின் போக்கையே மாற்றிவிட்டார். பணக்காரர்களில் ஒரு சிலர் மட்டுமே தேசிய இயக்கத்தை ஆதரித்தனர், அந்த ஆதரவும் சந்தர்ப்பவாதமாகத்தான் இருந்தது. உண்மையில் பிரிட்டிஷ்காரர் முட்டுக்கொடுத்துத் தாங்கிய வர்க்கம், நிலவுடைமையினர் மட்டுமே. அது ஏகாதிபத்தியத்திற்கு மிகவும் நெருக்கமாக இருந்தது. பிற்போக்குத் தனத்தின் கோட்டையான அது மிக மென்மையான நிலச் சீர்திருத்தங்களைக் கூட எதிர்த்தது (கில் 2001: 165-6).

வேறு வார்த்தைகளில் சொன்னால் காந்தி பற்றி அவரது தொண்டர் அடிப்பொடிகள் எழுதிய அதிகாரப்பூர்வ வரலாறு என்பது நிஜமான வரலாற்றிலிருந்து மிகவும் வேறுபட்டது. காந்தி காலனியத்திற்கு எதிரான போராட்டத்தை நடத்திக் கொண்டிருந்தபோதே வர்ணாசிரம தர்மத்தில் தனது அறிவொளியைத் தேடியவர். சொந்த நாட்டுக்குள் ஒடுக்குதல், எதிர்ப்பு ஆகியவற்றின் பொருளியல் மற்றும் கலாச்சாரப் பரிமாணத்தை முற்றிலுமாக மறைத்து, சாதி, இந்து மதம், இந்தியச் சமூகம் பற்றிய பிராமணக் கட்டுக்கதைகளையே மாபெரும் இந்திய உண்மைகள் என்ற பெயரால் மீண்டும் கூறிவந்தார். உயர்சாதியின் சாதிச் சாரமும் சாதிக் கலாச்சாரத்தை அவர் விருப்பத்தோடு கண்ட விதமும் அதன் சுரண்டல், வன்முறை ஆகியவற்றைப் புறக்கணித்து அதனைச் சமூக ஒருங்கிசைவின் வடிவம் என்று புகழ்பாட வைத்தது. இந்தியாவின் அறிவுசார் நிறுவனச் சூழலை உயர்சாதி மட்டுமே கட்டுப்பாட்டில் வைத்திருந்தது என்ற விஷயம் மறைக்கப்பட்டது. உண்மையான சமூக-அரசியல் பின்னணியில், மிக நுட்பமான நவகாந்தியர்களான பிக்கு பாரேக் (1989), ஆஷிஸ் நந்தி (1980; 1983) போன்றோரின் மற்றும் அவர்களின் எண்ணற்ற ஐரோப்பிய-அமெரிக்கப் போலிகளின் சொல்லாடல்களும் அவர்கள் படித்த சில பிராமணப் புத்தகங்களைப் படித்ததன் அடிப்படையில் எழுதப்பட்டவை என்பதோடு, மிக இறுக்கமான பழமைவாதியைப் பாதுகாத்துப் போற்றுவதற்கான ஒரு கல்வியியல் சாக்குப்போக்கு என்பது தவிர வேறில்லை.

காந்தி தனிப்பட்டவிதத்தில் பின்னோக்கு நிலைத்தல்களுக்கும் பயங்களின் தொகுதிக்கும் ஆட்பட்டிருந்தார், அவரது நுண்ணறிவு அமைப்பு மிகக் குறைவாகவே இருந்தது, பகுத்தறிவு வாதங்கள் ஊடுருவ இயலாதவராக இருந்தார், தேசிய இயக்கத்தைத் தனது கற்பனைசார்ந்த இந்து பக்திமார்க்கத்துடன் இணைப்பதனால் அதற்குத் தான் செய்கின்ற பேரழிவைப் பற்றிய விழிப்பு சற்றும் இல்லாதவராக இருந்தார். மேட்டுக்குடியினரின் சாதி வர்க்க நலன்கள் மேற்கண்ட

மெய்ம்மைகளுக்கு அவர்களைக் குருடாக்குகின்றன (ஆண்டர்சன் 2012பி).

வர்ணாசிரமம், இந்தியக் கலாச்சாரம், தேசியம் ஆகியவற்றை காந்தி ஒருங்கிணைத்தது மிகப் பெரும் வெற்றியாக அமைந்தது, ஆனால் அது தலித்-வெகுமக்களின் நலன்களைப் பலிகொடுத்துப் பெற்றதாக இருந்தது. சுயராஜ்யம் என்பதன் சாராம்சம், மகிழ்ச்சிகரமாக, மூடுமந்திரமாக இருக்குமாறு வைத்திருந்தார். ஒவ்வொரு முறை காந்தி அந்த விஷயத்தைப் பற்றிப் பேசிய போதும் அதற்கு வெவ்வேறு வரையறைகள் கொடுத்தார். அச்சொல் எதையும் மாற்றாமல், எவருக்கும் தொல்லையின்றி, ஒவ்வொருவருக்கும் எல்லாவற்றையும் அர்த்தப்படுத்தியது. காந்தியின்கீழ் காங்கிரஸ் நிறுவிய தேசியவாதம் பத்தொன்பதாம் நூற்றாண்டின் வேத-பிராமண தேசியவாதத்தை மொழிந்தவர்கள் முன்னர் கொண்டிருந்ததேதான், ஒருவேளை காலத்தின் நிர்ப்பந்தங்களுக்கேற்ப கொஞ்சம் பரிணமித்திருக்கலாம். சாதி அடிப்படையிலான அங்ககத் தன்மை கொண்ட ஒருங்கிசைந்த சமூகத்தின் பழைய மாதிரிதான் காந்தியின் இலட்சியம் ஆதலின் நிறுவப்பட்ட முறைமையை பலவீனப்படுத்த அல்ல, பலப்படுத்தவே அவர் முனைந்தார். மதக் குறியீட்டியத்தால் நிறைந்த அவரது தேசியவாதம், சமூகம் மற்றும் பொருளியல் மாற்றத்துக்கான வெகுமக்கள் போராட்டத்திற்குக் கூர்மையான எதிரியாக இருந்தது. 'என்ன மாற்றங்கள் ஏற்பட வேண்டுமோ அவை மேலிருந்து வரவேண்டும்.' ஆக, காந்திய தேசியவாதத்தின் உண்மையான இயல்பும் தாக்கமும் தந்த ஒட்டுமொத்த விளைவு, அலாய்சியஸ் காட்டியவாறு (1997: 170-213). "அரசியல் விழிப்புணர்ச்சியை பொருளாதார மற்றும் அரசியலின் கடினமான உலகிலிருந்து திசைமாற்றி மங்கலான, இரகசிய உலகிற்குக் கொண்டு சென்றதுதான்."

துணைக்கண்டத்தில் குறுக்கும் நெடுக்குமாகப் பயணித்து, வெகுமக்களை மதம்-அரசியலின் மெஸ்மெரிசக் கலப்பினால் வசப்படுத்தி, அப்போதுவரை துணைக்கண்டத்தில் வேகம் பெற்றுவந்த தலித்-வெகுமக்கள் முஸ்லிம் மக்கள் திரளின் மதச்சார்பற்ற அரசியல் திட்டத்திற்கு காந்தி பலத்த அடி கொடுத்தார். இந்த வசப்படுத்தலுக்கு அவரது செல்வந்தர்களான சாதிவணிகர்களின் (பம்பாய்த் தொழிலதிபர்கள் மற்றும் அகமதாபாத் ஆலைச் சொந்தக்காரர்கள்) ஆதரவும் நன்றிமிக்க மேல்சாதியினர் ஆதரவும் உறுதுணையாக இருந்தன. இவ்விதம் கீழ்மட்டப் போராட்டங்களை நொறுக்கி, வெகுமக்கள் புதிய விழிப்புப் பெற்ற அரசியல் சமுதாயமாக மாறுவதை எதிர்த்து, ஒத்துச்செல்லும் மதத்தன்மைக்குள் உட்பொதிந்த ஓர் அருவமான, உள்ளீடற்ற தேசியவாதத்தை நிறுவினார். சுருக்கமாகச்

சொன்னால், காந்தியக் கூட்டிணைப்பு, கீழ்ப்பட்ட சாதிகளுக்கு மதத்தையும், மேல்சாதிகளுக்கு அரசியலையும் அர்த்தப்படுத்தியது. அது மதம், அரசியல் இரண்டையும் இழிவுபடுத்துவதாக இருந்தது.

அலாய்சியஸ் வாதிடுவதன்படி, காந்தியின் வருகைக்கு முன்னால் சாதி நலன் அடிப்படையில் அரசியலுக்கு ஆட்கள் சேர்க்கப் பட்டனர். மேலும் அந்த ஆட்சேர்ப்பு, பொதுவாக மேல்சாதிகளுக்கும் வெகுமக்களுக்கும் இருந்த கிடைக்கோட்டுப் பிளவைக் காட்டுவதாகவும் இருந்தது. அந்தப் பிளவு காலனியக் கொள்கைகள், நடைமுறைகளால் மிகவும் அகலமாகியும் இருந்தது.

பெருந்தொழில் மயமாக்கம், சமூக நகர்வு ஆகியவை இல்லாத நிலையில், இந்தச் சமூகப் பிரிவினை, மார்க்சியக் கருத்தாக்கமான வர்க்கம் என்பதற்குத் துளியும் நெருங்கிவரவில்லை. ஆனால் அது மிகவும் திடமாக பொருளாதாரமும் அரசியலும் எந்தத் திசையில் செல்கின்றன என்பதைச் சுட்டிக்காட்டியது. துணைக்கண்டத்தில் சொத்து வைத்திருப்போர் உயர்சாதிகளாகக் கருதப்பட்டனர். (இவர்களில் சில முஸ்லிம் மேட்டுக்குடியினரும் இருந்தனர்.) சூத்திர, அதிசூத்திர, பழங்குடியின, முஸ்லிம் வெகுமக்கள் ஏதுமற்றவர்களாக இருந்தனர். இந்த வகுப்புப் போன்ற அமைப்பு தெளிவாகவே கிடைமட்ட அமைப்பாக இருந்தது. மத ஒருமைகளுக்குக் குறுக்காகவும் சென்றது. தனிச்சிறப்பாகக் குறிக்கவேண்டியது, முஸ்லிம் வெகுமக்கள். இவர்கள் பெரும்பாலும் கீழ்ச்சாதிகளிலிருந்து மதம் மாறியவர்கள். ஏறத்தாழத் தங்கள் சமநிலையில் உள்ள இந்து மக்களைப் போல, அவர்களும் இந்தச் சமூகக் கட்டமைப்புக்குள் இருந்தனர். அவர்களது நலன்களின் அக்கறையும் தவறாத அறிகுறிகளுடன் ஒடுக்கப்பட்டோரினுடையதாகவே இருந்தது. இவர்கள் ஒன்றாகச் சேர்ந்து மேல்சாதிகள்/வகுப்புகளுடன் எதிர்ச் சமநிலையில் இருந்தனர். (அலாய்சியஸ் 1997: 182–3).

பல நூற்றாண்டுகளாகக் கீழ்ச்சாதிகள் மேல்சாதிகளுடன் ஒருங்கிசைந்து வாழ்ந்து வந்த இந்துச் சமூகத்தின் அங்ககக் கட்டான, யாவரையும் உள்ளடக்கிய இயல்பு போன்ற தோற்றத்தை ஏற்கும் தன்மையின் காவலரான காந்தி, இந்தத் தலைகீழ்ப் போக்கினால் அதிர்ச்சியடைந்தார். இந்து மத வெறியர்களான தயானந்தர், விவேகானந்தர் போன்றவர்களின் அடியொற்றி, "இந்து-இந்தியப் பண்புநலம், பொருளியல் சார்ந்த, நசிவுத்தன்மைகொண்ட மேற்கைப் போலன்றி, எப்போதுமே ஆன்மிகத்தன்மை கொண்டது, ஒருங்கிசைந்தது" என்று வலியுறுத்திவந்தார். "சமூக மற்றும் பொருளியல் மாற்றத்துக்கு அலைபவர்கள் இந்த நிரந்தர இந்தியாவை அறியாதவர்கள்" என்றார். இந்த காந்தியப் பல்லவி, ஒரு கவர்ச்சிமிக்க தேசப்பற்றுக் கருத்தியலாகப் பேரெண்ணிக்கையுள்ள பார்ப்பனக் கல்விச் செயல்பாட்டாளர்கள் அமைப்பினால் மாற்றப்பட்டது. மேலாதிக்கக் குழுக்களின் அரசியல் தேவைகளுக்கு இது ஆயத்த உடுப்பாகவும்

இருந்தது. ஆகவே அவர்கள் தங்கள் மீட்பரை உடனடியாகக் கண்டுகொண்டு, மகிழ்ச்சியுடன் தேசியத் தலைமையை அவரிடம் அளித்துவிட்டனர். ஒத்துழையாமை, அஹிம்சை ஆகியவற்றைக் கடைப்பிடிக்க வேண்டும் என்ற காந்தியின் வலியுறுத்தல், விவசாயிகளையும் உழைப்பாளர்களையும் அடக்கிவைப்பதற்குச் சரியான ஆயுதமாகப் பயன்பட்டது. மேல்சாதியினர் பிரிட்டிஷ் ஆட்சியை எதிர்த்து மட்டுமே சாதாரண மக்கள் போராட வேண்டும் என்று விரும்பினர். உள்நாட்டுச் சுரண்டலை எதிர்த்து அவர்கள் போரிடுவதை காந்தியின் முதன்மையான உதவியினால் கட்டுப்படுத்தினர்.

பிரிட்டிஷார்க்கு எதிராக காந்தி நடத்திய முதல் போராட்டமான ஒத்துழையாமை இதை நன்கு விளக்கும். கிலாஃபத், பசுப் பாதுகாப்பு, தீண்டாமை இயக்க எதிர்ப்பு ஆகியவற்றை உள்ளடக்கியது அது. பிரிட்டிஷ்காரரை எதிர்த்தது மட்டுமல்ல, கீழ்ச்சாதியினரின் மதச்சார்பற்ற அரசியல் போராட்டத்தைக் கட்டுப்படுத்தித் தலைகீழாக்குவதும் ஆயிற்று. பொருளியல் மாற்றத்தை விரும்பிய இந்துப் பணியாளர்களுக்கும் விவசாயிகளுக்கும் காந்தி பசுப்பாதுகாப்புப் பிரச்சினையையும், தீண்டாமைக்கு எதிர்ப்பையும் கொடுத்தார். முஸ்லிம் வெகுமக்களுக்கு (இவர்களும் இந்துக் கீழ்த்தட்டு மக்களைப் போல, கல்வி, சமூக மேம்பாடு, பலவகைத் தொழில் செய்தல் போன்றவற்றிற்காகப் போராடி வந்தவர்கள்தான்) கிலாஃபத்-தை அளித்தார். (கிலாஃபத் என்பது துருக்கியில் காலிபாக்களின் ஆட்சியைக் கொண்டு வருவதற்கான இயக்கம். அராபியர்களும் துருக்கர்களுமே நவீன அரசியல் நிறுவனமுறையை நாடியதால் இதற்கு ஆதரவு தரவில்லை.) ஆனால் தங்களுக்குத் தனி அரசு வேண்டுமென்று கேட்டுக் கொண்டிருந்த முஸ்லிம் மேட்டுக்குடியினருக்கு கிலாஃபத் நல்ல அரசியல் ஆர்வமாக அமைந்தது.

அலி சகோதரர்களின் தலைமையின்கீழ் ஒரு மேல்நோக்கிய அகில இந்திய முஸ்லிம் சமுதாயத்தை அமைக்க வேண்டுமென்ற திட்டத்தில், காந்திய கிலாஃபத்தும் ஒத்துழையாமை இயக்கமும் ஒரு முக்கியமான (முடிவுசெய்யக்கூடியதாக இல்லை எனினும்) பங்கை வகித்தன. பல அர்த்தங்களில், ஒரு அனைத்திந்திய முஸ்லிம் அரசியல் உணர்வைத் தூண்டுவது, முன்பு அனைத்திந்திய இந்து அரசியல் உணர்வைத் தூண்டுவதன் தொடர்ச்சியாக அமைந்தது (அலாய்சியஸ் 1997: 183).

கிலாஃபத், இந்து-முஸ்லிம் ஒருமைப்பாட்டைக் கொண்டுவருவதற்கெனச் சொல்லப்பட்டாலும், உண்மையில் அது, ஒரு ரஞ்சகமான, தற்காலிக ஒருமைப்பாட்டை முஸ்லிம்-இந்து மேட்டுக்குடியினரிடையே மதக் குறியீட்டு வகைமைகளுக்குள் கொண்டுவந்தது. மத வகைமைகளின் சொற்றொடர்களைப்

பயன்படுத்திய காந்திய தேசிய அரசியலின் முதல் அலை இந்து கீழ்ச்சாதியினர்,முஸ்லிம் வெகுமக்கள் ஒற்றுமையைக் கிழித்தெறிவதில் வெற்றிகண்டது. இவை இரண்டையும் வரன்முறையான அந்தந்தச் சமூகங்களின் மேட்டுக்குடித் தலைமைக் கீழ் கொண்டுவந்தது. “மதச்சார்பற்ற நிலையிலிருந்து ஆன்மித்திற்கும், அரசியலிலிருந்து மதத்திற்கும் ஏற்பட்ட மாற்றம், கீழைநாட்டு மேதைமைக்குப் பொருத்தமானது எனநோக்கப்பட்டது; ஏகாதிபத்திய எதிர்ப்புக்கு தேசிய ஒழுக்க எதிர்வினை எழுச்சியின் ஒரு பகுதியாக உணரப்பட்டது” (அலாய்சியஸ் 1997: 184). இந்த தேசியவாதச் சட்டகத்தில் இந்து-முஸ்லிம் ஒருமைப்பாட்டை முன்வைத்தவர்களும் (மதச்சார்பற்றவர்களும்) இந்து முஸ்லிம் மதவெறி அரசியலை நடத்தியவர்களும், இருவருமே தேசம் எழுச்சி பெறுவதைத் தடுப்பது என்ற குறிப்பிடத்தக்க பணி அடையாளத்தைக் கொண்டிருந்தனர்: “கீழ்ச்சாதி வெகுமக்களின் தன்னாட்சி எவ்விதமேனும் தடுக்கப்பட வேண்டும், அவர்களுடைய பிரதேச வேறுபாட்டுக்குரிய நவீன அரசியல் திட்டம் மூழ்கடிக்கப் படவேண்டும்.” தேசிய அரசியலில், நவீனகாலத்துக்கு முந்திய சமூக அமைப்பின்படி, தேசமானது இரண்டே இரண்டு நெடுங்குத்தான சமுதாயங்களைக் கொண்டிருக்கும், அதேசமயம் தேவையான அதிகார விரிவாக்கம், மேல்சாதி மேட்டுக்குடியினரின் அரசியல் பங்கேற்புக்கும் அதில் வழியிருக்கும்” (மேலது, 185).

இந்து-முஸ்லிம் மேல்தட்டினர் காந்தி அளித்த இந்த வாய்ப்பினைத் தாங்கள் மதரீதியாகத் தங்கள் தலைமையை உறுதிசெய்யப் பயன்படுத்திக் கொண்டனர். அது தவித்-வெகுஜன மக்களின் சமநீதி ஆர்வங்களைக் குலைக்க அவர்களுக்கு நன்கு உதவி செய்தது. ஜனநாயக, மதச்சார்பற்ற அரசியலுக்குக் கண்டிப்பாகத் தேவைப்படும் சமூக-பொருளாதார மலர்ச்சிகளை இரண்டு சாராருமே வெறுத்தனர். காந்தியின் மத அரசியல் அவர்களுக்குப் புற அச்சுறுத்தல்களை ஏற்பாடு செய்கின்ற தனித்த வாய்ப்பை அளித்தது: இந்துக்களுக்கு, முஸ்லிம் அச்சுறுத்தல்; முஸ்லிம்களுக்கு இந்து அச்சுறுத்தல். இதனால் சமூக-பொருளாதார மாற்றங்களை வேண்டி ஏற்பட்ட இயக்கங்களிலிருந்து மக்களின் கவனத்தை அவர்களால் திசைதிருப்ப முடிந்தது. இப்படிப்பட்ட அரசியல், மத அடிப்படையில் எதிர்முனைப்படுத்தலை உட்கொண்டிருந்தது. சற்றும் வெட்க-மானமின்றி மேல்தட்டு மக்களால் பயன்படுத்தவும்பட்டது. தங்கள் தங்கள் சமுதாயங்களுக்கான பிரதிநிதிகள் என்ற போர்வையில் காலனிய ஆதாயங்களையும் அரசாங்கப் பணிகளையும் அவர்களால் அடைய முடிந்தது, அதேசமயம் தங்கள் சாதாரண மக்களுக்கிடையில் தாங்கள்தான் தேசியத் தலைவர்கள் என்ற பிம்பத்தை உருவாக்கிக்

கொள்ளவும் முடிந்தது. உண்மையில், இவ்விதம் இந்துக்களுக்கும் முஸ்லிம்களுக்கும் இடையில் அவநம்பிக்கையைத் தூண்டிவிடுவது பிரிட்டிஷ்காரருக்கு ஆதாயமே. இரண்டு சமுதாயத்தினரையும் சுயநலத் தேவைகளுக்குப் பிரித்தாள்வதும் அவர்களுக்கு நன்மையே. இந்து-முஸ்லிம் மேட்டுக்குடியினர் மிக ஊக்கமாக இந்தப் பிரிவினை வேலையில் பிரிட்டிஷ்காரருக்கு உதவி செய்தனர். 1930களில் எழுதப்பட்ட தனது சுயசரிதையில், இந்த அரசியலின் அழிவு சார்ந்த, சாராம்சத்தில் தேசத்திற்கு எதிரான முகத்தை நேருவே காண முடிந்தது:

வெகுமக்களுக்கும், ஏன் கீழ்த்தட்டு மத்தியதரத்தினருக்கும் கூடச் சம்பந்தமே இல்லாத இந்தத் திட்டங்களுக்கும் கோரிக்கைகளுக்கும் புனிதமான மதத்தின் பெயரால் வெகுமக்கள் அன்பையும் ஆதரவையும் எப்படி இந்த பூர்ஷ்வா வகுப்புகள், இந்துக்கள்-முஸ்லிம்கள் இருசாரார் இடையிலிருந்தும் பெறுவதில் வெற்றி பெற்றார்கள் என்பது எவ்விதம் நோக்கினாலும் அசாதாரணமாகத்தான் இருக்கிறது. எந்த மதச்சார்பான குழுவும் முன்வைத்த மதச்சார்பான இந்தக் கோரிக்கைகளில் ஒவ்வொன்றும், இறுதி நோக்கில் (அரசாங்க) வேலைகளுக்கானதுதான். இவைகளும் விரல்விட்டு எண்ணக்கூடிய மத்தியதர வர்க்கத்தினருக்கே கிடைக்கும்...இந்தக் குறுகிய நோக்குடைய அரசியல் கோரிக்கைகள், அதிகபட்சம் ஒரு சில உயர்மத்தியதர வர்க்கத்தினருக்கே பயன்படக்கூடியவை, மேலும் பெரும்பாலும் தேசத்தின் ஒருமைப்பாட்டுக்கும் முன்னேற்றத்துக்கும் குறுக்கே தடுப்புகளை ஏற்படுத்தக் கூடியவை, இவை மிகச் சாதுரியமாக அந்தந்த குறிப்பிட்ட மதக் குழுக்களின் மக்கள்திரளின் கோரிக்கைகளாகத் தோற்றமளிக்கும் வண்ணம் ஆக்கப்பட்டுள்ளன. (நேரு [1936] 1999: 138).

இதில் நேரு காணமுடியாதது, வெகுமக்களை அரசியல்-பொருளாதார மைய நீரோட்டத்திலிருந்து விலக்கிவைத்த காங்கிரஸின் மதச்சார்பின்மையின் பிரிக்க முடியாத பகுதியாக அவரே இருக்கிறார் என்பதைத்தான். மதவாதம் அல்லது போலி-தேசியம் (அவரே சரியாகத்தான் இவற்றைக் கண்டித்தார்) ஆழமாக காந்தியின் பிராமண அரசியலுடன் ஆழமாகப் பிணைக்கப்பட்டிருக்கிறது என்பதையும் அவரால் காண முடியவில்லை. தேசியவாதத்தையும் பிராமண இந்து மதத்தையும் ஒன்றின்மேலொன்று சேர்த்ததனால், தானே பிரிக்கமுடியாத ஒரு பகுதியாக இருந்த இந்த காந்தி தலைமையிலான காங்கிரஸை, நேரு அதன் தர்க்கரீதியான முடிவுக்கு, அதாவது இந்து முஸ்லிம் துருவப்பகைமைக்கும், மத அடிப்படையிலான வன்முறைக்கும், இறுதியில் நாட்டின் பிரிவினைக்கும் கொண்டு சென்றார். இரத்த வெள்ளம் ஓடிய நாட்டின் பிரிவினையில் கோடிக்கணக்கான மக்கள் தங்கள் உயிர்களை துண்டுபட்ட சுதந்திர காலக் கலகங்களில் இழந்தார்கள். இந்தப் பேரழிவு ஏற்கெனவே நடைபெறக் காத்திருந்த ஒன்றுதான்: மதத்தையும் அரசியலையும் ஒன்று கலந்ததன் விளைவு

இது. இதில் முஸ்லிம் லீக் அளவுக்குக் காங்கிரஸுக்கும் உடந்தை இருக்கிறது.

அம்பேத்கரின் எழுச்சி

1920களில் தேசிய இயக்கத்தின் உச்சநிலைத் தலைவராக காந்தி நிறுவப்பட்ட பிறகு, ஆழ்ந்த புலமை வாய்ந்த, கூர்மதியுள்ள, தெளிவாகக் கருத்துகளை எடுத்துரைக்க வல்ல, துணிச்சலான தலித் ஆகிய பி.ஆர். அம்பேத்கர் (1891-1956), பொது வாழ்வில் நுழைந்தார். பின்னாளில் அவரே கூறியதுபோல 'பஹிஷ்க்ருதி பாரத்'-இன் (ஒதுக்கப்பட்ட இந்தியாவின்) தலைவரானார். எந்த மக்களுக்காக அவர் வாழ்நாள் போராட்டத்தை மேற்கொண்டாரோ அவர்கள் சமூக, பொருளாதார நிலையில் அடிமைகளாகவும் கலாச்சார நிலையில் ஒடுக்கப்பட்டவர்களாகவும் இருந்தவர்கள் மட்டுமல்ல, வெவ்வேறு பிரதேசங்களில் பிரிந்திருப்பவர்களாகவும், நூற்றுக்கணக்கான சாதிகளாகவும் உபசாதிகளாகவும் பிளவு பட்டுள்ளவர்களாகவும் இருந்தார்கள். ஆகவே அவர் முன் இரண்டு வாய்ப்புகள்தான் இருந்தன. ஒன்று, அடங்கி ஒடுங்கி, காந்தி தலைமை தாங்கிய பிராமண இந்துமதச் சீர்திருத்த ஆதரவினை ஏற்றுக் கொள்வது, அல்லது தன் சொந்த நிலையில் நீண்டகாலமாகத் துன்புறும் தனது மக்களை விடுவிக்கப் போராடுவது. முதல் தேர்வு தனிப்பட்ட முறையில் ஒரு பயன்மிக்க திட்டமாக இருந்தது, ஆனால் இரண்டாவது தேர்வில் பொருளியல் அறவியல் ஆதரவு எதுவுமின்றி மிகவும் வலிமையான ஒடுக்கும் சக்திகளோடு அவர் போராடியாக வேண்டும் என்பது மிகவும் அச்சுறுத்துவதாக இருந்தது. ஆனால் அவர் முட்கள் தூவப்பட்ட பாதையைத்தான் தேர்ந்தெடுத்தார்.

அம்பேத்கரின் போராட்டம் அவர் ஏற்கெனவே பிரக்ஞைபூர்வமாகத் தன்னைச் சேர்த்துக் கொண்ட எதிர்க்கலாச்சார மரபுகளின் நீட்டிப்பும் பரிணமிப்பும்தான். புத்தர், கபீர், புலே ஆகியோரோடு தமது கருத்தியல் உறவில் அவர் அழுத்தமாக இருந்தார். மிகவும் தீவிரமான எதிர்ப்பான சூழல்களில் அவரது போராட்டத்தின் இலக்குத் திட்டங்கள் மாறினாலும், தனது பொது வாழ்க்கையின் தொடக்கத்தில் அவர் ஏற்றுக்கொண்ட தனது இயக்கத்தின் பரந்த பார்வை மற்றும் இலக்குகளிலிருந்து அவர் அசைந்து கொடுப்பதாக இல்லை. சுயமரியாதை, விடுதலை, தனது உள்ளார்ந்த ஆற்றலை வளர்த்துக் கொள்கின்ற வாய்ப்பு என்பவைதான் முக்கிய இலக்கு. அரசியலும் சட்டமும் அதற்கு வழிகள். அரசியல் மோதல்களில் வெற்றிகாண சீரமைப்பும் ஒருமைப்பாடும் தேவையாக இருந்தன. கல்வி தன்னளவில்

முக்கியமானது ஆனால் அது பொருளாதார வாய்ப்பையும் நிர்வாகப் பதவியையும் பெறுவதற்கு வழியும் ஆகும் (கோரே 1993: 214). இவை எல்லாமே அவரது "கல்வியளி, போராடு, ஒன்றுசேர்" என்ற அழைப்பில் இருந்தன. இதனைப் பின்னர் தமது வாழ்நாள் முழுவதும் புதிய அழுத்தங்களோடு பலவேறு வழிகளில் விரிவாக்கினார்.

1920களில் அவரது பொது வாழ்க்கையின் தொடக்கத்திலிருந்து, பௌத்தத்திற்கு மாறுவது, குடியரசுக் கட்சியை நிறுவுவது, தனது மரணம் வரை (இவை யாவும் 1956இல் நடந்தன) அம்பேத்கரின் கதை தலித் அடித்தட்டு மக்களை விடுவிப்பதற்கான இடையறாத போராட்டமாக இருந்தது. அம்பேத்கரைப் புரிந்துகொள்வது என்பது ஒருவன் தலித்தாகப் பிறப்பதில்லை, ஒடுக்கப்பட்டு, உடைந்து, மிருகமாக்கப்பட்டு தலித் ஆகிறான என்பதைப் புரிந்து கொள்வதாகும். தலித்துகளின் அறியாமை, ஒறுத்து அடக்கப்படுதல், செயலின்மை ஆகியவை ஒடுக்கப்பட்டவர்களின் அடக்குமுறையின் சமூக, மத, அரசியல் ஆகிய முழுச் சூழலோடும் பரஸ்பரத்தன்மை கொண்ட மிக அணுக்கமான தொடர்பு கொண்டிருந்தது என்பதைப் புரிந்துகொள்வதில் அவர் மிகுந்த நேரம் எடுத்துக் கொள்ளவில்லை என்பதில் அவரது மேதைமை இருந்தது. பல நூற்றாண்டுகளாகக் கல்வி கற்பது தடுக்கப்பட்டதால் ஒடுக்கப்பட்ட மக்கள் தங்களைக் கீழ்ப்படுத்தப்பட்ட அடிமைநிலையில் மூழ்கவைத்த சூழலை அறியவோ அதற்கு எதிர்வினை புரியவோ அனுமதிக்கப்படவில்லை.

தலித்துகள் மீது வழக்கமாகக் குவிக்கப்படும் சாதி மற்றும் தீண்டாமை அவமானங்களைத் தானும் ஏற்றுச் சகித்தவர்தான் அம்பேத்கர். இந்தியாவின் மீது தீர்ப்பு (வெர்டிக்ட் ஆன் இந்தியா) என்ற கருத்து-முரண்பாட்டிற்கிடமான நூலை எழுதிய பெவர்லி நைக்கல்ஸ், இருபதாம் நூற்றாண்டின் மத்தியப்பகுதியில் இருந்த மிகச் சிறந்த ஆறு மூளைகளில் அம்பேத்கருடையதும் ஒன்று என்று கருதுபவர், தலித் அம்பேத்கரை உயர்சாதியினர் நடத்தியவிதத்தை வரைந்து காட்டியுள்ளார்.

மிகதீவிர வைதிகர்கள் ஏதோ தொழுநோயாளி என்று கருதி தொட்டுவிட்டால் பறந்தோடிப் போக முயலுகின்ற ஒரு உயிரி, சற்று மேலே பட்டுவிட்டாலும் அவர்கள் ஓடிப்போய் மிக அருகிலுள்ள குளத்தில் விழுந்து சோப்பிட்டுக் கழுவி பிரார்த்தனை செய்யவும் அல்லது பிரார்த்தனை செய்து கழுவிச் சோப்பிடவும் வைத்த ஒரு பெருமிருகம், யார் அந்தத் தீண்டப்படாத உயிரி (அல்லது பெருமிருகம்)? டாக்டர் அம்பேத்கரின் (எம். ஏ. லண்டன்), தொடுதல், அம்பேத்கரின் (கொலம்பியா பல்கலைக் கழகத்தின் உயர்ஆனர்ஸ் படிப்பாளர்) தீண்டுதல், டாக்டர் அம்பேத்கரின் (ஹைடல்பெர்கில் உயர்சிறப்பு) தொடுநோய் அல்லது தொழுநோய்–இதைக்

கண்டிப்பாகத் தூய்மையான மரணமுறாத ஆன்மாக்கள் (பிராமணர்கள்) கழுவியே ஆகவேண்டும். (நைக்கல்ஸ் 1946: 30).

இந்த நாடகப்பாங்கான வருணனைக்கு மேலும் நம்பகத்தன்மை அளிக்கவோ என்னவோ நைக்கல்ஸ் மிக வெம்மையாகச் சாடுகிறார்: "நாம் கடந்த காலத்தைப் பற்றி அல்ல, 1944ஆம் ஆண்டைப்பற்றிப் பேசுகிறோம். இவை கட்டுக்கதைகள் அல்ல, தேவதைக் கதைகள் அல்ல, நாடோடிப் பாட்டுகள் அல்ல; இவை செய்திப் பத்திகள், கடைசிநேரச் செய்தித் தலையங்கங்கள்" (மேலது). அயல்நாட்டுக் காலனியவாதிகளை உதைத்து வெளியேற்ற இந்தியா தன்னைத் தயார்செய்து கொண்டிருந்த வேளையில் தீண்டாமை- "மனிதன் மனிதன்மீது காட்டும் மனிதத்தனம் இன்மைக்கு வரலாற்றின் மிகக் கொடுமையான உதாரணம்" இந்து மத மரபில் ஆழமாக வேரூன்றியிருந்தது. உள்நாட்டுக் காலனியாளர்களுக்கு நன்றி-அதை ஒழிக்கச் செய்த ஆயிரமாயிரம் முயற்சிகளும் தோற்றுப் போயிருக்கின்றன.

சாதிகாரணமான இகழ்ச்சிகளுக்கும் அவதூறுகளுக்கும் அவ்வப்போது ஆளான, உயர்சாதி பியூன்கள் தன்மீது கோப்புகளை எறியும் வேலைகளை விட்டும், வாடகைக் குடியிருப்புகளை விட்டும் நீங்கவேண்டிய நிலைக்கு ஆளான அம்பேத்கர், தேசத்துக்கும் தேசியத்துக்கும் சாதி ஒரு சாபம் என்று கருதினார். மிகக் கூர்மையான *'சாதியை ஒழித்தல்'* (அன்னிஹிலேஷன் ஆஃப் காஸ்ட்) போன்ற தொடர் கட்டுரைகள் மூலமாக, சூத்திரர்களின், குறிப்பாக அதிசூத்திரர்களின் இழப்புகள், அறியாமை, அடிமைநிலை ஆகியவற்றின் அச்சுறுத்தும் வடிவங்களுக்குச் சாதியும் பிராமணர்களும்தான் காரணம் என்று வாதிட்டார். சாதியால் ஒடுக்கப் பட்டவர்களுக்கு விடுதலை வேண்டுமானால் சாதியை ஒழித்தாக வேண்டும். அவர்களுக்கு கௌரவமும் சமத்துவமும் வேண்டும், ஆதரவும் தர்மமும் வேண்டாம். காந்தியின் தர்மகர்த்தா முறை வேண்டாம், அரசியலமைப்பு ரீதியான நடவடிக்கைகளும் சட்டப் பாதுகாப்பும் சேர்ந்த சமூக மறுகட்டமைப்புதான் வேண்டும் என்றார் அவர். காங்கிரஸுடனும் காந்தியுடனும் மேலும் காந்தி தரிசனம் கண்ட, நடைமுறைப்படுத்திய தேசியத்தின் வகை மீதும் அம்பேத்கரின் எல்லையற்ற மோதல்கள் இப்படிப்பட்டவைதான்.

அம்பேத்கர் இந்திய யதார்த்தத்தைப் படித்த முறை கனவுபூர்வமாகவும் ஆனால் திருத்தமுடியாத அளவு பொதுவயப்பட்டதாகவும் இருப்பினும் அது மிக பயங்கரமான உண்மையெனவே முடிந்தது. 1927இல் மஹாராஷ்டிராவில் மஹதில் ஒரு பொதுக்குளத்தில் தலித்துகள் தண்ணீர் எடுக்கும் உரிமைக்காக

ஒரு அமைதியான போராட்டத்தை அவர் நடத்தியபோது, உள்ளூர் மேல்சாதியினரின் விலங்குத்தனமான பழிவாங்கும் நடவடிக்கை விரைந்து நிகழ்ந்தது. அதைவிட தேசியத் தலைவர்களின் எதிர்வினைதான் மேலும் கசப்பூட்டக்கூடியதாகவும் அவர்கள் தன்மையை வெளிப்படுத்துவதாகவும் இருந்தது. மஹத் போராட்டத்தின் போது அம்பேத்கர் சூத்திரர்களுக்கும் பெண்களுக்கும் அடிமைத்தனத்தை விதித்ததற்காக மனுஸ்மிருதியை எரித்துக் கொண்டிருந்த வேளையில் காந்தி வர்ண தர்மத்தைப் புகழ்ந்து இந்துப் புனித நூல்கள் எவ்வித வேற்றுமையும் பாராட்டவில்லை என்று நிரூபிக்க முயன்றுகொண்டிருந்தார். ஏறத்தாழ அதே சமயத்தில் பிராமணப் படிப்பாளிகள் மனப்பாங்கின் எதிரொலியான எஸ். ராதாகிருஷ்ணன் வர்ணாசிரம தர்மத்தில் இணையற்ற மனித ஒருமைப்பாட்டினைக் கண்டுபிடித்து ஆக்ஸ்போர்டில் இந்துமதத்தின் ஒருசீர்மை பற்றி உற்சாகமாக உரையாற்றிக் கொண்டிருந்தார். வானத்தில் மிதக்கும் சமதர்மத்தின் காவலரான ஜவஹர்லால் நேரு, காந்தி-ராதாகிருஷ்ணன் போன்றோரிடமிருந்து வர்ணாசிரம தர்மம், இந்தியத் தத்துவம் போன்றவற்றின் உயரிய பாடங்களைக் கற்றுக் கொண்டிருந்தார். தனது பண்டிதர் பட்டத்தில் நேருவின் பெருமையும், சாதி பற்றிய அவரது செவிட்டுத்தன மௌனமும் அவ்வளவு கள்ளமற்றவை அல்ல என்று அம்பேத்கர் சந்தேகப்படவேண்டிய தேவையே இல்லை.³ அறிமுகத்தில் கண்டதுபோல, சாதியமைப்பின் குறைகள், ஏமாற்றுகள், தோல்விகள் எல்லாவற்றையும் திறம்பட மறைத்தே நேரு இந்தியாவைப் பார்ப்பனக் கண்கள் மூலமாகத்தான் கண்டுபிடித்தார். தனது சுயசரிதையில் "ஒரு பிராமணனாக நான் பிறந்தேன், மதம், சமூக வழக்காறு ஆகியவற்றில் நான் என்ன கூறினாலும், செய்தாலும் நான் பிராமணனாகவே இருக்கிறேன் என்று தோன்றுகிறது" என்று அவர் ஒப்புதல் வாக்குமூலம் கொடுப்பதற்குக் காரணம் இல்லாமல் இல்லை. (நேரு [1936] 1999: 118). சாதியின் கருத்தியலாலும் நடைமுறையாலும் பயனடைபவர், வெளிப்படையாகவே, அதை மறுவுற்பத்தி செய்வதில்தான் அதிக ஆர்வம் கொண்டவர்களாக இருப்பார்கள். உயர்சாதி தேசியவாதிகள் இதற்கு ஒன்றும் விதிவிலக்கு அல்ல.

இப்படிப்பட்ட சூழ்நிலையில்தான் 1927 டிசம்பர் 25 அன்று நிகழ்த்திய தனது மஹத் பேச்சில் அம்பேத்கர், அன்றைய பிரச்சினை தடுக்கப்பட்ட குளத்திலிருந்து (இதன் நீர் ஒன்றும் அமிர்தம் அல்ல, நம்மை இறப்பற்றவர்கள் ஆக்குவதற்கு என்று கேலியும் செய்தார்) தீண்டப்படாதவர்கள் தண்ணீர் பருக வேண்டும் என்பது மட்டுமல்ல, "நாங்களும் உங்களைப் போன்றே மனிதர்கள்தான்" என்று நிறுவுவதற்கே ஆகும் என்று அறிவித்தார். தண்ணீர் எடுப்பதை உயர்சாதியினர் தடுத்தமைக்குக் காரணம், கீழ்ச்சாதியினர் அதை

அசுத்தப்படுத்தி விடுவார்கள் என்பதால் அல்ல, சாத்திரங்கள் சொல்லும் புனித மரபின்படி தங்களுக்குக் கீழானவர்கள் என்று வகுக்கப்பட்டவர்கள் தங்களுக்குச் சமமானவர்கள் அல்ல என்று காட்டுவதற்குத்தான். ஆக, சமத்துவத்தின் விதியை நிறுவுவதற்குத்தான் இந்தப் போராட்டம். சாதிப்பாகுபாட்டை ஆதரிக்கும் மனப்பாங்கு என்னும் கட்டடம் இடிக்கப் பட்டாலொழிய இதைச் செய்ய முடியாது. இந்தப் போராட்டத்தை ஃபிரெஞ்சுப் புரட்சியுடன் ஒப்பிட்டு, இங்குப் பிரச்சினை என்பது தீண்டாமையை ஒழிப்பது மட்டுமல்ல, இந்தியச் சமூகத்தை சமத்துவம், சகோதரத்துவம், சுதந்திரம் ஆகியவற்றின் அடிப்படையில் மறுகட்டமைப்புச் செய்வதுதான் என்றார். "இந்து சமூகம் முழுவதும் ஒரே சாதி என்று ஆகின்ற முறையில் நாம், சாதியால் பிணிக்கப்பட்ட இந்துச் சமூகத்தின் கட்டமைப்பைப் பிணித்துள்ள, கலப்புத் திருமணத்தைத் தடுப்பது முதலாக சமூகத்தில் ஒன்றுசேர்ந்து பழகுவதைத் தடுப்பது வரையிலுள்ள ஆணிகளைப் பிடுங்கவேண்டும். இல்லா விட்டால் தீண்டாமையை ஒழிக்கவும் முடியாது, சமத்துவத்தை நிறுவவும் முடியாது." *(அம்பேத்கர், பார்க்க டாங்ளே, 1992: 223-33)*.

அம்பேத்கரைப் பொறுத்தவரை, இந்துவோ அல்லது பிறிதொரு அடையாளமோ மனித கௌரவத்திற்குக் கீழானதுதான். "எங்களுக்குச் சமூகத்தில் சம உரிமைகள் வேண்டும். இந்து மதத்திற்குள்ளாக இருக்கும்போதே அவற்றை அடையக் கூடியவரை பாடுபடுவோம். அல்லது இந்தப் பயனற்ற இந்து அடையாளத்தை உதைத்தெறிவோம்." *(பார்க்க கோரே 1993: 91)*. மேலும், தீண்டாமையை ஒழிப்பது, சமத்துவத்தை நிறுவுவது ஆகியவற்றைப் பிறர் செய்யமாட்டார்கள், துன்பப்படுவோர்தான் செய்யவேண்டும் என்று அழுத்தமாகக் கூறினார். மஹத் போராட்டத்தை ஒரு பரந்த பார்வையில் வைத்து, ஒரு மையநீரோட்டச் சமூகவியலாளர் அதன் முக்கியத்துவம் காந்தியின் தண்டி நடைப்போருக்குச் சமமானது என்கிறார்.

மஹதில் மனுஸ்மிருதியின் ஒரு பிரதியை எரித்தது என்பது குறியீட்டுநிலையில் அது குறிக்கும் விதிகளையும், சாதியமைப்பு அமைந்துள்ள பிறப்பினால் ஏற்றத்தாழ்வு என்ற கொள்கையையும் புறக்கணிப்பதற்கான ஒரு வழியாகும். எழுத்தறிவற்ற பின்தொடர்வோருக்கு ஒரு செய்தியைச் சொல்லுதல் என்ற முறையில் இதற்கு காந்தி தண்டியில் உப்பெடுத்ததற்கு உள்ள அதே முக்கியத்துவம் இருந்தது. இரண்டுமே தலைமை தனக்கு அடிப்படையாக வைத்திருந்த ஒரு விதியைப் புறக்கணிப்பதைக் குறியீடாகக் காட்டின. தெய்விகக் கட்டளை என்ற மாயையை உடைக்க இரண்டுமே உதவின. (கோரே 1993: 199).

"இந்தியாவின் ஆளும் வர்க்கம் போராடிக் கொண்டிருக்கின்ற சுதந்திரம் என்பது இந்தியாவின் கீழான வகுப்புகளை ஆளுவதற்கான சுதந்திரம்" என்ற அம்பேத்கரின் வாதம், காலனிய ஆட்சியை

ஆதரிப்பதல்ல, மாறாக ஒரு பரந்த அளவிலான, நியாயமான சுயநல விரும்பிகளான தேசியவாதிகள் பற்றிய இழிவுரைதான். முதல் வட்ட மேசை மாநாட்டின் முழுமையான கூட்டத்தில் பிரிட்டிஷ் அரசாங்கத்துக்கும் இந்துச் சமூகத்திற்கும் எதிராகத் தமது அரசியல் நிலைப்பாட்டை அவர் தெளிவு படுத்தினார். 1930 நவம்பர் 20 அன்று அம்பேத்கர் நிகழ்த்திய உரையில் "இந்திய அரசாங்கத்தின் அதிகாரவர்க்க ஆட்சி வடிவத்தை மக்களின், மக்களால் ஆளப்படுகின்ற, மக்களுக்கான அரசாங்கத்தால் மாற்ற வேண்டும்" என்று கூறினார். முழுமையான மத்திய அரசாங்கம் வேண்டும், வயதுவந்தோர் வாக்குரிமை வேண்டும். ஒடுக்கப்பட்ட மக்களுக்கு இட ஒதுக்கீடும் சட்டப் பாதுகாப்பும் வேண்டும் என்று வேண்டினார். பிரிட்டிஷ் அரசாங்கம் எப்படி இந்தியாவில் வந்தபோது கண்டதோ அவ்வாறே சமூக ஏற்பாடுகளை ஏற்றுக் கொண்ட படியால் அது சமூகத் தீமைகளைக் களைய எதுவும் செய்யவில்லை என்றார். நிலவுடைமை மற்றும் தொழிற்சாலை உழைப்பில் நிலக்கிழார்களும் முதலாளிகளும் ஈடுபட்ட சுரண்டலை ஒழிக்க பிரிட்டிஷ்காரர் ஆர்வம் காட்டவில்லை. பிரிட்டிஷாரின் நல்லெண்ணம் இதற்குப் பொருத்தமற்றது என்று கூறி, உள்ளிருக்கும் அபாயத்தையும் அவர் சுட்டிக்காட்டினார்:

எங்களைவிட வேகமாக எவரும் எங்கள் குறைகளைத் தீர்க்க முடியாது என்று நாங்கள் நினைக்கிறோம்...ஒரு சுயராஜ்ய அரசியலமைப்பில்தான் எங்கள் கைகளில் நாங்கள் அரசியல் அதிகாரத்தைப் பெற வாய்ப்பிருக்கிறது, அது இல்லாமல் நாங்கள் எங்கள் மக்களுக்கு மீட்பினைத் தர இயலாது...பிரிட்டிஷ்காரரிடமிருந்து இப்போது அரசியல் அதிகாரம் எங்கள் இருப்பின்மீது மிகப் பிரமாண்டமான பொருளாதார, சமூக, மதச் செல்வாக்கைக் கொண்டவர்களிடம் செல்கிறது என்பது எங்களுக்குத் தெரியும். அது நடக்கலாம் என்று நினைக்கிறோம், ஆனால் சுயராஜ்யம் என்ற கருத்து எங்கள்மீது சுமத்தப்பட்ட பலவிதக் கொடுமைகள், ஒடுக்குதல்கள், அநீதிகள் ஆகியவற்றைப் பற்றிய எண்ணத்தைக் கொண்டுவருகிறது. (BAWS, பாகம் 2: 505-6)

அம்பேத்கர் சுதந்திரத்திற்காக நின்றவர். எப்படி ஒரு நாடு மற்றொரு நாட்டின்மீது ஆதிக்கம் செலுத்துமளவுக்குச் சிறந்தது என்று கூறமுடியாதோ அதுபோலவே எந்த ஒரு வகுப்பும் அல்லது சாதியும் அடுத்த ஒன்றின்மீது அதிகாரம் செலுத்துமளவுக்குச் சிறந்தது என்று கூறமுடியாது. இக்காரணத்தால் அவரது சுதந்திரம், தேசம், தேசியம் பற்றிய கருத்துகள் நிலக்கிழார்கள், முதலாளிகள், லேவாதேவிக் காரர்கள் ஆகியோரை இந்தியச் சமூகத்தில் யாவருக்குமான தலைவர்களாகக் கொண்டிருந்த உயர்சாதி தேசியவாதிகள் வைத்திருந்த கருத்துகளிலிருந்து மிகவும் வேறுபட்டிருந்தன. வெகுமக்கள் காங்கிரஸ் தலைமையிலான தேசியவாதத்திற்குள் போராட்டத்தில் பங்கேற்பவர்களாக மட்டும்

இருந்தார்களே ஒழிய அவர்களுக்குக் கொள்கையில் எவ்வித இடமும் இல்லை.

பார்ப்பனியத்தின் பாகுபாடு பார்க்கும் தத்துவம் செலுத்துகின்ற இந்திய நிர்வாக வகுப்பினர், அதற்கு வெளியில் உள்ளவர்களுக்கு எதிராக இருந்தனர், அதனால் அவர்கள் வெகுமக்களோடும், அவர்களது விருப்பங்கள், வலிகள், ஆவல்கள் இவற்றோடும் எவ்விதப் பரிவும் கொள்ளவில்லை. கீழ்ச்சாதி மக்கள் கல்வி பெற்று அவர்கள் உயர் பதவிகளுக்கு நியமிக்கப்பட வேண்டும் என்ற எண்ணத்தைக் காங்கிரஸ் வரவேற்கவில்லை. மாறாக அவர்களின் சுயமரியாதைக்கான இயக்கத்தை எதிர்த்தது (BAWS, பாகம் 9: 235-6). பிராமண-பனியாக்கள்[4] மிகப் பெருமிதத்தோடு வைத்திருந்த பழைய மரபும் அதன் சமூகக் கருத்தியலும் மிகவும் மோசமான அளவில் அநீதியானவை, காட்டுமிராண்டித்தனமானவை என்று அவர் மெய்ம்மைகளைக் கொண்டும் எதிர்க்கமுடியாத வாதங்களைக் கொண்டும் நிறுவிக் காட்டினார். பிராமணச் சட்டப் புத்தகங்களின் 'சட்டமற்ற சட்டங்கள்' என ஆறினை அவர் குறித்துக் காட்டினார்.

1. வெவ்வேறு வகுப்புகளுக்கிடையே படிநிலையிலான சமத்துவமின்மை;
2. சூத்திரர்கள், தீண்டாதோர்க்கு முழுமையான ஆயுதநீக்கம் (அவர்கள் எதிர்க்க முடியாமல் செய்தல்);
3. சூத்திரர்கள், தீண்டாதோர்க்கு முழுமையாகக் கல்விக்கான தடை;
4. அதிகாரமும் தலைமையும் இருக்கும் பதவிகளுக்கு சூத்திரர்களும் தீண்டாதோரும் வருவதற்குத் தடை;
5. சூத்திரர்களும் தீண்டாதோரும் சொத்தினைப் பெறமுடியாமல் செய்தல்;
6. பெண்களின் முழுமையான அடிமைத்தனமும் ஒடுக்குதலும் (பாகம் 9: 215).

மேல்சாதியினர் கீழ்ச்சாதியினரை ஒடுக்குவதைப் புனிதப்படுத்திய பார்ப்பனியத்தின் அதிகாரப்பூர்வக் கோட்பாடு சமத்துவமின்மை என்று சுருக்கமாகச் சொல்கிறார் அம்பேத்கர். அறிவுஜீவிகளான வகுப்பினர் கல்வியைத் தங்கள் ஏகபோகமாகவும் கீழ்ச்சாதிகள் அறிவைப் பெறுவதை ஒரு தண்டனைக்குரிய குற்றமாகவும் வைத்திருக்கும் ஒரே நாடு இந்தியாதான். உயர்சாதி தேசியவாதிகள் தங்கள் சொந்த நாட்டின் மக்களை ஒடுக்கும் சம்பிரதாயத்தை வைத்துக் கொண்டு ஓர் உயர் ஒழுக்கத் தளத்திலிருந்து இந்தியர்களின் கௌரவத்தையும் மனித

உரிமைகளையும் கொடுமைக்குள்ளாக்குவதிலும் பிரிட்டிஷ்காரர்களை எதிர்ப்பதிலும் பெருமை கொண்டனர் என்று அவர் வாதிட்டார்:

சூத்திரர்களுக்கும், தீண்டாதவர்களுக்கும், பெண்களுக்கும் சட்டம் வகுப்பவர்கள் என்ற முறையில் பிராமணர்களின் பணி, உலகின் பிற பகுதிகளிலுள்ள அறிவுசார் வகுப்பினரின் பணியோடு ஒப்பிடும்போது மிகவும் கருப்பாக உள்ளது. தனது சொந்த நாட்டவர்களையே கல்வியற்றவர்களாகவும் அறியாமையிலும் ஏழ்மையிலும் உழலுபவர்களாகவும் ஆக்க இந்திய பிராமணர்கள் முனைந்ததுபோல வேறு எந்த அறிவுஜீவி வகுப்பினரும் தங்கள் நுண்ணறிவை வேசித்தனமாகப் பயன்படுத்தவில்லை. (*BAWS*,பாகம் 9: 215–16).

மேட்டுக்குடி தேசியவாதம் இப்படிப்பட்ட ஒழுக்கமற்ற மரபின்மீதுதான் கட்டப்பட்டு வளர்க்கப் பட்டுள்ளது என்பது அம்பேத்கரின் பார்வை. திலகர், படேல், நேரு உள்ளிட்ட பெரும்பாலான தேசியத் தலைவர்கள் தாங்கள் ஆளும் வர்க்கத்தில் பிறந்தவர்கள் என்றும் ஆகவே தாங்கள் இந்நாட்டை ஆள்வது விதிக்கப்பட்ட ஒன்று என்றும் உணர்வுபூர்வமாகக் கருதினர். சமகால வாழ்க்கை மற்றும் அரசியலில் இருந்து உதாரணங்கள் காட்டி, அவர் தேசியவாதிகளால் இந்த ஒடுக்கும் மரபு கருத்தியல் ரீதியாகவும் நடைமுறையிலும் உயிருடன் வைக்கப்பட்டு நீடிக்கிறது என்பதைக் காட்டினார். திலகரின் சமூகத்திற்கு எதிரான மனப்பான்மைக்கு அவர் உதாரணம் காட்டினார்:

பார்ப்பனரல்லாதவர்களும் பிற்பட்ட வகுப்பினரும் தங்களுக்கெனத் தனிப் பிரதிநிதித்துவம் சட்டசபையில் வேண்டும் என்று 1918இல் போராட்டம் தொடங்கினர். அப்போது ஷோலாபூரில் ஒரு பொதுக்கூட்டத்தில் திரு. திலகர், செக்காட்டுபவர்களும், புகையிலை விற்பவர்களும், வண்ணார்களும் போன்றவர்கள் (பார்ப்பனரல்லாதார், பிற்படுத்தப்பட்டவர்கள் பற்றி அவர் கருத்து இது) ஏன் சட்டசபைக்கு வரவேண்டும் என்று கேட்டார். அவரது கருத்தில், அவர்கள் பணி சட்டத்தை மதித்து நடக்க வேண்டும், சட்டத்தை உருவாக்கும் அதிகாரத்திற்கு ஆசைப்படக்கூடாது என்பது. (*BAWS*, பாகம் 9: 209).

1942இல் இதுபோலவே வைசிராய், தங்கள் போர்முயற்சிக்கு ஆதரவு தருமாறு கேட்பதற்காக, இந்தியர்கள் பலரையும், ஒடுக்கப்பட்ட வகுப்பினரில் சிலர் உட்படக் கூட்டினார். படேல் அப்போது வைசிராய் செக்காடுபவர்களையும் செருப்புத் தைப்பவர்களையும்கூட வருமாறு செய்தி அனுப்பியருக்கிறார் என்று குரோதத்துடன் கூறினார் (மேலது). இப்படிப்பட்ட உதாரணங்களைக் காட்டி, அரசியலில் பகிஷ்காரத்தில் காங்கிரஸ் மேற்கொண்ட வழிமுறைகளும்கூட கீழ்த்தட்டு மக்கள் மீது வெறுப்பை உமிழ்வனவாக இருந்தன என்பதை வெளிப்படுத்துகிறார். மற்ற யாரும் தேர்தலில் நிற்கக்கூடாது என்று அவர்களைத் தடை

செய்வதற்காகக் காங்கிரஸ்காரர்கள் பல மாநிலங்களிலும் கையில் அட்டைகளை ஏந்தி ஊர்வலம் சென்றனர். அவர்கள் கோஷம்:

சட்டசபைக்குச் செல்பவர் யார்?
நாவிதர்கள், சக்கிலியர்கள், குயவர்கள், பெருக்குவோர்தான்.

கௌரவமிக்க பலபேரும் தேர்தலில் நிற்பதைத் தடுக்க இது போதாது என்று காங்கிரஸ் நினைத்ததால் எள்ளி நகையாடுகின்ற போலித்தேர்தல்களுக்கு எழுத்தறிவற்ற நாவிதர்கள், குயவர்கள், பெருக்குவோரை நிற்கவைத்து அவர்களைத் தேர்ந்தெடுக்குமாறு செய்து கேலிக்குள்ளாக்கும் செயல்வரை சென்றது.

ஒருபுறம் காங்கிரஸ்காரர்கள் தாங்கள் வெல்ல விரும்புகின்ற சுயராஜ்யத்துக்கான போராட்டத்தில் ஈடுபட்டிருக்கும்போது...மக்கள்திரளுக்கு...அவர்களை வெறுத்து ஒதுக்கும் பொருள்களாகவும் பொதுநிலையில் விலக்க வேண்டியவர்களாகவும் காட்டி, மிகவும் அட்டூழியம் செய்தனர். (*BAWS*, பாகம் 9: 211).

உரிமையற்ற தங்கள் நாட்டினர்மீது இந்த தேசியவாதிகளின் மனப்பான்மை, பிரிட்டிஷ்காரர் காலனிவயப்பட்டவர்கள்மீது வைத்திருந்த வெறுப்பினைவிட எவ்விதத்திலும் குறைந்ததல்ல என்று அவர் கண்டித்தார். இந்திய மக்கள் பெயராலும் தேசியத்தின் பெயராலும் அவர்கள் தங்கள் சொந்த சுயாதீன ஆதிக்கத்தை நிறுவ முயன்றனர். இப்படிப்பட்ட ஆட்சியாளர் வகுப்பின் கீழ் வெகுமக்களின் விதி என்னவாகும் என்று துயரத்துடன் கேட்டார். சுயராஜ்யம் என்ற மந்திரக் கோலினால் ஆளுகின்ற வர்க்கம் மறைந்து போகாது. அது அப்படியே தான் இருக்கும். பிரிட்டிஷ் ஏகாதிபத்தியத்தின் கொடுங்கனவிலிருந்து விடுபட்டதால், எல்லா நாடுகளிலும் நடப்பது போல அது தனது சுயநலன்களுக்காக வேண்டி மிகவும் வலிமையோடு அதிகாரத்தைக் கைப்பற்றிக் கொள்ளும் (*BAWS*, பாகம் 9: 212).

பூனா ஒப்பந்தத்தின் உண்மைக்கதை

இரண்டாவது வட்ட மேசை மாநாடும் (1931) தனித்தனி வாக்காளர் தொகுதிகளுக்கான மெக்டொனால்டு ஒப்புதலளிப்பும் ஒடுக்கப்பட்ட மக்கள் பற்றி காந்தியும் அம்பேத்கரும் நேருக்கு நேர் மோதிக்கொள்வதற்கான மேடையை அளித்தன. என்ன வெல்லப்பட இருந்தது, எது சண்டைக்கு இட்டுச் சென்றது என்பதைக் காண்போம். மொழியப்பட்ட தொகுதிகளுக்கு உருவம் தரும்போது, முதல் மாநாடு தேசியவாதப் பார்வையிலிருந்து இரண்டு இடர்ப்படுத்தும் விஷயங்களுக்கு அங்கீகாரம் தந்தது. அரசர்களால் ஆளப்பட்ட நிலப்பகுதிகளுக்கு அளிக்கப்பட்ட அதிகாரங்கள் அல்லது கூட்டாட்சி

அமைப்பு ஒன்று, மற்றது சிறுபான்மையினருக்கு அளிக்கப்பட்ட தனித் தொகுதிகள். முதல் மாநாட்டின்போது அம்பேத்கர் பொது வயதுவந்தோர் வாக்குரிமை, பலவீனமான வகுப்புகளுக்கு அதிகாரம் தரும் வண்ணம் சிறப்புச் சலுகைகள் ஆகியவற்றை ஆதரித்தார். இவை தேசியநோக்கிற்கு மிக நெருக்கமாக இருந்தன. அம்பேத்கருடனும் பிற சமூக ஜனநாயகவாதிகளுடனும் ஒரு நெருக்கத்தை ஏற்படுத்திக் கொண்டு எதிர்கால அரசியலமைப்புக்கு ஒரு தேசியவாத திசைதிருப்பத்தை அளிக்க காங்கிரஸ் இந்த வாய்ப்பைப் பயன்படுத்திக் கொண்டிருக்கலாம். ஆனால் காந்திக்கும் அவரது சீடர்களுக்குமே தெரிந்த காரணங்களால், காங்கிரஸ் கூட்டாட்சி அமைப்பை எதிர்க்கவும் இல்லை, முஸ்லிம், சீக்கியச் சிறுபான்மையருக்குத் தனித் தொகுதிகளை மறுக்கவும் இல்லை. ஆற்றல்மிக்க முஸ்லிம் கூட்டமைப்புக்கு முன்னால் காங்கிரஸ் சரணடைந்தது மட்டுமல்ல, அரச ராஜ்யங்களிலும் ஜனநாயகம் வேண்டும் என எவ்விதத் தீர்மானத்தையும் அது மனத்திற் கொள்ளவில்லை.

அதிகார மாற்றத்திற்குக் காங்கிரஸின் வளர்ந்துவந்த பொறுமையின்மை, சமூகத்தின் மிக பலவீனமான, சுரண்டப்படுகின்ற சமூகமான தீண்டப்படாதவர்களுக்குச் சிறப்புப் பாதுகாப்பினை (தனித் தொகுதி என்ற வடிவத்தில்) அம்பேத்கரைக் கேட்கவைத்தது. ஆனால் தீண்டப்படாதவர்கள் தங்களுக்கெனத் தனித்த ஒரு அடையாளத்தை நிறுவினால் அன்றி, அவர்களுக்குச் சிறப்புப் பாதுகாப்பு சாத்தியமில்லை. இந்து-முஸ்லிம் தனியுரிமை பெற்ற வகுப்பினரால் அதிகாரம் ஏகாதிபத்தியம் ஆக்கப்படாத ஒரு சுதந்திரம் வேண்டும் என்று அம்பேத்கர் நினைத்தார். ஆனால் அவர் தீண்டப்படாதவர்களுக்கு சிறப்பு நடவடிக்கைகள் வேண்டும் என்ற கேட்டவுடனே அதை எதிர்க்கக் காங்கிரஸ் தயாராக இருந்தது.

மேல்சாதிகளுடைய சமூக மற்றும் மத ஏற்புதான் தீண்டப்படாதவர்களுக்கு முதன்மையாகத் தேவைப்படுவது, மற்றப்படி சட்ட உரிமைகளோ, அரசியல் உரிமைகளோ பாதுகாப்போ அல்ல என்று கூறி காந்தி அவர்களுக்கு எவ்விதச் சிறப்புப் பிரதிநிதித்துவமும் தேவையில்லை என்று கூறினார். காந்தியின் தந்திரத் திட்டம் தீண்டாதாருக்கு எவ்வித சிறப்பு அடையாளமும், சிறப்புப் பிரதிநிதித்துவமும் தருவதை மறுப்பதாகும். சிறப்புப் பிரதிநிதித்துவத்திற்கான அவர்கள் கோரிக்கை புறக்கணிக்கப் பட்டால் ஒருவேளை மேல்சாதியினர் தங்கள் சொந்த விருப்பத்தினால் அதனைக் கொடுக்க முற்பட்டால் அன்றிச் சிறப்புப் பாதுகாப்பு பற்றிய கேள்வியே எழாதுபோகும் (கோரே 1993: 135).

எதிர்பார்த்த விதமாகவே காந்தியும் அம்பேத்கரும் இரண்டாம் வட்ட மேசை மாநாட்டில் மோதினார்கள். மாநாட்டுக்கு முந்தி, அம்பேத்கர் காந்தியை 1931 ஆகஸ்டில் லண்டனில் உணர்ச்சி ததும்பிக் கொண்டிருந்த ஒரு சூழலில் சந்தித்தார்.

பி.சி. காம்ப்ளேயின் வருணனைப்படி, காந்தி அம்பேத்கரை நியாயமானதொரு மரியாதையும் இன்றி நடத்தினார். ஆனால் அம்பேத்கர் காங்கிரஸ்மீது கண்டனத்தைத் தெரிவித்தார். ஒரு புண்படுத்தும் பேச்சுக்குப் பிறகு (புகழ்பெற்ற தமது கூற்றான) "மஹாத்மாஜீ, எனக்கு நாடு இல்லை" எனக்கூறி வெளியேறினார். இது உரையாடல் அல்ல, வெறும் மோதல். தங்களுக்குப் பின்னால் பெருந்திரளான மக்களை ஈர்க்கக்கூடிய சுய உறுதி கொண்ட தலைவர்களைப் போல உணர்ச்சியுடனும் வாக்குவன்மையுடனும் உரையாற்றி மீண்டும் மாநாட்டில் அவர்கள் மோதினர். ஒவ்வொருவரும் தாங்கள்தான் தீண்டப்படாதவர்கள் சார்பாக இருப்பதாகப் பேசுவதாகக் கூறினர். பார்வைக் கோணங்களில் மிகப் பெரிய வேறுபாடு காணப்பட்டது. அம்பேத்கர் தலித்துகளுக்கு அரசியல் அதிகாரம் வேண்டும் என்று வலியுறுத்தினார். காந்தி மேலிருந்து சீர்திருத்தத்தையும் பாதுகாப்பையும் வேண்டினார். "இவர்களுக்குத் தேவையானது சட்டமன்றத்திற்குச் செல்லும் தேர்தலைவிட, சமூக மற்றும் மதச் சித்திரவதைகளிலிருந்து பாதுகாப்பு" என்றார். ஆனால் விவாதத்தின் உணர்ச்சிமிக்க பண்பு, என்றும் உள்ள ஆழமான மோதலைக் குறிப்பதாக இருக்கிறது. (ஓம்வெட் 1994: 170).

மாநாடு எவ்வித முடிவுமின்றி முடிந்தது. காந்தி உள்ளிட்ட இந்தியப் பிரதிநிதிகள் தனி வாக்காளர்தொகுதிகள் விஷயத்தை பிரிட்டிஷ் பிரதமரின் முடிவுக்கே விட்டுவிட்டுத் திரும்பினர். இறுதியாக 1932 ஆகஸ்டில் பிரிட்டிஷ் பிரதமர் ராம்சே மெக்டொனால்டு இந்தப் பிரச்சினை பற்றிய கொள்கையை அறிவித்தார். தாழ்த்தப்பட்ட சாதிகளுக்குத் தேர்தலில் நிரப்பப்பட தனி இடங்கள் உண்டு. அவை சிறப்புத் தொகுதிகளிலிருந்து வரும், தேர்தலுக்கான தகுதிபெற்ற தாழ்த்தப்பட்ட பிரிவினரால் மட்டுமே நிரப்பப்படும். தாழ்த்தப்பட்ட மக்கள் பொதுத் தொகுதிகளிலும் வாக்களிக்க உரிமை உண்டு. ஒதுக்கீட்டுத் தொகுதிகள், சென்னை மாகாணம் தவிர, எங்கு தாழ்த்தப்பட்ட மக்கள் அதிகமாக எண்ணிக்கையில் இருக்கிறார்களோ அங்கு அமைக்கப்படும். அவர்கள் முழு மாகாணத்தையும் நிரப்புவோராக இருக்கலாகாது. இந்த ஏற்பாடு இருபதாண்டுகளுக்குச் செல்லும். காந்திக்கு எழுதிய கடிதத்தில் மெக்டொனால்டு, இப்படி ஒதுக்கப்பட்ட சிறப்பு இடங்கள் குறைந்த எண்ணிக்கையில் இருக்குமாறு பார்த்துக் கொள்ளப்படும் என்றும், ஒட்டுமொத்தத் தாழ்த்தப்பட்டோர் தொகைக்கு ஏற்றவிதத்திலான விகிதாச்சாரப் பங்கீடாக இருக்காது என்றும் தெளிவுபடுத்தினார். மேலும் அப்படிப்பட்ட தனியாக ஒதுக்கப்பட்ட தொகுதிகளைத் தாங்களே

அவர்கள் தேர்ந்தெடுத்துக் கொள்ள இயலும் என்பதால் இந்த வரைவு தாழ்த்தப்பட்ட மக்களுக்கான தனிஇடங்கள் என்ற கருத்திலிருந்து வேறுபட்டது என்றும் தெரிவித்தார். சட்டமன்றத் தனித் தொகுதிகளை உருவாக்கினாலும் நடைமுறையில் அதற்கான பிரதிநிதிகளை அங்குப் பெரும்பான்மையாக உள்ள உயர்சாதி இந்துக்களே தேர்ந்தெடுப்பார்கள் என்பதால் அதிலிருந்து உண்மையாகத் தாழ்த்தப்பட்ட மக்களைச் சேர்ந்த பிரதிநிதிகள் தேர்ந்தெடுக்கப்பட மாட்டார்கள், ஆகவே இந்த ஏற்பாடு உதவிகரமாக இருக்கும் என்று தான் நினைக்கவில்லை என்றும் அவர் விளக்கமளித்தார் (பார்க்க பக்ஷி 2000).

இந்த நியாயமான முன்மொழிவையும் காந்தி அபயாகரமானது என்றார். இது இந்து மதத்தை அழிக்க ஏற்பாடு செய்யப்பட்டது என்று கூறி, இதைச் செயல்படுத்தினால் உயிரைவிட்டுவிடுவதாக மிரட்டினார். மதம்சார்ந்த ஒரு மனிதன் என்ற நிலையிலும், அவர்மீது குழந்தைத்தனமான விசுவாசத்தை வைத்திருக்கின்ற எண்ணற்ற ஆண்கள் பெண்களின் தலைவர் என்ற முறையிலும் எரவாடா சிறையில் சாகும்வரை உண்ணாவிரதத்தைத் தொடங்கினார். தாழ்த்தப்பட்ட மக்களுக்குத் தனித் தொகுதிகளை ஒதுக்கலாகாது என்பதற்குத் தன்னைப் பொறுத்தவரை இந்த விஷயம் முற்றிலும் மதம் சம்பந்தப்பட்டது என்பதைத் தவிர காந்தி எவ்விதக் காரணங்களையும் கூறவில்லை. "அந்தப் பிரிவினரின் பிரச்சினை முற்றிலும் ஒழுக்கம் சார்ந்தது, மதம் சார்ந்தது என்று நான் நினைக்கிறேன். அதன் அரசியல் கூறு முக்கியமானதுதான் என்றாலும், ஒழுக்க, மதம் சார்ந்த கூறுகளோடு ஒப்பிடும்போது முக்கியமற்றதாகப் போகிறது."

இருப்பினும், காந்தி தனது உண்மையான உள்நோக்கத்தை உண்ணாவிரதம் தொடங்கி ஒரு நாள் கழித்து சர்தார் படேலுடன் உரையாடும்போது தெரிவித்தார். காந்தியின் செயலரான மகாதேவ தேசாய் தமது பிராணத்தியாக பயமுறுத்தலுக்கு நியாயம் செய்ய அவர் தெரிவித்தவற்றைப் பதிவு செய்துள்ளார்.

தனித் தொகுதிகளினால் ஏற்படப்போகும் விளைவுகள் என்னை அச்சத்தில் ஆழ்த்துகின்றன. பிற எல்லாச் சாதிகளுக்கும் தனித்தொகுதிகள் என்றால் நான் அவர்களுடன் உரையாடிக் கொள்வேன், ஆனால் தீண்டப்படாதவர் விஷயத்தில் எனக்கு வேறு வழியில்லை...அது இந்துக்களுக்குள் பிளவுண்டாக்கி இரத்தம் சிந்துதல் வரை கொண்டுசெல்லும். தீண்டப்படாதவர்களின் போக்கிரிகள் முஸ்லிம் போக்கிரிகளுடன் சேர்ந்து கலகம் விளைவித்து சாதி இந்துக்களைக் கொல்வார்கள் (பார்க்க ஜெல்லியாட் 1998: 167).

லண்டனில் அம்பேத்கர்-காந்தி மோதலுக்குப் பிறகு ஒரு அசிங்கமான அரசியல் சூதாட்டம் அரங்கேறியது. அதில் உயர்சாதித்

தலைவர்கள் தேசியவாதப் பத்திரிகைகளுடன் சேர்ந்து தாழ்த்தப்பட்ட வகுப்பினரின் தலைவர்களை மறிக்கவும் கூட்டங்களை ஏற்பாடு செய்து தீண்டப்படாதவர்களின் பேச்சாளர்களை வைத்து காந்தியின் புகழ் பாடவும் அம்பேத்கரைத் தாக்கவும் ஏற்பாடு செய்யப்பட்டது

(அம்பேத்கர், பார்க்க கீர் [1954] 1971; ஓம்வெட் 1994). காந்தியின் உண்ணாவிரதம் தொடங்குவதற்குள் அம்பேத்கர் தனிமைப்படுத்தப்பட்டு மகாத்மாவின் உயிருக்கு ஆபத்து விளைவித்ததாக இழித்துரைக்கப்பட்டார். மிகவும் மோசமான இந்தச் சூழ்நிலையிலும் தமது மனத்தைத் திடமாக வைத்துக் கொண்டு, அம்பேத்கர் அச்சமயத்துக்கேற்பச் சிறப்பான முறையில் பதிலளித்தார்.

இந்தக் கதையில் நான் வில்லனாகச் சித்திரிக்கப் படுகிறேன். ஆனால் தெருவின் அடுத்த விளக்குக் கம்பத்தில் என்னை நீங்கள் தூக்கில் தொங்கவிட்டாலும் நான் ஏற்றுக்கொண்ட கடமையிலிருந்து நான் விலக மாட்டேன், எனது மக்களின் நேர்மையான, நியாயமான நலன்களை விட்டுக்கொடுக்க மாட்டேன் என்பதை உங்களுக்குச் சொல்கிறேன். (அம்பேத்கர், பார்க்க கீர் [1954] 1971: 209).

1932 செப்டம்பர் 20 அன்று காந்தியின் உண்ணாவிரதம் தொடங்க இருந்தபோது அம்பேத்கர் ஒரு நீண்ட அறிக்கையை வெளியிட்டார் (BAWS, பாகம் 9: 311-17). அதில் இப்பிரச்சினையில் தமது நிலைப்பாட்டை விளக்கியும், காந்தியை உண்ணாவிரதத்தை நிறுத்திக் கொள்ளுமாறு வேண்டியும், அவரைப் பின்பற்றுவோர் தாழ்த்தப்பட்ட சாதிகளை எதிர்த்து இழைக்கும் பயங்கரவாதச் செயல்களைத் தடுக்கவும் வேண்டும் என்று கேட்டுக் கொண்டார். காந்தியின் வாதங்கள் விசித்திரமாகவும் புரிந்துகொள்ள முடியாதவையாகவும் இருப்பதாக அவர் தெரிவித்தார். இந்து மதம்-அரசியல் அதிகாரத்தைப் பெறுதல் என்ற இரண்டில் ஒன்றைத் தேர்ந்தெடுக்குமாறு கூறினால் தாழ்த்தப்பட்ட மக்கள் பின்னதையே தேர்ந்தெடுப்பார்கள், அதன் வாயிலாக காந்தியின் வேதனையையும் உண்ணாவிரதத்தையும் முடிவுக்குக் கொண்டுவருவார்கள் என்றும் தெரிவித்தார். தாழ்த்தப்பட்ட மக்கள் பெற்றிருக்கும் ஒரு சிறிதையும் அவர்களிடமிருந்து பறித்து விடுவதற்காக காந்தி தன் உயிரைப் பணயம் வைக்கிறார் என்று அவரைக் கண்டித்தார். காந்தி இதைவிட நல்ல வேறொரு காரணத்துக்காக இறக்கும்வரை உண்ணாவிரதத்தை மேற்கொள்ளலாம் என்று ஆலோசனையும் வழங்கினார். தனித் தொகுதிகளை ஏற்படுத்துதல் இந்து சீர்திருத்தவாதிகளின் பல தலைமுறையினர் செய்த "அற்புதமான பணிகளை"த் தடுத்துவிடும், தீண்டாமையை விலக்குவதற்கான போராட்டத்தை நிறுத்திவிடும் என்ற காந்தியின் வாதத்திற்கு எதிராக அம்பேத்கர் கூறினார்:

இந்தியாவில் தீண்டாமையை ஒழிப்பதையும், தாழ்த்தப்பட்ட மக்களை உயர்த்தி உள்ளேற்றுக் கொள்வதையுமே முழுமையான நோக்கமாகக் கொண்ட பல மகாத்மாக்கள் இருந்திருக்கிறார்கள். ஆனால் ஒவ்வொருவரும் இப்பணியில் தோல்வியே அடைந்திருக்கிறார்கள். மகாத்மாக்கள் வருகிறார்கள், மகாத்மாக்கள் போகிறார்கள், ஆனால் தீண்டப்படாதவர்கள், தீண்டப்படாதவர்களாகவேதான் இருக்கிறார்கள். (BAWS,பாகம் 9: 315).

முஸ்லிம்களுக்கும் சீக்கியர்களுக்கும் தனித் தொகுதிகள் தேசத்தைப் பிளவுபடுத்தாது என்றால், அவர்களைவிட மேலும் பாதுகாப்புத் தேவைப்படும் தாழ்த்தப்பட்ட மக்களுக்கான தனித் தொகுதிகள் மட்டும் எப்படி தேசத்தின் ஒருமைக்கு அச்சுறுத்தலாகும் என்பது தெரியவில்லை. பொதுத் தொகுதிகளை வலியுறுத்தித் தீண்டப்படாத சில காங்கிரஸ்காரர்களின் செயற்கையாக நெய்யப்பட்ட எதிர்ப்பைப் பற்றியும், அவர்களையே தலித்துகளின் குரலாகச் சித்திரிப்பதையும் குறிப்பிட்டு, அவர்கள் பொதுத் தொகுதிகளில் வாக்களிக்கலாம், அவற்றில் போட்டியிடலாம் என்றார் அம்பேத்கர். இவர்களுக்கும், அல்லது தாழ்த்தப்பட்ட மக்களின் எந்த உறுப்பினர்களுக்கும், தாங்கள் விரும்பினால், தனி வாக்காளர் பட்டியல்களில் பதிவு செய்துகொள்ளவோ, தனித் தொகுதிகளிலிருந்து போட்டியிடவோ அவசியமில்லை என்றும் விளக்கினார். அவர்கள் தனது உதவியற்ற மக்களுக்கு எதிராகச் செல்ல காந்தியை வலியுறுத்தலாகாது என்று கேட்டுக் கொண்டார்.

இந்த விஷயம் முடிந்துவிட்டது என்று கருதுவதாகத் தெரிவிக்க எனக்கு உரிமை உண்டு என்றாலும் மகாத்மாவின் செயல்திட்டங்களைப் பற்றிக் கருத்திற்கொள்ளத் தயாராக இருக்கிறேன் என்றும் நான் பொதுமக்களுக்கு உறுதிகூற விரும்புகிறேன். இருப்பினும் அவரது உயிருக்கும் என் மக்களின் உரிமைகளுக்கும் இடையில் ஒரு தேர்வினைச் செய்கின்ற நிலைக்கு மகாத்மா என்னைத் துரத்தமாட்டார் என்று நம்புகிறேன். ஏனெனில் வருங்காலங்களில் வரப்போகின்ற தலைமுறைகளுக் கெல்லாம் எனது மக்களைக் கைகால்களைக் கட்டி சாதி இந்துக்களிடம் ஒப்படைப்பதற்கு ஒருபோதும் நான் சம்மதிக்க மாட்டேன். (BAWS,பாகம் 9: 317).

இடையில், புகழ்பெற்ற அரசியல்வாதிகள் பலர் பம்பாயில் கூடி, காந்திக்கும் அம்பேத்கருக்கும் இடையில் நேரடிப் பேச்சுவார்த்தை நடத்த ஏற்பாடு செய்வதன் மூலம் நெருக்கடியை உடைக்கலாம் என்ற முயற்சியில் ஈடுபட்டனர். மிகவும் கடினமான பேரங்களைத் தொடர்ந்து, இந்தச் சிக்கல் பூனா ஒப்பந்தம் எனப்படும் ஒரு பதற்றமான சமரசத்தில் முடிந்தது. காந்தி தனித்தொகுதிகளை ஒப்புக் கொண்டார்; அம்பேத்கர் முதன்மையான தேர்தல்களில்

கூட்டுவாக்காளர் தொகுதிகளில் தாழ்த்தப்பட்ட மக்கள் தேர்தலில் யார் நிற்கவேண்டும் என்பதை முடிவு செய்வார்கள் என்ற ஏற்பாட்டிற்கு உடன்பட்டார். மாகாணத் தேர்தல்களில் மொத்தம் 780 தொகுதிகளில் தாழ்த்தப்பட்டோருக்கு 197 இடங்களை அம்பேத்கர் வேண்டினாலும் அவருக்கு 148 இடங்கள்தான் கிடைத்தன. மத்தியச் சட்டசபையில் பத்துசதவீத இடங்களும் கிடைத்தன. ஆனால் இருபத்தைந்து ஆண்டுகளுக்குப் பிறகு, அதற்கு முன்பு அல்ல-மக்கள் வாக்கெடுப்புக்கு இப்பிரச்சினை விடப்பட வேண்டும் என்ற அவரது தொடர்ந்த வற்புறுத்தலை, "மோசமாக உடல்நிலை பாதிப்படைந்த"காந்தி, ஐந்தாண்டு அல்லது எனது உயிர் என்ற இறுதியான குரலில் ஒதுக்கிவிட்டார்.

இந்த ஒப்பந்தம் தலித்துகளுக்குச் சில ஒதுக்கப்பட்ட இடங்களை அளித்தது. ஆனால் தங்கள் சொந்தத் தலைவர்களைத் தேர்ந்தெடுக்கும் வாய்ப்பை இல்லாமல் செய்துவிட்டது. இந்தத் திட்டத்தில் தலித் தொகுதிகளிலும், தலித் பிரதிநிதிகளைப் பொறுக்குவதிலும் தேர்ந்தெடுப்பதிலும் தலித் அல்லாத மக்களின் தேர்வே முக்கியமாகிவிட்டது. ஏனெனில் எந்த மாநிலத்திலும் எந்தத் தொகுதியிலும் தலித்துகள் மொத்த வாக்காளர்களில் 25-30 சதவீதம் உள்ளவர்கள் கிடையாது. ஆகவே வெற்றிபெற, தலித் வேட்பாளர்கள், தலித் அல்லாத வாக்காளர்களுடன் ஓர் இணங்கிப்போகின்ற உறவைக் கொண்டிருந்தால்தான் வெற்றி பெற முடியும் என்ற நிலை உருவாகியது. ஆகவே ஓர் உறுதியான தலித் தலைமை என்பதற்குச் சாத்தியமில்லாமல் போயிற்று. பூனா ஒப்பந்தத்தின் நிஜமான உள்ளர்த்தம் இதுதான். ஆகவேதான் அம்பேத்கர் ஒரு தனி வாக்காளர் தொகுதியை வேண்டிப் பிடிவாதமாக இருந்தார்.

பூனா ஒப்பந்தம் ஒரு தோல்வி என்று தீவிர தலித்துகள் ஏசியதில் வியப்பில்லை. அம்பேத்கரும் சமரசத்துக்குப்பின் அவ்வாறுதான் கருதினார். வரும் ஆண்டுகளில் காங்கிரஸ் தலைமை திறமையுள்ள, படித்த தலித் வேட்பாளர்களைத் தனித் தொகுதிகளுக்கு நியமிக்காததால் இந்த ஏமாற்றப்பட்ட உணர்வு மேலும் ஆழமாகியது. 1937 தேர்தல்களின் பிறகு நடத்தப்பட்ட கூர்மையான ஆய்வு ஒன்றில் காங்கிரஸ் எப்படி, ஏன் உயர்சாதிகளில் இருந்து மிக நன்கு படித்த வேட்பாளர்களையும், ஒதுக்கப்பட்ட இடங்களுக்கு மிகக் குறைவாகப் படித்த வேட்பாளர்களையும் களமிறக்கியது என்பதை வெளிப்படுத்தினார் (பாகம் 9: 217-24). (இதற்குப் பிறகு எல்லா முக்கியக் கட்சிகளும், அம்பேத்கரின் கனவைக் கேலிக்குள்ளாக்கும் விதமாக, எஸ்சி/எஸ்டி வேட்பாளர்களில் மிகவும் பலவீனமான, வளைந்துபோகக்கூடியவர்களை நியமனம் செய்யும் இரண்டகத்தைக்

கடைப்பிடித்து வருகின்றன. இந்தக் கொடிய திட்டத்தை பிற பிற்போக்கு வகுப்பினருக்கும் கடைப்பிடிக்கின்றன. இன்னும் தொடர்கின்ற நிலை இது.)

தலித்துகள் இன்னும் இந்தப் பிரச்சினையை விவாதிக்கிறார்கள், தங்கள் காரணத்திற்காகவும் தங்கள் உயிரான நலன்களுக்கும் வாதாடுவதாகப் போலியாக உரிமைகோரியதற்காக காந்தியைச் சபிக்கிறார்கள். கிராமங்களில் ஓர் அரசியல் பிளவும் வன்முறையும் ஏற்படுமென்று காந்தி பயந்தார்; ஆனால் ஓம்வெட் *(1994: 172)* சுட்டிக்காட்டுவதுபோல, "ஏற்கெனவே இருந்த பிளவை அவர் புறக்கணித்து விட்டார்; இனி வன்முறை பரவக்கூடாது என்று எச்சரித்த வேளையில், அவர் தலித்துகளின் வாழ்க்கையில் ஏற்கெனவே இருந்த வன்முறையை கவனிக்காமல் விட்டார்."தலித்துகளின் பேரால் பேசுவதாகச் சொல்லிக்கொண்டு, காந்தி ஒரு தேசியத் தலைவர் என்ற பங்கினை வகிக்கவில்லை; அவர் வகைமாதிரியான ஒரு மேல்சாதி வஞ்சகனைப் போல நடந்துகொண்டார். அம்பேத்கரின் சரித்திரத்தை வரைந்தவரான தனஞ்சய் கீர் சொல்கிறார்:

...காந்திக்குள் இருந்த அரசியல்வாதி வென்று விட்டார், மகாத்மா தோல்வியடைந்தார்! கர்ணனிடமிருந்து எல்லாவகை ஆயுதங்களையும் இந்திரன் வாங்கிவிட்டதுபோல, அம்பேத்கரிடமிருந்து அவர் உயிருக்குயிரான ஆயுதங்கள் எல்லாவற்றையும் பிடுங்கிக்கொண்டு அவரை ஓர் ஆற்றலற்ற மனிதராக ஆக்கும் அளவுக்கு காந்தியின் திறன்மிக்க நசுக்குகின்ற வெற்றி அமைந்துவிட்டது. ([1954] 1971: 216).

அம்பேத்கரே காந்தியின் உண்ணாவிரதத்தை ஓர் ஒழுக்க அடிப்படையிலான அச்சுறுத்தலாகத்தான் நோக்கினார். ஏனெனில் காந்தியின் இறப்பு தலித்துகளுக்கு எதிராக மேல்சாதி மக்களின் இரத்தக்களறியான பழிவாங்கலை உருவாக்கியிருக்கும். தொடக்கத்தில் காந்தி தலித்துகளுக்குத் தனி இடங்கள்கூட ஒதுக்கலாகாது என்று எதிர்த்ததைச் சுட்டிக்காட்டி அம்பேத்கர் காந்திக்குள் சுயநலமிக்கவர்களைப் பாதுகாப்பதற்கு முயலுகின்ற ஓர் மலிவான அரசியல்வாதி ஒளிந்திருப்பதைக் கண்டார். "இந்த உண்ணாவிரதத்தில் மேன்மையானது என எதுவும் இல்லை. தீண்டாதவர்களுக்கு எதிரானது அது, மேலும் உதவியற்ற ஒரு மக்களினத்திற்கு எதிரான மிகக் கொடுமையான பலவந்தப்படுத்தல் வடிவம் இது...அது ஒரு வஞ்சகமான, கொடுமையான செயல்." *(BAWS, பாகம் 9: 259)*.

தனிவாக்காளர் தொகுதிகளுக்கான கோரிக்கையைப் புறக்கணித்தது, தலித் அடித்தட்டு மக்களின் தனித்த அரசியல் பங்கேற்பு என்ற சிந்தனைக்கு பலத்த அடி கொடுத்துவிட்டது என்பதில் இன்று

தலித் சிந்தனையாளர்களிடையே ஒருமிப்பு காணப்படுகிறது. காந்தி தலைமையிலான பிராமணச் சக்திகள் முழு விஷயத்தையும் நடத்திய விதம் தலித் ஜால்ராக்கள் மட்டுமே அதிலிருந்து வெளிவரமுடியும் என்பதை உறுதிப்படுத்துவதாக இருந்தது. கன்ஷிராமின் சொற்களில், பூனா ஒப்பந்தம் சம்ச்சா யுகத்தைத் (ஜால்ராக்கள் காலத்தைத்) தொடங்கிவைத்தது.

பூனா ஒப்பந்தம் தலித்துகளை செயலற்றவர்கள் ஆக்கியது. தனி வாக்காளர் தொகுதிகளைப் புறக்கணித்ததால், தலித்துகள் சட்டசபைகளில் தங்களுக்கான உண்மையான பிரதிநிதித்துவத்தை இழந்தனர். பல மற்றும் பலவகையான சம்ச்சாக்கள் (இச்சகம் பேசுபவர்கள்) கடந்த ஐம்பதாண்டுகளில் பிறந்துள்ளனர். இந்தியாவின் உயர்சாதி இந்துக்களுக்கு சம்ச்சாக்கள் தேவைப்படும்போதெல்லாம், மேல்சாதியினரின் அதிகாரத்திற்கு நிஜமான, நேர்மையான தலித் தலைவர்களால் ஆபத்து ஏற்படும்போதெல்லாம், சம்ச்சாக்கள் மற்ற எல்லாக் களங்களிலும் சம்ச்சாக்கள் முன்னணிக்கு அழைத்து வரப்பட்டனர். (கன்ஷிராம், பார்க்க துபே 2001: 295).

மாறாக, மேட்டுக்குடி வரலாற்றாளர்கள் அம்பேத்கருக்கும் காந்திக்கும் இடையில் நடந்த மோதலின் அடிப்படையிலிருந்த கடினமான அதிகார அரசியலை எடுத்துக் காட்டி, இதிலிருந்து எதிரியின் இதயத்தையும் வெல்லக்கூடிய காந்தியின் திறமைக்கான ஓர் ஒழுக்க உதாரணமாக இதைக் காட்டுகின்றனர்! அற்பத்தனமான யதார்த்தத்தை அழிக்க ஒரு பிராமணத் தொன்மம் ஆக்கல் உருவாக்கப்படுகிறது:

இப்படியாக காந்தி ஒரு உண்மையான சத்யாக்கிரகியாகத் தான் எப்போதுமே அடைய முயன்றதை அடைந்துவிட்டார்! அவர் தனது எதிரியின் இதயத்தை வென்றுவிட்டார்! இரண்டு தலைவர்கள், ஒருவர் பிறப்பினால் தீண்டப்படாதவர், மற்றவர் தனது தேர்ந்தெடுப்பினால் தீண்டப்படாதவர் ஆனவர், இரண்டு பேருக்கும் இடையிலான வேற்றுமைகள் சரிசெய்யப்பட்டன...மகாத்மாவுக்கும் அம்பேத்கருக்கும் ஏற்பட்ட உடன்படிக்கை ஒரு சமூகம் கூட்டுத் தற்கொலையில் ஈடுபடக்கூடிய முயற்சியிலிருந்து காத்தது. மெய்யாகவே, பூனா ஒப்பந்தம் போராட்டத்தில் காந்திக்குக் கிடைத்த வெற்றி. அப்போராட்டம் சமூக இருப்பின் மையத்திலேயே இருந்த ஒரு ஊனத்தை இந்துச் சமூகத்திலிருந்து களைவதாக இருந்தது. ஒருவேளை அது காந்தியின் மிகச் சிறந்த நேரம் ஆகலாம். (ரவீந்திர குமார் 1987: 98-9).

இப்படிப்பட்டக் கல்விசார் நோக்கு காந்தியின் பிரச்சார நண்பர்கள் அளித்த தகவலின்படி உருவானதாகத் தெரிகிறது. அந்த நண்பர்களுக்கு காந்தியின் புகழை தண்டோரா போடுவதே நாட்டிற்கான தியாகம் செய்வதாகும். அப்படிப்பட்ட ஒரு காந்தியர், ராவ்பகதூர் மெஹர்சந்த் கன்னா, ஒடுக்கப்பட்ட வகுப்பினர் சங்கத்தின் ஏற்பாட்டின் கீழ் 1945 ஏப்ரல் 12 அன்று பெஷாவரில் தீண்டப்படாதோர் கூட்டம் ஒன்றில்

கூறியது, இந்தப் பிரச்சினையில் மேல்சாதியினர் குழப்பாடலின் ஒட்டுமொத்த சாராம்சத்தையும் காட்டுகிறது:

உங்கள் மிகச் சிறந்த நண்பர் காந்திதான். அவர் உங்களுக்காக ஒரு உண்ணாவிரதம் கூட இருக்க முனைந்தார். அதனால் பூனா ஒப்பந்தத்தைக் கொண்டுவந்தார். அதனால் உங்களுக்கு வாக்களிக்கும் உரிமை கிடைத்துள்ளது, உள்ளாட்சி அமைப்புகளிலும் சட்ட சபைகளிலும் உங்களுக்குப் பிரதிநிதித்துவம் கிடைத்திருக்கிறது. உங்களில் சிலபேர், டாக்டர் அம்பேத்கர் பின்னால் ஓடுகிறீர்கள். அவர் பிரிட்டிஷ் ஏகாதிபத்தியத்தினரால் உருவாக்கப்பட்டவர். பிரிட்டிஷ் அரசாங்கத்தை வலுப்படுத்த அவர் உங்களைப் பயன்படுத்திக் கொள்கிறார். இந்தியா பிளவுபட்டு அதனால் பிரிட்டிஷ் தங்கள் அதிகாரத்தை வைத்துக் கொள்ளட்டும் என்பது அவர் எண்ணம். உங்கள் நலனுக்காக நான் சொல்கிறேன், தாங்களே தலைவர்களாகிக் கொண்டவர்களுக்கும் உங்கள் மெய்யான நண்பர்களுக்கும் இடையே வேறுபடுத்திக் காண வேண்டுகிறேன். (மேற்கோள், BAWS, பாகம் 9: 239).

பூனா ஒப்பந்தத்திற்கு தலித் அடித்தட்டு மக்கள் விளக்கங்களும், பிராமணர் விளக்கங்களும் எப்படி வெகுமக்களும் வகுப்புகளும்-அவர்களின் பிரதிநிதிகளான அறிஞர்களும் ஒரே சம்பவத்தை மிகப் பரந்த நோக்கு வேறுபாடுகளால் காண்கிறார்கள் என்பதற்கு நல்ல உதாரணமாகும். வேதப் பொன்மொழியான 'ஏகம் சத் விப்ர பஹுதா வதந்தி' - "உண்மை என்பது ஒன்று, அதைப் பண்டிதர்கள் வெவ்வேறு விதமாகச் சொல்கிறார்கள்" என்பதற்கு மாறாக, பொதுவாக உண்மைகளும் குறிப்பாக வரலாற்று உண்மைகளும் முழுமையானவை அல்ல; அவை சார்புள்ளவை, சமூகத்தின் வெவ்வேறு தளங்களுக்கு வெவ்வேறு அர்த்தங்களை அளிக்கின்றன. காந்திக்கு உண்மையாக இருந்தது, அம்பேத்கருக்கு உண்மையின் பிறழ்ச்சியாக இருந்தது.[5] தேசம், தேசியத்தைப் போலவே, இந்திய வரலாற்று வரைவும், தனியுரிமை பெற்ற குழுக்களின் அரணமைக்கப்பட்ட நலன்களுக்கு சேவைசெய்கின்ற அந்த உண்மையை மட்டும் நிரந்தரப்படுத்துகின்ற கேடான மனப்பாங்கிற்கு பலியாடு ஆகியுள்ளது. மேலும் அறிவு, அதிகாரம் இரண்டிலும் அவர்களுக்குள்ள ஏகபோகத்தைக் காப்பாற்றவும் உதவுகிறது.

காந்திய அரவணைப்புத்தன்மையின் கூறாய்வு

சாதி, தீண்டாமை இவற்றில் காந்தியின் பொய்யை வெளிப்படுத்தும் எழுத்தொன்றில் அம்பேத்கர் தீண்டாமை என்னும் சுரண்டல் ஒழுங்கமைவு அடிமைத்தனத்தை விட மோசமானது என்று காட்டினார். அடிமைத்தனத்திலாவது எஜமானனுக்குத் தன் அடிமையைக் காப்பாற்றும் பொறுப்பு இருந்தது. அவனை நல்ல நிலையில்

வைத்திருக்க வேண்டும், இல்லாவிட்டால் அவனது சந்தைமதிப்பு குறைந்துவிடும். ஆனால் சாதி இந்து, தீண்டாதவரைக் காப்பாற்ற எந்த முயற்சியும் மேற்கொள்வதில்லை. ஒரு பொருளாதார அமைப்பு என்ற முறையில், அது எவ்விதப் பொறுப்பும் இன்றி எல்லையற்ற சுரண்டலுக்கு அனுமதிக்கிறது:

தீண்டாமை என்ற அமைப்பு, இந்துக்களுக்கு ஒரு தங்கச் சுரங்கம்...அதில் 24 கோடி இந்துக்களுக்கு 6 கோடி தீண்டப்படாதவர்கள் கட்டாய உழைப்பை மேற்கொள்ள வேண்டியுள்ளது. முழுமையாக ஏதுமற்ற நிலையில் அவர்களின் கையற்ற நிலையினால் அவர்கள் ஒருசிறிது வருவாய்க்கோ அல்லது சிலசமயம் எந்த வருவாயும் அற்ற நிலையிலோ அவர்கள் கட்டாயமாக உழைக்க நேரிடுகிறது. இதில் 24 கோடி இந்துக்கள் 6 கோடி தீண்டப்படாதவர்களை இழிவான பெருக்குதல் மலம் சுத்தம் செய்தல் போன்ற வேலைகளைச் செய்யப் பயன்படுத்திக் கொள்ளலாம், அவற்றை சாதி இந்துக்கள் மதத்தின் ஏவல்படி செய்யமாட்டார்கள். ஆக 24 கோடி இந்துக்கள் 6 கோடி தீண்டப்படாதவர்களைக் கீழான வேலைகளுக்குப் பயன்படுத்தலாம்...பொருளாதாரச் சரிவு ஏற்பட்டால் தீண்டாதவர்களை அதிர்ச்சி–தாங்கிகளாகப் பயன்படுத்தலாம், பொருளாதார வளர்ச்சி ஏற்பட்டால் அவர்களைப் பயனற்ற எடைகளாகப் பயன்படுத்தலாம். ஏனெனில் சரிவின்போது தீண்டப்படாதவர்கள்தான் முதலில் வேலையிலிருந்து கழற்றிவிடப் படுவார்கள், இந்துக்கள் கடைசியாக. வளர்ச்சிநிலையில் இந்துக்கள் முதலில் வேலைக்கு எடுக்கப்படுவார்கள், கடைசியாகத்தான் தீண்டப்படாதவர்கள் (BAWS,பாகம் 9: 196).

மாறாக, காந்தி இந்தப் பிரச்சினை முதன்மையாக ஒழுக்கம்-அறம் சார்ந்தது என்று கூறி சமூக-பொருளாதார நோக்கில் தீண்டாமைப் பிரச்சினையை நோக்க மறுத்துவிட்டார். அதனால் அதனை மதம் சார்ந்த பிரச்சினையாகவே நோக்கினார். மேலும் தலித்துகளைப் புரிந்துகொள்ளவும் அவர்கள் சார்பாக முனையவும் அம்பேத்கருடன் அவர் போட்டியிட்டதால் அவர்களுடைய உண்மையான தலைவர் என்ற பொறுப்பை நிரூபிக்க வேண்டிய கடமை காந்திக்குத்தான் இருந்தது. ஒரு மக்கள்திரள் தலைவர் என்ற முறையில் அவர் அந்தச் சவாலை ஏற்றுக்கொண்டு தீண்டப்படாதவர்கள் முன்னேற்றம் என்ற திட்டத்தைத் தொடங்கினார். தீண்டப்படாதவர்களுக்கு அவர் ஹரிஜன்கள் (கடவுளின் குழந்தைகள்) என்ற பெயரளித்தது, கடவுள்தான் அவர்களைக் காப்பாற்ற வேண்டும் என்ற அவர்களின் உண்மை நிலையைக் காட்டுவதாகவே அமைந்தது. தீண்டாமையை ஒழிக்க ஒரு சங்கம் ஏற்படுத்தினார். அவரது ஹரிஜன் போராட்டத்தில், ஹரிஜன்களுக்கு எவ்வித வேலையுமில்லை, காரணம் அது மேல்சாதியினருக்கான பாவத்தைக் கழுவும் அமைப்பாக உருவாக்கப்பட்டது. மேல்சாதியினரின் பரிகாரம் மற்றும் நன்மை செய்தலின் செயலற்ற பொருட்களாக அவர்கள் ஆக்கப்பட்டனர். காந்தி

கூறியதுபோல, "தீண்டப்படாதவர்களின் மீட்புக்கு அவர்கள் எதுவும் செய்யத் தேவையில்லை, நாம்தான் அவர்களைச் சமமாக பாவித்து நம் மீட்பைத் தேடிக் கொள்ள வேண்டும்". கோயில் நுழைவைத் தவிர, காந்தியின் ஹரிஜன் போராட்டத்தில் தொடர் குறியீட்டுச் செயல்கள் பல இருந்தன. அவை மேல்சாதிச் சீர்திருத்தவாதிகள் தீண்டப்படாதவர் மத்தியில் சென்று அவர்களின் இழிவுக்குக் காரணமாகக் கருதப்பட்ட வழிகளை மாற்றுதல், தன்னடக்கம், கட்டுப்பாட்டைக் கற்பித்தல், அவர்களின் சுகாதாரமற்ற வழிகளை மாற்றுதல், அசைவ உணவு, மது அருந்துவதைத் தவிர்த்தல் போன்றவற்றைச் செய்ய வேண்டும். காந்தி, தன்னிடம் அவர்களுக்குக் குடியுரிமை, அரசியல் அதிகாரம் அல்லது பொருளாதார வாய்ப்பு ஏற்படுத்தித் தர தன்னிடம் திட்டம் எதுவுமில்லை என்பதைத் தெளிவுபடுத்திவிட்டார். அவரது அணுகுமுறை மனம் மாற்றுவது, இலட்சியபூர்வ இழிவுவேலை செய்வோரை உருவாக்குவது. அவர்கள் பார்ப்பனனின் அந்தஸ்தோடு மலம் அள்ளும் வேலையைச் செய்துவருவார்கள்.

காந்தி அம்பேத்கருடனோ பிற தலித்துகளுடனோ கலந்துரையாடத் தயாராக இல்லை. மாறாக, மேல்சாதி காங்கிரஸ்காரர்களைக் கவர்வதில் ஈடுபட்டார். அவர்களுக்கு காந்தியின் தீண்டாமை எதிர்ப்புப் போராட்டம் ஒரு அரசியல் தேவையாக இருந்தது. பிற எவரையும்விட காந்திக்கும் இது தெரியும். பல மேல்சாதி சீர்திருத்தவாதிகள் காந்தி இருக்கும்போது தலித்துகளிடையில் பழகுவதுபோல் காட்டி, பிறகு போய் தங்கள் உடைகளுடனே குளித்துச் சுத்தம் செய்துகொண்டார்கள் என்பதை சுவாமி சிரத்தானந்தர் எடுத்துக்காட்டி இருக்கிறார். ஆனால் இந்தக் கேள்வியை சிரத்தானந்தர் எழுப்பவில்லை: காந்தி, தானே, அந்த மேல்சாதிப் போலிகளிலிருந்து வேறுபட்டவர்தானா?

தீண்டாமை எதிர்ப்புச் சங்கத்தின் (பின்னர் இது ஹரிஜன் சேவக் சங்கம் என்று பெயர் மாற்றப்பட்டது) பொதுச் செயலாளராக இருந்த ஏ. வி. தாக்கருக்கு எழுதிய கடிதம் ஒன்றில் அம்பேத்கர், அச்சங்கம் கோயில் நுழைவு, மது அருந்தாமை, தன்னடக்கம் போன்ற குறியீட்டுச் செயல்களில் ஈடுபடுவதைவிட அது தலித் உரிமைகள், சமவேலை வாய்ப்பு, தீவிர சமூகக் கலந்துரையாடல் போன்றவற்றில் ஈடுபடவேண்டும் என்று தெரிவித்தார். அவரது கடிதம் எவ்வித எதிர்வினையையும் பெறவில்லை, அது ஏற்கப்பட்ட செய்திகூட இல்லை. அம்பேத்கர் மற்றொரு சம்பவத்தைக் கூறுகிறார். ஹரிஜன் சேவக் சங்கத்தில் நிர்வாகக் குழுவிற்குத் தீண்டப்படாதவர்களை நியமிப்பதற்காக காந்தியைச் சந்திக்க ஒரு தூதுக்குழு காத்திருந்தது. காந்தி அதற்குக் கூறியதாகச் சொல்லப்படுகிறது:

தீண்டாமை என்னும் பாவத்தைக் கழுவுவதற்காக இந்துக்கள் செய்ய வேண்டிய பிராயச்சித்தம்தான் தீண்டாதவர் நலப்பணி. அதற்கான பணம் மேல்சாதி இந்துக்களிடமே பெறப்பட்டுள்ளது. எனவே இருதரப்பு நோக்கையும் பார்த்தால், இந்துக்கள்தான் இந்தச் சங்கத்தை நடத்தவேண்டும். சங்கத்தின் குழுவில் தீண்டப்படாதவர்கள் இடம்பெறுவதை ஒழுக்க அடிப்படையோ, உரிமையோ நியாயப்படுத்தாது. (*BAWS*,பாகம் 9: 142)

கழிப்பறைகளைச் சுத்தப்படுத்துதல், தோல் பதனிடுதல், தோல் உரித்தல் போன்ற இழிதொழில்களை தீண்டப்படாதவர்கள் விட்டுவிடுவதை காந்தி எதிர்த்தார். கழிவறை சுத்தம் செய்பவனாகப் பிறந்தவன், தான் அதே தொழிலைச் செய்துதான் வருவாய் ஈட்டவேண்டும் என்றார். அக்கூற்றுக்கு ஒரு தூய ஒளி தருவது போலப் பின்னர் கூறுகிறார், "மலம் அள்ளும் தொழிலும் ஒரு வக்கீல் அல்லது உங்கள் குடியரசுத் தலைவர் போன்றதற்குச் சமமான தொழில்தான். என்னைப் பொறுத்தவரை அதுதான் இந்து மதம்." (ஹரிஜன், 1937 மார்ச் 6). பெருக்குவோர் சற்றே கூலி உயர்வுக்கும் நல்ல வேலை நிலைமைகள் வேண்டியும் வேலைநிறுத்தம் செய்ததையும் அவர் எதிர்த்தார். 1946இல் பம்பாயில் அவ்விதம் வேலைநிறுத்தம் செய்த பெருக்குவோரைக் கண்டித்தார்:

பெருக்குவோரின் வேலைநிறுத்தத்திற்கு எதிரான என் கருத்து 1897இல் டர்பனிலிருந்து தொடங்குகிறது. ஒரு பொது வேலைநிறுத்த ஏற்பாடு அங்கு நடந்தது. அதில் பெருக்குவோர் கலந்துகொள்ளலாமா என்ற கேள்வி எழுந்தது. அதற்கு எதிராக எனது வாக்கு பதிவு செய்யப்பட்டுள்ளது...நான் அவர்களுடன் நெருங்கிய தொடர்பு வைத்திருந்த போதிலும் ...அவர்கள் மேற்கொள்வதாகச் சொல்லப்படும் பலாத்கார முறைகளை நான் எதிர்க்கிறேன். தொலைநோக்கில் அதனால் இழப்பவர்கள் அவர்களாகவே இருப்பார்கள். நகர மக்களை எக்காலத்திலும் மிரட்டி அடக்க முடியாது... ஒரு பங்கி (சுத்திகரிப்புத் தொழிலாளி) தனது வேலையை ஒரு நாளுக்குக் கூட நிறுத்தலாகாது. (ஹரிஜன் 1946 ஏப்ரல் 21).

இந்தக் கூற்று வெளிப்படுவது துப்புரவாளர் மீது உயர்ந்த அன்பையும் தியாகத்தையம் செலுத்தும் காரணத்திற்காகப் புகழப்படும் ஒரு மனிதரிடமிருந்து. அவரது புகழ்பாடுவோர் அவரது இந்த அறிவிப்பை எடுத்துரைப்பதில் சோர்வடைவதே இல்லை: "நான் அடுத்த பிறவி எடுக்கக்கூடாது, அப்படி எடுப்பதாயிருந்தால் நான் மலம் அள்ளுவோர் வீட்டிலே பிறக்க விரும்புகிறேன். அவர்களின் மனிதத்தன்மை அற்ற, ஆரோக்கியமற்ற, வெறுக்கத்தக்க மலம் அள்ளும் வேலையிலிருந்து அவர்களை நீக்குவதற்காக." (யங் இந்தியா, 1921 ஏப்ரல் 27). இந்தக் கூற்றின் முரண் அவரைப் போற்றுவோர் இடையில் போய்விடுகிறது. அவர் சுத்தம்செய்வோர் வீட்டில் பிறந்திருந்தால், அவர் மனிதத்தன்மை அற்ற இந்த வேலையிலிருந்து அவர்களை நீக்குவதற்காகப்

போராடியிருப்பார்; ஆனால் இப்போது மேல்சாதியில் பிறந்ததால் அவர்கள் போராடக்கூடாது என்று சொல்லி அவர்களை அவர்கள் பிறப்புத் தொழிலிலேயே வைத்திருக்க முனைகிறார்.

ஆகவே சாதி மற்றும் தீண்டாமையில் காந்தியின் மோசடியை ஏன் அம்பேத்கர் வெறுத்தார் என்பதைக் காண்பது கடினமல்ல. ஏழ்மை ஆன்மாவை உயர்த்துவது, எல்லாச் சாதிகளும் சமமானவை, ஒரு துப்புரவாளனும் பிராமணனும் சமம் என்று அவர் கூறுபவை எல்லாம் கையற்ற வகுப்புகள் மீது செலுத்தப்படும் வன்முறை, ஒரு கொடிய நகைச்சுவை என்றார்:

சூத்திரர்களுக்கு மட்டுமல்லாமல் எல்லாருக்குமே காந்தியம் ஏழ்மை விதியை போதிக்கிறது என்றால் அதைப் பற்றிச் சொல்லக்கூடியதெல்லாம் அது ஒரு மிகத் தவறான கருத்து என்பதுதான். ஏன் அதை ஒரு வகுப்பினருக்கு மட்டும் சொல்ல வேண்டும்?...மலம் அள்ளுவதை ஒரு மேன்மையான தொழிலாக, அதில் ஈடுபட மறுப்பவர்களைச் செய்ய வைப்பதற்காக காந்தியம் கூறுகிறது என்றால் அதை நாம் புரிந்துகொள்ளலாம். ஆனால் மலம் அள்ளுவது ஒரு உயர்ந்த தொழில் என்று அத்தொழிலைச் செய்பவர்களுக்கு மட்டுமே கூறி, அவர்கள் அதில் அவமானப்பட ஒன்றுமில்லை என்று, அவர்களையே அதைச் செய்யவைப்பது எப்படி நியாயமாகும்?...ஏழ்மை சூத்திரர்களுக்கு மட்டுமே நல்லது–மற்றவருக்கல்ல, மலம் அள்ளுவது தீண்டப்படாதவர்களுக்கு மட்டுமே நல்லது–மற்றவருக்கல்ல, என்று கூறி அவர்களுடைய இழிவுகளுக்கு முறையீடு செய்வதன் மூலம் அவர்களை இழிவுவாய்ந்த தொழில்களைத் தன்னிச்சையாக ஏற்றுக் கொள்ளச் செய்வது உதவியற்ற வகுப்பினர்மீதான ஒரு வன்முறையும் கொடுமையான நகைச்சுவையுமாகும். இதை காந்தியை அன்றி வேறொருவரும் மனக் கொந்தளிப்பற்று தண்டனையற்று நிரந்தரப்படுத்த முடியாது. (BAWS, பாகம் 9: 292–3)

காந்தியின் பிம்பமும் யதார்த்தநிலையும் மிகவேறாக இருந்தன. ராட்டையையும் காதி (கதர்)யையும் காந்தி, சுயசார்புக்கென மேம்படுத்தியதாகச் சொல்லப்படுகிறது. அவரும் அவரது புகழ்பாடுவோரும் அது மக்கள்திரளுக்கு வேலைவாய்ப்புத் தருவதாகவும் மக்களுக்கு மலிவுவிலையில் உடை தருவதாகவும் உள்ள ஒரு வரலாற்று முன்னெடுப்பு என்று பேசினர். ஆனால் வேடிக்கையான விஷயம், காதி-சுயசார்பு என்பது முதலில் அவரது பணக்கார நண்பர்களும் பிறகு சுதந்திர இந்தியாவின் அரசாங்கங்களும் மானியம் அளிப்பதனால் மட்டுமே செயல்படுகிறது. உண்மையில், அவர் அரசியல் ஆள்திரட்டலுக்கு மட்டுமே அதைப் பயன்படுத்தினார் ஒரு சமயம் காங்கிரஸில் உறுப்பினராகச் சேர்வதற்கு அதை ஒரு முன்நிபந்தனையாக வைக்க அவர் தீவிரமாக யோசித்தார். ஆனால் சாதி இயலாமைகளை ஒழிக்க இதற்கு ஒத்த அணுகுமுறைகளைக்

கையாள ஒருபோதும் அவர் முனைந்ததில்லை. அதிகார மாற்றம், சமூக வேறுபடுத்தலை ஒழித்தல் இவற்றில் அவர் எப்போதுமே முன்னதற்குத்தான் முதன்மை அளித்தார். தாழ்த்தப்பட்ட வகுப்பினருக்கு வெறும் பக்திபூர்வ உறுதிமொழிகளை அளிப்பதற்கு மேல் எதையும் அவர் செய்யத் தயாராக இல்லை.

பிரிட்டிஷ் ஆட்சிக்கு எதிராக நேரடி நடவடிக்கையில் இறங்கியதற்கு அநீதியின்மீது அது கட்டப்பட்டதுதான் என்றால், கோடிக்கணக்கான தங்கள் சொந்த நாட்டினர் மீதே மிகக் கொடிய குற்றங்களை இழைத்து அவற்றை நிரந்தரப்படுத்திய மேல் சாதியினர்மீது அவர் அப்படிப்பட்ட நடவடிக்கை எதிலும் இறங்கத் தயாராக இல்லை. எல்லா விஷயங்களுக்கும் வழக்கமாக உண்ணாவிரதம் இருக்கும் காந்தி சமூக ஒடுக்குமுறையை எதிர்த்து ஒருமுறை கூட உண்ணாவிரதம் இருந்ததில்லை.

ஹரிஜன் திட்டம் ஒரு அரசியல் அறக்கொடை. அதன் நோக்கம் இந்துக்களுக்குள் ஒடுக்கப்பட்ட வகுப்பினரைச் சேர்த்துக் கொள்வதுதான். ஆனால் பங்காளிகளாக அல்ல, ஏழை உறவினர்களைப் போல. ஒருசமயம் காந்தி ஒரு கிறித்துவ மதப்பணியாளரிடம் கூறினார், "நீங்கள் ஹரிஜன்களுக்காகப் பிரார்த்தனை செய்யுங்கள், ஆனால் அவர்களை மதம் மாற்ற வேண்டாம். நீங்கள் சொல்வதைப் புரிந்துகொள்ளக்கூடிய மனமோ அறிவோ அவர்களுக்குக் கிடையாது... நீங்கள் ஒரு பசுவுக்குப் போய் நற்செய்தியை போதிக்கமுடியுமா?" *(ஹரிஜன், 1936 டிசம்பர் 19)*. காங்கிரஸின் ஹரிஜன் எழுச்சிச் சின்னமாக இருந்த ஜகஜீவன் ராமுக்கும் கூட இக்கூற்று எரிச்சலூட்டியது. இதற்கு பலமான எதிர்ப்புத் தெரிவித்த அவர், ஹரிஜன் சேவக் சங்கத்தை உருவாக்கச் சிந்தனையில் பிழைபட்டது, அழுத்தத்தில் தவறானது, செயல்பாட்டில் செல்லுபடியாகாதது என்று வருணித்தார். எவ்வித தீங்கான உட்கருத்தும் இல்லை, தனக்கு பசு என்பது உயர்வுக்கும் பொறுமையாகத் துன்பப் படுவதற்குமான குறியீடுதான் என்று காந்தி சொல்லி ஜகஜீவன் ராமைத் தேற்றவேண்டி வந்தது. *(ஜெல்லியாட் 1996: 170)*.

காந்தியின் குறியீட்டுத் தீண்டாமை எதிர்ப்புச் செயல்களுக்கு தலித்துகள் மிகப் பெரிய விலை கொடுக்க வேண்டி வந்தது. அவரது தீண்டாமை எதிர்ப்புத் திட்டத்தின் மையமான கோயில் நுழைவுப் போராட்டம் மிகச் சாதுரியமாக அவர்கள் தங்கள் சமூக-பொருளாதார உரிமைகளைப் பெறுவதிலிருந்து கவனத்தை திசைதிருப்பிவிட்டது. தீண்டப்படாதவர்களுக்கு மத உரிமைகளை மீட்டுத்தருவது என்ற முறையில் முதலில் கோயில் நுழைவை ஆதரித்த அம்பேத்கர், இதற்குள்ளிருக்கும் அரசியலைக் கண்டுகொண்டு, இந்த முக்கியமற்ற

பிரச்சினையில் தலித்துகள் ஈடுபடுவதை எதிர்த்தார். முக்கியமான பிரச்சினைகளாகக் கல்வி, வேலைவாய்ப்பு, பொருளாதார முன்னேற்றம் ஆகியவை இருந்தன. இந்தச் சிறிய பிரச்சினையிலும் காந்தி நேர்மையாக நடந்துகொள்ளவில்லை. 1933இல் மிகப் பெரிய புகழ்பெற்ற கோயில் நுழைவைத் தீண்டப்படாதோருக்காக அவர் நடத்தினார். ஆனால் 1934 பிப்ரவரி 23 ஹரிஜன் பத்திரிகையில் எழுதுகிறார்:

சாதி இந்துக்கள் இப்பிரச்சினைக்கு உடன்படும்வரை, ஹரிஜன்களுக்குக் கோயில்களைத் திறந்துவிட வேண்டும் என்ற விருப்பம் எனக்கு முழுமையாக இல்லை. ஹரிஜன்கள் கோயிலுக்குள் நுழையும் உரிமையை நிலைநிறுத்துவதோ பெறுவதோ பிரச்சினை அல்ல. அவர்களுக்கென அது திறந்துவிடப்பட்டாலும் அவர்கள் வர விரும்பலாம், விரும்பாமலும் இருக்கலாம். ஆனால் மேல்சாதியினர் கோயிலை ஹரிஜன்களுக்குத் திறந்துவிடுவது அவர்களுடைய தவிர்க்கவியலாத கடமை.

இத்தகைய அரசியலுக்குத் தரவேண்டிய ஏளனத்துடன் அம்பேத்கர் கோயில் நுழைவை அரசியல் கழைக்கூத்தாட்டத்தின் விசித்திர விளையாட்டு என்று வருணித்தார்.

திரு. காந்தி கோயில் நுழைவை எதிர்ப்பவராகத் தொடங்குகிறார். தீண்டப்படாதவர்கள் தங்கள் அரசியல் உரிமைகளுக்குக் கோரிக்கை வைத்தால் அவர் மனத்தை மாற்றிக் கொண்டு கோயில் நுழைவை ஆதரிக்கிறார். இந்த விஷயத்தைத் தொடர்ந்து முயற்சி செய்தால் இந்துக்கள் தேர்தலில் காங்கிரஸைத் தோற்கடிப்பதாக பயமுறுத்தும்போது, திரு. காந்தி, அரசியல் அதிகாரத்தைக் காங்கிரஸின் கையில் தக்க வைத்துக் கொள்வதற்காக, கோயில் நுழைவைக் கைவிடுகிறார்! இதற்குப் பெயர் நேர்மையா? இது நம்பிக்கை உறுதியைக் காட்டுகிறதா? பலமுறையும் காந்தி பேசிய ஆன்மாவின் வேதனை இதுதானா? (*BAWS*,பாகம் 9: 125).

சாதிவேறுபாடு சமூக வாழ்க்கையில் ஆதிக்கம் செலுத்தியபோது, அதனால் மில்லியன் கணக்கான மக்கள் தங்கள் மனித உரிமைகளை இழந்து தவித்தபோது தனது ஹரிஜன் அரசியலை வர்ணாசிரம தர்மத்துடன் சேர்த்துக்கட்டிய காந்தி, சாதியை வர்ண தர்மம் என்ற போர்வையின்கீழ் ஆதரித்துக் கொண்டிருந்தார். நவஜீவனில் எழுதிய காந்தி, சுயராஜ்யத்தின் விதைகளைச் சாதியமைப்பில் கண்டார். இந்து சமூகம் சாதியமைப்பின்மீது கட்டப்பட்டிருப்பதாலேயே அது நீடித்திருக்க முடிகிறது என்று வாதிட்டார்.

சுயராஜ்யத்தின் விதைகளைச் சாதி ஒழுங்கமைவில்தான் தேடவேண்டும்... சாதியமைப்பை உருவாக்கக்கூடிய ஒரு சமுதாயம், தனித்த சீரமைப்புத் திறமையைக் கொண்டிருக்கிறது என்று தான் கூறவேண்டும்...சாதியமைவு என்பது சமூகத்தின்

இயற்கையான முறைமை. இந்தியாவில் இதற்கு ஒரு மதவர்ணம் பூசப்பட்டிருக்கிறது. பிற நாடுகள் சாதி முறைமையின் பயனைப் புரிந்துகொள்ளாததால்...இந்தியா அடைந்த அளவு ஆதாயத்தை அவற்றால் அடையமுடியவில்லை. (காந்தி சிக்ஷண் என்ற தொடரில் பாகம் 2இல் மறுபதிப்புச் செய்யப்பட்டு *BAWS*,பாகம் 9: 275–6இல் மேற்கோள் காட்டப்பட்டது).

சமூக ஜனநாயகத்தை முன்வைத்துப் பாரம்பரியத் தொழில் முறைமையை ஒழிக்க வேண்டும் என்று கூறியவர்களை அடக்கி, காந்தி வலியுறுத்தினார்:

சாதி ஒழுங்குமுறையை ஒழிப்பதும், மேற்கத்திய, ஐரோப்பிய சமூக அமைப்பை ஏற்பதும் என்றால் இந்துக்கள் பாரம்பரியத் தொழில்முறையைக் கைவிட வேண்டும். ஆனால் அதுதான் சாதியமைப்பின் உயிர். அதை மாற்றுவதென்பது குழப்பத்தை விளைவிப்பதாகும். என் வாழ்க்கைக்காக அன்றி ஒரு பிராமணனை பிராமணன் என்று அழைப்பதில் எந்தப் பயனுமில்லை. ஒவ்வொரு நாளும் ஒரு பிராமணனைச் சூத்திரனாகவும், சூத்திரனை பிராமணனாகவும் மாற்றிக் கொண்டிருந்தால் அது குழப்பத்தின் உச்சம். (*BAWS* பாகம் 9: 275–6).

‘வர்ண வியவஸ்தை’ என்னும் கட்டுரையில் காந்தி, வர்ணம் என்பது மனிதக் கண்டுபிடிப்பு அல்ல, அது இயற்கையின் மாற்றமுடியாத விதி, அது ஒருவன் இருப்பின் விதிமுறையை, அதனால் அவன் செய்ய வேண்டிய கடமையையும் வெளிப்படுத்துகிறது, அது எவ்வித உரிமையையும் அளிப்பதில்லை, அதனால் உயர்வு தாழ்வு என்ற எண்ணம் அதற்கு முற்றிலும் முரண்பாடானது என்கிறார் ([1934] 1993: 218). அதற்குப் பிறகு அவர் கட்டளையிடுகிறார்: ஒருவன் தான் பிறந்த சாதியின் வேலைவாயிலாகதன் பிழைப்பை நாட வேண்டும் என்பதுதான் முக்கியம், அதற்கு மேல் இல்லை. (மேலது 221). இது அவரது முன்னோர் தொழிலான தராசை விட்டுவிட்டு பிராமணத் தொழிலான தர்மத்தை போதித்தல் என்பதற்கு இடையில் வந்த ஒருவரின் கூற்று.

ஓர் இலட்சிய சூத்திரன், காந்தியின் கணக்குப்படி எப்படியிருக்க வேண்டும்? வர்ண வியவஸ்தையில் காந்தி எழுதுகிறார்: “மதக்கடமையென உயர்சாதிகளுக்குச் சேவகம் புரிய வேண்டும், எந்தச் சொத்தையும் வைத்துக் கொள்ளாமல் இருக்கவேண்டும், எதுவும் தனக்கு வேண்டும் என்ற எண்ணம்கூட இருக்கலாகாது. அப்படிப்பட்ட சூத்திரன் உலகத்தின் மரியாதைக்கு உரியவன். கடவுளர்கள் அவன்மீது சிறந்த ஆசீர்வாதங்களைப் பொழிவார்கள். இதை இன்றுள்ள உழைப்பாளர் வர்க்கத்திற்குச் சொல்ல முடியாது. அவர்கள் எதையும் பெற்றிருக்கவில்லை, ஆனால் தொழிலின் உரிமைக்கு ஆசைப்படுகிறார்கள் என்று எதிர்பார்க்கிறேன்.” (மேலது

220). இந்தக் கொடிய மனப்பான்மைதான் வெகுமக்கள் படிக்கக்கூடாது என்று காந்தியை எதிர்க்க வைத்தது. தாங்கள் வாழும் கீழான நிலைமைகளைப் பற்றி அவர்கள் மனத்தை எரிய வைத்துவிடும் என்று அவர் நினைத்தார்.

விவசாயின் பிள்ளைகளுக்குக் கல்வியளித்து நீங்கள் என்ன செய்யப் போகிறீர்கள்? கல்வியளிப்பதனால் அவர்கள் வாழ்க்கைக்கு என்ன வசதி அளிக்கப் போகிறீர்கள்? தனது இற்றுப்போன கூரை, பரிதாபமான நிலைமைகள் பற்றிய அதிருப்தியை அவன் மனத்தில் எரியவைக்கப் போகிறீர்களா? ...சாதக பாதகங்களை ஆராயாமல் எல்லாருக்கும் கல்வி என்று சிலர் பிரச்சாரம் செய்கிறார்கள், அதில் நாம் எல்லை தாண்டிச் செல்கிறோம். (காந்தி, விஸ்வாஸின் மேற்கோள், 1998: 267).

இப்படிப்பட்ட சிந்தனைகள் காந்திக்குத் தோன்றியதற்குக் காரணம், சாதியமைப்பு ஓர் இயற்கையான முறைமை, அது இந்தியாவில் முழுமை செய்யப்பட்டது என்று அவர் நினைத்ததுதான். காந்தியைப் பொறுத்தவரை, "சாதியமைப்புக்கு அறிவியல் அடிப்படை உண்டு. பகுத்தறிவு அதற்கு எதிராகக் கலகம் புரியவில்லை...அதை ஒழிக்க எவ்விதக் காரணமும் எனக்குத் தெரியவில்லை. சாதியை ஒழிப்பதென்பது இந்துமதத்தை அழிப்பதாகும்."

சமூக அறிவியலாளர்கள் சாதிக்குக் காந்தியின் ஆதரவை வெவ்வேறாக அர்த்தப் படுத்தினார்கள் அல்லது விளக்கினார்கள். அவரது நோக்குகள் அவ்வளவு எளிமையானவை அல்ல, அவை பலதள அர்த்தங்கள் கொண்டவை என்றார்கள் சிலர்! தங்கள் அறிவுக்கு வேசித்தனம் புரிந்து சில பண்டிதர்கள் அவர் சாதிக்கு எதிரான சிலுவைப் போராளி என்றார்கள். வெகுமக்களுக்கான தேசியத்தலைவர் என்ற முறையில் காந்தி மேல்சாதிச் சக்திகளோடு சமரசம் புரிந்துகொள்ள வேண்டிய தேவையால் என்ற சமாதானத்தைச் சிலர் கூறினார்கள். இதுவும் ஒரு நொண்டிச் சாக்குதான். உண்மையில் காந்தியின் சாதி பற்றிய பார்வைகள், மேல்சாதியினரின் பார்வைகளோடு கலந்தும் ஒத்தும் செல்கின்றன என்பதைக் கண்டோம். காந்தியின் சொற்பொழிவுகளை வைத்தும் அவரது ஆன்மாவின் வேதனை, தீண்டாமைக்கு எதிரான புலம்பல் ஆகியவற்றை வைத்தும் அவரைப் போற்ற நினைப்பவர்கள் அக்காலத்தின் வேகமான மாறிவரும் காட்சிகளுக்குக் கண்ணை மூடிக் கொள்கிறார்கள். நாட்டின் பல பகுதிகளில் கிளர்ச்சிகள் எழுந்தவாறு இருந்ததால் பிராமணச் சக்திகளுக்குத் தங்கள் கொடுமையான சமூக நடவடிக்கைகளை வெளிப்படையாக நியாயப் படுத்த முடியவில்லை.

வர்ண சுயராஜ்யமும் நவீனத்தன்மையை எதிர்க்கும் போலித்தனமும்

மத மற்றும் வீட்டில் வழங்கக்கூடிய சொலவடைகளை வைத்து காந்தி அவ்வப்போது தனது கனவு இந்தியாவைப் பற்றிப் பேசினார். சுயராஜ்யத்துக்குப் பின் ராம ராஜ்யம், தர்மகர்த்தாமுறை, சுயபூர்த்தியடைந்த கிராமக் குடியரசுகள் ஆகியவற்றின் வாயிலாக அது நனவாகும். இவைகளும் இவைபோன்ற அரைவேக்காட்டுச் சிந்தனைகளும் இசைவுள்ள முறையில் நீண்ட வரிசையிலுள்ள சீடகோடி வரலாற்றாளர்களால் காந்தியம் என்ற பெயரில் தொகுக்கப்பட்டுள்ளன. அவரது கருத்தியல் சமாதானப் புரட்சிக்கான உள்நாட்டு மருந்து என்றும், புதிய சமூக முறைமைக்கும் புதிய இந்தியாவுக்கான உருவாக்கத் திட்டத்திற்குமான வீர முழக்கம் என்றும் விளக்கப்பட்டுள்ளது. அந்தப் பண்டிதர்களால் சொல்லப் படாதது, காந்தியின் உலகப் பார்வை, அவரது சமூகக் கருத்தியல், அவரது தெளிவற்ற, வெற்று சுயராஜ்யம் ஆகியவை எல்லாம் வர்ணாசிரம தர்மத்தில் ஊறியவை என்பதுதான். காந்தி தன்னை சமஸ்கிருதத்தின் புரோகித இலக்கியத்திலும், அவதாரங்களிலும் மறுபிறப்பிலும், விக்கிரக வழிபாட்டிலும், பசுப்பாதுகாப்பிலும் எல்லாவற்றுக்கும் மேலாக வர்ண-வியவஸ்தையிலும் நம்பிக்கை கொண்ட ஒரு சநாதன இந்து என்று கூறிக்கொண்டார் (*யங் இந்தியா, 1921 அக்டோபர் 6*). அவருக்கு முன்னும் பின்னுமுள்ள பிற இந்து உயர்வதிகார நிலையினரைப் போல, அவர் உவகையுடன் சநாதன இந்துமதத்தை பௌத்தம் ஜைனம் உள்ளிட்ட பிற எல்லா இந்திய மதங்கள் மரபுகளுடனும் சமப்படுத்தினார்.[6] வர்ணக்கருத்தியலின் மீது அமைந்த இந்துமதம் பழங்காலத்தில் ஒரு தனித்த ஆன்மிக ஒருங்கிசைந்த கலாச்சாரத்தை உருவாக்கி, அதன் வாயிலாகப் பொருள்முதல்வாத மேற்கைவிட உயர்ந்ததாக்கியது என்ற கொள்கையைப் பழைய தேசியவாதிகளைப் போலவே முன்னோக்கிக் கொண்டுசென்றார். ஓர் அடிப்படைவாதியின் அறியாமைப் பேச்சை ஒத்து காந்தி அறிவித்தார்: "வேறு எல்லா மதங்களிலும் உள்ள அனைத்தும் எப்போதும் இந்து மதத்தில் உள்ளது. அதில் இல்லாதது அர்த்தமற்றது அல்லது தேவையற்றது" (*யங் இந்தியா 1925 செப்டம்பர் 17*). எனவே ஒரு புதிய சமநீதிக்கான முறைமைக்காகக் குரல் கொடுப்பதற்கு பதிலாக காந்தியம் முன்பிருந்த அதே நிலைமைக்குத் திரும்புவதற்கான கோரிக்கையாகத்தான் அமைந்தது.

காந்தியின் வர்ணமுறை யாவரின் ஒருமித்த கருத்தின்மீதும் அமைந்த ஒன்று. வர்ண முறையில் எவ்விதச் சமமின்மையையும் சுரண்டலையும் காணாமல், அதில் சட்டத்தை இறுக்கமாகப் பூர்த்திசெய்தல்

வாழ்க்கையை வாழக்கூடியதாக மாற்றும், அது சமாதானத்தையும் திருப்தியையும் பரப்பும், எல்லாவித மோதல்களையும் முரண்களையும் தீர்க்கும், பட்டினியையும் ஏதுமற்றவர் ஆக்குவதையும் இல்லாமற் செய்யும், மக்கள் தொகைப் பிரச்சினையைத் தீர்க்கும், இன்னும் நோய், துன்பம் இவற்றையும் போக்கும் என்று வாதிட்டார் (காந்தி [1934] 1993: 218). பிராமணனுக்கும் சூத்திரனுக்கும் இடையில் ஒத்திசைவு நிலவியது. அவரது பனியா சொத்துச் சேர்க்க விரும்பியதைப் போலவும், பிராமணன் அறிவைப் பெற விரும்பியதைப் போலவும் அவரது பங்கி மற்றவர்களின் மலத்தைச் சுத்தம் செய்யவும் விரும்பி ஈடுபட்டான். இந்த வர்ண முறையை முழு உலகத்திற்கும் ஏற்றுமதி செய்ய (பரப்ப) வேண்டுமென்று விரும்பினார். வர்ண விதிமுறை யாரோ ஒரு இந்து ஞானியின் சிறப்பான கண்டுபிடிப்பு என்றாலும், அது உலகளாவிய நடைமுறைக்கு உகந்தது. உலகம் இன்று அதைப் புறக்கணிக்கலாம், ஆனால் அது எதிர்காலத்தில் அதை ஏற்கவே செய்யும். (மேலது 219). ஏற்கெனவே நடந்து வரும் நவீனமயமாக்கலால் கட்டவிழ்த்துவிடப்படும் வர்க்கப் போர்கள், உள்நாட்டுப் பூசல்கள் ஆகியவற்றைப் பற்றி எச்சரித்து, வர்ணத் தூய்மைக்குத் திரும்பி, சமமின்மைகளால் ஏற்படும் மோதல்களுக்கு முற்றுப்புள்ளி வைக்க விரும்பினார்:

இந்தப் போர்களையும் பூசல்களையும் வர்ணாசிரம விதியைப் பின்பற்றாமல் நிறுத்த முடியாது. ஏனெனில் ஒவ்வொருவரும் தன் இருப்பின் சட்டத்தைத் தான் பிறந்த வர்ணத்தின் கடமை உணர்ச்சியோடும் சேவை மனப்பான்மையோடும் பூர்த்தி செய்ய வேண்டும் என்று விதிக்கிறது. மனித இனத்தின் பெரும்பகுதி அதைச் சரிவரக் கடைப்பிடித்தல் சமமின்மையின் மோதல்களுக்கு முற்றுப்புள்ளி வைத்து, வேற்றுமையில் சமத்துவம் என்பதற்கு இடம் கொடுக்கும். (காந்தி [1934] 1993: 219).

நவீன சவால்களைச் சந்திப்பதற்கு காந்தியின் வழி வர்ணமுறைமையின் தூய்மைக்குத் திரும்புவதுதான். மரபை மீளாக்கம் செய்ய வேண்டும் என்ற அவர் கருத்து மோதல்களால் நிறைந்த பழங்காலத்தை மறுப்பது மட்டுமல்ல, ஒடுக்கப்பட்ட வகுப்பினரின் தீவிர பன்முகத்தன்மை, சமநீதி ஆவல்களை ஒரு கேலிப் பொருளாகவும் ஆக்குகிறது. அலாய்சியஸின் (1997) சொற்களில், "காந்தியின் இலட்சிய வகைமாதிரியான மரபை உருவாக்குதல் என்பது துணைக்கண்டத்தின் வரலாற்றின் மிகக் கேடான கூறுகளால், மக்கள் தொகுதிகளை சமூக மற்றும் கலாச்சாரக் கொடுங்கோன்மையில் வைத்திருந்த கூறுகளால் ஆனது." ஒருமைப்படுத்தும் ஒருசீராக்கும் இந்தியக் கலாச்சாரக் கூறுகளுக்கு மட்டும் அழுத்தம் தந்து, பன்முகப்படுத்தலை இயற்கைக்கு முரணானது என்று காந்தி விலக்கிவிட்டார். ஆனால்

துணைக்கண்டத்தின் வரலாற்று-கலாச்சார வளர்ச்சியின் பின்னணியில் ஒற்றுமையும் வேற்றுமையும் சமூக அரசியல் முக்கியத்துவம் நிறைந்த மிகக் கடினமான இயங்கியல்முறைமைச் சொற்கள் ஆகும்.

ஒற்றுமை/ஒருமைப்பாடு என்பது ஒருசீர்மைப்படுத்தும் ஆதிக்க கலாச்சார–கருத்தியல் மற்றும் புராணிக–பிராமணக் காரணிகளைக் குறிக்கிறது, ஆகவே அது ஒடுக்கும் தன்மையுள்ளது: வேத பிராமண மதம் (வைதிக மதம்) மட்டுமே ஒரே ஏற்றுக் கொள்ளக் கூடிய இந்துமத வடிவம், சமஸ்கிருதம்தான் எல்லா மொழிகளுக்கும் அடிப்படை, பிராமணர்கள் மட்டுமே துணைக்கண்டம் முழுவதும் காணக்கூடிய சாதியினர், வர்ணாசிரம தர்மம் மட்டுமே மரபான முறைமை–அதுவே ஆளும் சுயநலக் கும்பல்களின் ஆதிக்க, ஒடுக்கும், இலட்சியச் சமூக முறைமை, வேற்றுமை/பன்முகத்தன்மை என்பது இந்த ஒருசீர்மைப்படுத்தும் காரணிகளிலிருந்து புறத்தில் நிற்கும் இயக்கம். அடித்தட்டு மற்றும் அந்தந்த வட்டாரத்தில் வேர்கொண்ட சாதிகள், சமுதாயங்களின் எதிர்க்கும் போக்குகள்; பிரதேச மொழிகளின் வளர்ச்சி, அவற்றின் கலாச்சாரச் சமுதாயங்கள் வளர்ச்சி, கலாச்சார அளவில் குறித்த பிராமணர்சாராத தொன்மங்கள், பொதுமக்கள் மதங்களை உருவாக்கும் பலவித முயற்சிகள்; இவை மேலிருந்து சுமத்தப்படுகின்றவற்றை எதிர்க்கும் சாதாரண மக்களின் எதிர்ப்புகள். இறுதியாக, துணைக் கண்டத்தின் பலவேறு பிரதேசங்களில் வர்ணாசிரம தர்மத்தின் மெய்யான, பலவீனமான நிறைவேற்றம் என்பது எதிர்ப்பின் வரலாற்றையும் ஏற்றத்தாழ்வான வெற்றியையும் குறிக்கிறது (அலாய்சியஸ் 1997: 186–7).

இந்த நோக்கில் காணும்போது, இந்தியாவின் வரலாறு, கலாச்சாரம், பாரம்பரியம் என்னுமிவை இவையிரண்டின் தனித்த, பெரும்பாலும் இயங்கியல் முறைமையில் இணைக்கப்பட்ட போக்குகளினால் உருவானதாக உள்ளது. ஆனால், இந்தியக் கலாச்சாரத்தின் பரந்த பிராமணக் கட்டமைப்பு மற்றும் அதன் அடிப்படையிலான தேசியத்தின் குறித்த வடிவமாக இருப்பதால், ஒரே ஒரு போக்கினை, அதுவும் ஒடுக்குகின்ற போக்கினை மட்டும் ஆதரித்து, வரலாற்றில் அடித்தள, ஒடுக்கப்பட்ட மக்கள் சார்பான சமூகச் சக்திகளின் அரசியல் எழுச்சியை நாசப்படுத்துவதாக உள்ளது. சமத்துவத்தன்மையும், சாட்டியுரைக்கும் நிறுவனத்தன்மைக்கு எதிரான கிளர்ச்சியின் எந்த வடிவமும் அந்நியத்தன்மை கொண்டது, அயல்நாட்டின் கொள்கைகளால் தூண்டப்பட்டது, மேற்கத்தியது, எனவே தேசிய நலத்தின் நோக்கில் புறக்கணிக்க வேண்டியது என்று இந்திய மரபின் காந்திய மீட்டமைப்பின் ஒரு முக்கியப் பகுதி கருதுவதாக உள்ளது. (மேலது).

நவீன நோய்களிலிருந்து விடுபடுவதற்காக பழைய முறைமைக்குத் திரும்பவேண்டும் என்ற காந்தியின் அழைப்பு மரபுவழியாக அதிகாரத்தில் உள்ளவர்களின் நோக்கினைக் காட்டுகிறது.

இந்தியாவிலும் பிற இடங்களிலும் ஆதிக்க வகுப்பினரின் கருத்தியல்கள் மாற்றத்துக்கான அரசியலை அபாயமானதாகவும், பயனற்றதாகவும் கருதுகின்றன. ஆனால் எங்கெங்குமுள்ள கீழ்த்தட்டினர் மாற்றத்தையும் புரட்சியையும் நாடுவனவாக உள்ளன. காந்தி நிகழ்வில் குறிப்பிடத் தக்கது அதன் வெற்றி. பார்ப்பனத் தேசியத்தின் பழைய தலைவர்கள் எவரும் பலவேறு சமூகச் சக்திகளை உருக்கியிணைப்பதில் வெற்றி பெறவில்லை. ஆனால் காந்தி, வரலாறு, புராணிகம், மதம் எல்லாவற்றையும் கலந்த கலப்புருவை ஆக்கி, அதை எச்சரிக்கையாக வடிவமைக்கப்பட்ட தனது புனிதர் பிம்பத்தினால் மக்களைக் கவரவும் அல்லது குறைந்தபட்சம் அவர்களைச் சமன்படுத்தவும் செய்தார். அவரது எளிமை என்னும் வணிக பிம்பத்தின் பின்னால், அசாதாரண புத்திக்கூர்மையுடன் ஒருமித்த கவனத்துடன் தனது பாதையில் செல்லும் ஒரு சநாதன மனம் இருந்தது. அவரது இலக்கு பிரிட்டிஷ்காரரை வெளியேற்றுவது. ஆனால் சுதந்திரத்தை எவ்விதச் சமூகக் கொந்தளிப்புகளும் இன்றிப் பெற வேண்டும். புனித துறவி (சாமியார்) உருவங்களுக்கு இந்திய மக்கள் மத்தியில் கிடைக்கும் போற்றுதலை அவர் நன்றாக அறிவார். ஆகவே இடுப்புத் துணியை மட்டும் அணிந்து, ஒரு துறவிக்குரிய கலாச்சாரக் குறியீடுகளை-கடுமையான நோன்பு வாழ்க்கை, உண்ணாநோன்புகள், மௌனவிரத நாட்கள், பிரம்மச்சரியத்தின் வெளிக்காட்டுப் பயன்பாடு, புனித நூல்கள், பிரார்த்தனைக் கூட்டங்கள் நடத்துதல்-இவற்றைப் பயன்படுத்தியமை அவருக்கு ஒரு புனிதரின் பிம்பத்தை அளித்தன. மக்கள் திரள்முன் மதத்தின் மொழியைத் திறம்படக் கையாளுகின்ற தன்மையால் அவர் தனது திட்டங்களைப் பருமையான முறையில் வெளிப்படுத்த வேண்டிய அவசியம் இல்லாமல் போயிற்று. மிகமோசமான அதிகார அரசியலில் ஈடுபட்ட அவரும் அவருடைய பிராமண-பனியா கூட்டாளிகளும் அவரது புனித பிம்பத்தை முழுமையாகப் பயன்படுத்திக் கொண்டனர்.

உள்ளடக்கு அரசியலிலும், வர்ணச் சமூகத்தின் ஒருங்கிசைவிலும் ஆழ்ந்திருக்கும் ராம ராஜ்யம் என்ற குறியீடு புதிய அரசியல் அமைப்பிலும் எழுகின்ற குடியுரிமைச் சமூகத்திலும் கீழ்த்தட்டு மக்களின் அதிகரித்து வரும் கிளர்ச்சிகள் சப்தங்கள் ஆகியவற்றைத் தவிர்ப்பதற்குப் பயன்படுத்தப்பட்டது. நிலக்கிழார்களுக்கும் குத்தகைக் காரர்களுக்கும், முதலாளிகளுக்கும் உழைப்பாளர்களுக்கும், தனியுரிமை பெற்ற வகுப்பினர்க்கும் கீழ்த்தட்டு மக்களுக்கும் இடையில் தீவிரப்பட்டு வந்த முரண்பாடுகளை நவீனத்தன்மையினால் உண்டானவை என்று கருதி காந்தியும் அவரது மேல்சாதிச் சீடர்களும் ஆழமாகக் கவலையுற்றனர். வெகுமக்கள் மரபான தலைமையை ஏற்று ஒரு பரந்த அடித்தளம் கொண்ட ஒருமைப்பாட்டினால்

பிரிட்டிஷ்காரரை எதிர்க்கவேண்டும் என்பது காந்தியின் எண்ணம். யுனைடட் பிராவின்ஸ் மாகாணத்தில் தங்கள் நிலக்கிழார்களை எதிர்த்து எழுந்த விவசாயிகளிடம் போதனை செய்த காந்தி, யங் இந்தியா 1921 மே 18இல் எழுதுகிறார்:

தக்க சமயம் வரும்போது நாம் கிஸான்களுக்கு அரசாங்கத்துக்குச் செலுத்த வேண்டிய வரிகளை நிறுத்திவையுங்கள் என்று அறிவுரைக்கத் தயங்க மாட்டோம். ஆனால் ஒத்துழையாமையின் எந்த நிலையிலும் ஜமீன்தார்களுக்கு அவர்களுக்குரிய பணத்தைத் தராமலிருக்க நாம் கருதவில்லை... ஜமீன்தார்களுடன் கிஸான்கள் செய்து கொண்ட ஒப்பந்தப்படி (எழுத்துபூர்வமானதோ, வழக்காற்றில் வருவதோ) அவர்கள் நடந்து கொள்ளத் தவறக்கூடாது என்று அறிவுரைக்கப்படுகிறது.

இதேபோல உழைப்பாளர்கள் தங்கள் பொருளாதார நிலையை உயர்த்திக் கொள்ளத் தங்கள் எஜமானர்களிடம்/ முதலாளிகளிடம் வேலைநிறுத்தம் செய்யக்கூடாது, அவர்களைப் பின்பற்ற வேண்டும் என்று காந்தி அறிவுரை கூறினார். 1922 பிப்ரவரி 23 யங் இந்தியாவில் அவர் எழுதினார்: "முதலாளிகளுக்கும் தொழிலாளர்களுக்கும் இடையில் முறுக்கிய உறவைக் கொண்டதல்ல இந்தியாவின் வரலாறு."

பழைய முறைமையின் தூய்மை, எளிமையை அடைய மிகப் பெரிய தடையாக இருப்பது மேற்கத்திய நவீனத்தன்மைதான். இது காந்தியை நவீன நாகரிகத்துக்கும் அது முன்வைத்த அறிவியல், தொழில் நுட்பம், இரயில்வே, தேர்தல் ஜனநாயகம், புதிய மதச்சார்பற்ற நிறுவனங்கள், நீதியமைப்பு, நவீன மருத்துவம் போன்ற எல்லாவற்றுக்கும் கடுமையான விமரிசகர் ஆக்கியது. இந்தக் கருத்துகளை அவர் இந்து சுயராஜ்யம் அல்லது இந்தியன் ஹோம் ரூல் (1909) என்பதில் வெளியிட்டார். இந்த நவீனத்தன்மைக்கு எதிரான அறிக்கை ஒன்றே, அவருடைய குழம்பிய உலகப் பார்வையை ஏறத்தாழ ஒருசீர்மை வடிவத்தில் அளிப்பதால், ஒருவேளை காந்தியைப் புரிந்துகொள்ள மிக முக்கியமாகப் போதுமான கட்டுரையாகும்.

இந்து சுயராஜ்யத்தில் இந்தியக் கனவுலகம் பற்றிய தனது தரிசனத்தையும், மேற்கத்திய நவீனத்தன்மைக்கு எதிரான ஆராய்ச்சியையும் வெளிப்படுத்துகிறார். அதில் அபாயகரமான வளர்ச்சிகளின் பேயுருவைத் தவிர வேறொன்றும் இல்லை (காந்தி [1909] 1993: 3-66). மேற்கினை ஒழுக்கமற்ற பொருள்முதல்வாதத்துடன் சமப்படுத்துகிறார். அதை நவீனத்தன்மை மேம்படுத்தியது. இந்தியாவை காலம் கடந்த ஆன்மிகத் தன்மையுடன் சமப்படுத்துகிறார். இந்திய நாகரிகத்தின் போக்கு என்பது ஒழுக்கத்தை உயர்த்துவது. மேற்கத்திய நாகரிகத்தின் போக்கு ஒழுக்கமின்மையைப் பரப்புவது. இது கடவுளற்றது. முன்னது கடவுள் நம்பிக்கையில் ஆழ்ந்தது.

(மேலது 36-7). காலங்காலமாக ஒடுக்கப்பட்டவர்களின் சவால்களின் பின்னணியில் பிராமண மனங்களில் உருவாக்கப்பட்ட கலியுகத்தின் பிம்பங்களின் காட்சிகளை ஞாபகப்படுத்திக் கொண்டு, நவீன நாகரிகம் சாத்தானுடையது, அது தவிர்க்கப்பட வேண்டிய ஒரு நோய் என்கிறார். மரபுசார்ந்த எல்லாச் சமூகங்களுமே ஏறத்தாழ மதம் சார்ந்தவை, இதில் இந்தியாவுக்கெனத் தனிச்சிறப்பு எதுவுமில்லை என்பதை அவர் காண மறுக்கிறார். அதேபோல, பிற கலாச்சாரங்கள் எப்படியோ அப்படியே இந்தியக் கலாச்சாரமும் வெளியிலிருந்து வந்த செல்வாக்குகளுக்குப் பெருமளவு திறந்திருந்தது, அவற்றால் உருவமானது என்பதையும் புரிந்துகொள்ள மறுக்கிறார். கிழக்கு, மேற்கு இரு கலாச்சாரங்களுமே கொடுக்கல்-வாங்கல் செயல்முறைகளால் அவை ஒன்று கலந்து புதியனவற்றை உருவாக்கின என்பது அவரது புரிந்துகொள்ளலுக்கு அப்பாற்பட்டது.

காந்திக்கு, நவீன நாகரிகத்தின் முக்கியக் குறியீடான எந்திரம் என்பது மிகப் பெரிய பாவம். புதிய உலகத்தில், குடும்பங்களின் ராணிகளாக இருக்கவேண்டிய பெண்கள், தெருவில் அலைகிறார்கள், அல்லது தொழிலகங்களில் அடிமைப்பட்டுக் கிடக்கிறார்கள். பாராளுமன்றங்களுக்கெல்லாம் தாய் என்று கருதப்பட்டும் பிரிட்டிஷ் பாராளுமன்றம் ஒரு மலட்டுப் பெண், வேசி. ஜனநாயகம் என்பது அடிமைத்தனத்தின் குறியீடு (காந்தி [1909] 1993: 13-18). மருத்துவமனைகள் இருப்பதால் ஆடவர்கள் தங்கள் உடல்களைப் பற்றி அக்கறைப் படுவதில்லை, அதனால் ஒழுக்கக் கேடு அதிகரிக்கிறது, ஆகவே அவை பாவங்களைப் பரப்பும் நிறுவனங்கள் (மேலது 33-4). இந்தியாவிலும் அயல்நாடுகளிலும் அடிக்கடி இரயில்வேயின் சேவையைப் பயன்படுத்திக் கொண்ட காந்தி, அதையும் சாடுகிறார். நோய்களையும் அழிவுகளையும் ஏற்படுத்தும் எதிரியாக அதைப் பார்த்த காந்தி பிரிட்டிஷ்காரர் இந்தியாவைப் பிடியில் வைத்திருப்பதற்கும், கொள்ளை நோய்களும் பஞ்சமும் பரவுவதற்கும் இரயில்வேதான் காரணம் என்கிறார் (மேலது 23-4).

மறுபுறம், காந்தியின் இதயம் பொருளாதாரப் புராதனம், கல்வியில் வைதிகம், கலாச்சாரக் குறுக்கம், இவற்றோடு மதம் அனுமதிக்கும் சாதிப்படிநிலை அமைப்பு ஆகியவற்றிற்காகத் துடிக்கிறது. உண்மையான நாகரிகம் என்பது தொழில்நுட்ப மாற்றமும், வாழ்க்கையை அரிக்கும் போட்டியும் இல்லாத மரபான வாழ்க்கை முறையில்தான் மலரும்.

ஆயிரக்கணக்கான ஆண்டுகளாக ஒரேவிதக் கலப்பையைத்தான் பயன்படுத்தி வருகிறோம். முன்னால் பயன்படுத்திவந்த அதே முறையிலான கூரைக் குடிசைகளைத்தான் பயன்படுத்துகிறோம். நமது மரபான கல்வியும்

முன்போலவேதான் இருக்கிறது. நமக்கு வாழ்க்கையை அரிக்கும் போட்டி என்றும் கிடையாது. ஒவ்வொருவனும் அவனது வாழ்க்கைத் தொழிலைச் செய்து முறையான கட்டணத்தைப் பெற்றான். நமக்கு எந்திரத்தைக் கண்டுபிடிக்கத் தெரியாது என்பதல்ல, நமது முன்னோர்கள், இப்படிப்பட்ட விஷயங்களில் மனத்தைச் செலுத்தினால் நாம் அடிமைகளாகிவிடுவோம், ஒழுக்கத் தன்மையை இழந்துவிடுவோம் என்று தெரிந்திருந்தார்கள். (காந்தி [1909] 1993: 35).

ஆகவே,

கடந்த ஐம்பதாண்டுகளில் கற்றுக் கொண்டதைக் கைவிட்டுவிடுவதில்தான் இந்தியாவின் மீட்பு அடங்கியிருக்கிறது. இரயில்வே, தந்தி, மருத்துவமனைகள், வழக்கறிஞர்கள், மருத்துவர்கள், இவை போன்றவை எல்லாம் போக வேண்டும்...

காந்தியின் குரு கோபால கிருஷ்ண கோகலே இந்தப் புத்தகத்தைப் பார்த்ததும் அரண்டுபோய் இது ஒரு முட்டாளின் வேலை என்று கூறினார். பிறகு தனது மாணவர் அதை இப்போதோ பிறகோ அழித்துவிடுவார் என்று தனக்கே ஆறுதல் கூறிக் கொண்டார். (பெய்ன் 1997: 224). கோகலேவுக்குப் பிறகு பலரும் இந்து சுயராஜ்க்குப் பிறகு காந்தியின் சிந்தனை ஒரு தலைகீழ் மாற்றத்துக்கு உட்பட்டது, அதில் கூறிய அறிவுக்குப் புறம்பான சிந்தனைகளிலிருந்து அவர் விடுபட்டு விட்டார் என்று நினைத்தார்கள். அப்படிப்பட்ட சந்தேகங்களை காந்தி அவ்வப்போது தானே நீக்கிவந்தார். 1920களில் அவர் எழுதியது இது: "இந்தச் சிறு புத்தகம், இந்து சுயராஜ்யம், நவீன நாகரிகத்தின் மிகக் கடுமையான கண்டனம். என் நம்பிக்கை முன்னைவிட இப்போது உறுதியாக இருக்கிறது. இந்தியா நவீன நாகரிகத்தை உதறித் தள்ளினால் அதனால் அது இலாபமடையவே செய்யும்" (யங் இந்தியா, 1921 ஜனவரி 26). தன் கொள்கைகளை அவர் இறுதிவரை அப்படியேதான் வைத்திருந்தார். 1940களில் அவர் இந்து ஸ்வராஜ்யம் புத்தகத்தைத் தமது நியமன வாரிசான நேருவிடம் அது இந்தியக் குடியரசுக்கான அமைப்புத் திட்டத்தைக் கொண்டுள்ளது என்று கூறிக் கொடுத்தார். நேரு அந்தப் புத்தகத்தைச் சிறிதும் காலத்துக்கு ஒவ்வாதது என்று கூறிப் புறக்கணித்தார். (பெய்ன் 1997: 220-1). காந்தி 1945 அக்டோபர் 5ஆம் தேதி நேருவுக்குக் கடிதம் எழுதினார்:

நான் இன்றும் இந்து சுயராஜ்யம் புத்தகத்தில் சொல்லப்பட்ட அரசாங்க முறையையே ஆதரிக்கிறேன். இவை வெறும் வார்த்தைகள் அல்ல. இந்தப் புத்தகத்தை எழுதும்போது 1908இலிருந்து நான் பெற்ற அனுபவங்கள் எனது நம்பிக்கையின் உண்மையை உறுதிப்படுத்தியுள்ளன. (ஆஸ்டின் 2001: 39).

காந்தியின் மாயைக் கற்பனையில், புரோகிதர்களும் அரசர்களும் எப்போதுமே ஏழைகளிடம் அன்பாக இருந்தார்கள். ஒருவேளை இவையெல்லாம் உண்மையல்ல, மிக உச்சமான அளவுக்குப்

பிற்போக்கானவை என்பதை அவர் அறிந்திருக்கலாம். (பெய்ன் 1997: 222). ஆனால் காந்தி தனது நிலக்கிழாருக்கம் அவனது விவசாயப் பணியாளர்களுக்கும், பணக்காரர்களுக்கும் ஏழைகளுக்கும் இடையிலான உறவை மாற்றவே அனுமதிக்க வில்லை. தொழில் நுட்பம், பெருந்தொழில், மேற்கத்திய மருந்து, செய்தித்தாள்கள், அவரது பெயர்பெற்ற தொழிலாள-எதிர்ப்பு ஆகியவை விசித்திரமாகவும் முரண்கள் நிரம்பியவையாகவும் இருந்தன. அவர் அவ்வப்போது இரயில்களில், கார்களில் சென்றார். தானே மருத்துவக் கொடுங்கோன்மை என்று கூறியதின் விருப்பமான அடிமையாகவும் இருந்தார். 1924இல் தனது குடல்வால் அறுவைச் சிகிச்சைக்கு அனுமதி கொடுத்தார், எப்போதுமே அலோபதி மருத்துவர்களின் பாதுகாப்பான பார்வையில்தான் ஒரு இலட்சிய நோயாளியாகத்தான் இருந்தார். செய்தித்தாள்களுக்கு எதிராக ஏறுமாறான பகுதித் தகவல்களை அனுமதிப்பதற்கு எரிச்சல்பட்டாலும், தனது இந்தியாவைப் பற்றியும் இந்தியப் பொருள்களையும் பற்றிய சொந்தப் பார்ப்பன அரை-உண்மைகளை வெளியிட அவற்றையே நம்பியிருந்தார். இந்த முரண்பாடுகள் வாயிலாக, மரபுக்குத் திரும்புவது சாத்தியமற்றதும் தேவையற்றதும் ஆகும் என்பதை அவரே காட்டியிருக்கிறார். அதேபோல அவரது ஆக்கப்பூர்வத் திட்டங்களுக்கும், சாபர்மதி, வார்தாவின் ஆசிரம நடவடிக்கைகளுக்கும் அப்போது பெருந்தொழில் தலைவர்களான கன்ஷ்யாம் தாஸ் பிர்லா, ஜம்னாலால் பஜாஜ் ஆகியோர் நிதியளித்தனர். அவருக்காகவும் அவரது சீடகோடிகளின் பெரும் கும்பலுக்காகவும் ஆன செலவையெல்லாம் அவரது பணக்கார நண்பர்கள்தான் செய்தனர் (இதை காந்தியே ஒப்புக் கொண்டார்).[7] இப்படிப் பணக்காரர்களின் தயவினாலேயே வாழ்ந்த ஒரு மனிதர், இதுதான் அவரை தர்மகர்த்தாக் கொள்கையை உருவாக்கத் தூண்டியிருக்க வேண்டும்-இவர் போய்த் தன்னை ஏழைகளின் மீட்பராகக் கூறிக் கொள்ள வேண்டுமா? இந்த பிர்லாக்களும் பஜாஜ்களும்-இவர்கள் சுதந்திரத்திற்குப் பிறகு காங்கிரஸின் நட்புமிக்க ஆட்சியில் இந்தியாவின் உச்சப் பெருந்தொழில் தலைவர்களானவர்கள்-இவரது முதலாளித்துவ எதிர்ப்பு, எந்திர எதிர்ப்புக் கொள்கைகளை ஏற்றுக் கொண்டார்களா? இப்படி வெகுமக்களுக்கிடையில் புனிதத் துறவியாகவும், செல்வ வளமிக்க வர்க்கத்தின் பாதுகாவலராகவும் இரட்டை வேடமிட்ட காந்தியின் போலித்தனம் உண்மையில் நம்மை அதிர்ச்சிகொள்ள வைக்கிறது.

காந்தி என்ற நிகழ்வுக்குள் துறவு மற்றும் ஒழுக்கப் புதுப்பிப்பு என்ற ஒரு சொல்லாடல் ஒன்று ஓடிக் கொண்டிருக்கும்போதே மற்ற ஒன்று, இரக்கமற்ற ஏகபோக உரிமை மற்றும் அரசியல் அதிகாரத்தின் தேடலுக்கானது ஓடிக் கொண்டிருக்கிறது. பிரிட்டிஷாரிடமிருந்து ஒழுக்கத் தலைமையைப் பறிப்பதன்

விரிவான திட்டம், அதை அதிகாரம்–துரத்தும் அரசியல்வாதிகளிடம் கொடுப்பதற்கான ஒரு முன்னோடிதான். ஆக்கபூர்வத் திட்டங்களின் ஒரு பகுதியான வெவ்வேறு ஆசிரமங்கள், பாரிய இந்து சமூகத்தின் ஒழுக்கப் புதுப்பித்தலுக்கான நோக்கத்தில் ஏற்பட்டதென்றாலும், அவை காங்கிரஸ் அரசியலின் பரப்புரை மையங்களாகவும் இருந்தன. (அலாய்சியஸ் 1997: 16).

காந்தி பல கடுமையான முரண்பாடுகளை வைத்திருந்தார். மகாத்மாவையும் அவரது அரசியலையும் இயக்குகின்ற பணம் மிகப் பெரிதாக இருந்தது. அதனால் மகாத்மா காந்தியின் நிலையை வணிக விளம்பர ஏழ்மை என்று ஒரு முறை இடித்துரைத்தார் சரோஜினி. "காந்தியை ஏழையாக வைத்திருக்க மிகப் பெரிய அளவு பணம் தேவைப்படுகிறது."ஏழையாக இருப்பதைவிட ஏழைபோல வாழ்வது மிக வேறான விஷயம் என்பதையும் காந்தி புரிந்துகொள்ளவில்லை. அதேபோல எல்லா மக்களுக்குமான ஆன்மிகச் சமத்துவம் பற்றிய அவரது பேச்சு சாதியில் வேறுபாடு பார்க்கும் வர்ணாசிரம தர்மத்தின்மீது அமைந்திருந்தது. அவர் துறவைப் பற்றியும் அதிகாரமின்மையின் மேன்மை பற்றியும் பேசினார். ஆனால் காங்கிரஸைத் தன் சொந்த மானியப் பிரதேசம் போன்று, அதன் தலைமையில் எந்த எதிரியும் வரக்கூடாத மாதிரியாக நடத்தினார். அவரது சுயஅழிப்புடன் உண்மையைத் தான் மட்டுமே அறிய முடியும் என்பதான இறுமாப்புக் கோரிக்கை சேர்ந்திருந்தது. தன்னைச் சுற்றி ஒரு மிக எச்சரிக்கையாக உருவாக்கிய பெரிய பின்பற்றுவோர் பட்டாளத்தை வைத்திருந்தார். அவர்கள் அவரது ஒவ்வொரு வார்த்தையையும் மிக விசுவாசமான நூலாகவே கருதிப் பின்பற்றினர்.

காந்தியம் பற்றி தாகூர், நேரு, ராய், அம்பேத்கர்

மனச்சாட்சிமிக்க சில ஆதரவாளர்களும்கூட காந்தி என்னும் மலைக்கச்செய்யும் முரண்நிகழ்வோடு தங்களை நேர்ப்படுத்திக் கொள்ளத் திண்டாடினர். ரவீந்திரநாத் தாகூர் காந்தியுடன் ஒரு நேசமான உறவை வைத்திருந்த போதிலும், அவரது அரசியலின் மையக் கூறுகள் பற்றிக் கடுமையான விமரிசனம் கொண்டிருந்தார். அக்கவிஞர் அதை ஆதிக்கமிக்கதாகவும் அபாயமானதாகவும் உணர்ந்தார். மனித இனம் பற்றிய ஒரு பரந்த பார்வையை மேற்கொள்வதில் தோல்வியுற்று, மேற்கத்திய நாகரிகத்தின் பாவம் மற்றும் குறைபாடுகளை மனத்தில் ஆட்படுத்திக் கொண்டால் இந்தியாவைத் தனிமைப்படுத்தும் அறிவெதிர்ப்புநிலை இங்கு பரவி விடும் என்று தாகூர் பயந்தார். (பார்க்க பட்டாச்சார்யா 1997: 8). பிராமணப் பிரபுக் குடும்பத்தைச் சேர்ந்த தாகூரே, பார்ப்பனியத்தின் மிகப் புதுமைசெய்யப்பட்ட

வடிவம் ஒன்றைப் பாராட்டினார். ஆனால் அவரும்கூட காந்தியின் வர்ணாசிரம தர்மம் பற்றிய ஒட்டுமொத்தப் பாராட்டினால் அச்சத்துக்கு ஆளானார். இதனைத் தாகூருடைய புகழ்மிக்க 1929 கட்டுரை 'சூத்திரப் பழக்கம்' என்பதில் காணலாம். காந்தியைப் போலன்றி, பிறப்பினால் சிலருக்குக் கீழான வேலையும் சிலருக்கு மேன்மையான பணியும் அளிக்கும் குலத் தொழில் முறையில் எவ்வித ஒழுக்க, மனம் சார்ந்த, தேசிய உயர்வையும் தாகூர் காணவில்லை. எவையாயினும், நிலைத்த புறக் கிரியைகளும், வர்ணாசிரமச் சடங்குகளும், மனிதனின் சுதந்திரத்தைக் கட்டுப்படுத்துபவை என்று அவர் கூறினார். சாதி தர்மத்தை நிலைநிறுத்துதல் என்பது சூத்திரப் பழக்கவழக்கங்களை அவர்கள் மத்தியில் மட்டுமின்றி சாதி பற்றிய நம்பிக்கைகளிலும் சடங்குகளிலும் நம்பிக்கை வைக்கும் அனைவருக்குள்ளும் ஏற்படுத்தும் வழிதான்.

காந்தியின் ஆக்கப்பூர்வத் திட்டங்களின் குறியீடுகளான சர்க்காவைச் (ராட்டையைச்) சுழற்றுதல், அயல் நாட்டுத் துணிகளை எரித்தல் போன்றவை இந்தியாவின் பிரச்சினைகளுக்கு மருந்து எனப்படுவதையும் விமரிசனம் செய்தார். தினமும் அரைமணி நேரம் ராட்டையைச் சுழற்றுங்கள் என்று காந்தி அறிவுரை கூறிய போது, தாகூர், "நாட்டுக்குப் பயன்படுமானால் எட்டரை மணிநேரம் கூடச் சுழற்றலாமே" கடுமையாகப் பதிலளித்தார். (பார்க்க எட்வர்ட்ஸ் 1986: 204). அவரது கட்டுரை சர்க்கா வழிபாடு என்பதில் ([1925] 1997: 97-112) இந்தியாவின் ஏழ்மைக்கான வேர்க் காரணம் நமது அழுகிய சமூக அமைப்பிலும் தனிப்பட்ட ஊழலிலும் அடங்கியிருக்கிறது, சர்க்கா போன்ற புனைவுகள் நமது ஆழமான தோல்விகளைச் சந்திப்பதிலிருந்து நிறுத்திவிடுகின்றன என்றார்.

தேவையற்ற முக்கியத்துவம் தருவதால் சர்க்கா பெருத்த தீமையைச் செய்து கொண்டிருக்கிறது. அதைப் பயன்படுத்தும் முறை உள்ளுக்குள் குமுறிக் கொண்டிருக்கும், நமது உயிர்க்கருவிகளை உண்ணுகின்ற பலவீனக் கொள்ளியில் மேலும் எண்ணெய் ஊற்றுவதாகவே அமைந்திருக்கிறது... நமது ஏழ்மையை அதன் இருட்டுக் குகையில் பாதுகாக்கும் குருட்டுத்தனமான அறிவின் ஒடுக்கம் அப்படியேதான மாறாமல் இருக்கும். இந்தக் குறுகிய செயல்பாடு, உண்மையின் மிகப் பெரிய பின்னணியை இருட்டில் வைத்துக் கொண்டு ஒரே ஒரு தனிப்படுத்தப்பட்ட உண்மையின் கூறின்மீது மட்டுமே ஒளிவீசும். (தாகூர், மேலது 110–11).

காந்தியின் ஏமாற்றுக்குள் புகுந்து கண்ட மற்றொருவர் ஜவஹர்லால் நேரு. பொது இடங்களில் அவர் காந்தியின் சீடராக வேடமிட்டார். ஆனால் வரலாறு மற்றும் சமூகத்தின் குழப்பமான புரிதல் அடிப்படையில் அமைந்த குறுகிய ஒழுக்கமுறை அரசியலுடன்

ஏறத்தாழ முற்றிலும் வேறுபட்டார். தனது அதிகாரத் தேடலில் நேரு காந்தியின் கொடைமீது பந்தயம் கட்டினாலும், தனது சுயசரிதையில் காந்தியின் இந்து சுயராஜ்யம் புத்தகத்தில் கண்ட சிந்தனைகள் யாவும் முற்றிலும் தவறானவை... சாதிக்க இயலாதவை என்று எழுதியுள்ளார். பொதுவாக காந்தியம் பற்றி நேருவின் கருத்தும் இதுதான். தனது இந்தியாவைக் கண்டுபிடித்தல் நூலில் அவர் எழுதுவது இது:

காந்தியின் சில சொற்றொடர்களும் கூட என் காதுக்கு ஈயமாக இருந்தன... உதாரணமாக ராமராஜ்யம் ஒரு பொற்காலமாகத் திரும்பி வர இருக்கிறது என்ற அவரது கூற்று... புரிந்துகொள்ள மிகவும் கடினமான ஒரு மனிதர். சராசரி நவீனனுக்கு அவரது மொழி சில சமயங்களில் புரியவே புரியாதது. ஆனால் நாங்கள் அவர் ஒரு பெரிய, தனித்துவமான மனிதர், போற்றத்தக்க தலைவர் என்று புரிந்துகொள்ள அவரை நன்கறிந்ததாக உணர்ந்தோம். அவர் மீது விசுவாசம் வைத்ததன் காரணமாக, குறைந்தபட்சம் தற்காலிகமாகவேனும் அவருக்கு நாங்கள் கையெழுத்திட்ட ஒரு வெற்றுக் காசோலையை அளிப்பது போலிருந்தது. அடிக்கடி நாங்கள் அவரது பித்துகளையும் விசித்திரங்களையும் எங்களுக்குள் விவாதித்துக் கொண்டோம். பிறகு அரை நகைச்சுவையாக, சுயராஜ்யம் வந்தால் இந்தப் பித்துகளை ஆதரிக்கக்கூடாது என்று பேசினோம். (நேரு [1946] 1996).

காந்தியின் தர்மகர்த்தாக் கொள்கை, மனமாற்றம், ஒழுக்கமற்ற சமூகத்தில் ஒழுக்கமுள்ள மனிதர்களை உருவாக்குதல் போன்ற காந்தியின் சிந்தனைகளைக் கேள்விக்குட்படுத்தி, ஜனநாயகக் கோட்பாடுகள் மற்றும் நடைமுறைகளைப் பலிகொடுப்பது வாயிலாகவே தனிமனிதர்களும் குழுக்களும் ஒழுக்கத்தைத் தங்கள் சொந்த நலன்களுக்கேற்ப விளக்கமளிக்க அனுமதிக்க இயலும் என்று நேரு கூறினார். (நேரு [1936] 1999: 543). தர்மகர்த்தாக் கொள்கையில் நாம் நம்பிக்கை வைக்க முடியுமா? ஒரு தனிமனிதருக்குத் தடையில்லாத அதிகாரத்தைக் கொடுத்துவிட்டு அவர் பொது மக்கள் நலனுக்காகவே அதை முழுதும் பயன்படுத்துவார் என்று எதிர்பார்க்க முடியுமா? நம்மில் மிகச் சிறந்தவர்களையும் இந்த வழியில் நம்பிக்கை வைக்குமளவு முழுமையானவர்கள் என்று கருத முடியுமா? (மேலது 528). இது பிறப்பு, அந்தஸ்து, பொருளதார அதிகாரம் ஆகியவற்றின் போலிப்பகட்டைத்தான் நிலைநிறுததும், இதன் விளைவுகள் அழிவு தருவதாக இருக்கும் என்றும் கூறினார். சமூக-பொருளாதார நீதியை ஒழுக்கத் தூண்டுதல் மூலமாக மட்டுமே உறுதிப்படுத்த முடியும் என்ற காந்தியின் போதனையை அவர் புறக்கணித்தார்.

வரலாறு காட்டுகின்ற ஒரு விஷயம் இருக்கிறதென்றால், இதுதான்: பொருளாதார நலன்கள் குழுக்கள் மற்றும் வர்க்கங்களின் அரசியல் பார்வைகளை உருவமைக்கின்றன. பகுத்தறிவோ, ஒழுக்க ஆலோசனைகளோ இந்த நலங்களை மீறிச் செல்வதில்லை. தனிநபர்களை மாற்றலாம், அவர்கள் தங்கள் சிறப்புத்

தனியுரிமைகளை விட்டுத்தரலாம், ஆனால் அதுவும் அபூர்வம்தான். ஆனால் வகுப்புகளும் குழுக்களும் அவ்வாறு செய்வதில்லை. அதனால் முன்னுரிமை பெற்ற ஆளும் ஒரு வகுப்பினரை அதிகாரத்தைக் கைவிட வைத்து, அதன் நீதிக்கு மாறான உரிமைகளையும் விடச் செய்தல் இதுவரை எப்போதுமே தோல்வியுற்றிருக்கிறது. எதிர்காலத்திலும் இது வெற்றிபெறும் என்று நம்புவதற்கு எந்தவிதமான காரணமும் இல்லை. (நேரு [1936] 1999: 544).

நேருவுக்கு இப்படியாகக் காந்தியின் குழம்பிய மனிதநேயத்தைப் பற்றி அடிப்படைச் சிக்கல்கள் இருந்தன. நீதியை வருவித்தலும் அஹிம்சையும் ஒருபுறம் இருப்பினும், அமைப்பு மாற்றத்திற்கு காந்தியின் எவ்வித எதிர்ப்பும் இருக்கும் நிலையையே உறுதிப்படுத்துவதோடு அதிகாரத்திலுள்ளவர்களின் வன்முறையைப் பெருகச் செய்யும் என்றும் நேரு பயந்தார்:

பல ஆண்டுகளாக நான் இந்தப் பிரச்சினை பற்றிக் குழம்பியிருக்கிறேன்: கீழுள்ளவர்களுக்குத் தனது அன்பு, பரிவு எல்லாம் இருப்பினும் ஏன் அதே நிலையைத் தவிர்க்கவியலாமல் உற்பத்தி செய்யக்கூடிய, நசுக்கக்கூடிய ஓர் ஒழுங்கமைவை ஏன் ஆதரிக்கிறார்; அஹிம்சை மீது அதீதமான பேரார்வம் கொண்ட அவர் ஏன் வன்முறையையும் ஒடுக்குதலையும் அடிப்படையாகக் கொண்ட ஓர் அரசியல், சமூக அமைப்புக்கு ஆதரவாக இருக்கிறார்? ஒருவேளை அப்படிப்பட்ட அமைப்புக்கு ஆதரவாக இருக்கிறார் என்று சொல்வது சரியாகாது, ஆனால்... அவர் இப்போதுள்ள முறைமையை ஏற்றுக் கொள்கிறார். (நேரு [1936] 1999: 515).

காந்தியைப் போலன்றி நேரு பிரிட்டிஷ் ஏகாதிபத்தியம் இந்திய நிலப்பிரபுத்துவ, வணிக வகுப்புகளோடு மிக வலுவான இணைப்புகளை உருவாக்கிக் கொண்டுள்ளது என்று தெளிவாகப் புரிந்துகொண்டிருந்தார். தேசிய இயக்கத்தின் வெற்றி காலனியத்தைத் தூக்கி எறிவதோடு, உள்நாட்டுச் சுரண்டும் வகுப்புகளின் வலுவான பிடியை உடைப்பதையும் பொறுத்துள்ளது என்பதை உணர்ந்திருந்தார். தனது சுயராஜ்யத்தில் அரசனும் ஆண்டியும் சமமான பாதுகாப்பை உடையவர்களாக இருப்பார்கள் என்ற காந்தியின் கனவுக் கற்பனைக்கு விடையிறுப்பதுபோல நேரு கூறினார்:

காங்கிரஸ் மூலதனத்திற்கும் உழைப்புக்கும், ஜமீன்தாருக்கும் விவசாயிக்கும் இடையில் சமநிலை கொள்ளவேண்டும் என்று சொல்லப்படுகிறது. ஆனால் இப்போது சமநிலை ஒருபுறமாக பயங்கரமாக எடைகூடியிருக்கிறது. இருப்பதை அப்படியே காப்பது என்பது அநீதியையும் சுரண்டலையும் பாதுகாப்பதுதான். சரிசெய்வதற்கு ஒரே வழி, எந்த ஒரு வகுப்பும் அடுத்ததன்மீது ஆதிக்கம் செலுத்துவதை நீக்குவதுதான். (நேரு 1929).

அதிகாரத்தில் இருந்தபோது நேருவின் சொந்தச் செயல்கள் இந்தப் புரிந்துகொள்ளலுக்கு ஏற்புடையனவாக இல்லை என்பது முற்றிலும் வேறு விஷயம். ஆனால் சமூக யதார்த்தத்துக்குள்ளும், ஒருவேளை ஓர் ஒழுக்க மனப்பான்மைக்குள்ளும், ஒரு நியாயமான நுண்ணறிவையும் கூர்நோக்கையும் பெற்றவராக காந்தி இல்லை என்பதைக் கண்டு சமயங்களில் மெய்யாகவே நேரு திகிலடைந்தார்.

காந்தியுடன் மிக நெருக்கமான தொடர்பை நான் பல ஆண்டுகளாகக் கொண்டிருந்தாலும் அவரது நோக்கம் என்ன என்பதைப் பற்றி மனத்தில் எனக்குத் தெளிவில்லை. அவரே தெளிவாக இருக்கிறாரா என்பது பற்றியும் சந்தேகம்தான்... உங்கள் தனிப்பட்ட வாழ்க்கையில் நல்லவராக இருங்கள், பிற எல்லாம் தானே நடக்கும்...இது ஒரு அரசியல் மனப்பான்மையோ அறிவியல் மனப்பான்மையோ இல்லை, ஒருவேளை ஒழுக்க மனப்பான்மை கூட இல்லை. மிகக் குறுகலான ஒழுக்கத்தன்மை, இதில் ஒரு கேள்வி தொக்கி நிற்கிறது: நல்லவராக இருத்தல் என்றால் என்ன? அது வெறும் தனிமனித விஷயமா, அன்றிச் சமூக விஷயமா? காந்திஜி பண்பை முழுமையாக வலியுறுத்துகிறார், ஆனால் அறிவுசார் பயிற்சி, மேம்பாடு இவற்றுக்கு எவ்வித முக்கியத்துவமும் அளிப்பதில்லை. பண்பற்ற அறிவு என்பது அபாயமானது, ஆனால் அறிவற்ற பண்பு என்பதென்ன? எப்படித்தான் பண்பு வளர்ச்சி பெறுகிறது? (நேரு, பார்க்க எச். முகர்ஜி 1991: 208).

இப்படிப்பட்ட ஒளிவுமறைவற்ற கருத்துரைகளை காந்தியம் பற்றி அளித்துவிட்டு, பிறகு நேரு அந்தப் பெரிய மனிதரைப் புகழ்வதற்குப் பின்னோக்கி வளைவார். தனிப்பட்ட ஆதாயங்களோ, சாதி-வர்க்க நலன்களோ, அல்லது வேறு காரணங்களோ, தங்களுக்குள் வேற்றுமைகள் இருந்தாலும், காந்தியும் நேருவும் நிறுவப்பட்ட நலன்களைப் பாதுகாப்பதில் ஒன்றாகவே இருந்தனர்.

காந்தியின் மற்றொரு முக்கிய விமரிசகர் எம். என். ராய். மார்க்சியர், பின்னர் தீவிர மானிடவாதம் என்பதை முன்வைத்தவர். 1920களிலும் 1930களிலும் காந்தியையும் அவரது கருத்தியலையும் பற்றிய மிகநுட்பமான மதிப்பீட்டைத் தொடர்ச்சியான கட்டுரைகளில் முன்வைத்தவர். முதலில், காந்தியின் பொருளாதார மீள்கட்டமைப்பு இந்தியாவின் கிராமப்புறத் துயரங்களில் எதையும் தீர்க்காது என்று சுட்டிக்காட்டினார். இரண்டாவது, ஒட்டுமொத்தமாகச் சமமற்ற ஒரு சமூகத்தில் சமூக ஒருங்கிசைவுக்கு காந்தி தருகின்ற அழுத்தம் இருக்கும் சமத்துவமின்மைகளை வலுப்படுத்தும் என்று அவர் வாதிட்டார். மூன்றாவது, காந்தியின் பிற்போக்குத்தனமான வரலாற்று நோக்கினை ஒருபோதும் நிலவியிராத ஒரு கற்பனையான கடந்தகாலத்தைப் பற்றிய நினைவுகூர்தலில் வேர் கொண்டிருப்பதாக ஆய்வு செய்தார். (ராய் 1950;

மேலும் பார்க்க டால்டன் [1983] 2012; கோன் மற்றும் மேக்பிரைட் 2011: 152).

பின்னர் இந்த வாதங்களைச் செப்பம்செய்து இந்தியாவின் செய்தி (1950) என்ற நூலாக வெளியிட்டார். தலைப்புக் கட்டுரை, காந்தியின் கலாச்சார தேசியவாதம், இந்தியச் சாதாரண மக்களுக்கு அதன் அழிவுதரும் விளைவுகள் பற்றிய நுண்ணுணர்வுள்ள விமரிசனம் ஆகும். மேற்கைவிட இந்தியா அதிக ஆன்மிகத் தனமானது என்ற கட்டுக்கதையை ஐரோப்பாவிலுள்ள மத-மறைஞானம் மற்றும் இலட்சியவாதத் தத்துவத்தின் வளமான பாரம்பரியத்தைச் சுட்டிக்காட்டி மறுக்கிறார். மீமெய்யியல் யூகம் பலவேறு வடிவங்களை எடுக்கலாம், ஆனால் அது எந்த ஒரு குறிப்பிட்டக் கலாச்சாரத்திற்கு மட்டும் தனிச் சொத்தல்ல என்று எடுத்துக் காட்டுகிறார். இந்தியாவிலும் சரி, ஐரோப்பாவிலும் சரி, அன்பு, உண்மை, நன்மை போன்றவை கொள்கையில் ஒப்புக் கொள்ளப்பட்டும் நடைமுறையில் புறக்கணிக்கப்பட்டும் வருகின்றன (ப.219). உண்மைக்கும் நீதிக்கும் இந்தியர்கள் பிறரைவிட அதிக விசுவாசமாக இருந்துள்ளனர் என்ற காந்தியின் கருத்து, வெறும் விருப்பச் சிந்தனை அல்லது இன்னும் சரியாக, இறுமாப்புள்ள உறுதிப்பாடு என்று வலியுறுத்தினார். வரலாற்றை மேம்போக்காகப் பார்த்தால்கூட அன்பையும் துறவையும் விட, இந்திய வரலாறு முழுவதும் சாதி வன்முறை, பெண்களை அடிமைப்படுத்தல், விவசாயிகளை ஒடுக்குதல் ஆகியவற்றால் நிறைந்துள்ளது என்பதைக் காணலாம்.

காந்தியக் கற்பனை சொர்க்கம் (உடோபியா) ஓர் மாற்றமற்ற சமூகம் என்று ராய் முடிக்கிறார். இம்மாதிரி நிலையான சமூகத்தின் விளைவு ஏற்றத்தாழ்வினையும் அநீதியையும் இயற்கை எனக்கூறி அவற்றை நிலைநிறுத்துவதாகும். மேலும் காந்தியின் அஹிம்சை என்பது, சுரண்டலைக் கட்டாயமானதாக்கி, அதை நிரந்தரப் படுத்துகின்ற ஒடுக்குதலின் மறைமுக வடிவங்களை ஏற்றுக் கொள்வதை உள்ளடக்கியுள்ளது (ப. 215). வேறிடத்தில், காந்தி பட்டினியால் வாடுபவர்களுக்கு ஆன்மிக நிலவைச் சாப்பிடத் தருகிறார் என்றும் அஹிம்சைக் கோட்பாடு என்பது உண்மையில் புரட்சிகர வலித் துடிப்புகளைத் தவிர்க்க மேல்வகுப்பினர் வகுத்த ஒரு சாதுரியமான தந்திரச்செயல் என்றும் கூறுகிறார். காங்கிரஸ் பூர்ஷ்வா நிலக்கிழார்களின் கட்சி, காந்தி முதலாளிகள், நிலக்கிழார்களின் தலைமைப் பிரதிநிதி என்பதுதான் காந்தியைப் பற்றிய மார்க்சிய வகையான வாசிப்பு என்பதையும் நோக்கவேண்டும். (ஆர்.பி. தத் [1940] 1989: 621ff). இதைத் தொடர்ந்து, மேல்சாதி மார்க்சியர்கள்-அவர்கள் எப்போதுமே சாதி மற்றும் பார்ப்பனியத்தைப் பற்றிக் கவலைப்பட்டதில்லை-மெதுவாக

வழிமாறி, மற்றப் பார்ப்பன அறிவுஜீவிகளுடன் சேர்ந்து காந்தியின் புகழை இந்தியாவின் மீட்பர் என்றும் செவ்வியல் நவீன வடிவம் (நம்பூதிரிபாடு [1958] 2010) என்றும் கூப்பாடு போடத் தொடங்கினார்கள்.

காந்தி, காந்தியம் பற்றி மிகப் பெரிய விமரிசகர்கள், தலித்-வெகுஜனச் சிந்தனையாளர்களான பெரியார், அம்பேத்கர் போன்றவர்கள்தான். இயல் 6இல் காங்கிரஸ் மற்றும் காந்தி பற்றிய பெரியாரின் குத்தலான விமரிசனத்தைப் பார்த்தோம். இங்கு நாம் அம்பேத்ரின் விமரிசனத்தைப் பார்ப்போம். காங்கிரஸும் காந்தியும் தீண்டப்படாதவர்க்குச் செய்தது என்ன? *(1945, மறு அச்சு இல் பாகம் 9இல்)* என்பது காந்தியக் கருத்தியல், அரசியலின் எல்லாக் கூறுகளையும் பற்றிய சரியான தகர்ப்பாகும். அம்பேத்கரின் கண்களில், தீண்டாமை எதிர்ப்புக்காக காந்தி நடத்திய மாயையான போராட்டம் ஒன்றைத் தவிர, காந்தியம் என்பது சநாதனவாதத்தின் மற்றொரு வடிவம் மட்டுமே. சநாதனவாதம் என்பது போர்க்குணமுடைய வைதிக இந்துமதத்தின் பழைய பெயர் *(BAWS, பாகம் 9: 295-6)* இந்து மதத்தையும் அதன் வைதிக விதிகளையும் நியாயப்படுத்தப் போலி வாதங்களைக் கண்டுபிடித்தது மட்டுமே காந்தியம் செய்த செயல். இந்து மதம் என்பது வெறும் விதிகளின் தொகுப்பு. அது அதற்கு ஒரு செம்மையுறாத, கொடுமையான ஒழுங்கமைவின் வடிவத்தை அளிக்கிறது. காந்தியம் அதன் மேற்பரப்பை வழவழப்பாக்கி அதற்கு ஒரு நாகரிகமான, கௌரவமான தோற்றத்தை அளிப்பதற்கு ஒரு தத்துவத்தைத் தருகிறது. இந்து மதத்திலுள்ள எல்லாமே நல்லதுதான், இந்து மதத்திலுள்ள யாவும் கண்டிப்பாக பொதுமக்கள் நன்மைக்கானவையே என்று அது சொல்கிறது. காந்திய இந்து மதம் தனியுரிமை பெற்றவர்க்குப் பொருந்துகிறது, அவர்கள் நலனுக்கு ஒத்துச் செல்கிறது, ஆனால் சாதியால் ஒடுக்கப்பட்டவர்களுக்கு காந்தியம் எதை அர்த்தப்படுத்துகிறது? சாதிக்கும் வர்ணத்திற்கும் காந்தி காட்டும் வேறுபாட்டினைச் சுட்டிக்காட்டி, நியாயத்திற்கும் அநியாயத்திற்கும் வேறுபாடு காணமுடியாத சிந்தனையற்ற இந்துவை வாதங்களால் ஏமாற்றுகின்ற ஒரு மகா பிற்போக்குவாதியின் கண்துடைப்பு என்று சொல்கிறார் அம்பேத்கர். ஒடுக்குமுறைக் கருவிகள் யாவும்-சாத்திரங்களின் புனிதம், சாதி, கர்மம் (வினை) இவற்றின் இரும்புச் சட்டம், பிறப்பினால் அந்தஸ்து காணும் அர்த்தமற்ற சட்டம்-இவை கீழ்ச்சாதி முறைமையினரின் வாழ்க்கையை அழித்தவை-காந்தியத்தின் உள்ளுக்குள் அப்படியே வெளிப்படையாகக் காணக்கிடக்கின்றன. *(மேலது 296-7).*

நவீனத்தன்மை, எந்திரங்கள் பற்றியும் காந்தியின் கருத்துகளை அம்பேத்கர் ஆராய்ந்து அவை அடிப்படையிலேயே தவறானவை என்று சொல்கிறார். பொருளாதாரச் சீர்கேடுகளும் அறிவியல், தொழில் நுட்பத்தினால் உருவாகுபவை என்று சொல்லிவிடுவதால் அவை பற்றிய காந்தியின் ஆய்விலும் அசலானது ஒன்றுமில்லை. நவீனமயமாக்கல் ஒருசிலரின் கைகளில் செல்வத்தையும் மூல வளங்களையும் குவியச் செய்திருக்கிறது என்பதும், சுற்றுச்சூழல் நசிவு பற்றியதும் கருதத் தக்கவை ஆனால் இவையெல்லாம் ரூஸோ, ரஸ்கின், கார்லைல், டால்ஸ்டாய் ஆகியோர் முன்வைத்த பழங்கருத்துகளே.[8] மிகையான, வேறுபாடு நோக்காத எந்திர மயமாக்கல் தீமைகளை உருவாக்குகிறது என்பது உண்மைதான். ஆனால் இவை எந்திரங்களால் ஏற்படுவன அல்ல, தனிச் சொத்தையும், சுய லாபத்தையும் மிகப் புனிதமானவை ஆக்கிவைத்துள்ள தவறான சமூக அமைப்பினால் ஏற்படுபவை. அறிவியலும் தொழில் நுட்பமும் எல்லாருக்கும் பயனளிக்கவில்லை என்றால் அதற்கு மருந்து அவற்றைக் கண்டிப்பதல்ல, அவற்றின் பயன்கள் ஒருசிலரால் உறிஞ்சிக் கொள்ளப்படாமல் அனைவருக்கும் சேரும்படியாகச் சமூக அமைப்பை மாற்றுவதுதான் வழி (மேலது 283). *(இந்த விஷயம் 1930 அளவிலேயே லத்தீன் அமெரிக்காவில் ஜோஸ் மரியாடெகி என்பவரால் ([1930] 1996) நாவன்மையுடன் முன்வைக்கப்பட்டது. சர்க்கா அல்லது ராட்டை, எந்த மக்களின் சமூகப் பிரச்சினையையும் தீர்க்கும் சக்தி படைத்ததல்ல. அதாவது, அது ஒரு பிற்போக்கான சமூக-பொருளாதாரப் பார்வையை அலங்கரித்துக்காட்டுகின்ற ஒரு கட்டுக்கதை.)*

வரலாறு முழுவதும் கண்டுபிடிப்புகள் வாயிலாக வாழ்க்கையை எளிதாக்கும் முறைகளை மனித ஆற்றல் கண்டுபிடித்துள்ளது. எனவே எந்திரம் என்பது மனித உழைப்பைக் குறைத்து, தேவையான ஓய்வுநேரத்தை அளிப்பதன் மூலம் கலாச்சார வாழ்க்கையைச் சாத்தியமாக்குகிறது. இது, ஒரு ஜனநாயக நாட்டில் குறிப்பாகத் தேவையான ஒன்று. ஒரு சில தனியுரிமை பெற்றவர்களுக்கு மட்டுமல்ல, அது எல்லாக் குடிமக்களுக்கும் அது அளிக்கப்பட வேண்டும். ஒருசிலரின் ஓய்வு நேரம் மற்றும் இன்பத்திற்காகப் பெரும்பான்மையோருக்கு கடும் உழைப்பும் அடிமை வேலையும் தரப்படுகின்ற ஜனநாயகமற்ற, வகுப்புகளாகப் பிரிந்துள்ள ஒரு சமூகம் வேண்டுமானால் எந்திரத்தைக் கைவிடலாம்.

சாதி-வகுப்புப் பிரிவினைகள் நம்மிடையே இன்னும் உள்ளன. ஆனால் காந்தியம் சமூக மற்றும் பொருளாதார ஏற்றத்தாழ்வைப் புனிதமாக்குகிறது. அதனால் பணக்காரன்-ஏழை, உயர்ந்தவன்-தாழ்ந்தவன் ஆகியவை எல்லாம் சமூக அமைப்பின்

நிரந்தரப் பகுதிகளாக்கப் படுகின்றன. இப்படிப்பட்ட இறுக்கமான சமூக அமைப்பின் சமூக விளைவுகள் பெருங்கேடு விளைவிக்கக் கூடியவை. ஏனெனில் வகுப்புப் பிரிவினை முழுச் சமூகத்திற்கும் தீங்கான பொருளியல் மற்றும் உளவியல் செல்வாக்குகளை இயங்கச் செய்கிறது. தனியுரிமை பெற்றவர்களும் சாதாரண மக்களும் சந்திக்கக்கூடிய பொதுப்புள்ளி எதுவும் இல்லை என்பதால் அவர்களுக்கிடையில் இடைவினை எதுவும் நடைபெறுவதில்லை, இப்படிப்பட்ட பிரிவினையாக்கம் கீழ்த்தட்டு மக்களை மனிதத்தன்மை இழக்கச் செய்து அடிமைகளாக்குவது மட்டுமல்ல, சற்றே கண்ணுக்குப் புலப்படாமல், உயர்வகுப்பினரையும் விலங்குத்தனமாக்குகிறது.

வகுப்பு அமைப்பினைத் தொடர்ந்து ஏற்படும் தனிமைப்படுத்தலும் புறமொதுக்கலும் தனியுரிமை பெற்ற வகுப்புகளில் குற்றக்கும்பலின் சமூகஎதிர்ப்பு மனப்பான்மையை உண்டாக்குகின்றன. தனக்கான நலங்கள் மட்டுமே சமூகம் என்று அதைக் கருத வைப்பதால் அது எல்லாருக்கும் எதிராக, அரசுக்கும்கூட எதிராகத் தன்னலத்தை மட்டுமே மேலோங்கும் நோக்கமாக்குகிறது. இது அவர்களுடைய கலாச்சாரத்தை மலட்டுத் தன்மை உள்ளதாகவும் கலைகளைப் பகட்டிற்கானதாகவும் ஆக்குகிறது. அவர்கள் செல்வத்தை மங்காததாகவும், அவர்கள் நடத்தைப் பாணிகளைத் திருப்திசெய்ய முடியாதவையாகவும் ஆக்குகிறது. நடைமுறையில் பார்த்தால், வர்க்க அமைப்பில், ஒருபுறம் கொடுமை, டம்பம், பெருமிதம், இறுமாப்பு, பேராசை, சுயநலம் என்றும், மறுபுறம் பாதுகாப்பின்மை, ஏழ்மை, இழிவுபடுத்தல், சுதந்திர இழப்பு, தன்னம்பிக்கை, சுதந்திரம், கௌரவம், சுய மரியாதை ஆகியவற்றையும் ஏற்படுத்துகிறது. (*BAWS*,பாகம் 9: 285).

ஏற்றத் தாழ்வுகளின் விளைவுகள் ஜனநாயகச் சமூகத்திற்கும் தேசத்திற்கும் அழிவை ஏற்படுத்தக்கூடியவை. ஆனால் காந்தியம் சாதி-வகுப்பு அமைப்பு வாழும் நம்பிக்கையாகச் செயல்படவேண்டும் என்று கூறுகிறது. காந்தியின் தர்மகர்த்தாக் கொள்கை (பணக்காரர்கள் ஏழைகளுக்கு உதவுவார்கள் என்பது) கேலிக்கிடமானது. ஒழுக்கத்திற்கும் பணத்துக்குமான மோதலில் பணம்தான் எப்போதுமே முந்தையதை வென்றுள்ளது. சுயநலக்காரர்கள் எப்போதுமே அவர்களைக் கடடாயப் படுத்துவதற்குப் போதிய சமூக மற்றும் வேறு பொருளியல் சக்திகள் இருந்தாலொழியத் தங்கள் பணத்தை விருப்பமாக ஒருபோதும் அளித்தது கிடையாது. சொத்துள்ள வகுப்பினர் சொத்தின் கவர்ச்சிக்கு ஆட்படாமல் இழிவான வகுப்புகள்மீது தங்கள் எல்லையற்ற சக்திகளைத் தவறாகப் பயன்படுத்தாமல் கைவிட்டுவிடுவார்கள் என்ற எல்லை வரை கொஞ்சம் அவர்களுக்கு ஒழுக்க ஆயுதம் அளித்தல் மாற்றிவிடும் என்று வெகுமக்களை ஏமாற்றி நம்பச் செய்கின்ற முட்டாள்தனமான முயற்சி தர்மகர்த்தா முறை என்று அவர் வாதிட்டார் (மேலது 286).

காந்தி கிராம சுயராஜ்யம் என்ற கருத்தை ஆதரித்தார். அதில் மரபான சாதிச் சமூகம் அடிப்படைக் கல்வி முதலிய அல்லது சண்டைகளைத் தீர்த்தல் போன்ற பணிகளைச் செய்யுமாறு பணிகள் தரப்படுகின்றன. இப்படிப்பட்டப் பணிகளுக்கு இருப்பனவற்றில் சாதிதான் மிக மோசமான கருவி என்று அம்பேத்கர் சுட்டிக் காட்டுகிறார். நகர வாழ்க்கையின் குரூரத்துக்கு எதிராக ஒத்திசைந்த கிராம வாழ்க்கை என்பதை முன்வைப்பதற்கு ஆதாரம் எதுவும் இல்லை. இவ்விதம் நகரத்தையும் கிராமத்தையும் முரண்படுத்துவது எளிமைப்படுத்திப் பார்க்கும் விஷயம் என்று அம்பேத்கர் ஒதுக்கிவிடுகிறார்.

காலங்கடந்த கிராமம் என்பதை அடிப்படையாகக் கொண்ட சுதந்திர இநதியா காந்திய சொர்க்கம் (உடோபியா), அதில் அழகு ஒத்திசைவு மட்டுமே உண்டு என்பதற்குப் பதிலாக அம்பேத்கர் கிராம வாழ்க்கையின் மிக மோசமான அநீதிகளை வலியுறுத்தி அரசியலமைப்பு மன்றத்தில் பேசினார். கிராமச் சமுதாயத்தின் மீது அறிவுஜீவிகளின் அன்பு என்பது மெட்காஃபின் புனைவுவாதம் என்று வருணித்தார். மெட்காஃப் கிராமத்தை “எளிய வசீகரம் கொண்ட, சுயதேவைப் பூர்த்தி கொண்ட சிறிய குடியரசுகள்” என்று வருணித்த விதம் பல யுகங்களின் காலமாற்றங்களைக் கடந்துவந்த ஒன்று. ஆனால் அப்படி அது நீடித்திருப்பது ஒரு கீழான சுயநல தளத்தில் மட்டுமே என்று அம்பேத்கர் கூறுகிறார். சுதந்திரத்தின், படைப்பாற்றலின் மையமாக இருப்பதற்கு பதிலாகக் கிராமம் வட்டாரச் சுயநலத்தின் கழிவுக்காலாகவும், அறியாமை குறுகிய மனம் சாதியவாதம் ஆகியவற்றின் குகையாகவும் உள்ளது. அம்பேத்கர் விவசாயத் துறையின் மேம்பாட்டுடன் வேகமான தொழில்மயமாக்கலும் தேவை என்று வலியுறுத்தினார் அம்பேத்கர்.

சமூக ஜனநாயகமாக தேசம்

அம்பேத்கர் 1920 அளவிலேயே தமது மூக் நாயக் (குரலற்றவர்களின் குரல்) என்னும் பத்திரிகையில் எழுதினார் ஒரு சுதந்திர நாடாவது போதுமானதல்ல, அது ஒரு மதச்சார்பற்ற சமூக ஜனநாயகமாக வேண்டும் என்றார். ஒவ்வொரு குடிமகனுக்கும் அவனது முன்னேற்றத்துக்கு உகந்த நிலைமைகளை உருவாக்கி, அவன் வாழ்க்கையில் உயர வாய்ப்புத் தர வேண்டும். தாழ்த்தப்பட்ட வகுப்பினர் தாங்கள் தேர்ந்தெடுக்கும் வேலைகளைச் செய்வதற்கான வாய்ப்புகள் தரப்படாத, ஒரு மேன்மையான வாழ்க்கைக்கு வாய்ப்புத் தரப்படாத சுயராஜ்யம் ஒரு சுயராஜ்யமாக இருக்காது.

அதே கட்டுரையில் அவர் நீதியற்ற பிரிட்டிஷ் அரசாங்கத்தின் அதிகாரத்தைப் பிராமணர்கள் தாக்குவதும் எதிர்ப்பதும் நியாயம்தான் என்றால், அதிகார மாற்றம் ஒருவேளை நடைபெற்றால் பார்ப்பனர்களின் ஆட்சியைத் தாழ்த்தப்பட்டவர்கள் எதிர்ப்பதும் நூறுமடங்கு சரிதான் என்று வாதிட்டார். (கீர் [1954] 1971: 41).

பெரும்பாலான வரலாற்றாளர்கள் அம்பேத்கரைத் தாழ்த்தப்பட்ட மக்களின் சார்பாளர் என்று குறிப்பிடும்போது அவர்கள் காங்கிரஸ், காந்தி, நேருவை மேல்சாதிகளுக்குக் கொடிபிடித்தவர்கள் என்று குறிப்பிடுவதில்லை. அம்பேத்கர், ஆளும் வகுப்பினருக்கும் கீழான வெகுமக்களுக்கும் இடையிலுள்ள முரண்பாடான நோக்குகளைக் குறிப்பிட்டு இந்த விஷயத்தைத் திரும்பதிரும்பக் குறிப்பிட்டார். தேசியவாதத்துக்காகத் தங்கள் தனியுரிமைகளை விட்டுக் கொடுப்பதைவிட மேல்தட்டினர் தேசியவாதத்தைத் தங்களைக் காப்பாற்றப் பயன்படுத்திக் கொண்டனர். தாழ்த்தப்பட்ட மக்கள் சட்டமன்றங்களிலோ பொதுச் சேவைகளிலோ பிரதிநிதித்துவத்தைக் கேட்டபோதெல்லாம் ஆளும் வகுப்பினர் தேசியவாதம் அபாயத்தில் இருக்கிறது என்று பூச்சாண்டி காட்டினர். அப்படிப்பட்ட செயல்கள் தேசிய ஒருமைப்பாட்டுக்கு எதிரானவை என்று கூறினர். ஒவ்வோர் அதிகாரப் பதவியும் தலைமைப் பதவியும் மிகச் சிறந்த மனிதர்களுக்கன்றி வேறெவருக்கும் அளிக்கப்படலாகாது என்று அவர்கள் வலியுறுத்தியதன் மூலம் அவர்கள் தர அடிப்படையில்தான் தேசம் கட்டப்படுகிறது என்ற மனப்பதிவை எழுப்பினர். இந்த தர அடிப்படை என்பதன் கட்டுக்கதையை உடைத்து, அம்பேத்கர் இந்த வாதம் ஏற்றுக் கொள்ளக்கூடியதாக இல்லை, நடைமுறையில் வரலாற்றுச் சூழல்களை வைத்துப் பார்க்கும்போது ஒவ்வொருமுறையும் மிகச் சிறந்த மனிதனைத் தேர்ந்தெடுத்ததாகச் சொல்லும்போது அவன் ஆளும் வகுப்பைச் சேர்ந்தவனாகவே இருக்கிறான் என்று கூறினார். தரம் என்பதை யார் நிர்ணயம் செய்வது என்று கேள்வியெழுப்பினார். ஆளும் வகுப்பினரால் கல்வி எத்தனையோ நூற்றாண்டுகளாக ஏகபோகமாக அனுபவிக்கப்படவில்லையா? தர்மசாத்திரங்களின் கட்டளைப்படி எல்லா ராஜதந்திரப் பதவிகளும் ஒரு குறிப்பிட்ட வகுப்புக்கே உரியதாக ஒதுக்கப்படவில்லையா? யாவற்றுக்கும் மேலாக, ஆளும் வகுப்பினரின் நோக்கில் மிகச் சிறந்த ஆள் எனப்படுபவர் கண்டிப்பாக ஒடுக்கப்பட்டவர்களின் நோக்கில் மிகச் சிறந்தவராாக ஏற்றுக் கொள்ளப்பட வேண்டுமா?

மிகச் சிறந்தவரின் இடத்தில் சிறந்தவரையும், சிறந்தவர் இடத்தில் நல்லவரையும், நல்லவர் இடத்தில் மோசமானவரையும் வைக்கின்ற மாதிரியாக எதுவும் செய்துவிடலாகாது என்ற அருவமான கொள்கையில் யாருக்கும் எவ்விதத்

தகராறும் இல்லை... ஆனால் மனிதன் வெறும் எந்திரம் அல்ல. அவன் ஒரு மானிடன், சிலபேர்மீது பரிவும் சிலபேர்மீது வெறுப்பும் கொண்டவன். இது மிகச் சிறந்தவருக்கும் பொருந்தும். அவனும் வகுப்புசார்ந்த பரிவுகளையும் வெறுப்புகளையும் கொண்டே இருக்கிறான். இம்மாதிரிச் சிந்தனைகளை வைத்து நோக்கும்போது, ஆளும் வர்க்கத்திலிருந்து மிகச் சிறந்தவன் கீழ்த்தட்டு மக்களின் நோக்கில் மிக மோசமானவன் ஆகவும் இருக்கக் கூடும். ஆளும் வர்க்கம், கீழ்த்தட்டு வர்க்கம் ஆகிய இரண்டிற்கும் இடையில் மனப்பான்மையிலுள்ள வேறுபாடு, ஒரு தேசத்திலுள்ள மனிதன் மற்றொரு தேசத்திலுள்ள மனிதன்மீது கொள்ளும் மனப்பான்மைதான். (BAWS, பாகம் 9: 229-30).

ஆக அம்பேத்கருக்கு தேசியவாதம் என்பது அந்நிய ஆதிக்கத்திற்கு எதிரான கிளர்ச்சியும் அவர்களை வெளியேற்றுவதும் மட்டும் அல்ல, உள்நாட்டு ஒடுக்குதலை முடிவுக்குக் கொண்டுவருவதும்தான். விஷயம் இதுதான்-யாருடைய சுதந்திரத்திற்காகக் காங்கிரஸ் போராடுகிறது?

... சமூகம், தேசம், நாடு என்பன எல்லாம் ஈரடியான சொற்கள், இல்லை எனில் ஒழுங்கற்ற சொற்கள் எனலாம்...தேசம் என்பது ஒரு வார்த்தை என்றாலும் பல வகுப்புகளை அர்த்தப்படுத்துகிறது. தத்துவரீதியாக தேசத்தை ஓர் அலகாகக் காணலாம். ஆனால் சமூகவியல் நோக்கில் அது பல வகுப்புகளைக் கொண்டதாக உள்ளது. ஒரு தேசத்தின் சுதந்திரம் மெய்யானதென்றால், அதிலுள்ள பலவேறு வகுப்புகளின் சுதந்திரத்தையும் உறுதிப்படுத்தவேண்டும். குறிப்பாக பிறரைச் சார்ந்துள்ள கீழ்த்தட்டு வகுப்பினரின் சுதந்திரத்தை. (மேலது 201-2).

தனியுரிமை பெற்றவர்களுக்கு, சுயராஜ்யம் என்பது மரபுவழி பிராமண முறைமையை வலுப்படுத்துவதாகும். ஆனால் ஒடுக்கப்பட்டவர்களுக்கு, சுயராஜ்யம் என்பது அந்த முறைமையை அழிப்பதாகும். இக்காரணத்தினால் ஒடுக்கப்பட்டவர்களின் தேசியம், மேல்சாதி தேசியத்திற்கு நேர் முரண்பட்டதாக இருந்தது:

அடிமைப்பட்ட வகுப்புகளுக்காகப் பேசும்போது, இறையாண்மை கொண்ட சுதந்திர இந்தியாவில் என்ன நிகழவேண்டும் என்று அவர்கள் எதிர்பார்க்கிறார்கள்? வாழ்க்கையின் தத்துவமாகவும், சமூக முறைமையாகவும் பார்ப்பனியம் முழுமையாக அழிக்கப்படவேண்டும் என்பதைத்தான் என்பதில் எனக்குச் சந்தேகமில்லை. இப்படிச் சொல்வதால் ஒடுக்கப்பட்ட மக்களுக்கு சமூக முன்னேற்றம் பற்றிய கவலையில்லை எனலாம். இந்த விஷத்தன்மை கொண்ட சமூக முறைமையில் அவர்கள் சகித்துக் கொள்ள வேண்டிய அவமதிப்பையும் அகௌரவத்தையும் ஒப்பிட்டு நோக்கும்போது அவர்களுடைய விதியாக இருக்கின்ற தேவையும் ஏழ்மையும் ஒரு பொருட்டே அல்ல. (மேலது 212-13).

அம்பேத்கரின் தேசியம், ஆக, ஒரு புதிய ஜனநாயகச் சமூகத்தைக் கட்டுவதற்காக மரபான சமூக முறைமையைக் கேள்விக்கு உட்படுத்துவதும், இறுதியாக அழிப்பதுமான தளத்தில் இருந்தது.

ஆனால் காந்தியின் திட்டம் ஏற்றத்தாழ்வான சமூக அமைப்பைக் காப்பாற்றுவது. காங்கிரஸ் அரசியலின் வடிவம், உள்ளடக்கம் ஆகியவற்றினூடாகக் கண்ட அம்பேத்கர், இந்தியா சுதந்திரம் அடைந்துவிட்டால் தலித் வெகுஜனங்கள் மீண்டும் பரந்த அளவில் வேறுபட்ட நவீனப் போர்வையில் அவர்கள் தனிமைப்படுத்தப் படுவார்கள் என்பதைப் புரிந்துகொண்டார்.

தேசிய இயக்கத்திலிருந்து விலகிநிற்குமாறு செய்யப்பட்ட அம்பேத்கர், தேசியவாதிகளை வெளிப்படுத்தினார். அவர்களில் பெரும்பாலோர் சாதியைச் சமூக அமைப்பின் உயர்ந்த வடிவம் என்று போற்றிக் கொண்டிருந்தனர். மற்றவர்கள் அதை ஆதரித்து உள்ளுக்குள் நடைமுறைப் படுத்திக் கொண்டிருந்தனர். இன்னும் சிலர் அந்தப் பிரச்சினையே இல்லாததுபோல இருந்தனர். சாதி மீதும் பார்ப்பனியம் மீதும் வைக்கப்பட்ட தாக்குதல் எதுவும் இந்தியக் கலாச்சாரத்தின்மீதான தாக்குதல் என்று நோக்கப்பட்டதால் அவருடைய விமரிசனம் தேசிய வட்டங்களில் தேசப்பற்று அற்றது என்று கண்டிக்கப்பட்டது.

சாதியடிப்படையிலான வேலைவாய்ப்பு, மத-கலாச்சார, கல்வி வரையறைகள் அல்லது சட்டக் கட்டுப்பாடுகளிலிருந்து உடைத்து வெளியேற வேண்டுமென்ற தனிநபர் மற்றும் அமைப்புச் சார்ந்த முயற்சிகளைச் செய்துவந்த தலித் வெகுஜனங்களுக்கு மேல்சாதியினருடைய அரசியல் தளமும் பதாகையும்-அதாவது தேசியத்தின் பெயரால் பழைய கலாச்சாரத்தையும் மரபையும் காப்பது-பழைய சாதி முறைமையை வலுப்படுத்துவதற்கான வெளிப்படையான அழைப்பாகவே தென்பட்டது (அலாய்சியஸ் 2002). ஆகவே தேசியத்தின் களம் மேலும் மேலும் தனியுரிமைச் சாதியினரின் முழுமைவாதத்துடன் அடையாளப்படுத்தப் பட்டதில் வியப்பில்லை. காங்கிரஸ் தலைமை தாங்கிய தேசியவாதமும், அம்பேத்கரின் தேசிய வாதமும் மேல் மற்றும் கீழ் வகுப்பினரின் தீர்க்கப்பட முடியாத நலன்களின் மோதல்களின் பரந்த சட்டகத்தில் வைத்தே பகுத்தாராயப்பட வேண்டியதாகிறது.

அம்பேத்கரின் தேசியம் சமநீதித் தத்துவம், குடிமக்கள் இடையிலான தோழமை உணர்வு ஆகியவற்றின் அடிப்படையில் அமைந்தது. தேசியம் என்பது ஒரு சமூக உணர்வு. அது ஒற்றுமையின் கூட்டுணர்ச்சி. அதனால் உந்தப்பட்டவர்கள் தாங்கள் உறவினர்கள் என்று உணர்கிறார்கள் (BAWS, பாகம் 8: 31).

தேசியம் என்பது ஓர் இன உணர்வு, தன்னைக் கொண்டவர்களை அது ஒன்றாகக் கட்டுகிறது. அதாவது, அம்பேத்கருக்கு சமூக ஜனநாயகமாக இல்லாவிட்டால் அது தேசியம் அல்ல. ஜனநாயகம்

என்பது வெறும் அரசாங்க வடிவம் மட்டுமல்ல. அது கூட்டு வாழ்க்கையின், ஒன்றுசேர்ந்த, தொடர்புகொண்ட அனுபவத்தின் முதன்மையான நிலை. சக மனிதர்கள்மீது அது அடிப்படையில் மரியாதையையும் பெருமதிப்பையும் கொண்ட மனப்பாங்கு (BAWS, பாகம் *1: 57*). ஆனால் சாதி என்னும் சமூகத்துக்கு எதிரான உணர்வு பொதுச் செயல்பாடுகளையும் கூட்டு வாழ்க்கையையும் சாத்தியமற்றதாக்குகிறது. சாதிகளுக்குத் தங்கள் சொந்த நலங்களை மட்டுமே மேம்படுத்துவதற்கும், பிற சாதிகளுக்கு அநீதி அல்லது தவறு இழைப்பதற்குமான ஓர் உள்ளார்ந்த பண்பு இருக்கிறது. பரஸ்பர அவநம்பிக்கை பகைமை ஆகியவை தோன்றுவதற்கான ஒரு வளர்ப்புக் களத்தை சாதி உருவாக்குகிறது. தனித்தனிக் குழுக்களுக்கு மற்றவர்களின் சம உரிமைகளைப் புரிந்துகொள்வது கடினம். சாதி அமைப்பு என்பது பல சாதிகளின் தொகுப்பு மட்டுமல்ல, தங்கள் தங்கள் சுயநல இலட்சியங்களோடு ஒரு மூடப்பட்ட சூழ்நிலைக்குள் தங்களுக்காகவே வாழுகின்ற பல போரிடுகின்ற குழுக்களின் கூட்டமைப்பு அது (BAWS,பாகம் *1: 52*). பிறிதோர் இடத்தில் அவர் சொல்வதுபோல, ஒரே ஒரு சாதி என்பது இருக்க இயலாது. சாதி என்பது பன்மையில் (பலவாக) மட்டுமே இருக்க முடியும். சாதியின் மேதைமை பிளவுபட்டுப் பிரிந்து செல்வதில் இருக்கிறது (பாகம் *5: 211*). சாதி உணர்வு பழம் பகைமைகளை ஞாபகத்தில் உயிரோடு வைத்திருக்கவும் உதவுகிறது. இனவாதத்தின் தாயாக சாதி மனப்பான்மையைக் குறித்துக் காட்டி, அம்பேத்கர், தேசியம் என்பது சாதி மனப்பான்மையை மறுப்பதை உட்கொண்டுள்ளது என்று வாதிடுகிறார். “பொது உணர்வைச் சாதி கொன்றுவிட்டது. பொது அறம்செய்தலின் உணர்வைச் சாதி அழித்துவிட்டது. பொதுக்கருத்தைச் சாதி இல்லாமல் செய்துவிட்டது. சிறந்த நற்பண்பு என்பது சாதிக்குள் ஒடுங்கிவிட்டது, ஒழுக்கம் என்பது சாதிக்குக் கட்டுப்பட்டது ஆகிவிட்டது” (BAWS, பாகம் *1: 56*).

சுருக்கமாக, சாதியற்ற சமத்துவம் என்பது எழுச்சியுறுத் தேசத்திற்கு முன்-தேவையாக உள்ளது என்கிறார் அம்பேத்கர். சமத்துவம் என்பது மேற்குலகிற்கு உரிய தனி அரசியல் கொள்கை என்ற கருத்தை அவர் பலமாக மறுககிறார். அது மேற்கிற்கோ கிழக்கிற்கோ உரியதல்ல, ஆனால் எல்லா இடங்களிலும் கீழ்வகுப்பினரிடையே காணப்படுகின்ற நாட்டம் அது. இப்படியாக, அம்பேத்கருக்கு காங்கிரஸுடன் அடிப்படை வேறுபாடுகள் இருந்தன. ஆனால் அது கொள்கையை அடிப்படையாகக் கொண்ட அரசியலின் அடிப்படையில் அவரது வாழ்க்கையின் தொடக்கத்திலிருந்து இறுதிவரை அவர் மேற்கொண்டதாக இருந்தது. சில சுருக்கமான காலப்பகுதிகளுக்கு அவர் பிரச்சினை மையப்பட்ட விஷயங்களில் காங்கிரஸுக்கு ஒத்துழைப்புத்

தந்தது இதற்கு விதிவிலக்கு, முதல் வட்டமேசை மாநாட்டின்போது 1930இல் அவர் தெளிவுபடுத்தியதுபோல, அவர் சுதந்திரத்தை வேண்டினார், ஆனால் கலாச்சார, அரசியல் பார்வையை வளர்த்தெடுக்க முடியும் சாதி, வகுப்பு மற்றும் பாலியல் பிரிவினைகளை ஒழிக்க உள்நாட்டுச் சுரண்டலைப் பற்றிய ஒரு நேர்மையான விவாதத்தை நடத்த வேண்டினார். பலவீனமான வகுப்பினருக்கு நேர்முகச் செயல்பாடு தேவை என்று கேட்டதற்காக அம்பேத்கரைத் தாக்கியவர்கள் பிரிட்டிஷ் இந்தியாவில் அரசர்களையும் நிலக்கிழார்களையும் சட்டசபைகளுக்கு அனுப்பும்போது வாய்மூடி இருந்தனர் என்பது குறிப்பிடத்தக்கது. ராஜா-மகாராஜாக்களை எல்லாம் நியமிப்பதற்கு எதிராகக் குரல் கொடுத்து, தலித் அடித்தட்டு மக்களுக்குப் பிரதிநிதித்துவம் வேண்டும் என்று கேட்டவர் அம்பேத்கர் மட்டும்தான்.

அரசியலமைப்புக் குழு முறைப்படியாக தீண்டாமையை ஒழித்தபோது (இதற்கு அம்பேத்கர்தான் பிற எவரையும்விட அதிகமாகப் பங்களித்திருந்தார்) மேல்சாதி உறுப்பினர்கள் காந்தியை மட்டுமே "காந்திஜி கீ ஜய்" என்று கூறிப் பாராட்டினர். தன்னை இழிவுபடுத்தும் ஒதுக்கல் நடவடிக்கையைக் கண்டு அம்பேத்கர் கூறினார், "நான் உங்கள் தேசியத் தலைவர்களில் ஒருவனல்ல. தீண்டப்படாதவர்களின் தலைவன் என்ற மிக உயரிய தகுதிக்கு நான் உயர்ந்திருக்கிறேன். அந்தத் தகுதிகூட எனக்கு மறுக்கப்படுகிறது என்பதைக் காண்கிறேன். தாக்கர் பாபா மிக அண்மையில்தான், மஹார்களுடைய ஒரே தலைவன் நான்தான் என்று கூறினார்" (*BAWS*, பாகம் *8: 346*).

தலித்துகளை சாதி, உபசாதி அடிப்படைகளில் பிரிக்கக் காங்கிரஸால் ஒரு சதித் திட்டம் தீட்டப்பட்டது என்று காரணமில்லாமல் அம்பேத்கர் சந்தேகப்படவில்லை. பதவி ஆசையை மூட்டி, தகுதியற்ற, ஊழல்மிக்க ஹரிஜன் தலைவர்களை மேம்படுத்தியது மட்டுமில்லாமல், தலித் அடித்தட்டு மக்களிடையில் பிளவுகளை ஏற்படுத்த தேசியப் பத்திரிகைகளில் அதிகமாக மாயத்தீர்வுகளும் வழங்கப்பட்டன. அப்படிப்பட்ட சூழலில்தான் அம்பேத்கர் தலித்துகளுக்குத்தான் தனது முதல் விசுவாசம், இந்தியா பிறகுதான் என்று கூறியிருக்க வேண்டும். 1935இல் அவர் ஒடுக்குமுறை இந்துமதத்திலிருந்து தான் முழுமையாகப் பிரிந்துகொள்ள விரும்புவதாகத் தெளிவுபடுத்தினார். 1936இல் அவர் தீவிர சமூக-பொருளதார நோக்கங்களுடன் சுதந்திரத் தொழிற்கட்சியைத் தொடங்கினார். 1942இல் பட்டியலிட்ட சாதிகளின் கூட்டமைப்பை நிறுவினார். மூன்றாண்டுகள் கழித்து உயர் கல்வியைப் பரப்புவதற்கு மக்கள் கல்விச் சங்கத்தை உருவாக்கினார்.

சுதந்திரம் பற்றிய புகழுரைகளுக்கிடையில் தீவிர யதார்த்த நிலை: அரசியலமைப்பும் இந்துச்சட்ட மசோதாவும்

இப்படியாக, அம்பேத்கருக்கு காங்கிரஸுடன் அடிப்படை வேறுபாடுகள் இருந்தன. ஆனால் அது சுயராஜ்யம் வேண்டும் என்று 1930களில் அரசியல் கிளர்ச்சியாளர்-அமைப்பாளர் என்ற முறையில் செயல்பட்ட அம்பேத்கரின் தீவிரவாதம் 1940களின் முதற்பாதியில் பிரிட்டிஷ்காரருடன் அவரது ராஜதந்திர ஒத்துழைப்பினால் மாறுதலுக்கு ஆளானது. வைசிராயின் நிர்வாக மன்றத்தில் தொழில்துறை அமைச்சராக அவர் சேர முடிவு செய்தது, மேல்சாதி தேசியவாதிகள் எரியும் சமூகப் பிரச்சினைகளுக்குக் காட்டிய முழுமுதல் அலட்சியத்திற்குப் பதிலடி கொடுப்பதற்காக என்று தோன்றுகிறது. ஒருவேளை அம்பேத்கருக்கும் காங்கிரஸ் தலைமைக்கும் இடையிலான பரஸ்பரப் பகைமை சமாதானப்படுத்த முடியாத நிலைமைக்குச் சென்றும் இருக்கலாம். அமைப்பு மாற்றத்திற்கும் சாதி ஒழிப்பிற்கும் அம்பேத்கர் பொறுமையின்றித் தீவிரமாக இருந்தபோது, காந்தி தரமுடிந்ததெல்லாம் வர்ணாசிரம தர்மத்தின் எல்லைக்குள் ஒரு மனமாற்றம் ஏற்படும் என்ற உறுதிமொழிதான். அதனால்தான் வெள்ளையனே வெளியேறு இயக்கத்தின் உச்சத்தில் கூட, அம்பேத்கர் போராட்டத்திலிருந்து விலகி நின்று, தலித் அடித்தட்டு மக்களின் நலன்களுக்கான முயற்சிகளில் கவனம் செலுத்தியிருந்தார். வைசிராயன் மன்றத்திலுள்ள தொழில்துறை உறுப்பினர் என்ற முறையில் அவர் ஒரு தொழில் சட்டத்தை இயற்றினார். அது சுதந்திரத்திற்குப் பிறகும் பின்வந்தவற்றுக்கு அந்த விஷயத்தில் முன்மாதிரியாக இருந்தது. கூட்டு தொழில் மேலாண்மைக் குழுவை அமைத்தல், வேலைவாய்ப்பு அலுவலகத்தை ஏற்படுத்தல் போன்றவற்றின் ஆலோசனைக்காக ஒரு தொழில்துறை மாநாட்டைக் கூட்டினார், பெருந்தொழில் தொழிலாளர்களுக்காக ஒரு சமூகப் பாதுகாப்பு அமைப்பை நிறுவ நடவடிக்கைகளை முன்னெடுத்தார். அதேபோல் நீர்வள மேம்பாடு குறித்த அவரது முன்னோடியான பணி, தொலைநோக்குடையதாக அமைந்தது. சுதந்திர இந்தியாவில் நீர் மேலாண்மைக் கொள்கை உருவாக்கத்தின் மீது சக்தியுள்ள செல்வாக்குச் செலுத்துவதாகவும் ஆயிற்று. ஆயினும், 1940களில் வேகமாக மாறிவந்த அரசியல் சூழலும் பிரிட்டிஷாரிடமிருந்து உடனடி சுதந்திரம் கிடைக்குமாறிருந்ததும் அம்பேத்கரைத் தமது இராஜதந்திரத்தை மாற்றிக்கொண்டு கொஞ்ச நாட்களுக்கு காங்கிரஸுடன் ஒத்துழைக்குமாறு செய்தன. இந்த ஒத்துழைப்பு பிரச்சினை அடிப்படையிலானது. இந்த அன்பாதரவான சூழ்நிலையிலும் அவர் தேசியவாதப் பேச்சுமுறைக்கு மாறவில்லை. அவருடைய முதன்மையான அக்கறை சுதந்திரம் கிடைத்த

காலையில் தலித்-அடித்தட்டு மக்களுக்கு எவ்விதச் சிறந்த பேரத்தைப் பெற்றுத்தர முடியும் என்பதுதான். அவர்களது உரிமைகளைப் பாதுகாக்க, குறைந்தபட்சம் கொள்கைச் சட்டக அளவிலேனும், நேரு அமைச்சரவையில் அவர் சட்ட அமைச்சராகப் பணியேற்றார். அவரது அரசியல்சட்டத் திறன், வட்டமேசை மாநாட்டில் அவரது புகழ்மிக்க பணி, இந்திய அரசியல் சட்டச் சீர்திருத்தக் குழுவில் அவரது பங்கேற்பு, அரசியல்சட்ட மன்றத்தில் அவரது பங்கேற்பு ஆகிய தகுதிகளின் அடிப்படையில் அவர் புதிய அரசியலமைப்பின் வரைவுக்குழுவின் தலைவராகத் தேர்ந்தெடுக்கப்பட்டார்.

அரசியல் சட்ட வரைவில் அவரது பங்கேற்பு சாத்தியமாக்கிய தாழ்த்தப்பட்ட வகுப்பினருக்குத் தேவையான பாதுகாப்புகளை அரசியல் சட்டத்தில் பெற்றுத் தரவேண்டும் என்பது மட்டும் அம்பேத்கரின் ஆர்வத்திற்குக் காரணமல்ல. முதுகை உடைக்கும் இந்த வேலைக்குத் தேவையான அபூர்வமான சட்டத் திறமை அவரிடம் இருந்ததாலும், இந்தியாவில் கொண்டுவரப்பட வேண்டிய சமூகம் மற்றும் நிர்வாக அரசியலின் வகை பற்றிய பரந்த நோக்கு அவரிடம் இருந்ததாலும்தான் (கோரே 1993: 183). நிலம் மற்றும் தொழிற்சாலைகளின் நாட்டுடைமை ஆக்கலையும் ஏழைகளுக்குச் சமூக, பொருளாதார அதிகாரம் தருவதற்குக் குறிப்பிட்ட காலத்திற்குள்ளான திட்டத்தை அவர் விரும்பினார் என்பதும் குறிப்பிடத்தக்கது. காப்பீடு அரசுக்குச் சொந்தமான தனியுடைமையாக இருக்கவேண்டும், ஒவ்வொரு வயதுவந்த இந்தியனும் ஆயுள்காப்பீடு செய்துகொள்ள வேண்டும் என்பதும் அவர் எண்ணம். இப்படிப்பட்டத் திட்டங்களும் அளிப்புகளும் ஒருபக்கம் ஒதுக்கப்பட்டபோது, அவர் அரசின் சமூக நலத்தின் திசைகாட்டும் கொள்கைகளை எவ்வளவு கடுமையாக்க முடியுமோ அந்த அளவு ஆக்க முயற்சி செய்தார். ஆனால் அரசியலமைப்பு என்பது ஒருவன் தனக்குத்தானே செய்துகொள்ளும் உறுதிமொழி போன்றது என்பதை அவர் உணர்ந்திருந்தார். அதை நிறைவேற்றுவது, ஒருவனது நேர்மையிலும் அதற்கேற்ப வாழ்ந்து காட்டுவதிலும் இருக்கிறது. பிரச்சினை சட்டங்கள் இன்மை அல்ல, பலவீனர்களுக்கு எதிராகக் கொடுங்கோன்மையையும் ஒடுக்குதலையும் நடைமுறைப்படுத்திய வகுப்பினரின் சீர்கேடான நிர்வாகம்தான் காரணம் என்றார். அதைச் சரிப்படுத்தும் முறை, ஒடுக்கப்பட்ட சமுதாயங்களின் உறுப்பினர்களுக்கு சிவில் சேவையிலும் நிர்வாகத்தின் பலவேறு பகுதிகளின் வெவ்வேறு அமைப்புகளிலும் இடமளிப்பதுதான் என்று வாதிட்டார். ஆயினும், 1940களில் வேகமாக மாறிவந்த அரசியல் சூழலும் பிரிட்டிஷாரிடமிருந்து உடனடி சுதந்திரம் கிடைக்குமாறிருந்ததும் அம்பேத்கரைத் தமது இராஜதந்திரத்தை மாற்றிக்கொண்டு கொஞ்சநாட்களுக்கு அரசியலமைப்புச் சட்ட

மன்றத்தில் 1949 நவம்பர் 25 அன்று, வரைவு அரசியலமைப்பு இந்தியாவின் குடியரசுக்கென ஏற்கப்படுவதற்குச் சற்று முன்னால், அம்பேத்கர் பல தீர்க்கதரிசனமான விஷயங்களை மிக வலுவாகக் கூறினார். அந்த நல்லுணர்வின் நேரத்திலும்கூட இந்தியாவின் சுதந்திரத்திற்கும் அதன் ஜனநாயக அரசியலமைப்புக்கும் ஏற்படக்கூடிய அபாயங்களைப் பற்றி எச்சரித்தார். முதலில் அரசியலமைப்புரீதியான, ஜனநாயக முறைகளை சமூக-பொருளாதார நோக்கங்களை அடைய உறுதியாகக் கடைப்பிடிக்க வேண்டும் என்று கூறினார் (BAWS, பாகம் 13: 1215). இரண்டாவது, ஜனநாயகத்தை வலுப்படுத்த, அவர் நாயக வழிபாடு ஏற்படாமல் விழிப்போடு கண்காணிக்க வேண்டும் என்றார். நாயக வழிபாடு மக்களை அடிமைத்தனத்திற்கும் நிறுவனங்களைத் தலைகீழாக்குதலுக்கும் கொண்டு செல்கிறது. ஒரு பெரிய மனிதனுக்கு நன்றி செலுத்துவதில் எவ்விதத் தவறும் இல்லை... ஆனால் நன்றிக்கும் எல்லையுண்டு...மதத்தில் ஒருவேளை ஆன்மாவின் மீட்சிக்கு பக்தி பயன்படலாம். ஆனால் அரசியலில் பக்தி அல்லது நாயக வழிபாடு தாழ்ச்சிக்கும் அதனால் பின்பு விளையப் போகின்ற சர்வாதிகாரத்திற்கும் ஓர் உறுதியான பாதையாகும் (மேலது).

மூன்றாவது, அம்பேத்கர் சமூக-பொருளாதார சமத்துவத்தை உணர்வுபூர்வமாக வளர்த்தெடுக்க வேண்டுவதை வலியுறுத்தினார். அதனால் பல நூற்றாண்டுப் பாலைவனத்திற்குப் பிறகு நாடு தழுவியிருக்கின்ற ஜனநாயகம் மெய்யான சமூக ஜனநாயகமாக மாறும்.

> நமது அரசியல் ஜனநாயகத்தை ஒரு சமூக ஜனநாயகமாகவும் மாற்ற வேண்டும். சமூக ஜனநாயகம் என்ற அடித்தளம் இல்லையென்றால் அரசியல் ஜனநாயகம் நீடித்திருக்க முடியாது...வாழ்க்கையில் சுதந்திரம், சமத்துவம், சகோதரத்துவம் ஆகியவற்றை வாழ்க்கையின் கொள்கைகளாக ஏற்றுக் கொள்கின்ற வாழ்க்கை வழியே சமூக ஜனநாயகம். இந்தக் கொள்கைகள்...ஒரு திரித்துவத்தின் ஒன்றிப்பைப் போல. ஒன்றிலிருந்து மற்ற ஒன்றைப் பிரிப்பது ஜனநாயகத்தின் தோல்வியாக முடியும். சுதந்திரத்தைச் சமத்துவத்திலிருந்து பிரிக்க முடியாது, சமத்துவத்திலிருந்து சுதந்திரத்தையும் பிரிக்க முடியாது. அல்லது சுதந்திரமும் சமத்துவமும் சகோதரத்துவத்திலிருந்து பிரிக்க முடியாதவை. சமத்துவமற்ற சுதந்திரம் பெரும்பான்மையோர் மீது சிலபேரின் உயராட்சியை உருவாக்கும். சுதந்திரமற்ற சமத்துவம் தனிமனித முன்னெடுப்பைக் கொன்றுவிடும். சகோதரத்துவம் இன்றி, சுதந்திரமும் சமத்துவமும் பொருள்களின் இயல்பான வழியாக இருக்கவியலாது (மேலது, 1216).

நிறுவனமயப்பட்டிருக்கின்ற சாதி என்னும் சமத்துவமின்மையைச் சுட்டிக்காட்டி, இந்தியச் சமூகம் சமத்துவம் சகோதரத்துவம் என்னும் மதிப்புகளை ஏற்றுக் கொள்ளவே இல்லை என்றார். பொருளாதாரத் தளத்தில், சிலபேரிடம் அளவற்ற செல்வம் கிடக்க, அதற்கெதிராகப்

பலபேர் கொடிய வறுமையில் உழல்கிறார்கள். கொள்கையில் மட்டும் சமத்துவமும், நடைமுறையில் எங்கும் பரவலாக உள்ள சமத்துவமின்மையும் புதிய ஜனநாயகத்திற்கு ஓர் அபாயகரமான சூழலை உருவாக்கும்.

1950 ஜனவரி 26 அன்று நாம் முரண்பாடுகள் கொண்டதோர் வாழ்க்கைக்குள் நுழைய இருக்கிறோம். அரசியலில் நமக்குச் சமத்துவம் இருக்கும். சமூக, பொருளாதாரத் தளங்களில் சமத்துவமின்மை. அரசியலில், ஒரு மனிதன் ஒரு வாக்கு, ஒரு வாக்கிற்கு ஒரு மதிப்பு என்பதை ஏற்றுக்கொள்வோம். சமூக, பொருளாதார வாழ்க்கையில் நமது சமூக-பொருளாதார அமைப்பின்படி, ஒரு மனிதனுக்கு ஒரு மதிப்பு என்பதை நாம் ஏற்க மறுப்போம். எவ்வளவு காலம் நாம் இந்த முரண்பாடுகள் கொண்ட வாழ்க்கையைத் தொடர்ந்து வாழ்வோம்? (மேலது).

இந்தியா ஏற்கெனவே ஒரு தேசம் ஆகிவிட்டது என்ற மயக்கத்திற்கு எதிராகவும் அம்பேத்கர் எச்சரித்தார். "அது ஆயிரக்கணக்கான சாதிகளால் பிளவுண்டு கிடக்கிறது. அது எழுகின்ற தேசத்திற்கு மிகப் பெரிய தொல்லை. சமூக, உளவியல் அர்த்தத்தில் நாம் இன்னும் தேசம் ஆகவில்லை என்பதை நாம் விரைவில் புரிந்து கொள்வது நமக்கு நல்லது. அப்போதுதான் நாம் ஒரு தேசமாக வேண்டிய தேவையை உணர்வோம். அந்த இலக்கை அடைவதற்கான வழிகளைப் பற்றிப் பொறுப்பாகச் சிந்திப்போம்" (மேலது 1217). இதற்கான மருந்து, சிலபேருக்கு உகப்பாக இருக்காது. ஏனெனில் இந்த நாட்டில் அரசியல் அதிகாரம் என்பது நீண்ட காலமாக ஒரு சிலரின் ஏகபோகமாகவே இருந்து வந்துள்ளது. ஆனால் நீண்டகாலமாக ஒடுங்கிக் கிடக்கும் மக்கள் தாங்கள் ஆளப்படுவதில் சோர்வடைந்து விட்டார்கள். அவர்கள் தங்களைத் தாங்களே ஆளப் பொறுமையின்றி முயல்கிறார்கள்.

அரசியலமைப்பில் கூறப்பட்டுள்ள மக்களின், மக்களுக்காக, மக்களால் என்ற கொள்கையைப் புனிதமாகக் காக்க முனைகிறோம் என்றால், நமது பாதையில் குறுக்கிடும் தீமைகளைப் பற்றி மெத்தனமாக இருக்கலாகாது...நமது முன்னெடுப்பில் அவற்றை நீக்குவதற்கு பலவீனமாக இருக்கமாட்டோம் என்று உறுதி கொள்வோம். இது ஒன்றுதான் நாட்டுக்குச் சேவைசெய்யும் வழி. இதைவிட வேறொன்றும் இல்லை. (மேலது 1218).

அரசியலமைப்பை உருவாக்கிய நேரத்தில் மத்திய கேபினட் அமைச்சரவையின் உறுப்பினர் என்ற முறையில் அம்பேத்கரின் பங்கு இரண்டாவதாகவே இருந்தது. அதற்குப் பிறகு பல கொள்கை விஷயங்களில் காங்கிரஸுடன் அவரது வேற்றுமைகள் அதிகமாயின. காங்கிரஸ் கட்சிக் குழுக்களில் ஓர் உயர்சாதி அமைப்பு இருந்து முக்கியமான விஷயங்களைக் கேபினட்டுக்கு அனுப்புவதற்கு முன்னாலேயே அவற்றில் முடிவு எடுப்பதைக் கண்டார். காங்கிரஸ்

அரசியலும் அதன் முதன்மைகளும் அவரை மனம் குலையச் செய்தன. என்றாலும் எப்படியோ அமைச்சரவையில் 1951 செப்டம்பர் வரை இருந்தார். சட்ட அமைச்சர் என்ற முறையில் அவர் பாராளுமன்றத்தில் மக்கள் பிரதிநிதித்துவ மசோதாவை அறிமுகப்படுத்தவும் கொண்டுவரவும் செய்தார். ஆனால் அவர் மனம் சமூக மாற்றத்திற்கான அவரது போராட்டத்தின் பிரிக்க முடியாத பகுதியான இந்து மதச் சட்ட மசோதாவிலேயே இருந்தது. அந்த மசோதாவில் இந்துப் பெண்டிருக்கான சொத்துப் பாரம்பரியம், தனிச்சொத்து ஆகியவை இருந்தன. பழமைவாத இந்து நபர்கள்-இவர்களில் காங்கிரஸின் உயர் தலைவர்கள் பலரும் அடக்கம்-மிகக் கடுமையான எதிர்ப்பை உருவாக்கி மசோதாவின் ஆதரவுப் பாதையில் மிகுதியான முட்களை இட்டனர். காங்கிரஸ் மசோதாவுக்கு ஆதரவாக ஓர் ஆணையை வெளியிட மறுத்துவிட்டதால் மசோதாவை ஆதரித்த நேருவினாலும அதிகமாக ஒன்றும் செய்ய முடியவில்லை. மசோதாவுக்கு எதிராகவும் அம்பேத்கருக்கு எதிராகவும் ஒரு நச்சுப் போராட்டம் எழுப்பப் பட்டது. அம்பேத்கரை, இந்து சம்பிரதாயங்களில் குறுக்கிடத் துணிச்சல் பெற்ற ஒரு தீண்டப்படாதவன் என்று தூற்றியது சங்கராச்சாரியார்களில் ஒருவராக இருந்த ஜெரே சாஸ்திரி மட்டுமல்ல.

நேருவின் வாக்குறுதி இருந்தும் சட்டத்துடன் தமக்கு நிர்வாகத் துறையின் பொறுப்பைத் தரவில்லை என்று அம்பேத்கர் வருத்தப்பட்டார். அவருக்கு அது கிடைக்காதது மட்டுமல்ல, கொள்கை வகுப்பதற்கான கேபினட் குழுக்களுக்கும் அவருக்கு அனுமதி மறுக்கப்பட்டது. இது ஒரு மோசமான விஷயம். ஏனெனில் கேபினட் குழுக்கள் வாயிலாகவே பெரும்பாலும் செயல்பட்டது. இவை ஓர் இரும்புத் திரைக்குப் பின்னால் இயங்கின. இவற்றில் உறுப்பினராக இல்லாதவர்களுக்குக் கொள்கை வகுப்பதில் எவ்விதப் பங்கும் இல்லை என்றாலும் அவர்கள் கூட்டுப் பொறுப்பினை மட்டும் ஏற்கவேண்டும். அம்பேத்கர் அமைச்சரவையிலிருந்து இராஜிநாமா செய்தார். அவர் தமது இராஜிநாமா மொழிவைக்கூட பாராளுமன்றத்தில் வாசிக்க விடப்படவில்லை. பத்திரிகைகளில் தமது பதவி விலகுதலுக்கான காரணங்களைச் சுருக்கமாகச் சொல்லி ஒரு குறிப்பு மட்டும் வெளியிட நேர்ந்தது. இந்துச் சட்ட மசோதாவை அரசாங்கம் நீக்கிவிடச் செய்த முடிவு; தலித்துகளுக்கு இழைத்த துரோகம்; ஓர் அழிவுமிக்க காஷ்மீர்க் கொள்கை; கேபினட் பொறுப்பு என்ற கட்டுக்கதை இவையெல்லாம் அவர் தமது பதவி விலகலுக்குத் தந்த காரணங்கள். தலித் அடித்தட்டு மக்கள் மேம்பாட்டுக்கு அர்ப்பணித்துக் கொண்ட மனிதர் என்ற முறையில், இந்தப் பிரச்சினையில் நேரு அரசாங்கம் காட்டிய பொறுப்பற்ற அணுகுமுறை பற்றி அவர் மிகவும் கவலைக் குள்ளானார். ஒடுக்கப்பட்ட மக்களுக்கு அரசாங்கம் என்ன செய்துள்ளது அல்லது

செய்ய உத்தேசித்துள்ளது என்பதை விளக்கி ஒரு பொது அறிக்கை வெளியிட வேண்டுமென்று நேருவுக்கு அவர் சவால் விடுத்தார்.

நேருவைப் போலன்றி, (சாதி வயப்பட்ட) இந்தியாவில், சாராம்சத்தில் ஜனநாயகமற்ற ஒரு தேசத்தில், ஜனநாயகம் என்பது வெறும் மேற்பூச்சான விஷயம் என்று ஆழமாக அறிந்திருந்தார். இந்தியச் சமூகத்திலுள்ள முரண்பாடுகளும் சமமின்மைகளும் வெறும் பொருளாதாரம் சார்ந்தவை மட்டுமல்ல, மதம், கலாச்சாரம் சார்ந்தவையும் கூட என்று வாதிட்டார். சாதிக்கு வெளித்தள்ளப் பட்டவர்கள், சாதிப்படிநிலையில் கீழாக இருப்பவர்கள் ஆகியோரைப் பலநூற்றாண்டு பழமையான கீழ்ப்படுத்திலிலிருந்து மீறி வெளிக் கொணர்வதற்கு ஜனநாயக அரசியலில் ஒரு புதிய கற்பனை சார்ந்த, மீட்சிக்குரிய அடையாளம் வேண்டும் என்பதோடு உயிர்த்துடிப்பான பங்கேற்பும் வேண்டும் என்றார்.

தமது கடைசி ஆண்டுகளில் அம்பேத்கர் பௌத்தத்தில் இணைந்தார். அதைப் பற்றிய ஒரு சிறு பார்வையை இயல் 2இல் கண்டோம். அது சாதியற்ற, அறிவொளிபெற்ற இந்தியாவைப் பற்றிய கனவுடன் இணைந்த ஒன்று. அவர் முன்வைத்தது போல, பௌத்த தர்மத்தின் நோக்கம் உலகத்தை மறுகட்டமைப்புச் செய்வது. வர்ணாசிரம தர்மத்துக்கு மாற்றாக பௌத்த தர்மத்தை முன்வைத்து அவர் சமூகப் புதுப்பிப்பு, தனிப்பட்ட மனித மாற்றம் குறித்த போராட்டத்துக்கு ஒரு கலாச்சார, ஒழுக்க அடிப்படை கொடுக்க நினைத்தார். அதன்படி, நவயானம் (புதிய ஊர்தி) என்ற பெயரால் ஒரு புதிய பௌத்தத்தை உருவாக்க முயன்றார். அது திறந்த தன்மை கொண்டதாகவும், மதச்சார்பற்ற மனிதநேயத்தைக் கொண்டதாகவும், மரபான சடங்குகள், பழமைசார் நடவடிக்கைகள் அற்றதாகவும் இருக்கும். பிரக்ஞைபூர்வமாக உருவாக்கப்பட்ட எந்த அடையாளத்திற்கும் முன்னோடியாக ஒன்று இருக்கும். அம்பேத்கரின் பௌத்த அடையாளத்திற்குத் தெளிவான முரணாகச் சாதியால் கட்டுண்ட இந்துமதம் இருந்தது. அது மேட்டுக்குடியினரின் தேசியச் சொல்லாடலில் இந்திய அடையாளம் என்பதுடன் இணைந்திருந்தது. இறுதியாக அம்பேத்கர் முறைப்படியானதொரு பௌத்த மத மாற்றத்தினை மேற்கொண்டார். அது வெறும் தனிப்பட்ட செயல் அல்ல. தனது மதமாற்றத்தை தனிப்பட்ட மீட்சிக்கென அவர் பயன்படுத்தவில்லை. சாதிச் சமுதாயத்தின் ஒரு தீவிர மறுப்பாகவும் பொதுமக்களும் அவ்வாறே மறுப்பில் ஈடுபட வேண்டும் என்பதற்காகவும் அதைச் செய்தார் (அகமது 2002: 85).

சுருக்கமாக, அம்பேத்கர் தலித்துகளின் அல்லது பட்டியல் சாதிகளின் தலைவர் மட்டுமல்ல (அது நிச்சயமாக உண்டுதான்),

சமூகம், கலாச்சாரம், தேசம் பற்றிய மாற்று நோக்குகளோடு எல்லா விளிம்புநிலை வகுப்பினரின் பிரதிநிதித்துவக் குரலாக இருந்தார். அவரது கருத்தியலும் போராட்டமும்-அவை அவர் எந்த மக்களின் பிரதிநிதியாக இருந்தாரோ அவர்களைப் போலவே கல்வித்துறைகளில் மறைக்கப்பட்டுள்ளன அல்லது திரித்துக் கூறப்பட்டுள்ளன. மிகப் பெரிய அளவுக்கு படைப்பாற்றல் மிக்கவையாகவும் மிகச் சிறந்த அர்த்தத்தில் தேசிய, ஜனநாயகப் பண்புகள் கொண்டவையாகவும் இருந்தன.

குறிப்புகள்

1. இந்துக்களுக்கும் அவ்வாறு கருதப்பட்ட சமுதாயங்கள்/பழங்குடி யினங்களுக்கும் இடையில் எல்லைக் கோடிட்டு, திட்டவட்டமான அளவுகோல்களை ஒவ்வொன்றாக விளக்கி, மாகாண ஆணையர்களுக்கு கெய்ட் ஓர் முதல்நிலைச் சுற்றினை அளித்தார். அந்தச் சுற்றறிக்கையில் ஆறு கேள்விகள் இப்பிரச்சினையைத் தீர்க்கப் பயன்படுமாறு இருந்தன.

   அ. அந்தச் சாதியின் அல்லது பழங்குடியினத்தின் உறுப்பினர்கள் பெரிய இந்துக் கடவுளர்களை வழிபடுகின்றனரா?

   ஆ. அவர்கள் இந்துக் கோயில்களில் நுழைய அனுமதிக்கப்படுகின்றனரா அல்லது கருவறையில் நிவேதனப் பொருட்களைப் படைக்க அனுமதிக்கப்படுகின்றனரா?

   இ. முறையான பிராமணர்கள் அவர்களுக்குப் பூசாரிகளாக இருக்கின்றார்களா?

   ஈ. முறைதவறிய பிராமணர்கள் அப்படிச் செய்வார்களா? அவ்வாறாயின், சாதிக்கு வெளியில் இருப்பவர்களால் அவர்கள் பிராமணர்கள் என்று ஏற்றுக் கொள்ளப்படுகிறார்களா? அல்லது அவர்கள் பெயருக்குத்தான் பிராமணர்களா?

   உ. சுத்தமான சாதியினர் அவர்களிடம் தண்ணீர் பெறுவார்களா?

   ஊ. அவர்கள் அசுத்தத்திற்கு (தீட்டுக்கு)க் காரணமாக இருக்கிறார்களா (1) தொடுதலினால் (2) அண்மையில் இருந்தாலே.

   (*தி ட்ரிப்யூன்*, 1910 நவம்பர் 12, பார்க்க மெண்டல்ஸோன் மற்றும் விக்ஜியனி 2000: 28)

2. நீண்ட காலத்துக்கு காந்தியே தீண்டப்படாதவர்கள் கோயில் நுழைவுக்கு எதிர்ப்பாக இருந்தார். அவரது கூற்று இது: "இருக்கும் கோயில்களுக்குள் அந்தியஜர்கள் (தீண்டப்படாதவர்கள்) எப்படி நுழைய உரிமை பெற முடியும்? சாதிச் சட்டமும் ஆசிரமும் இந்து மதத்தில் முதன்மையான இடம்பெற்றிருக்கும் வரை, ஒவ்வொரு இந்துவுக்கும் ஒவ்வொரு கோயிலிலும் நுழைய உரிமை

இருக்கிறது என்பது இன்று இயலாத காரியம்." (காந்தி சிக்ஷண், பாகம் 2: 132; அம்பேத்கர் மேற்கோள் பாகம் 9: 107).

3. "பலரும் பண்டித நேரு ஒரு சமதர்மவாதி, சாதியில் நம்பிக்கை அற்றவர் என்று கருதுகிறார்கள்" என்று அம்பேத்கர் எழுதுகிறார். ஆதரவாக, பட்டாபி சீதாராமையாவை மேற்கோள் காட்டுகிறார். ஒய். ஜி. கிருஷ்ணமூர்த்தி எழுதிய பண்டித ஜவஹர்லால் நேருவின் வாழ்க்கை என்ற நூலுக்கு சீதாராமையா முன்னுரை அளித்திருந்தார். "பண்டித நேரு தான் ஒரு பிராமணர் என்பதில் மிக கவனமாக இருந்தார்." நேருவின் சகோதரி விஜயலட்சுமி பண்டிட்டும் தனது சாதி அடையாளத்தில் பெருமிதம் கொண்டிருந்தார். "1940 டிசம்பரில் தில்லியில் நடத்தப்பட்ட அகில இந்தியப் பெண்கள் மாநாட்டில் மக்கள் கணக்கெடுப்புக் கோப்புகளில் சாதியைத் தெரிவிக்காமை என்ற பிரச்சினை விவாதிக்கப் பட்டது. திருமதி பண்டிட் இதற்கு எதிர்ப்புத் தெரிவித்தார். தான் ஏன் தனது பிராமண இரத்தத்தைப் பற்றிப் பெருமைப்படக் கூடாது என்றும், மக்கள் தொகைக் கணக்கெடுப்பில் ஏன் தான் பிராமணத்தி என்று சொல்லக்கூடாது என்றும் கேள்வி எழுப்பினார்." அவர் இதை ஜே. ஈ. சஞ்சனா எழுதிய 'அரசியலில் அறிவும் அறிவற்றதும்' என்ற நூலிலிருந்து மேற்கோள் காட்டினார். நேருவின் மைத்துனர் ரஞ்சித் பண்டிட் (விஜயலட்சுமியின் கணவர்) நேருவின் முன்னிலையில் ரொமெய்ன் ரோலந்திடம் 1926இல் கூறினார்:

அவர் (ரஞ்சித் பண்டிட்) ஒரு கொள்கையைக் கொண்டிருக்கிறார். இந்தியாவின் ஆரியர்களுக்கும் (அவர் பிராமணர்கள் என்கிறார், அவருடைய மனைவியையும் நேருவையும் போலத் தானும் அவர்களில் ஒருவர்) ஐரோப்பியர்களுக்கும் இடையில் மொழி, தட்பவெப்பம் ஆகிய வேற்றுமை மட்டுமே உள்ளது. ஆனால் மனப்பாங்கிலோ நாகரிகத்திலோ எவ்வித வேறுபாடும் இல்லை. இங்கிலாந்தில் அல்லது ஃபிரான்சில் உள்ள ஓர் இந்திய பிராமணன் மிகக் குறைந்த நேரத்தில் எல்லாச் சிந்தனைகளையும் ஏற்றுக் கொள்கிறான். அவற்றைத் தனது சொந்தச் சிந்தனைக்கு முற்றிலும் ஒத்ததாக உணர்கிறான். அவர்கள் ஒரே இனத்திலிருந்து வந்தவர்கள். (ரோலந்த் 1951: 145, பார்க்க டெல்யூரி 2005: 317–18).

4. அம்பேத்கர், பிராமணன்தான் இந்தியாவில் முக்கியமாக ஆளும் வர்க்கமாக இருக்கிறான் என்று வாதிடுகிறார். காரணங்கள் (அ) சாதிச் சமுதாயத்தில் பிராமணனது மிக உயர்ந்த, புனிதமான இடம் (ஆ) நிர்வாகத்தில் பெரும்பான்மையாக இருத்தல். பிராமணன் எப்போதுமே பிறரைத் தனக்குத் தோழர்களாக வைத்துச் சொல்லிக் கொடுக்கிறான், ஆனால் அவர்கள் அவனுக்குக் கீழ்ப் பணியாற்ற வேண்டும். பழைய காலத்திலும் இடைக்காலத்திலும் அவன் அப்படிப்பட்ட ஒருமிப்பைக் கத்தி எடுத்த க்ஷத்திரியனுடன் வைத்திருந்தான். ஆளும் வகுப்பினர் என்ற முறையில் இருவரும் சேர்ந்து வெகுமக்களைக் கட்டுப்படுத்திச் சுரண்டினார்கள். ஆனால் நவீன காலத்தில் கத்தியைவிட பணம் ஆதிக்கம் பெற்றுள்ளதால், அவன் க்ஷத்திரியனை விட்டுவிட்டு பணமுள்ள வகுப்பினரான பனியாக்களுடன் சேர்ந்துகொண்டான். அரசியல் எந்திரத்தை நடத்தத்

தேவையான மாபெரும் பணம் பனியாவிடமிருந்தே வருகிறது. பனியாவும் தன் பங்குக்கு அரசியலில் முதலிடப்படும் பணம் மிகப் பெரிய ஈவுகளைத் தருகிறது என்று புரிந்துகொண்டான். இந்த வகுப்புக்குத் தலைமை தாங்கி இயக்குபவர்கள் அகமதாபாத் ஆலை முதலாளிகளும் பம்பாய்த் தொழில்வணிகர்களும். அவர்கள் காங்கிரஸுக்கு நிதி உதவி அளித்துவந்தார்கள். ஏனெனில் அவர்கள் இனத்தில் தோன்றிய காந்தி, அவர்கள் நலனுக்கு உதவி புரிவார் என்று நம்பமுடியும். 1942 ஜூன் 6இல் லூயி ஃபிஷருக்கு அளித்த ஒரு பேட்டியில் காந்தியே தன் நண்பர்கள்தான் காங்கிரஸுக்கு முழு அளவில் நிதி அளிக்கிறார்கள் என்பதை ஒப்புக் கொண்டார். காந்தியுடன் ஒரு வாரம் என்பதில் ஃபிஷர் எழுதுகிறார்:

காங்கிரஸ் கட்சியைப் பற்றிக் கேட்க நிறையக் கேள்விகள் இருக்கின்றன என்று கூறினேன். காங்கிரஸ் பெரிய வணிகர்கள் கையில் இருக்கிறது, காந்தி பம்பாய் ஆலை முதலாளிகளால் ஆதரிக்கப் படுகிறார், அவர் கேட்கும் பணத்தை அவர்கள் தருகிறார்கள் என்று மிக உயர்ந்த பதவிகளில் உள்ள பிரிட்டிஷார்கள் என்னிடம் கூறியதை நினைவுகூர்ந்தேன். "இந்தக் கூற்றுகளில் உள்ள உண்மை என்ன?"காங் என்றேன். "துரதிருஷ்டவசமாக, அவை உண்மைதான்"என்று இலகுவாகச் சொன்னார் காந்தி. "காங்கிரஸ் தனது பணியைச் செய்ய அதனிடம் பணமில்லை. முதலில் ஒவ்வொரு உறுப்பினரிடமிருந்தும் ஆண்டுக்கு நாலணா சந்தா வாங்கி அதன்மூலம் நடத்தலாம் என்று இருந்தோம். ஆனால் அது நடக்கவில்லை." "காங்கிரஸ் பட்ஜெட்டில் எத்தனை சதவீதம் பணக்கார இந்தியர்களால் தரப்படுகிறது?"என்று கேட்டேன். "முழுஅளவும் அவர்கள் பணம்தான்"என்றார் காந்தி. "உதாரணமாக இந்த ஆசிரமத்தில், நாங்கள் இன்னும் எளிமையாக வாழமுடியும், இதைவிடக் குறைவான பணத்திலேயே. ஆனால் அப்படிச் செய்வதில்லை. பணம் எங்கள் பணக்கார நண்பர்களிடமிருந்து வருகிறது." (BAWS,பாகம் 9: 208).

5. அம்பேத்கரின் வாழ்க்கை வரலாற்றைத் திரைப்படமாக எடுத்த ஜப்பார் படேல் காந்தி–அம்பேத்கர் சண்டையை ஆழமாக ஆய்வு செய்தார். காந்தியை வழிபடும் ஓர் அரசாங்கத்தினால் நிதி உதவி செய்யப்படுவதால், படமெடுக்கப்பட்டவை எல்லாம் வரலாற்றுப் பூர்வமாகச் சரியாக இருக்கவேண்டும் என்பதில் கருத்தாக இருந்தார். "காந்தி எப்போதுமே ஒரு தந்திரக்கார சுயநல அரசியல்வாதி போலவே எப்போதும் அம்பேத்கரைத் தந்திரத்தால் தோற்கடிக்க முயன்றுவந்தார்... அதனால்தான் அம்பேத்கர் மிகவும் அவமானப்பட்டதாக உணர்ந்தார். அம்பேத்கர் எப்போதும் தமது பார்வைக் கோணத்தை காந்தியிடம் எடுத்துரைக்க மிகவும் அதிக முயற்சி மேற்கொண்டார். ஆனால் காந்தி கேட்கத் தயாராக இல்லை. அவர் சொல்வதைக் கேட்க மறுத்தே அவரை விளிம்புக்குத் தள்ளினார். நீங்கள் வரலாற்றுச் சான்றுகளைப் பார்க்கும்போது இது தெளிவாகப் புலனாகிறது." (பிரிதீஷ் நந்தியுடன் நேர்காணல், *தி டைம்ஸ் ஆஃப் இந்தியா*, புது தில்லி, 2000 ஜூன் 29).

6. ஜைனமோ பௌத்தமோ இந்து மதத்திலிருந்து வேறுபட்டவை என்று நான் கருதவில்லை என்று காந்தி 1927 அக்டோபர் 20 *யங் இந்தியாவில்* எழுதினார்.

7. பார்க்க மேலுள்ள குறிப்பு எண் 4.

8. அஷீஸ் நந்தி (1983), பிக்கு பாரேக் (1989) போன்ற நவகாந்தியர்கள் நவீனத்தன்மை பற்றி காந்தியின் விமரிசனத்தை மிகவும் அசலானது என்றும் அதை விமரிசன மரபுவாதம் என்றும் கொண்டாடுகிறார்கள். காலனிய மேற்கையும் அதன் ஒடுக்குகின்ற அறிவியலையும் தனித்துவத்தோடு புறக்கணிக்கும் கிழக்கு என்பவர்கள், இந்தச் சிறிய உண்மையைப் புரிந்துகொள்ள மறுக்கிறார்கள். காந்தியே தனது நவீனத்தன்மை பற்றிய விமரிசனம் சுதந்திரமாக, வெளிப்படையாக, உற்சாகமாக மேற்கத்திய மூலங்களிலிருந்து கருத்துகளை எடுத்துக் கொள்கிறது என்று கூறினார் (கோன் மற்றும் மேக்பிரைட் 2011: 148). *இந்து சுயராஜ்யத்தில்* பின்னிணைப்பில் தனது வாதங்களை மேலும் ஆராய விரும்பும் வாசகர்கள் டால்ஸ்டாய், தோரூ, மாஜினி, பிளேட்டோ, மெய்ன் மற்றும் ரஸ்கினை ஆழமாகப் படிக்க வேண்டும் என்கிறார். குறிப்பாக அவர் எட்வர்டு கார்ப்பெண்டரின் நாகரிகம்: அதன் காரணங்களும் மருந்துகளும் ([1889] 1921) என்ற நூலைப் புத்தகத்தில் குறிப்பிடுகிறார். நாகரிகம், அறிவியல் பற்றிய அவரது விமரிசனங்களில் பெருமளவு மெய்யாகவே கார்ப்பெண்டர் புத்தகத்தின் பிராமண வடிவம் (திரும்பச் சொல்லல்)தான்.

பின்னுரை

கடந்த காலத்திலிருந்து 'ஜனநாயகத்' தற்காலம் வரை நிறுவனமயப்பட்ட வேற்றுமை நோக்குநிலை

தனது சிந்தனைகளை இன்றைய காலத்துடன் முடக்கிக் கொள்பவனால் இன்றைய யதார்த்தத்தை அறிய முடியாது.

யூல்ஸ் மிஷலெட் (1846)

இந்திய அரசினால் அணுகுண்டு செய்யமுடியும், துணைக்கோள்களை விட முடியும், ஆனால் பொதுவானதொரு அடிப்படைக் கல்வியையும் திருப்தியளிக்கின்ற பொது உடல்நலத்தையும் அளிக்க இயலாது. இது ஒரு தற்செயல் நிகழ்வல்ல. இது அறுபதாண்டுகளாக ஆதிக்கத்தில் இருக்கின்ற மேட்டுக்குடியினரின் தேர்வு இது. அவர்களின் மதிப்புகளையும் பிரதிபலிக்கிறது... இந்திய அரசு முக்கியமாக மேல்சாதி மேட்டுக்குடியினரால் ஆளப்படுகிறது. அவர்கள் கீழ்த்தட்டு மக்களுக்குக் கல்வியும் உடல்நலமும் வேண்டும் என்று நினைப்பதில்லை.

மேக்நாத் தேசாய் (2013)

இன்று (அமெரிக்காவுக்கும் சீனாவுக்கும் அடுத்து) இந்தியாவில்தான் மூன்றாவது மிகப் பெரிய மத்தியதர வர்க்கம் (250-300 மில்லியன்) உள்ளது; 72 பதிவுசெய்த பெருங் கோடீசுவரர்கள் (பில்லியனேயர்கள்)உள்ளனர் (கருப்புப் பணப் பொருளாதாரமும் அயல்நாட்டு வங்கிகளும் சில ஏமாற்றுப் பேர்வழிகளைப் பட்டியலில் சேரவிடாமல் செய்கின்றன); உலக ஏழைகளின் ஒரே ஒற்றைக்

கும்பல்(800 மில்லியன்), பெரும்பாலும் எழுத்தறிவற்றவர்கள் அல்லது அரைகுறையாகப் படித்தவர்கள் இங்குதான் உள்ளனர். தாராளமயமாக்கலுக்கு முன்னால் (1991) இந்தியா ஒரு சமதர்ம நாடாக இருந்தது. அது தனியுரிமை பெற்ற வகுப்பினருக்கே அதிகாரம் அளித்தது, கல்வி அளித்தது. இப்போது அதே குழுக்கள், மத்தியதர வர்க்க அடையாளத்தின் பின்னால் ஒளிந்துகொண்டு சுதந்திரச் சந்தைச் செழிப்பின் வளங்களை அறுவடை செய்துகொண்டிருக்கிறார்கள். ஏழைகள் ஒரு போலி முதலாளித்துவத்தின் இடையறாத சமத்துவமின்மைகளில் அகப்பட்டுத் தாக்கப் படுகிறார்கள். இந்தியா ஆயிரக்கணக்கான பெரும் பணக்காரர்களை (மில்லியனேயர்களை) உற்பத்தி செய்கின்ற வேளையில், அதில்தான் உலகத்தின் ஊட்டச்சத்து பெறாத குழந்தைகளில் பாதிப்பேர், உலகத்தின் மிகமோசமான ஏழைகளில் மூன்றில் ஒரு பங்கினர் உள்ளனர். இந்தியா ஆண்டுக்கு ஒரு லட்சம் மாணவர்களை உலகத்தின் உச்சப் பத்து சதவீதத்திற்குள் அனுப்புகிறது. மில்லியன் கணக்கானவர்களை எவ்விதத் திறனுமின்றித் தயார் செய்கிறது. அண்மையில் அறிமுகப்படுத்தப்பட்ட கல்விக்கான உரிமைச் சட்டத்தையும் மீறி, மில்லியன் கணக்கான சிறார்கள் பள்ளிக்குச் செல்லவியலாமல் இருக்கிறார்கள். பலபேர் உலகத்திலேயே மிக மோசமானவை எனப் பெயரெடுத்த, நிதி உதவி அற்ற, மிருகத்தனமான, திறனற்ற அரசாங்கப் பள்ளிகளில் சிறைப்பட்டிருக்கிறார்கள்.

அண்மைக்கால குறிப்பிடத்தக்க பொருளாதார வளர்ச்சி ஒருபுறம் இருப்பினும் இந்தியா தொடர்ந்து எழுத்தறிவிலும் பொதுமக்கள் உடல்நலத்திலும் உலக அட்டவணைகளில் கடைசிநிலையில் இருந்துவருகிறது. 2010இல் 5 வயதுக்கு உட்பட்ட சிறார்களில் 43 சதவீதம் பேர் குறைந்த எடை உள்ளவர்களாக இருந்தார்கள். 48 சதவீதம் பேர் உடல்வளர்ச்சி குறைந்தவர்களாக இருந்தனர். பாதி மக்கள் தொகையினருக்குக் கழிப்பறை வசதி கிடையாது, திறந்த வெளியில் மலம் கழித்தனர். இன்று இந்தியாவின் மேட்டுக்குடியினர் அதன் புகழ்மிக்க அறிவுப் பாரம்பரியத்தைப் பற்றிப் பெருமையடித்துக் கொண்டிருக்கும்போது மூன்றில் ஒரு பங்கினரை எழுத்தறிவின்மை மூச்சுத்திணற வைத்துக் கொண்டிருக்கிறது. பாதுகாப்பான குடிநீர் இன்றித் திணறுகின்ற உலகின் மூன்று பேரில் ஒருவன் இந்தியன். நீரால் ஏற்படும் நோய்களால் இறக்கும் உலக மக்களில் நான்கில் ஒருவன் இந்தியன். இந்தியாவில்தான் குருட்டுத்தனம், ஹெபாடிடிஸ்-பி, காசநோய், தொழுநோய், எய்ட்ஸ் ஆகியவற்றால் இறப்பவர்கள் எண்ணிக்கை மிக அதிகமாக இருக்கிறது. பணியிடை இறப்பின் வீதமும் இந்தியாவில்தான் அதிகம். சஹாராவைச் சுற்றியுள்ள ஆப்பிரிக்க நாடுகளைப் போல இங்கும் குழந்தைகள் இறப்பு வீதம் மிக

அதிகமாக இருக்கிறது. நாட்டில் ஏறத்தாழ 25000 பேர் வசிக்கக்கூடிய 25 கிராமங்களுக்கு ஒரே ஒரு மருத்துவர்தான் (அவரும் பெரும்பாலும் கிடைப்பதில்லை) இருக்கிறார். ஆனால் உடல்நலத்திற்கான பட்ஜெட்டில் மிகப் பெரிய அளவு நகர்ப்புற மருத்துவமனைகளுக்குச் செல்கிறது. இதெல்லாம் 65 ஆண்டுகளுக்கு மேல் ஆன ஒரு குடியரசில் உள்ள நிலை. இதன் அரசியலமைப்புச் சட்டத்தின் பிரிவு 47, "ஊட்டச் சத்தின் தகுதியளவையும் பொதுஆரோக்கியத்தின் மேம்பாட்டையும் தனது முதல் கடமைகளாகக் கொள்ளவேண்டும்" என்று சொல்கிறது.

இந்த ஒடுக்கப்பட்ட இந்தியாவில் வாழ்பவர்கள் யார்? இந்திய ஏழைகளில் 45 சதவீதம் கிராமப்புற அல்லது நகர்ப்புற உழைப்பாளர்கள். இன்னொரு 45 சதவீதம் விளிம்புநிலை விவசாயிகள். மீதி இருக்கும் 10 சதவீதம் கைவினைஞர்கள். இந்த ஏழைகளில் இலட்சக்கணக்கான பேர் நகர்ப்புற மையங்களுக்கு வேலைதேடிப் பெயர்ந்துகொண்டிருக்கிறார்கள். சில ஆயிரம் பேர் தவிர வாக்காளர் தகுதியிலிருந்து நீக்கப்பட்ட இவர்கள் எல்லாம் முஸ்லிம் வெகுமக்கள் உட்பட்ட தலித்-வெகுஜனங்கள். இன்றைய நவீன இந்திய அரசிலிருந்து பெரும்பங்கு ஆதாயங்களைப் பெற்ற தனியுரிமை பெற்ற தளத்தினர் இந்த 'மற்ற இந்தியா'வைப் பற்றி என்ன நினைக்கிறார்கள்? (சமதர்மக் காலத்தில் இருந்தபோதே) ரஜினி கோத்தாரி, மற்ற, நவீனப்படாத இந்தியாவின் பிரதேச மொழிகளைக் கொண்ட இந்தியா வெறுமனே விளிம்புக்குத் தள்ளப்படுவது மட்டுமல்ல, சமூக-பொருளாதார, அரசியல் அமைப்புகளிலும் விளிம்புக்குத் தள்ளப்படுகின்றன, அந்த மக்களும் நமது பிரக்ஞையின் விளிம்புகளுக்குத் தள்ளப்படுகிறார்கள் என்பதைக் கண்டார்.

இன்று நான் எனது நண்பர்கள், உறவினர்கள், உடன் பணிசெய்வோர் ஆகியவர்களுடன் பேசும்போது மற்ற இந்தியாவைப் பற்றிய முழு அறியாமையில் இருக்கிறேன். உதாரணமாக, அவர்கள் உறங்குகின்ற நடைபாதைகளில் நடந்துசெல்லும் வேளையில் குறிப்பெடுக்கும்போது பாதுகாப்பின்மை, புறக்கணிப்பு, வெறுப்பு ஆகிய உணர்ச்சிகள் தோன்றுகின்றன. கருணையுணர்வோ, ஒத்துணர்வோ தோன்றுவதில்லை. எல்லாவற்றையும்விட, குற்ற உணர்ச்சிகூட ஏற்படுவதில்லை (கோத்தாரி 1986).

ஆளும் மேட்டுக்குடியினரின் கொள்கைகளும் முதன்மைகளும் இருவகை இந்தியர்களுக்குமான பிளவை அதிகரித்துக் கொண்டே செல்கின்றன. பொருளாதார தாராளமயமாக்கல், நவீனமயமாக்கல் ஆகியவற்றின் அர்த்தம், தொழில்நுட்பப் பேச்சில், எல்லா வகையிலும் உள்ள சமத்துவமின்மைகளை அதிகரித்தது மட்டுமல்ல, அரசின் கொள்கைச் சட்டகத்திலிருந்தே விளிம்புநிலை மக்களை நீக்கிவிட்டது.

தனியுரிமை பெற்ற வகுப்பினர் தங்களுக்கு எது நல்லதோ அதேதான் நாடு முழுமைக்கும் நல்லது என்ற மாயையில் சிக்கியுள்ளனர்.

கடுமையான தனியார் மயமாக்கலில் ஒரு புறம் வெடிக்கும் மக்கள் தொகை இருக்க, மறுபறம் முதலீட்டு மயமான, தொழில்நுட்பத்தால் இயக்கப்படுகின்ற வளர்ச்சியில், வேலையற்றவர்கள், அல்லது பகுதி-வேலையற்றவர்களின் எண்ணிக்கை அதிகரித்து வருகிறது. தனியார் மற்றும் அரசு நிறுவனங்களில்-முறைசார் நிறுவனங்களில்-வேலையற்றவர்களில் பத்து சதவீதம்பேர் மட்டுமே வேலை பெற முடிகிறது. மீதி 90 சதவீதத்தினர் முறைசாராப் பகுதியில் வேலை செய்கின்றனர். இதில் மிகுந்த துன்பத்துக்கு ஆளாகுபவர்கள் மரபுவழியாக ஒடுக்கப்பட்ட குழுக்கள்தான். கீழான சமூக அந்தஸ்து, கல்விக் குறைபாடு, அதிகார வர்க்கத்தையும் அரசியல் அதிகாரத்தையும் நாட முடியாதவர்கள் ஆகிய குறைபாடுகளின் ஒன்றிணைந்த, ஒருங்குசேர்ந்த நிலையில் இருப்பவர்கள். இதற்கு மாறாக, மரபாகத் தனியுரிமை பெற்ற வகுப்பினர், இவர்கள் பல தலைமுறைகளாகக் கல்வி, செல்வம் பெற்றவர்கள், அதிகாரத்தைத் தங்கள் பின்னால் வைத்திருப்பவர்கள்-இவர்கள் தங்கள் சமூக முதலீட்டையும் முறையான வலைப்பின்னல்களையும் பயன்படுத்தி, வளர்ச்சியின் எல்லா வாய்ப்புகளையும் கையகப்படுத்திக் கொண்டு, பொருளாதாரத்தில் கீழ்நோக்கிக் கசிதலின் மேன்மைகளைப் பேசித் திரிகின்றனர். சுதந்திரச் சந்தையின் காலத்தில் கூட அரசு என்பது நடுநிலையான பார்வையாளர் அல்ல. அதன் கொள்கைகளும் செயல்களும் வருமானத்தின், செல்வத்தின், அதிகாரத்தின் விநியோகத்தை மிக முக்கியமான வழிகளில் பாதிக்கின்றன. தனது ஏற்றுக் கொள்ளப்பட்ட இலக்கிற்கு மாறாக, அரசு ஏழைகளுக்கு உதவத் தயாராக இல்லை. தங்களைத் தாங்களே வளர்த்துக் கொள்ள முடிபவர்களுக்குத்தான் உதவி செய்கிறது.

இந்தியாவில் நிகழ்ந்துகொண்டிருக்கும் பெருத்த மாற்றங்களைப் பற்றிய பிரச்சாரம் ஒருபுறம் இருக்க, அதன் மேல்தட்டு, மத்தியதர வகுப்புகளில் இன்றும் உள்ளவர்கள் பிராமணர்கள், பனியாக்கள், க்ஷத்திரியக் குழுக்கள்தான். இந்தச் சாதித் தொகுதி-மிக முக்கியமான வட்டங்களிலும நவீன தொழில்களிலும் மிக அதிக அளவில் மேல்சாதியினர் இருப்பது-முதலாளிகளின் வகுப்பினருக்கும், அறிவுஜீவிகளின் வகுப்பினருக்கும் அப்படியே பொருந்துகிறது. அண்மைக்கால மேலாய்வு ஒன்றில், அச்சு மற்றும் மின்னணு ஊடகத்துறையில் 315 எடிட்டர்கள் மற்றும் மூத்த தலைவர்களின் ஒருவர்கூட தலித்தோ ஆதிவாசியோ இல்லை (ட்ரெசீ மற்றும் சேன் 2011). ஒருவேளை இரண்டு மூன்று பிற்பட்டோர் (ஓபிசிக்கள்) இருந்திருக்கலாம். அவர்களும் தங்கள் சூத்திரப் பின்னணியைப்

பிழைப்புக்காக மறைப்பவர்கள். கல்விப்புலங்களிலும் நிலைமை வேறாக இல்லை. 2010-11இல் மத்தியப் பல்கலைக்கழகங்களில் தலித்துகளுக்கும் ஆதிவாசிகளுக்கும் ஒதுக்கப்பட்ட இடங்களில் ஏறத்தாழ பாதி இருக்கைகள் காலியாக இருந்தன. ஓபிசிக்களின் நிலை இன்னும் கேவலமானது. 2011 மார்ச் 31இன் கணக்குப்படி, மத்தியப் பல்கலைக் கழகங்களில் இருந்த துறை உறுப்பினர்கள் 5876 பேரில் தலித் வெகுஜனச் சார்பாக இருந்தவர்களின் எண்ணிக்கை பின்வருமாறு: தலித் 513 (8.73 சதவீதம்), ஆதிவாசி 203 (3.45 சதவீதம்), ஓபிசி (பிற பிற்பட்டவர்கள்) 195 (3.31 சதவீதம்). பணியாளர்-பதவிகள் உயர்ந்து செல்லுகையில் இந்த வீதம் மிகவும் குறைவாகத் தேய்ந்து செல்கிறது. (ஓமன் 2013). ஒரு செய்தித்தாளின் தலையங்கத்தின்படி, "பிற கல்வி நிறுவனங்களிலும் நிலைமை வேறாக இருப்பதற்கு வாய்ப்பில்லை." "ஒரு தளர்ச்சியாக வரையறுக்கப்பட்ட தரம்/தகுதி என்ற கருத்தைப் பயன்படுத்தித், தகுதியுள்ள போட்டியாளர்களைத் தெரிவு செய்யாமல் விடுகிறார்கள். சட்டங்களும் விதிகளும் அமைப்புமுழுமைக்கும் உரிய பாரபட்சத்தினால் வேரறுக்கப்படுகின்றன" என்ற கருத்தை அது சொல்கிறது. (தி இந்து, 2012 ஜூலை 6).

மேட்டுக்குடியினர் கட்டுப்பாட்டில் உள்ள ஊடகங்களாலும் கல்விச்சூழலினாலும் மறைக்கப்பட்டாலும் கீழ்ச்சாதியினர்நிலை இன்னும் பாதகமான நிலையையும் அழிவையுமே காட்டுகிறது. விவசாயக்கூலிகளாகவும், தோட்டிகளும், தோல் தொழிலாளர்களும், மீனவர்களும் இதுபோன்றவர்களும் ஏறத்தாழ உழைக்கும் மக்களிலிருந்து பொறுக்கி எடுக்கப்படுகிறார்கள். உழைப்பு அதிகமான, கூலி குறைவான வேலைகள் அனைத்தும் சூத்திரர்களால் செய்யப்படுகின்றன. ஆகவே சூத்திரச் சமுதாயத்தின் வர்க்கநிலை வெளிப்படையானது. "ஒரு பணக்காரச் சூத்திரனைப் பார்ப்பது இயலும், ஆனால் யதார்த்தத்தில் அதிகமாக ஏழைச் சூத்திரர்களைத்தான் நம்மால் பார்க்க இயலுகிறது." (சாட்டர்ஜி 2010). பண்ணைகளில், தொழிலகங்களில், வீடுகளில், கீழான, வெறுக்கப்படுகின்ற வேலைகளைச் செய்வது கீழ்ச்சாதிகளுக்கே உரியது, ஆனால் மிக உயர்ந்த, எல்லாரும் விரும்புகின்ற, பெருந்தொழில், வணிகத்தொழில், மருத்துவம், பொறியியல், ஊடகங்கள், கல்வித்துறைப் பணிகளில் இருப்பவர்களில் பெரும்பான்மையினர், உயர்ந்த சாதிகளைச் சேர்ந்தவர்களே (பாணினி 1996: 32-6). சமகால இந்தியாவைப் பற்றிய ஒரு சமூகவியல் ஆய்வில் சதீஷ் தேஷ்பாண்டே (2004: 120) எதிர்காலத்துக்கான நல்ல வேலை ஒன்றை வாய்ப்பளிக்கும் எந்தத் துறையிலும் மேல்சாதிகள் ஆதிக்கம் செய்கின்றனர், மத்தியதர, கீழ்த்தர மக்கள் பெரும்பாலும் கடுமையாக அவற்றில் இல்லாமற் செய்யப்படுகின்றன என்பதைக் காட்டுகிறார். "இனிமேலும் இந்த

யதார்த்தங்களை வரலாற்றுச் சமமின்மைகளின் உப-விளைவு என்று கூறிப் புறக்கணிக்க முடியாது. சாதிச் சமமின்மை மீண்டும் மீண்டும் மறுவுற்பத்தியானது, சுதந்திர இந்தியாவிலும் அது மறுவுற்பத்தி செய்யப்படுகிறது என்ற அசௌகரியமான உண்மையை நாம் எதிர்கொண்டுதான் ஆகவேண்டும்."

பொருளாதார வளர்ச்சியும் மத்தியதர வர்க்கத்தின் விரிவும் இவற்றுடன் புதிய வாய்ப்புகளால் தனிப்பட்ட நபர்களின் நகர்ச்சியும் (அதன் ஏற்றத்தாழ்வுகள் போட்டியிடும் சமத்துவங்களால்) சாதியை இன்று பொருத்தமற்றவை ஆக்கிவிட்டன என்ற பல்லவி பாடப்படுகிறது. இதற்கு மாறாக அடித்தட்டு மேலாய்வுகளும் புள்ளியியல் ஆய்வுகளும் சாதி அடிப்படையில் மிகப் பெரிய சமமின்மைகளின் மறுவுற்பத்தியைக் காட்டுகின்றன. சாதியையும் தொழிலையும் பற்றிய இருக்கும் தகவல்களும் வாழ்க்கைத் தரம் பற்றிய தகவல்களும் இந்த உண்மையை உறுதிப்படுத்துகின்றன. (தோரட் மற்றும் நியூமன் 2010; ஏ. தேஷ்பாண்டே 2011). சாதியின் இலக்கணம் என்ற நூலின் ஆசிரியர் கூறுவதுபோல,

மரபான ஏற்றத்தாழ்வுகள் தொடர்ந்து நீடிப்பதைத்தான் தகவல்கள் காட்டுகின்றனவே ஒழிய அவை நீங்குவதைக் காட்டவில்லை. எப்போதும் போலவே மேல்சாதிகள் உச்சியிலும், பட்டியல் வகுப்பினர்–பழங்குடியினர் அடியிலும் பிற பிற்பட்ட சாதிகள் இடையில் ஓரிடத்திலும் உள்ளனர்... உதட்டளவில் தரத்தைப் பற்றிப் பேசுவது ஒருபுறம் இருக்க, சமகால, முறைப்பட்ட, நகர்ப்புறப்பகுதி உழைப்புச் சந்தைகள் சாதி, மதம், பாலினம், வகுப்புப் பிரிவுகளின் ஆழமான உணர்ச்சியைக் காட்டுகின்றன, இவற்றில் ஏற்படும் வேறுபடுத்தல்கள் நவீனகால உழைப்புப் பகுதியின் நிகழ்வு, இன்று அது நிரந்தரப்படுத்தப்படுகிறது என்பது வெளிச்சமளிப்பதாக உள்ளது. ஆகவே இது வெறும் கடந்தகால விஷயம் மட்டுமல்ல, கிராமப்புறப் பகுதிகளில் மட்டும் நிலவுவதும் அல்ல. (ஏ. தேஷ்பாண்டே 2011: xiv-xv).

சாதியைப் பற்றிப் பல ஆண்டுகளாக ஆராய்ந்து வருகின்ற மற்றொரு ஆய்வாளர் ஏன் இவை இப்படியே இருக்கின்றன என்பதைப் புரிந்துகொள்ள உதவுகின்ற ஒரு விஷயத்தைச் சொல்கிறார்: "பல நூற்றாண்டுகளாக (தலித்துகளும் பிற கீழ்ச்சாதியினரும்) தகவல்கள் (அல்ல, தகவலற்றவைகள்) போதனைகள், ஆணைகள் இன்ன பிறவான எல்லாத் தகவல்களையும் வாங்கும் முனையில் இருந்துவருகிறார்கள் என்பதை எவரும் மறுக்க முடியாது. ஆகவே அவர்கள் அதிகாரமற்ற ஒரு நிலையில் இருத்தப்படுகிறார்கள். இந்தக் கலாச்சாரம் தொடர்ந்து நீடிக்கிறது என்பதில் வியப்பில்லை. (சாட்டர்ஜி 2010: 285). மற்றொரு சமூகப் பகுப்பாய்வாளர் இதனை உறுதிப்படுத்துவதற்கு மேலும் செல்கிறார். மிகவும் அழுத்தமான உதாரணங்களால், அரசியல்சட்ட விதிகள் இதற்கு முரணாக இருந்தாலும், இந்தியாவை

ஜனநாயகமற்றதாக எப்படிச் சாதி ஆக்குகிறது என்பதைக் காட்டுகிறார். "இந்தியாவில் ஜனநாயகம் என்பது சில குறிப்பிட்ட மேல் சாதிகளின் தனியுரிமையாக உள்ளது. அவர்கள் எல்லா நிறுவனங்களையும் கட்டுப்படுத்த ஆட்களைப் பயன்படுத்துகிறார்கள். ஆகவே நடைமுறையில் சாதிகளில் பலம் பொருந்திய சிலர் ஆளும் ஆட்சியாக மாறிவிட்டது. உண்மையான பிரதிநிதித்துவம் கொண்ட அரசாங்கமாக இது இல்லை. இதன் விளைவாக, சமூக நீதியை உறுதிப்படுத்த வேண்டிய ஜனநாயக உணர்ச்சி தொலைந்துவிட்டது." *(சலம் 2007).*

சுதந்திரத்திற்கு முன்னாலும் பின்னாலும் அம்பேத்கரை அடிக்கடி வருத்தியது இந்த வகையான பயங்கரநிலைதான். ஆன்மாவை உருக்கும் 'சுதந்திரப் போராட்டம்' என்பதற்குப் பின் இருந்த அழகற்ற, போலிவேடமிடும் உலகத்தைக் கண்டு, மேட்டுக்குடி தேசியவாதம் போராடுகின்ற சுதந்திரம் என்பது ஏற்றத்தாழ்வு அடிப்படையில் பிரித்தலையும் சுரண்டலையும் நிரந்தரப்படுத்துகின்ற சுதந்திரம் என்பதை அவர் உணர்ந்திருந்தார். காலனிய ஆட்சிக் காலத்தில் காந்தியைவிட அம்பேத்கரின் திட்டம் தேசப்பற்று குறைந்தது, குறைந்த பொருத்தமே உடையது என்று வாதிடுவது பயனற்றது. உண்மையான விஷயம் சமகாலத்தியது. கௌரவம், கல்வி, உடல்நலப் பாதுகாப்பு, வாய்ப்புச் சமத்துவம் ஆகியவற்றை உள்ளடக்கிய அம்பேத்கரின் திட்டம் இன்றுவரை பெருமளவு நிறைவேறாமலே உள்ளது. ஆனால் காந்திய நோக்கத்தில் முக்கியமானவை 1947இல் சுதந்திரத்தைப் பெற்றதோடு முடிந்துவிட்டன. இந்திய யதார்த்தத்துக்குள் அம்பேத்கரின் நுட்பநோக்கு, குறிப்பாக சாதி-அதன் விளைவுகள் பற்றிய அவரது விமரிசனம், நீதித்துறை, அதிகாரத்துறை, இராணுவம், உயர்கல்வி போன்றவற்றில் ஏன் கீழ்ச்சாதிப் பிரதிநிதித்துவம் இல்லாமலே இருக்கிறது என்பதைப் புரிந்துகொள்ள உதவும். மேலும் ஆழமான ஜனநாயகம் உருவாகும் வேளையில், ஏன் தலித்-வெகுஜனங்கள் அறிவு, அதிகாரம் ஆகியவற்றின் நுழைவாயில்களில் இருந்து ஏன் விலக்கப்படுகிறார்கள்? வெடித்து வளரும் சந்தைப் பொருளாதாரம், பெருந்தொழில்கள், அச்சு-மின்னணு ஊடகங்கள், தொலைக்காட்சி, திரைப்படம் மற்றும் இசைத் துறைகளில் அவர்களின் இருப்பு மிகக் குறைவாக உள்ளது?

இவையெல்லாம் தரத்தின் வெற்றியா அல்லது அமைப்புசார்ந்த வேறுபடுத்தும் நோக்கு இந்தியாவில் இன்னும் இருந்துவருகிறதா? நிலங்களிலும் தொழிற்சாலைகளிலும் உழலுகின்ற மக்கள், உற்பத்தி மற்றும் சேவைக் கருவிகளுடன் போராடும் மக்கள், இன்றுவரை தாழ்வானவர்களாகவே பார்க்கப்பட வில்லையா? அரசியல் தீவிரவாதம், மத பயங்கரவாதம், வளர்கின்ற ஏழை-பணக்காரப்

பிளவு ஆகியவற்றிற்கிடையில் எவ்வித இணைப்பும் இல்லையா? ஒரு கலாச்சார மறுகட்டமைப்பு இன்றி இந்தியாவில் சமநீதிக்கான மாற்றம் என்பது சாத்தியமில்லையா? புலேவும் அம்பேத்கரும் இன்று உயிரோடிருந்தால், பெரிய இந்தியர்களின் நினைவகத்தில் மேட்டுக்குடித் தலைவர்கள் தங்களையும் சேர்த்துக் கொண்டதைப் பற்றிய புகழில் திளைத்துக் கொண்டிருப்பார்களா? அல்லது தங்கள் பீடங்களிலிருந்து இறங்கி, வெற்றுப் பாராட்டுரைகளை உதறிவிட்டு, தெருக்களில், கிராமங்களில், நகர்ப்புறங்களில் தங்கள் மக்களை மறுபடியும் சந்தித்துப் போராட்டத்திற்கு அணிதிரட்டச் சென்றிருப்பார்களா?

தேசிய வளர்ச்சி என்ற புகைமூட்டத் திரைக்குப் பின்னால் முன்னுரிமை பெற்ற பிரிவினர் அரசாங்கத்திடமிருந்து பலவகையான நேரடி மற்றும் மறைமுக ஆதரவைப் பெறுகின்றனர். ஒரு நல்ல உதாரணம் இது. பொதுமக்கள் நம்பிக்கைக்கு எதிர்மாறாக, ஏழைகளின் அடிப்படைக் கல்விக்கான அரசாங்க மானியங்கள் எல்லாம் பணக்காரர்கள், வளமுடையவர்களின் உயர்கல்விக்குச் செல்கின்றன.

இந்தியாவில் பெரும்பாலான பள்ளிகள் தனியார்வசத்தில் உள்ளன. அவர்களுக்கு நிதி மட்டும் பொதுமக்களிடமிருந்து (அரசிடமிருந்து) வருகிறது. அரசாங்கச் செலவினங்களில் 60 சதவீதத்திற்கும் மேலாகத் தனியார் நிறுவனங்களுக்குக் கொடையாக அளிக்கப்படுகிறது. இந்தியாவின் முக்கியமான பதினான்கு மாநிலங்களில் சமூகச் சேவைக்கான மானியங்களில் கல்விக்கு 32 சதவீதம் ஒதுக்கப்படுகிறது. இதில் பாதிக்கும் குறைவாகவே அடிப்படைக் கல்விக்குச் செலவு செய்யப்படுகிறது. மேட்டுக் குடியினரால் அவர்களுக்காக நடத்தப்படும் உயர்கல்வி நிறுவனங்களை ஒருபோதும் நிதிக்குறைபாடு முடமாக்குவதாகத் தோன்றவில்லை. (சாய்நாத் 1996: 52)

இப்படிப்பட்ட தெளிவற்ற கொள்கையினால் சில இந்தியர்கள் மட்டும் மிக நன்றாகப் படிப்பதும், பெரும்பாலோர்க்கு கல்வி என்றால் எழுத்துகளை அறிவதும் நிகழ்கிறது. கிராமப்புறங்களில் எழுத்தறிவற்றவர்களும் எழுத்தறிவுள்ளவர்களும் இதைக்கூடச் செய்ய முடிவதில்லை. உலகத்தின் மிக வளர்ச்சியுறாத பகுதியாகிய ஆப்பிரிக்க சஹாராவின் துணைப்பகுதிகளில் இருப்பதைவிட இந்தியாவின் கல்விவீதங்கள் ஒன்றும் நன்றாக இல்லை (ட்ரெசீ மற்றும் சேன், *1998: 114.*) "ஏன் இந்தியாவின் அடிப்படைக் கல்வி சஹாராப் பகுதியை விட நன்றாக இல்லை" என்ற கேள்வி பேராசிரியர் சேன் மற்றும் ட்ரெசீயை திகைக்கச் செய்கிறது. ஏனெனில் ஆப்பிரிக்க சஹாராவின் விளிம்புப் பகுதியில் உள்ள பல நாடுகளைவிட சுதந்திரத்திற்குப் பிறகு அரசியல் நிலையின்மை, இராணுவ ஆட்சி, உள்நாட்டுப் போர், திரும்பத்திரும்ப வரும் பஞ்சம் போன்ற

பேரிடர்கள் இல்லாமல் இந்தியா உள்ளது. ஓர் இனத்தாரிடை மட்டும் தோன்றுகின்ற எழுத்தறிவின்மை இந்தியாவில் நீடித்திருப்பது, அதன் மிகச் சிறந்த உயர்கல்வி மற்றும் அறிவியல் ஆய்வின் சாதனைகளால் வெறுக்கத் தக்கதாகவும் தோன்றுகிறது. பிரம்மாண்டமான கல்வி வித்தியாசங்கள், மெய்யாகவே, பிரம்மாண்டமான சமூக, பொருளாதாரச் சமமின்மைகளில் வேர்கொண்டுள்ளன.

இன்னும் கீழ்த்தள மக்களின் அறியாமை, ஆற்றலின்மை, ஏழ்மை மீதே தங்கள் அறிவு, அதிகாரம், வளம் ஆகியவை அமைந்திருக்க வேண்டும் என்று இன்னும் இந்திய மேட்டுக்குடியினர் நினைப்பதாகத் தோன்றுகிறது. அதிகார வர்க்கத்தின் மனப்பாங்கும் எப்போதும் இந்த மரபையே உயர்த்தியும் அரண்செய்தும் வருகிறது. எல்லா மாற்றங்களுக்குப் பின்னரும், பழைய மனப்பான்மைகள் இன்னும் நீடிக்கின்றன. கல்வி உங்களுக்கு அல்ல என்று தலித்-வெகுஜனக் குடும்பங்களின் குழந்தைகளைப் பாதிக்கின்றன. மேலிருந்து காக்கப்படும் உயர்வு மனப்பான்மைகள் மிக அதிகமான வேறுபாட்டு நோக்கை உற்பத்தி செய்கின்றன. குடும்பத்திற்குள்ளாகவே செரிக்கப்பட்டுள்ள ஏற்றத்தாழ்வு மனப்பான்மைகள் கீழ்ச்சாதி மக்களின் குழந்தைகளுக்குத் தாங்கள் அறிவார்த்தத் தேடல்களில் சிறந்து விளங்கமுடியும் என்ற நம்பிக்கையை அளிக்க மறுக்கின்றன. இம்மாதிரி மனப்பான்மைகள் துரதிருஷ்டவசமாக, தேசத்தின் தந்தை எனப்பட்ட காந்தியினாலேயே வலுப்படுத்தப் பட்டுள்ளன. மதத்தின் சார்பாகச் செய்யப்படும் தர்மமாகக் கருதி மேல்சாதிகளுக்குச் சேவை செய்யக்கூடிய, தனது என்று சொல்லிக்கொள்ள எதுவுமில்லாத, அப்படி வைத்துக் கொள்ளுகின்ற ஆசையும் அற்ற சூத்திரனைத்தான் காந்தி புகழ்வதாகக் கூறினார். நமக்கு வியப்பு ஏற்படுகிறது: காந்தி பிராமணர்களுடைய வழியைப் பின்பற்றாமல் போயிருந்தால், வேறுபாடு நோக்குகின்ற வர்ணாசிர தர்மத்தை தேசிய தர்மத்துடன் இணைக்காமல் இருந்திருந்தால், அவரை மகாத்மா ஆக்கியிருப்பார்களா? தேசத்தின் தந்தை என்று போற்றியிருப்பார்களா?

சமநீதியை நோக்கிய மனப்பான்மை மாற்றத்துக்கு வழிசெய்யாமல், நவீனமயப்படுத்தலும் தொழில்நுட்ப முன்னேற்றமும் மெய்யாகவே, ஒரு நவ-பிராமண ஆதிக்கத்துக்கு வழி செய்துள்ளன. வெளிப்படையாகவே, மனப்பான்மை மாற்றமின்றித், தொழில் நுட்பமும் மின்னணுக் கருவிகளும் மக்களுக்கு அதிகாரமளிப்பதற்குக் கருவியாக முடியாது. இன்றைய தேவை, இன்றும் வாழ்க்கையின் எல்லாக் கூறுகளிலும், கலாச்சாரத்திலும், பொருளாதாரத்திலும் ஊடுருவியிருக்கக் கூடிய ஒழுக்க மதிப்புகளை முழுமையாக பிராமண நீக்கம் செய்ய வேண்டும். எவ்விதம் சாதி வேறுபாட்டுடன் நவீன

தொழில்நுட்பமும் இணைந்து ஏழ்மை நிரந்தரம் ஆக்கப்படுகிறது என்பதைக் காட்டுவதற்கு காஞ்சா அய்லய்யா ஒரு குறித்த உதாரணத்தைத் தருகிறார்: இந்து மதம் முன்னேறிய தொழில் நுட்பத்துடன் இணைந்து ஒன்றாகச் சேர்ந்து செயல்படும் இக்காலக் கோயில் பொருளாதாரத்தில் ஆயிரக்கோடிக் கணக்கான ரூபாய்கள் புழங்கிவருகின்ற போது, அதனால் ஒரே ஒரு தலித் குடும்பம் கூடப் பயன் எய்தவில்லை. இன்று சாதி-வர்க்கச் சமமின்மைகளின் தன்மைகள், தலித்துகள் பெண்கள் மீது எப்படி எண்ணற்ற இழிவுகள் செய்யப்படுகின்றன என்பதை எடுத்துச் சொல்வதைக் காட்டிலும் அதிக எண்ணிக்கையிலான கணினிகள் இந்து கடவுள்களின் பிம்பங்களை நவீனப்படுத்திக்காட்டப் பயன்படுத்தப்படுகின்றன. (அய்லய்யா 2004: 175).

சாதியும் ஊழலும் ஒன்றாகப் பிறந்தவை. அவை ஒன்றையொன்று ஆதரித்து வளப்படுத்துகின்றன. ஒரே ஒரு உதாரணம் காணலாம். நீதியின் கோயிலாகக் கருதப்படும் நீதித்துறை, உயர்சாதி மேட்டுக்குடியினர் பதவி வகிக்கும் உச்சபட்ச இடமாகவும் இருப்பதால் அவர்களுடைய சுயநலங்களுக்கே ஆதரவாக உள்ளது. பிரதிநிதித்துவம் என்பது அதில் கிடையாது. அரசியலமைப்பில் கூறப்பட்டுள்ள சமநீதி இலக்கினைத் தலைகீழாக்குவதில் தன்போக்கில் பணி செய்துவருகிறது. கரிய முண்டா தலைமை தாங்கிய பட்டியலினத்தவர்-பழங்குடி மக்கள் பற்றிய பாராளுமன்றக் குழு 2000 செப்டம்பரில் வெளியிட்ட தனது இரண்டாவது அறிக்கையில் உயர்ந்த நீதிமன்றங்களில் உள்ள நீதித்துறையும் சட்ட வல்லுநர்களும் எப்படிப் பிற்பட்ட வகுப்பினர் சார்பாகப் பரிவு காட்டுபவர்களாகவோ, பாரபட்சமின்றி இருப்பவர்களாகவோ இல்லை என்பதைத் தெளிவுபடுத்தியுள்ளது. நீதித்துறையின் உறுப்பினர்கள் இதுவரை சமூகத்தின் மேல்தட்டிலிருந்தே கொள்ளப்பட்டு வந்துள்ளனர். ஆனால் அதே பகுதியினர்தான் பழைய ஒருதலைச்சார்புகளால் பீடிக்கப்பட்டவர்கள், வாழ்க்கையின் ஏற்றத்தாழ்வுகளைப் பற்றிய சிந்தனைகளால் ஆதிக்கம் கொள்ளப் பட்டவர்கள்...வகுப்பு நலம் சார்ந்த இம்மாதிரி உள்ளகக் குறைபாடுகளுடைய நீதிபதிகளின் சார்புகள், அவர்கள் நீதி வழங்குவதற்குத் தேவையான அறிவார்த்த நேர்மை, உண்மை ஆகியவற்றை முழு அளவில் செயல்பட விடுவதில்லை. இந்த நீதிபதிகள், ஆளும் வர்க்கத்திற்குப் பயனாகக் கூடிய ஒரு மன அமைப்பை வெளிப்படுத்துகிறார்களே அன்றி, ஏழைவகுப்பினர்க்குப் பயன்படக்கூடியவர்களாக இல்லை (முண்டா 2000).

நாட்டிலுள்ள 481உயர்நீதிமன்ற நீதிபதிகளில் 15 எஸ்.சி மற்றும் 5 எஸ்.டி. நீதிபதிகள் மட்டுமே உள்ளனர் என்ற நிலை குறித்து

வருத்தத்தைத் தெரிவித்த அந்தக் குழு, 1998 மே 1அளவில் உச்சநீதி மன்றத்தில் இந்த இனத்திலிருந்து நீதிபதி ஒருவர்கூட இல்லை என்று அறிக்கையிட்டிருக்கிறார்கள்: "நீதிபதிகள் தாங்கள் அரசியலமைப்பையும் சட்டங்களையும் உயர்த்திப்பிடிப்போம் என்று பிரமாணம் எடுத்துக் கொள்கிறார்கள். ஆனால் உச்சநீதி மன்றமும், சில உயர்நீதி மன்றங்களும் தாங்கள் அரசியலமைப்பைவிட உயர்ந்தவர்கள் என்ற நிலைப்பாடு கொண்டு, தீண்டாமையை நடைமுறையில் செயல்படுத்துகிறார்கள், மேலும் பிரிவுகள் 16(4) மற்றும் 16(4a) ஆகியவற்றிற்குக் கீழ்ப்படியாமல் அரசியலமைப்பை அவமானப்படுத்துகிறார்கள் (மேலது).

நீதித்துறை ஒரு மீச்சிறப்பு பெற்ற சேவை என்பதையும், தரம் என்பது அதன் அடித்தளம் என்பதையும் அந்தக் குழு கேலிசெய்கிறது. தரம் உள்ளவர்கள்தான் நீதித்துறையில் இடம் பெற்றிருக்கிறார்கள் என்பது உண்மைபோலத் தோற்றமளிப்பது...இதன் கருத்து பலவீனமான பகுதியினர்க்குத் தரம் இல்லை என்ற முன்யூகத்தைக் கொள்வதே ஆகும். 1990களின் தொடக்கத்தில் நீதிபதி பி. பி. சாவந்த் அளித்த முன்மாதிரியான குறிப்பிடத்தக்க தீர்ப்பு ஒன்றில் அவர், தரம், தேசிய நலம் என்ற பெயரால் வாழ்க்கையின் எல்லாக் கூறுகளும், மொத்த மக்கள் தொகையில் பத்தில் ஒரு பங்கு கூட இல்லாத ஒரு சமூகத்தின் ஒரு சிறு பகுதியினரின் நலன்களுக்கு ஏற்றவாறு எவ்விதம் கட்டுப்படுத்தப் படுகின்றன, இயக்கப் படுகின்றன, ஒழுங்குபடுத்தப்படுகின்றன என்று வாதிட்டுள்ளார். அந்த நீதிபதி அமர்வு சொல்கிறது:

மக்கள் தொகையின் பத்து சதவீதம் எவ்விதம் தேசிய நலன்களை முன்வைக்க முடியும்? பெயர்பெற்றதாகக் கூறப்படும் 'தரம்' என்பது, ஒரு தேர்ந்தெடுத்த சமூகக் குழுவினர் சமூக, கல்வி, பொருளாதார அமைப்புகளின் ஒட்டுமொத்த ஆதாயங்களால் அனுபவிப்பதன் விளைவு அல்லவா? தேசத்தின் இறுதி முறையீட்டுக்கான நீதிமன்றமாக இருக்கும் உச்சநீதி மன்றம், தனது ஆட்சிப் பரப்பிற்குள்ளாகவே நீதியற்றதாக இருப்பது முறையற்றது. ஆனால் துரதிருஷ்டவசமாக அதுதான் இத்தனை காலமாக நடந்து வருவதாகத் தோன்றுகிறது. நீதிபதிகளுக்கு ஒரு சட்டவிதியின் ஆணையைப் புறக்கணிக்கவும் அதன்படி தீர்ப்பு வழங்கவும் உரிமை இல்லை என்றாலும் அப்படிச் செய்யும் அதிகாரம் இருக்கிறது (முண்டா 2000).

நீதித்துறையின் நிலையே இது என்றால், தேசிய வாழ்க்கையின் மற்றப் பகுதிகளில் தலித்-வெகுஜனங்களின் தாழ்நிலையை நாம் கற்பனை செய்துகொள்ள முடியும். சாதாரண மக்களுக்கு அறிவையும் அதிகாரத்தையும் விலக்கி வைப்பதென்பது அரசு மற்றும் அதன் நிறுவனங்களில் எழுதப்படாத சட்டங்களில் உட்பொதிந்து

வைக்கப்பட்டுள்ள செவ்வியல் முன்மாதிரி. நவீனமயமாக்கலின் பலவேறு முகப்புகள்-பெருந்தொழில் மற்றும் தொழில் நுட்ப வளர்ச்சிகள், அரசியலமைப்பில் கோயில் கொண்டுள்ள தாராளமய-ஜனநாயகச் சட்டங்கள், நவீன கல்வி நிறுவனங்கள் போன்றவை, புதுப்புது நுட்பமான வடிவங்களில் சாதி ஆதிக்கத்தை ஒழிக்க முடியவில்லை. சாதியமைப்பு தனது ஓட்டத்தில் தொழில்நுட்பச் சாதனைகளை விழுங்கிவிட்டது. "கல்வி, பயிற்சி, அனுபவம் உடைய திறன்பெற்ற மனித மூலவளங்களைப் (இந்தியச் சமூகத்தின் தொடக்கத்திலிருந்து உயர்சாதியினர் இவற்றின்மீது வைத்திருந்த ஏகபோக உரிமை காரணமாக) பொறுத்த அளவில் புதிய வளர்ச்சிகளின் கட்டுப்பாடுகளைத் தாங்களே எடுத்துக் கொண்டுள்ளனர்

அதனால் தாங்கள் மட்டுமே ஆதாயம் அடைபவர்களாக உள்ளனர் என்பதால் இந்தத் தோற்ற வேறுபாடு, அடிப்படை மாற்றம் அல்ல, மிகவும் மென்மையாக நடைபெற்றிருக்கிறது" (சாட்டர்ஜி 1998: 36). பார்ப்பனச் சமூக முறைமையின் பலவேறு கூறுகள் இன்றும் பணத்தைத் தவிரப் பிற அதிகார விநியோகங்களின் கருவிகளாகச் செயல்படுபவையாகவே உள்ளன.

சீதையும் சம்புகனும், கர்ணனும் ஏகலைவனும் இந்தியச் சமூகத்தில் இன்னும் தங்களுக்குரிய நியாயமான இடத்தைப் பெறுவதற்குப் போராடி வருகின்றனர்.

உதவிய நூல்கள்

Acharya, Poromesh. 1996. 'Indigenous Education and Brahminical Hegemony in Bengal.' In *The Transmission of Knowledge in South Asia*, ed. Nigel Crook, pp. 98–118. Delhi: Oxford University Press.

Ahmad, Aijaz. 1992. In Theory: Classes, Nations, Literatures. London and New York: Verso.

———. 2002. On *Communalism and Globalisation: Offensives of the Far Right*. Delhi: Three Essays.

Ahmad, Imtiaz, ed. 1973. *Caste and Social Stratification among the Muslims of India*. Delhi: Manohar.

Aktor, Mikael. 1999. 'Smritis and Jatis: The Ritualization of Time and the Continuity of the Past.' In *Invoking the Past: The Uses of History in South Asia*, ed. Daud Ali, pp. 258–79. Delhi: Oxford University Press.

Alam, Javeed. 1996. 'Tradition in India Under Interpretative Stress: Notes on Its Growing Social Irrelevance.' In Indu Banga and Jaidev, eds., *Cultural Reorientation in Modern India*, pp. 66–79. Shimla: Indian Institute of Advanced Study.

———. [2004] 2012. *Who Wants Democracy?* Delhi: Orient BlackSwan.

Ali, Daud, ed. 1999. *Invoking the Past: The Uses of History in South Asia*. Delhi: Oxford University Press.

Allen, Charles. 2002. *The Buddha and the Sahibs: The Men Who Discovered India's Lost Religion*. London: John Murray.

Aloysius, G. 1997. *Nationalism without a Nation in India*. Delhi: Oxford University Press.

———. 1998. *Religion as Emancipatory Identity: A Buddhist Movement among the Tamils under Colonialism*. Delhi: New Age International Publishers.

———. 2000. 'Caste In and Above History.' In S.L. Sharma and T.K. Oommen, eds., *Nation and National Identity in South Asia*, pp. 151–73. Delhi: Orient Longman.

———. 2002. 'Caste Against Nation in Ambedkar', *The Radical Humanist*, February and March.

———. 2010. *The Brahminical Inscribed in Body-politic*. Delhi: Critical Quest.

Altekar, A.S. 1956. 'Buddhism and Indian Culture', *The Journal of the Bihar Research Society*, Buddha Jayanti spl. issue, vol. 2.

Althusser, Louis. 1971. 'Ideology and Ideological State Apparatuses.' In idem, *Lenin and Philosophy and Other Essays*, pp. 121–73. London: New Left Books.

Ambedkar, B.R. 1987–2003. *Dr Babasaheb Ambedkar: Writings and Speeches* (BAWS), vols. 1–17, ed. Vasant Moon et al. Bombay: The Education Department, Govt. of Maharashtra. 'Castes in India' (1916) and 'Annihilation of Caste' (1936), vol. 1; *The Revolution and Counter-Revolution in Ancient India*, unfinished work (1956), vol. 3; *The Problem of the Rupee* (1923) and *The Evolution of Provincial Finance in British India* (1925) vol. 6; *Who were the Shudras?* (1946) and *The Untouchables* (1948), vol. 7; *Pakistan or the Partition of India* (1940), vol. 8; *What Congress and Gandhi Have Done to the Untouchables* (1945), vol. 9; *The Buddha and His Dhamma* (1957), vol. 11.

———. 2002. *The Essential Writings of B.R. Ambedkar*, ed. Valerian Rodrigues. Delhi: Oxford University Press.

Amin, Shahid. 1996. 'Gandhi as Mahatma.' In Ranajit Guha, ed., *Subaltern Studies III, Writings on South Asian History and Society*. Delhi: Oxford University Press.

Anderson, Benedict. 1983. *Imagined Communities: Reflections on the Origin and Spread of Nationalism*. London: Verso.

Anderson, Perry. 2012a. *The Indian Ideology*. Gurgaon: Three Essays Collective.

———. 2012b. 'Respect Gandhi If You Will, Don't Sentimentalize Him', *Outlook*, see www.outlookindia.com/article.aspx?282832

Angar Ee, HaBir. 1994. *Pali is the Mother of Sanskrit*. Nagpur: Tarachand Chavhan.

Armstrong, Karen. 2000. *Buddha*. London: Phoenix.

Ashton, Stephen. 1987. *The British in India: From Trade to Empire*. London: Batsford.

Ashvaghosha (c. 100 CE). [1936] 1992. *Buddhacarita or Acts of the Buddha*, tr. E.H. Johnston Delhi: Motilal Banarsidass.

Austin, Granville. [1964] 2001. *The Indian Constitution: Cornerstone of a Nation*. Delhi: Oxford University Press.

Awaya, Toshie. 1999. 'Some Aspects of the Tiyyas Caste Movement.' In H Kotani, ed., *Caste System, Untouchability and the Depressed*, pp. 139–68. Delhi: Manohar.

Baber, Zaheer. 2006. *Secularism, Communalism and the Intellectuals*. Gurgaon: Three Essays.

Bagade, Umesh. 2012. 'Probing Alternative Paths of Knowledge: Mahatma Phule's Encounter with History and Anthropology.' In Ajit Danda and Rajat Das, eds., *Alternative Voices of Anthropology*, pp. 441–64. Kolkata: Indian Anthropological Society.

Baird, Robert D., ed. 2001. *Religion in Modern India*, 4th revised edn. Delhi: Manohar.

Baker, C.J. 1976. *The Politics of South India 1920–37*. Delhi: Vikas.

Ball, Terence and Richard Dagger. 2004. *Political Ideologies and the Democratic Ideal*, 5th edn. New York: Pearson Longman.

Bali, Arun P. 1978. 'The Virasaiva Movement.' In S.C. Malik, ed., *Indian Movements*, pp. 67–100. Shimla: Indian Institute of Advanced Study.

Bandyopadhyay, Sekhar. 1990. *Caste, Politics and the Raj: Bengal 1872–1937*. Calcutta: K.P. Bagchi & Co.

——. 1995. 'Caste, Widow-remarriage and the Reform of Popular Culture in Cononial Bengal.' In Bharati Ray, ed., *From the Seams of History*, pp. 8–36, Delhi: Oxford University Press.

——. 2004. *Caste, Culture and Hegemony: Social Dominance in Colonial Bengal*. Delhi Sage.

Banerjee-Dube, Ishita, ed. 2008. *Caste in History*. Delhi: Oxford University Press.

Banga, Indu and Jaidev, eds. 1996. *Cultural Reorientation in Modern India*. Shimla: Indian Institute of Advanced Study.

Bapat, P.V., ed. [1956] 1997. *2500 Years of Buddhism*. Delhi: Publications Division, Govt. of India.

Bardhan, Pranab. 1999. 'The State Against Society: The Great Divide in Indian Social Science Discourse.' In Sugata Bose and Ayesha Jalal, eds., *Nationalism, Democracy & Development*, pp. 184–95. Delhi: Oxford University Press.

Barua, B.M. [1921] 1970. *Pre-Buddhist Indian Philosophy*. Delhi: Motilal Banarsidass.

Basham, A.L. [1954] 1991. *The Wonder That Was India*. Delhi: Rupa.

——, ed. [1975] 1985. *A Cultural History of India*. Delhi: Oxford University Press.

Basu, Shamita. 2002. *Religious Revivalism as Nationalist Discourse: Swami Vivekananda and New Hinduism in Nineteenth-Century Bengal*. Delhi: Oxford University Press.

Basu, Tapan et al. 1993. *Khaki Shorts and Saffron Flags: A Critique of the Hindu Right*. Delhi: Orient Longman.

Basu, Tapan, ed. 2002. *Translating Caste: Stories, Essays, Criticism*. Delhi: Katha.

Batchelor, M. and K. Brown, eds. 1994. *Buddhism and Ecology*. Delhi: Motilal Banarsidass.

Baxi, Upendra. 2000. 'Emancipation as Justice: Legacy and Vision of Dr. Ambedkar.' In K. C. Yadav, ed., *From Periphery to Centre Stage: Ambedkar, Ambedkarism and Dalit Future*, pp. 49–74. Delhi: Manohar.

Bayly, C.A. 2001. *Origins of Nationalism in South Asia*. Delhi: Oxford University Press.

Bayly, Susan. 1992. *Saints, Goddesses and Kings*. Cambridge: Cambridge University Press.

——. 2000. *Caste, Society and Politics in India: From the Eighteenth Century to the Modern Age*. Cambridge: Cambridge University Press.

Bazaz, Premnath. 2002. 'The Role of the Bhagavad Gita in Indian History', *The Radical Humanist*, August issue.

Bergunder, Michael. 2004. 'Contested Past: Anti-Brahmanical and Hindu Nationalist Reconstructions of Indian Prehistory', *Historiographia Linguistica* XXXI: 1, pp. 59–104.

Berlin, Isaiah. 2003. *The Crooked Timber of Humanity: Chapters in the History of Ideas*. London: Pimlico.

Berreman, Gerard D. 1979. *Caste and Other Inequities: Essays on Inequality*. Meerut: Folklore Institute.

——. 1991. 'The Brahmanical View of Caste.' In Dipankar Gupta, ed., *Social Stratification*, pp. 84–92. Delhi: Oxford University Press.

Besant, Annie. 1913. *Wake Up India*. Madras: Theosophical Society of India.

——. 1917. *Birth of New India*. Madras: Theosophical Society of India.

Beteille, Andre. 1997. 'Caste in Contemporary India.' In C.J. Fuller, ed., *Caste Today*, pp. 150–79. Delhi: Oxford University Press.

Bhagavad Gita. Translations of S. Radhakrishnan (Delhi: Oxford University Press, 1992) and Purohit Swami (London: Faber & Faber, 1965).

Bhattacharya, Neeladri. 1991. 'Myth, History and the Politics of Ramjanambhoomi'. In S. Gopal, ed., *Anatomy of a Confrontation: The Ramjanambhoomi-Babri Masjid Dispute*. Delhi: Penguin.

Bhattacharya, Sabyasachi, ed. 1997. *The Mahatma and the Poet: Letters and Debates between Gandhi and Tagore 1915–1941*. Delhi: National Book Trust.

Bilgrami, Akeel. 1994. 'Two Concepts of Secularism', *Yale Journal of Criticism*, vol. 7.

Bipan Chandra et al. 1989. *India's Struggle for Independence*. Delhi: Penguin.

Biswas, Oneil. 2001. *Dalits after Partition*. Delhi: Blumoon Books.

Biswas, Swapan K. 1998. *Gods, False Gods and the Untouchables*. Delhi: Orion.

Bloch, Marc. 1953. *The Historian's Craft*, tr. Peter Putnam. New York: Vintage Books.

Bose, N.K. 1953. 'The Hindu Method of Tribal Absorption.' In idem, *Cultural Anthopology and Other Essays*. Calcutta: Indian Associated Publishing Co.

Bose, Nemai Sadhan. 1999. 'Swami Vivekananda and Challenge to Fundamentalism.' In William Radice, ed., *Swami Vivekananda and the Modernisation of Hinduism*, pp. 281–99. Delhi: Oxford University Press.

Bose, Sugata and Ayesha Jalal, eds. 1999. *Nationalism, Democracy & Development: State and Politics in India*. Delhi: Oxford University Press.

Bose, Sugata and Ayesha Jalal. 2003. *Modern South Asia: History, Culture, Political Economy*, 2nd edn. Delhi: Oxford University Press.

Bose, Sumantra. 1999. ' "Hindu Nationalism" and the Crisis of the Indian State: A Theoretical Perspective'. In Sugata Bose and Ayesha Jalal, eds., *Nationalism, Democracy & Development*, pp. 104–64. Delhi: Oxford University Press.

Bougle, Celestin. [1908] 1991. 'The Essence and Reality of the Caste System.' In Dipankar Gupta, ed., *Social Stratification*, pp. 64–73. Delhi: Oxford University Press.

Brown, Donald E. 1988. *Hierarchy, History and Human Nature: The Social Origins of Historical Consciousness*. Tucson: University of Arizona Press.

Buddhist Scriptures. Selection and trans. Edward Conze. 1959. London: Penguin.

Caldwell, Robert. [1856] 1875. *A Comparative Grammar of the Dravidian or South-Indian Family of Languages*. London: Trubner.

Carpenter, Edward. [1889] 1921. *Civilisation: Its Causes and Cures*. New York: Charles Scribner's Sons.

Carrithers, Michael. 1992. *Why Humans Have Cultures*. Oxford: Oxford University Press.

Carus, Paul. 1997. *The Gospel of Buddha*, rpt. Chennai: Samata Books.

Casolari, Marzia. 2000. 'Hindutva's Foreign Tie-up in the 1930s: Archival Evidence', *Economic and Political Weekly*, 22 January.

Chakravarti, Uma. 1989. 'Whatever Happened to the Vedic Dasi?: Orientalism, Nationalism, and a Script for the Past.' In Kumkum Sangari and Sudesh Vaid, eds., *Recasting Women: Essays in Colonial History*, pp. 27–87. Delhi: Kali for Women.

———. 1993. 'Conceptualising Brahmanical Patriarchy in Early India: Gender, Caste, Class and the State', *Economic and Political Weekly*, pp. 579–85. 3 April, vol. 28, No. 14.

———. [1987] 1996. *The Social Dimensions of Early Buddhism*. Delhi: Munshiram Manoharlal.

———. 1998. *Rewriting History: The Life and Times of Pandita Ramabai*. Delhi: Kali for Women.

———. 2002. 'From Exclusion to Marginalisation? Hegemonic Agendas and Women's Writing.' In Sujata Patel et al., eds., *Thinking Social Science in India*, pp. 115–32. Delhi: Sage.

———. 2003. *Gendering Caste: Through a Feminist Lens*. Calcutta: Stree.

———. 2006. *Everyday Lives, Everyday Histories: Beyond the Kings and Brahmanas of Ancient India*. Delhi: Tulika.

Chalam, K.S. 2007. *Caste-based Reservations and Human Development of India*. Delhi: Sage.

Champakalakshmi, R. and S. Gopal, eds. 1996. *Tradition, Dissent and Ideology.* Delhi: Oxford University Press.

Chanana, Dev Raj. [1960] 1990. *Slavery in Ancient India.* Delhi: People's Publishing House.

Chandra, Sudhir. 1992. *The Oppressive Present.* Delhi: Oxford University Press.

Chatterjee, Debi. 2010. *Ideas and Movements Against Caste in India.* Delhi: Abhijeet Publications.

Chatterjee, Partha. 1986. *Nationalist Thought and the Colonial World: A Derivative Discourse?* London: Zed Press.

———. 1989. 'Caste and Subaltern Consciousness'. In Ranajit Guha, ed., *Subaltern Studies* VI, pp. 169–209. Delhi: Oxford University Press.

———. 1993. *The Nation and Its Fragments.* Princeton: Princeton University Press.

Chatterji, Angana. 2008. *Violent Gods: Hindu Nationalism in India's Present—Narratives from Orissa.* Gurgaon: Three Essays.

Chatterji, S.K. 1998. 'Some Emerging Issues in Independent India.' In Sebasti L. Raj, SJ, ed., *Fifty Years After Freedom.* Delhi: Indian Social Institute.

Chattopadhyaya, D.P. [1959] 1992. *Lokayata: A Study in Ancient Indian Materialism.* Delhi: People's Publishing House.

———. [1976] 2001. *What is Living and What is Dead in Indian Philosophy.* Delhi: People's Publishing House.

———. [1989] 2008. *In Defence of Materialsim in Ancient India.* Delhi: People's Publishing House.

Chaturvedi, Parashuram. [1950] 1964. *Uttar Bharat ki Sant Parampara.* Allahabad: Leader Press.

———. 1954. *Kabir Sahitya ki Parakh.* Allahabad: Leader Press.

Chaudhuri, Nirad C. 1974. *Scholar Extraordinary: The Life of Friedrich Max Müller.* Delhi: Orient Paperbacks.

———. [1951] 1987. *The Autobiography of an Unknown Indian.* London: The Hogarth Press.

———. 1999. *The Continent of Circe*, rpt. Bombay: Jaico.

Choudhary, Prasanna Kumar and Shrikant. 2001. *Bihar Mein Samajik Parivartan Ke Kuchh Ayam.* Delhi: Vani Prakashan.

Chomsky, Noam. 1996. *Powers and Prospects*. Delhi: Madhyam Books.

——. 1998. *On Language*. New York: The New Press.

Cox, O.C. 1970. *Caste, Class and Race: A Study in Social Dynamics*. New York: Monthly Review Press.

Crane, Ralph J. 1992. *Inventing India: A History of India in English-Language Fiction*. London: Macmillan.

Crook, Nigel, ed. 2001. *The Transmission of Knowledge in South Asia*. Delhi: Oxford University Press.

Dahiwale, S.M., ed. 2005. *Understanding Indian Society: The Non-Brahmanic Perspective*. Delhi: Rawat.

Dalmia, Vasudha. 2003. *Orienting India: European Knowledge Formation in the Eighteenth and Nineteenth Centuries*. Delhi: Three Essays.

Dalmia, Vasudha and Heinrich von Stietencron, eds. 2007. *The Oxford India Hinduism Reader*, with Introduction by Dalmia, pp. 1–26. Delhi: Oxford University Press.

Dalton, Dennis. [1983] 2012. *Mahatma Gandhi: Nonviolent Power in Action*. New York: Columbia University Press.

Dangle, Arjun, ed. 1992. *Poisoned Bread: Modern Marathi Dalit Literature*. Bombay: Orient Longman.

Das, Arvind N. 1983. *Agrarian Unrest and Socio-Economic Change in Bihar 1900–1980*. Delhi: Manohar.

Datta, B.N. [1944] 1983. *Studies in Indian Social Polity*. Calcutta: Nababharat Publishers.

Dayananda Saraswati. [1875] 2002. *Light of Truth*, the English Translation of *Satyarth Prakash*, rpt. Delhi: Sarvadeshik Arya Pratinidhi Sabha.

Delany, Sheila, ed. 1971. *Counter-Tradition: The Literature of Dissent and Alternatives*. New York: Basic Books.

Deleury, Guy. 2005. *India: The Rebel Continent*, tr. Florence D'Souza. Delhi: Macmillan.

Deoras, Balasaheb. 1984. *Sri Balasaheb Deoras Answers Questions*. Banglore: Sahitya Sindhu.

Desai, A.R. [1948] 1991. *Social Background of Indian Nationalism*, 5th edn. Bombay: Popular Prakashan.

Desai, Meghnad. 2009. *The Rediscovery of India*. Delhi: Penguin.

——. 2012. 'Hind, Hindi, Hindu, Hindutva', *The Sunday Express*, 1 July.

——. 2013. 'The Hindu Rate of Backwardness', *The Sunday Express*, 28 July.

Deshpande, Ashwini. 2011. *The Grammar of Caste: Economic Discrimination in Contemporary India*. Delhi: Oxford University Press.

Deshpande, G.P., ed. 2002. *Selected Writings of Jotirao Phule*, with Introduction, pp. 1–21. Delhi: LeftWord.

Deshpande, Satish. 2004. *Contemporary India: A Sociological View*. Delhi: Penguin.

Dhani, S.L. 1984. *Politics of God: Churning of the Ocean*. Panchakula: D D Books.

Dhammapada. Translations of Juan Mascaro (London: Penguin, 1973) and Eknath Easwaran (London: Routledge, 1986).

Dharmakirti. 2010. *Bhauddha Dharma Nahi Hai Hindu Dharma Ki Shakha*. Delhi: Samyaka Prakashan.

Dharma Theertha, Swami. [1941] 1992. *History of Hindu Imperialism*. Madras: Dalit Educational Literature Centre.

Dharmaveer. 1997. *Kabir ke Aalochak*. Delhi: Vani Prakashan.

Dharwadker, Vinay, tr. 2003. *Kabir: The Weaver's Songs*, with Introduction, pp. 1–96. Delhi: Penguin.

Dirks, Nicholas B. 2002. *Castes of Mind: Colonialism and the Making of Modern India*. Delhi: Permanent Black.

Doniger, Wendy and Brian Smith, eds. 1991. *The Laws of Manu*, with Introduction, pp. XV–LXXVIII. Delhi: Penguin.

Dreze, Jean and Amartya Sen. 1998. *India: Economic Development and Social Opportunity*. Delhi: Oxford University Press.

——. 2011. 'Putting Growth In Its Place,' *Outlook*, 14 November.

Dubey, A.K. 2001. 'Anatomy of a Dalit Power Player.' In Ghanshyam Shah, ed., *Dalit Identity and Politics*, pp. 288–310. Delhi: Sage.

Dumont, Louis. [1970] 1998. *Homo Hierarchicus: The Caste System and Its Implications,* revised English edn. Delhi: Oxford University Press.

Durkheim, Emile. [1912] 2001. *The Elementary Forms of Religious Life,* tr. Carol Cosman. Oxford: Oxford University Press.

Dutt, R.C. 1889–90. *A History of Civilisation in Ancient India, based on Sanskrit Literature,* 3 vols. Calcutta.

Dutt, R. Palme. [1940] 1989. *India Today.* Calcutta: Manisha.

Dwivedi, H.P. [1940] 1999. *Kabir.* Delhi: Rajkamal.

——. [1959] 1997. *Hindi Sahitya ki Bhoomika.* Delhi: Rajkamal.

Edwards, David. 2001. *The Compassionate Revolution: Radical Politics and Buddhism.* Delhi: Viveka Foundation.

Edwardes, Michael. 1986. *The Myth of the Mahatma: Gandhi, the British and the Raj.* London: Constable.

Edwardes, Michael. [1967] 1999. *British India 1772–1947.* Delhi: Rupa.

Embree, A.T. and Stephen Hay, eds. 1991. *Sources of Indian Tradition,* vols. I & II, 2nd edn. Delhi: Penguin.

Eppsteiner, Fred, ed. 1988. *The Path of Compassion.* Berkeley: Parallax Press.

Fanon, Frantz. 1963. T*he Wretched of the Earth,* tr. Constance Farrington. New York: Grove.

Farquhar, J.N. 1999. *Modern Religious Movement in India,* rpt. Delhi: Low Price Publications.

Flood, Gavin, ed. 2003. *The Blackwell Companion to Hinduism.* Oxford: Blackwell.

Foucault, Michel. 1980. *Power/Knowledge: Selected Interviews and Other Writings 1972–77,* ed. Colin Gordon. New York: Vintage.

——. 1990. *The History of Sexuality,* vol. I. London: Penguin.

——. 1991. *The Foucault Reader,* ed. Paul Rabinow. London: Penguin.

Franco, F. and Sarvar V. Sherry Chand. [1989] 2009. *Varna: Ideology as Social Practice.* Delhi. Critical Quest.

Freire, Paulo. [1970] 1996. *Pedagogy of the Oppressed,* tr. Myra Bergman Ramos. London: Penguin.

French, Patrick. 1998. *Liberty Or Death: India's Journey to Independence and Division*. London: Flamingo.

Frykenberg, Robert Eric. [1989] 2001. 'The Emergence of Modern Hinduism.' In G.-D. Sontheimer and Hermann Kulke, eds., *Hinduism Reconsidered*, pp. 82–107. Delhi: Manohar.

Fuchs, Stephen. 1965. *Rebellious Prophets: A Study of Messianic Movements in Indian Religions*. Bombay: Asia Publishing House.

Fukuzawa, Hiroshi. 1998. *The Medieval Deccan: Peasants, Social System and Status 16th to 18th Centuries*. Delhi: Oxford University Press.

Galanter, Marc. 1984. *Competing Equalities: Law and the Backward Classes in India*. Delhi: Oxford University Press.

Gandhi, M.K. [1921] 1967. 'Speech at Suppressed Classes Conference, April 13, 1921.' In *The Complete Works of Mahatma Gandhi*, vol. 23. Delhi: Publications Division, Govt. of India.

——. 1970. *My Theory of Trusteeship*. Bombay: Bharatiya Vidya Bhavan.

——. 1979. *The Complete Works of Mahatma Gandhi*, vol. 1. Delhi: Publications Division, Govt. of India.

——. 1993. *The Penguin Gandhi Reader*, ed., Rudrangshu Mukherjee, with *Hind Swaraj* (1909) and *Varna Vyavastha* (1934). Delhi: Penguin.

——. 1994. *What is Hinduism?* Delhi: National Book Trust.

——. [1927] 1996. *The Story of My Experiments with Truth*. Ahmedabad: Navajivan Publishing House.

Gavaskar, Mahesh. 1999. 'Colonialism Within Colonialism: Phule's Critique of Brahmin Power.' In S.M. Michael, ed., *Dalits in Modern India*. Delhi: Vistaar Publications.

Geetha, V. and S.V. Rajadurai. 1998. *Towards a Non-Brahmin Millennium: From Iyothee Thass to Periyar*. Calcutta: Samya.

Geetha, V. 2002. *Gender*. Calcutta: Stree.

Gellner, Ernest. 1983. *Nations and Nationalism*. Oxford: Basil Blackwell.

George, K.M. 1991. *Kumaran Asan*. Delhi: Sahitya Akademi.

Ghose, Aurobindo. 1937. *Essays on the Gita*, 2 vols. Calcutta: Arya Publishing House.

———. 1948. *Speeches.* Calcutta: Arya Publishing House.

Ghurye, G.S. [1932] 2000. *Caste and Race in India,* 5th edn. Bombay: Popular Prakashan.

Gill, S.S. 2001. *Gandhi: A Sublime Failure.* Delhi: Rupa.

Gita. See under Bhagavad Gita.

Golwalkar, M.S. 1939. *We, or Our Nationhood Defined.* Nagpur: Bharat Prakashan.

Gooptu, Nandini. 1993. 'Caste, Deprivation and Politics: The Untouchables in U.P. Towns in the Early Twentieth Century.' In Peter Robb, ed., *Dalit Movements and the Meanings of Labour in India,* pp. 277–98. Delhi: Oxford University Press.

Gore, M.S. 1993. *The Social Context of an Ideology: Ambedkar's Political and Social Thought.* Delhi: Sage.

Govinda, Anagarika. 1961. *The Psychological Attitude of Early Budhhist Philosophy.* London: Rider & Company.

Goyal, D.R. [1979] 2000. *Rashtriya Swayamsewak Sangh,* 2nd revised edn. Delhi: Radhakrishna.

Goyal, Santosh. 1992a. 'Social Background of Officers of the Indian Administrative Service,' Appendix II. In Francine Frankel and M.S.A. Rao, eds., *Dominance and State Power in Modern India,* vol. 1. Delhi: Oxford University Press.

———. 1992b. 'Social Background of Top Corporate Officials in the Private and Public Sectors,' Appendix IV. In Francine Frankel and M.S.A. Rao, eds., *Dominance and State Power in Modern India,* vol. 2. Delhi: Oxford University Press.

Gramsci, Antonio. [1971] 1996. *Selections from the Prison Notebooks,* tr. Quintin Hoare and Geoffrey N. Smith. Chennai: Orient Longman.

Grewal, J.S. 1999. 'Ideas Operative in Early Sikh History.' In J.S. Grewal et al., eds., *The Khalsa Over 300 Years.* Delhi: Tulika.

Guha, Ranajit. [1983] 1999. *Elementary Aspects of Peasant Insurgency in Colonial India.* Delhi: Oxford University Press.

———, ed. 1982–9. *Subaltern Studies: Writings on South Asian History and Society,* vols. 1–6. Delhi: Oxford University Press.

———. 1989. 'Dominance Without Hegemony and Its Historiography.' In idem, ed., *Subaltern Studies* VI, pp. 210–309. Delhi: Oxford University Press.

Guha, Ranajit and Gayatri Spivak, eds. 1988. *Selected Subaltern Studies*. Oxford: Oxford University Press.

Guichard, Sylvie. 2010. *The Construction of History and Nationalism in India: Textbooks, Controversies and Politics*. London and New York: Routledge.

Gupta, Dipankar, ed. 1991. *Social Stratification*. Delhi: Oxford University Press.

Gupta, S.K. 1985. *The Scheduled Castes in Modern Indian Politics: Their Emergence as a Political Power*. Delhi: Munshiram Manoharlal.

Guru, Gopal. 1995. 'Dalit Women Talk Differently', *Economic and Political Weekly*, 14 October, pp. 2548–50. Also in Anupama Rao, ed. (2003), *Gender and Caste*, Delhi: Kali for Women, pp. 80–5.

——. 1999. 'The Dalit Movement in Mainstream Sociology.' In S.M. Michael, ed., *Dalits in Modern India*. Delhi: Vistaar Publications.

——. 2001. 'The Language of Dalit-Bahujan Discourse.' In Ghanshyam Shah, ed., *Dalit Identity and Politics*. Delhi: Sage.

——. 2002. 'How Egalitarian Are the Social Sciences in India?' *Economic and Political Weekly*, 14 December. Also in A. Vanaik and R. Bhargava (2010), *Understanding Contemporary India: Critical Perspectives*, pp. 283–302. Delhi: Orient BlackSwan.

——, ed. 2009. *Humiliation: Claims and Context*. Delhi: Oxford University Press.

Hall, Stuart. 1996. *Stuart Hall: Critical Dialogues in Cultural Studies*, edited by David Morley and Kuan-Hsing Chen. London: Routledge.

Hamilton, Sue. 2001. *Indian Philosophy: A Very Short Introduction*. Oxford: Oxford University Press.

Hansen, Thomas Blom. 1999. *The Saffron Wave: Democracy and Hindu Nationalism in India*. Delhi: Oxford University Press.

Haq, Jalalul. 1997. *The Shudra: A Philosophical Narrative of Indian Superhumanism*. Delhi: Institute of Objective Studies.

Hardgrave, Robert. 1968. 'The Breast-cloth Controversy and Social Consciousness in Southern Travancore'. *Indian Economic and Social History Review* 5.2, pp. 171–87.

——. 1969. *The Nadars of Tamilnadu: The Political Culture of a Community in Change*. California: University of California Press.

Hardy, Friedhelm. 2007. 'A Radical Reassessment of the Vedic Heritage: The Acaryahrdayam and Its Wider Implications.' In V. Dalmia and H. Stietencron, eds., *The Oxford India Hinduism Reader*, pp. 29–49. Delhi: Oxford University Press.

Harriss-White, Barbara. 2004. *India Working: Essays on Society and Economy*. Delhi: Cambridge University Press.

Harriss, John. 2006. *Power Matters: Essays on Institutions, Politics and Society in India*. Delhi: Oxford University Press.

Harvey, Peter, ed. 2001. *Buddhism*. London and New York: Continuum.

Hawley, J.S. and Mark Juergensmeyer, eds. 1988. *Songs of the Saints of India*. New York: Oxford University Press.

Hay, Stephen, ed. 1988. *Sources of Indian Tradition*, vol. 2, 2nd edn. New York: Columbia University Press.

Hess, Linda and Sukhdev Singh. 1986. *The Bijak of Kabir*, with Introduction by Hess, pp. 3–37. Delhi: Motilal Banarsidass.

Hobsbawm, Eric. 1990. *Nations and Nationalism since 1780: Programme, Myth, Reality*. Cambridge: Cambridge University Press.

Hobsbawm, Eric and Terence Ranger, eds. 1983. *The Invention of Tradition*. Cambridge: Cambridge University Press.

Holder, John H., tr. 2006. *Early Buddhist Discourses*. Indianapolis: Hackett.

Ilaiah, Kancha. 1996. *Why I am Not a Hindu*. Calcutta: Samya.

———. 2000. *God as Political Philosopher: Buddha's Challenge to Brahminism*. Calcutta: Samya.

———. 2004. *Buffalo Nationalism: A Critique of Spiritual Fascism*. Calcutta: Samya.

———. 2009. *Post-Hindu India: A Discourse on Dalit-Bahujan Socio-Spiritual and Scientific Revolution*. Delhi: Sage.

Inden, Roland. [1990] 2000. *Imagining India*. London: Hurst.

Irschick, Eugene. 1969. *Politics and Social Conflict in South India*. Berkeley: University of California Press.

Ishwaran, K. 1983. *Religion and Society among the Lingayats of South India*. Delhi: Vikas.

Iyengar, K.R.S., ed. 1994. *Guru Nanak*. Delhi: Sahitya Akademi.

Jaffrelot, Christophe. 1997. 'The Ideas of the Hindu Race in the Writings of Hindu Nationalist Ideologues in the 1920s and 1930s: A Concept Between Two Cultures.' In Peter Robb, ed., *The Concept of Race in South Asia*, pp. 327–54. Delhi: Oxford University Press.

———. 1999. *The Hindu Nationalist Movement and Indian Politics*. Delhi: Penguin.

———. 2003. *India's Silent Revolution: The Rise of the Low Castes in North Indian Politics*. Delhi: Permanent Black.

———. 2004. *Dr Ambedkar and Untouchability: Analysing and Fighting Caste*. Delhi: Permanent Black.

Jaini, Padmanabh, ed. 2001. *Collected Papers on Buddhist Studies*. Delhi: Motilal Banarsidass.

Jaiswal, Suvira. 2000. *Caste: Origin, Function and Dimensions of Change*. Delhi: Manohar.

Jatava, D.R. 1997. *Social Philosophy of B.R. Ambedkar*. Jaipur: Rawat.

Jenkins, Laura Dudley. 2003. *Identity and Identification in India: Defining the Disadvantaged*. London and New York: RoutledgeCurzon.

Jha, D.N. 2001. *Ancient India in Historical Outline*. Delhi: Manohar.

Jhabwala, S.H. [1960] 1991. *Gita and Its Commentators*. Bombay: Popular Prakashan.

Jodhka, Surinder S. 2012. *Caste*. Delhi: Oxford University Press.

John, Mary E., ed. 2008. *Women's Studies in India: A Reader*. Delhi: Penguin.

Jondhale, Surendra and Johannes Beltz, eds. 2004. *Reconstructing the World: B.R. Ambedkar and Buddhism in India*. Delhi: Oxford University Press.

Jordens, J.T.F. 1985. 'Medieval Hindu Devotionalism.' In A.L. Basham, ed., *A Cultural History of India*, pp. 266–80. Delhi: Oxford University Press.

Joshi, Barbara. 1986. *Untouchable! Voices of the Dalit Liberation Movement*. Delhi: Select Books Service Syndicate.

Joshi, Lal Mani. [1969] 2007. *Brahmanism, Buddhism, and Hinduism*. Delhi: Critical Quest.

———. [1973] 2012. *Aspects of Buddhism in Indian History*. Delhi: Critical Quest.

Joshi, Laxmanshastri. 1992. *Jotirao Phule*. Delhi: National Book Trust.

———. 1996. *Critique of Hinduism and Other Religions.* Bombay: Popular Prakashan.

Juergensmeyer, Mark. 1982. *Religion as Social Vision: The Movement Against Untouchability in 20th-Century Punjab.* Berkeley: University of California Press.

Kadam, K.N. 1993. *Dr B.R. Ambedkar: The Emancipator of the Oppressed.* Bombay: Popular Prakashan.

Kailasapathy, K. 1987. 'The Writings of the Tamil Siddhas.' In K. Schomer and W.H. McLeod, eds., *The Sants: Studies in a Devotional Tradition of India,* pp. 385–411. Delhi: Motilal Banarsidass.

Kakar, Sudhir and Katharina Kakar. 2007. *The Indians: Portrait of a People.* Delhi: Penguin.

Kalupahana, David J. 1976. *Buddhist Philosophy: A Historical Analysis.* Hawaii: University Press of Hawaii.

Kanungo, Pralay. 2002. *RSS's Tryst with Politics: From Hegdewar to Sudarshan.* Delhi: Manohar.

Kaufmann, Walter. 1974. *Nietzsche: Philosopher, Psychologist, Antichrist,* 4th edn. Princeton: Princeton University Press.

Kautilya. 1997. *The Arthashastra,* tr. R. P. Kangle. Delhi: Motilal Banarsidass.

Keer, Dhananjay. [1954] 1971. *Dr. Ambedkar: Life and Mission.* Bombay: Popular Prakashan.

———. [1964] 2000. *Mahatma Jotirao Phule: Father of Indian Social Revolution.* Bombay: Popular Prakashan.

Keith, A.B. 1948. *A History of Sanskrit Literature.* Oxford: Oxford University Press.

Kejariwal, O.P. 1988. *The Asiatic Society of Bengal and the Discovery of India's Past.* Delhi: Oxford University Press.

Ketkar, S.V. 1909. *History of Caste in India,* 2 vols. New York: Ithaca.

Khare, R.S. 1984. *The Untouchable as Himself: Ideology, Identity and Pragmatism among the Lucknow Chamars.* New York: Cambridge University Press.

Killingley, Dermot. 1993. *Rammohun Roy in Hindu and Christian Tradition: The Teape Lectures 1990.* Newcastle: Grevatt & Grevatt.

Klass, Morton. [1980] 2004. *Caste: The Emergence of the South Asian Social System*. Delhi: Manohar.

Kochhar, Rajesh. 2000. *The Vedic People: Their History and Geography.* Delhi: Orient Longman.

Kohn, Margaret and Keally Mcbride. 2011. *Political Theories of Decolonisation: Postcolonialism and the Problem of Foundations.* New York: Oxford University Press.

Kolenda, Pauline. 1978. *Caste in Contemporary India: Beyond Organic Solidarity. Prospect Heights*, IL: Waveland Press.

Kopf, David. 1969. *British Orientalism and the Bengal Renaissance: The Dynamics of Indian Modernisation 1793–1835*. Berkeley: University of California Press.

Kosambi, D.D. [1965] 1992. *The Culture and Civilisation of Ancient India in Historical Outline*. Delhi: Vikas.

——. [1956] 1999. *An Introduction to the Study of Indian History.* Bombay: Popular Prakashan.

——. [1962] 2000. *Myth and Reality.* Mumbai: Popular Prakashan.

Kosambi, Dharmanand. [1940] 2000. *Bhagwan Buddha: Jeevan aur Darshan.* Allahabad: Lokabharati Prakashan.

Kothari, Rajni. 1986. 'Flight Into The 21st Century', *The Times of India*, 27 April.

——. 1988. *The State Against Democracy: In Search of Hum..ne Governance.* Delhi: Ajanta Publications.

——, ed. [1970] 1991. *Caste in Indian Politics.* Hyderabad: Orient Longman.

——, ed. [1970] 2003. *Politics in India.* Hyderabad: Orient Longman.

Kriplani, Krishna. 1981. *Dwarkanath Tagore.* Delhi: National Book Trust.

Kraft, Kenneth. 1999. *The Wheel of Engaged Buddhism: A New Map of the Path.* New York: Weatherhill.

Kulke, Hermann and Dietmar Rothermund. [1986] 2004. *A History of India.* 4th edn. London and New York: Routledge.

Kumar, Arun. 2001. *Rewriting the Language of Politics: Kisans in Colonial Bihar.* Delhi: Manohar.

Kumar, Raj. 2009. *Dalit Personal Narratives: Reading Caste, Nation and Identity.* Delhi: Orient BlackSwan.

Kumar, Ravinder. 1968. *Western India in the Nineteenth Century*. London: Routledge and Kegan Paul.

——. 1987. 'Gandhi, Ambedkar and the Poona Pact, 1932'. In Jim Masselos, ed., *Struggling and Ruling: The Indian National Congress 1885–1985*. Delhi: Sterling.

Kunhappa, Murkot. 1988. *Sree Narayana Guru*. Delhi: National Book Trust.

Lal, Shyam et al., eds. 1998. *Ambedkar and Nation-Building*. Jaipur: Rawat.

Lalitha Dhara, ed. 2011. *Phules and Women's Question*. Mumbai: Dr Ambedkar College of Commerce and Economics.

Lannoy, Richard. [1971] 1999. *The Speaking Tree: A Study of Indian Culture and Society*. Delhi: Oxford University Press.

Lee Tucker. 2006. *Child Slaves in Modern India*. Delhi: Critical Quest.

Lerner, Gerda. 1986. *The Creation of Patriarchy*. New York: Oxford University Press.

Ling, T.O., ed. 1981. *The Buddha's Philosophy of Man: Early Indian Buddhist Dialogues*. London: Dent.

Lingat, Robert. [1967] 1998. *The Classical Law of India*, tr. J.D.M. Derrett. Delhi: Oxford University Press.

Lobo, Lancy. 2004. *Globalisation, Hindu Nationalism and Christians in India*. Jaipur: Rawat.

Lorenzen, David. 1996. *Praises to a Formless God*. New York: State University of New York Press.

——. 2006. *Who Invented Hinduism? Essays on Religion in History*. Delhi: State Yoda Press.

Louis, Prakash. 2000. *The Emerging Hindutva Force: The Ascent of Hindu Nationalism*. Delhi: Indian Social Institute.

——. 2003. *Political Sociology of Dalit Assertion*. Delhi: Gyan Publishing House.

Lucacs, Georg. [1923] 1993. *History and Class Consciousness: Studies in Marxist Dialectics*, tr. Rodney Livingstone. Delhi: Rupa.

Ludden, David, ed. 1996. *Making India Hindu: Religion, Community, and the Politics of Democracy in India*. Delhi: Oxford University Press.

MacGuire, Randall and Robert Paynter. 1991. T*he Archaeology of Inequality*. Oxford: Blackwell.

Machiavelli, Niccolo. [1513] 2003. *The Prince*. London: Penguin.

MacMunn, George. 1984. *The Indian Social System*, rpt. Delhi: Discovery Publishing House.

MacPherson, Stewart. 1982. *Social Policy in the Third World*. Sussex: Wheatsheaf Books.

Madan, T.N.. 1987. 'Secularism in Its Place', *Journal of Asian Studies*, 46. 4, pp. 747–59.

——, ed. 1991. *Religion in India*. Delhi: Oxford University Press.

Mani, Braj Ranjan. 2007. *Resurgent Buddhism: Ambedkar's Predecessors in Modern India*. Delhi: Critical Quest.

——. 2014. *Knowledge and Power: A Discourse for Transformation*. Delhi: Manohar.

——. 2014. 'The Dark Side of Knowledge: Canon and Caste', the Mahatma Phule Memorial Lecture, 5 March, University of Pune.

Mani, Braj Ranjan and Pamela Sardar, eds. 2008. *A Forgotten Liberator: The Life and Struggle of Savitribai Phule*. Delhi: Mountain Peak.

Mani, Lata. 1989. 'Contentious Traditions: The Debate on Sati in Colonial India.' In K. Sangari and S. Vaid, eds., *Recasting Women: Essays in Colonial History*, pp. 88–126. Delhi: Kali for Women.

Manickam, S. 1993. *Slavery in the Tamil Country: A Historical Overview*. Madras: The Christian Literature Society.

Mann, Thomas. 1939. *Culture and Politics*. USA: Survey Graphic.

Manusmriti. See (translations of) Doniger and Smith (1991); and Olivelle (2005).

Marger, Martin N. 2005. *Social Inequality: Patterns and Processes*. New York: McGraw-Hill.

Mariategui, Jose. 1996. 'Gandhi' [1930]. *In idem, The Heroic and Creative Meaning of Socialism: Selected Essays of Jose Mariategui*. New York: Humanities Press.

Markovits, Claude, ed. 2002. *A History of Modern India 1480–1950*. London: Anthem Press.

Marshall, P.J., ed. 1970. *The British Discovery of Hinduism in the Eighteenth Century*. Cambridge: Cambridge University Press.

Marx, Karl. [1845] 1970. *The German Ideology*. New York: International Publishers.

——. [1859] 1971. *A Contribution to the Critique of Political Economy*. London: Lawrence & Wishart.

——. 1978. [Writings in] *The Marx–Engels Reader*, ed. Robert C. Tucker, 2nd edn. New York: Norton.

Masson, Jeffrey and Susan McCarthy. 1996. *When Elephants Weep: The Emotional Lives of Animals*. New York: Delta Book.

Meenakshi, K. 1996. 'The Siddhas of Tamil Nadu: A Voice of Dissent.' In R. Champakalakshmi and S. Gopal, eds., *Tradition, Dissent and Ideology*, pp. 111–34. Delhi: Oxford University Press.

Mehrotra, S.R. 1971. *The Emergence of Indian National Congress*. Delhi: Vikas.

Mehta, Pratap Bhanu. 2012. 'Breaking the Silence: Why We Don't Talk About Inequality', *The Caravan*, October issue.

Mehta, Ved. 1977. *Mahatma Gandhi and His Apostles*. London: Penguin.

Mencher, Joan. 1991. 'The Caste System Upside Down.' In Dipankar Gupta, ed., *Social Stratification*, pp. 93–109. Delhi: Oxford University Press.

Mendelsohn, O. and M. Vicziany. 2000. *The Untouchables: Subordination, Poverty and the State in Modern India*. Delhi: Cambridge University Press.

Menon, Dilip. 1994. *Caste, Nationalism and Communism in South India: Malabar 1900–1948*. Cambridge: Cambridge University Press.

——. 2006. *The Blindness of Insight: Essays on Caste in Modern India*. Delhi: Navayana.

Metcalf, Thomas. 1990. *Modern India: An Intepretive Anthology*. Delhi: Sterling Publishers.

——. 1998. *Ideologies of the Raj*. Delhi: Cambridge University Press.

Michael, S.M., ed. 1999. *Dalits in Modern India*. Delhi: Vistaar Publications.

Michelet, Jules. [1846] 1973. *The People [Le Peuple]*, tr. John P. McKay. Urbana: University of Illinois Press.

Mishra, B.B. 1983. *The Indian Middle Classes: Their Growth in Modern Times*. Delhi: Oxford University Press.

Mitra, Ashok. 1995. *Caste and Class in Indian Society*. Calcutta: The Asiatic Society.

Mohanty, Manoranjan, ed. 2004. *Class, Caste, Gender.* Delhi: Sage.

Monier-Williams, Monier. 1887. *Brahmanism and Hinduism.* London.

——. 2003. *Hinduism and Its Sources*, rpt. Delhi: Munshiram Manoharlal.

Mookerjee, R.K. 1956. *Ancient India.* Allahabad: Indian Press.

Moya, Paula, et al. 2001. *Reclaiming Identity: Realist Theory and the Predicament of Postmodernism.* Hyderabad: Orient Longman.

Müller, F. Max. [1859] 1968. *A History of Ancient Indian Literature.* Delhi.

——, ed. 1982. *Vinaya Texts, in The Sacred Books of the East*, vol. XIII, rpt. Delhi: Motilal Banarsidass.

——, ed. 1998. *Dhammapada and Sutta Nipata, in The Sacred Books of the East*, vol. X, rpt. Delhi: Motilal Banarsidass.

——. [1883] 2000. *India: What Can It Teach Us? With Introduction by Johannes H. Voigt.* Delhi: Penguin.

Mukherjee, Hiren. 1991. *Gandhiji: A Study.* Delhi: People's Publishing House.

Mukherjee, Prabhati. 1988. *Beyond the Four Varnas: The Untouchables in India.* Delhi: Indian Institute of Advanced Study/Motilal Banarsidass.

Mukherjee, S.N. [1974] 1993. 'The Social Implications of the Political Thought of Raja Rammohun Roy.' In R.S. Sharma and Vivekanand Jha, eds., *Indian Society: Historical Probings*, pp. 356–89. Delhi: People's Publishing House.

Mukta, Parita. 1997. *Upholding the Common Life: The Community of Mirabai.* Delhi: Oxford University Press.

Munda, Karia, et al. 2000. *2nd Report of Parliamentary Committee on the Welfare of Scheduled Castes and Tribes.* Delhi: Govt. of India.

Nabha, Bhai Kahn Singh. 2006. *Sikhs: We are Not Hindus.* Amritsar: Singh Brothers.

Namboodiripad, E.M.S. [1958] 2010. *The Mahatma and the Ism.* Delhi: LeftWord.

Nanda, B.R., ed. 1980. *Essays in Modern Indian History.* Delhi: Oxford University Press.

Nanda, Meera. 2002. *Breaking the Spell of Dharma and Other Essays.* Delhi: Three Essays.

———. 2004. *Prophets Facing Backward: Postmodernism, Science, and Hindu Nationalism*. Delhi: Permanent Black.

Nandy, Ashis. 1980. *At the Edge of Psychology: Essays in Politics and Culture*. Delhi: Oxford University Press.

———. 1983. *The Intimate Enemy: Loss and Recovery of Self Under Colonialism*. Delhi: Oxford University Press.

Narasu, Lakshmi. 2002. *Religion of the Modern Buddhist*, ed. G. Aloysius. Delhi: Wordsmiths.

———. [1922] 2003. *A Study of Caste*. Delhi: Blumoon Books.

———. [1907] 2004. *The Essence of Buddhism*. Delhi: Winsome Books.

Narayanan, M.G.S. 1975. 'Historical Perspectives on Ancient India', *Social Scientist*, no. 39, October issue, pp. 3–11.

Narke, Hari, ed. 1993. *Mahatma Phule: Sahitya Aur Vichar*. Bombay: Govt. of Maharashtra.

Nath, Trilok. 1987. *Politics of the Depressed Classes*. Delhi: Deputy Publications.

Natarajan, S. 1959. *A Century of Social Reform*. Bombay: Asia Publishing House.

Natrajan, Balmurali and Paul Greenough, eds. 2009. *Against Stigma: Studies in Caste, Race and Justice since Durban*. Delhi: Orient BlackSwan.

Nehru, Jawaharlal. 1929. *Presidential address at Lahore Congress Annual Session*.

———. [1946] 1996. *The Discovery of India*. Delhi: Nehru Memorial Fund/Oxford University Press.

———. [1936] 1999. *An Autobiography*. Delhi: Nehru Memorial Fund/Oxford University Press.

Nemade, Bhalchandra. 1997. *Tukaram*. Delhi: Sahitya Akademi.

Nichols, Beverley. 1946. *Verdict on India*. Bombay: Thacker & Co.

Nietzsche, Friedrich. 1968a. *Twilight of the Idols* [1889] and *The Anti-Christ* [1895], tr. R.J. Hollingdale. Harmondsworth: Penguin.

———. [1880s] 1968b. *The Will to Power*. New York: Random House.

———. [1883-5] 1974. *Thus Spoke Zarathustra*, tr. R.J. Hollingdale. Harmondsworth: Penguin.

Noorani, A.G. 2000. *The RSS and the BJP: A Division of Labour*. Delhi: LeftWord.

Novetzke, Christian Lee. 2008. *Religion and Public Memory: A Cultural History of Saint Namdev in India*. New York: Columbia University Press.

Nurullah, Syed and J.P. Naik. 1951. *A History of Education in India*. Bombay: Macmillan.

O' Flaherty, Wendy Doniger. [1981] 2000. *The Rig Veda: An Anthology*. Delhi: Penguin.

O'Hanlon, Rosalind. 1985. *Caste, Conflict and Ideology: Mahatma Jotirao Phule and Low Caste Protest in Nineteenth-Century Western India*. Cambridge: Cambridge University Press.

——. 1994. *A Comparison between Women and Men: Tarabai Shinde and the Critique of Gender Relations in Colonial India*. Delhi: Oxford University Press.

Oldenberg, H. [1882] 1927. *Buddha: His Life, His Teachings, His Order*. Calcutta: The Book Company Ltd.

Olivelle, Patrick. 2005. *Manu's Code of Law*. Delhi: Oxford University Press.

Omvedt, Gail. 1976. *Cultural Revolt in a Colonial Society: The Non Brahman Movement in Western India 1873–1930*. Bombay: Scientific Socialist Education Trust.

——. 1994. *Dalits and the Democratic Revolution: Dr Ambedkar and the Dalit Movement in Colonial India*. Delhi: Sage.

——. 1995. *Dalit Visions*. Delhi: Orient Longman.

——. 2003. *Buddhism in India: Challenging Brahmanism and Caste*. Delhi: Sage.

——. 2008. *Seeking Begumpura: The Social Vision of Anti-caste Intellectuals*. Delhi: Navayana.

Oommen, T.K. 2013. 'Analyzing India's Social Transformation: The Missing Subaltern Perspective', the Ambedkar Memorial Lecture on 5 February at NISWASS, Bhubaneshwar.

Orsini, Francesca. 2002. *The Hindi Public Sphere 1920–1940*. Delhi: Oxford University Press.

Paine, Thomas. [1791] 1984. *Rights of Man*. New York: Penguin.

——. [1794] 2004. *The Age of Reason*. New York: Dover Publications.

Pande, G.C. 1974. *Studies in the Origins of Buddhism*. Delhi: Motilal Banarsidass.

———. 1978. *Shramana Tradition: Its History and Contribution to Indian Culture.* Ahmedabad: L.D. Institute of Indology.

Pandey, Gyanendra. 1990. *The Construction of Communalism in Colonial North India.* Delhi: Oxford University Press.

———. 1991. 'Hindus and Others: The Militant Hindu Construction', *Economic and Political Weekly*, 28 December.

Pandian, J. 1987. *Caste, Nationalism and Ethnicity.* Bombay: Popular Prakashan.

Pandian, M.S.S. 2007. *Brahmin & Non-Brahmin: Genealogies of the Tamil Political Present.* Delhi: Permanent Black.

———. 2010. 'Writing Ordinary Lives.' In G. Pandey, ed. *Subaltern Citizens and Their Histories*, pp. 96–108. New York: Routledge.

Panikkar, K.M. 1938. *Hinduism and the Modern World.* Allahabad: Kitabistan.

Panikkar, K.N. 1998. *Culture, Ideology, Hegemony: Intellectuals and Social Consciousness in Colonial India.* Delhi: Tulika.

Panini, M.N. 1996. 'The Political Economy of Caste.' In M.N. Srinivas, ed., *Caste: Its Twentieth Century Avatar.* Delhi: Viking Penguin.

Pankratz, James N. 2001. 'Rammohun Roy.' In Robert D. Baird, ed., *Religion in Modern India*, 4th revised edn., pp. 373–87. Delhi: Manohar.

Parekh, Bhiku. 1989. *Colonialism, Tradition, and Reform: An Analysis of Gandhi's Political Discourse.* Thousand Oaks, CA: Sage.

Pargiter, F.E. 1922. *Ancient Indian Historical Tradition.* London: Oxford University Press.

Patil, Sharad. 1982. *Das-Shudra Slavery.* Delhi: Allied Publishers.

Payne, Robert. 1969 [1997]. *The Life and Death of Mahatma Gandhi.* Delhi: Rupa.

Periyar, E.V. Ramasamy. 2000. *Collected Works of Periyar E.V.R.*, compiled by K. Veeramani. Chennai: Periyar Self-Respect Institute.

———. 2009. *Women Enslaved*, tr. G. Aloysius. Delhi: Ctitical Quest.

Phule, Jotirao. 1991. *Collected Works of Mahatma Jotirao Phule*, 2 vols., tr. P.G. Patil. Bombay: Educational Department, Govt. of Maharashtra.

———. 1996. *Mahatma Jotiba Phule Rachanavali*, in Hindi, ed., L.G. Meshram Vimalkirti, with *Tritiya Ratna* (1855), *Sarvajanik Satya Dharrma Pustak* (1890). Delhi: Radhakrishna Prakashan.

——. 2002. *Selected Writings*, ed., G.P. Deshpande, with *Slavery (Gulamgiri 1873)*, *Cultivator's Whipcord (Shetkaryacha Asud* 1883). Delhi: LeftWord.

Pimpley, P.N. and S.K. Sharma. 1985. ' "De-Sanskritisation" of Untouchables: Arya Samaj Movement in Punjab.' In idem, eds., *Struggle for Status*. Delhi: B.R. Publishing.

Pollock, Sheldon. 1985. 'The Theory of Practice and the Practice of Theory in Indian Intellectual History', *Journal of the American Oriental Society*, No. 105: 3, pp. 499–519.

Prasad, R.C., tr. 1990. *Tulsidas' Shri Ramacharitamanasa*. Delhi: Motilal Banarsidass.

Prashad, Vijay. 2000. *Untouchable Freedom*. Delhi: Oxford University Press.

Procter, James. 2004. *Stuart Hall*. London and New York: Routledge.

Queen, Christopher S., and Sallie B. King, eds. 1996. *Engaged Buddhism: Buddhist Liberation Movements in Asia*. Albany: State University of New York Press.

Quigley, Declan. 1999. *The Interpretation of Caste*. Delhi: Oxford University Press.

Radhakrishnan, S. [1923] 1962. *Indian Philosophy*, vol. 1. London: George Allen and Unwin.

——, tr. 1992. *The Bhagvad Gita*, rpt. Delhi: Oxford University Press.

——. [1956] 1997. 'Foreword' to P.V. Bapat, ed., *2500 Years of Buddhism*. Delhi: Publications Division, Govt. of India.

Radice, William, ed. 1999. *Swami Vivekananda and the Modernisation of Hinduism*. Delhi: Oxford University Press.

Rai, Alok. 2001. *Hindi Nationalism*. Delhi: Orient Longman.

Rajashekhar, V.T. 1993. *Dialogue of the Bhoodevatas*. Bangalore: Dalit Sahitya Akademy.

Ranade, M.G. [1900] 1961. *Rise of the Maratha Power and Other Essays*. Bombay: University of Bombay.

Rangarajan, L.N., ed. 1992. *Kautilya: The Arthashastra*. Delhi: Penguin.

Rao, Anupama, ed. 2003. *Gender and Caste*. Delhi: Kali for Women.

——. 2010. *The Caste Question: Dalits and the Politics of Modern India*. Delhi: Permanent Black.

Rao, M.S.A. 1979. *Social Movements and Social Transformation.* Delhi: Manohar.

——. 2000. *Social Movements in India.* Delhi: Manohar.

Rao, Parimala V. 2010. *Foundations of Tilak's Nationalism: Discrimination, Education and Hindutva.* New Delhi: Orient BlackSwan.

Rao, V. Venkata. 1976. *A Century of Tribal Politics in North-East India 1874–1974.* Delhi: S. Chand & Co.

Ratner-Rosenhagen, Jennifer. 2012. *American Nietzsche: A History of an Icon and his Ideas.* Chicago: University of Chicago Press.

Ravikumar and R. Azhagarasan, eds. 2012. *The Oxford India Anthology of Tamil Dalit Writing.* Delhi: Oxford University Press.

Raychoudhuri, Tapan. 1988. *Europe Reconsidered: Perceptions of the West in Nineteenth Century Bengal.* Delhi: Oxford University Press.

Ray, Himanshu P. 1994. *The Winds of Change: Buddhism and the Maritime Links of Early South Asia.* Delhi: Oxford University Press.

Ray, Niharranjan et al., eds. 2000. *A Sourcebook of Indian Civilisation.* Calcutta: Orient Longman.

Rege, Sharmila. 2006. *Writing Caste, Writing Gender: Reading Dalit Women's Testimonios.* Delhi: Zubaan.

——, ed. 2013. *Against the Madness of Manu: B.R. Ambedkar's Writings on Brahmanical Patriarchy.* Delhi: Navayana.

Rhys Davids, C.A.F. [1909] 1980. *Psalms of the Early Buddhists* (I. Psalms of the Sisters; II. Psalms of the Brethren). London: The Pali Text Society.

Rhys Davids, T.W. [1902] 1981. *Buddhist India.* Delhi: Motilal Banarsidass.

——. [1899] 2000a. *Dialogues of the Buddha,* vol. 1. Delhi: Motilal Banarsidass.

Rhys Davids, T.W. and C.A.F. Rhys Davids. [1910 and 1921] 2000b. *Dialogues of the Buddha,* vols. 2 & 3. Delhi: Motilal Banarsidass.

Rig Veda. [1981] 2000. *The Rig Veda: An Anthology,* tr. Wendy Doniger O' Flaherty. Delhi: Penguin.

Robertson, B. C. 1999. *Raja Rammohun Roy.* Delhi: Oxford University Press.

Robinson, Rowena and Sathianathan Clarke. 2003. *Religious Conversion in India: Modes, Motivations, and Meanings.* Delhi: Oxford University Press.

Rodrigues, Valerian. 2008. *Dalit-Bahujan Discourse.* Delhi: Critical Quest.

Rolland, Romain. 1951. *Inde, Journal 1915–1943.* Lausane: Vineta.

Roy, Arundhati. 2003. 'Gujarat, Fascism and Democracy.' In Chaitnya Krishna, ed., *Fascism in India.* Delhi: Manak.

Roy, Kumkum. 1996. 'Vedic Cosmogonies: Conceiving/Controlling Creation.' In R. Champakalakshmi and S. Gopal, eds., *Tradition, Dissent and Ideology,* pp. 9–19. Delhi: Oxford University Press.

Roy, Kumkum, Kunal Chkrabarti and Tanika Sarkar. 2005. *The Vedas, Hinduism, Hindutva.* Kolkata: Ebong Alap.

Roy, M.N. 1937. *The Historical Role of Islam.* Bombay: Vora & Co.

———. 1940. *Gandhism; Nationalism; Socialism.* Calcutta: Bengal Radical Club.

———. 1950. *India's Message: Fragments of a Prisoner's Diary,* vol. II. Calcutta: Renaissance Publishers.

Roy Chaudhury, P.C. 1986. *Gandhi and His Contemporaries.* Delhi: Sterling.

Rude, George. 1995. *Ideology and Popular Protest.* London: University of North Carolina Press.

Said, Edward. 1978. *Orientalism: Western Conceptions of the Orient.* London: Penguin.

Sainath, P. 1996. *Everybody Loves a Good Drought.* Delhi: Penguin.

———. 1998. 'Dregs of Destiny', *Outlook,* 19 October.

Sangharakshita. 1985. 'Buddhism.' In A.L. Basham, ed., *A Cultural History of India.* Delhi: Oxford University Press.

———. 1986. *Ambedkar and Buddhism.* Glasgow: Windhorse Publications.

Sankrityayan, Rahul et al. 1990. *Buddhism: The Marxist Approach.* Delhi: People's Publishing House.

Saradamoni, K. 1980. *Emergence of a Slave Caste: Pulayas of Kerala.* Delhi: People's Publishing House.

Sardar, G.B. 1978. 'Saint-Poets of Maharashtra: Their Role in Social Transformation.' In S.C. Malik, ed., *Indian Movements,* pp. 101–38. Shimla: Indian Institute of Advanced Study.

Sardesai, S.G. 1979. *Class Struggle and Caste Conflict in Rural Areas*. Delhi: People's Publishing House.

——. 1994. *Progress and Conservatism in Ancient India*, rpt. Delhi: People's Publishing House.

Sarkar, Jadunath. 1973. *Shivaji and His Times*, rpt. Delhi: Orient Longman.

Sarkar, N.K. 1978. *Social Structure and Development Strategy in Asia*. Delhi: People's Publishing House.

Sarkar, Sumit. 1983. *Modern India 1885–1947*. Delhi: Macmillan.

——. 1996. 'Indian Nationalism and the Politics of Hindutva.' In David Ludden, ed., *Making India Hindu*, pp. 270–93, Delhi: Oxford University Press.

——. 1997. *Writing Social History*. Delhi: Oxford University Press.

——. 2002. *Beyond Nationalist Frames: Relocating Postmodernism, Hindutva, History*. Delhi: Permanent Black.

Sarkar, S.C. 1928. *Some Aspects of the Earliest Social History of India*. London: Oxford University Press.

Sarkar, Tanika. 1996. 'Imagining Hindurashtra: The Hindu and the Muslim in Bankim Chandra's Writings.' In David Ludden, ed., *Making India Hindu*, pp. 162–84, Delhi: Oxford University Press.

Sastri, Nilkanta and Srinivasachari. 1980. *Advanced History of India*. Delhi: Allied Publishers.

Satish Chandra. 2001. *Historiography, Religion and State in Medieval India*. Delhi: Har-Anand.

Satyamurthy, T.V., ed. 1996. *Region, Religion, Caste, Gender and Culture in Contemporary India*. Delhi: Oxford University Press.

Satyanarayana, K. and Susie Tharu, eds. 2011. *No Alphabet in Sight: New Dalit Writing From South India*. Dossier 1: Tamil and Malayalam. Delhi: Penguin.

Savarkar, V.D. [1923] 1999. *Hindutva—Who is a Hindu?* Mumbai: Savarkar Rashtriya Smarak.

Savitri Chandra. 1978. 'Dissent and Protest in Hindi Bhakti Poetry.' In S.C. Malik, ed., *Indian Movements*, pp. 139–58. Shimla: Indian Institute of Advanced Study.

Schomer, Karine and W.H. McLeod, eds. 1987. *The Sants: Studies in a Devotional Tradition of India*. Delhi: Motilal Banarsidass.

Schouten, J.P. 1995. *Revolution of the Mystics: On the Social Aspects of Virashaivism.* Delhi: Motilal Banarsidass.

Schweitzer, Albert. 1936. *Indian Thought and Its Development.* New York: Henry Holt & Co.

Scott, James C. 1985. *Weapons of the Weak: Everyday Forms of Peasant Resistance.* Oxford: Oxford University Press.

——. 1990. *Domination and the Arts of Resistance: Hidden Transcripts.* New Haven and London: Yale University Press.

Seabrook, Jeremy. 2000. *No-Nonsense Guide to Class, Caste and Hierarchies.* Oxford: New Internationalist.

Seal, Anil. 1968. *The Emergence of Indian Nationalism: Competition and Collaboration in the Late Nineteenth Century.* Cambridge: Cambridge University Press.

Sen, Amartya. 1999. 'On Interpreting India's Past'. In Sugata Bose and Ayesha Jalal, eds., *Nationalism, Democracy & Development,* pp. 10–35, Delhi: Oxford University Press.

Sen, Amiya P. 1993. *Hindu Revivalism in Bengal 1872–1905.* Delhi: Oxford University Press.

——, ed. 2003. *Social and Religious Reform: The Hindus of British India.* Delhi: Oxford University Press.

Senapati, Nilamani. 1975. *Mahima Dharma.* Cuttak. Dharma Granth Store.

Shah, Ghanshyam. 1990. *Social Movements in India: A Review of the Literature.* Delhi: Sage.

——, ed. 2001. *Dalit Identity and Politics.* Delhi: Sage.

——, ed. 2002. *Caste and Democratic Politics in India.* Delhi: Permanent Black.

Sharma, Arvind. 2001. 'Swami Dayananda Saraswati.' In Robert D. Baird, ed., *Religion in Modern India,* pp. 388–409. Delhi: Manohar.

Sharma, Jyotirmaya. 2003. *Hindutva: Exploring the Idea of Hindu Nationalism.* Delhi: Penguin.

——. 2007. *Terrifying Vision: M.S. Golwalkar, the RSS and India.* Delhi: Penguin.

——. 2012. *Cosmic Love and Human Apathy: Swami Vivekananda's Reinstatement of Religion.* Delhi: HarperCollins.

Sharma, R.S. 1980. *Indian Feudalism*, 2nd edn. Delhi: Macmillan.

——. 1983. *Perspective in Social and Economic History of Early India*. Delhi: Munshiram Manoharlal.

——. [1958] 1990a. *Shudras in Ancient India*, 3rd revised edn. Delhi: Motilal Banarsidass.

——. 1990b. *Ancient India*. Delhi: NCERT.

——. [1959] 1991. *Aspects of Political Ideas and Institutions in Ancient India*, revised edn. Delhi: Motilal Banarsidass.

——. [1983] 2001. *Material Culture and Social Formations in Ancient India*. Delhi: Macmillan.

Sharma, Ursula. 2002. *Caste*. Delhi: Viva Books.

Shirer, William. [1961] 1991. *The Rise and Fall of the Third Reich*. London: Mandrin.

Shrivastava, Aseem, and Ashish Kothari. 2012. *Churning the Earth: The Making of Global India*. Delhi: Penguin.

Shyam Chand. 2002. *Saffron Fascism*. Delhi: Hemkunt Publishers.

Sidhanta, N.K. 1929. *The Heroic Age of India*. London: Kegan Paul.

Simeon, Dilip. 1986. 'Communalism in Modern India', *Mainstream*, 13 December, pp. 7–17.

Singh, Darshan. 1996. *A Study of Bhakta Ravidasa*. Patiala: Punjab University publication.

Singh, Iqbal. 1987. *Rammohun Roy: A Biographical Inquiry into the Making of Modern India*, vols. II & III. Bombay: Asia Publishing House.

Singh, Kumar Suresh. 2002. *Birsa Munda and His Movement 1872–1901: A Study of a Millenarian Movement in Chotanagpur*. Kolkata: Seagull.

Singh, Yogendra. 1986. *Modernisation of Indian Tradition*. Jaipur: Rawat.

Sircar, D.C. [1957] 1998. *Inscriptions of Asoka*. Delhi: Publications Division, Govt. of India.

Smith, Brian K. 2012. *Veda and Varna*. Delhi: Critical Quest.

Smith, David. 2003a. 'Orientalism and Hinduism.' In Gavin Flood, ed., *The Blackwell Companion to Hinduism*, pp. 45–63. Oxford: Blackwell.

———. 2003b. *Hinduism and Modernity*. Oxford: Blackwell.

Solomon, J. and I. Back. 1994. 'Conceptualising Racisms: Social Theory, Politics and Research', *Sociology 28*, 1, pp. 143–61.

Srinivas, M.N. [1966] 1972. *Social Change in Modern India*. Delhi: Allied Publishers.

———. [1962] 1985. *Caste in Modern India*. Bombay: Media Promoters.

Sunil, K.P. 1991. 'And Justice for All . . .', *The Illustrated Weekly of India*, 8–14 June, pp. 16–19.

Szasz, Thomas. 1974. *The Second Sin*. London: Routledge and Kegan Paul.

Tagore, Devendranath. 1909. *The Autobiography of Maharshi Debendranath Tagore*. Calcutta: S.K. Lahiri.

Tagore, Rabindranath. [1925] 1997. 'The Cult of the Charkha.' In S. Bhattacharya, ed., *The Mahatma and the Poet*, pp. 99–112. Delhi: National Book Trust.

———. 1927. 'The Shudra Habit', *Modern Review*, May issue.

Talwar, Vir Bharat. 2001. *Hindu Navjagaran Ki Vichardhara: Satyarth Prakash: Samalochana Ka Ek Prayas*. Shimla: Indian Institute of Advanced Study.

Taylor, Charles. 1992. *Multiculturalism and 'The Politics of Recognition'*, edited by Amy Gutmann. Princeton: Princeton University Press.

Thapar, Romila. 1975. *The Past and Prejudice*. Delhi: National Book Trust.

———. [1966] 1984. *A History of India*, vol. I. Harmondsworth: Penguin.

———. [1961] 1999a. *Ashoka and the Decline of the Mauryas*. Delhi: Oxford University Press.

———. 1999b. 'The Tyranny of Labels'. In K.N. Panikkar, ed., *The Concerned Indian's Guide to Communalism*. Delhi: Viking.

———. 2001. 'Syndicated Hinduism.' In G.-D. Sontheimer and H. Kulke, eds., *Hinduism Reconsidered*. Delhi: Manohar.

———. 2008. *The Aryan: Recasting Constructs*. Gurgaon: Three Essays Collective.

Tharu, Susie and K. Lalita, eds. 1991 and 1993. *Women Writing in India*, vol. I: 600 BC to the Early Twentieth Century; vol. II: The Twentieth Century. Delhi: Oxford University Press.

Thorat, Sukhdeo and Katherine Newman, eds. 2010. *Blocked by Caste: Economic Discrimination in Modern India*. Delhi: Oxford University Press.

Tidrick, Kathryn. 2006. *Gandhi: A Political and Spiritual Life*. London: I.B. Tauris.

Tolstoy, Leo. 1987. 'On Patriotism' [1894]. In idem, *Writings on Civil Disobedience and Non-Violence*. Philadelphia: New Society Publishers.

Trautman, Thomas R., ed. 2005. *The Aryan Debate*. Delhi: Oxford University Press.

Turner, Bryan S. 1983. *Religion and Social Theory*. London: Heinemann.

Upadhyay, Prakash Chandra. [1992] 2007. *The Politics of Indian Secularism*. Delhi: Critical Quest.

Upadhyaya, B.S. 1989. *Feeders of Indian Culture*. Delhi: People's Publishing House.

Vanaik, Achin. 1990. *The Painful Transition—Bourgeois Democracy in India*. London: Verso

Van der Vir, Peter. 1996. 'Writing Violence.' In David Ludden, ed., *Making India Hindu*, pp. 250–69, Delhi: Oxford University Press.

Varma, Pawan. 1998. *The Great Indian Middle Class*. Delhi: Penguin.

Varma, V.P. [1954] 1974. *Studies in Hindu Political Thought and Its Metaphysical Foundations*. Delhi: Motilal Banarsidass.

——. 1956. 'The Origins of Buddhism', T*he Journal of the Bihar Research Society*, Buddha Jayanti spl. issue, vol. 2.

Vaudeville, Charlotte. 1993. A Weaver Named Kabir. Delhi: Oxford University Press.

——. 1996. *Myths, Saints and Legends in Medieval India*. Delhi: Oxford University Press.

Verardi, Giovanni. 2011. *Hardships and Downfall of Buddhism in India*. Delhi: Manohar.

Vishwanathan, E.S. 1983. *The Political Career of E.V. Ramaswami Naicker*. Madras: Ravi and Vasanth Publishers.

Vishwanathan, Gauri. 2001. *Outside the Fold: Conversion, Modernity, and Belief*. Delhi: Oxford University Press.

Vivekananda, Swami. 1988. *Caste, Culture and Socialism*. Calcutta: Advaita Ashrama.

——. 1991. *Inspired Talks*. Madras: Ramkrishna Math.

——. 1998. *The Nationalistic and Religious Lectures*, ed. Swami Tapasyananda. Calcutta: Advaita Ashrama.

——. [1951] 1999. *The Complete Works of Swami Vivekananda*, 8 vols. Calcutta: Advaita Ashrama.

Voigt, Johannes H. 1967. F.M. Max Müller: *The Man and His Ideas*. Calcutta: Firma K.L. Mukhopadhyaya.

Walker, Benjamin. 1983a. *Hindu World*, vol. I. Delhi: Munshiram Manoharlal.

——. 1983b. *Hindu World*, vol. II. Delhi: Munshiram Manoharlal.

Webster, John C.B. 2000. *Religion and Dalit Liberation: An Examination of Perspectives*. Delhi: Manohar.

Weil, Simone. [1955] 2001. *Oppression and Liberty*, tr. Arthur Wills and John Petrie. London: Routledge.

Williams, Paul with Anthony Tribe. 2000. *Buddhist Thought*. London and New York: Routledge.

Woodward, F.L. and E.M. Hare. 1932–36. *Anguttara Nikaya*, translated as T*he Book of Gradual Sayings*, 5 vols. London: Pali Text Society.

Zachariah, Benjamin. 2011. *Playing the Nation Game: The Ambiguities of Nationalism in India*. Delhi: Yoda Press.

Zavos, John. 2000. T*he Emergence of Hindu Nationalism in India*. Delhi: Oxford University Press.

Zelliot, Eleanor. 1979. 'The Indian Rediscovery of Buddhism.' In A.K. Narain et al., eds., *Studies in Pali and Buddhism*, pp. 389–406. Delhi: B.R. Publishing.

——. 1996. *From Untouchable to Dalit: Essays on the Ambedkar Movement*. Delhi: Manohar.

Zelliot, Eleanor, and Rohini Mokashi-Punekar, eds. 2005. *Untouchable Saints: An Indian Phenomenon*. Delhi: Manohar.

***